కోట్యాదుల తల్లి-తండ్రులు మరియు డాక్టర్ ఈ పుస్తకాన్ని ఎందుకు ఇష్టం పడతారు?

''ఇది లేకుండా తల్లికీ నిర్వాహం కాదు.''

– నీరా ఎం.డీ

■ ■ ■

''ఇది గర్భావస్థ సమయంలో వచ్చే సమస్యలకు అద్భుతమైన సమాధానం – దీన్ని ఉపయోగించడం నిండా సులభం మరియు దీని విషయసూచిక నిండా మంచి రీతిలో ఇచ్చినది. మీరి ఏదే విషయాన్ని యోచించినా దాని విషయాన్ని క్షణం మాత్రంలో తెలుసుకోవచ్చును.

– బ్రెండా స్మాలెగైన ఆర్.ఎన్.బీ.ఎస్.ఎన్

■ ■ ■

''గర్భావస్థ సమయంలో ఈ పుస్తకంనుండి నిండా సహాయం కలిగింది. ఈ పుస్తకంనుండి మీరు సంపూర్ణ విశ్వాసముతో మీ ఆసల్ని తెలుసుకోవచ్చు''

– థెరెసా ఓల్సన్ తల్లి

■ ■ ■

''ఈ పుస్తకం జీవాన్ని రక్షించేవారికింత తక్కవ లేదు.''

మిగుల ఎ. కైనో, ఎం.డీ.ఎఫ్.ఎ.సీ.ఓ.జి

■ ■ ■

''ఒక తల్లి రూపంలో ఈ పుస్తకం ఉపయోగము గైడ్‌కింత తక్కువ లేదు.''

బాలా, ఎం.డీ.

■ ■ ■

''తెల్బూరు తల్లిలకి ఇది అద్భుతమైన పుస్తకం. నాకి ఇది లేకుండా ఉంటె నిజంగా ఏమీ చేసేదానికి కాదు.''

క్యాథెరిన్, తల్లి

■ ■ ■

''నాకి ఈ పుస్తకంపై నిండా స్నేహం. ఇది మాహితులనింక నిండింది.''

సూజి. ఎం.డి.

■ ■ ■

''నేను గర్భిణి అని తెలిసిన తక్షణం నేను ఈ పుస్తకాన్ని చెవడానికి మొదలు చేస్తి. ఇది నాకి ఒత్తిడిరహితంతా గర్భావస్థకి నిర్దేశనం ఇచ్చింది.''

కైరొలీనా గోల్డస్టీన్, తల్లి

తల్లి-తండ్రి అయ్యేవాళ్ళకి చింతనుండి ముక్తిచేయడానికి
మరియు మాహితుల్ని ఇచ్చేదానికి ఇది ఉత్తమం
నేను దీన్నే చదవడానికి సలహా ఇస్తాను.

డానికా ఎం.డీ.

■ ■ ■

''ఈ పుస్తకం ప్రసవ పూర్వం పోషణ క్షేత్రంలో క్రాంతి తెచ్చింది.''

జేమ్స్ ఎం.డీ.

■ ■ ■

''నేను నా రెండు గర్భావస్థ సమయంలో ఈ పుస్తకాన్ని సంపూర్ణం శ్రద్ధతో చదివితిని. ఒక చిన్న విశేషజ్ఞులు అయిన కారణం ఈ పుస్తక నిండా వ్యాఖ్యాలతో కూడింది.''

సూసైన్ ఎం.డీ.

■ ■ ■

''నేను నా రోగిలకు ఈ పుస్తకాన్ని చెదివే సలహా ఇస్తాను.''

ఎలిజబెథ్ డాలి

■ ■ ■

సంపూర్ణ శైలి నిండా బాగుంది. తల్లి-తండ్రి సులభంగా అర్థం చేసుకోవచ్చును. నేను ఎప్పుడూ దీన్నే చదివే సలహా ఇస్తాను.

జెన్. ఎం.డీ.

■ ■ ■

ఒక మెటర్నిటి డిసైనర్ మరియు తల్లి అయ్యిండే కారణంగా గర్భిణీ మహిళకి దీనికింత మంచి పుస్తకం ఉండటానికి సాధ్యం లేదు.

మదర్ ఫౌండర్ సీ ఈ ఓ.లిజ లైంగి మెటర్నిటి

తల్లి అయ్యేతప్పుడు ఏమి చేస్తారు

ఇప్పుడు ఎట్ల అవుతుంది ఎలా అవుతుంది

మహిళల పత్రిక

గృహలక్ష్మి

డైమండ్ పాకెట్

మా మరియు వయాతికి (నా అన్నిదానికింతా పెద్ద అస)

ఎరిక (నా సర్వస్వమూ)

ప్రీతి ఒక్కటి ఉండనీ నాకు

అన్ని తల్లి-తండ్రులు మరియు శిశువులకి వాళ్ళు ఎక్కడే ఉండని

ప్రకాశకులు : డైమండ్ పాకెట్ బుక్స్ (ప్రై) లి.
X-30, ఓఖలా ఇండస్ట్రియల్ ఏరియా, ఫేస్ -2
న్యూ దిల్లి - 110 020

ఫోన్ : 011-40712200

ఈ-మేల్ : sales@dpb.in

వెబ్‌సైట్ : www.diamondbook.in

WHAT TO EXPECT WHEN YOU ARE EXPECTING (TELUGU)
by : Hadi Marcof & Saron Majel
తెలుగు అనువాదం - తమిళునాడు బహుబాష లేఖికుల సంఘం, చెన్నై

నేను నా మొదటి భర్త ఎరలీన్ ఐసన్ బర్గ్‌నుండి దీన్ని చెప్పాలి,
వారి పోషణ, ప్రకృతి, దయ మరియు సత్యం ఎల్లప్పుడూ
జీవితంగా ఉంటుంది. మేము మిమ్మల్ని ఎల్లప్పుడూ
ప్రీతిస్తాము మరియు స్మరించుతున్నాము.

నిండా నిండా ధన్యవాదాలు

నేను పొయిన 23 ఎళ్ళలో రెండు మాట్లని తెలుసుకొంటిని. పుస్తకాన్ని తనకి తానే రాయడానికి కాదు మరియు బిడ్డలు తనకి తానే పెరగదు. నేను ఇప్పుడు బిడ్డలని పెంచే పనిని చేసిందయింది. అయితె ఈ పనిలో మరియు ఈ పుస్తకం రాయడానికి నా భర్త నాకి సంపూర్ణంగా సహకరిచ్చారు. ఈ పుస్తకాన్ని చేసేతప్పుడు నా ఎన్నో స్నేహితులు, సహోద్యోగులు అందరూ తమ అమూల్యమైన సలహోల్ని మరియు దష్టికోనాన్నిచ్చిరి.

కొన్ని మంది వచ్చి-పోయేవాళ్ళు మరియు కొన్ని మంది ముదటి రోజునుండి నా జొతకి ఉండిరి. నేను అందరికీ ధన్యవాదాల్ని చెప్తాను.

సైండి హైవావె – నీ అమూల్యమైన సహకారానికి నిండా ధన్యవాదాలు. నూవు చెల్లి కాకుండా మంచి స్నేహితురాలుగానూ ఉన్నావు.

సుజానె రెఫర్, స్నేహితులు మరియు సంపాదకులు – వీరు ఈ పుస్తకాన్ని సంపాదకులుగా పుస్తకాన్ని కొత్త రూపంలో తెచ్చేదానికి నాకి ఎన్నో సల సలహాలు చేసిరి. వందలాది శీర్శికలు మరియు కార్టూన్‌లు మరియు తిదదువడిలు సహ చేసిరి.

పీటర్ వర్క్‌మన్ : ఒక కర్మచారి మరియు వచనబద్ధ ప్రకాశకులు. వీరు మా పుస్తకం మీద ఆ సమయంలో భరవస చూపించారు. ఏ బుక్ స్టోర్స్ ఇలా చేసేదానికి తయారుగా ఉండలేదు. వీరు ఈ పుస్తకానికి వేరుగా నిల్చి, చెట్టు పెంచి పూవు-పండ్లు వచ్చేదాక ధైర్యంనుండి కాచి మా జొతకి ఉండిరి. డేవిడ్ మైట్ కలాత్మక యోగదానం ఇస్తూ మేకోవర్ చేసేదానికి సహాయం చేసిరి. జామ్ గిలమైన్ మేకోవర్ మరియు బొమ్మ నిర్మాణంలో సహాయం చేసారు. లీస్ హూలైండర్ ప్రారంభంనుండి నాకి ఇష్టమైన డిసైనర్ అయిండె. ఇది కాకుండా వీంగ్ టవెంగ్, టిమ్ ఓ: బ్రిఆన్ మరియు లినెట్ యోగదానం నిండా మహత్వమైనవి. కైటన్, టాసమ్ న్యూస్ వైన్, మరియు ఐరిన్ సహ పుస్తక నిర్మాణములో నిండా సహాయం చేసారు. నేను నా ఇతర స్నేహితులు సూజి, హెలెన్, బెథ్, వాల్టర్, జెపీ, మైండల్, కిమ్ మరియు ఎమీ పేరులు చెప్పడానికి ఇష్టంవడతాను. ప్రీతియైన శేరోన్, డైనియెలా, ఎరియాణె, కీరా మరియు సోఫియా నిండా పని చేసిరి. ఇంట్లో డాక్టర్‌జీ నిండా విచారాల్ని చెప్పిరి. నా మెడికల్ సలహా ఇచ్చేవారు డా. చార్ల్స లోకవుడ్ వారు చిన్న-చిన్న మెడికల్ సూక్ష్మాలని గమనించిరి. వారి విద్వత్ చూసి ఆశ్చర్యం అవుతుంది. నా వాటర్ ఫ్రంట్ మీడియా స్నేహితులు స్టీవన్, మైక్, వెన్, బొలి, జిమ్ కర్టిస్, మరియు సరాహ హటరికి నిండా నిండా ధన్యవాదాలు. వీరు వాళ్ళ సమస్యలని మరియు సమాచారాల్ని నా జొతకి పంచుకొని సలహాలు ఇచ్చిరి. మార్క్ కైమలిన తీక్ష్ణ దష్టి, వ్యవసాయం నిపుణత, మృత్రిభావం మరియు సహయోగానికి ఎలిన నైవింస్‌కి వ్యవస్థ మరియు ధైర్యం ధృఢత మరియు సమర్ధనకోసం ధన్యవాదాలు.

జెనిఫర్ గ్రేడీర్ఘు మరియు ఫ్రాన్ క్రిట్టి వీరి సహాయంనుండి మేము మా తథ్యాల శుద్ధిని పరీక్ష చేసాము. డా. జెసికాకి గర్భావస్థ త్వచ పై సంబంధపడే సలహాలని ఇచ్చిందానికి ధన్యావాదములు. డా. హోవీ మండెల్ ఎల్లప్పుడూ ప్రశ్నలని అడిగేదానికి ప్రేరేపించింది. వ్హాట్ టు ఎక్స్‌పెక్ట్ ఫౌండేశన్ ఎక్సిక్యూటీవ్ డైరెక్టర్ లీసా వర్నస్టీన్, జొ. టఎడి, మరియు డెన్ వీరికి ధన్యవాదాలు.

నా భర్త ఎరిక్ ప్రతియొక్క పనిలో సహాయం చేసారు. వీరు చేసిన సహాయాన్ని ఎంచేకి సాధ్యం లేదు. మీ జొతకి పని మధ్యంలో ఆనందాన్ని పొందాను. నేను మిమ్మల్ని నిండా ప్రీతిస్తాను. ఈమా, మరియు వయాత్ నేను మిమ్మల్ని నిండా ప్రీతిస్తాను. మీనుండి నాకి తల్లి అయ్యే గౌరవం పొందాను.

ప్రీతియైన తండ్రి మరియు స్నేహితులు హోవర్డ్ ఎస్వబర్గ్ విక్టర్ శరగై మరియు జోన్ ఎనీయెలో మరియు ప్రపంచం సర్వశ్రేష్ఠమైన అత్త-మామ ఎవీ మరియు నొరమన్ మార్క్ ఓఫ్ రఎచల, ఈథాన్, లిజ, సైండి మరియు టిమ్ మీకందరికీ ధన్యవాదములు.

అన్ని డాక్టర్, నర్స్, దాదిలకు ధన్యవాదములు. వీళ్ళు ప్రతిదినం ఎన్నో పరివారాల్లో గర్భావస్థని ఒక సుఖకరంగా సహజ అనుభవంగా బదలించేదానికి సంలగ్నంగా ఉన్నారు. అన్నిదానికింతా ఇపెద్ద ధన్యావాదములు చెప్పేది మరియు అయ్యే తల్లి-తండ్రులకి. వీరు ఈ పుస్తకం ప్రతియొక్క సంస్కరణాన్ని మొదటినుండి మంచి ప్రయత్నం చేసిరి. నేను ముందే చెప్పాను తల్లి-తండ్రులు నాకి అమూల్యమైన వస్తువులు. మీ కార్డ్, ఈ-మేల్, మరియు పత్రాల వర్షం నిలవకుండా ఉణ్ణి.

మళ్ళీ ధన్యావాదములు, నిండా-నిండా ధన్యవాదాలు. దేవుడి దయనుండి మీ అన్నీ వేడుకలు ఈడేర్ని.

హైది

heidi

విషయ సూచిక

భాగం-2 తొమ్మిది నెలలు మరియు దాని లెఖ్ఖ

(గర్భధారణనుండి ప్రసవము వరకు)

భాగం–5 తండ్రికోసం

భాగం-6 గర్భావస్థ మరియు మీ ఆరోగ్యం

భాగం-7 జటిలమైన గర్భావస్థ

నాల్గవ ఆవృత్తికి ప్రస్తావనం

చార్ల్స్ జె లాక్‌వుడ్, ఎం.డీ
అనిత ఓ కీఫే (యాల యూనివర్సిటి స్కూల్ ఆఫ్ మెడిసిన్, డిపార్ట్‌మెంట్ అండ్ ఒబ్స్ట్రటిక్స్ గైనకాలజి అండ్ రిప్రొడక్టివ్‌లో వుమెన్ హెల్తులో యువ ప్రొఫెసర్)

ఒక దినం నాకి ఒక రోగిది ధన్యవాదం పత్రం చిక్కింది. దాని జొతకి ఒక హొకి ఆట్లాడేవారి ఫొటో ఉండె. 19 సంవత్సరాల వెనుక వారి డెలివరి నేను చేసింటిని. నా పని నిండా బాగుంది, నాకి మనుష్యుడి జీవితం అన్నిదానికింతా అద్భుతంగా, సుఖకరంగా, సుందరమైన క్షణం ''శిశువు జన్మ''న్ని పంచుకొనే అవకాశం చిక్కుతుంది. ఔను ప్రసూతి విశేషతజ్ఞుల జీవితం సులభంగా ఉండదు. రాత్రి మూడు గంటల వరకూ పని, ప్రసవం జటిలం అయితే దాని యోచన మొదలైనవి. ఏమే కష్టమైన సందర్భం వచ్చిన వెంటనే నేను దాన్ని ఎదురించడానికి సిద్ధంగావైతాను. విచిత్రమైన భావాల అనుభవమైతుంది. అయితె అన్నీ సరి ఈ పని వేరే ఆనందాన్ని ఇస్తుంది.

అలా నిజం చెప్పాలంటె నా పని గర్భావస్థమాదిరి ఇది కొంచం రోమాంచనంగా ఉంటేనూ ఖుషి ఇస్తుంది. ఈ పుస్తకం ఒక రీతి మీకి మీ నిజమైన ప్రసవతజ్ఞుల మాదిరి మీకి మార్గదర్శనాన్ని ఇస్తుంది. నేను ఎన్నో సంవత్సరాలుగా నా రోగులకి ఇదే పుస్తకాన్ని చదివే సలహాన్ని ఇస్తున్నాను. దీనిలో నిండా ఉపయోగకరమైన మాహితులున్నాయి. అది మీకి బహుశః మీ డాక్టర్, దాది లేదా అనుభవస్థులనుండి చిక్కుతుంది.

ఈ పుస్తకం మీకి నిండా సహజమైన రీతిలో మీకి సలహాని ఇస్తుంది. గర్భధారణ ముందు ఎమి గమనించాలి. మీ జీవితం శైలి, వృత్తి లేదా ఆహారంలో ఎలాంటి మార్పు చేయాలి. అనాక వారాలు – ప్రతీ వారంనుండి మీ శిశువు పెరగడం వివరాన్ని ఇస్తుంది. దీని మధ్యలో మీ శరీర మిగిలిన అంగాలపై గర్భావస్థ ప్రభావాన్ని చర్చించి దాని పరిహారాన్ని ఇస్తుంది. మీరు ఏమి అనుభవిస్తున్నారు, మీకి ఏ పరీక్షలు చేయించాలి లేదా డాక్టర్‌ని ఎప్పుడు కలవాలి. ఇదన్ని మాహితల్ని ఇవ్వడమైనది. మరియు కొనాలో మీమ్మల్ని ఆ విశేషమైన దినానికోసం శారీరికంగా మరియు మానసికంగా తయారు చేస్తుంది. దీనిలో మీరు డాక్టర్ దగ్గర అడగడాని ఎన్నో ప్రశ్నలకి ఉత్తరాలు ఉంది.

ప్రసవ నంతరం శిథిలత, ముఖం పైన పడే నీలి కలలు లేదా అన్ని దీర్ఘకాలం రోగుల మాహితిలు ఇవ్వబడినది. దీనిలో ఒక అధ్యాయములో ప్రసవ

పూర్వం లేదా ప్రసవ నంతరం తమ శిశువును పోగొట్టుకొండారు. వారికీ సహ సలహాలున్నవి. ఈ పుస్తకం మీ భర్త మరియు కోచ్ కీ మంచి మార్గదర్శనం ఇస్తుంది. కవల పిల్లళు లేదా రెండుకింతా జాస్తి శిశువులుంటే ఏమి చేయాలనే మాహితిలూ ఉంది.

నేను విశేషతజ్ఞుడు అయిండే కారణంగా నేను ఈ పుస్తకంనుండి నిండా ప్రభావితమైనాను. సంపాదకత్వం రూపంలో నన్ని దీని మంచి లేఖనమూ ప్రభావితంగా చేసింది. అయ్యే తండ్రికి ఏమేమి తెలుసుకోవాలో లేఖకుడికి తెలుసు అని తండ్రి మరియు భర్తమాదిరి నాకీ అర్థమైయింది. నా వేలాది రోగులకు, సహోద్యోగులు మరియు వేరే రోగులు దీన్ని చదివిండారు. వాళ్ళే ఈ పుస్తకం నిజమైన నిర్ణాయకులు.

ఒక వేళ మీరు ఈ పుస్తకాన్ని చదువుతుంటిరి అంటే మీరు గర్భవతి అయి ఉండారు లేదా గర్భధారణ చేసుకుంటారు. శుభాకాంక్షలు. వీవు పై ఆరామంగా పడుకొని ఈ సుందరమైన రోమాంచకమైన ప్రయాణానికి పోండి. ఇది నా సలహా.

ఈ పుస్తకం జన్మ మరీ మరీ ఎందుకయ్యింది

ఇరవైనాలుగు ఏళ్ళ క్రితం నేను నా కూతురికి జన్మం ఇచ్చాను వరియు ఈ పుస్తకాన్ని ప్రారంభించాను. కూతురు ఈమా, పుస్తకం మరియు నా ముందర శిశు (వయూత)వు పాలన పోషణ ఇదంతా నిండా ఆయాసంకాకుండా ఆనందంగా వరియు రోవమాంచనంగా ఉండె. ఇప్పుడు ఈ పుస్తకం మీ చేతిలో ఉన్నది. నాకి దీని కొత్త ఆవృత్తిన ప్రస్తుతంవరచేకి నిండా సంతోషమవుతుంది.

నాకి నా ఈ పుస్తకం ఆవృత్తికి నిండా ఉత్సాహముంది. వారం-ప్రతివారాల భ్రూణం ఒక చిన్న బిడ్డ ఆకారాన్ని తీసుకోవడం మరియు శిశువు నిరంతరమైన పెరగడం మరియు ఎదలో మంట, సమస్యల మరియు జిజ్ఞాసల ఉత్తరాలు ఇవ్వడమైనది. గర్భావస్థ సమయంలో పని - త్వచ పోషణ, గోరులు మరియు వెంటికల పోషణ, గర్భావస్థ జీవితం శైలి మరియు సంభోగం, మీ సంబంధాలు, భావనలు, సన్న-సన్న మాట్లు మరియు పెద్ద-పెద్ద విచారాలపై చర్చించిడమైనది. మీ ఆహారానికి సంబంధించిన ఒక వ్యవహారిక అధ్యాయం ఉంది. ఇది మీకి మరియు మీ శిశువు పోషణకి నిండా మహత్వమైనది. గర్భధారణ పూర్వ జాగ్రత్తలు మరియు కవల పిల్లల వద్ద ఒక పెద్ద అధ్యాయాన్ని ఇవ్వడమైనది. ఇది కాకుండా తండ్రి అయ్యే విషయంలో వూహితి వరియు గర్భావస్థనుండి చేరిన ప్రతియొక్క విషయంమైద చర్చ చేయడమైనది.

ఈ పుస్తకం రాసినపుడు ఒకే ఉద్దేశం ఉండె. అయ్యే తల్లి-తండ్రులు చింత విడిచి గర్భావస్థని సంపూర్ణంగా ఆనందంగా ఉండని అని. ఉద్దేశం ఇప్పుడూ అదే. అయితె దీని ఆకారం మొదటికింతా నిండా విస్తారంగా ఉంది.

అన్ని తల్లి అయ్యేవారు దీని పూర్ణ లాభాన్ని తీసుకుంటారు వరియు శిశు పెరగడాన్ని ఆనందిస్తారు అని నా ఆస. మీకందరికీ స్వస్థ గర్భావస్థపు శుభాకాంక్షలు. మీరు వంచి తల్లి-తండ్రులై ముందర రాండి. దేవుడి ఆశీర్వాదము నుండి మీ అన్ని ఆసలు పూర్తికాని.

heidi

మొదటి భాగము

కొన్ని ముఖ్యమైన మాటలు

గర్భం ధరించే ముందు

అయితే మీరు మీ పరివారంని పెంచే నిర్ణయము తీసుకున్నారు. త్వరలో మీ ఇంటికి ఒక కొత్త అతిథి రాబోతున్నాడు. లేదా మీ అబ్బాయికి అన్నగానీ చెల్లిగానీ వస్తున్నాడు. శిశువు అడుగు శబ్దాలు వినిపించే ముందు మీరు కొన్ని ముఖ్యమైన నిర్ణయాలు తీసుకోవాలి. ఎందుకంటే మీరు మీ రాబోయే శిశువు అన్నివిధములగా ఆరోగ్యకరంగా ఉండాలి. ఈ సలహాలతో మీరి మరియు మీ భర్త రాబోయే సమయములో మిమ్మల్ని మీరు అన్ని విధములుగా తయారు చేసుకోవలెను.

ఒక వేళ మీరు గర్భధారణ ధరించనియెడల ఏమీ భయపడే సంభవము లేదు. మీ ప్రయత్నము ముందువరించవచ్చు. (మీ ప్రయత్నముతో ఒక శుభ వార్త వింటారు) అయితె ఈ పుస్తకములో రెండో అధ్యాయవము చదువుతావా? ఈ మొదటి అధ్యాయవము ఎవరికంటే గర్భధారణవము ఎవరు పొందవలెననుకుంటున్నారో వారికి.

గర్భధారణము ముందు కొన్ని సలహాలు

చిన్నారి పొన్నారి బాబు మీ ప్రాంగణములో రావాలని అశతో ఉన్నారు. కాని మీరు దానికి కొన్ని చిన్న చిన్న విషయములుపై ధ్యానము వహించవలెను.

గర్భధారణము ముందు చేసే పరీక్ష : మీరు గర్భధారణ ముందు మిమ్మల్ని చూసుకొనేందుకు డాక్టర్ల అవసరం ఉండదు. మీ లేడి డాక్టర్‌ని కలవచ్చు. వారు మీయొక్క పరీక్ష చేసి మీలో ఏమైనా పోషణ తక్కువ ఉంటె ముందుగానే తెలిపిస్తారు. మీ చికిత్స సులువుగా అయిపోతుంది. డాక్టర్ మిమ్మల్ని ఈ ఔషధాములనుంచి దూరం ఉంచుతారు ఏదైతె మీకు గర్భావస్థలో హానికరవుగా ఉండునో. మీ తూకవము ఆహారవము జలపానీయ అలవాట్లు జీవన శైలి మరియు మీ వాక్సినేషన్ విషయములలో వారి సలహా తీసుకోవలెను.

ప్రసవము ముందు డాక్టర్ వెతకడం : మీరు మీకోసము ఏదైనా పనిపనిషి , మిడ్‌వైఫ్ లేదా, ప్రీ నేటల్ డాక్టర్‌ని వెతకడం మొదలు పెట్టాలి. మీరు ఇంకా గర్భవతి కాలేదు కానీ కాబోయే రోజులలో చాలా వ్యస్తముగా ఉంటారు. అందుకనే ముందే అడిగి తెలుసుకోవలెను. మీ మనసులో ఒక డాక్టర్‌ని నిర్ణయం చేసుకోవచ్చు.

డెంటిస్ట్‌ని కలవడం : మీరు గర్భం ధరించే ముందు తప్పక

డెంటిస్ట్‌ని సంప్రదించవలెను. ఎందుకంటే గర్భావస్థములో పళ్ళు మరియు చిగుళ్ళపై పరిణామం చూపవచ్చు. గర్భావస్తములో హార్మోన్ వలన మీ పళ్లు మరియు చిగుళ్ళలో ఇబ్బంది పెరగవచ్చు. అధ్యయమునుంచి ఈ విషయం తెలిసినదేమిటంటే గర్భావస్థములో కొన్ని చిగుళ్ళ రోగములు కూడా ఉద్భవించవచ్చు. పిల్లని ప్రసవించే ముందు ఒకసారి డెంటిస్ట్‌ని సంప్రకించవలెను. పళ్ళయొక్క ఎక్స్ రే ఫిల్లింగ్ మరియు సర్జరివంటి ప్రక్రియములు ముగించవలెను. దీనికంటే గర్భావస్థములో ఇవన్నీ వీలుపడవు.

పరివార వృక్షము పరీక్ష : మీరు మీ పరివార వృక్షము మీద ఒక చూపు కాకుండ మీ భర్త పరివారము వృక్షము కూడా గమనించవలెను. ఈ రెండూ పరివారములో ఏదైనా రోగము ఉన్న ఇతిహాసము ఉన్నదా? ఇలాంటి రోగములో డౌన్‌సిండ్రోమ్, టె శెక్ రోగము, సికల్ సెల్ అనిమియా, థైలసీమియా, హీమోఫీలియా, వెస్టిక్ ఫైబ్రాసిస్, లేదా ఫ్రిగైలెక్స్ సిండ్రోమ్ పేరులు ఉండవచ్చును.

గర్భావస్థము పై తెలుసుకోవడము : ఒక వేళ మీ మొదటి గర్భములో ఏదైనా ఇబ్బంది వచ్చిందా. సమయము ముందు కానీ తరవాత కానీ ప్రసవము జరిగిందా. ఒకటికన్నా ఎక్కువ గర్భపాతము ఉన్నదా? ఉంటె మీ డాక్టర్‌ని సంప్రదించండి. దీనితో అదే ఇబ్బంది మళ్ళి ఎదురుకాదు.

ఒక వేళ అవసరమైతె జెనెటిక స్క్రీనింగ్ చేయించండి : మీ ఏదైనా మిస్టిక్ వంశపారంపర్యమైన రోగము ఉంటె, తెలిసి ఉంటె డాక్టర్‌ని సంప్రదించి జెనెటిక్ స్క్రీనింగ్‌పఎ విచారించవలెను. ఒక వేళ మీరు కొకేసియన్ అయితె సిస్టిక్ ఫైబ్రాసిస్, యహూది యూరోపియన్ అయితె పేషక్, అఫ్రికన్ అయితె సికల్‌సెల్ టెస్ట్ లేదా గ్రీక్ ఇటాలియన్ దక్షిణ ఏషియా లేదా ఫిలిపైన్స్‌వారైతె మీరు థెలిసీమియా రోగంగ్రస్తులుగా ఉండవచ్చును. ముందు చాలా గర్భపాతము ఉండడము లేదా మీ రక్తసంబంధితో వివాహము చాలా రోజులనుంచి గర్భపాతము ధరించక పోవడము ఈ కారణాలకు కూడా జెనెటిక్ స్క్రీనింగ్ అవశ్యము పడవచ్చును.

పరీక్ష చేసుకోండి : ఈ అన్ని విషయముల అధారములపై మీరు కొన్ని పరీక్షలు చేయించుకోవడానికి సిద్ధముగా ఉండవలెను. అవి ఏమిటంటె

- ఎనిమియా తెలుసుకోవడానికి హీమోగ్లోబిన్ మరియు హీమైటొక్రిట్ చేయాలి
- ఆర్.హెచ్. ఫ్యాక్టర్ : దీనికి మీరు పాసిటీవ్ లేదా నెగెటివ్ అని తెలుసుకోవడానికి. ఒక వేళ మీరు పాసిటీవ్ అయితె మీ భర్త పరీక్ష కూడ చేయించవలెను. (ఒక వేళ మీరిద్దరూ నెగెటివ్ అయితె దీని పై దృష్టి పెట్టని అవసరం లేదు.)
- రువెలోటీటర్ : రువెలో గురించి ప్రతిరోధము ఎదురుకొనే పరీక్ష.
- బెరిసెల్లా టీటర్ : బెరిసెల్లా గురించి ప్రతిరోధము ఎదురుకొనే పరీక్ష.
- హెపటైటిస్ బి : (ఒక వేళ మీరు ఈ ఇంజెక్షన్ చేయించుకొనే ఎడల మరియు మీరు ఏదైనా హెల్త్ వర్కర్ అయింటే)
- సైటోమేగా లొబాయిరమ్ అంటిబాడీస్ పరీక్ష : దీనితో పరీక్షయొక్క పరిణామము తెలుసుకోవచ్చు. ఒక వేళ మీరు దీనిపై చికిత్స పొందిఉంటె రాబోయి ఆరు మాసాల వరకు గర్భధారణము చేయకూడదు.
- ట్యాక్సమౌల్ మాసిస్ టీటర్ : మీకేమన్నా పెంపుడు పిల్లి ఉంటె ఇది బై తిరుగుతూ వచ్చి మాంసము తింటూ ఉంటె, లేదా మీరు పేపర్ లేకుండా సంభోగం చేయించడం ఒక వేళ ఇంజెక్షన్ ఇప్పిచ్చి ఉంటె విచారించ విషయం ఏమీ ఉండదు. లేదంటె కొద్దిగా సావధానము పాటించవలెను.
- థైరాయ్డ్ ఫంక్షన్ : దీనితో గర్భావస్థముపై ప్రభావము పడవచ్చు. ఒక వేళ మీరు కానీ మీ పరివారములో ఎవరికైనా ఈ రోగము ఉంటె లేదా మీకు ఏదైనా ఈ రోగ లక్షణము కనిపిస్తె దీనియొక్క పరీక్ష తప్పకుండా చేయించవలెను.
- యోనికి సంబంధించిన రోగము : ఈ రోగంతో ఉన్న గర్భవతి మహిళలు నియమితమైన యోని చికిత్సములు (సిఫీలీయా, బెనారియా,

కాల్మోడియా, హర్పిస్, హెచ్‌పివి మరియు హెచ్ ఐ వి) వీటి పరీక్ష చేయించవలెను. మీరు ఈ రోగముల పట్ల నిశ్చింతగా ఉండినా ఒక్క సారి ఈ పరీక్ష చేయించవలెను.

చికిత్స పొందవలెను : ఒక వేళ పరీక్షలో ఏదైనా పరిణామము ఉంటె తప్పకుండా చికిత్స పొందవలెను. ఒక వేళ ఏదైనా సర్జరి కానీ చిన్న చిన్న చికిత్సలు కానీ చేయించుకోవాలంటే ఇదే సకాలం. ఎందుకంటే దీని ప్రభావము గర్భావస్థములో పడవచ్చు. దీనితో మీరు ఇబ్బందులు ఎదుర్కోవచ్చు. దీనిలో ఈ క్రింద కారణాలు ఉండవచ్చు.

- యుటరైన్ పోలిక్స్, ఫైబ్రామియమ్ సిస్ట్ లేదా బెనిక ట్యూమర్
- ఇండో మెట్రోవసిస్
- ఎప్లిక్ ఇష్లమెట్రి రోగము : మూత్రాశయంలో తరచుగా వచ్చే కానీ సంక్రమణములో లేదా బ్యాక్టీరియా వైగ్నోసిస్.
- ఏదైనా ఎస్‌టిడి రోగము

ఇంజెక్షన్ తీసుకోండి : ఒక వేళ మీరు గత పద ఏళ్ళల్లో టిటనస్, డిప్తీరియా, బూస్టర్ ఈ ఇంజెక్షన్‌లు తీసుకొనే ఎడల ఇప్పుడు తీసుకోవలెను. మీసల్స్ మమ్స్ మరియు రూబియా ఇంజెక్షన్‌లు తీసుకోలేదంటె అవి కూడా తీసుకోవలెను. తరువాత గర్భాధరణం గురించి ఒక మాసము తెలిచి ఉండవలెను. ఒక వేళ మీరు గర్భము ధరించి ఉన్నా భయము అవసరములేదు. మీకు హెపటైటిస్ బి లేదా చికన్ పాక్స్ పై ఎటువంటి భయము లేకున్ననూ ఇప్పుడు దీనికి చికిత్స తీసుకోవలెను. ఒక వేళ మీ వయస్సు 26 సంవత్సరాలుకన్నా తక్కవ ఉంటె హెచ్ ఐ వి యొక్క మూడు డోసులు తీసుకోవలెను. దీనికి ఒక క్రమం పాటించవలెను.

క్రానిక్ రోగంపై కంట్రోల్ పొందండి : ఒక వేళ మీరు మధుమేహము, ఉబ్బసము, హృదయ రోగము, ఎపిలప్సి లేదా ఎటువంటి క్రానిక్ మరియు దీర్ఘకాల రోగము పొందివుంటె గర్భధారణ ముందు డాక్టర్‌యొక్క సలహా పొంది రోగ నియంత్రణము పొందవలెను. మీ పై దృష్టి సారించడం మొదలు పెట్టవలెను. ఒక్క వేళ మీరు జన్మమునుంచి ఫినైల్ కాటన్ యూరియా రోగముతో బాధపడుతుంటె దీనికి ప్రత్యేకమైన ఆహారము తోసుకోవలెను. మరియు గర్భావస్థములో కూడా ఇదే ఆహారము తీసుకోవలెను. ఇది మీకు మరియు పుట్టబోయే శిశువికి ఇద్దరి ఆరోగ్యంకరకు మంచిది.

ఒక వేళ మీకు ఎనర్జి శాట్స్ అవసర పడితే దీనిపై ఇప్పుడే ధ్యానం ఉంచండి. లేదా మీకు గర్భావస్థలో బాధకరముగా ఉండవచ్చు.

కుటుంబ నియంత్రణం ఆపేయండి : మీ కాండోం మరియు డయాఫ్రం పారేయండి. (కాని గర్భావస్థ తరువాత దీని అవసరం పడవచ్చు) మీరు కుటుంబ నియంత్రణకు మందులు వ్యాజినల్ రింగ్ లేదా ప్యాచ్ వాడుతూ ఉంటె దీనిపై మీ డాక్టర్‌యొక్క సలహా తీసుకోండి. మీరు వీటిని ఎన్నో నెలల ముందు మానేయవలెను. దీనితో ప్రజ తంత్రము సరియైన క్రమములో జరుగును. మరియు రెండో మాసిక చక్రము సమయముపై వచ్చును. (ఈ సమయంలో కాండోం వాడవలెను. మీకు మీ మాసిక చక్రము నియంత్రణములో తేవడానికి రెండు మూడు లేదా దానికంటే ఎక్కువ నెలలు పట్టవచ్చు. ఒక వేళ మీరు ఐయుడి పెటుకుంటే దీనిని తీసివేయవలెను. డిపో ప్రవెరా మానేసి ఆరు నెలలు వేచి ఉండెవలెను. కొన్ని మహిళలకు ఇది మానేసి 10 నెలలవరకు కూడా గర్భవతి కాలేరు. మీరు దీని ప్రకారము ఒక క్రమము పాటించవలెను.

ఆహారములో సుధారణ : ఇలా అయిండచ్చు మీరు ఇప్పుడు ఇద్దరికి వరకూ ఆహారము తీసుకోకుండా ఉంటారు. కాని మంచి అలవాట్లు మొదలుపెట్టడానికి అలస్యమెందుకు. మీయొక్క ఫోలిక్ అసిడ్ మందు మర్చిపోకుండా తీసుకోవలెను. దీనితో గర్భధారణ క్షమత పెరుగుతొంది. అధ్యయములో ఇది కూడా తెలిసిందేమిటంటే గర్భధారణ ముందు ఈ విటమిన్ ఎక్కువ మాత్రంలో తీసుకొనె గర్భవతి శిశువులపై

న్యూరల్ ట్యూబ్ డిఫెక్ట్ యొక్క భయము నిర్మూలించవచ్చు. ఇవి ధాన్యములలో మరియు పచ్చి ఆకులలో మరియు రీఫైన్డ్ పదార్థాలలో ఉండవచ్చును. కాని మీరు ఇది ఔషధముగా కూడా తీసుకోవలెను. దీనికి మీ డాక్టర్‌ని సంప్రదించవచ్చు.

జంక్ ఆహారమునకు బాయ్ బాయ్ చెప్పవలెను. భోజనములో పళ్ళు, కూరగాయలు, లో ఫ్యాట్ డైరి పదార్థముల మోతాజులను పెంచవలెను. (ఈ పుస్తకములో శిక్షణ ఆహార ప్రకరముపై కూడా ధ్యానము ఉంచండి.) మీరు గర్భధారణ ముందు ప్రతిరోజు రెండుసర్వింగ్ ప్రోటీన్, మూడు సర్వింగ్ క్యాలరీస్ మరియు6 సర్వింగ్ ధాన్యములు తీసుకోవలెను. దీనితో మీరు క్యాలరీని పెంచే అవసరం పడదు.

చేపయొక్క ఆహార తత్వాలపై కూడా ధ్యానము ఉంచవలెను. కాని దీనిని తినడం మానేయవద్దు. ఎందుకంటే దీనిలో చాలా పోషక ఆహారాలు ఉంటాయి. ఒక వేళ మీ ఆహార శైలితొ గర్భవస్థకి ఇబ్బందికరముగా ఉంటే మీ డాక్టర్‌యొక్క సలహా పొందవలెను.

ప్రసవము ముందు విటమిన్‌లు తీసుకోండి : మీ భోజనములో ఫోలిక్ అసిడ్ ఎక్కువ మాత్రము తీసుకోవలెను. అయినాకూడా మీ గర్భధారణ రెండు నెలల ముందు ప్రీనెటల్ వరకు 400 ఎంజిమందు తీసుకోవలెను. దీనితో చాలా ఉపయోగాలున్నాయి. అధ్యయములో తెలిసిందేమిటంటే ఏ మహిళలైతె గర్భధారణ ముందు నెలలో మల్టి విటమిన్ మందు తీసుకున్నారో వాళ్ళకి వాంతి, మనఃచింతనలాంటి ఇబ్బందులు ఉండవు. దీనిలో 15 ఎంజి జింక్ కూడా ఉండవలెను. దీనితో గర్భధారణయొక్క క్షమత పెరుగుతోంది. కొన్ని సార్లు అవసరంకన్న ఎక్కువ పోషక తత్వాలుతో నష్టము కూడా కలుగవచ్చు. దీనిపై డాక్టరు సలహా తీసుకొని ముందువరించండి.

మీ బరువు పరీక్ష : బరువు ఎక్కువ తక్కువ రెండూ పరిస్థితిల్లో గర్భధారణ క్షమతపై ప్రభావం పడవచ్చు. ఒక వేళ మీరు గర్భధారణ పొందివుంటె గర్భావస్థలో ఎన్నో విధాల ఇబ్బందులు రావచ్చు. దీనికై అవసరంవరకు క్యాలరి తగ్గించుకోవలెను లేదా పెంచుకోవలెను.

శేప్ అప్ లేదా శాంతంగా ఉండేది : మీ దినచర్యలో వ్యాయాయం పాటించనచో మంచిది. మీ గర్భ సంచి బలంగా ఉంటుంది. అనవసరమైన బరువు కూడా తగ్గిపోతుంది. వ్యాయాయం మరియు ఎక్కువ కూడా చేయవద్దు. దీనితో ఓవిలేషన్‌లో ఇబ్బంది రావచ్చు మరియు మీరు గర్భవతి కాకపోవచ్చు. వ్యాయాయం చేసెటప్పుడు మీరు శాంతంగా ఉండవలెను. హాట్ టబ్, సోనా, హీటింగ్ ప్యాడ్ మరియు ఎలెక్ట్రిక్ కేబల్ వీటి ఉపయోగము తగ్గించవలెను.

మెడికల్ క్యాబినేట్‌యొక్క పరిశీలన : కొన్ని మందులు ఎట్ల ఉంటాయి అంటే మీకు గర్భావస్థ ముందు మరియు తరువాత ఇవి తీసుకోవడము హానికారకమవచ్చు.ఒక వేళ మీరు నియమితమైన రూపంలో లేదా ఎప్పుడైనా ఈ మందు వాడితే దీనిపై మీ డాక్టర్ సలహా పొందవలెను. ఒక వేళ ఈ మందులు అత్యవసరమైనప్పుడు దీని బదులుగా వేరె మందుల్ని వెతకడం మొదలుపెట్టండి. హర్బల్ లేదా వైక్లికప్ మందులు ప్రాకృతముగా అనుకొంటాము కాని దీని అర్థము ఇది సురక్షితమని కాదు. కొన్ని హర్బల్ మందులు (గింకో గిలోబా) గర్భధారాణానికి అడ్డు కావచ్చు. హర్బల్ డాక్టర్ అనుమతి లేకుండా ఈ మందులని వాడద్దు.

క్యాఫిన్ ప్రమాణం : మా అభిప్రాయము మీరు క్యాఫిన్ పదార్థములు మానేయవలెనని కాదు. మీరు కాబోయే గర్భవతి అయివుంటారు లేదా గర్భధారణ పొంది వుంటారు. అయినప్పటికి మీరు రోజుకి రెండు కప్పులు కాఫి తీసుకోవచ్చు. ఒక వేళ మీకు ఎక్కువ కాఫి తీసుకొనే అలవాటు ఉంటె అది తగ్గించుకోవలెను. కొన్ని అధ్యయములో తెలిసిందేమిటంటే దీనితో గర్భ క్షమత తగ్గుతుంది.

అల్కోహాల్‌యొక్క ప్రమాణము : తాగే ముందు ఒక సారి అలోచించండి. గర్భావస్థ ముందు రోజుకి ఒక పెగ్గ తాగినా ఏమీ తేడా ఉండదు. కాని ఎక్కువ మాత్రములో సేవించినచో గర్భధారణ ధరించడానికి ఎక్కువ సమయం పట్టవచ్చు. మరియు మీరు ఇబ్బందులు పడవచ్చు. మీరు

కొంచం ధ్యానం ఉంచండి

మీరు శిశువిని జన్మించే నిర్ణయము తీసుకున్న వెంటనే మీ ఇద్దరి శారీరిక అనుబంధవము చాలా పెరిగిపోతుంది. కాని మీ ప్రేమ సంబంధ మాట ఏమిటి?

ఒక వేళ మీరు రాబోయే అతిథి నిరీక్షణలో మీ సెక్స్ జీవితము పక్కన పెడుతున్నారా. ఇప్పుడు మీ ధ్యానము రాబోయే శిశువుపై ఎక్కువుగా ఉండును. ఇలాంటి సందర్భాల్లో సెక్స్ మనరంజనం కాకుండ ఒక ప్రక్రియగా మారిపోతుంది. మీరు దీనిని ఒక యాంత్రిక ప్రక్రియగా గలిచితే చాలా సార్లు మీ దాంపత్యంలో దూరం పెరుగవచ్చు. మీరు తలుచుకొంటె దీనిని ముందులాగే పాటించవచ్చు. గర్భధారణమప్పుడు భర్తతో భావనాత్మకమైన అనుబంధము ఉంచడానికి

బైటికి వెళ్ళండి : మీరు మరియు మీ భర్త ఇల్లు లేదా ఊరు విడిచి బైటికి వెళ్ళి సమయము గడపవలెను. ఎందుకంటే దీని తరువాత కొన్ని నెల్లలవరెకూ మీరు ఇటువంటి విహార యాత్రలకు వెళ్ళలేరు. ఒక వేళ మీకు సమయం లేదంటే మీరిద్దరూ వీక్ ఎండ్ మాత్రము కలిసి గడపగలరు. (గుర్రం సవారి, రాఫ్టింగ్ చేయండి) ఇవన్నీ మీరు గర్భావస్థ సమయంలో చేయలేరు. ఏదైనా మ్యూసియం వెళ్ళండి, మల్టిప్లేక్స్‌లో సినెమా చూడండి (ఇప్పుడైతె మీకు బేబి సీటర్ కూడా అవసరం లేదు) లేదా మీ పసందైన హోటెల్‌లో భోజనం చేయండి.

రొమాన్స్ పెంచుకోండి : సెక్స్ బోర్ అనిపించకుండా బెడ్‌రూమ్‌లో చిందులైయండి. ఏదైనా సెక్సి నైటి వేసుకొండి. లేదా ఏదైనా హాట్ మూవి చూడండి. ఒక కొత్త ముద్ర ప్రయోగించండి. బెడ్ బదులు డైనింగ్ టేబల్ ఎలా ఉంటుంది. ఐస్ క్రీమ్‌పై హాట్ ఫజ్ తినే బదలు ఒకరిపై ఒకరు రుద్దుకొని తింటె ఎలా ఉంటుంది. ఒక వేళ ఎక్కువ రొమాన్స్ ఇష్టపడకపోతె పరవాలేదు. వెన్నెలలో విహరించండి. ఫైర్ ప్లేస్ ముందు ఒకర్నొక్కరు కౌగలించుకొని మీ కలలో విహరించండి.

కొద్ది వారిపైన : ఒక వేళ అయన కూడా మీలాగే శిశు గురించి చింతనలో ఉన్నారా. మీ ఆయన మీ బాడి టెంపరేచర్ చార్ట్ చేయడములో సహకరిస్తున్నారా లేదా స్టాక్ మార్కెట్ ఖబుర్లు చూస్తున్నారా. ఏదైనా పిల్లల దూకాణం ముందు వెళ్ళుతుంటె దానివైపే చూస్తున్నారా. ఈ మాటల అర్థము ఇదైతె కాదు ఏమిటంటే రాబోయే శిశువుపై అయనకి అసక్తి లేదని. ఇలా అయిండచ్చు. వారి పనిపై ఎక్కువ శ్రద్ధ చూపుతున్నారు. తర్వాత ఇట్లాగూ మీతొ ఎక్కువ సమయం ఉండవలసి ఉంటుంది. గుర్తించుకోండి వారు కూడా తండ్రి కాబోతున్నారు. ఇది ఒక టీం వర్క్ మరియు మీలాగే వారు కూడా ఈ విషయములో గంభీరముగా ఉన్నారు. ఎప్పుడు సమయం దొరకినా మీరిద్దరూ చర్చించుకొండి. వారిపై కోపము ప్రదర్శించకండి. ఒకరినొకరు అర్థము చేసుకొంటె మీ ఇద్దరికీ ఇది శ్రయస్కరమైనది.

గర్భము పొందివుండవచ్చు ఇలాంటి సమయంలో మాత్రము మద్యము తాగడము ఎట్టి పరిస్థితిల్లో మానేయవలెను.

ధూమ్రపానము మానేయండి : ఇది మీ గుడ్లను ముసలిపరిస్తుంది. అవునండి గర్భధారణంలో ఇబ్బందులు వస్తాయి మరియు గర్భపాతముయొక్క అపాయము పెరుగుతొంది. ధూమ్రపాన అలవాటు మానేయండి. ఇది మీ రాబోయే శిశువికి అమూల్యమైన బహుమతి అవుతుంది. ధూమ్రపానం మానేయడానికి కొన్ని వ్యావహారికమైన సలహాలు ఇదే పుస్తకములో ఉన్నాయి. వాటిపై అమలుపరిచి లాభము పొందండి.

నకలీ ఔషధములునుంచి దూరము ఉండండి : మెరువానా,

పిన్‌పాయింట్ అవులేషన్

మీరైతే తెలుసుకొనే ఉంటారు గర్భధారణ పొందడానికి అవులేషన్ ఎంత ముఖ్యమైనదో. ఇక్కడ కొన్ని సలహాలు ఇచ్చి ఉన్నాము. దీని సహాయముతో మీరు అ దినము అందాజు వేయవచ్చు.

క్యాలెండర్ చూడండి : చాలా సార్లు అవులేషన్ మీ మాసిక చక్రము మధ్య ఉంటుంది. ఒక చక్రము 28 దినములు అయి ఉంటుంది. దీనిని మొదటి పీరియడ్‌యొక్క మొదటి దినవమునుంచి రాబోయే పీరియడ్‌యొక్క మొదటి దినమువరకు లెక్క వేస్తారు. కానిగర్భవస్థములో కూడా మాసిక చక్రమయొక్క లెఖ్ఖ ఉండవచ్చు. మాసిక చక్రములో దినము 23 నుంచి 25 లోపు కావచ్చు. మీ వ్యక్తిగతమైన చక్రము నెల నెల తగ్గవచ్చు. కొన్ని మాసాలవరకు మాసిక చక్రమయొక్క క్యాలెండర్ పెట్టుకొంటె మీకు మీయొక్క మామూలు చక్రమయొక్క అందాజు తెలుసిపోతుంది. ఒక వేళ మాసిక చక్రము అనియమితముగా ఉంటె మీకు అవులేషన్‌యొక్క వేరె సంకేతాలపై ధ్యానము ఉంచవలెను.

మీ టెంపరేచర్ చూసికొండి : మీరు మీ బేసిక బాడి టెంపరేచర్ ఉయొక్క రికార్డ్ పెట్టుకొండి. పొద్దున లేసిన వెంటనే ప్రత్యేకమైన థర్మామీటర్‌తో మీ తాపమానాన్ని (టెంపరేచర్) పరీక్షించుకొండి. ఈ తాపమానము మీయొక్క చక్రముతో మారుతా ఉంటుంది. అవులేషన్ సమయములో అన్నిటికన్నా తక్కువ అవుతుంది. మరియు దాని తరవాత సగం డిగ్రి వరకూ పెరిగిపోతుంది. ఈ చార్ట్ తో కేవలం అవిలేషన్ దినము కాకుండా మీకు సాక్షి కూడా దొరుకుతుంది. కొన్ని నెలల తరువాత మీకు మీ మాసిక చక్రంయొక్క సమయము తెలిసిపోతుంది మరియు ప్రసవము అనుమానిత సమయము కూడా తెలిసిపోతుంది.

మీ అండర్ గార్మెంట్స్‌యొక్క పరీక్ష చేసుకొండి : సర్వైకల్ మ్యూకస్‌యొక్క ప్రమాణము మరియు రంగులో తేడాతో మీకు సంకేతము తెలిసిపీతుంది. పీరియడ్ అయిపోయాక దీని చాలా నిరీక్షించవద్దు. చక్రము పెరిగినచో మ్యూకస్‌యొక్క ప్రమాణం కుడా పెరుగుతొంది. దీన్ని వెళ్ళలో తీసుకొంటె జిడ్డు పదార్థముగా ఉంటుంది. అవులేషన దగ్గర వడ్డప్పుడు ఈ స్రావ్యము మొదటికన్నా పల్చగా ఉంటుంది. తేటగా మరియు జిడ్డుజిడ్డు పదార్థముగా ఉంటుంది. దీనిని మీ అంగులీయంతో తీసుకొని కొద్ది దూరముగా లాగితే తీగలాగ ఉంటుంది. ఇది దేని సంకేతం అంటే ఇక మీరు మీ శయన కక్షములో వెళ్ళవలెను. అవులేషన్ తరువాత యోని ఎండిపోయినట్టు ఉంటుంది. ఈ స్రావ్యము చాలా చిక్కగా ఉంటుంది. సర్వైకల్‌యొక్క స్థితి మరియు బేసల్ బాడి టెంపరేచర్ ఈ రెండింటి మధ్యతతో అవులేషన్‌యొక్క నిజమైన స్థితి తెలుసుకోవచ్చు.

సర్వైకస్ స్థితి: సర్వైకస్ ఒక స్థితితో కూడా అవులేషన్ స్థితిని తెలుసకోవచ్చు. మీ చక్రం ముందు రోజుల్లో యోని మరియు గర్భాశయము మధ్యలోని మార్గము కొద్దిగా లాగినట్లు మరియు మోసినట్లు ఉంటుంది. కాని అవులేషన్ తరువాత మీకు తెలుస్తుంది.

ధ్యానం ఉంచండి : మీ శరీరము స్వతఃగా అవులేషన్ సంకేతాన్ని ఇస్తాయి. ఈ సమయములో మీకడుపు కింది భాగములో నొప్పిగా ఉండవచ్చు. దీనితో తెలుకోవచ్చేమిటంటే ఓవరి నుంచి ఎగ్ రిలీస్ అవుతుందని.

ఒక కర్ర పై మూత్రము పరీక్ష : ఇప్పుడు మార్కెట్‌లో అవులేషన్ ప్రెడిక్టర్ అనే కిట్ దొరుకుతుంది. ఇది హార్మోన్ పరీక్ష చేసి అవులేషన్ యొక్క నిజమైన సమయము చెబుతుంది. మీరు మూత్రములో ఈ కర్రనుంచి దీని పరీక్ష జరుగుతుంది.

మీ గడియారంపై చూపు : ఇలాంటి యంత్రముంది దీనిని గడియారంలాగ వేసుకోవచ్చు. ఇది మీ చమటలో ఫ్లోరైడ్ సోడియం పొటాషియం ప్రమాణంపై దృష్టి పెడుతుంది. ఇది ప్రతి మాసము మారుతా ఉంటుంది. ఈ క్లోరైడియన్ టెస్ట్ నాలుగు రోజుల ముందు కూడా అవులేషన్ గురించి తెలుసుకోవచ్చు. మీకు దీని పరిణామము కోసం ఈ యంత్రమును 6 గంటలు మీ చేతులపై తొడుగవలెను.

ఉమ్ముయొక్క పరీక్ష : మీ సలైవా టెస్ట్‌లో అస్ట్రాజన్ మాత్రంతో అవులేషన్ ఉన్నదా అని తెలుసుకోవచ్చు. ఈ పరీక్షతో చాలావరకు దీని దృఢీకరణ అయిపోతుంది. ఇది పి ఆన్ స్టిక్ టెస్ట్‌కన్నా చౌకబారుగా అవుతుంది.

కొకేన్, క్రాక్, హెరాయిన్, లేదా వేరే డ్రగ్స్ గర్భావస్థములో చాలా అపకారముగా ఉండవచ్చు. మీరు వీటిని రోజూ తీసుకున్నా లేదా ఎప్పుడైనా తీసుకున్నా ఇవి మీకు గర్భిణి కావడానికి ఆటంకం అవుతాయి. ఒక వేళ మీరు గర్భవతి అయినా కూడా మీ భ్రూణమునకు చాలా నష్టము జరుగుతుంది. దీనితో గర్భపాతము లేదా ఎడో నెల శిశు జన్మించే సంభవం పెరుగుతొంది. దీనియొక్క ప్రయోగము పూర్తిగా మానేయండి. దీని తరువాత కూడా మీరు గర్భవతి అయే విచారము చేయండి.

రేడియేషన్ నుంచి రక్షణ : అయినంతవరకూ ఎక్స్ రే తీసేటప్పుడు మీయొక్క ప్రజనన అంగాలపై ధ్యానం ఉంచండి. ఎప్పుడైతె మీరు గర్భధారణ పొందుతారో ఎక్స్‌రే తీసేవారికి ఈ విషయము తెలుపండి. దానితో వారు నియమిత సావధానము తీసుకొంటారు.

పర్యావరణములో ఉన్న అపాయములు : కొన్ని రసాయనాలు భారీ మాత్రములో ఉపయోగిస్తే లేదా మీరు దీనియొక్క సంపర్కములో ఉంటె గర్భధరణ ముందు లేదా భ్రూణానికి తరువాత చాలా నష్టము కలుగవచ్చు. పని చేసే టప్పుడు ఈ రసాయనాలను సావధానముగా ఉపయోగము చేయండి. వళ్ళ అస్పత్రి, కళా ఫొటొగ్రఫీ, యాత్ర, కృషి, ల్యాండ్ స్కేపింగ్, నిర్మాణ కార్యము, కేశాలంకార వృత్తి, కాస్మెటాలజి, డ్రైక్లీనింగ్, లేదా ఫ్యాక్టరిలో పని చేసేవాళ్ళు విశేషమైన సావధానం చూపించాలి. వీలుపడితే అపాయకరమైన స్థలమునుంచి కొన్ని రోజులవరకు వర్గం చేసుకొండి.

ఒక వేళ మీరు పని చేసే స్థళములో లేదా ఇంటిలో లెడ్ (సీసం) యొక్క ప్రమాణము చాలా ఉంటె అది మీకు మరియు మీ శిశువుకు హానికారముగా ఉండవచ్చు. ఇంటిలో విషమైన పదార్థాలనుంచి దూరము ఉండండి.

డబ్బుపరముగా తయారిగా ఉండండి: ఇది ఖర్చుతో కూడిన ప్రక్రియ. అందుకనే మీ భర్తతో ముందుగానే చర్చించి మొత్తం బజెట్‌ని చేసుకొండి. మీ యొక్క హెల్త్ ఇన్‌శూరెన్స్‌నుంచి తెలుసుకొండి ఏమిటంటే మీ ప్రసవం ముందు మరియు తరువాత మీ ఖర్చు మీకు దొరకుతుందా. ఒక వేళ ఇలాంటి పాలిసి లేదంటె కొంచెం వేచియుండండి. ఒక వేళ మీరు ఇలాంటి పాలిసి చేయించకపోతె ఇది సరియైన సమయము.

కొన్ని ముఖ్య విషయాలు : గర్భావస్థములో మీ పని గురించి ఆలోచించుకొండి. ఒక వేళ మీరు పని మారే గురించి ఆలోచిస్తుంటే మీ వేట మొదలుపెట్టండి. నిజంగా మీరు మీ భారి పొట్టతో ఇంటర్‌వ్యూ ఇవ్వడానికి వెళ్ళడానికి ఇష్టపడరు కదా?

కొద్దిగా ఆలోచించండి : మీ మాసిక చక్రము మరియు అవులేషన్‌పై ధ్యానము ఉంచండి. దీనితో మీరు సరియైన సమయానికి సంభోగం చేయండి మరియు గర్భధారణయొక్క ఉచిత సమయము ఊహించవచ్చు. సంభోగంయొక్క సమయము మరియు తారీఖు రాసి పెట్టుకో ఉంటె మీ పని సులభంగా మారుతుంది.

కొద్ది సమయం ఇవ్వండి : గుర్తించుకొండి ఒక స్వాస్థమైన 25 వర్షముల యువతి గర్భాధరణ పొందుటకు 6 నెలలు మరియు ఎక్కువ వయస్సు ఉన్న మహిళలకు ఎక్కువ సమయము పట్టవచ్చు. ఒక వేళ మీ భర్త వయస్సు ఎక్కువైతె ఇంకా ఎక్కువ సమయము పట్టవచ్చు. ఏదైనా డాక్టర్‌ని సంపర్కించే ముందు కనీసం 6 నెలలు వేచి ఉండండి. ఒక వేళ మీ వయస్సు 35కన్నా ఎక్కువగా ఉంటె 7 నెలలు వేచి తరువాత డాక్టర్‌ని సంపర్కించండి.

విశ్రామము తీసుకొండి : బహుశః ఇది అన్నిటికన్నా ముఖ్యమైనది. యద్యపి మీరు రాబోయే సమయంలో చాలా ఉత్తేజితముగా మరియు స్ట్రెస్‌తో ఉంటారు. ఇదే స్ట్రెస్ మీ గర్భాధారణకు అటంకముగా మారవచ్చు. కొద్ది ధ్యానము మరియు అరామమిచ్చే వ్యాయామం చేయండి. జీవనంనుంచి స్ట్రెస్‌కి బాయ్ బాయ్ చెప్పేయండి.

కాబోయే తండ్రులకు కొన్ని సలహాలు

ఒక తండ్రి అయ్యే ముందు మీకు ఇప్పటినుంచె వేరె గది చేసుకొనే గురించి అవసరం లేదు కాని మీరు ఈ ప్రక్రియలో అన్ని విధాల చేయుత ఇవ్వవల్సి వస్తుందా. (మమ్మి ఒకతే ఏమీ చేసుకోగలదు) ఈ సలహాల సహాయముతో ఈ ప్రక్రియ ఇంకా సులభముగా మారుతుంది.

డాక్టర్‌ని సంపర్కించండి : యద్యపి మీరు గర్భధారణ పొందకపోవచ్చు కాని మీరు డాక్టర్‌ని సంపర్కించి మీ పరీక్ష చేయించుకోవలెను. ఒక స్వస్థ శిశువును జన్మించాలంటే రెండు స్వస్థ శరీరాలు కలిస్తేనే ఇది సంభవము. ఈ పరీక్షతో తెలిసిపోతుంది ఏమిటంటే మీకు టెస్టికులాసిస్ లేదా ట్యూమర్‌లాంటి రోగముతో బాధ పడుతున్నారా. లేక మానసిక రోగము (డిప్రెశన్) మీకు తండ్రి కావడానికి అడ్డం కావచ్చు. డాక్టర్‌ను సంప్రకించి సెక్సుయల్ ఎఫెక్ట్ హర్బల్ మందులు మరియు స్పర్మ్ కౌంట్ గురించి తెలుసుకోవచ్చు. ఈ అన్ని విషయములు ఆధారముగా మీరు ఒక స్వస్థ శిశువికి తండ్రి కావడానికి సిద్ధముగా ఉన్నారు.

జెనెటిక్ స్క్రీనింగ్ ఒక వేళ అవసరమైతె : ఒక వేళ మీ పరివారములో ఎవరికైనా జెనెటిక్ రోగము ఉంటె మరియు వారు స్క్రీనింగ్ చేసుకోవడానికి వెళ్ళుతుంటే వారితో పాటు మీరు కూడా ఈ పరీక్ష అవశ్యముగా చేసుకొండి.

ఆహారములో సుధారణము : పోషణము ఎంత బాగుంటే స్పర్మ్ అంతే స్వస్థముగా ఉంటాయి. మీరు తాజా ఫలాలు, కూరగాయలు, ధాన్యములు మరియు ప్రోటీన్‌తో కూడిన సంతులిత ఆహారము తీసుకోవలెను. ఈ రోజులలో మీరు విటమిన్ మినరల్ మందులు కూడా తీసుకోవచ్చు. ఎందుకంటే ఆహారముతో అన్ని మహత్వపూర్ణమఎన పోషకతత్వాలు దొరకపోవచ్చు. దీనిలో ఫోలిక్ అసిడ్‌ని కూడా జోడించండి. ఎన్నో సార్లు దీని గురించి గర్భాధరణ సమయములో ఎక్కువ సమయం తీసుకోవచ్చు మరియు శిశువులో వికృతములు కనిపించవచ్చు.

జీవన శైలి గురించి ఒక దృష్టి : యద్యపి పరిశోధన ఇంకా జరుగుతూ ఉంది. కాని ఇంతమాత్రం స్పష్టముగా తెలిసిందేమిటంటే మీరు డ్రగ్స్ తీసుకొంటుంటే మరియు చాలా మాత్రములో ఆల్కోహల్ తీసుకొంటుంటె మీరు సులువుగా తండ్రి కాలేరు. దీనితో కేవలము స్పర్మ్ ఘటన తగ్గుతాయి. దీని సంఖ్యములో తక్కువ ప్రమాణము ఉండవచ్చు మరియు టెస్టాస్ట్రోమ యొక్క మాత్రము కూడా తగ్గవచ్చు. ఇది మంచిది కాదు. చాలా మాత్రములో మద్యము సేవించే వారి పిల్లల బరువులో కూడా వ్యత్యాసము ఉండవచ్చు. ఒక వేళ మీరు మద్యము సేవించడం తగ్గిస్తె మీ భార్యకు కూడా అలా చేయడానికి సులువుగా ఉంటుంది. ఒక వేళ మీరు డ్రగ్స్ మద్యము అలవాటను మానుక పోతే డాక్టర్‌యొక్క సహాయము పొందండి.

బరువు పరీక్ష : ఏ పురుషులకు బాడి మాస్ ఇండెక్స్ అధికముగా ఉంటుందో వారు సామాన్య పురుషుల తులనతో నపుంసకలుగా ఉంటారు. మీ తూకములో 20 పౌండ్ వృద్ధి కూడా దీనిపై ప్రభావం చూపుతుంది. అందుకనే గర్భాధారణ ప్రకియ ముందే మీయొక్క బరువు పరీక్ష చేసుకొండి.

ధూమ్రపానం మానేయండి : ఇక్కడ యే వంకలు చెల్లవు. ధూమ్రపానంతో స్పర్మ్‌యొక్క సంఖ్య తగ్గుతొంది. ఇది మానేస్తే మీ పరివారములో ఉన్న అందరికీ శ్రేయస్కరమైనది. వారికి మీయొక్క సిగరేట్ పొగ తక్కువ అపాయకరమైనదేమి కాదు. దీనితో మీ శిశువు ఎస్ఐడిఎస్‌తో కూడా రక్షణ అవుతుంది.

రసాయానలనుంచి దూరంగా ఉండండి : పేంట్, అంటు, వార్నిశ్‌లాంటి బలవంతమైన రసాయనాల సంపర్కమునుంచి దూరముగా ఉండండి. దీనితో కూడ మీకు ఇబ్బందులు కలుగవచ్చు.

వారిని కూల్‌గా ఉంచండి : ఎప్పుడైతె టెస్టికల్ (వృష్ణ) అవసరముకంటే ఎక్కువ వేడిగా ఉంటుందో స్పర్మ్ ఉత్పాదనలో ప్రభావం చూపుతుంది. టెస్టికల్ మన శరీర తాపమానముకన్నా కొద్దిగా చల్లగా ఉంటాయి. అప్పుడే అవి మన శరీరానికి వేరుగా వేలాడి ఉంటాయి. మీరు

కన్సెప్షన్ మిస్ కన్సెప్షన్
(గర్భాధరణతో కూడిన మిథ్యాలు)

మీరు ఇంటర్‌నెట్‌లో మరియు కొన్ని పురాతన కథల్లో దీని గురించి విని ఉండచ్చు. ఇక్కడ మేము మీకు కొన్ని సత్యాంశముల గురించి తెలుపుతాము.

మిథ్యము : ప్రతి రోజు సెక్స్ చేయడంతో స్పర్మ్‌యొక్క గుణాంకాలు తగ్గుతాయి. మరియు గర్భధారణ చేయడం కష్టము.

సత్యం : ముందు దీన్ని నిజమని నమ్మేవారు. కాని అధ్యయములో తెలిసిందేమిటంటే అవులేషన్ నడిచే టప్పుడు రోజు సెక్స్ చేయడం మంచి పరిణామములను చూపించాయి.

మిథ్యము : బాక్సర్ శాట్ ధరించడముతో ప్రజనము క్షమత పెరుగుతోంది.

సత్యము : పైజ్ఞినికలు ఇప్పటికి ఇదే బాక్సర్ లేదా బ్రీఫ్ వివాదముపై ఉన్నారు. కాని విశేషజ్ఞులు ప్రకారం దీనితో కొద్ది ప్రభావము ఉంటుంది. పురుషలకు ఇలాంటి అండర్ గార్మేంట్స్ తొడగవలెను. దీనితో వృషణముల తావమానము చల్లగా ఉంటుంది మరియు వాటికి గాలి సరఫరా ఉంటుంది.

మిథ్యము : ఇంటర్‌కోర్సులో మిషనరి పొసిషన్ గర్భధారణకు అన్నిటికన్నా మంచిది

సత్యం : అవులేషన్ సమయములో మ్యూకస్ సన్నగా మారి అదే శుక్రాణువులను ఫెలోపియన్ ట్యూబ్‌వరకూ తీసుకెళ్ళతాయి. ఒక వేళ శుక్రాణు అక్కటివరకూ రాకాపోతె యే పిసిషన్ కూడా పని చేయదు. ఇంటర్‌కోర్స్ తరువాత కొద్ది సేవు నిలువుగా పడుకోవాలి. దానితో స్పర్మ్ లోపల పాయే ముందు వగైర నుంచి బైట వచ్చేయకుండా ఉంటుంది.

మిథ్యము : ల్యూబ్రికెంట్ స్పర్మ్ సరియైన చోటకి చేర్చడానికి సహాయ పడుతుంది.

సత్యము : ఇది సత్యం కాదు. కారణమేమిటంటే వేనాయొక్క పిహెచ్ బ్యాలెన్స్ మారవచ్చు. ఇది స్పర్మ్‌కి మంచిది కాదు.

మిథ్యము : దినములో సెక్స్ చేయడంతో గర్భదారణము పొందడము సులువుగా ఉంటుంది.

సత్యము : పగటిలో స్పర్మ్ ఒక్క స్తరము ఎక్కువుగా ఉంటుంది. కాని దీనికి ఎటువంటి మెడికల్ ప్రభావము లేదు. మీరు కావాలంటె ప్రొద్దున్నె ఇంటర్‌కోర్స్ చేయవచ్చు. కాని ఇలా అనుకోవద్దు మధ్యాహ్నము మనసైతె ఇది మళ్ళీ చేయరాదని.

హాట్ టబ్ బాత్, సోనా ఏలెక్ట్రిక్ కేబల్ మరియు టఎట జీన్స్ నుంచి దూరంగా ఉండండి. సింథటిక్ ప్యాంట్ అథవా అండర్‌వేర్ వేసుకోవద్దు. మీ తొడల పై ల్యాప్‌టాప్ పెట్టుకోవద్దు. ఈ ఉపకరణముతో మీ శరీర కింది భాగములో తాపమానం పెరుగవచ్చు. ఒక వేళ ల్యాప్‌టాప్ అత్యవసరముగా వాడాలి అంటె దాన్ని డెస్క్‌టాప్ లాగ వాడండి.

వారిని సురక్షితముగా ఉంచండి : మీరు ఏదైనా రఫ్ ఆటలు (ఫుట్‌బాల్, సాకర్, బాస్కెట్ బాల్, హాకి, బేస్ బాల్, గుర్రపు సవారి,) అడతారంటె కొన్ని రక్షక గార్డ్‌లు పెట్టుకొని మీయొక్క జననాంగుల సురక్షితము చూసుకొండి. కొన్ని విశేషజ్ఞ ప్రకారం సైకల్ సీట్ ఒత్తడంతో ఎన్నో రక్తనాళాలకు నష్టము కలుగవచ్చు. ఎప్పుడైతె జననాంగంలో జోము లేదా గట్టిపడపోవడం అయితే డాక్టర్‌ని సంపర్కించండి.

విశ్రామము : ఔనండి మీరు అన్ని నేర్చుకున్నారు. కాని ఇవన్నిటిపై మీరు అరాముగా అమలుపరచారు. ఈ వ్యస్థమైన జీవితంలో విశ్రామము తీసుకోవడం మర్చిపోకండి. ఒత్తడతో మీ ప్రదర్శనయొక్క స్తరము తగ్గవచ్చు. మరియు స్పర్మ్ చేయటంలో అడ్డం కావచ్చు. మీరెంత చింతకు దూరముగా ఉంటారో పరిణామము అంత తొందరగా మీ ముందర ఉంటుంది. శాంతముగా ప్రయత్నము చేస్తూ ఉండండి.

■ ■ ■

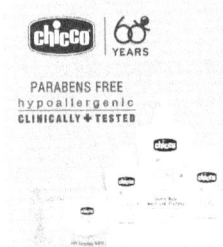

మీరు గర్భవతిగా ఉన్నారా?

అయ్యిండచ్చు మీ ఒక్క పీరియడ్ ఒక రోజు లేటుగా లేదా మూడు నెలలు అయిండచ్చు. లేదా మీకు ముందే ఏదో తేడా ఉందని అనిపించచ్చు. తరవాత మీరు పీరియడ్ కాకపోవడానికి కారణాలు గురించి ఆలోచిస్తున్నారు. ఇలా కూడా కావచ్చు మీకు మీయొక్క గర్భధారణయొక్క స్పష్టలక్షణాలు కనిపించ సాగాయి. మీరు గత 6 నెలలుగా ఇదే ప్రయత్నములో ఉంటారు. మరియు మీరు రెండు వారాల ముందు గర్భనిరోధక వాడకుండా సంబంధము చేసి ఉండవచ్చు. ఇలా అయినచో మీరు ఇప్పటివరకు సక్రియముగా ప్రయత్నము చేయలేదన్నట్టు. ఇలాంటి పరిస్థితుల్లోనైనా మరి ఎప్పుడైనా మీరు ఈ పుస్తకము చదువాలని కూర్చొంటారు. మీరు తప్పకుండా ఇలా ఆలోచిస్తుంటారు. నేను గర్భవతిగా ఉన్నానా? ఐతె మేము మీకు చెప్పడంలో సహాకరిస్తాము.

మీరు ఏమి ఆలోచిస్తున్నారు?

గర్భవస్థ ప్రారంభ లక్షణాలు

నా స్నేహితురాలు చెప్పింది ఏమిటంటె తను ప్రెగ్నెన్సి టెస్ట్ చేయకముందే తను గర్భవతి అని తెలునుకుందట. నేనూ కూడ ముందే ఇలా తెలుసుకోవచ్చా?

అన్నిటికన్నా ముందు ఉపాయము ఎమిటంటె మీయొక్క ప్రెగ్నెన్సి టెస్ట్ పాసిటివ్‌గా ఉండటం. అప్పుడే తెలుస్తుంది మీరు తల్లి కాబోతున్నారో లేదో. ఎన్నో మహిళలకు కొన్ని వారాలవరకు గర్భావస్థ ఒక్క లక్షణాలు తెలియకపోవచ్చు. మరియు కొన్ని మహిళలకు ముందుగానే వారు తల్లి కాబోతున్న విషయము తెలిసిపోవచ్చు. ఒక వేళ మీకు కూడా ఇలాంటి లక్షణాలు అనుభవమైతె మీరు హోం ప్రెగ్నెన్సి టెస్ట్ కిట్ తెచ్చుకోవాడానికి ఆలస్యం చేయకండి. ఇది ఏదైనా కెమిస్ట్ దూకాణములో సులువుగా దొరుకుతుంది.

నాజూకు రొమ్ము మరియు నిప్పల్ : మీరు గమనించే ఉంటారు. పీరియడ్ ముందు ఎలాగైతె మీరు వక్షస్థలాన్ని ముట్టుకుంటె అది నొప్పి అవుతుంది. గర్భాధరణ ముందు వక్షస్థళాలు చాలా నాజూకుగా ఉంటాయి. కొన్ని మహిళల్లో కొద్దిగా పైపైనె ముట్టుకుంటె నొప్పి అయ్యె వక్ష గర్భావస్థయొక్క సంకేతముగా తీసుకోవచ్చు.

గర్భావస్థ ఆరంభమైయాక వక్షస్థలాల ఆకారములో తేడాలుతో పాటు కొన్ని వేరె పరిస్థితులు కూడా రావచ్చు.

స్థనాలొక్క లోతు : నిప్పల్ దగ్గర ఉన్న నల్ల ప్రదేశము ఇంకా లోతుగా ఉన్నట్టు అనిపించవడతాయి.గర్భావస్థలో ఇలా ఉండడం స్వాభావికం. దీనికి తోడు వీటియొక్క ఆకారములో వృద్ధి అవుతుంది. మీ చర్మము రంగులో తేడా రావడంతో దీని అర్థము మీ శరీరంలో ప్రెగ్నెన్సి హార్మోన్స్ వాటి పని చేయడం మొదలు పెట్టాయని.

గూజ్ బంప్? : లేదు నిజముగా కాదు. కాని నిప్పల్ దగ్గర ప్రదేశము చిన్నచిన్న కురుపుల్లాగ వస్తుంది. (మంటుగొమరి ట్యూబర్క్లస్) అసలుగా ఇవి గ్రంథియాలుగా ఉంటాయి. ఇవి నూనె సరఫరా చేస్తాయి. మరియు మీ నిప్పల్ మరియు దగ్గర ప్రదేశాలను నున్నగా చేస్తాయి. ఇవన్నీ ఈ ప్రక్రియ సంకేతాలు. ఏమిటంటే మీ శిశువికి స్తనపానము చేయవలెను. శరీరము రాబోయే సమయానికి స్వయంగా తయారి చేసుకొంటుంది.

మచ్చలు : ఎప్పుడైతె గర్భాశయములో దాని చోటు చేసుకొంటుందో అప్పుడు కొన్ని మహిళలకు కొద్దిగా స్రావ్యము జరుగుతుంది. ఇది మీ పీరియడ్ కొన్ని రోజుల ముందు కావచ్చు. ఈ రంగులో గులాబిగా ఉండవచ్చు. (ఎరుపు కాదు)

మళ్ళీ మళ్ళీ మూత్రము వెళ్ళె కోరిక : మీకు మళ్ళీ మళ్ళీ మూత్రము వెళ్ళే కోరిక కావచ్చు. గర్భాధరణ అయిన రెండు మూరు వారాల తరువాత చాలా తరచుగా మూత్రానికి వెళ్ళవలసి ఉంటుంది. ఈ పుస్తకములో దీని కారణాలు కూడా మీరు తెలుసుకొంటారు.

అలసట : ఎంత అలసట అనిపిస్తుందంటె మొత్తం శరీరం ఓడి పోతుంది. శక్తి సోలిపోతుంది. మరియు శరీరమంతా అలస్యంగా మారుతుంది. మీ శరీరము రాబోయే రోజులకు తయారవుతుంది.

వాంతి రావడం : మొదటి మూడు నెలల్లో వాంతి రావడం దీని వలన తరచుగా బాత్రూంకి పరిగెత్తే ప్రమేయము వస్తుంది. గర్భధారణ పొందిన వెంటనే కొన్ని మహిళలకు వాంతి రావడం (మార్నింగ్ సిక్నెస్) దూరు గమనిస్తారు. అట్ల మామూలుగా ఇది 6 వారములో మొదలవుతుంది.

వాసన పట్ల సంవేదనశీలము : కొత్త గర్భవతి మహిళలలో వాసనపట్ల చాలా సంవేదనశీలత పెరుగుతుంది. వారికి ప్రతియొక్క మంచి చెడు గంధం తీక్ష్ణముగా తెలిసిపోతుంది.

ఉబ్బడం లేదా బ్లోటింగ్ : ఇలా అనిపించచ్చు కడుపులో ఏదో ఊదుతున్నట్టు. తరువాత శిశువు గురించి కడుపు ఎట్లాగూ ఉబ్బుతుంది. కాని ఆరంభములో దీని కొద్దిపాటి అనుభవము గమనిస్తారు.

తావమానములో పెరుగు : ''వేసల్ బాడి తావమానము'' ఒక వేళ మీరు ప్రత్యేక వేసల్ బాడి థర్మామీటర్తో ప్రొద్దున్న తాపమానము కొలుచుకొంటె మీకు తెలుస్తుంది మీ శరీరంలో తాపమానము 1 డిగ్రి పెరిగిందని. ఇది గర్భావస్థములో పెరిగే ఉంటుంది. ఇది నిజమైన సంకేతము కాదు కాని ఇది ఒక్క చిన్న సంకేతము. దీనితో మీరు ఓ పెద్ద వార్తయొక్క అందాజు తెలుపుతొంది.

పీరియడ్ కాకపోవడం : ఒక వేళ ఎప్పుడూ మీయొక్క పీరియడ్ సరియైన సమయంలో అవుతుంది మరియు ఈ సారి కాలేదు అంటె ప్రెగ్నెన్సి టెస్ట్కన్నా ముందే గర్భవతి అయ్యే అందాజు వేసుకోవచ్చు.

గర్భావస్థని కనిపెట్టడం

''నేను నిర్ధారముగా ఎలా కనిపెట్టను నేను గర్భవతిగా ఉన్నానో లేదో?''

అన్నిటకన్నా ముందు మీరు మీ మనసు మాట వినండి. దీనితోనే మీకు కొద్దిగా అందాజు వేసుకోవచ్చు. అలా చూస్తె నిజమైన సంకేతము గురించి చాలా విశేషజులు ఉంటారు. . రోజులలో ఎన్నో తరహాల టెస్ట్లతో కూడా మీరు గర్భవతిగా ఉన్నారో లేదో అని అందాజు వేసుకోవచ్చు.

హోం ప్రెగ్నెన్సి టెస్ట్ : మీరు దీన్ని మీ బాత్రూంలో చాలా సులువుగా మరియు గుప్తముగా చేసుకోవచ్చు. ఇది చాలా త్వరగా అయిపోతుంది. కొన్ని ఇలా ఉన్నాయి వీటిని మీరు పీరియడ్ మిస్ అయ్యేకన్నా ముందే

చేసుకోవచ్చు. (చాలావమట్టకు నిజమైన సంకేతాలు పీరియడ్ తరువాతే తెలుసుకోవచ్చు)

దీనిలో మూత్రంలో ఎచ్‌సిజి హార్మోన్‌యొక్క పరీక్ష ఉంటుంది. దీన్ని ప్లసెంటో చేస్తుంది. ఇది మీ రక్తములో కలవడానికి అలస్యము చేయదు. మూత్రములో ఈ పరీక్ష అయిపోయిన వెంటనే పాసిటీవ్ సంకేతాలు దొరికిపోతాయి. ఇవి చాలా సంవేదశీలముగా ఉంటాయి కాని మరి ఎక్కువ కాదు. గర్భాధరణ ధరించి ఒక్క వారం తరువాత మీ రక్తంలో హెచ్‌సిజి ఉంటుంది కాని టెస్ట్‌లో దీని పరీక్ష కాలేదు. ఒక వేళ మీరు పీరియడ్ కన్నా 7 రోజులు ముందు ఈ పరీక్ష చేసుకొంటె గర్భావస్థను పొందియున్నా నెగెటివ్ సంకేతం వస్తుంది.

ఒక వేళ పీరియడ్‌కన్నా 4 రోజులు ముందు పరీక్ష చేస్తె 60%వరకూ నిజమైన సంకేతము దొరుకుతుంది. పీరియడ్ రోజు పరీక్ష చేస్తె 90% నిజమైన సంకేతము దొరుకుతుంది. మరియు ఒక వారము తరువాత చేస్తె 97% అయిపోతుంది. ఎలా సమయము పెరుగుతూ పోతుందో ఫలితవము అంతే స్పష్టంగా ఉంటాయి. ఎట్లాగూ మీకు టెస్ట్‌యొక్క సహాయవముతో మీ గర్భావస్థము ముందే అందాజు అయిపోతుంది. మీరు ముందే డాక్టర్‌యొక్క సలహా తీసుకొని మీ ఆరోగ్యం గురించి గమనించడం మొదలుపెట్టవచ్చు. దీని తరువాత మెడికల్ టెస్ట్ ఉండనే ఉన్నది. అన్ని పరీక్షలు మరియు రక్త పరీక్షలో అన్ని విధవములుగా నిర్ధారవముగా తెలిసిపోతాయి.

రక్త పరీక్ష : గర్భాధరణ ఒక వారం తరువాత రక్త పరీక్ష చేస్తె దాంట్లో 100% తెలిసిపోతుంది మీరు గర్భవతిలా ఉన్నారో లేదో. దీనిలో రక్తంలో ఎచ్‌సిజియొక్క నిజమైన ప్రమాణము మరియు స్తరముయొక్క అనుమానముతో గర్భావస్థయొక్క తారీఖు కూడా చెప్పవచ్చు. గర్భావస్థ పెరగడంతో పాటు రక్తవములో ఎచ్‌సిజియొక్క ప్రమాణవము కూడా పెరుగుతుంది. చాలా వైద్యులు రక్తంతో పాటు మూత్రవముయొక్క పరీక్ష కుడా ఆదేశిస్తారు.

మెడికల్ పరీక్ష : ఎట్లాగూ రక్తము మరియు మూత్ర పరీక్షలో గర్భావస్థ నిజమైన అనువమానవము తెలుసుకోవచ్చు. కాని గర్భాశయయొక్క ఆకారము, యోని మరియు సర్వైకస్‌యొక్క రంగు లేదా సర్వైకస్ చేయడంలో అంతరవముతో కూడా గర్భావస్థయొక్క మెడికల్ పరీక్ష చేయవచ్చు.

ఒక చిన్న గీత

"ఎప్పుడైతె నేను ఇంట్లో హోం ప్రెగ్నెన్సి టెస్ట్ చేసుకున్నానో దానిలో కేవలం ఒక చిన్న గీత కనిపించింది. నేను గర్భవతినా?"

మీ రక్తము లేదా మూత్రములో ఎచ్‌సిజియొక్క పరిణామవముతో ఈ పరీక్షలో పాసిటీవ్ సంకేతాలు కనిపిస్తాయి. మీ శరీరవములో అప్పుడే అవుతుంది ఎప్పుడైతె మీరు గర్భవతిగా ఉన్నారో టెస్ట్‌లో కేవలం ఒక రేఖ ఉన్నా కూడా నేను గర్భవతిగా ఉన్నాను.

మీకు గాఢముగా కాకుండా చిన్న రేఖ ఎందుకు కనిపిచ్చిందంటే అది సంవేదనశీలము స్థరములో వేరువేరు ఉంటాయి. గర్భావస్థంలో ఎచ్‌సిజియొక్క స్తరము ప్రతి రోజు పెరుగు ఉంటుంది. మీరు ఇది కూడా గమనించాలి మీరు గర్భధారణ పొంది ఎన్నిరోజులు అయ్యింది. ఒక్క వేళ మీరు చాలా త్వరగా పరీక్ష చేసుకొని ఉంటె ఎచ్‌సిజియొక్క చిన్న సంకేతము దొరుకుతుంది.

మీ ప్రెగ్నెన్సి టెస్ట్‌యొక్క సంవేదన శీలవము పరీక్షించడానికి ప్యాకెట్ వెనకాల ఇచ్చిన తూకవము మరియు ప్రమాణాలపై గమనించవలెను. దీనిలో మిలి ఇన్‌టాక్షనల్ యూనిట్ పర్ లీటర్ యొక్క మాత్రము ఎంత తక్కువగా ఉంటుందొ టెస్ట్ అంత సంవేదశీలంగా ఉంటుంది. 50 మిలీకి బదలు 20 మిలి టెస్ట్ మీకు త్వరగా మరియు వంచి ఫలితాలు దొరకుతాయి. ఖరీదైన టెస్ట్‌లు చాలా సంవేదనశీలముగా ఉంటాయి.

ఇది కూడా గుర్తించుకొండి గర్భావస్థలో ప్రతిదినమూ ఎచ్‌సిజి స్తరము పెరుగుతుంది. ఒక వేళ మీరు చాలా త్వరగా టెస్ట్ చేసుకుంటె గీత చిన్నగా ఉంటుంది. రెండు రోజులు తరువాత మళ్ళి చూడండి. మీ అన్ని అనుమానాలు దూరమవుతాయి.

పాసిటీవ్‌గా లేదు

నా మొదటి ప్రెగ్నెన్సి టెస్ట్ పాసిటివ ఉండింది కాని కొద్ది సేపటి తరువాత నెగెటివ్ ఫలితాలు వచ్చాయి. తరువాత నా పీరియడ్ అయిపోయింది. ఇది ఏమవుతొంది?

చూస్తుంటె మీకు కెమికల్ ప్రెగ్నెన్సి అయింటుంది. ఇలాంటి గర్భావస్థవము మొదలు కాకముందే అంత్యమైపోతుంది. ఈ గర్భావస్థంలో గుడ్డు ఫర్టిలైస్ అయి గర్భాశయువములో ఇన్‌ప్లాంట్ పొందుతాయి కాని అన్నివిధాల ఇన్‌ప్లాంట్ కాలేక పోతాయి. గర్భావస్థంలో మారేబదలు ఇవి పీరియడ్‌లో అంతమైపోతుంది. విశేషజల అనుమాన ప్రకారం అన్ని గర్భధారణలో సువారు 70% కెమికలే అయి ఉంటాయి. చాలా మహిళలకు ఇది కూడా తెలియదు వారు గర్భవతి అయి ఉన్నారని. (హోం ప్రెగ్నెన్సి టెస్ట్ లేనప్పుడైతె మహిళలకు చాలా సమయంవరకు గర్భావస్థం గురించి ఏమీ తెలిసేదే కాదు. తొందరగా ప్రెగ్నెన్సి టెస్ట్ చేసుకోవడం మరియు పీరియడ్ అలస్యంగా కావడం దీనివలన కెమికల్ ప్రెగ్నెన్సి లక్షణాలు ముందర వస్తాయి.

మెడికల్ యొక్క చూపుతో కెమికల్ ప్రెగ్నెన్సి ఒక చక్రముగా ఉంటుంది. దీనిలో ప్రెగ్నెన్సిలో ఇలాంటి గర్భపాతము ఉండదు. ఇలాంటి భావుకమైన మహిళలకు ఇది వేరే కథలా మారుతుంది. ఎవరైతె చాలా ముందు టెస్ట్ చేసుకుంటారో అలా చూస్తె సాంకేతికంగా గర్భావస్థకు హానికరం కాదు. కాని ఒక మాట పడిపోతుంది. ఇది మీరు మీ భర్త మనసుకు దుఃఖకరంగా ఉంటుంది. ఈ పుస్తకంలో మీకు ఇలాంటి పరిస్థితుల ఎదురుకోవడం తెలియవరుస్తాం.

ఒక నెగెటీవ్ ఫలితం

''నాకనిపించింది నేను గర్భతిగా ఉండానని కాని నా 3 టెస్ట్‌లు నెగెటివ్‌గా ఉన్నాయి. నేను ఏమి చేయాలి?''

ఒక వేళ మీకు 3 టెస్ట్ నెగెటివ్ ఉండినా కూడ మీరు గర్భవతిగా ఉన్నట్టు అనిపిస్తె అది నిర్ధారముగా తెలిసే వరకు మీరు అన్ని సావధానములు తీసుకోవలెను. ఏదైతె

అనియమితమైన పరీక్ష

ఒక వేళ పీరియడ్ సమయంపై కాలేదంటె టెస్ట్ తారీఖు గుర్తించడం కూడా కష్టమైతుంది. ఎప్పుడైతె పీరియడ్‌యొక్క నిర్ధారము లేదో టెస్ట్ ఎలా చేస్తారు? గత 6 నెలలో అన్నిటికన్నా పొడుపైన పీరియడ్ చక్రము ఉన్నదో దాని ప్రకారం వేచియుండి టెస్ట్ చేయించండి. ఒక వేళ పీరియడ్ కాకపోవడం మరియు రిసల్ట్ కూడ నెగెటీవ ఉండడం ఐతె కొన్ని రోజులు లేదా కొన్ని వారాల తరువాత పరీక్షించుకొండి.

ఒక కొత్త గర్భవతి స్త్రీ తీసుకొంటుందో. మీ ఆరోగ్యంపై గమనించడం చాలా అవసరం. మీ శరీరము అ టెస్ట్‌కన్నా ఎక్కువ గమనించి ఉండచ్చు. ఒక వారంవరకు వేచియుండి తరువాత రెండో టెస్ట్ చేయించండి. అయిండచ్చు మీరు మీ మొదటి టెస్ట్ చాలా త్వరగా చేయించుంటారు. మీ చికిత్సలో రక్త పరీక్ష కూడా చేయించవచ్చు. అది చాలా సంవేదనశీలవుగా మూత్రములో ఎచ్‌సిజి స్తరము గురించి తెలుపుతుంది. సంభవము ఉన్నది అన్ని లక్షణాలు కనిపించినా మీరు గర్భవతి కాకుండా ఉండచ్చు. ఒక వేళ టెస్ట్‌లు నెగెటివ్ వస్తుంటె మరియు పీరియడ్ కూడా కాకుండా ఉంటె డాక్టర్ సంప్రదించి ఈ లక్షణాల గురించి వేరె జైవిక కారణాల గురించి తెలుసుకొండి. ఇలా ఉండచ్చు మీరు కొన్ని భావనాత్మక కారణాలతో ఈ లక్షణాలు పొంది ఉండచ్చు. ఎన్నో సార్లు మన మనసేయొక్క ఇష్టము ప్రకారము శరీరంపై ఎంతో ఒత్తడం పెరుగుతుందంటె గర్భవస్థ పొంది ఉండకుండా దాని లక్షణాలు కనిపిస్తాయి. ఒక్క గర్భావస్థ పొందడానికే (లేదా దాన్నించి

మీరు గర్భవతి కాక పోయితె

మీ పరీక్ష నెగెటీవ్ వస్తె మీరు గర్భవతి కాకపోయితే మరియు మీరు గర్భవతి కావాలనిపిస్తె గర్భదానం మొదటి చరణాల్తో పూర్తి గమనం ఉంచండి. మీకు తొందరగా తీపు వార్త చిక్కుతుంది.

స్మార్ట్ టెస్టింగ్

హోం ప్యాకేజ్ టెస్ట్ చాలా సులువైనది. దీనికి ఏది నేర్చుకోవడం అవసరం లేదు. కాని మీరు దీని నిర్దేశాలు తప్పకుండా చదువవలెను మరియు దాని ప్రకారం నడుచుకోవలెను. ఈ సలహాలపై ధ్యానం ఉంచండి. దీనితో మీకి ఏమవుతుంది ఏమి కాదు అని ద్వివిధలో మీరు ఏదైనా మర్చిపోగలరు.

- బ్రాండ్ ప్రకారవు మీరు ఒక స్టిక్ మూత్ర ప్రవాహంలో కొన్ని సెకెండ్లు ఉంచండి. లేదా ఒక కప్‌లో మూత్రం తీసుకొని దాంట్లో స్టిక్ ముంచండి. చాలా మాట్లు మధ్యలో ఉండే మూత్రవు తీసుకొనే సలహా ఇస్తారు. ఎందుకంటే దీనితో ఫలితాలు చాలా మంచిగా ఉంటాయి. ఒకటి రెండు సెకెండ్ వరకూ మూత్రవు చేసి అపండి. చేతిలో స్టిక్ లేదా కప్ తీసుకొని దానిపై మూత్రం వదలండి.
- చూస్తే పొద్దున మూత్ర పరీక్ష మంచిది. కాని మీరు పీరియడ్‌కన్నా ముందు టెస్ట్ చేస్తామునుకుంటె 4 గంటలు మూత్రం ఆపుకొని టెస్ట్ చేసుకోవలెను. దీనితో మూత్రంలో ఎచ్‌సిజియొక్క స్తరము స్పష్టముగా రావచ్చు.
- కంట్రోల్ ఇండికేటర్‌పై ధ్యానవు ఉంచండి. దీనితో తెలుస్తుంది టెస్ట్ సరిగ్గా పని చేస్తుందా లేదా (డిజిటల్ టెస్ట్‌లో ఒక ప్రకాశకరమైన కంట్రోల్ సింబల్ చేసి ఉంటారు) ధ్యానపూర్వకంగా చూడండి. ఏదైనా నిర్ణయముపై వచ్చే ముందు అన్ని విధాల ధ్యానం ఉంచండి. ఏదైనా లైన్ కనిపిస్తె (గులాబి లేదా నీలి, పాసిటివ్ సంకేతాలు లేదా డిజిటల్ రీడింగ్) దీనితో మీరు గర్భవతిగా రుజువయింది. అభినందనలు. ఒకవేళ ఫలితం పాసిటీవ్‌గా లేదు మరియు మీ పీరియడ్ కూడా రాలేదు ఐతె రెండవ సారి పరీక్ష చేసుకొండి నిజమైన ఫలితాలు ముందుకొస్తాయి.

తప్పించుకోవడానికి)

మొదటి కలవడం ఎప్పుడు?

"నా హోం ప్రెగ్నెన్సి టెస్ట్ పాసిటివ్ వచ్చింది. నేను డాక్టర్‌ని మొదట సారి ఎప్పుడు కలవాలి?"

ఏదైనా స్వస్థమైన శిశువుని జన్మించాలంటె చాలా అవసరమైన విషమేమిటంటే ప్రసవం ముందే డాక్టర్‌ని కలిసి వారి సలహా తీసుకొంటూ ఉండాలి. హోం ప్రెగ్నెన్సి టెస్ట్ పాసిటీవ్ అని తెలియగానే డాక్టర్‌ని కలవడంలో ఆలస్యం చేయకండి. చాలా హాస్పిటల్ ఇట్ల ఉన్నాయి ఇక్కడ మీకు వెళ్ళగానే పరీక్ష తరువాత ఏ సావధానములు తీసుకోవాలని ముందుగానే చెబుతారు. కాని కొన్ని డాక్టర్‌లు మాత్రము గర్భావస్థ మొదలై 7-8 వారాల తరువాత పరీక్షలు మొదలు పెడతారు. కొన్ని చోట్ల గర్భావస్థ పరీక్ష గురించి మొదటి కలవడం పై నిరీక్ష చూబుతారు. ఒక వేళ మీ డాక్టర్ మీకు కలవడానికి సమయము తెలుపలేదంటే దాని అర్థము ఇది కాదు ఏమంటే మీరు మీ మరియు శిశువు పాలన మొదలుపెట్టద్దని. మీ పాసిటీవ్ పరీక్షఫలితము పొందగానే మిమ్మల్ని గర్భవతిగా భావించడం మొదలు పెట్టాలి. మీకు అనుమానం ఉండవచ్చు మీరు మద్యము మరియు సిగరేటు మానేయాలి. ప్రోటీన్ ఉన్న ఆహారం తీసుకోవాలి. వగైర వగైర. ఒక వేళ ప్రెగ్నెన్సి ప్రోగ్రాం చేయాలంటే డాక్టర్‌కి ఫోన్ చేయడానికి సంకోచం వద్దు. అక్కడ మీకు ఒక ప్రశ్నోత్తరాల మీటింగ్ ఉంటుంది. తరువాత పోషక ఆహారాల గురించి మరియు సురక్షితమైన ఔషధాల గురించి సూచింపబడతాయి. మరియు మీకు ఆ ప్రెగ్నెన్సి కార్యక్రమ ప్రకారం నడువాల్సి ఉంటుంది.

ఒక వేళ మీకు కలవడానికి సమయము లేక పోవచ్చు లేదా మీకు ముందు గర్భపాతమైయుండచ్చు. లేదా

గర్భావస్థయొక్క సరియైన లక్షణాలు

సంకేతము	**ఎప్పుడు ముందుకొస్తాయి**	**వేరె అనుబంధిత కారణాలు**
యోని శ్రావ్యము మరియు గర్భాశయ ముఖము కొద్దిగా నలుపు పడడం	మొదటి త్రైమాసిక	మాసిక చక్రము పూర్తి కాకపోవడం
సర్వైకస్ మరియు గర్భాశయ నాజూకుగా ఉండడం	సుమారు 6 వారాలు	మాసిక చక్రములో అలస్యం
కడుపు కింది భాగము మరియు గర్భాశయము వెడల్పవడం	గర్భాధరణనుంచి 8 లేద 12 వారాల తరువాత	ఫైబ్రాయిడ్ ట్యూమర్
యూటెలియన్ అర్టరి ఫ్లేషన్	గర్భావస్థ ప్రారంబంలో	ఫైబ్రాయిడ్ ట్యూమర్
భృణములో సంచలనము కదలిక	గర్భావస్థనుంచి 16 నుంచి 22 వారాలకి అరంభం	గ్యాస్, కడుపులో

గర్భావస్థంలో సకారాత్మక లక్షణాలు

సంకేతం	ఎప్పుడు ముందుకొస్తాయి	వేరె అనుబంధిత కారణాలు
అల్ట్రా సౌండ్* ఒక్క సహాయంతో గస్టేషనల్ చెక లేదా బృణ చూడడం	గర్భాధరణ 4 నుంచి 5 వారాల తరువాత	ఎమి లేదు
బృణముయొక్క గుండెపోటు*	గర్భావస్థ** నుంచి 10-12 వారాల తరువాత	ఎమీ లేదు

* గర్భావస్థయొక్క లక్షణాలు గురించి మెడికల్ పరీక్ష అవుతుంది.

** దీనితో తెలుస్తుంది యే యంత్రంతో పరీక్ష జరుగుతుందని.

మెడికల్ హిస్టరి వలన మీరు భయభ్రాంతులై ఉన్నారు. ఇట్లా ఉంటె వారిని అడిగి తెలుసుకొండి. మీరు మొదటి పరీక్ష ఎప్పుడు చేసుకోవచ్చు.

మీ ప్రసవంయొక్క తారీఖు

''నా డాక్టరు ప్రసవం తారీఖు చెప్పేసారు కాని ఇది ఎంత వరకు నిజము?''

ఒక వేళ మేము నిశ్చితముగా మీ శిశువు ఎప్పుడు పుడుతుందా అని చెప్పగలిగితె మరియు డాక్టర్ చెప్పిన తేదికి తేది రోజే జరుగుతె ఈ ప్రపంచం ఎంత సుళువుగా ఉండునో. చాలా మట్టుకు ఆధ్యయనంలో తెలిసిందేమిటంటే 20లో ఒక్క శిశువు మాత్రమే డాక్టర్ చెప్పిన (డ్యూ డేట్) రోజు జన్మిస్తారు. మొత్తం వాస్తవిక గర్భ కాలము 38 నుంచి 42 వారాలవరకు ఉంటుంది. చాలా మట్టుకు శిశువు ఈ తారీఖు వారం కానీ రెండు వారాల తరువాత జన్మిస్తాయి. తల్లి తండ్రులకు దీనిపై ఒక్క అనుమానము తప్ప వేరె ఏమి ఉపాయము ఉండదు.

దీనిని ఇడిడి (ప్రసవముయొక్క అనుమానిత తేది) అంటారు. మీకు ఏ తారీఖు ఇచ్చి ఉంటారో అది మాత్రము ఒక అందాజు. దీని ఎట్ల తీస్తారంటె మీ గత మాసిక చక్రము మొదటి రోజునుంచి మూడు రోజులు తగ్గిస్తారు. దానికి ఏడు రోజులు జోడిస్తారు. ఉదాహరణకి మీ గత పీరియడ్ 11 ఏప్రిల మొదలైతె గత 3 నెలల అంచానాల్తో మీరు జనవరికి వస్తారు. దీనికి 7 రోజులు జోడిస్తె మీ ప్రసవము తేది 18 జనవరి అయితుంది.

ఈ ఉపాయము ఎక్కడ పని చేస్తుందంటె ఎక్కడైతె మహిళల మాసిక చక్రం నియమితముగా ఉన్నదో. కాని ఒక వేళ మీకు మాసిక చక్రము అనియమితముగా ఉంటె ఈ తారీఖు పని చేయదు. ఊహించండి ఒక వేళ 6 నుంచి 7 వారాల లోపు మీ పీరియడ్ జరుగక పోతె. 3 నెలలకి కూడా ఒక సారి కూడా పీరియడ్ జరగలేదంటె పరీక్షతో తెలిసేదేమిటంటే మీ గర్భము నిల్చిపోయింది. ఐతె మీరు గర్భాధరణ ఎప్పుడు పొందారో ఒక విశ్వసనీయ ఇడిడి ఉండడం అత్యవసరం. అందుకే మీరు మరియు మీ డాక్టర్ దీని అందాజు వేయాలనుకుంటారు. ఎట్లాగూ ఖచ్చితమైన తారీఖు తెలుసుకోలేము. కాని కొన్ని సూత్రాలు మరియు సంకేతాల సహాయములు తీసుకోవచ్చు.

మొదటి సంకేతమేమిటంటె మీ గర్భాశయముయొక్క ఆకారము. మీ గర్భం లోపలి పరీక్షలో ఈ పరీక్ష కూడా జరుగుతుంది. దీనితో మీ గర్భావస్థ గురించి కొద్ది అందాజు వేయవచ్చు. ఒక అల్ట్రా సౌండ్ దీనియొక్క సుమారు అనుమానం తెలుపుతోంది. అట్ల అన్ని మహిళలకు ఇంత తొందరగా అల్ట్రా సౌండ్ జరుగదు. కొన్ని డాక్టర్లు నియమిత రూపంలో దీన్ని చేస్తారు. ఐతె కొద్ది డాక్టర్లు ఎప్పడు చేయ ఇష్టపడతారంటె ఎప్పడైతె మీ పీరియడ్ అనియమితముగా ఉన్నదో. మీకు ఏదైనా గర్భపాతపు ఇతిహాసము ఉన్నచో లేదా మీకు అనుమానిత ప్రసవ తేది తేల్చలేక పోతున్నారో. ఇలా కాకుండా వేరె కొన్ని మాటలుతొ తారీఖుయొక్క అనుమానం వేయవచ్చు. 9 నుంచి 12 వారాల్లో ఒక డాక్టర్ సహాయముతొ గుండె కొట్టుకోవడం వినవచ్చు. 16 నుంచి 22 వారాల్లో మొదటి కదలిక గమనించవచ్చు. లేదా భృణము పొడువు లేదా స్థితి అందాజు వేయవచ్చు. ఇది సుమారు 20వ వారములో నాభివరకు చేరుతుంది. ఈ సూత్రాలు సహాయముగా ఉన్నా కూడా నిశ్చితం అని అనుకోరాదు. కేవలం శిశువుకి మాత్రం తెలుసు తను ఎప్పుడు జన్మిస్తాడని. కాని వాడు ఇది చెప్పడానికి రాడు.

డాక్టర్‌యొక్క ఎన్నిక

యద్యపి మన అందరికీ తెలిసిన విషయం ఏమిటంటె తల్లిదంఢ్రులు ఒక శిశువుని ఈ భూమిపై తెస్తారు. కాని ఒక వేరె వ్యక్తి కూడా ఉన్నారు. వీరు లేకుండా ఈ పని చాలా కష్టమైపోతుంది. వారే ఆ గుడ్డి శిశువును కుశలముగా ఈ భూమిపై తెస్తారు. ఔనండి మేము డాక్టర్ల గురించె చెబుతున్నాము. అట్ల మీరు మరియు మీ బర్త గర్భాధరణ పొందిన తరువాత అన్ని సావధానములు తీసుకొనే ఉంటారు. కాని ఇప్పడు మీకు మీ కొరకు డాక్టర్‌ని ఎన్నిక చేయవలెను. ఈ ఎన్నిక చాలా అలోచించి చేయవలెను. ఎందుకంటె మీరు ఈ డాక్టర్‌తోనే మీ ప్రసవ

కాలం గడవవలసి ఉంటుంది.

ప్రసూతి విశేషజ్ఞులు లేదా పారివారిక చికిత్సకులు అథవా ఆయా (మిడ్‌వైఫ్)

మీరు ఏదైనా పెద్ద డాక్టర్‌ని ఎట్లా వెతుకుతారు ఎవరైతె ప్రసవము ముందు మరియు తరవాత వరకు మీ మార్గదర్శనము చేస్తు ఉంటారో? అన్నిటికన్నా ముందు మీరు ఇది తెలిసుకోవాలి. మీ మెడికల్ హిస్టరి ప్రకారం ఏది సరియైన క్రమము?

ప్రసూతి విశేషజ్ఞులు : ఒక వేళ మీరు ఇలాంటి డాక్టర్‌ని వెతుకుతున్నారా ఎవరైతె గర్భాధరణంనుంచి ప్రసవ కాలము దాని తరవాత కూడా మీరు ఎదురైయే సమస్యలనుంచి మరియు ధైర్యముగా మీకు సలహా ఇస్తారు. అప్పుడు మీరు ఒక మహిళా ప్రసూతి విశేషజ్ఞను సంప్రదించవలెను. వారు కేవలం మీకు ప్రసూతిలో చూసుకోవడమే కాకుండా గర్భావస్థకు భిన్నమైన ఇతర స్త్రీ రోగములను కూడా పరీక్షించగలరు. ఉదాహరణకు పైప్ స్టిమియర్, గర్భ నిరోధకము, వక్ష స్థళాల పరీక్ష. ఎన్నో డాక్టర్‌లు మామూలు చికిత్సపు సలహా కూడా ఇస్తారు. దీని వల్ల చిన్న చిన్న రోగాలకి చికిత్స కూడా వీరితొ చేయించవచ్చు.

ఒక వేళ మీకు హైరిస్క్ ప్రెగ్నెన్సి ఉన్నచొ మీరు మహిళా ప్రసూతి విశేషజ్ఞుల దగ్గరే వెళ్ళవలెను. ఇలా కూడా కావచ్చు మీరు వేరె విశేషజ్ఞుల్ని కూడా వెతకవలసి ఉంటుంది. ఎవరైతె మీకు ఈ విషయములో సహాయము చేయగలరో. మామూలు ప్రెగ్నెన్సి ఉన్నా కూడా మీరు మీ ప్రసవము ఎవరైనా విశేషజ్ఞులతో చేయించాలనుకుంటారు. ఇట్లాగే 90% మహిళలు అనుకుంటారు.

ఒక వేళ మీరు ఏదైనా మంచి స్త్రీరోగ విశేషజ్ఞులను సంప్రదించాలని నిర్ణయించుకున్నారో దానికి ఇదే సరియైన సమయము.

ఈ సమయములో కొద్ది ఆరాముగా వెతికి ఒక మంచి ప్రసూతి/స్త్రీ రోగ విశేషజ్ఞులను వెతకగలరు.

పారివారిక చికిత్సకులు : ఫ్యామిలి డాక్టర్ ఎవరైయుంటారంటె ఎవరైతె ఎం.డి. తరువాత ప్రాథమిక చికిత్స, మాతృత్వ సంబంధిత లేదా శిశువు సంబంధిత చికిత్స పై కూడా శిక్షణ పొంది ఉంటారు.

వీరు కూడా మీకు అన్ని విధాల పర్యవేక్షణ చేయగలరు. ఎందుకంటె వీరు మీయొక్క మరియు మీ పరివారముయొక్క ఇతిహాసము అన్ని విధములుగా పరిచితముగా ఉంటారు. అందుకని వీరు మీ ఆరోగ్యము యొక్క అన్ని సందర్భాలపై తెలియచేస్తారు. ఒక వేళ

జన్మస్థానం కోసం వీరుకొను

గర్భావస్థలో కూడా వీరుకొను ఎదురుకొనె సందర్భాలు తక్కువ ఏమీ లేదు. మీరు మీ ఇచ్ఛానుసారం మరియు సువిధ ప్రకారం నిర్ణయించుకోవచ్చు. మీ శిశువుని ఎక్కడ మరియు ఏ పరిస్థితుల్లో జన్మనిస్తారో.

మీరు ఈ క్రింద వ్రాసిన ఏదైనా స్థానము ఎన్నుకోవచ్చు. మీరు స్వయంగా లేదా మీ భర్తతో కలిసి విచారించండి. మరియు గుర్తుంచుకొండి ఇలాంటి నిర్ణయాలు అంతమువరకు దువిదములోనే ఉంటాయి. వీటిని మీ ఇచ్ఛానుసారం అంతములో కూడా మార్చుకోవచ్చు.

బర్తింగ్ రూం : బర్తింగ్ రూం ఆసుపత్రియొక్క ఏ గది అంటె శిశువొక్క జన్మనుంచి మీ ఇద్దరి సెలవు దొరికేవరకు మీతోనే ఉంటుంది. జన్మము తరువాత శిశువుని మీ దగ్గరే ఒక ఉయ్యాలలో పెట్టబడతుంది. ఇది చాలా ఆరామముగా కూడా ఉంటుంది.

కొన్ని బర్తింగ్ రూం కేవలం ప్రసవ పీడ ప్రసవం మరియు స్వాస్థ్య లాభము గురించి అసుపత్రిలో ఉంటాయి. వీటిని ఎల్‌డిఆర్ అంటారు. ఒక వేళ మీరు మరియు మీ శిశువు ఎల్‌డిఆర్‌లో ఉంటె ఒక రెండు గంటలు తరువాత ఇద్దరినీ పోస్ట్ పార్టెం గదికి పొంపిస్తారు. కొన్ని అసుపత్రిలలో ఈ గదిలో మీ శిశువు తండ్రి మరియు

అన్నా చెల్లి కూడా కలిసి ఉండచ్చు.

చాలా సార్లు బర్తింగ్ రూం ఎలా ఉంటాయి అంటె ఇక్కడ గోడలపై అందమైన వాల్‌పేపర్ కొద్దిగా సూర్య కిరణాలు రాకింగ్ చేర్ మంచి పరదాలు మరియు అందమైన మంచము ఉంటాయి. ఈ గదులు ఏ విధముగా కూడా అసుపత్రియొక్క గది అని అనిపించదు. కాని ఇక్కడ గర్భావస్థలో వచ్చే అన్ని ఇబ్బందులను ఎదురుకొనె ఉపకరణాలు అందుబాటులో ఉంటాయి. వీటిని అల్మారిలో పెట్టి ఉంచుతారు. అవసరం అయినప్పుడు బైటికి తీస్తారు. మంచంకి తల పెట్టే చోటు పైన కింద చేసే సదుపాయము ఉంటుంది. దీని కాలు దగ్గర కూడా అటెండెంట్ నిలుబడెలా చేసి ఉంటారు. ప్రసవము తరువాత కొన్ని తేడాలు వస్తాయి. మరియు మీరు ఇదే బెడ్‌పై తిరుగి వస్తారు. కొన్ని అసుపత్రెలలో బర్తింగ్ రూంతో పాటు షవర్ లేదా వర్ల్‌పూల్ టబ్‌యొక్క సువిధా కూడా ఉంటుంది. ఇది ప్రసవపీడలో హైడ్రోథెరపి ఇస్తాయి. బర్తింగ్ సెంటర్ మరియు అసుపత్రెలలో బర్త్ గురించి టబ్‌లు కూడా ఉంటాయి.

చాలా చోట్ల సోఫాలు కూడా ఉంటాయి. దీనిపై మీ పరివారము మరియు మిత్రులు కూర్చొని నిరీక్షణ చేయచ్చు. చాలా ఛోట్ల సోఫా కం బెడ్ కూడా ఉంటాయి. దీని పై మీ భర్త రాత్రి గడపవచ్చు.

చాలా అసుపత్రెలో బర్తింగ్ రూంయొక్క సదుపాయము ఇలాంటి మహిళలకు ఉంటుంది ఎవరకైతె గర్భావస్థలొ ఎక్కువ హాని ఉండదొ. ఒక వేళ మీరు ఈ సూచిలో రాలేదంటె మిమ్మల్ని లేబర్ లేదా డెలివరి రూంలోనే ఉండవల్సి వస్తుంది. ఇక్కడ మీకు మంచి తాంత్రిక ఉపయోగములు అందచేయవచ్చు. ఇక్కడ సి-సెక్షన్ ఆపరేషన్ కూడా సుళువుగా చేయవచ్చు. మేము ఇదే ప్రార్థిస్థామేమిటంటె మీకు ఈ సందర్భాల్లో కూడా అదే సదుపాయాలు అందుబాటులో ఉంటాయి.

బర్తింగ్ సెంటర్ : ఇక్కడ మీకు ప్రసవకు సంబంధించిన గమనిక, ప్రసవము, గదులు మరియు సదుపాయాలు ఒకే చోటులో దొరికిపోతాయి. అట్ల మామూలుగా బర్తింగ్ సెంటర్లలో కూడా ప్రైవేట్ గదులు ఉంటాయి. ఇవి చాలా అనుకూలంగా మరియు సుఖకరముగా ఉంటాయి. వీటిలో మీ పరివారముయొక్క మిగిలిన సదస్యుల ఉపయోగమునకు వంట గది కూడా ఉంటుంది. ఇక్కడ అయా (మిడ్‌వైఫ్) ఉంటుంది. కాని ప్రసూతి విశేషజ్ఞులు పిలవబడుతారు. వీరు ఆపత్ పరిస్థితుల్లో త్వరగా చేరిపోతారు. కాని ఇక్కడ ఎక్కువ సంవేదనశీలమైన ఉపకరణములు ఉండవు. అవసరమైతె మిమ్మల్ని దగ్గరలో ఉన్న అసుపత్రికి పొంపించబడును. ఇలాంటి చోటు ఈ మహిళలు వెళ్ళవలెను ఎవరికైతె గర్భావస్థములో ఎక్కువ హాని లేదో. ఒక వేళ మీ గర్భావస్థములో కొన్ని ఇబ్బందులు ఉంటాయి. ఇలాంటి చోటు ప్రసవము చేసే ఆలోచన పెట్టుకోకండి.

లెబోయర్ బర్త్ : ఎప్పుడు ఫ్రెంచ్ ప్రసూతి విశేషజ్ఞులు ఫ్రెడ్రిక్ లెబోయర్ నొప్పి లేకుండా శిశువుని జన్మించే సిద్ధాంతము ఇచ్చారో చికిత్సా సముదాయములో అందరూ ఆశ్చర్యంలో పడిపోయారు. వర్తమానములో అయునయొక్క అనేక ఉపాయములు ఉపయోగింపబడతాయి. దీనితో శిశువు శాంతమైన మరియు సహజమైన వాతావరణంలో జన్మ పొందుతొంది. శిశువొక్క జన్మ ఇలావంటి గదిలో అవుతుంది ఇక్కడ బలమైన కాంతిని అవరసరమైతె తగ్గించచ్చు కూడా. శిశువు తల్లియొక్క గర్భములో అంధకారములో పెరుగుతుంది. అందుకని దానికి బయటికి వచ్చిన తరువాత కుడా అలాంటి వాతావరణం ఉంటె చాలా మంచిది. ఇప్పుడు నవజాత శిశువు జోరు జోరుగా కాలు ఆడించె అవసరం కూడా అనిపించచ్చు. ఒక వేళ దానికి శ్వాస దానికంటకదే కాకపోతె దీనికొరకు తక్కువ హానికరమైన విధాలు అనుకరిస్తారు. కొన్ని అసుపత్రెలలో శిశువు మరియు తల్లియొక్క గర్భనాళము ఒకటే సారి కోసేయ్యరు. ఇదే శిశువు మరియు తల్లికి తుది శారీరిక బంధనంగా ఉంటుంది. కాని వారు మట్టుకు శిశువుని గోరువెచ్చని నీటిలో స్నానం చేపించె శిఫారసు చేసి ఉంటారు. కాని తల్లి చేతులలో ఇచ్చే సిద్ధాంతము అవశ్యముగా

అవలంబిస్తారు. చూస్తె ఈ సిద్ధాంతాలను కొద్ది కొద్దిగా అనుకరిస్తారు. కాని కొద్ది సంగీతము కొద్ది కాంతి మరియు శిశువుకి స్నానము వంటి సదుపాయాలు సులువుగా అందుబాటులో ఉండవు. ఒక వేళ మీకు ఇలా అవసరం అయితె ముందుగానే డాక్టర్‌ని అడిగి తెలుసుకొండి.

ఇంటిలో శిశువొక్క జన్మ : కొన్ని మహిళలకు కేవలం అస్వస్థముగా ఉన్నప్పుడు అసుపత్రికి వెళ్ళాలనుకుంటారు. మరియు గర్భావస్థము ఎలాంటి అస్వస్థత కాదు. ఒక వేళ మీరు కూడా ఈ శ్రేణిలో వారైతె బహుశః మీరు కూడా శిశువుని ఇంట్లోనే జన్మించాలనుకుంటారు. బాగానే ఉంటుంది మీ శిశువు పరివారము మరియు మిత్రుల సమక్షములో దాని కళ్ళు తెరవచ్చు. మీకు మీ ఇంటి ఆరామము మరియు .... మీకు అసుపత్రిలో ఎదురుబడె ఇబ్బందులు కూడా ఎదురుకావు. హాని ఏమిటంటె ఒకవేళ ఏదైన ఇబ్బంది ఎదురైతె ఆపత్కాలంలో ఏమి చేస్తారు? నవజాత శిశువు మరియు మీకు ప్రాణ సంకటము రావచ్చు.

మీరు క్రింద రాసిన మాటలు గుర్తించుకోవాలి.

★ మీరు రక్తపోటు, మధుమేహము లేదా ఏదైనా క్రానిక్ రోగముతొ బాధపడుతుంటె, మీ మొదటి ప్రసవము సామాన్యముగా ఉన్నదా, లేదా మీరు తక్కువ అపాయంవారి శ్రేణిలో వస్తారా?

★ మీ దగ్గర సలహా ఇవ్వడానికి మరియు నర్స్ లేదా ఆయా సహాయము కొరకు ఒక డాక్టర్ అందుబాటులో ఉండవలెను. దీనితో ఇబ్బంది పడ్డప్పుడు సరియైన జవాబు దొరుకుతుంది.

★ మీ దగ్గర అసుపత్రికి తెరళించటానికి ఒక వాహనము అందుబాటులో ఉండాలి. దీనిలో అవసరమైనప్పుడు అసుపత్రికి చేర్చవలెను.

నీటిలో శిశువు జన్మ : యద్యపి చికిత్స సముదాయము దీనిని పూర్తిగా అనుసరించలేదు. ఈ విధిలో శిశువొక్క జన్మ నీటిలోపల చేయబడుతుంది. దీనితొ దానికి బయటకి వచ్చాక ఇలా అనిపిస్తుంది అది ఇంకా తల్లి గర్భములోనే ఉన్నట్టు. శిశువుని జన్మనిచ్చిన వెంటనే నీటినింక తీసి తల్లి చేతులో పెట్టబడుతుంది. అప్పడిదాక ఊపిరి తీసుకోవడం ప్రారంభ అయి ఉండదు. దీనితో మునిగే భయము కూడా ఉండదు. ఈ విధానము ఇంట్లో బర్త్ సెంటర్ లేదా అసుపత్రిలో అనుసరిస్తారు. కొన్ని బర్తలు వారి భార్యకి సహాయము కొరకు టబ్‌లో కలిసి కూర్చొంటారు.

తక్కువ హానికరమైన గర్భావస్థలొ తల్లి ఈ విధానము అనుసరించవచ్చు. కాని డాక్టర్ దీనికి సలహా ఇవ్వవలెను. ఒక వేళ మీ గర్భావస్థము జటిలముగా ఉన్నచొ మీ ఆయా హామె ఇచ్చినా కూడా ఈ విధానం అనుసరించవద్దు. మీరు వర్ల్‌పూల్ టబ్ లేదా నియమిత స్నానం విధానము అనుసరించవచ్చు. నీటితో నొప్పికి ఉపశమనము దొరకుతుంది. గురుత్వాకర్షణంనుంచి కూడా ముక్తి కలుగుతుంది. కొన్ని అసుపత్రిలో మరియు బర్త్ సెంటర్‌లో కూడా టబ్ ఉపలబ్ధముగా ఉంటాయి.

ఇబ్బంది ఎదురైతె వీరు స్వయం మిమ్మల్ని ప్రసూతి విశేషజ్ఞులను దగ్గర వెళ్ళె సలహా ఇస్తారు. అయినా కూడా మీ ఆరోగ్యంపై గమనం వుంచుతారు.

ప్రమాణితమైన నర్స్ లేదా ఆయా : ఒక వేళ మీరు ఇటువంటి వ్యక్తిని వెతకడంలో ఉన్నారా? ఎవరైతె మీకు కేవలం రోగిలా అనుకోకుండా మామూలు మనిషిగా అనుకొని మీ శారీరిక ఇబ్బందులతొ పాటు మానసిక ఇబ్బందులను కూడా పరిగణిస్తారు. పోషణము మరియు స్తనపానము సంబంధిత విషయాలు శిశువొక్క జన్మని నైసర్గికంగా భావిస్తారు. ఐతె మీరు ఒక నర్స్-ఆయా వేటలో ఉంటారు.

ఆయా లేదా నర్స్ ఇంటిలో ప్రసవము జరిపించటానికి మీకి సహాయము చేస్తారు. అట్ల బర్త్ సెంటర్ లేదా అసుపత్రిలో కూడా ప్రసవం చేస్తారు. ఆయా లేదా నర్స్ పని చేస్తారు. అట్ల చూస్తె నిజమేమిటంటె వీరు కూడా తక్కువ అపాయకరమైన ప్రసవమును చూసుకోగలరు. ఒక్క వేళ అనుకోకుండా ఏదైనా ఇబ్బంది ఎదురైతె వీరు కూడా ఒక డాక్టర్ లేదా అసుపత్రి శరణులో పడతారు.

ఒక వేళ మీరు వీరిలో ఎవరినైనా .... అనుకుంటె మొదలు తెలుసుకొండి వీరు .... అయి ఉన్నారా లేదా.

ప్రాక్టీస్‌యొక్క విధానములు :

మీరు మీకోసం చికిత్సకులు / ప్రసూతి విశేషజ్ఞులు / నర్స్ / ఆయాని ఎన్నిక చేసి ఉంటారు. ఇప్పుడు మీకు ఇది నిర్ణయించాలి. ఏమిటంటె మీరు ఇటువంటి చికిత్స కార్యక్రమము (మెడికల్ ప్రాక్టీస్) అనుసరిస్తారో. ప్రతీ కార్యక్రమానికి వాటి లాభము మరియు నష్టము ఉంటాయి.

ఒకరే మెడికల్ ప్రాక్టీస్ : ఇక్కడ డాక్టర్ ఒక్కరే పని చేస్తారు. ఒక వేళ వీరికి బైటకి వెళ్ళే పని పడితె వీరి బదలు వేరె డాక్టర్ ఈ సేవలో ఇస్తారు. ఏదైనా ఫ్యామిలి డాక్టర్ / ప్రసూతి విశేషజ్ఞులు ఈ శ్రేణిలో రావచ్చు. నర్స్ మరియు ఆయా వీరితో కలిసి పని చేస్తారు. వీరితో కలిసి ఉండడంలో లాభం ఏమిటంటె వీరు ప్రతి సారి కలసినప్పుడు మిమ్మల్ని ఇంకా ఎక్కువగా అర్థం చేసుకొంటారు. దీనితో మీకు ప్రసవ సమయంలో అంతా సులువుగా అనిపిస్తుంది.

నష్టం ఏమిటంటె ఒక వేళ డాక్టర్ ఎక్కడైనా బయటకి వెళ్ళారో మరియు మీకు వెంటనే ప్రసవ పీడ మొదలవుతుంది? ఎందుకంటె మీకు కూడా తెలియదు ఈ ప్రక్రియ ఎప్పుడు శురువవుతుందో అని. యద్యపి వారు అనుకూలం చేసి వెళ్తారు. కాని అందుబాటులో లేకపోతె.

ఇంకొక నష్టం ఏమిటంటె మీకు గర్భావస్థలో అనిపించు ఉండవచ్చు ఏమిటంటె డాక్టర్‌తో మీరు సంతృప్తిగా లేరు. మీకు సరియైన గమనము మరియు సలహా దొరకటం లేదు. ఇలాంటప్పుడు మీరు వేరే డాక్టర్‌ని వెతకడం మొదలుపెట్టవలెను.

డాక్టర్ సమూహము (గ్రూప్ మెడికల్ ప్రాక్టీస్) ఈ ప్రక్రియలో ఇద్దరు లేదా ఇద్దరికన్నా ఎక్కువ రోగియొక్క స్థితిని చూసుకొంటారు. వీరు ఒకరి తరువాత ఒకరు రోగిని చూస్తారు. కాని మీరు ఇదే ప్రయత్నిస్తారు ఏమిటంటె మీరు ఏ డాక్టర్ దగ్గర పరీక్ష కోసము వెళ్ళాలంటె ఎవరైతె మీకు అందరికన్నా మంచిగా అనిపిస్తారు. తరువాత గర్భావస్థపు అంతములో వీరు కలిసి మీ పరీక్ష చేస్తారు. పారివారిక చికిత్సకులు మరియు ప్రసూతి విశేషజ్ఞులు ఈ సూచిలో వస్తారు. అన్నిటికన్నా లాభం ఏమిటంటే మీకు అందరు డాక్టర్లతొ పరిచయం పెరుగుతొంది. తరువాత డెలివరి రూంలో మీకు అజ్ఞాత ముఖము కనబడదు. నష్టమేమిటంటె మీరు మీ ప్రియమైన డాక్టర్ డెలివరి సమయంలో మీ దగ్గర ఉండాలి కోరుతారు. కాని ఇది అవసరము లేదు. వేరె వేరె డాక్టర్ల సలహాలతో మీరు .... అవుతారు లేదా మీకు మనఃశ్శాంతి కలుగుతుంది. ఇది మీ ఆలోచనపై నిర్భరమై ఉంటుంది.

చికిత్సా సంఘటన కార్యము : ఈ ప్రక్రియలొ డాక్టర్ మరియు ప్రసూతి విశేషజ్ఞులతో పాటు నర్స్ లేదా ఆయా కూడా ఉంటారు. దీనియొక్క లాభము మరియు నష్టము కూడా సామూహిక కార్యక్రములాగే ఉంటాయి. ఒక్క లాభము ఏమిటంటె మీకు నర్స్ లేదా ఆయానుంచి ఎక్కువ సమయము లేదా సలహా దొరకుతుంది. మీకు వికల్పముగా అనిపించవచ్చు కూడా ఏమిటంటె దాయితో పాటు డాక్టర్ కూడా ప్రసవ సమయములో ఉండవలెనని. ఎందుకంటె ఏదైనా ఆపత్ సందర్భాలలో వారు చూసుకోవచ్చు.

మాతృత్వ కేంద్రము బర్త్ సెంటర్ ప్రాక్టీస్ : ఇక్కడ సుశిక్షితమైన నర్స్ ఒక్కరే అన్నీ చూసుకొంటారు. డాక్టర్‌ని అవసరమైనప్పుడు మాత్రమే పిలుస్తారు. కొన్ని అసుపత్రిలో కూడా ఈ బర్త్ సెంటర్‌లు ఉంటాయి. ఇక్కడ తక్కువ హానికరమైన గర్భవతి మహిళల యొక్క ప్రసవము జరుపుతారు.

ఇలాంటి చోట్లలో వెళ్ళిన అన్నిటికన్నా పెద్ద లాభం ఏమిటంటె ఇక్కడ ఖర్చు తక్కువగా ఉంటుంది. నష్టం ఏమిటంటె ఏదైనా ఇబ్బంది ఉన్నచొ మీకు డాక్టర్‌ని దంప్రదించవలసి వస్తుంది. లేదా ప్రసవములో అవసరం అయితె ఎవరైనా అజ్ఞాత డాక్టర్‌తొ ప్రసవము చేయింపబడుతుంది.

ఒక యోగ్య అభ్యర్థిని వుడుకడం

మీరు మీకోసం ఒక మంచి డాక్టర్‌ని వుడుకిన పైన, చికిత్స కార్యాన్ని ఎన్నిక చేసినవెంటనే మీరు ఒక యోగ్య అభ్యర్థిని వెతకాలి. దానికి ఈ క్రింద వ్రాసినది ఒక మంచి సలహా కావచ్చును.

- ★ మీ స్త్రీరోగ విశేషజ్ఞులు లేదా మీ ఫ్యామిలి డాక్టర్ మీకి ఒక మంచి సలహా ఇయవచ్చును.
- ★ ఈ లోగ ఈ ప్రక్రియాన్ని ఎదురించిన మీ స్నేహితులు లేదా సహోద్యోగులు మీ రీతిలోనే యోచించియుంటారు.
- ★ ఏదైనా స్థలీయంగా ప్రసూతి చేయించే దాది లేదా నర్స్
- ★ మీ స్థలీయ చికిత్స సమాజంనుంచి కూడా మీకు డాక్టర్ల పేరు మరియు విళాసము దొరకవచ్చు.
- ★ ఏదైనా స్థలీయ ఆసువత్రెలో మీకు బర్త్ సెంటర్ గురించి వివరం దొరకవచ్చు.
- ★ ఏ ఉపాయువయూ లేకుండా పోతె యెల్లోపేజ్ సహాయం తీసుకొండి. అక్కడ మీరు మంచి అసుపత్రె లేదా క్లినిక్ పేరు మరియు విళాసంని వుడుకవచ్చు.
- ★ మీ ఆరోగ్య విమా కంపనీ డాక్టర్‌లు సలహాతో మీరు మీ స్నేతులు మరియు సహోద్యోగుల సహాయంతో మంచి డాక్టర్‌ని వుడుకవచ్చు. ఈ పని కాకపోతె మీరే స్వయంగా డాక్టర్‌ని కలిసి మీకోసం ఒక మంచి డాక్టర్‌ని ఎన్నిక చేయండి.

ఎన్నిక మీదే

డాక్టర్‌నుండి పేరు విళాసం తీసుకోని వాళ్ళని కలిసికొనే సమయాన్ని నిర్ధరించండి. మీరు మొదటి సారిగ కలుసుకొనేప్పుడు అడగటానికి కొన్ని ప్రశ్నల్ని తయారు చేసుకొండి. మీ ఇద్దరి ప్రతి మాట-కథలో ఒమ్మతమేర్పడుతుంది అని నమ్మి నడుచుకొండి. ఆ వ్యక్తి మీ జొతలో భావపూర్వకంగా ఉండారో లేదో లేదా అన్ని

> **విమా పత్రం లేకుండా పోతె**
>
> మీరు గర్భిణి అయినా కూడా విమాపత్రం చేసుకోకుండా పోతె ప్రసవ పూర్వం మరియు ప్రసవనంతరం ఖర్చులు ఎట్ల పూర్ణమయితుంది. మీ ప్రసవసంబంధి ఖర్చులు యోరు చూసుకొండారు అనేది ముందే నిర్ధారం చేసుకొండి.

మాట్లని గమనమిచ్చి వినుటుండాడో లేదో అని తెలుసుకొండి.

ఆపైన వారినుంచి బిడ్డ జననం మరియు స్తనపానం, ఆపరేషన్‌నట్ల ముఖ్యమైన మాట్లలో సలహా తీసుకొండి. అన్ని విషయాల్లోనూ వారి అభిప్రాయాన్ని మరియు వారు ఏ రీతినీతిని ఉపయోగించడానికి ఇష్టం పడ్తారో తెలుసుకోవడానికి ప్రయత్నించండి.

డాక్టర్ జొతలో మాట్లాడేటప్పుడు వాళ్ళ విషయం అన్నీ తెలుసుకుంటూ మీ విషయాలన్నీ తెలపండి. ఒక రోగిగ వాళ్ళ దగ్గర ఎమీ దాచపెట్టకండి. అప్పుడు వారు మీ దగ్గర సహజంగ మాట్లాడుతారు.

మీరు ఆ బర్త్ సెంటర్ మరియు అసుపత్రె గురించి తెలుసుకోవాలి. అక్కడ డాక్టర్ ప్రత్యక్షంగా కాని పరోక్షంగా కాని సంబంధపడియుంటారు. వారి ఆసువత్రిలో యే యే విధమైన సాకర్యాలుండాయి? మీకి వీలుపడితె ఆ సాకర్యాలని ఉపయోగించవచ్చా? అక్కడ బిడ్డలు మరియు తండ్రి రావడానికి అనుమతి ఉందా? అక్కద ఆపరేశన చేసే సాకర్యాలు ఉందా? అని వివరంగా తెలుసుకొండి.

కొనా నిర్ధారాన్ని చేసే ముందు మీ డాక్టర్ నమ్మకమైనవాళ్ళా అని కన్ను మూసుకొని యోచించండి? మీ గర్భావస్థ మీ జీవనంలో మహత్వమైన ఒక యాత్ర. ఇక్కడ మీకి ఎవరి పైన సంపూర్ణంగా నమ్మిక ఉందో అట్లా మార్గదర్శకులొకరు కావాలి.

రోగి మరియు డాక్టర్ సంబంధం :

సరియైన డాక్టర్ ఎన్నిక మొదటి అడుగు. ఆపైన రోగి

మరియు డాక్టర్ చేరి సరియైన పని చేయడానికి వాళ్ళిద్దరి మధ్య పొందిక సరిగ్గా ఉండేది రెండవ అడుగు.

★ డాక్టర్ దగ్గర నిజాన్నే చెప్పండి నిజాన్ని ఉడిచి వేరె ఏమీ చెప్పకండి. వాళ్ళకి మీ సంపూర్ణ చికిత్స ఇతిహాసాన్ని చెప్పండి. మీ భోజనం వ్యవస్థ పద్ధతులు మరియు మీ తప్పుడు అభురుచిల్ని చెప్పేదాన్ని మరవకండి. అన్ని తర ఔషధాలు (హర్బల్, వైద్య మరియు అవైద్య) తంబాకు, ఆల్కోహాల్ తీసుకొంటుంటె దాన్నీ చెప్పండి. ఏదైనా సర్జరి అయింటె దాన్నీ చెప్పండి. గుర్తించుకొండి మీరు ఏమే చెప్పినా మీ డాక్టరు దాన్ని గోప్యంగా ఉంచుతారు.

★ ఇంట్ల టి.వీ., ఫ్రిడ్జ్, పర్స్, పని చేసే టేబల్ మీద, వాకిలి దగ్గిర ఒక రైటింగ్ ప్యాడ్ పెట్టండి. అప్పుడు మీకి ఏదైనా ప్రశ్న జ్ఞాపకానికి వస్తె దాన్ని వెంటనే రాయండి. ఎందుకంటె డాక్టర్‌ని కలిసినప్పుడు అవశ్యమైనటువంటి ప్రశ్నలు అడగడానికి మర్చిపోవచ్చు. మళ్ళి డాక్టర్‌ని కలిసిననంతరం వాళ్ళు చెప్పిన అన్ని విషయాల రెకార్డు పెట్టుకొండి. ఎందుకంటె మీరు అక్కడినింక వచ్చిన కొన్ని దినాల నంతరం వాళ్ళు చెప్పిందాన్ని మర్చిపోవచ్చు. డాక్టర ఏమైనా మాట లేదా ఔషధాల విషయంలో సరిగ్గా చెప్పకుండా పోతె మీరే అన్నీ అడిగి రఫ్ నోట్ చేసుకొని ఇంటికి వచ్చిన వెంటనే సరిగ్గా రాసి పెట్టుకొండి. అప్పు మీరు ఏ మాట్లనీ మర్చిపోవరు.

★ ఏదైనా లక్షణాల గురించి గాభరిగా ఉంటె మరి ఏమైనా సందేహం వస్తె తక్షణం డాక్టర్‌కి ఫోన్ చేసి ఏదైనా మందులునుంచి అనానుకూలం అయి ఉండవచ్చు. ఊర్కె కూర్చొని చింత చేయకండి. వెంటనే డాక్టర్‌కి ఫోన్ చేసి మాట్లాడండి. సమస్య గంభీరం లేకుండా పోతె ఇ-మేల్ చేయవచ్చు. ఏదైనా మాట నిజంగా మిమ్మల్మి బాధ పడుతుంటె దాన్ని అడగడం తప్పుకాదు. ఆ విషయం మూర్ఖతనంగా ఉండినా పరవాలేదు. మీ సందేహం దూరంకావాలి. మొదటి సారి తల్లి కాబోయేటపుడు మీ దగ్గర వేలాది ప్రశ్నలుంటాయి అని డాక్టర్ మరియు దాదికి బాగా తెలిసుంటుంది. ఫోన్ లేదా ఇ-మేల్ చేసినప్పుడు స్పష్టంగా లక్షణాల్ని చెప్పండి.

ఎక్కడైనా నొప్పి అయిఉంటె నొప్పి అయిన జాగ, సమయం అన్నీ చెప్పండి. నొప్పి జోరుగా ఉందో లేదా తక్కవ ఉందే, భరించడం అయితుందో లేదో అన్నీ చెప్పండి. పొసిషన్ వేరె చేస్తె అరామం చిక్కుతుందో లేదో దాన్నీ చెప్పండి. యోనినింక ఏ తరమైన డిస్ఛర్జ్ అయితా ఉంటె దాని వర్ణం గురించి చెప్పండి, గాఢమైన ఎరుపు, లేత ఎరుపు, బ్రౌన్, గులాబి రంగు, లేదా పసుపు రంగు. అది ఎప్పుడు ప్రారంభం అయింది తక్కవ ఉందో, జాస్తిగా ఉందో, వాంతి, జలుబు, లూస్‌మోషన్, వాకరిక ఏదైనా లక్షణాలు ఉంటె దాన్నీ చెప్పండి.

★ పూర్ణంగా అప్‌డేట్‌గా ఉండండి. అంటె పేరెంటింగ్ గురించి వచ్చే పత్రికలు మరియు వెబ్‌సైట్ చూస్తూ ఉండండి. అప్పుడు మీకు అన్ని విషయాల్ని నమ్మే అవశ్యకత లేదు. ఎందుకంటె మీడియాల్లో వచ్చే రిపోర్టు చికిత్సలో సరిగ్గా ఉండే అవశ్యకత లేదు. ఏదైనా కొత్తదాన్ని చదివింటె లేదా వినింటె దాన్ని ప్రయోగించే ముందు డాక్టర్ సలహ అవశ్యకంగా తీసుకొండి. వాళ్ళు మీ అన్ని విషయాలుకి మంచి సూత్రం.

★ డాక్టర్ మిమ్మల్ని చూసే టప్పుడు అన్ని ప్రశ్నల్కి జవాబు ఈక పోతె దాన్ని రాసుకొండి. ఇంకొక్కసారి డాక్టర్‌ని కలిసినప్పుడు జాస్తి సమయం తీసుకొండి లేదా ఫోన్ లేదా ఇ-మేల్ చేసి మాట్లాడచ్చా అని వాళ్ళని అడిగి తెలుసుకొండి.

★ డాక్టర్ ఏదైనా తప్పుడు మాట్లని సరి అని చెబుతుంటె లేదా భ్రాంతినింక ఏదైనా చెబితె (మెడికల్ హిస్టరి ఏదైనా ఉంటె ఇంటర్‌కోర్సు చేసే అనుమతి) వాళ్ళకి మీరు మీకి మొదటి సల అయి ఉన్న ఇబ్బందిని జ్ఞాపించండి. వాళ్ళకి మీ మెడికల్ హిస్టరి ఒక్కొక్క మాట జ్ఞాపకంలో ఉండాలనే నియమం లేదు. మీరూ సహ మీ ఆరోగ్యానికి జవాబ్దారులు. ఆ కారణంగా గమనం ఉంచండి.

ఈ మాదిరి ఎలాంటి తప్పూ కావనీయండి.

★ మీ డాక్టర్ కొన్ని విచారాలు చెప్పక పోయినా మీకేదైనా తెలిస్తే దాన్నీ మీతోనే పెట్టుకోకండి. డాక్టర్ దగ్గర పోటి వేయకుండా స్పష్టంగ అడిగి తెలుసుకొండి.

★ వాళ్ళ దగ్గర అన్ని విషయాల్ని స్పష్టంగా అడిగి, మీరు తీసుకుంటున్న మందులనుంచి వేరె ఏదైనా ప్రభావం అయితుందో లేదో అని తెలుసుకొండి. చెప్పిన టెస్ట్‌లో అపాయం ఏమిటుంది లేదా దాని పరిణామం ఎప్పుడు చిక్కుతుంది.

★ డాక్టర్ ఇచ్చిన నిదర్శనాలను సరిగ్గా పాటించండి. బరువు, విశ్రాంతి, విటమిన్, వ్యాయామం, మందులు మొదలైనవి. దీనితో ఏదైనా నిదర్శనాలను పాటించెకి ఇబ్బంది కలిగితె డాక్టర్‌నుండి దాని పరిణామాల్ని అడిగి తెలుసుకొండి.

★ జ్ఞాపకం ఉంచండి మీరు మీ సంరక్షణను స్వయంగా చేసుకోవాలి. దానికోసం డాక్టర్ ఇచ్చే అన్ని సలహాల్ని గమనంలో ఉంచండి. భోజనంలో ఉండే తప్పు వాడుకల్ని విడిచేయండి. ఏమిటికంటె ఒక స్వస్థమైన శిశువుని జన్మించడం మీ జవాబ్దారి.

★ ఏన్నో విమా కంపనీలు డాక్టర్ మరియు రోగుల మధ్య ఏదైనా గొడవ అయితె మధ్యస్థిక పని చేస్తారు. మీకి డాక్టర్‌నుండి ఏదైనా తొందర ఉంటె స్వాస్థ్య సంఘటనకారులనుండి సహాయం పొందండి.

మీరు సరియైన డాక్టర్ లేదా నర్స్‌ని ఎన్నిక చేయలేదని మీకి అనిపిస్తె లేదా మీ శిశువు జననం వారి చేతుల్లో సురక్షితంగా లేదని అనిపిస్తె డాక్టర్‌ని మార్చడానికి లేటు చేయద్దండి.

■ ■ ■

మీ ప్రెగ్నెన్సీ ప్రొఫైల్

పరీక్ష రెనల్ప వచ్చాయి. మీరు తల్లి కాబోతున్నారు. గర్భాశయం ఆకారం జొతకి ఉత్సాహం మరియు ప్రశ్నలు కూడా పెద్దగా ఉంటాయి. దీనితో ఏమీ సందేహం లేదు. మీరు విచిత్రమైన గర్భావస్థ లణాల్ని పొందుతూ ఉంటారు. కాని దీనితో కొన్ని లక్షణాలు మీ ప్రెగ్నెన్సీ ప్రొఫైల్‌నింద అయిఉండచ్చు. ప్రెగ్నెన్సీ ప్రొఫైల్ అంటె ఏమిటి? దీన్ని మీ గర్భావస్థ ఇతిహాసం అని చెప్పవచ్చు. అయితె మీ ఈ గర్భావస్థ మీద ఏ ప్రభావం చూపించదు. మీకి మీ ఈ ప్రొఫైల్ గురించి పూర్తిగా తెలుసుకొండి. డాక్టర్‌ని కలిసినప్పుడు ఈ విషయం గురించి మాట్లాడండి. జ్ఞాపకం ఉంచండి ఈ అధ్యాయంలో ఉండే అన్ని మాట్లకి మీకి ఏ సంబంధం ఉండదు. ఎందుకంటె ప్రతియొక్క స్త్రీ గర్భావస్థ వివరాలు వేరు వేరుగా ఉంటుంది. మీరు ఇక్కడినుంచి మీ పని విషయాల్ని చదివి మిగిలినదాన్ని వదలండి.

ఈ పుస్తకము అందరికోసం

మీరు ఈ పుస్తకాన్ని చదివేటప్పుడు భార్య-భర్త జొతగా అన్ని పారంపరిక సంబోధనాలు వస్తాయి. అయితె ఇది ఒక్కటే ఉండే తల్లి లేదా అవివాహిత తల్లీ లేదా అన్యలుతో సంబంధం వాటికి ఈ మాహితులు లేవు అని అర్థం కాదు. ఏ వాక్యం మీకి కాదు అని అనిపిస్తుందో దాన్ని విడిచేయండి. వేరే మాహితీల మీద లాభం పొందండి.

మీ పూర్వపు శారీరిక సంగతులు

గర్భావస్థ కాలంలో గర్భనిరోధకాలు

''నేను గర్భ నిరోధక మాత్రల్ని సేవిస్తున్నట్లే గర్భవతి అయినాను. కాని నేను నెల పూర్తిగా మాత్రల్ని తీసుకొంటుంటి. ఎందుకంటె నేను గర్భావతి అని నాకి తెలియలేదు. దీనినుంచి నా శిశువుపై ఏదైనా ప్రభావం కలుగుతుందా?''

మాత్రల్ని తీసుకొనేది మానేసినంక ఒక్క నెల చక్రము పూర్తిగా అవుతుంది. అపైన మీరు గర్భధారణ చేసుకుంటె సరి అవుతుంది. అయితె ఇది అకస్మాత్తుగా అయిన కారణం ఏమీ చేసెదానికికాదు. ఇది ఇంత గంభీరమైన లేద యోచన చేసే మాట కాదు. ఈ స్థితిలో శిశువుకు ఏదైనా తొందర అయితుంది అని ఏ సాక్షీ దొరకడంలేదు. మనస్సుకు సమాధానం కావాలంటె మీ డాక్టర్‌తో సలహా తీసుకొండి.

''నేను కండోమ్ మరియు స్పర్మిసైడ్స్ ప్రయోగిచ్చేటపుడే గర్భవతి అయితిని మళ్ళి నాకి తెలియకుండానే దీని ప్రయోగాన్ని చేస్తూ ఉంటిని. నాకి శిశువు గురించి ఏదైనా తొందర కావచ్చా?''

మీరు కండోమ్ స్పర్మిసైడ్స్ జొతకి డైఫరాగం లేదా స్పర్మిసైడ్స్ డైఫరాగం మొదలైనవి పెట్టుకొనే గర్భిణి అయి ఉంటె తెలుసుకొండి స్పర్మిసైడ్స్ మరియు జన్మజాత వికారములో ఏదీ సంబంధం లేదు. గర్భావస్థ ప్రారంభంలో దీని ప్రయోగంనుండి ఏదీ సమస్య కనపడదు. మీకి తెలియకుండా గర్భం ధరించినా దాన్ని సంపూర్ణంగా ఆనందించండి.

''నేను ఐ.యూ.డీ ని గర్భనిరోధకంగా ఉపయోగిస్తుంటిని. అయితే నేను గర్భవతినని నాకి ఇప్పుడు తెలిసింది. నా గర్భకాలం సురక్షితంగా మరియు ఆరోగ్యవంతా ఉండుందా?''

యద్యపి గర్భ నిరోధకాన్ని ఉపయోగించిన నంతరం గర్భవతి కావడం కొంచం మనస్సుకు బేజారు కలుగవచ్చు. అయితే 1000లో 1 కేస్ మాత్రం ఇట్ల అయితుంది. ఐ.యూ.డి ఉంటె కూడా గర్భవతి అయి ఉండారంటె అది దాని స్థానంనుండి జరిగిండవచ్చు లేదా సరిగ్గా వేసుకోక ఉండవచ్చు.

మీ దగ్గర రెండు వికల్పానున్నాయి. మీరు అయినంత తొందరగా డాక్టర్ దగ్గర మాట్లాడండి. ఐ.యూ.డీ పెట్టుకోవలనా లేదా తీసేయాలా అని డాక్టర్ పరీక్ష చేసి చెబుతారు. ఐ.యూ.డి. దాని స్థానం నుండి జరిగి దాని దారం కనిపిస్తే దాన్ని తీసేయువచ్చు. కాకపోతె అది ప్రసవం సమయంలో బయట వస్తుంది. ఆ దారం గర్భావస్థ ప్రారంభంలోనే కనిపిస్తె అంతులో అపాయం జాస్తిగా ఉంటుంది. దీన్ని తొందరగా తీస్తే సఫళమైన మరియు స్వస్థ్యమైన గర్భావస్థాన్ని పొందవచ్చు. దీన్ని తీసేయకపోతె గర్భపాతం అయే సంభవం ఉంది.

మొదటి మూడు నెలల్లో ఇది లోగా ఉంటె ఏ రీతియైన స్రావం, జలుబు, నొప్పికి తయారుగా ఉండండి. ఎందుకంటె మీకి దీని కారణంగా ఏన్నో తరహా సమస్యలను ఎదురించపడాలి. డాక్టర్‌కి అన్ని లక్షణాలను చెప్పేదానికి లేటు చేయకండి.

ఫైబ్రాయిడ్

''నాకి నిండా రోజులనుండి ఫైబ్రాయిడ్ ఉంది. అయితే నాకి ఏమీ తొందర ఉండలేదు. గర్భావస్థంలో దీనినుండి ఏదైనా తొందర కావచ్చా?''

మీరు మరియు గర్భావస్థ మధ్యంలో ఫైబ్రాయిడ్ ఏమీ అడ్డంవేయదని భావిస్తున్నాము. గర్భాశయం గోడ మీద ఉండే ఈ నానమైలిగనెట్ వాపు గర్భావస్థలో ఏమీ అడ్డం చేయదు.

యద్తపి ఈ మహిళలకి కొన్ని సార్లు కడుపు క్రింది భాగంలో ఒత్తు మరియు నొప్పి తొందర ఉండవచ్చు. అయితే దీన్నేమీ యోచించే కారణం లేదు. అయినా మీ డాక్టర్‌కి ఖండితంగా చెప్పండి. నాలుగు-ఐదు రోజులు విశ్రాంతి తీసుకొండె లేదా ఏదైనా సురక్షితమైన నొప్పి మాత్ర తీసుకొంటె అన్నీ సరిపోతుంది.

కొన్నిమాట్లు ఫైబ్రాయిడ్ కారణంనుండి ప్లెసెంటా వేరె అయే, ప్రీటర్మ్ బర్త్ లేదా బ్రీచ్ బర్త్ ఒక్క అపాయం కనపడచ్చు. అయితే హుషారుగా ఉంటె ఈ అపాయాములనుంచి దూరం ఉండవచ్చు. డాక్టర్ అపాయాల మరియు హుషారుగా ఉండే విషయాల గురించి సరిగ్గా చెబుతారు. దానికారణం మీ డాక్టర్ జొతకి ఈ విషయం మీద స్పష్టంగా మాట్లాడండి. ఫైబ్రాయిడ్ కారణంనుండి నైజ ప్రసవంలో తొందర కావచ్చు. డాక్టర్‌కి అనిపిస్తె వాళ్ళు సీ-సెక్షన్ ప్రసవానికి సలహా ఇవ్వవచ్చు. అధికాంశతః ప్రసవంలో గర్భం పెద్దదయినపుడు పెద్ద ఫైబ్రాయిడ్ కూడా బైటకి వస్తుంది.

''నేను కొద్ది సంవత్సరాల క్రితం రెండు ఫైబ్రాయిడ్ తీసుకొ ఉంటిని. దీనినుండి నా గర్భం మీద ప్రభావం అయితుందా?''

సామాన్యంగా గర్భాశయం ఫైబ్రాయిడ్ ట్యూమర్ తీసే సర్జరీ లెప్రోస్కోపిక్ అయి ఉంటుంది. అ కారణంగా గర్భావస్థలో ఎలాంటి ఇబ్బంది కలుగదు. యద్యపి పెద్ద ఫైబ్రాయిడ్ అయి ఉంటె గర్భాశయం క్షీణం అయితుంది. దీనిలో ప్రసవంకోసం బలం ఉండదు. మీ రికార్డ్లను చూసి చికిత్సలుకి ఉంది అనిపిస్తే వాళ్ళు సీ-సెక్షన్ ప్రసవానికి సలహా ఇవ్వవచ్చు. సర్జరి చేసే ముందు ప్రసవ నొప్పి ప్రారంభం అయితే ఆ లక్షణాల్ని గుర్తించి అయినంత త్వరలో డాక్టర్ దగ్గర పొండి.

ఎండోమేట్రిటోసిస్

''చాలా సంవత్సరాలవరకు నేను ఎండోమేట్రిటోసిస్‌నుండి బాధ పడుతూ వ్పుడు నేను గర్భవతి అయి ఉండాను. నా గర్భావస్థంలో ఏదైనా సమస్య కనపడవచ్చా?''

దీనితో రెండు తరహాల సమస్యలున్నాయి. గర్భధారణంలో తొందర మరియు నొప్పి. గర్భవతి అయే అర్థం ఏమిటంటె మీరు మొదటి సవాలను ఎదురించి అయింది. (శుభాకాంక్షలు) గర్భిణి అయిన వెంటనే రెండవ సవాలుని పారు చేసేదానికి సహాయం అవుతుంది.

గర్భావస్థంలో ఎండోమేట్రిఓసిస్ లక్షణాలు మరియు నొప్పినుండి వీలు కావచ్చు. హార్మోన్ చేంజ్ అయే కారణంనుండి ఇట్ల అవుతుంది. ఓవ్యులేశన్ అయిన తరువాత ఎండోమేట్రియల్ సన్నంగా మృదువుగా ఉంటుంది. ఏన్నో మహిళల్లో ఇంకా మంచి పరిణామాలు కనిపిస్తాయి. ఎన్నో మహిళల్లో సంపూర్ణ గర్భావస్థలో దీని లక్షణాలు కనబడవు. కొన్ని మహిలలుకి నొప్పి మరియు జరిన్ సమస్య రావచ్చు అయితే శిశు జన్మంలో యావ రీతి తొందర కనబడవు.

గర్భాశయం అపరేశన్ అయి ఉంటె డాక్టర్ సి-సెక్షన్ సలహా ఇస్తారు.

గర్భావస్థలో ఎండోమేట్రిఓసిస్ లక్షణాలనుండి విడుదల చిక్కతుంది. అయితె దాన్ని ఉపయోగం ఉండదు. గర్భావస్థ మరియు దాని పరీక్ష అయినంక దాని లక్షణాలు మళ్ళీ కనపడతాయి.

కొలొపాస్కోపి

''ఒక్క సంవత్సర క్రితం నేను గర్భవతి అయిఉండినప్పుడు నాకి కొలొపాస్కోపి మరియు సర్వాయికల్ బాయెప్సి కత్తరించబడినది. నా గర్భావస్థ అపాయంలో ఉన్నదా?''

పైపస్మీలో ఏదైనా అనియమితమైన సర్వాయికల్ జీవకోశాలు కనిపిస్తె కొళొపాస్కాపి చేస్తారు. సామాన్య ప్రక్రియలో యోని మరియు సర్విక్స్‌ని ఒక విశేషమైన మైక్రోస్కోప్ సహాయంతో చూడబడుతుంది. పైపస్మీయాల్లో అసామాన్యమైన జీవకోశాలు కనిపిస్తే డాక్టర్ సవాయికల్ లేదా కోన్ బయాప్సి చేస్తారు. దీనితో సందేహం ఉంటే జాగనుండి దాన్ని తీసి ల్యాబ్‌లో పరీక్ష చేస్తారు. దీనికోసం క్రాయోసర్జరి (అసామాన్యమైన జీవకోశాల్ని చేరిపిస్తారు) లేదా లీప్ చికిత్స చేస్తారు. దానిలో ప్రభావంతమైన జీవకోశాల్నీ (టిశ్యూల్ని) ఇలెక్ట్రికల్ కరెంట్‌నుండి తీసివేస్తారు. మంచి వార్త ఏమిటంటె ఈ ప్రక్రియ చేసిన తరువాత గర్భిణి మహిళలు స్వస్థ శిశువులుకి జన్మం ఇస్తారు. యద్యపి తీసివేసిన జీవకోశాల ప్రమాణం లెఖ్ఖలో కొన్ని మహిలళకి గర్భావస్థంలో తొందర కనపడవచ్చు. మీ డాక్టర్‌కి ఈ మాదిరి ఏ సర్జరి లేదా టెస్ట్ అయి ఉంటె ఖచ్చితంగా చెప్పండి. అప్పుడు వాళ్ళు మీమ్మల్ని ఇంకా బాగా చూసుకోవచ్చు.

మొదటి ప్రసవ పూర్వం తపాసణలో వేరే జీవికోశాల విషయం దొరికితె డాక్టర్ కొలొపాస్కోపి సలహా ఇవ్వవచ్చు. అయితె బయోప్సి మొదలైనవి శిశు

జన్మం అయినంకే చేయబడను.

ఎచ్.పీ.వీ. (హ్యూమన్ పైపిలొమ వైరస్)

''జెనిటల్ ఎచ్.పి.వీ నా గర్భావస్థని పాడుచేయవచ్చా?''

ఎచ్.పి.వీ. సెక్సుయలి ట్రాన్సిమిటెడ్ వైరస్సు. సామాన్యంగా దీని లక్షణాలు స్పష్టగా కనిపించవు. మరియు ఇది 6 నుండి 10 నెలలలోగా అదే సరిపోతుంది.

కొన్ని సలాల్లో దీని లక్షణాలు స్పష్టంగా కనిపిస్తాయి. పైపస్మీయనుండి కొన్ని జీవకోశాల్లో అనియమత కనపడుతుంది. ఏన్నో మాట్లు యోని పిర్ర మరియు వల్వా పైన పసుపు లేదా గులాబి వర్ణం మచ్చలు కనబడుతుంది. అయితే దీనిలో ఏ నొప్పి ఉండదు. అయితే ఒక్కొక్క సార్తి మంట అయితుంది లేదా రక్తం వస్తుంది. అయితే ఈ మచ్చలు ఒకరెండు నెలల్లో అదే సరిపోతుంది.

జెనిటల్ ఎచ్.పీవీ గర్భావస్థని ఎలా ప్రభావం చేస్తుంది? దీని నేర ప్రభావం పడదు అయితే కొన్ని గర్భిణి మహిలళలో ఈ మచ్చలు జాస్తి అవుతుంది. మీ మచ్చలు అదే సరిపోవక పోతె డాక్టర్ సలహా పొందటానికి వీలుచేయకండి. వాళ్ళు దీన్ని ఫ్రీజింగ్ ఇలెక్ట్రిక్ లేదా లేజర్ థెరపినుండి తీసివేస్తారు. కొన్ని సార్లు దీన్ని ప్రసవం వరకు చేసేదానికి వీలువడదు.

మీరు ఎచ్.పీ.వీ. రోగి అయిఉంటె డాక్టర్‌కి సవాయికల్ సేలిన పరీక్ష చేయల్సి వస్తుంది. బయాప్సి చేయాల్సి వస్తె దాన్ని శిశువొక్క జన్మందాక తోస్తారు.

ఎచ్.పీ.వీ సంక్రమణ రోగం. ఈ కారణం ఒక్కే ఒక్క ఫ్రెండ్‌తో సెక్స్ చేయండి. ఇప్పుడు 26 సంవత్సరాలకింత తక్కువ ఉండే మహిలళకి దీని వైక్సీన్ చిక్కవచ్చు. అయితే గర్భావస్థలో దీని ప్రయోగం చేయరాదు. వైక్సీన్ శురు చేసినవెంటనే మీరు గర్భవతి అయితే శిశు జన్మించే వరకు తడుచుకోవాలి. ఈ చికిత్స మూడు ప్రమాణంలో చేస్తారు.

హర్పీజ

''నాకి జెనిటల్ హర్ఫీజ ఉంది. ఇది నా శిశువుకూ వస్తుందా?''

గర్భావస్థంలో హర్ఫీజ అయేదేమిటంటె మీరు నిండా జాగ్రత్తగా ఉండాలి. అయితె ఇది ఏమీ పెద్ద అపాయం గుర్తింపు కాదు. మీరు మరియు మీ డాక్టర్ అన్ని తరహాల జాగ్రత వహిస్తే గర్భావస్థ మరియు ప్రసవ సమయంలో ఏ తొందర కనపడదు మరియు శిశు అరోగ్యంగా ఉండుంది.

అన్నిటికన్నా మొదలు పుట్టిన బిడ్డలో ఈ రీతీయైన సంక్రమణ సంభవం 1% అంతే. తల్లి సంక్రమణనుండి శిశువూ రోగిగా మార్పడేది నిండా తక్కవ. మొదటి 3 నెల్లలో అయే ఇంజక్షన్ నుండి మిస్‌క్యారేజ్ మరియు ప్రీమెచూర్ డెలివరి అయే అపాయం జాస్తి అవుతుంది. అయినా ఈ శిశువుల్లో ఈ అపాయము ఉంటేనూ ఉండనట్లుంటుంది. మంచి చికిత్స నుండి దీన్ని సంభాళించవచ్చు.

హర్ఫీజ్ రోగి తల్లి బిడ్డల రక్షణకోసం వారికి ఎంటివైరల్ మందులు ఇవ్వబడును. శిశువికి సంక్రమణమైతె దానికీ ఎంటివైరల్ మందులు ఇవ్వబడుతుంది.

ప్రసవ అయినంకా సంక్రమణ అయితే హుషారుగా ఉండి తల్లి తన శిశువుకి స్తనపానం చేయించవచ్చు.

మరో ఎస్‌టీడీ మరియు గర్భావస్థ

దీనిలో ఏమీ అశ్చర్యం లేదు ఎందుకంటే ఎక్కువగా ఎస్.టీ.డీనుండి గర్భావస్థం మీద ప్రభావం కలుగవచ్చు. దీన్ని ముందే కనిపెడతె చికిత్స ఇవ్వవచ్చును. అయితే మహిళలకి దీని గురించి తెలియకపోవచ్చు. అ కారణం అన్ని గర్భిణి స్త్రీలకి క్లామ్మెడియ, గొనొరియా, ట్రిఎకొమొనఎసిస్, హెపటైటస్. బీ, ఎచ్.ఐ.వీ మరియు సీఫలిస్ పరీక్ష కావాలి.

జ్ఞాపకం ఉంచండి ఎస్.టీ.డీ రోగం ఏదైనా ఒక సముదాయానికి మరియు అర్తిక స్థరములో ఉండదు. ఇది అన్ని వయస్సువాళ్ళకి, జాతి వర్గం, ప్యాదవాళ్ళు-ధనికులు, సన్న పల్లెలో ఉండేవారికి పెద్ద పట్టణంలో ఉండే స్త్రీలుకు, పురుషలుకి ఎవరికైనా కావచ్చు. ప్రముఖమైన ఎస్.టీ.డీ రోగం ఇలా ఉంటుంది.

గొనొరియా-భ్రూణంపై కంజక్టివైటిస్ అంధత్వం మరియు గంభీరమైన సంక్రమణం కారణంగా గొనొరొయా రోగం అని నమ్మడం అయింది. ఇది సంక్రమితంగా ఉండే బొడ్డుతీగ కారణంగా బిడ్డకి కావచ్చు. ఈ కారణంగా మొదటి కలువడంలోనే గర్భిణి మహిళ పరీక్ష చేస్తారు. యే మహిళ ఈ రోగంనుంచి చాలా అపాయం ఉంటె గర్భావస్థంలో అనాక దీని పరీక్ష చేయవచ్చు. గొనొరియా సంక్రమణం కనిపిస్తే ఎంటిబయోటిక్సి సహాయంనుండి ఉపచారం చేసేదానికి ప్రయత్నిస్తారు. అనాక అ స్త్రీ సంక్రమణంనుండి సంపూర్ణంగా సురక్షితంగా ఉండాలని ఇంకొక్క కల్చర్ చేస్తారు. అతిరిక్తంగా పుట్టిన బిడ్డ కణాల్లో ఒక్క ఎంటిబాయొటిక్ వేస్తారు. ఈ ఉపచారాన్ని కనీసం ఒక్క గంటవరకూ చేస్తారు.

సిఫలిస్ : ఈ రోగంనుండి ఎన్నో జన్మంనుండి వికృతులు కావచ్చును. దానికోసం అన్నిదానికింత ముందు దీన్ని పరీక్ష చేస్తారు. సంక్రమిక మహిళకు నాలుగవ నెలకింత ముందే ఎంటిదాయెటిక చికిత్స ఇస్తె భ్రూణమును హానికారకంనుండి రక్షించవచ్చు. ఎందుకంటె అదే సమయంలో సంక్రమణ భ్రూణంవరకు తలువుతుంది. కొద్ది సంవత్సరాలనుండి తల్లినుండి భ్రూణానికి అయ్యే ఈ సంక్రమణము తక్కువ అయి ఉంటుంది. ఇది ఒక మంచి వార్త.

క్లామైడియా : 26 ఎళ్ళకింతా తక్కువ వయస్సు మహిళలలో సిఫలిస్ మరియు గొనొరియా లేదా క్లామైడియాది ఎక్కువ కేసులు కనవడిస్తాయి. ఈ సంక్రమణ భ్రూణముతనక వస్తే తల్లి మరియు శిశువుకి అపాయం కావచ్చు. మీకి ముందే ఎక్కువ సెక్స్ పార్టనర్ ఉంటె స్క్రీనింగ్ అవశ్యకమవుతుంది. ఎందుకంటె ఈ మాదిరి కేసులలో సంక్రమణం అపాయం జాస్తి ఉంటుంది. అర్ధానికన్నా ఎక్కువ మహిళలకు దీని లక్షణాలు తెలియడమే లేదు. దాన్ని పరీక్ష చేయకపోతె దీని ఉపచారం కష్టమవుతుంది.

గర్భావస్థ మొదలు లేదా గర్భావస్థం సమయంలో క్లామైడియాకి సరిగ్గా ఉపచారం చిక్కితె దీనిని సంక్రమణంనుండి (నిమోనియా, కంటి గంభీర సంక్రమణం) రక్షణ చిక్కుతుంది. గర్భావస్థ ముందే దీని ఉపచారం కావాలి దీనినుండి సంక్రమణం శిశువువరకు రాదు. జన్మం తరువార నియమితంగా పుట్టే బిడ్డకి ఏ ఎంటిబాయొటిక్ ఉపయోగిస్తారో అది బిడ్డని క్లామైడియా మరియు గొనొరియా సంక్రమణంనుండి రక్షిస్తుంది.

ట్రైకొమొనైసిస్ : ట్రైకొమొనైసిస్‌ది పెద్ద లక్షణం ఏమిటంటె ఇది సంక్రమణంలో యోనినుండి

పచ్చరంగుతూ చెడ్డ వాసన ఉండేది డిస్చార్జ అయితుంది. అర్ధానికింత ఎక్కువ రోగముండె మహిళలకి దీని లక్షణాలు తెలిసేదే లేదు. యద్యపి ఈ రోగంలో ఎలాంటి గంభీరమైన తొందర కనపడదు. అయితె దీని లక్షణాలనుంచి ఘాబరీ అవుతుంది. దీని లక్షణాలు స్పష్టంగా కనవడే గర్భిణి మహిళలకి మాత్రమే గర్భావస్థంలో దీని ఉపచారం చేయబడుతుంది.

ఎచ్.ఐ.వీ (హ్యూమన్ ఇమ్యూనెడెఫిశియెన్సి వైరస్) సంక్రమణం : అన్ని మహిళలకి గర్భావస్థ ప్రారంభంలోనే ఎచ్.ఐ.వి సంక్రమణం పరీక్ష కావాలి. వాళ్ళకి ఏదైనా ముందు రికార్డ్ ఉంటె లేదా లేకుండా ఉణ్ణి. దీని కారణమే ఏడ్స్ కావచ్చు. ఇది కేవలం తల్లికి మాత్రం కాదు శిశువుకూ హానికారకం. చికిత్స లేకుండా తల్లి శిశువుకి జన్మం ఇస్తె 25% శిశువులకు ఈ సంక్రమణం కావచ్చు. (జీవనంలో మొదటి 6 నెలల్లో ఈ రోగం స్పష్టం కావచ్చు) యద్యపి దీని ఉపచారం విషయంలో నిండా జాగరూకత వచ్చింది. అయినా యావ గర్భిణీ మహిళయొక్క తపాసణ పాసిటీవ్ వస్తే వారిని మళ్ళీ తపాసణ చేయాల్సి వస్తుంది. తపాసణ సరిగ్గా ఉంటుంది. అయినా ఏన్నో సల వైరస్ లేకపోతె పాసిటీవ్ రిసల్ట్ వస్తుంది. రెండవ సల పరీక్ష రిసల్ట్ పాసిటీవ్ వస్తే సంక్రమిత తల్లికి ఎంటాయరట్రోవైరల్ మందు ఇస్తే శిశువుకి సంక్రమణం అయే అపాయం తక్కువగా ఉంటుంది. సీ–సెక్షన్ సహాయంనుండి ప్రసవం చేస్తే అపాయం తక్కువ అయితుంది.

మీరు ఏదైనా ఎస్.టి.డీ. రోగంనుండి బాధిస్తూడాని అనుకుంటె మీ డాక్టర్ సలహామీద పరీక్ష చేయించుకొండి. ఈ చికిత్సనుండి మరీ మిమ్మల్ని కాకుండ మీ శిశు స్వాస్థ్యమూ బాగు వడుతుంది.

ప్రసవ సంబంధం పూర్వ మాహితిలు

విట్రో ఫర్టిలైసేషన్

''నేను విట్రో ఫర్టిలైసేషన్ మూలంగా గర్భధారణ చేసుకున్నాను. నా గర్భావస్థ ఎంత భిన్నంగా ఉంటుంది?''

శుభాకాంక్షలు. అయితె మీరు ప్రయోగశాలలో గర్భధారణం చేసుకొనుంటె మీ గర్భావస్థలో ఏదైనా తొందర వస్తుంది అని దీని అర్థం కాదు. ఐ.వీ.ఎఫ్ గర్భావస్థ సందర్భంలో మొదటి 6 వారాలు కొంచం భిన్నంగా ఉంటుంది. మీకు ఏమీ స్పష్టంగా తెలియటం లేదు. మీకు ముందే మిస్ క్యారియేజ్ అయింటె ఇంటర్‌కోర్సు మరియు వేరె శారీరక గతివిధుల్ని వద్దు అని చెప్పవచ్చు. జొతకి గర్భావస్థకి మొదటి 2 నెలలు ప్రాజెస్ప్రోన్ ఇవ్వవచ్చు.

ఒక సల ఈ కాలం గడిచి పోయిన పిమ్మట మీకు గర్భావస్థ సామాన్యంగా ఉండాదని విశ్వాసం కలుగుతుంది. మీరు ఒకటికింత ఎక్కువ భ్రూణం పెరగించడం లేదనేదే ఒక శత్రువు. 30%కింత ఎక్కువ ఐ.వీ.ఎఫ్ తల్లుల జొతకి ఇలా అవుతుంది. ఈ పుస్తకంలో తరువాత దీని విషయం గురించి విస్తారంగా చెప్పబడినది.

రెండవ గర్భావస్థ

''ఇది నా రెండవ గర్భావస్థ. మొదటి గర్భావస్థంనింక ఇది ఎంత భిన్నంతా ఉంటుంది?''

ఏ రెండు గర్భావస్థలు ఒక్కే సమంగా ఉండదు. మీ తొమ్మిది నెలలు మొదటినింక కొనావరకూ ఎంత భిన్నంగా ఉంటుందో అని మేము

చెప్పలేము. యద్యపి కొన్ని మాట్లని వివరించవచ్చు. అయితే అది ఎప్పుడూ నిజమవ్వదు.

★ మీకి మొదటి సారికింత ఈ సల గర్భావస్థ అందాజు కావాల్సి వస్తుంది. సామాన్యంగ రెండవ సల గర్భావస్థ లక్షణాలు జల్ది తెలుస్తాయి. యద్యపి అది మొదటికింత నిండా తక్కువ ఉంటుంది. ఉదయంలో ఎక్కువ వాకరిక రాదు. జీర్ణక్రియ జాస్తి చెడదు. మీకు సుస్తు ఎక్కువ కాదు. ఏమిటికంటే మొదటి గర్భావస్థ పోలిస్తే ఈ సల దినవములో ఆరామం చేయడానికి లేదా తూకడించడానికి సమయం తక్కువే చిక్కుతుంది.

భోజనంలో అరుచి లేదా ఏదైనా విశేషంగా తినే ఆస మొదలైన లక్షణాలు రెండవ మరియు అనాక అయ్యే గర్భావస్థంలో ఎక్కువ కనిపించదు.

★ మీరు త్వరలోనే గర్భిణిగా కనిపిస్తారు అంటె జల్ది కడుపు కనిపిస్తుంది. మీకే స్వయంగా అనిపిస్తుంది ఏమిటంటే ఈ గర్భావస్థ మొదటికన్నా భిన్నంగా ఉంది అని. మీ కడుపు మొదటిదానికింత కొంచం పెద్దగా ఉంటుంది. ఎందుకంటె ఈ శిశువు మొదటి శిశువుకింతా పెద్దగా ఉంటుంది. కడుపు మరియు వీపు నొప్పి మళ్ళి గర్భావస్థ ఇబ్బందులు మొదటిదానికింత తక్కవ ఉంటుంది.

★ మీకి శిశువు చలనం మొదటిసారి వినబడిస్తుంది. స్నాయువుల శిథిలీకరణంగా (లూస్) ఇలా అవుతుంది. యద్యపి మనస్సులో రోమాంచనంగా ఉంటుంది. అయినా ప్రతియొక్కరికీ ఈ విచారాన్ని ఇచ్చే ఉత్సాహం ఉండదు. ఇది ఒక్క సామాన్యమైన ప్రకియ. దీనినుండి రెండవ శిశువుకి ప్రీతియేమీ తక్కువ అయ్యల్లేదు. జ్ఞకం ఉంచండి మీరు మొదటి శిశువు జొతకూ శారీరికంగ చేరి ఉండారు.

★ ప్రసవం మొదటికింత సులభంగా ఉంటుంది. మొదటి శిశువ జన్మం సమయంలో స్నాయువులు శిథిలమయ్యే కారణం రెండవ శిశువు జన్మంలో ఎక్కువ సమయం అవ్వదు. ప్రసవ నొప్పి మరియు ప్రసవ ప్రతియొక్క చరణం సన్నదిగా ఉంటుంది. బిడ్డని బైటకి నూకేదానికి ఎక్కువ సమయం పడదు.

మీకి నిండా మంచి రీతిలో మొదటి బిడ్డకూ రెండవ బిడ్డకూ సూచన కావాల్సి వస్తుంది. మొదటి బిడ్డ చెల్ల లేదా తమ్ముడిని స్వాగతం చేయడానికి మానసికంగా తయారయ్యేదానికి మీకి నిండా యోచన చేసి సరియైన శబ్దాల్ని ఉపయోగించి మాట్లాడాలి.

''నా మొదటి శిశువు స్వస్థంగా ఉంది. నేను మళ్ళీ గర్భిణి అయి ఉండాను. నేను ఈ సల కూడా ఇంతే భాగ్యవంతరాలుగా ఉంటానా?''

ఔను! ఈ సలానూ మీ బిడ్డ జాక్‌పాట్ బిడ్డే. మంచి వార్త అంటె ఈ సల మొదటికింత తక్కువ ఇబ్బందులు ఉంటుంది మరియు మీకి మరింత ఎక్కువ చికిత్స, ఆహారము, వ్యాయామము మరియు జీవన శైలి సామర్థ్యం మీద శిశువుని జన్మిస్తారు.

ప్రసవ సంబంధీ ఇతిహాసం పునరావృత్తి

''నా మొదటి ప్రసవం ఆరామంగా ఉండలేదు. నేను అన్ని ఇబ్బందుల్ని అనుభవించాను. ఈ సలానూ ఇలాగే అవుతుందా?''

మొదటి ప్రసవంనుండి వచ్చే ప్రసవాల సూచన చిక్కుతుంది. మీకి మొదటి సల కొన్ని ఇబ్బందుల్ని ఎదురించిండచ్చు. అయితె కొన్ని మార్పులూ కావచ్చును. ఎందుకంటె అన్ని గర్భావస్థలూ ఒక్కే మాదిరి ఉండదు. ఉదా: మొదటి గర్భావస్థంలో వాంతి వచ్చేది మళ్ళీ ఆహారం మీద అరుచి అయ్యింటె ఈ సల ఈ మాదిరి ఉండదు. మీ

జెనెటిక్ అనుభవాలనుండి అందాజు చేయవచ్చు. మీ ఈ గర్భావస్థ ఎంత ఆరాముగా లేదా కష్టకరంగా ఉంటుందో అని. దీనిలో కొన్ని కారణాల్ని మీరే నియంత్రించవచ్చు. అది ఇలా ఉంటుంది –

సామాన్యమైన స్వాస్థ్యం : మీరు పూర్తిగా స్వస్థంగా ఉంటె మీ గర్భావస్థం కూడా ఆరాముగా ఉంటుంది. దానికోసం మీ ఆరోగ్యాన్ని సరిగ్గా గమనించుకొండి.

బరువు : మీరు మీ డాక్టర్ సలహామీద మీ బరువుని నిధానంగా జాస్తి చేసుకుంటె లేదా తక్కువ చేసుకొంటె వైరికోజ్, వెన్స్, స్ట్రెచ్ మార్క్, వీపు నొప్పి, సుస్తు, అజీర్ణము, ఉపిరాడటానికి తొందర మొదలైన ఇబ్బందులనుండి బిడుదల చిక్కుతుంది.

ఆహారం : గర్భిణీ స్త్రీ మంది ఆహారం సేవిస్తే ఒక స్వస్థ శిశు యొక్క జన్మం ఎక్కువ అవుతుంది మరియు గర్భావస్థము కూడా ఆరామంగా ఉంటుంది. దీనినింక వాంతి, వాకరిక అలాంటి ఇబ్బందులనుండి విడుదల చిక్కుతుంది మరియు సుస్తు, మలబద్ధత, యోని సంక్రమణ, ఎనిమీయా, తలనొప్పి మొదలైనవాటినుండి ఆరామం చిక్కుతుంది. గర్భావస్థ సమయంలో ఏదైనా ఇబ్బంది కలిగితే స్వస్థ శిశువు జన్మం ఉంటుంది.

స్వస్థ్యత (ఫిట్నెస్) మీకి సంపూర్ణంగా స్వస్థంగా ఉండేదానికి మీరు స్వస్థత మీద గమనం ఇవ్వాలి. రెండవ మరియు అనాక వచ్చే గర్భావస్థంలో వ్యాయామం అతి మహత్వంగా ఉంటుంది. ఎందుకంటె దీనినుండి కడుపుక్రిందిభాగాల స్నాయువులు మృదువుగా అయ్యి దానినింక ఎన్నో తరహాల నొప్పులు మరియు విశేషంగా వీపు నొప్పికి ఆరామం దొరుకుతుంది.

జీవన శైలిలో మార్పు : మీ జీవనశైలినుండి మీ గర్భావస్థలో సమస్యలున్న లక్షణాల్ని ఎదురించబడచ్చు. ఉదా: వాకరిక, సుస్తు, తలనొప్పి, అజీర్ణం మొదలైనవి. పని జాస్తి ఉంటే ఎవరదైనా సహాయం తీసుకొండి. ఒత్తడం జాస్తి అయితుంది. కొంచం పొద్దికి పనిని విడిచి యోగ మరియు విశ్రాంతి టెక్నిక్లను వాడండి. మనస్సుని సమాధానంగా ఉంచండి. ఈ రీతిగా చేస్తె మీకు మొదటికింతా హాయిగా అనిపిస్తుంది.

వేరే బిడ్డలు : ఎన్నో గర్భిణీ మహిలళ ఇంట్లో వేరే బిడ్డలూ ఉంటారు. కాబట్టి వారికి గర్భావస్థ తొందరలు తెలిసేదే లేదు. ఎన్నో మహిళలకి దీనినుండి ఎన్నో చెడ్డ లక్షణాల్ని ఎదురించవస్తుంది. ఎందుకంటె ఉదయం బిడ్లని స్కూలి పొంపించేది మళ్ళి రాత్రి భోజనం సమయంలో పారాడె ఒత్తడంనుంచి వాకరిక మరియు సుస్తు కనపడతుంది. వీపునొప్పి ఉంటుంది. సరియైన సమయానికి మలం విసర్జన చేయక పోవడంకోసం మలబద్ధర కనపడతుంది. బిడ్డలలో శీతము-జ్వరము మరియు దగ్గునింద సంక్రమణము కావచ్చు.

మీరు మీ గర్భావస్థ కారణంగా మీ మొదటి బిడ్డని మీనింక దూరం చేసి, ఎల్లప్పడూ అయ్యేల్లేదు (మీకి మొదటి గర్భావస్థ మాదిరి ప్రీతి మరియు ప్రేమ దొరకదు) మీకోడం మీదే ప్రీతి ప్రేమ కావాలి. బిడ్డని వండపెట్టే టప్పుడు మీరూ వండుకొండి. మీ భోజనం రీతిని గమనంలో పెట్టుకొండి. గర్భావస్థలో ఏదైనా ఇబ్బంది లేదా కష్టం ఎక్కువ అయ్యే పనిలను చేయకండి.

''నేను మొదటి గర్భావస్థలో కొన్ని ఇబ్బందులను అనుభవించినాను. ఈ సలానూ ఇట్టలే అయితుందా?''

ఒకటి జటిల గర్భావస్థ అయితే రెండవ గర్భావస్థకూడా ఇలాగే ఉంటుంది. అయితే దానిలో కొన్ని ఇబ్బందులు మళ్ళీ రావచ్చును. అయితే

అందరికీ ఇట్లే అని చెప్పడానికి కాదు. దానిలో మొదటి సల అయే ఇబ్బందులూ కొన్ని ఉండవచ్చు. ఉదా: ఏదైనా సంక్రమణము లేదా దుర్ఘటన ఆ ఇబ్బందులు జీవనశైలినుండి అయి ఉంటె మీ జీవనశైలిని బదలిస్తే మళ్ళీ అది రాకుండ ఉండవచ్చు. (ధూమ్రపానగడం, ఆల్కోహాలు సేవించడం, మాదక పదార్థాలు ఏదైనా కావచ్చు.) మొదటి సారి మీరు తీసుకోలేక చికిత్సలను మీరు ఈ సారి తీసుకోవచ్చు. క్రానిక్ రోగం కారణంగా ఇబ్బంది కలిగిఉంటె దాన్ని మీరు గర్భధారణ మొదలే చికిత్స తీసుకొని ఉంటె ఉదా: చక్కర కాయిలా లేదా హై బి.పి. ఈ జటిలతల్ని గమనించి డాక్టర్ ఈ సర్తి జాగరూకంగా ఉంటారు మరియు మీకు సంపూర్ణంగా సలహాలు ఇస్తారు. ఏమి కారణంగా ఉంటేనూ సంపూర్ణంగా జాగ్రత్త మరియు పోషణనుండి స్వస్థ శిశువుని జన్మానికి గ్యారంటి ఇవ్వవచ్చు.

నిండా త్వరలో రెండవ గర్భావస్థ కావడం

''నేను మొదటి శిశువు జన్మం అయిన 10 వారాలనంతరం గర్భం ధరించాను. దీనినుండి నాకి మరియు గర్భస్థ శిశువు ఆరోగ్యం మీద ఏమి ప్రభావం కావచ్చు?''

ఒక్క శిశువు జన్మం అయినాక అకస్మాత్తుగా మళ్ళీ గర్భం ధరిస్తే అయ్యే ఘటన నిండా ఒత్తడం కారణం కావచ్చు. ఎందుకంటె మీరు దీనికోసం మానసికంగా తయారు అయిఉండలేరు. అన్నిదానికింతా ముందు మీ మనస్సుని సమాధానంగా ఉంచండి. ఒక్కటి నంతరం రెండవ గర్భవస్థ తల్లి ఆరోగ్యం మీద నిండా ప్రభావం అయితుంది. అయినా మీరు కొన్ని మాట్ల పైన గమనం ఇచ్చి ఈ స్థితిని ఎదురించవచ్చు.

★ గర్భావస్థ అని తెలిసిన తక్షణం ప్రసవ సంబంధ పోషణ ప్రారంభించండి.

★ మీ భోజనం పద్ధతిల్ని చేంజ్ చేసుకొండి. మీ మొదటి శిశువుకి స్తనపానం చేయిస్తుంటె మీ శరీరానికి అవశ్యకమైన పోషణ చిక్కక పోతె అప్పుడు మీకి మరియు గర్భంలో ఉండే శిశువుకి పర్యాప్తంగా పోషణ తీసుకోవలసి వస్తుంది. డాక్టర్ సలహా మీద ప్రోటీన్, కబ్బిణాంశము మరియు విటమిన్స్‌ని మీ ఆహారంలో చేరించుకొండి. భోజనానికి జాస్తి సమయం ఇవ్వండి. మీ దినచర్య కొద్దిగా ఉంటె మీరు మీకోసం సమయాన్ని ఇవ్వబడవలెను.

★ పర్యాప్త మాత్రలో బరువు పెంచుకొండి. మొదటి శిశువుకి చేసినట్లు కొత్త భ్రూణ శిశువుకూ కావాలి. డాక్టర్ సలహా తీసుకొండి మరియు అలాగే మీ బరువుని పెంచుకొండి. సంపూర్ణంగా ప్రయత్నం చేసినా మీ బరువు ఎక్కువ కాకపోతె మీ కెలరీయొక్క ప్రమాణాన్ని గమనించండి.

★ మీరు ఇప్పటివరకూ మీ శిశువుకి స్తనపానం చేయిస్తుంటే ఇప్పుడు డాక్టర్ సలహా తీసుకొని డబ్బి లేదా వేరె పాలు ఇవ్వవచ్చు. మీకి మీ చిన్నారి శిశు మరియు గర్భంలో ఉండే శిశు ఇద్దర ఆరోగ్యాన్ని గమనించాలి మరియూ మీరూ విశ్రాంతి తీసుకోవడానికి మర్చిపోకండి.

★ మీ దేహం వేరేవాళ్ళకింత జాస్తి విశ్రాంతి అవశ్యకత కావాల్సి ఉండవచ్చు. మీకి మీ ఇల్లుని చూసుకోవచ్చు. దానికోసం పని ప్రాముఖ్యాన్ని నిర్ధరించండి.

★ పనికి రాని పనుల్ని మీరే చేయాలని లేదు. బిడ్డ పండుకొని ఉంటే టప్పుడు మీరూ పండుకొండి. రాత్రి బిడ్డకి బాటల్ పాలు చేసి తాపించడానికి తండ్రికి పని చెప్పండి. స్తనపానం చేపిస్తా ఉంటె రాత్రి బిడ్డని సమాధానం చేసేదానికి తండ్రిని లేబిచ్చవచ్చు.

★ మీకి సుస్తు అయ్యేంతవరకూ వ్యాయామం చేయండి. వ్యాయామానికోసం

సమయం తీసుకొనేదానికి కష్టం అయితే సన్న బిడ్డని స్టాలర్‌లో పండుపెట్టుకొని వాకింగ్ పోండి. బిడ్డని ఎవరి దగ్గరైనా విడిచి వ్యాయామం క్లాసికి పోవచ్చును.

★ మిమ్మల్ని గర్భావస్థ ఇబ్బందులనుంచి దూరం పెట్టుకోండి. ఉదా : పొగ త్రాగడం లేదా ఆల్కోహాలు రాగడం. మీకి మరియు గర్భంలో ఉండే శిశువుకి ఒత్తడంనింక దూరం ఉంచండి.

ఒక పెద్ద పరివారము

''నేను ఆరవ సల గర్భం ధరించుచున్నాను. దానినింక నా శిశువు ఆరోగ్యం మీద చెడ్డ ప్రబావం పడవచ్చా?''

మీకి అన్ని ప్రసవపూర్వ సంపూర్ణ చికిత్స మరియు పోషణ చిక్కుతుంటె ఈ సలానూ మీ ఇంట్లో స్వస్థ శిశు జన్మిస్తుంది అని గ్యారంటి ఉంది. కవల పిల్లలు లేదా మూడు బిడ్డల గర్భావస్థ లేకా పోతె సామాన్యంగా ఈ గర్భావస్థ సురక్షితంగా ఉంటుంది.

ఈ గర్భావస్థాన్ని సంపూర్ణంగా ఆనందించండి. క్రింద రాసిన మాట్లను గమనంలో ఉంచుకొండి.

★ విశ్రాంతి తీసుకొండి : అయినంతా విశ్రాంతి తీసుకొండి. మీరు విశ్రామం తీసుకోవడానికి కష్టం కావచ్చు. అయితే ఏ గర్భిణి తల్లి తన ఐదు చిన్న చిన్న బిడ్లని చూసుకోవాలి. ఆ తల్లికి విశ్రామమం అవశ్యకంగా కావాలి.

★ సహాయం తీసుకొండి : మీకి మీ పనుల్లో సహాయం తీసుకోవాల్సి వస్తుంది. అన్నిదానికింత ముందు మీ భర్త సహాయం తీసుకొండి. మీ పెద్ద బిడ్లకి స్వయంగా పని చేసే రూఢి చేయించండి. వాళ్ళకి వాళ్ళ వయస్సుకొద్ది పని ఇవ్వండి. మీరు మీ కొన్ని పనుల్ని ఇంట్లో ఉండే వేరె వాళ్ళతో చేబిస్తే ఇంకా మంచిది.

ఆహారం – సామాన్యంగా సన్న బిడ్డల తల్లిలు అందరి కడుపు నింపడంలో వాళ్ళ భోజనం గురించి గమనం ఇవ్వలేరు. సమయానికి సరిగ్గా భోజనం చేయకపోతె లేదా జాస్తి పని చేస్తె మీ శక్తి తక్కువ అవుతుంది. భోజనం చేసేదానికి సమయం ఇవ్వండి. స్వస్థమైన భోజనం మంచి పరిణామాన్నిస్తుంది.

బరువు : మీ బరువు గురించి గమనించుకొండి. సామాన్యంగా గర్భిణి మహిళల బరువు కొంచం జాస్తిగానే ఉంటుంది. మీకూ ఇలాగే అయిఉంటె డాక్టర్ సలహ తీసుకొని బరువుని జాస్తి చేసుకొండి. అయితే అవశ్యకతకింత ఎక్కువ బరువు తక్కువ కాకూండ ఉండడం చూసుకొండి.

గర్భపాత సమస్య

''మొదటి మూడు నెలల్లో గర్భపాతం అయితె గర్భావస్థం అయినంక''

ఏమీ ప్రభావం లేదు. మీ గర్భపాతం 14 వారాలకింత ముందే అయిఉంటె యోచన చేసే పని లేదు. 14 నుండి 27 వారాల మధ్యంలో అయ్యే గర్భపాతంనుండి మొదటి ప్రసవానికి అపాయములు కొంచం జాస్తిగా ఉంటుంది. డాక్టర్‌కి ఈ గర్భపాతం గురించి అన్ని విషయాల్ని మొదలే చెప్పిఉంటె వాళ్ళు మీకు సంపూర్ణంగా చికిత్స చేస్తారు.

డాక్టర్‌కి చెప్పండి....

మీ చికిత్స లేదా స్త్రీ రోగం ఎలాగే ఉంటేనూ డాక్టర్ దగ్గర ఖండితంగా చెప్పండి. ఉదా: మొదటి గర్భావస్థ, మిస్ కారేజ్, అబార్శన్, సర్జరి లేదా ఏదో సంక్రమణం. డాక్టర్‌కి ఈ విషయాలన్నీ ఎంత బాగా తెలిసి ఉంటుందో వారు అంత బాగ మిమ్మల్ని చూసుకొంటారు. వాళ్ళు ఈ విషయములన్నిటినీ గోప్యంగా ఉంచుతారు.

ప్రీ టర్మ్ బర్త్

''నా మొదటి గర్భావస్థ ప్రీ టర్మ్ బర్త్ అయిండె. కాని నేను దీనికి సంబంధించిన అన్ని అపాయములనుండి చికిత్స చేయించుకున్నాను. కాని ఇప్పుడు ఇదే ఇబ్బంది కలుగవచ్చా?''

శుభాకాంక్షలు. మీరు ముందే అన్ని రకాల చికిత్స చేయించుకొని ఉంటె మీ శిశువు సరియైన సమయానికి ఈ భూమి మీద అడుగు పెడతుంది.

మీరు డాక్టర్ జొతగా చేరి కొన్ని ఇంకా మంచి ఉపాయాలని చేయవచ్చు. దానినింక ప్రీ టర్మ్ బర్త్ అపాయమే ఉండదు.

ఈ విషయంలో ఏదైనా కొత్త సంశోధనాలు ఉందా అని డాక్టర్ దగ్గర అడిగి తెలుసుకొండి. శోధాల ప్రకారం 16 నింక 36 వారాల సమయంలో శాట్ లేదా జెల్ రూపంలో ప్రొజెస్టెరాన్ హార్మోన్ ఇస్తె ప్రీ టర్మ్ బర్త్ అపాయాన్ని దూరం చేసుకోవచ్చు. మీరు మీ డాక్టర్ సలహా మీద దీన్ని తీసుకోవచ్చు.

అనాక మీరు స్క్రీనింగ్ టెస్ట్ చేయించుకొనె అవశ్యకత ఉందా అని మీ డాక్టర్‌ని అడగండి. ఎందుకంటె ఈ టెస్ట్‌ల పాసిటీవ్ పరిణామము మీద మీకి ముందుకు ఇంకా పరీక్ష చేయించుకోవాలి.

ఎమ్నియోటిక్ సైక గర్భాశయం గోడలనుండి వేరె అయేటప్పుడు పైటల్ ఫైబరొనెక్టిన్ స్క్రీనింగ్ పరీక్షనుండి యోనిలో ప్రోటీన్ తెలుస్తుంది. (ఇది సమయం పూర్వ ప్రసవ పీడానికి సంకేతం) ఈ పరీక్ష పరిణావమము నెగెటివ్ వస్తె ఘాబరి అయ్యే అవశ్యకతలేదు. అయితె పరీక్ష పరిణామము పాసిటివ వస్తే మరియు ప్రీ టర్మ్ అపాయము కనవడిస్తె డాక్టర్ మీ గర్భావస్థ సమయాన్ని అధికంగా చేసే ఉపాయాన్ని చేయవచ్చు. లేదా శిశువు పుప్పును సమయ పూర్వం ప్రసవానికి తయారు చేయవచ్చు.

రెండవ స్క్రీనింగ్ టెస్ట్‌నుండి సర్విక్స్ పొడువు తెలుసుతుంది. దీన్ని అల్ట్రాసౌండ్ సహాయంనింక కొలుస్తారు. ఇది సన్నగా లేదా దాని తెరవడం సంకేతం చిక్కితె డాక్టర్ మీకి బెడ్ రెస్ట్ సలహా ఇస్తారు లేదా సర్విక్స్‌కి కుట్లు వేస్తారు (22 వారాలు కాకపొతె)

సమాచారమునుండి ఎప్పుడూ ధైర్యం చిక్కుతుంది. అయితె ఈ సందర్భంలో మీరు మీ రెండవ శిశువు ప్రసవానికి సిద్ధం కావచ్చు. ఇది ఒక మంచి వార్త.

తక్కువ సర్విక్స్

''నా మొదటి గర్భావస్థ ఐదవ నెలలో మిస్ క్యారేజ్ అయిఉండె. ఇది తక్కువ సర్విక్స్ కారణంనుంచి అయింది అని డాక్టర్ చెప్పారు. ఇప్పుడు నా హోమ టెస్ట్ పరీక్ష పాసిటీవ్ వచ్చింది. మళ్ళీ అదే సమస్య కావచ్చా అని నాకి యోచన అయితూ ఉంది.''

మీకోసం ఒక మంచి వార్త ఏమిటంటె ఇట్ల మళ్ళీ అయ్యెలేదు. ఎందుకంటే ఈ గర్భావస్థంలో పునః ఆ మాదిరి ఇబ్బంది కాకుండా ఉండేదానికి ఇప్పుడుదాక డాక్టర్ మీ ఆ తొందరని కనిపెట్టి దానికి చికిత్స ఇస్తూ ఉంటారు. పూర్తిగా సుశ్రూష మరియు చికిత్స అయిన వెంటనే మీరు ఒక స్వస్థమైన శిశువుకి జన్మం ఇస్తారు.

మీరు ఈ సల డాక్టర్‌ని వేరు చేసి ఉంటె వాళ్ళకి అన్నీ విషయాల్నీ చెప్పండి. అప్పుడు వారు మీకి సరియైన సుశ్రూష మరియు చికిత్సని ఇస్తారు.

సర్విక్స్‌లో తక్కువ అయితె అది గర్భాశయం మీద ఎక్కువగా ఉండే ఒత్తడం కారణంనుండి. సమయానికి ముందే ఓపన్ అయి ఉండచ్చు. 100లో 1-2 గర్భావస్థ ఇలా అవుతుంది. సామాన్యంగా రెండు మూడు నెలల్లో 10 నుండి

20% ఇదే కారణంనుండి మిస్ క్యారేజ్ అవుతుంది. జెనెటిక్ బలం లేకుండా పోవడం, ప్రసవ సమయంలో సర్విక్స్ పైన పడే ఎళెత, బయాప్సి, సర్వైకల్ సర్జరి, లేదా లేసర్ థెరపి కాణంనుంచి ఇలా కావచ్చు. ఒక్కదానికింత ఎక్కువ బిడ్డలు అయితే సహ ఈ తొందర కనబడచ్చు. ఒక్క శిశువు గర్భంలో ఉండె ఈ సమస్య కనబడదు.

ఏదైనా గర్భిణి స్త్రీ రెండు మూడు నెలల్లో గర్భాశయం సంకుచిస్తే లేదా యోనిలో రక్త స్రావం లేకుండా నొప్పి లేకుండా మిస్ క్యారేజ్ అయితె సర్విక్స్ సమస్య తెలుసుతుంది.

ఈ మాదిరి సమస్య వస్తే డాక్టర్ సర్విక్స్‌ని కుడతారు. (12 నుండి 22 వారాల మధ్యంలో) ఈ విషయంలో ఇంకా ఆధ్యయనం కావాలి. సర్విక్స్ ఓవన్ అయితా ఉంది అని డాక్టర్‌కి అనిపించిన వెంటనే ఈ ప్రక్రియాన్ని ఉపయోగిస్తారు. ఈ ప్రక్రియాన్ని లోకల్ ఎనస్తేషియా మూలంగా యోని (వైజాఇనా) ముఖాంతరంగా చేయబడుతుంది. సర్జరి అయి 12 గంటల తరువాత మీరు మీ అన్ని పని-పాఠాల్ని ప్రారంభించవచ్చు. యద్యపి గర్భావస్థ బాకి సమయంలో మీరు ఇంటర్ కోర్స్ చేయకూడదు. మరియు అప్పుడప్పుడు చికిత్స విచారణకి పోవాల్సి వస్తుంది. కుట్లు ఎప్పుడు తీస్తారు ఇది డాక్టర్ సలహా మరియు మీ ఆరోగ్యం మీద నిర్ధరించపడుతుంది. సామాన్యంగా దాన్ని అనుమాన ప్రసవ తిథినింక కొన్ని దినాల ముందు తీస్తారు. ఎన్నో సందర్భాల్లో ఏమీ సంక్రమణం, రక్త స్రావం, లేదా మెంబ్రెన్‌లో ఏదైనా తొందర కాకపోతె దీన్ని ప్రసవ పీడ శురు అయేవరకు తీసెల్లేదు.

మీకి మొదటి లేదా రెండవ మూడువ నెలలో కొన్ని లక్షణాల పైన గమనం ఇవ్వాల్సి వస్తుంది. ఉదా: కడుపు క్రింది భాగంలో ఒత్తడం, రక్తం జొతకి రిస్వాజ, మూత్రపిండంలో సంక్రమణం లేదా యోనిలో ఏమో ఉండే అనుభవం ఈ మాదిరి ఏదైనా లక్షణాల అనుభవం అయితె తొందరగా డాక్టర్‌ని సంప్రదించండి.

ఆర్.ఎచ్. తక్కువ ప్రతికూల ప్రభావం

''నా డాక్టర్ చెప్పినట్లు బ్లడ్ టెస్ట్‌లో నెగెటివ్ వచ్చింది. దీనినింక నా శిశువుకి ఏదైనా ఇబ్బంది కలుగవచ్చా?''

ఇప్పుడు గాబరి అయ్యే విషయం ఏమీ లేదు ఎందుకంటె ఇప్పు ఈ విషయం డాక్టర్‌కి మరియు మీకి తెలిసింది. కాబట్టి మీరు సులభంగా కొన్ని ఉపాయాల్ని చేయవచ్చు. దానినుండి మీ శిశువు సంపూర్ణంగా సురక్షితంగా ఉండుంది.

ఆర్.ఎచ్, తక్కువ అవడం అంటె ఏమి?మరియు మీ శిశువికి దీనినింక రక్షణ ఎందుకుండాలి? జీవ విజ్ఞానము ఒక సన్న పాఠంనుండి ఈ విషయం అర్థం అవుతుంది. శరీరంలో ప్రతి జీవికోశముల మీద అసంఖ్యాతమైన ఎంటీజ ఉంటుంది. దానిలో ఇదొక్కటి.

ఆర్. ఎచ్ ఫ్యాక్టర్ ప్రతియొక్కర రక్తంలో ఆర్.ఎచ్. ఫ్యాక్టర్ ఉంటుంది. లేదా లేకా పోతె ఆర్.ఎచ్. ఫ్యాక్టర్ ఉంటె పాసిటీవ్ అంటారు. ఆర్. ఎచ్. ఫ్యాక్టర్ లేకా పోతె దాన్ని ఆర్.ఎచ్. నెగటీవ్ అని అంటారు. గర్భావస్థంలో తల్లి ఆర్.ఎచ్. నెగటీవ్ ఉంటె మరియు బిడ్డ తన తండ్రినుండి ఆర్.ఎచ్. పాసిటీవ్ ఉంటె దాన్ని తల్లి ఇమ్యూన్ ప్రణాలకి అపరిచితమవుతుంది. ఇమ్యూన్ ప్రక్రియలో తల్లియొక్క సిస్టమ్ ఈ ఎంటిదాడినుండి యుద్ధం చేయడానికి పూర్తిగా సైన్యం తయారు చేసుకుంటుంది. దాన్ని మేము ఆర్.ఎచ్. తక్కువ ఉండటం అని చెబుతారు.

ప్రతియొక్క గర్భిణి మహిళ తపాసణ చేసి

ఆర్.ఎచ్. ఫ్యాక్టర్‌ని గురుతించవడుతాయి. ఆ మహిళ ఆర్.ఎచ్. పాసిటీవ్ ఉంటె శిశువు ఆర్.హెచ్ పాసిటీవ్ లేదా ఆర్.హెచ్. నెగెటీవ్ ఉంటె ఏమీ వ్యత్యాసం ఉండదు.

తల్లి ఆర్.హెచ్. నెగెటివ్ ఉండి తండ్రి ఆర్.ఎచ్. నెగెడీవ ఉంటె శిశువూ సహ ఆర్.ఎచ్. నెగెటివ్ ఉంటుంది. ఎందుకంటె రెండు నెగెటివ్ జంట పాసిటీవ్ బిడ్డని చేసేడానికికాదు. అయితే మీ మీ భర్తపాసిటీవ్‌గా ఉంటె మీ శిశువు ఆర్.ఎచ్. పాసిటీవ్‌గా ఉండచ్చు. అప్పుడు తల్లి మరియు బిడ్డ మధ్యంలో ప్రతికూలత ఉత్పత్తికావచ్చు.

మొదటి గర్భావస్థలో ఈ సమస్య ఉండదు. ప్రసవ అబార్శన్ లేదా మిస్ క్యారేజ్ సమయంలో శిశువు రక్తం మరియు తల్లి రక్త పరిసంచరణం తంత్రంనుండి కూడి సమస్య అవుతుంది. అప్పుడు తల్లి శరీరములో ఆర్.ఎచ్. ఫ్యాక్టర్‌కి ఎంటిబాడీస్ ఉత్పత్తి అవుతుంది. తల్లి ఎప్పుడువరకూ ఆర్.ఎచ్. పాసిటీవ్ శిశువు జొతలో గర్భిణి అయ్యేల్లేదో అప్పుడువరకు ఈ అంటిబాడీస్ ఏమీ తొందర చేయదు. అనాక అవి ప్లెసెంటాన్ని దాటి శిశువు ఎర్ర రక్తకోశాల మీద ఆక్రమిస్తుంది. దీనినుండి భ్రూణంలో కొంచం లేదా గంభీరంగా ఎనిమియా కావచ్చును. ఈ ఎంటిబాడీస్ మొదటి గర్భావస్థలో నిండా తక్కువ తొందర చేస్తుంది.

ఈ స్థితినుండి రక్షణకోసం ఉండే ఒక్కొఒక్క ఉపాయమేమిటంటె ఎంటిబాడీస ఉత్పత్తి కావడానికి విడవకూడదు. 28వ వారంలో డాక్టర్ ఆర్.ఎచ్. నెగెటివ్ గర్భిణి మహిళకి ఆర్.ఎచ్. ఇంయూన్-గ్లూవ్యులిన్ ఇంజెక్షన్ ఇస్తారు. దీన్ని ఆర్.ఎచ్. ఒగైమ అంటారు. శిశువు ఆర్.ఎచ్ఈ పాసిటీవ్ ఉంది అని రక్త పరీక్షలో తెలిస్తే ప్రసవం అయిన 72 గంటలు అయిన తరువాత ఇంకొక్క డోసేజ్ ఇస్తారు. శిశువు ఆర్.ఎచ్ఈ నెగటీవ్ ఉంటె ఏమీ ఉపచారం అవశ్యకత లేదు. ఈ ఇంజెక్షన్ ఏమీ మిస్ క్యారేజ్ఇ ఎక్టొపిక ప్రెగ్నెంసి, ఎబార్శన్, కొరిఓనిక్ విల్స్, సైపలింగ్, ఎమ్నిఓసెంటెసిస్, యోనినుండి రక్తస్రావం లేదా శాక్ సమయంలోనూ ఇస్తారు. అవశ్యకత ఉండేటప్పుడు చేస్తె ముందుకు వచ్చే గర్భావస్థ నిండా సురక్షితంగా ఉంటుంది.

ఏదైనా ఆర్.ఎచ్. నెగటీవ్ మహిళకి వెనుక గర్భావస్థంలో ఆర్.ఎచ్.ఓగైమ ఇవ్వకుండా పోతె మరియు మహిళ శరీరంలో ఆర్.ఎచ్.ఎంటిబాడీస్ ఉత్పత్తి అయి ఉందని టెస్ట్‌నుండి తెలిస్తె ఎమ్నిఓసెంటెసిస్ సహాయంతో భ్రూణది రక్త తపాసణ చేయవచ్చు. అది ఆర్.ఎచ్. నెగటీవ్ అయిఉంటె తల్లి మరియు శిశువు రక్తం అనుకూలంగా ఉంది మరియు ఏమీ ఉపచారం అవశ్యకత ఉండదు. పాసిటీవ్ అయ్యిండి తల్లి రక్తం జొతలో పొందిక కాకపోతె తల్లి శరీరంలో ఎంటిబాడీస్‌యొక్క స్తరాన్ని నియమితంగా గమనంలో ఉంచాలి.

ఈ స్తరం అపాయకరంగా జాస్తి అయితె అల్ట్రాసౌండ్ సహాయంనుండి భ్రూణ స్థితి తెలుసుకొంటారు. దానికి ఏదైనా అపాయముంటె భ్రూణం ఆర్.ఎచ్. నెగటీవ్ బ్లడ్ ట్రాంస్‌ఫ్యూజన్ అవశ్యకమవుతుంది.

ఆర్.ఎచ్. ఓగైమ ప్రయోగంనుండి బ్లడ్ ట్రాంస్‌ఫ్యూజన్ చేసే అవశ్యకత ఉండదు మరియు ముందుకి వచ్చే గర్భావస్థములు సురక్షితంగా ఉంటాయి.

రక్తంలో వేరె అనియమితం కారణంనుండి ఈ మాదిరి ప్రతికూళ ఉత్పత్తి కావచ్చు. ఉదా. కైల ఎంటిజన యద్యపి ఇవి ఆర్.ఎచ్. ఫ్యాక్టర్ తులనలో తక్కువ ఉంటుంది. తల్లి దగ్గర ఈ ఎంటిజన్ లేకుండా తండ్రి దగ్గర ఉంటె సమస్య అయ్యేల్లేదు. మొదటి రోటీన్ టెస్ట్‌లో తల్లి శరీరంలో ఎంటిబాడీస్ తపాసణ చేస్తారు. ఎంటిబాడీస నెగటీవ్ వస్తే బిడ్డ తండ్రి తపాసణ చేస్తారు. తండ్రికి పాసిటీవ్ వస్తె ఆర్.ఎచ్ఈ ప్రతికూలంలో చేసే చికిత్స చేస్తారు.

మీ ప్రెగ్నెన్సీ ప్రొఫైల్ మరియు ప్రీటర్మ్ బర్త్

మీకోసం ఒక మంచి వార్త ఏమిటంటె ప్రీమెచ్యూర్ లేదా ప్రీటర్మ్ అనే కేస్‌లు కేవలం 12% ఉంటుంది. అంటే అవి ప్రెగ్నెంసి 11వ వారంకింత ముందే అవుతుంది. దీనిలో అర్థం ఆ మహిళలకి అవుతుంది ఎవరికంటె వారికి ప్రీమెచ్యూర్ డెలివరి అవుతుంది అని ముందే తెలిసుంటుంది.

మీరు ఈ అపాయాన్ని ఎదురిస్తూ ఉంటారు అంటె ఈ అసమయం ప్రసవం ఎదిరించడానికి ఏదైనా ఉపాయాన్ని వెతకవచ్చా? కొన్ని సందర్భాలు ఎలా ఉంటాయి అంటె దీనిలో అపాయం తెలిసినా కూడా ఎమీ చేయటానికి కాదు. అయితె కొన్ని సందర్భాల్లో ఈ అపాయాన్ని తక్కువ చేయవచ్చు. సన్న శిశు సరియైన సమయంలో ఈ భూమి మీద రావటానికి దీనిలోఏదైనా లక్షణాలు మీ జోతకైతె దాన్ని తక్కువ చేసేదానికి ప్రయత్నించండి.

బరువు తక్కవ లేదా జాస్తిగా ఉండడం : బరువు అవశ్యకతకిన్నా తక్కువ లేదా జాస్తిగా ఉంటె ప్రసవం త్వరలో కావచ్చు. మీకి సరియైన రీతిళో డాక్టర్ సలహా మీద మీ తూకాన్ని ఎక్కువ చేసుకోవాలి. అది సులభ గర్భకాలం పూర్తి అయి వెంటనే ఈ ప్రపంచంలో కాలు పెట్టని. దానికోసం ఒక ఆరోగ్యకరమైన వాతావరణాన్ని తయారు చేయాలస్తి వస్తుంది.

తక్కువ పోషణ : కేవలం సరైన రీతిలో బరువు ఎక్కువ చేసుకొనేదే కాదు. మీ శిశువు జీవనానికి ఒక ఆరోగ్యకరం ప్రారంభాన్ని ఇవ్వవలెను. సమయానికి ముందుగా ప్రసవం కాకుండా ఉండేదానికి మరియు దీని పోషణంనుండి ఈ అపాయాన్ని అయినంతవరకూ తక్కవ కావాలని ఆ మాదిరి ఆహారాన్ని తీసుకోవాలి. దినంలో ఐదు మాట్లు నియమితంగా ఆహారం తీసుకొంటే సమయానికి ముందు ప్రసవ అపాయాన్ని తక్కువ చేయవచ్చు. ఎన్నో ప్రమాణాలు చిక్కింది.

నిండా పొద్దువరకూ నిలిచి ఉండేది లేదా నిండా శారీరిక శ్రమాన్ని చేసేది : గర్భం కొనా దినాల్లో డాక్టర్ సలహామీద అయినంత తక్కవ సమయం నిలుచుకొండి. నిండా జాస్తి పొద్దువరకూ నిలిచి ఉండేది మరియు శారీరిక శ్రమం చేస్తే ప్రీటర్మ్ లేబర్ కేసులు కనిపించాయి.

భారనాత్మకం ఒత్తిడం : ఏన్నో అధ్యయాలునుండి తెలిసిందేమిటంటె భావనాత్మక ఒత్తిడం అసమయ ప్రసవ పీడనుండి సంబంధించింది. ఏన్నో సల ఒత్తిడం కారణం ఎలా ఉంటాయంటె దాన్ని మీకి అన్ని తరహాలూ తక్కువ చేసేదానికి అయ్యేల్లేదు. ఉదా: పనికి పొయ్యేది లేదా పరివారంలో ఎవరైనా చని పొయేది, మంచి పోషణ, రిలాక్సేశన్ టెక్నికల వ్యాయామం మరియు విశ్రామం సరియైన సంతులనం మరియు స్నేహితుల మరియు బర్త జోతకి మాట-కథలనుండి ఈ ఒత్తిడంని తక్కువ చేసుకోవచ్చు. మీరు మీ డాక్టర్ సహాయాన్నీ తీసుకోవచ్చు.

మధ్యపానం మరియుమాదక ద్రవ్యాల సేవన : మద్యపానం మరియు మాదక ద్రవ్యాల సేవన చేసే గర్భిణి మహిళలకి అసమయ ప్రసవపీడ అపాయం జాస్తి ఉంటుంది.

ధూమపానం : ధూమపానంనుండి సమయానికి మొదలే ప్రసవం కావచ్చు. గర్భధారణానికి ముందు లేదా గర్భకాలంలో దీన్ని విడిచేయండి. ఇప్పుడైన విడువక పోతె దీనికింత మంచి సమయం ఇంకెప్పుడు వస్తుంది.

చిగుళ్ళు సంక్రమణ : ఎన్నో అధ్యాయాలనుండి తెలిసిందేమిటంటే చిగుళ్ళ రోగము కాలపూర్వంగా ప్రసవ పీడనుండి సంబంధ ఉంది. కొన్ని శోధాలనుండి చిగుళ్ళలో మంట ఉత్పత్తి చేసే బ్యాక్టీరియా రక్తంలో పోతుంది.

ఎన్నో శోధకర్తలు ఇంకొకవిషయాన్ని చెబుతారు. వాళ్ళ ప్రకారం ప్రతిరోధక తంత్రాన్ని జాస్తి చేస్తూ దానినుండి సర్విక్స్ మరియు గర్భాశయంలో కూడా మంట అవుతుంది మరియు ప్రసవం సమాయానికి మొదలే అవుతుంది. మీకి నోటి స్వచ్ఛత మీద పూర్తి గమనం ఇవ్వబడాల్సి వస్తుంది. సమయానికి పూర్వంగా ప్రసవ పీడా అపాయాన్ని తక్కువ చేసుకొనేదానికి బ్యాక్టీరియానుండి వల్లులని రక్షించండి.

గర్భావస్థకి ముందే ఈ రీతియైన సంక్రమణాల ఉపచారం చేసుకొంటె ఎన్నో జటిలతాల జొతకి కాలపూర్వం ప్రసవ పీడ అపాయం తక్కువ చేయవచ్చు.

సర్విక్స్‌లో తక్కువ : సర్విక్స్ బలహీనం కారణంనుండి ముందే ఓపన్ అవుతుంది. గర్భిణి మహిళకి మిస్ క్యారేజ్ లేదా అసమయ ప్రసవ పీడ అయిన తరువాతే ఇది తెలిసేది. అల్ట్రా సౌండ్ ముఖాంతరంగా అప్పుడప్పుడు దీని స్థితి తపాసణె చేసి దీని అపాయాన్ని తక్కువ చేసుకోవచ్చు.

పూర్వ అసమయ ప్రసవం : మీకి మొదటి గర్భావస్థ ఇలాగే అయిఉంటె మీకి ఈ అపాయం ఇంకా జాస్తి కావచ్చు. మీ డ్యాక్టర్ ఈ అపాయాన్ని తప్పించడానికి రెండవ లేదా మూడవ నెలల్లో ప్రజెస్టరాన్ ప్రమాణం ఇవ్వవచ్చు.

క్రింది రాసిఉన్న అపాయాల్ని నియంత్రించేదానికి అవ్వలేదు కాని కొద్దిగా సుధారణ చేయవచ్చు. డాక్టర్ ఈ అపాయాల్ని ఎదిరించడానికి వాళ్ళని మరియు మిమ్మల్ని ముందే తయారు చేసుకోవచ్చు.

మల్టీప్లె: ఒకటికింత ఎక్కువ శిశువు ఉంటె గర్భిణి మహిళ సరాసరి మూడు వారాల ముందే శిశువులుకి జన్మం ఇస్తుంది. (కవల పిల్లల పూర్తి ప్రసవ కాలం 27 వారాలు. అంటె 3 వారాల ముందే ఏమీ జల్ది కాదు. ప్రసవపూర్వం మంచి ఆరఎక, పోషణ మరియు వేరే అపాయాల్ని తక్కువ చేసి మళ్ళీ కొనా మూడు నెలల్లో పూర్తిగా విశ్రాంతి చేస్తే కొన్ని అపాయాల్ని తక్కువ చేయవచ్చు.

సర్విక్స్ సమస్య : ఎన్నో మహిళలకి సర్విక్స్‌న కారణంనుండి సమయ పూర్వం ప్రసవ పీడ సమస్య అయితుంది. అప్పుడప్పుడు అల్ట్రాసౌండ్ తపాసణ అయితూ ఉంటె అపాయం పరిధిలో వచ్చే మహిళలకి సహాయం కావచ్చును.

గర్భావస్థ సమస్యలు : గెస్టేశనల్, చక్కర రోగం, ప్రోఎక్సెపసియా మరియు అవశ్యకతకింత ఎక్కువ ఎమనీయోటిక్ ఫ్లడ్ మళ్ళి ప్లసెంటా సమస్యల కారణంనుండి సమయపూర్వం ప్రసవ పీడ కావచ్చును.

ఈ సమస్యలను నియంత్రించి గర్భకాలం అవధిని అధికం చేయవచ్చు.

దీర్ఘకాలం రోగములు : ఎత్తైన రక్త ఒత్తిడం, గుండె, కిడ్నీ, లేదా లివర్ రోగం, చక్కర రోగం మొదలైన దీర్ఘకాలం రోగాలు సమయపూర్వం ప్రసవానికి కారణం అవుతుంది. అయితే మంచి చికిత్స, ప్రబంధనం మరియు పోషణ ఉంటె దీనినుండి రక్షణ చిక్కుతుంది.

సామాన్య సంక్రమణం : సెక్స్‌నుండి వచ్చే రోగాలు సమయ పూర్వం ప్రసవ కావచ్చు. సంక్రమణంనుండి శిశువుకి అపాయముంటె శరీరము శిశువు రక్షణకోసం సమయానికి పూర్వంగా ప్రసవించే ఉపాయాన్ని చేస్తుంది. సంక్రమణంనుండి రక్షణ చేసి అయినంత మట్టకి ఈ సమస్యనుండి రక్షణ చేయవచ్చు.

17 ఎళ్ళకింత తక్కువ వయస్సు : 17 సంవత్సరాలకింత తక్కువ వయస్సు గర్భణి పిల్లలకి సమయంపూర్వం ప్రసవ అపాయం ఎక్కువగా ఉంటుంది. మంచి పోషణ మరియు ప్రసవ పూర్వం మంచి చూసుకోవడంతో తల్లి మరియు బిడ్డకి పూర్వ పెంపడం చేయవచ్చు.

ఏడ్సికి అర్థం

''నేను మళ్ళి నా భర్త, మేమిద్దరూ చేరే ముందు ఎన్నో మందితో శారీరికంగా సంబంధం ఉండె. ఏడ్స్ లక్షణాలు నిండా సంవత్సరాలు అయినంకా కనబడిస్తుంది. ఇలా ఉండేటప్పుడు నాకి ఈ రోగం లేదు మరియు నా శిశువుకి ఇది వచ్చేలేదా?''

మీరు మరియు మీ భర్త హై రిస్క్ గ్రూప్ హొమొఫీలియమ్స్, ఐ బీ, డ్రగ్ ఉపయోగిస్తుంటె, ద్విలింగం లేదా ఎకలింగం పురుషుల జొతకి సెక్స్ చేసేవాళ్ళకి లేదా ఎన్నో సంగాతుల జొతలో శారీరికంగా సంబంధం ఉంటె ఏడ్స్ అయ్యే సంభవం క్షీణంగా ఉండే ఉంటుంది. తపాసణ పాసిటీవ్ వస్తే ఒక్క సమయం అపచారం కావచ్చు. మీది కాకుండా ఉంటెనూ రక్షణ చిక్కే చిక్కుతుంది.

''డాక్టర్ హెచ్.ఐ.వీ టెస్ట్ చేప్పినప్పుడు నాకి నిండా ఆశ్చర్యం అయింది. నేను హై-రిస్క్ గ్రూప్‌లో వచ్చెల్లేదు కదా?''

గర్భిణి మహిళ మెడికల్ ఇతిహాసంలో హెచ్.ఐ.వి. చర్చ ఉణ్ణీ లేకుండా ఉణ్ణి వాళ్ళ హెచ్.ఐ.వి. టెస్ట్ చేయించేది సామాన్యం. ఇది సురక్ష దృష్టినింకా మంచిది. యోచన చేయకండి. డాక్టర్ మీ మంచిదానికే ఈ పరీక్ష విషయాన్ని చెబుతున్నారు.

మీ పూర్వ చికిత్సీయ మాహితీలు

రూబెలా ఆంటిబాడి లెవల్

''నేను సన్న బిడ్డగా ఉండేటప్పుడు రూబెలా ఇంజెక్షన్ వేసి వుండిరి. అయితే గర్భిణి అయినంక రక్త తపాసణలో తెలిసిందేమిటంటే నా రూబెలా అంటిబాడి లెవెల్ నిండా తక్కువ ఉంది. నేను ఏమి చేయవలెను?''

గర్భావస్థ మరియు చుచ్చుమద్దు

అన్ని ప్రకారముల సంక్రమణలు గర్భావస్థలో తొందర ఇవచ్చును. దాని కారణంగా గర్భధారణ ముందె చుచ్చుమద్దు పూర్తిగా చేసుకొండి. ఎందుకంటే గర్భావస్థలో ఆ మందుల్ని ఇవ్వటానికి వీల్లేదు. ఉదా: ఎమ్ఎమ్అర్ మొదలైనవి. గర్భావస్థలో కొన్ని చుచ్చు మద్దుల్ని వయవచ్చు కొన్ని వేయకూడదు. అన్ని గర్భిణి మహిళకి టెటనస్, డిప్తీరియా, హెపటైటస్ బీ చుచ్చుమద్దు ఇవ్వవచ్చు.

మీకి రూబెలా విషయంలో ఇంత చింత చేయు అవశ్యకత లేదు. దీనినుండి జన్మించని శిశువుకి ఏ తరమైన అపాయం ఉండదు. ఈ రోగానికి ముందే నిండా జాగ్రతల్ని తీసుకుంటున్నారు. మీకి గర్భావస్థకి దీని ఇంజెక్షన్ వేయరు. కాని మీకి ప్రసవనంతరం మీరు స్తనపానం చేయించుచున్నా ఈ మద్దుని వేస్తారు.

స్థూల కాయత

నా బరువు 60 పౌండు ఉంది. దీనినింక నాకి లేదా నా శిశువికి గర్భావస్థంలో ఏద్దైనా తొంద కనబడతుందా?

సామాన్యంగా స్థూల గర్భిణి మహిళలు స్వస్థ శిశువుకి జన్మం ఇస్తారు. స్థూలంనుంది ఆరోగ్యానికి అపాయం కావచ్చు మరియు గర్భావస్థలో తొందర ఉత్తపత్తి కావచ్చు. గర్భధారణ లేకుండా మీ బరువు జాస్తిగా ఉంటె గ్యాస్టేశనల్, చక్కర రోగం, ఎత్తైన రక్త పోటు తొందర కావచ్చు. దీనినింక ఎన్నో వ్యవహారకమైన గర్భావస్థ సమస్యలు ఉత్పత్తవుతుంది.

మొదటి అల్ట్రాసౌండ్ కాకపోతే మీ ప్రసవం స్థితి తెలుసుకోవడానికి కాదు. ఎందుకంటె స్థూల మహిళలలో ఓవ్యులేశన్ సమయం అనియమితంగా ఉంటుంది. డాక్టర్ గర్భాశయం ఆకారం, స్థితి లేదా గుండె స్పందనాన్ని విని ఏ అనుమానాన్ని పడుతారో అది కొవ్వు పదరాల కారణం చేయలేరు.

డాక్టర్‌కి భ్రూణం ఆకారం మరియు స్థితిని సరిగ్గా తెలుసుకోవడానికి కాదు మరియు మీకూ బిడ్డ మొదటి పారాడటం తెలిసెల్లేదు.

భ్రూణం పెద్దదిగా ఉంటె ప్రసవంలో తొందరకావచ్చును. సామాన్యంగా స్థూల మహిళలో ఎలాగే అవుతుంది. (దీనిలో చక్కర రోగం ఉండె మహిళలు లేదా గర్భావస్థంలో ఎక్కువ తినకుండా ఉండేవాళ్ళు వస్తారు.) సిజేరియ్ చేయాల్సి వస్తె సర్జరీ సమయంలో లేదా అనాక తొందర కనబడవచ్చు.

గర్భావస్థ సమయంలో అయ్యే తొందరలు మరియు అసహజత అనుమానాన్ని మీరే ఊహించవచ్చు. బరువు ఎక్కువ అయితె వీపు నొప్పి వస్తుంది. వెరికోజ్ వేయ్న్సలో వాపు మరియు ఎదలో మంట ఈ సమస్యలు ఉండే ఉంటుంది.

గాభరీ అయ్యిందా! డాక్టర్ మరియు మీరు చేరుకొని శిశువు దగ్గర పొయ్యే ఈ అపాయాన్ని తక్కువ చేయవచ్చు. మీరు కొంచం అధికంగా గమనం ఇవ్వవలెను.

మెడికల్ స్తరములో తక్కువ అపాయం గర్భిణి మహిళల తులనంలో అధిక పరీక్ష చేయించపడుతుంది. ప్రసవం అనుమానం స్థితి తెలుస్తే మీకి ప్రారంభం అల్ట్రాసౌండ్ చేయించవస్తుంది. మీరు గ్జెస్టెశనల్ చక్కర రోగ లేదని తెలుకొని మీకి శిశువు ఆకారం మరియు స్థితి గ్లూకోస్

గ్యెస్ట్రిక్ బైపాస్ నంతరం గర్భావస్థ

మీరు మీ తూకాన్ని నిండా తక్కవ చేసుకొన తరువాత గర్భాధారణ చేసుకున్నారు. అయితె ఈ బైపాస్ అయిన వెంటనే మీ గర్భావస్థ ఎంత సురక్షితంగా ఉంటుందని మీరు ఆలోచిస్తున్నారు. మరియు మీకి సర్జరి అయిన తరువాత 12-18 నెలలవరకు గర్భధారణ చేయకూడదని సలహా ఇచ్చి ఉంటారు. ఎందుకంటే దానిలో తూకం నిండా తక్కువ అయితుంది. మరియు పోషణ భయము ఉంటుంది. అయితే ఆ స్థితిని పొరైనంక మీరు సురక్షితమైన గర్భావస్థ స పెట్టుకోవచ్చు. అయినా మీరు దీనికోసం కొంచెం పరిశ్రమ చేయాల్సి వస్తుంది.

★ మీ గ్యెస్ట్రిక్ బైపాస్ డాక్టర్‌ని మీ ప్రసూతి విశేషజ్ఞుల దగ్గర చూపించండి. మీ విషయంలో ఏదైనా విశేషమైన జాగరూకత ఉంటె వాళ్ళు మీకి ఇస్తారు.

★ మీకి గర్భధారణ అయిన వెంటనే విటమిన్, ఐరన్, క్యాల్శియం, ఫాలిక్ అసిడ్ మరియు విటమిన్ బి12 ని ఎక్కువ ప్రమాణం తీసుకోవలెను. ఈ విషయంలో డాక్టర్ సలహా తీసుకొని మందుల్ని తీసుకొండి.

★ మీరు మీ తూకం మీద గమనం ఇవ్వాలి. మీ తూకాన్ని నిధానంగా ఎక్కువ చేసుకొండి. తూకం పెరగక పోతె శిశువు సంపూర్ణంగా పెరగదు.

★ మీరు తీసుకొనె ఆహారం ప్రమాణంకింత దాని గుణం మీద ఎక్కువ గమనం ఇవ్వాలి. కొంచం ఆహారంలో అధిక పోషణ చిక్కే ఆహారాన్ని తీసుకొండి.

★ ఎప్పుడైనా కడుపులో నిండా నొప్పి లేదా రక్తస్రావం అయితె వెంటనే డాక్టర్‌ని సంప్రదించండి.

టాలరన్స్ టెస్ట్ మరియు స్క్రీనింగ్ చేయించుకోవాలి. గర్భావస్థ అంత్యంలో శిశువు సరియైన అవస్థ తెలుసుకొనేదానికి నాన్‌స్ట్రెస్ మరియు ఇతర టెస్ట్‌లను చేయించుకోవాలి.

మీరు మీ పోషణ స్వయంగా చేసుకుంటె నిండా వ్యత్యాసం అయితుంది. మీరు ధూమపానం మరియు మద్యపానాన్ని విడిచిపెట్టాలి. ఇది గర్భావస్థ అపాయాన్ని జాస్తి చేస్తుంది. మీ బరువు మీద గమనాన్ని ఉంచండి. యద్యపి అది వేరే సంభావితం తల్లులకిన్న తక్కువ ఉంటుంది.

మీకి మీ ప్రతి దినం భోజనంలో పోషక సత్వాలని చేరించుకోవాలి మరియు క్యాలరి ప్రమాణాన్ని గమనంలో పెట్టుకోవాలి. విటమిన్, ప్రోటీన్ మరియు ఖనిజ లవణాల పర్యాప్త ప్రమాణం తీసుకోవాలి. మీకి మీ ఆహారం ప్రమాణానికింత దాని నాణ్యతమీద మీ గమనం ఉంచండి. ఆహారంలో విటమిన్ మొదలైన మాత్రల్ని తీసుకొండి. తూకం జాస్తి కాకుండా చూసుకొండి మరియు శిశువుకి సంపూర్ణంగా పోషణ చిక్కాలని డాక్టర్ సలహా తీసుకొని సరియైన రీతిలో వ్యాయామం చేయండి.

ఇదైన తరువాత గర్భధారణ యోచన ఉంటె మీ ఆదర్శమైన తూకాన్ని పెట్టుకొని ముందువరిస్తె గర్భావస్థ పూర్తి సమయం సురక్షితంగా మరియు సుఖకరంగా ఉంటుంది.

తక్కువ బరువు

''నా బరువు నిండా తక్కువగా ఉంది. దీనినుండి నా గర్భావస్థలో ఏదైనా ఇబ్బంది కలుగవచ్చా?''

తల్లి మరియు బిడ్డ ఆరోగ్యం బాగా ఉండాలని గర్భావస్థలో సంపూర్ణమైన ఆహారాన్ని తీసుకోవాలి. అయితే మీ బరువు నిండా తక్కువగా ఉంటె మీ ఆహారం ప్రమాణాన్ని జాస్తిగా చేసుకొండి కాకపోతె తక్కువ తూకం శిశువు జన్మించే ఆపాయం ఉత్పత్తి కావచ్చు. శరీరంలో పోషకతత్వాలు కూడాలి తాజా కూరగాయలు పండ్లు ఉండే ఆహారాన్ని జాస్తిగా తీసుకోవాలి.

డాక్టర్ మీకి సరాసరి మహిళ తులనలో కొంచం ఎక్కువ తూకాన్ని చేసుకొనేందుకు సలహా ఇవ్వవచ్చు.

అనియమితమైన ఆహారం

''నేను పోయిన 10 సంవత్సరాలనుండి బులీమియానుండి బాధ పడుతున్నాను. నేను గర్భావస్థలో దీనినుండి ముక్తి పొందవచ్చని యోచన చేసిఉంటిని. అయితే ఇలా కావటం లేదు. దీనినుండి నా శిశువుకి ఏదైనా తొందర కావచ్చునా?''

మీకి ఎన్నో సంవత్సరాలనుండి బులీమియ (ఎనోరెక్సియ)ని నియంత్రణం చేసుకొనేదానికి కాలేదు అంటె దీని అర్థం మీ శరీరంలో పోషణ స్తరం నిండా తక్కువ ఉంది. గర్భావస్థ ప్రారంభంలో పోషణ అవశ్యకత జాస్తిగా ఉండదు. దీనికారణంగా మీ దగ్గర ఇప్పుడూ చేతరించుకోవడానికి అవకాశం ఉంది. మీరు మీ శరీరపు పోషక సత్వాల లోపాలనుండి సరిదిద్దుకొని ఒక స్వస్థ శిశువుకి జన్మం ఇవ్వవచ్చు.

యద్యపి ఈ విషయంలో నిండా తక్కువ అనుసంధానాలున్నాయి. దీని కారణంనుండి మాసిక చక్రంలో తొందర కనపడచ్చు. అధ్యయనాలనుండి కింద రాసిన తత్వాలు తెలుస్తుంది.

★ మీరు భోజనం పద్ధతిని మార్చుకొని దాన్ని నియమితంగా చేసుకొంటె మీ ఇంటిలోనే స్వస్థ శిశువు జన్మం కావచ్చును.

★ మీ డాక్టర్‌కి ముందే ఈ విషయాన్ని తెలపండి లేకుండా పోతే పరిస్థితి ఇంకా చెడిపోవచ్చు.

★ మీ విషయంలో ఏదైనా విశేషజ్ఞుల సలహా ఉపయోగం కావచ్చు. కాని గర్భావస్థ అయినంక ఇది అనివార్యం.

★ మీరు బులేమియయాకోసం చేసిన మందుల్ని జారీలో పెట్టుకుంటే అది శిశువు పెరగటానికి అపాయం కావచ్చును. అది మీ శరీర పోషణ మరియు ద్రవ్యాలని తీసుకొంటుంది మరియు శిశువుకి దాని లాభం దొరకడం లేదు. నియమితమైన ప్రయోగంలో భ్రూణాల్లో అసామాన్యం కావచ్చు. డాక్టర్ సలహా లేకుండా ఏ గర్భిణి మహిళ ఈ మందుల్ని తీసుకోకూడదు.

★ బులిమియా కారణంనుండి గర్భపాతం, సమయపూర్వ ప్రసవం, లేదా ఒత్తిడం ఎక్కువ అయే అపాయం. ఇప్పుడు మీకి మీ పాత వాడికల్ని విడిచి మీ మరియు మీ శిశువు ఆరోగ్యం మీద గమనం ఇవ్వాలి. మీకి దీని చేసుకోవడానికి తొందర అయితే మీరు ఎవరినింకైనా సహాయాన్ని తీసుకోవచ్చును.

★ గర్భావస్థలో సరైన రీతిలో తూకం పెరగక పోతె ఎన్నో తరహాల తొందర కావచ్చు. ఇది ఎలఅ అవుతుందంటె శిశు తన గైస్టైశనల్ వయస్సికింతా సన్నగా పుట్టవచ్చు.

★ అప్పుడు జన్మించిన శిశువుకోసం మీరు కర్తవ్యాన్ని నిభాయించేదానికి అన్నిటికింత ముందు సరియైన ఉపాయాన్ని చేయాలి. గర్భావస్థలో తూకాన్ని పెరిగించుకోవడం ఎంత అవశ్యకమని మీకి అర్థం కావాలి.

★ గర్భావస్థలో మీ శరీరం గుండ్రంగా ఉంటె మీ శిశువు సరియైన రీతిలో పెరుగుతుంది అని అర్థం. మీ శరీరం అదే రీతిలో ఆకారాన్ని పొందాలి.

★ సరియైన సమయంలో సరియైన ఆహారాన్ని తీసుకుంటె మీ తూకం జాస్తి చేసుకొనేదానికి కష్టం కనపడదు. ప్రసవమయిన తరువాత మీ శరీరం మళ్ళీ అదే ఆకారంలో వస్తుంది. నిశ్చింతంగా ఉండండి. జొతకి మీరు ఒక స్వస్థమైన శిశువుకి తల్లి కాబోతున్నారు.

★ మీరు ఆకలిగా ఉంటె శిశువుకూ ఆకలవుతుంది. శిశు సరియైన మట్టకి పోషసత్వాలకి మిమ్మల్ని అవలంబిస్తుంది. మీరు తినకుండా పోతె అది ఆకలిగా ఉంటుంది. వాంతి లేదా లెవెట్స్ కారణంగా పోషకసత్వాలు శరీరంనుండి బైట పోతూ ఉంటె శిశువు పెరగడానికి పూర్తిగా అవకాశం దొరకదు.

★ వ్యాయామం సహాయంనుండి మీరు మీ తూకాన్ని సరియైన రీతిలో జాస్తిగా చేసుకోవచ్చు. అయితే గమనం ఉంచండి మీ వ్యాయామం మీ గర్భావస్థకి అనుకూలంగా ఉండాలి.

ఈ విషయంలో మీరు డాక్టర్ని అడగండి. అవశ్యకతకింత ఎక్కువ వ్యాయామం మీకి తొందర చేయవచ్చును.

★ ప్రసవం అయిన వెంటనే మీ బరువు తక్కువ అవ్వదు. నిధానంగా తక్కువ చేసుకోవలెను. మీ పాత ఫిగర్కి వచ్చేదానికి కొంచం ఎక్కువ సమయాన్ని తీసుకోవచ్చు. బులీమియా మహిళలు ప్రసవనంతరం నకారాత్మంగా యోచననుండి మళ్ళీ అదే అభ్యాసాల్ని అంగీకరిస్తారు. వాళ్ళకి ఆస ఉంటె సహ సరియైన రీతిలో శిశువుకి స్తనపానం చేయించడానికి కాదు. భోజనం తప్పు పద్ధతిల్నీ మరియు అనియమితమైన అభ్యాసాల్ని సుధారించడానికి ఈ మహిళలకి ప్రసవం అయినంక తమ విశేషజ్ఞుల సలహా తీసుకుంటూ ఉండాలి.

అన్నిదానికింత అవశ్యకమైన మాటంటె మీ ఆరోగ్యం శిశువు ఆరోగ్యానికి సంబంధించింది. మీరే స్వస్థంగా ఉండకపోతె మీ శిశువూ స్వస్థంగా ఉండదు. మీ ఇల్లు, ఆఫీస్, ఫ్రిడ్జ్, టేబల్ లేదా టేబల్ పైన స్వస్థంగా కిలకిలలాడే బిడ్డల ఫోటోలని వేస్తే మీకూ ప్రేరణ చిక్కుంది. మీరు ఏమే తింటేనూ దాని పోషక సత్వాలు శిశువుకి చిక్కుతుంది అని అనుకొండి. డిస్ ఆర్డర్ని నియంత్రించేదానికి కష్టమైతె చికిత్సకుల సలహానుండి అసుపత్రిలు చికిత్స పొందండి.

35 వయస్సయినంక తల్లి కాబోయేది

''నాకి 38 సంవత్సరాలు. నేను మొదటి సల తల్లి కాబోతున్నాను. 35 ఎళ్ళ తరువాత గర్భావస్థ పొందితే ఎంతో అపాయాలు రావచ్చునని నేను

35 ఒక అద్భుతమైన సంఖ్యనా?

మీరు 35 వయస్సుని పొందిందెయ్యింది. మీకి మీకింత తక్కువ వయస్సు మహిళల మాదిరి గర్భిణి మహిళ మాదిరి స్క్రీనింగ్ టెస్ట్ చేయించడం వద్దు అని దీని అర్థం కాదు.

అన్ని వయస్సు మహిళలకి ఇది అవశ్యకం. ఈ టెస్ట్‌ల పరీక్ష అయినాక ఏదైనా అసహజత కనిపడిస్తే ఇంకా ఎక్కువ టెస్ట్ లేదా తపాసణ అవశ్యకత కావచ్చును.

వినపడ్డాను. ఇలా ఉండేటప్పుడు నేను ఏమి గమనంలో ఉంచుకోవాలి.''

35 ఏండ్లు అయినాక తల్లి అయ్యే మహిళల సంఖ్యవెనుకకొన్ని సంవత్సరాలనుండి నిండా జాస్తిగా ఉంది. మీ వయస్సు 35కింతా జాస్తిగా ఉంటె మీకి జీవనం తెలిసుండాలి.

అపాయం ఏమీ లేదు. యద్యపి ఇప్పుడు గర్భావస్థములో ఎన్నో ఇబ్బందులు లేకుండా వయస్సు ఎక్కువగా ఉంటే అపాయాలు జాస్తిగా ఉంటాయి. మెడికల్ సౌకర్యాలు ఎంత ఎక్కువ అయిందంటె మీ దగజఝ్గుర మీ సౌకర్యానికి తగినట్లు పరివారాన్ని పెంచే స్వతంత్రత ఉంది.

ఈ వయస్సులో అన్నిదానికింత పెద్ద తొందర అంటె మహిళలు గర్భధారణ చేసుకోవడం కాదు. మీరు ఈ కారణాన్ని పారు చేసి గర్భిణి అయితే మీకి ఇంకొక సమస్యని ఎదురించవస్తుంది. మీ ఇంటిలో డౌన్ శండ్రోమ్ పీడితమైన శిశువు జన్మం కావచ్చును. తల్లి వయస్సు పెరిగినట్లెల్లా ఈ అపాయం ఎక్కువ అవుతుంది. 25 వయస్సు తల్లిల్లో 1250కి 1, 30 వయస్సు తల్లిల్లో 1000కి 3, 35 వయస్సు తల్లిలలో 500కి 1 (గమనం ఉంచండి ఈ అపాయము నిధానంగా పెరుగుతుంది. 35 వయస్సులో అకస్మాత్తుగా ఎక్కువ అవ్వదు)

సామాన్యంగా ఈ వయస్సు గర్భిణి మహిళలో క్రోమోజోమల్ అసమాన్యత ఎక్కువగా ఉంటుంది. వాళ్ళుఅక్కడవరకు ఎన్నో మందులు, ఎక్స్‌రే, సంక్రమణం మరియు డ్రగ్స్ మొదలైన సంపర్కాన్ని పొంది ఉంటారు. ఇది తెలిపేదేమిటంటే ఏన్నో సల వయస్సయ్యిండే తండ్రి స్పర్మ్ కారణంనుంచి కొన్ని తొందరలు కనపడవచ్చు.

వయస్సు ఎక్కువ అయినట్లయినా కొన్ని అపాయములు ఎక్కువ అవుతుంది. మీ తూకం ఎక్కువగా ఉంటే మీకి ఎత్తుపు రక్తపోటి ఉండవచ్చును. అయితే సామాన్యంగా ఈ లక్షణాల్ని నియంత్రించవచ్చు. ఈ వయస్సు గర్భిణి మహిళల గర్భపాతం, ప్రీ ఎక్సంపసియ మరియు ప్రీటర్మ్ లేబర్ తొందరుల్ని ఎదురించవడాలి.

సరాసరి ఈ వయస్సులో ప్రసవపీడ (లేబర్) మరియు ప్రసవ సమయం (డిలివరి) పెద్దదిగా ఉండవచ్చును. మాంసఖండాల టోన్ మరియు మృదుత్వం తక్కువ ఉండే కారణంనుండి ప్రసవంలో తొంద కనపడవచ్చు. మీ ఫిగర్ సరిగ్గా ఉంటే, మీరు సరియైన సమయంలో వ్యాయామం చేసిఉంటె మరియు మీరు సంపూర్ణమైన పోషణపొందిన ఆహారాన్ని తీసుకుంటుంటే మీరు ఏమీ యోచన చేసే అవశ్యకత లేదు.

ఇదికాకుండా మీకోసం ఒక మంచి వార్త ఉన్నది. డౌన్ సిండ్రోమ్‌నుండి రక్షణ అయ్యేల్లేదు కాని ఎన్నో రీతుల స్క్రీనింగ్ మరియు టెస్ట్‌లనుండి దీన్ని గురుతించవచ్చు. ఈ టెస్ట్‌లలో కత్తరించే అవశ్యకత ఉండదు. దుడ్డూ మిగుల్తుంది మరియూ ఒత్తిడం కూడా తక్కువ అవుతుంది. ఎక్కువ వయస్సు గర్భిణి మహిళల్లో ఎన్నో తరహా రోగాల్ని సులభంగా నియంత్రించవచ్చు. మందులు మరియు చికిత్స పోషణనుండి ఎన్నో అపాయాల్ని నియంత్రించవచ్చును.

మందులు మరియు చికిత్స పోషణ కాకుండా మీరు స్వయంగా మీ గర్భావస్థను సురక్షితం చేసుకొనేదానికి ఎన్నో ఉపాయాల్ని చేయవచ్చు. మీరు మీ ఆహారం వ్యాయామం మరియు ప్రసవ పూర్వం

పోషణాలపై పూర్తిగా గమనం ఉంచాలి. మీరు ప్రెగ్నెన్సి ప్రొఫైల్ అపాయాల్ని తక్కువ చేసుకుంటే మీరు కూడా అన్ని తల్లిల మాదిరి ఒక స్వస్థ శిశువుకి జన్మం ఇవ్వవచ్చు లేదా వాళ్ళకింతా మంచి పరిణామమూ చిక్కవచ్చు. అయితే పరిణామం ప్రమాణం చిక్కదు ఎందుకంటే సంశోధనాలు ఇంకా పూర్తిగా కాలేదు. అయితె జెనెటిక్ సలహా ఇచ్చేవారు అన్ని వయస్సు గర్భిణి తల్లికి ఏ స్క్రీనింగ్ సలహా ఇస్తారో దానినుండి మీరు నిండా నిశ్చింతంగా ఉండవచ్చు. స్క్రీనింగ్ తపాసణ సామాన్యంగా ఉంటె ఈ విషయంలో చింత లేదు. మీకి ఎమ్నియోసెంటెసిస్ చేబిచ్చే అవశ్యకత లేదు.

తండ్రి వయస్సు

''నా వయస్సు 31 సంవత్సరాలు. కాని నా భర్త వయస్సు 50 సంత్సరాలకింత ఎక్కవ. దీనినుండి నా శిశువుకి ఏదైనా ప్రభావం కలుగుతుందా?''

సామాన్యంగ ఉంది. నమ్మిందేమిటంటే ప్రజనన ప్రకియలో తండ్రి జవాబ్దారి కేవలం గర్భదానంవరకూ సీమితంగా ఉంటుంది. అయితే 20వ శతాబ్ధంలో తెలిసిందేమిటంటే తండ్రి స్పర్మ్‌నుండి బిడ్డ లింగం నిర్ధారణ అవుతుంది. శిశు మొగదో ఆడదో అని. ఈ కారణంనుండి ఎన్నో మహారాణిల తల కత్తరించపడాయి. ఎందుకంటె వాళ్ళు ఒక మొగబిడ్డ తల్లి కావలేదు. ఎన్నో దినాలు అయిన తరువాత శోధకులకి ఈ సందేహం వచ్చిందంటే ఎక్కువ వయస్సు తండ్రి స్పర్మ్‌నుండి జన్మజాత వికృతులు మరియు గర్భపాతం అపాయం ఎక్కువ అవుతుంది. వయస్సైన తల్లినుండి, వయస్సైన తండ్రినుండి స్పర్మాటొసైటిస్‌ను పర్యావరేణుగా ప్రభావితమవుతుంది. దానిపైన చెడ్డ ప్రభావం పడుతుంది. శోధకర్తల ప్రకారంగా తల్లి వయస్సే కాకుండా వయస్సయిన దంపతుల గర్భపాతం అపాయం ఎక్కువగా ఉంటుంది. తండ్రి వయస్సు 50 లేదా దానికింతా ఎక్కువగా ఉంటే డౌన్ సిండ్రోమ్ అపాయము ఎక్కువగా ఉంటుంది.

యద్యపి ఈ విషయంలో ఏదే ప్రమాణం చిక్కలేదు ఎందుకంటే శోధకార్యం ఇంకా పూర్తి కాలేదు. అయితే జెనెటిక్ సలహా ఇచ్చేవారు అన్ని వయస్సయిండే తల్లికి ఏ స్క్రీనింగ్ సలహా ఇస్తారో దానినుండి మీకి అయినంత వరకూ నిశ్చింతగా ఉండవలెను. స్క్రీనింగ్ తపాసణ సామాన్యంగా ఉంటే ఈ విషయంలో చింత చేయిడం మానేయండి. మీకి ఎమనియోసెంటెనిస్ చేసే అవశ్యకత లేదు.

జెనెటిక్ సలహా

''నాకి ఎప్పుడూ భయం ఉంది ఎందుకంటే నాకి ఏదైనా జెనెటిక్ రోగం వచ్చి అది నాకి తెలియక పోతె ఏమి చేసేది. నేను జెనెటిక్ సలహా తీసుకోవాలా?''

ఈ వికృతిలు కొంచం ఉండే ఉంటుంది. అయితే తండ్రి-తల్లుల ఈ దోషాలు బిడ్డల్లో కనిపించాలనే నియమం ఏమీ లేదు. గర్భదానంకింతా మొదలు లేదా అయినంక తల్లితండ్రి లేదా ఎవరికైనా ఒక్కరు పూర్ణంగా పరీక్ష చేయించుకోవాలి.

అయితే ఈ తపాసణ అవశ్యకత ఎప్పుడూ ఉండదు. ఏదైనా నిశ్చితమైన తొందర కనపడితే మాత్రం ఈ తపాసణ చేయించుకోవాలి. ఈ సంకేతాలు భౌగోళిక లేతా జాతీయత కూడా

గర్భావస్థ మరియు సింగల్ మదర్

మీరు సింగల్ మదర్ అయిఉంటె మీ గర్భావస్థలో మీకి సహాయం చేసేవాళ్ళు ఇవరూ ఉండరు అని అర్థం కాదు. ఎవరైనా మంచి స్నేహితులు లేదా సంబంధికులు సహాయం చేయవచ్చు. వాళ్ళు మీ శారీరిక మరియు భావనాత్మకంగా పోషణ చేయవచ్చు. మీ భయం, చింత మరియు ఒత్తిడాన్ని అర్థం చేసుకొనే భర్త అయి ఉండచ్చు. ఈ సమయాన్ని ఒక్కరే గడిపే బదలు ఎవరైనా స్నేహితుల్ని లేదా సహాయంచేసేవాళ్ళని వెతకండి. దానినుండి ఈ సమయం సులభంగా గడపండి మరియు మీకి జొతగా ఒక చిన్న ఫ్రెండ్ ఈ ప్రపంచంలో అడుగు పెట్టని.

కావచ్చు. ఉదా: అన్ని కాకెశియన్స్‌కి సిస్టిక్ ఫైబ్రోసిస్ తపాసణ చేసే సలహా ఇస్తారు. యహూదీ దంపతుల పూర్వజులు పూర్వ యూరోప్‌నుండి వచ్చి ఉంటె వాళ్ళకి టి-శేక్ మరియు కానావాన రోగం తపాసణ చేయించే సలహా ఇస్తారు. మీ కుటుంబంలో ఏదైనా రోగం ఇతిహాసం ఉంటే దాని తపాసణ చేయించేది అవశ్యకము. ఇదే రీతిలో నల్లవు రంగు దంపతులకి సికల్ స్మైల్ అనిమియా ట్రేట్ మరియు ఏశియా జనాల్కి పఎలాసీమియా పరీక్ష చేయించాలి. సామాన్యంగా అధికాంశం ఉండే సందర్భాల్లో ఇద్దరలో ఒకరి పరీక్ష అవశ్యకత వస్తుంది.

సామాన్యంగా ఎక్కువ తల్లి-తండ్రులకి జెనెటిక్ సలహా అవశ్యకత లేదు. కొన్ని సందర్భాల్లో ఇలా ఉంటే అక్కడ డాక్టర్ తల్లి-తండ్రుల జోతకి మాట్లాడ్సి వస్తుంది. అది ఇలా ఉంటుంది :

★ ఏ దంపతుల రక్త తపాసణలో వాళ్ళ బిడ్లవరకూ వచ్చే జెనెటిక్ రోగం వివరాలు చిక్కుతుందో.

★ ఏ దంపతుల ఇంట్లో ఘూడుకింత ఎక్కువ గర్భపాతం అయి ఉంటుందో

★ ఏ దంపతుల పరివారంలో ఏదైనా జెనెటిక్ రోగం ఉంటుందో. కొన్ని సందర్భాల్లో తల్లి-తండ్రుల డి.ఎన్.ఎ. టెస్టనుండి ఎన్నో సందేహాలు స్పష్టమవుతుంది.

★ ఏ తల్లి-తండ్రుల స్క్రీనింగ్ టెస్ట్ పాసిటీవ్ వస్తుందో

★ నికటమైన దంపతులలోనూ ఈ తొందర చిక్కచ్చు.

గర్భధారణ అయ్యే ముందే జెనెటిక్ సలహా తీసుకోవాలి. ఆ దంపతులు ఒక స్వస్థమైన శిశువుకి జన్మ ఇస్తారో లేదో అని సలహా ఇవ్వబడును. వారు అన్ని సంభవితమైన తపాసణ మరియు చికిత్స మాహితి ఇవ్వవచ్చు. జెనెటిక్ సలహానుండి ఎన్నో దంపతులకి అనాక అయ్యే దుఃఖం మరియు తొందరలనుండి విడుదల చిక్కుతుంది. మరియు చికిత్సనంతరం వారు స్వస్థ శిశువు జననం కలల్ని నిజం చేసుకొంటారు.

''నేను మరియు నా భర్తకి గర్భపాతంలో నమ్మిక లేదు. నాకి వయస్సు ఇప్పుడు 37 సంవత్సరాలు. నాకి శిశు జన్మపూర్వ తపాసణ ఎందుకు చేయించాలి?''

ఈ మాదిరి తపాసణ చేసినప్పుడు మీరు ఎంతో నిశ్చింతగా ఉంటారు. అదికాంశం శిశువులు ఈ మాదిరి తపాసణపై క్లీన్ చిట్ తీసుకుంటారు.

తపాసణలో ఏదైనా తొందర ఉంటే లేదా గర్భపాతం చేసుకొనే స్థితి వస్తే తల్లి-తండ్రులకి ఈ దుఃఖనుండి దూరం అవ్వడానికి సమయం చిక్కుతుంది. లేదా వాళ్ళు స్పెశల్ బిడ్డల లిస్ట్‌లో వస్తే ఆ శిశువు పోషణకి మానసికంగా తయారు కావచ్చును. అయినా కొన్ని విశేషమైన వేడుకలు రావచ్చును. డెలివరి ఎక్కడ మరియు ఎలా కావాలని తపాసణనుండి తెలుస్తుంది.

తల్లి-తండ్రులకి డెలివరికింత ముందె తెలిసేదిపోతుంది. వారికి ముందర వచ్చే సమయంలో ఎట్ల స్థితుల్ని ఎదురించవస్తుంది. ఎన్నో సల దీనినుండి తెలిసేదేమిటంటే జన్మంకింత దోషాన్ని నివారించవచ్చు. డాక్టర్ మీకి ఈ మాదిరి తపాసణ చేయించే సలహా ఇస్తే దాన్ని అలస్యం చేయద్దండి. తమ డాక్టర్ లేదా జెనెటిక్ విశేషజ్ఞులనుండి సలహా పొందండి. డాక్టర్ ఈ పరీక్షనుండి ఏదైనా అమూల్యమైన సంగతులు తీసుకోవాలంటే వారిని ఒద్దనకండి.

ప్రసవపూర్వ నిరూపణ (విధానం)

అడ బిడ్డ అవుతుందో? మొగబిడ్డ అవుతుందో? దాని వెంటికలు ఎర్రగా ఉంటుందో, నల్లగా? కన్ను పచ్చగా ఉంటుందో నీలీగా ఉంటుందో? దాని ముఖం తల్లిలాగ ఉంటుందో లేదా డింపల్ తండ్రిమాదిరి ఉంటుందో దాని గొంతు తండ్రిలాగ ఉంటుందా?

బిడ్డ జననం మొదటే లేదా గర్భధారణకి ముందే తల్లి-తండ్రులకి అనుమానం విషయం ఉంటుంది. అయినా ఒక ప్రశ్న ఇలా ఉంటుంది అంటె దాని విషయంలో తల్లి-తండ్రులు నిండా చింతితలుగా ఉంటారు. మీకి అయ్యే శిశువు స్వస్థంగా ఉంటుందా?

ముందు శిశువు జననంవరకూ ఈ ప్రశ్నకి ఉత్తరం ఇవ్వడానికి కష్టంగా ఉండేది. కాని ఇప్పుడు మొదటి మూడు నెలల్లో దీనికి ఉత్తరం ఇవ్వవచ్చు. ఎందుకంటే ఇప్పుడు ప్రసవపూర్వంనుండే ఎన్నో రీతుల స్క్రీనింగ్ మరియు టెస్ట్‌లు చేయించబడతాయి. అదికాంశము పొందిన తల్లి తమ 40 వారాల ప్రసవకాలంలో ఎన్నో తరహాల పరీక్షల్లో సాగుతారు. దానిలో ఆ తల్లి ఉంటె వాళ్ళ బిడ్డలు ఆయు, ఉత్తమ పోషణ, ప్రసవపూర్వ మంచి పోషణకారణం స్వస్థమైన బిడ్డకి జన్మం ఇస్తారు. ఈ స్క్రీనింగ్ టెస్ట్‌నుండి తల్లికి లేదా శిశువుకి ఏ రీతైన తొందర కాదు. అయితే వాళ్ళ స్వస్థ్యం పుష్టిగా ఉంటుంది.

యద్యపి సీ.వీ.సీ మరియు ఎమనియా రీతి వ్యాపకమైన టెస్ట్ అవశ్యకత అందరికీ ఉండదు. ఏ తల్లి-తండ్రుల టెస్ట్ రిపోర్టు నకారాత్మంగా వస్తుందో వారికి ఎక్కడనుండైనా స్వస్థ శిశువు జననం ఆశ్వాసన చిక్కాలని ముందు అడ్‌వాన్స్ టెస్టులను చేయించుకుంటారు. ఈ టెస్ట్‌లు కింద రాసిఉన్న మహిళలకి కావచ్చును.

★ 35 వయస్సికింత ఎక్కువగా ఉండె మహిళలు యద్యపి తల్లులు ప్రారంభంలో అయ్యిండే స్క్రీనింగ్ పరీక్షనుండి సంతోషమై మీ డాక్టర్ సలహా తీసుకొని ముందుకి టెస్ట్‌లని అలక్ష్యం చేయవచ్చు.

★ ఏదైనా సందర్భంలో ప్రసవపూర్వ అన్ని మాహితులు అవశ్యకమో లేదో అని మీ డాక్టర్‌ని అడిగి సలహా పొందండి.

★ పరివారంలో జెనెటిక్ రోగం ఇతిహాసం లేదా రోగం తెలుసుకొండి.

★ బిడ్డ జన్మంనుండి సంబంధించిన ఏదైనా రీతి సంక్రమణం తెలుస్తుంది (రూబెలా, టాక్సోప్లాజమొసిస్)

★ మొదటి గర్భపాతమయిండేది లేదా జన్మంనుండి వికారాలు ఉండే శిశువు జన్మం.

★ ప్రసవపూర్వం స్క్రీనింగ్ తపాసణలో పాసిటీవ్ పరిణామం వచ్చేది.

శిశువుకి అపాయమయ్యే పరీక్ష ఎందుకు చెయించాలి. అన్నిదానికింతా పెద్ద కారణం ఏమిటంటే శిశువుకి ఏదైనా రోగం ఉంటె దాని చికిత్స కావచ్చు. ఏమీ లేకుండా పోతె దాని తండ్రి తల్లులు ~~అన్ని యోచన్లు విడిచి గర్భావస్థని సంపూర్ణంగా~~ ఆనందించండి.

మొదటి మూడు నెలలు

మొదటి మూడు నెలల్లో : అల్ట్రాసౌండ్: ఇదేమిది. ఇది ఒక సామాన్యమైన స్క్రీన్ టెస్ట్. దీనిలో ఈ మాదిరి ధ్వనితరంగాలను ప్రయోగిస్తారు. దాన్ని చవులనుండి వినవచ్చును. సోనోగ్రఫీలో భ్రూణాన్ని ఎక్స్ రే తీయక దాని పరీక్ష చేయవచ్చు. యద్యపి దీనినుండి అనేక జన్మజాత వికారాల మాహితులు చిక్కతుంది. కాని ఎన్నో మాట్లు పెద్ద దోషం విడిచిపోవచ్చు. (అన్నీ సరి అనిపించి సరి లేకా ఉండేది లేదా అన్ని అదలు-బదలుగా ఉండేది)

మొదటి మూడు నెలల్లో అల్ట్రా సౌండ్ చేసేది ఎందుకంటే :

★ గర్భావస్థ అయ్యిండే తపాసణ.

★ గర్భావస్థ తారీఖు

★ భ్రూణాల సంఖ్య

★ రక్తస్రావం ఉంటె దాని కారణం

★ గర్భధారణ సమయంలో వేసిండే ఎడియూని వెతకడం.

★ క్రోమోజోమల్ అసమాన్యత అపాయము పరీక్ష.

ఇది ఎలా అవుతుంది : ట్రాన్స్‌డ్రామినల్ పరీక్ష బ్లాడర్ పూర్తిగా నిండిండాలి. నిండా నీళ్ళు లేదా జ్యూస్ పదార్థములు తాగిన వెంటనే కడుపు నిండినట్లు

ఉండేదానివల్ల కొంచెం హింస అవుతుంది. అయితే ఏ విధమైన నొప్పి లేదా తొందర కనపడదు. కడుపు కింది భాగం పైన జెల్ పూసి ఒక కార్డ్‌ని దాని పైన తిప్పతారు. జెల్ రాయడంవల్ల సౌండ్‌లో జోరుగా అవుతుంది. ట్రాన్స్‌వెజైనల్ తపాసణ చేసేటప్పుడు ట్రాన్స్‌డ్యూసర్‌ని యోని లోగా వేస్తారు. యంత్రం మీ శరీరం తరంగాలను స్క్రీన్ మీద చిత్రాల రూపంలో కనిపిస్తుంది.

ఇది ఎప్పుడవుతుంది : దీన్ని మెుదటి మూడు నెలల్లో ఎప్పుడు కావాల్సి ఉన్నా చేయవచ్చు. దీన్ని చేసే కారణం వేరె వేరె కావచ్చును. మీ కొనా పీరియడ్స్నుండి నాలుగున్నర వారాలయిన తరువాగ జిఎస్టెశన్ సైక్‌ని అల్ట్రాసౌండ్ సహాయంనుండి చూడవచ్చు. 5 నుండి 6 వారాల అయిన తరువాత గుండె స్పందన వినవచ్చు.

ఇది ఎంత సురక్షితమైనది : దీనినుండి ఏ అపాయమూ లేదు. లాభమే అవుతుంది అని ఎన్నో సంవత్సరాల అధ్యయనాలనుండి స్పష్టపడినది. అధికాంస డాక్టర్‌లు గర్భావస్థలో కనీసం ఒక సల అల్ట్రాసౌండ్ చేయించడానికి సలహా ఇస్తారు. ఏదైనా ధృడ కారణం ఉంటె మాత్రం అల్ట్రాసౌండ్ చేయాలి చెబుతారు.

మెుదటి మూడు నెలలు (జొతకి స్క్రీనింగ్)

ఇదేమి? : మెుదటి మూడు నెలలు కంబైండ్ స్క్రీనింగ్‌లో అల్ట్రాసౌండ్, శిశువు జొతకి రక్త పరీక్ష అవుతుంది. మెుదటి అల్ట్రాసౌండ్ శిశువు వీపు వెనకాల ఉండే ద్రవ్యం వదరాన్ని కొలుస్తుంది.

ఈ ద్రవ్యం న్యూకల్ ట్రాన్స్‌లూసెన్సి ప్రమాణంకింతా జాస్తిగా ఉంటె క్రోమోజోనల్ అసమాన్యతాల్ని (డౌన్ సింద్రోమ్, కాన్‌జెనిటల్ హార్ట్ డిఫక్ట్) మరియు అన్య అపాయాలు జాస్తి అవుతుంది.

అనాక రక్తము పరీక్ష పీ ఏ పీ పీ ఎ మరియు హెచ్‌సీజీ (భ్రూణంనుండి ప్రవహించె రెండు హార్మోన్, అవి తల్లి రక్తపోటులో చేరుతుంది.)

కనిపెడతారు. ఈ స్తరాల్ని ఎన్‌టియ కొలత మరియు తల్లి వయస్సుకి ఇస్తారు. మరియు డౌన్ సింద్రోమ్ అపాయం పరీక్ష చేస్తారు.

మెడికల్ సెంటర్‌లో ఈ అల్ట్రాసౌండ్‌లో భ్రూణం నేజల్ బోన్ పరీక్ష చేస్తారు. మెుదటి అల్ట్రాసౌండ్‌లో ఈ ఎముక విషయం తెలియకపోతె డౌన్ సింద్రోమ్ అపాయం పెరుగుతుంది అని ఆధ్యయనంనుండి తెలిసింది. కొన్ని అధ్యయనాలు విపరీతంగా ఉంది ఎందుకంటే ఈ విషయం ఇంకా స్పష్టం కాలేదు.

యద్యపి జొతకి అయ్యే ఈ స్క్రీనింగ్‌నుండి మీకి ఆ పరిణామం చిక్కిల్లేదు ఏ పరిణామం ఇన్వెస్టివ్ డైగ్నాస్టిక్ డెస్ట్‌నుండి చిక్కుతుంది అంటె దీని సహాయంనుండి మీరు నిర్ణయం తీసుకోవచ్చు మీకి డైగ్నాస్టిక్ డెస్ట్ చేయించాలో లేదా తెలుస్తుంది. ఈ పరిణామాలునుండి శిశువులో క్రోమోజోమల్ వికారాలు కావచ్చని మీకు తెలిస్తె సీ.వీ.ఎస్ (కొరి ఆనిక్ విల్లస్ స్యాంపలింగ్) లేదా ఎమ్నియో సెంటెసిస్ పరీక్ష చేయించాలని చెబుతారు.

టెస్టలో ఎక్కువ అపాయం సూచన చిక్కక పోతె డాక్టర్ మీకి రెండవ లేతా మూడు నెల్లలో క్వెడ్ స్క్రీన్ టెస్ట్ చేబిచ్చే సలహా ఇస్తారు. దీనినుండి న్యూరల్ ట్యూబ్ డిఫెక్ట్ తెలుస్తుంది. ఈ విషయ గుండె రోగాలునుండి లేదా వికారాలు సంబంధించిన ఇరవై వారాల సమయంలో పైటల్ ఇకోకార్డియోగ్రామ్ చేయించే సలహా ఇయవచ్చును. దానినుండి గుండె వికారాల్ని తెలుసుకోవచ్చు. ఎన్టీ తపాసణ సరి కాక పోతె ప్రీ టర్మ్ లేబర్ అపాయం జాస్తి కావచ్చును. దానినుండి మీరు దానికి గమనం ఇవ్వవలెను.

ఇది ఎప్పుడు ఆయితుంది : మెుదటి మూడు నెలలు కంబైండ్ స్క్రీనింగ్, గర్భావస్థ 11 నుండి 14వ వారం మధ్యలో చేయించాలి.

ఇది ఎంత సరిగ్గా ఉంటుంది : ఈ స్క్రీన్ టెస్ట్ ప్రత్యక్షరూపంలో క్రోమోజోమల్ తొందరల తపాసణ చేయరు మరియు ఏదైనా నిశ్చిత స్థితి విధానాల్నీ చేయరు. శిశువికి ఏదైనా ఇబ్బంది కావచ్చునా అని అందాజు చేస్తారు.

అసామాన్యమైన పరిణామం అర్థమేమిటంటే దీనికి ఏ క్రోమోజోమల్ రోగం ఉంది అని. ఇది ఒట్టి అపాయం సూచన కావచ్చు.

సామాన్యంగా అసామాన్య పరిణామం స్వస్థ మహిళలు సామాన్యం మరియు స్వస్థ శిశువులుకి జన్మం ఇస్తారు. స్వస్థ శిశువు జన్మం అయితుందని ఈ గ్యారంటి సామాన్య పరిణామంఇవ్వదు. అది క్రోమోజోమల్ వికారాలనుండి పీడితంగా ఉండచ్చు.

ఈ కంబైండ్ స్క్రీనింగ్ టెస్ట్‌నుండి 80% డౌన్ సిండ్రోమ్ మరియు 80% ట్రెసొమి సమస్యల మాహితులు చిక్కుతుంది.

ఇది ఎంత సురక్షితంగా ఉన్నది? – అల్ట్రా సౌండ్ మరియు రక్తం పరీక్ష రెండూ నొప్పిరహితంగా ఉంటుంది. (మీరు సూజి చుచ్చే నొప్పి తడుచుకుంటె) దీనిలో మీకి లేదా శిశువుకి ఏ అపాయమూ ఉండదు. అయితె ఒక విషయం ఈ మాదిరి స్క్రీన్ టెస్ట్‌కి నిండా ఉత్తమమయిన అల్ట్రాసౌంట్ టెక్నీషియన్ అవశ్యకత ఉంటుంది. దానికి మీరు విశేషమైన ఉపకరణము (మంచి క్వాలిటి)నుండి చేయించాలి. డాక్టర్ మరియు సోనోగ్రామ్ ప్రశిక్షకలయింటె మంచిది. జ్ఞాపకంలో ఉంచండి సాధారణమైన మెశీన్‌నుండి పరీక్ష చేయించుకుంటె సరి–తప్పు పరిణామాలు రావచ్చు. ఈ పరిణామాల ఆధారం మీద ఏ నిర్ణయాన్ని తీసుకొనె ముందు జెనెటిక్ సలహా ఇస్తారు లేదా అనుభవం ఉండే డాక్టర్‌కి చూపించి ఏ సందేహలు ఉంటె వారి సలహా తీసుకొండి.

కొరిఅనిక్ విల్లస్ స్యాంపలింగ్ : ఇదేమి? సీ.వీ.ఎస్ ఒక ప్రసవపూర్వ విధానం పరీక్ష, దీనిలో ప్లెసెంటా వేలు ఆకారంలో సన్న జీవకోశాల స్యాంపల్ తీసుకొని పరీక్ష చేస్తారు.

ఎక్కడైనా క్రోమోజోమల్ అసమాన్యత ఉందా వర్తమానంలో డౌన్ సిండ్రోమ్, టి–శెక్, సికిల్ అనీమియ మరియు సిస్టిక్ ఫైబ్రోసిస్ తపాసణకోసం సీ.వీ.ఎస్ టెస్ట్ చేయబడును.

దీనినుండి న్యూరల్ ట్యూబ్ మరియు అనాటొమికల్ వికారాలనుండి ఏ వివరమూ చిక్కదు. ఏదైనా విశేషమైన రోగం పరీక్ష చేసేతప్పుడు పరివారంలో రోగం గురించి ఇతిహాసముంటే లేదా తల్లి తండ్రులలో ఎవరికైనా ఒక్కరికి, వికృత జీన్స్ లేదా క్రోమోజోమ్ ఉంటె రోగముంటుంది. (సీ.వీ.ఎస్ ఈ మాదిరి 1000కింత ఎక్కువ వికారాల పత్తా చేస్తుంది అని నమ్ముతారు.)

ఇది ఎలా అవుతుంది? ఇది అసుపత్రలో చేస్తారు. దీన్ని డాక్టర్ క్లీనిక్‌లో కూడా చేయచ్చు. ప్లెసెంటా స్థితినుండి వైజా ఇనా లేదా సరవిక్త ట్రాన్స్ సర్వ్యాయకల్ లేదా కడుపు కింద భాగం గోడవరకూ సూజిని లోగా వేసి (ట్రాంసఎబ్డొమినల్ సీవీఎస్) జీవకోశాల స్యాంపల్‌ని తీసుకుంటారు. నొప్పి కాకుండా ఏ విధానమూ లేదు. కొంచ తొందర అన్ని విధాల్లోనూ అవుతుంది. ఎన్నో మహిళలకి అన్ని విధానాల్లోనూ అవుతుంది. ఏన్నో మహిళలకి స్యాంపల్ తీసుకొనేప్పుడు కొంచం నొప్పి అవుతుంది. ఈ విధిలో ప్రారంభంనుండి కొనావరకు 30 నిమిషాలవుతుంది. అయితే స్యాంపల్ తీసుకొనేదానికి ఒకరెండు నిమిషాలు కావచ్చును.

ట్రాన్స్ ఎబ్యాకల్ విధిలో మిమ్మల్ని నేరుగా పండపెట్టి యోని మూలకంగా గర్భాశయంవరకు ఒక సన్న ట్యూబు వేస్తారు. దీని జొతలో అల్ట్రాసౌండ్ చేరి ఉంటుంది. డాక్టర్ ట్యూబు స్థితిని సరి చేస్తారు. అనాక ఆ జీవకోశాల స్యాంపల్ తీసుకుంటారు.

టాంసెబ్రామినల్ విధిలో నేరుగా పండబెడతారు. అల్ట్రాసౌండ్ సహాయంనుండి ప్లసెంటా స్థితి మరియు యూటరస్ గోడల అందాజు చేస్తారు. అనాక కడుపు కిందనుండి ఒక సూజి వేస్తారు. ఇదే సూజి సహాయంనుండి అన్ని పనులు అవుతుంది.

భ్రూణం తపాసణనుండి దాని జెనెటిక్ మేకప్ పూర్తిగా అందజవుతుంది. ఒక రెండు వారాల్లో పరిణామమం వస్తుంది.

ఇది ఎప్పుడు అవుతుంది : ఇది గర్భావస్థలో 10 నుండి 13 వారాల మధ్యంలో అవుతుంది. దీంట్లో అన్నిటికింత అయ్యే పెద్ద లాభమేమిటంటే ఇది మొదటి మూడు నెలల్లో చేస్తారు. మరియు ఇద ఎమనియోసెంటిసిస్‌కింత ముందే పరిణామాన్ని ఇస్తుంది. ఇది సామాన్యంగా 16 వారాలు అయినంక

అవుతుంది. ప్రారంభంలో ఎవరు మొదలు యావ తొందరల్ని లేదా కష్టాన్ని తెలుసుకొని దాని చికిత్స చేయించుకొనేదానికి ఇష్టం పడతారు. ఈ స్థితిలో ముందే గర్భపాతం అయితే ఎక్కువ తొందర అయ్యేల్లేదు మరియు ఆఘాతమూ తక్కువ అవుతుంది.

ఇదెంత సరిగ్గా ఉంటుంది : సీ.వీఎస్. 98%వరకూ క్రొమొసొమల్ సమస్యల్ని సరిగ్గ కనిపెడుతుంది.

ఇదెంత సురక్షితంగా ఉంటుంది : ఇది సురక్షితమైనది మరియు విశ్వాసమైనది. 370లో ఒక గర్భపాతం కావచ్చును. మీకి మంచి రికార్డ్ ఉండే తపాసణ కేంద్రాన్ని ఎన్నిక చేయాలి మరియు సరిగ్గా 10 వారాలవరకూ కాయాలి దానినుండి ఈ విధినుండి చేరిండే ఏ అపాయాన్ని తక్కువ చేయవచ్చు.

సీ.వీ.ఎస్. అయిన వెంటనే యోనినుండి కొంచె రక్తస్రావం కావచ్చు. ఇదేమి గంభీరమైన విషయం కాదు. అయితె ఇది మూడు దినాలుకింతా జాస్తిగా అయితే డాక్టర్‌కి చెప్పండి. ఇన్ఫెక్షన్ అయ్యే భయం ఉండదు. అయితె కొన్ని దినాల లోపల జ్వరం వస్తె డాక్టర్‌కి చూపించండి.

మొదటి, రెండవ మరియు మూడు నెలలు

ఇంటిగ్రేటెడ్ స్క్రీనింగ్

ఇదేమి : మొదటి మూడు నెలల కంబైండ్ స్క్రీనింగ్ మాదిరే ఇది. ఇంటిగ్రేటెడ్ స్క్రీనింగ్ టెస్టులో అల్ట్రాసౌండ్ మరియు రక్తం టెస్ట్ రెండూ అవుతుంది. అయితే ఈ విషయంలో అల్ట్రాసౌండ్ (ఎన్‌టీ తపాసణ) మొదటి బ్లడ్ టెస్ట్ పీ.ఎ.పీ.వీ. తపాసణ మొదలైనవి మొదటి మూడు నెలల్లో చేస్తారు. మరియు రెండవ బ్లడ్ టెస్ట్ (క్వైడ్ స్క్రీనింగ్ మాదిరి నాలుగు తత్వాల తపాసణకోసం) రెండవ మూడు నెలలో చేస్తారు. ఈ మూడు టెస్టులని చేరి పరిణామం ఇస్తారు.

రెండవ స్క్రీనింగ్ టెస్ట్ మాదిరి ఇది కూడా ప్రత్యక్షంగా క్రోమోజోమల్ సమస్యల తపాసణ చేయరు మరియు ఏదేనా విశేష స్థితి తపాసణ చేయరు. దీనినుండి కేవలం ఈ అనుమానం అయితె శిశువుకి ఏదైనా తొందర కావచ్చు. ఇది తెలిసినవెంటనే మీరు డాక్టర్‌ని కలిసి నిర్ణయాన్ని తీసుకోవచ్చు. మీరు డైగ్నాస్టిక్ టెస్ట్ చేయించుకుంటారో లేదా అని.

ఇది ఎప్పుడవుతుంది? : – ఈ అల్ట్రాసౌండ్ 10 నుండి 14 వారాల మధ్యంలో అవుతుంది. మొదటి బ్లడ్ టెస్ట్ అల్ట్రాసౌండ్ దినమే అవుతుంది. రెండవ బ్లడ్ టెస్ట్ 16 నుండి 18 వారాల మధ్యంలో అవుతుంది. రెండవ బ్లడ్ టెస్ట్ అయిన వెంటనే పరీక్ష రిసల్ట్ ఇస్తారు.

ఇదెంత సరిగ్గా ఉంటుంది : గర్భావస్థలో మొదటి మరియు రెండవ మూడు నెలల్లోచేరి పరీక్ష పరిణామము మొదటి మూడు నెలల పరీక్ష రిసల్ట్‌కింత అధిక ప్రభావంగా పూర్ణంగా ఉంటుంది. ఇంటిగ్రేటెడ్ స్క్రీనింగ్ టెస్ట్‌నుండి 90% డౌన్ సిండ్రోమ్ కేస్ మరియు 80 నుండి 85% వరకూ న్యూరల్ టెస్ట్ డిఫెక్ట్స్ కనిపెట్టవచ్చు.

ఇదెంత సురక్షితంగా ఉంటుంది : అల్ట్రాసౌండ్ మరియు బ్లడ్ టెస్ట్‌లో నొప్పి అయ్యేల్లేదు. దీనినుండి శిశువుకి లేదా తల్లికి ఏ నొప్పి ఉండదు.

రెండవ మూడు నెలల క్వైడ్ స్క్రీనింగ్

ఇదేమి : దీనిలో తల్లి రక్తప్రవాహములో చేరే, భ్రూణం మూలకంగా తయారయ్యే నాలుగు పదార్థాల పరీక్ష అవుతుంది. అల్ఫా ఫీటోప్రోటీన్, ఈసీజీ, ఎస్ట్రిఓల్ మరియు ఇనిబిన్ ఎ, కొన్ని డాక్టర్‌లు కేవలం మూడు పదార్థాల పరీక్ష చేస్తారు. ఎ.ఎఫ్.వీ ఎత్తైన స్తరమునుండి న్యూరల్ ట్యూబ్ డిఫెక్ట్‌ని అందాజు చేయవచ్చు. ఎ.ఎఫ్.వీ తక్కువ అవుతుండే స్తరమునుండి పెరిగే శిశువికి క్రోమోజోమల్ అసమాన్యత అపాయం ఉంది అనే సూచన చిక్కుతుంది. ఉదా. డౌన్ సిండ్రోమ్, అన్ని స్క్రీన్ టెస్ట్‌ల మాదిరి క్వైడ్ కూడా జన్మజాత వికారాలని కనిపెట్టదు. ఇది కేవలం అపాయాల సూచన ఇస్తుంది. ఏ

అసామాన్య రిసల్ట్ అర్థం ముందు పరీక్ష అవశ్యకత ఉంది అని.

ఏ మహిళల క్వైడ్ స్క్రీనింగ్ పరిణామము అసామాన్యంగా వస్తే అనాక చేయబడే టెస్ట్ రిసల్ట్ సరిగ్గా వస్తుంది. వారికి గర్భావస్థవు ఎన్నో తొందరలన్ని ఎదురించవస్తాదని అధ్యయనాల్నుండి తెలిసింది. ఇది ఒక రోచకమైన తత్త్వం. మీకి ఈ మాదిరి రిసల్ట్ వస్తే ఈ విషయంలో మీ డాక్టర్ సలహా పొందండి. గమనం ఉంచండి ఈ మాదిరి రిసల్ట్ మరియు అసమాన్యతలకు సంబంధం ఉండచ్చు.

ఇది ఎప్పుడవుతుంది : దీన్ని 14 నుండి 22 వారాల మధ్యంలో చేస్తారు.

ఇదెంత సరిగ్గా ఉంటుంది? : ఇది సుమారు 85%వరకూ న్యూరల్ ట్యూబ్ డిఫెక్ట్‌ని 80% వరకూ కనిపెడతుంది. డౌన్ సింద్రోమ్ మరియు ట్రిసోమియ 18% సమస్యలను కనిపెడతుంది. స్వతంత్రం క్వైడ్ స్క్రీనింగ్‌లో అవద్దం పాసిటివ్ రిసల్ట్ రావచ్చు. కేవలం 50లో 1 లేదా 2 మహిలలో హై రీడింగ్ వస్తే భ్రూణం ప్రభావితంగా అవుతుంది. బాకి 48 లేదా 49లో ముందు పరీక్షలనుండి తెలిసేదేమిటంటే హార్మోన్ స్తరము అసామాన్యంగా ఉంది ఎందుకంటె అక్కడ ఒకటికింతా జాస్తి భ్రూణాలున్నాయి. అ భ్రూణం యోచన చేసేదానికింతా వయస్సులో పెద్దది లేదా చిన్నది అయి ఉండచ్చు. లేదా టెస్ట్ రిసల్ట్ తప్పుగా ఉండచ్చు. మహిళ ఒక్కే భ్రూణాన్ని పెంచుతూంటె మరియు అల్ట్రా సాండ్‌లో సరియైన స్థితిలు తెలిసిన

> **ఇదొక్క సర్‌ప్రైస్**
>
> డయాగ్నాస్టిక్ టెస్ట్‌నుండి మీ శిశువు లింగాన్ని తెలుసుకోవచ్చు. అయితే ఇది మీ నిర్ణయం. మీరు ఈ పరీక్ష సమయంలోనే తెలుసుకోవాలా లేదా బర్త్ రూంలో ఈ గుట్టుని తెలుసుకుంటారా. సర్‌ప్రైస్ నిజంగానా అని మీ డాక్టర్ దగ్గర ముందే మాట్లాడండి. ఇండియాలో లింగాన్ని తెలుసుకోవడం అపరాథం.

వెంటనే ఎమ్నిఓసెంటెస్ సలహా ఇస్తారు.

ఇదెంత సురక్షితంగా ఉంటుంది : దీనిలో కేవలం రక్తం నమూనా కావాలి దీనికారణం ఇది నిండా సురక్షితంగా ఉంటుంది. అన్నిదానికింతా పెద్ద అపాయం ఏమిటంటే పాసిటివ్ రిసల్ట్ వచ్చినవెంటనే అపాయం ఉండే పరీక్ష చేయాల్సి వస్తుంది. ఈ స్క్రీనింగ్ అధారం మీద ఏ నిర్ణయాన్ని తీసుకొనె ముందు అనుభవంగల చికిత్సకులు లేదా జెనెటిక్ సలహాలు ఇచ్చేవారి దగ్గర సలహా తీసుకొండి.

ఎమ్నిఓసెంటెసిస్

ఇదేమి? :- భ్రూణ చుట్టూ ఎమ్నిఓటిక్ ద్రవ్యంలో భ్రూణ కోశం రసాయనం మరియు మైక్రో అర్గానిసం సహాయంనుండి పెరుగుతున్న శిశువు విషయంలో అన్ని రకాల మాహితీల్ని తీసుకోవాలి. ఉదా: జెనెటిక్ మేకప్, వర్తమానం మరియు పక్వత స్థితి, ప్రసవపూర్వంలో ఈ పరీక్ష మహత్వంగా ఉంటుంది.

ఇది ఎప్పుడు చేస్తారు?

★ ఎప్పుడైనా స్క్రీనింగ్ టెస్ట్ రిసల్ట్ అసామాన్యంగా వస్తే భ్రూణంలో ఏదైనా అసమాన్యత తెలుసుకొనేదానికి భ్రూణ ఎమ్నిఓటిక్ ద్రవ్యం పరీక్ష అవశ్యకమవుతుంది.

★ తల్లి వయస్సు 35 సంవత్సరాలకింత ఎక్కువగా ఉంటె శిశు డౌన్ సింద్రోమ్‌నుండి పీడితమైయుంటె, అప్పుడు డాక్టర్ సలహానుండి ఈ పరీక్ష చేయాల్సి వస్తుంది.

★ ఇంటిలో మొందే క్రోమోజోమల్ అసామాన్యతనుండి ఉదా: సింద్రోమ్, మెటబాలిక్ డిస్ అర్డర్ లేదా ఎన్‌జైమ్ డిఫీశియెన్సి మొదలైనవినుండి పీడితమైయిన ఒక శిశు జననం అయ్యిండచ్చు.

★ తల్లి ఏదైనా ఎక్స్ లింక్డ్ జెనెటిక్

అసమాన్యత ఉదా: హీమోఫీలియంనుండి పీడితమైయుండేది.

★ టాన్స్‌ప్లాజ్‌మోసిస్, పీఫథో డిసీస్, సవి్రోమైక్రోవఎరస్ లేదా వేరే బ్రూణ సంక్రమణంనుండి సంభవం ఉండేది.

★ గర్భావస్థలో అప్పుడు భ్రూణం పరీక్ష అనివార్యమవుతుంది.

ఇది ఎలా అవుతుంది? మిమ్మల్ని నేరుగా పండపెట్టి అల్ట్రాసాండ్ సహాయంనుండి శిశు మరియు ప్లెసెంటాని కనిపెడతారు. దీనినుండి డాక్టర్ ఈ క్రియని స్పష్టంగా చూడవచ్చు. లోకల్ అనస్తేషియా ఇన్‌జెక్షన్ ఇచ్చి కడుపు కింది భాగాన్ని చేతనరహితంగా పెడతారు. అయితె ఈ ఇన్జెక్షన్ ప్రక్రియనుండి నిండా నొప్పి అవుతుంది. దానికోసం డాక్టర్ దీన్ని ఇవ్వరు. మీ గర్భాశయంలో ఒక పొడువైన టొళ్ళైన సూజిని వేస్తారు. దీనిలో కొంచం ఎమ్‌నిఓటివ్ ద్రవ్యాన్ని తీసుకొంటారు. (భ్రూణం తనకి అదే వుళ్ళి ఆ ద్రవ్యాన్ని పూర్తి చేసుకుంటుంది.) భ్రూణాన్ని అప్పితప్పి సూజి చుచ్చకుండా ఉండని లేదా ఏ విధమైన గాయం కాకుండా ఉండేదానికి జొతజొతకి అల్ట్రాసాండ్ చేస్తా ఉంటారు. ఈ పూర్తి విధానానికి అర్థ గంట అవుతుంది. అయితే ద్రవ్యాన్ని తీసుకొవడానికి 1-2 నిమిషాలవుతుంది. మీరు ఆర్.హెచ్.నుండి చేరిన సమస్యలు కాకుండా ఉండేదానికి ఆర్.హెచ్. ఓగ్రైమ ఇమ్యూన్ గ్లోబొలిన్ ఇంజెక్షన్ ఇస్తారు.

ఇది ఎప్పుడవుతుంది? : ఇది గర్భావస్థ 16 నుండి 18 వారాల మధ్యలో అవుతుంది. అయితే ఎన్నో సార్లు 13, 14, 23 లేదా 24వ వారాల్లో చేయువచ్చును. 10 నుండి 14 దినాల్లో రిసల్ట్ వస్తుంది. కొన్ని ప్రయోగశాలాల్లో ఫిశ్ టెక్నిక్ (ఫ్లోరొసెంట్ ఇన్ సిటు హైబ్రిడైజేశన్) ప్రయోగాన్ని చేస్తారు. దీనిలో కోశాల నిశ్చితమైన క్రోమోజోమ్స్ సంఖ్యని వెంటనే ఎంచచ్చును. ఈ ఎమ్‌నిఓసెంటెసి నమూనాలో వెంటనే రిసల్ట్ పొందవచ్చు. ఈ రిసల్ట్ పూర్తిగా ఉండదని ల్యాబ్‌లో రెండవ క్రోమోజోమల్ పరీక్ష చేయచ్చును. భ్రూణ పుప్పున పరిపక్వాన్ని పరీక్ష చేసేదానికి ఈ టెస్ట్ కొనా మూడు నెలల్లో చేయచ్చును.

ఇదెంత సరిగ్గా ఉంటుంది ? ఇది 99% సరిగ్గా ఉంటుంది. ఒక సామాన్యమైన ఫిశ్ టెస్ట్ 98% సరిగ్గా ఉంటుంది.

ఇదెంత సురక్షితమైనది? : దీన్ని సంపూర్ణంమైన సురక్షితమని నమ్ముతారు. 1,600లో ఒక గర్భపాత సంభవం కావచ్చు. ఈ ప్రక్రియ అయిన వెంటనే కడుపులో కొన్ని గఝ్జటలవరకూ కొంచం నొప్పి కావచ్చు. కొన్ని డాక్టర్ ఇద్దైన వెంటనే విశ్రాంతికి సలహా ఇస్తారు. కొందరు ఇవ్వరు. కొన్ని సల కొంచం రక్తస్రావం లేదా ద్రవ్య స్రావం కావచ్చును. కొంచం విశ్రాంతి తీసుకుంటె ఇది సరియైతుంది. అయినా జాగరూకంగా ఉండేదాన్ని మరవకండి.

రెండవ మూడు నెలలు

ఇదేమి? :- మీ గర్భధారణ అయినంక మొదటి మూడు నెలల్లో లేదా కంబైండ్ లేదా ఇంటిగ్రేటెడ్ స్క్రీనింగ్ టెస్ట్‌లో మీరు అల్ట్రాసాండ్ చేయించుకుంటే సహ రెండవ మూడు నెలల్లో ఈ

ఎమనియో జటిలత

అలాగే ఎమ్‌నిఓసెంటెసిస్‌లో జటిలతలు తక్కువ అవుతుంది. 100లో 1 ప్రక్రియలో ఎమ్‌నిఓటిక్ ద్రవ్యం స్రావం కావచ్చును. మీకి యోనిలో ఏ రకమైన స్రావం అయితే తక్షణమే డాక్టర్‌కి చెప్పండి. స్రావం కొన్ని దినాల్లోనే నిల్సిపోవచ్చు. అయినా పూర్తిగా ఆరావం మరియు జాగరూకత అవశ్యకత ఉండాలి.

అల్ట్రాసౌండ్ చేయించాలి. ఎందుకంటె దీనినుండి భ్రూణం పెరగటం మరియు అంగాల రచన మాహితి చిక్కుతుంది. దీనిలో మీ శిశువు ఉత్తమమైన చిత్రం లభిస్తుంది.

అల్ట్రాసౌండ్ చిత్రం ఎంత స్పష్టంగా ఉంటుంది అని విశేషజ్ఞులే కాకుండా తల్లి–తండ్రులు సహ తలనుండి కాలు వరకూ పూర్ణమైన అకృతిని గురుతించవచ్చు. మీరు ఈ అల్ట్రాసౌండ్‌లో డాక్టర్ సహాయంనుండి మీ శిశువు గుండె స్పందనాన్ని, వీపు ఎముకల సృష్టి, ముఖం, చేతులు మరియు కాళ్ళని గురుతించవచ్చు. అది మీకి తన ఉంగుష్టాన్ని చీపుతున్నదాన్ని చూడచ్చును. లింగాన్ని గురుతించవచ్చు. మీరు దీన్ని గుట్టుగా పెట్టుకోవాలనుకుంటే డాక్టర్‌కి ముందే చెప్పండి. ఎక్కువ సందర్భాల్లో మీరు ఈ అల్ట్రాసౌండ్ 3 డీ లేదా 4 డీ డిజిటల్ విడియోని ఇంటికి తెచ్చి కుటుంబ సదస్యలు మరియు స్నేహితులకి చూపించవచ్చు.

ఇది ఎప్పుడవుతుంది ? :– సామాన్యంగా దీన్ని 18 నుండి 27 వారాల మధ్య చేస్తారు.

ఇదెంత సురక్షితమైనది? :– దీనిలో ఏ రీతియైన అపాయం లేదు. లాభమే ఉంది. డాక్టర్ సామాన్యంగా గర్భావస్థలో ఎన్నో సల అల్ట్రాసౌండ్ పరీక్షకి సలహా ఇస్తారు. కొన్ని విశేషతజ్ఞులు కొన్ని పరిస్థితుల్లో అల్ట్రాసౌండ్ పరీక్షచేయించాలని చెప్తారు.

భ్రూణం స్క్రీన్

ఎన్నో సలాలు స్క్రీన్ పరీక్ష చేయిస్తే సరియైన ఫలితాంశమూ రావదు. మీరు ఏ చింతనుండి దూరం ఉండాలని అనుకొని ఉండారో ఆ చింత మిమ్మల్ని కాడుతూనే ఉంటుంది. కాబట్టి ఈ విషయంలో డాక్టర్ సలహా తీసుకొని అనాక ఎదైనా నిర్ణయాన్ని తీసుకొండి. సామాన్యంగా 90% మహిళలు పాసిటీవ్ స్క్రీన్ అయినవెంటనే స్వస్థ శిశువుకి జన్మం ఇస్తారు.

భిన్నమైన జన్మ–పూర్వ పరీక్ష – దినదినానికి ఈ క్షేత్రం విస్తారమవుతుంది. ఎన్నో కొత్త మందులు మార్కెట్‌కి వస్తా ఉంది. ఎన్నో ప్రకారాల టెస్ట్‌లు మరియు పరీక్షలు చేస్తున్నారు. దీనిలో ప్రముఖంగా ఉండేది :–

పర్‌క్యూటెనియస్ అవ్బులికల్ బ్లడ్ స్యాంపలింగ్ : పీ.యూ.బీ.ఎస్ పరీక్ష గర్భావస్థ 18 వారంలో చేస్తారు. దీనినుండి ఎన్నో రక్తం మరియు చర్మరోగాల్ని కనిపెట్టవచ్చు. ఇది ప్రమ్‌నిఓసెంటిసిస్‌లో తెలిసెల్లేదు. ఎమ్‌నిఓసెంటిసిస్ రిసల్ట్ అసమాన్యంగా ఉంటె ఈ పరీక్ష చేస్తారు. శిశు ఏదైనా గంభీరమైన సంక్రమిక రోగంనుండి పీడితంగా ఉంటె దీనినుండి తెలుస్తుంది. ఉదా: రుబెలాఇ టాక్సో ప్లాజమొసిల్, ఫిక్క డిసీస్, యద్యపి ఈ పరీక్ష కొత్తది అయినా దీన్ని రిసల్ట్ ప్రామాణికంగా ఉంటుంది అని నమ్ముతారు.

ఇది ఎమ్‌నిఓసెంటెసిస్ రీతి ఉంటుంది. వ్యత్యాసవేమిటంటె అల్ట్రాసౌండ్ సూజి ఎమినియోటిక్ సైక్‌లో వేసే బదులు జన్మించక శిశువు అంబలికార్డ్‌రక్తనాళంలో వేస్తారు. దీని రిసల్ట్ మూడు దినాల్లో చిక్కుతుంది. ఈ పరీక్షనుండి సమయానికింతా ముందే డెలివరి అయ్యే లేదా తిల్లి చించిపోయే భయం ఉంటుంది.

భ్రూణం లింగాన్ని నిర్ధరించడానికి మెటర్‌నల్ బ్లడ్ టెస్ట్ : ఇది ఇంకా ప్రయోగావస్థలో ఉన్నది. అయితే అనువంశిక కారణాల స్క్రీనింగ్‌కోసం ఉత్తమంగా ఉంది. ఇది ఒట్టి శిశువు నరాల మీద ప్రభావం వేస్తుంది.

స్కిన్ స్యాంపలింగ్ : భ్రూణ చర్మాన్ని కొంచెం తీసుకొని పరీక్ష చేస్తారు.

ఎమ్.ఆర్.ఐ. : దీనినుండి భ్రూణం మరియు దాని సమస్యలు ఏదైనా ఉంటె పరీక్షనుండి తెలుస్తుంది. అసమాన్యత విషయంలో పూర్తి మాహితి చిక్కుతుంది. సంశోధకులు ఇంకా మంచి చిత్రాన్ని

ఏదైనా సమస్య ఉంటె...

అన్నీ సరిగ్గా ఉంటుంది. సామాన్యంగా పరీక్షలునుండి ఇది తెలుస్తుంది. అయినా ఎన్నో సల ఈ మాదిరి వార్త చిక్కేతప్పుడు తల్లి-తండ్రుల మనస్సుకి ఆఘాతాన్ని ఇస్తుంది. ఈ స్థితిలో మీరు విశేషతజ్ఞుల సలహా తీసుకొండి. వారు సంభావితమైన ఊహాగానాన్ని ఇస్తారు.

గర్భావస్థలో పరామర్శ : ఎన్నో సందర్భాల్లో తల్లి-తండ్రులకి తెలుస్తుంది. ముందర వచ్చే శిశు స్వస్థం మరియు సామాన్యంగా ఉండలేదని మరియు వాళ్ళు ఏ కారణానికీ గర్భపాతం చేయించుకోనేదానికి సిద్ధంగా ఉండరు. అప్పుడు వారు శిశువు జననం ముందే వాళ్ళని ఆ స్థితికి తయారు చేసుకుంటారు. వారు ఆ శిశువు జీవనానికి ఉత్తమమైన ఉపాయాల్ని తెలుసుకోవచ్చు. దాని సమస్యలని ఎదురించేదానికి ధైర్యం చేసుకోవచ్చును. భావనాత్మకంగా మరియు వ్యవహారికంగా స్థితిని ఎదురించవచ్చు.

గర్భావస్థ సమాప్తి : వికృతి ప్రాణఘాతకమైన పరిణామమం కనిపిస్తె తల్లి-తండ్రులు విశేషతజ్ఞుల సలహానుండి గర్భపాతం చేయించుకోవడానికి తయారు కావచ్చు. ముందర వచ్చే గర్భావస్థలో ఈ మాదిరి అసామాన్యత రాకుండా ఉండాలని భ్రూణం కోశాల్ని నిండా హుషారుగా పరీక్ష చేస్తారు. వారు ఈ పరీక్ష మరియు విశేషతజ్ఞుల సలహానుండి తమే ముందర వచ్చే సామాన్యమైన గర్భవస్థకి తయారు చేసుకుంటారు. ఎక్కువ సల ముందు స్వస్థ శిశువు జన్మమవుతుంది.

భ్రూణం ప్రసవపూర్వ చికిత్స : దీనిలో బ్లడ్ ట్రాన్స్‌ఫ్యూజన్ అర్ హెచ్ రోగంలో సర్జరి (ఉదా: బంద్ అయిండే బ్లాడర్‌ని తీసేది) ఎంజైమ్ లేదా ఏదైనా మందులు ఇవ్వడం (ఎప్పుడు డెలివరి జల్ది చేయాలనివస్తె శిశువు పుప్పసం పెరగడాన్ని తీవ్రం చేయాల్సి వస్తుంది) లేదా ఏదైనా వేరె ప్రసవపూర్వ సర్జరీఇ జెనెటిక్ మెనిప్యులేషన్ మొదలైనవి చేరించవచ్చు. ఇప్పుడు ఇదన్నీ నిండా సామాన్యంగా ఉండుంది.

అంగాన్ని దానం చేసేది : భ్రూణం జీవంతంగా ఉండదని పరీక్షలో తెలిస్తే అప్పుడు తల్లి-తండ్రులు దాని స్వస్థ అంగాల్ని వేరె ఏదైనా నవజాత శిశువుకి దానం చేసే నిర్ణయాన్ని తీసుకోవచ్చు. వారికి నొప్పి అయినా ఈ మాదిరి దాననుండి కొంచమైనా సమాధానం చిక్కుతుంది. ఈ స్థితిలో వారికి ఎవరైనా నియోనెటాలాజిస్టులు సరియైన మార్గదర్శనం ఇవ్వచ్చును.

ప్రసవపూర్వం నిరూపణ సందర్భంలో జ్ఞాపకం ఉంచండి నిండా సౌకర్యాలుండే ల్యాబ్‌లో హెచ్చు-తక్కవ కావచ్చు. విశేషజ్ఞులు మరియు మంచి టెక్నిక్ ఉండేనూ తప్పు కావచ్చు. ఈ స్థితిలో ఎవరైనా విశేషతజ్ఞుల సలహా తీసుకోకుండా ఏ నిర్ణయాన్నీ తీసుకోకండి.

జ్ఞాపకం ఉంచండి శిశువుకి ఈ పరీక్షలో ఏదైనా తొందర అయితే సామాన్యంగా ఈ మాదిరి కాక పోవచ్చు. సామాన్యంగా స్వస్థమైన తల్లిలు స్వస్థమైన బిడ్డకి జన్మం ఇస్తారు. కొనాలో అన్నీ సందేహాలు మరియు సమస్యల మంచు కరిగి గర్భావస్థ సుఖమైన పరిణామం వస్తుంది.

తోసుకొనేదానికి శోధాలు నడుస్తా ఉండాయి. గర్భావస్థలో దీని ప్రయోగం పూర్ణంగా సురక్షితంగా ఉంది.

కొకార్డియొగ్రఫీ : దీనినుండి భ్రూణం గుండె పరీక్ష అవుతుంది. ఈ అల్ట్రాసౌండ్ గుండెకి వచ్చి-పొయ్యే రక్తప్రవాహాన్ని చూపిస్తుంది.

■ ■ ■

గర్భావస్థలో మీ జీవన శైలి

నిశ్చితంగా ఇప్పుడు మీకి దిననిత్యం జీవనంలో కొంచెం మార్పు తావాలని అనిపిస్తుంది. ఎందుకంటె ఇప్పుడు మీరు ఒట్టి మీకోసం కాక వేరేవారికోసం బదుకుతున్నారు. అయితె మీకి ఈ మాట్లనుండి ఆశ్చర్యం కలవచ్చు ఎందుకంటే మీ జీవనశైలిలో ఎంత పెద్ద మార్పు వస్తుంది. డిన్నర్‌కి మొదటి కాక్‌టేల్‌ని జ్ఞాపించుకొండి దాన్ని ప్రసవంవరకూ విడిచేయాలా? హాట్ టబ్‌లో ముళుగి మళ్ళీ జిమ్‌కి పొయేది విడిచిపోతుంది కదా? మీకి వాసన తెచ్చే పదార్థంనుండి మీ ఇంటి సింక్ కడగడానికి అవుతుందా? మీ పిల్లి ఉమ్మితం మీద గమనం ఇవాల్సి వస్తుందా? మీకి మీ రూములో మీ స్నేహితురాలునుండి సిగరేట్ చేదీ లేదా మైక్రోవేవ్‌లో భోజనం పెట్టే ముందు రెండు సల యోచన చేయాల్సి వస్తుంది. ఇలాంటి మాట్ల విషయాల్లో మీరు కలలో కూడా యోచణ చేయలేరు! ఎన్నో సందర్భాల్లో మేము చెబుతాము – ఔను ఇది సరిగ్గా ఉంది. (ఉదా: నేను వండి పొరించడం లేదు. ధన్యవాదాలు) అయితే బాకి ఎన్నో సందర్భాల్లో మీరు కొంచెం జాగరూకంత ఉంటె ముందు మాదిరి సంతోషంగా ఉండచ్చు.

మీరు ఏమి ఆలోచన చేస్తున్నారు?

అట–పాట మరియు వ్యాయామం

''నేను గర్భిణి అయినా కూడా నియమితంగా వ్యాయామం చేయవచ్చా?''

సామాన్యంగా గర్భావస్థ అర్థము మీరు అట్లాడద్దండి అని కాదు. అయితె మీరు ఆ సన్న జీవిని గమనంలో ఉంచుకొనుండాలి. సామాన్యంగా డాక్టర్ గర్భిణి మహిళలకి కొంచం జాగరూకంగా మీ రొటీన్ వర్క్ లేదా అట–పాటల్ని చేయచ్చని సలహా ఇస్తారు. ఏదైనా కొత్త అట లేదా పని ప్రారంభించే ముందు డాక్టర్ సలహా తీసుకోవడం మంచిది. సుస్తుగా మీ స్థితి చెడిపొయేంతవరకు వ్యాయామం చేయకండి.

కెఫీన్

''నేను దినంలో నిండా జాస్తి కాఫి తాగుతా ఉంటిని. నేను ఇప్పుడు కెఫీన్ తీసుకొనేది

మానేయాలా?''

మీరు కాఫీ పూర్తిగా మానేయడం వద్దు. అయితే కొంచం హుషారుగా ఉండాలి. ఈ దినాల్లో 200 గ్రాం కెఫీన్ ప్రమాణాన్ని సేవించేది సురక్షితంగా ఉంటుంది అని ఎన్నో సాక్షిలనుండి తెలిసింది. దీన్ని నిర్ధరించేది మీరు పాలు జోతలో కాఫీ తాగుతున్నారో లేదా బ్లాక్ కాఫినా? అప్పుడు మీరు మీ కాఫీని రెండు కప్పు చేయాల్సివస్తుంది. కొంచెం లైట్ కాఫీ తాగితే మంచిది. అయితే స్ట్రాంగ్ కాఫీ ప్రమాణాన్ని తక్కువ చేయాలి.

వాస్తవంగా మీ కాఫీలో ఏ కెఫేన్ తీసుకొంటూ ఉన్నారో అది కాఫీ కాకుండా ఇంకా వేరె ఎన్నో తరహాల పదార్థాలు ఉంటుంది. ఇది ఎంతమట్టకి శిశువుకి చేరుతుంది. ఈ విషయంలో చెప్పడానికి కాదు. గర్భం మొదటి రోజుల్లో కెఫేన్ ప్రమాణం జాస్తిగా ఉంటె గర్భపాతం కావచ్చని తాజా మాహితి చిక్కదు.

కఫీన్ విషయంలో ఇంకొక్క కథ ఉంది. దీనిలో పిక్-మీఅప్ శక్తి అని ఉంది అయితే ఇది క్యాల్శియం మరియు ఎన్నో వేరె పోషకతత్వాలని శరీరంలో పూర్తిగా కరగించే ముందే బైట దబ్బుతుంది. కెఫీన్ ఉత్తేజన ద్రవ్యం మీ మూడ్‌ని ఏరు-పేరుగా చేస్తుంది. మీరు దీన్ని సాయంకాలంగా తీసుకొంటె రాత్రి నిద్ర పూర్తిగా అయ్యల్లేదు. కెఫీన్ ప్రమాణం అధికమైతె మీ శిశువికి ఐరన్ ప్రమాణం తక్కువ కావచ్చును.

అన్ని డాక్టర్‌లు ఈ విషయంలో వేరె-వేరె అభిప్రాయాన్ని ఇస్తారు. దానికోసం మీరు మీ డాక్టర్‌నుండి దీన్ని సేవించే ప్రమాణం అందాజు చెప్పితె మంచిది. దినానికి కెఫేన్ ప్రమాణం అందాజు ప్రతి ఒక కప్ కాఫీ మాదిరి చేయదానికి కాదు. కాఫీ కాకుండా పేయ పదార్థములు, కాఫీ, ఐస్‌క్రీమ్, టీ, ఎనర్జీ బార్, మరియు డ్రింక్స్ మళ్ళి చాకలేట్‌లో కూడా కెఫేన్ ఉంటుంది. ఉత్పాదనల లెఖ్ఖలో ప్రమాణం వేరెవేరె కావచ్చు. మీకి తెలిసిండచ్చు ఇంట్లో చేసే బ్రూ కింత కాఫీ హౌస్‌లో చేసే బ్రూలో ఎక్కువ కెఫేన్ ఉంటుంది.

మీరు కెఫేన్ అభ్యాసంనుండి ఎలా విడుదల పొందవచ్చు? కెఫేన్ అంటె ఏమి అనే దానిమీద నిర్ధరిస్తుంది. ఇది మీ ఉదయాన ప్రముఖ భాగంగా ఉందా? పనికి అవశ్యకంగా ఉందా? మధ్యాహ్నం నిద్ర అయిన వెంటనే కావాలా? లేదా దినంలో మనస్సైయినప్పుడు కావాలా? ఉదయం ప్రమాణంలో తీసుకుంటున్నారు అంటె మధ్యాహ్నం పైన కాఫీ ప్రమాణాన్ని తక్కువ చేయండి. మీరు కాఫీలో ఎస్సెసో ప్రమాణాన్ని తక్కువ చేసి పాలు ప్రమాణాన్ని జాస్తి చేస్తే మీకి క్యాల్శియం బోనస్సూ చిక్కుతుంది.

మీరు కాఫీ హవ్యాసి అంటె మీకి ఇది తెలిసిండచ్చు దీన్ని విడిచేయడం సులభం కాదు. ఏ వస్తువు అభ్యాసంగా ఉంటే దాన్ని విడిస్తె ఎన్నో లక్షణాలు కనవడచ్చును. ఉదా: తలనొప్పి, సుస్తు, ఆలస్యం మొదలైనవి. మీరు నిధానంగా దీని ప్రమాణాన్ని తక్కవ చేయండి. మొదలు ఒక కప్ ప్రమాణాన్ని తక్కవ చేయండి. కొన్ని దినాల నంతరంగా దీని అభ్యాసమయినంక దీన్ని అర్ధ కప్‌కి మార్పు చేసుకొండి. ఈ మాదిరి మీ లక్ష్యం చిక్కేవరకూ ప్రమాణాన్ని తక్కువ చేసుకుంటూ ఉండండి.

మీరు కింద రాసిన సలహాల్ని ఉపయోగిస్తే చటానికోసం కాఫీని సారి-సారికీ తాగడానికి అయ్యల్లేదు.

★ మీ బ్లడ్ శుగర్ మరియు ఉర్జి స్తరాన్ని ఎక్కువగా పెట్టుకొండి. తాజా మరియు స్వస్థ ఆహారాన్ని తింటె మీకి కెఫేన్ తీసుకొనె అవశ్యకత ఉండదు.

★ ప్రతినిత్యం వ్యాయామం చేస్తే ఊర్జ స్తరము మరియు ఎండోఫిన్ స్రవము ఎక్కువగా ఉంటుంది. వ్యాయామం జోతకి మంచి గాలి మ్యాజిక్ చేస్తుంది.

కెఫీన్ కౌంటర్

మీరు దినానికి కెఫేన్‌ని ఎంత ప్రమాణం తీసుకుంటున్నారు? ఈ ప్రమాణం 200 మి.గ్రాం కింత ఎక్కువ తక్కువ కావచ్చును. ఈ టేబల్ సహాయం చేయవచ్చును.

1 కప్ బ్రూ కాఫి (8 ఔంస్)	=	135 మి.గ్రాం
1 కప్ ఇన్‌స్టెన్ట్ కాఫి	=	95 మి.గ్రాం
1 కప్ టీకఫ్ కాఫి	=	5 మి.గ్రాం
6 ఔంస్ కెఫెచినో	=	90 మి.గ్రాం
1 ఓంస్ ఎస్ప్రెసా	=	90 మి.గ్రాం
1 కప్ టీ	=	90 నుండి 60 మి.గ్రాం
(పచ్చ టీకింత నల్ల టీలో ఎక్కువ కెఫేన్ ఉంటుంది)		
1 క్యాన్ కోలా (12 ఓంస్) 235 మి.గ్రాం కెఫేన్		
1 క్యాన్ డయట్ కోలా	=	45 మి.గ్రాం
1 ఓంస్ మిల్క్ చాకొలేట్	=	6 మి.గ్రాం
1 ఓంస్ డార్క్ చాకొలేట్	=	20 మి.గ్రాం
1 కప్ చాకొలేట్ మిల్క్	=	5 మి.గ్రాం
8 ఓంస్ కాఫీ ఐస్‌క్రీమ్	=	40-80 మి.గ్రాం

★ సరియైన సమయానికి పూర్తిగా నిద్ర చేయండి. రాత్రి పూర్తిగా నిద్ర చేస్తే ఉదయంలో మీరు ఉల్లాసంగా ఉంటారు. అప్పుడు మీకి కాఫి తాగే అవశ్యకత ఉండదు.

మధ్యపానం

''నేను గర్భవతి అని నాకి తెలీలేదు. నేను తెలీకుండా రెండు మూట్ల మద్యపానం చేస్తిని. దీనినుండి నా శిశువుకు తొందర కావచ్చునా?''

వాస్తవంలో తల్లికి ప్రారంభంలో తను గర్భిణి అని తెలిసెల్లేదు. ఈ సమయంలో తను చేయరాని పనుల్ని చేసింటుంది. ఈ విషయం తెలిసింటే చేస్తూ ఉండదో ఏమో? దానికారణం మేము ఈ విషయంలో మాట్లాడుతున్నాము.

గర్భం ప్రారంభిక కాలంలో కొంచం మద్యపానం చేస్తే భ్రూణానికి తొందర కావచ్చును. కాని ఈ విషయంలో ఏ సాక్షీ చిక్కదు. దానికారణంగా గాబరి అయ్యే కారణం లేదు.

మీరు ఇప్పుడు తాగే చటాన్ని విడవాలి. ఇది సత్యం. కొన్ని మహిళలు పూర్తి తొమ్మిది నెలలూ, రాత్రి పడుకొనే ముందు ఒక గ్లాస్ వైన్ తాగినా ఒక స్వస్థ శిశువికి జన్మం ఇచ్చిండారని మీరు వినిండచ్చు. అయితే మీరు దీన్ని సురక్షితంగా ఉంది అని నమ్మటానికి గ్యారంటి లేదు. అదికాకుండా అమెరికన్ అకాడెమి బాలచికిత్సకుల సలహానుండి గర్భిణి తల్లులకి ఆల్కోహాల్ సేవణ హానికరం. అయితె మీరు తెలియక చేసిండే ఆ తప్పుకోసం యోచించి కష్టంపడకండి. కావాలంటె మీరు మీ డాక్టర్‌ని అడిగి నిశ్చింతంగా ఉండండి.

చిన్న అతిథి రావాలనుకుంటె మీరు జాగ్రత్తగా ఉండడం చెడ్డదేమి కాదు కదా? దీని సురక్షితమైన ప్రమాణం ఎంత అని ఎవరికీ తెలియదు.అయినా గర్భావస్థలో ఆల్కోహాల్ సేవించే విషయంలో చెప్పేదైతె ప్రతియొక్క ఆల్కోహాల్ మహిళ లెక్కని తీసుకుంటె ఇది శిశువు రక్తంలో చేరవచ్చు. ఒక గర్భిణి మహిళ ఎప్పుడూ ఒక్కటే మద్యపానం చేయదు. అది వైన్, బియర్ లేదా కాక్‌టెల్ గ్లాస్ తన బిడ్డ జొతకి తాగుతుంది. ఇలా ఉండే తప్పుడు ఏ సంభవం ఉండచ్చని మీరే అందాజు చేయవచ్చును.

గర్భిణి మహిల నిత్యం మద్యం లేదా బీర్ ఐదారు పెగ్ తీసుకుంటె ఎన్నో తరహాల గంభీరమైన తొందరలు కావచ్చును. ఈ హ్యాంగోవర్‌పూర్తి జీవనంవరకూ ఉంటుంది అంటారు. ఈ స్థితిలో జన్మించే శిశువుల ఆకారం పూర్తిగా ఉండదు. మానసికంగా క్లుప్తంగా ఉంటారు. తల, ముఖము, చేతులు-కాళ్ళు, మరియు కేంద్రీయ తంత్రాల్లో దోషం ఉండచ్చును. వాళ్ళూ అల్పాయులుగా ఉంటారు. మిగిలిన బిడ్డల్లో ఎల్లప్పుడూ ఒకటికాక ఒక సమస్య ఉంటుంది. వారికి సరియైన నిర్ణయం తీసుకోవడానికి కాదు. వారు సహ 21 వయస్సుకి వచ్చేతప్పుడు మద్యం జాలంలో చిక్కేసికుంటారు. గర్భావస్థలో మద్యపానాన్ని ఎంత జల్ది నిలుపుతారో అంత అపాయం తక్కువ ఉంటుంది.

మీరు తాగే ప్రమాణం ఎంత ఎక్కువగా ఉంటుందో అపాయమూ అంతే అధికంగా ఉంటుంది. తాగే చెడ్డ అభ్యాసంనుండి గర్భపాతం కావచ్చును. ప్రసవ సమయంలో తొందర కావచ్చును. జననం సమయంలో బిడ్డ తూకం తక్కువ ఉండచ్చును. అస్వాభావికంగా వృద్ధి కావచ్చును. తెలివి తక్కవ ఉండే శిశు జన్మించవచ్చు. ఈ కారణంనింక ఎన్నో వికారాత్మకలైన మరియు వ్యవహారగతమైన లక్షణాలు కనిపించవచ్చు.

కొన్ని మహిళలకి గర్భావస్థలో మద్యాన్ని విడిచేది సులభంగా కావచ్చును ఎందుకంటే వారికి దీని వాసననుండి ద్వేషం రావచ్చును. ఇది గర్భం మొదటినుండి కొనావరకూ ఉండవచ్చును. ఏ మహిళలకి దీన్ని విడిచి ఉండలేరో లేదా డిన్నర్‌లో రెడ్ వైన్ తీసుకుంటారో వారు తమ జీవన శైలిని కొంచం మార్పు చేయాల్సికొనవస్తుంది. మీరు ఆరామం చేసేదానికి తాగుతా ఉంటె వేరె ఏదైనా చేయండి లేదా ఏమైనా చదవండి. మీకి తాగలాక పోతె లేదా విడిచే మనస్సు లేకుండా పోతె తిండి భోజనం మధ్య వేళలో బ్లడి మైరి (డ్రింక్స్) లేదా వర్జిన్ మైరి (డ్రింక్స్) తీసుకొండి. డిన్నర్‌లో జ్యూస్ లేదా నాన్-ఆల్కోహాల్ బీర్ తీసుకొండి. జ్యూస్‌లో నీళ్ళు కలిపి వైన్‌మాదిరి తీసుకొండి. గ్లాస్ మరియు జగ్ అలాగే ఉండని జొతకి భర్త ఉంటే ఖుషి రెండంత్ల అవుతుంది.

ఆల్కోహాల్ విడిచేకి కష్టంగా ఉంటె డాక్టర్ సలహా తీసుకొండి. వారు ఏదైనా కార్యక్రమం సహాయంనుండి మీ తొందరని దూరం చేయవచ్చు.

పైప్ మరియు సిగార్‌నుండి దూరంగా ఉండండి

పైప్ మరియు సిగార్ తాగేదాన్ని విడిస్తే శిశువు మీకి ధన్యవాదాల్ని చెప్తుంది. పైప్ మరియు సిగార్ సిగరేటుకింతా ఎక్కువ పాగ లోపలకి పోతుంది. మళ్ళి శిశువుకి అపాయాన్ని ఎక్కువగా ఇస్తుంది. మీరు మీకి వచ్చే అతిథి వార్తని అందరికీ ఇవ్వాలనుకుంటె చాకొలేట్‌నింక చేసిండే సిగార్ మరియు పైప్ ఇవ్వచ్చును.

ధూమపానం

"నేను వెనుక 10 సంవత్సరాలనుండి సిగరేట్ తాగుతున్నాను. దీనినుండి నా బిడ్డకి అపాయమవుతుందా? "

నిండా సంతోషమైన విషమేమిటంటే మీరు గర్భావస్థకి ముందు ఎంత ధూమపానం చేసింటిరో దాని ప్రభావం జన్మించికుండా ఉండే శిశువుపై అయ్యేల్లేదు. అయితే గర్భావస్థ మరియు మూడో నెలలో ధూమపానం చేస్తే మీకి మరియు మీ శిశువు ఆరోగ్యంపై అపాయం కావచ్చును. మీరు ధూమపానం చేస్తె భ్రూణాన్ని పొగనింక నిండిండే కడుపులో సాకుతున్నారి అని అర్థం. దీనినుండి శిశువు గుండెపోటు ఎక్కువగా అవుతుంది మరియు అక్సిజన్ తక్కువ అయ్యేదాన్నింక శిశువు సరిగ్గా పెరగదు.

దీని పరిణామమం నిండా ఎక్కవగా ఉండచ్చును. గర్భావస్థ కాలంలో ఎన్నో మాదిరి సమస్యలు కావచ్చును. దానిలో ఇక్టోపిక్ ప్రెగ్నెన్సి, అబ్నార్మల్ ప్లెసెంటల్ డిట్యాచ్‌మెంట్, ప్రీమెచ్యూర్ రప్టర్ ఆఫ్ మెంబ్రేన్ మొదలైనవి వస్తుంది. సమయపూర్వ ప్రసవం కూడా కావచ్చును. ధూమపానంనుండి శిశువు పెరగడంలో నిండా ప్రభావితమవుతుందని ప్రమాణాలు చిక్కింది. అన్నిదానికింతా ఎక్కవ అపాయమేమిటంటే జన్మించేశిశువు బరువు నిండా తక్కువ ఉంటుంది. పొడువు తక్కవ ఉంటుంది మరియు తల కొల్త తక్కవ ఉంటుంది. ఈ కారణంనుండిశిశు ప్రసవసమయంలో హుషారుగా ఉంటదు. లేదా దాని మృత్యు అయితుంది.

ధూమపానం చేసే మహిళల శిశువుల్లో సిడస్ సిండ్రోమ్ కనిపిస్తుంది. ధూమపానం చేసేయకుండా ఉండే మహిళల శిశువులాగ ఈ శిశువులు స్వస్థంగా ఉంటరు. ఈ శిశువుల్లో శారీరికంగా మరియు బౌద్ధికంగా న్యూనత ఉంటుంది. తల్లి-తండ్రులు వారి అక్క-పక్కలో ధూమపానం చేస్తుంటే ఈ అపాయం ఇంకా ఎక్కువ అవుతుంది. వారి ఇంయ్యూన్ సిస్టం దుర్బలవవుతుంది. శ్వాస తంత్రంలో దోషముంటుంది. చవుల్లో తీవ్ర సంక్రమణం ఉంటుంది. అధ్యయనంనింక తెలిసివచ్చింది ఏమిటంటే సామాన్యంగా ఈ బిడ్లల్లో వ్యవహారానికి చేరిండే సమస్యలు కనపడిస్తాయి. ధూమపానం చేయకుండా ఉండే తల్లిల బిడ్లలో తులనలో ఈ బిడ్డలు జన్మ మొదటి సంవత్సరంలో నిండా అస్వస్థులుగా ఉమటారు. పెద్దవాళ్ళు అయినంకా ఈ బిడ్డలు ధూమపానం చేసేవాళ్ళలో చేర్తారు.

తంబాకు సహ చెడ్డ ప్రభావం పడుతుంది. పూర్తిగా దినంలో ఒక ప్యాకెట్ సిగరేట్ చేదే మహిళల శిశువు తూకం జన్మంనుండే నిండా తక్కువ ఉంటుంది. మీరు సిగరేట్ చేదేవాళ్ళయితే లోతుగాపాగ తీసుకోవడం మరియు నిండా సిగరేట్ చేదే మోహాన్ని విడవండి. తక్కువ నికోటిన్ సిగరేట్ చేదితె దానినింకా అపాయం తక్కువ కావదు. మీరు దీన్ని పూర్తిగా విడవాలి.

శిశువుకోసం అమూల్యమైన బహుమతి

ఎప్పుడు బిడ్డ వచ్చే సూచన చిక్కుతుందో అప్పుడు ఇంటిలో సంతోషం సంబరం నిండుతుంది. ఇలా ఉండేతప్పుడు మీరు సిగరేట్ లేదా తంబాకుని అదే సమయంలో విడిచేయాలి, మీరు ఆ మహిళల విషయం వినిండాలి ఎవరు సిగరేట్ మరియు సారాయి తాగినా స్వస్థ శిశువుకి జన్మం ఇస్తారు. అయితే దీనిని నిర్ధరించేది వాళ్ళు ఎ ప్రమాణంలో సిగరేట్ మరియు సారాయి తీసుకుంటారు అని. మీ శిశువు భాగ్యంగా ఉండదు. గర్భిణి తల్లిలు మరియు శిశువులు వేరె-వేరె మాదిరి ప్రతిక్రియని ఇస్తారు. ఆ సమయంలో ఏదైనా లక్షణాలు కనిపించవచ్చు అయితే ఎన్నో సంవత్సరాలయినంక బిడ్డ రోగిగా మరియు హైపర్ అక్టివ్‌గా ఏదైనా నేర్చుకోవడానికి తొందర కావచ్చును.

ధూమపానం అభ్యాసాన్ని విడిచేది

శుభాకాంక్షలు! మీరు మీ శిశువుకి పొగరహితమైన వాతావరణాన్ని ఇచ్చేదానికి నిర్ధరించినారు. ఇలా యోచన చేసేదే మొదటి అడుగు. నిజంగా ఇప్పుడు సిగరేట్ విడిచేది కష్టంగా ఉండదు. కింది రాసిండే సలహాల సహాయం తీసుకొండి.

మీ ఉద్దేశాన్ని తెలుసుకొండి : మీరు గర్భిణి. సిగరేట్ విడిచేదానికి దీనికింతా పెద్ద ఉద్దేశం కావాలా?

విడిచే రీతి : ఈ అభ్యాసాన్ని ఖుషీగా విడిచేయండి. ఈ దినానికోసం ఖుషి ఇచ్చే పనిని ఎన్నిక చేయండి. దీనినుండి సిగరేట్ లేదని అనిపించకుండా ఉండని మరియు సిగరేట్ చేదే అవశ్యకత రాకుండా ఉండని.

చేదే ఉద్దేశాన్ని గురుతించండి : మీరెందుకు చేత్తా ఉండారు? ఆనందంకోసం, ఉత్తేజనానికి లేదా విశ్రాంతికి. దీనిలో ఏది మీకి సిగరేట్ చేదే ఉద్దేశం? మీరు ఒత్తిడం మరియు చిందని తక్కువ చేయాలి చేత్తా ఉండారా? లేదా చెయ్యి మరియు నోటి మధ్య ఏదైనా పట్టుకోవాలని ఉందా? మీ ఇష్టాన్ని శాంతంగా పెట్టడానికా? లేదా ఊర్కె అలాగే సిగరేట్ అంటించి విడుస్తున్నారా? మీకి మీ ఉద్దేశం తెలిస్తా కారణాన్ని వెతకడం సులభమవుతుంది.

★ మీ చేతుల్ని వ్యస్తంగా పెట్టుకోవడానికి చేత్తా ఉంటె చేతిలో పెన్సిల్, రబ్బర్ బ్యాండ్, లేదా కడ్డి పెట్టుకొనే అభ్యాసం చేసుకొండి. కుట్లు

వేయండి, కంప్యూటర్‌లో గేమ్ ఆడండి, విడియో గేమ్ ఆడండి, మీ ఈ-మేల్ చెక్ చేయండి, మీకి సిగరేట్ జ్ఞాపకం కూడా రాదు.

★ నోటిలో ఏదైనా పెట్టుకొనే అభ్యాసంనుండి సిగరేట్ చేదుతూ ఉంటె టూథ్‌పిక్, బబల్‌గమ్, వచ్చి తరకారీలు, పాప్‌కార్న్, లేదా లాలిపప్ ఉపయోగించండి.

★ ఉత్తేజనానికి పొగ త్రాగుతా ఉంటె నిధానంగా పారాడండి, పుస్తకాన్ని చదవండి లేదా స్నేహితుల జొతకి మాట్లాడండి.

★ ఒత్తిడాన్ని తక్కువ చేసేదానికి చేత్తా ఉంటె వ్యాయామం చేయండిలేదా ఆరామంగా ఉండే టెక్నిక్‌లని ప్రయోగించండి, పాటల్ని వినండి, వాకింగ్ పోండి, మాలిశ్ చేసుకొండి లేదా సెక్స్‌కోసం రెడి కావండి.

★ అభ్యాసబలంనుండి చేదేదైతె ధూమపాన నిషేదం ఉండే జాగాకి పోండి.

★ మీరు ధూమపానాన్ని ఏదైనా విశేషమైన భోజనం పద్ధతి జొతకి చేరించుకొనుంటె మీరు మీ అభ్యాసాన్ని మార్చండి. ఉదా: మీరు తిండి తినేతవుడు సిగరేట్ చేదాలని ఉండె వడక మీద తిండి తినేది తప్పేమీ కాదు.

★ సిగరేట్ చేదే ఇచ్ఛ అయ్యేతవుడెల్లా నిధానంగా దీర్ఘమైన శ్వాసాన్ని తీసుకొండి. అనాక నిధానం విడిచి పెట్టండి. మీరు సిగరేట్ పొగ విడిచే మాదిరి చూపించుకొండి.

సిగరేట్ కనవడిస్తే

★ సిగరేట్ కనిపడిస్తే మీరు ముందు చేదిండే సిగరేట్‌ల గురించి అలోచించండి. ఇప్పుడు మీరు చేదే సిగరేట్ మీ బిడ్డకి ఎంత మంచితా ఉంటుంది అని మనస్సులోనో ఆలోచించండి.

శిశువునిండ ప్రేరణ తీసుకొండి

★ మీ వంట గదిలో టేబల్, గూడు లేదా టేబల్ గూడులో శిశువు అల్ట్రాసౌంట్ చిత్రాన్ని వేయండి. అది లేకుండా పోతె వేరె సుందరంగా ఉండే శిశువు చిత్రం కూడా ఈ పని చేయవచ్చును.

కొంచం హెల్ప్ తీసుకొండి

హిప్నోసిస్ ఆక్యూపంచర్ మరియు విశ్రమించే టెక్నిక్‌ల సహాయంనుండి ధూమపానాన్ని విడవచ్చును. ఈ విషయంలో ఎన్నో సంస్థలు మీకి సహాయం చేయచ్చును. ఎవరు ధూమపానాన్ని విడిచేదానికి ప్రయత్నిస్తారో వాళ్ళు గర్భిణి మహిళల ఆన్ లైన్ హెల్ప్ కూడా తీసుకోవచ్చును.

మళ్ళి మళ్ళి ప్రయత్నించండి

నికోటిన్ ఒక బలశాలిగా ఉండే డ్రగ్. దీనినుండి విడుదల అయ్యేది కష్టం. మొదటి సల ఫలితం చిక్కక పోతే నిరంతరంగా ప్రయత్నిస్తూ ఉండండి. ప్రయత్నం చేసినందుకు మీరే మీ వీపుని తట్టుకొండి. సలైతె బేజారు కాకుండా మళ్ళి రెండంతి ఉత్సాహంలో లేసి నిలవండి. మీరు దీన్ని చేయచ్చును.

నోట్ : గర్భావస్థ సమయంలో నికోటిన్, పైజ్, లాజిస్, లేదా గమ్ సేవన కూడా అపాయకరంగా ఉండచ్చు. డాక్టర్ దీన్ని తీసుకొనే సలహా ఇవ్వరు.

కొన్ని అధ్యయనాల్నుండి తెలిసిందేమిటంటే ఏ గర్భిణి మహిల గర్భం మొదటి మూడు నెలల్లో ధూమపానం విడిస్తారో వారికి అపాయం నిండా తక్కువ అవుతుంది. ఎన్నో సల ఏ మహిళ ప్రారంభంలో నికోటిన్ విడిచిపెట్టరో వారు అనాక వాళ్ళ మనస్సు మాటని విని సిగరేట్ చేదేదాన్ని విడిస్తారు. ముందే విడిచింటే మంచిది అయినా అనాక విడిచినా శిశువుకి ఆక్సిజన్ ప్రమాణం నియమితంగా ఉంటుంది. ధూమపానం విడిస్తే మీ తూకం ఎక్కువ అవుతుందని మీకి అనిపిస్తె, జ్ఞాపకంలో ఉంచండి ఈ విషయంలో ఇంకా ఎ ప్రభావమూ చిక్కలేదు. ఎన్నో మంది ధూమపానం చేసేవాళ్ళు దప్పంగానూ ఉంటారు. వచ్చే ప్రక్రియలో బరువు కొంచం ఎక్కువ కావచ్చును అయితే ఆ తూకాన్ని సులభంగా తక్కువ

చేసుకోవచ్చును. ఈ ప్రక్రియ సమయంలో డైటింగ్ చేసే విచారాన్ని మనస్సునుండి తీసివేయండి. మీకి మరియు మీ శిశువుకి ఇది సరి కాదు.

ఎన్నో జనాల్లో సిగరేట్ విడిచినంక ఎన్నో తరహాల లక్షణాలు కనివడిస్తుంది. ఇది వేరె-వేరె జనాల్లో వేరె-వేరె రీతిగా ఉంటుంది. వ్యాకులత, ఉత్తేజనం, ఒత్తిడం, బిగిచ్చేది, శరీరం సంజ్ఞాహీనంగా అయ్యేది, చేతులు-కాళ్ళు నడిగేది, తల చుట్టేది, సుస్తు, నిద్ర మాయమయ్యేది సామాన్యమైన లక్షణాలు. కొన్ని జనాలు దీనినుండి మానసికంగా మరియు శారీరికంగా ప్రభావితులవుతారు. ఎక్కువ జనాలుకి కఫం తొందర అవుతుంది.

నికోటిన్ ప్రభావం తక్కువ కావాలంటె కెఫేన్ తీసుకొనేది విడిచిపెట్టాలి. సుస్తు తక్కువ అయ్యేదానికి వ్యాయామం చేయండి మరియు సంపూర్ణంగా విశ్రామం తీసుకొండి. మస్తిష్కానికి సుస్తు అయ్యే పని జాస్తి చేయకుండా సన్నసన్న పనుల్ని చేయండి. ఉదాసీనం ఎక్కువగా ఉంటె డాక్టర్ సలహా తీసుకొనేదానికి మరవకండి.

సెకెండ్ హ్యాండ్ స్మోక్

''నేను సిగరేట్ తాగడం లేదు అయితే నా భర్త చేత్తారు. దీనినుండి శిశువుకి హాని కలగవచ్చా?''

ధూమపానం పొగనుండి కేవలం చేదేవాళ్ళకి మాత్రం హాని కలగదు. ఇది వాళ్ళ చుట్టూ ఉండే వాతావరణం మరియు తల్లి గర్భంలో పెరుగుతున్న శిశువుపై సహ ప్రభావం పడుతుంది. మీ భర్త సిగరేట్ చేత్తే జన్మించిన బిడ్డపై మీరు చేదినట్లే హాని అవుతుంది.

వాళ్ళు సిగరేట్ చేదేదాన్ని మానేయకపోతె వారికి మీనుండి దూరంగా లేదా ఇంటినింక బైటకి వెళ్ళి ధూమపానం చేసేదానికి ఎప్పండి (అయినా కొంచం చెడ్డ ప్రభావం పడే పడుతుంది)

ధూమపానం విడిస్తే వారి ఆరోగ్యం బాగ ఉంటుంది జొతకి శిశువు కుడా స్వస్థంగా ఉంటుంది. శిశువుకి ఈ పొగనింకా శ్వాసకోశంగల రోగాల రావచ్చును. దీనినుండి పుప్పసాలని హాని కావచ్చును. మీ బిడ్డ సహ ఒక దినం స్మోకర్ కావచ్చును.

స్నేహితుల్ని మరియు సంబంధిల్ని ధూమపానంనుండి తడగట్టదానికి కాదు. వారు అయినంత దూరంలో ఉండండి. (వారు సిగరేట్ తాగుతా ఉండేటప్పుడు) మీ పనిస్థళాల్లో సిగరేట్ చేదటం నిషేదంగా ఉంటె మీరు స్వచ్ఛమైన గాలిని ఉసిరాడవచ్చు. ఇలా కాకపోతె మీ సహోద్యోగులకి ధూమపానంనుండి భ్రూణానికి ఎంత అపాయమవుతుందని చెప్పండి. అయినా సరిపోకా పోతెవారు నిశ్చితమైన స్థలంలో ధూమపానం చేయాలని కానూను చేసేదానికి ప్రయత్నించండి. ఇది కాకపోతె కొంచం సమయం అక్కడ పని చేయద్దండి.

మారిజూఆనాద (ఒక మాదిరి ధూమపానం) ప్రయోగం...

''నేను ఎన్నో సంవత్సరాలనుండి సామాజికమైన మారిజూఆనాద ప్రయోగం చేస్తున్నాను. దీనినుండి నా గర్భస్థ శిశువుకి ఏదైనా హాని అవుతుందా? మారిజూఆనాద సేవన గర్భావస్థలో హానికరమా?''

గడిచి పోయిందాన్ని మరిచిపోండి. ఏదైనా సమస్య వస్తే గర్భధారణ సమయంలో వస్తుంది. ఇప్పుడు మీరు గర్భిణి. ఆ కారణం దీనినుండి ఏ తొందర లేదు. గర్భధారణ ముందు తీసుకొని ఉన్న మారిజూఆనానుండి భ్రూణంపై ఏదైనా ప్రభావం అయితుందని ఏ సాక్షీ చిక్కదు.

అయితే ఇప్పుడు మీరు దీన్ని విడవాలి. ఈ విషయంలో ఇంకా సంతోషకరమైన అధ్యయనం కాలేదు. ఆ కారణంగా ఈ విషయంలో ఏమీ అధికంగా చెప్పేదానికి కాదు. గర్భావస్థలో మారిజూఆనా తీసుకొనె మహిళలు మధ్య, సిగరేట్ఇ మరియు ఇతర డ్రగ్స్‌కి అడిక్ట్ అయి ఉంటారు. వాళ్ళు ప్రసవ పూర్వ విచారణని చేసికొని ఉండరు. దానికారణం ఉప కారణంగ చెడ్డ పరిణామాలు కనిపిస్తాయో చెప్పేది కష్టం. ఈవరకూ అయిండే అధ్యయనాల్నింక తెలిసిందేమిటంటే మీరు

ఈ మాదక ద్రవ్యాల సేవన చేసేతప్పుడు దీని ప్రభావం జన్మించని శిశువు వరకూ పోతుంది. దీనినుండి శిశువు పెరగడం సరిగ్గా అయ్యల్లేదు. కొన్ని అధ్యయనాలునుండి ఇంకా నకారాత్మక పరిణామం కనిపించింది. దీని కారణంనుండి శిశువు పెరగడంలో ఎన్నో తరాల అడ్లు రావచ్చును.

మీరు వేరే మాదకద్రవ్యాల మాదిరి దీన్ని గర్భావస్థకి హానికరమని విడవాలి. ముందు ఏమి అయిందో అయింది. అయితే గర్భావస్థలో ఇదంతా నడవదు. మేము సిగరేట్ విడవాడానికి ఏ ఉపాయాల్ని చెప్పింటిమో దానినుండి కొన్ని ఉపాయాల్ని చేయవచ్చు. యోగా, ధ్యానం, మాలిశ్‌లాంటి ఆరామం ఇచ్చే టెక్నిక్‌ల మీద గమనం ఇవ్వండి. అదీ సరికాక పోతే మీ డాక్టర్ సలహా తీసుకొండి.

కొకీన్ మరియు ఇతర మాదర ద్రవ్యాలు

''నేను ఒక వారం ముందు కొకేన్ తీసుకొనుంటి. అనాక నేను గర్భవతినని నాకి తెలిసింది. దీనినుండి నా శిశువు పై ఏదైనా చెడ్డ ప్రభావం పడుతుందా?''

ఆ కొకేన్ యోచన చేయకండి అయితే గమనంలో ఉంచండి ఇదే కొనా కొకేన్ కాని. ఆ కొకేన్ మీ శిశువు మీద ఏ ప్రభావం పడదు. గర్భావస్థలో కొకేన్ తీసుకుంటూ ఉంటె అది అపాయకరం కావచ్చును. ఇది ఎంత అపాయం కావచ్చు అని అందాజు లేదు. ఈ ప్రభావాన్నిస్పష్టంగా తెలిసేదానికివీల్లేదు ఎందుకంటె కొకేన్ తీసుకోనేవారు సిగరేట్ చేద్తారు. అధ్యయనాలనుండి ఇది తెలిసిందేమిటంటే భ్రూణం మీద మాదక ద్రవ్యాల ప్రభావం పడుతుంది. రక్త ప్రవాహం మరియు పెరగడంలో అడ్డం వస్తుంది. విశేషంగా శిశువు తల భాగానికి. గర్భపాతం, సమయపూర్వ జననం, జననం సమయంలో తక్కవ తూకం లేదా జననం అయినంకా పొద్దుగా ఏడిచే సమస్య, కాకుండా దీర్ఘకాలం సమస్యలూ ఉత్పత్తికావచ్చును. గర్భిణీ స్త్రీ కొకేన్ ఎంత ప్రయోగం చేస్తుందో అంతే శిశువుకూ హాని అయితా పోతుంది.

ఈ విషయాన్ని డాక్టర్‌కి చెప్పండి. వారికి మరియు మిడ్‌వైఫ్‌కి మెడికల్ హిస్ట్రి తెలిసింటె సరిగ్గా ఉంటుంది. మనస్సుంటేనూ కొకేన విడిచేది కష్టమవుతుంటే డాక్టర్ సలహా తీసుకొండి.

హెరాయిన్, ఎల్‌సీడీ, పీ.సీ.సీ. కాకుండా నార్‌కొటిక్, ట్ర్యక్వలైజర్స్, సెడెటివ్ మరియు నిద్ర మాత్రలు అపాయకరం కావచ్చును. మీ ప్రసవం సురక్షితంగా ఉండాలని మీ గర్భావస్థని మాదక ద్రవ్యాల మదంనుండి దూరం ఉండండి.

సెల్ ఫోన్

''నేను ప్రతినిత్యం గంటలకొద్ది సెల్ ఫోన్‌లో మాట్లాడుతుంటాను. దీనినుండి నా శిశువు ప్రభావితమవుతుందా?''

చూడండి, ఈమధ్య అందరూ సెల్ ఫోన్ ఉపయోగిస్తారు. ఇప్పుడు మీరు ఇద్దరూ జొతకి ఫోన్ ఉపయోగించుచున్నారు. ఏమీ వ్యత్యాసం అయ్యల్లేదు. సెల్ ఫోన్ ఉపయోగిస్తే గర్భావస్థలో ఏదైనా హాని అవుతుందని యావ ప్రభావమూ ఈవరకూ చిక్కలేదు. ఇది మీకి లాభం ఎందుకంటె దీనినుండి మీరు మీ డాక్టర్‌నుండి లేదా మిడ్‌వైఫ్‌నుండి ఏ సమస్య విషయంపైన మాట్లాడవచ్చును. ఈ మాదిరి మీరు మీ పని విషయాల్లోనూ కొంచం యోచించవచ్చు. దీనినుండి మీకి విశ్రాంతి తీసుకోవడానికి ఎక్కువ సమయం చిక్కుతుంది.

అయితే సెల్ ఫోన్ పూర్తి అపాయం లేదు అని చెప్పడానికి కాదు. గాడి పారిచ్చేతప్పుడు సెల్ ఫోన్‌లో మాట్లాడేది అపాయకరం కావచ్చును. మీ చేతిలో సెల్ ఫోన్ లేకుండా పోతేనూ చవి యంత్రాన్ని వేసుకొని మాట్లాడినా గమనం వేరే పక్క పోతుంది. ఫోన్‌లో మాట్లాడేతప్పుడు ఏదైనా సురక్షితమైన స్థలంలో మాట్లాడండి. సెల్ ఫోన్ ఎప్పుడూ మీ పడిక మీద లేదా జేబులో పెట్టుకొని ఉండద్దండి.

మైక్రోవేవ్

''నేను ప్రతిదినమూ మైక్రోవేవ్‌లో వంట చేస్తాను లేదా ఉడుకు చేస్తాను. గర్భావస్థలో దీని ఉపయోగం సురక్షితంగా ఉంటుందా?''

మీరు తల్లి కాబోతున్నారు. మీకోసం ఇది ఒక్క స్నేహితుడికింతా తక్కువ కాదు. తక్కువ సమయంలో కొంచం పరిశ్రమనుండి తాజా మరియు స్వాదిష్టమైన వంటని తయారవుతుంది. దీని ప్రయోగం సంపూర్ణంగా సురక్షితంగా ఉంది అని అధ్యయనాల్నించి తెలిసి వచ్చింది. మైక్రోవేవ్‌లో చేసే వంటకాల్ని దీనిలో చేయండి మరియు ప్లాస్టిక్ రావర్‌నుండి ఆహారాన్ని ముట్టకండి.

హాట్ టబ్ మరియు స్నానం

''నా ఇంటిలో హాట్ టబ్ ఉంది. గర్భావస్థలో దీని ఉపయోగం సురక్షితంగా ఉంటుందా?''

మీకి చన్నీటిలో స్నానం చేసే అవశ్యకత లేదు. అయితే హాట్ టబ్‌కి పోకుండా ఉండేదే క్షేమం. ఏ కారణంనుంచి మీ శరీరం ఉష్ణం 102 డిగ్రి ఫారన్‌హీట్‌కింత ఎక్కవ అయితె మీకి మరియు మీ శిశువుకి విశేషంగా ప్రారంభం నెలల్లో అపాయం కావచ్చును. అధ్యయనాల్నుండి తెలిసిందేమిటంటే మొదటి పది నిమిషాల్లో ఉష్ణాంశ ఎక్కువ ఉండదు. అయినా సురక్షత దృష్టికోసం మీ కడుపుని ఉడుకు నీళ్ళనుండి బఎట పెట్టండి. సామాన్యంగా మహిళలు శరీరపు ఉష్ణాంశం 102 తలుపేకి ముందే నీళ్ళనుండి బైటకి వస్తారు. అది వాళ్ళకి అసహజమని అనిపిస్తుంది. మీటరు మీ మనస్సు సమాధానానికి డాక్టర్ సలహానుండి భ్రూణాన్ని సౌండ్ చేయించవచ్చును.

సోనా లేదా స్టీమ్ రూములో నిండా పొద్దు ఉండేది సరి కాదు. గర్భిణి మహిళలో డీహైడ్రేశన్ మరియు తక్కువ రక్తం పోటు అపాయం అధికంగా ఉంటుంది. ఇది అక్కడ పోతె ఇంకా జాస్తి అవుతుంది. ఈ పుస్తకంలో మేము చికిత్సనుండి చేసే జాగరూకతల్ని తెలిపించాము. దాన్ని గమనించండి.

సాకిండే పిల్లి

''నా ఇంట్లో రెండు పిల్లిలున్నావి. దాని కారణంగా శిశు రోగి కావచ్చని నేని వినవడ్డాను. నేను పిల్లిలనుండి విడుదల చేసుకోవాలా?''

మీ స్నేహితులనుండి ఈ మాదిరి విడుదల తీసుకోవడానికి యోచించకండి. మీరు దాని జొతల నిండా దినాలునుండి ఉంటిరి కాబట్టి పిల్లిలనుండి చేరే రోగం టొసాప్లాఝుమొసిస్‌కి ప్రతిరోధకం క్షమత ఉత్పత్తి ఉండాలి. ఒక అందాజునుండి 40% అమెరిక జనాలు దీనినుండి పీడితమై ఉండారు. ఎవరి ఇంటిలో సాకిండే పిల్లలు ఇంటినింక బైటకి నిండా పొద్దు ఉంటుందో అక్కడ ఈ తొందర ఇంకా ఎక్కవగా ఉంటుంది. పచ్చి మాంసం మరియు ప్యాశ్చరైజర లేకుండా ఉండే పాలు తాగే పిల్లిలనుండి ఈ అపాయం ఉత్పత్తి కావచ్చును. అలా మీకి కావాలంటె మీరు టెస్ట్ చేసుకోవచ్చును. టెస్ట్‌నుండి ఏమీ తెలియక పోతే కింద రాసిండే జాగరూకతల్ని వాడండి.

ఎలెక్ట్రిక్ రగ్గు మరియు హీటింగ్ ప్యాడ్

నడుగే చలిలో హీటింగ్ ప్యాడ్ లేదా ఎలెక్ట్రిక్ రగ్గుని ఉపయోగించవలసి వస్తే మీ ప్రియమైన భర్త ఆలింగనం ఇంకా ప్రియంగా ఉంటుంది కదా! నిండా చలి ఉంటే ఆ రగ్గునింకా పడకని ఉడుకు చేసుకొండి. అనాక పడుకొనేతప్పుడు దాన్ని తీసేయండి. హీటింగ్ ప్యాడ్‌ని ఏదైనా టవల్‌లో చుట్టి శరీరం అంగాంగాలకి ఆరామం ఇవ్వండి. గర్భకాలం పెరుగుతా మీ శరీరంలో నిండా ఉష్ణాంశం ఉత్పత్తి అవుతుంది. హీటింగ్ ప్యాడ్ 15 నిమిషాలకింతా ఎక్కువ ఉపయోగించకండి. మరియు రాత్రి పడుకొనేతప్పడంతూ వాడద్దండి. మీరు దాన్ని ఆన్ చేసి పడుకొనేస్తే ముందే కొంచ సమయానికే హీటింగ్ ప్యాడ్ మరియు ఎలెక్ట్రిక్ రగ్గు వాడితే దానినుండి ఏమీ వ్యత్యాసం కనిపించదు.

★ పిల్లిలు సంక్రమితంగా ఉంటే (ఇన్‌ఫెక్షన్) పరీక్ష చేయించండి. సంక్రమితంగా ఉంటె దాన్ని కొంచం దినాల్కి ఎవరైనా స్నేహితుల ఇంట్ళో సరైయేదానికి విడిచేయండి. అనాక దానికి పచ్చి మాంసం తినడానికి, కాడు పిల్లిల జొతకి పారాడేదానికి, రూముల్లో అక్కడ-ఇక్కడ తిరుగాడేదానికి మరియు అకుల్ని లేదా పక్షుల్ని తినడానికి ఇవ్వకండి.

★ వేరేవాళ్ళకి దాన్ని క్లీన్ చేసేదానికి విడవండి.మీరే చేయాల్సి వస్తే చేతికి గ్లౌస్‌ని వేసుకొండి. పిల్లిని ముట్టిన వెంటనే చేతుల్ని బాగా కడగండి.

★ తోటలో పని చేయాల్ని వస్తే చేతికి గ్లౌస్ వేసుకొండి. మన్నులో పిల్లి మలము-మూత్రము చేసింది అని మీకి అనిపిస్తే అక్కడ తోట పనులు చేయకండి. పిల్లి లేదా వేరే పశువులు ఉపయోగించిన ఇసక జొతకి బిడ్డలని ఆట్లాడేదానికి విడవద్దండి.

★ ఇంటిలో ఉండే తోటలో పీకిండే పండ్లు లేదా కూరగాయల్ని బాగా కడిగి ఉపయోగించండి. దాన్ని విప్పి ఉడికి పెట్టి తినండి.

★ పచ్చిగా ఉండే మాంసం లేదా అర్థం ఉడికిండే మాంసాన్ని తినకండి. రెస్టోరెంట్‌నుండి బాగా ఉడికిండే మాంసాన్నే తెప్పిచ్చండి.

★ పచ్చి మాంసాన్ని కడిగినంకా బాగా మీ చేతుల్ని కడగండి.

ఎన్నో డాక్టర్‌లాగ ఏన్ని గర్భిణి మహిళలకి ఈ టెస్ట్ చేయించాలి. దీనినుండి వారికి వాళ్ళ స్థితి తెలుస్తుంది. వారు సంక్రమణంనుండి పీడితమయింటే ఈ విషయంలో జాగ్రత్తగా ఉండచ్చును. మీరు మీ డాక్టర్ సలహా మాదిరి నడవండి.

ఇంటిలో బాధలు

''నేను ఇంటిలో క్లీన్ చేసేదానికి వాడే పదార్థాల మళ్ళి దోమల స్ప్రేనుండి ఎంత జాగరూకంగా ఉండాలి. గర్భావస్థలో కొళాయి నీళ్ళు తాగడం సురక్షితమా?''

గర్భావస్థలో సన్న-సన్న మాట్లు నిండా అర్థముంటాయి. మీరు వినిండచ్చు లేదా చదివిండచ్చు ఎప్పుడు మీరు ఇద్దరికోస్కరం ఉండారు. అప్పుడు క్లీన్ చేసే పదార్థాలు మరియు దోములని కొట్టే మందులు మరియు తాగే నీళ్ళు హానికరం కావచ్చును. మీరు కొంచం జాగరూకంగా ఉంటె మీ శిశువుకి ఇంటికింతా సురక్షితమైన స్థానం లేదు. మీకి ఇంటిలో వచ్చే బాధల విషయాల్లో కింద రాసిఉన్న తత్వాల మాహితి ఉండాలి :-

ఇంటి స్వచ్ఛత చేసే ఉత్పత్తులు:

వంట ఇల్లు తుడిచే లేదా భోజనం టేబల్ తుడిచే పని మీరు చేయాలి. గర్భావస్థలో కొంచం జాగరూకంగా ఉండండి. మరియు ఈ సలహాల్ని గమనించండి.

★ ఈ ఉత్పత్తుల వాసన తీక్ష్ణంగా ఉంటే దాన్ని ముక్కు దగ్గర తీసుకొని పోయి వాసన చూడకండి. బాగా గాలి ఆడే స్థలంలో దీన్ని ఉపయోగించండి. మీ భర్తకి టాయ్‌లెట్ క్లీన్ చేసేదానికి చెప్తే మంచిది.

★ అమినియా మరియు క్లోరిన్ ఉండే పదార్థాలు (గర్భావస్థ లేకుండా ఉంటేనూ) తీసుకోవద్దండి. ఇలా తీసుకొంటె తీక్ష్ణమైన జ్వాల లేవచ్చును.

★ విషపూరితమైన లేబల ఉండే పదార్థాలను లేదా ఓవన్ క్లీన్ చేసే లేదా డ్రైక్లీనింగ్ చేసే ద్రవ్యాలని వాడనే వద్దండి.

★ ఏదైనా పదార్థాలని వాడే ముందు చేతికి గ్లౌస్ వేసుకొండి. ఈ మాదిరి చేస్తే చై త్వచ సురక్షితంగా ఉంటుంది మరియు త్వచ సంపర్కం రసాయనంనుండి అయ్యేల్లేదు.

సీసము (లెడ్) : ఇది బిడ్డలకి అంత హానికరం కాదు. అయితే గర్భిణి మహిళలకి మరియు బిడ్డలకి దీనినింక అపాయం కావచ్చును. దీని రక్షణకోసం :-

★ తాగే నీళ్లలో లెడ్ ఉంటుంది. నీళ్ళని దీనినుండి రక్షించండి.

★ పాత పేయింటులో లెడ్ ఉంటుంది. మీ ఇంటికి 50 సంవత్సరాలకింతా పాతదిగా ఉండి పదర-పదరాలుగా పేయింట్ ఉదురుతా ఉంటె దాని పని ముగిసేవరకూ ఎక్కడైనా వేరే చోటకి పోండి. ఇంటిలో ఏదైనా గోడ లేదా ఫర్నీచర్ పేయింట్ పీకిపోతుంటె సరిచేయటానికి లేట్ చేయకండి.

★ మన్ను, పాట్ మరియు పీంగాణి పాత పాత్రల్లో లెట్ ఉంటుంది. దీని పరిణామం స్పష్టంగా లేదు కాని మీరు ఈ మాదిరి ప్లేట్‌లో లేదా పాత్రలో పులుపుగా ఉంటే పండ్లు, సిరకా, టొమెటొ, మద్యం లేదా సాఫ్ట్ డ్రింక్స్‌కి వాడద్దండి.

కొళాయి నీళ్ళు : సామాన్యంగా కొళాయినింక వచ్చే నీళ్ళు స్వచ్ఛంగా మరియు సురక్షితంగా ఉంటుంది. సురక్షితంగా ఉండే నీళ్ళు బిడ్డవరకూ చేరాలని మీరు కింద రాసిండే ఉపాయాల్నీ చేయాలి

★ మీరు పానీయ స్వాస్థ్య విభాగంనుండి పేయ నీళ్ళు లేదా తాగే నీళ్ళ శుద్ధత పరీక్ష చేయించండి. వేరెవాళ్ళ ఇంటికింతా మీ ఇంట్లో గలీజుగా ఉంటే లేదా వాసన ఉండే నీళ్ళు వస్తా ఉందా అని తెలిసుకొండి. ఎందుకంటే కొన్ని సార్లు డ్రైనేజ్ నీళ్ళు దాని జొతలో చేరింటుంది. లేదా తాగే నీళ్ళ పైప్‌లైన్ చెడి పోయిండచ్చును. వాళ్ళ దగ్గర నీళ్ళని స్వచ్ఛం చేసే ఉపాయాన్ని అడగండి. మళ్ళి ఏ మాదిరి ఫిర్యాదు వచ్చినా ఖండితంగా పరీక్ష చేయించండి.

★ పరీక్ష చేసేతప్పుడు కొళాయిలో దోషం కనిపిస్తే ఫిల్టర్ వేసుకొండి లేదా తాగేదానికి మళ్ళి వంట చేయడానికి సీలుగా ఉండే బాటల్ నీళ్ళని వాడండి. అయితే అన్ని సీలు అయిండే బాటల్ నీళ్ళు సురక్షితంగా ఉంటుందని అనుకోకండి. ఈ బాటల్‌లోనూ సాదా నీళ్ళు నింపిండచ్చును. కొన్ని బాటల్ నీళ్ళల్లో ఫ్లోరైడ్ ఉండదు. అది మీ బిడ్డ పల్లులకి ఆవశ్యకం. డిస్టిల్డ్ నీళ్ళు తీసుకోకండి ఎందుకంటే దానిలో లాభంగా ఉండే ఖనిజాల్ని తీసేసిమటారు.

★ పరీక్ష అయినంక నీళ్ళలో లెడ్ ప్రమాణం ఎక్కువగా ఉంటే పైప్‌లైన్ కనెక్షన్ వేరె చోటునింకా తీసుకొండి. ఇది ఎల్లప్పుడూ సంభవమైయుండదు. దానికారణం తాగేకి మళ్ళి వండ చేసేకి చన్నీళ్ళే వాడండి. నీళ్ళని ఉపయోగించే ముందు పది నిమిషాల వరకూ కొళాయి విడిచిండండి.

★ మీ నీళ్ళలో క్లోరిన్ వాసన ఎక్కువగా ఉంటె దాన్ని బాగా ఉడకపెట్టి లేదా 24 గంటల కాలంవరకూ మూసిపెట్టద్దండి. దానినుండి వాసన గాలిలో పారిపోతుంది.

కీటనాశకాల ఉత్పాదనలు (పెస్టిసైడ్) సామాన్యంగా క్రిమి-కీటాల్నుండి రక్షణకోసం కీటనాశకాల ఉత్పాదనాల్ని ఉపయోగించవస్తుంది. గర్భావస్థలో కొన్ని జాగ్రతలనుండి అన్నీ సరిగ్గా అవుతుంది. అక్క-పక్కలో కీటనాశకాన్ని వేసింటే మందు వాసన ఉండేవరకూ అక్కడ పోవద్దండి. ఇంటి కిటకి మూసుకొండి.

మీ ఇంటిలోనే స్ప్రే చేయాల్సి వస్తె పాత్రలు మరియు భోజనం-తిండిలు దానినుండి సురక్షితంగా ఉమడాలని గమనం ఉంచండి. ఇంటిలో వాసన పాయెదానికి కిటకీల్ని తెరవండి. అన్ని జాగాల్ని కడిగి-తుడిచి చేసినంకా ఆ జాగాలో వంట చేయండి. అలాగే పెస్ట్ నియంత్రణంకోసం ప్రకృతికమైన

ఉపాయాల్ని వాడేది మంచిది. మీ తోట పెద్ద పైప్‌నుండి నీళ్ళని విడవండి. ఈ పనికి విశేషంగా చేసిన సోప్ మిక్స్ వస్తుంది. దాన్ని వాడండి. కొన్ని జంతువుల్ని సాకండి దానినుండి ఈ జంతువులు మీకి తొందర ఇచ్చే కీటాల్ని నాశం చేస్తుంది.

కీటనాశకాన్ని తీసుకోవాలని ఉంటె విషం లేకుండా ఉండే కీటనాశకాన్ని తీసుకొండిా ఇంటిలోనాఫ్థలీన్ బాల్‌స బదులు వేప ఆకుల్ని పెట్టండి. దీనినింక బట్టలు అధిక సురక్షితంగా ఉంటుంది.

ఇంటిలో బిడ్డలు లేదా సాకిండే జంతువులు-పక్షిలు ఉంటే దాన్ని కీటనాశకనుండి దూరం పెట్టండి. విషముండే కీటనాశకంలో బోరిక్ అసిట్ ఉంటుంది. దాన్ని వాసన చూస్తే లేదా మింగితె విషమువుతుంది. కన్నులో మంట కావచ్చును. ఏదైనా స్థళీయంగా ఉండె పర్యావరణ క్యాంప్‌నుండి ప్రక్క తిదత్తమైన ఉపాయాల్ని మరియు విధుల విషయంలో సలహా తీసుకోవచ్చును.

ఈ వస్తువుల కొంచం ప్రయోగంనుండి ఏ హాని కలగదు. దీన్ని దీర్ఘకాలంగా వాడితే : ఉదా: రాసాయనిక ఫ్యాక్ట్రిలో పని చేసేది. అప్పుడు దీని చెడ్డ పరిణామం కనిపిస్తుంది.

పేంట్ వాసన : సమస్త పశు జగత్తులో బిడ్డ వచ్చే ముందు జోరుగా తయారు చేస్తారు. పక్షిలు గూడు కడ్తాది. ఉడత దాని ఇంట్లో కవలైన అకులనింక మృదువుగా చేస్తుంది. పురుష మరియు స్త్రీ ఆన్‌లైన్ డిసైన్ నమూనాన్ని చూసేదానికి ఉత్సుకంగా ఉమటారు. సామాన్యంగా దీనిలో శిశువు రూమ్‌కి పేంట్ కూడా చేరింటుంది. (మీరు వర్ణాన్ని ఎన్నిక చేసినంక) అలాగే ఇప్పుడు పేంట్లల్లో లెడ్ లేదా పాదరం ఉండదు. ఆ కారణంగా మీరు గర్భావస్థలో సురక్షితంగా ఉంటారని నమ్ముతారు. అయినా ఏన్నో తత్వాల కారణంనుండి మీరు మీ పేంటింగ్ బ్రశ్‌ని వేరే వాళ్ళ చేతిలో ఇవ్వాల్సి వస్తుంది. గర్భావస్థలో నిండా బరువుగా ఉంటుంది. నిండా పొద్దు పేంట్ చేస్తే వీపు స్నాయులపై ఒత్తిడంనుండి నొప్పి కావచ్చును. పేంట్ చేసేదానికి పడిగట్లు ఎక్కేతప్పుడు కాలు జారవచ్చును. మళ్ళి పేంట్ వాసననుండి వాంతి రావచ్చును.

> **గ్రీన్ గ్రీన్ టిప్స్**
>
> ఇంటి వాతావరణాన్ని చక్కగా పెట్టాలా? మీ ఇంటిని పచ్చ-పచ్చగా నింపండి. చెట్లు-తీగలు ఇంటి మాలిన్యాన్ని నాశం చేసి ఆక్సిజన్‌ని ఇస్తుంది. జొతకి మీ కండ్లూ తంపుగా ఉంటుంది. ఫిలొడెనడ్రాన్ లేదా ఇంగ్లీష్ ఐవీ అలాంటి విషముండే చెట్లని వేయకండి. శిశు ముందుకు వచ్చేప్పుడు, నడిచేప్పుడు మీరు ఈ అలోచనల్ని వేరు చేయాల్సి వస్తుంది.

వాయు కాలుష్యం

''పట్టణాల వాయు కాలుష్యంనుండి నా బిడ్డకి హాని కావచ్చునా?''

ఒక మాటు లోతుగా ఊపిరి తీసుకొండి. ఈ లోతైన ఊపిరి సురక్షితంగా ఉంది. కోట్యాంతర గర్భిణి మహిళలు ఇదే గాలిలో ఊపిరాడుతున్నారు. మరియు స్వస్థమైన శిశువులకి జన్మం ఇస్తున్నారు. అలా మీరు వాయు కాలుష్యంనుండి వచ్చే రోగాలనుండి కొంచం జాగ్రత్తగా ఉండాలి.

★ పొగ నిండిన రూములో కూర్చొవద్దండి. పొగాకు పొగ భ్రూణం పెగడంపై చెడ్డ ప్రభావం పడుతుంది. మీ స్నేహితులకి, పరిచయం ఉండేవాళ్ళకి, సంబంధిలకి మీ దగ్గర ధూమపానం చేయద్దని చెప్పండి. సిగరేట్ జొతకి పైప్ మరియు సిగార్‌నింకానూ దూరంగా ఉండండి. ఎందుకంటె దీని ప్రయోగంనుండి నిండా పొగ వస్తుంది.

★ మీ కారుది ఇంధనం పరీక్ష చేయించండి. గ్యారేజ్ వాకిలి తీయకుండా గాడీని స్టార్ట్ చేయద్దండి. ఇంజిన్ పారే తప్పడు గాడి వాకిలి మళ్ళి కిటకి గాజు వేసుకొండి.

★ మీ ఊరిలో కాలుష్యం జాస్తిగా ఉంటె ఇంటిలోనే జాస్తి సమయాన్ని గడపండి. కిటకీల్ని

మూసి ఏ.సీ వేసుకొండి. స్వస్థ అధికారిలు ఇచ్చిన అన్ని నిదర్శనాల్ని పాటించండి. వర్కౌట్ చేయాలంటే జిమ్మ్‌కి పోండి లేదా ఏదైనా ఇండోర్ మాల్‌లో చుట్టాడండి.

★ ఏ హవావూనం ఉణ్ణి కాలుష్యం వాతావరణంలో పారాడద్దండి మళ్ళీ సైకల్ పారించకండి. ఇలా చేస్తే మీరు ఎక్కువ వాయు కాలుష్యాన్ని లోపలకి తీసుకొంటారు. పార్క్ లేదా దోవలో మానులు ఉండేదావని ఎన్నిక చేసుకొండి. మైన్‌రోడ్డునింక పోవద్దండి. మానులు ఏ స్థళం గాలిని శుద్ధం చేస్తుంది.

★ మీ ఇంటిలో ఫయర్ ప్లేస్, గ్యాస్ స్టవ్, మరియు మాను పొయ్యి పొగ బైట పోయేదానికి చిమణి వ్యవస్థ ఉండాలి. చిమణి ఓవన్ చేసి ఫయర్ ప్లేస్‌లో అగ్గి వేయండి.

★ మేము చెప్పిన గ్రీన్ గ్రీన్ ఉపాయాల్ని వాడండి. దానినుండి నిండా ప్రయోజనం ఉంది.

ఇంటిలో హింస

ప్రతియొక్క గర్భవతి మహిళ తమ శిశువుని అన్ని రీతిలో రక్షించడానికి ఆస పడుతుంది. అయితే నిండా దుఃఖంగా చెప్పాల్సివచ్చేదేమిటంటే ఎన్నో మహిళలకి గర్భావస్థలో వాళ్ళ సురక్షతి చేసేదానికి కాదు. ఎందుకంటే వాళ్ళు ఇంటిలో హింసకి బలి అవుతూ ఉన్నారు. గర్భావస్థ ముందుకింతా నియోజకంగా కాకపోతెఎన్నో సల ఇది ఆ మహిళ బర్త ఈర్శ్య, క్రోధాని కారణమవుతుంది. వారి మనస్సులో నకారాత్మకమైన యోచన పుట్టుకొంటుంది. ఎన్నో సల ఈ భావనలు తల్లి మరియు జన్మింలేని శిశువుకి హింస మాదిరి అనిపిస్తుంది.

గర్భావస్థ జటిలతలు మరియు కార్ అక్సిడెంట్ అయ్యి చనిపొాయే అవస్థలో గర్భిణి స్త్రీలు ఇంటిలో హింసనుండి ఎక్కువ సస్తారు. సుమారు 20% మహిళలకి తమ భర్తనుండి హింస అనుభవించాల్సి వస్తుంది. శారీరికమైన హింసల్ని సహించే మహిళల శిశువులు సమయానికింతా ముంది జన్మించే సంభవం ఎక్కువగా ఉంటుంది.

గర్భిణి మహిళ మరియు బిడ్డకి అయ్యిండే ఏదే గాయం లో శారీరిక మరియు మానసికం ఒత్తిడం ఎక్కువ హానికరం. కుపోషణ మరియు ప్రసవపూర్వ మేళ్విచారణలో తక్కువ అయ్యే కారణం ఈ మాదిరి తల్లిల ఇంటిలో స్వస్థ శిశువుల జన్మం అయ్యేల్లేదు.

జన్మించిన వెంటనే శిశువు ఆ ప్రత్యక్షమైన హింసకి బలి అవుతుంది. సమాజంలో అన్ని వర్గాలలోనూ ఈ మాదిరి మహిళలు ఉంటారు. దానిలో అన్ని వయస్సుగల, జాతి, మరియు శిక్షిత స్తరాల మహిళలు చేరి ఉమటారు. మీరు ఇంటిలో హింసకి బలి అయ్యింటే జ్ఞాపకం ఉంచండి ఇది మీ తప్పు కాదు. మీరేమీ చేయలేదు. మీరు ఈ మాదిరి చడ్డ సంబంధంనుండి బఎట వచ్చేదానికి సహాయం తీసుకొవల్సి వస్తుంది. ఏ మధ్యస్తిక లేకుండా పోతె హింస ఎక్కువ అవుతూ పోతుంది. మీరు ఈ సంబంధంలో సురక్షితంగా లేకా పోతె మీ బిడ్డ సురక్షితంగా ఉండదు.

మీ చికిత్సకల దగ్గర మాట్లాడండి, విశ్వాసముండే స్నేహితుల దగ్గర మాట్లాడండి లేదా ఏదైన స్థళీయంగా ఉండే ఇంటిలో హాట్‌లైన్‌లో సంపర్కించండి. ఎన్నో రాజ్యాల్లో ఈ మాదిరి కార్యక్రమాల్ని నడవతారు. అక్కడ మీకి భోజనం మళ్ళీ ఉండటానికి స్థళము మరియు ప్రసవపూర్వమైన పోషణ చిక్కచ్చును.

పూరకమైన మరియు వైకల్పమైన చికిత్స

ముందు దాదిలు ఈ పరిస్థితిని పారంపరికమైన చికిత్స పద్ధతినింక ఎదురిస్తూ ఉండిరి. అయితే ఈ చికిత్స శాఖలు ముందుకింతా సుక్షేమంగా మన చికిత్స పద్ధతికి పూరకంగా ఉంది. ఇది మీ మరియు మీ పరివారం ఒక అంగమవుతుంది.

పూరకమైన మరియు వైకల్ప చికిత్సికులు తమ రోగుల పూర్తి స్వాస్థాన్ని గమనిస్తారు. వాళ్ళు పోషక భావనాత్మకంగా, ఆధ్యాత్మికంగా మరియు శారీరిక ప్రబావాల చేరడాన్ని పరీక్షిస్తారు. ఇది మీ శరీరం స్వాస్థ్యం రక్షణ స్వయంగా చేస్తుంది. ఈ సిద్ధాంతంపై విశ్వాసం పెడుతుంది. కాని దానికి కొన్ని ప్రకృతి

స్నేహితులు, మూలికల, శరీర కౌశల్యం, ఆత్మ మరియు మనస్సు సహాయం తీసుకోవాల్సి వస్తుంది.

గర్భావస్థ ఒక రోగం కాదు అయితే అది జీవనానికి ఒక సామాన్యంగా ఉండే అంగం, గర్భిణి మహిళలకి పూరకమైన మరియు వైకల్పితమైన పద్ధతుల సహాయం తీసుకోవాలి. ఎల్లప్పుడు ఈ అన్ని పద్ధతులు గర్భావస్థ మరియు ప్రసవానికి పూరకంగా ప్రమాణితులవుతున్నారు. అవి ఇలా ఉంది :-

ఆక్యూపంచర్ – ఆక్యూపంచర్నుండి గర్భావస్థది ఎన్నో లక్షణాలు వాసి కావచ్చునని చైనా జనాలుకి వేలాది సంవత్సరాలనింక తెలుసు. అయితే పారంపరిక ప్రసూతి విజ్ఞానము కొంచం సమయంనుండి దీనిపైన గమనాన్ని ఇచ్చేదానికి ప్రారంబించింది. వైజ్ఞానిక శోధం ప్రాచీనమైన శోధం ప్రాచీనమైన బుద్ధి దగ్గర తిరుగుతూ ఉంది. ఆక్యూపంచర్ సహాయంనుండి మస్కిష్కంనుండి ఎన్నో తరాల రసాయాల స్రావమవుతుందని సంశోధకులు కనిపెట్టిండారు. దీనినుండి నొప్పి తక్కవ అవుతుంది. ఇది ఎలా అవుతుంది? ఆక్యూపంచర్ పద్ధతి విశేషతజ్ఞులు శరీరంలో భిన్న మెరిడియన్‌లో తెళుపైన సూజిల్లో చుచ్చుతారు. ప్రాచీనమైన పరంపర అంటె ఈ మార్గం 'చైనలు' దీని మాధ్యమంనుండి శరీర జీవనంనుండి 'చీ' ప్రవహితమైతుంది.

సంశోధకులు దీన్ని కనిపెట్టిండారు. ఎప్పుడు ఎలెక్ట్రోపంచర్ రీతినుండి ఈ సూజీల్ని చుచ్చుతారు. అప్పుడు కండరములు ఉత్తేజితమవుతుంది. దీనినుండి ఎండోర్ఫిన్ స్రావం ఎక్కువవుతుంది. మరియు వీపునొప్పి, వాకరిక, గర్భావస్థ అవసానం మరియు వేరే లక్షణాల్నింక విడుదల చిక్కుతుంది. దీనినింక ప్రసవ సమయంలో అయ్యే నొప్పిని తక్కవ చేయచ్చును. ఆక్యూపంచర్‌నుండి సంతాన ప్రాప్తి లేకుండట సమస్యకి సహాయం తీసుకోవచ్చును.

ఆక్యూప్రెశర్ – ఆక్యూప్రెశర్ లేదా శివెత్సూ ఆక్యూపంచర్ సిద్ధాంతంమీద పని చేస్తుంది. దీనిలో సూచి చుచ్చే బదులు చేతి వేళ్ళకి మరియు ఉంగుష్ఠంనుండి ఒత్తిడం ఇస్తారు. లేదా ధాన్యాల విత్తనాలునింక ఒత్తిడం ఇచ్చి టేప్ అంటిస్తారు. మణికట్టు లోభాగంలో ఒక విశేషమైన బిందువుపై ఒత్తిడం ఇస్తే వాకరికనుండి విడుదల చిక్కుతుంది. ఇదే రీతిలో ఆక్యూప్రెశర్‌లో చేతులు–కాళ్ళ ఎన్నో బిందువులు ఉంటాయి. దీన్ని ఎదైనా ప్రొఫెశనర్ సహాయంతో నేర్చుకొనే వాడాలి.

బయోఫీడ్‌బ్యాక్ – ఇదొక్క రీతైన విధి విధానం. దీనిలో రోగులకి వాళ్ళు శారీరికంగా లేదా భావనాత్మకమైన ఒత్తిడంనుండి బైట వచ్చేదాని తమ జైవిక ప్రతిక్రియ ప్రయాసము ఎలా చేయవచ్చని చెప్పిస్తారు. దీనినుండి తలనొప్పి, వీపునొప్పి, దేహంలో ఏ భాగంలో నొప్పి, నిద్ర లేకుండా పోవడం మరియు వాకరిక అలాంటి గర్భావస్థపు ఎన్నో లక్షణాల్నించి ఆరామయిగా ఉండవచ్చును. రక్తపోటు తక్కువ చేయడానికి, అవసానం, ఉత్తేజనం మరియు ఒత్తిడంనుండి పోరాటంచేయడానికి బయోఫీడ్‌బ్యాక్‌ని ఉపయోగించవచ్చు.

కీరోప్రాక్టిక్ చికిత్స : ఈ చికిత్సలో వీపులో ఉండె ఎమిక మరియు అన్య సందులు మళ్ళి ఖండలో సామాన్యంగా నడుచుతూ ఉణ్ణి మరియు దేహానికి స్వయం చికిత్స చేసే క్షమత ఎక్కువ కాని. కీరోప్రాక్టిక్ సహాయంనుండి గర్భిణి మహిళకి వాంతి, వీపునొప్పి, సంధి వావు, శియాటికా మరియు వేరే నొప్పులనుండి విడుదల చిక్కవచ్చును. కీరోప్రాక్టిక్ గర్భిణి మహిళలకి ఈ మాదిరి రీతిని ఉపయోగిస్తారు మరియు వారి కడువు కింది భాగంలో ఒత్తిడం పడకుండా ఉండని.

మాలీశ్ – మాలీశ్నుండి వాంతికి విడుదల చిక్కుతుంది. అయితే కొన్ని గర్భవతి మహిళలు మాలీశైనంక వాకరిక వస్తుందని చెప్పచ్చును. దీనినింక వీపునొప్పి, తలనొప్పి, సియాటికానుండి ఆరామం చిక్కే జొతకి శరీరం ఖండాలు ప్రసవానికోసం సిద్ధమవుతుంది.

ప్రసవం వేదన సమయాల్లో దీని ఉపయోగమవుతుంది. దీనినుండి ఖండాలకు ఆరామం మరియు నొప్పి తక్కువ అవుతుంది. దీనినుండి ఒత్తడంనుండి విడుదల చిక్కుతుంది. మీరు మాలీశ్

చేసే ముందె ఆ మాలీశ్ చేసేవారు శిక్షితమైయుమడారో లేదో అని తెలుసుకొండి.

రిఫ్లెక్సోలజి: అక్యూప్రెశర్ మాదిరి రిఫ్లెక్సోలాజిలో చేతులు-కాళ్ళు మరియు చవిల మీద ఎన్నో తరహాల నొప్పుల లక్షణాలునుండి ముక్తిచిక్కాలని లేసుగా ఒత్తిడం ఇస్తారు. మీరు ఈ చికిత్సకి పొయేతవుడు చికిత్సకులు పూర్ణంగా నిశ్చితమైన బిందువులపై ఒత్తిడం ఇవ్వడానికి వారికి మీరు గర్భవతి అని చెప్పండి.

నీళ్ళ చికిత్స (హైడ్రోథెరపి) – ఎన్నో అస్పత్రిలో లేదా బర్థ్ సెంటర్‌లో గర్భవతి స్త్రీలని ఉడుకు నీళ్ళ డబ్‌లో పండపెడ్తారు. కొన్ని మహిళలు నీటిలో బిడ్డకి జన్మాన్ని ఇవ్వటానికి ఇష్టం పడతారు.

ఆరోమా థెటరఇపీ : శరీరం, మనస్సు మరియు ఆత్మ ఆరోగ్యానికి సువాసితమైన తైలాన్ని ఉపయోగిస్తారు. కొన్ని ఆరోమాలు విశేషతజ్ఞుల రీతిగా ఈ విషయంలో నిండా జాగరూకంగా ఉండాలి ఎందుకంటే కొన్ని తైలములు గర్భవతి మహిళలకి హానికారకంగా కావచ్చును.

ధ్యానం, మానసిక చిత్రం మరియు రిలాక్సేశన్ టెక్నిక్‌లు – దీని సహాయంనుండి గర్భిణి మహిళకి శారీరికంగా మరియు మానసిక ఒత్తిడంనుండి విడుదల ఇయవచ్చును. దీనిలో మార్నింగ్ సిక్నెస్ ప్రసవ పీడవరకూ వస్తుంది. దీనినుండి తల్లి ఉత్తేజనాన్ని నిండా మట్టకి నియంత్రించవచ్చును.

సమ్మోహక విధి (హిప్నోథెరపీ) – సమ్మోహననుండి గర్భావస్థ లక్షణాలనుండి ముక్తి చిక్కుతుంది. ఒత్తిడం తక్కువ అవుతుంది. అనిద్ర రోగంనుండి విడుదల చిక్కుతుంది. ప్రసవ-పీడ సమయంలో నొప్పిని కంట్రోల్ చేస్తుంది. మరియు శిశువు జననాన్ని తక్కువనొప్పిసరళమైన ప్రక్రియలో మార్పు చేయచ్చును. ఈ స్థిలో శరీరాన్ని లోతుగా రిలాక్స్ చేస్తారు. దీనినుండి శరీరానికి నొప్పి అనుభవమే కాదు. జ్ఞాపకం ఉంచండి ఈ విధి అందరికీ పనికిరాదు. కొన్ని జనాల మీదసమ్మోహనసలహాల ప్రభావం అవుతుంది. ఎ సమ్మోహన విశేషతజ్ఞుల సేవ తీసుకొనే ముందు వాళ్ళు ప్రమాణితమైనవారా మరియు గర్భావస్థ థెరపి అనుభవం ఉన్నదా అని తెలిసుకొండి.

మాక్సీబశన్ – ఈ వైకల్పిక చికిత్స పద్ధతిలో ఆక్యూపంచర్ జొతజొతకి ఉస్మాని చేరిస్తారు. దీనినుండి బ్రీచ్ బేబీని నిధానంగా తిప్పచ్చును. మీరు ఈ టెక్నిక్‌ని వాడాలంటే ఎవరైనా అనుభవం ఉండే ఆక్యూపంచరిస్ట్ సహాయాన్ని తీసుకొండి.

చెట్లు-మూలికనుండి చికిత్స : యుగాలునుండి చెట్లు-మూలికలు రోగాల ఉపచారం చేస్తున్నాయి. ఇవి గర్భావస్థ లక్షణాల్ని పరిహరించడానికిపూర్ణంగా సక్షమంగా ఉంది. విశేషతజ్ఞులు దీన్ని పూర్ణంగా వాడే సలహా ఇవ్వరు ఎందుకంటే ఈ విషయాల్లో ఇంకా పూర్తిగా శోధనకాలేదు.

పూరకమైన మరియు వైకల్పిక చికిత్స పద్ధతిలో ప్రసూతి విజ్ఞానంలో ప్రవేశం చేసింది. దీని ప్రయోగానికి ముందు జాగ్రత పహించాలి మరియు దీని కొరతల్ని గమనించాలి.

★ మీకి సంపూర్ణమైన పూరక చికిత్స చిక్కాలని మీ దాది లేదా లేడి డాక్టర్‌కి దీని విషయంలో చెప్పండి. దీనినుండి మీకి మరియు మీ శిశువికి పూర్తిగా సురక్షత చిక్కుతుంది.

★ పూరక మందులు (చెట్లు-మూలికనుండి తయారైయిుండేది) మీరు సురక్షిత సందర్భాల్లో పూర్ణంగా అస్వస్థలా ఉండేదానికి సాధ్యం లేదు ఎందుకంటే దాని చికిత్స పరీక్ష అయి ఉండదు. తొందర లేదు కేవలం మీకి అధికారంగా దీని లాభం-నష్టం గురించి వాఖ్యానం చేసేదానికి కాదు. ఎప్పుడువరకూ ఈ విషయంలో అధికృతమైన విషయాలు చిక్కదో ఈ మందుల ప్రయోగం చేసే ముందు అనుభవమైన విశేషతజ్ఞుల సలహాన్ని ఖండితంగా తీసుకొండి.

★ ఎన్నో పూరక పద్ధతిలు ఇలా ఉంటుంది అంటె దాని ప్రయోగం లాభకరం అయితే గర్భిణి మహిళలకి దాని ప్రయోగం చేసే ముందు జాగ్రత్తగా ఉమడాలి. దానికోసం డాక్టర్‌కి గర్భావస్థ విషయంలో చెప్పేదానికి మరవద్దండి.

★ ఈ చికిత్స పద్ధతి ప్రయోగాన్ని నిండా నిర్ధరిస్తుంది. జ్ఞాపకం ఉంచండి ప్రాకృతికమైన అంటే సురక్షితమైనమరియు రాసాయనంగా అంటె 'హానికారకం' అని కాదు. మీ పూరకమైన చికిత్స పద్ధతిని గర్భావస్థ జొతకి తీసుకొని నడవండి అయితే కొంచం జాగ్రత్తగా...

■ ■ ■

తొమ్మిది నెలలు మరియు మీ భోజనం పద్ధతి

మీ లోగా ఒక చిన్నది చిన్నారి బిడ్డ పెరుగుతున్నది. సన్న చేతులు-కాళ్ళ వేళ్ళు, చవి మరియు కండ్లు తయారవుతుంది మళ్ళీ మస్తిష్కం జీవకోశములు వేగంగా వృద్ధి అవుతూ ఉంది. దీనికింత ముందు మీకి తెలిసిన్టే, ఆ సన్న భ్రూణం మీ బిడ్డ అవుతుంది, దాన్ని చేతుల్లో ఎత్తుకొని వండపెట్టవచ్చును.

దీనిలో ఏమీ అశ్చర్యం లేదు ఎందుకంటె పనిలో నిండా శ్రమం అవుతుంది. ఖుషి మాటంటె ఒకరికొక్కి ప్రీతిచ్చే తల్లి-తండ్రులు మరియు శిశువుని ప్రకృతి గమనిస్తుంది. దీని అర్థమేమిటంటే మీ ఇంట్లో ఒక ముద్దైన స్వస్థమైన శిశువు జన్మిస్తుంది. మీరు ఎంత గమనించాలంటే మీ గర్భావస్థ పూర్ణంగా ఆరామంగా మరియు స్వస్థంగా ఉండని. ఇదంతా చేసేది కష్టం కాదు. మీరు ముందునింకా దీన్నంతా చేస్తూంటిరి.

ఔను, మీరు దినంలో మూడు మాట్లు భోజనం చేస్తూ ఉంటిరి అయితే గర్భావస్థలో ఒట్టి తినేదే చాలదు మీకి ఎంత కావాలో అంత మీరు తినచ్చును. బాగ తినే అర్థమేమిటంటే మీరు మీ ముద్దు కూతురు లేదా ముద్దు కొడుకుకి ఉత్తమమైన స్వస్థ జీవనాన్ని బహుమతిగా ఇచ్చేదానికి పోతున్నారు.

గర్భావస్థ ఆహారం మీకి మరియు మీ శిశువికి సమర్పితమవుతుంది. దీనినుండి శిశువుకి లాభమేమవుతుంది? ఎన్నో లాభాల్లో ఒకటంటే జననం సమయంలో దాని బరువు బాగా ఉంటుంది. మెదడు బాగా పెరిగింటుంది జన్మం సమయంలో అయ్యే దోషాలు మరియు రోగాలు ఉమడదు. మీరు ఒప్పండి లేకా ఒప్పకపోండి మీరు ఇప్పుడునించే రాత్రి భోజనంలో పచ్చ కోసు మళ్ళీ వేరే పచ్చ కూరగాయల్ని చేరించుకుంటె మీ ప్రీస్కూలర్ బిడ్డ భోజనం పద్ధతి స్వస్థంగా ఉండే అభ్యాసాల్ని వాడుకొని స్వస్థంగా ఉండే మనిషినవుతాడు.

దీనినుండి మరీ మీ శరీరానికి మాత్రం లాభం అయ్యేల్లేదు మీ గర్భావస్థ ఆహారం ఈ పథ్యం పుష్టి చేస్తుందంటె మీ ప్రసవం సురక్షితంగా ఉంటుంది. మంచి భోజనం పద్ధతి ఉండే మహిళల్లో అనీమియా, గ్యాస్టేశనల్, డయాబిటీస్ మరియు ప్రీక్లెంపసియా గల తొందరలు ఉత్పత్తి ఉండదు. యోచన చేసి సేవించిండే ఖాద్య పదార్థాలనుండి సమాధానం చిక్కుతుంది. ఉత్తమ పోషణ మీ మనస్సుని సంతోషంగా పెడుతుంది. ఇలాంటి మహిళల ప్రసవం సమయపూర్వం లేదా మళ్ళీ కాకుండా సరిగ్గా సమయానికి అవుతుంది. ప్రసవనంతరం శరీరం తన సరియైన ఆకారానికి వచ్చేదానికి లేటవ్వదు.

మీరు ఈ అన్ని లాభాల అర్థం తెలుసుకొనుంటె మీరు మీ ఆహారాన్ని పౌష్టికంగా చేసేదానికి దృఢంగా సంకల్పం చేయాలి. ఎందుకంటె గర్భావస్థ ఆహారం మరియు సరాసరి పౌష్టిక ఆహారంలో విశేషంగా వ్యత్యాసముండదు. గర్భావస్థ ఆహారంలో కొంచె మార్పు చేయాల్సి వస్తుంది అంతే. ఎందుకంటె శిశువికి అధిక ప్రమాణంలో క్యాలొరీస్ మరియు పోషణల అవశ్యకత ఉంటుంది. మూలం అదే ఉంటుంది, ప్రోటీన్ మరియు క్యాల్శియం, పూర్తి విత్తనాలు, పండ్లు-కూరగాయిలు

మరియు ఆరోగ్యమైన కబ్బిణాంశం గల పౌష్టిక సంతులన ఇవన్నీ విన్నట్టుగా ఉంది కదా? మా పోషణ విజ్ఞానులు ఎన్నో సంవత్సరాలనుండి దీన్నే తినే సలహా ఇస్తున్నారు.

ఇంకొక మంచి వార్త. మీరు ఇక్కడవరకూ నిండా తక్కవ ప్రమాణంలో ఆదర్శమైన ఆహారాన్ని తీసుకుంటుంటె దాన్ని గర్భావస్థ ఆహారంగా మార్పు చేయడానికి నిండా కష్టం కాదు. ఎందుకంటే మార్పు విషయంలో యోచిస్తే ప్రారంభం అవుతుంది. మీరు ఇప్పుడూ మజాగ కేక్ మరియు చిప్స్ తినవచ్చును. దానిలో కొంచెం మార్పాటు తావాలి. మీరు ఎన్నో రుచికరమైన వ్యంజనాల మాధ్యమనుండి విటమిన్ మరియు ఖనిజ లవణాల ప్రమాణాన్ని తీసుకోవచ్చును అంటె ఆరోగ్యం జొతజొతకి స్వాదిష్టమైన సంపూర్ణ కలయక అవుతుంది.

మంచిది కావటానికి ఆహారంలో మార్పు చేసే ముందు ఒక మాట మీద విశేషంగా గమనం ఇయ్యండి. ఈ లేఖనలో గర్భావస్థలో తీసుకొనె ఆహారం విషయంపై చెప్పబడినది. అయితే మీకి ఈ పౌష్టిక ఆహారంనుండి కొంచం రుచిగా ఉండకపోతే మీరు మీ ఇష్టం ఎలా ఉంటె అలాగ కొంచం మారుప చేయచ్చును. మేము చెప్పేది ఇంతే, పూర్ణంగా వేరుగా ఉండే బదులు కొంచం యోచన చేసి భోజనం పద్ధతిని వాడండి. మీరు బర్గర్ మరియు ఫ్రెంచ్ ఫ్రయ్ తినేదానికి ఏమీ తొందర లేదు అయితే దాని జొతకి సలాడ్ ఉంటె ఇంకా బాగుంటుంది.

తొమ్మిది నెలల ఆరోగ్యకరమైన ఆహారంది తొమ్మిది మూల నియమాలు :-

ముద్దులని ఎంచండి : - మీరు పూర్తి తొమ్మిది నెలలు మీ శిశువుకోసం పౌష్టికమైన ఆహారాన్ని తీసుకోవాలి. ఇంకా జన్మించక శిశువికి ఒక ఆరోగ్యమైన ప్రారంభాన్ని ఇవ్వాలి. ఎప్పుడు మీరు మీ ఆహారాన్ని నములుతారో అప్పుడు మీరు మీ శిశువుపై యోచించండి. ప్రతియొక్క ముద్దులోనూ జ్ఞాపకం ఉంచండి సన్న బిడ్డకి పోషణ ఇచ్చే బంగారంలాంటి అవకాశం.

అన్ని క్యాలోరీలూ సమంగా ఉండదు : క్యాలోరి ఎంచేతపుడు జాగ్రత్తగా ఉండండి. దాని ప్రమాణం బదలు గుణాన్ని గమనించండి. 10 ఉర్లగడ్డ చిప్స్‌లో 100 క్యాలోరి, పొట్టుసమేతంగా కాల్చిన ఉర్లగడ్డ 100 క్యాలోరి సమంగా ఉండదు. మీకి మరియు బిడ్డకి 2,000 క్యాలరినుండి ఎక్కవ లాభం అవుతుంది. ప్రసవం అయినంక మీ శరీరంమీద దీని ప్రభావం కనిపిస్తుంది.

> ## మీ రీతిలోనే నడవండి
>
> మీకి మీ ఆహారం గురించి ఏదైనా సందేహం ఉందా? మీరు ఆహారం పద్ధతి చేసేదానికి ఇష్టం లేదా? ఏమి తినాలి? ఎంత తినాలి? అనే ప్రశ్నల్ని అడగరా? ఏమీ పరవాల్లేదు మీరు మీ రీతిలోనే నడవండి. స్వాదిష్టంగా ఉండే మరియు పౌష్టికంగా ఉండే ఆహారాన్ని తీసుకొండి. దానిలో పండ్లు-పాలు, పెరుగు, ధాన్యాలు మరియు కూరగాయలు అన్నీ ఉండని. మీరు దినంప్రతి 300 క్యాలోరీకింత ఎక్కవ తీసుకోవాలి. దీనినుండి అన్నీ సరిపోతుంది.

మీరు ఆకలిగా ఉంటే బిడ్డ కూడా ఆకలిగా ఉంటుంది :- మీరు మీ చిన్న బిడ్డ అకలిగా ఉండాలని ఆశిస్తారా అదీ జన్మించేకింతా ముందే ఎందుకు ఆకలిగా ఉండాలి? దానికి ప్రతినిత్యం నియమితంగా పోషణ చిక్కేది అవశ్యము. మీరే ''యూటరైన్ కెఫే''లో ఆహారాన్ని ఇస్తారు. మీకి అకలి లేకా పోతేనూ బిడ్డ ఆకలిగా ఉంటుంది. దానికోసం తినేదాన్ని విడవదదండి. సరియైన సమయానికి స్వాదిష్టమైన ఆహారాన్ని తీసుకొండి. అధ్యయనాల్నుండి తెలిసిందేమిటంటే దినానికి ఐదు సలాలు తినే (మూడు భోజనాలు + రెండు స్నాక్స్ లేదా ఆరు సలాలు కొంచెం భోజనం) తల్లిలు నిండా స్వస్థంగా ఉమటారు. ఇది చెప్పేది నిమడా సులభం. విశేషంగా ఎప్పుడు మీకి భోజనం పేరు వింటేనే మీకి వాంతి రావచ్చును. ఈ పుస్తకంలో మీకి ఇలాంటి సలహాలు చిక్కుతుంది. అది మీ ఉపయోగానికి రావచ్చును.

కొంచెం కార్యకుశలత : మీరు ఇలా తినడంవల్ల మీరు ఎట్ల కనిపిస్తారని యోచన చేసి భయంపడతా ఉవడారా? ఈ విషయంలో నిండా యోచన చేయద్దండి. మీరు కొంచం హుషారుగా ఉండండి. ఉదా:

ఫుల్ ఫ్యాట్ కొవ్వుగల డైరి ఉత్పన్నుల బదలు లో ఫ్యాట్ డైరి ఉత్పన్నలు, గోళించిండే బదలు కాల్చిండే లేదా ఉడికిండే, వెన్న తక్కువ ప్రమాణంలో తీసుకొఖిడి లేదా వేగించేతపుడు జైతూన తైలాన్ని కొద్దిగా తీసుకొండి. మీ బరువు తక్కువ ఎక్కువ అయితూ ఉంటె మీ బరువు ఎక్కవ కావడానికి ఆ మాదిరి ఖాద్య పదార్థాలని ఎన్నిక చేసుకొండి. మీ తూకం ఎక్కువగా ఉంటే ఈ మాదిరి ఖాద్య పదార్థాలని ఎన్నిక చేయండి. దీనినుండి మీ తూకం ఎక్కువ కాకుండా ఉణ్టే అయితే శిశువుకి పూర్తిగా పోషణ చిక్కని.

కార్బోహైడ్రేట్ సందర్భం :- ఎన్నో గర్భిణి మహిళలు తూకం ఎక్కువ అయ్యే భయంనుండి తమ ఆహారంలో కార్బోహైడ్రేట్ ప్రమాణాన్ని తక్కువ చేస్తారు. ఉదా : ఉర్లగడ్డ. దీనిలో ఏమీ సందేహం లేకుండా రిఫైన్డ్ కార్బోహైడ్రేట్ అధిక పోషకంగా ఉండదు. అయితే కాంప్లేక్స్ కార్బోహైడ్రేట్ (ఇడి ధాన్యం, బ్రెడ్, బన్, అన్నము, తాజా కూరగాయలు, పండ్లు, ఎండిన బీన్స్, చపాతి మరియు పొట్టు ఉండే ఉర్లగడ్డ) దీన్ని విటమిన్ బీని పూర్తి చేస్తుంది. అవశ్యకమైన ఫైబర్ మరియు ప్రోటీన్ ప్రమాణాన్ని ఇస్తుంది. ఇది శిశువుకి మాత్రం కాదు మీకూ లాభంగా ఉంటుంది. దీనినుండి వాకరిక రాదు మరియు మలబద్ధత ఉండదు. దీనినుండి కడుపు నిండినట్లనిపిస్తుంది మళ్ళి మీ బరువు ఎక్కువ కాదు.

ఇంకొక అధ్యయనంనుండి తెలిసిందేమిటంటే కాంప్లేక్స్ కార్బోహైడ్రేట్‌ని అధికంగా తీసుకుంటె ఫైబర్స్ ఎక్కవగా చిక్కుతుంది. మరియు గ్యాస్ట్రిషనల్, డయాబిటీస్ అయ్యే అపాయాలు తక్కువ అవుతుంది. ఫైబర్ ప్రమాణాన్ని నిధానంగా పెంచండి. తక్షణంగా ఫైబర్ ప్రమానాన్ని ఎక్కువ చేస్తే కడుపులో గ్యాస్ కావచ్చును.

కొంచెం తీయగా ఉండని : తీపు తినడం ఎవరికి ఇష్టం ఉండదు. అయితే శోధకుల ప్రకారం తీపుని నిండా తింటే మీకి హాని కలగవచ్చు. దీనినుండి స్థూలకాయము లేకుండా పల్లు మరియు చిగుళ్ళ రోగం, చక్కర కాయిల, గుండెజబ్బు, మరియు కోలన్ క్యాన్సర్ అపాయము ఎక్కువకావచ్చును. సామాన్యంగా కొన్ని తీయని

ఆరోగ్యమైన వికల్పము:

మీ ప్రియమైన భోజనంలో కొన్ని ఆరోగ్యమైన వికల్పాలు కావాల్సి ఉంటె ఈ పట్టీని చదవండి

దీని బదులు	దీన్ని తినండి
ఉర్లగడ్డ చిప్స్	సోయా చిప్స్
గోలించిన చికన్	కాల్సిండే చికన్
హాట్ ఫజ్ సండె	పండ్లు మరియు
గ్రేలా జొతకి	చల్లగా ఉండే పెరుగు
టాకో చిప్స్ మరియు	బైరీఘస్ మరియు
చీస్ సాస్	చీస్ సాస్
ఫ్రెంచ్ ఫ్రై	కాల్చిండే ఉర్లగడ్డ చిప్స్
తెల్ల బ్రెడ్	పిండి బ్రెడ్
సాఫ్ట్ డ్రింక్స్	పండ్ల రసాలు
శుగర్ కుకీస	హోల్‌గ్రైన్ న్యూటన్

సిక్స్ మీల్స్ సల్యూశన్

వివరీతమైన దప్పి, ఎద నొప్పి, మలబద్ధత లేదా ఏదైనా వేరే కారణంనుండి మిమ్మల్ని ఆహారంనుండి దూరంగా తీసుకొని పోతుంటే సిక్స్ మీల్ సమాధానాన్ని వాడండి. దినానికి మూడు సలాలు పూర్తిగా భోజనం చేసే బదులు దాన్ని సన్న-సన్న ఆరు భాగాలుగా చేసి, దీనినుండి మీ ఊర్జ స్తరము సరిగ్గా ఉంటుంది. తలనొప్పి తక్కవ అవుతుంది మరియు మూడులో ఏక్కువ-తక్కువ రాదు.

పదార్థాల్ఫో పోషక తత్వాల ప్రమాణం నిండా తక్కువ ఉమటుంది. ఇలా ఉండేతపుడు క్యాన్డీ మరియు సోడా అన్నిటికింతా ముందు తలలో వస్తుంది.

మార్కెట్‌లో రిఫైండ్ చక్కర ఎన్నో రూపాల్లో చిక్కుతుంది. దీనిలో మీరు కార్న్ సీడ్ డీహైడ్రేటెడ్ కేన్ జూస్‌ని చేరించవచ్చును.

తేన ఒక రీఫ్ఫండ్ చక్కర అయ్యెల్లేదు. దీనిలో రోగంనుండి పోరాడే అంటీఆక్సిడెంట్ ఉంటుంది. మీరు దీని సహాయంనుండి ఎన్నో రీతుల పౌష్టికమైన వ్యంజనాల్ని తయారించవచ్చును. మీరు చక్కరకి పర్యాప్తం ప్రమాణంగా ఉండే అన్ని ఖాద్య పదార్థాల ఉపయోగాన్ని నిషేదించాలి. ఈ మాదిరి మీరు కొన్ని ఈ మాదిరి పౌష్టిక వ్యంజనాల

ఎన్ని చేయవచ్చు. దీనిలో కొంచం తీపు కూడా ఉంటుంది.

రుచిగా ఉండే మరియు పౌష్టికంగా ఉండే తీపు కావాలనిపిస్తే చక్కర బదలు పండ్లు, మరియు ఎండిన పండ్లు మరియు వండ్ల రసాన్ని తీసుకొండి. దీనినుండి మీకి తీపు జొతకి విటమిన్, ఖనిజాలు లవణములు వరియు పైటోకెమికల్ కూడా చిక్కుతుంది. మీరు క్యాలోరి ఫ్రీ శుగర్ హెల్ప్‌ని తీసుకోవచ్చును. దీనినుండి గర్భావస్థలో ఏ తొందర కనపడదు.

పౌష్టిక ఆహారం సూత్రం : ప్రకృతికీ పోషణకీ లోతైన సంబంధం ఉంది. సామాన్యంగా ఎన్నో ప్రాకృతిక ఖాద్య పదార్థాలు తమ మూల రూపంలో పోషణనుండి నిండి ఉమటుంది. రుతువులట్ల తాజా వండ్లని తినండి. డబ్బిలో ఉండే (ప్రిజర్వేటీవ్) వండ్లని తీసుకుండా ఉంటె మంచిది. ఆ మాదిరి తీసుకోవాల్సి వస్తె ఉప్పు, చక్కర మరియు కొవ్వు తక్కువ ఉండే ప్యాక్‌లని ఎన్నిక చేయండి. నిత్యము పచ్చి పండ్లు మరియు కూరగాయల్ని అవశ్యంగా తినండి. కూరగాలు మరియు పండ్లని ఉడకిల్సి వస్తె విటమిన్ మరియు ఖనిజ లవణాలు నష్టం కాకుండా ఉండటానికి అవిలో ఉడికించండి.

అవరాధం బోధ ఎందుకు?

ఇప్పుడు మీరు ఇద్దరికోసం తినుతుంటారు. ఆ కారణంగా మీరు అన్ని వదార్థాల ఎన్నిక చేసేతప్పుడు యోచన చేయాలి. మీరు కొద్ది సార్లు కొంచెం స్వతంత్రం తీసుకోవచ్చును. మీకి ఎప్పుడైనా మీ ఇష్టమైన వ్యంజనాన్ని (తక్కువ పోషకవముగల సత్వాలుండే) తినే అసె అయితే ఒక్కొక్క సారి తినేడానికి అడ్డం లేదు. బ్లూవేరి మెఫీన్‌లో బ్లూవైరికింత ఎక్కువ చక్కర ఉంటుంది. అయితే తినే మనస్సైతె తినాలి. ఇష్టమైయిండే కాండి, బర్గర్, కుకీస్, క్రీమ్ తినే మనస్సైతె ఖండితంగా తినండి దాని జొతలో పోషక సత్వాల ప్రమాణం పూర్తిగా అయ్యే ఆహారాన్ని తీసుకొండి. అలాగే అక్రోడ్ కాండి ఎన్నిక చేయండి. ఐస్‌క్రీమ్ మీద కొంచం ఎండిన పండ్లు మళ్ళి అరటి పండ్ల తుండ్లుని వేసుకొండి. చీస్ మళ్ళి టొమాటో పండ్ల బర్గర్ జొతకి సలాడ్ తెప్పిచ్చండి.

ఈ మాదిరి ఆహారం ప్రమాణం ఎక్కువకాకుండా ఉండడానికి ప్రయత్నించండి. దీన్ని రుచికోసం తినండి. దీనినుండి కడుపు నింపకండి. మీ మితిలో ఉండండి. అవశ్యకింత జాస్తి తింటే మీకే సిగ్గు కావచ్చును.

ప్రాసెస్డ్ ఫుడ్‌లో ఎన్నో రీతుల రసాయనాలు మరియు కొవ్వు అంశాలు మరియు చక్కర మొదలైనవి ఉంటుంది. దానినుండి దాని పోషక తత్వాలు నిండా తక్కువ అయితుంది. స్మోక్డ్ టర్కి బదలు తాజాగా వేంచిన టర్కిని తీసుకొండి. ఇడీ ధాన్యంనుండి చేసిన మైక్రోని జొతకి చీజ్ తీసుకొండి చీస్ తాజాగా ఉంటె మంచిది. మీరు తాజాగా ఓట్‌మీల్ కూడా తీసుకోవచ్చును.

స్వస్థ్య ఆహారము ప్రారంభం ఇంటినింకా కాని : మాకి తెలుసు ఎప్పుడు మీ భర్త సోఫా పైన కూర్చొండారో ఒక పెద్ద గిన్నలో ఐస్‌క్రీం తింటా ఉండె మీకి మీ మనస్సుని కంట్రోల్ చేసేది కష్టం కావచ్చును. ఆ సమయంలో మీ మనస్సు తాజా పండ్లపై ఖండితంగా పోదు. వంట గది కపాటులో సంతరి చీజ్ బాల్స్ పెట్టింటే మీకి సోయా చిప్స్ రుచి రాదు. దానికోసం ఇంట్లో ఉండే అన్ని సదస్యుల సహాయంనుండి ఆరోగ్యంగా ఉండే వాతావరణాన్ని నిర్మించడానికి ప్రయత్నించండి.

ఇంటిలో పూర్ణ ధాన్యవు బ్రెడ్ పెట్టుకొండి. ఫ్రిడ్జ్‌లో తాజా పెరుగు పెట్టండి. ఏ స్నాక్స్ ఆరోగ్యమైన పదార్థాల శ్రేణీలో రాదో ఆ స్న్యాక్స్‌ని అక్కడనుండి తీసేయండి. ప్రసవమయినంక కూడా ఈ అలవాటుని జారీలో పెట్టండి.

ఆహారం మంచి ప్రమాణంనుండి గర్భావస్థపై మంచి రిసల్ట్ కనపడిస్తుంది మళ్ళి ఎన్నో రీతిల రోగాల అపాయము తక్కవ అవుతుంది. ఎ పరివారం ఒట్టుగా చేరుకొని ఆరోగ్యమైన ఆహారాన్ని తీసుకుంటారో వాళ్ళు ఎప్పుడూ ఆరోగ్యంగా ఉంటారు.

చెడ్డ వాడికల్నుంచి దూరంగా ఉండండి : ప్రసవపూర్వం ఆరోగ్యమైన ఆహారం తీసుకొనేది మాత్రం కాదు మీరు అల్కోహాల్, పొగాకు మరియు వేరే మాదక

పదార్థాలని తీసుకొనేది నిలపాలి. మీరు ఈవరకూ మీ వాడికల్లో మార్పు చేయక పోతే ఇప్పుడునుంచి మీ జీవితం శైలిలో మార్పు తెచ్చేదాని ప్రారంభించండి.

గర్భావస్థ కాలంలో భోజనం పద్ధతి

క్యాలోరీస్

గర్భవతి మహిళ ఇప్పుడు ఇద్దరికోసం తినాల్సి వస్తుంది. ఇది అందరికీ తెలిసిన విషయం. అయితే జ్ఞాపకం ఉంచండి ఈ సమయంలో ఇద్దరిలో ఒక జీవము నిండా సన్నది. దానికి తన తల్లినుండి నిమడా తక్కవ క్యాలోరీస్ కావాల్సి వస్తుంది. మీరు సరాసరి బరువు మహిళ అయిఉంటె మీకి 300 క్యాలోరీస్ అవశ్యకత ఉంటుంది. అది మీకి మీగడ తీసిండే రెండు లోటా పాలు (స్కిమ్డ్ మిల్క్) మరియు ఒక గిన్న ఓట్ మీల్‌నింకానే చిక్కచ్చును.

అలాగే మొదటి మూడు నెలల్లో ఎక్కువ పోషణ అవశ్యకత ఉండదు ఎందుకంటే అప్పుడు భ్రూణం ఆకారం ఒక బటాణి గింజంత ఉంటుంది. రెండు మూడు నెలల్లో మీకి దానికోసం ఎక్కువ పోషణ అవశ్యకత కావాలి. అనాక శిశువు ఆకారంలో ఇంకా వృద్ధి అవుతుంది. అప్పుడు ప్రతిదినం 500 క్యాలోరీ అవశ్యకత కావాల్సి వస్తుంది.

మీరు మళ్ళి మీ శిశువు క్యాలోరీకింత ఎక్కువ తినడంవల్ల ఏమీ లాభం అయ్యేల్లేదు. దీనినుండి మీ బరువు నిండా వేస్ట్ అవుతుంది. దీనినుండి ఊర్కె తూకం జాస్తి కాకుండ జొతకి గర్భావస్థ పెరిగినట్ల క్యాలరి పర్యాప్త ప్రమాణం తీసుకోకుండా పోతె శిశువు పెరగడంలో నిండా నిధానం కావచ్చును.

ఈ మూల నియమానికి నాలుగు అవవాదములున్నాయి. దీనిలో ఒకటైనా మీ పై పరిణామం వస్తుంటే ముంది మీ డాక్టర్‌నింక క్యాలోరీ అవశ్యకత విషయంలో సలహా తీసుకొండి. మీ బరువు ముందునింకా ఎక్కవగా ఉంటె మీకి సరియైన పోషణ జొతకి అదే అనుపాతంలో ఎక్కువ క్యాలోరి అవశ్యకత ఉంటుంది. మీరు ఇప్పుడు పిల్లగా ఉంటే అంటే పెరిగే వయస్సులో ఉంటె మీ పోషణ అవశ్యకత వేరేగె ఉంటుంది. మీరు కవల పిల్లలకి జన్మం ఇచ్చేవాళ్ళయితే మీరు ప్రతియొక్క శిశువుకి 300 క్యాలోరీని తీసుకోవాల్సి వస్తుంది.

గర్భావస్థలో క్యాలరీ ఎంచడం అంటె దాని అర్థం మీరు క్యాలరీని నిజంగా ఎంచాలని కాదు. ప్రతియొక్క భోజనం అయినంక దాన్ని ఎంచే బదులు ఒక రెండు వారాల్లో పరీక్ష చేయించండి. మీ ప్రగతిని తెలుసుకొండి. ఏ ఒక్క మాట్లనుండి మీ తూకంలో వ్యత్యాసం రాకుండా ఉండటానికి ప్రతిదినమూ అదే సమయంలో మీ తూకాన్ని పరీక్షించండి. అదే బట్లని వేసుకొని లేదా బట్టలు లేకా పరీక్షించండి. మీ తూకం దినాలు లెక్ఖగా సరిగ్గా పెరుగుతుంది అంటె మీరు క్యాలోరీ సరియైన ప్రమాణంలో తీసుకుంటున్నారు. అది తక్కవ ఉంటే మీరు క్యాలరీ ప్రమాణం పూర్తిగా తీసుకుంటూ లేదని అర్థం. అవశ్యకతకింతా భోజనం ప్రమాణాన్ని ఎచ్చు-తక్కువ చేయండి అయితే క్యాలరి జొతకి తీసుకొనే పోషకసత్వాల ప్రమాణాన్ని తగ్గించకండి.

ప్రోటీన్ ఆహారం: దినంలో మూడు సార్లు

మీ శిశువు పెరగడం ఏలా అవుతుంది? మీరు ఏ ప్రోటీన్ తీసుకుంటున్నారు దాని అమినో అసిడ్ లేదా అన్య పోషక సత్వాల సహాయంనుండి అది పెరుగుతుంది. ఎందుకంటే శిశువు జీవకోశాలు తీవ్రంగా వృద్ధి అవుతూ ఉంటుంది. దాని కారణంగా మీ ఆహారంలో ప్రోటీన్ ప్రమాణం నిండా మహత్వమైనది. మీరు ప్రతిదినం 95 గ్రాం ప్రోటీన్ తీసుకోనె లక్ష్యం పెట్టుకోవాలి.

వినేదానికి విచిత్రంగా ఉంటేనూ కొంచెం గమనం ఇయ్యండి. సామాన్యంగా అమెరిక ప్రజలు ఈ ప్రమాణాన్ని ప్రతిదినం అలాగే తీసుకొంటారు. ఎవరు హై ప్రోటీన్ ఆహారం పై ఉంటారో వారు దీనికింత ఎక్కువ ప్రమాణం తీసుకొంటారు. మీకి ఇచ్చిండే సూచనాపత్రంనుండి మూ సార్లు ప్రోటీన్ ఉండే ఆహారాన్ని తీసుకోవాలి. ప్రోటీన్‌ని ఎంచేతప్పుడు ఎత్తైన క్యాల్శియమ ఉండే ఆహారంనుండి చిక్కే ప్రోటీన్‌ని ఎంచేది మరవకండి. ఒక లోటా పాలు

మరియు ఒక ఔన్స్ చీస్‌నుండి మూడవ ఒక అంశం ప్రోటీన్ ప్రమాణం చిక్కుతుంది. ఒక కప్ పెరుగునింక ఒక పొద్దుకి అర్థం ప్రోటీన్ పూర్తి అవుతుంది. ధాన్యం మరియు అనవ మొదలైనవిదాంట్లో ప్రోటీన్ ప్రమాణం చిక్కుతుంది.

ప్రతిదినం ఈ సూచన పత్రంనుండి ప్రోటీన్ పదార్థముల మిశ్రణాన్ని ఎన్నిక చేసి మీ భోజనంలో చేరించుకొండి. జ్ఞాపకం ఉంచండి డైరి ఉత్పాదననింక ప్రోటీన్ కొరత పూర్ణమవుతుంది.

24 ఔన్స్ పాలు లేదా మజ్జిగ

1 కప్ పన్నీరు

2 కప్ పెరుగు

3 ఔన్స్ తురిమిండే చీజ్

4 పెద్ద గుడ్డు

7 గుడ్డు తెల్ల భాగం

3.5 ఔన్స్ సీల్డ్ డబ్బ ట్యూన్ లేదా సార్డిన్

4 ఔన్స్ సీల్డ్ డబ్బ సలమన్

4 ఔన్స్ ఉడికిండే శెల్ ఫిశ్ (శింప్ర, లాబస్టర్, క్లామ్స, మూసల)

4 ఔన్స్ (ఉడుకించే ముందు) తాజా మీను

4 ఔన్స్ (ఉడుకించే ముందు) చికన్ టర్కి, డక్, లేదా పౌల్ట్రి ఉత్పన్నలుఈ

4 ఔన్స్ (ఉడుకించే ముందు) లీన్ బీఫ్, లైంబ్, బీల్, ఫోర్క్, లేదా బఫెలో

క్యాల్శియం భోజనంలో దినానికి మూడు సలాలు :- మీరు స్కూలులో చదివిండాలి. బిడ్డలకి పల్లులు మరియు ఎముకల ధృడతకోసం ఎక్కువ ప్రమాణంలో క్యాల్శియం అవశ్యకత ఉంటుంది. భ్రూణం పెరిగి శిశువవుతుంది. క్యాల్శియం మాంసఖండం, గుండె, స్నాయువుల వృద్ధికోసం, రక్తం కట్టేదానికి, మరియు ఎన్‌జైమ్ గతివిధికూ నిండా మహత్వమయింది. మీరు పర్యాప్త ప్రమాణంలో ప్రోటీన్ తీసుకోకుండా పోతె శిశువికి మాత్రవే కాదు మీ ఎముకలూ కూడా ప్రభావితమవుతుంది. శిశు ఎముకులకి క్యాల్శియం పూర్తి మీ శరీరంనుండి అవుతుంది. మరియు మీరు ముందకి అస్టియోపొరోసిస్ రోగి కావచ్చును. మీరు దినంలో నాల్కు సల క్యాల్శియం ఉండే ఆహారాన్ని తీసుకోవాలి.

ప్రతిరోజు నాల్కు లోటా పాలు మాట అర్థం కాలేదా? అలా క్యాల్శియం ఎల్లప్పుడూ లోటాలో చిక్కదు. దీన్ని మీరు ఒక కప్ యోగర్ట్ లేదా చీస్ రూపంలో కూడా తీసుకోవచ్చు. దీన్ని స్మూదీజ్, సూప్, క్యాసెరొల్, సైరెల్, డిప్ మాంసము, మరియు డెసర్ట్ రూపంలో కుడా తీసుకోవచ్చును.

డైరి ఉత్పన్నములని తీసుకోకుండా ఉండేవారికి సామాన్య రూపంలో క్యాల్శియం దొరుకుతుంది. క్యాల్శియంగల నారంజి పండు రసం గ్లాస్ ఎలా ఉంటుంది? 4 ఔన్స్ సీల్డ్ డబ్బ సాలమన్‌నింక క్యాల్శియం జొతకి ప్రోటీన్ కూడా చిక్కుతుంది. తాజా ఉడికించిన పచ్చ కూరగాయలునింక విటమిన్ సి పూర్తి అవుతుంది.

కొన్ని గర్భిణి మహిళల కి ఆహారంనుండి పర్యాప్తంగా క్యాల్శియం చిక్కకపోతె వారికి క్యాల్శియంని మందు రూపంలో తీసుకొనే సలహా ఇవ్వవచ్చును.

మీరు ప్రతిరోజూ నాలుగు మాట్లు క్యాల్శియంగల ఆహారాన్ని తీసుకోవాలి. ఈ లెక్కలో మీరు చీజ్ వేసుకొని తినేదానికి అర్ధ కప్ పెరుగు చేరించేదాన్ని మరయద్దండి.

కింద ఇచ్చిన సూచనపత్రంలో ప్రతియొక్క వ్యంజనంలో లేదా ఖాద్య పదార్థాల్లో 300 మి.గ్రాం క్యాల్శియం ప్రమాణం ఉంది. కొన్ని పదార్థాల్లో క్యాల్శియం జొతకి ప్రోటీన్ పూర్తి ప్రమాణం సహ అవుతుంది.

1/4 కప్ తురిమిన చీజ్

1 ఔన్స్ గట్టి చీజ్

1/2 కప్ పాశ్చరీకరించిన రిసోట్టా చీజ్

1 కప్ పాలు లేదా లస్సి

5 ఔన్స్ క్యాల్శియంగల పాలు (తాగే ముందు అల్లాడించండి)

1/3 కప్ జిడ్డు లేకుండా ఉండే ఎండిన పాలు (దీనినింక 1 కప్ పాలు తయారవుతుంది)

1 కప్ పెరుగు

1 కప్ క్యాల్శియంగల రసం (తాగేవుందు అల్లఅడించండి)

4 ఔన్స్ సీల్డ్ డబ్బ సాలవున్ (ఎవుకల సహితంగా)

3 ఔన్స్ సీల్డ్ డబ్బా సార్డిన్ (ఎముకల సహితంగా)

3 పెద్ద చమచ వేంచిన నూగలు.

1 కప్ ఉడికించిన బీర్ట్బుట్

1/2 – 1 కప్ ఉడికించిన ఎడామామె

3/4 – 1 పెద్ద చమచ బ్లాక్ స్ట్రేప్ మొలాసిస్

మీరు కాటేజ్, చీజ్, టొఫో, ఎండిన అంజూర, బాదామి, పచ్చ కోసు బొకలి, పాలక్, ఎండిన బీన్స్, మొదలైనవాటినుండి క్యాల్శియంని పొందవచ్చును.

శాఖాహారి ప్రోటీన్‌లు

మీరు ప్రతిరోజు (అనప, ధాన్యము విత్తనాలు, ఎండిన పండ్లది) ప్రమాణం తీసుకొంటుంటె ఈ సూచీపత్రం అనుసారంగా ఎన్నిక చేయండి. ఈ పోషణ అన్ని గర్భవతి స్త్రీలకి అవశ్యకము :

లెగ్యూమ్స్ (హాఫ్ ప్రోటీన్ సర్వింగ్)

3/4 కప్ ఉడికించిన బీన్స్, బాళ్ళు

3/4 కప్ పచ్చ బటాణి

1-1/2 ఔన్స్ చెనికకాయి

3 పెద్ద చమచ పీనట్ బటర్

1/4 కప్ మీసా

4 ఔన్స్ టొఫో (బీన్ కర్డ)

3 ఔన్స్ టెమ్టె

1-1/2 కప్ సోయా పాలు

3 ఔన్స్ సోయా చీజ్

1/4 కప్ వెజ్ గ్రౌండ్ బీఫ్

1 పెద్ద వెజ్ హాట్ డాగ్ లేదా బర్గర్

1 ఔన్స్ (ఉడికించే ముందు) సోయా లేదా హై ప్రోటీన్ పాస్తా

గ్రేయ్న్స్ (హాఫ్ ప్రోటీన్ సర్వింగ్)

3 ఔన్స్ (ఉడికించే ముందు) పూర్తి గోదుమ పాస్తా

3/4 కప్ జవ గోదుమ నూక

1 కప్ ఉడికించక (2కప్ ఉడికించిన) జవ గోదుమ

2 కప్ రెడి టు ఈట్ సీరియల్స్

1/2 కప్ ఉడికించద (1-1/2 కప్ ఉడికించిన) కాశకొస్, వల్గర లేద బకవీట్

1/2 కప్ ఉడికించక కోవా

4 స్లైస్ గోదుమ బ్రెడ్

2 ఇడి పీటా లేదా ఇంగ్లీశ మఫిన్ నట్స్ మరియు సీడ్స్ (ఎండిన వండ్లు మరియు విత్తనాలు) (హాఫ ప్రోటీన్ సర్వింగ్)

3 ఔన్స్ ఎండిన వండ్లు (అక్రోట్, బాదామి)

2 ఔన్స్ నూగలు, సూర్యకాంతి లేదా గుమ్మడి కాయి విత్తనాలు.

1/2 కప్ ఉడికించిన ఫలైక్సీడ్

(ప్రోటీన్ ప్రవమాణం వేరె కావచ్చును దానికారణంగా హాఫ్ సర్వింగ్ 12 నుండి 15 గ్రాం ప్రోటీన్ కోసం లెవెల్ పరీక్షించండి)

విటమిన్ సీ భోజనం:- దినంలో మూడు సలాలు

మీకి లేదా మీ శిశువు టిశ్యూలు ధృడంగా చేయడానికి, గాయాల్ని సరివడించేదానికి మరియు జీర్ణక్రియాలకి విటమిన్ సీ కావాల్సివస్తుంది. ధృఢమైన ఎముకలకి మరియు పల్లులకి దీని అవశ్యకత ఉంది. దానికారణం దీన్ని నియమితమైన ప్రమాణంలో అవశ్యకంగా తీసుకొండి. విటమిన్ సీ కొన్ని రుచికరమైన పదార్థాలనుండి దొరుకుతుంది. కమలాపండు రసంనింకా మాత్రం విటమిన్ సీ అంటె అన్నిదానికింతా మంచి సూత్రం కాదని మీకి సూచివత్రంనుండి తెలుస్తుంది.

ఇది జ్ఞాపకంలో ఉంచండి విటమిన్ సీ పసుపు కూరగాయలలో మరియు పసుపు పండ్లలో కొరతని పూరైస్తుంది.

1/2 మీడియంగా ఉండే ద్రాక్షి పండు

1/2 కప్ ద్రాక్షి పండు రసం

1/2 కప్ మీడియంగా ఉండే కమలాపండు

1/2 కప్ కమలాపండు రసం

2 పెద్ద చమచ కమలాపండు, తెల్ల ద్రాక్షి లేదా వేరె జ్యూస్ (కాన్సెంట్రేటెడ్)

1/4 కప్ నిమ్మ రసము

1/2 మీడియం మామిడి పండు

1/2 మీడియం వరంగి పండు

1/8 సన్న క్యైంటాలోప్ లేదా హనిడ్యూ (1/2 కప్ క్యూబ్)

1/3 కప్ స్ట్రాబెరి

2/3 కప్ బ్లాక్‌బెరి లేదా రసబెరి

1/2 కప్ మీడియంగా ఉండే కివీ

1/2 కప్ తాజాగా ఉండే పైనాపల్

2 కప్ పుచ్చపండు (వాటర్ మెలన్) ముక్కలు

1/4 కప్ మీడియంగా ఉండె ఎర్ర వసువు లేదా ఆరెంజ్ బైల్ పెప్పర్

1/2 మీడియంగా ఉండే పచ్చ బైల్ పెప్పర్

1/2 కప్ పచ్చి లేదా ఉడికించిన పచ్చ కోసు (బ్రోకలి)

1 మీడియంగా ఉండే టమొటొ

3/4 కప్ టమొటా రసం

1/2 కప్ కూరగాయల రసం

1/2 కప్ పచ్చి లేదా ఉడికించిన పూ కోసు

1/2 కప్ ఉడికించిన మాలె

1 ప్యాక్ట్ కప్ పచ్చి లేదా 1/2 కప్ ఉడికించిన పాలక్ కూరాకు.

1/4 కప్ ఉడికించిన సొసువ లేదా బీట్‌రూట్

2 కప్ రొమెన్ సలాడ్ ఆకులు.

3/4 కప్ ఎర్ర అకు కోసు ముక్కలు.

1 గెణసు లేదా పొట్టు సహితంగా కాల్చిన ఆలూగడ్డ

పచ్చ ఆకులు లేదా వసువు కూరగాయలు మరియు వసువు పండు:

దినాంలో మూడునింక నాల్గు మాట్లు తీసుకొండి.

దీనినుండి విటమిన్ 'ఎ' పూర్తి అవుతుంది. బీటా కెరొటిన్ బిడ్డ జీవకోశాలకి, స్వస్థమైన త్వచకి, ఎముకలకి మరియు కండ్లకి లాభం. పచ్చ ఆకుల కూరగాయలలో మరియు వసువు పండ్లలో విటమిన్ ఈ, రైబొఫ్లోబిన్, విటమిన్ బి ది ఎన్నో ఖనిజలవణములు, రోగాలనుండి పోరాడే ఫోటోకెమికల్ మరియు ఫైబర్ చిక్కుతుంది. కింద రాసిండే సూచిపత్రంనుండి మీకి దీని పూర్తి మాహితి చిక్కుతుంది. కూరగాయలను ఇష్టంపడకవారు దీన్ని తెలుసుకొని ఆశ్చర్యంకావచ్చును. ఒట్టి బ్రోకలి మరియు పాలక్ కూరాకు విటమిన్ ఎ కి ఏకమాత్రమైన సూత్రం కాదు. ఎండిన ఖుబాని, వసువు అడూ క్యైంటాలోప్ మరియు మామిడి పండులో విటమిన్ ఎ ది పర్యాప్త ప్రమాణంలో ఉంటుంది. మీకి ఇష్టమైన కూరగాయల రసం తాగే ఆస ఉండేవాళ్ళు దీన్ని తెలిసి ఖుషి కావచ్చును. వాళ్ళు పచ్చ మరియు వసువు కూరగాయలను ప్రతిరోజూ ఆహారంలో ఒక లోటా కూరగాయల రసం, ఒక కప్ మూలంగి సూప్ లేదా మామిడి పండు శేక్ తీసుకోవచ్చును.

దినంలో మూడునింక నాల్గు సలాలు తినే ప్రయత్నం చేయండి. ఫైబర్ పదార్థాలు చిక్కాలని దీన్ని కొంచం పచ్చిగా తినండి. జ్ఞాపకంలో ఉంచండి దీనిలో ఎన్నో పదార్థాలు విటమిన్ సీ కొరతని పూర్తిగా చేస్తుంది.

1/8 క్యైంటలోప్ (1/2 కప్ క్యూబ్)

2 పెద్ద తాజా లేదా 6 ఎండిన ఖర్జూర

1/2 మీడియంగా ఉండే మామిడి పండు

1/4 మీడియంగా ఉండే వరంగి పండు

1 పెద్ద నెక్టరైన్ లేదా వసువు ఆడూ

3/4 కప్ నేరళి రంగుగల ద్రాక్షి రసం

1 కప్ నేరళి లేదా ఎరవు రంగు ద్రాక్షి

1 క్లెమెంటైన్

1/2 మూలంగి (1/4 కప్ తురిమిన)

1 కాలెస్లా

1/4 కప్ ఉడికించిన స్విస్ కార్డ్

1 కప్ ప్యాక్ట్ పచ్చ ఆకుల సలాడ్

1 కప్ ప్యాక్ట్ తాజా పాలక్ కూరాకు లేదా 1/2 కప్ ఉడికించిన పాలక్ కూరాకు.

1/4 కప్ ఉడికించిన వింటర్ సూంపశ

1/2 సన్న గణసు

2 మీడియంగా ఉండే టమొటొ పండు

1 మీడియంగా ఉండే ఎర్ర పెద్ద మిరపకాయి

1/4 కప్ అజమొద ముక్కలు.

ఇతర పండ్లు మరియు కూరగాయలు :-

ప్రతిరోజూ 1 లేదా 2 సలాలు తీసుకొండి. బీటా కెరోటిన్ మరియు విటామిన్ సీ ప్రమాణాన్ని తీసుకోవడం కాక ఖనిజ లవణములు, పొటాశియం మరియు మ్యాగ్నీశియం పర్యాప్త ప్రమాణం మీ శరీరానికి పోవాలని మీరు వేరె రకాల పండ్లని మరియు కూరగాయలని తీసుకొండి.

దీనిలో ఎన్నో పండ్లు పర్యాప్త ప్రమాణంలో ఫైటోకెమికల్ మరియు అంటిఆక్సిడెంటూ చిక్కుతుంది. మీరు ఒక ఆపల్‌ని దినమూ తింటూ ఉండండి పోషణలో ఏ కొరత రాకూడదని దాని జొతలో దానిమ్మపండు మరియు బ్లూబెర్రి కూడా తీసుకొండి.

ఎన్నో పండ్లు మరియు కూరగాయల సూచనపత్రంలో మీకి మీ ఇష్టం ఉండే పండ్లు కూరగాయలు చిక్కే చిక్కుతుంది. కింది రాసిన పట్టినుండి ఎన్నిక చేయండి

1 మీడియంగా ఉండే ఆపిల్

1/2 కప్ ఆపిల్ పండు రసం లేదా సాస్

1/2 కప్ దానిమ్మపండు రసం

2 పెద్ద చమచ ఆపిల్ రసం కాన్‌సంట్రేటెడ్

1 మీడియంగా ఉండే అరటిపండు

1/2 కప్ తాజా బెరి

1/4 కప్ ఉడికించిన కార్న్‌బెరి

1 మీడియంగా ఉండె నాశపాతి

1/2 కప్ అనానస్ జ్యూస్ (తీపు లేనది)

2 సన్న ఆలూబుఖారె

1/2 కప్ బ్లూబెరి

1/2 ఎవోకైడొ

1/2 కప్ ఉడికించిన పచ్చ బీన్స్

1/2 కప్ ఉడికించిన ఓక్రా

1/2 కప్ ఉల్లిగడ్డ ముక్కలు

1/2 కప్ ఉడికించిన బీట్‌రూట్

1/2 కప్ ఉడికించిన జెకీని (బీరకాయి)

1 సన్న కప్ స్వీట్ కార్న్

1 కప్ ఆకుల సలాడ్ ముక్కలు

1/2 కప్ పచ్చ బటాణి లేదా స్నోపీస్

పూర్ణంగా ఉండే ధాన్యాలు మరియు విత్తనాలు

ఆరు లేదా ఇంకా ఎక్కవ మాట్లు అవశ్యకంగా తీసుకొండి. ధాన్యాల్ని తీసుకొనేది అవశ్యకం. జవ గోదుమ, ఓట్స్, ముక్కుజొన్న, జొన్నలు మరియు బటాణి, బీన్స్, సెనిగ ఇలాంటి ఖాద్య పదార్థాల పోషణనుండి నిండి ఉంటుంది. దీనిలో విటమిన్ బీ12 (ఇది పశు ఉత్పత్తిలో ఉంటుంది) విటమిన్ బీని విడిచి అన్ని సత్వాలు ఉంటాయి. ఇది శిశువు శారీరిక పెరగడానికి సహాయం అవుతుంది. ఇది జటిలమైన కార్బోహైడ్రేట్, ఐరన్, మరియు ఖనిజ లవణాలునింక నిండి ఉంటుంది. ఉదా: జింక్, సెలెనియం మరియు మ్యాగ్నీషియం ఇది గర్భావస్థలో మహత్వమైనవి.

స్టార్చ్ ఉండే ఖాద్య పదార్థాలు తీసుకుంటే మార్నింగ్ సిక్‌నెస్ తక్కువ అవుతుంది. దీనిలో ఎన్నో పోషకసత్వాలు ఒకే మాదిరిగా ఉంది మరియు అన్ని నిండా బలమైనవి. పూర్తి పోషణ కావాలంటే మీ ఆహారంలో పూర్తి ధాన్యాలని మరియు విత్తనం ఉండే పదార్థాలని చేరించుకొండి.

కొంచం కొత్త ప్రయోగాల్ని చేయండి. మీరు మీ చాపని లేదా చికన్‌ని పూర్తి గోదుమ బ్రెడ్ పుడిలో రోల్ చేసి హర్బ్స మరియు పామేజ్ చీజ్ ఉచిరించుకొని తినవచ్చును. ప్రోటీన్ ఉండే ధాన్యాలైన క్వినోవాని సైడ్ డిశ్ మాదిరి తీసుకొండి. మీ రుచియైన రెసిపిలో కొంచెం ఓట్‌ని చేరించుకొండి. సూపులో లీమా బదులు నెవీ బీన్ చేరించుకొండి. మీకి తెలిసిండచ్చు రిఫైండ్ ధాన్యంలో పూర్తి ధాన్యంది అన్ని గుణాలు మరియు విశేషతలు

తెల్ల పూర్తి గోదుమ

ఇప్పుడు మీరు తెల్ల గోదుమ బ్రెడ్ రుచిని చూడవచ్చును. ఇది ప్రాకృతికమైన తెల్ల గోదుమనుండి తయారయింటుంది. దీనిలో కొంచెం తీపు అంశం కూడా ఉంటుంది. ఇది సామాన్యమైన బ్రెడ్ మాదిరి ప్రోసస్ ధాన్యంనుండి తయారవ్వదు. దానికోసం దీనిలో నిండా పోషకసత్వాలు ఉంటుంది. మీరు మీ రుచి మరియు అవశ్యకతలు పట్టి ఏదైనా ఎన్నిక చేయవచ్చును.

ఉండదు. దానిలో ఫైబర్, ప్రోటీన్, విటమిన్ మరియు ఖనిజ లవణాలు పర్యాప్త ప్రమాణంలో ఉండదు.

కింద ఇచ్చిన పట్టిక నుండి మీ ఇష్టంకొద్ది వ్యంజనాల్ని ఎన్నిక చేసి ప్రతిరోజూ తీసుకొండి. మరవకండి ఇవి శరీరంలో ప్రోటీన్ కొరతని నీగిస్తుంది.

1 ఏదైనా పూర్తి ధాన్యంనింక గోదుమ లేదా సోయానింకా చేసిన బ్రెడ్ స్లైస్

1/2 పూర్తి ధాన్యంనింక చేసిన పీటా, రోల్, బైగల్ లేదా టార్టిల్

1 కప్ పూర్తి ధాన్యం (తినేదానికి తయారుగా ఉండే సీరియల్)

1/2 కప్ గ్రనెల్

2 పెద్ద చమద గోదుమ జర్మ్

1/2 కప్ ఉడికించిన బ్రౌన్ బియ్యం

1/2 కప్ ఉడికించిన జొన్నలు లేదా రవ లేదా క్వినొ

1 ఔన్స్ (ఉడికించే ముందు) పూర్తిగా ఉండే ధాన్యం లేదా సోయా పాస్తా

1/2 కప్ ఉడికించిన బీన్స్, బాళ్ళు

2 కప్ పాప్‌కార్న్

1 ఔన్స్ పూర్తిగా సోయా క్రిస్ప్

1/2 కప్ పూర్తి ధాన్యం లేదా సోయా పిండి.

ఐరన్ ఉండే పదార్థాలు : ప్రతిరోజూ తీసుకొండి

ఈ తొమ్మిది నెలల్లో మీకి మరియు మీ బిడ్డ శరీరానికి అన్ని అవశ్యకముండే విధివిధానాలకి నిండా ఎక్కువ ఐరన్ అవశ్యకత ఉంటుంది. దానికారణంగా మీ ఆహారంలో ఐరన్ ప్రమాణాన్ని ఎక్కువ చేసుకొండి. విటమిన్ సీ ఉంటే ఆహారాన్ని తీసుకొనే జొతకి పూర్తిగా ఐరన్ ఉండే ఆహారాన్ని తీసుకోవాల్సి వస్తుంది. మీరు మా పట్టికనుండి మీ ఇష్టంలాంటి భోజనాన్ని ఎన్నిక చేయవచ్చును.

కేవలం ఆహారంనుండే ఐరన్ పూర్తి చిక్కదు. దానికోసం డాక్టర్ మీకి మీ శరీరానికి అవశ్యకతకొద్ది ఐరన్ మాత్రల్ని ఇస్తారు. ఐరన్‌ది పూర్తి లాభం తీసుకోవాలంటె దాన్ని రెండు భోజనాల మధ్యంలో విటమిన్ సీ పూర్తి రసం జొతకి తీసుకొండి ఉదా: కెఫీన్ ఉండే పానీయాలు, ఫైబర్ ఉండే పదార్థాలు మరియు క్యాల్శియం ఉండే పదార్థాలు)

అన్ని కూరగాయల్లో, పండ్లలో, ధాన్యాల్లో మరియు మాంసంలో ఐరన్ కొద్దిగా ఉంటుంది. అయితే మీకి ఐరన్ పూర్తిగా కావాలి. ఈ ఐరన్ ఉండే పదార్థాలు శరీరం వేరే అవశ్యకతల్నీ పూర్తి చేస్తుంది.

బీఫ్, బఫైలి, డక్, టర్కి

పండుకాకుండా ఉండే క్లామ్స్, అయ్‌స్టర్, కాల్చిన ఆలూగడ్డ, పాలక్, కైల, బీట్‌రూట్, సీ వీడ్

ఓట్‌ది నూక

గుమ్మడి కాయి విత్తనాలు

జవ గోదుమ, బర్గర్, మరియు క్వోనోవా

బీన్స్ మరియు బటాణి

సోయా ఉత్పాదనలు

బ్లాక్ స్ట్రైప్ మొలెసిజ్

ఎండిన పండ్లు

జిడ్డు (మేధస్సు) మరియు ఎక్కువ కొవ్వు ఉండే ఆహారం : దినంలో నాల్గు సలాలు (మీ తూకంపట్టి)

మీకి తెలిసే ఉంది ఎన్నో సలాలు జిడ్డు పూర్తి ప్రమాణం అవశ్యకతకింత ఎక్కువ కావచ్చును. దానికోసం పచ్చ ఆకుల కూరగాయలు మరియు విటమిన్ సీ తీసుకొవడంలో ఏమీ ఇబ్బంది లేదు. కొంచం బరువు తక్కవ కావాలని జిడ్డు తినడం లిమిట్టులోనే ఉణ్ణి. ఆహారంనుండి జిడ్డుని పూర్తిగా తీసేయడం సరికాదు. ఎందుకండె మీ శిశువుకి జిడ్డు కావాలి.

కొంచెం జిడ్డు (మేధస్సు)

క్యాలరి తక్కువ చేయాలంటే సలాడ్‌ని డ్రెసింగ్ మరియు గోలించిన-వేంచిన నూనెనుండి దూరం ఉండండి. మీ కూరగాయల్లో కొంచెం జిడ్డు చేరించుకొండి. ఎందుకంటే కూరగాయల జొతకి కొంచం జిడ్డు తీసుకొంటె అవి పూర్తిగా జీర్ణం అవుతుంది అని అధ్యయనాల్నింక తెలిసింది. సలాడ్‌లో డ్రెసింగ్, స్టర్ ఫ్రై మరియు ఎండిన పండ్లని ఉదిరించుకొని జిడ్డని చేరించుకొండి. ఎందుకంటే ఈ కొంచెం జిడ్డు నిండా సమయంవరకూ శరీరం జొతకి ఉంటుంది.

మూడవ మూడు నెలల్లో ఇది ఇంకా మహత్వమైనది.

ప్రతిరోజూ జిడ్డుది లెక్క పెట్టుకొండి. మీ కోటా పూర్తి చేయండి అయితే అవశ్యకతకింతా ఎక్కువ జిడ్డుని తీసుకోవద్దండి. వంట చేసేతప్పుడు జిడ్డు కావాల్సి వస్తుందని మరవకండి. మీరు 1/2 చమచ వెన్నలో గుడ్డుని ఫ్రై (అర్ధం సర్వింగ్) చేసింటే లేదా కాలెస్లాలో 1 పెద్ద చమచ మెయోనీజ (ఒక సర్వింగ్) మీ లెక్కలో పెట్టుకొండి.

గుడ్ ఫైట్ ఫైక్స్ (మంచి జిడ్డు (మేధస్సు)సత్వాలు)

మీకి జిడ్డు అంటె భయమా? జిడ్డునింక భయం పడక గుడ్ ఫైట్ వాడండి. అన్ని జిడ్డూ చెడ్డది కాదు. కొన్ని జిడ్డు గర్భావస్థలో నిండా లాభంగా అవుతుంది. ఉదా;ఓమెగా 3 ఫైటి అసిడ్. మీరు మీ ఆహారంలో దీన్ని ఆవశ్యకంగా చేరించుకోవాలి. డీ హెచ్ ఎ నుండి భ్రూణం మరియు శిశువు మెదుళు మరియు కండ్లు పూర్తిగా పెరుగుతుంది. అధ్యయనంచేసేవారి ప్రకారం గర్భావస్థలో పూర్తిగా డీ ఎచ్ ఎ తీసుకొనే తల్లిల శిశువుల చై మరియు కండ్ల మంచి పోలిక చిక్కుతుంది. కొనా మూడు నెలలో మరియు నర్సింగ్ సమయంలో దీని అవశ్యకత ఇంకా ఎక్కువగా ఉంటుంది.

బిడ్డకి ఇది మంచిది. అలాగే ఇది మీకి మంచిది. దీనినింక మీ మూడ్ పడేది లేసేది సుధారిస్తుంది. మరియు సమయానికి ప్రసవపూర్వం మరియు అవసానం తొందర కాదు. మీ శిశువు పండుకొనే వాడిక నిండా బాగుంటుంది. మీరు ఏ భోజనాన్ని మొదటినింకా తీసుకుంటూ ఉంటిరో దానిలో డిఎచ్ఎ పూర్తి ప్రమాణం చిక్కుతుంది. ఉదా: సాలమ్, వేరే రీతి మీను, ఉదా సార్డిన్, ఆకరోట్, డిఎచ్ఏనుండి పూర్తి గుడ్డు, అరుగులా క్రివ, మరియు శ్రింప్ ఫలెమనీడ్ మరియు చికన్ మీరు మీ డాక్టర్ దగ్గర గర్భావస్థలో సురక్షితమైన డిఎచ్ఎ సప్లిమెంట్ విషయాన్ని అడగచ్చును. కొన్ని ప్రసవపూర్వ సప్లిమెంట్‌లో డిఎచ్ఎ కూడా చిక్కుతుంది.

పౌష్టిక భోజనం తీసుకున్నా కూడా మీ బరువు ఎక్కువ కాక పోతె కొంచెం జిడ్డు ప్రమాణాన్ని ఎక్కువ చేసుకొండి. మీ బరువు తీవ్రంగా ఎక్కువ అవుతుంటే జిడ్డు ప్రమాణాన్ని కొంచం తక్కువ చేయండి.

ఈ పట్టిక అన్ని ఖాద్య పదార్థాల్లో జిడ్డు ఉంది. అదే జిడ్డు సూత్రం కాదు అయితే మీకి దీని అవశ్యకత నిండా ఉంది. మీ బరువు సరియైన రీతిలో ఎక్కువ అవుతుంటే ఒక దినానికి నాలుగు పూర్తి సర్వింగ్ తీసుకొండి. లేకుండా పోతె జిడ్డు ప్రమాణాన్ని ఎక్కువ-తక్కవ చేసుకొండి.

1 పెద్ద చమచ నూనె (జైతూల్, కనొల్, నూగలు)

1 పెద్ద చమచ వెన్న (మార్జురీన్)

1 పెద్ద చమచ రెగ్యులర్ మెయోనీజ్

2 పెద్ద చమచ సలాడ్ డ్రెసింగ్

2 పెద్ద చమచ ఎక్కువ క్రీమ్

1/4 చమచ బీట్ చేసిన క్రీమ్

1/4 కప్ సాద క్రీమ్

2 పెద్ద చమచ రెగ్యులర్ క్రీమ్ చీజ్

2 పెద్ద చమచ సెనిగకాయి నూనె లేదా బాదామి వెన్న.

ఉప్పు వేసిన ఖాద్య పదార్థాలు :

ముందు గర్భావస్థ సమయంలో తక్కవ ఉప్పు పదార్థాలని తీసుకొనే సలహా ఇస్తా ఉండిరి. ఎందుకంటే దీనినుండి శరీరంలో వావు ఎక్కువ అవుతుండె. అయితే అనాక తెలిసింది గర్భావస్థ శరీరంలో తరల పదార్థముల వృద్ధి సామాన్యంగా ఉంటుంది. తరల పదార్థల కంట్రోల్‌కోసం సోడియం తీసుకొనేది అవశ్యము. సోడియం తక్కవ అయితే భ్రూణానికి హాని కావచ్చును. ఊరగాయి, చట్ని, మరియు సాస్ ఎక్కువ ప్రమాణం హానికరం కావచ్చును. సోడియం ఎక్కవ ప్రమాణం ఎక్కువ రక్తపోటు ఒత్తిడంకి నేరమైన సంబంధం ఉంది. దీనినుండి గర్భావస్థ మరియు ప్రసవంలో ఎన్నో తొందరలు కావచ్చును. భోజనంలో తక్కువ ఉప్పుని వాడండి, ఊరగాయి తినే మనస్సయితే ఒకటి లేదా రెండు ముక్కలు తినండి అయితే దయచేసి అర్ధం జాడి ఖాలి

చేయకండి. శరీరంలో అయోడిన్ తక్కువ కాకుండా ఉండేదానికి అయోడిన్ ఉండే ఉప్పుని ఉపయోగించండి. అలాగే థైరాయ్డ్ పరీక్ష చేయించండి.

తరల పదార్థాలు 8 ఔన్స్ గ్లాస్ ప్రతి రోజు:

మీరు ఇద్దరికోసం తినే జొతకి ఇద్దరికోసం తాగుతూ ఉమటారు. మీ మాదిరి శిశువు శరీరం సహ నీటినుండి నిర్మితమైయింది. ఈ సమయంలో శరీరానికి తరల పదార్థాలు నిండా అవశ్యకంగా ఉంటుంది. అలాగే మీరు తక్కువ నీళ్ళు తాగినట్లైతె కొంచం బాగుపడండి. నీళ్ళనుండి మీ త్వచ నిర్మలంగా ఉంటుంది. మలబద్ధత కావదు. శరీరంనుండి విషపూరితమైన సత్వాలు బైటకి వస్తుంది. మూత్రకోశంలో సోంకు కనపడదు. మరియు ప్రసవంలో తొందర అయ్యేల్లేదు. ఒక దినంలో కనీసం 8 ఔన్స్ నీళ్ళు ఖండితంగా తాగండి. నిండా ఎండ ఉంటే లేదా వ్యాయామం చేస్తా ఉంటె నిండా నీళ్ళు తాగండి. భోజనానికి ముందు నిండా నీళ్ళు తాగకండి.

నీళ్ళు లేక పాలు, పండ్లు మరియు కూరగాయల రసాలు, జ్యూస్, సూప్, ఉడుకు లేదా చల్లగా ఉండే టీనింకానూ తరల పదార్థాలు చిక్కతుంది.

పండ్ల రసాలలో అర్ధం నీళ్ళు కలిపి తాగండి. క్యాలొరి ఎక్కవకాదు.

ప్రసవపూర్వం విటమిన్ సప్లిమెంట్ ఒక ప్రెగ్నెన్సి ఫార్ముల ప్రతిరోజు

ఇంత మంచి పౌష్టికమైన ఆహారాన్ని తీసుకొని కూడా విటమిన్ మందులు తీసుకొనే అవశ్యకత ఎందుకు? ఔను మీరు ఏదైనా ప్రయోగ శాలాలో ఉండేతట్టఎతె మందులు వద్దు. అక్కడ మీకి అన్ని రీతులైన ఆహారాన్ని కొలత చేసి ఇస్తుంటారు. అయితే వాస్తవంతా ఇలా కాదు. మీకి మరియు జన్మించని శిశువికి విటమిన్ ప్రమాణం కావాలి. దీనినుండి పౌష్టిక ఆహారంనింక పూర్తి కాక ఉండే ఆ అన్ని కొరతల్ని పూరైస్తుంది.

మందులు మందేఈ మంచి ఆహారం స్థానాన్ని మందులు ఎల్లప్పుడూ తీసుకొనేదానికి కాదు. మీరు ఆహారంలో విటమిన్ మరియు ప్రోటీన్ చేరిస్తే మంచిది. భోజనంనింక మీకి నీళ్ళ మరియు ఫైబర్ ప్రవమాణం చిక్కుతుంది. ఎన్నో మహత్వమైన క్యాలొరి మరియు ప్రోటీన్ మందులనింక చిక్కేది సాధ్యం కాదు.

విటమిన్ ఇంకా జాస్తిగా ఉండేది నిండా మంచిదని తెలియద్దండి.

కొన్ని విటమిన్‌ల ఎక్కువ ప్రమాణం తీసుకుంటే హాని కలగచ్చును. అవి శరీరానికి విషం కావచ్చును. విటమిన్ మరియు ప్రోటీన్ ఏ నణదయ డాక్టర్ సలహా లేకుండా తీసుకోవద్దండి. ఇలాగే హర్బల్ మందుల సందర్భాల్లో కూడా హుషారుగా ఉండాలి. ఆహారంలో గెజ్జరి మరియు బ్రికలియు ఎక్కువ ప్రవమాణంలో తీసుకుంటే ఏ ప్రవమాదం కలగదు. దీనినుండి మీకి లాభమే కలుగుతుంది.

మందుల్లో ఎమి ఉంది

ఇది మీరు ఏ మందులు తీసుకుంటున్నారు అనే వూట మీద నిర్ధరింపబడతాయి. డాక్టర్ మీ మెడికల్ హిస్ట్రి ప్రకారంగా మీకోసం మందుల్ని ఇస్తారు. ఎందుకంటే దీనికి ఏ నిశ్చిమైన నియవూలున్నవు. మీరు కెమిస్ట్ శాప్‌కి పోవాలనుకునుంటె ముందు దీన్ని చదవండి

★ విటమిన్ ఎ 4000 ఐ.యూ. (దీనికోసం) మి.గ్రాంకింత ఎక్కవ తీసుకోవద్దండి. 10,000 ఐయూ కింత ఎక్కువ ప్రవమాణం విషంగా ఉండచ్చును.

ఎన్నో ఉత్పాదకులు విటమిన్ ప్రమాణాన్ని తక్కవ చేసిండారు లేదా దీని స్థానంలో బీటా కైరొటిన్ ప్రయోగం చేస్తుంన్నారు.

- ★ కనీసం 400 నుండి 600 ఎం.జీ. ఫోలిక్ అసిడ్
- ★ 250 మి.గ్రాం క్యాల్షియం ఆహారంలో పూర్తి క్యాల్షియం తీసుకోకుండా పోతె మీకి 1200 మి.గ్రాం ప్రవమాణంవరకు తీసుకోవలెను. సప్లిమెంటరి ఐరన్ జోతకి క్యాల్షియం ప్రమాణం 250 మీ. గ్రాం కింత జాస్తిగా తీసుకోవద్దండి. ఎందుకంటే మినరల్స్ ఐరన్‌ని పీర్చుకొనేదానికి ఇబ్బంది చేస్తుంది. ఐరన్ సప్లిమెంట్ తీసుకొనే రెండు గంటల ముందు లేదా అనాక క్యాల్షియం తీసుకొండి.
- ★ 30 మి.గ్రాం ఐరన్
- ★ 50 నుండి 80 మి.గ్రాం విటమిన్ సీ 15 మి.గ్రాం జింక్
- ★ 2 మి.గ్రాం విటమిన్ బీ
- ★ విటమిన్ డీ 500 మి.గ్రాం కింత ఎక్కువ వద్దు.
- ★ విటమిన్ ఈ (16 మి.గ్రాం)
  థియామిన్ (1-4 మి.గ్రాం)
  రైబొఫ్లెవిన్ (1-4 మి.గ్రాం)
  నియాసిన్ (18 మి.గ్రాం)
  విటమిన్ బీ 2.6 మి.గ్రాం) ఈ ప్రమాణనుండి ఏ రీతియైన హాని కలగదు.
- ★ ఎన్నో మందులలో మ్యాగ్నీశయం, ఫ్లోరైడ్, బయోటీన్, ఫాస్పారస్, పైంటూథైనిక్ అసిడ్ మరియు బీ 6 కూడా చేరించాలి.
  మీ డాక్టర్‌ని అడగకుండా ఏ మందుల్ని తీసుకోవద్దండి.

మీరు ఏమి ఆలోచిస్తున్నారు?

మిల్క్ ఫ్రీ మామ్ :-

నేను పాలని తాగలేను? దినంలో నాల్గు కప్ పాలు తాగేది నా చేతిలో కాదు? అయితే శిశువుకి పాలు వద్దా?

శిశువుకి పాలలో క్యాల్షియం కావాలి. మళ్ళి మీ ఆహారంలో పాలే క్యాల్షియంయొక్క మంచి మరియు ప్రాకృతికమైన ఆధారం. దానికోసం గర్భావస్థలో పాలు తాగే సలహా ఇస్తారు. అయితే దీన్ని తాగితే మీ నోరు రుచి చెడుతుంది మీకి గ్యాస్ అవుతుంది. దీన్ని తాగే ముందు మీరు రెండు సలాలు యోచిస్తారు. శిశువు పల్లు మరియు ఎముకలకి ఒట్టి పాలునింక క్యాల్షియం చిక్కదు. దీనికోసం వేరే వికల్పం ఉండచ్చును. మీరు హై చీజ్ యొగర్ట్ (పెరుగు) లేదా ల్యాక్టోజ్ ఫ్రీ మిల్క అనే డైరి పదార్థాలని తీసుకోవచ్చును. ఈ మాదిరి ఉత్పాదనలో క్యాల్షియం ఫోర్టిఫైడ్ ఉంటుంది. మీకి పాలు తాగినంక కడుపులో ఏమీ వ్యత్యాసం కాకుండా పాలు సులభంగా జీర్ణం కావాలని మీరు పాలలో ల్యాక్టోజ్ ట్యాబ్లేట వేసుకోవచ్చును.

అలాగే ఈ మూడు నెలలు వచ్చే సమయం లోగా మీకూ డైరి ఉత్పాదనలను తీసుకొనే అలవాటు అయింటుంది. ఆ సమయంలో భ్రూణానికి క్యాల్షియం అవశ్యకత నిండా ఉంటుంది. మీకి ఎక్కువ తొందరకాకుండా ఉండేదానికి మీరు కొన్ని ఆ మాదిరి ఉత్పాదనలను వెతుకుతూ ఉండండి.

మీకి డైరి ఉత్పాదనలతో అలర్జీ ఉంటే క్యాల్షియం ఉండే జ్యూస్ తీసుకొండి లేదా క్యాల్షియం ఉండే నాన్ డైరి ఉత్పాదనలు తీసుకొండి.

పాశ్చరైజ్డ్

1800 లో పాశ్చరైస్ చేసే విధానాన్ని ల్యూయీస్ పాశ్చర్ వెతికారు. ఇది నిజానికి అద్భుతం. మిమ్మల్ని మరియు శిశువుని సోంకు అపాయంనుండి రక్షించడాలంటే ఎప్పుడూ పాశ్చరైస్ట్ పాలనే తాగండి మరియు పాశ్చరైస్ట్ డైరి ఉత్పాదనలన్నే తినండి. ఇప్పుడు మీరు ఎన్నో తరాల రోగాలనుండి సురక్షితంగా ఉండాలని పాశ్చరైస్ట్ గుడ్డులు వస్తున్నాయి. గర్భావస్థలో ఈ సన్న సన్న ఎచ్చరికలు నిండా మహత్వంగా ఉంటాయి. దీన్ని అలక్ష్యం చేయకండి.

మీకి పాలు రుచినింక తొందర అయితే పాలలో కొన్ని వేరే రీతిల్ని వెతకండి లేదా సీరియల్స్, సూప్ లేదా స్మూదీస్ పాలలో చేరించుకొండి.

ఒక వేళ మీకి ఆహారంనుండి పూర్తి క్యాల్షియం చిక్కక పోతె డాక్టర్‌కి సప్లిమెంట్ ఇచ్చేదానికి చెప్పండి. ఇప్పుడు క్యాల్షియంది తీపు మాత్రలు చిక్కుతుంది. దీన్ని నోటిలో పెట్టుకొని చీవవచ్చును. మీరు క్యాల్షియం లేక విటమిన్ సీ ప్రమాణం మీద గమనం ఇవ్వాలి. ఇది ఆవు పాలలో చిక్కుతుంది. దీన్ని క్యాల్షియం జొతకి తీసుకొనేది మంచిది.

మీ ఆహారంలో రెడ్ మీట్ చేరిచ్చద్దండి :

"నేను చికన్ మరియు చావని తింటాను. అయితే రెడ్ మీట్‌ని తినెల్లేదు. ఇది లేకుండా శిశువుకి పౌష్ఠిక సత్వాలు చిక్కుతుందా?"

గర్భావస్థలో చాప మరియు పౌల్ట్రీ ఉత్పాదనలు మీకి పౌష్ఠకసత్వాలని ఇస్తుంది అయితే మీకి కేవలం ఐరన్ చిక్కదు. ఇది రెడ్ మీట్‌లో ఉంటుంది. దీన్ని మీరు వేరేదానినుండి పొందవచ్చును.

శాఖాహారము డయట్

"నేను శాఖాహారిని. ఆరోగ్యంగా ఉండాను. అయితే ఆరోగ్యమయిన శిశువుకోసం పశు ఉత్పాదనల్ని తినాలని అందరూ చెబుతారు."

ఒక వేళ శాఖాహారి మీ ఆహారాన్ని కొంచం వ్యత్యాసం చేసుకుంటే వాళ్ళూ మాంసాహారులుగా పూర్తి పోషణాన్ని పొందవచ్చును. శాకాహారి ఆహారంలో కింది రాసినదాన్ని అవశ్యంగా చేరించుకొండి.

కావాల్సినంత ప్రమాణంలో ప్రోటీన్ : ఒక వేళ మీరు పాలు మరియు గుడ్లు తీసుకొనేతట్టైతె మీకి ప్రోటీన్ అవశ్యంగా చిక్కుతుంది. అయితే మీరు శుద్ధ శాఖాహారి అయింటే పాలు మరియు గుడ్లు తీసుకోకపోతె మీకి మీ ఆహారంలో ప్రోటీన్ తక్కువ అంశం పూర్తి అయ్యేదానికి ఎండిన బీన్స్, బటాణి, మసూర, టోఫో, మరియు సోయా ఉత్పాదనల ప్రమాణాన్ని ఎక్కువ చేసుకొండి.

కావాల్సినంత ప్రమాణంలో క్యాల్షియం : డైరి ఉత్పాదనల్ని తీసుకొనేవారికి ఏ తొందర లేదు. అయితే మీరు డైరి పదార్థాల్ని తీసుకోకపోతె క్యాల్షియం ఉండే జ్యూస్, పచ్చ ఆకుల కూరగాయలు, నూగులు, బాదామి, సోయా ఉత్పాదనల్ని తీసుకోవచ్చును. ఇంత్తైనా సరిపోక పోతె క్యాల్షియం వందుల్ని డాక్టర్‌ని అడిగి తీసుకోవచ్చును.

విటమిన్ బీ 12 :– అలాగే విటమిన్ బీ 12 కొరత దుర్బలంగా ఉంటుంది. అయితే శుద్ధ శాకాహారిలకి ఇది చిక్కదు. ఎందుకంటే ఇది కేవలం పశు ఉత్పాదనలో చిక్కుతుంది. మీరు డాక్టర్‌ని అడిగి ఫోలిక్ అసిడ్ మరియు ఐరన్ జొతకి విటమిన్ బీ12 వందుల్ని తీసుకోవాలి. ఇది కాకుండా సోయా పాలు ఫోర్టిఫైడ్ సిరియల్‌ఇ పౌష్ఠిక ఖమీర మొదలైనవినుండి ఈ కొరతని నీగించవచ్చును.

విటమిన్ డీ : త్వచ సూర్యుడి వెల్తూరుతో నిర్మిస్తుంది. అయితే అవశ్యకతకింతా నిండా ఎండలో ఉంటే నల్లగా అవుతుంది. నల్ల రంగు మహిళలు దీన్ని కావాల్సినంత ప్రమాణంలో తీసుకోవడానికి కాదు. ఒక వేల మీరు ఆవు పాలు తాగక పోతే విటమిన్ డీ ఉండే సోయా పాలని తీసుకొండి లేదా వందులోదీన్ని చేరించుకొండి. బ్రెడ్ మరియు సీరియల్ కూడా విటమిన్ డీ ఫోర్టిఫైడ్ అయింటుంది.

లో కార్బడయట్

"నేను తూకాన్ని పెంచడానికి లో-కార్బ హై ప్రోటీన్ డయట్‌లో ఉంటిని. నేను గర్భావస్థలో ఈ ఆహారాన్ని తీసుకోవచ్చునా?"

గర్భావస్థలో ఏదైనా పౌష్ఠిక సత్వం ప్రమాణంలో కొరత సరిగ్గా ఉందని చెప్పడానికి కాదు. మీరు అన్ని పౌష్ఠిక సత్వాలని సరియైన ప్రమాణంలో తీసుకోవాలి. తక్కువ కార్బో ఆహారంనుండి ఫోలిక్ అసిడ కొరత కూడా అవుతుంది. ఇది శిశువు పెరగడానికి నిండా అవశ్యకం. శిశువికి చెడ్డదయింది తల్లికీ చెడ్డది కావచ్చును. కాంప్లెక్స్ కార్బో మలబద్ధతనుండి రక్షిస్తుంది. మరియు విటమిన్

బీ మార్నింగ్ సిక్‌నెస్‌నుండి పోరాటం చేసేదానికి శక్తి ఇస్తుంది.

గర్భావస్థలో డయటింగ్ చేసే సమయం కాదు. సంపూర్ణమైన పోషణ తీసుకొనే సమయం. తూకాన్ని తక్కవ చేసే విచారాన్ని మర్చిపోండి. శిశువుకి సంతులితమైన పోషణాన్ని ఇవ్వండి.

కొలెస్ట్రాల్ చింత

''నేను మరియు నా భర్త ఆహారంలో కొలెస్ట్రాల్ ప్రమాణాన్ని నిండా తక్కవ చేసిండావు. నేను గర్భావస్థలో ఇలా చేయచ్చునా?''

మీరు ఏమి అడిగితిరి లేదా ఏమి అడగలేదు అని మాకి తలియదు. గర్భావస్థలో మీకి కొలెస్ట్రాల్ తక్కువ చేసే అవశ్యకత లేదు. ఈ వయస్సులో మీకి కొలెస్ట్రాల్ కారణంనుండి రక్తనాళాల్లో రక్తం కట్టుకొనే తొందర అయ్యేల్లేదు. వాస్తవంగా ఇది భ్రూణం పెరగడానికి అవశ్యకం. గర్భిణి తల్లి శరీరంలో దీని ఉత్పత్తి అదే జాస్తి అవుతుంది.రక్తంలో కొలెస్ట్రాల్ మట్టం 26 శాతంనుండి 40 వరకూ ఎక్కువ అవుతుంది. మీకి మీ తట్టునింక కొలెస్ట్రాల్ ఎక్కువ చేసే ఆహారాన్ని తీసుకొనే అవశ్యకత లేదు. అయితే మీరు ఆరామంగా గుడ్డు తిండిల్ని తినవచ్చును. క్యాల్శియం పూర్తిగా చీజ్ తినచ్చును. లేదా ఖుషినింక మీ బర్గర్ రుచి అనుభవించవచ్చును.

జంక్ ఫుడ్ సేవించేది

నాకి నట్స్, చిప్స్ మరియు ఫాస్ ఫుడ్ నిండా ఇష్టం. నాకి ఆరోగ్యకరమైన ఆహారాన్ని తీసుకోవాలని నాకి తెలుసు మళ్ళీ నేను ఇలాంటి ఆహారాన్ని తీసుకొనేదానికి ఇష్టం పడతాను. అయితే నాకి నా అభ్యాసాన్ని మార్పు చేయించుకోవడానికి వీలు పడదు.

ఒక వేళ మీరు మీ అభ్యాసాన్ని మార్పు చేయడానికి ఇష్టం పడతారు అంటే మీరు అభ్యాసాన్ని మారుపు చేయడం దావలో మొదటి అడుగు పెట్టిండారని అర్థం. ఇలా ఉండేతపుడు మిమ్మల్ని మీరే శబాష్ అనుకొండి. దీనికోసం కొన్ని గంభీరమైన యోచన చేయాల్సి వస్తుంది. అయితే దానికోసం ఎన్నో దావలున్నాయి. దాని సహాయంతో మీరు మీ వాడికల్ని మార్పు చేయవచ్చును.

1. భోజనం జొతకి తీసుకొని పోండి – ఒక వేళ తిండి తినే సమయంలో కాఫీ తాగే మనస్సైతె ఇంటినింక పణచ్చిక్ మరియు ఆరోగ్యమైన తిండిని జొతకి తీసుకొని పొండి. దానిలో కాంప్లెక్స్ కార్బో మరియు ప్రోటీన్ మిశ్రణం ఉండని. ఈ రీతిగా మీ కడుపు నింపేదానినింక మళ్ళీ జంక్ ఫుడ్ తినాలనే మనస్సురాదు. అంగడికి పొయి అక్కడ తిండిల్ని చూసి మీక ఆస అవుతుందని మీకి తెలిసింటే మీరు ఆ అంగడికి పోవద్దండి. మీ పక్కలో ఉండే అంగడినింక హెల్ది స్యాండ్‌విచ్‌ని తెప్పించుకొండి లేదా ఎక్కడ గోళించిన–వేగించిన పదార్థాలు చిక్కతుందో అక్కడ పోవద్దండి.

2. కొంచం ప్లానింగ్ అవశ్యకత: గర్భావస్థ సమయంలో నిరంతరంగా ఆరోగ్యకరమైన మరియు పౌష్టిక ఆహారం అవశ్యకత ఉంటుంది. మీ ఇంటిలో బీరూలో ఈ మాదిరి పదార్థాల్ని పెట్టేది మరవద్దండి. ఏదైనా హోటెల్ లేదా రెస్టోరెంట్‌కి ఫోన్ చేసి స్వచ్ఛమైన మరియు పౌష్టికంగా ఉండే భోజనాన్ని తెప్పించవచ్చో అలాంటి హోటెల్ లేదా రెస్టోరెంట్ నంబర్లను మీ దగ్గర పెట్టుకో ఉండండి. నిండా ఆకిలి అయ్యే ముందే భోజనాన్ని ఆర్డర్ చేయండి. ఇంటిలో, కారులోఇ బఎక్‌లో ఆకిలి పోగొట్టే స్నాక్స్‌ని పెట్టుకొండి. ఉదా: పండ్లు, ట్రెల్ మిక్స్, సోయా చిప్స్, పూర్తి ధాన్యానింక చేసిన గ్రెనెలా బార్ మరియు కాకర యోగర్ట్ లేదా స్మీదీజ్, స్ట్రింగ్ చీజ్, లేదా వైజీస్ దాహమయ్యేతపుడు సోడా తాగే మనస్సు కాకుండా ఉండటానికి నీళ్ళ బాటల్ దగ్గర పెట్టుకొండి.

3. ఆసని కట్టిపెట్టండి: మనస్సు–మస్తష్కలో క్యాండి, చిప్స్ఇ కుకీజ్ మరియు సాఫ్ట్ డ్రింక్స్ యోచన రాకుండా ఉండేదానికి దాన్ని ఇంటినింకా వైటకి వేయండి. ఫ్యాన్సి డబ్బ మోహానికి పడద్దండి. ఇది మీకి దుబారి కావచ్చును.

4. వికల్పాలని వెతకండి : ఏదైనా పదార్థాలు మీకి నిండా రుచిగా అనిపిస్తే దాని వేరే వికల్పాన్ని వెతకండి. మీ చటాలని పూర్తి చేయడానికి మరియు మీకి నిండా ప్రమాణంగా పోషక సత్వాలు చిక్కాలి ఆ రీతియైన

వికల్పాలని వెతకండి. మీకి ఐస్‌క్రీమ్ తినే మనస్సైతే మీరు తీపులో జ్యూస్ బార్ లేదా గట్టిగా ఉండే క్రీమ్ ఫ్రూట్ స్మూదీ తీసుకోవచ్చును.

5. శిశువుని గమనించండి : మీరు ఏమి తింటారో అదే శిశువూ తినేది. అయితే ఎన్నో సల మీ మనస్సుకి మీకి ఇష్టమైన తిండి తనే ఆస అయినప్పుడు ఈ మాట జ్ఞాపకానికి రాదు. మీ రూమములో ఆక్క-పక్క చక్కని శిశువుల చిత్రాల్ని వేసుకొండి. ఆఫీస్ కుర్చి అక్క-పక్కలో వేసిన ఈ చిత్రాలు మీరు సరిత ప్పూల్ని తిద్దుకొనే దానికి ప్రేరణ ఇస్తుంది.

6. మీ మితిని తెలుసుకొండి : కొన్ని జంక్ ఫుడ్‌ని కొన్ని మాట్లు తినచ్చును. అయితే కొన్నిదాన్ని తినకుండా ఉండటమే మంచిది. మీకి కొంచం తింటే సమాధానం కాక పోతే లేదా కొంచం తిన్నంక ఇంకా ఎక్కువ తినే ఆస అయితే మీరు మీ మితిని తెలుసుకో ఉండాలి.

7. స్వస్థ అభ్యాసాల్ని నిండా సమయంవరకూ జొతకి ఉంటుంది : స్వస్థ్య అభ్యాసాలు నిండా సమయంవరకు జొతకి ఉంటుంది. ప్రసవం అయినంక కొత్త తల్లికి బలం అవశ్యకత నిండా ఉంటుంది. అప్పుడు ఈ అలవాట్లనింక మీకి సహాయం అవుతుంది. ఈ రీతి శిశువూ మొదటినుండి స్వస్థ్య అలవాట్ల జొతకి పెరుగుతుంది.

ఆరోగ్యకరమైన భోజనం పద్ధతికి శార్ట్‌కట్

ఫాస్ట్ ఫుడ్ కూడా ఆరోగ్యంగా ఉంటుంది. ఎలా?

★ మీరు ఎల్లప్పుడూ అవసరంలోనే ఉండేతట్టైతె జ్ఞాపకం ఉంచండి బర్గర్‌కోసం లైన్‌లో నిలిచే బదులు అప్పుడే వేంచిన టర్కి చీజ్, సలాడ్ లేదా టొమెటొనింక చేసిన స్యాండ్‌విచ్ చేయచ్చును.

★ ఒక వేళ ప్రతిరోజూ వంట చేయడానికి కాకపోతె రెండు-మూడు దినాలు వంటని ఒట్టుగా చేసి పెట్టండి.

★ ఆరోగ్యమైన తిండిల్ని చేసేతప్పుడు తొందరపడకండి. అయితే గమనం ఉంచండి మీరు ఏమే తయారిస్తేనూ అది శుద్ధంగా మరియు పౌష్టికంగా ఉండని. బోన్‌లెస్ చికన్ పై టొమెటొ సాస్ లేదా మాజరెలా చీజ్ వేసి బ్రోలర్‌లో తయారిచచ్చును. ఇక్కడ మీ ఇష్టంకొద్ది మార్పు చేయవచ్చును.

★ ఎల్లపుడూ ఏమీ తయారించడానికి సమయం లేకా పోతె సూపర్ మార్కెట్‌లో చిక్కే జ్యూస్, సూప్ లేదా రెడి మిక్స్ ఖాద్య పదార్థాల్ని తీసుకోవచ్చును. మైక్రోవేవ్‌లో సులభంగా తయారించే కూరగాయల్ని మరియు ఖాద్య పదార్థాల్ని తీసుకొండి.

ఇంటినింక బైట తినేది

''నేను ఆరోగ్యంగా ఉండే ఆహారాన్ని తీసుకొనేదానికి ప్రయత్నిస్తున్నాను. అయితే ఇంటినింక బైట భోజనం చేసేదానినింక ఇలా చేయటానికి కాదు.''

★ ఎన్నో గర్భిణి మహిళలు రెస్టోరెంట్‌లో మినరల్ వాటర్ తాగేదాన్ని మరియు మార్టినీయన్ని ఉపేక్షిచడం సాధ్యం కాదు. శిశువుకి ఆరోగ్యకరమైన మరియు మీ క్యాలొరి బ్యాంక్ లెక్క ఉండే మాదిరి భోజనాన్ని మీరు ఎన్నిక చేయాలి. కింద రాసి ఉన్న సలహాల సహాయంతో మీరు ఇంటినింక బైట తీసుకొనే బోజనాన్ని మీకి మంచిదయ్యేతట్టు చేసుకోవచ్చును.

★ బ్రెడ్ తీసుకొనే బదలు పూర్తి ధాన్యంనింక చేసిన పదార్థములు లేదా బ్రెడ్ తీసుకొండి. అది లేకా

పోతె వేరె బ్రెడ్ నిండా తీసుకోవద్దండి. కొంచం వెన్న లేదా ఆలివ్ నూన పూసుకొండి. ఇది కాకుండా రెస్టోరెంట్‌లో సలాడ్ డ్రెసింగ్ మరియు కూరగాయల్లో వెన్న లేదా నూన ఉంటుంది.

★ మొదటి కోర్సులోనే పచ్చ సలాడ్ తీసుకొండి. దీని జొతలో మీరు శ్రింప్ కాక్‌టేల్ స్టీమ్డ్ సీ ఫుడ్, గ్రిల్డ్ కూరగాయలు లేదా సూపు తీసుకొండి.

★ కూరగాయల్ని ఉడికించిన సూప్ తీసుకొండి (గెణసు, మూలంగి, టొమటొ) లెంటిల్ మరియు బీన్ సూప్‌లో ప్రొటీన్ ప్రమాణం నిండా ఉంటుంది. దీని పైన తురిమిన చీజ్ వేసుకుంటే దీన్ని మీరు భోజనం మాదిరిగా తీసుకోవచ్చును.

★ మీ మైన్ ఫుడ్‌లో గ్రిల్డ్, బాయల్డ్, స్టీమ్డ్, లేదా పొచర్డ ఫిశ్, సీ ఫుడ్, చికన్ బ్రెస్ట్ లేదా బీఫ్ నింకా ప్రోటీన్ ప్రమాణాన్ని పెంచుకొండి. ఏదైన ఆస ఉంటే చెప్పడానికి సిగ్గు వద్దు. మీకి ఎవరూ వద్దని చెప్పరు. చికన్ బ్రెస్ట్ ఫ్రై చేసే బదులు గ్రిల్డ్ చేయండి అని మీరు వారికి చెప్పచ్చును. మీరు శాకాహారిగా ఉంటె మెనులో టోఫో బీన్స్, వటాణి, చీజ్ లేదా దీని మిశ్రణంని చేరించండి.

★ మీకోసం బేక్డ్ తెల్ల లేదా తీపు గెణసు, అన్నం, బీన్స్, బటాణి లేదా పచ్చ కూరగాయల్ని ఎన్నిక చేయండి.

★ మీరు రెస్టోరెంట్‌లో పండ్లు కూడా ఆర్డర్ చేయచ్చును. ఉదా : తాజా వేరి, మీరు పండ్లని కత్తరించే తినాలని లేదు. కత్తరించిన పండ్ల పై రెండు చమచ బీట్ చేసిన క్రీమ్, సోడా వాటర్, లేదా ఐస్‌క్రీమ్ వేసుకొని వేరే వాళ్ళ జొతకి డెసర్ట రుచి చూడండి.

లేబల్ చదవండి

''నేను మంచి పొష్టికమైన ఆహారాన్ని తీసుకొనేదానికి ఇష్టం పడతాను. అయితే కొనిండే డబ్బలపై రాసిండే లేబల్ చదవడానికి నాకి కష్టమవుతుంది. అది నాకి అర్థం అయ్యేల్లేదుఈ''

లేబల్‌లు మీ సహాయానికోస్కరమే వేసిండేది. డబ్బ ప్యాక్డ్ ఖాద్య పదార్థాలని తీసుకుంటే సన్న అక్షరాల్లో రాసిండేదాన్ని చదవండి. దానిలో పోషణ మౌల్యం మరియు చేరించిండే పదార్థాల్ని రాసింటారు.

ఈ పట్టికనుండి మీకి ఆ ఉత్పాదనలో ఏ పదార్థం ప్రమాణం అన్నిదానికింతా జాస్తిగా ఉంది మరియు ఏ పదార్థం అన్నిదానికింతా తక్కవ ఉంది అని తెలుస్తుంది.

ఒక దృష్టిలో మీకి తెలిసేదేమిటంటే సిరియల్‌లో రిఫైండ్ ధాన్యం ఉందే లేదా సంపూర్ణం ఖాద్య పదార్థాలలో చక్కర, ఉప్పు, జిడ్డు లేదా వేరే పదార్థాల ప్రమాణం జాస్తిగా ఉందో లేదో ఈ పట్టికనుండి తెలుస్తుంది. చక్కర అన్నిదానికింతా జాస్తి ఉంటే లేదా పట్టికలో వేరె-వేరె రూపాల్లో (కార్న్ సిరప్, తేన, చక్కర) చక్కర ఉంటే ఆ పదార్థము తీయగా ఉంది అని అర్థం.

ఎన్నో సల చక్కర ప్రమాణం పోషకసత్వాల ప్రమాణం వేరె ఇచ్చింటారు. ఫ్రూట్ డ్రింక్ మరియు నారింజ పండు రసాల డబ్బి మీద ఇచ్చిన లేబల్‌లో చక్కర ప్రమాణాన్ని ఒకే మాదిరి రాసిండచ్చును అయితే అవి సమానంగా ఉంటుంది అని అర్థం కాదు. ఉదా: కమలాపండు మరియు కార్న్ సిప్ తులన చేస్తే కమలాపండులో అసలు జ్యూస్‌లో పండ్లనింక చక్కర తీసుకొనుంటే ఈ స్థితి రావడంలేదు. ఒక వేళ బేదిలో రక్తం మరియు మ్యూకస్ కనపడిస్తే డాక్టర్ దగ్గర పోయేదానికి లేటు చేయకండి.

బైట ఉపరితలనింకా నాణ్యత తెలియదు

ఔను, పండ్లు కూరగాయల బైట రంగుపై పోవద్దండి. ఎ పండుకి రంగు (పొట్టు కాదు) ఉంటుంది అది విటమిన్ మరియు ఖనిజ లవణాల్నింక ఉంటుంది. గాఢంగా ఉండే పచ్చ రంగు గల దోసకాయకి బదులు పొట్టు తీసిండే పచ్చ దోసకాయి తీసుకొండి. బైటనుండి పసుపుగా అయితే లోగా ఎర్రగా ఉండే పుచ్చపండు తీసుకొండి.

సుశీ తీసుకొనేదో ఒద్దో?

"సుశీ నాకి ఇష్టమైన భోజనం. అయితే గర్భావస్థలో దీన్ని తినకూడదని చెప్తారు. ఇదు నిజమా?"

క్షమించండి, మీరు సూశీ, సాశీసఇ హసి అయస్టర్, సెవియచ, ఫిశ్ టార్టరస, కారపైశియస్ ఇలాంటి ఖాద్యాలనుండి దూరంగా ఉండాలి. తక్కువ ఉడికిన మీను మరియు రౌల్ ఫిశ్ మొదలైనవి అన్నీ సీ ఫుడ్‌లు ఉడికకుండా ఉంటుంది. దానికోసం మీరు అస్వస్థలు కావచ్చును. దీని అర్థం మీరు మీ ఇష్టమైన జపానీ రెస్టోరెంట్‌నింకా దూరంగా ఉండండి అని కాదు. మీరు ఉడికించిన మీను, సీ ఫుడ్, లేదా కూరగాయలని తీసుకోవచ్చును. ఒక వేళ మీరు ఇప్పుడువరకూ భోజనం చేస్తుంటే యోచన చేసే అవశ్యకత లేదు.

హాట్-హాట్ మెను (ఎక్కువ ఉప్పు-ఖారం ఉండే భోజనము)

"నాకి ఉడుకుగా మళ్ళీ ఖారమైన భోజనం నిండా ఇష్టం. గర్భావస్థంలో ఈ మాదిరి భోజనం చేసేది సరినా?"

మీరు ఎద వంట వరియు ఆజీర్ణంలాంటి తొందర లేకుండా ఉంటె ఆరావంగా ఉప్పు-ఖారముండే భోజనం, సాల్సా మరియు స్టిర్ ఫ్రైన మజా తీసుకోవచ్చును. దీనినింక ఏ హాని కలగదు. కొన్ని మసాలాల్లో విటమిన్ సీ కూడా ఉంటుంది.

చెడిపోయిండే భోజనం (సద్ది)

"తెల్లవార్తో నేను సద్దిగా ఉండే యోగర్ట తింటిని. ఒక వారం మొదలే ఎక్స్‌పైర్ అయిండె. స్వాదం సరిగ్గా ఉండె. అయితే అది హాని చేయచ్చునా?"

అయింది అయిపోయింది. అలా ఎక్స్‌ఇపైర్ అయిన డైరి ఉత్పాదనల్ని తినేది హాని కావచ్చును. భోజనం ఎనిమిది గంటలలోగ ఫుడ్ పాయిసనింగ్ ఏ లక్షణాలు కనపడకపోతె ఏ తొందర లేదని అర్థం. మీ యోగర్టి ఫ్రిడ్జ్‌లోనే ఉండచ్చును. ఇంక ముందు ఏమే తినేకి ముందు దాని ఎక్స్‌పైరి డేట్‌ని ఖండితంగా చూడండి.

నిన్న రాత్రి ఏమో తిని భోజనం విషయుక్తంగా అయింది. ఆ కారణంగా వాంతి బేది అయితా ఉన్నది. దీనినింక నా బిడ్డకి తొందర అవుతుందా?

శిశువికింతా ఎక్కువ తొందర మీకి అవుతుంది. మీ ఇద్దరికి వాంతి మరియు భేదినింక శరీరంలో నీళ్ళు తక్కవ అయితె మీ ఇద్దరికి ఎక్కువ అపాయం కలగవచ్చు. కావాల్సినంత ప్రవమాణంలో తరలపదార్థాల్ని తీసుకొనుంటె ఈ స్థితి రాదు. ఒక వేళ భేదిలో రక్తం మరియు మ్యూకస్ కనపడిస్తే డాక్టర్ దగ్గర పాయేదానికి లేట్ చేయకండి.

సక్కర వికల్పము :-

"నేను బరువుని ఎక్కువ చేసే పని లేదు. అయితే నాకి తీపు అంటె నిండా ఇష్టం. నేను చక్కర వికల్పాన్ని వాడచ్చునా?"

వినేదానికి ఇంపుగా ఉండచ్చును. అయితే గర్భవతి మహిళకి చక్కర వికల్పాల ప్రభావం కలుగుతుంది. అలాగే ఇది సురక్షితంగా ఉంది అంటె ఈ విషయంలో ఇంకా శోధన ఒద్దు.

సుక్రాలోజ్ (స్పంలెండా) :- ఇది చక్కరనింకా తయారవుతుంది. అయితే ఇది రాసాయన రూపంగా ఈ రీతి బదలైతుంది అంటే శరీరం దీన్ని పీర్చదు. ఏ గర్భిణి మహిళలు ఎక్కువ క్యాలరి తీసుకొనేదానికి ఇష్టం పడరో వాళ్ళు దీన్ని తీసుకోవాలి. మీరు దీన్ని టీ, కాఫి, లేదా ఏదైనా ఉడికించేతపుడు చేరిచచ్చు లేదా సుక్రాలోజ్ ఉండే పదార్థాల్నే తీసుకొండి (డ్రింక్స్, పెరుగు, క్యాండి మరియు ఐస్ క్రీమ్) జ్ఞాపకం ఉంచండి కొంచం ప్రవమాణం మంచిది. ఇది కొత్త ఉత్పాదన అయిన కారణంగా దీని గురించి ఎక్కువ మాహితులు లేదు.

ఎస్పార్టం (ఇక్వల, న్యూట్రాస్వీట్) దీన్ని డ్రింక్స్, యోగర్ట్, మరియు ఫ్రూజన్ ఫుడ్‌లో చేరించచ్చు అయితే బేక్ చేయకూడదు. ఎందుకంటే దీన్ని నిండా ఉడికిస్తే లేదా బేక్ చేస్తే దీని తీపు పోతుంది. సామాన్యంగా డాక్టర్ దీన్ని సురక్షితమైనది మరియు దీన్ని ఎచ్చు-తక్కువ వాడచ్చును అని అంటారు. గర్భిణి మహిళలు కృతకంగా తీపు ఎన్నిక చేసేతప్పుడు జాగరూకతగా ఉండాలని కొన్ని డాక్టర్‌లు చెప్తారు. మీరు మీ డాక్టర్ సలహ తీసుకొని ఎన్నిక చేయండి.

స్యాక్రీన్ :– మనుశ్యుని మీద స్యాక్రీన్ ప్రయోగం ఎక్కువ శోధం కాలేదు. అయితే పశువుల మీద అయిండే సంశోధన ప్రకారం స్యాక్రీన్‌ని ఎక్కువ ప్రమాణం తీసుకొనే ఆడ జీవిల్లో క్యాన్సర్ వచ్చే సంభవం ఎక్కవగా ఉంటుంది. అయితే గర్భిణి మహిళలకి ఈ అపాయం వస్తుందనేది స్పష్టం కాలేదు. సామాన్యంగా డాక్టర్ దీన్ని నిండా తక్కువ వాడేదానికి చెప్తారు. యావ స్యాక్రీన్ మీరు ముందు తీసుకొంటిరి అని యోచన చేసి వాడండి. చింత చేయకండి.

ఎసులఫెమ్-కె (సునైట్) చక్కరనుండి 200శాతం ఎక్కువ తీపు ఉండే ఈ స్వీట్‌నర్ బేక్డ్ పదార్థాల్లో జెలిటిన్, డెవర్ట్, హార్ట్ మరియు సాఫ్ట్ డ్రింక్స్‌లో వేస్తారు. ఎఫ్‌డీఎ అని గర్భావస్థలో దీన్ని కొంచం వాడచ్చును. అయినా మీ డాక్టర్ ఈ విషయంలో ఏమి చెప్తారని అడిగి తెలుసుకొండి.

సార్‌బీటాల్ :– ఈ చక్కర (తీపు) ప్రాకృతికంగా ఎన్నో పండ్లలో మరియు బెరిలో చిక్కుతుంది. చక్కరకింత అర్ధం తీపు ఉండే సార్‌బీటాల్‌ని తిండి పదార్థాల్లో చేరిస్తారు. గర్భావస్థలో కొంచం ప్రమాణంలో తీసుకోవచ్చును. ఎక్కువ తీసుకొంటె గ్యాస్ నొప్పి లేదా డయేరియా కావచ్చును.

మైనీటాల్ : ఇది చక్కరకింతా తక్కువ తీపు ఉండేది. ఇది చక్కరకింతా నిండా తక్కువ క్యాలొరి ఇస్తుంది. సార్‌బీటాల్ మాదిరి దీన్ని కొంచం ప్రమాణంలో ఉపయోగించవచ్చు. అయితే ఎక్కువగా తీసుకొంటె గ్యాస్ట్రోఇంటెస్టినల్ తొందర కావచ్చును.

జైలిటాల్ : ఇది ప్రాకృతికంగా ఎన్నో పండ్లు మరియు కూరగాయల్లో చిక్కే తీపు. శరీరంలో సామాన్యంగా మెటబాలిజం క్రియలో దీన్ని తయారిస్తుంది. ఇది చ్యూయింగం, టూథ్‌పేస్ట్, క్యాండి మరియు కొన్ని ఖాద్యపదార్థాల్లో ఉంటుంది. ఇది పండ్ల చెడిపోవడాన్ని తక్కువ చేస్తుంది. దీనిలో చక్కరకింతా 40% తక్కువ క్యాలొరి ఉంటుంది. గర్భావస్థలో దీని ప్రయోగం కొంచం తక్కువ చేయండి. జైలిటాల్ ఉండే ఒక చ్యూయింగం లాభకరంగా ఉంటుంది. అయితే మీరు దీని ఐదు ప్యాకెట్ నమిలేదు అంత సరికాదు.

స్టేవియా : దక్షిణ అమెరికా చెట్లు మూలికలనింక తయారించిన స్టెవియా ఒక స్వీటన్. దీని విషయంలో ఎ శోధం కాలేదు. దీన్ని వాడే ముందు డాక్టర్ సలహా తీసుకొండి.

ల్యాక్టోజ్ : ఈ పాల చక్కరలో చక్కరయొక్క 1/16 అంశం తీపు ఉంటుంది. ఇది ఖాద్య పదార్థాల్లో తెలుపైన తీపుతనాన్ని ఇస్తుంది. ల్యాక్టోజ్ ఇన్‌టాలరెంట్ లక్షణాలుంటే దీన్ని వాడద్దండి.

తేన : ఇప్పుడు ఆంటి ఆక్సిడెంట్ సత్వాల కారణంగా తేన వాడడం నిండా సామాన్యమయింది. ఇది చక్కరకి ఒక మంచి వికల్పము. అయితే దీనిలో క్యాలరి ప్రమాణం తక్కవ ఉండదు. దీనిలో ఒక పెద్ద చమచ చక్కర తులనలో 19 క్యాలరీ ఎక్కువ ఉంటుంది.

కాన్సన్‌ట్రేటెడ్ పండ్ల రసం : ద్రాక్షి మరియు ఆపిల్ జ్యూస్ కాన్సన్‌ట్రేటెడ్ గర్భావస్థలో నిండా సురక్షితంగా ఉంటుంది. మీరు ఎన్నో తిండిల్లో దీన్ని ఉపయోగించవచ్చు. అవి సూపర్ మార్కెట్‌లో ఫ్రీజన్ రీతిలో చిక్కుతుంది. జెమ్, జెల్లి, పూర్ణ ధాన్యం కుకీజ్, మఫిన్, సీరియల్స్, గ్రనొల బార్ మరియు పాప్-అప్ టోస్టర్ ప్యాస్ట్రిన్‌లో దీన్ని వేసింటారు.

పండ్ల రసం తీపు ఉండే ఉత్పాదనలు పూర్ణ ధాన్యం ఆరోగ్యకరం జిడ్డులాంటి పౌష్టిక పదార్థాలనుండి చేసింటారు. ఇది నిజంగా నిండా మంచిది.

హెర్బల్ టీ

''నేను నిండా హెర్బల్ టీ తాగుతాను. గర్భావస్థలో దీన్ని తాగేది సురక్షితమా?''

మీరు తొందర గుటుకు తీసుకుంటున్నారు. దానికోసం టీ తాగే ముందు లేబల్‌ని గమనంపెట్టి చదవండి. కొన్ని ఫ్రూట్ బేస్ జొతకి చెట్లు-మూలిక ఉంటుంది. మీరు మీ సామాన్యమైన టీలో నారింజ, ఆపల్, అనానస్, ఫ్రూట్ జూస్, నిమ్మ మొక్క, నిమ్మ రసము, నాశపాతి, చక్క, లవంగం, శుంఠి, లేదా ఏలక్కి మొదలైనదాన్ని చేరించి తీసుకోవచ్చును. ప్రతి ఒక్క టీ విషయంలో నమ్మిక ఏమిటంటే ఫోలిక్ ఆసిడ్ ప్రమాణం తక్కువ కావచ్చును. ఇది గర్భావస్థలో నిండా మహత్వమైనది. దానికోసం వచ్చ టీ తాగేతట్టఎతె కొంచం ప్రమాణంలో తాగండి. మీ పాలాల్లో పెంచిండే ఏ టీ తాగే ముందు అది గర్భావస్థలో సురక్షితంగా ఉందా అని తెలుసుకొండి.

ఖాద్య పదార్థాల్లో రసాయనం :-

సీల్డ్ డబ్బల్లో భోజనంలో ప్రజర్వేటీవ్, కూరగాయల పై పెస్టిసైడ్, ఫిశ్‌లో జీ, సీ, బీ మరియు మర్కరిలో ఎంటిబామెటి, హాట్‌డాగ్‌లో నైట్రెస్, గర్భావస్థలో సురక్షితంగా ఏమి తినేది?

ఇంత గాబరి పడద్దండి. ఈ విషయాలనింక గాబరియై మీరు ఆకలిగా ఉండాల్సి లేదు. ఖాద్య పదార్థాల్లో చేరిండే తత్వల్లో కొన్ని మాత్రం మీ జన్మించలేని శిశువుకు అపాయకరం కావచ్చును.

అయినా మీరు ఎల్లప్పుడూ జాగ్రత్తగా ఉండేది మంచిది. ఈ సమయంలో ఇలా చేయడానికి కష్టం అయ్యేల్లేదు. మీరు మరియు మీ బిడ్డ స్వస్థ భోజనం పద్ధతికోసం శాపింగ్ చేసేతప్పటు మా టిప్స్‌లని గమనంలో పెట్టుకొంటె మీరు ఎక్కువగా యోచన చేసే పని లేదు.

★ గర్భావస్థ ఆహారంనుండి మీ భోజనాన్ని అందుకొండి. ఈ మాదిరి మీరు ఎన్నో ప్రోసస్డ్ ఫుడ్‌నింక మిగులుతారు. ఈ మాదిరి మీకి పసుపు మరియు పచ్చ ఆకుల కూరగాయలు, ఫైటోకెమికల్ ఉండే పండ్లు మరియు కూరగాయలు చిక్కేది ఇది భోజనంలో ఉండే విషమైన తత్వాల్ని ప్రభావం లేకుండా చేస్తుంది.

★ అయినపుడెల్లా తాజా, ప్రోజన్ లేదా సీల్డ్ డబ్బ ఓర్గెనిక్ పదార్థాల్ని తినండి. ఈ మాదిరి ప్రాసెస్డ్ ఫుడ్ స్పూరెన్స్‌నిండ మిగిలతారు మరియు మీ భోజనం మొదటికింత ఎక్కువ పౌష్టికంగా ఉంటుంది.

★ టైం చిక్కనపుడెల్లా ప్రకృతి జొతకి నడవండి. అంటె కృతిమ రంగు మరియు ప్రసర్వేటీవ్ లేకుండా ఉండే ఆహారాన్ని తినండి. లేబల్‌ని గమనం పెట్టి చదవండి. జ్ఞాపకం ఉంచండి మీకోసం ఈ అన్ని పదార్థాలు సురక్షితంగా ఉండదు లేదా పౌష్టికంగా ఉండదు.

★ నైట్రేట్ యుక్ హాట్ డాగ్ సలామీ, బొలొగనా, స్మోక్డ్ ఫిశ్, మరియు మాంసాన్ని తినద్దండి. ఈ ప్రిసర్వేటీవ్ లేకుండా ఉండే బ్రాండ్‌ని తీసుకొండి.

★ ఫిసేనింక మీకి లీన్ ప్రోటీన్ చిక్కుతుంది. దీనిలో ఓమెగా-3 ఫైటి అసిడ్ కూడా ఉంటుంది. ఇది శిశువు మెదుళని నిర్మించడానికి సహాయం చేస్తుంది. ఇది మీకూ నిండా లాభకరంగా ఉంటుంది. అయితే మీరు దీన్ని ముందు ఎప్పుడూ తినకుండా పోతే మీకి ఆ రుచి కావచ్చును. అధ్యయనం మరియు శోధాలనుండి ఈ పథ్యము పుష్టిగా ఉంది గర్భిణి మహిళలు మీను తింటే చురుకుగా ఉండే శిశువుని జన్మిస్తారు. మీను తినండి అయితే మీకి సురక్షితమైన బ్రాండ్‌ని ఎన్నిక చేయండి. శార్క్, స్వోర్డ్ ఫిశ్, కింగ్ మైకరెల, టైల్‌ఫిశ్ మరియు క్యూనా స్వీట్స్‌నింకా దూరం ఉండండి. ఈ పెద్ద మీనులలో మీథైల్ మర్కరి పేరుగల

రసాయనికం ఉండచ్చును. ఇది భ్రూణం పెరిగే స్నాయుతంత్రాన్ని హాని చేయవచ్చును. మీరు ముందే తినింటే పరవాలేదు అయితే ఇంకమీట తినకండి.

ఒక సమయం మీరు ఒకరెండు సలాలు స్వోర్డ్ ఫిశ తినింటే పరవాలేదు. ఎందుకంటే దీని నియమితంగా తినేదానినుండి ఇబ్బంది కలగచ్చును. స్టీల్ డబ్బలో ఉంటే ట్యూనా మరియు తాజా నీళ్ళలో పట్టిన మీను (చాప) తినేదాన్ని తక్కువ చేయండి. మీకి జాస్తి మార్కెట్‌లో చిక్కే చాపనే ఉపయోగించండి. ఎన్నో సల కొన్ని చాపలు ప్రదూషణ కారణంనుండి విషపూరితమవుతుంది. మీరు డాక్టర్ సలహా మీద మీకోసం చాప ప్రమాణాన్ని నిర్ధరిచ్చండి.

సాలమన్, సోల్, ఫ్లాఉండర్, హైడడాక్, టిలాపాఇ హాఎలీబట్, ఓశన్ పర్చ, పైలిక, కాడ్, మరియు ట్రాఉట కాక సన్న సముద్రము మీను తీసుకొండి. ఇవి ఒమెగా-3 నింకా నిండి ఉంటుంది. అయితె జ్ఞాపకం ఉంచండి అన్ని సీ ఫుడ్ బాగా ఉడికిండాలి.

- ★ మీను లీన్ కట్ వెతికి మరియు ఉడికించే ముందు దాని జిడ్డుని తీసేయండి. నిండా తక్కువ రసాయనాలు శరీరంలోగా పోవాలని పౌల్ట్రీలో జిడ్డు జొతకి కొంచం చర్మాన్నీ తీసేయండి. లివర్ లేదా కిడ్నీ అలాంటి మాంసాన్ని తినక ఉంటె మంచిది.
- ★ మీ బజెట్‌కి అనుకూలంగా ఉంటె అర్గానిక్ మాంసం లేదా పౌల్ట్రి ఉత్పాదనల్ని తినండి. దీనిలో హార్మోన్స్ మరియు అంటిబయాటిక్స్ ఉండదు. మీ డైరి పదార్థాలు మరియు గుడ్డ అర్గానిక్ అయింటే మంచిది. ఇవి రసాయనాలనుండి విషపూరితంగా ఉండదు మరియు దీనినింక సోంకయే సంభవమూ ఉండదు. దీనిలో తక్కువ క్యాలొరి అయితే ప్రొటీన్ మరియు ఫైబర్‌నుండి పరిపూర్ణంగా ఉంటుంది. దీనిలో శిశువుకి లాభకరమైన ఓమెగా-3 ఫ్యాటి అసిడ్ కూడా చిక్కుతుంది.
- ★ అయినంత అర్గానిక్ ఉత్పాదనల్నే కొనుక్కొండి.
- ★ ఇవి అన్ని తరహా రసాయనిక ప్రబావాలనుండి దూరం ఉంటుంది. దానికోసం సురక్షితంగా ఉంటంది. ఒక వేళ పాలునింకా చేసి చీజ్ మరియు డైరి ఉత్పన్నాల్ని కొనకపాయేదే మంచిది. తినాల్సివస్తె దాన్ని బాగా ఉడికించండి.
- ★ హాట్ డాగ్, డెలి మీట్, మరియు కోల్డ్ స్మోక్డ్ సీ ఫూడ్‌లో కూడా సోంకు అయిండచ్చును. ఏదైనా మీట్ తినేముందు అవిలో ఉడుకు చేసి తినేది మంచిది.
- ★ జూస్ పాశ్చరైస్ అయిండాలి. చరుకు పాలు స్టోర్లలో లేదా రోడులో తాగద్దండి. పాశ్చరైస్ అయిండాలి. దాని విషయంలో సరిగ్గా తెలియక పోతే తాగద్దండి.
- ★ బైట భోజనం చేసేతపుడు స్వచ్ఛతని గమనించండి. చెడి పాయే పదార్థాలు బైట ఉంటే, బాత్‌రూమ్ స్వచ్ఛంగా లేకుంటే, దోమలు ధారాళంగా పారాడుతుంటే ఆ జాగాకి పోకుండా ఉండేదే మంచిది.

ఆర్గానిక్ (జైవికం) ఎన్నిక చేయండి

ఎల్లప్పుడూ మీ పాకెట్ ఖాలి చేయడానికి యోచించకండి. ఆర్గానిక్ ఉత్పాదనల్ని ఏరేతప్పుడు కింద రాసిన మాట్లని గమనంలో పెట్టుకొండి.

ఇది ఆర్గానిక్కే అని తెలుసుకొండి : దీన్ని కడిగినంకా కూడా పెస్టిసైడ్ ప్రభావం ఉండే ఉంటుంది. ఉదా: ఆపిల్, చెరి, ద్రాక్షి, అడూ, నాశపాతి, రసభరి, వైట్ పెప్పర్, అలూగడ్డ మరియు పాలక్ కూరాకు.

దీన్ని ఆర్గానిక్ తీసుకోవద్దండి : సామాన్యంగా ఈ ఉత్పాదనల మీద పెస్టిసైడ్ నిలిచెల్లేదు. ఉదా: అరటి పండు, లీచ్, మామిడి పండు, అనానస్, ఆజ్‌మోట, అవొకైడో, బ్రొకలి, పూ కోసు, కార్న్, ఉల్లిపాయ, బటాణి, బీఫ్ మరియు పౌల్ట్రీ ఉత్పాదనలు. ఆర్గానిక్ తీసుకోవాలంటే పాకెట్ ఖాలి చేయాల్సి వస్తుంది. ఎందుకంటే ఇవి దుబారిగా ఉంటుంది.

ప్రోటీన్‌న పూర్తి

సామాన్యంగా నిండా మహిళలు గర్భావస్థలో ప్రోటీన్ కొరతని పొందుతారు. అయితేమీరు మీకి అయినంత ప్రమాణంలో ప్రోటీన్ తీసుకుంటూలేదని మీకి అనిపిస్తే హై ప్రోటీన్ వఎడటైమ్ స్నెక్ తీసుకొని ఆ కొరతని నీగించుకొండి. 1 గుట్టు లేదా 2. గుడ్డు తెల్ల భాగంనుండి సలాడ్‌నింఖ అర్థం ప్రోటీన్ సర్వింగ్ కొరత పూర్తి కావచ్చును. దీని జొతకి సంపూర్ణ ధాన్యమునింక చేసిన క్రెకర్స తీసుకొండి. రెండంత మిల్క్ శేక్ 2/3 సర్వింగ్ కొరతని పూరైస్తుంది. 3/4 కప్ తక్కువ జిడ్డుగల చీజ్‌నింకానూ ప్రోటీన్ సర్వింగ్ అవశ్యకత పూర్తి అవుతుంది. దీన్ని మీరు తాజా పండ్ల, ద్రాక్షి, టొమెటొ ముక్కలు, లేదా సాల్సానింక అలంకరిచ్చవచ్చును. మీరు తరల లేదా చూర్ణ రూపంలో ప్రోటీన్ పౌడర్‌నింక ఈ కొరతని పూర్తి చేసుకోకండి. దీనిలో గర్భావస్థకి హాని చేసే తత్త్వాలుండచ్చును. ఇది నిండా దుబారిగానూ ఉంటుంది. ఈ రీతి మీ శరీరంలోగా అవశ్యకతకింతా ఎక్కువ ప్రోటీన్ ప్రమాణమూ పోవచ్చును.

ఇద్దరికీ సురక్షితమైన భోజనం

మీరు పండ్ల మీద చిముకించిన కీటనాశకం చెడ్డ ప్రభావంనింకా చింతగా ఉన్నారా? కావాలి ఎందుకంటే ఇప్పుడు మీరు ఇద్దరికోసం తింటా ఉంటారు. అయితే మీరు యోచన చేస్తా ఉంటిరా ఎ స్పంచ్‌నింక మీరు ఆడూ (ఒక మాదిరి పండు) క్లీన్ చేస్తా ఉండిరో అది మూడు వారాల్నింక మీ సింక్‌లోనే అలాగే ఉండె. అది స్వచ్ఛంగా ఉందా?

మీరు రాత్రి వచ్చి చికన్ కత్తరించితిరి. ఇప్పుడు మీరు అదే కత్తినింక నాశపాతి కత్తరిస్తా ఉంటిరా? ఈ సన్నసన్న మాట్ల కారణమే పెద్ద పెద్ద తొందరలు కావచ్చును. కడుపులో అయ్యే సన్న నొప్పి గంభీరమైన నొప్పి తనక ఎద మండ ఒక లక్షణము కావచ్చును దానినింక స్మార్ట్ అమ్మగా ఉండండి.

★ ఏదైనా ఖాద్య పదార్థాల మీద ఏమైనా సందేహం వస్తే దాన్ని పారేసేదే మంచిది. తినే ముందు పాకెట్ మీది రాసిండే లేబల్ చదవడానికి మరవద్దండి.

★ ఫ్రిజ్‌లో పెట్టిన లేదా ఐస్ పైన పెట్టక మాంసం, గుడ్డు లేదా చాపని ఎప్పుడూ కొనదండి. డబ్బి తీసే ముందు బాగా కడగండి మరియూ మీ క్యాన్ ఓపనర్‌ని అప్పుడప్పుడు ఉడుకు నీళ్ళలో కడగండి.

★ భోజనానికి ముందు మాంసం, గుడ్డు, చాప ముట్టినంక మీ చేతుల్ని కడగండి. చేతులకి పండ చేసే ముందు చేతి గ్లౌసుల్ని వేసుకొండి. చేతి గ్లౌసుల్ని అప్పుడప్పుడు ఉతకండి. (స్వచ్ఛం చేయండి.)

★ కిచన్ కౌంటర్ మరియు సింక్‌ని స్వచ్ఛంగా పెట్టండి. పాత్రల్ని కడిగే స్పంజ్ మరియు బట్టని స్వచ్ఛంగా పెట్టుకొని అప్పుడప్పుడు మార్చండి.

★ చల్లగా ఉండే భోజనం చల్లగా మరియు ఉడుకుగా ఉండే భోజనాన్ని ఉడుకుగా తినండి. మిగిలిన వంటని(భోజనాన్ని) వెంటనే ఫ్రిడ్జ్‌లో పెట్టండి. మళ్ళీ ఆవిలో ఉడుకు చేసి తినండి. ఫ్రీజర్‌లో పెట్టిన పదార్థం కరిగి పోయింటే మళ్ళీ ఫ్రీజ్ చేసి తినకండి.

★ ఫ్రిజ్‌న ఉష్ణాంశాన్ని అప్పుడప్పుడు పరీక్షిస్తూ ఉండండి. ఫ్రిడ్జ ఉష్ణాంశం 0 డిగ్రి ఫెరన్‌హీట్ ఉమడాలి. మీ ఫ్రిడ్జ్ ఈ మాదిరి లేకా పోతె పరవాలేదు.

★ ఫ్రిడ్జ్‌లో ఉండే భోజనాన్ని రూము ఉష్ణాంశములో కరగిచ్చదండి. మీరు అవసరంలో ఉంటె చల్లని నీటిలో కరగించి ఉపయోగించండి.

★ మీట్, ఫిశ్ లేదా పౌల్ట్రిని కౌంటర్ బదలు ఫ్రిడ్జ్‌లో పెట్టండి. ఆనాక మూరినేట్ తీసేయండి. ఎందుకంటే దీనిలో విషముండే బటన్ ఉండచ్చును.

మీరు మెరినెటని డిప్ మాదిరి వాడాలనుకుంటే కొంచం భాగం ముందే తీసి పెట్టండి. ప్రతీసల మైరినెట్ ఎమి చేస్తుంది.

★ గర్భావస్థలో పచ్చ లేదా అర్థం ఉడికిన మీట్, పౌల్ట్రి, ఫిశ్ లేదా సీ ఫుడ్ తినకండి. ఈ అన్ని పదార్థాలూ సరియైన ఉష్ణంలో ఉడికించాలి.

★ గుడ్డని బాగా కడిగి ఉడికిచ్చి ఏదైనా వ్యంజనంలో పచ్చి గుడ్డ వేస్తే దాన్ని తినే అసన విడిచిపెట్టండి. గుడ్డ పాశ్చరైజ్ అయింటే మంచిది.

★ పచ్చి కూరగాయల్ని బాగా కడగండి. అర్గానిక్ కూరగాయలు ధూళు, మన్ను మరియు ప్రదూషణ రహితంగా ఉండాలనే ఆవశ్యకత ఉండదు.

★ ఎ మొలక వచ్చిన పదార్థాల్లో బ్యాక్టీరియా పెరిగె సంభవం ఉంటుంది. దాన్ని కొనుక్కొవద్దండి.

★ పాశ్చరైస్డ్ డైరి ఉత్పాదనల్నే తీసుకొండి మరియు దాన్ని ఫ్రిడ్జ్‌లో పెట్టండి. పాశ్చరైస్డ్ చేయకుండ పాలునింకా చేసిండే చీజ్ మరియు డైరి ఉత్పాదనల్ని కొనుక్కోక ఉండేదే మంచిది. తినాల్సి వస్తే దాన్ని బాగా ఉడుకించి వాడండి.

★ హాట్ డాగ్, డెలి మీట్, మరియు కోల్డ్ స్మోక్డ్ సీ ఫుడ్‌లో కూడా సోంకయిండచ్చును. ఏదైనా మీట్ తినే ముందు ఆవిలో ఉడుకు చేసి తినేది మంచిది.

★ జూస్ పాశ్చరైస్ అయిండాలి. చరుకు పాలు స్టోర్లలో లేదా రోడులో తాగండి కాని పాశ్చరైస్ అయిండాలి దీని విషయం సరిగ్గా తెలీకుండా పోతే తాగద్దండి.

★ బఎట భోజనం చేసేతప్పుడు స్వచ్ఛతని గమనించండి. చెడిపాయే పదార్థాలు బైట ఉంటే బాత్‌రూమ్ స్వచ్ఛంగా లేకుంటె, దోమలు ధారాళంగా పారాడుతుంటే ఆ స్థానానికి పోకుండా ఉండేది మంచిది.

■ ■ ■

భాగము - 2

తొమ్మిది నెలలు మరియు దాని పరిగణన

(గర్భధారణనుండి డెలివరి వరకు)

మొదటి నెల

సుమారు 1 నుండి 4 వారాలవరకు

శుభాకాంక్షలు. గర్భావస్థకు మీకు స్వాగతం. మీరు ఇప్పుడు చూడటానికి గర్భవతి అని కనిపించరు. అయితే మీకి ప్రారంభం అయిందనే అనిపించే భరవస ఉంది. నున్ను మరియు ఎదలో అక్కడ అయ్యే మార్పులు లేదా వేరే లక్షణాలు కనిపించవచ్చును. సమయం అయినట్లెల్లా మీకి మీ శరీరంలో ఉండే అన్ని అంగాల్లోనూ మార్పులు కనపడిస్తాయి. మీరు యోచన చేయక అంగాల్లోనూ మార్పు కనిపడిస్తుంది. మీ జీవితం శైలిలో సహా మార్పు అవుతుంది.

ఓహో! గాబరి అయ్యే పని లేదు. ఇప్పుడు ఆరామంగా కూర్చొని మీ గర్భావస్థ ఆరంభాన్ని ఆనందించండి ఇది మీ జీవితం రోమాంచమైన క్షణాల్లో ఒకటి.

ఈ నెల మీ శిశువు పెరగడం

మొదటి వారం :- ఈ వారం బిడ్డ కౌంట్ డౌన్ ప్రారంభం అయింది. వ్యత్యాసమేమంటే ఇప్పుడు బిడ్డ కనిపించదు. మరియూ లోగానూ ఉండదు. మరి దీన్ని గర్భావస్థ మొదడి వారం అని ఎందుకు పిలుస్తారు? వాస్తవంలో ఎప్పుడు వీర్యం (స్పర్మ్) మరియు గుడ్డ (ఎగ్, అండాణు) చేరుతుందో ఆ సమయం అందాజు మీకి సరీగా చెప్పడానికి కాదు. (మీ భర్త స్పర్మ్ మీ శరీరంలో నిండా పొద్దు బైట ఉండచ్చును. అక్కడవరకు అది ఎగ్ జొతలో చేరదు. లేదా మీ ఎగ్ స్పర్మ్‌ని చేరేదానికి ఒక దినం కాయచ్చును.

వేమవు మీ పొయిన పిరియడ్ (ముట్టు దినం) మొదటి దినాన్ని కనిపెడతావు. దానినింక 40 వారాల గర్భావస్థ ప్రారంభమవుతుంది. ఈ మాదిరి మీకి మీ గర్భావస్థ ప్రారంభం అయ్యే ముందే ఆది పరిగణనకి వస్తుంది.

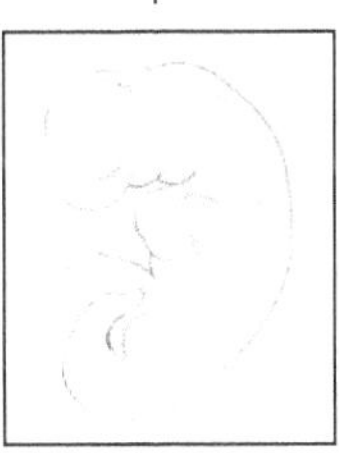
మీ మొదటి నెల బిడ్డ

రెండవ వారం :- లేదు. బిడ్డ ఇప్పుడూ లేదు. అయితే అది బ్రేక్ తీసుకొనేదానికి తయారయింది. వాస్తవంలో ఓవ్యులేశన తయారి నడుస్తుంటుంది. మీ గర్భం గోడలు దప్పంగా అవుతుంది (ఫర్టిలైజ్డ ఎగ్ గూడు తయారవుతుంది) మీ అంఢాశయం (ఓవరి) ఫాలికర్ పక్వమయితూ ఉంటుంది. దానిలో కొన్ని నిండా తీవ్రంగా తమ పనిని చేస్తుంటుంది. అది ఒక కోశపు జీవి. ఒక పిల్లాడు లేదా ఒక పడుచు అయితుంది. అయితే ఇది ముందు ఫెలోపియన్ ట్యూబ్‌లో మి. రైట్ (లక్కి స్మర్మ్, వీర్యం) జొతకి చేరాలి. లేదా బిడ్డ ఇప్పుడూ లేదు. అయితే అది బ్రేక్ తీసుకొనేదానికి తయారుగా ఉంది.

వాస్తవంలో ఓవ్యులేశన తయారి నడుస్తూ ఉంది. మీ గర్భాశయం గోడలు దప్పమవుతుంది. (ఫర్టిలైజ్డ్ ఎగ్గ్ గూడు తయారవుతుంది. మీ అండాశయం (ఓవరి) ఫాలికర్ పక్వం అవుతుంటుంది. దానిలో కొన్ని నిండా తీవ్రంగా తమ పనిని చేస్తుంటుంది. ఏదో ఒక ఫాలికల్‌లో ఒక ఎగ్ నిండా ఉత్సాహంగా తవు ప్రయాణాన్ని ప్రారంభించేదానికి కాస్తా ఉంది. అది ఒక కోశపు జీవి. ఒక మొగ లేదా ఒక ఆడ బిడ్డ అవుతుంది. అయితే ఇది మొదలు ఫెలోపియన్ ట్యూబ్‌లో మి. రైట్ (లక్కీ స్పర్మ్, వీర్యం) జోతకి చేరాలి.

మూడవ వారం : శుభాకాంక్షలు, మీరు గర్భధారణ చేసయినది. జల్ది మీ గర్భంలో ఒక శిశువు ఉంటుందని దీని అర్థం. దాన్ని జన్మించినవెంటనే ముద్దు చేయవచ్చు. కొన్ని ఘంటల తరువార వీర్యం మరియు ఎగ్ చేరుతుందో అప్పుడు ఫర్టిలైజ్డ్ సెల్ (ఎకా జైగోట్) వింగడిస్తుంది. అనాక నిరంతరంగా వింగడిస్తూనే ఉంటుంది. కొద్ది దినాల్లో మీ శిశువు జీవకోశాల్ని మైక్రోస్కోప్ బాల్‌మాదిరి అవుతుంది. బ్లాస్టోసైట్ ఫెలోపియన్ ట్యూబునింక గర్భాశయంవరకు ప్రయాణం ప్రారంభిస్తుంది.

నాల్గవ వారం : ఇది ఇన్‌ప్లాంటేశన్ సమయము. దీన్ని ఇప్పుడు భ్రూణం (ఎంబ్రియో) అంటారు. ఇది ప్రసవంవరకూ గర్భంలో ఉంటుంది. ఒక సల ఇది తమ స్థానాన్ని చేసుకొన్నంక ఇది రెండు భాగాల్గా వింగడిస్తుంది. అర్ధం మీ కొడుకు/కూతురు మరియు అరథం ప్లెసెంటా అది మీ బిడ్డ లైఫ్‌లైన్ శుభాకాంక్షలు. మీరు గర్భం ధరించి అయింది. జల్ది మీ గర్భంలో ఒక శిశు ఉండాదని దీని అర్థం. దాన్ని జన్మం అయిన తరువాత ముద్దు చేయచ్చును. కొన్నే రోజుల్లో మీ శిశువు జీవకోశాలు మైక్రోస్కోపిక్ బాల్ మాదిరి అవుతుంది. బ్లాస్టోసైట్ ఫెలోపియన్ టబ్యూబ్‌నింక గర్భాశయంవరకు ప్రయాణాన్ని ప్రారంభిస్తుంది.

ప్రెగ్నెన్సి టైమ్ టేబిల్

అలాగే గర్భావస్థ పరిగణన నెలల్లో చేస్తారు. అయితే డ్యాక్టర్ మరియు మిడ్ వవిఫ దీన్ని వారాల్లో ఎంచుతారు. మీకి ఇది కొంచం కష్టమని అనిపించచ్చును. సామాన్యంగా సరాసరి గర్భావస్థ 40 వారాలు ఉంటాయి. అయితే దీని పరిగణన కొనా మాసిక ధర్మం మొదటి దినంనింక చేయబడుతుంది. అయితే రెండు వారాలవరకు ఓవ్యూలేశన మరియు గర్భధారణ కాదు. మీరు మీ గర్భావస్థ మూడవ వారంలో గర్భం ధరిస్తారు. ఈ చరణాల్లో ముందుకుపోతె మీకూ వారం క్యాలండర్‌మాదిరి మారుపుల్ని కొల్తేసేది తెలుస్తుంది. ఈ పుస్తకాన్ని నెల మాదిరి వింగడించింది అయితే దీనిలో వారాల్నీ ఇచ్చింది.

1 నుండి 13 వారాలు = మొదడి మూడు నెలలు = 1 నుండి 3 నెలలు. 14 నుండి 27 వారాలు = రెండవ మూడు నెలలు = o4 నుండి 6 నెలలు. 28 నుండి 40 వారాలు = మూడవ మూడు నెలలు = 7 నుండి 9 నెలలు అని చెప్పవచ్చును.

మీరు ఏమి అనుభవించుచున్నారు?

గర్భావస్థ నిజంగా ఒక విచిత్రమైన అవస్థ. దీనిలో మీకి ఎన్నో కొత్త అనుభవాల్ని మరియు లక్షణాల్ని ఎదురించపడతాయి. ఎన్నో సల మీరు దాన్ని అందరదగ్గరచెప్పకోవచ్చును. అయితే ఎన్నో సలాలు ఏమీ చెప్పడానికి వీల్లేదు. వాంతి వచ్చేది చెప్పచ్చును అయితే గ్యాస్ పాస్ అయితా ఉంటె? చెప్పడానికి కాక మర్చే సమస్య కావచ్చును.

గర్భావస్థ లక్షణాల విషయంలో కొన్ని మాట్లని విశేషంగా గమనంలో పెట్టుకొండి. ప్రతియొక్క మహిళ మరియు వారి గర్భావస్థ భిన్నంగా ఉంటుంది. కేవలం కొన్ని లక్షణాలు అందరిలోనూ ఒకే మాదరిగా ఉంటుంది. ఒక వేళ మీ స్నేహితురాలు లేదా అక్క చల్లలకి గర్భావస్థలో ఒక సారైనా వాంతి కాకుండా ఉండచ్చును. అయితే సింక్‌లో వాంతి చేసే మీ దినం ప్రారంభం కావచ్చును. అలాగే ముందు మీరు ఎన్నో శారీరిక మరియు మానసిక మార్పుల్ని ఎదురింపబడాలి. దానిలో ఎక్కువగా సామాన్యంగా ఉంటేదే అయినా మీ మనస్సులో కొంచం సందేహం వస్తే మీ డాక్టర్‌ని కలవండి.

మీకి కింద రాసి ఉన్న లక్షణాల అనుభవం కావచ్చును:

శారీరకంగా :

★ ఫర్టిలైజ్డ్ ఎగ్ మీ గర్భాశయంలో ఇన్‌ప్లాంట్ అయ్యేతపుడు కొంచం రక్తం ఛాయ కావచ్చును. దాన్ని మహిళలు ఇన్‌ప్లఅంటేశన బ్లీడింగ్ అని చెపుతారు.

★ బ్రెస్ట్‌లో ఎన్నో విధాల మార్పులు అవుతుంది. కొంచం బరువుగా ఉంటుంది. మృదువవుతుంది, మొదటికింతా ఎక్కువ సంవేదనాశీలంగా ఉంటుంది, నిప్పల్ చుట్టూ రంగు గాఢం అవుతుంది.

★ కడుపు నిండినట్ల ఉంటుంది (ఆజీర్ణం)

★ సుస్తు, శక్తిహీనత, తూకడిక

★ పదే పదే మూత్రానికి పొయ్యేది

★ వాంతి లేదా వాకరిక వచ్చేది. ఎన్నో మహిళలకి ఇది ఆరు వారాలవరకు రాదు.

★ వాసనాల్నింక సంవేదన ఎక్కువ అయ్యేది.

భావనాత్మకంగా :

★ పీఎంఎస్ మాదిరి భావనాత్మక ఎక్కవ అయ్యేది-తక్కవ అయ్యేది, నిండా ఏడుపు వచ్చేది, కోపం చేసుకొనేది, ఇబ్బంది కలగడం

లక్షణాలు త్వరలో ప్రారంభం:

సామాన్యంగా ఈ లక్షణాలు 6 వారాల తరువాత కనిపిస్తాయి. అయితే మీకి ముందే కనపడచ్చును లేదా అనాక కనపడచ్చును ఎందుకంటే ప్రతియొక్క గర్భావస్థ అద్భుతంగా ఉంటుంది.

గర్భావస్థ మొదటి పరీక్ష :

గర్భావస్థలో మొదటి సల పరీక్షకు పోతున్నారు. ఇది మీకి నిండా మహత్వమైనది. ఎన్నో రకాల మెడికల్ టెస్ట్ మరియు పరీక్షలు కాకుండా మీ మెడికల్ హిస్ట్రి తెలుసుకొనేకి కొత్త-కొత్త ప్రశ్నల్ని అడుగుతారు. డాక్టర్ మీకి ఏన్నో విధాల సలహాల్ని ఇస్తారు. మరియు మీరు మీ ఎన్నో ప్రశ్నలకి సమాధానాన్ని తీసుకోవాల్సి వస్తుంది. ఉదా: మీరు విటమిన్ మందు తీసుకోవాలో వద్దో? లేదా ఏ రీతైన వ్యాయామం చేయాలి మొదలైనవి.

ఇంటినింక ఈ మాదిరి ప్రశ్నల పట్టిక జొతకి తీసుకొని నడవండి. మాటల్ని నోట్ చేసేదానికి మీ దగ్గర మీ డైరి మరియు పెన్ను ఉమడాలి. సామాన్యంగా డాక్టర్‌ల పరీక్ష కొంచం భిన్నంగా ఉండచ్చును.

గర్భావస్థ పుష్టి : మీ డాక్టర్ కింద రాసిండేదాన్ని పరీక్ష చేస్తారు.

మీ గర్భావస్థ లక్షణాల్లు, మీ కడా ముట్టు మొదటి దినణ, దానినింక ప్రసవం అనుమానం స్థితిని తెలుస్తుంది. గర్భావస్థ సరియైన వయస్సుని కనిపెట్టడానికి

ఒక చూపు

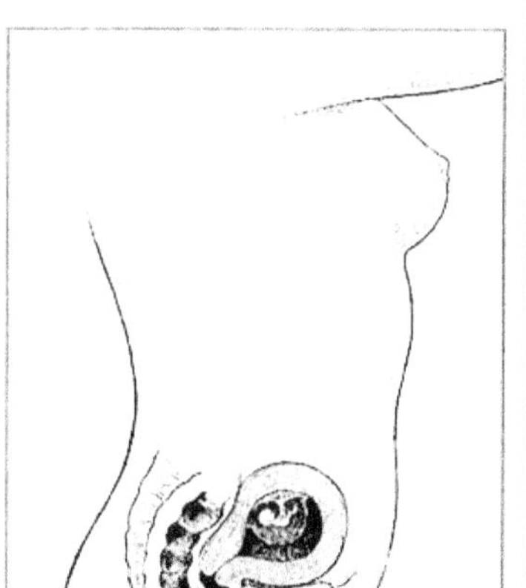

బైటనింక చూస్తే లోపల స్థితిది అందాజు తెలియదు. అయితే మీరు మీ శరీరంలో అయ్యే శారీరిక మార్పుల్ని గుర్తిచ్చండి. మీ కడుపులో కొంచం అజీర్ణం ఉండచ్చును. ఎద సంవేదనశీలంగా ఉంటుంది. ఈ సమయంలో మీ నడుముని చూడండి ఎందుకంటే ముందు తొమ్మిది నెలలవరకూ కడుపు ముందుకు వచ్చే కారణంనింక మీరు మీ నడుముని చూసుకోవడానికి కాదు.

గర్భాశయం మరియు సర్విక్స్ పరీక్ష, గర్భావస్థని కనిపెట్టడానికి ప్రెగ్నెన్సి టెస్ట్ (మూత్రం మరియు రక్తం) చేస్తారు. కొన్ని డాక్టర్లు ఇప్పుడే అల్ట్రా సౌండ్ చేస్తారు. ఇది గర్భావస్థ స్థితిని తెలుసుకొనే సరియైన రీతి.

పూర్తి హిస్ట్రీ : మీ పూర్తి పోషణకోసం మీ డాక్టర్‌కి అన్నీ తెలపడం అవశ్యకం. డాక్టర్‌ని చూసే ముందు ఇంటినింక అన్నీ తయారు చేసుకొని పోండి. మీ పాత మెడికల్ రికార్డ్స్‌ని చదవండి. ఏదైనా గంభీరమైన రోగం, అలర్జి, పోషకత్వానికి మందులు, లేదా ఏదైనా మందులు మీరు ఇదువరెకూ లేదా గర్భధారణవరకూ తీసుకొంటుంటె, మీ పరివారం మెడికల్ హిస్ట్రి (జెనెటిక్ డిసార్డర్, దీర్ఘకాలం రోగాలు, గర్భావస్థవు అసాధారణ పరిణామములు) మీ స్త్రీరోగ సంబంధించిన హిస్ట్రీ, (మొదటి సల ముట్టయ్యే సమయంలో మీ వయస్సు, చక్రం అవధి, సమయం మరియు నియమిత) గర్భావస్థ పాత రెకార్డ (జన్మం, మిస్ క్యారియేజ్, అబార్శన్) ఇది కాకుండ మొదటి ప్రసవం మరియు డెలివరి! మీ వయస్సు, పని, జీవితం శైలి, అభ్యాసవములు (భోజనం పద్ధతి, వ్యాయూవం మరియు ధూవపానం) మొదలైనవి మరియు మీ గర్భావస్థని ప్రభావితంగా చేసే నిజైన జీవితం కారణాలు. ఉదా: బిడ్డకి తండ్రి మరియు తండ్రి మాహితిలు.

ఒక సంపూర్ణమైన శారీరిక పరీక్ష : దీనిలో మీ గుండె, పుప్పస, ఎద, కడుపు, రక్త ఒత్తిడం, మొదలైన పరీక్షలు అవుతుంది. మీ బరువు, పొడువు కొల్త చేస్తారు. మీరు వెరికోజ్ వేయ్స్‌నింక పీడితులయిండారో లేదో అని మీ కాళ్ళు మరియు చేతుల ముఖాంతరంగా కనిపెట్టడానికి ప్రయత్నిస్తారు. ఇది కాకుండా మీ అన్ని గుప్తాంగాల్ల ఆకారం మరియు అనుపాతాన్ని పరీక్ష అవుతుంది.

ఎన్నో తరాల పరీక్ష (టెస్ట్) ప్రతి గర్భవతి స్త్రీకి ఎన్నో రీతిల పరీక్షని నియమితంగా చేయించాలి. కొన్ని సార్లు డాక్టర్ దాన్ని అవశ్యకమంటారు. కొన్ని పరీక్షల్ని కావాల్సి వస్తె మాత్రం చేస్తారు. మొదటి కలవడంలో సామాన్యంగా కింద రాసిన పరీక్షల్ని చేస్తారు.

- ★ రక్తం ప్రకారం మరియు ఆర్.హెచ్. తపాసణఇ హెచ్‌సీజీ మరియు అనిమీయా తపాసణ కోసం రక్తం పరీక్ష.
- ★ గ్లూకోస్, ప్రొటీన్, తెల్ల రక్త జీవకోశాలు, రక్తం మరియు కీటాణువుల తపాసణకోసం యూరీనలెసిస్.
- ★ ఆంటిబాడి స్తరం మరియు రొబెల లాంటి రోగాల ప్రతిరోధన శక్తికోసం బ్లడ్ స్క్రీన్
- ★ సిఫలిస్, గొనొరియా, హెపెటైటిస్ బీ, క్లమైడియా లేదా హెచ్ఐవి సోంకు తపాసణ.
- ★ అసామాన్యమైన సర్వాయికల్ జీవికోశముల తపాసణకోసం ప్యాప్‌స్మీయర్, మీ నిశ్చితమైన అవస్థకింతా కింద రాసిన తపాసణ చేయించవస్తుంది.
- ★ సిస్టిక్ ఫైబ్రోసిస్, సిక్లసైల్, అనీమియా, మరియు వేరే జెనెటిక్ రోగాలకోసం జెనెటిక్ పరీక్ష.
- ★ చక్కర రోగం, ఎత్తైన రక్త ఒత్తిడం, ముందు తక్కువ బరువైన శిశు జన్మించింటే, జన్మజాతం వికృతిగా ఉంటే, మొదటి గర్భావస్థలో బరువు నిండా ఎక్కువగా ఉంటే రక్తంలో చక్కర స్తరం తపాసణ. (అన్ని మహిళల్లో గ్యాస్టేశనల్ చక్కర రోగం తపాసణకోసం గ్లూకోస్, స్క్రీనింగ్ పరీక్ష చేస్తారు. ఇది 28 వారాల్లో చేస్తారు.)

చర్చించడానిక అవకాశం : ఇప్పుడు మీ దగ్గర మీ ఎన్నో ప్రశ్నలకి ఉత్తరాన్ని తీసుకొనేదానికి మంచి అవకాశం ఉంది.

మీరు ఏమి ఆలోచించుతున్నారు?

బ్రేకింగ్ న్యూస్ :

''నేను గర్భవతి అని స్నేహితులుకి మరియు సహోద్యోగులకి ఎప్పుడు చెప్పాలి?''

ఈ ప్రశ్నకి ఉత్తరాన్ని మీరే చెప్పచ్చును. కొన్ని భావి తల్లి-తండ్రులు ఈ తీవు వార్తని ప్రతియొక్కరిగూ తక్షణం చెప్పాలని ఉంటారు. అయితే కొన్ని తల్లి-తండ్రులు

నిధానంగా సంబంధికులుకి మాత్రం ఈ వార్తని చెప్పాలి ఉంటారు. వారు జనాల్కి చెప్పకూడదని ఉంటారు. సమయం వస్తే అందరికీ తనే తెలుస్తుంది. కొందురు మొదటి మూడు నెలల మరియు దీని తపాసణ అయ్యేవరకూ కాస్తారు.

మీకి ఎలా ఇష్టమో అలాగే చేయండి. అయితె జ్ఞాపకం ఉంచండి ముందుగా ఈ తీపు వార్త మీకిద్దరికీ తెలవాలి.

విటమిన్ సప్లిమెంట్ :

''నేను విటమిన్ సప్లిమెంట్ తీసుకోవాలా?''

నియమితంగా పౌష్టికమైన ఆహారాన్ని ఎవరూ తీసుకోవడానికి కాదు. అలాగే ప్రారంభంలో మార్నింగ్ సిక్‌నెస్ కారణంనింకా సరిగ్గా ఆహారాన్ని తీసుకొనేదానికి కష్టంగా ఉంటుంది. పౌష్టికమైన ఆహారం స్థానాన్ని విటమిన్ మందులు ఇవ్వలేదు. అయితే దీనినింక ఆహారం సంబంధితమైన కొన్ని వేడుకలు అవశ్యంగా పూరైస్తాయి. ఈ సమయంలో ఇది నిండా అవశ్యకం ఎందుకంటే ఇప్పు బిడ్డ పెరుగుతుంది.

విటమిన్ మరియు ఫోలిక్ అసిడ్ తీసుకొనే గర్భిణి తల్లిల శిశువు ఎన్నో జన్మజాత రోగాలనింక ముక్తంగా ఉంటుంది. విటమిన్ బీ తీసుకొనేదాన్నింక మార్నింగ్ సిక్‌నెస్ తక్కవ అయితుందని అధ్యయనాల్నింక తెలిసి వచ్చింది.

మీరు డాక్టర్ సహాయంనుండి మీ మందుల ప్రమాణాన్ని నిర్ధరించవచ్చు. ఎన్నో మహిళలకి మార్నింగ్ సిక్‌నెస్ కారణంనింక మందులు తీసుకోవడానికి కష్టమవుతుంది. మనస్సు పూర్తిగా శాంతంగా ఉండెతపుడు మరియు వాంతి రాకుండా ఉండే తపుడు మందుల్ని తీసుకొండి. కోటెడ్ మాత్రల్ని నుంగేది సులభంగా ఉంటుంది. మీకి ఇష్టముంటే మీరు చీపే మాత్రల్ని తీసుకోవచ్చును. వాంతి జాస్తి అయతే ఇంటి మందుల్ని వాడండి. ఉదా: శుంఠి, మీ మందులు మీకి అవశ్యకతగా ఉండాలి. మందుల్ని మార్చే ముందు మీ డాక్టర్‌ని అడగండి.

ఎన్నో మహిళలకి ఐరన్ కారణంనింకా బేధి లేదా డయేరియా తొందర కావచ్చును. డాక్టర్ మీ కంప్లేంట్‌నట్ల మందుల్ని మార్చి ఇస్తారు. వారు మీకి వేరే రూపంలో ఐరన్ ఇవ్వడానికి ప్రయత్నిస్తారు.

నేను నిండా ప్రమాణంలో పౌష్టికమైన సీరియల్ మరియు బ్రెడ్ తీసుకుంటున్నాను. జొతకి విటమిన్ ప్రమాణాన్నూ తీసుకుంటున్నాను. విటమిన్ ప్రమాణం ఎక్కవగా అయితె?

సరాసరి ప్రమాణం జొతకి విటమన్ తీసుకొనేది సరిగ్గా ఉంటుంది. అయితే మీరు ఫోర్టిఫైడ్ ఉత్పాదనల జొతకి విటమిన్ మందుల్ని తీసుకొంటూ ఉంటే మీకి ఎన్నో సప్లిమెంట్‌ని చేరించుకోవాలి అయితే డాక్టర్ సలహా తీసుకొనేది మంచిది. ఏ ఉత్పాదనల్నింక విటమిన్ ప్రతిరోజూ ప్రమాణం ఎక్కువగా ఉంటె విటమిన్ తీసుకొనేతపుడు గమనం ఉంచండి. ఎందుకంటే విటమిన్

సంపూర్ణం స్వస్థ గర్భావస్థ :

గర్భావస్థపు ఈ మొదటి కలవడంకి మీ సంపూర్ణ గర్భావస్థమునకు గాఢమైన సంబంధం ఉంది. ఈ రీతి మీరు ఒక స్వస్థ శిశువుకి జన్మం ఇస్తారు మరియు ఏ రీతైన ప్రసవల సమస్యనింక దూరంగా ఉంటారు.

ఆరోగ్యందాని పోషణ ఇక్కడినింకా ప్రారంభం అవుతుంది అయితే డాక్టర్ దగ్గర నియమితంగా పొయేదే కాదు మీరు మీ శరీరం అన్ని అంగాంగాల సంపూర్ణమైన పోషణ చేయాలి.

పూటర్తి తొమ్మిది నెలలు సంపూర్ణంగా ఆరోగ్యాన్ని తీసుకొనెదానికి సిద్ధంకాండి. పండ్ల డాక్టర్ దగ్గర పండ్ల పరీక్షకోసం పొండి. ఎద్దైనా పాత రోగానికి మందులు తీసుకొంటూ ఉంటె ఫ్యామిలి డాక్టర్ దగ్గర పొండి. అలర్జి ఉంటే డాక్టర్ సలహా తీసుకొండి. పోషణలో మార్పు చేయాల్సి వస్తుంది.

ఒక వేళ ఏదైనా కొత్త మెడికల్ సమస్య వస్తే దాన్ని అలక్ష్యం చేయద్దండి. వెంటనే డాక్టర్ సలహా తీసుకొండి. సన్న-సన్న రోగాల్ని గంభీరంగా ఆలోచించండి. మీ శిశువుకి సంపూర్ణ స్వాస్థ తల్లి అవశ్యకత ఉంది.

ఎ, డీ, ఇ మరియు కె ప్రమాణం ఎక్కువగా అయితే హాని కలగచ్చును.

అలాగే వేరె విటమిన్ నీటిలో కరగిపోతుంది. దానికోసం దాని ఎక్కువ ప్రమాణం మూత్రం జొతకి బైట పోతుంది. దానికోసం సప్లిమెంట్ పిచ్చోళ్ళు అమేరికన్స్ మూత్రాన్ని ప్రపంచంలో నిండా విలువైనది అంటారు.

సుస్తు ఆయాసం :

''నేను గర్భవతి. నాకి దినమంతా సుస్తుగా ఉంటుంది. ఎన్నో సలాలు దినం గడిపేదే కష్టమైతుంది.''

ఉదయం దిండు పైనింక తల ఎత్తడానికి కాదా? దినమంతా కాళ్ళు ఈడీయాలా? రాత్రి పండుకొనే సమయాన్ని కాయాలా? ఔను. దీనిలో ఏమీ ఆశ్చర్యం లేదు. మీరు గర్భవతి. పైన ఏమీ తెలీయ ఉండచ్చును అయితే లోగ శిశువు నిర్మాణ ప్రక్రియ వేగంగా నడుస్తూ ఉంటుంది. ఈ సమయంలో మీ శరీరం ఒక సామాన్య మహిళ తులనలో ఎక్కువ పని చేస్తుంటుంది. దానినింక మీకి నిండా సుస్తు అయితుంది.

అట్లైతే మీ శరీరానికి ఏమి కావాలి? ఇప్పుడు శిశువు జీవిత రక్షణ తంత్రం ప్లేసెంటా తయారవుతా ఉంటుంది. మొదటి మూడు నెలలవరకూ పూర్తైస్తుంది. మీ శరీరంలో హార్మోన్ స్తరం నిండా ఎక్కువగా ఉంటుంది. మీరు నిండా రక్తం తయారు చేస్తుంటారు. మీ గుండె పోటు ఎక్కువగా ఉంటుంది. మరియు మీ రక్తంలో చక్కర ప్రమాణం తక్కువ ఉంటుంది. జయాపజయం (మెటబాలిజం)కి ఎప్పుడూ ఊర్జి కావాలి (మీరు పడుకునున్నా సహా) మీరు నిండా నీళ్ళు మరియు పోషక పదార్థాల ప్రమాణాన్ని ఉపయోగిస్తున్నారు. మీ శరీరం గర్భావస్థవు ఎన్నో మానసిక మరియు శారీరిక అవశ్యకతల్ని పూరించేదానికి వ్యస్తంగా ఉంది. దానికారణంగా మీకి దినమంతా ఆయాసం మరియు శిథిలత అనిపిస్తుంది.

అయితే కొన్ని ఉపాయాలున్నాయి దానినింక మీ ఆయాసమును పరిహరించవచ్చును. నాల్కవ నెల దగ్గర హార్మోనల్ మరియు భావనాత్మకం మార్పు పూర్తైచినపుడు మీకి కొంచం ఆరామం అనిపిస్తుంది. అప్పుడువరకు జ్ఞాపకం ఉంచండి సుస్తు అనేది మీరు సహజంగా తెలుసుకోవాలి. మీ శరీరం పిలవడం విని మరియు దానికి పూర్తిగా విశ్రామం ఇవ్వండి. మీరు మా కొన్ని టిప్స్‌ని ప్రయోగించవచ్చును.

గమనం ఉంచండి : మీరు మొదటి సారిగా గర్భవతి అయింటే ఈ సమయాన్ని పూర్తిగా ఆనందించండి. ఎందుకంటే ఈ సమయం మీ జీవితంలో మళ్ళీ రాదు. ఒక వేళ ఇంటిలో ముందే రెండు బిడ్డలుంటే మీ గమనం వాళ్ళమీద ఉంటుంది. అయితే ఈ సమయంలో సూపర్ మామ్ అయ్యే ప్రయత్నం చేయద్దండి. ఇంటిలో రుచికరమైన తిండిల్ని తయారించడానికి మరియు ఇంటిని స్వచ్ఛంగా పెట్టుకొనే బదలు మీ శరీరానికి అయినంత విశ్రాంతి ఇవ్వండి. పాత్ర-గుడ్డలు యోచన చేయకండి. మేజ్ పైన ధూళు ఉంటే చింత చేయద్దండి. శాపింగ్ పాయి ఇబ్బంది పడే బదలు ఆన్‌లైన్ శాపింగ్ చేయండి. వేరేవాళ్ళు మిమ్మల్ని చూసుకొని. మీ అమ్మ ఇంటిపనుల్లో మీకి సహాయం చేస్తే సంకోచించకండి. మీ స్నేహితురాలు దాని శాపింగ్ చేసేతపుడు మీ సామానుల్ని తెస్తే నిండా మంచిది. ఈ రీతిగా మీరు మీకోసం నిండా ఎనర్జీని మిగిలించుకుంటారు. అప్పుడు రాత్రి పడుకొనే ముందు కొంచం పొద్దు హాయిగా విహరించవచ్చును.

నిద్ర చేయండి : మధ్యాహ్నంవరకూ నిండా సుస్తుగా ఉమటారు. మధ్యాహ్నం తూకడిచ్చే ఏ అవకాశాన్నీ విడవకండి. నిద్ర రాకా పోతె కాలు నీటుకొని ఏదైనా చదవండి. దీనినింక శరీరానికి కొంచం విశ్రాంతి చిక్కుతుంది. ఒక వేళ మీరు వృత్తిపర మహిళ అయింటే ఆఫీస్‌లో విశ్రమించేది కష్టం కావచ్చును. అన్ని ఆఫీస్‌లో ఆరామంగా ఉండే సోఫా మరియు పని చేసే వాతావరణం ఉండదు. మీ ఆఫీస్‌లో లేడీస్ రూం ఉంటే అక్కడ కుర్చి లేదా సోఫా మీద కాళ్ళని ఎత్తరంగా పెట్టుకొని కూర్చొండి. భోజనం చేసేతపుడు విశ్రాంతి తీసుకుంటుంటే భోజనం పైనా గమనం ఉండని.

బిడ్డల సహాయం తీసుకొండి : మీకి ఇంకా బిడ్డలున్నారా? ఎన్నో సల నిండా పని కారణంనింక

ఆయాసం ఎక్కువ అవుతుంది. శరీరానికి విశ్రాంతి చేసేకి సమయం చిక్కదు. మీకి ఆయాసంని అభ్యాసం అయింటే అయితే గర్భావస్థలో మీరు మీ పైన గమనం పెట్టాలి. మిమ్మల్ని కొంచం చూసుకొనేదానికి మీ పనుల్లో కొంచం సహాయం చేసేదానికి బిడ్డలకి చెప్పండి. పార్కులో బిడ్డల వెనుక పారే బదలు కాళ్ళు నీటి ఏదైనా చదవండి. డివిడీ చూడండి. బిడ్డలు పండుకొని ఉండే సమయంలో మీరు అన్ని పనుల్ని విడిచి విశ్రాంతి తీసుకొండి.

ఇంకా కొంచం నిద్ర చేయండి : రాత్రి ఇంకా ఒక ఘంట నిద్ర చేయండి. ఉదయం తాజాగా ఉంటారు. రాత్రి కాళ్ళు నీటుకొని టివి చూసే బదులు నిద్ర చేయండి. ఉదయం భర్తకి తిండి చేసేదానికి చెప్పి దానినింక మీరు కొంచం ఆరామగా లేవచ్చును. అయితే జ్ఞాపకం ఉంచండి ఆయాసం కాకపోవడానికి అవశ్యకతకింత ఎక్కువ నిద్ర కూడా ఒక కారణం.

భోజనం పద్ధతిని గమనించండి : ఎనర్జీ స్తరాన్ని చేసుకొనేదానికి భోజనం పద్ధతిని గమనించాలి. ప్రతిరోజూ పరిపూర్ణ ప్రమాణంలో క్యాలరి తీసుకొండి. దీర్ఘకాలంవరకూ ఎనర్జి స్తరం ఉండేటట్లు ఎనర్జి బూస్టర్ పై గమనం పెట్టండి. అలాగే ప్రోటీన్, కంప్లెక్స్, కార్బోహైడ్రేట్ మరియు ఐరన్ దీని మంచి వికల్పములు. చక్కర మరియు కైఫీనింక తక్షణం ఎనర్జి చిక్కుతుండొ. ఎనర్జి డ్రింనింక రక్తంలో చక్కర ప్రమాణం ఎక్కువ అవుతుంది. అయితే అనాక మొదటికింత ఎక్కువ ఆయాసం కావచ్చును. కొన్ని సీల్డ్ డబ్బాలో ఎనర్జీ డ్రింక్స్‌లో గర్భావస్థలో హాని చేసే కొన్ని గుణాలుంటుంది.

కొంచం-కొంచం సమయం విడిచి తినండి : - గర్భావస్థలో బాకి అన్నీ లక్షణంలాగ ఆయాసమూ ఎప్పుడూ ఉంటుంది. దానికోసం దినంలో కొంచం కొంచం సమయం విడిచి తింటా ఉండండి. దానినింక ఎనర్జి స్థరం సరిగ్గా ఉంటుంది. భోజనం సమయంలో అవశ్యకంగా కావాల్సిన పౌష్టిక భోజనం చేయండి.

కొంచం వ్యాయామం : - కొంచం వ్యాయామం మరియు విహరించడం చేస్తుం ఉండండి. యోగ చేయండి. పడక చూస్తే పడుకోవాలని ఎప్పుడూ అనిపిస్తా ఉండదు. అయితే ఇప్పుడు ఇలా అవుతుంది. అయితే నిండా ఆరామం చేస్తే ఆయాసమవుతుంది. శరీరంని సక్రియంగా పెట్టుకుంటే మంచిది. పని మరియు విశ్రాంతి మధ్యలో పొందిక ఉండని. నాల్కవ నెలవరకూ ఆయాసం నిండా తక్కువ అవుతుంది. అయితే కొనా మూడు నెలలలో ఆయాసం మళ్ళీ వస్తుంది. బహుశః ప్రకృతి ఈ మాదిరి చెప్పి ఇస్తుంది. ఎందుకంటే శిశు జన్మం అయినంక మీ జవాబ్దారి ఎక్కువ అవుతుంది కదా?

మార్నింగ్ సిక్‌నెస్ :-

''నాకి ఇంకా మార్నింగ్ సిక్నెస్ కాలేదు. నేను గర్భవతి కావచ్చునా?''

గర్భావస్థలో మార్నింగ్ సిక్‌నెస్ ఐస్‌క్రీమ్ లేదా ఊరగాయి తిన్నట్లుంటుంది. అధ్యనాల్నింక తెలిసిందేమిటంటే సుమారు 75% గర్భవతి స్త్రీలు మార్నింగ్ సిక్‌నెస్‌నింకా అయ్యే ఓకరిక, వాంతినింక కష్టం పడతారు. అంటె మిగిలిన 25% మహిళలకి ఒకరెండు సలాలు ఓకరిక లేదా వాంతి వచ్చిండచ్చును. మీరు గర్భవతి కాకుండా నిండా భాగ్యవంతురాలు ఔను.

నాకి మార్నింగ్ సిక్‌నెస్ దినమంతా ఉంటుంది. నేను నా శిశువుకి పూర్తి పోషక తత్వాలని ఇవ్వడానికి కాలేదని భయం నాకి ఉంది.

మార్నింగ్ సిక్‌నెస్ దినంలో మధ్యాహం లేదా సాయంకాలం లేదా రాత్రి ఎప్పుడైనా కావచ్చును. అయితే దీన్ని మార్నింగ్ సిక్‌నెస్ అనే చెప్పుతారు. ఈ సమయంలో మీ శిశువికి నిండా పోషకాలు వద్దు. ఎందుకంటే ఇప్పు దాని ఆకారం బటాణి గింజకింతా ఎక్కువగా ఉండదు. ఈ సమయంలో ఏ మహిళల బరువు నిండా తక్కువ అవుతుందో వారి శిశువులకి ఏమీ అపాయం కలగదు. ఎందుకంటే అనాక వచ్చే నెలల్లో వారి తూకం ఎక్కవవుతుంది. మార్నింగ్ సిక్‌నెస్ 12 నుండి 14 వారాలవరకు మాత్రం ఉంటుంది. (కొందరకి ఈ స్థితి రెండవ మూడునెలల్లో లేదా కొన్ని

మీ ముక్కుకి తెలును :–

మీరు గమనించిండారా? గర్భవతి అయిన వెంటనే మీరు రెస్టోరెంట్‌లో కాలి పెట్టే ముందు మీకి తెలిస్తుంది అక్కడ ఏమి తయారవుతుందని. వాస్తవంలో గర్భావస్థవు హార్మోన్‌ల కారణంనింక మీ వాసనాశక్తి నిండా ఎక్కవగా ఉంటుంది. దీని కారణంనింకా మీకి మార్నింగ్ సిక్‌నెస్ అయితుంది. మీకి కింద రాసిండే ఉపాయాల్ని వాడి ఈ సమస్యల్ని పరిహారించుకోవచ్చును.

★ వాసన తడుచుకోవడానికి కాకపోతె వంట గదినింక బైట పొండి. డిపార్ట్‌మెంట్ స్టోర్స్‌లో పర్ఫ్యూమ్ కార్నర్ లేదా రెస్టోరెంట్‌కి పోవద్దండి.

★ చెడ్డ వాసన పోగొట్టుకొనేదానికి రూమ్‌లో ఉండే అన్ని కిటకి వాకిండ్లని తెరిచి ఎక్సాస్ట్ ఫ్యాన్ వేయండి.

★ టాయ్లెట్‌లో తక్కవ వాసన ఉండే సామాన్లని వాడండి.

★ మీ భర్తకి వారి శరీరం స్వచ్ఛతని గమనించడానికి చెప్పండి. ఏదైనా తిన్న వెంటనే బ్రష్ చేయండి. డ్రస్ వేరే వేసుకొండి. నిండా వాసన ఉండే పర్ఫ్యూమ్ వేసుకొనేవాళ్ళనింక మరియు ధూమపానం చేసేవాళ్ళనింక దూరంగా ఉండండి. మీ మనస్సుకి ఆరామం అనిపించే వాసనన దగ్గర ఉండండి. ఊదా: శుంఠి, పుదీనా, నిమ్మ మొదలైనవి. అలాగే కొన్ని తల్లికాబోయే మహిళలకి బేబి పౌడర్ వాసన నిండా ఇష్టమవుతుంది.

సార్లు కొనా మూడు నెలవరకూ ఉంటచ్చును.)

మార్నింగ్ సిక్‌నెస్ ఎందుకు అవుతుంది ఈ విషయంలో ఎవరికీ సరిగ్గా తెలీదు. కొందరకి రక్తంలో హెచ్‌సీజీది ఎక్కువ ప్రమాణం, ఎస్ట్రోజిన్ ఎత్తైన స్తరం, గ్యాస్ట్రోసోఫాజియల్, రిఫ్లెక్స్, క్షీణమైన జీర్ణశక్తి మరియు వాసనల అతీ సంవేదనాశీలత కారణంనుండి ఇలా అవుతుంది.

అన్ని గర్భవతి మహిళలకి ఒకే మాదిరి మార్నింగ్ సిక్‌నెస్ రావదు. కొన్ని మహిళలకి అప్పుడప్పుడు ఓకరిక వస్తుంది, కడుపు తిప్పినట్లు ఉంటుంది అయితే వాంతి రాదు. కొన్ని మహిళలు నిండా వాంతి చేస్తారు అయితే కొందరికి ఎప్పుడో ఒక్కొక్క సారి అవుతుంది. దీనికి ఎన్నో కారణాలున్నాయి.

హార్మోన్ స్తరం : హార్మోన్ సరాసరికింత ఎక్కువ స్తరం మార్నింగ్ సిక్‌నెస్‌కి ఉండచ్చును. తక్కువ అయ్యే స్తరం సిక్‌నెస్‌ని తక్కువ చేయచ్చును. సామాన్యమైన స్తరం మహిళలకీ కూడా మార్నింగ్ సిక్‌నెస్ కావచ్చును లేదా కొంచమూ కాకుండా ఉండచ్చును.

సంవేదనాశీలత : కొందురు అత్యదికంగా సంవేదనతో ఉమటారు. ఈ స్వభావం గర్భవస్థ మహిళలకి మార్నింగ్ సిక్‌నెస్ జాస్తిగా ఉంటుంది. మీకి నిండా త్వరలో కార్ సిక్, సీ సిక్ లేదా ట్రావెల్ సిక్ అయ్యేతట్టైతె గర్భావస్థలో ఇదంతా నిండా ఎక్కువగా అవుతుంది. మీరు దీన్నంతా సహించుకోవాలి.

ఒత్తిడం : భావనాత్మక ఒత్తిడంతో గ్యాస్ట్రో ఇంటెస్టైనల్ సమస్యలు కావచ్చును అని అందరికీ తెలుసు. మీరు ఒత్తిడంలో ఉండేవాళ్ళయితే మార్నింగ్ సిక్‌నెస్ లక్షణాల్నింక నిండా తొందర కావచ్చును.

ఆయాసవు : శారీరికంగా లేదా మానసికంగా ఆయాసమూ మార్నింగ్ సిక్‌నెస్ లక్షణాల్ని ఎక్కువ చేస్తుంది. (అవశ్యకతకింతా ఎక్కువ మార్నింగ్ సిక్‌నెస్‌నింక ఆయాసమూ ఎక్కువ అవుతుంది.)

మొదటి సల తొలుచూరు గర్భావస్థ స్తరము: తొలుచూరు గర్భావస్థలో మార్నింగ్ సిక్‌నెస్ స్తరము నిండా గంభీరంగా ఉంటుంది. దీనిలో శారీరికంగా మరియు మానసికంగా రెండూ కారణాలుండచ్చును. మొదటి కారణమేమిటంటే శరీరం ఈ మాదిరి మార్పులకు తయారుగా ఉండదు. భావనాత్మక రూపంలో మొదటి సల గర్భవతి అయ్యే మహిళలు నిండా ఉత్తేజితంగా ఉంటారు. ఈ కారణంనింక వారి ఒత్తిడమూ కొంచం ఎక్కువగా ఉంటుంది. అనాక రెండవ గర్భావస్థలో సామాన్యంగా

వారి గవునం మొదటి బిడ్డని గవునించుకోవడంలో ఉంటుంది, దానికారణంగా ఈ వూదిరి లక్షణాలు కనపడవు. అయితే దీనికి కొన్ని అపవాదాలున్నాయి.

ఏ కారణవేు కాని వార్నింగ్ సిక్‌నెస్ ప్రభావం ఒకే వూదిరిగా ఉంటుంది. దీనికి ఏ చికిత్స లేదు. అయితే కాలం గడపానికి మరియు కొంచం సహజంగా ఉండాలని కింద రాసిన ఉపాయములని వాడవచ్చును.

★ త్వరలో భోజనం చేయండి. మార్నింగ్ సిక్‌నెస్ మీరు పడుకొని లేసేవరకూ కాయదు. ఇది ఒట్టి కడుపులో ఎక్కువ తొందర ఇస్తుంది. సామాన్యంగా రాత్రి బాగ పండుకొన మీద కడుపు ఖాలీగా ఉండేతపుడు, కడుపులో తయారయ్యే ఆవ్లుల్ని జీర్ణించేసేదానికి ఏమీ ఉండదు. దానికోసం ఓకరిక ఎక్కువగా అయితుంది. రాత్రి ఆకిలి అయితే వంట గది వరకూ పోవాల్సివస్తుంది కాబట్టి పడక దగ్గర ఏదైనా పెట్టుకొండి. రాత్రి బాత్‌రూమ్‌కి పోవాల్సివచ్చినా ఏదైనా నోటికి వేసుకొండి. దానినింక దయం లేసేతపుడు కడుపు ఖాలి-ఖాలి అనిపించదు.

★ రాత్రి లేటుతా తినండి. పడుకొనే ముందు ఒక మఫీన్ మరియు ఒక లోటా పాలు, స్ట్రింగ్ చీజ్, లేదా ఎండిన ఖుబాని తినండి దానినింక ఉదయం లేసినపుడు కడుపు నిండినట్లుగా ఉంటుంది.

★ ఎక్కువగా భోజనం చేయకండి. కావాల్సినదానికింత ఎక్కువగా కడుపు నింపినా ఓకరిక జాస్తి కావచ్చును. ఆకిలి అయితే ఒక సల పూర్తి భోజనం చెయక కొంచం కొంచం సమయం విడిచి భోజనం చేయండి.

★ వుధ్య-వుధ్యలో తినండి. మీ రక్తం చక్కరి మట్టాన్ని ఒకే సమంలో పెట్టుకొండి. దానినింక మీ కడుపు ఎప్పుడూ నిండినట్లుంటుంది. దినంలో మూడు సల భోజనం చేసే బదులు ఆరు సల కొద్దిగా భోజనం చేయండి. ఇంటినింక బైట పాయేతపుడు స్నాక్స్ (ఎండిన పండ్లు, గ్రనోల బార్, ఎండిన సీరియల్, క్రైకర్స్, సోయా చిప్స్, లేదా ప్రెఝల్స్) తినకుండా బైటకి వెళ్ళకండి.

★ బాగా తినండి. మీ ఆహారం ప్రోటీన్, కాంప్లేక్స్ కార్బోహైడ్రేట్‌నింక పూర్తిగా ఉండాలి. మంచి పోషనింక మీకి నిండా సహాయం కావచ్చును.

★ ఏమి తినాలో తినండి. కడుపుకి ఏదైనా తినేదే మీ మొదటి కార్యంగా ఉండాలి. అంటే మీరు ఏదైనా తింటానే ఉండాలి. అనాక గర్భావస్థలో సమతోలితమైన ఆహారాన్ని చేసేదానికి నిండా సవుయం ఉంటుంది. ఇప్పుడు మీ మనస్సికి ఇష్టం వచ్చింది తినండి అది పౌష్టికంగా ఉంటే ఇంకా మంచిది.

★ పానీయాల్ని సేవించండి. వాంతి కారణంనింకా శరీరంలో నీళ్ళు తక్కువ కావచ్చును. దానికోసం అఅయినంత ఎకెకువ నీళ్ళు పదార్థాల్ని సేవించండి. ద్రవ పదార్థాల్ని సులభంగా తాగేదానికి కాకపోతె దానిలో పౌష్టికాంశాల్ని ఎక్కువ చేయండి. స్మీదీజ్ సూప్ మరియు జ్యూస్ వూధ్యంనింక విటమిన్ వరియు ఖనిజాన్ని తీసుకొండి. పానీయాల్నింక ఓకరిక వస్తే నిండా నీళ్ళు ఉండే గట్టి పదార్థాల్ని తీసుకొండి. ఉదా: తాజా పండ్లు మరియు కూరగాయలు. సలాడ్, నిమ్మపండు మరియు పులుపు పండ్లు. ఒక వేళ అన్నీ జొతకి తీసుకొంటె కడుపు భారం అనిపిస్తే మధ్యలో ఉండే ద్రవపదార్థాల్ని తీసుకొండి.

★ ఉష్ణాంశాన్ని మార్పు చేసి చూడండి. కొన్ని గర్భవతి స్త్రీలకి చల్లగా ఉండే ద్రవ పదార్థాల్ని తీసుకొనేదానికి సులభంగా ఉంటుంది. కొందరు కొంచం ఉడుకుగా ఉండే పదార్థాల్ని తినేదానికి ఇష్టం పడుతారు. (చల్లగా ఉండే చీజ్ స్యాండ్విచ్ బదులు ఉడుకుగా ఉండే భోజనాన్ని వూర్పు చేయండి. మీకి ఇష్టమైన క్రికర్స్ చూస్తే మీకి ఓకరిక వస్తే ఏదైనా వేరె తినండి.

★ ఏ పదార్థం లేదా ఏ వాసన సహించడానికి కాదో

దాన్ని తినకండి మరియు ఆ జాగాలో పోవద్దండి. మీకి తీపు ఇష్టమైా లేదా ఖారం ఇష్టమైా అని మీకే తెలుసు. తీపు ఇష్టముంటే చికన్ లేదా బ్రోకలి తినే బదులు ఆడూ లేదా యోగర్ట్ నింక విటమిన్ ఎ మరియు ప్రోటీన్ ప్రమాణాన్ని తీసుకొనేదానికి ప్రయత్నించండి. ఖారం ఇష్టంగా ఉంటే తిండిలో పాస్తా తీసుకోండి.

★ స్వయం గర్భవతి మహిళలకి తెలుసును వారు ఏ వాసనాన్ని తడుచుకోవచ్చును లేదా ఏ వాసన వాళ్ళకి ఓకరిక వస్తుంది. దానినింక ఆ వాసనని గురుతించి దానినింక దూరంగా ఉండండి. మీ భర్త అఫ్టర్ శేవ్ లోషన్ వాసన మీకి నిండా ఇష్టంగా ఉండె అయితే ఇప్పుడు అదే వాసన మిమ్మల్ని బాత్‌రూమ్ తట్టుకి పొంపిస్తుంది అంటె మీకి వాంతి కావచ్చును.

★ సప్లిమెంట్ ఏ పోషక సత్వాలు మీకి చిక్కలేదో దాన్ని తీసుకొనేదానికి విటమిన్ ప్రమాణాన్ని తీసుకోండి. ఓకరిక వచ్చేతపుడు మందుల్ని తీసుకోవద్దండి. వాంతి జొతకి అది బైటకి వస్తుంది. మీ లక్షణాలు నిండా గంభీరంగా ఉంటే డాక్టర్‌నింక విటమిన్ బిరికి అతిరిక్త ప్రమాణం గురించి అడగండి. దీనినింక మీ ఆరోగ్యం నిండా సుధారిస్తుంది.

★ శుంఠి తిని చూడండి. కడుపు నిండా తిప్పినట్లుంటే ఇది నిండా మంచి ప్రభావం చూపుతుంది. భోజనంలో సూప్‌లో లేదా మఫిన్‌లో దీని ప్రయోగం చేయండి. శుంఠి వేసిన టీ తాగండి. మీరి జింజర్ క్యాండి లేదా లాలిపప్ తినచ్చును. శుంఠి వేసిన పానీయాలునింక సమాధానం చిక్కుతుంది.

★ కడుపు తిప్పేతపుడు శుంఠి ముక్క వాసన చూస్తే అరామం చిక్కుతుంది. ఎన్నో మహిళలకి నిమ్మపండు చీపితే ఆరామం చిక్కుతుంది. నిమ్మపండునింక ఆరామం చిక్కక పోతె మీరు తీపు-పులుపు మాత్రల్ని చీపచ్చును.

★ ఊర్కే నిరర్థకంగా ఆరామం చేయండిం. ఎందుకంటే శారీరికంగా మరియు భావనాత్మకం ఆయాసంనింకా కడుపు తిప్పేది ఎక్కువగా కావచ్చును.

★ ఉదయం లేసిన వెంటనే అర్జెంట్ చేసుకోవద్దండి. దీనినింక మీ మనస్సు అశాంతంగా ఉంటుంది. ఆరామంగా లేవండి. లేసి దగ్గర ఉండే మేజినింక ఏదైనా తీసుకొని తినండి. అనాక ఆరామంగా తిండి తినండి. మొదలే బిడ్డలుంటే ఇలా చేసేది కొంచం కష్టం. అయినా వాళ్ళు లేసే కొంచం ముందు లేవడానికి ప్రయత్నిచ్చండి లేదా మీ భర్తకి ఉదయం పనిలో కొంచం సహాయం చేసేదానికి చెప్పండి.

★ ఒత్తడాన్ని తక్కువ చేసుకొండి. ఒత్తిడంనింకా ఓకరిక జాస్తి కావచ్చును.

★ పండ్లని శుభ్రంగా పెట్టుకొండి. బ్రశ్ చేయండి, వాంతి అయినంక నోటిని బాగా కడగండి. దీనినింక పండ్లు శుభ్రమవుతుంది మరియు చిగుళ్ళుకి హాని కలగదు.

★ సీ బ్యాండ్ ట్రై చేయండి. అగలంగా ఉండే ఎలాస్టిక్ బ్యాండ్ రెండు చేతులకి వేసుకొండి. దీనినింక చేతుల లోగ అక్యూప్రెశర్ బిందువుల పై ఒత్తిడం పడతుంది మరియు ఓకరిక రాదు. ఇది సామాన్యంగా మందుల అంగడిలో చిక్కుతుంది. దీనినింక ఏ తొందర కాదు. మీ డాక్టర్ బ్యాటరీ ఉండే బ్యాండ్ వేసుకొనేదానికి చెప్పవచ్చును దీన్ని రిలీఫ్ బ్యాండ్ అంటారు. ఎలెక్ట్రానిక్ స్టిములేశన్కి దీన్ని ఉపయోగిస్తారు.

★ మార్నింగ్ సిక్‌నెస్ గంభీర లక్షణాల్ని తక్కువ చేసేదానికి చికిత్సా పద్ధతిలు : ఆక్యూపంచర్, ఆక్యూప్రెశర్, బయోఫీడ్‌బ్యాక్, హిప్నోసిస్, మొదలైనదాన్ని ఉపయోగించండి. ధ్యానం మరియు విజులైజేశన్ (మానసిక చిత్రం)నింకా సహాయం కావచ్చును.

మార్నింగ్ సిక్‌నెస్‌కి కొన్ని మందులూ ఉన్నాయి. (డాక్సీలేమైన్) అయితే దీన్ని నిండా జాస్తిగా ఉంటే మాత్రం ఇస్తారు. దీనినింక నిద్ర వస్తుంది. నిద్ర చేసేది మంచిదయినా గాడి నడిపించుకొని పనికి పోయేతపుడు ఇది సరి కాదు. డాక్టర్ అడగకుండా ఏ పారంపరమైన లేదా హర్బల్ మందుల్ని తీసుకోవద్దండి.

ఒట్టి 5% సందర్భాల్లో చికిత్స అవశ్యకత వస్తుంది.

అవశ్యకతకింతా ఎక్కువ జొల్లు వస్తుంది :-

''నా నోటిలో ఎప్పుడూ జొల్లు వస్తుంది. దాన్ని నుంగితే నాకి వాకరిక వస్తుంది. ఇలా ఎందుకు అవుతుంది?''

సామాన్యంగా గర్భావస్థలో నిండా జొల్లు వస్తుంది. మార్నింగ్ సిక్‌నెస్ ఉండే మహిళలలో ఇది ఇంకా ఎక్కవగా ఉంటుంది. అలాగే కొంచం నెలల తరవాత ఈ సమస్య అదే సరిపోతుంది.

పదే పదే ఉమిసేదానినింక బేజారుగా ఉన్నదా? మింట్ ఉండే పేస్ట్‌నింక పండ్లని బ్రశ్ చేయండి. పదే పదే నోటిని కుప్పళించండి లేదా చక్కర లేని బబల్‌గం నమలండి.

మేటెలిక స్వాదం :-

నా నోటిలో ఎప్పుడూ మేటెలిక స్వాదం ఉంటుంది. గర్భావస్థము కారణంనింకా ఇదవుతుందో లేదా ఏదైనా ఖాద్య పదార్థం తినేదానినింక అవుతుందో?''

హార్మోనల్ మార్పు కారణంనింక గర్భిణి మహిళల నోటి స్వాదం విచిత్రంగా ఉంటుంది. హార్మోన్ మీ స్వాదాన్ని నిండా మట్టకి నియంత్రిస్తాయి. ఎప్పుడు హార్మోన్ మార్పయితుందో అప్పుదు స్వాదాల గ్రంథులపై దీని ప్రభావం అవుతుంది. హార్మోన్ స్తరం సరియైనపుడు అలాగే (రెండవ మూడు నెలలు) ఈ సమస్య సరిపోతుంది.

ఆ వరకూ మీరు దీన్ని సహించాలి. పులుపుగా ఉండే పండ్లు, లెమనైడ్, మరియు క్యాండి తీసుకొండి. దీనినింక జొల్లు తక్కువ అయితుంది. పండ్ల జొతకి నాలికనూ స్వచ్ఛం చేసుకొండి. నోటిలో పీ హెచ్ మట్టాన్ని న్యూట్రలైజ్ చేయచ్చును. మీరు డాక్టర్ సలహా తీసుకొని విటమిన్ ప్రమాణాన్ని వేరు చేయచ్చును.

పదే పదే మూత్రాన్ని విసర్జించడం :-

నాకి ప్రతీ అర్ధ గంటకి మూత్రాన్ని విసర్జించాలి. ఇది సామాన్యమా?

ఔను. ఇది మీ ఇంటి నిండా బాగుండే చోటు కాదు. అయినా అన్నీ గర్భవతి మహిళలు దీన్ని ఒప్పుకోవాలి. అవశ్యకత ఉంటే పోయే పోవాలి. పగలయింణ్ణీ రాత్రిగా ఉణ్ణీ. మీరు లేసి పోవాలి. ఇది నిండా ఆరామం అనిపించదు. అయితే ఇది సహజం మరియు సామాన్యం.

పదే-పదే మూత్రాన్ని విసర్జించే ఇచ్ఛ ఎందుకు అవుతుంది? హార్మోన్‌ల కారణంగా రక్తం జొతకి మూత్ర ప్రవాహమూ తీవ్రమవుతుంది. రెండవది గర్భావస్థలో మూత్ర పిండాల క్షమతలో సుధారణ అవుతుంది. శరీరంలో సులభంగా వ్యర్థ పదార్థల విడుదల చిక్కుతుంది. (మీరు రెండు జనాల మలాన్ని విసర్జిస్తున్నారు) గర్భావస్థ కారణంనింక బ్లాడర్ మీద ఒత్తిడం పడుతుంది మరియు మీకి పదే పదే మూత్రం విసర్జన చేయడానికి పోవాలి. ఎప్పుడు రెండవ మూడు నెలల్లో గర్భాశయం కడుపు ఖాలి జాగ తట్టు లేస్తుందో అప్పుడు ఈ ఒత్తిడం తనకి తానే తక్కువ అవుతుంది. ఇదు కడా మూడు నెలల వరకూ కింద రాదు. ఎప్పుడు శిశువు తల పెల్విస్ వరకూ రాదో అప్పుడు శరీరంలో లోపలి అంగాల కార్యప్రణాళిక ఆ మహిళల శరీరంలో దీని ప్రతిక్రియ భిన్న-భిన్నంగా ఉంటుంది. కొన్ని మహిళలకి దీనినింక ఏమీ వ్యత్యాసం కాదు. అయితే కొందరు పూర్తి తొమ్మిది నెలలు ఈ కారణంనింక తనలాడుతారు.

మీరు మూత్రం విసర్జించేతపుడు బ్లాడర్ పూర్తి ఖాలి చేయాలి. అప్పుడు ఈ మాదిరి పదే పదే బాత్‌రూంకి పోయేది కొంచం తక్కువ కావచ్చును. ఈ తొందరనింక భయం పడి ద్రవ పదార్థాల ప్రమాణాన్ని తక్కువ చేయద్దండి. మీకి మరియు మీ శరీరానికి ద్రవ పదార్థాలు పూర్తి ప్రమాణంలో కావాలి ఎందుకంటే డీహైడ్రేశన్ కారణంనింక మూత్రపిండాల సోంకు కావచ్చును.

అలాగే మీరు కెఫేన్ ప్రమాణాన్ని తక్కువ చేసేదానిమీద

గమనం పెట్టలి. రాత్రి పదే పదే బాత్‌రూమ్‌కి పోకూడదంటే పండుకొనే ముందు ద్రవ పదార్థాల్ని ఎక్కువ ప్రమాణంలో తీసుకోవద్దండి.

బాత్‌రూంకి పాయి వచ్చిన వెంటనే మళ్ళీ బాత్‌రూంకి పోవాలనిపిస్తే డాక్టర్ సలహ తీసుకొండి. మీకి మూత్రపిండం సోంకు అయిండచ్చును.

''నాకి పదే-పదే మూత్రం విసర్జనకి ఎందుకు రాదు.''

మీకి పదే-పదే మూత్రం విసర్జన చేసే అవశ్యకత లేకుండా పోతె మీకి ఇది సామాన్య లక్షణం ఉండచ్చును. మీరు దినంలో కనీసం ఎనిమిది లోటాలు నీళ్ళు తాగాలి. వాంతి వస్తుంటే నీళ్ళ ప్రమాణాన్ని ఇంకా ఎక్కువ చేయండి. నీళ్ళు మరియు ద్రవ పదార్థాల ప్రమాణం తక్కువ చేస్తే సోంకు జోతకి డిహైడ్రేశన సహ కావచ్చును.

ఎదలో అయ్యే మార్పులు

''నా ఎదలో గురుతించేకి కానట్టు పెద్దదయింది. మరియు నిండా మృదువుగా ఉంది. అవి ఎప్పుడూ ఇలాగే ఉంటుందా లేదా శిశువు జన్మం తరువాత సరిగ్గా అవుతుందా?''

మీరు గర్భావస్థలో అన్నిదానికింతా ముందు పెద్దదయ్యే వస్తువుని చూసిండారు. రెండవ మూడు నెలల వరకూ కడుపు నిండా పెద్దది కాదు. అయితే గర్భధారణ కొంచం సమయం అయినంక ఎద లేదా స్తనాలు నిండా పెద్దదిగా అయ్యేదానికి ప్రారంభిస్తాయి. మీ బ్రాది కప్స్ కొలత మూడంత్ల అవుతుంది. మీ ఎదలో కొవ్వు చేరుతూ ఉంటుంది మరియు రక్తపోటు తీవ్రంగా ఉంటుంది. మీ ఎద సన్న శిశువికి ఆహారం ఇచ్చేదానికి సిద్ధమవుతుంది.

మీకి స్తనాల ఆకారం కాకుండా ఇంకా ఎన్నో మార్పులు కనపడిస్తాయి. నిప్పల్ చుట్టూ కందు రంగు భాగం వ్యాప్తి ఎక్కువగా అవుతుంది. మరియు రంగు నిండా గాఢంగా అవుతుంది. దానిపై సన్న-సన్న చుక్కలు కనపడిస్తాయి. ఇది గ్రంథిలు. ఇది గర్భావస్థలో ఇంకా స్పష్టంగా కనిపిస్తాయి. అనాక సామాన్యమవుతుంది. మీ ఎదపై నీలి రంగుల నరాలు కనిపిస్తుంది. దీనినింక తల్లి తట్టునింక శిశువికి పోషకసత్వాలు చిక్కుతూ ఉంది అని తెలిస్తుంది. శిశువికి స్తనపానం చేయించిన తరువాత లేదా ప్రసవ తరువాత ఈ నీలి రేఖలు పోతుంది.

పూర్తి తొమ్మిది నెలల వరకూ దీని ఆకారంలో మార్పు వస్తుంది. అయితే సంవేదనశీలత మొదటి మూడు నాలుగు నెలల్లో అదికంగా ఉంటుంది. ఆ సమయంలో తేలిగ్గా ఉడుకు-చల్లని శాకాన్ని తీసుకొంటే లాభంఅయితుంది.

అలాగే మీరు బ్రెస్టలకి సరియైన ఆధారం (సపోర్ట్) ఇవ్వక పోతే అవి వాలాడుతుంది. మీకి మంచి ఆధారం ఇచ్చే బ్రాని వేసుకోవాలి. కాటన్ స్పోర్ట్ బ్రా వేసుకొండి. ఇది సరిగ్గా ఉంటుంది.

ఎన్నో మహిళల స్తనాల ఆకారంలో నిండా మార్పు కనిపిస్తాయి. అయితే కొన్ని మహిళలలో ఇది నిండా నిధానంగా కనిపిస్తాయి. గర్భావస్థలో వేరె వేరే మార్పుల మాదిరి బ్రెస్టలో అయ్యే అన్ని మార్పులూ నిండా సామాన్యమైనవి. స్తనాల ఆకారంలో ఎక్కువ మార్పు కాక పోతే బ్రా కొలత నిండా వేరే చేసే పని లేదు అయితే స్తన్యపానం చేపిచ్చే క్షమత తక్కువ ఏమీ కాదు.

''మొదటి గర్భావస్థలో నా ఎద ఆకారం నిండా పెద్దదిగా ఉండె. అయితే రెండవ గర్భావస్థలో ఇలా కాలేదు. ఇది సామాన్యమా?''

పాయిన సల మీది మొదటి గర్భావస్థ. ఈ సల స్తనాలకి దాని అనుభవం అయ్యింది. దానికోసం ఈ సల దానిలో ఏ నాటకీయమైన మార్పు రాకుండా ఉండచ్చును. దాని ఆకారంలో నిధానంగా మార్పు రావచ్చును. లేదా ప్రసవమయినంక స్తన్యపానం చేపించేతపుడు ఆకారం పెద్దది కావచ్చును. నిధానంగా మార్పైయ్యే ప్రక్రియ సామాన్యమైన ప్రక్రియ. ఇది రెండు గర్భావస్థ మధ్యలో అయ్యే మార్పులో ఒక అంతరం.

కడుపు కింది భాగంలో ఒత్తిడం

నా కడుపు కింది భాగంలో సన్నగా నొప్పి ఉన్నది. దీని పై గమనం ఇవ్వాలా?

శబాష్! మీరు మీ శరీరంలో అన్ని సంకేతాల్ని గమనిస్తున్నారు. అది మంచిది. అయితే మీకి మీ నొప్పులకింత ఎక్కువ యోచన అయితే మంచిదికాదు.

చింతించద్దండి. గర్భావస్థలో కడుపు కింద భాగంలో సన్నగా నొప్పి వస్తే లేదా ఒత్తిడం ఉంటే అన్నీ సరిగ్గా ఉందని అర్థం. ఏమీ తొందర లేదు.

మీ సంవేదనాశీలమైన బాడి, మీ కడుపు కింది భాగంలో అయ్యే ఆ నాటకీయమైన మార్పుల సంకేతాన్ని ఇచ్చిండచ్చును. మీకి తీవ్రమైన రక్తపోటు, యూరెటైన్ లైనింగ్ తయారయ్యే లేదా గర్భాశయం పెద్దదిగా అయ్యే అనుభవం అయితా ఉండచ్చును. ఎన్నో సలాలు గ్యాస్ మరియు మలబద్ధత కారణంనింకా ఇలా కావచ్చును.

తిళియైన కల అయ్యేది

టాయ్‌లెట్‌కి పోయి శుభ్రం చేసేతపుడు నాకి తిళియైన రక్తం కల కనిపించింది. నాకి మిస్‌క్యారేజ్ అయిందా?

గర్భారివటుజక్షీలో ఈ మాదిరి రక్తం కల చూస్తే భయమేస్తుంది. అయితే దీని అర్థం మీ జొతకి ఎమో తప్పయ్యింది అని కాదు. దీనిలో ఒక గర్భవతి మహిళకి ఈ మాదిరి అనుభవం అవుతుంది. అయినా వాళ్ళు స్వస్థ శిశువుకి జన్మం ఇస్తారు. ఈ తిళియైన కల ముట్టుకి ప్రారంబం లేదా కొనా సంకేతమయిండచ్చును. గమనం పెట్టి కింది రాసిన మాట్లని చదవండి. కింద రాసిన కారణాల్నింక తిళియైన కల కనిపించవచ్చును.

యూరెటైన్ వాలల్లో ఎంబ్రియో పెరగడం :- 20 నింక 30% మహిళలలో ఈ స్పాటింగ్ అంటే ఇన్‌ప్లాన్టేషన్ బ్లీడింగ్ అవుతుంది. గర్భధారణ ఐదు దినాలనింక 10 దినాలు అయినంక ఎప్పుడు మీ ముట్టు దినం వస్తుందో అప్పుడు ఇలా కావచ్చును. ఇది మీ ముట్టు దినంకింతా నిండా తక్కువ, కొన్ని ఘంటల కాలం లేదా కొన్ని దినాలవరకూ కావచ్చును. ఇది తిళియైన గులాబి రంగు లేదా కందు రంగుగా ఉమటుంది. ఎప్పుడు జీవకోశాల సన్న బాల్ గర్భాశయం గోడనింక తమ దావ చేసుకుంటుంది అప్పుడు ఇన్‌ప్లాన్టేశన బ్లీడింగ్ అవుతుంది. దీని అర్థం ఏదైనా తప్పు అవుతుందని కాదు.

ఇంటర్‌కోర్స్ (సహవాసం) లేదా లోగా పెల్విక్ తపాసణ లేదా ప్యాప్ స్మీయర్ :-

గర్భావస్థలో సర్విక్స్ ముందే నిండా నాజూకుగా ఉంటుంది. మరియు రక్తనాళలు లేసి కనపడుతుంది. అవి సహవాసం లేదా లోగ పరీక్ష కాణంగా తిళియైన స్రావం కారణం నింకా కావచ్చును.

ఈ మాదిరి శరవావం గర్భావస్థలో ఎప్పుడు కావాలైనా కావచ్చును. ఇది సామాన్యంగా ఏ సమస్య సంకేతాన్ని ఇవ్వదు. అయితే మీరు మీ సమాధానానికి డాక్టర్‌తో చెక్‌అప్ చేయించుకోవచ్చును.

వెజైనా (యోని) లేదా సర్విక్స్ సోంకు : దీనిలో సోంకైతె బ్లీడింగ్ కావచ్చును.

సబ్‌కోరియానిక్ బ్లీడింగ్ : కోరియన్ (ప్లేసెంటా జొతకి బైట ఉండే పైటల్ మెంబ్రేన్) లేదా గర్భాశయం మరియు ప్లేసెంటా మధ్యమలో రక్తం పొయ్యేతపుడు ఈ మాదిరి బ్లీడింగ్ అవుతుంది. దీని కారణంనింకా తిలీగా లేదా అధికంగా బ్లీడింగ్ అవుతుంది. ఇది సామాన్యంగా అల్ట్రా సౌండ్‌లో కనిపించదు. ఈ బ్లీడింగ్ తనకి తానే సరిపోతుంది. మరియు దీనినింక ఏ సమస్య కలగదు. గర్భావస్థలో సామాన్యమైన లక్షణాల మాదిరి ఈ బ్లీడింగ్ కూడా సామాన్య లక్షణమే. ఎన్నో గర్భవతులకి పూర్తి గర్భావస్థలో ఈ మాదిరి బ్లీడింగ్ అవుతూ ఉంటుంది. కొన్ని మహిళలకి రెండు మూడు దినాలు బ్లీడింగ్ అవుతుంది. కొన్ని మహిళలకి మ్యూకస్ జొతకి కందు వర్ణం లేదా గులాబి వర్ణం బ్లీడింగ్ అవుతుంది. కొందరకి ఎర్ర తుండులు మాదిరిగా

డాక్టర్‌కి ఎప్పుడు ఫోన్ చేయాలి?

ఏదైనా ఆపత్కాలం వచ్చే ముందు దాని ప్రతికూలం తయారు చేసుకోండి. అకస్మాత్‌గా ఏదైనా కొత్త లక్షణం కనిపిస్తే కింద రాసిన ఉపాయాల్ని వాడండి అన్నిదానికింత ముందు డాక్టర్ ఆఫీస్‌కి ఫోన్ చేయండి. వాళ్ళూ లేకా పోతే లక్షణాల్ని చెప్పి సందేశాన్ని విడవండి. కొంచం సమయం తరువాత ఫోన్ రాకా పోతె మళ్ళి ఫోన్ చేయండి లేదా దగ్గర ఉండే నర్స్‌కి అన్ని చెప్పండి వాళ్ళు రమ్మని చెపితె డాక్టర్‌కి చెప్పి వెంటనే అక్కడ పోండి.

మీ సమస్య లేదా తక్షణం లక్షణాల్ని చెప్పండి మరియు మీకి అనుభవమైన అన్నీ లక్షణాల్ని చెప్పండి. మీరు ముందు ఎప్పుడు ఆ లక్షణాల్ని చూసింటిరి. ఎన్ని సల అయింది ఎంత గంభీరంగా ఉండె అన్నీ విస్తారంగా చెప్పండి.

తక్షణం ఫోన్ చేయండి :

- ★ కడుపు కింద భాగంలో నొప్పి మరియు నొప్పి జొతకి రక్త స్రావం అయ్యేది.
- ★ కడుపు కింద భాగంలో, మధ్యలో లేదా రెండు తట్లూ నిరంతరంగా నొప్పి లేదా రక్త స్రావం.
- ★ నిండా దప్పి అయ్యేది లేదా మూత్రం తక్కువ లేదా దినమంతా మూత్రం కాకుండా ఉండేది.
- ★ మూత్రం విసర్జన చేసేతపుడు మంట లేదా నొప్పి. తీవ్రమైన జ్వరం జొతకి తలనొప్పి.
- ★ 101ఈ5 డిగ్రి ఫ్యారన్‌హీట్‌కింత నిండా జ్వరం.
- ★ చేతులు-కాళ్ళు మరియు కన్నులో అకస్మాత్తుగా నిండా వాపు కావచ్చును. దృష్టి మందం అయ్యేది, అకస్మాత్‌గా నిండా బరువు ఎక్కువ అయ్యేది.
- ★ దృష్టి మంజుగా అయ్యేది రెండు రెండుగా కనిపించేది (కొంచం సమయంవరకు)
- ★ నిండా తీవ్రమైన తలనొప్పి (రెండు మూడు గంట్ల వరకూ)
- ★ రక్తతో డయేరియా
  అప్పుడే ఫోన్ చేయండి (మరసాదినం రాత్రి తొందర అయితే)
- ★ మూత్రం జొతకి రక్తం వచ్చేది.
- ★ చేతులు-కాళ్ళు మరియు కన్నులో వాపు
- ★ మూత్రం విసర్జించేతపుడు మంట
- ★ మూర్ఛ
- ★ కోల్డ్ లేదా ఫ్లూ లక్షణాలు కాకుండా తీవ్రమైన జ్వరం.
- ★ కడుపు తిప్పేది మరియు వాంతి వచ్చేది (గర్భావస్థ అయిన దినాల్లో)
- ★ మూత్రంది గాఢమైన రంగు, పసుపు రంగు మలం, లేదా కామాల రోగం లక్షణం

డాక్టర్ తమ అనుభవంనింక మరియు మీ లక్షణాల్ని పట్టి మిమ్మల్ని పిలుస్తారు. దానికోసం మీకి ముందే ఈ ప్రోటోకాల్ విషయంతో తెలుసుకోవాలి.

జ్ఞాపకం ఉంచండి ఎన్నో సల ఏ లక్షణాలు కనిపించక పోయినా మీకి సుస్తు మరియు వ్యాకులత కావచ్చును. ఒక వేల ఒకరెండు దినాలు గడిచినా కూడా సుస్తు తక్కువ కాక పోతే డాక్టర్‌కి చూపించండి. మీ శరీరంలో రక్తహీనత లేదా వేరె ఏదైనా సోంకు అయిండచ్చును. ఉదా: యూటీఐ ఏ లక్షణం లేకుండా పని చేస్తుంది. ఏ సందేహమైనతె డాక్టర్‌కి చూపించండి.

పోతుంది. అయితే వారి గర్భావస్థ పూర్తిగా సురక్షితంగా ఉంటుంది. వారు స్వస్థ శిశువికి జన్మం ఇస్తారు.

ఒక వేళ సన్నగా నొప్పి జొతకి ఎర్ర రక్త కల కనిపిస్తే (పూర్తి ఫైడ్ అయింటే) మీరు డాక్టర్ సలహా తీసుకొండి. వాళ్ళు అల్ట్రాసౌండ్ సలహా ఇవ్వచ్చును. ఆరు వారాలు గడిసిపోయింటే మీరు బిడ్డది గుండె పోటు వినవచ్చును. దీనినింక మీకి అన్నీ సరిగ్గా ఉందని

తెలుస్తుంది.

ఒక వేళ ఈ తిళియైన కలలు భారీ రక్తస్రావంగా మార్తైతె తక్షణం డాక్టర్ని కలవండి. అయినా మిస్క్యారేజ్ యోచన కలలోనూ మనస్సులోనూ చేయద్దండి. ఎన్నో గర్భిణి మహిళలకి ఏ కారణం లేకుండా నిండా బ్లీడింగ్ అవుతుంది అయినా వాళ్ళూ స్వస్థమైన శిశువుకి జన్మం ఇస్తారు.

హెచ్.సీజీ లెవల్

''నాకి డాక్టర్ నా రక్తం పరీక్ష చేసి రిపోర్ట్ ఇచ్చిరి. దానిలో హెచ్‌సీజీ లెవెల్ (స్తరం) 412 ఉండె.''

దీని అర్థం మీరు ఖండితంగా గర్భవతి. కొత్తగా పెరిగిండే ప్లెసెంటా జీవకోశములు ఫర్టిలైజ్డ్ అయ్యిగుడ్డు ఇంప్లాట్ అయ్యే కొన్ని దినాల్లోగ హెచ్‌సీజీ చేస్తారు. ఇది మీ మూత్రం తపాసణనింక తెలుస్తుంది. దీని తరువాత గర్భావస్థ పుష్టి చేస్తారు. గర్భావస్థ ప్రారంభంలో రక్తంలో దీని స్తరం ఎక్కువగా ఉండదు.

అయితే కొన్ని దినాల్లో దీని వృద్ధి నిండా అవుతుంది. గర్భావస్థపు 7 నుండి 12 వారాల్లో ఇది నిండా పెరుగుతుంది అనంతరం ఇది తక్కువ అయితుంది.

మీకి వేరే గర్భవతి స్నేహితుల జొతకి ఈ నంబర్ని కంపేర్ చేయకండి. ఎందుకంటే అందరి హెచ్‌సీజీ స్తరం ఒక్క సమానంగా ఉండదు. ఇవి ప్రతియొక్క వ్యక్తికి మరియు సమయంపట్టి భిన్నభిన్నంగా ఉంటుంది.

గమనం ఇచ్చే మాట ఏమిటంటే మీ హెచ్‌సీజీ స్తరం తమ సంఖ్యకింత ఒక నిశ్చితమైన మట్టంలో పెరుగుతుంది అనాక తనకి తానే తక్కువ అవుతుంది. ఇచ్చిన పట్టిక సహాయంతో మీకి అందాజు కావచ్చును. అయితే పట్టికలో ఇచ్చిన రీడింగ్ మీ నంబర్‌కి సమంగా ఉండాలనే అవశ్యకతలేదు. ఈ విషయంలో చింత వద్దు.

మీ గర్భావస్థ సామాన్యంగా ముందుకు పోతుంది. ఈ విషయంలో యోచన చేయకండి. దీన్ని డాక్టర్ గమనించుకుంటారు. అల్ట్రాసౌండ్ పరిణామంనింక స్పష్ట చిత్రం చిక్కుతుంది. అయితే ఏదే సందేహముంటే డాక్టర్ సలహా తీసుకొండి.

ఒత్తిడం

''నా పనిలో నిండా ఒత్తిడం ఉంటుంది. నాకి ఇప్పుడు గర్భవతి అయ్యే మనస్సు లేదు.''

మీరు ఒత్తిడంని ఏ రూపంలో చూస్తా ఉండారు? దాని

హెచ్‌సీజీ స్తరం

మీరు హెచ్‌సీజీ నంబర్ గేం ఆట ఆడాలా? లేదా మీకి కొన్ని రేంజుల్ని ఇచ్చింది

గర్భావస్థ వారాలు ప్రమాణం	హెచ్‌సీజీ ml/u/l లో
3వ వారం	5 నింక 50
4వ వారం	5 నింక 426
5వ వారం	19 నుండి 7340
6వ వారం	1080 నింక 56,500
7 నింక 8 వారాలు	7650 నింక 229,000
9 నింక 12 వారాలు	25700 నింక 288,000

ఆధారం మీద ఒత్తిడం చెడ్డది లేదా మంచిది అవుతుంది. మీరు దీన్ని మంచి రీతిలో తీసుకొంటె ఇదే ఆధారంపై ఇంకా బాగ ప్రదర్శనాన్ని చేయచ్చును. లేకపోతే ఒత్తిడం మిమ్మల్ని వశంలోపెట్టుకొని మిమ్మల్మే ధ్వంసం చేస్తుంది. అధ్యయనాల్నింక తెలిసిందేమిటంటే గర్భావస్థ కొన్ని విశేషమైన ఒత్తిడంనింక ప్రభావితం కాదు. మీరు ఈ ఒత్తిడాన్ని ధైర్యంగా ఎదురిస్తే మీ శిశువూ దాన్ని ఎదురించడానికి యోగ్యంగా ఉంటుంది. అయితే మీరు ఆ ఒత్తిడంనింక వ్యాకులమైయి లేదా ఉదాసీనం అయితే తలనొప్పి, కడుపు నొప్పి, తక్కువ ఆకలి అయితే ధూమపానం, మద్యపానం చేసేదానికి ప్రారంభిస్తే ఇది ఒక సమస్య కావచ్చును. అయితే రెండవ మూడు నెల్లో మరియు కొనా మూడు నెల్లలో ఒత్తిడం ఇదే మాదిరి

చింత వద్దు

కొన్ని మహిళలు ఏ కారణంలేకుండా తమ మొదటి మూడు నెలల్లో లేదా పూర్తి గర్భావస్థలో చింత చేస్తా ఉంటారు. అన్నిదానికింత ఎక్కువ చింత గర్భపాతం చింత.

సామాన్యంగా గర్భవతి మహిళలు సామాన్య లక్షణములు మరియు సన్న సన్న తొందరలు ఉంటేనూ స్వస్థ శిశువుకి జన్మం ఇస్తారు. ప్రతియొక్క సామాన్యమైన లక్షణం మాదిరి కడుపు కింది భాగంలో నొప్పి, తిలి రక్తస్రావం అయ్యేది సామాన్యం. ఈ సంకేతాలనింక మీకి గాభరి కావచ్చును. అయితే దీనినింక గర్భావస్థలో అపాయం ఉందని తలియద్దండి. అయితే మీరు మీ ముందు కలవడంలో డాక్టర్ సలహ ఖండితంగా తీసుకొండి. కింద రాసిన కారణాలుంటే చింత వద్దు.

★ సన్నగా నొప్పి, కడుపు మధ్య భాగంలో లేదా అక్క-పక్కన సన్న నొప్పి. ఎన్నో సల గర్భాశయానికి ఆధారం ఇచ్చే లిగమెంట్స్‌లో నొప్పి వస్తే ఈ మాదిరి నొప్పి వస్తుంది. తీవ్రంగా నొప్పి జొతకి బ్లీడింగ్ కాక పోతె గాబరి అయ్యే అవశ్యకత లేదు.

★ రక్తస్రావం ఒట్టి గర్భపాతం కారణమే కాదు. మేము దీని కారణాల్ని ముందే స్పష్టం చేసిండాము.

ఎన్నో సల తక్కువ లక్షణాలుంటేనూ మహిళలు నిండా గాబరి అవుతారు. సామాన్యంగా మొదటి మూడు నెలల్లో వారికి వారు గర్భిణియే కాదనిపిస్తుంది. దీని కారణంనింక వాళ్ళు నిండా వ్యాకుల అవుతారు. గర్భావస్థ పుష్టి అయినంక గాబరి ఎందుకు?

అందరి మాదిరి మీకూ మార్నింగ్ సిక్‌నెస్ కాని మరియు ఎద ఆకారం పెద్దది అయ్యే పని లేదు. మీలో ఈ లక్షణాలు లేటుగా కనిపించవచ్చును. కనపడక పోవచ్చును. ప్రతియొక్క గర్భవతి మహిళలో వేరె-వేరె లక్షణాలు కనిపిస్తుంది లేదా కనపడక ఉంటుంది.

నకారాత్మకంగా ఉంటే దాన్ని పోగొట్టుకొనేదే ఒక ప్రాముఖ్యత కావాలి. కింద రాసిన ఉపాయాలనింక మీకి సహాయం కావచ్చును.

మనస్సు మాట్లని వినండి : మీ మనస్సు మాట్లని అడుక్కొండి. మీ భర్త జొతకి మనస్సు అన్ని మాట్లని పంచుకొండి. రాత్రి పడుకొనే ముందు అన్ని ఒత్తిడాల చింతని విడమండి. అన్ని సమస్యలకూ సమాధానాన్ని వెతకండి. సంతోషంగా ఉండండి. మీ భర్త ఒత్తిడంలో ఉంటే స్నేహితుల సహాయం తీసుకొండి. ఒక వేళ ఒత్తిడంనింక శారీరిక లక్షణాలు కనిపిస్తే డాక్టర్ సలహా తీసుకొండి. వేరే గర్భవతి మహిళల జొతకి స్నేహాన్ని పొందండి. శాంతిగా స్నేహవంతమైన వాతావరంలో మీ మీ మనస్సుని ఎంతో సమాధానం చేసుకోవచ్చును.

ఈ విషయంపై మాట్లాడండి : జీవనంలో ఒత్తిడం కారణాల్ని తెలుసుకొండి. దాన్ని ఎలా పోగొట్టుకోవచ్చునని యోచన చేయండి. కొన్ని ప్రాముఖ్యత లేకుండా ఉండే పనుల్ని చేయకండి. ఇంటిలో లేదా ఆఫీస్‌లో ఎన్నో జవాబ్దారీలుంటే దాన్ని వేరె ఎవరికైనా చెప్పండి లేదా కొంచం సమయంవరకూ స్థగితం చేసేదానికి ప్రయత్నిచ్చండి.

నిండా గాబరి అయ్యేతపుడు పేపర్ పెన్ తీసుకొని చేయాల్సిన పనుల్ని ఒక పట్టికని చేయండి. మళ్ళి ఆ పనుల్ని ఎప్పుడు చేయాలని నిర్ధరించండి. ఈ రీతిగా చేస్తే మీకి అన్ని పనులూ కంట్రోల్‌లో ఉంది అనిపిస్తుంది. పని అయినంక ఆ పనిని పట్టికనింక తీసేయండి. ఈ రీతి మీకి కొంచం పని భారం తక్కువ అనిపిస్తుంది.

రిలాక్స్‌కోసం

మీరు ఒత్తిడంలో ఉండారా? అలాగైతె యోగం రిల్యాక్సేశన్ టెక్నిక్‌ని వాడండి. మీరు ఏదైనా యోగ క్లాస్‌లో లేదా ఇంటిలో యోగ డివిడి సహాయంతో ఈ సులభమైన టెక్నిక్‌ని నేర్చుకోవచ్చును. మీరు చింతలో ఉండేతపుడంతా దినంలో ఒక సల యోగ చేయండి. మీ చింతని దూరం చేసుకోవచ్చును. కన్ను మూసుకొని కూర్చొండి. ఏదైనా ఒక సుందరమైన దృశ్యంని కల్పన చేసుకొండి. యోచన చేయండి మీరు మీ శిశువుని చేతిలో ఎత్తుకొని కూర్చొనుండారు. శరీరం ప్రతియొక్క స్నాయువుల్ని ఫ్రీగా విడవండి. ఔను లేదా లేదు ఈ శబ్దాల్ని జోరుగా చెప్పండి.

దీన్ని 10 నింక 20 నిమిషాలవరకూ చేయండి. ఒకరెండు నిమిషములు చేసినా నిండా వ్యత్యాసం అవుతుంది. మీకి ఒత్తిడం మరియు ఉత్తేజననింక ముక్తి చిక్కుతుంది.

నిద్ర చేయండి : నిద్ర చేసేది మంచి మందు. నిద్ర చేస్తే శరీరం-మనస్సు రెండూ శాంతిగా ఉంటుంది. బాగ నిద్ర చేస్తే ఒత్తిడం మరియు ఉద్రేకం తక్కువ అవుతుంది. నిద్ర చేసేదానికి తొందర అయితే ఈ పుస్తకంలో ఇచ్చిన ఉపాయాలని ఉపయోగించండి.

పరిపూర్ణమైన పోషణ :వ్యస్తం దినచరినింక మీ భోజనం పద్ధతి కూడా ప్రభావితం అవుతుంది. గర్భావస్థలో భోజనం పద్ధతి తప్పు వాడుకలు నిండా కష్టం ఇస్తుంది. దినంలో కనీసం ఆరు మాట్లు లేసైన భోజనాన్ని చేయండి. కార్బోస్ మరియు ప్రోటీన్లలి గమనంలో పెట్టుకొని చక్కర మరియు కెఫేన్ ప్రమాణాన్ని తక్కువ చేయండి. పోషకమైన ఆహారాన్నీ తీసుకుంటే ఒత్తిడం తక్కువ అవుతుంది.

స్నానం చేయండి : గోరు వెచ్చగా ఉండే నిళ్ళలో స్నానం చేయండి. దీనినింక ఒత్తిడం తక్కువ అవుతుంది మరియు మంచి నిద్ర వస్తుంది.

యోగ చేయండి : ఒత్తిడాన్ని తక్కువ చేసేదానికి యోగ లేదా ఈజేలాంటి వ్యాయామాన్ని చేయండి. వ్యవస్తితమైన దినచరి ఉంటే దీనికోసం టైం ఇవ్వండి.

వైకల్పిక చికిత్స : ఎన్నో పూరకాల మరియు వైకల్పిక చికిత్సా పద్ధతుల మాధ్యమంనింక ఒత్తిడాన్ని తక్కువ చేసుకోవచ్చును. ఉదా: అక్యూపంచర్ ఇ బయోఫీడ్‌బ్యాక్, సమ్మోహన థెరపి, లేదా మాలీశ్, ధ్యానం లేదా మానసిక చిత్రణల ప్రభావం. మనస్సులోనే సుందరమైన దృశ్యాల్ని కల్పించుకొండి

సకారాత్మకమైన దృష్టి

సకారాత్మకంగా యోచన చేసేవారు దీర్ఘం మరియు స్వస్థ జీవితాన్ని పొందుతారు. గర్భవతి తల్లి సకారాత్మకంగా యోచించేవారైతె బిడ్డ దృష్టి కూడా బదలిస్తుంది. సకారాత్మకంగా యోచించే గర్భవతి మహిళలో ప్రసవ పూర్వం అపాయాలు నిండా తక్కువ ఉంటాయి మరియు గర్భావస్థ అపాయములు తక్కువగా ఉంటుందని సంశోధకుల అభిప్రాయం.

ఒత్తిడం కింద స్తరంలో సకారాత్మక మహిళల గర్భావస్థ అపాయములు నిశ్చితంగా తక్కువ అయింటుంది. అదే ఒత్తిడం ఎత్తైన మట్టంలో ఉంటే మహిళ గర్భావస్థ సమయంలో మరియు అనాక ఎన్నో సమస్యలని ఎదురిస్తారు. ఒత్తిడం నింక వారు అన్ని విషయాల్ని చెప్పలేరు. సకారాత్మక దృష్టి ఉండే మహిళలు తమకి తాము బాగా గమనించుకుంటారు. వారు సరిగ్గా భోజనం తిండి చేసి వ్యాయామం చేసి ధూమపానం మద్యపాననింక దూరంగా ఉండి సమయానికి సరిగ్గా మందుల్ని తీసుకొని మరియు సకారాత్మక వ్యవహారం మరియు చింతనింక గర్భావస్థ మీద సకారాత్మక ప్రభావం వేస్తారు.

మీరు గర్భావస్థలో ఈ మాదిరి సకారాత్మక దృష్టినింక నిండా తెలుసుకోవచ్చును. మీరు పాల లోటాని ''అర్ధం ఖాలి'' చూసే బదలు ''అర్ధం నిండినట్ల'' చూడండి అంతె.

రిలాక్సేశన్ టెక్నిక్‌లు ప్రభావం అవుతుంది.

దీనినింక దూరం ఉండండి : ఒత్తిడంని ఎదురించండి. మంచి సినెమా చూడండి. పుస్తకాన్ని చదవండి. సంగీతాన్ని వినండి. బిడ్డకి చక్కని కాళ్ళ సాక్స్ కుట్టండి. స్నేహితురాలు జొతకి భోజనానికి బైట పోండి. డైరి రాయండి. ఆన్‌లైన్ సర్చే చేయండి. లేదా ఊర్కె వాక్ చేయండి.

కారణాల్ని దూరం చేయండి : దూరం చేసే కారణము లేదా పోగొట్టే కారణం ఉంటే ముందు ఆ పని చేయండి. పని జాస్తి ఉంటే వేరొక్కవాళ్ళ సహాయాన్ని తీసుకొండి. నిండా ఒత్తిడంలో పని మార్పు చేయాలనుకుంటే కొంచం సమయం తరువాత చేయండి.

గర్భావస్థలో ప్రీతియైన పోషణ

గర్భావస్థలో ముఖం పై ఒక కొత్త కళ వస్తుంది. దీనిలో సందేహం లేదు. ఆయినా మీ లావణ్యానికి మేకోవర్ అవశ్యకత వస్తుంది. గర్భవతి అయినంక మీకి మీ లాక్మే క్రీం ఉపయోగిచ్చే ముందు లేదా బికనీ వైకసిన్ స్పా తీసుకొనే ముందు లేదా ఫేశియల్ చేసుకొనే ముందు నిండా తెలుసుకొండి. లేదా మీకి తలనింక కాళ్ళవరకూ పోషణకోసం కొన్ని టిప్స్ ఇవ్వడమైనది. ఈ టిప్స్ సహాయంనింక మీరు చక్కగా కనపడతారు మరియు సురక్షితంగా ఉంటారు.

మీ కేశం :-

గర్భావస్థలో మీ కేశములు నిండా పొడుకావచ్చును లేదా మొదటికింతా నిండా బాగ కావచ్చును. హార్మోన్‌ల కారణంనింక కేశాల్లో వృద్ధి అవుతుంది. హార్మోన్ కారణాలనింక వెంటికలు పెరుగుతుంది అయితే ఒట్టి తలవెంటికలే పెరగదు పూర్తి శరీరంలో ఉండే వెంటికల పెరగడంలో ప్రభావం కలుగుతుంది.

రంగు చేసుకొనేది (కలరింగ్) గర్భావస్థలో వెంటికలకి రంగు రాసుకొనేతప్పుడు త్వచపై కారే రసాయనల పై చర్చ అయ్యేది సహజం. ఇది హానికరం అని ఏ ప్రమాణాలూ చిక్కలేదు. విశేషతజ్ఞులు చెప్పేమాదిరి మీరు మొదటి మూడు నెల్లలో నిండా జాగరూకంగా ఉమండాలి. ఎన్నో మంది పూర్తిగా గర్భావస్థలో వెంటికలకి రంగు చేసుకుంటే ఏమీ తొందర లేదని చెప్తారు. అయినా మీరు మీ డాక్టర్ సలహ మాదిరి నడమండి. పూర్తి వెంటికల్ని రంగు చేయడానికి తొందర అయితే దాన్ని హైలైట్ చేయండి. ఈ రీతిలో కెమికల్ వెంటికలవరకూ రాదు మరియు మీ హైలైట్ చేసే వెంటికలు నిండా దినాలవరకూ ఉంటుంది. మీకి గర్భావస్థలో పదే పదే పార్లకి పొయ్యే పని ఉండదు.

మీ వెంటికల్ని అమోనియా లేక ఉండే రంగునింక డై చేయచ్చునా అని మీరు మీ వెంటికల్ని రంగు చేసేవాళ్ళతో అడగచ్చును. జ్ఞాపకం ఉంచండి హార్మోన్ మార్పు కారణంనింక మీ వెంటికలు విచిత్రంమైన ప్రతిక్రియ ఇవ్వచ్చును. అవి ఎప్పుడూ ఉండేమాదిరి ఉండదు. వెంటికల్ని ఎర్రవు రంగు చేసుకొనే ఆసలోనీలి రంగు అయిపోతే? దాని కారణం పూర్తి తల రంగు చేసే ముందు ప్యాచ్ టెస్ట్ చేసుకొండి.

వెంటికల్ని నేరుగా (స్ట్రైట్) చేసే టెక్నిక్‌లు : మీరు మీ వెంటికల్ని నేరంగా చేసుకొనేదానికి యోచిస్తున్నారా? గర్భావస్థలో ఇలా చేస్తే ఏదైనా అపాయం అయితుందని ఏ సాక్షీ లేదు. అయితే ఇది పూర్తిగా సురక్షితంగా ఉందనీ ఏ సాక్షీ చిక్కలేదు. దానికోసం డాక్టర్ సలహ తీసుకొండి. మొదటి మూడు నెలల్లో వెంటికల్ని వారి ప్రాకృతికమైన అవస్థలో విడిచేదే మంచిది అని మీరు వినింటారు.

మీరు దీన్ని నెట్టగా చేసే కావాలి అని ఉంటే హార్మోనల్ మార్పు కారణంనింక మీకి మీ ఇష్టంలాంటి పరిణామం చిక్కకపోవచ్చును. మరియు గర్భావస్థలో వెంటికలు తీవ్రంగా పెరుగుతుంది. వెంటికల్ని నేరుగా చేసుకొనంక కూడా అవి వేరునింక మళ్ళి చుట్టుగా

(కర్లి) కావచ్చును. అలాగే మీరు ''థర్మల్ రీకండీశనింగ్ ప్రక్రియ'' ఉపయోగించవచ్చును ఎందుకంటే దీనిలో రసాయనికల్ని ఉపయోగించరు. అయితే ముందు డాక్టర్‌ని అడగండి. లేదా ఒక ప్లైట్ ఐరన్ కొని ఆరామంగా వెంటికల్ని స్ట్రైట్ చేసుకొండి.

పర్మనెంట్ లేదా బాడివేవ్ : మీ వెంటికలు మీ ఇష్టంకొద్ది అల్లాడదు. అయితే గర్భావస్థలో పర్మనెంట్ లేదా బాడివేవ్ విషయంలో యోచన వద్దు. ఎందుకంటే హార్మోనల్ మార్పునింక ఏ ప్రతిక్రియ అవుతుందో లేదా ఇది సురక్షితమైనదో అని మాకి తెలియదు. ఏమో చేసేదానికి పొయి ఏమో అయి వెంటికల సౌందర్యాన్ని పాడు చేసుకోకండి.

హేర్ రిమూవల్ మరియు లైటనింగ్ :- గర్భావస్థలో శరీంరంలో పెరిగే వెంటికలనింక బేజారుగా ఉంటె చింతించద్దండి. ఈ అవస్థ ఎక్కువ రోజులవరకూ ఉండదు. హార్మోన్‌ల కారణంగా మీ చంక, పెదువుల కింద, వీపు మరియు కడుపు మీద వెంటికలు నిండా ఎక్కువగా ఉంటచ్చును. అయితే దీనికి లేసర్, ఎలెక్ట్రోలిసిస్, డెపిలేటరీజ్ (బ్లీచింగ్) ఉపయోగించే ముందు రెండు మాట్లు యోచన చేసి మళ్ళి డాక్టర్‌ని అడగండి. గర్భావస్థలో వెంటికల్ని పోగొట్టెదానికి లేదా రంగుని తిళీగా చేసేదానికి ఈ టెక్నిక్‌లు సురక్షీతంగా ఉందని ఏ ప్రమాణం చిక్కదు. మీరు మొదటి మూడు నెలలు ముగిసేవరకూ తడిచేది మంచిది. మీరు ముందే ట్రీట్‌మెంట్ తీసుకొనుంటే ఏమీ యోచన చేయకండి దానినింక ఏ హాని కాదు.

శేవింగ్, వెంటికల్ని ఈడ్చి పీకేది, మరియు వ్యాక్సింగ్ : గర్భావస్థలో శరీరంలో ఏ భాగంలోనైనా వెంటికలు పెరగచ్చును. ఇది నిండా మంచిది కాదు. అయితే మంచిది అంటే మీరు దీన్ని శేవ్ చేసుకోవచ్చును. వ్యాక్స్ చేసుకోవచ్చును. కొంచం జాగరూకతగా ఎందుకంటే గర్భావస్థలో త్వచ నిండా సంవేదనంగా ఉంటుంది. మీరు ఏదైనా సలూన్‌కి పోతే వారికి ముందే మీరు గర్భవతి అని చెప్పండి వాళ్ళు జాగ్రత్తగా చూసుకొంటారు.

మీ ముఖం :

మీ గర్భావస్థ మీ కడుపునింక తెలియక పోవచ్చును. అయితే ముఖం పై జల్ది కనిపిస్తుంది. గర్భావస్థలో ముఖం జొతకి మంచిది, చెడ్డది లేదా నిండా చెడ్డదిగా కావచ్చును.

ఫేశియల్ : మీరు ముఖం ఏ కల గురించి చదివిండారు. అన్ని గర్భవతి తల్లికి ఆ వరదానం చిక్కదు. గర్భావస్థ సమయంలో ఫేశియల్ చేయించేది సురక్షితంగా ఉంటుంది. అయితే హార్మోనల్ మార్పునింక త్వచ నిండా సంవేదనాశీలంగా ఉంటుంది. దానికోసం గ్లైకోలిక్ పీల్ లేదా మైక్రొడర్మాబ్రెసియన్‌లాంటి ఉపచారాన్ని చేయించుకోవద్దండి. దీనినింక లాభం అయ్యే బదులు హాని కలగచ్చును. ఫేశియల్ చేసే సమయంలో మైక్రో కరెంట్ ఇస్తారు. పార్లర్‌వారు ఈ విషయంలో పూర్తి గమనం పెట్టుకొనేదానికి వారికి మీ గర్భావస్థ విచారాన్ని తెలపండి. ఏ సందేహముంటే డాక్టర్ సలహ మాదిరి నడవండి.

ఆంటిరింకల్ ట్రీట్‌మెంట్ : – సుక్కు-సుక్కుగా ఉండే బిడ్డలు ముద్దుగా ఉంటుంది. అయితే అమ్మ కాదు. ఏ డర్మోటాలజిస్ట్ దగ్గర పొయ్యే ముందు ఈ మాట్లని గమనంలో పెట్టుకొండి. కొలాంజన్, రిస్లైనల్, జువెడర్మ్, లేదా బొటాక్స్ మరియు గర్భవస్థ ఈ విషయంలో ఏ విశేషమైన అధ్యయనం కాలేదు అయినా మీరు దీనినింక దూరంగానే ఉండండి. అంటిరింకల్ క్రీమ్ ఉపయోగించాలని వస్తేవారు పై ఇచ్చిన నిర్దేశనాల్ని సరిగ్గా చదవండి లేదా డాక్టర్ సలహా తీసుకొండి. మీకి విటమిన్ ఎ, కె లేదా బి హెచ్ ఎ (బీటా హైడ్రాక్సైడ్ అసిడ్) ప్రమాణం ఉండే ఉత్పాదనల్ని వద్దు అనాలి. మీకి సందేహముండే అన్ని మాట్లని డాక్టర్ దగ్గర అడిగి తెలుసుకొండి. వాళ్ళు ఫ్రూట్ అసిడ్ ఎ హెచ్ ఎ (ఆల్ఫా హైడ్రాక్సిడ్ అసిడ్)కి సరి అనచ్చును అయినా వాళ్ళ

సలహాని అడగండి. అలాగే గర్భావస్థలో ముఖంపై సుక్కు అంతగా కనపడదు. మీరు కాస్మెటిక్ ప్రక్రియ చేసుకోకుండా ఉండచ్చును.

ఆక్మెయు చికిత్స : - ఇప్పుడు యౌవనావస్థకింత ఎక్కువ ఆక్నె అయిందా? మీరు గర్భావస్థ హార్మోన్‌ల దోషం ఉండచ్చును. మీరు వాడే క్రీంలని ఉపయోగించే ముందు డాక్టర్‌ని అడగండి. మీరు ప్రసవపూర్వం లేజర్ ట్రీట్‌మెంట్ మరియు కెమికల్ పీల్ అలాంటి చికిత్సలనింక జాగరూకంగా ఉమడాలి. ఆక్నెయు రెండు నిండా వాడే మందులు బీటా హైడ్రాక్సైడ్ అసిడ్ మరియు సెలీసైకలిక్ ఆసిడ్ తపాసణ గర్భావస్థకోసం కాదు. చికిత్స సమయంలో అది త్వచపై ప్రభావం వేస్తుంది. డాక్టర్‌నింక ఈ ఉత్పాదనల సురక్షత విషయంలో అడగండి. మందులలో బెన్‌ఝాల్ పెరాక్సైడ్ ప్రమాణం ఉండే మందులు సురక్షితం కాదు. గ్లైకొలిక్ ఆసిడ్ అక్స్‌ఫాలిఎటింగ్ స్క్రబ్ మరియు ఎరిత్రోమైసిస్‌లాంటి అంటిబయాటిక్ ఉపయోగించవచ్చును. అయితే డాక్టర్‌ని అడగండి. ఎందుకంటే దీనినింక త్వచపై ప్రభావం కలుగుతుంది. మీరు ప్రాకృతికమైన ఉపాయాల్ని ఉపయోగించవచ్చును. ఉదా: నిండా నీళ్ళు తాగండి, సరియైన భోజనంఇ తిండి మరియు ముఖాన్ని నియమితంగా స్వచ్ఛం చేసుకొండి. ఏ హాని కలగదు.

మీ దంతాలు (పండ్లు)

మీరు గర్భావస్థలో నగుతా ఉండాలి. మీ పండ్లు తయారుగా ఉన్నాయా? కాస్మెటిక్ దంత చికిత్స నిండా లోకప్రియమైనది అయితే గర్భావస్థలో దీని ప్రయోగం చేయరు.

మెరిసే దంతాలు : ముత్యంలాగ మెరిసే పండ్లని అపేక్షిస్తున్నారా? గర్భావస్థలో పండ్లలో మెరుపు తెచ్చే ఉత్పాదనలనింకా ఏమీ తొందర లేదు అయినా కొన్ని నెలలవరకూ ఆపడం మంచిది. మీ పండ్లని నియమితంగా స్వచ్ఛం చేసుకొండి. మీ సంవేదనంగల చిగుళ్ళు దీన్నే అనుకుంటొంది.

గిలీటు లేదా పదరం జోడన (వీనర్స్) : ఇక్కడ అపాయమయ్యే ఏ కారణం లేదు అయినా మీరు పండ్ల ఏ చికిత్సకి ప్రసవంవరకూ కాచేది మంచిది ఎందుకంటే గర్భావస్థలో చిగుళ్ళు నిండా సంవేదనంగా ఉంటుంది మరియు ఏ దంత చికిత్సలో ముందుకింతా ఎక్కువ నొప్పి కలగచ్చును.

మీ శరీరం :-

గర్భావస్థలో మీ శరీరం ఎంత శ్రమ పటుతుందని మీరు కల్పన చేసేదానికి కాదు. ఈ సమయంలో దీనికి మీరు నిండా స్నేహపూర్వకమైన పోషణ కావాలి. రాండి మేము మీకి దీన్ని సురక్షితంగా ఎలా చేయాలి అని చెబుతాము.

మాలిశ్ (మసాజ్) :- వీపునొప్పి లేదా రాత్రి జాగరణ నింక విడుదల కావాలంటె శరీరాని మాలిశ్ చేయండి. గర్భావస్థలో ఒత్తిడం మరియు నొప్పినింక విడుదల పొందటానికి దీనికింతా మంచి ఉపాయం లేదు. అయితే మీరు కొన్ని నిర్దశనాల్ని పాలించాలి. అప్పుడు మాలిశ్ ఆరామంగా సురక్షితంగా ఉంటుంది.

★ సరిగ్గా మాలిశ్ చేసేవాళ్ళ దగ్గర మాలిశ్ చేసుకొండి. వారికి మాలిశ్ చేసే లైసెన్స్ ఉండాలి. వారికి గర్భావస్థలో తీసుకొనె పూర్తి జాగరూకతలపై మాహితులు ఉండాలి.

★ గర్భావస్థ మొదటి మూడు నెలల్లో మాలిశ్ చేసుకోవద్దండి. దీనినింక మార్నింగ్ సిక్‌నెస్ మరియు తూకడిక ఎక్కువ కావచ్చును. మీరు మాలిశ చేసుకునుంటే భయం లేదు.

★ సరియైన ముద్రలో ఆరామం చేయండి. నాల్గవ నెల అయినంక వీపు పై జాస్తి పడుకోవద్దండి. మసాజ్ తెరపిస్ట్‌కి చెప్పి వాళ్ళు మాలిశ్ చేసేతొఉడు స్పేషల్ దిండుని వాడని లేదా ఫోమ్ ఉండే కుశన్ పెట్టుకొని. దీనినింక మీ శరీరానికి ఆరామం చిక్కుతుంది.

★ సుగంధితమైన లేదా నిండా వాసన వచ్చే తైలాన్ని వాడకండి. దీనినింక మీకి తొందర కావచ్చును.

★ సరియైన స్థలంలో మాలిశ్ చేసుకొండి. శరీరంలో ఎన్నో భాగాలం ఒత్తిడం ఇస్తే కాంట్రాక్శన్ ఎక్కువ కావచ్చును. మీకి మాలిశ చేసేవాళ్ళ దగ్గర గర్భావస్థలో మాలిశ్ చేసే అనుభవం ఉమడాలి. కడుపు కింది భాగంలో మాలిశ్ చేసుకోవద్దండి. వారు నిండా జోరుగా మాలిశ్ చేస్తుంటే మీకి నొప్పి అవుతుందని తక్షణంగా చెప్పండి. ఈ విషయంలో మీరే సరిగ్గా చెప్పచ్చును.

ఆరోమా థెరపి : గర్భావస్థలో సెంట్ విషయంలో కొంచం జాగ్రత్తగా ఉండండి. ఎందుకంటె కొన్ని తైలములు హానికరంగా ఉంటాయి. ఏ రీతైన ఆరోమా థెరపి ఉపయోగాన్ని జాగ్రత్తగా చేయాలి. గులాబి, లావెండర్, జాజి, మల్లె, టైంగిన్, నైరొలి మరియు యలాంగ్-యలాంగ్‌లాంటి తైలములని ఉపయోగించవచ్చును.

అయితే గర్భవతి మహిళలు బెసిల్, జూనిపర్, రోస్‌మేరి, సెగ్, పిపరమింట్, మారీనో, మరియు థైమ మొదలైన తైలాలనింక దూరం ఉండాలి. ఎందుకంటే దీనినింక యూరటైన్ కాంట్రాక్షన్ కావచ్చును. (మిడ్వైఫ్ ప్రసవ సమయంలో ఈ తైలాని ఉపయోగిస్తారు.) ఒక వేళ మీరు ఈ తైలాన్ని వాడింటే గాబరి పడద్దండి. ఎందుకంటే ఈ తైలాన్ని త్వచ పీర్చుకోదు. ఎందుకంటే వీపు త్వచ నిండా దప్పంగా ఉంటుంది. బాత్ మరియు బ్యూటి శాప్‌లో అమ్మబడే అన్ని ఉత్పాదనలూ సురక్షితంగా ఉంటుంది. దానిలో ఉండే సెంట్ కాన్సెన్‌ట్రేటెడ్ కాక పోతె.

బాడి ట్రీట్‌మెంట్ స్క్రబ్, రైప్, హైడ్రోథెరపి :- బాడి స్క్రబ్ మీ త్వచని ఏమీ హాని చేయక పోతె అదు సురక్షితంగా ఉందని చెప్పచ్చును. కొన్ని హర్బల్ రైప్ లాభకరంగా ఉంటుంది అయితే దీనినింక మీ శరీరం ఉష్ణాంశం ఎక్కువ కావచ్చును. హైడ్రోథెరపిలో 100 డిగ్రి ఫ్యారెన్‌హీట్ వరకూ గోరు వెచ్చగా ఉండే నీళ్ళలో స్నానం చేయచ్చును. అయితే సోనా బాత్, స్టీమ్ రూమ్ మరియు హాట్ టబ్‌నింక దూరం ఉండండి.

టైనింగ్ బైడ్, స్ప్రే మరియు లోశన్ :- గర్భావస్థలో ముఖం పై ఉండే పసుపు రంగునింక వ్యాకులంగా ఉండారా? క్షమించండి టైనింగ్ బైడ్ మీ పనికి రాదు. దీనినింక మీ శరీరం ఉష్ణము ఎంత ఎక్కువ అయితుందంటే మీ శిశువు శారీరకంగా పెరగడానికి ఇబ్బంది కావచ్చును. మీరు సన్ గ్లాస్ టైనింగ్ లోషన్ లేదా స్ప్రే ఉపయోగిస్తా ఉంటే మీ డాక్టర్ దగ్గర అడగండి. ఎన్నో సల హార్మోన్ మార్పయ్యేతపుడు రంగు మార్పు అయితుందని మీకి తెలిసుండాలి. మేము మీకి ఇ పుస్తకంలో ట్యాటూ, హెన్న, మరియు శరీరాన్ని ఛేదించే ట్యాటూలనింక దూరం ఉండండి అని చెపుతున్నాము.

మీ చేతులు-కాళ్ళు

మీకి కొనా మూడు నెలలయినంక మీ కాళ్ళని సరిగ్గా చూడటానికి కాదు. అయినా గర్భావస్థ ప్రభావం చేతులు-కాళ్ళ పై కనిపిస్తుంది. మీ చేతులు-కాళ్లలో వాపు ఉంటె బాగా కనపడిస్తుంది.

మెనిక్యూర్ మరియు పెడిక్యూర్ : మీరు గర్భావస్థలో సులభంగా మెనిక్యూర్ పెడిక్యూర్

చేయించుకోవచ్చును. ఈ సమయంలో మీ గోరులు ముందుకింతా పొడువుగా మరియు దృఢంగా ఉంటుంది. గాలి-వెలుతూరు ఉండే సెలూన్‌కి పోండి. ఆ తీక్ష్ణమైన రాసాయనాల వాసననింక మీకి తొందర కావచ్చును. పెడిక్యూర్ చేసేతపుడు కాళ్ళ గంటుల ఎముక మరియు వెనక మధ్యలో మసాజ్ చేయద్దండి మెనిక్యూర్ చేసేవాళ్ళక్కి చెప్పండి. అక్రెలిక్ విషయంలో కొంచం జాగరూకంగా ఉండండి. మరియు గర్భావస్థలో అన్ని విషయాల్లో కొంచం జాగరూకంగా ఉండేది మంచిచి దీనినింక ఎన్నో సమస్యలనింక మిగలచ్చును.

గర్భావస్థ మరియు మీ మేకప్

గర్భావస్థలో ముఖంపై వచ్చిన వాపు, రంగులో మార్పు కారణంగా మీకి ఇబ్బంది కలగచ్చును. మీరు కొంచం మేకప్పింకా దాన్ని దాచుకోవచ్చును. క్లోజ్మా మరియు డికలరేశన్ కారణంనింక ముఖంలో కనిపించే కొరతల్ని దాచుకోవడానికి కరెక్టివ్ కన్‌సీలర్ ఉపయోగించండి. డార్క్ స్పాట్‌కి హైపర్ పిగమెంటేశన్ దాచేతట్టువంటి బ్రాండ్ తీసుకొండి. అయితే గమనం ఉంచండి ఆ మేకప్ నాన్ కార్మెడోజీనిక్ అయిండాలి. మీ రంగుకింతా ఒక టోన్ లేత రంగు కన్‌సీలర్ ఉపయోగించండి. దీన్ని ముఖం మూలల్లో రాసుకొని పూర్తి ముఖంపై ఒకే సమంగా రాసుకొండి. అనాక పౌడర్‌నింక సెట్ చేసుకొండి.

మొటిమల్ని (పింపల్) దాచుకోవడానికి ముఖంపై ఎక్కువ మేకప్ చేసుకోవద్దండి. ఫౌండేశన్ రాసిన పై త్వచలో చేరే రంగు కన్‌సీలర్ రాసి వేళ్ళనింక ఒకే సమంగా రాసుకొండి. మీ బుగ్గలకి సుందరమైన గులాబి రంగు ఇవ్వండి. మీ సౌందర్యం ఇంకా హెచ్చుగా కావచ్చును. గర్భావస్థ కారణంనింక మీ ముక్కు పైన కొంచం వాపు కనపడచ్చును. మీరు దీన్ని ఫౌండేశన సహాయంనింక సన్నగ కనపడే మాదిరి చేసుకోవచ్చును.

రిలాక్స్‌కోసం

మీరు యోగ లేదా ధ్యానం లేదా ఇంకా ఎన్నో ఉపాయములనింక రిలాక్స్ అయ్యేదాన్ని నేర్చుకోవచ్చును. మీరు ఏదైనా గుంపుకి చేరచ్చును లేదా ఏవరైనా యోగ గురువుల మార్గదర్శనాన్ని తీసుకోవచ్చును. ఒక వేళ మీ దగ్గర సమయం లేకా పోతే మీరు కొన్ని సులభమైన రిలాక్సేశన్ టెక్నిక్‌ని వాడి కొంచం ఒత్తిడ ఎక్కువ అయితే దీన్ని అభ్యాసం చేసుకొండి.

1. 'కన్ను మూసుకొని కూర్చొండి. ఏదైనా శాంతా ఉండే సుందరంగా ఉండే దృశ్యాన్ని కల్పించుకొండి. అనాక నిధానంగా మీ శరీరం అన్ని అంగాల స్నాయువుల్ని లూసుగా చేసుకొనేదానికి ప్రారంభించండి. సాధ్యమైతె ముక్కునింక ఊపిరి తీసుకొండి. మనస్సులో ఏదైనా సులభంగా ఉండే శబ్దాల్ని చెప్పుకుంటూ పదినింక ఇరవై నిమిషములవరకూ చేయండి.

2. ముక్కునింక నిధానంగ మరియు లోతుగా ఊపిరి తీసుకొండి మళ్ళి కడుపుని బైటకి తోయండి. అనాక భుజం మరియు గొంతు స్నాయువుల్ని లూస్ చేసుకొండి. నిధానంగా ఊపిరి విడుస్తూ ఆరు వరకూ ఎంచండి. దీన్ని 4 నింక 6 మాట్లు చేసి ఒత్తిడాన్ని పారించండి.

గర్భపాతం అయ్యే సంభవనీయ లక్షణాలు :

డాక్టర్‌కి తక్షణంగా పిలవడం ఎప్పుడు?

1. కడుపు కింది భాగంలో నొప్పి జొతకి రక్తస్రావం అయితె, ప్రారంభం గర్భావస్థలో ఇది ఇక్టోపిక్ గర్భావస్థ లక్షణం ఉండచ్చును.
2. ఒక దినంకింతా జాస్తి తీవ్రంగా నొప్పి ఉంటె మరియు రక్తం కల కనపడిస్తే.
3. నిండా లేదా తెలుపుగా రక్తస్రావం రెండు దినాల వరకూ ఉంటే.
4. గర్భపాతం, నొప్పి లేదా రక్తస్రావం మెడికల్ హిస్ట్రీ ఉంటే.

ఆపత్కాలము సహాయం ఎప్పుడు తీసుకొనేది :

1. నిండా రక్తస్రావం అయినపుడు లేదా నొప్పి నిండా వచ్చినపుడు.
2. తిలియైన బూడిద రంగు లేదా గులాబి రంగు రక్తస్రావం అయితే గర్భపాతం ప్రారంభం అయిందని అర్థం. డాక్టర్ దగ్గర పోలేకపోతె దగ్గర ఉండే క్లినిక్‌కి పోండి. గర్భపాతం పూర్తి అయిందో లేదో, ఆపాయువుందో లేదో, డీ అండ్ సీ చేయాలో వద్దో అని కనిపెట్టడానికి వారు మీకి స్రావాన్ని జాడిలో పెట్టడానికి చెపుతారు.

సందేహం కలిగినపుడు

ఒక్కొక్క సారి శరీరంనింక కొన్ని వేరే వాదిరి సంకేతాలు చిక్కుతుంది. దాన్ని తెలుసుకోవడం అవశ్యకం. పూర్తి నిద్ర అయినంకానూ ఆరామం మరియు స్ఫూర్తి రాకా పోతే డాక్టర్ చెక్అప్ చేయించండి. మీ శరీరంలో రక్తం తక్కువ అయిండచ్చును. లేదా శరీరంలో ఏదైనా సోంకు అయిండచ్చునం. మూత్ర పిండం సోంకు తెలియక వస్తుంది. దానికోసం సందేహం కలిగినపుడంతా పరీక్ష చేయించడానికి విళంబం చేయకండి.

■ ■ ■

రెండవ నెల

సుమారు 5 నుండి 8 వారాలవరకు

మీరు ఇంక ఈ తీపు వార్తని అందరికీ చెప్పలేదా? మీరు చెప్పక ఎవరికీ తెలియదు (మీరు ఇష్టంపడకుండ) అయినా శిశువు చలన లోపల ప్రారంభం అయింది. ఎన్నో లక్షణాలు కనిపించాయి. మీరు ఎక్కడే పోని ఒకరిక మరియు నోటిలో జొల్లు జొత-జొతకి వస్తుంది. పగలు-రాత్రి బాత్‌రూంకి పారాడేదే అయింది. గ్యాస్ కారణంనింక కడుపు ఉబ్బినట్లుంటుంది.

ఈ అన్ని లక్షణాలనింక మీకి విశ్వాసం కలిగిండాలంటే మీ లోక ఒక కొత్త జీవం పెరుగుతుంది. మీరు గర్భవతి అని మీకి తెలిసిండాలి. ఇదంతా కడుపులో గుడగుడు కారణంనింక కాదు. నుస్తు ఎక్కువ అయినపుడు లేదా బాత్‌రూంకి పదే-పదే పోతా ఉండేతపుడు మిమ్మల్ని మీరే సమాధానం చేసుకుంటూ ఉండాలి. మీరు గర్భవతి అయినకారణంగా ఇదన్నీ అవుతుంది. సమాధానం చేసుకొండి ఇది ఇంకా ప్రారంభం...

ఈ నెల మీ శిశువు పెరగడం

ఐదవ వారం :- సన్న తోక ఉండే భ్రూణం ఒక శిశువుకింతా ట్యాడ్‌పోల్ మాదిరి కనిపిస్తుంది. అది తీవ్రంగా పెరుగుతూ కమలాపండు విత్తనం అంత అయింది. ఇప్పుడూ సన్నగా ఉంటే ముందుకింతా పెద్దది అయింది. ఈ వారంలో కడుపు ఆకారాన్ని తీసుకొంటుంది. అన్నిదానికింత ముందు రక్తం పరిచలన రంధ్రం మరియు గుండె దావ తయారయ్యేది. గుండ ఆకారంలో పాపిసీడ్‌నంత (గసాలు) మరియు రెండు ట్యూబ్‌లు చేరి అయింటుంది. ఇది ఇంకా పూర్తిగా పని చేసేదానికి యోగ్యంగా లేదు. అయితే మీరు అల్ట్రాసౌండ్‌లో గుండె కొట్టుకోవడాన్ని వినచ్చును. న్యూట్రల్ ట్యూబ్ పని చేస్తుంది. ఇది మీ శిశువు మెదడు మరియు వెన్నుపాము అయితుంది. ఇప్పుడు ఈ ట్యూబ్ తెరిచింది అయితే ముందు వారం మూసిపోతుంది.

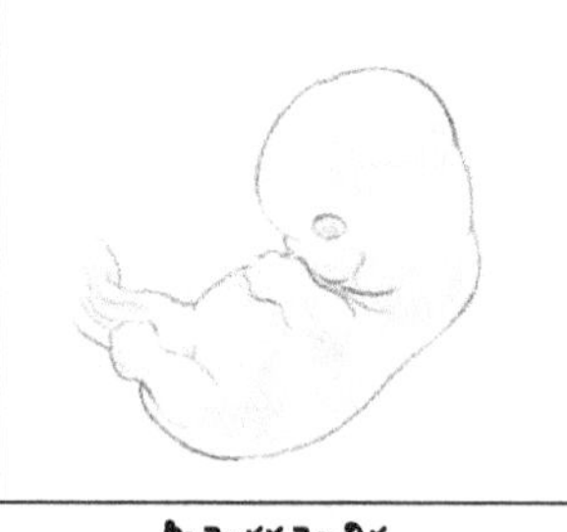

మీ రెండవ నెల బిడ్డ

6వ వారం : గర్భాశయంలో శిశువు ఆకారాన్ని కొలవడం కష్టం. ఎందుకంటే దాని కొత్త సన్నసన్న కాళ్ళు ముడిచి ఉంటుంది. దానికోసం దాన్ని క్రౌన్‌నింక బాటమ్‌వరకూ కొలతపెడుతారు. ఈ వారంలో దాని కొలత గోరు కొనాకింతా ఎక్కువగా ఉండదు. ఈ వారంలో శిశువు చిగుళ్ళు, చంపలు, గద్ద పెరగడం ఆరంభం అవుతుంది. చెవుల నిర్మాణం ప్రక్రియ ప్రారంభం అవుతుంది. ముఖంపై రెండు సన్న రంధ్రాలనింక కన్నులవుతుంది. తల ముందర సన్న గంటు కొన్నే దినాల్లో ముక్కు ఆకారంగా మారుతుంది. ఈ వారంలో కిడ్నీ, లివర్, శ్వాసకోశాలు(లంగ్స్) తమ ఆకారానికి వచ్చేదానికి ప్రారంభిస్తాయి. మీ శిశువు సన్న గుండె నిమిషానికి 80 సల కొడుతుంది. మరియు ప్రతిరోజూ దాని స్తరం పెరుగుతా పోతుంది.

7వ వారం : మీ శిశువు విషయంలో ఒక అద్భుతమైన మాట ఇప్పుడు అది గర్భధారణ తులనలో 10,000 అంత పెద్దదిగా అయింది. ఒక బ్లూబెరి అంత. ఈ పెరగడం ఎక్కువగా తల భాగంలో అయింది. మెదుడలో కొత్త జీవకోశాలు 100 జీవికోశాలు ప్రతి నిమిషానికి ఉత్పత్తి అవుతుంది. ఈ వారం మీ శిశువు నోరు మరియు నాలిక తయారవుతుంది. దీని శరీరంలో చేతులు మరియు కాళ్ళ అంగాలు తయారవుతుంటుంది. బిడ్డ కిడ్నీ సరియైన స్థానానికి పోయి పని చేసేదానికి ప్రారంభం చేసింది. మూత్రం నిర్మాణము, మూత్ర విసర్జన ఓహో ఇప్పుడే గలీజైన డయపర్‌ల యోచన చేసే అవశ్యకత లేదు.

8వ వారం : మీ శిశు నిండా తీవ్రంగా పెరుగుతున్నది. ఇప్పుడు అది పొడువులో అర్ధం ఇంచు లేదా ఒక పెద్ద రసబరి అంత అయింది. ఇప్పుడు నిండా ఒక మానవుడు అకృతి మాదిరి కనిపిస్తుంది. ఎందుకంటే దాని పెదవులు, ముక్కు, రెప్ప, కాళ్ళు మరియు వీపు తమ ఆకారాన్ని తీసుకుంటుంది. మీరు బైటనింక వినడానికి సాధ్యంలేదు అయితే మీ బిడ్డ గుండె ఒక నిమిషానికి 150 సార్లు కొడుతూ ఉంటుంది. ఇది మీ గుండె గతికింతా రెండంతృ్లు. ఈ వారంలో ఏమో కొత్తది అయితుంది. మీ శిశువు కదులుతూ ఉంది అయితే మీకి దాని అనుభవం కాదు.

మీకి ఏమి అనిపిస్తుంది? ఎప్పుడూ జ్ఞాపకం ఉంచండి రెండు గర్భావస్థలూ ఒకే మాదిరి ఉండదు. మీరు ఈ అన్నీ క్షణాల్ని ఎదురించవల్సి వస్తుంది లేదా ఒక రెండు లక్షణాలు కనిపించవచ్చును. కొన్ని పోయిన నెలనింకానే ఉండచ్చును కొన్ని కొత్తదిగా ఉండచ్చును. కొన్ని లక్షణాలు కనవడక పోవచ్చును. చింత చేయద్దండి. లక్షణాలు ఉంటేనూ లేక పోతేనూ మీ గర్భావస్థలో ఏమీ వ్యత్యాసం కాదు. ఈ నెల మీకి కింద రాసిన లక్షణాల్ని అనుభవించవచ్చును.

శారీరికంగా : ఆయాసం, ఊర్జలో కొరత, తూకడిక, పదే-పదే మూత్రవిసర్జన ఇచ్ఛ, ఓకరిక, వాంతి జొతకి వాంతి లేకుండా ఎక్కువ జొళ్ళు అయ్యేది. మలబద్ధత, ఎద మంట, అజీర్ణం, కడుపులో గ్యాస్, భోజనంలో ఇష్టం కాకుండా ఉండడం.

★ స్తనాల్లో మార్పు : సంవేదన శీలత నిండా అవుతుంది. నిప్పల్ చుట్టూ గాఢ రంగు దానిపై సన్న-పెద్ద గుళ్ళలు వచ్చేది. తిలి నీలీ రేఖలు వచ్చేది మీ వక్షాలుకి రక్తం పోటు ఎక్కువ అయ్యేది.

★ యోనినింక తెళుపైన తెల్ల స్రావం

★ ఒక్కొక్క సల తలనొప్పి

★ మూర్ఛ పాయేది లేదా తల చుట్టేది

★ కడుపు సన్నగా దుండుగా వచ్చేది.

భావనాత్మకంగా :- భావనాత్మకం ఎక్కువ అయ్యేది తక్కువ అయ్యేది (పీఎమ్ఎస్‌లో అయినట్లు) మూడులో మార్పు, వ్యాకులత, బేజారు ఊర్కే ఏడిచే అస.

★ భావానందం లేదా ఇదే రీతి భావనల ప్రకటణ

★ గర్భవతి కాకుండా ఉండే భయం

ఈ నెల చెకప్ : ఇది మీ మొదటి మెడికల్ చెక్‌అప్ అయింటే మేము ముందే చెప్పిండాము. రెండవదయింటే మొదటికింత సన్నదిగా ఉంటుంది. ముందే అన్నీ టెస్ట్‌లు

అయింటే ఈ సల ఎక్కువ పారాడే పని లేదు. అన్ని స్కాక్టర్‌లు వాళ్ళదే అయిన రీతిలో పరీక్ష చేస్తారు. అయినా మీరు ఈ సల కింది రాసిన టెస్ట్‌లని చేయించాల్సి వస్తుంది.

★ తూకం మరియు రక్తంపోటు

★ మూత్రంలో చక్కర ప్రమాణం మరియు ప్రోటీన్ తపాసణ

★ వాపు కారణంగా చేతులు-కాళ్ళు మరియు వెరికోస్ వేన్స్‌కి కాళ్ళు

★ మీకి అనిపించే కొన్ని లక్షణాలు

★ కొన్ని ప్రశ్నలు మరియు జిజ్ఞాసల ఉత్తరాలు మీకి తెలుసుకోవనిపిస్తే పట్టికని తీసుకొని పోండి.

ఒక దృష్టి

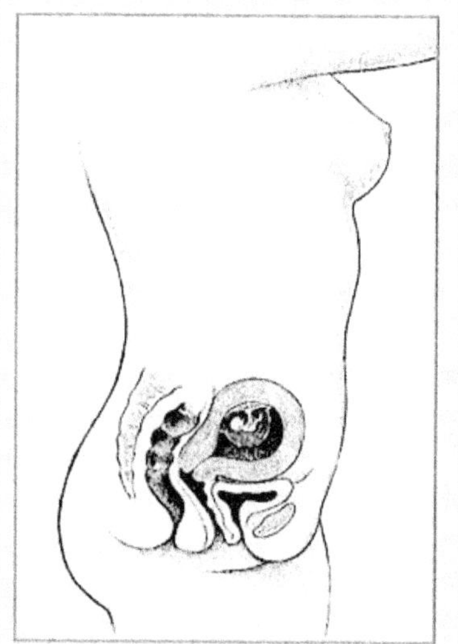

మీరు ఇప్పుడు మీ అక్క-పక్కనివాళ్ళకి గర్భవతినని కనిపించరు. అయితే మీకి మీట్టలు నడుమునింక బిగించవచ్చును. మీకి మొదటికింతా పెద్ద బ్రా కావాల్సి వస్తుంది. ఈ నెల కొనా వరకూ మీరు ముట్టినంతా ఆకారం గర్భాశయము పెద్ద ద్రాక్షి పండునంత పెద్దగా ఉంటుంది.

మీరు ఏమి ఆలోచిస్తున్నారు ?

ఎద మంట మరియు అజీర్ణం

''నాకి ఎప్పుడూ ఎద మంట మరియు అజీర్ణం ఉంటుంది. ఎందుకు? నేను ఏమి చేయాలి?''

గర్భవతి మహిళలకి ఎవరికీ ఎద మంట కాదు. అంతే కాక మీకి గర్భావస్థలో ఇలా కావచ్చును.

గర్భావస్థ ప్రారంభంలో మీ శరీరంలో నిండా ఎక్కువ ప్రమాణంలో ప్రొజెస్టెరాన్ మరియు రిలెక్సిన్ పేరు హార్మోన్ తయారవుతుంది. ఇది పూర్తి శరీర మాంసఖండాల్ని మరియు జీవకోశాల్ని లూస్ చేస్తుంది. దీనిలో గ్యాస్ట్రో ఇంటెస్టైనల్ ట్రైక్ట్ కూడా చేరింటుంది. దానికోసం మీ పచన క్రియలో ఆహారాన్ని జీర్ణించడానికి నిండా పొద్దు తీసుకొంటుంది. ఇదే కారణంనింక జీకి అజీర్ణం అవుతుంది. కడుపు పైన గ్యాస్ మరియు ఎద మంట రెండూ అజీర్ణం లక్షణాలే. దీనినింక మీకి తొందర కావచ్చును అయితే ఇది మీ శిశువుకి లాభం. ఈ నిధానమైన ప్రక్రియలో పోషక సత్వాలు రక్తప్రవానులో బాగా కరుగుతుంది మరియు ప్లెసెంటావరకు తలుపుతుంది.

ఈసోఫేగస్‌ని కడుపునింక వేరే చేసే మాంసఖండాల రింగ్ లూస్ అయినపుటు భోజనం పొద్దుగా జీర్ణం అయితుంది. కడుపులో తయారయ్యే అసిడ్ ఈసోఫైగల్ గోడల్ని ఉత్తేజనం చేస్తుంది. దానికారణంగా పక్కన భాగాల్లో మరియు ఎదలో మంట అవుతుంది. అయితే ఈ సమస్య మీ గుండెకి సంబంధం ఉండదు. కొనా రెండు మూడు నెలల్లో ఈ సమస్య ఎక్కువ అవుతుంది ఎందుకంటే మీ పెద్దదయిన గర్భాశయం మీ కడుపుపై ఒత్తడం వేస్తుంది.

గర్భావస్థ పూర్తి తొమ్మిది నెలలు మీరు ఈ తొందరనింక దూరం ఉండటానికి సాధ్యం లేదు. ఈ అజీర్ణం మరియు మంట సమస్యని తక్కువ చేసేదానికి సాధ్యం ఉంది.

★ ఏదైనా భోజనం పదార్థంనింక మీకి ఇబ్బంది కలిగితే దాన్ని మీ మెనూనింక తక్షణం తీసేయండి. ఖారమైన మరియు మసాలాల భోజనంనింక దూరంగా ఉండండి. గోళించిన, వేగించిన ఆహారాం, ప్రాసెస్డ్ మాంసం, చాకలెట్, కాఫీ, కార్బొనేటెడ్ పానీయాలు మరియు మాంసాన్ని జాస్తి తినద్దండి.

★ పచనం తంత్రం మీద ఒత్తడం వేయకండి. కొంచం-కొంచం సమయం అంతరంలో కొంచం-కొంచం భోజనం చేయండి. సిక్స్ మీల్ సల్యూశన్ మీకి సూక్తంగా ఉంటుంది.

★ జల్ది-జల్ది తింటే భోజనం జొతకి గాలి లోపల పోతుంది. దానికోసం గ్యాస్ అవుతుంది. జల్ది-జల్ది తినే అర్థం అంటే మీరు భోజనాన్ని బాగ నమలకుండా ఉంటారు. దీనినింక కడుపుకి నిండా శ్రమం చేయాల్సి వస్తుంది. నిండా ఆకలిగా ఉంటె లేదా మీకి నిండా అవసరంగా భోజనం చేయకుండా నిధానంగా సన్న సన్న ముద్దలుగా చేసి సరిగ్గా నమిలి తినండి.

★ భోజనం జొతకి ద్రవ పదార్థములని తాగద్దండి. భోజనం జొత-జొతకి ద్రవ పదార్థాల్ని తాగితే అజీర్ణం అవుతుంది. తాగాల్సి వస్తే ఖాద్య పదార్థాల మధ్యలో తాగండి.

★ పండుకొని ఏమీ తినేది తాగేది చేయద్దండి. ఈ మాదిరి పచనం చేసే రసాలకి ఎక్కువ చలనం చేసే ఆవకాశం చిక్కదు. భోజనం చేసిన తక్షణం పడుకోవద్దండి. నడుమునింక వంగే బదులు మండీనింక వంగండి. ఇది ఒక ఉపాయం. మీ తల కింద పోయినంత సలాలు మంట ఎక్కువ అవుతుంది.

★ మీ తూకాన్ని నిధానంగా ఎక్కువ చేసుకొండి. నిధానంగా తూకం జాస్తి అయితే పచనం తంత్రంమీద తక్కువ ఒత్తిడం పడుతుంది.

★ కడుపు లేదా నడుములో బిగువైన బట్టలని ధరించకండి. గట్టిగా కడుపుని కట్టింటే మంట జాస్తి అయితుంది.

★ క్యాల్శియం ఉండే పాప్ మీ మంటని కొంచం తక్కువ చేయచ్చును. డాక్టర్ సలహా తీసుకోకుండా మంటకి ఏ మందుల్ని తీసుకోవద్దండి. అంటి అసిడ్నింక తొంద అయితుంటే ఇంటి ఉపాయాల్ని చేయండి. గోరు వెచ్చగా ఉండే పాలలో 1 చమచ తేన మరియు కొంచం బాదామీ లేదా పరంగీ పండు తినండి.

★ భోజనం అయినంక చక్కర లేకుండా ఉండే గమ్ నమిలినా ఆరామం చిక్కుతుంది. మింట్నింక తొందర ఎక్కువ అవుతుంది అని కొందరు చెపుతారు. దానికోసం మింట్ తినద్దండి.

★ ఈవరకూ ధూమపానం చేస్తూ ఉంటే వెంటనే విడిచేయండి.

★ ఒత్తిడం అజీర్ణం మరియు మంటకి ఒక ప్రముఖ కారణం. కొంచం శాంతంగా ఉండటానికి

కొంచం గమనం ఇవ్వండి

ఒక వేళ మీరు జీ.ఈ.ఆర్.డి.నింక పీడితమైయింటే గర్భావస్థలో దీని చికిత్సని మార్పుచేయాల్సి వస్తుంది. ఎద మంటకి మీరు తీసుకొనే మందులు ఇప్పుడు సురక్షితంగా ఉండకపోవచ్చును. డాక్టర్ సలహా తీసుకొండి మరియు వేము ఇచ్చిన ఉపాయాల్ని ఉపయోగించండి.

ఎద మంట మరియు వెంటికలు

ఎద మంట అయితే శిశువు వెంటికలు బాగా ఉంటుంది అని చెపుతారు. ఎందుకంటే ఈ రెండిటికీ ఒకే హార్మోన్ జవాబ్దారి. ఇప్పుడునింకా బేబీ శాంపూ సంగ్రహించడానికి ప్రారంభించండి.

నేరవండి. ధ్యానం, వునస్సులో చిత్రణం, బయోఫీడ్‌బ్యాక్, వురియు హిప్నోసిస్‌లాంటి టెక్నిక్‌లని ఉపయోగించండి.

ఆహారంలో ప్రియమైనవి అప్రియమైనవి :-

''ఏ భోజనం ముందునింకా నిండా ప్రియంగా ఉంటుందో అది ఇప్పుడు అప్రియంగా ఉంది. నేను ఎప్పుడూ తినకుండా ఉండే పదార్థాలని తినేదానికి ప్రారంభం చేసిండాను. ఇలా ఎందుకు అయితాఉంది?''

★ సినిమాలో చూడలేదా? లేదా చదవలేదా? ఎలా గర్భవతి మహిళ భర్త అర్ధ రాత్రిలో పైజామా పై రైన్‌కోట్ వేసుకొని ఐస్‌క్రీస్ తెచ్చేదానికి వెళ్ళుతాడు. అయితే వాస్తవంలో ఇలా కాదు. గర్భవతి మహిళ భర్తకి ఇంత కష్టం కాదు.

సామాన్యంగా గర్భినిల నోటి రుచిలో వ్యత్యాసం వస్తుంది. వారికి ఏదైనా ఒక పదార్థం నిండా ఇష్టం అయితే ఇంకొక్కటి ఇష్టం కాదు. దీనికి మొదటి మూడు నెలల్లో అయ్యే హార్మోన్ మార్పుల దోషం అని చెప్పచ్చును. ఎన్నో సలాలు మీ శరీరానిక ఏ పదార్థం ఇష్టం అవుతుందో దాని స్వాదం మాకి వస్తుంది మరియు మన శరీరం ఏ పదార్థాన్ని స్వీకరించదో ఇది మనకి అప్రియమనిపిస్తుంది.

మీరు ఈ శారీరిక సంకేతాల్ని తెలుసుకొని ఇదే రీతి నడవాలి. మీకి కాటేజ్, చీజ్, తినే వునస్సుంటే తినండి. మీ మనస్సుని శాంతం చేసుకొండి. కొంచం డయట్ వ్యత్యాసమయితే పరవాల్లేదు. మనస్సు శాంతం అయినంక డయట్‌ని వేరే రీతిలో మార్పు చేసుకొండి.

ఒక వేళ మీకి ఇష్టమైయుండిన వస్తువు నిండా వ్యత్యాసంగా ఉంటే మీరు దానిలో కొంచం పౌష్టికరమైన తక్కువ క్యాలరి ఉండేదాన్ని వెతకండి. ప్రోజోన్ చాకలేట్ బార్ బదులు చాకలేట్ ప్రోజన్ యోగర్ట్ తీసుకొండి. జెల్లీ బీన్స్ బదులు ట్రోద్యమిక్స్ ట్రైగ్ తీసుకొండి. బేక్డ్ చీస్ ఉడికించి తినండి. వునస్సును ఖుషిగా పెట్టండి. విహారానికి పోండి. స్నేహితుల కూడా మాట్లాడండి. పౌష్టికంగా ఉండే స్నాక్స్ తినక ఉండే తప్పు అని అనుకోవద్దండి. అయితే గమనం ఉంచండి అది మీకి మరియు మీ శిశువుకి ఆపాయకరంగా కాక ఉండని మరియు ఆ ఖాద్య పదార్థం మీ ఆహారం అంశం కాకపోని.

నాల్కవ నెల వరకూ ఈ లక్షణాలు నిండా మట్టకి శాంతమవుతుంది. ఎన్నో సలాలు భావాత్మకం వేడికల కారణంగా ఇష్టమైన భోజనాన్ని తినే ఆస మిగిలింటుంది. మీకి మరియు మీ భర్తకి ఇది అర్థమైయితే దీన్ని శాంతగా పెట్టేది నిండా సులభం. అర్ధ రాత్రిలో ఏదైనా విచిత్రమైన ఆస వస్తే ఏదైనా వేరె తిని శాంతం కాండి లేదా బర్త జొతకి రొమాంటిక్ స్థానాన్ని ఆనందించడానికి పొదండి.

కొన్ని వుహిళలు వున్ను, బూడిద లేదా పేపర్‌లాంటి పదార్థాన్ని తినేదానికి ప్రారంభిస్తారు. ఈ అలవాటు హానికరంగా ఉండచ్చును. దీనినింక పుష్టికరమైన ఆహారం కొరత ఉంది అని తెలుస్తుంది. విశేషంగా ఐరన్ కొరత. మీ డాక్టర్‌కి దీన్ని చెప్పండి. ఐస్ తినే మనస్సు అయితే కూడా ఐరన్ కొరత ఉండచ్చును.

నరాలు కనిపించడం :-

''నా ఎద మరియు కడుపు మీద తెళుపైన నీలి రంగు నరాలు కనిపిస్తాయి. ఇది సామాన్యమా?''

నరాల కారణం మీ ఎద మరియు కడుపు రోడ్ మ్యాప్ మాదిరి కనిపిస్తుందా? చింత వద్దు. ఇది శరీరం సరిగ్గా పని చేస్తుందనే సంకేతం. ఇది గర్భావస్థలో రక్తపోటు పూర్తికోసం నరాల వల. దప్పగా ఉండే లేదా తెళువుగా ఉండే త్వచపై ఈ నరాలు స్పష్టంగా కనిపిస్తాయి. గాఢ రంగు వుహిళలో ఇది కనిపించదు లేదా అనాక కనిపిస్తుంది.

స్పైడర్ నరాలు

''నేను గర్భవతి అయినంక నా తొడల పై సాలీడు వలలాంటి తెళుపైన వంకాయి ఎర్ర రంగు గీటలు వచ్చింది. ఇది వెరికోజ్ వేయ్న్సలా?''

ఇది సుందరా లేదు. అయితే అది వెరికోజ్ వేయ్న్సు కాదు. దీన్ని స్పైడర్ వేయ్న్సు అంటారు. ఇది

మీ తొడలపై ఎందుకు వస్తుంది. దీనికి కారణం ఉంది. రక్తం అధికం అయ్యే ప్రమాణం కారణంగా రక్తవాహినిల పై ఒత్తిడం పడుతుంది. అవి ఉబ్బుకొని కనపడిస్తుంది. రెండవది ప్రెగ్నెన్సి హార్మోన్‌ల కారణంనింక ఇలా అవుతుంది. మూడవ కారణం జెనెటిక్ కారణాల్నింక కావచ్చును.

మీ శరీరంలో స్పైడర్ వేయ్న్స్ కావాలనుకుంటే దీన్ని ఏ రీతిలోనూ ఆపడానికి కాదు. అయితే దీన్ని జాస్తి కాకుండా ఉండేదానికి ఆపవచ్చును. మీరు మీ ఆహారంలాగే స్వస్థంగా ఉంటారు. మీ ఆహారంలో విటమిన్ సీ ఉండే భోజాన్ని చేరించుకొండి. దీనినింక శరీరం కొలాజన్ మరియు ఇలాస్టిన్ తయారు చేస్తుంది. ఇది రక్తవాహిల్ని సరిగ్గా చేస్తుంది. మీరు ప్రతిరోజు వ్యాయామం చేయాలి మరియు కాళ్ళు మడిచి కూర్చోకూడదు.

ఉపాయంనింక సమాధానం చిక్కకపోతె గాబరి కావద్దండి. ప్రసవం అయినంక ఈ నరాలు తేలికైమాయం అవుతుంది. మాయం కాకపోతె త్వచ విశేఏతజ్ఞుల సలహా తీసుకోవచ్చును. వారు మీకి సలైన్ లేదా గ్లిసరిన్ ఇంజెక్షన్ ఇస్తారు. లేదా లేసర్ సహాయం తీసుకొమటారు. గర్భావస్థలో ఈ చికిత్స చేసుకోవాలి. దీన్ని విశేషంగా తయారించిన క్లీంజర్ సహాయంనింక దాచుకోవాలి.

వెరికోజ్ వేయ్న్స్

''నా తల్లి మరియు అవ్వ ఇద్దరికీ గర్భావస్థలో వెరికోజ్ వేయ్న్స్ అయిండే. నేను దీనినింక మిగలచ్చునా?''

ఇది అనువంశికం. మీ కాళ్లలో కావచ్చును. అయితే మీరు ప్రయత్నిస్తే కొంచం పథ్యంనింక ఈ అనువంశిక పరంపరని పగలుకొట్టచ్చును.

ఇది సామాన్యంగా మొదటి గర్భావస్థలో కనిపిస్తుంది. అనాక గర్భావస్థలో నిండా చెడ్డదిగా ఉంటుంది. గర్భావస్థలో రక్తం అతిరిక్త ప్రవాహం రక్త వాహినిలమీద ఒత్తిడం వేస్తుంది విశేషంగా కాళ్ళ నరాలపై. ఎందుకంటే కాళ్ళ నరాలకి గురుత్వాకర్షణ శక్తికి విరుద్ధంగా పని చేయాల్సి వస్తుంది. అంటే మిగిలిన రక్తాన్ని మీ గుండెతట్టు పొంపించాలి. గర్భాశయం కారణం పెల్విక్ రక్త వాహినిలపై కూడా ఒత్తిడం పడుతుంది. కొన్ని హార్మోన్‌ల ప్రభావం ఉంటుంది. మీరు వెరికోజ్ వేయ్న్సనింక పీడితులవుతారు.

దీని లక్షణాల్ని గురుతించేది కష్టమేమి కాదు. అయితే అవి నిండాతట్టు వేరె అయింటుంది. దానిలో కాళ్ళలో కొంచం లేదా ఎక్కువ నొప్పి, భారంగా ఉంటుండడం, వాపు లేదా ఇంకేమైనా కావచ్చును. తిళి నీలి రంగు నరాలు కనిపించవచ్చును. లేదా కాళ్ళ గంటు పైనింక తొడవరకూ పాములు మాదిరి నరాలు కావచ్చును.

గంభీరమైన సందర్భాల్లో నరాల పై త్వచలో వాపు వచ్చి త్వచ ఎండిపోవచ్చును. (డాక్టర్ సలహా తీసుకొని మాయిశ్చరైజర్ వాడచ్చును) ఎన్నో సల నరాల పైన ఉండే వదరం మంటకావచ్చును. డాక్టర్‌కి లక్షణాన్ని చెప్పేదానికి లేటు చెయద్దండి.

★ రక్తపోటు అయితా ఉణ్ణి. అవశ్యకింత ఎక్కువ కూర్చొనేది లేదా నిల్చుకొనేది మంచిది కాదు. మద్య-మద్యలో కాళ్ళ గంటని అల్లాడిచ్చండి. పండుకొనేతపుడు కాళ్ళకింద దిండు పెట్టుకొండి. ఆరామం చేసేతపుడు లేదా పండుకొనుండేతపుడు మీరు ఎడమపక్క పండుకొండి. దీనినింక రక్త ప్రవాహం సరిగ్గా ఉంటుంది. (ఇదే మాదిరి కుడి భాగంలో ఉంటుంది.)

★ తూకం పై గమనం ఉంచండి. అవశ్యకతకింత ఎక్కువ తూకం ఉంటే రక్త సంచారానికి రెండట్లు శ్రమం చేయాల్సి వస్తుంది.

★ భారమైన సామానుల్ని ఎత్తి పెట్టద్దండి. దీనినింక నరాల్లో వాపు రావచ్చును.

★ మల విసర్జన చేసేతపుడు నిండా ఒత్తిడం వేయద్దండి. దీనినింక నరాల పై ఒత్తిడం పడుతుంది. మలబద్ధత కాకుండా ఉండాలని

జాగ్రత్తగా ఉండండి.

★ ఆధారం ఇచ్చే ప్యాంటి హొజ వేసుకొండి లేదా ఎలాస్టిక్ స్టాకిన్స్ వేసుకొండి. అయితే రాత్రి పడుకొనె ముందు తీసేయండి.

★ రక్త ప్రవాహంలో బాధ కలిగించే డ్రెస్ వేయద్దండి.

★ టైట్ ప్యాంటి, ప్యాంటి హొజ లేదా ఏలాస్టిక్ ఉండే కాళ్ళ సాక్స్ వేయద్దండి. ఎత్తైన చప్పలు కూడా హానికరం.

★ ప్రతిరోజూ కొంచం వ్యాయావుం మరియు పారాడ్డం చేయండి. తొందర అయితే ఏరోబిక్స్, జాగింగ్, సైకలింగ్ లేదా బరువుని ఎత్తే వ్యాయామం చేయకండి.

★ నరాలు మృదువుగా మరియు ఆరోగ్యంగా ఉండాలని ఆహారంలో విటమిన్ సీ ప్రమాణాన్ని పూర్తిగా చేరించండి.

గర్భావస్థలో ఈ నరాల ఆపరేశన్ చేయరు. దీన్ని ప్రసవం అయినంక కొన్ని నెలల తరువాత చేయించుకోవచ్చును. సామాన్యంగా డెలివరి అయినంక కొన్ని నెలల తరువాత చేయించుకోవచ్చును. సామాన్యంగా డెలివరి తరువాత ఈ సమస్య తనకి తానే సరిపోతుంది.

పెల్విక్ (నితంబం)లో వాపు మరియు నొప్పి

''నాకి పెల్విక్ భాగంలో నిండా వాపు మరియు నొప్పి ఉంది. నా వాల్వ్‌లోనూ ఏనో తొందర ఉంది. ఇదంతా ఏమయితా ఉంది?''

కాళ్ళలో వెరికోజ్ వేయ్న్స్ తొందర అయితుంది. అయితే ఇక్కడ మాత్రం అవుతుందని కాదు. వెరికోజ్ వేయ్న్స్ మీ రెక్టమ్ అక్క-పక్కలో కావచ్చును. దీన్ని హీమోరైడర్స అంటారు. మీకి అదే సమస్య అయిందని అనిపిస్తుంది. దీన్ని పెల్విక్ కంజెస్శన్ సిండ్రోమ్ అంటారు.

దీనిలో ఈ భాగంలో లేదా కడుపులో నొప్పి ఉంటుంది మరియు వాపు అనుభవం ఎప్పుడూ ఉంటుంది. ఎన్నో సలాలు ఇంటర్‌కోర్స్ అయినంక నొప్పి అయితుంది. వెరికోజ్ వేయ్న్స్ అన్ని ఉపాయాల్ని ఇక్కడ ప్రయోగించండి అయితే డాక్టర్‌కి చూపించేకి మరెయద్దండి. దీని చికిత్స సహ ప్రసవం అయినంకానే సాధ్యం.

మొటిమలు

''నా త్వచ పై మొటిమలున్నాయి. కిశోర వయస్సులో ఉన్నట్లు.''

గర్భావస్థలో ముఖంపై కనిపించే లావణ్యమైన మరియు కల ఖుశి లేదా ఆనందం కారణంనింకా కాదు. ఇది హార్మోన్ మార్పునింక మరియు తైల గ్రంథుల స్రావంనింక అయితుంది. కొన్ని గర్భవతి మహిళల ముఖం పై పొటిమలు అయితుంది. కొన్ని ఉపాయాల సహాయంతో మీరు ఈ స్థితిని నియంత్రించవచ్చును.

★ ఏదైనా తిలిగా ఉండే క్లెన్‌జర్‌నింక దినంలో రెండు-మూడు సలాలు ముఖాన్ని కడగండి. అయితే అవశ్యకతకింత నిండా స్క్రబ్ చేయద్దండి. దానినింక మీ ముఖ త్వచ ఇంకా సంవేదనమై మొటిమలు ఇంకా జాస్తి అవుతుంది.

★ మొటిమలకి ఏ మందు డాక్టర్ సలహా తీసుకోకుండా ఉపయోగిచ్చద్దండి. అదు సురక్షితమని అనిపించదు.

★ త్వచని శుష్కంగా పెట్టుకొనేదానికి తైలం లేకుండా ఉండే మాయ్‌శ్చరైజర్‌ని ఉపయోగించండి. ఎన్నో సల అవశ్యకింత నిండా శుష్క త్వచ ఉంటే మొటిమలవుతుంది.

★ నాన్-కామెడాజైనిక్ రాసిండే కాస్మెటిక్ వాడండి. దీనినింక మీ ముఖ రోమాల రంధ్రాలు మూసిపోదు.

★ ముఖంలో ముట్టే అన్ని వస్తువులు స్వచ్ఛంగా ఉండాలి. మీ మేకప్ బ్యాగ్‌లో ఉండే అన్ని బ్రశ్‌లూ స్వచ్ఛంగా ఉండాలి.

★ మొటిమల్ని ముట్టేది, పీకేది లేదా గిరేది చేయ్యద్దండి. దీనినింక సంక్రమణ కావచ్చును (ఇన్‌ఫెక్షన్) గర్భావస్థలో ఈ భయం ఇంకా

అధికంగా ఉంటుంది. దీనినింక త్వచ పై కల సహ కావచ్చును.

★ సంతులిత ప్రమాణంలో పుష్టికరమైన ఆహారాన్ని తీసుకొండి.

★ నీళ్ళు తాగేదానికి సంకోచం పడద్దండి. దీనినింక మీ త్వచ పచ్చిగానూ మరియు స్వచ్ఛంగా ఉంటుంది.

శుష్క త్వచ

''నా త్వచ నిండా శుష్కంగా ఉంది. ఇది గర్భావస్థ కారణంగానా?''

ఇది మీ హార్మోన్‌ల దోషం. హార్మోన్ మీ త్వచ పచ్చితనం మరియు మద్రుత్వాన్ని దొంగతనం చేస్తుంది. త్వచ మీ శిశువు మాదిరిగా కోమలంగా ఉండాలని ఈ కింద రాసిన ఉపాయాల్ని చేయండి.

★ సోప్ లేకుండా ఉండే క్లెన్‌ఝుర వాడండి. దీన్ని దినంలో ఒక్క సారి లేదా రాత్రి మేకప్ తీసినంక ఉపయోగించండి. ఇది కాకుండా నీళ్ళతో ముఖాన్ని కడగండి.

★ కొంచం తడిగా ఉండేతపుడే మాయ్‌శ్చరైజర్ రాచుకొండి. దినంలో నిండా సార్లు రాచుకొండి.

★ స్నానం చేసే సమయాన్ని తక్కువ చేయండి. నిండా కడిగినా త్వచ శుష్కమవుతుంది. నీరు ఉడుకుగా ఉండకుండా గోరువెచ్చగా ఉండాలి. ఉడుకు నీళ్ళు ముఖం ప్రాకృతికమైన నూనెని పీర్చుకొని శుష్కమైన మరియు కాంతిహీనంగా చేస్తుంది.

★ మీ టబ్‌లో వాసన లేకుండా ఉండే నూనెని కలపండి. జారడంలో ఎచ్చరికగా ఉండండి.

★ దినమంతా జాస్తి నీళ్ళు తాగండి. ఆహారంలో జిడ్డుని చేరించుకొండి. ఒమెగా-3 శిశువుకి జొతకి మీ త్వచకూ లాభంమైయింది.

★ రూములో శెఖ ఉండకూడదు.

★ ఎండలో పొయ్యే ముందు సన్ స్క్రీన్ రాచుకొండి.

ఎక్జీమా

''నాకి ఎప్పుడూ ఎక్జీమా (నవ దురద) తొందర ఉంటుంది. గర్భావస్థలో ఈ స్థితి ఇంకా చెడిపోయింది. నేను ఏమి చేయాలి?''

దౌర్భాగ్యంనింక గర్భావస్థ హార్మోన్‌లు ఎక్జీమాని ఇంకా పాడు చేస్తుంది. దీనినింక ఉండే మహిళలకి త్వచ దురద మరియు నొప్పి తడిచేదానికి కాకుండ పోతుంది. కొన్ని ఎక్జిమా రోగిల రోగం కొన్ని నెలల్లో మాయమవుతుంది. నిజంగా వాళ్ళు భాగ్యవంతులు.

అలాగే మీరు గర్భావస్థలో తక్కువ ప్రమాణం హైడ్రోకార్టిసన్ మందుల్ని మరియు క్రీమ్‌ని ఉపయోగించవచ్చును. మీ త్వచకి తజ్ఞుల సలహా తీసుకొండి. అంటిహిస్టైమైన్‌నింక సహా ఆరామం చిక్కుతుంది. అయితే ముందు డాక్టర్‌ని అడగండి. సామాన్యంగా ఉపయోగించే అంటిబయాటిక్స్ ఇక్కడ ప్రయోజనం కాక పోవచ్చును. దానికోసం ముందు డాక్టర్‌ని అడగండి. కొత్త నాన్‌స్టెరలైస్డ్ వస్తువుల్ని ఉపయోగించడానికి సలహా ఇవ్వరు ఎందుకంటే దాన్ని గర్భావస్థకోసం పరీక్ష చేయలెదు.

మీరు ఎక్జిమానింకా పీడితమయింటే మీకి తెలిసిండచ్చును చికిత్సకింత పథ్యం మంచిదని.

★ దురద వస్తే గోరు వద్దు చల్లగా ఉండే శాఖం ఇవ్వండి. గీరితే స్థితి ఇంకా పాడుకావచ్చును. సంక్రమణ కావచ్చును. గోరుల్ని సన్నదిగా పెట్టుకొండి. దానినింక దురద వచ్చిన తక్షణం మీరు గోరు వేయకుండా ఉండచ్చును.

★ లాండ్రి డిటర్జెంట్, హౌసహోల్డ్ క్లీనర్, సోప్, బర్నాల్ బాత్ కాస్మెటిక్స్ పర్ఫ్యూమ్, ఉల్లన్, చెట్లు, మాసం, పండ్ల రసాలు మొదలైన ఉత్తేజక పదార్థాలనింక దూరం ఉండండి.

★ త్వచ కొంచం తడిగా ఉండాలంటే మాయ్‌శ్చరైజర్ రాసుకొండి దానినింక త్వచ శుష్కం కాదు

మరియు కల పడదు.

★ నీళ్ళలో నిండా పొద్దు ఉండద్దండి విశేషంగా ఉడుకు నీళ్ళలో.

★ చమట రాకుండా ఉండేతట్టు చూసుకొండి. అలాగే తల్లి అయ్యే సమయంలో నిండా చమట వస్తుంది. లేసైన పత్తి బట్లని ఉపయోగించండి. సింథటిక్ బట్లనింక దూరం ఉండండి.

★ ఒత్తడంనింక దూరం ఉండటానికి ప్రయత్నించండి. ఒత్తిడం అయితే నిధానంగా లోతుగా ఊపిరి తీసుకొండి.

అలాగే ఇది అనువంశికం. మీకి ఎక్జిమా ఉంటే శిశువుకూ కావచ్చును. అయితే స్తన్యపానం చేసే శిశువుల్లో దీని సంభవం తక్కువ అవుతుంది. మీ శిశువికి స్తన్యపానం చేయించండి. ఇది దానికి బోనస్ కావచ్చును.

ఉబ్బుగా కనిపించేది మరియు కనపడకుండా ఉండేది

ఒక దినం నాకి ఉబ్బుగా కనిపిస్తుంది. ఇంకొక దినం కడుపు చప్పటగా కనిపిస్తుంది. ఇది నిండా విచిత్రంగా ఉంది. ఇదంతా ఏమి?

ఇది మలబద్ధత మరియు గ్యాస్ కారణం. దీనినింక ఉబ్బుగా ఉండే కడుపు చప్పటగా అయ్యేదానికి పొద్దు పడదు. ఎంత జల్ది ఉబ్బుగా కనిపిస్తుందో అంతే జల్ది మాయమవుతుంది. చింత వద్దు. జల్ది మీకి మాయంకాకపొయే ఉబ్బు వస్తుంది. దీనిలో మీ చిన్నారి బిడ్డ హాయిగా ఉంటుంది.

నా శరీరం ఆకారం

''శిశువు జన్మించినాక నా శరీరం ఆకారం ముందులాగే అవుతుందా?''

ఇది అంతా మీ పైనే నిర్ధరిస్తుంది. ప్రతియొక్క మహిళ తూకం 2 నింక 4 పౌండ్‌లవరకూ ఎక్కువ అవుతుంది. అనాక ప్రసవం అయినంక తక్కువ అవుతుంది. మీరు సరియైన రీతిలో సరియైన ప్రమాణంలో మరియు సరియైన ఆహారాన్ని తీసుకుంటూ ఉంటే ప్రసవం అయినంక మీ శరీరం ఆకారం ముందుమాదిరే అవుతుంది. మీ శిశువు జన్మం అయినాక సూక్తమైన భోజనం పద్ధతి మరియు వ్యాయామం వాడికల్ని విడకపోతే శరీరం ఆకారం ముందుమాదిరే ఉంటుంది. అయితే ఈ ప్రక్రియ కనీసం ఆరు నెలలు అవుతుంది.

గర్భావస్థలో తూకం ఎక్కువ అయ్యే చింత వదలండి. ఎందుకంటే ఇది మీ శిశువు పోషణ

బొగ్గులు ఛిద్రమయ్యేది

ఇది నిండా ఆకర్శకంగా మరియు వైఖరిగా ఉంటుంది. మీ సుందరమైన బొగ్గుల్ని చూపిమచేదానికి మంచి ఉపాయం. అయితే కడుపు పెద్దది అయినపుడు? మీకి నాభి రింగ్ తీసేయాలా? అప్పుడుఈ జాగం ఊదిండే మరియు సంక్రమణగా ఉంటకూడదు. ఈ జాగనింకానే మీరు మీ తల్లిలో చేరింటారు. శిశువుకే దీనికే ఏ సంబంధమూ లేదు అయితే బొగ్గులు ఛిద్రమయ్యేతపుడు మీ శిశువుకి ఏ తొందర కాదు. దాని జననం లేదా ఆపారేశన్ సమయంలో ఏ తొందరా కాదు.

అయితే మీ కడుపు పెద్దదయ్యేతపుడు మీ నాభి రింగ్ మీ బట్టలలో చిక్కి వేసుకోవచ్చును. లేదా మీకి చుచ్చచ్చును. మీరి దీన్ని తీసేయాలంటె కొంచం దినాలు అయినంకా ఛిద్రంలో తిరుగించుకొండి. లేక పోతే అది మూసిపోతుంది. వేసుకొనే ఉండాలంటే డెప్లాన్‌నింకా చేసిండే రింగ్ వేసుకొండి. ఇది మృదువుగా మరియు నయంగా ఉంటుంది.

ఒక వేల గర్భావస్థలో బొగ్గులు ఛిద్రించుకోవాలంటే చేయించుకొండి. ప్రసవమయినంక చేసుకొండి. గర్భావస్థలో త్వచని ఛిద్రించేది మంచిది కాదు. ఎందుకంటే దీనినింక సంక్రమణ ఆపాయం నిండా ఎక్కువ అవుతుంది.

మరియు అనాక స్తన్యపానం చేబించేదానికి నిండా అవశ్యకము.

గర్భాశయం ఆకారం

''పరీక్ష సమయంలో మిడ్‌వైఫ్ చెప్పినా నా గర్భాశయం ఆకారం కొంచం సన్నంగా ఉంది. శిశువు పెరగడం సరియైన రీతిలో కాలేదని దీని అర్థమా?''

సామాన్యంగా తల్లి-తండ్రులు ఇంకా జన్మించక బిడ్డ బరువు గురించి చింతిస్తారు. అయితే చింతించే కారణం లేదు. బైటనింక మీ గర్భాశయం ఆకారాన్ని కొలత చేసి వైజ్ఞానిక రీతిలో ఏమీ చెప్పడానికి కాదు. మీ మిడ్‌వైఫ్ అల్ట్రాసౌండ్ చేయించాలని చెప్పచ్చును. ఎందుకంటే ఇది లేకుండా ఏమీ తెలియదు. దీనినింక వాళ్ళకి గర్భాశయం ఆకారం మరియు గర్భావస్థ సంబంధనీయ తారీఖు అందాజు తెలుస్తుంది.

గర్భాశయంది పెద్ద ఆకారం

''నా గర్భాశయం ఆకారం 10 వారాలంత ఉంది అని నాకి చెప్పిరి. అయితే నా ముట్టు దినం పట్టి నా గర్భావస్థ ఎనిమిది వారాలంతేఈ నా గర్భాశయం ఆకారం ఎందుకు పెద్దదిగా ఉంది?''

మీనింక ఏమో తప్పు అయిండచ్చును. మీకి మీ తారీఖు జ్ఞాపకంలో ఉండదు. కడుపులో కవల పిల్లలు ఉండచ్చును. అవి ఇంత జల్దీ గర్భాశయం ఆకారాన్ని ప్రభావితం చేయదు. డాక్టర్ మీకి అల్ట్రాసౌండ్ రిపోర్ట్ ఇస్తారు అనాక ఏదైనా తెలుస్తుంది.

మూత్రంలో తొందర

''నాకి మూత్రం విసర్జించడానికి నిండా తొందర అవుతాఉంది. బ్లాడర్ నిండిణ్ణా మూత్రాన్ని విసర్జన చేసేదానికి కాదు.''

మీ గర్భాశయం ముంద వాలిండే బదులు వెనుక వాలిండచ్చును. ఐదుగుర్లో ఒక్క గర్భవతి మహిళకి ఈ సమస్య ఉంటుంది. ఇది బ్లాడర్ తట్టు వచ్చే ట్యూబ్ యూరెథ్రా పై ఒత్తిడం వేస్తుంది. దీనినింక మూత్రాన్ని విసర్జించటానికి తొందర అవుతుంది. బ్లాడర్ పూర్తి భర్తి అయితే మూత్రం కారుతుంది.

అన్ని సందర్భాల్లో ఏదైనా మెడికల్ హస్తక్షేపం లేక గర్భాశయం మొదటి మూడు నెలల కొనావరకూ తమ స్థితికి వస్తుంది. మీకి నిజంగా నిండా తొందర అయితా ఉంటే డాక్టర్‌ని కలవండి. యూరెథ్రా పై ఒత్తిడం పడకుండా ఉండేదానికి డాక్టర్ గర్భాశయాన్ని చైనింక సరియైన స్థానంలో కూర్చొపెట్టే ప్రయత్నాన్ని చేయచ్చును. ఈ ఉపాయం సిద్ధమవుతుంది. కాకపోతే కైథెటరైజెశన్ (ట్యూబ్‌నింక మూత్రాన్ని తీసేది) కావాల్సి వస్తుంది.

మనస్థితిలో ఎక్కవ తక్కవ :-

''గర్భావస్థలో ప్రసన్నంగా ఉండాలి అని నాకి తెలుసు. కొన్ని సార్లు నేను ప్రసన్నంగా ఉంటాను. అయితే కొన్ని సార్లు నాకి బేజారుగా ఉంటుంది. ఏడుపు వస్తుంది.''

గర్భావస్థలో మీ మనస్థితి ఎక్కువ తక్కువ అయ్యేది నిండా సహజం ఒక క్షణంలో మీరు చంద్రుడి దగ్గర పోతారు రెండవ క్షణంలో మీరు భీమా రాశికోసం ఏడుస్తారు. దీనికి దోషి హార్మోన్‌లే? మొదటి మూడు నెలల్లో హార్మోన్ తమ వాస్తవ రంగు చూపించినపుడు ఈ సమస్య జోరుగా ఉంటుంది. సామాన్యంగా ఏ మహిళలు తమ పీ ఎంఎస్ సమయంలో మనస్థితి ఎక్కువ తక్కువ అనుభవిస్తారో వాళ్ళకి గర్భావస్థలో ఇది సామాన్యం. ఏదైనా శారీరికంగా భావాత్మకంగా లేదా మానసిక మార్పు మీ మనస్థితిని మార్పు చేయచ్చును.

మొదటి మూడు నెలల తరువాత ఇదంతా శాంతమవుతుంది. గర్భావస్థ ఈ మార్పునింక మీరు అభ్యస్తలవుతారు. మీరు దీనినింక పూర్తిగా మిగిలేది కష్టం అయితే ఉపాయాల్ని చేయచ్చును.

★ మీ రక్తంలో చక్కర మట్టాన్ని పెంచుకొండి. రక్తంలో చక్కర మరియు మనస్థితికి ఏమి సంబంధం? ఔను సంబంధం ఉంది. రక్తంలో

చక్కర ప్రమాణం తక్కువ అయినపుడు మనస్థితి చెడుతుంది. మీ మూడు పొద్దు భారీ బోజనాన్ని సిక్స్ మీల్ సెల్యూశన్‌గా మార్చుకొండి మరియు దానిలో కాంప్లెక్స్ కార్బో మరియు ప్రోటీన్‌ని చేరించుకొండి. రక్తంలో చక్కర ప్రమాణం ఎక్కువగా ఉంటే మనస్థితి సరిగ్గా ఉంటుంది.

★ చక్కర మరియు కెఫేన్ ప్రమాణం తక్కువ చేయండి. దీనినింక రక్తంలో చక్కర ప్రమాణం ఎంత తీవ్రంగా ఎక్కువ అయితుందో అంతే తీవ్రంగా తక్కువ అవుతుంది. దీన్ని సీమితమైన ప్రమాణంలో తీసుకొండి.

★ మీ గర్భావస్థపు ఆహారం యోజనాన్ని సరిగ్గా పాలించండి. ఆహారంలో ఒమెగా-3 ఫ్యాటీ అసిడ్ చేరించుకొండి. (ఆకరోట్, మీను, గుడ్లు) దీనిలో మనస్థితిని సుధారణ జొతకి శిశువు మెదటి పెరగడానికి సహాయం చేస్తుంది.

★ వ్యాయామంనింక ఎండోర్ఫిన్ స్రవిస్తుంది. మీకి ఫ్రెశ్ అనిపిస్తుంది. మీ డాక్టర్ సలహానింక మీ దినచరిలో వ్యాయామాన్నీ చేరించుకొండి.

★ కొంచం రొమాంటిక్‌గా ఉండండి. సెక్స్ చేయక పోతే కూడా ఒకరికొకరు చై పెట్టుకొని సోఫా మీద కూర్చొని మాట్లాడండి. పాత మెమోరీస్‌ని జ్ఞాపకం చేసుకొండి. ఆలింగనం మరియు చుంబనం నింక మనస్థితి సరిపోవచ్చును. ఈ సమయం మీరిద్దరూ కొత్త సమస్యల్ని ఎదురించుచున్నారు. ఆత్మీయతనింక ఇద్దరూ ఇంకా దగ్గర వస్తారు మరియు మనస్థితి సరిపోతుంది.

★ గాలి-వెలుతూరు మనస్థితిని సుధారిస్తుంది. సూర్యుని కిరణాల్నింక మనస్థితి సరిపోతుంది అని అధ్యయనాల్నింక తెలిసి వచ్చింది. అయితే సన్‌స్క్రీన్ రాసుకోవడానికి మరవద్దండి.

★ చింత, ఒత్తిడి, అసురక్షత, తొందరలు, గర్భావస్థలో ఈ మాదిరి మిశ్రితమైన భావాలు వచ్చేది సహజం. ఇలా ఉండేటపుడు ఎవరి దగ్గరైనా మాట్లాడండి. మీ భర్త, స్నేహితులు లేదా గర్భవతి స్నేహితుల దగ్గర మనస్సు మాట్లని చెప్పండి. మీ మనస్థితి సరిపోతుంది.

★ ఆరామం చేయండి. ఆయాసంనింక మనస్థితి నిండా బదలాయిస్తుంది. సరిగ్గా నిద్ర చేయండి అయితే అవశ్యకతకింతా అధికంగా వద్దు. ఎందుకంటే దీనినింక ఆయాసం మరియు భావాత్మకంగా అసురక్షత అధికమవుతుంది.

★ ఆరామం చేసేది నేరీయండి. ఒత్తిడనింక మీకి నిండా ఆయాసం అవుతుంది. ఒత్తిడిని పోగొట్టే ఉపాయాల్ని చేయండి.

★ మీ జీవితంలో ఒక వ్యక్తికి మీ ఈ మాదిరి వ్యవహారంనింక నిండా బేజారు కావచ్చును. మీ జీవితం సంగాతి అంటే మీ భర్త వారు మిమ్మల్ని అర్థం చేసుకోవాలి. వారు మీకి సహాయం ఏ రీతినైనా చేయవచ్చును అని అర్థం చేసుకొని సహాయం చేయడానిక ప్రయత్నించాలి. వారికి మీ మాట్లని స్పష్టంగా చెప్పండి. మీకి కావాల్సిన-వద్దు దాన్ని చెప్పండి.

డిప్రెశన్

''నాకి మనస్థితి ఎక్కువ తక్కువ గురించి తెలుసు అయితే నేను ఎప్పుడూ డిప్రెశన్‌లో ఉంటాను.''

★ ప్రతియొక్క మహిళ గర్భావస్థలో మనస్థితి ఎక్కువ తక్కువ అయ్యేదాన్ని ఎదురిస్తుంది. అయితే మీరు నిరంతరంగా డిప్రెశన్‌లో ఉంటే మీరు ఆ 10 నుండి 15% మహిళల్లో ఒక్కరు. ఎవరు గర్భావస్థలో డిప్రెశన్ వలలో చిక్కుకుంటారో? కింద రాసిన కారణంనింక ముందు తల్లి అయ్యేవాళ్ళు డిప్రెశన్‌నింక పీడితులవుతారు

★ మూడ్ డిస్ అర్డర్‌నింక పారివారిక ఇతిహాసం.

★ ఆర్థిక లేదా వైవాహిక ఒత్తిడం.

★ శిశువు తండ్రి తట్టునింక భావాత్మకమైన ప్రోత్సాహం మరియు సంప్రోషణలో కొరత.

★ గర్భావస్థలో జటిలత కారణంనింక అస్పత్రలో ఉండేది లేదా పడక పట్టి పడుకోనేది.

★ మహిళ క్రానిక్ రోగి అయింటే తన ఆరోగ్యం మీద చింత చేసేది లేదా పోయిన గర్భావస్థలో అయిన జటిలతలు లేదా జబ్బులు.

★ మిస్ క్యారేజ్, జన్మజాత వికృతులు లేదా వేరే సమస్యల స్వంతం లేదా పరివారం ఇతిహాసముంటే తమ శిశువు చింత. బేజారుగా ఉండేది. ఖాలి-ఖాలి అనిపించేది, భావాత్మకమైన చింత.

తక్కువ లేదా నిండా నిద్ర వచ్చేది. భోజనం పద్ధతిలో మార్పు, ఆయాసం, పని, ఆటలు లేదా వేరే విధానాల్లో అరుచి, ఎకాగ్రత మరియు శక్తిలో క్షీణింపు, మనస్థిలో మార్పు తనకి-తానే ఆపాయం చేసుకొనేది, శరీరంలో ఎక్కడైనా నొప్పి అనుభవించేది ఇదంతా ఉదాసీన (డిప్రెశన్) లక్షణాలు. మీరు ఇదే మాదిరి తనలాడుతూ ఉంటే మేము ఇచ్చిన సలహాల్ని ఉపయోగిమచండి.

ఈ లక్షణాలు రెండు వారాలవరకూ ఉంటే డాక్టర్‌కి చెప్పండి. వారు థైరాయ్డ్ తపాసణ చేయచ్చును. డిప్రెశన్ ఎక్కువగా ఉంటే సైకోథెరపి ఇవ్వచ్చును. సరియైన చికిత్స అయ్యేది ముఖ్యం. ఎందుకంటే డిప్రెశన్ కారణంనింక ఎన్నో ఇబ్బందులు ఎక్కువ కావచ్చును. ఇది మీ ఆరోగ్యానికీ ఆపాయకరం కావచ్చును. డాక్టర్ లేదా థెరపిస్ట్ నిర్ధరిస్తారు చికిత్సలో అంటిడిప్రెశన్ మందుల్ని ఇవ్వాలో వద్దో అని. దీనినింక ఏ మాదిరి లాభం లేదా హాని కావచ్చును.

ఏదైనా వైకల్ప చికిత్స చేయించే ముందు డాక్టర్‌ని అడగండి. వైకల్పిక చికిత్స పద్ధతి నిండా సహాయం చేయచ్చును. ఒమెగా-3 ఫ్యాటి అసిడ్ ఉండే ఆహారంనింకా సహాయం కావచ్చును. మీరు డాక్టర్‌ని అడిగి ఒమెగా-3 ఫ్యాటి అసిడ్ సప్లిమెంట్ కూడా తీసుకోవచ్చును.

గర్భావస్థలో డిప్రెశన్‌నింక పీడితమయింటే ప్రసవం అయింక డిప్రెశన్ అపాయం నిండా ఎక్కువ కావచ్చును. గర్భావస్థ పూర్వం మరియు ప్రసవం నంతరం సరిగ్గా చికిత్స చేబిస్తే డిప్రెశన్‌ని అరకట్టవచ్చును. ఇదొక్క మంచి వార్త. మీ డాక్టర్ దగ్గర మాట్లాడండి.

గాబరి కారణం జబ్బు ఆక్రమణం

మొదటి సల గర్భావస్థ ఏ గర్భిణికి చింత మరియు గాభరికి కారణం కావచ్చును. అయితే ఈ చింత భయంలో మార్పు చేస్తే?

మీకి ముందు భయంనింక జబ్బు వచ్చేతట్టుంటే ఇంకా జాగ్రత్తగా ఉండాలి. భయంనింక గుండె పోటు ఎచ్చుగా కావచ్చును. చమట వచ్చేది, చేతులు-కాళ్ళు నడిగేది, ఊపిరాడటానికి కష్టం అయ్యేది, గొంతు ఎండేది మరియు ఎదలో నొప్పి అయ్యేది. కడుపులో అలసట, హాట్ ఫ్లైశ్ లేదా చిల్ ఫ్లైశ్ కావచ్చును. అయితే దీని ప్రభావం శిశువుపై అవుతుందని తలియద్దండి.

ఈ మాదిరి ఏ అక్రమణం అయిన తక్షణం డాక్టర్‌కి చెప్పండి. ఈ కారణంనింక మీ భోజనం-తిండి-నిద్ర అన్నీ ప్రభావితం అవుతుంటే డాక్టర్ మీకి థెరపిస్ట్ సహాయంతో సన్న ప్రమాణంలో మందు ఇవ్వచ్చును.

మందులు జొతకి వేరే చికిత్స పద్ధతి సహాయమూ తీసుకోవచ్చును. మీ భోజనంలో ఓమెగా-3 ఫ్యాటి అసిడ్ చేరించుకొండి. చక్కర మరియు కెఫేన్‌నింక దూరం ఉండండి. నియమితంగా వ్యాయామం చేయండి. ధ్యానం మరియు వేరే రిలాక్సేషన్ టెక్నిక్‌ని నేర్చుకొండి. వేరే గర్భిణి తల్లిల జొతకి మాట్లాడితే మీరు మీ డిప్రెశన్‌ని అరికట్టవచ్చును.

గర్భావస్థ మరియు మీ తూకం

ఎవరైనా రెండు గర్భిణిల్ని డాక్టర్ రూము బయట కాచేవాళ్ళ పంక్తిలో లిఫ్టలో, లేదా బిసినెస్ మీటింగలో జొతకి నిలిపిస్తే వాళ్ళు ఇలా మాట్లాడుతారు.

మీ డ్యూ డేట్ ఎప్పుడు?

బిడ్డ తన్నుతుందా?

మీకి రోగి అని అనిపిస్తుందా?

అన్నిదానికింతా విశేషమైన ప్రశ్న – మీ తూకం ఎంత జాస్తి అయింది?

గర్భావస్థలో అన్ని మహిళల తూకం ఎక్కవ అవుతుంది. ఇది అవశ్యకము. ఎందుకంటే సరియైన రీతిలో బరువు ఎక్కువ అయింటే శిశువు పెరగడం సరిగ్గా అవుతుంది. అయితే తూకం సరియైన ప్రమాణంలో ఎక్కిండాలి. ఎంత ఎక్కవ అయితే ఎక్కువ ఎంత తక్కువ అయితే తక్కువ అని ఎలా తెలుస్తుంది? మీకి ఎంత వేగంగా దీన్ని తీసుకోవాలి? ప్రసవం అయినంక తూకం తక్కువ అయ్యేదా?

ఉత్తరం : ఔను అయ్యేది. మీరి సరియైన ప్రమాణంలో సరియైన ఆహారంనింక సరియైన ప్రమాణంలో తూకాన్ని ఎచ్చు చేసుకొనుంటెఈ

మీరు ఎంత తూకాన్ని ఎక్కించుకోవాలి?

శిశువు పెరగడానికి మీ తూకం ఎక్కువ కావడం నిండా అవశ్యకము. అయితే తూకం నిండా ఎచ్చుగా అయితే కష్టం కావచ్చును. మీ శిశు మరియు మీ గర్భావస్థకూ సమస్య కావచ్చును. అయితే మీ తూకం సరిగ్గా ఎక్కువ కాకపాతేనూ ఇదంతా కావచ్చును.

ప్రెగ్నెన్సిలో తూకాన్ని పెరిగించే సరియైన ప్రమాణం ఏమి? గర్భావస్థ మరియు మహిళలపై భిన్న–భిన్నంగా ఉంటుంది. మీకి 40 వారాల గర్భావస్థకి ఎంత పౌండ్ తూకం ఎక్కువ చేసుకోవాలి? ఇది మీ తూకం మొదలు ఎంత ఉంది అనే దానిమీద నిర్ధరిస్తుంది.

డాక్టర్ మీకి సరియైన రీతిలో తూకాన్ని హెచ్చు చేసే లక్ష్యాన్ని ఇస్తారు. వారు మీ గర్భావస్థని పట్టి సలహా ఇస్తారు. సామాన్యంగా ప్రీ ప్రెగ్నెన్సి బీ ఎం ఐ మాదిరి తూకానికి లక్ష్యం ఇస్తారు. ఇది శరీరం మేధస్సు కొలత. దీనిలో మీ తూకాన్ని పౌండ్స్‌లో దాన్ని 70నింక గుణిస్తారు. ఆనాక దీన్ని మీ ఇంచ్ స్క్వయర్ హైట్‌నింక భాగిస్తారు. ఒక వేళ బీఎంఐ సరాసరి (18.5 నింక 26 మధ్యంలో ఉంటే) మీకి 25 నింక 35 పౌండ్ తూకాన్ని పెంచేదానికి చెపుతారు. ఇది సామాన్యమైన గర్భవతి మహిలకి. మీ తూకం గర్భావస్థ ప్రారంభంలోనే జాస్తిగా ఉంటే (29 నుండి 29 బీఎంఐ మీ లక్ష్యం 15 నింక 25 పౌండ్స్ ఉంటుంది. మీరు లావుగా ఉంటే (29 కింతా ఎక్కువగా ఉంటే) 15 నింక 20 లేదా దీనికింతా తక్కువ తూకాన్ని పెంచడానికి సలహా ఇస్తారు. నిండా సన్నగా ఉంటె (18.5 కింతా తక్కువ బీ ఎం ఐ) మీకి 28 నుండి 40 పౌండ్లవరకూ తూకాన్ని పెంచాలి. శిశు ఒకటికింతా ఎక్కువగా ఉంటే అవశ్యకతకూడా దానిమాదిరి ఎక్కవ అవుతుంది.

అదర్శంగా తూకం లక్ష్యం చేసేది ఒక మాట అయితే దాన్ని తీసుకొనేది ఇంకొక మాట. ఎందుకంటే అదర్శాల మరియు యథార్థాల మధ్యంలో పొందిక అయ్యేది నిండా కష్టం. సరియైన తూకాన్ని తీసుకొనే అర్థం అంటే మీకి ఒట్టి భోజనం పద్ధతినే గమనంలో పెట్టుకోవాలని కాదు. ఇది కాకుండా వేరె ఎన్నో కారణాలుంటాయి. ఉదా: మీ పచన క్రియ, జీన్స్ గతి విధానాల మట్టం, గర్భావస్థ లక్షణాలు (ఎద మంట, ఓకరిక, ఆహారంలో అరుచి) ఇవంతా మీకి సరియైన తూకంని దూరం చేసేదానికి విశేషమైన పాత్రల్ని వహిస్తుంది. దానికోసం మీ గమనం ఎప్పుడూ తూకం ముళ్ళుపై ఉండాలి.

ఏ ప్రమాణంలో తూకం ఎచ్చుగా కావాలి?

గర్భావస్థలో మీరు ఈ పనిని నిండా నిధానంగా చేయాలి. ఇది మీ మరియు మీ బిడ్డ శరీరానికి మంచిది. పౌండ్స్ లెక్క జొతకి ఏ ప్రమాణంలో తూకం ఎచ్చుగా కావాలి అనేది మహత్వమైనది. ఎందుకంటే మీ శిశువు

కడుపులో ఉండేటపుడు దానికి పోషక సత్వాల జొతకి పూర్తి క్యాలొరి ప్రమాణమూ కావాలి.

సరియైన రీతిలో బరువు ఎక్కవ అయితే మీ పై ఏ రీతియైన ఒత్తిడి పడదు మరియు త్వచ పై స్ట్రెచ్ మార్క్ పడదు. ఈ రీతిలో మీకి ప్రసవనంతరం మీ శరీరం ఆకారాన్ని మళ్ళి తీసుకోవడానికి లేటు కాదు.

నిధానవుంటే? ఆ 30 పొండ్ల తూకాన్ని ఇడీ 40 వారాల్లో భాగం చేయాలా? లేదు ఇలా కాదు. మొదటి మూడు నెలల్లో శిశువు ఆకారం సన్న విత్తనమంతే ఉంటుంది. దానికోసం కొంచం తూకాన్ని ఎక్కించే అవశ్యకత ఉంటుంది. ఈ సమయంలో 4 నింక 6 పొండ్‌లు చాలు. అయితే కొన్ని మహిళలు కొంచం తూకాన్ని ఎక్కవ చేయరు. (మార్నింగ్ సిక్‌నెస్, మరియు వాంతి కారణంగా) కొన్ని మహిళలు క్యాలొరి ఉండే ఆహారాన్ని తీసుకొనే దానినింక నిండా ఎక్కువ చేసుకుంటారు. ఏ మహిళలు నిధానంగా తూకాన్ని పెంచుకుంటారో వారికి తమ లక్ష్యాన్ని తలపడానికి కష్టం కాదు.

రెండవ మూడు నెలల్లో శిశువు పెరగడానికి ప్రారంభిస్తుంది. అప్పుడు మీరు తూకాన్ని పెంచుకోవాలి. మీ తూఖము 4 నింక 6 వారాల సరాసరిగ్గా ప్రతివారం 1 నింక 1 1/2 పౌండ్స్ ఎక్కవ కావాలి. అంటే అన్నీ చేరి 12 నింక 14 వారాలు కడా మూడు నెలల్లో మీ తూకం 8 నింక 10 పొండ్‌కింత ఎక్కవ కాకూడదు. ఆ సమయంలో శిశువు తూకం ఎక్కవ అయ్యేది అవశ్యకం

తూకం ఎక్కువ కావడంలో తొందర

(అందాజు పై తూకం)

శిశు	7 1/2 పొండ్
ప్లెసెంటా	1 1/2 పొండ్
ఎమినాయోటిక్ ఫ్లూయిడ్	2 పొండ్
యూటెరైన్ ఎన్‌లార్జ్‌మెంట్	2 పొండ్
మెటర్‌నల్ బ్రెస్ట్ టిశ్యూ	2 పొండ్
మెటర్‌నల్ బ్లడ్ వాల్యూమ్	4 పొండ్
మెటర్‌నల్ టిశ్యూలో ఫ్లూయిడ్	4 పొండ్
మెటర్‌నల్ ఫ్యాట్ స్టోర్	7 పొండ్
సరాసరి	30 పొండ్

అన్నీ చేరి తూకం ఎక్కువ అయితుంది

ఎక్కువ అయ్యేదానినింక ఆపాయం

ఒక వేళ మీరు రెండవ మూడు నెలల్లో 3 పొండ్‌కింతా నిండా తూకం ఎక్కువ చేసుకుంటే మరియు ఈ వద్దకుండా ఉండే తూకాన్ని భోజనం పద్ధతినింకా చేరించకుండా పోతే లేదా మీరు 4 నింక 8 నెలల మధ్యలో నిరంతరంగా 2 వారాల వరకూ తూకం ఎక్కించుకుంటూ పోతె రెండు స్థితిల్లో డాక్టర్‌ని సంప్రదించండి.

తూకం ఎక్కువ కావడం

గర్భావస్థలో అవశ్యకతకింతా తూకం ఎచ్చుకావడం ఎన్నో సమస్యల్ని ఆహ్వానిస్తుంది. మీ శిశువు కొలత అందాజు కాదు. గర్భావస్థ లక్షణాలు ఇంకా చెడి పోతుంది. దీనినింక ప్రీటర్మ్ లేబర్, గ్యాస్ట్రేశనల్, చక్కర రోగం లేదా రక్తంపోటు అపాయాలు ఎక్కువ అవుతుంది. పెద్ద ఆకారం శిశువికి యోని మార్గంనింక వచ్చేది కష్టమవుతుంది. స్తన్యపానంలో కూడా తొందర అవుతుంది.

గర్భావస్థ సమయంలో చేరిండే తూకం అనాక సులభంగా తక్కువ కాదు. ఎన్నో సల ఇది ఇంకా ఎక్కువ కావచ్చును. ఏ శిశువుల తల్లిలు 20 పొండ్‌కింతా తక్కువ తూకాన్ని పెంచుకుంటారో ఆ శిశువులు ప్రీ మెచ్యూర్ కావచ్చును మరియు గర్భాశయంలో వారి ఆకారం సరియైన రీతిలో పెరగదు.

ఎన్నో మహిళల తూకం తొమ్మిదో నెలలో కొంచెమూ ఎచ్చుగా కారు లేదా ఒక అర్ధ పౌండ్ తక్కువ కావచ్చును.

మీరు ఈ లక్ష్యాన్ని ఏ స్తరంవరకూ తీసుకోవచ్చును? భోజనం చేరదు. ఒకరిక వస్తుంది ఇలా ఉండేతవుడు మీరు మీ లక్ష్యం వరకు ఎలా తలుపుతారు? ఎన్నో వారాల్లో మీరు తిన్న తక్షణం బైట వస్తుంది. ఆ సమయంలో తూకాన్ని చింత చేయద్దండి. మీ సరాసరి తూకం ప్రతివారం సరియైన రీతిలో ఎక్కువ అవుతుంటే గాబరి పడద్దండి. వారంలో ఒక సల ఒక సమయంలో ఒకే మాదిరి బట్లలో తూకాన్ని చూసుకొండి. ఇంకా కొంచం జాగ్రతగా ఉండాలనిపిస్తె రెండు మాట్లు తూకం చూసుకొండి. ఒక వేళ మీరు మొదటి మూడు నెలల్లో అవశ్యకతకింత ఎక్కువ తూకం పెరిగించుకునుంటే లేదా రెండవ మూడు నెలల్లో కావాల్సినంత తూకం ఎక్కువ చేసుకోకపోతే ఇ స్థితిల్ని సరిచేసుకొనేదానికి ప్రయత్నం చేయండి. గర్భావస్థలో మేము మీకి డయటింగ్ సలహా ఇవ్వము. ఇది అపాయకరం కావచ్చును. మీ డాక్టర్ సలహ మాదిరి తూకాన్ని లక్ష్యం మళ్ళి నిర్ధరించుకొని మీ శిశువికి సంపూర్ణమైన పెరగడం ఇవ్వండి.

సురక్షితంగా ఉండేదానికి నేరీయండి

ఇల్లు, హైవే, మైదానం, ఎచ్చుగా ఉండే గర్భిణి మహిళలకి గర్భావస్థ జటిలత బదులు ఈ స్థళాల్లో అయ్యే దుర్ఘటనలనింక ఎక్కువ హాని అయితుంది. అలాగే ఈ దుర్ఘటనలు మన ఆజాగరూకతనింకా అవుతుంది. కొంచం ఎచ్చరికలో ఉంటే, తెలివినింక మనము ఈ దుర్ఘటనల్ని అరకట్టవచ్చును. గర్భావస్థలో కింది రాసిన మాట్లని గమనంలో పెట్టుకొని సురక్షితంగా ఉండచ్చును.

★ గమనంలో పెట్టుకొండి మీరు ముందు మాదిరి లేదు. కడుపు ఆకారం పెద్దదిగా అయ్యే జొతజొతకి గురుత్వాకర్షణం కేంద్ర బిందు మార్పు చేస్తుంది. మీకి బ్యాలెన్స్ లేకుండా ఉండచ్చును. నిధానంగా మీకి మీ కాళ్ళు కనిపించవు. ఈ మార్పులు దుర్ఘటన అయ్యేదానికి కారణం కావచ్చును.

★ ఆటో లేదా ప్లేన్ కాని మీ కుర్చి బెల్ట్ కట్టుకొనే కూర్చొండి. కారులో ముందర సీటులో ఏర్ బ్యాగ్ జొతకి కూర్చొనుంటే సీట్‌ని వెనుక పెట్టుకొండి. డ్రైవ్ చేస్తూ ఉంటే స్టేరింగ్ వీల్‌ని ఎద తట్టు వాలించుకొండి. కడుపికి తగలకూడదని దానినింక సుమారు 10 డిగ్రి దూరంలో కూర్చొండి. మీ తొడపై లేదా డ్యాశ్ బోర్డ్ పై ఏ సామానూ పెట్టద్దండి. అయినంత కారులో వెనుక కూర్చొండి.

★ ఏదైనా అల్లాడే కుర్చి లేదా పడిగిట్ల మీద ఎక్కద్దండి. పడితే హాని కావచ్చును.

★ హైహీల్డ్ చప్పల్‌ని లేదా జారే బూట్స్‌లని వేసుకోవద్దండి. జారుగా ఉంటే నేల మీద కాళ్ళ సాక్స్ లేదా స్టాకింగ్స్ వేసుకొని నడవద్దండి.

★ బాత టబ్ లోగ పాయేతపుటు మరియు వచ్చేతపుడు హుషారుగా ఉండండి. దానిలో జారు లేక మ్యాట్ వేయండి.

★ ఇంటిలో అడ్డాల్ని దూరం చేయండి. మెట్ల మీద సామానుల్ని పెట్టద్దండి. అక్క వెలుతూరు ఉండని. నేలపై ఉండే వైర్లని తీయండి. మెట్లపై ఐస్ కట్టకుండా ఉండని.

★ రాత్రి బాత్ రూముకి పాయే దావలో లైట్ వేసుకొండి. మీరు రాత్రి అంతా పారాడవల్సి వస్తుంది. దాని కారణంగా జాగ్రత్తగా ఉండండి.

★ ఏదైనా అట అడితెనూ సురక్షితమైన నియమాల్ని సరిగ్గా పాటించండి. అతియైన ఏ పనుల్ని చేయద్దండి. ఆయాసంనింకానూ దుర్ఘటన అవుతుంది.

■ ■ ■

మూడవ నెల

సుమారు 9 నుండి 13 వారాలవరకు

మీరు గర్భావస్థది మొదటి మూడు నెలల్లో కాలుపెట్టి గర్భావస్థది ఎన్నో ప్రారంభం లక్షణాలు ఇంకా తీవ్రంగా అవుతుంది. మీరు ఈ లక్షణాల్నింక నుస్తుగా ఉన్నారో లేదా పోయిన రాత్రి మీరు మూడు సలాలు లేసి బాత్‌రూమికి పోయి నుస్తు అయిండారో అని చెప్పడానికి సాధ్యం కాదు. సాధ్యమయితే తల ఎత్తి మాట్లాడండి. మంచి దినాలు వస్తుంది. మార్నింగ్ సిక్‌నెస్‌నింక నిండా వేదన అయింటే అదంతా అయినంత మట్టకి సరిపోతుంది. ఊర్జ మట్టం ఎక్కువ అవుతుంది మరియు బాత్‌రూముకి పోరాడేది తక్కువ అవుతుంది. ఈ నెల తపాసణలో మీరు మీ బిడ్డది గుండె కొట్టడం కూడా వినవచ్చును. అప్పుడు మీకి ఈ అన్ని లక్షణాల నొప్పి మర్చిపోతుంది.

ఈ నెల మీ శిశువు పెరగడం

9వ వారం :- ఇప్పుడు మీ శిశువు పొడువు సరిగ్గా 1'' అంటె ఒక మీడియంగా ఉండే ఆలీవ్ అంత ఉంటుంది. దాని తల నిండా మట్టకి బిడ్డ తల మాదిరి పెరుగుతుంది. ఈ వారం సన్న వ్రాసంకండ రాలు తయారవుతున్నాయి. దీనినింక అది తమ చేతలు-కాళ్ళని అల్లాడిచ్చవచ్చును. ఎచ్చు-తక్కవ ఒక నెల అయినంక మీకి అది తన్నేది తెలుస్తుంది. అప్పుడు మీకి ఏమీ వినబడదు నిజం. అయితే మీరు డాప్లర్ యంత్రం సహాయంనింక దాని గుండె కొట్టుకొనేదాన్ని వినచ్చును. దాన్ని విని మీ గుండె కొట్టుకోవడం ఎక్కువగా అయితుంది.

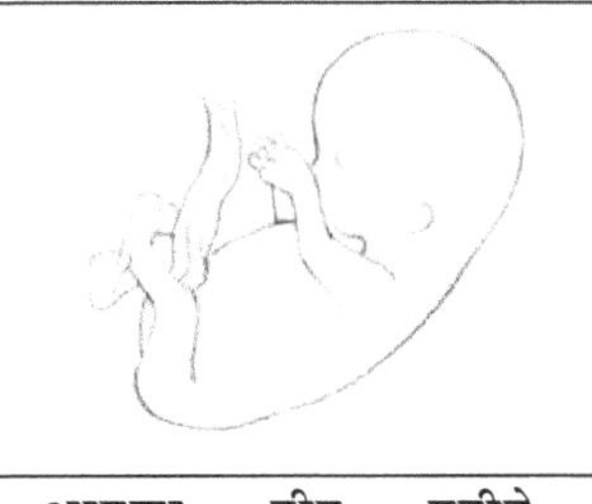

आपका तीन महीने

10వ వారం : సుమారు 1 1/2'' పొడువుగల మీ శిశువు దినంరాత్రి పెరుగుతున్నది. దాని ఎముకలు, కార్టిలేజ్, హిమ్మడి, మరియు కాళ్ళ గంటు నిర్మిస్తుంది. దాని మోచై పని చేసేదానికి ప్రారంభిస్తుంది. చిగుళ్ళలో పల్లు వచ్చేదానికి ప్రారంభం అయింది. కడుపులో పాచక (జీర్ణం చేసే)రసాలు అయితుంది.

మూత్రం పిండాలు మూత్రాన్ని తయారు చేస్తా ఉంది. మీ శిశు మొగ బిడ్డ అయింటే దాని వృషణం టెస్టాస్టీరోన్ చేస్తుంది (ఏమే కాని మొగ బిడ్డ మొగబిడ్డే)

11వ వారం :- ఇప్పుడు మీ శిశువు 2'' కింతా పొడువుగా ఉంది మళ్ళి దాని తూకం 1/3 ఔన్స్ అయింది. దాని శరీరం పొడువుగా అవుతుంది. తల వెంటికలు మరియు గోరుల కొనా పెరుగుతూంది (ముందు కొన్ని నెలల్లో గోరు వస్తుంది). మీకి అల్ట్రాసాండ్‌నింక దాని లింగాన్ని తెలియకుండా ఉండచ్చును అయితే అది ఆడబిడ్డగా ఉంటే దాని ఓవరీస్ తయారయ్యేదానికి ప్రారంబించింది.

ఇప్పుడు దానిలో అన్నీ మానవుడి విశేషతలు వచ్చిండాయి. శరీరం ముందుకు చేతులు-కాళ్ళు ఉండాది, చవులు వచ్చే కొనా హంతంలో ఉంది. ముక్కుకి రెండు రంధ్రాలు తయారవుతుంది. నోటిలో నాలిక మరియు అంగుళం ఉంది మరియు నిప్పల్ కనపడుతుంది.

12వ వారం :- శిశువు ఆకారం పొయిన మూడు వారాలకింతా రెండట్లుయింది. ఇప్పుడు తూకం సుమారు 1 1/2 ఔన్స్ మరియు పొడువు 2 1/2'' అయింది. దాని శరీరం అన్న అంగాల పెరగడానికి శ్రమిస్తున్నాయి. అయితేనూ అన్ని తంత్రాలు తయారవుతుంది. అయినా ఇంకా నిండా పని కావాలి. శిశు అక్క-పక్కన అన్ని సూక్ష్మ క్రిమిలనింక పోరాడేదానికి బోన్ మ్యారో తెల్ల రక్త జీవికోశాల్ని తయారు చేస్తుంది. ఒక దినం మీ శిశు దాని శిశువుని తయారు చేసేదానికి మెదుటలో పిట్యూటరి గ్రంథి (గ్లాండ్) హార్మోన్ ఉత్పత్తి చేస్తుంది.

13వ వారం : మొదటి మూడు నెలలు ముగిసే సమయం. ఇప్పుడు మీ శిశువు ఆకారం సుమారు 3'' ఆడు (పీచ్ పండు) అంత ఉంది. ఇప్పుడు దాని తల దాని పొడుగు అర్ధమంత ఉంది. అయితే జల్ది తల ఒక అనుపాతానికి వస్తుంది. అక్కడవరకూ శిశువు పేగులు (ఈవరెకూ ఇవి అంబలిక్ కార్డ్‌లో ఉండె) కడుపులో సరియైన స్థళం చేసుకుంటుంది. ఈ వారంలో ఓకల్ కార్డ్ (స్వర తంత్రి) తయారవుతుంది (అంటే ఏడిచేకి తయారి)

మీరు ఏమి అనుభవించుతున్నారు?

జ్ఞాపకం ఉంచండి ప్రతియొక్క గర్భిణి మరియు ప్రతియొక్క గర్భావస్థమూ వేరుగా ఉంటుంది. మీరు ఒకే సమయంలో లేదా వేరె వేరె సంవత్సరాల్లో ఈ ఏన్నీ లక్షణాల్ని అనుభవించవచ్చును. కొన్ని లక్షణాలు పొయిన నెలలనింక ఉండచ్చును. కొన్ని కొత్తదిగా కనిపించచ్చును. కొన్ని సావూన్యం అనిపించక ఉండే లక్షణాలు ఉండచ్చును. ఈ నెల మీరు కింద రాసిన లక్షణాల్ని అనుభవించవచ్చును.

శారీరికంగా :-

★ ఆయాసం, శక్తీ హీనత, నిద్ర
★ పదే-పదే మూత్రం విసర్జించే ఇచ్ఛ.
★ ఒకరిక, వాంతి జొతకి లేదా వాంతి లేకుండా
★ నిండా జొళ్ళు నిర్మాణం

ఒక దృష్టి

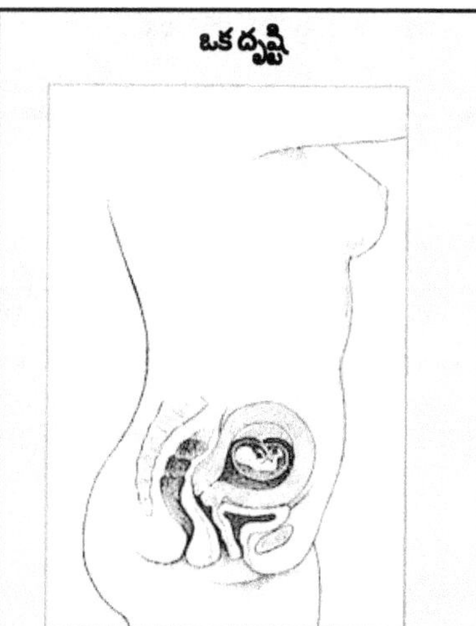

ఈ నెల మీ గర్భాశయం ఆకారము గ్రేప్ ఫ్రూట్‌ల ఉంటుంది. నడుము దప్పనవుతుంది. నెల కొనలో మీ వెన్ను మొక్క పైన కడుపు కింది భాగంలో మీ గర్భాశయాన్ని అనుభవించవచ్చును.

★ మలబద్ధత
★ భోజనంలో ఇచ్ఛ-ఆయిచ్ఛ
★ ఎదమంట, అజీర్ణం, కడుపు ఉబ్బుకొనేది
★ మార్నింగ్ సిక్‌నెస్ సరి అంటే ఆకిలి అవుతుంది.
★ స్తనాల్లో మార్పు, సైజ్ పెద్దదిగా అయితుంది, నిప్పల్ చుట్టూ ఉండే వర్ణం గాఢంగా అవుతుంది. అక్కడ సన్న-సన్న గుళ్ళలు వస్తుంది. త్వచ కింద నీలి రేఖుల వలలు వ్యాపిస్తుంది.
★ కడుపు, కాళ్ళు లేదా శరీరం కొన్ని అంగాల పై నరాలు కనిపిస్తాయి.
★ యోని స్రావం కొంచం జాస్తి అవుతుంది.
★ కొన్నిమాట్లు తల నొప్పి.
★ ఒక్కొక్క సల తల చుట్టేది.
★ కడుపు సన్నగా గుండుగా అయ్యేది, బట్టలు బిగువయ్యేది.

భావాత్మకంగా :

★ భావాత్మకంగా ఎక్కువ తక్కువ అయ్యేది, మనస్థితి బాగా ఉండచ్చును చెడచ్చును, అకస్మాత్‌గా ఏడిచే మనస్సు. వ్యాకులం, సిడికేది.
★ ఈర్ష్య భయము, ఆనందం, మొదలైన భావాల ప్రకటణ.
★ శాంతిగా కొత్త అనుభవం.
★ గర్భావస్థ లేకుండే ఉండే భయం...

ఈ నెల తపాసణ : ఈ నెల డాక్టర్ కింది రాసిన తపాసణల్ని చేయచ్చును అయితే అన్ని డాక్టర్ వాళ్ళ రీతిలో పరీక్ష చేస్తారు.

★ తూకం మరియు రక్తం ఒత్తిడి
★ ప్రోటీన్‌కోసం మూత్రం మరియు చక్కర తపాసణ
★ భూణంది గుండె పోటు తపాసణ
★ గర్భాశయం ఆకారం (బైటనింక)
★ ఫండస్ (గర్భాశయం పై భాగం) పొడువు
★ కాళ్ళు-చేతుల్లో వాపు, బెరికోజ వేన్స్‌కోసం కాళ్ళు
★ మీరు అడిగేకి ఇష్టంపడే కొన్ని ప్రశ్నలు మరియు కన్‌ఫ్యూషన్స్.

మీరు ఎమి అలోచిస్తున్నారు?

"నాకి పొయిన కొన్ని వారాల్నింక మలబద్ధత తొందర ఉండాది. ఇది సామాన్యమా?"

అనియమిత: కడుపు ఉబ్బేది, గ్యాస్, ఇదంతా గర్భావస్థలో సామాన్యం. అయితే దీనికీ కారణం ఉంది. ప్రొజెస్టెరాన్ హార్మొని మీ శరీరం అన్ని స్నాయువుల్ని శిథిలం చేస్తుంది. దానికోసం భోజనం నిండా సమయంవరకూ పచనతంత్రాల్లో ఉండుంది. అంటె పచన క్రియ మందమవుతుంది. అయితే దీని లాభమేమిటంటే పోషక సత్వాలు రక్తంలో కరుగుతుంది మరియు బాగా మీ శిశువువరకూ చేర్తుంది. అయితే హానిఏమిటంటే మీ శరీరంలో వ్యర్థమైన పదార్థాలు చేరుతుంది. మరియు మీ పెద్దదయితున్న గర్భాశయం సహ మీ పేగుల పై ఒత్తిడి వేస్తుంది. ఇప్పుడు మీకి మలబద్ధత ఎందుకు ఉంటుంది అని మీకి అర్థం అయిండచ్చును.

పూర్తి గర్భావస్థలో మలబద్ధత ఉండే ఉంటుంది అని కాదు. మీరు దీన్ని పోగోట్టేదానికి కింద రాసిన ఉపాయాల్ని వాడచ్చును.

నారు ఉండే పదార్థాలు : మీరి మరియు మీ క్యాలోరీకి ప్రతిరోజూ 15 నింక 35 గ్రాంల నారు అవశ్యకత ఉంది. ఎంచే అవశ్యకత లేదు అయితే నారు పదార్థాల్ని తీసుకొనే ప్రాయత్నం చేయండి. ఉదా: తాజా పండ్లు, కూరగాయులు (పచ్చి లేదా అర్ధం ఉడికిన మరియు బ్రెడ్, విత్తనం ఉండే పదార్థం (బీన్స్, బటాణి) మరియు ఎండిన పండ్లు, పచ్చ తరకారీలు నిండా మంచిది. దీని జొతకి రసం ఉండే తీపుగా ఉండే కీవీ (సన్న పండు దీనిలో నిండా సెలెక్టీవ్ ఉంటుంది) ని తీసుకోవచ్చును. మీరు ఇప్పడిదాక నారు పదార్థాల్ని జాస్తి వాడకుండా ఉంటే ఇప్పుడు నిధానంగా ఈ ప్రవమాణాన్ని పెంచండి. లేకా పోతె మీ జీర్ణక్రియ ముష్కరము చేయచ్చును. కడుపులో వాయు ఎక్కువకావచ్చును ఎందుకంటే నారు పదార్థాలు ఎక్కువ అయింది.

మీరు మీ భోజనంలో గోదువు నూకకి చేరించుకోవచ్చును. ఉత్సాహంలో అవశ్యకతకింతా నిండా నారు తీసుకోవద్దండి. ఇది తీవ్రంగా మీ జీర్ణం తంత్రంవరకూ పోతుంది. అప్పుడు మహత్వంగా ఉండే పోషకసత్వాలు శరీరంలో చేరక విసర్జన కావచ్చును.

రిఫైండ్ పదార్థాలు వద్దు : నారులు మలబద్ధతకి లాభమయితే రిఫైండ్ పదార్థాలు మలబద్ధని ఎక్కువ చేస్తుంది. తెల్ల బ్రెడ్, అన్నము మరియు ఇంకా బేక్డ్ పదార్థాలనింక దూరంగా ఉండండి.

నీళ్ళ పదార్థాల సేవన : మీరు పరిపూర్ణ ప్రమాణంలో ద్రవ పదార్థాల్ని సేవిస్తే మళబద్ధత ఉండదు. పండ్లు మరియు కూరగాయల రసము భోజనాన్ని పచనతంత్రంలో ముందు తీసుకొని పోతుంది. గోరు వెచ్చగుండే నీటిలో నిమ్మ రసం తాగినా మంచిది. దీనినింక మీ కడుపు పేగుల్లో సంకుచితమవుతుంది లేదా త్తిడి అవుతుంది.

సరియైన సమయానికి పొండి : పేగులు ప్రక్రియని నిరంతరంగా తడిచినా నియంత్రించే స్నాయువులు క్షీణమవుతుంది. దానికోసం సరియైన సమయాన్ని నిర్ధరిచ్చి ట్రాఫిక్‌లో మీరు కారులో ఉండేతపుడు మలం విసర్జించటానిక అవసరం కాక పోని అని ఫైబర్ ఉండే తిండిని కొంచం ముందే తీసుకొండి. మీరు ఇంటినింక కడుపు ఖాలి చేసుకొని పోవచ్చును.

సిక్స్ మీల్ సల్యూషన్ : నిండా భోజనంనింక మీ పచన తంత్రంపై ఒత్తిడి పడుతుంది. ధానినింక మలబద్ధత అవుతుంది. దినంలో మూడు మాట్లు నిండా భోజనం చేసే బదులు సిక్స్ మీల్ సెల్యూషన్‌ని వాడండి. అంటే దినంలో ఆరు సలాలు తేలికైన భోజనం చేయండి. దీనినింక గ్యాస మరియు కడుపు ఉబ్బేది కాదు.

సప్లిమెంట్ మరియు మందులు : ఎన్నో గర్భావస్థలో సప్లిమెంట్ మరియు మందులు శక్తి ఇచ్చే జొతకి మలబద్ధతకి కారణం అవుతుంది. అంటి అసిడ్ గర్భవతి మహిళలకి స్నేహితులురాగ. మీ డాక్టర్‌ని అడగండి దాన్ని తీసుకోవచ్చును అలాగే మెగ్నీశియం సప్లిమెంట్ కూడా మలబద్ధతక జొతకి పోరాడేదానికి సహాయం చేస్తుంది.

కొన్ని సూక్ష్మజీవిల్ని (బ్యాక్టీరియా) తీసుకొండి :- ప్రొబయోటిక్స్ బ్యాక్టీరియా భోజనం జీర్ణ సరిగ్గా కాని అని పేగుల బ్యాక్టీరియాల్ని ప్రచోదన చేయచ్చును. పెరుగు మరియు యోగర్టనింక తయారయ్యే ద్రవ పదార్థాల్ని తీసుకొండి. మీరు డాక్టర్‌ని అడిగి ప్రొబయాటిక్స్ సప్లిమెంట్ తీసుకోవచ్చును. దీనిలో ఏ స్వాదమూ ఉండదు. మీరు దీన్ని సూళంగా ఏ స్మూదీజ్‌లో కలిపి తీసుకోవచ్చును.

వ్యాయామం చేయండి : సక్రియంగా ఉండే శరీరంలో మలబద్ధత కాదు. మీ దినచరిలో కనీసం అర్థ గంట పారాడండి. జొతకి గర్భావస్థలో సురక్షితమైన వ్యాయామాల్ని చేయచ్చును.

ఒక వేళ మీకి ఏ ఉపాయాలూ పని చేయకపోతె డాక్టర్‌ని అడగండి. మీ ఇష్టంకొద్ది ఏ హర్బల్ ఉపాయాలు లేదా క్యాస్ట్రాయిల్ ఉపయోగించకండి.

మలబద్ధత :

"నా అన్ని గర్భవతి స్నేహితురాలుకి మలబద్ధత ఉంది. అయితే నాకి ఉండదు. నేను సరిగ్గా నియమితమైన సమయంలో మలవిసర్జన చేస్తాను. నా సిస్టమ్ సరిగ్గా పని చేస్తా ఉందా?"

మీరు ప్రారంభంనింక ఒకే మాదిరి జీవితశైలిలో ఉనిండచ్చును లేదా గర్భధారణ అయినంక మీ జీవితశైలిలో మార్పు చేసుకొని ఉండచ్చును. ద్రవ పదార్థాలు, వ్యాయామం మరియు నారు ఉండే భోజనంనింక నిశ్చితంగా గర్భావస్థలో మలబద్ధతని అరికట్టచ్చును. మీకి నారు అంశం ఉండే భోజనం శైలి కొత్తదిగా ఉంటే మీకి కొంచం తొందర కావచ్చును. ఎందుకంటే మీ శరీరానికి నారు అభ్యాసం లేదు. అయితే మీ కడుపు దినం సరియైన సమయానికి స్వచ్ఛమవుతుంది.

డయేరియా

"నాకి మలబద్ధత కాదు. అయితే పాయిన రెండు

ఆయాసం, మలబద్ధత మరియు మూడిగా అయ్యేదానికి ఇంకొక్క కారణం

అలాగే ఇదంతా గ్యాస్ట్రెశనల్ హార్మోన్‌ల కారణంనింక అవుతుంది. అయితే ఎన్నో సలాలు ఇది థైరాక్సిన్ హార్మోన్ తక్కువ అయితుంది. త్వచ సమస్య, తూకం ఎక్కువ అయ్యేది, మాంసకండరాల్లో నొప్పి మళ్ళీ నొప్పి, స్మరణ శక్తి తక్కువ అయితుంది. చేతులు-కాళ్లలో వాపు, ఢండిలో సంవేదన శీలత ఇదంతా దీని లక్షణాలు. ఇదికాకుండా హైపోథైరైడిజమ్ కావచ్చును. దీనిలో థైరైడ్ తక్కువ అవుతుంది. హైపోథైరైడిజంలో థైరైడ్ అదికం అవుతుంది. సామాన్యంగా దీని లక్షణాలు గర్భావస్థ లక్షణాలవమాదిరి ఉంటుంది. మీరు మందే థైరాయ్డ్ మందు తీసుకొనుంటె డాక్టర్‌కి చెప్పండి. ఎందుకంటే గర్భావస్థలో థైరాయ్డ్ అవశ్యకత ఎక్కువ-తక్కువ కావచ్చును. పరివారంలో ఎవరికైనా ఈ రోగం ఉంటే మీకి ఈ లక్షణాలు కనవడిస్తే తక్షణం డాక్టర్‌కి చెప్పండి. ఒక సన్న రక్త పరీక్షనింక దీని ఫలితాంశం చిక్కచ్చును.

వారాల్నింక బేధి అవుతుంది. డయేరియా అనచ్చును. ఇది సామాన్యమా?''

గర్భావస్థ లక్షణాల మాట వస్తే మీకి సామాన్యంగా ఉండేదే సామాన్యం. మీకి సందర్భంలో భేది అయ్యేది సామాన్యంగా ఉండచ్చును. ప్రతియొక్క శరీరంలో హార్మోన్‌లు భిన్నంగా ప్రతిక్రియ ఇస్తుంది. మీ శరీరంలో జీర్ణక్రియ నిధానమయ్యే బదులు తీవ్రంగా కావాలి. లేదా ఇది మీ ఆహారంలో సకారాత్మకమైన మార్పు మరియు వ్యాయామం అభ్యాసం పరిణామం ఉండచ్చును.

మీరు కావాల్సింటె భోజనంలో ఎండిన పండ్ల ప్రమాణాన్ని తక్కువ చేసి అరటిపండ్లని తీసుకోవచ్చును. అరటి పండు కారణంగా నీళ్ళుగా బేధి కాదు. భేది అయితే శరీరంలో నీళ్ళ అంశం తక్కువ అవుతుంది. దానికారణంగా పూర్తి ప్రమాణంలో నీళ్ళు తాగండి.

ఒక వేళ మీకి దినంలో కనీసం మూడు సలాలు రక్తంగల లేదా మ్యూకస్ ఉండే బేధి అవుతుంటే డాక్టర్‌ని సంప్రదించండి. మీకి చికిత్స అవశ్యకతగా కావాల్సివస్తుంది.

గ్యాస్

''నా కడుపు ఎప్పుడూ ఉబ్బినట్లుంటుంది మరియు గ్యాస్ పోతా ఉంటుంది. పూర్తి గర్భావస్థలో ఇలాగే ఉంటుందా?''

మీరు నిండా గ్యాస్ విడుస్తా ఉండారా? దీనినింక మీ అక్క-పక్కలో వాతావరణంలో వాసన ఉంటుందా? క్షమించండి గర్భవతి మహిళలకి ఇది సామాన్యం.

గ్యాస్ శబ్దం మళ్ళీ వాసన రాకుండా ఉండేదానికి ఈ ఉపాయాల్ని చేయండి.

నియమితమైన సమయానికి పోండి : మలబద్ధత మరియు కడుపు ఉబ్బేదానినింక గ్యాస్ అవుతుంది. ప్రతిరోజూ సరియైన సమయానికి మలాన్ని విసర్జించండి.

సిక్స్ మీల్ : దినంలో మూడు సలాలు పూర్తి భోజనం చేసే బదులు కొంచం సమయం అంతరంలో కొంచం కొంచం తినండి. కడుపు నిండా ఉంటే కడుపు ఉబ్బుతుంది. మరియు జీర్ణ క్రియపై ఒత్తిడి పడుతుంది. సిక్స్ మీల్ సెల్యూశన్ ఉపయోగించండి.

భోజనాన్ని గబగబని మింగద్దండి : జల్దీ-జల్దీ భోజనం తింటే గాలి కూడా లోగ పోతుంది. ఇదే మీ కడుపుకి పొయ్యి గ్యాస్ అవుతుంది. భోజనంకి ముందు కొంచం లోతుగా ఊపిరి తీసుకొంటె మీకి ఆరామం చిక్కుతుంది.

శాంతంగా ఉండండి : భోజనం మధ్యలో ఒత్తిడి మరియు ఉత్తేజనంనింక కడుపులోగ గాలి పొయ్యి మీరు గ్యాస్ ట్యాంక్ అవుతారు.

గ్యాస్ చేసే పదార్థాలు : దీని ప్రభావం ప్రతియొక్కర పై భిన్నంగా ఉంటుంది. ఏ పదార్థాల్ని తింటే మీకి గ్యాస్ అయితుంది అని మీరే తెలుసుకోవచ్చును. అలాగే మీకి ఉల్లిపాయ, అకు కోసు, గోళించిన-వేగించిన, నిండా సాస్, చక్కర ఉండే తీపు పదార్థాలు, కార్బోనేటెడ్ పానీయాలు మరియు బీన్సినింక దూరంగా ఉండండి.

కన్ఫ్యూస్ చేసుకోవద్దండి : మీకిష్టం కొద్ది ఏ అంటిగ్యాస్ మందుని తీసుకొనే ముందు డాక్టర్‌ని అడగండి. గోరువెచ్చగా ఉండే నీళ్ళలో నిమ్మ రసం కలిపి తాగితే గ్యాస్ దూరమవుతుంది. ఇది నిస్సందేహంగా మంచి మందు.

తలనొప్పి

"నాకి మొదటినింక ఎక్కువ తలనొప్పి అవుతూ ఉంది. ఏమైనా తీసుకోవాలా?"

గర్భవతి మహిళలు పేన్‌కిల్లర్, మందులనింక దూరం ఉమడాలి అయితే ఇప్పుడే వాళ్ళకి తలనొప్పి ఎక్కువ అయ్యేది. మీరు దీన్ని సగించుకోవాలి. అయితే మందులు తీసుకోకుండా కొన్ని ఉపాయాల్ని చేయచ్చును.

తలనొప్పి ఎందుకు వస్తుంది అని ముందు తెలుసుకోవాలి. ఏన్నో హార్మోన్‌ల మార్పు కారణంగా గర్భావస్థలో తలనొప్పి వస్తుంది. తలనొప్పి, ఆయాసం, శారీరికంగా లేదా మానసికంగా ఒత్తిడి, అకలి అంతా అధికమవుతుంది.

దీనినింక మిగిలేదానికి నిండా ఉపాయాలుండచ్చును అయితే దీనిలో ఏ మందు లేదా క్యాప్సూల్ రూపంలో రాదు. ఎన్నో సలకొంచం జాగ్రతనింక అన్నీ సరిపోతుంది.

రిల్యాక్స్ : గర్భావస్థలో ఉత్తేజనం లేదా ఒత్తిడి కారణంనింక అప్పుడప్పుడు తలనొప్పి అవుతుంది. ఎన్నో మహిళలకి ధ్యానం మరియు యోగనింక నిండా ఆరామం చిక్కుతుంది. మీరు రిలాక్సేషన్ టెక్నిక్‌ని నేర్చి వాడండి. లేదా మబ్బు రూములో 10 నిమిషములవరకూ కండ్లు మూడుకొని పడుకొండి లేదా 10-15 నిమిషాలవరకు సోఫా లేదా డెస్క్ పైన కాలు పెట్టుకొని పడుకొండి. దీనినింక ఒత్తిడ మరియు తలనొప్పి తక్కువ అవుతుంది.

పూర్తి విశ్రామం చేయండి : గర్భావస్థలో సరియైన విశ్రాంతి తీసుకోకపోతె తలనొప్పి వస్తుంది. విశేషంగా మొదటి మరియు కొనా మూడు నెలల్లో ఆయాసం జాస్తి అవుతుంది. ఏ మహిళలు నిండా పొద్దు పని చేస్తారో, లేదా ఎవరు బిడ్డల పోషణ చేస్తారో వాళ్ళకి నిద్ర రాదు. వాళ్ళు తమ కడుపు ఆకారం చూసి-చూసి యోచన చేస్తారు. నాకి ఎప్పుడు ఆరామం చిక్కుతుంది? శిశు వచ్చినంక అన్ని పనులు పూర్తి అవుతుంది? దీనినింక ఆయాసం రెండంత అవుతుంది. టైం చిక్కినపుడెల్లా విశ్రాంతి తీసుకొండి. తలనొప్పి తక్కువ అవుతుంది. నిండా నిద్ర చేయకండి దీనినింక తలనొప్పి ఎక్కువ అవుతుంది.

సరియైన సమయానికి తినండి : రక్తం ఒత్తిడి తక్కువ అయితే ఆకలి కారణంగా తలనొప్పి కావచ్చును. ఖాలి కడుపులో ఉండద్దండి. మీ బ్యాగులో, కారులో, కంపార్ట్‌మెండులో, ఇంటిలో ఎప్పుడూ పుష్టికరమైన స్న్యాక్స్ పెట్టుకో ఉండండి. (సోయా చప్స్, గ్రెనోలా, ఎండిన పండ్లు)

శాంతంగా ఉండండి : మీరు గలాటది ప్రతియొక్క సంవేదనశీలంగా ఉంటే మీకి తలనొప్పి వస్తుంది. దీనికారణంగా ఈ మాదిరి జాగాలకి పోవద్దండి. మీ పని గజిబిజి ఉండే స్థళంలో ఉంటే మీ బాస్ జొతకి మాట్లాడి ఏదైనా శాంతంగా ఉండే చోటులో పెట్టుకొండి. ఇంటిలో టీవీ రేడియో సౌండ్ తక్కువ పెట్టుకొండి.

గాలి-వెల్తూరు ఉండే జాగాలో ఉండండి : గలాట మరియు శబ్దం ఉండే జాగాలో ఉండద్దండి. మీ తల ఇంకా నొప్పిగా ఉంటుంది. అకస్మాత్ మీరు ఈ మాదిరి జాగాలో చిక్కివేసుకోనుంటే బైట వచ్చి ఫ్రెష్ గాలిని ఊపిరి తీసుకొండి. స్వెటర్ అంతా తీసివేయండి. బైటకి పోలేకా పోతే కిటకీని తెరిచి ఊపిరి తీసుకొండి.

కోర్పస్ లూటెయం సిస్ట్ అంటే ఏమి?

కోర్పస్ లూటియం సిస్ట్ అంటే ఏమి అని మీకీ తెలుసుకోవాలని ఉందా? మీ ప్రసవ జీవితం ప్రతి నెల ఓవ్యులేశన్ అయినంక జీవకోశవులు పసుపు రంగులాంటి శరీరం తయారవుతుంది. దీన్ని యెల్లో బాడి (కోర్పస్ లూటియం) అంటారు. ఇది కొంచం ప్రమాణంలో ప్రొజెస్టారాన్ మరియు హెస్ట్రిజన్ చేస్తుంది. మీరు గర్భవతి అయేతపుడు ఇది తక్కువ అయ్యే బదులు ఎక్కువ అవుతుంది. (ప్లాసెంటా అయ్యేవాళ్ళకి) సామాన్యంగా 10 వారం వరకూ పని చేసేది నిలిస్తుంది అయితే కొన్ని గర్భావస్థలో ఈ సిస్ట్ మార్పు అవుతుంది.

దీనినింక గర్భావస్థపై ఏ ప్రభావం కాదు. ఇది తనకితానే రెండవ మూడు నెలల్లో ముగిసిపోతుంది. అలాగే డాక్టర్ దీన్ని అల్ట్రా సౌండ్ నింకా చూస్తా ఉండారు మరియు మీకూ తాజా మాహితుల్ని ఇస్తారు. అయితే మీకి మీ శిశువుని చూసేదానికి ఇంకా రెండు-మూడు చాన్స్‌లు చిక్కుతుంది.

వెలుతూరు వ్యవస్థ : మీ అక్క-వక్కలో వెలుతూరు వ్యవస్థని గవునం పెట్టి చూడండి. ఎన్నో స్థళాల్లో ఫ్లోరోసెంట్ బల్బు వెలుతూరునింకా తలనొప్పి వస్తుంది. బల్ప్ వేయక సరికాపోతే మద్య-మధ్యలో మీరే బవటకి రాండి.

వికల్పాల్ని వాడండి : ఆక్యూవంచర్, ఆక్యూప్రెశర్, బయోఫీడ్‌బ్యాక్, మరియు మాలిశ్‌లాంటి వైకల్ప చికిత్స పద్ధతుల్ని వాడండి.

చల్లని వరియు ఉడుకు శాఖం :- సైనస్ తలనొప్పినింకా దూరంకావటానికి దినంలో నాలుగు సలాలు 10 నిమిషలవరకూ 30-30 సెకెండ్‌కి తల పై ఉడుకు-చల్లని శాఖం తీసుకొండి. ఒత్తిడి కారణంనింక తలనొప్పి అయితే గొంతు వెనుక ఐస్ పెట్టుకొని కండ్లు మూసుకొండి. సామాన్యంగా ఐస్ ప్యాక్ లేదా చిల్ బేస్టె నెక్ పిల్లో వాడండి.

శరీరం పోశ్చర్ : నిండా పొద్దు వంగి లేదా కూర్చొని పని చేయద్దండి. (శిశువుకి కాళ్ళ సాక్స్ కుట్టేది) మీ పోశ్చర్‌పై పూర్తిగా గమనం పెట్టండి.

మందులు తీసుకొండి : ఆరామం చిక్కక పోతే మందులు తీసుకొండి. అలాగే టైలిజోల్‌నింకా నిండా ఆరామం చిక్కుతుంది. దీన్ని గర్భావస్థలో సురక్షితమని చెప్పుతారు. డాక్టర్ సహాయంనింక సరియైన ప్రవమాణంలో తీసుకొండి. ఒక వేళ కొంచం సమయంవరకూ వేరే మాదిరి నొప్పి ఉంటే జలుబు వస్తే, వదే-వదే నొప్పి వస్తే, చేతులు-కాళ్ళలో వావు కనివిస్తే డాక్టర్ దగ్గర పోండి.

"నాకి మైగ్రేన్ నొప్పి ఎప్పుడూ ఉంటుంది. ఇది గర్భావస్థలో ఇంకా జాస్తిఅయితుంది అని నేను వినిండాను? ఇది నిజమా?"

కొన్ని గర్భవతి మహిళలకి గర్భావస్థలో మైగ్రేన్ నొప్పి ఎక్కువ అయితుంది అని అనిపిస్తుంది అయితే కొన్ని సౌభాగ్యవంతురాలు మహిళలు ఉండారు వాళ్ళకి నొప్పి తక్కువ అవుతుంది. మైగ్రేన్ నొప్పి ప్రవమాణం ఎక్కువ తక్కువ ఎందు అవుతుంది అని ఇంకా తెలిసి రాలేదు.

మీరు ముందునింకా మైగ్రేన్ నొప్పినింక పీడితులయింటే గర్భావస్థలో ఏ మందు తీసుకొనేది సురక్షితమైనది అని డాక్టర్‌ని అడగండి. ఈ మాదిరి మీరు ముందే ఈ భయంకరమైన నొప్పికి ఉపాయాన్ని చేసుకోవచ్చును.

ఒక వేళ మీకి మైగ్రేన్ అయ్యే కారణం తెలిసింటే మీరు దాన్ని అరికట్టేదానికి ఉపాయాన్ని చేయచ్చును. చాకలేట్, చీజ్, కాఫి లేదా ఒత్తిడి. ముఖంపై చల్లగా ఉంటే నీళ్ళని వేసుకొండి. ముఖాన్ని చల్లగా ఉండే బట్టనింక తుడుచుకొండి. గలాట, వెలుతూరు, వాసననింక దూరంగా ఉండి ఏదైనా చీకిటి రూములూ 2-3 గంటలు పడుకొని కండ్లు మూసుకొని ధ్యానం

చేయండి లేదా సంగీతాన్ని వినండి. ఏమీ చదవద్దండి. టీ.వీ. చూడద్దండి. బయోఫీడ్‌బ్యాక్ లేదా అక్యూపంచర్ టెక్నిక్‌ని వాడండి.

స్ట్రెచ్ మార్క్

"నా శరీరంపై స్ట్రెచ్ మార్క్ అయితుందని నాకి భయం. దీన్ని అరికట్టవచ్చునా?"

దీన్ని ఎవరూ ఇష్టపడరు అయితే గర్భవతి మహిళలో గర్భావస్థలో బ్రెస్ట్, నితంబాలు మరియు కడుపుపై తేలికైన ఎర్ర గులాబి రంగు స్ట్రెచ్ మార్క్ అయిపోతుంది.

మీ త్వచ కింద టిశ్యూల పదరంపై సీలు వస్తుంది. దీనిలో (టిశ్యూ) తవు స్తరానికింతా ఎక్కువ ఈడుస్తుంది. అప్పుడు స్ట్రెచ్ మార్క్ అవుతుంది. ఏ గర్భిణి త్వచ నిండా వృదువుగా ఉంటుందో లేదా ఎవరు వ్యాయామం మరియు పోషణనింక త్వచని బాగా పోషించుకు ఉంటారో వాళ్ళు తల్లియైయంక ఈ మాదిరి స్ట్రెచ్ మార్కులనింక ముక్తంగా ఉంటారు. ఒక వేళ మీ తల్లికి ఈ మాదిరి మార్క్ అయింటె మీరు కూడా ఈ మార్కులనింక దూరంగా ఉండేదానికి కాదు. వాళ్ళు (మీ తల్లి) సౌభాగ్యవతురాలుగా ఉండి ఈ మార్కులనింక దూరంగా ఉంటే మీరు కూసా దూరంగా ఉమటారు.

అలాగే మీరు మీ తట్టునింక మిగలడానికి కొన్ని ఉపాయాల్ని చేయచ్చును. ఉదా : తూకాన్ని నిధానంగా ఎక్కువ చేసుకునేది (త్వచ ఎంత జల్దీ ఈడుస్తుందో అంత జల్దీ మార్క్ వస్తుంది) త్వచలో మృదుత్వం ఉండేదానికి త్వచకి విటమిన్ సీ ఉండే ఆహారాన్ని ఇవ్వండి. మీరు కొకొనట్ వాటర్‌లాంటి మాయ్‌శ్చరైజర్ వాడచ్చును. దీనినింక త్వచ ఎండదు నొప్పి కాదు.

మీ భర్తకి దీన్ని మెా కడుపు పై పూసేదానికి చెప్పండి. బిడ్డకి మాలిశ్ సుఖం లభిస్తుంది.

మీకి నిండా గాఢమైన మార్క్ ఉండే గాబరి పడద్దండి. ప్రసవం అయినంక కొన్ని నెలలు అయినంక అది తిలి అవుతుంది. అనాక త్వచ తజ్ఞుల సలహా తీసుకోవచ్చును. అక్కడవరకూ దీన్ని (మార్క్) ఒప్పుకొండి.

> ## శరీరంపై రేఖా చిత్రాలు
> ## (బాడి ఆర్ట్, ట్యాటూ)
>
> ''హాట్ మైమా'' అని ట్యాటూ చేసుకొనేదానికి పోతున్నారా? కొంచం ఉండండి. అలాగే దాని ఇంక్ అప్పుడికప్పుడే మీ రక్తంలో చేరదు. అయినా సూజినింక సంక్రమణ కావచ్చును. అపాయాల్ని ఎందు ఆహ్వానించాలి?
>
> ఎన్నో సల గర్భావస్థ సమయంలో చేసిన ట్యాటూ ప్రసవం నంతరం విచిత్రంగా కనిపిస్తుంది. దాని కారణం కొంచం కాయండి. శిశువు భూమి పైన రాని.
>
> నిండా ఆసగా ఉంటే గోరంటీ (హెన్న) వాడండి. దీనిలో మీరు ప్రాకృతికమైన గోరంటీని వాడండి. కెమికల్ ఉండే గోరంటి (మెహంది) హాని చేయచ్చును. దీనికీ ముందు డాక్టర్‌ని అడగండి ఎందుకంటే మీ సంవేదనగల త్వచ పై అలర్జి కావచ్చును. ముందు త్వచ పై పూసుకొని ప్యాచ్ టెస్ట్ చేసి 24 గంటల వరకూ ఏమీ కాకుండా పోతే వాడేది సురక్షితంగా ఉంది అని అర్థం.

మొదటి మూడు నెలలు మరియు తూకం ఏక్కువ అయ్యేది

"మొదటి మూడు నెలలు ముగిస్తా వచ్చింది. అయినా నా బరువు ఇంకా జాస్తి కాలేదు."

కొన్ని గర్భవతి మహిళలు ప్రారంభంలో బరువు పెంచడానికి కాదు. కొందరకి తూకం తక్కువ అయితుంది. ఇది మార్నింగ్ సిక్‌నెస్ కారణంనింకా అయిండచ్చును. మీరు ఓకరిక మరియు భోజనం రుచిగా ఉండక కారణం తినకుండా పోతే ప్రకృతి మీ శిశువుని స్వయంగా రక్షిస్తుంది. సన్న భ్రూణానికి ఎక్కువ పోషణ అవశ్యక ఉండదు. దీని అర్థం ఏమిటంటే ఇప్పుడు తూకం జాస్తి కాక పోతేనూ శరీరానికి నిండా పోషణ మరియు

క్యాలొరి అవశ్యక అవుతుంది అప్పుడు మీరు తూకాన్ని పెంచాలి.

ఇప్పుడు చింత వద్దు. నాల్గవ నెలనింక మీ బరువు సరియైన రీతిలో జాస్తి అవుతుంది. తూకాన్ని పెంచడానికి తొందర అయితే భోజనంలో క్యాలరీ ప్రమాణాన్ని అదికం చేయండి. మధ్య-మధ్యలో స్నాక్స్ తినండి. భోజనం ప్రమాణాన్ని పెంచండి. ఒకే సల నిండా తినేదానికి కాకపోతె పరవాలేదు. సిక్స్ మీల్ సెల్యూశన్ వాడండి. సలాడ్ మరియు సూపని మెను కోర్స్‌నింక వేరే చేయండి. దీనినింక కడుపు నిండి మీకి భోజనం చేసేదానికి ఆకలి ఉండక పోవచ్చును. మేదస్సు ఉండే ఆహారాన్ని (ఎండిన పండ్లు ఆలివ్ ఆయిల్, గింజలు ఎవోకాడో) ఖుశిగా తినండి అయితే జంక్ ఫుడ్‌ని తినద్దండి. ఈ మాదిరి తూకం ఎక్కువ అయితే దాని ప్రభావం శిశువుపై కాకుండా మీ నితంబాలు మరియు తొడలపై కనిపిస్తుంది.

"నేను 12 వారాల గర్భవతి. ఇప్పుడే నా తూకం 13 పౌండ్ ఎక్కువ అయింది. నాకే ఆశ్చర్యమయింది. అయితే ఇప్పుడు నేను ఏమి చేయాలి?"

గాబరి కావద్దండి. ఎన్నో మహిళలకి మొదటి మూడు నెలల నంతరం ఈ మాదిరి ఒక శాక్ అయితుంది. వారి తూకం ఇంత ఎక్కువగా ఉంది అని చూసి వాళ్ళకి ఆశ్చర్యం అయితుంది. ఎన్నో సల ఇది భోజనం పద్ధతి కారణంగా అయితుంది. వారికి మొదటి దినంనింకానే అనిపిస్తుంది వారు ఇద్దరికోసం తింటున్నారు అని.

ఎన్నో సల వారు ఓకరిక లేదా కడుపు కలబడితే అవశ్యకతకింతా ఎక్కువ ఐస్‌క్రీమ్, బర్గర్, పాస్తా లేదా బ్రెడ్ తీసుకొండారు.

ఈ తూకంనింకా గాబరి అయ్యే అవశ్యకత లేదు. మీరు ఇదే తూకాన్ని ఆరు నెలల వరకూ తీసుకొని పొయ్యేదానికి కాదు. ఎందుకంటే శిశువు పెరగడం జొతకి నిండా పోషణ అవశ్యకత కావాలి. దానికోసం క్యాలరి తక్కువ చేసే విషయంలో యోచన చేయకండి. అలాగే మీరు కొంచం జాగ్రత్తగా ఉండి దీన్ని (తూకం పెంచడాన్ని) కొంచం నిధానించవచ్చును.

డాక్టర్ సలహా తీసుకొండి. ముందు రెండు మూడు నెలల తూకాన్ని లక్ష్యం పెట్టుకొండి. దానిమాదిరి నడవటానికి ప్రయత్నించండి. ఎందుకంటే దీనిమాదిరి తూకం పెంచుకొంటె శిశువుకీ పూర్తి పోషణ చిక్కుతుంది మరియు మీకూ ప్రసవనంతరం వద్దుకుండా ఉండే తూకాన్ని తక్కువ చేసేదానికి కష్టం కాదు.

గర్భవతిగా కనిపించేది

"నేను ఇప్పుడు మొదటి మూడు నెలల్లో ఉండాను. అయితే నా కడుపు ఇప్పుడే కనిపిస్తుంది."

కొన్ని గర్భవతి మహిళలకి నిండా సమయంవరకూ కడుపు కనిపించదు. కొందరకి ప్రారంబంనింకా కడుపు ఉబ్బు అనుభవం అయితుంది. ఎందుకంటే ప్రతియొక్క గర్భావస్థ తనలో తానే భిన్నంగా ఉంటుంది. ఇప్పడే ఇంత కడుపు కనిపిస్తే ముందు ఇంకెంత కనిపిస్తుంది అని మీకి భయం, గాబరి కావద్దండి. మీకి మీరు గర్భవతి కాదు అనే భయం రాదు కదా?

త్వరలో కడుపు కనిపించడానికి కింద రాసిన కారణాలు ఉండచ్చును.

★ మీ ఆకారం సన్నగా ఉంటే మీ పెద్దదయితుండే గర్భాశయానికి దాచుకోవడానికి జాగ చిక్కదు.

మొగది అంటే మొగదే కదా

రెండవ మూడు నెలలు ముగిసినపై మీకి అరిపోయిన ఆకలి వాపస్ వస్తుంది. నిండా ఆకిలి అయితే మీ కడుపులో ఒక బ్రూణం పెరుగుతుంది. మొగ పిల్లల తల్లిలు ఆడ పిల్లల తల్లిల తులనలో అధికంగా తింటారు అని అధ్యయనాల్నింక తెలిసివచ్చింది. ఇదే కారణంగా జన్మం సమయంలో మొగ బిడ్డల తూకం ఎక్కువగా ఉంటుంది. మీరు ఒట్టి భోజనం గురించే యోచన చేస్తారా?

★ మీ మాంసకండరాలు ఈడిచే క్షమత తక్కవ ఉంటే కూడా మీ కడుపు జల్ది కనిపిస్తుంది. అప్పుడు రెండవ గర్భావస్థలో కడుపు త్వరలో కనిపిస్తుంది ఎందుకంటే వాళ్ళ కడుపు మాంసకండరాలు ముందే ఈడిచింటుంది.

★ మీరు గర్భవతి అయివెంటనే అవశ్యకతకింత నిండా తింటే మీ కడుపు జల్ది కనిపిస్తుంది. మేధస్సు ఎక్కడ పోవాలి?

★ మీకి గర్భధారమయిన సరియైన స్థితి తెలియక పోతే ఇలా కావచ్చును.

★ కడుపులో గ్యాస్ లేదా ఉబ్బు కారణంనింకా కడుపు ఉబ్బినట్లు కనిపిస్తుంది.

★ ఎన్నో సల మొదటి మూడు నెలల్లో కడుపు ఉబ్బు కనిపిస్తుంది. ఆ మహిళల కడుపులో కవల పిల్లలుండచ్చును. సామాన్యంగా కడుపు ఈ ఉబ్బు అర్థం మీకి రెండు శిశువుల్ని చూసుకోవాలని కాదే కాదు.

కవల పిల్లలు

"నా కడుపులో కవల పిల్లలున్నారు అని డాక్టర్‌కి ఎలా తెలుస్తుంది?"

కడుపులో కవల పిల్లలున్నారని మీకి అనిపిస్తుందా? దీన్ని తెలుసుకోవడానికి ఎన్నో రీతిలున్నాయి.

సమయ పూర్వం గర్భాశయం పెద్ద ఆకారం :- కవల పిల్లళని కనిపెట్టెదానికి కడుపు ఆకారం బదలు గర్భాశయం ఆకారాన్ని గమనిస్తారు. డ్యూ డేట్ లెక్కాచారంలో గర్భాశయం నిండా తీవ్రంగా పెరుగుతుంటే మీకి మల్టిపల్ ప్రెగ్నెన్సి ఉండచ్చును. పెద్ద కడుపునింక అందాజు కాదు.

గర్భావస్థ లక్షణాలు నిండా కనిపిస్తాయి : కవల పిల్లల సందర్భంలో గర్భావస్థ లక్షణాలు నిండా కనిపిస్తాయి. (మార్నింగ్ సిక్‌నెస్, అజీర్నం) అయితే ఈ మాదిరి ఒక భ్రూణం గర్భావస్థలోనూ కావచ్చును.

తల్లి ఒకటి లేదా రెండు బిడ్డలకి జన్మం ఇస్తుంది అని నిర్ధరించడానికి ఎన్నో కారణాలున్నాయి. 35 సంవత్సరాలకింద నిండా వయస్సుగల మహిళలలో లేదా ఎవిఎఫ్‌లో ఇలా కావచ్చును. ఎన్నో సల జెనెటిక్ ప్రభావంనింకా ఇలా కావచ్చును.

డాక్టర్ మీ ఇద్దరి గుండె కొట్టుకోవడం వినే ప్రయత్నం చేయచ్చును. అయితే ఇదేమి వైజ్ఞానికం పద్ధతి కాదు. అల్ట్రాసాండ్‌నింక కవల పిల్లల సరియైన మాహితి చిక్కుతుంది. సామాన్యంగా ఇదే రీతిగా పని చేస్తుంది (ఒక భ్రూణం ఇంకొక్క భ్రూణం వెనుక లేకా పోతె) ఇదే రీతిగా మల్టిపల్ ప్రెగ్నెన్సిని కని పెట్టవచ్చును.

శిశువు గుండె కొట్టడం

"నా స్నేహితురాలు తన శిశువు గుండె కొట్టడాన్ని 10 వారాల్లోనే వినింది. నేను దానికింతా ఒక వారం ముందుగా ఉన్నాను. అయినా ఇంకా డాక్టర్‌కి నా శిశువు గుండె కొట్టడం వినేదానికి వీలు కాలేదు."

ఏ తల్లి-తంద్రులకి తమ శిశువు గుండె కొట్టడం మాధుర్యమైన సంగీతానికింత తక్కవ అనిపించదు. దీన్ని మీరు ముందే అల్ట్రాసాండ్‌లో చూసిండచ్చును. అయితే డాక్టర్ అఫీస్‌లో డోఫ్లర్ సహాయంనింక వినే ఆనందమే వేరు.

10 నింక 12 వారాల్లో బీ డోప్లర్ సహాయంనింక శిశువు గుండె కొట్టడాన్ని వినవచ్చును. అయితే అన్ని తల్లి-తంద్రులకి ఈ అవకాశం ఇంత జల్ది చిక్కదు. ఏన్నో సల శిశు లేదా ప్లాసెంటా స్థితి కారణంనింకా ఇది కాదు.

లేదా మీ కడుపై మేధస్సువు ఎన్నో పదరాలు చేరింటుంది. డ్యూడేట్ అనుమానవూ తప్పైతుంది. 14వ వారాలవరకూ మీరు నిశ్చింతగా శిశువు గుండె కొట్టడాన్ని వినవచ్చును. మనకి ఓర్పు తక్కువ ఉంటే డాక్టర్ దాన్ని అల్ట్రా సాండ్‌లో చూపిస్తారు.

శిశువు గుండె కొట్టడం వినేతప్పుడు గమనం పెట్టండి. మీ గుండె కొట్టడం నిమిషానికి 100 ఉంటుంది.

మొగది లేదా అడది

ముందు దాదిలు మరియు కొందరు డాక్టర్‌లు గుండె కొట్టడంనింకా శిశువు లింగాన్ని అందాజు వేస్తారు. 140కింతా నిండా గుండె కొట్టడం ఉంటే అడది 140కింతా తక్కువ ఉండే మొగ బిడ్డ కావచ్చును. దీన్ని ఊర్కె పిల్లాట మాట్లచ్చును. అయితే ఈ లెక్కమాదిరి బిడ్డది నర్సరి రంగుని ఎన్నిక చేయకండి.

అయితే శిశువు గుండె కొట్టడం గర్భావస్థ ప్రారంభంలో 110 నింక 160 ప్రతి నిమిషానికి. మధ్యకాలంలో 120 నింక 160 ప్రతి నిమిషానికి ఉంటుంది. ప్రతియొక్క శిశువు గుండె కొట్టడం భిన్న-భిన్నంగా ఉంటుంది. దానికి కారణం వేరె శిశువు గుండె కొట్టడం జొతకి పోలించుఖొవద్దండి.

సంభోగానికి ఇచ్ఛ

"నా అన్ని స్నేహితులు చెప్పిరి వారికి గర్భం మొదటి అవస్థలో సంభోగంది ఇచ్ఛ నిండా ఉండె. నాకి ఆ మాదిరి ఏమీ అనిపించదు."

గర్భావస్థనింక మీ జీవితంలో ఎన్నో మార్పులు అవుతుంది. సంభోగానికి ఇచ్ఛ దానిలో ఒకటి. హార్మోన్‌లు

అట్ హోం డోప్లర్

మీకి ఒక ప్రీనెటల్ హార్ట్ లిసనర్ కొనాలని అస ఉందా? దీనినింక మీరు ఇంటిలోనే బిడ్డది గుండె కొట్టడాన్ని వినచ్చును. ఈ ఉపకరణం సురక్షితంగా ఉంటుంది. అయితే దీనిలో 5 నెలల వరకూ బిడ్డది గుండె కొట్టడాన్ని వినడానికి సాధ్యం కాదు. మీరు దానినింక ముందే దీన్ని ఉపయోగిస్తే ప్రయోజనం కాదు. బిడ్డ సరియైన స్థితిలో లేకుండా పోతె గుండె కొట్టడం వినపించదు. జ్ఞావకం ఉంచండి ఉపకరణం ఎంత బాగుంటుందో పరిణామమూ అంతే బాగుంటుంది.

మీ శరీరాన్ని మానసిక రూపంలో ఉత్తేజిస్తుంది లేదా తక్కువ చేస్తుంది. అయితే ప్రతియొక్క మహిళ పై దీని ప్రభావం వేరుగా ఉంటుంది. కొందరు ఉత్తేజితంగా ఉంటారు కొందరు నిర్లిప్తంగా ఉంటారు. కొందరు మహిళలు వాస్తవంలో మొదటి సల సంభోగం పరాకాష్ఠని (ఓర్గజ్మ) అనుభవిస్తారు. సంభోగంలో ఇచ్ఛ ఉండే కొందరు మహిళలు అకస్మాత్‌గా విరక్తిని అనుభవిస్తారు. హార్మోన్ సంభోగం చేసే ఇచ్ఛతి జాగ్రత చేస్తుంది అయితే వాంతి, ఆయాసం మరియు వేరే లక్షణాలు అడ్డు చేస్తుంది. ఇ అన్ని మార్పులూ సామాన్యంగా ఉండినా మనస్సులో ఒక అపరాధిభావాన్ని పుట్టిస్తుంది మరియు సంభోగంనింక వేరు చేస్తుంది.

మీకి జ్ఞాపకం ఉండచ్చును ఈ దినాల్లో మీ భావనల్లో నిండా మార్పు అవుతుంది. ఒక క్షణంలో మీకి ఉత్తేజనం అనిపించచ్చును అయితే మరొక్క క్షణంలో మీకి బేజారు కావచ్చును. పరస్పరంగా పొందిక మరియు సంయమం, హాస్యము మొదలైనవినింక ఈ స్థితిని ఎదురించవచ్చును. రెండవ మూడు నెలలు ప్రారంభం అయ్యేతపుడు అంతా ముందు మాదిరి అవుతుంది.

"నేను గర్భవతి అయినంకా నాకి సంభోగంలో నిండా అసక్తి పుట్టింది. అయితే నా ఆస పూర్తి కాలేదు. ఇది సామాన్యమా?"

దీనిలో అసామాన్యమనేది ఏమీ లేదు. నిజం చెప్పాలంటే మీరు నిండా సౌభాగ్యురాలు. మీకి మొదటి మూడు నెలల ఆ కష్టమైన లక్షణాలు ఉంటేనూ మీలో సంభోగం ఆస పుట్టింది. మీరు దీనికోసం ఆ హార్మోన్లకి కృతజ్ఞతగా ఉండాలి. దాని కారణంగా పెల్విక్ రీజన్‌లో ప్రప్రవాహము ఎక్కువగా ఉంది మరియు మీరు ఉత్తేజనాన్ని అనుభవించుచున్నారు. ఈ సమయంలో మీరు ఏ సెక్సీ మామ్‌కింత తక్కవ లేదు. ఇదే ఆ సమయం ఎప్పుడు మీకి సంభోగం అయినంక ఏ చింతా ఉండదు లేదా ముట్టు దినాల మాదిరి నడిచే పని లేదు. సంభోగం ఈ కథ మొదటి మూడు నెలల వరకూ నడుస్తుంది. లేదా పూర్తి గర్భావస్థ వరకూ ఉండచ్చును.

మీ ఈ ఇచ్ఛ స్వాభావికం. మీరు సిగ్గు పడే అవశ్యకత లేదు. మీరు పూర్తి సుఖాన్ని అనుభవిస్తుంటే గాబరి అయ్యే అవశ్యకత లేదు. ఒక వేల ఇది మొదటి సారిగా ఉంటే సంభ్రమిచ్చే విషయం. డాక్టర్ అనుమతినిస్తే కడుపు పెద్దది అయ్యే ముందు కొత్త ఆసనాల్నీ చేయచ్చును మరియు ఈ సమయాన్ని ఆనందించండి.

"ఈ దినాల్లో నా మనస్సులో సంభోగం చేసే ఇచ్ఛ ఉంటుంది. అయితే నా భర్తకి మనస్సు లేదు. నాకి బేజారు అయితుంది."

మీరు తయారుగా ఉంటె వాళ్ళకి ఏమి తొందర? దీనికి ఎన్నో కారణాలు ఉండచ్చును. వారికి మీకి లేదా శిశువుకి ఇబ్బంది కలగచ్చని (ఇలా కాదు) బిడ్డకి ఎదురుగా సంబంధం చేసే అనుభవం లేదా బిడ్డ వాళ్ళ లింగాన్ని చూడచ్చును లేదా అనుభవించవచ్చును అని భయం ఉండచ్చును. మీ శరీరంలో అయితుండే మార్పుల్ని చూసి మీరు తల్లి అయితా ఉండారని వాళ్ళు తమని సమాధానం చేసుకుంటూ ఉండచ్చును.

ప్రేమి స్థానంలో తండ్రి అయ్యా యోచన చేస్తూ ఉండచ్చును. అలా ఎన్నో సార్లు తండ్రి అయ్యే వాళ్ళ మనస్సులో సంభోగం చేసే ఆస తక్కువ కావచ్చును.

కారణం ఏమే ఉండని మీరు వాళ్ళ ఈ వ్యవహారంనింక బేజారు చేసుకోవద్దండి. అయితే మీ ఈ సమయాన్ని ఊర్కే విడవద్దండి. వాళ్ళ జొతకి మాట్లాడండి. వారికి ఈ దినాల్లో సంభోగం సురక్షితంగా ఉంటుంది మరియు జన్మించక శిశువికి ఏమీ తొందర కాదు అని చెప్పండి. ఈ మాదిరి వాళ్ళ మనస్సుని తెరిచేదానికి సులభమవుతుంది. వారి తట్టునింక పిలవడానికి అపేక్షించకుండా మీరే పిలవండి. ఒక సుందరమైన నైటి, వెన్నెల మరియు మధురమైన సంగీతం ఎలా ఉంటుంది? మాలిశ్ చేసినా వాళ్ళ మనస్సు వినకా పోతే సోఫా పైన ప్రీతి చేయండి అరికట్టు లేదు.

మనస్సు శాంతమయినంక కూడా వాళ్ళు మనస్సు చేయచ్చును.

సంభోగం పరాకాష్ఠ (ఓర్గేజ్మ)

"నాకి సంభోగాని పరాకాష్ఠ ముట్టినంక కడుపు ఈడుస్తుంది. ఇది సామాన్యమా? లేదా ఏదైనా తప్పు అయితా ఉందా?"

చింత వద్దు మరియు ఈ కారణంనింకా సంభోగంనింక దూరంగా పారద్దండి. తక్కువ ఆపాయం గర్భావస్థలో ఒక్కొక్క సల పరాకాష్ఠ సమయంలో లేదా అనాక వీపునొప్పి మరియు కడుపు ఈడిచేది అవుతుంది. గర్భాశయంలో సామాన్యమైన సంకుచితం (ముదురేది) మరియు సంభోగం అయినంక ఇలా కావచ్చును. ఎన్నో సలాలు మానసిక కారణంగానూ ఇలా కావచ్చును. సంభోగం సమయంలో శిశువుకి అపాయం కలగచ్చని భయం ఉంటుంది మరియు శారీరికంగా మరియు మానసిక కారణాలు ఉండచ్చును.

మీ కడుపులో ఈడిచేది అయితే మీ శిశువుకి తొందర అవుతుందని కాదు. డాక్టర్ గ్రీన్ సిగ్నల్ ఇచ్చినంక భయమెందుకు?

అయినా ఈడిచేది అయితే భర్తకి వీపుని రుద్దడానికి చెప్పండి. దీనినింక ఒత్తిడి మరియు ఈడిచేది రెండూ తక్కువ అవుతుంది.

కొన్ని మహిళలకి సంభోగం అయినంక కాళ్ళు ఈడుస్తుంది. మీకి ఈ పుస్తకంలో దానికీ ఉపాయాలు చిక్కుతుంది.

వృత్తి మరియు గర్భావస్థ

మీరు తల్లి అవుతుండారు అంటె మీరు మీ పనిని రెండట్ల పెంచుకున్నారు. మీరు మీ వృత్తి జొతకి తల్లి అయ్యే పని మీ జవాబ్దారి. అంటే ఓవర్ టైం. మీ వర్కలోడ్ రెండంత అయింది. మీకి గ్రాహకులు

మరియు డాక్టర్ జొతకి మీటింగ్, బాత్‌రూం మరియు మోల్ రూం ట్రిప్, బిజినెస్ లంచ్ మరియు మార్నింగ్ సిక్‌నెస్, స్నేహితురాలునింక బాస్ వరకూ చెప్పే ఉత్సాహం, స్వస్థంగా మరియు ప్రేరణనింక నిండిన ప్రయత్నం, శిశు వచ్చేతపుడు తల్లితనం రజా (మెటరనిటి లీవ్) తీసుకొనే చింత మొదలైన ఎన్నో సమస్యల్ని ఎదురించవస్తుంది. మేము మీకి కొన్ని టిప్స్‌ని స్తాము.

బాస్‌కి చెప్పేది ఎప్పుడు : - బాస్‌కి ఎప్పుడు చెప్పాలి అని మీరు అలోచిస్తున్నారు. అలా విశేషమైన నియమము లేదు. అయినా మీ కడుపు ఉబ్బు చెప్పే ముందు చెప్పండి. ఇదంతా మీ పని చేసే చోటు వాతావరణాన్ని మరియు మీ జొతకి పని చేసేవాళ్ళ మనోభావంమీద నిర్ధరిస్తుంది.

మీరు ఎలా అనుభవిస్తున్నారు :- మార్నింగ్ సిక్‌నెస్ కారణంగా మీ సమయాన్ని సింక్ దగ్గర గడిపితే మీరు మొదటి మూడు నెలల ఆయాసం కారణంగా మీకి పడక విడిచేది కష్టమయితే, ఈ గుట్టు నిండా దినాలవరకూ గుట్టుగా ఉండదు. మీరే అందరికీ మరియు బాస్‌కి చెప్పేది నిండా మంచిది. హో మీరు సరిగ్గా మరియు స్వస్థంగా ఉంటే, మీ ఇష్టంకొద్ది ఈ వార్తని కొంచం సమయంవరకూ మూసిపెట్టుకోవచ్చును.

మీరు ఏ పని చేస్తారు :- ఒక వేళ మీ పని చేసే వాతావరణం మీకి మరియు మీ శిశువుకి హానికరంగా ఉంటే మీకి వర్గం లేదా పని మార్పుచేయడానికి కార్యాలయంలో సూచన ఇవ్వాల్సి వస్తుంది.

పని ఎలా నడుస్తుంది : - ఏ గర్భవతి మహిళ కార్యాలయంలో చెప్పినపుడు ఒక ప్రశ్న లేసేది వీరికి గర్భావస్థ సమయంలో పని చేసేదానికి అయితుందా? వాళ్ళ మనస్సు పని బదులు బిడ్డపై లీనంగా ఉంటే? వాళ్ళు మా పనిని అర్ధంలోనే విడిస్తే? ఇలా ఉండేతపుడు మీరు ఏ ప్రాజెక్ట్ రిపోర్ట్ ముగించిన తరువాత లేదా కొత్త ఐడియా ఇచ్చేతపుడు లేదా బాగ పని చేసి ప్రూవ్ చేసినపుడు మీ గర్భావస్థ సూచనని ఇవ్వండి. అప్పుడు మీరు గర్భవతి అయినా పని పై ఏ అజాగరూకత చేయరు అని ప్రూవ్ చేయచ్చును.

ఏదైనా విశేషమైన సూచన రావాల్సివస్తే : ఒక వేళ మీ ఏ ప్రదర్శన పరిణామం వచ్చేదుంటే లేదా మీ జీతం (సాలరి) ఎక్కువ అయ్యే శంభవం ఉంటే లేదా మీకి ప్రమోషన్ చిక్కేతట్టు ఉంటే మీరు మీ గర్భావస్థ సమాచారాన్ని కొంచం లేటుతా తెలపండి ఎందుకంటే మీరు తల్లి అయినంక మీ గమనము పనిపై తక్కువ అయితుందని భావించి వాళ్ళు మీ ప్రగతిలో అడ్డం వేయచ్చును.

హరటల ఫ్యాక్ట్రీ : ఔను. ఆశ్చర్యమా? మీరు హరటల ఫ్యాక్ట్రిలో పని చేస్తుంటే కొంచం జాగ్రతగా ఉండండి. మీరు ఈ వార్తని బాస్‌కి చెప్పే ముందే వేరేవాళ్ళు వాళ్ళకి ఈ వార్తని చెప్పని అని మీరు ఆసపడుతున్నారా? మీరు మీకి విశ్వాస ఉండేవాళ్ళ దగ్గర మాత్రం ఈ వార్త చెప్పాలి వాళ్ళు మీ ఇచ్ఛ లేకుండా ఎవరికూ చెప్పరు.

నేమించేవాళ్ళ నడత : మీకి నేమించేవాళ్ళ నడతని తెలుసుకోవాలి. ఇప్పుడే తల్లి అయ్యిన మహిళలని అడిగి తెలుసుకొండి. అయితే ఈ పని తెలియకుండా చేయాలి. కార్యాలయంలో తల్లి రజ ఇచ్చే రీతి-నీతులు ఏమి అని తెలుసుకొండి. మీరు హెచ్ ఆర్. వ్యక్తిదగ్గర మీటింగ్ చేయచ్చును. వాళ్ళు ఈ విషయంలో అన్ని మాహితుల్ని ఇస్తారు. కంపని లేదా కార్యాలయం గర్భవతి తల్లిలకి పూర్తి సౌకర్యాల్ని ఇస్తుంది అంటే మీరు మీ సమాచారాన్ని త్వరలో ఇవ్వాలి. లేక పోతె ఏమి చేయాలని మీకి తెలుసు.

వార్త చెప్పేది : మీరు వార్త చెప్పడానికి సిద్ధంగా ఉంటే వార్త ఎలా సరియైన రీతిలో తలుపుతుందని మీరే నిర్ధరించాలి.

మీరు తయారు కాండి : మీరు మీ వార్తని చెప్పే ముందు కొంచం పూర్తిగా విచారంచండి. మీ కార్యాలయంలో తల్లి రజా పాలిసి గురించి తెలుసుకొండి. ఎన్నో కార్యాలయాల్లో జీతం జొతకి

రజ చిక్కుతుంది. కొన్ని కార్యాలయాల్లో ఇలా ఉండదు. ఎన్నో సమయంలో కాయిలా రజాన్ని ఈ రజాల్లో చేరించే అనుమతి ఇస్తారు.

మీ అధికారులనింక తెలుసుకొండి : గర్భవతి అయితే మీకి ఎ-ఎ సౌకర్యములు చిక్కుతుంది అని మీకి తెలిసిండాలి. మాహితి ఉంటేనే మీరు ఆ అన్నీ సౌకర్యాల లాభం తీసుకోవచ్చును.

సంయోజినం చేయండి : ప్రతియొక్క పనిలో సంయోజనంకొద్ది కావాలి. మీ పనికి ప్రశంస చిక్కుతుంది. ఈ వార్త చెప్పాలనుకుంటే ప్లాన్ చేసుకొండి. మీరు అందాజు ఎప్పుడు కార్యాలయానికి వస్తారు, ఎన్ని దినాలు రజా వేస్తారు, పొయ్యే ముందు పని ఎలా ముగిస్తారు లేదా మీ పనిని వేరేవాళ్ళకి ఎలా ఒప్పిస్తారు, పార్ట్ టఎం వచ్చి పని చేసే యోచన ఉంటే దాన్ని ఇప్పుడే చెప్పండి. ఈ అన్ని యోచనల్ని రాసి ఇవ్వండి. మీరు మరవరు మరియు మీ పని గురించి ఎక్కువ మార్కు చిక్కుతుంది.

సమయాన్ని ఇవ్వండి : పడగిట్లు, లిఫ్ట్ లేదా మీటింగ్‌లో లేదా పారాడ్తా ఈ వార్తని చెప్పకండి. బాస్ నిధానంగా మీ మాట్లని వినని అని బాస్ జొతకి సమయం తీసుకొండి. కార్యాలయంలో నిండా పని లేకుండా ఉండేతపుడు, లేదా ఒత్తిడి లేకుండా ఉండేతపుడు మీ మాట్లని చెప్పండి. కార్యాలయంలో వాతావరణం సరి లేకా పోతే మీ మీటింగ్‌ని ముందుకు వేయండి.

సకారాత్మక దృష్టి : మీ మాటని క్షమించండి అనో లేదా ఏదైనా కారణాల్ని చెప్పి ప్రారంభం చేయకండి. మీరు గర్భవతి అయినంక ప్రసన్నంగా ఉమడారు మరియు మీకి ఇల్లు మరియు కార్యాలయం పనిని జవాబ్దారిగా నిర్వహించేదానికి సాధ్యం ఉంది అని ఆత్మవిశ్వాసంతో చెప్పండి.

అదలు-బదులు చేసే సంభవం : మీ యోజనన్ని తయారుచేసి పెట్టుకొండి. అయితే దానిలో అదలు-బదలు చేసే సంభవం ఉణ్ణి. దీనినింక వాళ్ళకి మీరు హతం చేసి రజ అడుగుతున్నారు అని అనిపించదు. అయితే ఒక కొనా మట్టాన్ని పెట్టుకొండి దాని మాదిరి నడవండి.

పని మరియు విశ్రాంతి జొత జొతకి : ఆయాసం, ఒకరిక, వీపు మరియు తలనొప్పి, ఊదిండే కాళ్ళు గంటు మరియు పదే పదే మూత్రం విసర్జించాలనే ఇచ్ఛ మొదలైన మధ్యలో గర్భవతి స్త్రీ పని సమయంలో ఆరామంగా ఎలా ఉండచ్చును? ఊదిన కాళ్ళు జొతజొతకి పదే-పదే వంగి సామాను తీసుకోవాలంటే గర్భావస్థలో ఆరామం చిక్కేదానికి మేము ఇచ్చిన టిప్స్‌ని చదవండి

★ ఆరామంగా ఉండే బట్లని ధరించండి. టైటుగా లేదా సన్నగా ఉండే డ్రస్ వేయకండి. దానినింక రక్తపోటులో బాధ కలుగుతుంది. ఎత్తైన చప్పలునింక తొందర కావచ్చును. స్పోర్టింగ్ శూస్ వేసుకొంటే వెరికోజ్ వేయ్న్సనింక పారు కావచ్చును. ఎందుకంటే మీరు నిండా పొద్దు నిలిచిండాల్సి రావచ్చును.

★ ఊరు ఉష్ణాంశం ఏమే ఉండని మీ లోపలి ఉష్ణాంశాన్ని తెలుసుకొండి. గర్భావస్థలో మీ శరీరం ఉష్ణాంశం మార్పైతూ ఉంటుంది. ఒక క్షణంలో చమట వస్తే ఇంకొక్క క్షణంలో జలుబు రెండు ఉష్ణాంశాల్ని తడిచే మాదిరి బట్లని వేయండి. సాధ్యంగా ఉంటే మీ బీరువులో స్కార్ఫ్ మరియు స్వెటర్ పెట్టుకోండి. అకస్మాత్ జలుబు వేస్తే కావాల్సి వస్తుంది. ఈ దినాల్లో మీ శరీరం ఉష్ణాంశం ఎచ్చు తక్కువ అయితా ఉంటుంది.

★ కాళ్ళపై భారం విడిచి నిలవద్దండి. పని సమయంలో నిండా పొద్దు నిలిచి పడాల్సి వస్తే మధ్య-మధ్యలో కూర్చొండి లేదా పారాడండి. ఒక స్టూల్ పై ఒక కాలు పెట్టుకొని మండి మడచుకొండి. ఈ రీతిగా కొంచం భారం తక్కువ అవుతుంది. పదే-పదే కాళ్ళని మార్పు చేసుకొండి మరియు కాళ్ళణి అల్లాడిస్తూ ఉండండి.

కొంచం తయారి

ఇప్పుడు మీ ఇంటిలో బిడ్డలుండక పోవచ్చును. మీరు మీ పని మరియు గర్భావస్థ మధ్యలో పొందిక చేసుకోవాలి. ఇలా ఉండేతపుడు మీరు ముందే కొంచం తయారి వరియు వాడిక చేసుకునుంటే మీకి సులభంగా ఉంటుంది. మీ సలహాకొద్ది మీరు రెండు-మూడు పనుల్ని జొత-జొతకి చేస్తా సహజంగా ఉండచ్చును.

★ యోచన చేసి దినచర్యని ఎన్నిక చేయండి. మీ అన్ని పరీక్షల్ని మధ్యాహ్నంలో పెట్టుకొండి. బాస్‌ని అడిగి అర్ధ దినం రజా తీసుకొండి. అయితే ఈ దినాల లెక్క పెట్టుకొండి.

★ అన్నిదాన్ని జ్ఞావకం పెట్టుకొండి. ప్రతియొక్క పని పట్టిక చేయండి వరియు జొతకి పేపర్-పెన్ పెట్టుకొండి. ఏదైనా జ్ఞావకానికి వచ్చిన వెంటనే రాసుకొండి.

★ మీ శక్తిని తెలుసుకొండి. దానికింతా నిండా జాస్తి పని చేయకండి. ఈ సవుయంలో వద్దుకుండా ఉండే పనిని చేతిసి తీసుకోవద్దండి. మీ పనిని ఎవరికైనా ఇవ్వండి. ఒక సమయంలో ఒకే పని చేయండి.

★ ఎవరైనా సహాయానికి వస్తే సంకోచం లేకుండా సహాయాన్ని తీసుకొండి. వాళ్ళు రేపు మిమ్మల్నింక సహాయాన్ని అడగచ్చును. అయితే ఇప్పుడు వాళ్ళ సమయం.

★ సంయవాన్ని రీచార్జ్ చేసుకొండి. విహరించండి, బాత్‌రూమ్‌వరకూ పొండి రాండి, రిల్యాక్సేశన్ టెక్నిక్‌ని చేయండి లేదా మీ ఇష్టంకొద్ది ఏమైనా చేయండి.

★ మనస్సుకి బేజారుగా ఉంటే మీ మాటని చెప్పడానికి వెనుక్కపోవద్దండి. మేజుపై రాశిరాశిగా ఫైల్ ఉండి మీకి తల ఎత్తేదానికీ కాకపోతే బాస్‌కి చెప్పండి కొంచం సమయం సహాయం అడగండి. జ్ఞావకం ఉంచండి మీరు సోంబేరి కాదు అయితే ఇప్పుడు మీరు గర్భవతి.

★ ఏదైనా బాక్స్ లేదా ఎత్తైన పదార్థం చిక్కితే కొంచం పొద్దు కాళ్ళని ఎత్తులో పెట్టుకొండి.

★ మధ్య మధ్యలో బ్రేక్ తీసుకొండి. కూర్చొనుంటే లేసి పారాడండి. నిలుచుకొనుంటే కాళ్ళని ఏత్తరంలో పెట్టుకొండి. క్యాబిన్‌లో సోఫా ఉంటే వీలైనపుడు వెంటనే వీపు పై పడుకొండి. శరీరాన్ని ఈడిచేలాంటి కొన్ని వ్యాయామాల్ని చేయండి. దీనినింక కాళ్ళు, గొంతు మరియు వీపుకి ఆరావుం చిక్కుతుంది. సువూరు ప్రతియొక్క గంట అయినంక రెండు చేతుల్ని కిందకి ఊరి వీపుని అగలం చేసి కూర్చొని వంగేతట్టైతె చేతుల్ని కాళ్ళవరకూ తీసుకొని పాయి గొంతు వరియు భుజాల ఒత్తిడాన్ని పోగొట్టండి.

★ మీ కుర్చీని సరిచేసుకొండి. వీపుకి ఆరావుం ఇచ్చేదానికి దిండు పెట్టుకొండి. సీట్ కింద సన్న దిండుని పెట్టండి. కుర్చి అల్లాడేతట్టైతె మేజు కుర్చి వుధ్య కొంచం జాగ చేసుకొండి. దీనినింక మీ కడుపుకి జాగ చిక్కుతుంది.

★ వాటర్ కూల్ అక్క-పక్క ఉండండి. హరట కొట్టేదానికి కాదు. నీళ్ళు నింపేదానికి. మీరు దినంలో పూర్తిగా నీళ్ళు తాగేదానికి. దీనినింక శరీరంలో వాపు రాదు వరియు మూత్ర పిండాల సంక్రవుణ కాదు. ఇది కాకుండా ఇంకా ఎన్నో తొందరలనింక విడుదల చిక్కుతుంది.

★ ప్రతి రెండు గంటలకి మూత్రాన్ని విసర్జించడానికి పొండి. ఈ రీతి మీరు సంక్రవుణనింక దూరంగా ఉంటారు. అవశ్యకత ఉణ్ణి లేకుండా ఉణ్ణి బాత్‌రూంకి పొండి. ఎందుకంటే ఇప్పుడు జోరుగా పారే దినాలు కాదు. దానికోసం కొంచం-కొంచం

పొద్దుకి బాత్‌రూంకి పోండి.

★ ప్రతియొక్క గర్భవతి మొదటి కర్తవ్యం అంటే తమ శిశువు కడుపు నింపేది. మీ వ్యవస్థితమైన దినచరిలో భోజనానికి సమయాన్ని తీసుకొనేది మరెయద్దండి. మీ టేబల్ పైన, మీ బ్యాగులో స్నాక్స్ పెట్టుకోండి. మీకి మరియు మీ శిశువికి సరియైన సమయానికి కొంచం కొంచం తినేది అవశ్యకము.

★ మీ తూకం పై కన్ను పెట్టండి. కార్యాలయంలో ఒత్తిడి కారణంగా మీరు బేకాబిట్టి తిని తూకం పెంచుకోవద్దండి. మీ కార్యాలయం వెండింగ్ మిశీన్ లేదా జంక్ ఫుడ్ రెస్టోరెంట్ దగ్గర ఉంటే ఇంకా జాగ్రత్తగా ఉండాలి.

★ మీ దగ్గర ఎప్పుడూ పండ్లు రుద్దడానికి బ్రశ్ ఉండాలి. వాంతి అయ్యేతపుడెల్లా బ్రశ్ చేసుకొంటె పల్లు మరియు నోరు స్వచ్ఛంగా

కార్పల్ టనల్ సింద్రోమ్

వగలు-రాత్రీ కీ బోర్డ్ పై వేళ్ళను ఆడించేవాళ్ళకి దీని పై తెలిసుంటుంది. దీనిలో చై నొప్పు అయితుంది మరియు చేతుల్లో జోము వడుతుంది. (సంజ్ఞాహీనంగా ఉండేది) తల్లు అయ్యేవాళ్ళకి ఈ తొందర కావచ్చును. దీనినింక అపాయం ఏమీ లేదు అయితే తొందర కలుగుతుంది. మా సలహా మీ వనికి రావచ్చును.

★ మీ గేణుల్కి అనుకూలంగా ఉండే కీబోర్డ్‌ని పెట్టుకొండి.

★ టైపింగ్ చేసేతపుడు గేణుల బ్యాండ్ వేసుకొండి.

★ కంప్యూటర్‌నింక కొంచం విరావం తీసుకొండి.

★ ఫోన్‌లో నిండా పొద్దువరకూ మాట్లాడేదానికి స్పీకర్ లేదా హెడ్ సెట్ ఉవయోగించండి.

★ సాయంకాలం చన్నీళ్ళలో చై పెట్టండి. దీనినింక వాపు దిగుతుంది.

★ డాక్టర్ సలహా మాదిరి మందుల్ని తీసుకొండి లేదా ఆక్యూపంచర్ చేసుకొండి.

ఉంటుంది. మౌథ్వాశ్ ఉంటే మంచిది. నిండా జొల్లు వస్తుంటే (మొదటి మూడు నెలల్లో ఇలా అవుతుంది కార్యాలయంలో ఇది సరి అనిపించదు. మౌథ్వాశ్‌నింక సరిపోతుంది.

★ వీపుపై ఒత్తిడి పడకూడదు అని సామానుల్ని ఆరామంగా ఎత్తండి.

★ పొగ ఉండే జాగానింక దూరంగా ఉండండి. పొగ మీకు మరియు మీ శిశువుకి హానికరం. దీనినింక ఆయాసం కావచ్చును.

★ అవశ్యకతకింతా ఎక్కువ ఒత్తిడి చేసుకోవద్దండి. శాంతంగా ఉండండి. ఐపాడ్‌లో సంగీతాన్ని వినండి. కన్ను మూసుకొని ధ్యానం చేయండి. బిల్డింగ్ చుట్టూ పారాడండి.

★ మీ శరీరం పిలవటాన్ని వినేదానికి నేరీయండి. నిండా ఆయాసంగా ఉంటే రజా తీసుకొని ఇంటికి పోండి తప్పేమి లేదు.

వృత్తి మరియు మీ సురక్షిత – ఎన్నో వృత్తిల్లో తల్లిలు ఇంకా జన్మించక శిశువుకి పూర్తి పోషణ మరియు సురక్షతని ఇవ్వచ్చును. ఇది ఆ మహిళలకి సంతోషకరమైన వార్త ఎవరు పని మరియు ఇల్లు రెండునీ సమ్మాళిచ్చాలి ఉంటారు.

అయితే కొన్ని వృత్తిలు వేరె పని తులనలో సురక్షితంగా ఉంటుంది. కొంచం జాగ్రత్తగా ఉంటే మీరు మీ పని వాతావరణాన్ని మీమాదిరి చేసుకోవచ్చును. డాక్టర్ సలహా తీసుకొని ముందువరిచ్చండి.

కార్యాలయం పని : టేబల్‌పై పని చేసేవాళ్ళ కాళ్ళుఇ గొంతు, వీపు, మరియు తలలో నిండా నొప్పి అయితుందని అందరికీ తెలిసిన విషయం. దానిలో గర్భవతి మహిళలకి ఇంకా తొందర జాస్తి అయితుంది. శిశువికి ఏమీ కష్టంకాదు అయితే తల్లిల శరీరానికి తొందర ఒకా జాస్తి అయితుంది. మీరు కూర్చొనే పని చేసేవాళ్ళైతె మధ్య-మధ్యలో లేసి కొంచం పారాడండి. మీ చేతుల్ని అగలంగా చేసుకొండి. కుర్చి పైన

కూర్చొనే గొంతు మరియు భుజాల్ని అగలం చేసుకొండి. వాపుగా ఉండే కాళ్ళని పెట్టుకొనేదానికి కుర్చి దగ్గర సన్న స్టూల్ పెట్టుకోండి. వీపుకి దిండు ఆధారం ఇవ్వండి.

కంప్యూటర్‌నింక సురక్షత. ఇప్పుడు కంప్యూటర్ పరద మరియు ల్యాప్‌టాప్ మహిళలకి హానికరం కాదు.

అయినా కంప్యూటర్ ముందు నిండా పొద్దు ఉంటే తల చుట్టుతుంది, తలనొప్పి, గేణుల్లో నొప్పి లేదా చేతుల్లో నొప్పి కావచ్చును. మీరు వీపుకి పూర్తిగా ఆరామం చిక్కేమాదిరి కుర్చిని ఉపయోగించండి. మానిటర్ ఎత్తుగా పెట్టండి. దాని టాప్ మీ కన్నుల జొతకి సరిగ్గా ఉండాలి. మరియు ఇది ఒక చైయంత దూరంలో ఉండాలి. కారపాల్ సింద్రోమ్ అయ్యే భయం లేక ఉండే స్క్రీన్ ఉపయోగించండి. కీబోర్డ్ పై చై పెట్టేటపుడు అది మీ మోచై కింద ఉండాలి.

స్వస్థ్య సేవ సంబంధం ఉడే చిన్న పనులు : ప్రతియొక్క హెల్త్‌కేర్ ప్రొఫెషన్‌ది మొదటి ప్రాథమికత అంటె స్వయం స్వస్థ్యంగా ఉండేది. అయితే మీరు తల్లి అయ్యేటపుడు ఇది ఇంకా అగత్యము. అన్నిదానికింతా ముందు మీరు ఉపకరణాల్ని స్టెరిలైజ్ చేసే కెమికల్‌నింక మీరు మరియు మీ శిశు దూరంగా ఉమండాలి (ఉదా: ఎథలీన్ ఆక్సైడ్ మరియు ఫార్మాల్డిహైడ్ కొన్ని అంటి క్యాన్సర్ మందులు, హెపెటైటిస్ బీ మరియు ఏడ్స్ అలాంటి కొన్ని సంక్రమణలు మరియు రేడియేశన్ మొదలైనవి) తక్కువ ప్రమాణంగల క్షకిరణం (ఎక్స్‌రే) జొతకి పని చేసే టెక్నీశియన్స్‌కి రేడియేశన్ అపాయం ఉండదు. ఏ మహిళలు సంతానోత్పత్తి వయస్సులో ఉంటారో వారికి నిండా ప్రమాణం రేడియేశన్ సంపర్కంలో వచ్చే ముందు విశేషమైన ఉపకరణాన్ని ధరించే శిఫారస్ చేయబడుతున్నది. వారి సురక్షణకోసం, మీ పనితట్టు సురక్షత ఉపాయాల్ని చేసుకోవాలి లేదా వేరె పని చూసుకోవాలి.

నిర్మాణ కార్యం : ఎక్కడ భారీ సామానల్ల తయారవుతుందో లేదా అపాయకరమైన మెశీన్ తయారవుతుందో అక్కడ మీరు పని చేసేతట్టైతె మీరు మీ డ్యూటీని మార్చుకొనేదానికి బాస్ దగ్గర మాట్లాడాలి. ఉత్పాదనల సురక్షత విషయం గురించి నిర్మాణకర్తల దగ్గర మాట్లాడి మాహితుల్ని తీసుకోవచ్చును. ఏ ఫ్యాక్టిలో ఏమి తయారవుతుందో మరియు ఎలా తయారవుతుందో అనేది ఈ తత్వంపై నిర్ధారమవుతుంది.

నిండా శారీరిక శ్రమం : గర్భవతి మహిళ బరువైన సామానుల్ని ఎత్తే లేదా శారీరీక శ్రమం లేదా గంటలకొద్ది నిలిచి పని చేస్తుంటారు. వాళ్ళకి ప్రీటర్మ్ లేబర్ అపాయం కలుగుతుంది. మీరు బాస్‌కి చెప్పి మిమ్మల్ని 20 నింక 28 వారాలవరకూ శారీరిక శ్రమం ఉంటే అలాంటి చోటునింక వర్గం చేయించుకోవాలి. ప్రసవం అయినంక మీరు మీ పనికి వాపస్ రావచ్చును.

శాంతంగా ఉండండి

సుమారు 24 వారాల్లో మీ శిశు బైట, మధ్య మరియు కుడి చొవులు పెరిగింది. 27 నింక 30 వారాల్లో అదు బైట సౌండుల్ని వినేదానికి యోగ్యమవుతుంది. అయినా నిండా జోరుగా ఉండే శబ్దం దాని వరకూ వినదు. అయినా మీరు గర్భావస్థలో తీవ్రంగా ఉండే సౌండ్‌నింకా దూరం ఉండాలి. నిండా గలాటానింక శిశు వినే క్షమతపై ప్రభావం చూపుతుంది. గలాట తీవ్రత 40 నింక 60 డెసిబల్ వరకు ఉంటే దానినింక ప్రీమెచూర్ బిడ్డ లేదా తక్కువ తూకం బిడ్డ జన్మానికి అపాయం కావచ్చును. 150 నింక 155 డెసిబల్ సౌండ్ తీవ్రంమై ఇదే సమస్య కావచ్చును. తీవ్రమైన సంగీతం క్లబ్, గలాటా ఉండే మశీన్‌ల జొతకి పని చేసే గర్భవతి మహిళలు పని విడిచి వేరే సురక్షితమైన స్థలంలో వర్గం చేసుకోవాలి. క్యాసెట్ వినాలుకుంటే ఎమ్మి థియేటర్ మధ్యలో కూర్చొండి. కారులో జోరుగా సంగీతాన్ని వినద్దండి. దవుల పై హెడ్‌ఫోన్ వేసుకొని సంగీతాన్ని వినండి.

భావనాత్మక రూపంనింక ఒత్తిడిలేని పని : ఎన్నో సల కార్యక్షేత్రంలో ఒత్తిడి గర్భవతి మహిళపై చెడ్డ ప్రభావం పడుతుంది. మీరు ఒత్తిడాన్ని తక్కువ చేసే పూర్తి ప్రయత్నాన్ని చేయాలి. తల్లి రజాని జల్ది తీసుకొండి లేదా ఒత్తిడ లేకుండా ఉండే చోటు పని చేయండి. ఇలా చేసేది ఎప్పుడూ సాధ్యంకాదు. అర్థిక రూపం అవశ్యకంగా ఉంటే పని విడిచేదానినింక తొందరలు అదికమవుతుంది. మీరు నియమితంగా వ్యాయామం, ధ్యానం మరియు స్వస్థ క్రియాల్నింక ఒత్తిడాన్ని తక్కువ చేసే విధానాల్ని నేర్చుకోవాల్సి వస్తుంది. అవశ్యకతకింతా నిండా పని, ఒత్తిడి మీ గర్భావస్థకి హాని కావచ్చును. మీ బాస్ దగ్గర మాట్లాడండి. అయితే మీరు స్వ ఉద్యోగి అయింటే పని ఒత్తిడాన్ని తక్కువ చేసేదానికి కష్టం కావచ్చును ఎందుకంటే మీరు బాస్ ఆయినా ఇక్కడ మీరు కొంచం గమనంపెట్టి ఒత్తిడిని తక్కువ చేసుకొనేది మంచిది.

వేరే పనులు : అధ్యాపకులు మరియు సమాజ సేవకులు సన్న బిడ్డల జొతకి ఉండే కారణంనింక సంక్రమణ కావచ్చును. ఉదా: చికన్ పాక్స్ఇ ఫిఫ్మ డిసీస్ఇ మరియు సీ ఎం.వీ, పశువుల జొతకి పని చేసేవారు లేదా మాంసాన్ని అమ్మేవాళ్ళు టాక్సోప్లాజ్మోసిస్‌నింక పీడితులు కావచ్చును. వాళ్ళలో రోగం ప్రతిరోదక క్షమత ఉంటే శిశువుకి ఏమీ అపాయం ఉండదు. మీరు సంక్రమణ పెరిగే చోటు పని చేస్తూ ఉంటె పూర్తి గమనం పెట్టి అప్పుడప్పుడూ చేతుల్ని కడగండి మరియు చేతులు గ్లొసు, మాస్క్ వేసుకొండి.

ఫ్లైట్ అటెండెంట్ లేదా పైలట్‌లకి ప్రీటర్మ్ లేబర అపాయం కొంచం జాస్తి అవుతుంది.హాఎ అల్టిట్యూడ్ ఫ్లైట్‌లో సూర్యుని రేడియేశన్ సంపర్కంలో వచ్చే కారణంనింక ఇలా అవుతుంది. వాళ్ళు తక్కువ దూరం యాత్ర చేయాలి లేదా ప్రెగ్నెన్సి సమయంలో భూమి పై కార్యాలయం పని చేయాలి.

ఫోటోగ్రఫి కెమిస్ట్ కాస్మెటెశియన్ మరియు డ్రైక్లీనింగ్ పని చేసే గర్భవతి మహిళలు ఎన్నో కెమికల్ సంపర్కంలో ఉండచ్చును. వాళ్ళు పూర్తిగా జాగ్రతగా ఉండాలి లేదా ఆ స్థళాన్ని విడిచిపెట్టాలి.

పనిలో ఉండేది : మీరు కడా వరకూ పని చేసేదానికి నిర్ధారం చేసిండారా? ఎన్నో మహిళలు పూర్తి తొమ్మిది నెలలు పని-ఇల్లు రెండునీ బాగా నిర్వహిస్తారు. అలాగే కొన్ని పనుల్లో నిండా తొందరలు కాదు. టేబల్ పై కూర్చొని చేసే పని అయితే మీరు నేరుగా బాత్‌రూముకి పోవచ్చును. పని ఆరామంగా ఉంటే మీరు ఇంటిలో చత్త ఊడిచి ఇల్లు తుడిచే పని చేసేదానికి ఇష్టంపడరు. ఎందుకంటే మీకి కార్యాలయంలోనే నిండా ఆరామంగా ఉంటారు. కార్యాలయంనింక ఇంటికి నడుచుకొనే పొయ్యి వచ్చే లాభమూ ఉంటుంది (మీరు నిండా బరువు ఎత్తుక పోతె)

ఒక వారంలో 65 గంటల సమయం పని చేసే గర్భిణి స్త్రీ గర్భావస్థ జటిలతలనింక తక్కువ పని చేసే గర్భిణి మహిళలంతే సురక్షితంగా ఉంటారని ఒక అధ్యయనంనింక తెలిసి వచ్చింది. ఒక మహిళ ముందే తల్లిగా ఉండి ఇప్పుడు అది గర్భావస్థలో దీర్ఘకాలంవరకూ నిల్చుకొని పని చేసి, ఒత్తిడంలో ఉండి, లేదా నిండా పని చేస్తే దానికి ప్రీటర్మ్ లేబర్, ఎత్తైన రక్తపోటు, తక్కువ తూకం ఉండే శిశువు జననం ఇలాంటి అపాయము ఎక్కువ అవుతుంది.

సేల్స్‌గర్ల్, నర్స్, స్టాఫ్, రెస్టోరెంట్ వర్కర్, పోలీస్, డాక్టర్, వాళ్ళంతా 28 వారాల తరువాత పని చేయాలా? డాక్టర్ చెప్పేది మీకి పని చేసేదానికి ఆరామంగా ఉంటే మీరి సామాన్యమైన పని చేయచ్చును. అయితే శారీరిక తొందరలు ఎక్కువ అవుతుంది. ఉదా : వీపునొప్పి, వెరికోజ్ వేయ్న్స

గర్భావస్థ మరియు దుర్వవహారం

గర్భావస్థ కారణంనింక కార్యక్షేత్రంలో మీ జొతకి దుర్వవహారం అయితుందా? ఊర్కే ఉండే బదులు విశ్వాసం ఉండేవాళ్ళ దగ్గర మనస్సు మాటని చెప్పండి, అన్ని మాట్లు మరియు ఘటనల పట్టిక మరియు రెకార్డ్‌ని పెట్టుకొండి. అవశ్యకత ఉండేతవుడు సాక్ష్యం రూపంలో చూపించవచ్చును.

మరియు హెమరైడ్.

సాధ్యమంయితే కొంచం ముందే రజా తీసుకొండి. ఆయాసం అయ్యే పని, పడి గాయం అయ్యేది ఇలాంటి పనుల్ని చేయద్దండి. విశేషమేమిటంటే ప్రతియొక్క గర్భావస్థ, గర్భిణి మహిళలకూ పని వేరె-వేరె ఉంటుంది. డాక్టర్ జొతకి మాట్లాడి మీ స్థితినింక నిర్ణయాన్ని తీసుకొండి.

పని మార్చేసుకొనేది : జీవనంలో అయ్యే ఏన్నో మార్పుల జొతకి మీరు ఒక మార్పు చేసేదానికి ఇష్టం పడతారు. తల్లి అయ్యే మహిళ తమ పనిని మార్చుచేసుకోవడానికి ఎన్నో కారణాలుండచ్చును. పని చేసే వాతావరణం సౌహార్దంగా ఉండక పోవచ్చును. పని మరియు మాతృత్వం మధ్య పొందిక చేసేదానికి కష్టం అయితా ఉండచ్చును లేదా పని సమయం అధికంగా ఉండచ్చును. మీకి పని బేజారుగా ఉండచ్చును. అక్కడ మీ శిశువుకి అపాయం ఉండచ్చును. కారణం ఏమే ఉండని పని విడిచే ముందు కొన్ని మాట్లని గమనంలో పెట్టుకొండి.

కొత్త పనిని చూసేదానికి సమయం ప్రజ్ఞ మరియు గమనం ఉండాలి. ఇప్పుడు మీకి స్వస్థమైన ప్రెగ్నెన్సిపై గమనం అధికంగా ఉంది. ఇలా ఉండేతవుడు మీరు కొత్త పనికి పొయ్యే బదులు ఎన్నో తరహాల సాక్షాత్కారము మరియు పరీక్ష ఎదురించివల్సి వస్తుంది. అప్పుడు మీకి దీని పైన నిండా గమనం రాకపోవచ్చును. గర్భావస్థ తొందరల జొతకి ప్రథమంగా ప్రభావం వచ్చేది కొంచం కష్టం. కొత్త పనుల్లో గమనాన్ని నిండా ఇవ్వాల్సి వస్తుంది. అందరి కండ్లూ మీ పై ఉంటుంది. తప్పు చేసినా కష్టమే. ఇలా ఉండేతపుడు మీరే నిర్ధరించండి మీకి ఇంత ధైర్యం ఉందా?

కొత్త పనికి పొయ్యే ముందు అక్కడ పోతె లాభమో లేదో అని చూసుకొండి. కంపని మీకి ఊర్కె రజె ఇచ్చే బదులు హెల్త్ ఇన్‌శ్యూరెన్సది రెండంత తీసుకొంటుందా? వాళ్ళు ఇంటినింక పని చేసేదానికి అనుమతి ఇస్తారా? జీతం అధికంగా ఉందా? జ్ఞాపకంలో పెట్టండి చూసేదానికి అంతా సులభంగా ఉంటేనూ అన్నీ సులభంగా ఉండదు. మీ ఇంటి వాతావరణంలాగే నిండా వ్యస్తంగా ఉంటుంది. కార్యాలయంలో అళాగే ఉంటే మీకి ఇష్టం అవుతుందా? దీన్ని జ్ఞాపకం పెట్టండి ఎన్నో కంపనీలు వాళ్ళు తీసుకొనేవాళ్ళకి మొదటి సంవత్సరంలో తక్కువ జీతం ఇస్తారు.

గర్భావస్థ కారణంనింక మిమ్మల్ని పనికి పెట్టుకోకుండా ఉండే అధికారం ఎవరికీ లేదు. అయితే మీరు ఈ మాటని మూసిపెట్టి పని శురువయి కొన్ని దినాల్లోనే తల్లి రజా అడిగితే మీ సంబంధాలు చెడచ్చును. వాళ్ళు మీకి పని ఇచ్చేదానికి రాజీ అయిత వెంటనే మీరు వాళ్ళకి మీ గర్భావస్థ సమాచారాన్ని ఇవ్వండి.

ఒక వేళ మీకి కొత్త పనికి పొయినవెంటనే మీరు గర్భవతి అని తెలిస్తె? కాని విడచేయండి అలాగే స్వీకరించండి. మీకి ఇచ్చిన పనుల్ని గమనంపెట్టి శ్రద్ధగా చేయండి అయితే పరిస్థితి నకారాత్మంగా ఉండడం లేదని మీకి మీ అధికారం గురించి మరియు పని సురక్షత పై మాహితి ఉండాలి.

పని సమయంలో సురక్షత మరియు విశ్రాంతి

ఇది మీ మొదటి శిశువుండచ్చును. అయితే మీరు పని మరియు పరివారం మధ్య పొందిక చేసేది నేరీయాలి. మొదటి మూడు నెలలు మరియు కడా మూడు నెలల్లో గర్భావస్థ లక్షణాలు కనిపిస్తాయి. అప్పుడు మీపై ఆయాసం ప్రభావం నిండా ఉంటుంది. మా టిప్స్ వాడి మీరు రెండు పనుల్ని సరిగ్గా చూసుకొనేదే కాక అన్నీ నిండా సులభం మరియు సహజం అయితుంది.

★ దినంలో మూడు సలాలు భోజనాన్ని చేయండి. మధ్య-మధ్యలో తేలికైన తిండిని తినండి. మీరు ఎంతే స్వస్థంగా ఉండినా స్వస్థంగా ఉండే స్నాక్స్ తినేదాన్ని మరెయద్దండి. పర్స్‌లో తినే పదార్థాల్ని పెట్టుకొండి.

★ మీ తూకాన్ని చూసుకొండి. ఒత్తిడంనింక మీ తూకం తక్కువ అయితుందా అని తెలుసుకొండి.

★ వాటర్ కూలర్‌ని మీ స్నేహితుడిగా చేసుకొండి. మీరు పదే-పదే ఖాలి గ్లాస్ నింపేదానికి అక్కడ పోవాల్సివస్తుంది. దానికోసం టేబల్‌పై బాటల్ పెట్టుకూ ఉండండి. దాన్ని దినంలో పదే-పదే నింపుకొండి. నీళ్ళు తాగినంతా మూత్రపిండం సంక్రమణనింక దూరంగా ఉంటారు.

★ మూత్రాన్ని విసర్జించే ఇచ్ఛని ఆరకట్టకండి. రెండు గండల కాలంలో మూత్రాన్ని విసర్జించండి.

★ మీ డ్రెస్ ఆరామంగా ఉండని. బిగువుగా లేదా రక్తసంచారంలో అడ్డు చేసే బట్లని వేయకండి. నిండా పొద్దువరకూ నిల్సి ఉండాల్సి వస్తే స్పోర్టింగ్ హోఫ వేసేది మరెయద్దండి.

★ నిండా పొద్దు నిల్చుకొనుంటే మధ్య-మధ్యలో కూర్చొండి లేదా పొరాడండి. సన్న స్టూల్ చిక్కతే నిలిచిండేతపుడు ఒక కాలుని బారి-బారికి దానిపై పెట్టుకొండి.

★ పనినింక బ్రేక్ తీసుకొండి. నిల్చుకొనుంటే కూర్చొండి. కూర్చొనుంటే పొరాడండి. సాధ్యమైతే సోఫా పై పడుకొని వీపుని నెట్టగా చేసుకొండి. వీపు, గొంతు మరియు కాళ్ళని ఈడిచే వ్యాయామాన్ని చేయండి.

★ మీ శ్వాసంపై గమనం పెట్టండి. పొగ ఉండే జాగాకి పోవద్దండి. పొగనింక మీకి మరియు మీ శిశువుకి హాని కలగచ్చును. మీకి ఆయాసం అని అనిపించచ్చును.

★ ప్రతీ సల భోజనం అయిన వెంటనే పండ్లని తోమండి. పల్లు స్వస్థంగా ఉంటుంది, ఊపిరి తాజాగా ఉంటుంది మరియు ఓకరిక అనిపించదు. నోటిలో నిండా జొల్లు వస్తే మౌత్ వాశ్ ఉపయోగించండి.

★ కారపల్ టనల్ సిండ్రోమ్, మరియు వీపు నొప్పి కార్యాలయానికి పొయ్యేవాళ్ళు ఈ రెండు తొందరల్ని సహించుకోవాలి. ఈ విషయంలో పూర్తి గమనం పెట్టండి.

★ ఒత్తిడినింక దూరంగా ఉండండి. సమయం చిక్కినపుడెల్లా రిల్యాక్స్ చేసుకొండి. మీకి మళ్ళి ఫ్రెశ్ అనిపించటానికి సంగీతాన్ని వినండి, ధ్యానాన్ని చేయండి. కండ్లు మూసుకొని పడుకొండి లేదా పొరాడండి ఏదైనా చేయండి.

★ మీ శరీరం పిలవడాన్ని వినండి. ఆయాసం అనిపిస్తే పని ఒత్తిడాన్ని తక్కువ చేసుకొండి. కొంచం విశ్రమిచ్చండి లేదా సాయంకాలం రజా తీసుకొని ఇంటికి పొండి.

నాల్గవ నెల

సుమారు 14 నుండి 17 వారాలవరకు

రెండవ మూడు నెలలు ప్రారంభం అయింది. సామాన్యంగా గర్భవతి మహిళలకి ఈ సమయం నిండా ఆరాముగా ఉంటుంది. దీనిలో శరీరంలో కొన్ని మార్పులు అవుతుంది. గర్భావస్థలో తొందర ఇచ్చే లక్షణాలు నిండా మట్టకి తక్కువ అవుతుంది. భోజనం-తిండిలో మళ్ళీ రుచి కనపడతుంది. ఊర్జ మట్టం అధికమవుతుంది. వక్షస్థలంలో సంవేదన తక్కువ అవుతుంది. ఈ దినాల్లో కడుపు ఉబ్బు కనిపించేదానికి ప్రారంభమవుతుంది.

ఈ నెల మీ శిశువు పెరగడం

14వ వారం :- ఈ వారంలో భ్రూణ పెరగడం స్థరం వేరె-వేరె ఉంటుంది. అయితే అన్ని శిశువుల పెరగడం మార్గం ఒక్కటే ఉంటుంది. ఈ నెలవరకూ మీ శిశువు ఆకారం మడిచిన ముష్టి అంత ఉండె. ఇప్పుడు అది అయినంత మట్టకి నేరుగా అవుతుంది. గొంతు మొదటికింతా పొడువవుతుంది మరియు తల నేరుగా అవుతుంది. బహుశః సన్న తల పై సన్న-సన్న వెంటికలు వస్తున్నది. శరీరం వెంటికల జొతకి కన్ను ఉబ్బు వెంటికలూ పెరుగుతుంది. వెంటికళ ఈ పదరం దానికి ఉష్ణాన్ని ఇస్తుంది. శరీరంలో మేధస్సు చేరితే వెంటికలు తక్కువ అవుతుంది. జల్దీ పుట్టే కొన్ని శిశువుల్లో వెంటికల అస్థాయి పదరాన్ని చూడచ్చును.

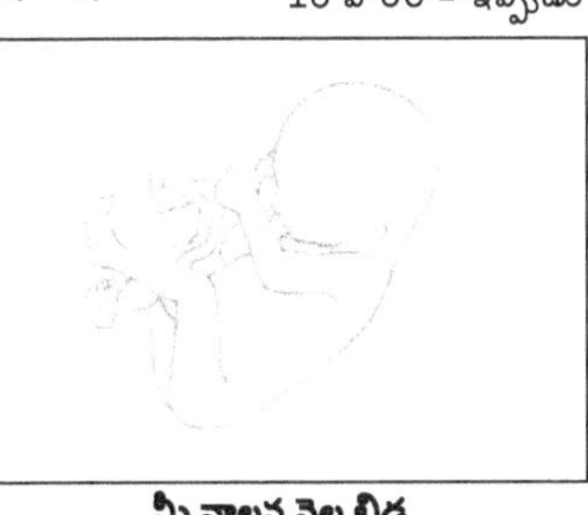

మీ నాల్గవ నెల బిడ్డ

15వ వారం : ఈ వారం శిశువు కొలత 4 1/2'' మరియు బరువు 2 నింక 3 ఔన్స్ ఉంటుంది. అది ఒక చిన్న కమలాపండంత ఉంది. దాని చవి సరియైన స్థానంలో వచ్చింది. కన్నులు తల మూలనింకా ముఖంపై వచ్చింది. అది తమ కాళ్ళ వేళ్ళణి అల్లాడిచ్చవచ్చును. తమ బొటిమి వేలని చీపచ్చును. మరియు నిండా సులభమంగా ఊపిరాడచ్చును. మీకి దాని కదలిక అనుభవం కాదు అయితే అది మజాగా చేతులు-కాళ్ళు అల్లాడిస్తుంది.

16 వారం – ఇప్పుడు దాని తూకం 3 నింక 5 ఔన్స్ మరియు పొడుగు 4 నుండి 5'' అయింది. దాని వ ాం స క ండ రాలు ముందుకింతా నిండా దృఢంగా ఉంటుంది. దాని మూతి సుందరంగా ఉంటుంది. కన్నులు పని చేస్తున్నాయి. రెప్పలు ఇంకా మూసింది అయితే స్పర్శానికి

సంవేదనాశీలంగా ఉంది. మీరు మీ కడుపు ఉబ్బుని ముట్టితే దానికి అనుభవమైతుంది. అయితే మీకి దాని కదలికని గురుతించడానికి కాదు.

17వ వారం : ఇప్పుడు శిశు మీ అరచై అంత అయింది. దాని తూకం 5 ఔన్స్‌కింతా జాస్తి మరియు పొడుగు సుమారు 5'' అయింది. దాని త్వచ పారదర్శకంఅ ఉంది. శరీరంలో మేధస్సు నిర్మాణం అవుతుంది. ఇప్పుడు అది చీపే మరియు నుంగే కలని నేర్చింది ఎందుకంటే ప్రపంచానికి వచ్చిన తక్షణం కడుపుకోసం అన్నిదానికింత ముందు ఇదే పని చేయాలి. ఇప్పుడు దాని గుండె పోటు నియమితంగా ఉంది.

మీరు ఏమి అనుభవించుచున్నారు?

జ్ఞాపకం ఉంచండి ప్రతియొక్క గర్భవతి మరియు ప్రతియొక్క గర్భావస్థ భిన్నంగా ఉంటుంది. మీరు ఒకే సమయంలో లేదా వేరె వేరే సంవత్సరాల్లో ఈ అన్ని లక్షణాల్ని అనుభవించింటారు. కొన్ని లక్షణాలు వెనుక నెలనింకానే ఉండచ్చును. కొన్ని కొత్తదిగా కనిపిస్తుంది. కొన్ని సామాన్యమైన లక్షణాలు మీకి తెలిసేదే లేదు ఎందుకంటే మీకి రూఢిగా ఉంటుంది. ఈ నెల మీరు కింద రాసిన లక్షణాల్ని అనుభవించవచ్చును.

శారీరికంగా

- ★ ఆయాసం, శక్తి హీనత, తూకడిక
- ★ పదే-పదే మూత్ర విసర్జన చేసే తక్కువ ఇచ్ఛ
- ★ ఒకరిక, వాంతి నిలిచేది లేదా తక్కువ అయ్యేది. కొందరికి మార్నింగ్ సిక్‌నెస్ ఉండేది సరి అయితే ఆకిలి అవుతుంది.
- ★ మలబద్ధత
- ★ ఎదలో మంట, అజీర్ణం, కడుపు ఉబ్బేది
- ★ స్తనాల ఆకారంలో మార్పు అయితే మృదుత్వం తక్కువ అయ్యేది.
- ★ ఒక్కొక్క సళ తలనొప్పి.
- ★ ఒక్కొక్క సల తల చుట్టేది
- ★ ముక్కు కట్టుకునేది, కొన్నిమాట్లు ముక్కునింక రక్తం వచ్చేది. చవిలో గుగ్గ.
- ★ బ్రశ్ చేసేతపుడు చిగుళ్ళనింక రక్తం వచ్చేది.
- ★ ఆకిలి అధికంగా అయ్యేది.
- ★ కాళ్ళ గంటు, కాళ్ళు లేదా చేతులు-కాళ్ళల్లో వాపు.
- ★ కాళ్ళల్లో వెరికోజ్, వేయ్న్, హెమరైడస్
- ★ యోని స్రావం కొంచం అధికమవుతుంది.

ఒక దృష్టి

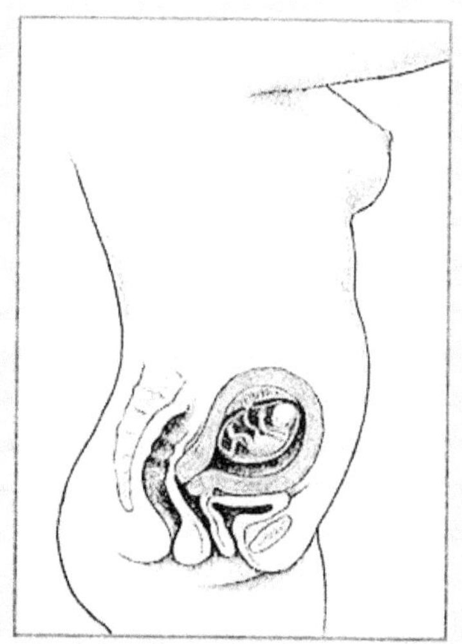

మీ సన్న కలంగ్రి పండంత ఉండే గర్భాశయం ఈ నెల పెల్విక్ క్యావిటినింకా బైట వస్తుంది. మీ బొగ్గులుకింతా 2'' కింద డ్యాక్టర్ సహాయంనింక దీని పై భాగాన్ని అనుభవించవచ్చును. మీ పాత బట్టలు బిగువుగా ఉంటాయి.

★ నెల కొనలో భ్రూణం కార్యం అధికమవుతుంది. (ఇంత జల్ది కాదు)

భావాత్మకంగా :

★ భావాత్మకంగా ఎక్కువ తక్కువ మనస్థితి బాగా ఉండచ్చును లేదా చెడచ్చును. అకస్మాత్‌గా ఏడిచే మనస్సు, వ్యాకులత, సిడికేది.

★ గర్భిణి అని కనిపించే ఆస.

★ అన్ని డ్రెస్‌లూ సరికాకుండా ఉండే కారణంగా సిడికేది. మీరు ఇప్పుడు గర్భావస్థ విశేషమైన ఉడుపుల యోగ్యమూ కాదు.

★ ఒళ్ళు హుషారుగా లేదని అనిపించేది. జ్ఞాపకం శక్తి తక్కువ అయ్యేది.

ఈ నెల తపాసణ :–

ఈ నెల డాక్టర్ కింద రాసిన పరీక్షల్ని చేయచ్చును. అయితే అన్ని డాక్టర్‌లు వారి-వారి రీతిలో పరీక్ష చేస్తారు.

★ తూకం మరియు రక్తం ఒత్తిడి

★ ప్రోటీన్ మరియు చక్కర తపాసణకి మూత్రం పరీక్ష

★ భ్రూణంది గుండె కొట్టడం పరీక్ష

★ గర్భాశయం ఆకారం (బైటనింక)

★ ఫండస్ (గర్భాశయం పై భాగం) ఎత్తు

★ చేతులు-కాళ్ళలో వాపు, వెరికోజ్ వేయ్న్సకోసం కాళ్ళు.

★ కొన్ని వేరే మాదిరి లక్షణాలు.

★ మీరు అడిగేకి ఇష్టం పడే కొన్ని ప్రశ్నలు మరియు సందేహాలు.

మీరు ఏమి అలోచిస్తున్నారు

పండ్ల సమస్యలు

> ఎచ్చరిక
>
> పండ్లు బ్రశ్ చేసేతపుడు చిగుళ్ళనింక రక్తం వస్తే డాక్టర్‌కి చూపించండి. ఇది ప్రెగ్నెన్సి ట్యూమర్ కారణంనింక కావచ్చును. దీనిలో ఏ హాని కలగదు. ప్రసవనంతరంగా అదే సరిపోతుంది. అయితే తొందర అధికమయితే డాక్టర్ లేదా దంతచికిత్సకులు దీనికి ఉపచారం ఇస్తారు.

''నా నోరు నిండా పాడైయింది. బ్రశ్ చేసేతపుడు చిగుళ్ళనింక రక్తం వస్తుంది. బహుశః దానిలో ఛిద్రం ఉందని అనిపాస్తుందియా. .ఈ సమయంలో పండ్ల చికిత్స సరి ఉంటుందా?

★ నగుముఖంలో ఉండని. మీరు గర్భవతి అయితే మీరు మీ కడుపు పై గమనం ఇచ్చే కారణంగా మీ పండ్ల పై గమనం ఇచ్చేదానికి కాదు. గర్భావస్థలో హార్మోన్‌నింక మీ చిగుళ్ళు బాగుండదు. అవి మీ వేరే మ్యూకస్ మెంబ్రేన్ మాదిరి ఊదుతుంది. దానిలో మంట మరియు రక్తం వస్తుంది. ఈ కారణంనింక చిగుళ్ళలో ప్లాక్ సూక్ష్మ జీవిల్కి నిండా సంవేదనశీలం అవుతుంది. ఎన్నో మహిళల స్థితి నిండా చెడిపోయింటుంది. వారికి జింజివైటిస్ అయిపోతుంది. మా సలహాల్ని వాడి స్వస్థమైన పండ్లు మరియు చిగుళ్ళని పొందండి.

★ ప్రతిరోజు పండ్లని బ్రశ్ చేసి స్వచ్ఛం చేసుకొండి. క్లోరైడ్ ఉండే టూత్‌పేస్ట్‌ని వాడండి. నాలిక స్వచ్ఛం చేసుకొండి. దీనినింక సూక్ష్మజీవిల ఉత్పత్తి కాదు మరియు ఊపిరి తాజాగా ఉంటుంది.

★ డాక్టర్ సలహానింక నోరు కుప్పళిచ్చేదానికి ఏదైనా మందు తీసుకొండి. దీనినింక పల్లు మరియు చిగుళ్ళు స్వస్థంగా ఉంటుంది.

★ భోజనం తరువాత బ్రశ్ చేసేదానికి కాకపోతె చక్కర లేకుండా ఉండే గం నమలండి. దీనినింక జొల్లు జాస్తి అవుతుంది అది పండ్లని స్వచ్ఛంగా

పెడుతుంది. గంలో జైలోటోల్ ఉంటే పండ్లు పుచ్చి కాదు. లేదా ఏదైనా గట్టి పదార్థాలని నమలచ్చును. దీనినింక నోటిలో ఆమ్లత తక్కువ అవుతుంది.

★ భోజనం సమయంలో ఏమే తింటేనూ గమనం పెట్టండి. భోజనం తరువాత బ్రశ్ చేసేదానికి కాకపోతె మాత్రం తీపు తినండి. విటమిన్ సీ ఉండే పదార్థాల్ని తీసుకొండి. దీనినింక చిగుళ్ళు స్వస్థంగా ఉంటుంది. రక్తమూ రాదు. రోజూ క్యాల్శియం ప్రమాణాన్ని తీసుకొండి.

★ ఏమీ తొందర లేకా పోతేనూ గర్భావస్థ తొమ్మిది నెలల్లో ఒక సల పండ్ల పరీక్షని చేయించండి. పండ్లు స్వచ్ఛంగా లేకపోతే చిగుళ్ళు ఇంకా పాడవుతుంది. మీకి ముందునింకా చిగుళ్ళ తొందర ఉంటే డాక్టర్‌కి చూపించండి.

డాక్టర్ లేదా పండ్ల చికిత్సకుల్ని సంప్రదించడానికి లేటు చేయకండి. జింజివైటిస్ చికిత్స కాక పోతే గంభీరమైన సమస్యలు కావచ్చును. పండ్లు కొళిసిపోతే సంక్రమణ కావచ్చును. ఇది మీకి మరియు మీ శిశువుకు అపాయకరం కావచ్చును.

గర్భావస్థలో దంతాల చికిత్స అవశ్యకమయితే అలాగే లోకల్ ఎనెస్థెటిక్ మరియు మొదటి మూడు నెలలు అయినంక నైట్రెస్ అక్సైడ్ సన్న ప్రమాణం సురక్షితంగా ఉంది అయినా నిండా గంభీరమైన చికిత్సని ముందుకు తోసేది మంచిది. ఎన్నో సలాలు దంత చికిత్సకు ముందు మరియు అనాక నిండా అంటిబయాటిక్స్ తీసుకోవాల్సి వస్తుంది. దానికారణంగా మీ డాక్టర్‌ని అడగండి.

ఊపిరాడటానికి తొందర

"ఒక్కొక్క సల నాకి ఊపిరాడటానికి తొందర అవుతుంది. ఇది సామాన్యమా?"

లోతుగా మరియు శాంతగా ఊపిరాడండి. రెండవ మూడు నెలల ప్రారంభంలో ఏన్నో మహిళలకి ఇలా కావచ్చును. ఇదీ హార్మోన్‌లదే దోషం. హార్మోన్‌లనింక మీ ఊపిరి లోతు మరియు నిరంతరం అధికమవుతుంది. దీనినింక మీకి సుస్తు అవుతుంది. దీనిలో శరీరం క్యాలీపరైజ్ వాపు వస్తుంది. దీనిలో శ్వాసం తంత్రమూ చేరింది. లంగ్స్ మరియు బ్రోకైల్ ట్యూబ్ స్నాయులు శిథిలమవుతుంది మరియు ఊపిరావడానికి తొందర అవుతంది. గర్భావస్థ అధికమయినపుడు గర్భాశయం కారణంనింక ఇలా అవుతుంది. శ్వాసాల విస్తారం సరిగ్గా కాదు.

దీనినింక మీకి కొంచం ఇబ్బంది అనిపించచ్చును. అయితే దీనినింక శిశువికి ఏ మాదిరి తొందర కాదు. దాని దగ్గర ప్లేసెంటాలో ప్రాణవాయు (ఆక్సిజన్) పూర్తి ప్రమాణంలో ఉంటుంది. మీకి

క్ష-కిరణం (ఎక్స్‌రే)

సురక్షత దృష్టినింక ఏ పండ్ల ఎక్స్‌రేని ప్రసవం వరకూ ముందుకు తోయచ్చును. దీని అపాయాన్ని అయినంత మట్టకి తక్కువ చేయచ్చును. ఎక్స్-రే నోటిలో అవుతుంది. అది గర్భాశయంనింక నిండా దూరం ఉంది. దీని రేడియేశన్ సామాన్యంగా కొన్ని దినాల సన్ బాత్‌లో అంతే ఉంటుంది. అయినా ఎక్స్-రే చేయించాల్సి వస్తే కింద రాసిన జాగ్రతల్ని గమనంలో పెట్టుకొండి.

★ గర్భావస్థ మాహితిని ఎక్స్-రే చేసేవాళ్ళకి ముందే ఇవ్వండి.

★ అనుభవం ఉండే టెక్నీశయన్ దగ్గర చేసుకొండి.

★ ఒట్టి అవశ్యకత ఉండే భాగం మాత్రం రేడియేశన్ దగ్గర రాని. గర్భాశయం రక్షణకి లీడ్ ఏప్రాన్ మరియు గొంతు రక్షణకు థైరాయ్డ్ కాలర్ వేసుకొండి.

★ మళ్ళీ ఎక్స్-రే తీయాల్సి వస్తే రాకుండా ఉండని అని ఎక్స్-రే తీసేతపుడు అల్లాడద్దండి.

★ తెలియక ముందు ఎక్స్-రే తీసుకొనుంటే చింత వద్దు.

ఊపిరాడేదానికి నిండా తొందర అయితే పెదువులు మరియు వేళ్ళ కొనాలో నీలీగా అయితే ఎదనొప్పి మరియు నరాలు తీవ్రంగా అయితే డాక్టర్‌ని సంప్రదించడానికి లేటు చేయకండి.

ముక్కు రంధ్రంలో గలీజు మరియు ముక్కునింక రక్తం వచ్చేది

నా ముక్కులో నిండా గలీజు నిండుకుంటుంది. ఒక్కొక్క సల కారణంలేకుండా రక్తం వస్తుంది. ఇది గర్భావస్థలో సామాన్యమా?''

ఈ దినాల్లో మీ కడుపు మాత్రం ఉబ్బలేదు జొతకి ఎస్ట్రోజన్ మరియు ప్రొజెస్టరాన్ అధిజుక ఖపమాణంలో మీ ముక్కులో మ్యూకస్ లేదా గలీజుని అధికం చేస్తుంది.

ముక్కుని పూర్తి చెడింటే మీరు సెలైన్ స్ప్రే లేదా సెలైన్ స్ట్రాప్ వాడచ్చును. రూములో హవామాడీఫాయర్ వేసిండినా ముక్కు కట్టుకొనేది తక్కువ కావచ్చును. గర్భావస్థలో అంటిహిస్టెమైన్ స్ప్రే వాడకూడదు అయితే మీరు మీ డాక్టర్‌నింక అడిగి వాడండి.

విటమిన్ సీ ఉండే ఆహారం జొతకి విటమిన్ సీ ది 250 మి.గ్రాం ప్రమాణంనింక మీకి ఆరామం చిక్కుతుంది మరియు రక్తస్రావం తక్కువ అయితుంది.

ముక్కునింక రక్తం వస్తే కొంచం వంగి నిలబడండి లేదా కూర్చొండి. ఈ సమయంలో పడుకోవద్దండి. మీ వేళ్ళ సహాయంతో ముక్కు రంధ్రంపై భాగాన్ని ఒత్తి పెట్టుకొని ఐదు నిమిషాలవరకూ అలాగే ఉమడండి. రక్త వచ్చేది నిలియక పోతే మళ్ళి ఇదే ప్రక్రియని చేయండి. మూడు సలాలు ఇలా చేసినా రక్తం నిలవక పోతే లేదా నిండా రక్త స్రావం అయితే డాక్టర్‌కి చూపించండి.

గొరక

''నా భర్త చెప్పిరి నేను రాత్రి గొరక పెడుతానని.

> **నిద్ర రాదు**
>
> ప్రెగ్నెన్సి హార్మోన్లు మరియు ఉబ్బిన కడుపు మంచి నిద్రలో బాధ కలుగుతుందా? ఏదైనా నిద్ర మందులు తీసుకొనే ముందు డాక్టర్‌ని అడిగి లేదా ఈ పుస్తకంలో ఇచ్చిన మా సలహాల్ని వాడండి.

ఇలా ఎందుకు అవుతుంది?''

గొరక కొట్టేవాళ్ళు మరియు వినేవాళ్ళు ఇద్దరదీ నిద్ర పాడవుతుంది. అయితే గర్భావస్థలో ఇది సామాన్యం. ముక్కులో గలీజు ఉండే కారణం లేదా ముక్కు కట్టిన కారణంగా ఇలా అవుతుంటే నేజల్ డ్రాప్స్ వేసుకుంటే లేదా తలని ఎత్తుగా పెట్టుకొని పడుకుంటే తొందరనింక ఆరామం చిక్కుతుంది. తూకం అధికంగా ఉంటే గొరక వస్తుంది. దానికోసం మీ తూకాన్ని తక్కువ చేసుకొండి.

ఒక్కొక్క సల గొరక స్లీప్ ఎపని లక్షణమూ అయిండచ్చును. దీనిలో పడుకొనేతపుడు ఊపిరి కొంచం పొద్దుకి నిల్చిపోతుంది. మీరు ఇద్దరికి ఊపిరాడుతున్నారు దానికోసం ముందు సల డాక్టర్‌కి చెప్పేది మరెయద్దండి.

అలర్జీ

''గర్భావస్థ ప్రారంభంనింక నా అలర్జీ అధికమవుతుంది. నా ముక్కు ఎప్పుడూ కారుతున్నది.''

గర్భావస్థలో ముక్కులో మ్యూకస్ అదికంగా ఉంటుంది. సామాన్యంగా ఉండే కంజెశన్‌ని మీరి అలర్జీ అనుకొనుంటిరా? గర్భావస్థలో అళర్జి అయినంత మట్టకి సరిపోతుంది అని అందరూ నమ్ముతారు. అయితే కొందరకి అలర్జీ ఇంకా చెడిపోతుంది. కొందరకి దీని లక్షణాలు ముందు మాదిరే ఉంటుంది. మీ లక్షణాలు ఇంకా చెడుతొంది అని అనిపొస్తుంటే మీ సౌభాగ్యవంతురాలు కాదు! కెమిస్ట్ అంగడినింక

అలర్జీలో మీ ఆహారం

తల్లి అలర్జీ శిశువుకీ కావచ్చుననే భయం ఉంటుంది. స్తన్యపానం చేబించే తల్లలకి అలర్జీ చేసే పదార్థాల్ని అదికంగా తింటే వారి శిశువుకి అలర్జీ అయితుంది అని అధ్యయానాల్నింక తెలిసి వచ్చింది.

ఒక వేళ మీకి ఏదైనా అలర్జీ ఉంటే మీ ఆహారంనింక అలర్జీ చేసే పదార్థాల్ని తీసేసే ముందు మీ డాక్టర్ని అడగండి. వాళ్ళు చెప్పినట్లు చేయండి.

అలర్జికి ఏదైనా మందుని తీసుకొనే ముందు డాక్టర్ని అడగండి ఎందుకంటే అన్ని అంటిహిస్టెమైన్ మందులు గర్భావస్థలో సురక్షితంగా ఉండదు. అయితే మీరు ముందే మందుని తీసుకొనుంటె చింత వద్దు.

గర్భధారణ ముందు అల ర్జీ శాట్ తీసుకోవచ్చును. గర్భధారణ అయినంక అలర్జీ శాట్ తీసుకొనేది మంచిది కాదు అని అలర్జిస్ట్ చెపుతారు.

చికిత్సకింత పథ్యం మంచిది అని అందరికి తెలిసిన విషయం. ముందు మీ అలర్జీ కారణాన్ని తెలుసుకొండి. అనాక దీనినింక దూరం ఉండేదానికి ప్రయత్నిచ్చండి. ఈ మాదిరి మీ శిశువుని అలర్జీనింక కాపాడచ్చును. మా ఉపాయాల్ని వాడండి, నిండా ప్రభావంగా ఉంటుంది.

★ మీకి బైట ప్రదేశంనింక తొందర అవుతుంటే ఇంటిలో ఏ.సీ. రూములోనే ఉండండి. బైటనింక వచ్చిన వెంటనే చేతులు-కాళ్ళని కడిగి బట్లు మార్చేసి ఇంటినింక బై ప్రదేశం మీ కన్నులకి హాని చేయక ఉండని అని పెద్ద ఫ్రేం ఉండే కన్నడక వేసుకొండి.

★ ధూళునింక తొందర ఉంటే వేరెవాళ్ళ దగ్గర ఇల్లుని స్వచ్ఛం చేయించండి. చత్త పరక బదులు వ్యాక్యూమ్ క్లీనర్ ఉపయోగించండి. ధూళైన ఈరు మరియు పాత పుస్తకాలనింక దూరంగా ఉండండి.

★ ఏదైనా విశేషమైన ఖాద్య పదార్థాలనింక మీకి అలర్జీ ఉంటే వేరే ఖాద్య పదార్థాల్న ఎన్నిక చేయండి. మీరు మా ఎదవ అధ్యాయం సహాయంనింక గర్భావస్థ ఆహారాన్ని ఎన్నిక చేయచ్చును.

★ పశువులనింక అలర్జి ఉంటే మీ స్నేహితులకి ఈ మాటని చెప్పండి. మీరు వాళ్ళ ఇంటికి పోతే వాళ్ళు తమ సాకిన పశువుని వేరే తట్టు పెడుతారు. మీ ఇంటిలో సాకిన పశువు ఉంటే దాన్ని మీ పడుకొనే గదిలో విడవద్దండి.

యోని స్రావం

"నా యోనినింక (వజైన) తిళియైన తెల్ల రంగు స్రావం అవుతుంది. నాకి సంక్రమణ అయిందా?"

★ సామాన్యంగా గర్భావస్థలో తెలుపైన, తెల్లదిగా కొంచం వాసన ఉండే స్రావం (ల్యూకొరియ) అయితుంది. ఇది మీ యోనిని సంక్రమణనింక రక్షిస్తుంది మరియు దీనినింక సూక్ష్మజీవిల (బ్యాక్టీరియా) సంతులన సరిగ్గా ఉంటుంది. అయితే దౌర్భాగ్యంనింక దీని కారణంగా మీ లో బట్టలు నిండా పాడవుతుంది. దానికారణంగా మహిళలు ప్యాంటి లైనర్ వేసుకుంటారు. దీనికోసం టైంపూణ్ వేసుకోవద్దండి. దీనినింక యోనిలో కీటాణువులు ఉత్పత్తి అవుతుంది.

దీనినింక మీ భర్తకి ముఖము మైథునం చేసేదానికి కొంచం కష్టం కావచ్చును. మీకూ తొందర కావచ్చును. అయితే చింత చేసే అవశ్యకత లేదు. మీరు మిమ్మల్ని స్వచ్ఛంగా పెట్టుకొండి. అయితే దీనికోసం డౌచ్ చేయద్దండి.దీనినింక యోనిలో మైక్రో ఆర్గానిసంది సామాన్యమైన సంతులన పాడుకావచ్చును మరియు బ్యాక్టీరియల్ వెజైనోసిస్ కావచ్చును.

ఎత్తైన రక్తం ఒత్తిడి

"నేను డాక్టర్ దగ్గర పోయేతపుటు నా రక్తం ఒత్తిడి నిండా ఉండె. ఇది చింత చేసే విషయమా?"

గాబరి కావద్దండి. రక్తం ఒత్తిడి యోచన చేస్తే ఇది ఇంకా జాస్తి కావచ్చును. మీరు డాక్టర్ దగ్గర పొయ్యేతపుడు ట్రాఫిక్‌లో నిలిచిండచ్చును లేదా ఇంటికి పొయి పని పూర్తి చేసే యోచన ఉండచ్చును లేదా మీకి మీ ఎచ్చు తక్కువ అయితా ఉండే తూకంనింక లేదా గర్భావస్థ కొత్త-కొత్త లక్షనాల కారణంత చింత అయిండచ్చును. లేదా మీకి మీ శిశువు గుండె కొట్టడం వినే ఇచ్ఛ ఉండచ్చును. ఒక గంట తరువాత మీరు సమాధానం అయినంక మీ రక్త ఒత్తిడమూ సామాన్యం కావచ్చును. మొందర సల రక్తం ఒత్తిడ తపాసణ చేయించేకి పొయ్యేతపుడు మనస్సుని శాంతం చేసే టెక్నిక్‌ని యోచన చేయండి. సంతోషంగా ఉండే వార్తల్ని యోచన చేయండి.

మరొక్క సల మీ రక్తం ఒత్తిడి జాస్తిగా ఉంటే గాబరి కావద్దండి. దీనినింక ఏమీ హాని కలగదు. ప్రసవనంతరంగా తనకి తానే సరిపోతుంది.

సామాన్యంగా గర్భవతి మహిళల రక్త ఒత్తిడి రెండవ మూడు నెలల్లో తక్కువ అవుతుంది ఎందుకఞ్జటటే శరీరము శిశువు పెరగడానికి దీర్ఘకాలమవరకూ శ్రమం పడాలి.

అయితే కొనా మూడు నెలల్లో ఇది అదికమవుతుంది. ఒక రెండు కలవడంలో తపాసణ అయినంకానూ ఒత్తిడి అదికంగా ఉంటే డాక్టర్ కొంచం గమనం పెట్టి పరీక్ష చేస్తారు. ఎందుకంటే దీని సంబంధం ప్రోటీన్, చేతులు-కాళ్ళలో వాపు మరియు అకస్మాత్తుగా తూకం అధికమయ్యేది ఉండచ్చును.

మూత్రంలో చక్కర

"డాక్టర్ చెప్పి మా మూత్రంలో చక్కర ప్రమాణం ఉంది అని. అయితే చింతపడే మాట లేదు. ఇది చక్కర రోగం లక్షణమా?"

డాక్టర్ సలహ విని చింత వద్దు. మీ శరీరం మీకి కావాల్సినదాన్ని చేస్తుంది. మీ శరీరం మీ భ్రూణానికి పూర్తి ప్రమాణంలో గ్లూకోస్ చిక్కాలని ఏర్పాటు చేస్తుంది. ఇన్సులిన్ హార్మోన్ మీ శరీరంలో గ్లుకోస్ మట్టన్ని నియంత్రణలో పెట్టుకుంటుంది మరియు శరీరం జీవకోశులకి పూర్తి పోషణ చిక్కాలని గమనించుకుంటుంది. భ్రూణం పోషణ సరిగ్గా అయ్యేదానికి రక్తపోటులో పరిపూర్ణ ప్రమాణంలో చక్కర ఉండాలని గర్భావస్థలో మీ శరీరం ప్రయత్నిస్తుంది. అయితే ఇది ఎప్పుడూ సరియైన రీతిలో పని చేయదు. ఎన్నో సలాలు ఎంటి ఇన్సులిన్ ప్రభావం నిండా జాస్తి ఉంటుంది. ఎందుకంటే తల్లి మరియు శిశువికి అవశ్యకతకింతా నిండా చక్కర రక్తంలో చేరుతుంది మరియు మూత్రపిండాలుకి దీన్ని అరకట్టడానికి కాదు. అప్పుడు ఇదే జాస్తిగా ఉండే రక్తం మూత్రంలో వస్తుంది. రెండవ మూడు నెలల్లో దీన్ని సామాన్యమని చెప్పచ్చును. సామాన్యంగా 50% మహిళలు ఈ స్థితిని ఎదురించవస్తుంది.

ఎక్కువగా మహిళలకి రక్తంలో చక్కర ప్రమాణం జాస్తి అయితే శరీరం ఇన్సులిన్ ప్రమాణం జాస్తి చేసి ప్రతిక్రియ ఇస్తుంది. మీరు ముందు సల డాక్టర్ దగ్గర పొయ్యేతపుడు అన్నీ సామాన్యంగా ఉంటుంది. అయితే కొన్ని మహిళలు మధుమేహంనింక పీడితులయింటే, మధుమేయంనింక పీడితులయ్యే లక్షణాలుంటే, శరీరంలో అధిక ప్రమాణంలో ఇన్సులిన్ తయారు కాక పోతె వారి మూత్రంలో మరియు రక్తంలో చక్కర నిండా ప్రమాణంలో వస్తుంటుంది. ఏ మహిళ మధుమేహంనింక పీడితులుకాకపోతే వారికి ఇది గ్యాస్ట్రేశనల్ డయాబిటీస్ అంటారు.

గ్యాస్ట్రేశనల్ డయాబిటీస్ పరీక్షణ చేసేదానికి మీకూ అన్ని గర్భిణి మహిళలాగే 26 వారాల్లో గ్లూకోస్ స్క్రీనింగ్ టెస్ట్ చేయించాలి. అక్కడ వరకూ మూత్రంలో వచ్చే చక్కరని గమనిచ్చద్దండి.

రక్తహీనత (అనీమియ)

''నా స్నేహితురాలు గర్భావస్థలో రక్తహీనత అయిండి. ఇది సామాన్యమా?''

సామాన్యంగా గర్భావస్థలో ఐరన్ కొరతనింక అనీమియ (రక్తహీనత) అవుతుంది. అయితే మీరు దీనినింక దూరం ఉండచ్చును. డాక్టర్‌నింక మొదటి కలవడం అయినంక అనీమియాకి మీ తపాసణ కావాలి. అయితే ఇప్పుడు మీ శరీరంలో ఐరన్ కొరత ఉండాలి అనే అవశ్యకత లేదు.

సమయం గడిచినట్లెల్లా సుమారు 20 వారాల తరువాత శరీరంలో ఎర్ర రక్తం జీవికోశాల నిర్మాణానికి ఐరన్ అవశ్యకత ఉంది. అలాగే మీరు ప్రతిరోజూ సరియైన రీతిలో ఐరన్ ప్రమాణాన్ని తీసుకుంటుంటే రక్తహీనత సమస్య రాదు. గర్భావస్థ సమయంలో డాక్టర్ మీకి మందుని ఇస్తారు. ఆహారంలో ఐరన్ ఉండే ఆహారం తీసుకోవాలి జొతకి విటమిన్ సీ ఉండే ఆహారాన్ని తీసుకుంటె కూడా ఐరన్ కొరతకు సరిపోతుంది.

రక్తహీనత లక్షణాలు

రక్తహీనత అయ్యిన తల్లి ముఖం పసుపుగా ఉంటుంది. తను నిండా శక్తిహీనంగా నిండా త్వరలోనే సుస్తుపడుతుంది. ఒక్కొక్క సారి మూర్ఛ పోతుంది. అలాగే అన్ని డాక్టర్‌లు ఐరన్ మందు ఇస్తారు. అయితే ఎవరు జల్ది-జల్ది రెండు మూడు బిడ్డలకి జన్మం ఇచ్చింటారో మరియు వాంతి నిలియక పోతే మార్నింగ్ సిక్‌నెస్‌నింక ఏమీ తినేదానికి తాగేదానికి కాకపోతె, ఈటింగ్ డిస్‌అర్డన్‌నింక కొంచం పోషకంగా ఉంటే వాళ్ళు అనిమియానింక నిండా జల్ది పోడితులవుతారు. డాక్టర్ ఇచ్చిన సరియైన మందు మరియు ఆహారం తీసుకొంటె రక్తహీనతనింక రక్షించుకోవచ్చును.

భ్రూణం చలన-వలనం

''ఈవరకూ నాకి భ్రూణం చలనం తెలీలేదు. ఏదైనా తప్పైతుందా లేదా నాకి చలనాన్ని గురుతించేదానికి కావటం లేదా?''

ఈ అన్ని పరీక్షలు, అల్ట్రా సౌండ్ కడుపు ఉబ్బు, శిశువు గుండె కొట్టడం మొదలైనవి అన్నీ మర్చిపోండి. ఒట్టి శిశువు చలన మాత్రమే మీ గర్భావస్థకి నిజమైన ఆధారం.

మీరు దీన్ని అనుభవించాలి. సామాన్యంగా ఈ చలనం అనుభవం నాల్గవ నెలనింక అవుతుంది అయితే ఎంబ్రియో ఏడవ వారంనింకానే కదిలేకి ప్రారంభిస్తుంది. తల్లికి ఆ చిన్న-చిన్న చేతులు కాళ్ళ కదలిక తెలియదు. 14 వారాలనింక 26 వారాల మధ్యలో ఒ చలనం వినిపించేకి ప్రారంభిస్తుంది. అంటే 18 నింక 22 వారంలో అధికంగా ఉంటుంది. ముందే తల్లి అయిన మహిళ ఈ కదలికని జల్ది తెలుసుకొంటుంది ఎందుకంటే వారి గర్భాశయం మాంసకండరాలు సడిలంగా ఉంటుంది. మొదటి సల తల్లి అయ్యే మహిళ లావుగా ఉంటే వాళ్ళకి బిడ్డ కదలిక జల్ది తెలియదు. ప్లెసెంటా స్థితినింకానూ వ్యత్యాసం అవుతుంది. దీని కారణంనింక కదలిక ప్రారంభించడానికి ఎన్నో వారాలు కావచ్చును.

ఎన్నో సలాలు గర్భావస్థకి నియమిత దినం (డ్యూ డేట్) అందాజు తప్పినా శిశువు కదలిక అనుభవం కాదు. ఎన్నో సల తల్లి దీన్ని గ్యాస్ లేదా పచన తంత్రం తొందర అని తెలుసుకొంటుంది. ప్రారంభంలో ఈ కదలికని వినేది లేదా చెప్పేది నిండా కష్టం. ఎన్నో సలాలు కడుపులో గాబరి అయినట్ల లేదా ఏదో సన్న వస్తు కడుపుని బైటకి నూకినట్ల అనిపిస్తుంది. ప్రతియొక్క తల్లి ఈ కదలికని వాళ్ళ రీతిలో అనుభవిస్తారు. అయితే ఏమే కాని ఏలాగే కాని మీ ముఖం పై చిరునవ్వు వచ్చే వస్తుంది.

బాహ్యాకృతి (బాడి ఇమేజ్)

''నేను ఎప్పుడూ నా బరువు గురించి నిండా యోచనగా ఉంటాను. అయితే ఇప్పుడు నేను అద్దంలో

చూసినపుడు లేదా తూకం ముళ్ళుపై కాలు పెట్టినపుడు నాకి ఒత్తిడి అవుతుంది. నాను నిండా లావుగా ఉన్నాను.''

సరి మీరు మీ బాహ్యామాకృతి గురించి నిండా యోచనా ఉండారు మరియు ఎప్పుడూ తూకం ముళ్ళు పై మీ కన్ను ఉండె. దానికారణమే మీకి ఒత్తిడి కలుగుతుంది. అయితే ఇలా కారాదు. గర్భావస్థలో ఇలా అయితుంది. మీ తూకం పెరగాలి. మీ శిశువుకూ పూర్తి పోషణ కావాలి కదా?

సామాన్యంగా అందరికీ గుండుగుండుగా ఉండే గర్భిణి ఇష్టం అవుతారు. మీ పాత బాహ్యాకృతిని గురించి యోచన చేసి బేజారు పడే బదులు ఈ గుండుగా ఉండే ఆకృతిని ఆనందించండి. మీ పెరుగుతుండే బరువు గురించి చింత పడే బదులు బిడ్డ కలలను చూడండి. మీ డాక్టర్ సలహా మాదిరి సరిగ్గా ఆహారం తీసుకుంటే గర్భావస్థలో మీ తూకం మాత్రం పెరుగుతుంది మీరు స్థూలంగా కావరు. అధికమయిన తూకం అర్థం మీ శిశువుకి పూర్తి పోషణ చిక్కుతుంది. శిశు ఈ భూమిపై వచ్చిన తక్షణం మీ తూకం మొదటినట్ల అవుతుంది.

మీరు డాక్టర్ సలహాన్ని గమనించక పోతే ఒత్తిడనింక మీరు పదే-పదే ఫ్రిజ్ దగ్గర పోతారు. మీరు నిజంగా లావుగా అయితారు. మీరు వెంటనే తూకాన్ని తక్కువ చేసుకోరాదు. ఒక సరియైన రీతిలో తూకాన్ని ఎచ్చు-తక్కవ చేసుకోవాలి. మీ ఆహారంలో వద్దుకుండా ఉండే క్యాలరీని తక్కువ చేసుకోవాలి అయితే పోషక ఆహారం ప్రమాణం తక్కువ కారాదు.

మీ తూకంపై కన్ను ఉణ్ణి మరియు వ్యాయామం చేయండి. దానినింక శరీరం అన్ని అంగాల తూకం సమంగా జాస్తి అవుతుంది. వ్యాయామం చేసేదానినింక ఎండోర్ఫిన్ శరవావమవుతుంది. దానినింక మీరు ఖుషిగా ఉంటారు.

గర్భావస్థవు భావచిత్రాలు

నిండా జల్ది మీకి ఈ దినాలు మర్చిపోవచ్చును. మీ శిశువు లాలన-పాలనలో సుస్తుగా ఉంటారు. గర్భావస్థలో అన్ని నెలల ఒకొక్క భావచిత్రాల్ని తీసి అల్బం చేసిపెట్టుకొండి. దానిలో మీరు మీ మీ అల్ట్రా సాండ్ జెరాక్స్ వేయచ్చును. ఈ దినాల జ్ఞావకాలు అనాక మీ శిశువుకూ ఇష్టమైతుంది.

ఉబ్బిన కడుపు జొతకి సన్నగా కనవడే ఆస

గర్భావస్థలో దప్పమయినా మీరు సన్నగా కనవడేదానికి కొన్ని ఉపాయాల్ని చేయచ్చును. ఇలా ఎలా కావచ్చును? రాండి మేము చెప్తాము.

నల్ల రంగు : నలుపు, గాఢమైన నీలి, చాకలెట్, లేదా గే రంగుల్లో మీ శరీరం తెళుపైన ఆకారంలో కనిపిస్తుంది. అప్పుడు మీరు టీ-శర్ట్ మరియు ప్యాంట్ వేసుకున్నా పరవాల్లేదు.

ఒకే రంగు ఎన్నిక : పూర్తి శరీరంలో ఒకే రంగు బట్టలు వేసుక తెళువుగా కనపడిస్తారు. రెండు రంగుల బట్టలో మాంస పదరాలు బాగా కనపడుతుంది. అప్పుడు అందరి కండ్లు అక్కడే పోతుంది.

పొడువైన గీరులు : ఔను పొడువైన గీరులు డ్రస్‌ని వేసుకున్నా తెళువుగా కనిపిస్తారు. అడ్డంగా ఉండే లేదా వక్రంగా గీరు ఉంటే మీరు దప్పంగా కనిపిస్తారు. పొడువుగా కుట్లు, జిప్, గుండీలు ఉండే డ్రస్‌ని వేసుకొండి.

కొన్ని విశేషాలు : మీ శరీరం ఏ అంగాన్ని మూసుకోవాలనిపిస్తుందో దాన్ని బట్టనింక మూసుకొండి. ఉదా: వాపుగా ఉండే కాళ్ళ గంట్లు ఎవరికీ కనిపించకుండా ఉండేదానికి బూట్స్ లేదా ప్యాంట్‌నింక మూసుకోవచ్చును.

పొందే బట్టలు : మీకి బిగువుగా ఉండకూడదు అయితే మీ శరీరానికి సరిగ్గా ఉండాలి అలాంటి డ్రస్‌ని వేసుకొండి. భుజంపైన సడిలం(లూసు)గా ఉండే బట్ల కారణంగా మీరు లావుగా కనవడచ్చును. బట్ట సరిగ్గా పొందకుంటే మీరు తెళువుగా స్మార్ట్‌గా కనిపిస్తారు.

గర్భావస్థకోసం తయారియిన విశేషమైన డ్రస్‌ని ఎన్నిక చేయండి. దాన్ని ధరించడానికి ఇదే మంచి అవకాశం. మీరు మీదే అయిన ముందు వాడుతున్న సన్న టాప్ వేసేదానికి ప్రయత్నిస్తే అందరూ తమాష చేస్తారు. మీ వెంటికల డిసైన్ మరియు మేకప్‌లో మార్పు చేయండి మరియు చక్కగా కనపడండి.

గర్భావస్థ వస్త్రాలు :

''నాకి నా పాత బట్లని ధరించడానికి కాదు. అయితే నాకి గర్భావస్థ డ్రస్‌ని కొనేదానికి ధైర్యం లేదు.''

గర్భవతి మహిళలు పొడువు లంగాని వేసుకొని తొమ్మిది నెలలు గడుపుతున్న ఆ కాలం పోయింది. ఇది కొత్త కాలం, వైవిద్యతల కాలం. ఇప్పుడు ఒకటికింత మరొక్కటి చక్కని రంగుల, నమూనాల బట్టలు వస్తున్నాయి. ఇంటి దగ్గర ఉండే మెటర్నిటి స్టోర్ లేదా పెద్ద స్టోర్ మెటర్నిటి కార్నర్‌నింక మీకోసం బట్టల ఎన్నిక చేయండి. మీకీ రోమాంచనంగా ఉంటుంది.

మీరు కొనేతపుడు కింద రాసిన మాట్లని గమనంలో పెట్టండి.

★ ఇప్పుడు మీ శరీరం ఇంకా పెరుగుతుంది. ఈ డ్రస్‌లు నిండా ఖరీదైయింటుంది. దానికోసం నిండా యోచన చేసి దీని ఎన్నిక చేయండి. బజార్‌కి పొయ్యే ముందు మీ బీరూలో ఒక సల చూడండి. అక్కడ మీకి ఏదైనా చిక్కచ్చును. మెటర్నిటి స్టోర్‌లో ప్రెగ్నెన్సి పిల్లో ఉంటుంది. బట్టలని వేసుకొనేతపుడు దాన్ని పెట్టుకుంటే మీకి కొన్ని నెలల తరువాత అది మీకి సరిపోతుంది అని అందాజు అవుతుంది.

★ ఏ అంగడినింక బట్లని కొనుకొండి మీకి సరిగ్గా ఉంటే ఆరామంగా వేసుకొండి. ఈ మాదిరి ఖర్చు తక్కువ అవుతుంది. ఫైఖరిని (ఫ్యాశన్) వెనుక పోతె హాని కలుగచ్చును. ప్రసవం అయినంక బేబి ఫ్యాట్ ముగిసి పోయినంక మీరు దాన్ని చూడరు.

★ మీ కడుపు ఉబ్బు తక్కువ కనిపించే వస్త్రాన్ని ధరించండి. లో-కట్ జీన్స్ మరియు ప్యాంట్ వేసుకొనేది సరిపోతుంది.

★ మీ లో బట్టల జొతకి ఏ మాదిరి ఒప్పందం చేసుకోవద్దండి. మంచి స్టోర్‌నింక మీ వక్షస్థలాన్ని సరియైన రూపం మరియు ఆధారం ఇచ్చేలా బ్రా కొనుక్కొండి. ఒక సల రెండు బ్రాలు మాత్రమే కొనుక్కొండి. మీ స్తనాల ఆకారం పెద్దదిగా అయినంక మళ్ళి కొనుక్కొండి.

★ అలాగే స్పెశల్ మెటర్నిటి ప్యాంటీస్ వేసుకొనేది అవశ్యకం లేదు. అయితే మీరు వేసుకొనే కావాలంటే మీకోసం స్టైలిశ్ థాంగ్స్, మరియు బికనీ ప్యాంటీస్ ఉంది. మీ కొల్తకింత కొంచం పెద్దది తీసుకొండి. ఇది చూసేదానికి సెక్సీగా ఉంటుంది. ఇష్టమైన రంగుని ఎన్నిక చేయండి. బట్ట మాత్రం పత్తిదే ఉండాలి.

★ మీ బర్త బీరూలో చూడండి. వాళ్ళ లూస్ బట్టలు మీకి పనికి రావచ్చును. ముందు ఐదు-ఆరు నెలల్లో మీరు మజాగా వాళ్ళ ప్యాంట్ శర్ట్, టీ శర్ట్, లెగింగ్స్ లేదా శార్ట్స్ వేసుకోవచ్చును. ఇదైనంక మీరు మీ బట్టల ఏర్పాటు చేసుకోవాలి.

★ మెటర్నిటి వస్త్రాల సందర్భాల్లో ఇచ్చేది-తీసుకొనేది ఇద్దరూ నేర్చుకోవాలి. వేరె వాళ్ళ బట్టలు మీకి సరిపోతే వేసుకొనేదానికి సంకోచం వద్దు. మీ ఆ బట్లని మీ బట్లజొతకి చేరించుకొని వేసుకొండి దానిలో కొత్తదనం కనిపిస్తుంది. మీకి ఇష్టంలేక మెటర్నిటి వస్త్రాల్ని మీ స్నేహితురాలుకి ఇవ్వండి. ఈ మాదిరి తక్కువ ఖర్చులో ఇద్దరికీ పని అవుతుంది.

★ గర్భావస్థలో మెటబాలిక్ స్తరం అధికంగా ఉండే కారణం మీ శరీరము ఉడుకుగా ఉంటుంది. దానికారణంగా నూలు వస్త్రాల్ని ధరించేదే మంచిది. దీనినింక మీకి హీట్ రైస్ కాదు. తిళి రంగుల ఆరావంగా ఉండే వస్త్రాల్ని ఎన్నిక చేయండి. వాతావరణం చల్లగా ఉంటే బట్ల పై బట్లని వేసుకొండి. ఇలా చేస్తే గాబరి అనిపిస్తే బట్టల బరువుని తక్కువ చేసుకొండి.

ప్రీ – బేబి సీటర్

"నా కడుపులో ఉబ్బిండేది సరిగ్గా కనిపిస్తుంది. నేను నిజంగా గర్భవతి. మేము నిండా యోచన చేసి ఈ నిర్ణయ్యా చేసింది అయితే ఇప్పుడు నాకి భయంగా ఉంది."

మీ సందర్భాన్ని ప్రీ బేబి సీటర్‌ది అని అనిపిస్తుంది. మీవాదిరి ఎన్నో తల్లి-తండ్రులు ఈ వాదిరి వానసిక బలి అవుతారు. వాళ్ళకి తవు నిర్ణయంపై అనువానం కలుగుతుంది. అయితే కొంచం యోచన చేసి ఈ ఒక్క నిర్ణయంనింక మీ పూర్తి జీవితాన్ని వార్చేస్తుంది. మీ భోజనం తిండి, పడుకొనేది లేసేది ఎప్పుడు చేస్తారు. లేదా ఎలా జీవిస్తున్నారు. ఇదంతా వచ్చే శిశువుపై నిర్ధారవంయింటుంది. మీ జీవితం మళ్ళి కొత్తగా ప్రారంభం అవుతుంది. ఎన్నో శారీరిక వరియు భావాత్మకైన వేడికల్ని మార్పుచేసేది జాస్తి అవుతుంది.

ఈ సమయంలో అయ్యే గాబరి మంచిదే. మీరు శిశువు వచ్చేకి వుందు వానసికంగా తయారుగా ఉంటారు వరియు ప్రతియెుక్క తొందరల్ని ఎదురించడానికి సిద్ధంగా ఉంటారు. మీ వునస్సుని సమాధానం చేసుకొనేదానికి మీ స్నేహితులు మరియు సహోద్యోగుల దగ్గర ఈ విషయంపై మాట్లాడండి.

జీవితం పూర్తిగా వారిపోతుంది. అయితే వెంటనే మీకి అర్థంమైతుంది ఈ మార్పు మంచిదానికే అయింది అని.

సలహాల్ని సహించడానికి కాదు

"అందరికీ కనిపించేది తెలిసేది నేను గర్భవతి అని. సంబంధీకులు, స్నేహితులు, వచ్చేవాళ్ళు పొయ్యేవాళ్ళు అందరూ సలహాని ఇస్తుంటారు. నాకి సహించడానికి కాదు."

వాస్తవంలో మీ కడుపు ఉబ్బు అన్ని అనుభవంగల మహిళలు సలహాల్ని ఇచ్చేదానికి మంచి అవకాశాన్ని ఇస్తుంది. మీరు ఉదయం ఉద్యానవనంలో జాగింగే చేస్తే ఎక్కడో మూలనింక సౌండ్ వినిపిస్తుంది – ఈ స్థితిలో పారేది వుంచిది కాదు. మీరు మార్కెట్‌నింక రెండు బ్యాగుల్ని ఎత్తుకొని వస్తే దావలో పొయ్యేవాళ్ళు ఇలా ఉండేతపుడు ఇంత బరువుదు ఎత్తకూడదమ్మా, ఐస్‌క్రీమ్‌పై డబల్ డిప్ వేసుకుంటే ఎవరైనా చెప్పే చెప్తారు – కూతురా ఇంత బేబి ఫ్యాట్‌ని కరిగించేది కష్టంకావచ్చును.

ఈ వాదిరి సలహాని ఇచ్చేవాళ్ళు మీ ఇంటిలో వెుగబిడ్డ అవుతుందో ఆడ బిడ్డ అవుతుందో అని అందాజు వేస్తారు. అలాగే మీకి నర్స్‌లు చెప్పే ఏన్నో వూట్లకి వైజ్ఞానిక ఆధారవూ ఉంది. అయితే ఊర్కొ అర్థంలేక మాట్లని ఒక చవినింక విని ఇంకొక చవినింక బైట వేయండి. ఏదైనా వూట్లని విని మీకి సందేహం కలిగితే వెంటనే డాక్టర్‌ని అడగండి. అయితే ఊర్కొ మాట్లాడే మాట్లని విని ఒత్తిడి చేసుకోవద్దండి. మీ నగే ప్రవృత్తిని పెంచుకొండి. సలహ ఇచ్చేవాళ్ళకి వెంటనే చెప్పండి నేను నా డాక్టర్ విడిచి ఎవరి మాటనీ వినను లేదా చిరునవ్వుతో వాళ్ళని చూసి అలక్ష్యం చేసి వుందుకు పొండి.

అయితే కొన్ని రోజుల తరువాత మీకి ఇది సావూన్యవుని అనిపిస్తుంది. ఎందుకంటే వుుందువుుందుకి ఈ సలహాలు ఇంకా ఎక్కువవుతుంది. చిన్న బిడ్డ తల్లికి సలహాలు ఇచ్చేవాళ్ళు తక్కవగా ఉండరు.

కడుపు ముట్టుకునేది :

"స్నేహితులకి, సహోద్యోగులకి ఇక్కడవరకూ

పొయ్యి–వచ్చేవాళ్ళకి నా కడుపు ఉబ్బుని ముట్టేదానికి ఇష్టం. అయితే నాకి ఇష్టం లేదు. నేను ఏమి చేయాలి."

చిన్న బిడ్డది గుండంగా ఉండే ఉబ్బుని ముట్టేదానికి అందరికీ ఇష్టం అయితే తల్లి ఇచ్ఛ లేకుండా దాని జన్మించక బిడ్డని ముట్టేది సరి కాదు.

ఎన్నో మహిళలకి ఆకర్శణ కేంద్ర బిందు అయ్యేదానికి ఇష్టం అయితే కొందరకి దీనినింక హింస కలుగుతుంది. మీకి అది ఇష్టంకాక పోతే చెప్పేదానికి సంకోచం వద్దు. మీకి నా కడుపుని ముట్టేదానికి ఇష్టం ఉండచ్చును అయితే ఇది నాకి ఇష్టం లేదు క్షమిచ్చండి లేదా బిడ్డ పడుకొనుంది అని నగుతా నగుతా చెప్పచ్చును. లేదా మీ కడుపునే కొంచ తిప్పుకొండి లేదా వాళ్ళకి గిల్లండి వాళ్ళు ఎవరనైనా ముట్టేదానికి భయుంపడాలి లేదా ఏమీ చెప్పక మీ కడుపు పై మీ చేతుల్ని కట్టిపెట్టుకొండి. లేదా వాళ్ళు చేతుల్ని ముందు చేసిన వెంటనే వాళ్ళని అరికట్టండి.

మరిచే అభ్యాసం

"పోయిన వారం నేను నా పర్స్‌ని ఇంటిలోనే మర్చిపోయింటిని. ఇప్పుడు నాకి నా ముఖ్యమైన మీటిం జ్ఞాపకానికి రాలేదు. నేను మాన మనస్సుని కేంద్రీకరించడానికి కాదు. నా తల చెడిపోతున్నది అని అనిపిస్తుంది."

సామాన్యంగా ఎన్నో గర్భవతి మహిళలకి మరిచె అభ్యాసం అధికమవుతుందని అనిపిస్తుంది. తమ ఆత్మవిశ్వాసంపై నమ్మిక ఉండే మహిళలు జటిల స్థితిలో గాబరి అవుతారు. వాళ్ళు తమ వస్తువుల్ని మరిచే జొతకి తమ పై కంట్రోల్‌ని కళుసుకొంటారు. అధ్యయనాల్నింక తెలిసిందేమిటంటే గర్భవతి మహిళల మెదడు జీవకోశాల ప్రమాణం తక్కువ అవుతుంది. మొగ బిడ్డ తల్లి తులనలో అడ బిడ్డ తల్లిలు మరిచేది జాస్తిఈ మంచి విషయమేమిటంటే ఇదంతా ఆశ్చర్యంగా ఉంటుంది.

ప్రసవనంతరం కొన్ని నెలల్లో మెదడు పూర్తి శక్తినింక పని చేసేదానికి ప్రారంభిస్తుంది. ఇది సహ హార్మోన్ మార్పు కారణంనింక అవుతుంది. నిద్ర సరిగ్గా కాకపోతె ఊర్జ తక్కువ అవుతుంది మరియు మరిచేది ఎక్కువ అవుతుంది. తల్లి అయ్యేవాళ్ళ అన్ని గమనం బిడ్డ బట్టల పేరు ఇదంతా ఎన్నిక చేసేదానికి వ్యస్తంగా ఉంటుంది.

మీ ఈ అభ్యాసాన్ని యోచన చేసి ఒత్తిడి చేసుకుంటే తొందర కావచ్చునం. కొంచం తమాష హాస్యం స్థితినింక సరిపోతుంది. మీకూ లేసుగా అనిపిస్తుంది. వాస్తవంలో మీరు ఇప్పుడు శిశువుని తయారు చేసేదానికి మొదలుపెట్టిండారు. అప్పుడు ముందుమాదిరి యోగ్యత ఎలా వస్తుంది? ఇంటిలో చేసే పనుల పట్టి తయారు చేసుకొండి ఇంటి బీగం తాళాల్ని ఒక జాగాలో పెట్టండి. అయితే ఈ అభ్యాసంనింక విడుదల తీసుకొనేదానికి ఏ మందుల్ని తీసుకోవద్దండి.

నిధానంగా మీకి ఇదే మాదిరి పని చేసే అభ్యాసమవుతుంది. శిశు వచ్చినంక మెదుట చురుకుతనం మళ్ళి వాపస్ వస్తుంది. అప్పుడు మీరు సరిగ్గా నిద్ర పోవచ్చునం.

గర్భావస్థ మరియు వ్యాయామం

"శరీరంలో పూర్తిగా నొప్పి ఉంది. మీకి నిద్ర రావటం లేదు. వీపు నొప్పి ఉంది, కాళ్ళ గంటులు వాపుగా ఉంది, మలబద్ధత ఉంది, కడుపు ఉబ్బింది, మీరు తడుచుకొనారానంత చెడ్డ వాసన గ్యాస్ విడుస్తున్నారు. ఒక మాటలో చెప్పాలంటే మీరు గర్భవతి. ఒ కష్టాల్ని తక్కువ చేసే ప్రయత్నం మాత్రం మీరు చేయచ్చును ఇంకేమీ సాధ్యం లేదు."

దినంలో 30 నిమిషాల వ్యాయామంనింక నిండా సమస్యల నివారణం కావచ్చునం. మీరు సోంబేరితనాన్ని విడిచి దినంలో అర్ధగంట

వర్క్ ఔట్-?

మీ గర్భావస్థలో ప్రతిరోజూ 30 నిమిషం వర్క్ఔట్‌కి సమయాన్ని చేసుకోవాలి. ఇది కష్టమయితే 10-10 నిమిషాల మాదిరి చేసుకొండి. దినంలో మూడు సార్లు 10-10 నిమిషాలు పారాడినా వర్క్ ఔట్ అవుతుంది. దీన్ని మీ దినచరిలో ఒక పని అని భావించుకొండి. అప్పుడు మీరు దీనికి అభ్యాసం అవుతారు. జిమ్‌కి పొయ్యేదానికి టైం లేకపోతే కార్యాలయంనింక ఇంటికి వచ్చేతవుడు బస్‌నింక రెండు స్టాప్‌లు ముందే దిగి ఇంటి వరకూ నడుచుకొని రండి. కార్‌ని కొంచం దూరంలో నిలిపి నడుచుకొని రండి. కర్యాలయంలో అన్నిదానికింతా దూరంగా ఉండే బాత్‌రూంని వాడండి. లిఫ్ట్ బదులు పడిగట్లని వాడండి.

సమయం ఉంటే దానిప్రేరణ వద్దు. ప్రెగ్నెన్సి క్లాసుకి పోండి, ప్రెగ్నెన్సి యోగ చేయండి. ప్రెగ్నెన్సి డీవీడీ సహాయంనింక వర్క్ఔట్ చేయచ్చును.

కొన్ని సలాలు మీకి అల్లాడే మనస్సు ఉండదు. అయినే ధైర్యం ఉడీకుండా మీరు ఏదైనా రీతిలో వర్క్ఔట్ చేయాలి.

వ్యాయామం చేయాలి.

హెచ్చుగా మహిళలు ఈ సలహాన్ని వాడి ఆరోగ్యంగా ఉంటారు. డాక్టర్ వద్దు అంటే మీరు ఈ సలహాని వాడచ్చును. వ్యాయామంనింక మీకి మరియు మీ శిశువుకి ఎంత లాభమవుతుంది అని మీకి తెలిసిండాలి.

వ్యాయామం నింక లాభం

నియమితమైన వ్యాయామంనింక –

★ ఎన్నో సల నిండా ఆరామం చేసినా అయాసమవుతుంది. కొంచం వ్యాయామం చేస్తే మీ నిరోధక శక్తి జాస్తి అవుతుంది.

★ వ్యాయామం చేస్తే నిద్ర సరిగ్గా అవుతుంది. మీరు పడుకొని లేసిన వెంటనే ఫ్రెశ్‌గా ఉంటారు.

★ వ్యాయామం చేస్తే గ్యాస్ట్రేశనల్, మధుమేహంనింకా దూరంగా ఉంటారు.

★ వ్యాయామం చేస్తే మీ మెదుటలో ఎండోర్‌ఫిన్ స్రావం అవుతుంది. దీనినింక మీ మనస్థితి తక్కువగా ఉంటుంది. ఒత్తిడి మరియు ఉత్తేజనం తక్కువ అవుతుంది.

★ వీపునొప్పి మరియు ఒత్తిడంనింక ఆరామం చిక్కుతుంది.

★ స్ట్రెచింగ్ చేస్తే మాంసఖండరాలకి ఆరామం చిక్కుతుంది మరియు దాని మృదుత్వం అధికమవుతుంది. మాంసకండరాల ఒత్తిడి తక్కువ అవుతుంది. ఈ వ్యాయామం ఎవరైనా

కీగల్ వ్యాయామం

మీరు ఒకే వ్యాయామం చేయాలంటే దీన్నే చేయండి. కీగల్‌నింక మీ పెల్విక్ క్షేత్రానికి ధృఢత చిక్కుతుంది. దీనినింక మీరు మూత్రాన్ని కారే సమస్యని అరికట్టవచ్చును. ఇలా మీ శరీరము డెలివరి నొప్పి (లేబర్ పేయ్న్) మరియు ప్రసవానికి తయారయ్యేదానికి అప్పుడు మీరు ఆపరేశన్‌నింకా దూరం ఉండచ్చును.

కీగల్ వ్యాయామం చేసేతపుడు మీ శరీరం మాంసకండరాలని, మూత్రాన్ని విసర్జించేతపుడు మూత్రాన్ని తడుచుకోకుండా ముందువరించాలి. దీనినింక ప్రసవనంతరం సంభోగం ఇచ్ఛ అధికమవుతుంది. ఈ పుస్తకంలో కీగల్ విషయంలో ఇంకా మాహితుల్ని ఇచ్చింది.

కీగల్ వ్యాయామం

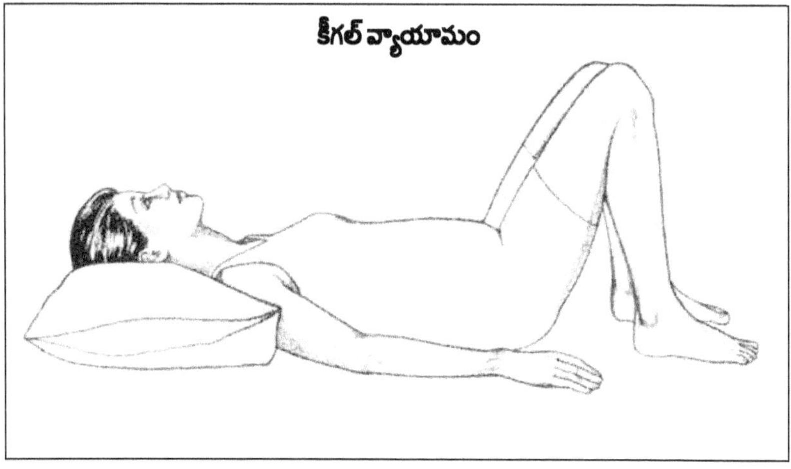

ఉత్తమమైన వ్యాయామం (స్మార్ట్ ఎక్సర్‌సైజ్)

శిశువు జోతకి వ్యాయామం చేస్తుండారా? మా సలహాల్ని గమనించండి :

★ వ్యాయామం చేసే ముందు ఏదైనా తాగండి. దప్పి లేక పోతేనూ తాగండి. తాగితే శరీరంలో నీళ్ళ కొరత కాదు. వర్క్ ఔట్ అయిన వెంటనే తాగేది మరెయద్దండి. చమట పడితే శరీరంలో తరల పదార్థాలు తక్కువ అవుతుంది. దాన్ని పూర్తి చేసేది మరవద్దండి.

★ తేలికైన స్నాక్స్ తీసుకోండి. వ్యాయామం ముందు కొంచం తింటే శరీరంలో నిరోధక శక్తి స్తరం సరిపోతుంది. మీరు నిండా క్యాలొరి ఖర్చు చేస్తుంటే ఇది ఇంకా అవశ్యకం.

★ చల్లగా ఉండే వాతావరణంలో ఉండండి. మీ శరీరం ఉష్ణాంశం 1.5 డిగ్రికింతా ఎక్కవ అయ్యే వ్యాయామం చేయద్దండి. సోన స్టీమ్ రూమ్, హాట్ టబ్ దీనినింక దూరంగా ఉండండి. నిండా ఉడుకుగా ఉండే ప్రదేశంలో లేదా నిండా జనాలు ఉండే స్థళాల్లో ఉండద్దండి. ఉష్ణాంశం అధికంగా ఉంటే ఎ.సీ రూంలో ఉండండి.

★ ఊపిరి సులభంగా ఉణ్ణి అని మృదువుగా ఉండే తేలికైన బట్లని వేసుకొండి. స్తనాలకి ఆధారం ఇచ్చే బ్రాని వేసుకొండి. స్పోర్ట్స్ బ్రా సరిగ్గా ఉంటుంది.

★ అన్నిదానికింతా ముందు కాళ్ళని గమనించండి. చప్పలు మార్పు చేయాల్సి వస్తే కాళ్ళకి గాయం అయ్యే ముందు చెప్పల్ని మార్చేయండి. వర్క్ఔట్‌కి సరిపొయ్యే బూట్స్‌ని వేసుకొండి.

★ వ్యాయామం చేసేదానికి సరియైన జాగాని ఎన్నిక చేయండి. టైల్స్ లేదా సీమెంట్ నాల మీద వ్యాయామం చేసే బదులు మాను లేదా కార్పెట్ వేసిన నాలమీద వ్యాయామం చేయండి. ఎత్తైన–లోతుగా ఉండే నాల మీద వర్క్ఔట్ చేయద్దండి. ఒరటుగా ఉండే నాల బదులు గడ్డిపైన లేదా కాలుదావ బదులు సమంగా ఉండే నాల పై వ్యాయామం చేసేది మంచిది.

★ తగ్గుగా ఉండే స్థళాలనింక దూరంగా ఉండండి. ఎందుకంటే పడితే అన్నిదానికింత ముందు కడుపుకి ఏటు పడుతుంది. ఏటు పడే ఏదైనా ఆటని మొదటి సల అడద్దండి.

★ సమతలంగా ఉండే జాగాలో ఉండండి. మీరు

ఎత్తుగా ఉండకపోతే 6000 ఫీట్‌లకింత పైన పొయ్యే ఏ అటల్లో పాల్గొనకండి. ఈ సమయంలో స్కూబా డైవింగ్ అలాంటి ఆటలపై యోచన కూడా చేయద్దండి.

★ నాల్గవ నెల అయినంక వీపుపై పడుకొనే వ్యాయామం చేయద్దండి. గర్భాశయం అధికమైన బరువునింక రక్తవాహినిలపై ఒత్తిడి పడుతుంది మరియు రక్త ప్రవాహంలో ఇబ్బంది కలుగుతుంది.

★ శరీరం ఏ భాగంలో ఈడిచేది వచ్చేమాదిరి వ్యాయామం చేయద్దండి. అకస్మాత్తుగ అయ్యే ఏటునింక లేదా అఘాతంనింక హాని కావచ్చును. శరీరం మృదుత్వాన్ని కాపాడుకొండి. వెంటనే కూర్చొనేది లేసేది చేయద్దండి. జ్ఞాపకంలో పెట్టుకొండి ఇప్పుడు మీరు ఒకరు కాదు ఇద్దరు.

ఏప్పుడైనా చేయచ్చును. చమట కారిచ్చే అవశ్యకత లేదు.

★ 10 నిమిషాలు పారాడినా మీకి మలబద్ధతనింక విడుదల చిక్కుతుంది. మీకి కడుపు స్వచ్ఛంగా ఉంటుంది మరియు ముఖంపై కళ వస్తుంది.

★ వ్యాయామం చేసే మహిళలకి ప్రసవంలో నిండా తొందరు కాదు అని చెప్తారు. వాళ్ళ ప్రసవం జల్ది మరియు సులభంగా అవుతుంది. సీ సెక్షన్ అవశ్యకత రాదు.

థర్టి మినిట్స్ ప్లస్

డాక్టర్ పర్మీషన్ ఇచ్చింటే మీరు మీ ఇష్టంకొద్ది దినంలో ఒక గంటకింత నిండా వర్క్ఔట్ చేయచ్చును. ఈ స్థితిలో నిండా ఆయాసం అవుతుంది. ఆయాసమయితే మీకి ఏటు కావచ్చును. నిండా ఆయాసం అయితే శరీరంలో నీళ్ళ కొరత కావచ్చును లేదా మీకి ఊపిరావడానికి తొందర కావచ్చును. ఈ స్థితిలో నిండా క్యాలొరి ఖర్చు చేసింటే ఇప్పుడు మీరు నిండా క్యాలొరి తీసుకోవాలి. దానికోసం దీని ఏర్పాటు ముందే చేసుకొండి.

★ వ్యాయామం చేసేదానినింక మీరు గర్భావస్థ అయినంక సరిగ్గా ఉంటారు. మీ బాహ్యాకారం ముందు మాదిరి అవుతుంది. మీరు ఖుషీగా మీ పాత జీన్స్ వేసుకోవచ్చును.

★ శిశువుకి వ్యాయామం నింక ఏమి లాభం?

వర్క్ఔట్ సమయంలో అయ్యే సౌండ్‌ని మరియు కంపనాల్ని శిశు అనుభవిస్తుంది అని అధ్యయనాల్నింక తెలిసి వచ్చింది.

★ వ్యాయామం చేసే గర్భవతిలు స్వస్థమైన శిశువికి జన్మం ఇస్తారు. శిశువికి కొత్త ప్రపంచంలో కాలు పెట్టేదానికి తొందర కాదు. మరియు వాళ్ళు జననం ఒత్తిడినింక శీఘ్రంగా ముక్తి పొందుతారు.

★ మీరు నమ్మండి లేదా నమ్మక ఉండండి, అధ్యయనాల్నింక తెలిసిందేమిటంటే వ్యాయామం చేసే తల్లిల శిశువులు సరాసరి బిడ్డలకింతా నిండా బుద్ధిమంతులు మరియు చురుకుగా ఉంటారు. దీనినింక వాళ్ళ మాంసకండరాల జొతకి మెదడు శక్తి పెరుగుతుంది.

సరియైన రీతిలో వ్యాయామం చేసేది

"గర్భావస్థలో పాత బట్టలు సరిపోదు. అదే రీతిగా మీ వ్యాయామం రీతి-నీతులు సరిగ్గా ఉండదు. దీనిలో మార్పు చేయాలి. ఇప్పుడు మీరు ఒట్టి ఒకరికి లేదా ఇద్దరికి వ్యాయామం చేయాలి. మీరు జిమ్‌కి పొండి లేదా పారాడండి, మాసలహాల్ని గమనంలో పెట్టుకొండి."

డాక్టర్ దగ్గర : మీ బూట్స్ లేస్ కట్టేదానికి ముందు డాక్టర్‌ని అడిగేది మరెయద్దండి. మీ గర్భావస్థలో ఏద్దైనా జటిలత ఉంటే డాక్టర్ మీకి వ్యాయామం చేసేదానికి వద్దు అనచ్చును లేదా కొన్ని వ్యాయామాలుకు మాత్రం అనుమతి ఇవ్వచ్చును. మీ అవస్థనింక మీకి ఏ రీతి

భుజము మరియు కాళ్ళను నెట్టుగా చేసేది (స్ట్రెచ్)

భుజం ఒత్తిడాన్ని తక్కువ చేసేదానికి మీ కాళ్ళని అగలం చేసుకొని నిల్చుకొండి మరియు మండీల్ని మడిచుకొండి. ఎడమచేతుని ఎదవరకూ తెచ్చి కొంచం వంగిచ్చండి. మీ కుడి చేతుని ఎడమ మోచైపై పెట్టి ఊపిరి విడిస్తూ దాన్ని కుడి భుజంవరకూ తోయ్యండి. ఈ స్ట్రెచ్‌ని 5 నింక 10 నిమిషాలవరకూ చేయండి. అనాక అన్ని మార్చేసి నిల్చుకొని కాలు స్ట్రెచ్ చేసేదానికి ఏదైనా కుర్చి లేదా కౌంటర్ టాప్‌ని పెట్టుకొండి. కుడి మండిని మడిచి కాళ్ళని తొడవరకూ తీసుకొని పోయి కుడిచేతినింక కాళ్ళని పెట్టుకొండి మళ్ళి హివ్మడిని తొడవరకూ తీసుకొని పోయి తొడని అగలించండి. ఈ స్ట్రెచ్‌ని 10 నింక 30 సెకెండ్‌వరకూ చేసినంక ఎడమ కాలునింక చేయండి.

వ్యాయామం సరిపోతుంది అని డాక్టర్ దగ్గర అడిగి తెలుసుకొండి. మీరు పూర్తిగా స్వస్థంగా ఉండినా కొన్ని వ్యాయామములు గర్భావస్థకి సరి కాదు.

శరీరంలో అయ్యే మార్పుల్ని స్వీకరించండి : శరీరంలో మీ దినచరిలోనూ మార్పు చేసుకొండి. శరీరంలో సమతోలన మార్చే జొతకి వర్క్‌ఔట్‌లో మార్పు చేయాల్సి వస్తుంది. కొన్ని వ్యాయామాల్ని తక్కువ చేయాల్సి వస్తుంది. మీరు సంవత్సరంనింక పొరాడుతా ఉండచ్చును అయితే గర్భావస్థలో మీ గంటులు సడిలమవుతాయి. వీపు పై పడుకొనే కొన్ని తైచీ అంగ ముద్రలు రక్తప్రవాహంలో అడ్డు కావచ్చును. దాన్ని చేయద్దండి.

నిధానంగా ప్రారంభించండి : నిధానంగా ప్రారంభించండి. అవశ్యకతకింతా నిండా ఉత్సాహంగా చేస్తే లాభమయ్యే బదులు హాని కావచ్చును. మొదటి దినం 10 నిమిషాల వార్మ్ అప్ చేసి 5 నిమిషాలు వర్క్‌ఔట్ చేయండి. సుస్తుగా ఉంటే నిలవండి కూల్‌డౌన్ కాండి. కొన్ని రోజుల తరువాత శరీరానికి అభ్యాసమైనంక మీరు

వర్క్ ఔట్ చేసే సమాయాన్ని జాస్తి చేయచ్చును. మీరు ముందే జిమ్‌కి పోతూంటే ఈ దినాల్లో ఏ కొత్త వ్యాయామం ఎన్నిక మీ మనస్సుకొద్ది చేయద్దండి.

వర్క్ఔట్‌కి ముందు : మీరి వర్క్ఔట్ ప్రారంభించేదానికి అవసరం ఉండచ్చును. అయితే గుండె గతి అకస్మాత్తుగా జాస్తి కాక పోని అని ముందుగా శరీరాన్ని వార్మ్ అప్ చేసుకోవాలి. ఏటు పడక ఉణ్ణి. చలి మరియు గర్భావస్థలో విశేషమైన ఇవ్వాలి. పరిగిత్తే ముందు నడవండి మరియు ఈత ఆడే ముందు నిధానంగా ఈత లేదా జాగింగ్ చేయండి.

వర్క్ఔట్ అయినంక : మీరు అకస్మాత్తుగా వర్క్ఔట్ నిలిపిస్తే మాంసకండరాలులో రక్తం ఉంటుంది. శరీరం బాకి అంగాలకి రక్తి చిక్కదు. ఇలా ఉండేతపుడు తల చుట్టచ్చును. వాంతి లేదా మూర్ఛ కావచ్చును. పరిగిత్తిన వెంటనే 5 నిమిషాలు నడవండి. వేగంగా ఈత చేసినంక నిధానంగ ఈత చేయండి. శరీరాన్ని కొంచం శిథిలం అయ్యేదానికి విడవండి. నేల పై కూర్చొని వ్యాయామం చేస్తుంటే నిధానంగా లేవండి.

గడియారంపై కన్ను పెట్టండి : కొంచం జాస్తి వ్యాయామం చేసేదానినింక ఏమీ ప్రయోజనం లేదు. వార్మ్ అప్ నింక కూల్‌డౌన్ వరకూ పూర్తి వర్క్ఔట్‌కి అర్ధ గంటనింక ఒక గంటవరకూ కావచ్చును. అయాసం మట్టం జాస్తికాకపోని.

వర్క్ఔట్‌ని విభాగించండి : 30 నిమిషముల వర్క్ఔట్ చేసేదానికి టైం చిక్కలేదా? మీ వ్యాయామాన్ని రెండు-మూడు లేదా నాల్కు భాగాలుగా విభాగించుకొండి. ఈ మాదిరి మాంసకండరాలులో మృదుత్వ ఉంటుంది.

వ్యాయామం అవశ్యకంగా చేయండి : ఒక వారంలో నాలుగు సలాలు మరియు ముందర వారంలో వ్యాయామం చేయక ఉండద్దండి. మీకి కష్టమయిన వర్క్ఔట్‌నింక సుస్తుగా ఉంటే వార్మ్ అప్ వ్యాయామాన్ని

డ్రౌమడ్రె డ్రూప్

వెన్ను ఒత్తిడిని తక్కువ చేసేదానికి చేతులు మరియు మండిమీద కూర్చొండి. తల నేరుగా పెట్టండి. గొంతు వెన్నుమొలిక నేరంగా పెట్టండి. తొడల్లో .డిచే అనుభవమయితే వెన్నుని ధనుస్సు ఆకారంలో చేయండి. తలని కొంచం వంగించండి. అనాక మొదటి భంగిలో వాపస్ రాండి. ఒక వేళ నిల్చుకొని లేదా కూర్చొని పని చేసేవాళ్ళైతె ఈ వ్యాయామాన్ని నిండా సలాళు చేయండి.

గొంతుకి వ్యాయామం

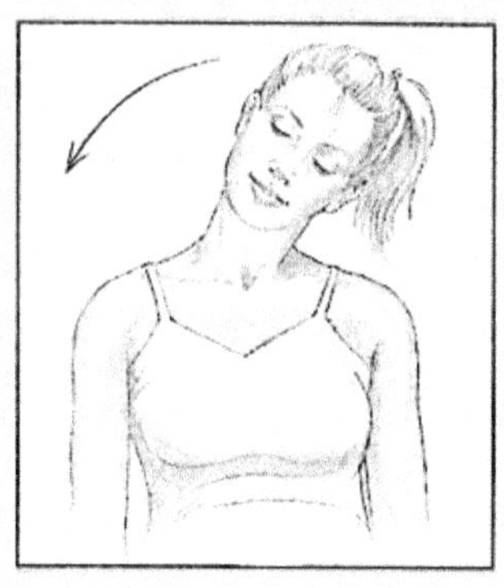

దీనినింక గొంతు ఒత్తిడికి ఆరామం చిక్కుతుంది. ఒక సరియైన దృఢమైన కుర్చీపైన నేరుగా కూర్చొండి. కన్ను మూసుకొని లోతుగా ఊపిరి తీసుకొండి. గొంతుని ఒక తట్టు వంగిస్తూ భుజంవరకూ తీసుకొని పాయి భుజం ఎత్తుకొని తలనింక ముట్టద్దండి లేదా తలని మీరుగానే కింద తీసుకొని రావద్దండి. దీన్ని 6 సెకెండ్‌వరకూ తడిచి మరొక్కతట్టునింక చేయండి. అనాక తలని ముందుకు తీసుకొని రాండి. గద్దాన్ని ఎదవరకూ తీసుకొని రాండి. గొంతుని కుడి భుజంవరకూ ఆరామంగా తిరుగించండి. దీన్ని 3 నింక 6 సెకెండ్లవరకూ చేయండి. దీన్ని 3-4 సల ప్రతిరోజూ చేయండి.

చేయండి. ఈ మాదిరి మీ వ్యాయామం నిరంతరంగా ఉంటుంది. ఎన్నో గర్భవతి మహిళలు వాళ్ళు ప్రతిరోజు వర్క్‌ఔట్ చేయక కొంచం వ్యాయామం చేస్తే వాళ్ళకి తాజా అనిపిస్తుంది.

క్యాలోరి పూర్తి చేయండి : మీకి ప్రతిరోజూ వర్క్‌ఔట్‌కి కావాల్సిన క్యాలరికోసం నిండా ఆహారం తీసుకోవాల్సి వస్తుంది. ప్రతిరోజూ అర్ధ గంట వ్యాయామానికోసం 150 నింక 200 క్యాలరి తీసుకోవాల్సి వస్తుంది.

ఒక వేళ నిండా అధికమైన క్యాలోరి తీసుకున్నా మీ తూకం ఎక్కక పోతే బహుశః మీరు నిండా జాస్తి వ్యాయామం చేస్తుంటారు.

ద్రవ్య పదార్థాల ప్రమాణం : ప్రతి అర్ధ గంటకొకసారి మీకి ఒక లోట ద్రవ్య పదార్థం కావాలి. చమట అధికంగా వస్తే, ఎండా కాలంలో ఎక్కువ నీళ్ళు తాగాలి. వ్యాయామానికి ముందు, వ్యాయామం సమయంలో మరియు వ్యాయామం తరువాత నీళ్ళు తాగండి అయితే ఒక సల 16 ఔన్స్‌కింతా జాస్తి నీళ్ళు తాగద్దండి. మీ వర్క్‌ఔట్ 30-40 నిమిషాల ముందే ద్రవ్య పదార్థాల ప్రమాణాన్ని తీసుకొనేదానికి ప్రారంభించండి.

సరియైన గుంపు ఎన్నిక : మీరు వ్యాయామానికోసం గుంపు ఎన్నిక చేయాల్సి వస్తే గర్భవతి మహిళలు ఉండే గుంపుని ఎన్నిక చేయండి (గుంపు నిర్వహణ ఎలా ఉంది అని తెలుసుకొండి) ఎన్నో మహిళలకి ఒంటిగా వ్యాయామం చేసే బదులు గుంపులో వ్యాయామం చేసేది సరి ఉంటుంది. వాళ్ళకి ఎవరదైనా సపోర్ట్ లేదా ఫీడ్‌బ్యాక్ అవశ్యకత నిరంతరంగా ఉంటుంది. ఈ కార్యక్రమములో ప్రతియొక్క మహిళ స్వంత అవశ్యకత మరియు క్షమతనింక వారంలో మూడు మాట్లు తరపేతు ఇస్తారు. వీళ్ళ దగ్గర చికిత్సకులు మరియు వ్యాయామం తజ్ఞులు ఉంటారు. వీళ్ళు మీ అన్ని ప్రశ్నలకి సమాధానం ఇస్తారు.

కొంచం క్షమత ఉన్టే : మీరు వ్యాయామానికోసం గుంపుది ఎన్నిక చేయాలంటే గర్భవతి మహిళల గుంపు ఎన్నిక చేయండి. (గుంపు నియోజన ఎలా ఉంది అని తెలుసుకొండి) ఎన్నో మహిళలకి ఒంటిగా వ్యాయామం చేసే బదలు గుంపులో వ్యాయామం చేసేది సరి అనిపిస్తుంది. వాళ్ళకి ఎవరిదైనా అధారం లేదా ఫీడ్‌బ్యాక్ అవశ్యకత ఉండాలి. ఈ కార్యక్రమమంలో ప్రతియొక్క మహిళఖి స్వంతం అవశ్యకత మరియు క్షమత వారంలో మూడు సార్లు తరపేతు ఇస్తారు. వీళ్ళ దగ్గర చికిత్సకులు మరియు వ్యాయామం తజ్ఞులు ఉంటారు. వీళ్ళు మీ అన్ని ప్రశ్నలకి ఉత్తరం ఇస్తారు.

కొంచం తమాష ఉండని : ఏ వ్యాయామం లేదా చటువటికలో మీకి తొందర కాదు తమాశ ఉండాలి. మీరు మీ మనస్సునింక ఏమి ఎన్నిక చేస్తారో దానిమాదిరి నడవండి. దీనిలో ప్రసవపూర్వం యోగనింక రాత్రి భోజనం తరువాత రొవాన్స్ కూడా చేరింది. మీ జోతకి పారాడేదానికి మీ స్నేహితురాలుకి కాల్ ఇవ్వచ్చును.

కొంచం ఆరావంగా ఉండండి : మీకి ఆయాసమయ్యేంత వ్యాయామం చేయకండి. మీరు మంచి అథ్లీట్‌గా ఉండినా మీ పూర్తి క్షమతవరకూ వ్యాయావం చేయద్దండి.

ఎప్పుడు నిలపాలి : మీ శరీరవే అయాసం సంకేతాన్ని ఇస్తుంది. ఆ సంకేతాన్ని గ్రహించి వ్యాయావం చేయడాన్ని నిలపండి. తొడల్లో, వీపు, పెల్విస్, ఎద మరియు తలలో అకస్మాత్‌గా నొప్పి కలిగితే డాక్టర్‌ని సంప్రదించండి. వ్యాయావం నిలిపినంక ఈడిచేది ఉంటే మూత్రపిండాల్లో ఇబ్బంది కలిగితే, సన్నగా తల చుట్టితే, గుండె కొట్టడం వేగంగా అయితే, ఊపిరాడేదానికి కష్టమయితే, నడిచేదానికి కష్టమయితే, మాంసకండరాలపై నియంత్రణం తప్పితే, అకస్మాత్తుగా తలనొప్పి వస్తే, చేతులు-కాళ్ళు మరియు కాళ్ళ గంటుల్లో వాపు ఎక్కువ అయితే, ఎమ్నియోటిక్ ద్రవం కారితే లేదా యోనినింక రక్తస్రావం అయితే లేదా 28వ వారం అయినంక శిశువు చలన తక్కువ అయితే లేదా వెంటనే నిలిస్తే వెంటనే డాక్టర్‌కి కాల్ చేయండి. రెండవ లేదా కొనా మూడు నెలల్లో మీ క్షమత మరియు ప్రదర్శనం క్షీణంగా కావచ్చును. ఇది ఒక సామాన్యమైన ప్రక్రియ.

పెల్విక్ టిల్ట్

దీనినింక శరీరం భంగి సరిపోతుంది. మాంసకండరాలుకి బలం చిక్కుతుంది మరియు ప్రసవం సులభంమైతుంది. మీరు వీపుని గోడనింక ఆనుకొని వెన్ను ఎముకకి ఆధారం ఇవ్వండి. ఊపిరి తీసుకొనేతపుడు మరియు విడిచేతపుడు వీపు భాగాన్ని గోడ తట్టుకి ఒత్తండి. సియాటికాకి వీపుని నేరుగా పెట్టుకొని పెల్విస్‌ని ఆపక్క-ఇపక్క అల్లాడించండి. దీన్ని దినంలో నిండా సార్లు చేయండి.

అతికుశలం చపట్టి అని జ్ఞాపకం పెట్టండి. మనస్సుకి ఇష్టం వచ్చినంత వ్యాయావం చేయండి. కొంచం నొప్పయినా లేదా ఒత్తిడి అనిపించినా వ్యాయావం చేసేదాన్ని నిలపండి. కొంచం చమట వచ్చినా ఏదూపిరి వచ్చినా పరవాల్లేదు. అయితే మీకి మాట్లాడేదానికి కష్టమయినంత ఏదూపిరి వచ్చేది మంచిది కాదు. వర్క్‌ఔట్ అయినంక నిద్ర వస్తే మీరు నిండా శ్రమాన్ని చేసిండారని అర్థం. వ్యాయామం చేసిన వెంటనే మీకి ఫ్రెశ్ అనిపించాలి. శరీరంలో శక్తి పాయ్యేవరకూ వ్యాయామం చేయద్దండి.

కొనా మూడు నెలల్లో : కొన్ని మహిళలకి అనిపిస్తుంది కొనా మూడు నెలల్లో విశేషంగా తొమ్మిదవ నెలలో వాళ్ళకి తమ ప్రదర్శనాన్ని తక్కువ చేయాలి. అప్పుడు స్ట్రెచింగ్ రొటీన్, కొంచం పారాడేది లేదా నీళ్ళలో వర్క్‌ఔట్ చేసేది జాస్తి ఉంటుంది. ఒక వేళ మీరు ఒక అథ్లీట్ శేపులో మరియు మీకి కఠిణమైన వ్యాయామం చేయాలనిపిస్తే డాక్టర్ సలహా తీసుకొని మీ వ్యాయామాన్ని చేయండి.

వ్యాయామం చేయద్దండి : ఏమీ పనిలేక నిండా పొద్దువరకూ ఊరికే కూర్చొనుంటే మీ కాళ్ళ నరాల్లో

బైసెప్ కర్ల్

మొదటి సారి బరువుదు ఎత్తేదైతే 5 పౌండునిం‌క ప్రారంభించండి. 12 పౌండ్‌కింత ఎక్కవ బరువు ఎత్తద్దండి. మీ భుజాల అగలంవరకూ కాళ్ళని అగలించండి. వుండీల్ని వుడచద్దండి. వెూచై లోభాగానికి మరియు ఎద ఎత్తుగా ఉండని. రెండు చేతుల్ని ముందుకు పెట్టుకొని చేతి బరువుని భుజం తట్టు తీసుకొని రాండి మరియు ఊపిరి తీసుకొండి. బరువు ఎద తట్టు ఆయినంక పైకి నిధానంగా కింద తీసుకురాండి. పునరావర్తన చేయండి. 8 నింక 10 సల చేయండి. ఆయాసమైతె విశ్రాంతి తీసుకొండి. మాంసకండరాల్లో మంట అనుభవం అయితుంది. అయితే ఒత్తిడి వేయద్దండి మరియు ఊపిరి కట్టద్దండి.

కాలెత్తేది

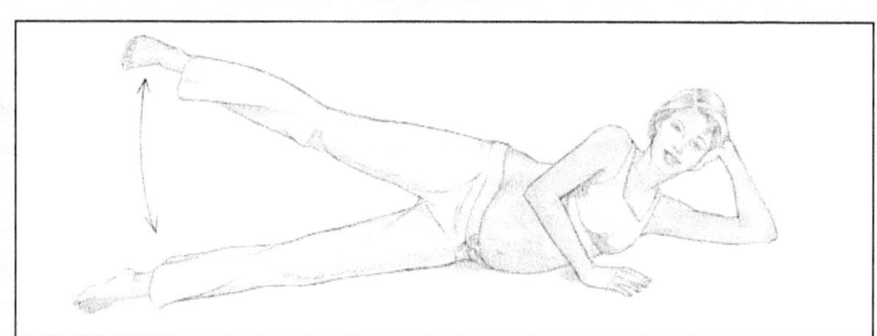

దీనిలో మీ శరీరం బరువునింక మీ తొడల్ని మరియు మాంసకండరాలని టోన్ చేయాలి. మీ ఎడమతట్టు పడుకొని తొడలు మరియు మండి ఒకే నేరంగా పెట్టండి. కుడిచేతిని మేల మీద ఊరి ఎడ చేతునింక మీ తలకి ఆధారం ఇవ్వండి. (పటం చూడండి) ఊపిరి తీసుకొని కుడికాలని అయినంత ఎత్తరించి నిధానంగా వాపస్ తీసుకురండి. దీన్ని 10 సల చేసినంక ఎడమ కాలునింక చేయండి.

టేలర్ స్ట్రెచ్

కాళ్ళని మడిచికొని కూర్చొండి. శరీరాన్ని బిగ్గ పెట్టండి. దీనినింక పూర్తి శరీరానికి ఆరామం చిక్కుతుంది. రెండు చేతుల్ని తలపైకి తీసుకొని పోండి. ఒక చైని ఎత్తరం చేసి ఒక చై కింద పెట్టండి. ఒక చేతిని ఎత్తరంగా చేసి మరొక్క తట్టు వంగేదానికి ప్రయత్నిచ్చండి.

రక్తం చేరుతుంది. దానినింక కాళ్ళు ఊదేది దీనినింక ఇంకా ఎన్నో ఇబ్బందులు కలగచ్చును. మీరు గంటలకొద్ది కూర్చొని టివి చూస్తే నిండా పని చేస్తే లేదా నిండా దూరం ప్రయాణం చేస్తుంటే మధ్యమధ్యలో విశ్రాంతి తీసుకొండి. 5 నింక 10 నిమిషాల వరకూ నడవంటి. లోతుగా ఊపిరి తీసుకొండి. కొంచం కాళ్ళని అగలం చేయండి, కాళ్ళ వెళ్ళని తిరుగించండి, కడుపు మరియు తొడల మాంసకండరాలని ముదురించుకొండి. చేతులీ వాపు ఉంటే చేతుల్ని తల పై పెట్టుకొని పదే-పదే ముష్టి కట్టి మరియు విప్పండి.

ఖచితమైన గర్భావస్థ వ్యాయామం ఎన్నిక

మీరు గర్భావస్థలో వాటర్ స్కీ లేదా గుర్రం సవారి ప్రతియోగతలో భాగవహించేదానికి కాదు. ఇది నిజం అయితే కొన్ని ఫిట్‌నెస్ వ్యాయామం చేయచ్చును. గర్భవతి మహిళలకి వ్యాయామం ఎన్నిక చేసేముందు డాక్టర్‌ని అడగండి. ఈ అవస్థలో ఏన్నో ఆటలు అపాయకరంగా ఉండచ్చునని మీకి తెలుస్తుంది. ఉదా: ఫుట్‌బాల్, బ్యాస్కెట్ బాల్ఇ స్కూబా డైవింగ్ లేదా మౌంటన్ బఎకింగ్. ప్రెగ్నెన్సి వర్కౌట్‌లో ఏమి చేయచ్చును ఏమి చేయరాదని తెలుసుకోవడానికి కింద రాసిన టిప్స్‌ని గమనించండి.

పారాడేది : ఈ వ్యాయామం ఎక్కడైనా ఎప్పుడైనా చేయచ్చును. మీ వ్యస్త దినచరిలో దీనికింతా మంచి వ్యాయామం లేనే లేదు. జ్ఞాపకం పెట్టండి సాకిండే కుక్కని పారాడించేదానికి పారాడేది లేదా బజారునింక సామానుల్ని తెచ్చేదానికి పారాడేది దీనిలో చేరింది. దీన్ని మీరు తొమ్మిది నెలలవరకూ యోచన చేయకుండా చేయచ్చును. దీనికోసం ఏ ఫీసు లేదా జిమ్ ఉపకరణముల అవశ్యకత లేదు. మీకి ఆరాముగా ఉండే బట్టలు మరియు బూట్స్ కావాలి అంతే. ఇప్పుడే పారాడేది ప్రారంబించింటే నిండా పారాడద్దండి. భర్త జొతకి లేదా స్నేహితుల జొతకి పారాడండి. మీకి ఇష్టం ఉంటే వాకింగ్ క్లబ్ ప్రారంబించచ్చును. రుతుకాలం

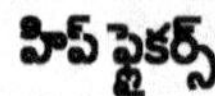

హిప్ ఫ్లెక్సర్స్

ఈ మాంసకండరాల సహాయంనింక మీరు మండి మడస్తారు మరియు నడుముని వంగిస్తారు. దీనినింక ప్రసవం సమయంలో నిండా సులభమయితుంది. పడిగట్ల కింద నిలుచుకొండి. ఒక చేతినింక రేలింగ్స్ పెట్టుకొండి. మొదటి లేదా రెండవ పడిగట్ల పై ఒక కాలు పెట్టి మండి మడిచండి. ఒంకొక కాలుని వెనక నేలపైన నేరుగా మండి మడచక పెట్టండి. మడిచిన మండి తట్టు వంగండి. వీపు నేరుగా ఉణ్ణి. నేరుగా ఉండే కాళ్ళలో ఈడిచే అనుభవం అవుతుంది. ఇదే మాదిరి కాళ్ళని మార్చి చేయండి.

కుక్కరుకాలు

ఈ భంగిలో కాళ్ళ మాంసకండరాలు టోన్ అవుతుంది. కుక్కరుకాలల్లో ప్రసవం ఇష్టంపడే మహిళలు ఈ వ్యాయామాన్ని చేయండి. మీ కాళ్ళని భుజమంత అగలించి నిల్చుకొండి. వీపు నేరుగా పెట్టండి. మండిని మడిచుకొని నిధానంగా కూర్చొండి. 10 నింక 30 సెకెండ్లవరకూ ఇలా ఉండండి. అనాక నిధానంగా నిల్చుకొండి. 5 మాట్లు చేయండి. వ్యాయామంలో సంధిల్ని గమనించండి. సులభంగా ఏటు పడచ్చును.

అనుకూలంగా లేకపోతే మాల్‌లో పారాడండి.

జాగింగ్ : మీకి అనుభవం లేకపోతె జాగింగే చేసేతపుడు మీరు సమయం మరియు దూరాన్ని గమనంలో పెట్టుకోవాలి. త్రెడ్ మిల్లలోనూ ఇదే గమనించాలి. జ్ఞాపకం పెట్టండి గర్భావస్థలో లిగమెంట్స్ మరియు జాయింట్స్ సడిలంగా ఉండే కారణంగా పారాడేది కష్టం కావచ్చును. మరియు ఏటు పడచ్చును. దానికారణంగా అవశ్యకతకింతా ఎక్కువ పారాడద్దండి.

వ్యాయామం ఉపకరణాలు : గర్భావస్థలో త్రెడ్ మిల్, ఎలిప్టికల్స్ మరియు స్పేర్ క్లైమ్బర్స్ సరిగ్గా ఉంటుంది. మిశిన్ గతిని ఎత్తైనా మరియు ఒత్తిడాన్ని మీకి ఆరామంగా ఉండేమాదిరి నిర్ధరించుకొండి. ముందు నిధానంగా ప్రారంభించండి. కొనా నెలల్లో మెశీన్ వర్క్‌ఔట్ నిండా కష్టం కావచ్చును.

ఏరోబిక్స్ : మంచి శేపులో ఉండేవాళ్ళు అనుభవం ఉండే అథ్లీట్‌లు గర్భావస్థలోనూ నాట్యం మరియు ఏరోబిక్స్‌ని చేయచ్చును. అవశ్యకతకింతా నిండా ఆయాసం చేసుకోవద్దండి అంతే. కొత్తగా నేరుస్తుంటే నీళ్ళ వ్యాయామం చేయండి మీకి అదే సరి.

స్టెప్ రొటీన్ : ఒక వేళ మీరు ముందే మంచి శేపులో ఉండి మీకి స్టెప్ రూట్‌న అనుభవం ఉంటే మీరు దీన్ని గర్భావస్థలోనూ చేయచ్చును. అయితే జ్ఞాపకం పెట్టండి ఈ దినాల్లో సందుల్లో సులభంగా ఏటు కావచ్చును దాని కారణంగా అవశ్యకతకింతా ఎక్కువ ఆయాసం చేసుకోవద్దండి. ఏదైనా ఎత్తుగా ఉండే జాగాలో కాలి పెట్టద్దండి. మీరు కాలు జారి పడచ్చును. కడుపు అగలమవుతుంటే దాని కారణం సంతులన చేసుకొనే చటువటికల్ని చేయద్దండి.

కిక్ బాక్సింగ్ : దీనికి నిండా పరిశ్రమం మరియు శక్తి కావాలి. గర్భవతి మహిళలకి ఇవి రెండూ సరికాదు. ఒక వేళ మీకి నిండా అనుభవం ఉంటే మీరు కొంచం అభ్యాసం చేయచ్చును. కొత్త ఆటగాళ్ళకి మేము వద్దు

నడుము తిప్పేది

మీరు కొంచం పొద్దు కూర్చొనుంటే లేదా మీకి అలస్యం అనిపిస్తుంటే అప్పుడు రక్తపోటుని ఎక్కించే ఈ వ్యాయామాన్ని చేయండి. రెండు కాళ్ళని అగలించుకొని నిల్చుకొండి. ఒకటినింక ఒంకొక్క తట్టు నిధానంగా తిరుగండి. వీపు నేరుగా ఉణ్ణే అయితే చేతుల్ని ఫ్రీగా ఉణ్ణే. మీరు కూర్చొని ఈ వ్యాయామాన్ని చేయచ్చును.

అని చెపుతావు. ఒత్తిడి పడేమాదిరి ఏ చటువటిక చేయద్దండి. కిక్ బాక్సర్‌నింక దూరంగా ఉండండి. అప్పితప్పి కూడా మీ కడుపు పై ఎవరైనా కిక్ చేయాలని మీరు ఆశించరు. క్లాసురూములో అందరికీ మీరు గర్భవతి అని తెలిసిండాలి. మీరు గర్భవతిల క్లాసుకి పోండి.

ఈజీది మరియు నీళ్ళల్లో వర్క్‌ఔట్ : ఈ దినాల్లో మీరు సన్నదిగా ఉండే ఈత డ్రస్‌ని వేసే స్థితిలో ఉండరు. అయితే నీళ్ళల్లో వర్క్‌ఔట్ మీకి నిండా ఉపయోగం అయితుంది. దీనినింక మీ శక్తి మరియు మృదుత్వం ఎక్కువ అయితుంది. సంధులకూ ఏమీ హాని కలుగదు. మరియు అవశ్యకతకింతా నిండా శెఖ కాదు. కాళ్ళు మరియు పాదాలు వాపు మరియు సియాటికా నొప్పినింక ఆరామం చిక్కుతుంది. ఎన్నో స్థళాల్లో పూలులో ఏరోబిక్స్ సాకర్యాన్ని ఇస్తారు. అయితే అక్కడ జారేదాన్ని గమనంలో పెట్టుకొండి మరియు ఎగరద్దండి. క్లోరిన్ ఉండే పూల్‌లోనే పోండి.

బైట ఆటలు (ఔట్ డోర్, హైకింగ్, స్కేటింగ్, బైసైకలింగ్, హొగూ స్కీయింగ్)– గర్భావస్థలో ఏదైనా కొత్త ఆట నేర్చేదానికి సమయం కాదు. విశేషంగా బ్యాలెన్స్ చేసే ఆటలు. అయితే అనుభవం ఉండే వాళ్ళు తమ అభ్యాసాన్ని చేయచ్చును. అయితే హైకింగ్ చేసేతపుడు కొంచం జాగ్రత్తగా ఉండండి. బైకింగ్ చేసేతపుడు హెల్‌మెట్ వేసుకొండి. జారే స్థళాల్లో బైక్‌ని పారించకండి. (హుషారుగా ఉండండి కింద పడద్దండి) రేస్ చేసేతపుడు నిండా వంగద్దండి (ఇది రేసే చేసే సమయం కాదు). ప్రారంభంలో ఐస్ స్కేటింగ్ చేయచ్చును అయితే అనాక మీకి బ్యాలెన్స్ చేసేదానికి కష్టం కావచ్చును. గుర్రం పారిచ్చేతపుడు జాగ్రత్తగా ఉండండి. ఏదైనా బైట అటలు అడి ఎక్కువ ఆయాసం చేసుకోవద్దండి.

బరువు తరపేతు : బరువుని ఎత్తితే మీ మాంసకండరాల టోన్ ఎక్కువ కావచ్చును. అయితే ఊపిరి కట్టే అంత బరువుని ఎత్తద్దండి. దీనినింక గర్భాశయం తట్టు రక్తప్రవాహంలో బాధ కలగచ్చును.

ఎద ఈడువు

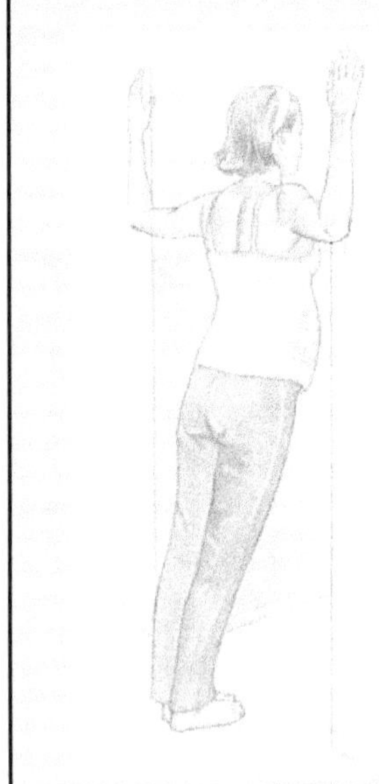

గర్భావస్థలో శరీరం భంగి మరియు గురుత్వాకర్శణలో మార్పు అవుతుంది. శరీరానికి ఎన్నో మాదిరి పొందిక చేసుకోవాల్సి వస్తుంది. దానికోసం శరీరంలో ఎన్నో భాగాల్లో నొప్పి లేదా తొందర కావచ్చును. ఎద మాంసకండరాల్లో కొంచం ఈడిస్తే ఆరామం చిక్కుతుంది మరియు రక్తం పోటిలో సుధారణ కలుగుతుంది. మీ రెండు చేతుల్ని వాకిలి రెండు తట్టు పెట్టండి. ముందుకి కొంచం వంగుకొని ఎదలో ఈడుపుని అనిభవించుకొని 10 నింక 20 సెకెండ్ల వరకూ ఇలాగే ఉండండి. ఇలా 5 సల చేయండి.

మీరు తక్కువ తూకాన్ని ఎత్తచ్చును.

యోగ : యోగనింక ఆరామం చిక్కుతుంది మరియు కేంద్రీకరణం అయ్యేదానికి సహాయం చిక్కుతుంది. ఇది గర్భావస్థలో నిండా శ్రేష్ఠమైనది. దీనినింక శిశువుకి ప్రాణవాయువు చిక్కుతుంది. శరీరం మృదుత్వం ఎక్కువ అవుతుంది. ప్రసవం మరియు గర్భావస్థ రెండూ సులభమవుతుంది. గర్భవతి మహిళలకి యోగ తరపేతు ఇచ్చే క్లాసునే ఎన్నిక చేయండి ఎందుకంటే టైం అయినట్లెల్లా ముద్రల్లో మార్పు చేయాల్సి వస్తుంది.

నోట్ : విక్రమ యోగాన్ని చేయద్దండి. ఎందుకంటే ఇది ఎక్కువ ఉష్ణాంశంలో చేయాల్సివస్తుంది.

పిలైట్స్ : ఇది యోగ మాదిరే. దీనినింక మాంసకండరాల మృదుత్వం మరియు శక్తి అదికమవుతుంది. మీ భంగిల్లో సుధారింపు కలుగుతుంది. గర్భవతి క్లాసుకి పోండి లేదా శిక్షకులకి మీరు గర్భవతి అని చెప్పండి.

తైచీ: ఇది ధ్యానం పురాతన పద్ధతి. ఇది నిధానమైన ప్రక్రియ కాబట్టి శరీరానికి ఏ అపాయము కలుగదు. అయితే శరీరానికి బలం చిక్కుతుంది. మీరు ఈ విధిలో అనుభవం ఉండేవాళ్ళైతె గర్భావస్థలో కూడా చేయచ్చును. గర్భవతి మహిళల క్లాసుకు పోండి లేదా మీరు సులభంగా సంతులన చేసే ముద్రలన్ని చేయండి.

శ్వాస క్రియ : నమ్మండి, నమ్మకుండా ఉండండి సరియైన రీతిలో చేస్తే శ్వాస క్రియ కూడా ఒక వ్యాయామం కావచ్చును. లోతుగా ఊపిరి తీసుకొంటె శరీరంలో జాగ్రత అధికమవుతుంది. మీరు నిండా ప్రమాణంలో ప్రాణవాయువుని తీసుకుంటున్నారు. నేరుగా కూర్చోండి. మీరు రెండు చేతుల్ని కడుపుపై పెట్టండి. ఊపిరి తీసుకొనేతపుడు మరియు విడిచేతపుడు కడుపు ఉబ్బేది మరియు తగ్గేదాన్ని అనుభవించండి. ముక్కునింక ఊపిరి తీసుకొని నోటినింక విడవండి. మీ శ్వాసంపై ఎంచుకుంటా ధ్యానాన్ని కేంద్రీకరించండి. ఊపిరి తీసుకొనేతపుడు 4 మరియు విడిచేతపుడు 6వరకూ ఎంచండి. ప్రతిరోజు శ్వాసంపై కేంద్రీకరించే అభ్యాసాన్ని చేయండి.

మీరు వ్యాయామం చేయక పోతె

గర్భావస్థలో వ్యాయామం చేసేది నిండా లాభం అయితే మీరు ఏ తొందర లేదా వివశ్యత కారణంనింక వ్యాయామం చేయక పోయినా పరవాల్లేదు. డాక్టర్ సలహానింక మీరు మీ శిశువు పోషణ చేస్తున్నారు. ఒక వేళ ఏ మిస్ క్యారేజ్ లేదా సమయం పూర్వ ప్రసవం, సర్విక్స్‌లో కొరత, రెండవ లేదా కడా మూడు నెలల్లో రక్త స్రావం, గుండెరోగం లేదా ప్రీక్లైంపసియానింక పూర్వ మెడికల్ హిస్ట్రీ ఉంటే డాక్టర్ మీకి వ్యాయామం చేసేదానికి అనుమతి ఇవ్వరు.

ఒక వేళ మీరు కవల పిల్లలకి జన్మం ఇచ్చేవాళ్ళైతె ఎత్తైన రక్తం ఒత్తిడి, థైరాయ్డ్, అనీమియా లేదా ఏదైనా వేరే రోగాలుంటే మీ బరువు అవశ్యకతకింతా ఎక్కువ లేదా తక్కువ ఉంటే లేదా ఈ వరకు నిండా ఆరామైన జీవిత శైలిలో ఉండినా డాక్టర్ వ్యాయామం చేసే సలహా ఇవ్వరు. కొన్ని సందర్భాల్లో ఒకరెండు వ్యాయామం చేసేదానికి చెప్పచ్చును. గర్భావస్థలో ఏ వ్యాయామం చేసేముందు డాక్టర్ సలహాని అడిగేదానికి మరెయద్దండి.

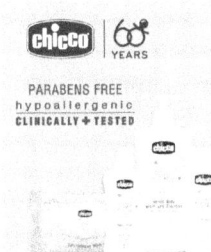

■ ■ ■

ఐదవ నెల

సుమారు 18 నుండి 22 వారాలవరకు

ఇక్కడకి కొంచం ముందువరకూ ఏ శిశువు అస్తిత్వం ఉండలేదో అది ఇప్పుడు సుందరమైన ఆకారాన్ని తీసుకొనుంది. ఇంక నిండా జల్దీ దాని కదలిక మీకి వినిపిస్తుంది. దుండుగా ఉబ్బిన మీ కడుపు గర్భావస్థ వాస్తవికం తట్టు మిమ్మల్ని పిల్చుకొని పోతోంది. అయినా శిశు మీ ఆర్గైకలో ఉండదు. అలాంటి అనుభవనింకా నిండా త్వరలో బిడ్డ ఆట్లాడేదానికి ప్రారంభిస్తుంది అని తెలిసేదానికి సాధ్యమవుతుంది.

ఈ నెల మీ శిశువు పెరగడం

18వ వారం :- ఇప్పుడు మీ శిశువు ఐదున్నర అంగులం పొడువు మరియు ఐదు ఔన్స్ తూకాన్ని పొందింది. నున్నగా ఉండే ఎద ఎంత బాగుంటుందో దానికింతా ఎన్నో పాళ్ళు అప్యాయమానంగా ఉంది. లోగ దాని కొట్టడం, తన్నడం మరియు చలనాల్నింక మీకి దాని అందాజు తెలుస్తుంది. ఇప్పుడు దానికి ఆవళింపు మరియు వొళ్ళు వించేది వచ్చేసింది. మీకి దాని కదలిక అనుభవమైతున్నది. బిడ్డకి చేతులు-కాళ్ళ నిర్దిష్టమైన అచ్చు తయారైపోయింది.

19వ వారం ఈ వారం మీ శిశువు పొడుగు 6 అంగులం మరియు తూకం అర్ధం పౌండ్ జాస్తి అయింది. ఈ వారం అది ఒక్క పండు ఆకారంలో ఉంటుంది అనుకున్నారా? ఔను అది ఒక పెద్ద మామిడి పండు ఆకారంలో ఉంది. లోళమాదిరి ద్రవంలో ముళుగిండే మామిడి పండు అది. తెల్ల రంగు లోల ద్రవం దాని చుట్టూ ఆవరించింది. అది ఎమ్నియోస్టిక్ ద్రవ్యనింక చర్మాన్ని అది రక్షిస్తుంది. ఈ సురక్షత లేక పోతె శిశు జన్మించినంక నిండా కనిపిస్తుంది. ప్రసవానికి ముందు ఈ లేపనం పోతుంది. అయితే అవధికి ముందు పుట్టే కొన్ని బిడ్డలలో ఈ లేపనం లోగానే ఉంటుంది.

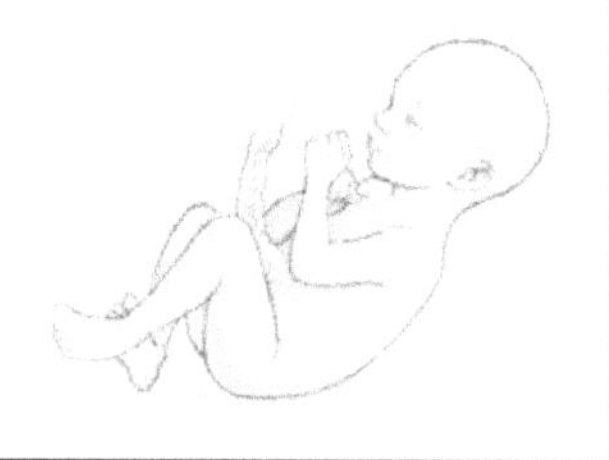

ఐదవ నెల బిడ్డ

20 వ వారం : ఈ వారం కరబూజా పండు ఆకృతిలో మీ కడుపులో

పెరుగుతున్న బిడ్డ పొడువు ఆరున్నర అంగులం మరియు తూకం 10 ఔన్స్ అయింటుంది. అల్ట్రాసౌండ్ ముఖాంతరంగా శిశువు లింగాన్ని పత్తా చేసేదానికి సాధ్యమవుతుంది. ఒక వేళ బిడ్డ ఆడదిగా ఉంటే గర్భాశయం పూర్తిగా పెరిగింటుంది. యోని మార్గమూ సిద్ధమైతా ఉంటుంది. ఒక వేళ బిడ్డ మొగ బిడ్డ అయింటే వృషణాలు సిద్ధమవుతుంటుంది. గర్భకోశంలో బిడ్డకి ఆడేదానికి-పాడేదానికి, తిరుగేదానికి, ఆహారాన్ని తీసుకొనేదానికి నిండా జాగా ఉంటుంది. ముందర వారాల్లో చీని అనుభవం మీకి నిండా స్పష్టమైతా పోతుంది.

21వ వారం : ఈ వారం శిశువుఆకారం ఎంత ఉంటుంది అంటారా? అదు సుమారు ఏడు అంగుళాల పొడువు 11 ఔన్స్ బరువు ఉంటుంది. బిడ్డకి అరటిపండు ఇష్టంకాని అని మీరు ఆశిచ్చేదైతే ఈ నెలనింక మీరు తినేదానికి ప్రారంభించచ్చును. ఎందుకంటే ఎమ్నియాటిక్ ద్రవం మీరు ప్రతిరోజు తినే ఆహారం లెక్ఖలో మార్పైతా పోతుంది. బిడ్డ ప్రతిరోజూ దాన్నీ తినే నుంగే లేదా జీర్ణం చేసుకొనే అలవాటుని చేసుకొంటుంది. మీరు ఏమేమి తింటారో దాని రుచిని అదీ చూస్తూ ఉంటుంది. దాని చేతులు కాళ్ళు పూర్తి కంట్రోల్‌లో ఉంది. మనస్సు మాంసకండరాల వెనుక 'న్యూరాన్' జంటి అయింది. ఈ స్టేజులో బిడ్డ కులుకాటం ముందుకింతా ఎక్కువగా ఉంటుంది.

22వ వారం : ఈ వారం శిశువు తూకం ఒక పౌండు మరియు పొడువు సుమారు ఎనిమిది అంగుళాలు ఉంటుంది. అదొక్క సన్న బొమ్మమాదిరి ఉంటుంది. దాని అన్ని ఇంద్రియాలు వికసనం అయితుంటుంది. అది ఇప్పుడినింకా తమ జుట్టుని ఈడిచే అభ్యాసాన్ని చేసుకొనుంటుంది. అయితే అక్కడ నిండా మబ్బుగా ఉంది. బిడ్డ మబ్బు మరియు వెలుతూరు వ్యత్యాసాన్ని కొంచం కనిపెట్టడానికి ప్రయత్నం చేస్తున్నది. ఒక వేళ మీ కడుపు పైన మీరు ఫ్లాష్‌లైట్ విడిస్తే అది ప్రతిక్రియ ఇస్తుంది. వెలుతూరునింక రక్షించుకొనేదానికి ప్రయత్నిస్తుంది. బిడ్డ మీరు మరియు మీ భర్త సౌండు, కడుపు గుడగుడ, రక్త చలన సౌండు, జోరైన సైరన్ మరియు కుక్క బొగిళే సౌండు, మనస్సు స్పందన, టీవిది ఎత్తైన సౌండు దీనినంతా వినే సామర్థ్యాన్ని పొంది ఉంటుంది. దీని ఏ ఆహారం ఇష్టం అంటారా? దానికి ఏమంతా తినేదానికి మీరు ఇష్టం పడుతారో దానినంతా త్వరలో సలాడ్ తట్టలో తెచ్చుకొని తినేదానికి ప్రారంబించండి.

మీరు ఎమి అనుభవిస్తున్నారు?

ప్రతియొక్క గర్భవతి స్త్రీ తనకి తానే భిన్నంగా ఉంటుంది అని మాత్రం ఏప్పుడులాగే మీకి తెలిసింది తానె? దీని అనుభవం మీకి ఒట్టుగా అన్ని లక్షణాల అనుభవం అయితా ఉంటుంది. కొనా పక్షం కొన్ని లక్షణాలు మీకి తెలుస్తుంటాయి. కొన్ని లక్షణాలకి మీరు పొందుకొనుమటారు. ఈ నెల ఈ కింద రాసిన లక్షణాలపై విశ్వాసం పెట్టచ్చును.

శారీరికమైన లక్షణాలు :

★ ఎక్కువ ఊర్జె
★ భ్రూణం కదలిక
★ యోనిస్రావంలో ఎక్కువ
★ కింద కడుపు మరియు అంచుల్లో నొప్పి
★ నియంత్రణం
★ ఎద మంట, అజీర్ణం
★ అప్పుడప్పుడు తలనొప్పి, తలచుట్టు
★ వీపు నొప్పి
★ ముక్కు చవిల్లో వాసన, కొన్ని సల ముక్కులో రక్తం
★ పల్లూ తోమేతపుడు చిగుళ్ళలో రక్తం కారడం
★ నిండా ఆకిలి అయ్యేది
★ కాళ్ళలో ఈడుపులు
★ పాదాలు, ముఖం మరియు చేతులు లేసుగా ఉండే అనుభవం
★ కాళ్ళలో వెరికోజ్ వేయ్న్స
★ చర్మం, కడుపు మరియు ముఖం రంగులో మార్పు

ఒక దృష్టి

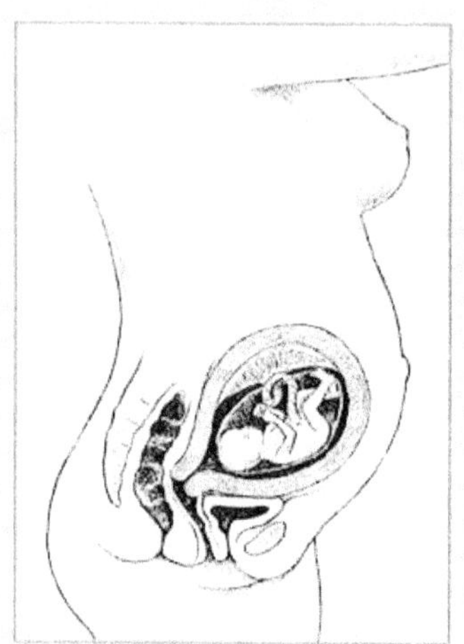

గర్భావస్థది అర్థం సమయం గడిచింది. సుమారు 20 వారాల్లో గర్భాశయం మీ బొడ్డుని ముట్టింటుంది. ఈ నెల కొనాలో గర్భాశయంఇ బొడ్డునింక సుమారు 1'' పైగా ఉంటుంది. అంటే ఇప్పుడు మీరు గర్భవతి అని మూసిపెట్టేదానికి సాధ్యం కాదు.

★ నాభి ఉబ్బరించడం

★ గుండె పోటు అధికమయ్యేది

★ చరమ సుఖం (ఓర్గెజ్మ) కొన్ని సల సలీసు, కొన్ని సల కష్టం.

భావనాత్మక లక్షణాలు

★ గర్భావస్థలో సహజమైన గుర్తింపులు.

★ మనస్సుల భావనలో ఏరేది తగ్గేది.

★ బుద్ధి మనస్సుల చాంచల్యం

★ ఈ హంతంలో వైద్యులు ఈ కిందచెప్పిన పరీక్షల్ని చేయచ్చును. ఇది మీ పరిస్థితి మరియు డాక్టర్‌ల తపాసణ విధానాన్ని అవలంబించింటుంది.

★ తూకం మరియు రక్త పరీక్ష.

★ మూత్రం చక్కర మరియు ప్రోటీన్‌కోసం

★ భ్రూణం గుండె కొట్టడం

★ బైటనింక గర్భాశయం ఆకారం పరీక్ష

★ గర్భాశయం ఎత్తరం

★ కొన్ని విశిష్టమైన లక్షణాలు

★ తమ ప్రశ్నలు మరియు ఉత్తరాలు.

మీ ఎమి ఆలోచిస్తున్నారు?

సెఖ కావడం

"నాకి ఎల్లప్పుడూ సెఖ అవుతుంటుంది. చమట కారుతా ఉంటుంది. అందరికీ ఉష్టాంశం సామాన్యమనిపిస్తే నాకెందుకు ఇలా అనిపిస్తుంది."

ఈ దినాల్లో గర్భావస్థ హోర్మోల కారణంనింక మీకి సెఖ అవుతూంటుంది. మీకి ఈ సమస్యని నేను నివారించేదానికి సాధ్యం కాదు. అయితే మీరు నెమ్మదిగా ఊపిరి విడిచేదానికి సాధ్యమయినట్ల కొన్ని ఉపాయాల్ని చెబుతాము.

★ లూసుగా ఉండే ఆరామంగా ఉండే బట్టల్ని ధరించండి. ఒక్కే ఒక్క దప్పంగా ఉండే బట్టని వేసుకొనే బదులు రెండు-మూడు పదరాల తెలుపైన బట్టలని వేసుకొండి. సెఖ అయినపుడు కావాల్సినంత తీసేదానికి అనుకూలమైతుంది.

★ సెఖ అయ్యేతపుడు వ్యాయామం చేయద్దండి. రాత్రి భోజనం తరువాత వాక్ చేయండి లేదా ఎ.సి. రూముకి పోండి సెఖ అయ్యే ముందు వ్యాయామాన్ని నిలపండి.

★ నిండా సెఖ అయితే స్నానం చేయండి లేదా ఈతాడండి. దీనినింక సెఖ కాదు.

★ ఇంటికి ఎ.సి. వేయించండి. ఒట్టి ఫ్యాన్ గాలినింక ఎక్కువ మార్పు కనిపించినా ఎ.సి. లేకుండా పోతే ఎక్కువ సమయాన్ని ఫిలం చూసుకొని, ఎక్సిబిషన్, మాల్ స్నేహితుల ఇండ్లల్లో గడపండి.

★ ఉంటి ఉష్ణాంశాన్ని లెక్కాచారాన్ని చేసి ఆరావంంగా పెట్టుకొండి. మీ భర్తకి స్వెటర్ వేసుకొనే ప్రసంగం వస్తే రాని.

★ ధారాళంగా నీళ్ళు తాగండి. దేహంలో నీళ్ళ కొరత కానపడక ఉండని. దినానికి ఎనిమిది లోటాలు నీళ్ళని తాగండి. వ్యాయావుం చేస్తే దానికి తగినట్టు ప్రమాణాన్ని ఎక్కువ చేసుకొండి.

★ కొంచం వాసన ఉండే పౌడర్ని వేసుకున్నా హాయ్ అనిపిస్తుంది.

★ దేహంనింక ఎంత చమట కారుతుందో అంత దుర్గంధం పోతుంది.

తల చుట్టేది

"పడుకొని లేసేతవుడు లేదా కూర్చొని లేసేతవుడు దిగ్గని లేస్తే తల చుట్టుతుంది. నిన్న షాపింగ్ చేసేతవుడు మూర్ఛ పోతిని. నా ఆరోగ్యం సరిగ్గా ఉందా?"

గర్భావస్థలో సావూన్యంగా ఇలా అవుతుంది. దీనికోసం బేదిరే పని లేదు. దీన్ని సామాన్యమైన లక్షణమని పరిగణిస్తారు.

★ మొదటి మూడు నెలల్లో రక్తం తక్కువ అయ్యే కారణంగా ఇలా అవుతుంది. రెండవ మూడు నెలల్లో గర్భాశయం పెద్దది అయ్యి రక్తనాళాలపై ఒత్తిడి చేస్తుంది. అందుకోసం తలచుట్టు వస్తుంది.

★ పూర్తి గర్భావస్థలో రక్తనాళాలు శిథిలమైతా పోతుంది. శిశువుపై రక్త పోటు జాస్తి అయితా పోతుంది.అప్పుడు తల్లితట్టు ఈ తీవ్రత తక్కువ అవుతంుంది. దీనినింక రక్తం ఒత్తిడి తక్కువ అవుతుంది. మెదుటికి సంపూర్ణంగా రక్తం రాదు. దీనినింక తల చుట్టు వస్తుంది.

★ దిఢీరుగా లేసినా కూర్చొన్నా కొంచం తల చుట్టు వస్తుంది. నిధానం లేవాలి, పరిగెత్తి పొయి ఫోన్ ఎత్తుకుంటే తల గిర్ అంటుంది. మళ్ళి సోఫా పై కూర్చొవాల్సి వస్తుంది.

★ రక్తంలొ చక్కర అంశం తక్కువ అయినా తల చుట్టుతుంది. ఆహారంలో ప్రోటీన్, కాంప్లీక్స్, కార్బొ చేరించుకొండి. రెండు పొద్దు భోజనం మధ్యం కొంచం ఏదైనా తినండి. జొతలో కొంచం స్నాక్స్ ఎప్పుడు పెట్టుకొండి.

★ డి హైడ్రేశన్నింకనూ తల చుట్టు వస్తుంది. నీళ్ళ అంశం ఉండే ఆహారాన్ని జాస్తి తినండి. ఎక్కువ చమట కారితే నీళ్ళ ఆహారం జాస్తి తినండి.

★ జనాలు ఉండే జాగాలో, బస్, ఆఫీస్ లేదా ఊపిరి కట్టే వాతావరణంలో తల చుట్టు రావచ్చును. ఎక్కువ బట్టలు వేసుకొనేదానికి భయం అయితుంది. దానినింక బట్ల బరువు తగ్గించుకొండి. కొంచం స్వచ్ఛమైన గాలిలో తిరుగాడండి. ఒక వేళ బైట పొయ్యేదానికి కాకుంటే ఇంటిలో అన్ని కిటకీల్ని తెరిచి పెట్టండి. బట్టలు విప్పేదానికి కష్టవుయితే నడువు, గొంతు దగ్గర బట్టలని లూసు చేసుకొండి.

ఒక వేళ జ్ఞానం తప్పుతొంది అనిపొస్తే ఎడమ పక్క పడుకొని కాళ్ళని పైకి ఏత్తి పడుకోవాలి. కొంచం ఆరామం అనిపొస్తే ఏదైనా ఆహారం పానీయం తీసుకొండి.

ముందు సల డాక్టర్ని సంపర్కించేతవుడు నడిచిన అన్నిదాన్ని చెప్పండి. అలా చేస్తే మీకి ప్రజ్ఞాహీన స్థితి

నియంత్రం మీరునవుడు

జాగింగ్ చేసేతవుడు ఆయాసం అనుభవమైతుందా? ఇంటిలో క్లీన్ చేస్తా ఉంటే వ్యాక్యూమ్ క్లీనర్ నడిపిస్తే వుంచిది కాదు. ఎక్కువ ఆయాసం చేసుకొనేది సుతారాం తప్పు. దీనినింక బిడ్డపై దుశ్పరిణామం కలుగుతుంది. కొంచం విశ్రాంతి తీసుకొండి. పని మధ్య సుధారించుకొండి. కొంచం ఎక్కువ శ్రమం అని కొన్నిసార్లు అనిపిస్తే ముందు కార్యాలకి ఇది తరపేతి అని భావిచ్చండి ఎందుకంటే శిశువు జననం అయినంక పనుల పట్టిక పెరుగుతా పోతుంది. అప్పుడు కార్యవంతులుగా ఉండాల్సి వస్తుంది.

వచ్చిండదు. కొంచం అలా అయింటేనూ శిశువుకి దీనినింక ఏ తొందర కాదు. అయినా డాక్టర్‌కి చెప్పేదాన్ని మరెయద్దండి.

వెన్ను నొప్పి

★ నా వీపులో నిండా నొప్పి ఉంది. ఇలా ఉండేతపుడు 9 నెలలు పూర్తిగా ఎలా గడిపేది అనేది బయమేస్తుంది

- ఇదొకటి మీ ప్రశ్న ఉండచ్చును.

వాస్తవంలో గర్భావస్థలో వీపు మరియు శరీరం ఇతర భాగాల్లో తొందర అయింది అని తెలుస్తుంది. అప్పుడు దాని విరుద్ధంగా పోరాడకుండా శస్త్రాన్ని విడిచేది సాధ్యం కాదు. ముందర అయ్యే ప్రసవానికి మీ వొళ్ళుని ప్రతిక్షణం సిద్ధంచేసే సంకేతమే ఈ తొందరలు. వీపు నొప్పి సహా దీనినింక వేరెకాదు. గర్భావస్థ అయినంక పెల్విస్ జోడింపు తీసుకొంటూ ఉంటుంది. శిశువు ప్రసవంలో దీనినింక ఎక్కువ అనుకూలం కాని అనేది ఈ ప్రక్రియ గురి. కడుపు ఉబ్బరం ఎక్కువ అయ్యేదానినింక అందరికీ గర్భావస్థ సూచన చిక్కుతుంది. అయితే వీపులో అయ్యే మార్పు, మాంసకండరాల్లో నొప్పి లేదా ఒత్తిడి దీని సందేశాన్ని ఇస్తా పోతుంది.

ఈ కింద రాసిన విధానాలనింక మీరు వీపునొప్పినింక ఆరామం తీసుకోవచ్చును.

సరిగ్గా కూర్చొండి. కూర్చొనెతపుడు వీపు ఎముక పై ఒత్తిడి పడుతుంది. ఇల్లుఇ ఆఫీస్ లేదా ఇంక ఎక్కడైనా కాని మీరు కూర్చొనే కుర్చి మీ దేహానికి ఆసరగా ఉండని. కుర్చి వీపు నెట్టగా ఉండని. రెండు తట్టు చేతులలో నియిడా కుశన్ ఉణ్ణి. కుర్చి వీపు లేసుగా వెనక్కి జరుగేతట్టైతె దీనినింక లాభం ఉంది. కుర్చీలో కూర్చొని కాళ్ళుని ఫ్రీ చేసుకొండి. కాళ్ళని దాపుకొని పైన పెట్టుకొండి. కాళ్ళని క్రాస్ చేయద్దండి. అలా చేస్తే పెల్విస్ ముందకి వస్తుంది. దీనినింక మాంసకండరాల ఒత్తిడి ఎక్కువ అవుతుంది.

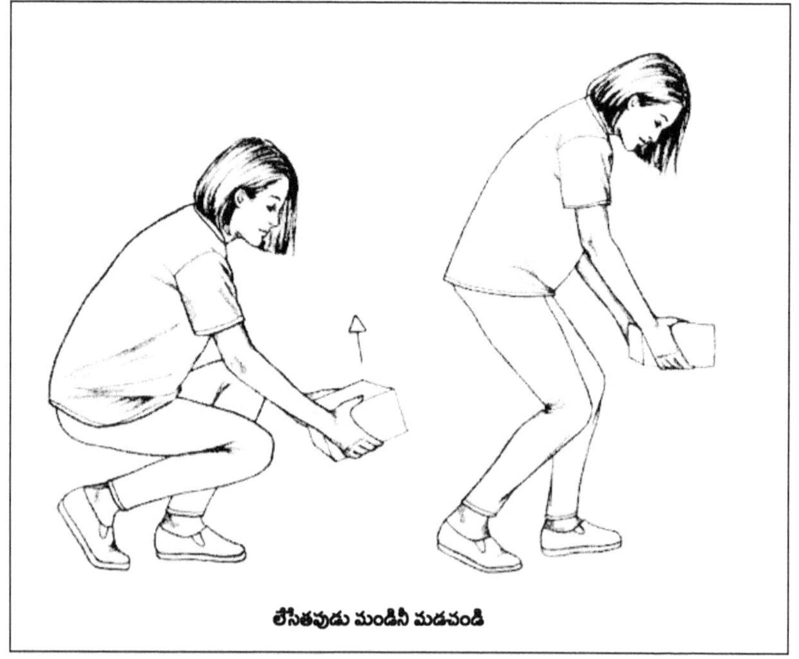

లేసితపుడు మండినీ మడచండి

★ నిండా పొద్దు కూర్చొంటే వీపు నొప్పి ఎక్కువ అవుతుంది. ఒక గంట కూర్చొనుంటే అనాక కొంచం లేసి పారాడండి. కాళ్ళని దాపుకొండి. కూర్చొనే అవధిని అర్ధ గంటకి తగ్గిస్తే నిండా వంచిది.

★ నిండా పొద్దు నిల్చి ఉండరాదు. అలాంటి సందర్భం ఎదురైతె ఒక కాలుని స్టూల్ పై పెట్టుకొండి. దీనినింక వీపు కింద భాగానికి ఎక్కువ ఒత్తిడి పడదు. గట్టి నేల పై నిల్చుకొనుంటే చప్పుల్ని వేసుకొండి. దీనినింక కాళ్ళపై ఒత్తిడి తక్కువ అవుతుంది.

★ ఎక్కువ బరువు వస్తువుల్ని ఎత్తద్దండి. అలా ఎత్తాల్సి వస్తే నిధానంగా ఎత్తండి. బ్యాలెన్స్ పెట్టుకొండి. ఊపిరి బలంతో వంగండి. వేరెవాళ్ళ సహాయంతో సామానుల్ని ఎత్తండి. రేషన్ వస్తువుల బ్యాగ్ ఎత్తాల్సి వస్తే రెండు బ్యాగుల్లో వేసుకొని ఒక్కొక్క చేతులొ ఒక్కొక్క బ్యాగు పెట్టుకొని సమతూకాన్ని కాపాడండి.

★ ఇచ్చిన నిర్దేశనంతట్టు లెక్కాచారంగా దేహం తూకాన్ని పెంచుకొండి. తూకం ఎక్కువ అయితే వీపు పై ఒత్తిడి పడుతుంది.

★ సరియైన చప్పుల్ని వాడండి. హైహీల్డ్ వాడితే వీపునొప్పి రావచ్చును. 2 అంగులం హీల్ వాడితే చాలచ్చును. మాంసకండరాలకి ఆరామం అనిపించే అర్థొపెడిక్ చప్పుల్ని వాడచ్చును.

★ రాత్రి పొద్దు రౌండుగా ఉండే దింబుని పెట్టుకొని దేహానికి ఆరామంగా ఉండేమాదిరి పడుకొంటే తెల్లవారి లేస్తే నిండా హాయిగా ఉంటుంది. ఇంతే కాక ఉదయం పడుకొని లేసినంక పడకనింక కింద దిగే ముందు కాళ్ళని కింద విడిచి అల్లాడిచ్చండి.

★ ఎత్తైన శెల్ఫ్‌లో పెట్టిన సామాన్లని తీసుకొనేతపుడు గడిబిడి చేయద్దండి. సన్న స్టూల్ వాడండి లేదా వీపు పైన ఒత్తిడి జాస్తి అవుతుంది.

★ ఉడుకు లేదా చల్లని శాఖం ఆరామం ఇస్తుంది. పద్దైదు నిమిషాలు హీటింగ్ ప్యాడ్ వాడండి. దీని రెండుదాన్ని బట్టలో చుట్టే వాడాలి.

★ గోరు వెచ్చగా ఉండే నీళ్ళలో స్నానం చేయండి. వీపుని మాలిశ్ చేయించుకొండి.

★ వీపుని బాగ కడుక్కొండి. తెలిసినవాళ్ళనింక మాలిశ్ చేసుకొండి. మాలిశ్ చేసేవాళ్ళకి గర్భవతుల్కి ఎలా మాలిశ్ చేయాలి అని తెలిసిండాలి.

★ విశ్రాంతి తీసుకొనేదాన్ని అభ్యాసం చేసుకొండి. ఎన్నో సార్లు పురుసొత్తు లేకుండా పనినింక వీపు నొప్పి జాస్తి అవుతుంది. నొప్పి ఏక్కువ

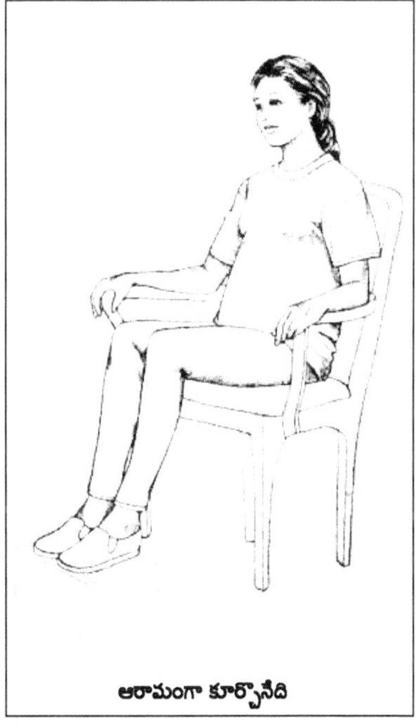

ఆరామంగా కూర్చొనేది

మీ కొత్త చర్మం

గర్భావస్థలో మీ ఇడీ దేహంపై ఏదైనా రూపంలో తన ప్రభావం కనిపిస్తుంది. అలాగే చర్మంపై ప్రభావం ఉంటుంది. ఈ రోజుల్లో ఈ కింద రాసిన మార్పులు చర్మంలో కనపడిస్తుంది.

లీనిటి నిగ్రా : గర్భావస్థలో హార్మోన్‌ల కారణంగా తొట్టు (నిప్పల్) చుట్టూ రంగు గాఢంవైతుంది అలాగే బొగ్గలునింక పట్టి కిందరవరకూ పొయ్యే రేఖ కూడా గాఢమయితో పోతుంది. నల్ల రంగుతో ఉండే స్త్రీలలో ఇది ఎక్కువగా తెలుస్తుంది. ఇది రెండవ మూడు నెలల్లో కనిపిస్తుంది మరియు ప్రసవవయిన కొన్ని నెలల తరువాత తక్కవ అవుతుంది. ఈ సాలు బొగ్గులువరకూ పోతే ఆడ బిడ్డ అని దాదిలూ చెపుతారు. పసలువరకూ పోతే మొగబిడ్డ అనేది వాళ్ళ అభిప్రాయం.

గర్భావస్థ నెరిగ : 50 శాతం నింక 75శాతం గర్భవతి స్త్రీలకి ముఖంపై నెరిగ వస్తుంది. నల్ల రంగు స్త్రీల ముఖం ముక్కు, గద్దంపై కొరికినట్ల గురుతు వస్తుంది. ప్రసవం అయినంక కొన్నినెలలు అయినంక ఇది తనకి తానే మాయమైపోతుంది. కాకపోతే బ్లీచ్, లేసర్ చేయించుకొని పోగొట్టుకోవచ్చును. సధ్యనికి ఇలాంటి చికిత్సల్ని చేయించుకోరాదు. కన్‌సీలర్‌నింక కావాల్సింటే మూసుకోవచ్చును.

హైపర్ పిగ్‌మెంటేశన్ : ఎన్నో స్త్రీలలో దేహం చర్మం కొన్ని అంగులల లోతుగా ఉంటుంది. మచ్చలు నిండా ఉంటుంది. ప్రసవం అయినంక ఇది లేసుగా అవుతుంది. అలాంటివాళ్ళు సూర్యుని ఎండలో నిండాపొద్దు ఉండకూడదు. సన్‌స్క్రీన్‌లని వాడాలి. ఒక పెద్ద టోపి జొతలో బట్టలు మీకి సహాయం చేయచ్చును.

చేతులు మరియు అరచేతులు ఎర్రగా కావడం : రక్తం పోటు జాస్తి అయ్యేదానినింక ఇలా అవుతుంది. చల్లని నీటిలో చై పెట్టేదానినింక కొంచం ఆరావం చిక్కచ్చును. నేరుగా శాఖం తగిలేదానినింక చేతుల్ని దూరంగా పెట్టాలి. సోపు మరియు సెంటులనింక దూరంగా ఉండాలి. ఇవి కుడా ప్రసవం అయినంకా సరిపోతుంది.

మచ్చలు : గర్భవతి మహిళలలో మచ్చల సమస్య ఎక్కువ అవుతుంది.త్వచ పై వద్దుకుండా ఉండే త్వచ చేరుతుంది. ఇది రెండవ లేదా కొనా మూడు నెలల్లో అవుతుంది. ప్రసవం అయినంక సరిపోతంది. సరిపోక పోతె డాక్టర్ దీన్ని తీసేస్తారు.

శాఖం ఎక్కువ అయ్యేద (హీట్ రైసెజ్) గర్భవతి తల్లలు శాఖం ఎక్కువ అయ్యే సమయంలో నిండా బేజారుగా ఉంటారు. చమట కారే చర్మం రుద్దుతే ఎర్రగా అవుతుంది. అప్పుడు ఆ జాగాలో మంట కలుగుతుంది. ఎద కింద భాగంలో చంకల్లో, తొడ సందుల్లో, కడుపు కింద భాగంలో ఎక్కువ మంట కనిపిస్తుంది. వాళ్ళని ఎప్పుడూ స్వచ్ఛంగా పెట్టండి. ఆ జాగాలో బట్టనింక ఒత్తి ఒత్తి తుడుచుకొండి. అనాక పౌడర్ వేసుకొండి. కొంచం క్యాలమన్ ద్రావణాన్ని లేపించండి. అయితే ఇదన్నిదానికింతా ముందు డాక్టర్ సలహా తీసుకొనేదానికి మరెయద్దండి. 203 దినాల్లో ఇది వాసికాక పోతె వైద్యుల సలహా అత్యవశ్యకవు మరియు అనివార్యవు.

ఏదైనా కావచ్చును : ఇప్పుడు చెప్పిన అన్నీ కొన్ని ఉదాహరణలు అంతే. ఈ సమయంలో మీ చర్మం ఏ రీతైనా మారి పొయ్యే సాధ్యత ఉంది.

అయితే నివారణోపాయాల్ని వాడండి. ఒత్తిడి తక్కువ చేసుకొనే ఉపాయాల్ని చేయండి.

★ కడుపు మాంసకండరాలకి బలం ఇచ్చే వ్యాయామాల్ని చేయండి. జిమ్నాస్టిక్స్ మరియు యోగా తరగతుల్కి పోండి.

★ ఒక వేళ నొప్పి ఎక్కువగా అయితే డాక్టర్‌ల సలహా తీసుకొని అక్యుపంక్చర్ విధానాన్ని వాడండి.

కడుపు నొప్పి

కడుపు కింద భాగం లేదా కిందికడుపులో ఎందుకు తొందర కలుగుతుంది?

గర్భావస్థ ఎక్కువ అయినట్లంతా నొప్పులూ ఎక్కువ అయితుందని మీకి అనిపిస్తా ఉండచ్చును. పెరుగుతా ఉండే మీ గర్భాశయానికి ఆధారం ఇచ్చేదానికి మాంసకండరాలు మరియు లిగమెంట్‌లో ఈడిచేది అయితా ఉంది. తాంత్రికంగా దీనికి 'రౌండ్ లిగమెంట్' అని పిలుస్తారు. గర్భవతి తల్లిలకి దీని అనుభవం అయితా పోతుంది. అలాగే వ్యక్తిగతంగా ఈ అనుభవం విభిన్నంగా ఉంటుంది. ఇది అయినంత తీక్ష్ణంగా, లేసుగా, చుచ్చినట్ల లేదా తీపుగా ఉంటుంది. దీని జొతకి జ్వరం, చలి వస్తుంది. రక్తస్రావం, తల చుట్టేది అనుభవమైతే సామాన్యమైన లక్షణాలని చెప్పచ్చును.

కాళ్ళని కొంచం పైకెత్తుకొని పడుకొనేదానినింక కొంచం ఆరామం అనిపిస్తుంది. తమ ఈ లక్షణాలపై డాక్టర్‌కి తెలిపేదాన్ని మరెయద్దండి.

కాళ్ళ వాపు

"నా చొప్పులు నిండా టైటైతా ఉంది. నా కాళ్ళ ఆకారం జాస్తి అవుతుందా?"

గర్భావస్థలో కడుపొకటే ఊదుతా ఉంది అని కాదు. ఎన్నో గర్భవతి స్త్రీల మాదిరి మీకూ మీ కాళ్ళు వాపుగా ఉంది అనే అనుభవం కావచ్చును. ఒక వేళ మీకి కొత్త మాదిరి చొప్పులు వేసుకొనే ఆస అయితే మంచిది. అయితే ఎక్కువ ఖరీదైన 2-3 జొత చప్పుల్ని ఈ అవధికోసం కొనడం వద్దు.

ఈ అవధిలో కాళ్ళ కొలత ఎందుకు జాస్తి అవుతుంది?

గర్భావస్థలో విరళమైన వస్తువుల అనుభవం అయ్యేదే కాకుంటా దీనికి మరొక్క కారణం ఉంది. గర్భావస్థలో హార్మోన్ కలెక్షన్ మీ పెల్విస్‌కి అక్క-పక్క ఉండే లిగమెంట్ లేదా జోడణల్ని లూసు చేస్తుంది. బిడ్డకి అక్కడ జాగ కాని అనేది ఈ ప్రక్రియ ఉద్దేశం. ఇది కాళ్ళల పిగ్మెంట్‌ల పై పరిణామం చూపుతుంది. ఎప్పుడు కాళ్ళ పిగ్మెంట్‌లు లూసు అవుతుందో దాని ఎముకలు కొంచం పెరుగుతొంది. దీనినింక నిండా మహిళల్లో కాళ్ళు అర్ధం లేదా ఒక అంగులం వాపు ఉంటుంది. గర్భావస్థ నంతరం ఈ జోడణ మళ్ళి బిగిచ్చుకొని ముందు స్థితికి వస్తుంది. అయితే కాళ్ళ కొలత శాశ్వతంగా కొంచం ఎక్కువగా కావచ్చును.

అట్లైతే కాళ్ళ వాపు దిగించే ఉపాయాల పై గమనం పెట్టాలి. కాళ్ళు ఒక అంగులం ఊదితే కొత్తగా ఆరామంగా ఉండే చప్పుల్ని వాడాలి. అలా చేస్తే గర్భావస్థలో ఒట్టి కాళ్ళలో పారాడేది తప్పుతుంది. చప్పుల్ని కొనేతపుడు ఫ్యాషన్‌కింతా ఆరోగ్యం తట్టు గమనం పెట్టాలి. చప్పుల హీల్ 2 అంగులానికింత ఎక్కువ ఉండకూడదు. కింద భాగం కాలుకి సరిగ్గా పొందికగా ఉండాలి. చప్పులు కొనెతపుడు సాయంకాలం పొద్దు పోండి అప్పు కాళ్ళు తమ అగత్యాన్ని మీకి తెలిపిస్తుంది. మీ చమటనింక కూడిండే కాళ్ళకి గాలి అడటానికి అనుకూలంగా ఉండే వస్తువులనింక తయారించిన చప్పుల్ని వాడండి (సింథెటిక్ మంచిది)

సాయంకాలంలో మీ కాళ్ళు-పాదాలకి నొప్పి అవుతుందా? అట్లైతే విశేషంగా తయారించిన చప్పులనింక మీ సమస్య పోతుంది. ఇంతే కాక వీపు కాళ్ళు నొప్పినింకా ఆరామం చిక్కుతుంది. అవకాసం చిక్కనపుడంతా కాళ్ళని పైకెత్తుకొని పండుకొండి. ఇంటిలో స్థితిస్థాపకత్వం ఉండే చప్పుల్ని వేసుకొండి. ఇది కాళ్ళ ఆయాసం-నొప్పినింక ముక్తి ఇస్తుంది.

వెంటికలు –గోరులు వేగంగా పెరిగేది :

నా వెంటికలు మరియు గోరులు ఈ దినాల్లో నిండా వేగంగా పెరుగుతోంది అని నాకి అనిపిస్తుంది. ఎందుకు?

గర్భావస్థలో హార్మోన్‌లు చేరుకొని తవం గర్భావస్థని అస్థిరం చేయాలని పట్టుడు పట్టినట్లు కనిపిస్తుంది. (తల దిం అనేది, ఎదలో మంట, వాంతి మొదలైనవి కనిపించేది) అంతే కాక కొన్ని హార్మోన్‌లు కొన్ని వస్తువుల ఎక్కువ కావటాన్ని కలిగిస్తుంది. వేగంగా పెరుగుతున్న గోరులు మేనిక్యూర్ చేయచ్చును. మీరు కేశాలంకారం చేసేవాళ్ళ దగ్గర పొయ్యేదానికి ముందు వెంటికల్ని పెంచుకోవచ్చును. వెంటికలు ముందుకింతా జాస్తిగా ఉండచ్చును. దీనినింక రక్తం పోటు లేదా మెటబాలిసం ఎక్కువ అవుతుంది. దీనినింక వెంటికల కోశాలకు పోషణ అవుతుంది. ముందుకింతా అవి ఆరోగ్యంగా ఉంటుంది.

అయితే ఏదైనా ఒక లాభం కావాలంటే దానికి వెల ఇవ్వాలి. ఈ పోషణనింక వేరే పరిణామములు ఎదుర్వుతుంది. దీనినింక మనకి వద్దుకుండా ఉండే జాగాలో వెంటికలు పెరిగేది ఎక్కువ అవుతుంది. పెదువులు, గడ్డం లేకా కాళ్ళు, చంకలు, ఎద, వీపు మరియు కడుపు పై వెంటికలు పెరుగుతుంది.

అంయితే ఈ వెంటికలు పెరిగేది శాశ్వతం కాదనేది మీకి జ్ఞాపకం ఉండని. ప్రసవం అయినంకా అన్నీ ముందు మాదిరి అయిపోతుంది. వెంటికలు ముందుమాదిరి చిన్నదిగా తెలుపుగా అయిపోతుంది. ఏలాగూ శిశు జన్మిచేతపుడు వెంటికల్ని కత్తరించాలి కదా?

దృష్టి

గర్భావస్థనంతరంలో నా దృష్టి ముందుకింతా కొంచం మందంగా ఉంది. నా కాంటాక్ట్ లెన్స్‌లు కూడా సరైన రీతిలో పని చేయడం లేదు. ఇది నా కల్పననా?

కాదు. ఇది మీ కల్పన కాదు. ఈ దినాల్లో దృష్టి మందం అయ్యేదే కాదు మీ కాంటాక్ట్ లెన్స్ కూడా యథాస్థితిలో ఉండదు. కన్నులో శుష్కత ఉండే కారణంగా మంట, నీళ్ళు కారడం మరియు హతాశ కలుగుతుంది. ఒక వేళ కంటిలో ఎక్కువ నీళ్ళు కారుతూ ఉంటే కాంటాక్ట్ లెన్స్ ధరించే మహిళల దృష్టి మందం అయితా పోవచ్చును. ప్రసవం అయినంక అన్నీ మామూలు మాదిరి అవుతుంది. దానికోసం ఏదైనా మార్పు చేసేముందు కొంచం ఆలోచించండి.

భ్రూణం చలనవలనం

వెనుక వారం నాకి కడుపులో లేసైన కదలిక అనుభవ అయితా ఉండె. అయితే ఇప్పుడు ఏమీ తెలియటం లేదు. అన్నీ సరిగ్గా ఉంది అని భావించచ్చునా?

శిశువు కడుపు లోగా తన్నేది, పొరిలేది, కుణిసేది నిండా రోమాంచనం కలిగిస్తుంది. శక్తినింక కూడిన జీవి ఒక్కటి లోగా పెరుగుతుంది అనేదానికి ఈ కదలిక సాక్షి అవుతుంది. దీని చలనవలనం సాక్షి అవుతుంది. దీని కదలికనింక తల్లికి ఎన్నో అనుమానాలు, సవాలుల్ని తెస్తుంది. బిడ్డ తన్నుతోంది అని ఒక సారి అనిపిస్తే గ్యాస్‌నింక ఇలా అవుతుందా అని అనిపిస్తుంది. ఒక్కొక్క సల దాని చిలిపితాలు నిలిచేదే లేదు. మరొక్క రోజు అల్లాడేదే లేదు. జోరు నిద్రలో ఉండేమాదిరి ఉంటుంది.

గాబరి కావద్దండి. గర్భావస్థలో ఈ సందర్భంలో శిశువు చలన-వలనం గురించి చింతించే ఏ అవశ్యకత లేదు. కదలిక ఎప్పుడు ఎన్ని మాట్లు ఉంటుంది అనే లెక్కాచారం నిండా కాలంవరకూ భిన్నంగా ఉంటుంది. ఎన్నో సార్లు మీరు హతాశగా ఉండేదానినింక దాని అనుభవం అయిండదు. ఎన్నో బిడ్డలు నడీ రాత్రిలో కదలికని ప్రారంభిస్తాయి. తల్లి ఆ సందర్భంలో గాఢనిద్రలో ఉంటుంది.

ఒక వేళ ఎన్నో గంటల కాలంనింక శిశువు కదలిక వినపడకపోతె ఒక లోటాలో పాలు, ఆరెంజు పండు రసం లేదా స్నాక్స్ తినండి. ఒక అర్ధం గంట పడుకొండి. మీ నిష్క్రియత మరియు బిడ్డ కదలికలో ప్రారంభం అవుతుంది. మరియూ తెలియక పోతే చింత వద్దు. ఎన్నో బిడ్డల కదలిక 2-3 దినాలవరకూ అనుభవానికి రాదు. మరియు మీ చింత పోకా పోతే డాక్టర్‌ని సంప్రదించండి.

28వ వారంలో శిశువు కదలిక ముందుకింతా ఎచ్చుగా ఉంటుంది. దానికోసం దాని కదలికపై నిగా పెట్టాలి.

రెండవ మూడు నెలల్లో (రెండవ త్రైమాసికం) అల్ట్రా సౌండ్

నా గర్భావస్థ సామాన్యంగా సహజ రూపంలో సాగుతొంది. అయినా డాక్టర్ ఈ సల అల్ట్రాసౌండ్ పరీక్ష చేపించేదానికి చెప్పిండారు. ఇది నిజంగా కావాలా?

ఈ మధ్య అన్ని గర్భవతి స్త్రీలు రెండవ త్రైమాసికలో అల్ట్రాసౌండ్ పరీక్ష చేయిస్తారు. వాళ్ళు ఎంతే ఆరోగ్యంగా ఉండని, గర్భావస్థ ఎంతే సహజంగా ఉండని, పరీక్షని కడ్డాయంగా చేబిస్తారు. బిడ్డ పూర్తిగా పెరుగుతొందో లేదో అనేదాన్ని తెలుసుకోవడం దాని ఉద్దేశమయింటుంది. దీనినింక మీకూ బిడ్డని అల్ట్రాసౌండ్ మూలకంగా చూసే అవకాశం లభిస్తుంది. ఇదే సందర్భంలో బిడ్డది లింగాన్ని పత్తా చేసే పనినీ చేయచ్చును.

గర్భావస్థ తారీఖుని తెలుసుకొనేదానికి మొదటి త్రైమాసికంలో అల్ట్రాసౌండ్ పరీక్ష చేసి ఉన్నా ఎక్కువ తెలుసుకోవడానికోసం స్క్రీన్ చేయించినా ఈ తూరి అల్ట్రాసౌండ్ చేపించేదానినింక డాక్టర్‌కి ఎక్కువ మాహితి లభిస్తుంది. శిశువు ఆకారం, లింగం, ఎమ్నియోటిక్ ద్రావణం సరిగ్గా ఉందో లేదో అనేది తెలుస్తుంది. దీనినింక డాక్టర్‌కి మీ మరియు శిశువుది స్పష్ట చిత్రం లభ్యమవుతుంది.

ఒక వేళ అల్ట్రాసౌండ్‌ని స్పష్టంగా తెలుసుకొనేదానికి సాధ్యకాకపోతె డాక్టర్‌ని అడిగేదానికి సిగ్గు పడద్దండి.

> **ఒక చక్కని చిత్రం**
>
> రెండవ త్రైమాసికంలో అల్ట్రా సౌండ్‌లో తమ శిశువు చక్కని చిత్రం చూడటానికి చిక్కుతుంది. దీన్ని మీ కంప్యూటర్‌లో స్క్యాన్ చేయచ్చును. దీన్ని ఫోటో వెబ్‌సైట్‌లో స్క్యాన్ చేసి ఫోటో ఇంక్‌నింక ఆసిడ్ ఫ్రీ పేపర్ పై ప్రింట్ చేసుకొండి దీనినింక మీ జ్ఞాపకం మాసిపోదు.

ప్లాసెంటాది (కోశం) స్థానం

డాక్టర్ ప్రకారం నా ప్లాసెంటానింక అది సర్విక్స్ దగ్గర ఉంది అని తెలిసింది. వాళ్ళు చెప్పేమాదిరి అది ఏ చింతకీ కారణంలేదు అయితే నాకి ఇప్పుడినింకా చింత ప్రారంభమయింది.

మీ శిశు గర్భాశయంలో ఆక్కపక్క కదలతూ ఉందా? భ్రూణం మాదిరి ప్లాసెంటా కూడా గర్భాశయంలో తన స్థానాన్ని మారుస్తుంది. 10 శాతం ప్లాసెంటాలు గర్భాశయం కింది భాగంవరకూ పోతుంది. ప్రసవ కాలం వచ్చేవరకూ ప్లాసెంటా నిండా పైకి పోతుంది. అలా కాకుంటే ప్లాసెండా ప్రీవియా (గర్భాశయం ముఖ)న్ని పత్తా చేస్తారు. సుమారు 2000లో ఒక కేసులో సంబంధించినట్లు ఇలా అవుతుంది. ఇప్పుడునింక చింత వద్దు. అన్నీ సరిపోతుంది అనే డాక్టర్ మాట ముందుకి నిజమవుతుంది.

అల్ట్రాసౌండ్ పరీక్ష సందర్భం తంత్రజ్ఞుడు (టెక్నీశియన్) నాకి చెప్పిందేమిటంటే నాకి ఇంటీరియర్ ప్లాసెంటా ఉందంట. దీని అర్థం ఏమి?

మీ శిశు ప్లాసెంటాకి వెనక ఉంది అని దీని అర్థం. సామాన్యంగా ఒక ఫర్లిలైడ్ గుడ్డు తానుగా గర్భాశయం వెనుక మీ వెన్నుఎముక దగ్గర

ఉండిపోతుంది. అదే ప్లాసెంటా పెరుగుతుంది. కొన్నిసార్లు ఈ గుడ్డ గర్భాశయం ఎదురు భాగంలో బొగ్గలు దగ్గర ఉంటుంది. ఇది మీ గర్భాశయం ముందు భాగంనింక పెరగడానికి ప్రారభిస్తుంది. బిడ్డ దీని వెనుక ఉంటుంది. మీలోనూ అలాగే అయిండే సంభవం ఉంది.

శిశు ఏ పక్కన ఉంది అనేదానికి ఏ అర్థం లేదు. ప్లాసెంటా పెరగడానికి దానికీ ఏ సంబంధమూ ండదు. దీనినింక అయ్యే నష్టమంటే బిడ్డ కదలిక మీరి సరిగ్గా తెలియడం లేదు. మీరు మరియు మీ బిడ్డ మధ్య ప్లాసెండా కుశన్ మాదిరి పని చేస్తుంటుంది.

బిడ్డ కదలిక సరిగ్గా తెలియక పోతే వృథా చింత మీకి. డాక్టర్‌కీ బ్రూణం గుండె కొట్టడం తెలుసుకోవడానికి కష్టమవుతుంది. అయితే ఈ అన్ని అనానుకూలాలు ఉంటేనూ గాబరి పడే అవశ్యకత లేదు. అంటిటియర్ ప్లాసెంటా సామాన్యంగా తనకి తానే పోస్టీరియర్ స్థితికి వస్తుంది.

నిద్రా భంగి

"నేను ఎప్పుడూ కడుపు పై బలం విడిచి పడుకొనేదాన్ని రూఢి చేసుకున్నాను. ఇప్పుడు నాకి భయం. వేరే భంగీలో పడుకొనేది నాకి ఆరామం అనిపిస్తాలేదు."

గర్భావస్థలో కడుపు లేదా వీపు పైన బలం విడిచి పడుకునేది మంచిది కాదు. మీరు ఆ రూఢి చేసుకొనుంటే దురదృష్టకరం. కడుపు పైన పడుకొనేది అంటే తలదిండు పైన అని అర్థం. ఈ భంగి ఆరామంగా ఉంటుంది అయితే మీ గర్భాశయం బరువు వీపు, పేగులు మరియు ముఖ్యమైన రక్తనాలల పై పడుతుంది. ఈ ఒత్తిడినింక వీపునొప్పి జాస్తి అవుతుంది. ఆహారం జీర్ణమయ్యేది కష్టమవుతుంది. రక్త చలనకు తొందర కలుగుతుంది. మీరు ఎత్తైన రక్తం పోటి లేదా తక్కువ రక్తం ఒత్తిడి తొందరకి పడుతారు. దీనినింక ఎప్పుడూ నిద్ర అనుభవమవుతుంది.

నిల్చుకొనే నిద్ర చేయాలి అని దీని అర్థం కాదు. మీరు ఎడమతట్టు పొరలచ్చును లేదా రెండు కాళ్ళ మధ్య ఒక దిండుని పెట్టుకొని పడుకోవచ్చును. ఇలా చేసేది బిడ్డ దృష్టినింక మంచిది. ప్లాసెంటాకి రక్తపోటు దీనినింక తొందర కాదు. కిడ్నీ చక్కగా పని చేస్తుంది. వ్యర్థ పదార్థాలు దేహంనింక బైటకి పోతుంటుంది. చేతులు కాళ్ళలో మరియు కాళ్ళ గంటలో వాపు తక్కువ అవుతుంది.

ఇడీ రాత్రి ఒక్క పక్కన పడుకొనేవాళ్ళు నిండా తక్కువ మధ్య ఎప్పుడైనా మీకి మెలకవ అయినపుడు కడుపు పై లేదా వీపు పై బరువు పడేతట్టు పడుకొనుంటే చింత వద్దు. దీనినింక ఏ నష్టమూ లేదు. వెంటనే పక్కకి తిరుగండి. కొన్ని క్షణములు విచిత్రం అనిపించచ్చును. అనాక అలవాటు అవుతుంది. ఒక వేళ ఐదు అడి పొడుపుద లేదా పడక ఆకారం తలదిండు పెట్టుకొనంటే ఈ మాదిరి పడుకొనేది సులభమవుతుంది. ఒక వేళ అలాంటి దిండు లేకుండా ఉంటే ఏదైనా దిండుని తీసుకొని దేహానికి ఆరామం భంగికి తీసుకొని గాఢమైన నిద్ర పొండి.

ఐదవ నెల

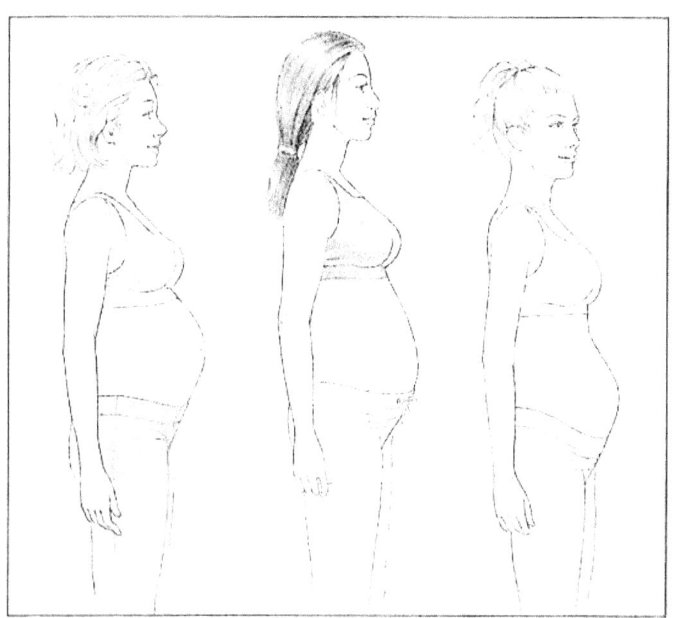

ఐదవ నెల కొనాలో గర్భవతి మహిళలు మూడు విధాలుగా భిన్నంగా కనిపిస్తారు. ఇది మీ ఆకారం-ప్రకారం, బరువు మరియు గర్భాశయం స్థితి వేళ అవలంబిస్తుంది. మీకి ఎత్తైన, కొంచం కింద, లేసైన భారీగా లేదా అగలంగా గర్భం ఉండచ్చును.

గర్భకోశంలో పాఠశాల

"ఇంకా జన్మించక బిడ్డని సంగీతం కచేరికి తీసుకొని పోతే సంగీత ప్రేమించేవాడు పుడుతాడు అని నా స్నేహితురాలు చెవుతుంది. మరొక్క స్నేహితురాలు భర్త ఇంకా జన్మించక బిడ్డకి చక్కని కథల్ని చెవుతాడు. నేనూ ఇలా ఏదైనా చేయాలా?"

ప్రతియొక్క తల్లి-తండ్రులు ఏ రీతినైనా బిడ్డ మంచిదాన్ని కోరుతారు. అయితే ఇప్పుడునింకా బిడ్డ విధ్యాభ్యాసం గురించి చింత చేసే పని లేదు.

రెండవ మూడు నెలల్లో శిశువు శ్రవణ జ్ఞానం పెరుగుతుంది అనేది నిజ. దీని అర్థం సంగీత కచేరిలో అది సంగీతం వింటుంది అని కాదు. పుట్టిన తక్షణ సంగీతవిద్వాంసుడవుతాడనేది సుళ్ళు.

ఇంకా జన్మించక పసిబిడ్డల పై ఇంత భారాం జవాబ్దారీని వేయకండి. బిడ్డ పెద్దదయినంక స్వశక్తి మరియు ప్రతిభతో అన్నిదాన్ని నేరుస్తుంది. ఒక వేల గర్భాశయంనే పాఠశాలాగ చేయాలని చూస్తే దాని దేవుడిచ్చిన నిద్రకి భంగం అవుతుంది. ప్రకృతిదత్తమైన దాని పెరగడానికి ఇబ్బంది కలుగుతుంది.

అయితే శిశువు అనుభవాన్ని దగ్గరనింకా చేసుకొనేదానికి వేరెదైనా విధాన్నాన్ని వాడచ్చును. దానికోసం పాడచ్చును, ఏదైనా చదివి చెప్పచ్చును. చేతుల స్పర్శాన్ని దానికి ఇవ్వచ్చును. ఇలా చదివి-రాసే శిక్షణాన్ని ఇచ్చేదానినింక విశ్వవిద్యాలయం పదవి దొరకదు. అయితే బిడ్డకి మీకి సంబంధం జాస్తి అవుతుంది.

ఇంకా జన్మించక బిడ్డకి సంగీతం స్వర-లహరిలు ప్రియమైయ్యేదేమో నిజమే ఉండచ్చును. జన్మించినంక కూడా సంగీతం మాధుర్యం వాళ్ళకి ఇష్టంకావచ్చును.

మీ కడుపుని లేసుగా చేతినింక ముట్టుకొండి. పసిబిడ్డకి సంగీతాన్ని వినిపించండి. సౌండ్ వినే రూఢి దానికి అవుతుంది. సామీప్యం నిండా పెరుగుతుంది. శిశువు జొతలో ప్రియమైన సంబంధాన్ని పెంచుకొండి. ఇప్పుడినింకా దానికి విద్యార్జన చేయించేది వద్దు. కొనా పక్షం పుట్టేదానికి ముందువరెకైనా ఇలాంటి ప్రయోగాలనింక శిశువుని దూరం పెట్టండి.

పెద్ద బిడ్డని ఎత్తేది

''నాకి మూడు సంవత్సరాల బిడ్డ ఉంది. ఏప్పుడూ నా తొడపైన పడుకొనే హఠం చేస్తుంది. నేను గర్భవతియయినపుడు దాన్ని తొడపైన కూర్చొపెట్టుకొనేది సరినా? దీనినింక నాకి వీపు నొప్పి వస్తున్నాది.''

ఒక వేళ డాక్టర్ వద్దు అని చెప్పక పోతె గర్భవతులు తక్కువ బరువుని (35 నింక 40 పౌండ్) ఎత్తచ్చును. అయితే ఇలా ఎత్తేతపుడు వీపునొప్పి వచ్చేదానికి కారణమవుతుంది. ఇలాంటి వాడికల్ని మీరు మార్చుకోకుండా పోతే వీపు ఎముక తిరుగుతుంది. బిడ్డని నడిచేదానికి చెప్పండి. ఒక వేళ తొడపై జాగ ఇమ్మని హఠం చేస్తే పుసలాయిచ్చండి, మనస్సు పరివర్తిచ్చండి. కూర్చొనుండేతపుడు బిడ్డని ముద్దిచ్చండి, ప్రీతిచ్చండి. ఇంతైనా కొన్నిసలాలు ఎత్తుకొవాల్సి వస్తే ఎత్తుకొనేదానికి కొంచం శక్తి పెట్టుకొనుండండి.

తల్లి-తండ్రులు అయ్యే ఉత్సాహం

''నాకి ఈ అన్ని ప్రక్రియలనింక సంతోషమయితుండా అనేది ఆశ్చర్యంగా ఉంది. నాకి అవుతున్న అనుభవాల అందాజా నాకి చిక్కుతాలేదు.''

ఈ ప్రపంచంలో జనాలు బదుకులో కొత్త కొత్త మార్పుల్ని చూస్తారు. అలాగే మీలో ఒక బిడ్డ పుడుతున్నది అనేది మార్పు పరాకాష్టకి తక్కువ ఏమీ కాదు. ఖండితంగా ఈ మార్పు మీ జీవితంలో సంతోషాన్ని తెస్తుంది. అయితే మీ విశ్వాసాన్ని వాస్తవికత చౌకట్టులోనే పెట్టుకొండి.

ఒక వేళ మీరు నగునగుతా హుషారుగా ఉండే బిడ్డని ఆసుపత్రినింక ఇంటికి తీసుకొనిపొయ్యే కల కంటాఉంటే పుట్టినంక ఎన్నో బిడ్డలు ఎలా కనపడతారు అనే కల్పన మీకి ఉండాలి. బిడ్డ ఇంటికి వచ్చేతపుడు ఏడుస్తా ఉండచ్చును. ఎందుకంటే మీ దగ్గర ఉండి దానికి రూఢి కాలేదు. దానికి నగేదానికి రాకుండా ఉండచ్చును. మీరు ఏదైనా తినేదానికి కూర్చొనేతపుడు మలం-మూత్రం విసర్జించచ్చును. మీరు గాఢ నిద్రలో ఉండేతపుడు ఏడిచే, అరచుకొనే సందర్భం ఎదుర్కోవచ్చును.

పొద్దున్నే వాక్ పోవాలి. మధ్యాహ్నం పక్షిలుండే తావ పోవాలి. బిడ్డని మంచి బట్లనింక సింగరిచ్చాలి అని మీరు అనుకోనుంటారు. అలా కావాల్సింటే చేయచ్చును. ఎన్నో సల తెల్లవారి సాయంత్రం మారేదానికి సమయమే లేకుండా ఉండే సాధ్యత ఉంటుంది. మీరు మరియు మీ శిశువు అలాంటి సమయంలో ఉదయం అపాయాన్ని చూసేదానికి సాధ్యం కాదు. ఎన్నో సలాలు ఎండలో బట్లని ఉతుకుతా గడుపుతూంటారు.

మీరు వాస్తవికంలో నమ్మిక ఉండేవాళ్ళైతె మీ జీవితంలో ఇలాంటి చక్కని క్షణాలు ఎదుర్కొంటుంది. అవి వేరవరికూ కాదు. గుండుగుండుగా ఉండే బిడ్డని చేతిలో ఎత్తుకొని దానికి ముద్దు చేసి దాని చక్కని నగువులో ఆనందం పడతారు. తమకోసమే ఉండే ఆ బిడ్డ నగు ఇడీ రాత్రి మీరు మేలుకొనున్న, లేటుగా భోజనం చేసిన, రాశి రాశి బట్లని ఉతికిన మరియు కాలం గడిపేది ఎలా అని యోచిస్తున్నా మీ మనస్సు నొప్పి మర్చేస్తుంది.

ఇలాంటి మధుర క్షణానికోసం నిరీక్షణ చేయండి...

సీట్ బెల్ట్ వేసుకొనేది

"కారులో సీట్ బెల్ట్ వేసుకొనేది మంచిదా?"

గర్భవతి స్త్రీ మరియు ఇంకా జన్మించక శిశువు దృష్టినింక కారులో ప్రయాణం చేసేతపుడు సీట్ బెల్ట్ వేసుకొనేది అత్యవశ్యకం. ఎన్నో చోటుల్లో ఈ చట్టం అమలులో ఉంది. సురక్షత మరియు ఆరామమైన దృష్టినింక బెల్ట్‌ని కడుపు కింద భాగానికి మరియు తొడల మధ్యభాగంలో పాయ్యేమాదిరి కట్టుకొండి. భుజం బెల్ట్‌ని ఎద మధ్య భాగం పాయ్యేవమాదిరి కట్టుకొండి. బెల్ట్ ఒత్తిడినింక శిశువుకి తొందర అవుతుందని భావిచ్చద్దండి. అది మీ గర్భాశయాన్ని పూర్తి సురక్షితంగా పెడుతుంది.

ఒక వేళ మీరు ప్రయాణికుల ఆసనంలో కూర్చొనుంటే మీ సీటుని వెనక్కి తోసుకొని కూర్చొండి. దీనినింక మీరు కాళ్ళు దాచుకొని కూర్చొనేకి సాధ్యమవుతుంది. ఒక వేళ మీరు వండి పారిస్తుంటే స్టీరింగ్‌ని ఎద దగ్గరకి తెచ్చుకొండి. సాధ్యమైతే స్టీరింగ్ చక్రంనింక 10 అంగుళాల దూరం ఉండే మాదిరి పారిచ్చండి.

ప్రయాణం

"నేను ఈ నెల రజా కాలాన్ని గడిపేదానికి పోవచ్చునా?

దీని నంతరం బిడ్డ జొతకి ఇంత సులభంగా ప్రయాణాన్ని చేసే అవకాశం దొరకదు. ఎందుకంటే ముందు సంవత్సరంలొ బిడ్డ జొతకి బొమ్మలు, ఆటికలు, డైపర్ మరియు పాలు శీశ ఉంటుంది. ఈ సందర్భం మీరు మొదటి త్రైమాసికలో అనుభవించిన ఆయాసం, గాబరి, ఏదుపిరి మొదలైనవినింక విడుదల పొంది ఉంటారు. బిడ్డ ఒక బొమ్మ అనే స్టేజుని ముట్టిండదు.

సకాలం : మంచి మరియు సుఖకర ప్రయాణానికి సరియైన సమయం ఉమడాలి. మొదటి త్రఎమాసికంలో మీరేమైనా ప్రయాణం లెక్క వేస్తే తల చుట్టేది, వాంతి, దేహం అంగాలు ఉబ్బేది మొదలైన లక్షణాలు నెమ్మదిగా ఉండేదానికి వీలుపడదు. కొనా త్రైమాసికంలోనూ పదే పదే ప్రయాణికి డాక్టర్‌ల పర్మిషన్ చిక్కదు.

సూక్తమైన జాగా ఎన్నిక : సెఖ మరియు ఊపిరి కట్టే వాతావరణం మీ బేజారుని జాస్తి చేయవచ్చును. అలాంటి చోటుని ఎన్నిక చేసుకొండేదే అయితే మీ హోటెల్‌లో ఎ.సి. ఉమడాలి. సూర్యని కిరణాలనింక మిమ్మల్ని మీరు రక్షించుకోవాలి. ఎక్కవ ఎత్తైన స్థలాన్ని ఎన్నిక చేసుకునుంటే అయితే మీకీ మీ బిడ్డకి ఆమ్లజనకం కొరత కావచ్చును. కొన్ని చోటుల్లో మీరు పాయ్యేతపుడు ఇంజక్షన్ వేసుకొను పాయ్యే స్థితి ఉండచ్చును. అయితే గర్భావస్థలో దాన్ని నిషేదం చేసిఉండచ్చును. డాక్టర్‌ల దగ్గర అడిగి తెలుసుకొండి. ఆహారం-పానీయం జొతకి సంక్రమణ రోగాలపై ఎచ్చరిక వహించండి. మీకి ఆరామం చిక్కే

చోటుకి వెళ్ళండి. ఏదైనా గుంపు, గైడ్ జొతకి ప్రయాణం చేసేబదులు మీలోనే లెక్కాచారం పెట్టుకొని పోండి. పారాడటం, ఖరీది చేసినంక మీ దేహం తన లెక్కాచారం కొద్ది విశ్రాంతిని తీసుకొంటుంది. వేరేవాళ్ళు వాళ్ళ కార్యక్రమం కొద్ది పాయ్యేదానికి ఇష్టం పడతారు.

ప్రెగ్నెన్సి కిట్ జొతకి పెట్టుకొండి : మీరు ఎక్కడైనా ప్రయాణం చేసేతపుడు విటమిన్‌ల పూర్తి జ్ఞానం ఉండాలి. సత్వం ఉండే స్నాక్స్‌లు, సీ బైండ్స్, డాక్టర్ సలహా మాదిరి మందులు, ఆరామంగా ఉండె చప్పలు, సన్‌స్క్రీన్ మొదలైనదాన్ని జొతలో పెట్టుకొండాలి.

ఒక వేళ విదేశానికి పోతుంటే స్థళీయమైన డాక్టర్‌ల

జెట్‌లాగ్

ఒక వేళ గర్భావస్థ ఆయాసం జొతకి 'జెట్‌లాగ్' కుడా చేరింటే ప్రయాణం మొదటైయ్యేదానికింతా ముందే ముగుస్తుంది. టైం జోన్‌నింక అయ్యే బేజారుని నివారించకపోతె తక్కువ చేసుకోవచ్చును.

★ పొయ్యేదానికి ముందు గడియారాన్ని అదే టైంజోన్‌కి సెట్ చేసుకొండి. దాని లెక్కాచారంతో మిమ్మల్ని చూసుకొండి. పడవ యాత్రం సందర్భాల్లో పడుకొనే కాలం ఇదే అనేదైతే పడుకొండి. లేదా లేసిండాలంటే లేసిండండి.

★ స్థలీయ కాలమానం ప్రకారం ప్రయాణం చేయండి. ఒక వేళ తెల్లవారే పోతె పడుకొనే బదులు స్నానం చేసు చుట్టాడేదానికి పొండి. కొంచం విశ్రాంతి తీసుకొండి. అయితె నిద్ర చేయద్దండి.

★ ఎండ తగులితే వొళ్ళుకి బయోలాజికల్ లెక్కాచారంకొద్ది నడిచేదానికి వీలవుతుంది. అక్కడ ఉడుకు ఉండక పోతే కొంచం బైటికి రండి.

★ తాగే-తినే శిస్తుని సరిగ్గా కాపాడుకొండి. లేకుండాపోతే జెట్‌లాగ్ లక్షణాలు మరింత సుస్తు చేస్తుంది. టైంకి సరిగ్గా తిని దేహం శాఖాన్ని కాపాడుకొంటు రండి. కొంచం వ్యాయామం చేసినా ఆయాసం పోతుంది.

★ ఇంక రెండు దినాల్లో అక్కడ స్థలీయ సమయం లెక్కాచారం మాదిరి మీ వొళ్ళు ఒగ్గిపోతుంది. దీని జొతకి మీకి నిద్ర వచ్చే సంభవం ఉంటుంది. అది జెట్‌లాగ్‌నింక అక్కడ మీరు వొళ్ళుల్లో మోసిండే బిడ్డ భారంనింక ఈ భారం మోసేదానికి మీరు ఏ కూలీనీ పెట్టుకొనేదానికి కాదు.

గర్భావస్థ మరియు ఎత్తైన క్షేత్రం

గర్భావస్థలో ఏదైనా ఎత్తైన జాగాకి పోవాలనే విచారముంటే దాన్ని చై విడిచేదే మంచిది. ఎందుకంటే అక్కడ పొయ్యేదానినింక మీ బేజారు ఎక్కువ కావచ్చును. సముద్రం మట్టంనింక ఎత్తైన జాగాకి పోవాల్సి వస్తే ఒకే దినం నిండా ఎత్తరం పోవద్దండి. అంటే ఒకే దినం 8000 అడి పొయ్యే బదులు 2000 అడి పొయ్యి విశ్రాంతి తీసుకొండి. మౌంటన్ సిక్‌నెస్‌నింక పారైయేదానికి డాక్టర్‌నింక మందుని తీసుకొండి. ఒకే సారి ఎక్కువ భోజనం చేసే బదులు నిండా మాట్లు కొంచంకొంచంగా తినండి. తిని బాగ నీళ్ళు తాగండి.

చిరునావాని పెట్టుకొండి. ఇంటర్‌న్యాషనల్ అసోసియేషన్ ఫార్ మెడికల్ అసిస్టెన్స్ టు ట్రావలర్స్‌నింక మీకి ఇలాంటి పట్టిక అవుతుంది. ఆ పట్టికలో ఇంగ్లీష్ వచ్చే ఇడీ ప్రపంచంలో ఉండే డాక్టర్‌ల పేరు మరియు చిరునావా చిక్కుతుంది. ఒక వేళ మీరు వైద్యకీయ విమా చేయించింటే దాని సంఖ్యనీ జొతకి పెట్టుకొండి.

తినే-తాగే ఆరోగ్యకరమైన హవ్యాసం : మీరు రజ పైన ఉండచ్చును. అయితే మీ బిడ్డ పొగలు రాత్రి పరిశ్రమం చేస్తుంటుంది. దానికి పోషకాంశములు యథేచ్ఛగా కావాల్సి ఉంటుంది. దానినింక యోచన చేసి తెలుసుకొని ఆహారానికి ఆదేశం ఇవ్వండి. మీరు మీకి ఇష్టం ఉండే ఆహారం-రుచి చూసేదాని జొతకి బిడ్డకి పోషణకి అవశ్యముండే వస్తువుల్నీ సేవించాలి. అన్నిదానికింత ఎచ్చుగా మీ ఆహారం నియమితంగా ఉండాలి. అప్పుడప్పుడు తినే ఆహారాంకోసం తిండి మరియు భోజనాన్ని విడిచిపెట్టరాదు.

ఎన్నిక చేసి తినండి : కొన్ని విభాగాలు-ఇలాఖాల్లో పొట్టు తీయక పండ్లు-కూరగాయులు తినేది నష్టం కావచ్చును. మీకి మీరే పండుని పీకి పండు జొతకి మీ

గర్భవతి స్త్రీల రుచి

గర్భవతి మహిళలు రుచిగా ఉంటారు. దీన్ని వైజ్ఞానికులు నమ్ముతారు. వేరే మహిళల జాతకి పోలిస్తే వాళ్ళు దోమల్ని ఎచ్చుగా ఆకర్శిస్తారు. దోమల్కి ఇష్టమయ్యే కార్బన్ డై ఆక్సైడ్‌ని ఎచ్చుగా విసర్జించేదే దీనికి కారణం ఉండచ్చును. ఈ మహిళల దేహం ఉష్ణాంశం ఎక్కువగా ఉమటుంది. ఒక వేళ మీరు దోమలు ఎక్కువ ఉండే జాగాకి పొయ్యేతట్లైతె మిమ్మల్ని రక్షించుకొండి.

చేతుల్ని కడిగి పండుని తినండి. పచ్చిదిగా లేదా అర్ధం ఉడుకించిన మాంసం, మడక లేదా ఫ్రిడ్జ్‌లో పెట్టిన డైరి పదార్థాల్న ఎప్పుడూ తినద్దండి. పండ్లు తినాలి అనిపిస్తే అరటిపండు, నారింజ పండు తినండి ఎందుకంటే దీనిలో పొట్టు దప్పంగా ఉంటుంది.

నీళ్ళు శుద్ధంగా ఉండక పోతె తాగద్దండి. ఆ నీళ్ళనింక పండ్లు బ్రశ్ చేయద్దండి. తాగే నీళ్ళు శుద్ధంగా లేదు అంటే బాటల్‌లో ఉండే నీళ్ళని తాగండి. ఐస్‌ని తీసుకొనేతపుడు బాటల్‌నీళ్ళలో లేదా కాగిండే నీళ్ళలో తయారించిన ఐస్‌ని తినండి.

గలీజు నీళ్ళలో ఈజేది : కొన్ని ఏరియాల్లో ఝరి లేదా నది కల్మశంగా ఉంటుంది. ఆ నీళ్ళల్లో మునిగితే సంక్రమణ తగులుతుంది. ఇలాంటపుడు ఏ ఈజుకొళంలో మీరు ఈజేదానికి వచ్చింటారో ఆ నీళ్ళు క్లోరిన్ ఉండే నీళ్ళు అయిండాలి.

బాత్‌రూంని అవశ్యంగా వాడండి : దేహంబాధ తీరించుకోవడానికి అవశ్యంగా బాత్‌రూంని వాడండి. మలమూత్రాన్ని కట్టేదానినింక మూత్రకోశంలో సంక్రమణ అయితుంది. మళ్ళీ బేధి అవుతుంది. దానినింక మల-మూత్ర విసర్జనకి శౌచాలయానికి పోవాలనిపొస్తే అక్కపక్కలో ఉండే రెస్ట్ రూంని వెతుక్కొని పొయి రాండి.

కాళ్ళకి ఆరామం : ప్రయాణం అవధిలో నిండా పొద్దు నిల్చుకొనుండేది గాడిలో కూర్చొనుండే సందర్భం ఎదుర్పడుతుంది. ఇలాంటి సందర్భాల్లో కాళ్ళు మరియు కాళ్ళ గంట్లని వాపునింక రక్షించడానికి స్పోర్ట్స్ హోజ్ వాడండి.

వొళ్ళు అలుగాడుతా ఉండని : ఒక వేళ మీరు నిండా పొద్దువరకూ కూర్చొని పని చేస్తుంటే కాళ్ళలో రక్తం పరిచలనకి ఇబ్బంది కావచ్చును. చేతులు కాళ్ళని దాపి అలుగించి కొంచం పొద్దు పారాడండి. కాళ్ళని ముదురుకొని కూర్చోవద్దండి. కొంచం పొద్దు కాళ్ళని ఎత్తరంలో పెట్టుకొని పడుకొండి. ఒక వేళ రైలులో లేదా పడవలో మీరు ఉంటే ప్రతీ అర్ధ గంటకొక్కసారి పారాడండి. గాడిలో అయితే రెండు గంటలకింతా ఎక్కువ ప్రయాణం చేయద్దండి. మధ్యలో నిల్చుకొని కొంచం చేతుల్ని కాళ్ళని వదరండి.

పడవలో ఉంటే పడవలో మీరరు ప్రయాణం చేస్తుంటే కొన్ని నియమాలు గర్భవతి మహిళలకి అన్వయించదు. దాన్ని విశేషంగా తెలుసుకొండి. అవకాశమైతే బాత్‌రూం పక్కన సీట్‌ని ఎన్నిక చేయండి. అలా చేస్తే పదే పదే పొయ్యి వచ్చేదానికి ఇబ్బంది కాదు.

విమానంలో పోతే మధ్య మీకి కావాల్సిన ఆహారం చిక్కుతుందో లేదా కొనుక్కొని తెచ్చిపెట్టుకోవాలా అని అడిగి తెలుసుకొండి. కొంచి అది-ఇది తిండి మాత్రం చిక్కుతుంది అంటే ఇంటినింక భోజనం డబ్బి తీసుకురండి. ఆహారం బాగా ఉడికిండని. నీళ్ళూ శుద్ధంగా శోదించింది అయిండని. బాటలి నీళ్ళు తాగేది మంచిది. ఇలా మీకి అప్పుడపుడు బాత్‌రూంకి పొయ్యేది అవశ్యమయితుంది. దానినింక కాళ్ళకి ఆరామం అనిపిస్తుంది.

మీ సీట్ బెల్ట్‌ని ఆరామంగా కడుపు కిందకి కట్టుకొండి. మీరు వేరె టైమ్‌జోన్‌కి పోతుంటే జెట్‌లైగ్‌ని గమనించుకొండి. గమ్యం తలిపిన వెంటనే మీ ట్రిప్‌లో మీ ఆరామాన్ని గమనంలో పెట్టుకొండి.

కారులో ప్రయాణం చేస్తే : కారులో

పొయ్యేతపుడు బ్యాగునిండా నిండా పొష్టికంతో కూడిన స్నాక్స్ మరియు ఫ్లాస్క్ నిండా పాలు లేదా పండ్ల రసాన్ని తీసుకొని పోండి. ఆకిలైతె రోడ్డు సైడులో ఉండే హోటెల్‌నింక ఏమీ తినకుండా ఈ ఆహారాన్ని తినేది మీకి మంచిది. మీరు కారులో కూర్చొనే సీట్ దేహానికి ఆరామం ఇచ్చేమాదిరి ఉండాలి. సీటు వెనుక వీపుకి ఆధారం ఇచ్చేమాదిరి కుశన్ ఉండాలి. గొంతుకోసం విశేషమైన కుశన్ ఉంటే ఇంకా మంచిది.

ఒక వేళ రైలులో ప్రయాణం చేస్తుంటే :- రైలులో పొయ్యేతపుడు మెను సహితంగా డైనింగ్ కార్ ఉందా అని పత్తా చేయండి. ఒక వేళ ఇడీ రాత్రి ప్రయాణం చేసేతట్టైతె స్లీపర్ కార్ బుక్ చేయండి. ప్రయాణం ప్రారంభించే ముందే మీకి ఆయాసం అయ్యిన మాదిరి ఉండకూడదు.

కామం మరియు గర్భవతి స్త్రీ

ధార్మికమైన మరియు వైద్యకీయ నియమాలని విడిస్తే ప్రతీ గర్భావస్థ కామంనింకా ప్రారంభం అవుతుంది. అట్లైతె మమ్మల్ని మనం కామంనింక ఇంత దూరం పెట్టుకొనేదెందుకు? అదే మిమ్మల్ని ఇజాకజజ్యాడవరకూ పిలిపించింది అనేదాన్ని మరెయద్దండి.

కామం మీలో తక్కువ ఉందే లేదా ఎక్కవ ఉందో దాని పూర్తి సంతోషాన్ని మీరు పొందుతున్నారో లేదా లేదో కడుపులో బిడ్డ రూపం అయినంక మీ కామజీవనంలో నిండా మార్పులు అయిండేది నిజం. బెడ్‌రూములో, వంట గదిలో, రూములో ఏది సురక్షితం ఏదే కాదు. మీ ఉబ్బిన కడుపుకి ఏ భంగి అనుకూలంగా ఉంటుంది. మీ ఇద్దరి మనస్సు ఎందుకు ఒకటి కాలేదు. ఈ అన్ని అంశాల జొతకి గర్భావస్థ కామం ఎంతో సవాలు అనిపిస్తుంది. అయితే చింత చేయకండి కొంచం సక్రియంగా, కొంచం హాస్యంగా నిండా ధైర్యం జొతకి గర్భావస్థ కామాన్ని ముందుకింతా ఆకర్శణీయంగా చేసుకోవచ్చును.

కామం మరియు త్రైమాసికం :

> **సెక్సర్ సైజ్**
>
> సెక్స్ నడిపేతపుడు అల్లరి చేస్తే ఆనందం జొత-జొతకి వ్యాయామమూ అవుతుంది. ఇది నిండా లాభమైన వ్యాయామం. మీరు దీన్ని ఎక్కడ కావాల్సిన్నా ఎప్పుడు కావాల్సిన్నా చేయచ్చును. అయితె సెక్స్ సమయంలో చేస్తే రెండంత లాభమవుతుంది. ఈవరకూ ఏ వ్యాయామంలో ఇలాంటి సుఖం చిక్కిండేదాన్ని వినే ఉండలేదు.

గర్భావస్థ తొమ్మిది నెలల్లు కామజీవితం రోలర్ కోస్టర్ మాదిరి ఎక్కువ తక్కువ అయితు ఉంటుంది అనేది అన్ని దంపతులకీ తెలిసిన విచారమే. మొదటి త్రైమాసికంలో హార్మోన్‌ల కారణంనింక ఎన్నో మహిళలకి కామం ఇచ్ఛ జాస్తిగా ఉంటుంది. మళ్ళీ క్రమేణంగా అభిరుచి ఇచ్ఛ తక్కువ అయితా పోతుంది. ఆయాసం, ఉబ్బరం, వాంతి, ఎదలో సన్న నొప్పి, కామంలో ఆసక్తిని తక్కువ చేస్తుంది. అయితే ప్రతీ గర్భావస్థ మాదిరి ఇద్దరు మహిళలో సామ్యం ఉండదు. మొదటి త్రైమాసికలో నిండా సెఖ ఉండేదాన్ని మీరూ గమనించిండచ్చును. దీన్ని హార్మోన్‌ల సుఖమైన మార్పు అని మీరు పిలవచ్చును. మీ గుప్తాంగాలో ముందుకింతా ఎక్కువ సంవేదనంగా ఉంటుంది.

రెండవ త్రైమాసికంలో గర్భావస్థది నిండా లక్షణాలు ఎదురవుతుంది. కామానికి కావాల్సిన ఉత్సాహమే ఉండదు. బెడ్‌రూంకింత ఎక్కువ బాత్‌రూంలో ఎక్కువ సమయాన్ని గడుపుతారు. దీనికి ముందు మీరు చర్మం సుఖాన్ని తీసుకొలేదంటె ఈ అవధిలో దాన్ని తీసుకొనే అవకాశం లభిస్తుంది. దేహం గుప్తాంగాలకి ముందుకిన్నా ఎక్కు రక్తం పొయ్యేది దీనికి కారణంఈ చర్మం సుఖం (ఆర్గేజ్) ముందుకింతా పొడువు మరియు బలిష్టంగా ఉంటుంది. అయితే కొన్ని మహిళలు దీని ప్రియమైన అనుభవాన్ని దారపోసుకుంటారు.

ఎన్నో మహిళలకి తొమ్మిది నెలలు పూర్తి దీని జ్ఞాపకం ఉండదు. గర్భావస్థలో మీరు దీన్ని సాధారణంగా చేయచ్చును.

ప్రసవ తారీఖు దగ్గర అయినట్లంతా కడుపు

ఆకారం పెరుగుతా పొయ్యే కారణంగా కామం అసాధ్యమవుతా పోతుంది. గర్భావస్థ సుఖము మరియు కష్టమైన ఇచ్ఛకి చన్నీళ్ళు పోస్తుంది. ఆ స్టేజులో మీ నిరీక్ష కొత్తగా వేరేతట్టు గమనం రాదు. అయినా కొన్ని దంపతులు గర్భావస్థ అడ్డుల్ని మీరి కొనా ఘళిగవరకూ కామం సుందరమైన అనుభవాన్ని పొందుతారు.

మీ మూడ్‌లో మార్పు : గర్భావస్థలో అయ్యే ఈ దైహికమైన మార్పులనింక కామం ఇచ్ఛ సకారాత్మక లేదా నకారాత్మక రూపంలో ప్రభావితులవుతారు. మీరు ఆ నకారాత్మక ప్రభావాల్ని అయినంత తక్కువ చేసేదానికి ప్రయత్నించాలి. కామం జీవితంపై దాని పరిణామములు పడకుండా చూసుకోవాలి.

వాంతి-తేగు : ఉదయం అనారోగ్యం అనిపిస్తే మీ మధురమైన క్షణాల్ని గడిపేదానికి అది అడ్డుగా కావచ్చును. భోజనం వేళలో మీరు వేరే ఏమీ చేయరు. దానినింక మీ సమయాన్ని యోచన చేసి తెలివితో ఉపయోగించాలి. ఉదయం సూర్యుడు పుట్టినంక మీరు బేజారుగా ఉంటారు అంటే సాయంకాలం ఒక గంట సమయాన్ని కామానికోసం పెట్టండి. ఒక వేళ సాయంకాలం విచలితలవుతారు అంటే కామానికి తెల్లవారి సమయమే లేసు. ఉదయం-సాయంకాలం మీ పరిస్థితి చడింటుంది అంటే ఇద్దరికీ ఈ లక్షణాల్ని అరికట్టేవరకూ కాయాల్సి వస్తుంది. ఏమే ఉండని ఆరోగ్యం సరిగ్గా ఉండక పోతె కామ ఆటకి ఈడీయద్దండి. దీనినింక ఏ ఫలమూ చిక్కదు.

ఆయాసం : బట్టలు విప్పే అంత శక్తీ మీలో లేకుండా ఉండేతపుడు కామానికి ప్రశ్న ఉద్భవించేదే లేదు. 4వ నెల కొనకి ఈ ఆయాసం అయినంత తక్కువ అయింటుంది. అయితే ఇది కొనా త్రైమాసికంలో మళ్ళి వస్తుంది. అక్కడవరకూ ఆవకాశం చిక్కనపుడెల్లా రసికులై రాత్రి భోజనం తరువాత సమయాన్నే దీనికోసం కాయద్దండి. మధ్యాహ్నం నిద్ర సమయంలో కామం మంచిదే అయింటుంది. మళ్ళి పడక పై తెల్లవారి 'తిండి' చేస్తే ఇడీ దినం జ్ఞాపకంలో ఉంటుంది.

మారి పోతున్న మీ ఆకారం : ఎప్పుడు మీ కడుపు హిమాలయం పర్వతం మాదిరి అయితుంటుందో దాన్ని ప్రీతిస్తాను అనేది అసహజమవుతుంది. అలాగే మీ వొళ్ళు సెక్సీ అనుభవాన్ని ఇవ్వదు. అయితే కొన్ని పురుషులకి ఇలాంటి దేహమే 'సెక్సీ' అని అనిపిస్తుంది. మీ దేహాన్ని సుందరంగా పెట్టండి. స్త్రీల పొట్టని లేసైన క్యాండల్‌నింక

గర్భావస్థలో సెక్స్

సెక్స్‌ది ఏ పద్ధతి సురక్షితంగా ఉంటుంది అనేదాన్ని తెలుసుకోవడానికి ఈ కింద రాసిన సాలుల్ని చదవండి.

ముఖం మైథునం : ఓరల్ సెక్స్‌లో ఏ నష్టమూ లేదు. మీ భర్తకి మీరు తెలపండి. గుప్తాంగాల్లో జోరుగా ఊదద్దని చెప్పండి. ఒక వేళ సంభోగానికి అవకాశం లేకుండా ఉంటే ఇద్దరూ దీని ఆనందం పొందచ్చును. బర్తకి ఏ రోగమూ ఉండకూడదు.

గుద్ధ మైథునం : ఒక వేళ దీన్ని మీరు చేయాలనిపిస్తే ఇదీ సురక్షితం అయితే కొంచం ఎచ్చరికగా ఉండాలి. దానికీ కాండోమ్ వాడండి. గుద్ద మైథునంనింక యోని మైథునానికి పొయ్యే ముందు స్వచ్ఛం చేసుకొండి. లేకుండా పోతే హానికరమైన బ్యాక్టీరియాలు యోని ద్వారంనింక లోగా చేరచ్చును. బిడ్డకి సంక్రమణ ఆపాయం కావచ్చును.

చైమైథునం : గర్భావస్థ ఒక వేళ అపాయకరం కాకుండా పోతె ఆంగైజమ్‌ని కూడా నిషేదించింటే చై మైథునాన్ని చేసుకోవచ్చును. ఇది పూర్తి సురక్షితం. దీనినింక మీ బేజారు పూర్తిగా దూరమవుతుంది.

వైబ్రేటర్ : ఒక వేళ వైద్యులు పర్మీషన్ ఇస్తే యోని మార్గంలో ఉత్తేజనానికోసం వైబ్రేటర్ వాడచ్చును. అయితే దాన్ని నిండా లోగా తీసుకొని పోకూడదు. మీ సెక్స్ టాయ్ స్వచ్ఛంగా ఉండాలి. ఈ మాదిరి యాంత్రికంగా సెక్స్ ఆనందాన్ని పొందచ్చును.

వెలిగే మాదిరి చేయండి. మీ మనస్సులో నకారాత్మక అంశాల్ని తీసేయండి ప్రెగ్నెన్సిలో 'పెద్దది సుందరమైనది' అనేదాన్ని సదా జ్ఞాపకంలో పెట్టండి.

కీలెస్టమ్ కారేది : గర్భావస్థ కొనా కొన్ని నెలల్లో ఎన్నో మహిళల ఎదనింక కీలేష్టము కారుతుంది. దీనినింక సంభోగం చేసేతపుడు కొంచం వెనక్కి పోవచ్చును. దీనినింక వెనక్కి పొయ్యే అవశ్యకతలేదు. మీ బర్తకి దీనినింక బేజారు కలుగదు మీ గమనాన్ని ఇక్కడినింక వేరేతట్టు తీసుకొనిరండి.

సంవేదన ఉండే ఎద : కొన్ని దంపతులకి ఈ సమయంలో ఎద ఆకర్శణ ఎక్కువ అవుతుంది. కొన్ని స్త్రీల ఎద చుచ్చినట్లైతుంది. ముట్టితే నొప్పి అవుతుంది. మీ విచారంలోనూ ఇలా అయింటే బర్తకి ముందే తెలపండి లేదా మొదటి త్రైమాసికం తరువాత అన్నీ సరిపోతుందని తెలపండి.

యోని స్రావంలో మార్పు : గర్భావస్థ సమయంలో యోని స్రావంలో మార్పవుతుంది. స్రావం అలాగే ఉంటుంది. అయితే రంగు, వాసనలో వ్యత్యాసం కనపడుతుంది. ఒక వేళ మీ యోని ముందు దినాల్లో నిండా ఎండినట్లు ఉండే అంటే ఈ తేమ మీ యోనికి ఆనందంగా పెడుతుందని అర్థం. ఎన్నో మాట్లు తేవాంశం ఎంత ఎక్కువగా ఉంటుందంటే బర్తకి సంభోగం కష్టమవుతుంది. స్రావం వాసన దాని రుచి కారణంనింక ముఖం మైథునమూ కాదు. సంది మరియు తొడల పై కొంచం తైలాన్ని రాసి మాలిశ్ చేసేదానినింక కొంచం ఆరామం చిక్కుతుంది. కొన్ని గర్భవతి తల్లిళ యోనిలో ఎప్పుడూ శుష్కతనం ఉంటుంది. అలాంటివాళ్ళు కామ ఆట ఆడేతపుడు ప్రభావం చేసే ల్యూబ్రికెంట్‌ని వాడచ్చును.

సర్విక్స్ సంవేదనాశీలనింక రక్తస్రావం :

గర్భావస్థలో గర్భాశయం ముఖం సంవేదనాశీలత నిండా ఎక్కువగా అవుతుంది. సంభోగం కాలంలో శిశ్నము యోనిలో నిండా లోగ పోతే రక్తస్రావం తక్కువ అయ్యే సాధ్యత ఉంటుంది. దీనినింక గాబరి పడే ప్రమేయం వద్దు. మీ డాక్టర్‌కి దీన్ని ఖండితంగా తెలపండి.

ఇంతే కాక ఇంకా ఎన్నో భావనాత్మక అంశములు మీ కామాన్ని తక్కువ చేయచ్చును. దీని గురించి విస్తృతంగా చర్చించేది మంచిది.

భ్రూణానికి ఆఘాతమయ్యే లేదా గర్భపాతం భీతి : చింత వద్దు. కామం పూర్తి ఆనందం పొందండి. సామాన్యంగా గర్భావస్థలో సెక్స్‌నింక ఏ నష్టం కలగదు. శిశువు ఎమ్నియాస్టిక్ ద్రావణంలో నిండా సురక్షితంగా ఉంటుంది. మీ గర్భాశయం పూర్తిగా బంద్ అయింది. మీరు సంభోగం చేయకూడదు అని డాక్టర్ భావిస్తే దీనికి కారణాన్ని వాళ్ళు ముందు చెబుతారు. అలా చెప్పలేదు అంటే ఆరామంగా మీరు ఆరామంగా మీ కామ జీవితాన్ని గడపచ్చును.

ఆర్గానిసంనింక గర్భపాతం : జల్ది ప్రసవం అయ్యే భీతి కామం పరమ సుఖం లేదా చరమావస్థనంతరంగా గర్భాశయం నిండా సంకోచం అయితా పోతుంది. ఎన్నో స్త్రీలలో ఇది అధిక ప్రమాణంలో అవుతుంది. ఈ క్రియ సంభోగం తరువాత సుమారు 30 నిమిషాలవరకూ నడుస్తూ ఉంటుంది. అయితే ఇది డెలివరి నొప్పి కాదు. సామాన్యమైన గర్భావస్థలో దీనినింక ఏ నష్టమూ లేదు. దీనినింక ఏదైనా ఇబ్బంది ఉంటే (గర్భపాతం లేదా అవధిపూర్వ జననం భీతి) డాక్టర్ ముందే తెలిపేవారు. భ్రూణం దీనినంతా చూస్తుంటుంది లేదా దానికి అన్నీ అర్థమవుతుంది అనే భయం : ఇది సాధ్యమే లేదు. చర్మసుఖం సమయంలో సిగ్గునింక భ్రూణానికి ఊగేలాంటి సుందరమైన అనుభవం అవుతుంది. అయితే దాన్ని చూసే సామర్థ్యం భ్రూణానికి ఉండదు. మీరు ఏమి చేస్తున్నారు అని దానికి తెలిసెల్లేదు. అనుభవం జ్ఞాపకం దానిలో ఉండదు. మూత్రాశయం చలననింక భ్రూణం ప్రతిక్రియ (సెక్స్ టైములో కదలిక, ఎక్కేది, తానడ, తీవ్రమయ్యేది, చర్మ సుఖంనంతరం గుండె పోటు ఎక్కువ అయ్యేది) కనిపిస్తుంది.

బిడ్డ తలకి ఏటు తగిలే భయం : మీ బర్త ఈ విషయాన్ని మీకి తెలుపరు. అయితే తని మనసులో దీని భయం ఉంటుంది. ఎవరి శిశ్నమూ అంత పొడువుగా ఉండదు.

తలవరకూ ముట్టే అంత పొడువు ఉండేది సాధ్యమూ లేదు. బిడ్డ ఆరాముగా తన ఇంటిలో ఉంది. బిడ్డ తల పెల్విస దగ్గరే ఉంటేనూ శిశ్నం దానికి తొందర చేయదు. అయితే దీని గురించి కొంచం యోచన ఉంటే సంభోగం వద్దు.

సెక్స్‌నింక సంక్రమణ భీతి : ఒక వేళ మీ సర్విక్స్‌ది ద్వారం బంద్ అయింటే బర్తకి ఏ రోగమూ లేకుండా ఉంటే సంభోగంనింక మీకి మరియు మీ శిశువికి సంక్రమణ అపాయం ఒడదు. శిశు వీర్యం మరియు సంక్రమణ కీటాణువులునింక సురక్షితంగా ఉంటుంది.

ఆకర్షణనింక అయ్యే చింత : ఈ సందర్భలో మీరు ఒత్తిడి అనుభవాన్ని తీసుకుంటారు. బిడ్డ వుట్టే సమయం దగ్గర అవుతున్నది. ఇలాంటి స్థితిలో సెక్స్ భావనలు పుట్టేదే లేదు. ముందుకు వచ్చే జవాబ్దారి భావనాత్మకం మరియు ఆర్థిక సవాలులూ మనస్సులో వస్తుంటాయి. ఈ విషయాల్ని పడకకి వెళ్ళే ముందే చెపితే మంచిది.

సంబంధాల్లో మార్పు : మారిపోతున్న సంబంధాల జొతకి పొందిక చేసుకొనేది మీకి కష్టం అనిపించచ్చును. మేము ఇప్పుడు కొద్దిగ బర్త లేదా పెండ్లాం కాదు తండ్రి తల్లి అవుతున్నాము అనిపిస్తుంది. ఈ మార్పు మిమ్మల్ని మరింత మధురంగా చేస్తుంది.

కడుపుమంట : మీ బర్తలో కడుపు మంట వచ్చే సంభవం ఉంది. గర్భావస్థ మీకి అందరి సెంటర్ ఆఫ్ అట్రాక్షన్ అయింది కదా అని అతడికి అనిపించచ్చును. నన్ని చిక్కించి తను జీవితం సుఖాన్ని అనుభవిస్తున్నాడని బర్త గురించి మీకి అనిపించచ్చును. ఇలాంటి భావనల్ని పడకనింక బైట ఇద్దరూ పంచుకొను విడిచేది మంచిది.

> **ఆరామం దేహ ముద్ర**
>
> గర్భావస్థలో సెక్స్ ఆసనాన్ని మార్చేయాల్సి వస్తుంది. ఒక వేళ మీ బర్త మీ పై బరువు విడమకుండా సంభోగం చేస్తే సరి. లేకుండా పోతె మీరు ఒక తట్టుకి పడుకొని లేదా మీరే మీ బర్త పైన పడుకోవచ్చును. ఆసనం ఏదే ఉండనీయండి అది మీ దేహానికి ఆరామం అనిపించాలి.

గర్భావస్థ కొనాలో 'సెక్స్' నింక శీఘ్రంగా ప్రసవం కావచ్చును : గర్భావస్థ కొనాలో 'సెక్స్'నింక జల్ది ప్రసవం కావచ్చును. గర్భావస్థ దగ్గర వస్తుంటే చర్మ సుఖంనంతరం అయ్యే సంకుచితం శక్తిశాలిగా అవుతుంది. సర్విక్స్ సిద్ధంగా లేకుండా పోతే ఈ సంకుచితంనింక ప్రసవం కాదు. గర్భావస్థ కొనావరకూ ఏ మహిళ సంభోగంలో పాల్గొనుతుందో వాళ్ళ ప్రసవం సరైన సమయంలో అవుతుంది అని అధ్యయనాల వరదిలు తెలిపింది.

ఇంకొక్క మాట. ముందు మీ ఉద్దేశం ఒక బిడ్డకి జన్మం ఇచ్చేది అయింది. ఇప్పుడు మీరు నడిపిస్తున్న సెక్స్ ఒట్టి ఖుషికోసం. దానినింక నెలధర్మం సమయం, చార్ట్ క్యాలెండర్, గర్భ నిరోధకాలు ఏ జంజాటం లేదు. కాకుండా గర్భావస్థ బర్తని అయినంత దగ్గరకి తనను సెక్స్‌కి పిలుచుకొని పోతుంది అని అన్ని మహిళలకీ తెలిసింది. దానినింక కడుపు ఉబ్బిండేదాన్ని ఇబ్బంది అని భావించక ఇది ప్రీతి ప్రతీకం అని ఆలూమొగుడు తలుస్తారు.

కామం సీమితంగా ఉంటుంది :

గర్భావస్థలో మీకి మరియు మీ బర్తకి సెక్స్ నిండా సంతోషంగా ఉంటుంది. ఉభయత్రయులూ దీని అయినంత మజా పొందచ్చును. అయితే అందరూ అంత అదృష్టవంతుగా ఉండరు. ఇబ్బందిగా ఉండే గర్భావస్థ అయితే కొంచం సమయంవరకూ లేదా ఇడీ 9 నెలలు సెక్స్‌ని అరికట్టాల్సి వస్తుంది. మహిళలు చరమ సుఖానికి అవకాశం లేకుండా ఉండేమాదిరి ఒట్టి ఫార్లె రూపంలో లేదా కాండోమ్ సహితంగా సంభోగానికి అనుమతి ఇవ్వడమైతుంది. డాక్టర్ మీకి దీని గురించి ఏ నిర్బంధాన్నీ వేయరు అని సిగ్గు విడిచి వాళ్ళనింక అడిగి పూర్తి మాహితి తీసుకొండి. నిషేదం విధిస్తే ఎందుకోసం అని ప్రశ్నించి ఉత్తరాన్ని తీసుకొండి. కింద రాసినటువంటి సందర్భాల్లో నిర్బందం సాధ్యత ఉంటుంది.

★ అవధికి ముందు ప్రసవ నొప్పి మునస్సూచన ఉండేతపుడు లేదా ముందు దీని అనుభవం ఉంటే

★ గర్భాశయంలో లోపం లేదా ప్లసెంటో సమస్య ఉంటే

★ రక్తస్రావం అవుతుంటే లేదా ఈ ముందు గర్భపాతం అయింటే.

ఒక వేళ ఆర్గేజమ్ ఆదేశమైతే హస్తమైథునం చేసుకొండి. సంభోగం చేసే సామర్థ్యం ఉంటే మీరు సంభోగం చేయండి. చరమ సుఖ తీసుకొనేదాన్ని అరికట్టండి. దీనినింక పూర్తిగా తృప్తి చిక్కదు. అయితే మీ బర్త దగ్గర వచ్చే అవకాశం లభిస్తుంది. ఒక వేళ ఏదైనా నిషేదాన్ని వేసింటే దాన్ని మీ సంబంధాల మధ్య తావద్దండి. దగ్గర వచ్చే ప్రణయం సన్నివేశాన్ని సృష్టించుకొండి. చేతుల్ని ఒత్తేది, అలింగనం ఒట్టుగా బైట పొయ్యేది మొదలైనవి దానినింక సామీప్యాన్ని పెంచుకొండి.

కొంచందాంట్లో ఎక్కువ సంతోషం :

ఒక యౌవన సంబంధం ఒక దినం లేదా రాత్రిలో కాదు. దీనికి నిండా జ్ఞానం మరియు ఇద్దరలోనూ ప్రీతి ఉండాలి. గర్భావస్థలో యౌవన సంబంధాకి ఎన్నో రీతుల మానసికమైన-దైహికంగా మార్పుల ముఖాంతరం పోవాల్సివస్తుంది. దాన్ని ఎదురించే కొన్ని ఉపాయాలు ఇక్కడ ఉంది.

★ సెక్స్ గురించి మాట్లాడే బదులు దాని ఆనందాన్ని అనుభవించండి.

★ ఈ మధురమైన క్షణాల్ని వ్యర్థమయ్యేదానికి విడవద్దండి. మీ వెనుక సెక్స్ లైఫ్ మరియు ఈ దినాల్లో సెక్స్ లైఫ్‌ని పోలిచ్చద్దండి. ఇప్పుడు దీని మధ్య నిండా వ్యత్యాసం అయింటుంది.

★ మీ ఆలోచనలు సకారాత్మంగా ఉండని. సెక్స్‌నింక మీ వొళ్ళు ముందు ప్రసవానికి సిద్ధమవుతుంది అనేదాన్ని మరెయద్దండి. మీ దుండుగా ఉండే శరీరం సెక్సీగా ఉంది అని తలియండి. ప్రతీ ఆలింగనంలో మీరిద్దరూ దగ్గరగా వస్తున్నారు అనేదాన్ని తలియండి.

★ కొంచం రసికతనం ఉండని. వెనుక భంగి-గతులనింక అనుకూలం కాలేదు అంటే కొత్త అలోచనల్ని చేయండి. ఏదో ఒక భంగికి పొందుకొనేదానికి కాలావకాశం కావాలి.

★ మీ విశ్వాసములు వాస్తవిక గతిలోగానే ఉండనీయండి. ఈ దినాల్లో మీరు ఎన్నో రకాల సవాలుల్ని ఎదురించవస్తాయి. కొన్ని స్త్రీలకి చరమ సుఖం తీసుకొనేది లేటు కాదు. కొందరు తొమ్మిది నెలలవరకూ దీని నిరీక్ష చేస్తా ఉంటారు. అయితే చరమ సుఖం కాకుండా ఉంటేనూ ఒకరికొక్కరు దగ్గర ఉండేదే చాలు అనేదాన్ని జ్ఞాపకంలో పెట్టాలి.

సంబంధాలలో జొతగాళ్ళైనా అయినంత ఆహం ఉంటుంది అనేది తెలిసిండని. ఒకరొకొక్కరు మాట్లాడి ఈ సమస్యల జొతకి ఒప్పందం చేసుకోవచ్చును. ఏ సమస్య ఉన్నా పడకకి పొయ్యే ముందు నివారించుకొండి. ఇప్పుడు ఇద్దరూ ఇంకొకరని గురించి చింత చేస్తుంటారు. ఇక ముందు మీరు ముగ్గురని గురించి యోచించాలి.

గర్భావస్థ సెక్స్ అన్ని దంపతులూ భిన్న-భిన్నమైన ప్రతిక్రియని ఇస్తారు అనేది జ్ఞాపకం ఉణ్ణి. మీకి ఇప్పుడు ఇష్టమయ్యేది ఇద్దరికీ ఇష్టం అవుతుంది. ఒకరు ఇంకొకర చేతుల్లో వొళ్ళు మరిచిపొండి. దీనికింత శ్రేష్ఠమైన సమయం మళ్ళి మీకి చిక్కదు.

■ ■ ■

ఆరవ నెల

సుమారు 23 నుండి 27 వారము వరకు

ఇపుడు పొట్టలో ఏర్పడు కలతను గూర్చి సందేహించవలసిన అవసరం లేదు. అది వాయువు కాదు. అది జీవమున్న శిశువు ఆట. వాయువు కూడా ఎక్కువైయుండవచ్చు. ఇప్పుడిప్పుడే చిన్నచిన్నగా కొట్టడం మరియు పక్కలకు తన్నడం మొదలైయుండును. ఒక్కోసారి శిశువుయొక్క ఎక్కిళ్ళ అనుభవమూ అవుతుంటుంది. ఈ నెల ముగిసిన తర్వాత రెండవ మూడు నెలలు ముగుస్తుంది. ఇప్పుడు మీరిద్దరూ ఎదుగునట్టి చాలమెట్లు ఎక్కవలసివస్తుంది. మీపాదాలను ఒకసారి చూచుకొండి. ఎందుకంటే మీకడుపుబ్బరము ఎక్కువైనట్లు మీకు ఈ అవకాశం దొరకదు.

ఈ నెల మీ శిశువు పెరుగుదల

23వ వారం :- ఒకవేళ మీ కకడులో కిటికీనంట ద్వారం ఉండిఉంటే మీరు మీ శిశువు ఇట్లు కదలుతుంది అనేదాన్ని చూడవచ్చుగా ఉండేది. ఇందుకంటే చర్మము (త్వచ) మేధస్సు(బుద్ధి) కంటే వేగంగా పెరుగుతుంది. అలా ఇపుడు దర్మం నిండునండ కొవ్వు లేదు. ఈ వారంలో (బిడ్డ) శిశువు సుమారు 8 అంగుళముల పొడవు ఉంటుంది. మరియు ఒక పౌండు తూకంగా ఉంటుంది. నెల చివర్లో చర్మం రెండింత పోతుంది. ఒక్క సారి మేధస్సు (కొవ్వు) నిండెందుకు మొదలయితే దాని పారదర్శకత తక్కువైతుంది. ఇప్పుడు చర్మలోపలి నుండి అంగము మరియు ఎముకలను చూడవచ్చును. అయితే 8వ నెల పెరిగే మీ శిశువు పారదర్శకంగా ఉండేది లేదు.

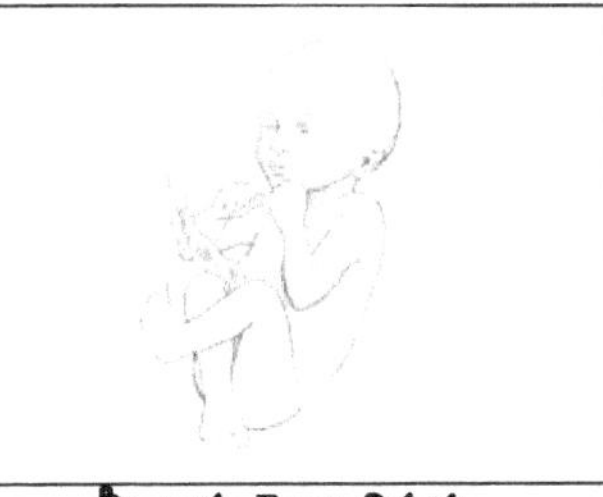

మీ ఆరు నెలల శిశువు

24వ వారం : శిశువు పొడవు సుమారు 8 1/2 అంగుళాలు మరియు తూకం 1 1/2 పౌండ్ ఉంటుంది. ఇప్పుడు మీ శిశువును పండ్ల ఆకారానికి పోల్చుటకు సాధ్యంలేదు. శిశువు తూకం ప్రతివారం 6 ఔన్సులు ఎక్కువేతుంది. ఈ తూకం అంగములు ఎముకలు, మాంసఖండములు మరియు కొవ్వుల పెరుగుదలవల్ల అయింది. ఇప్పుడు మీ శిశువు యొక్క ముద్దు ముఖము సంపూర్ణాకారాన్ని పొంది ఉంటుంది. అయితే దాని వెంటికల రంగుని చెప్పడం సాధ్యంకాదు.

25 వ వారం : ఇప్పుడు

శిశువు పగలు రాత్రి ఒకటికి నాల్గం పెరుగుతుంది. ఈ సమయంలో దీని పొడవు సుమారు 9 అంగులలు తూకం 1 1/2 పౌండు ఉంటుంది. మరియు రోచక వృద్ధి అవుతుంటుంది.

శిశువుయొక్క రక్తవాహినులందు రక్తం నిండి ఉంటుంది. ఈ వారం చివరికి శిశువుయొక్క శ్వాసకోశంగాలి పీల్చటకు పూర్తిగా తయారై ఉంటుంది. అయితే ఇప్పుడు శ్వాసకోశం పూర్తి పెరిగి ఉండదు. అందుకోసం కొండ సమయం కావాలని ఉంటుంది. ఇప్పుడు కూడా ప్రవహిస్తున్న రక్తంలోనున్న అమ్లజనకమును చేర్చునండ తయారలు ఉండదు.

ఈ వారంలో శిశువుయొక్క మూసిన ముక్కు రంధ్రములు కూడా తెర కొనేలసి ఉంది. ఈ రీతిగా శిశువు ఊపిరి తీసుకోవడాన్ని అలవాటు చేసుకొంటుంది. శిశువుయొక్క ఆహార నాళము కూడా పని చేస్తుంటుంది. మీరు దాని ఎక్కిళ్ళును అనుభవించి ఉంటారు.

26వ వారం : రెండు పౌండ్ల మాసపు ముక్కను చూస్తే ఎంత ఉంటుందో అంతే ఉంటుంది శిశువు ఇప్పుడు. దాని పొడవు సుమారు 9'' ఉంటుంది. దాని కళ్ళు కూడా నిదానంగా తెరచుకొంటుంది. ఇప్పడే శిశువుయొక్క కళ్ళ రంగుని చెప్పడానికి సాధ్యంకాదు. అయితే శిశువుకు చీకట్లోనే కొంతకొంత చూడ్డానికి అవుతుంది. ఏదైనా ఎక్కువ వెలుగు లేదా పెద్ద శబ్దము అయితే శిశువు తప్పక ప్రతిక్రియిస్తుంది. శిశువు తన కళ్ళను వేగంగా రెప్పలు (మిటకరింపు) కొట్టేటకు మొదలు పెట్టతుంది.

27 వారం : ఈ వారం శిశువు ఎదుగుదలను గూర్చిన ఛార్జును కొత్తగా చేయవలసి ఉంటుంది. ఇప్పుడు మనం శిశువును తలనుండి కాళ్ళవరకూ కొలవవచ్చును. ఈ వారం దాని పొడవు 15'' తూకం 2 పౌండ్లకన్న ఎక్కువ ఉంటుంది. శిశువుయొక్క సాద ఇంద్రియమూ తెరచి ఉంటుంది మరియు మీరు ఏమి తిన్ననూ దాని రుచి శిశువుకు ఎన్మియాటిక్ ద్రవ్యము రూపంలో దొరకుతుంది. తెలిసిన మేరకు ఎక్కువగా కారం ఉండే భోజనం చేస్తే శిశువుకు ఎక్కిళ్ళు మొదలౌతుంది. జొతజొతకి జోరుగా తన్నుటకు మొదలు చేస్తుంది.

ఒక దృష్టి

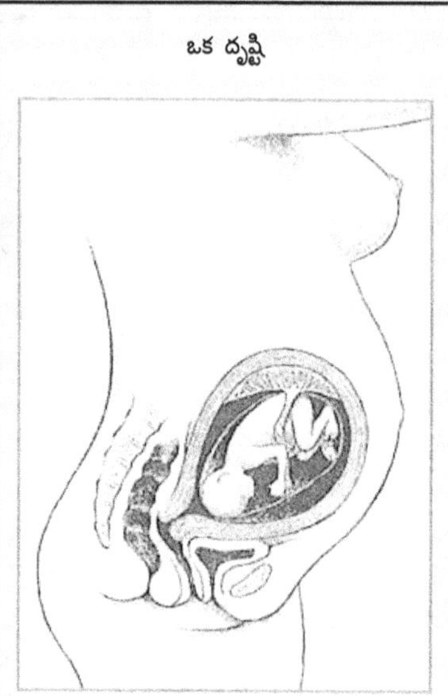

ఈ నెల ప్రారంభంలో మీ గర్భాశయము బొడ్డునుండి సుమారు 1 1/2 అంగుళంపైన ఉంటుంది. నెలాఖరులో దీని ఎత్తు 2 1/2''వరకూ కావచ్చును. ఇప్పుడు దీని ఆకారం ఒక బాస్కెట్ బాలంత ఉంటుంది.

ఇప్పుడు మీరు ఏమి అనుభవిస్తుండవచ్చు.

మీరు ఎరిగినట్లు ప్రతియొక్క గర్భిణి స్త్రీ తన గర్భావస్థలో తనకు తానే ఒంటరి పోతుంది. మీరు ఈ అన్ని లక్షణాలు వెనుకటి నెలనుండే ఉండవచ్చు. మరి కొన్ని సార్లు కొత్తదై ఉంటవచ్చును. కొన్ని లక్షణాలు ఎంత రూఢి ఔతుందంటే మీకు దాన్ని గుర్తించేందుకు సాధ్యం కాదు. మీ యా లక్షణాలు వీటికన్న తక్కువగానూ ఉండవచ్చును. ఈ నెల(లో) మీరు క్రింద వ్రాయబడిన లక్షణాలను అనుభవించవచ్చును.

శారీరక

1. శిశువు యొక్క చాలాకీతనం

ఎక్కువయ్యేది.

2. యోనిలో నిలవని స్రావము

3. కడుపు క్రింది భాగంలో లేక రెండు ప్రక్కల్లో నొప్పి

4. మలబద్ధకం

5. ఎదలో మంట, కడుపుబ్బరము

6. ఒకోసారి తలనొప్పి, మూర్ఛ, లేక తలతిప్పట.

7. ముక్కు దిబ్బడ, లేకపోతే ఒకోసారి ముక్కులో రక్తం రావచ్చు.

8. పళ్ళు తోముకోముకోవాలంటే చిగుళ్ళలో రక్తం రావదు.

9. చెవిలో గుమిలి.

10. ఆకలి ఎక్కువగుట

11. కాళ్ళ చళుకు

12. మోకాళ్ళు, మరియు పాదములు ఊదుకొనేది.

13. కాళ్ళల్లో వెరికోజ్ వేయిన్స హెమ్రాయ్డ్స్

14. పొత్తి కడుపులో నవ (దురద)

15. బొడ్డు ఊదుకోనుట

16. వెన్ను నొప్పి

17. కడుపు క్రిందిభాగంలో మరియు ముఖంలో రంగు రావడం.

18. స్ట్రెచ్ మార్క్స్

19. ఎద వెడల్పు కావడం.

భావనాత్మకత

- ★ మనోభావనలు వేర్వేరు
- ★ అన్య మనస్కత
- ★ గర్భావస్థలో కొంత ఉబ్బరం
- ★ భవిష్యత్తును గూర్చిన ఆటంకం
- ★ భవిష్య ద్విషయాలోచనాశాకిరణం

ఈ నెల పరీక్ష

ఆరవ నెల చివర డాక్టరు ఈ క్రింద చెప్పిన పరీక్షను చేయవచ్చును. అంటే చాలమట్టకు ఇది మన పరిస్థితి మరియు డాక్టరు చేసే పరీక్ష రీతిని బట్టి ఉంటుంది.

- ★ తూకం మరియు రక్తపరీక్ష
- ★ చెక్కర మరియు ప్రోటీన్ పరీక్షకు యూరిన్
- ★ గర్భాశయం కొలత
- ★ గర్భాశయపు ఆకారం మరియు శిశువు పరిస్థితి (కేవలం బయటనుండి)
- ★ చేతులు కాళ్ళ వాపు
- ★ మీరు మాత్రమే అనుభవించుచున్న విశేషలక్షణములు.
- ★ మీరు అడగదలచిన కొన్ని అనుమాన ప్రశ్నలు.

మీరేమి యోచిస్తుండవచ్చును?

నిద్రించటకు అడ్డంకి (తొందర)

''నాకు నా జీవితంలో ఎప్పుడూ నిద్రపోవడానికి తొంద ఉండలేదు. ఇప్పుడు నాకు నిద్ర పోవటానికి రాత్రి పూట సాధ్యం కాకపోవడం. (నిద్ర రాదు)

రాత్రి పూట తరచుగా బాత్‌రూంకు పోవడం. చేతుళు కాళ్ళు లాగుతుండడం. ఎదలో మంట, ఒళ్ళు వేడిగా ఉండడం మరియు కడుపులో ఇంత భారం పెట్టుకొంటే మంచి నిద్ర ఎట్ల వస్తుంది. అదినీ నిజమే. మీరు మీముందు వచ్చే సమయపు సంసిద్ధతలో ఉండండి. శిశువు భూమి మీదికి వచ్చిన తర్వాత కూడా మీరెట్లు హెచ్చరికతలో ఉండాలి. అయితే ఇప్పట్నించి దాని రూఢి అవసరం లేదు. మంచి నిద్ర పట్టేందుకు కొన్ని ముఖ్య విషయములను అలవరచుకొండి.

- ★ దినమందు కొంచెం శరీరాన్ని వంచి పనిచేయండి. పగటిపూట పనిచేసిన శరీరం రాత్రివేళ బాగా నిద్రిస్తుంది. పని లేకపోతే వర్క్ అవౌట్ చేయండి. అయితే రాత్రి పడుకొనే ముందు ఏరకం వ్యాయామమూ చేయకండి. అలా చేస్తే వచ్చే కొంతపాటి నిద్ర కూడా పారిపోతుంది.

- ★ మీ మనస్సును శాంతంగా ఉంచుకొండి. ఇంటిలో, లేదా ఆఫీసులో పని ఎక్కువైతె ఇతరులతో పంచుకొండి. ఎవరూలేనిచో మీ

మనస్సులోని మాటలను ఒక కాగితంపై వ్రాసి చులకనైన మనస్సుతో పడుకొని నిద్రించండి. రాత్రి పడుకొనె ముందు ఒక్కొటిగా ప్రశ్నలను మనస్సుకు తెచ్చుకొండి.

★ రాత్రి పూట భోజనం, నింపుకానే బదులు, నిధానంగా ప్రశాంతంగా క్షేమంగా తినండి. ఎందుకంటే రాత్రియందు ఎదమంట వల్ల ప్రక్క మార్చుకొనునట్లు కాకూడదు. భోజనమైన తక్షణమే పరుపుపై నిద్రించకండి. కడుపు నిండి భారం అయినందున ఈ రీతిగా పడుకోవడం కష్టమగును.

★ రాత్రి పూట ఆకలివేస్తే తినవచ్చును. అవ్వ (బామ్మ)గారి మాటలు గుర్తుంచుకొని రాత్రి పడుకొనే ముందు కావాలసినంతకంట జాస్తి తిన్నను నిద్రకు నిదానమౌతుంది. మీదగ్గర చిరు తిండ్లు ఉంచుకొండి. గోరువెచ్చని పాలు త్రాగండి. ప్రోటీన్ మరియు బి కాంప్లెక్స్ చేరుటవల్ల ఇదే ప్రభావం అవుతుంది. ఏదైనా పండు తినండి. చీజ్ లేదా ద్రాక్ష వేసిన పెరుగును తినండి. మీపాలలో ఒక మారి లేక ఓట్మీల్ బిస్కత్తు అద్దుకొని తినండి. రాత్రి పూట అప్పుడప్పుడు బాత్‌రూంకు పోవడంవల్ల నిద్రకు తొందర కలుగుతుంది. అందువల్ల సాయంకాలం ఆరు గంటల తర్వాత నీరుండే పదార్థాలను తీసుకోవడం తగ్గించండి. దప్పిక అయితే తప్పక నీళ్ళు తాగండి. అయితే పడుకొనే ముందు 16 ఔన్సుల పూర్తి బాటల్ త్రాగకండి.

★ మధ్యాహ్నం తర్వాత ఏరీతియైన కెఫీన్ సేవించేదాన్ని తగ్గించండి. ఇది మిమ్మలను ఆరు గంటల సేపు చురుకుగా ఉంచుతుంది. చెక్కర కూడా పని చేస్తుంది. దీని ద్వారా మీ శక్తి మట్టం పెరుగుతుంది.

★ మీరు మీ పడుకొనే రొటీన్ నిర్ధారం చేసుకొండి. ఇది బిడ్డకి కాదు. ఒక వేళ మీరు మీవెనుకటి పద్ధతి కొనసాగిస్తే మీరు గాఢమైన నిద్ర చేయవచ్చు. భోజనం తర్వాత మీ చురుకుదనాన్ని తగ్గించండి. ఏదైనా సులభంగా తేలికగా ఉండేదాన్ని చదవండి. మధురమైన సంగీతాన్ని వినండి. యోగ లేక రిలాక్స్ చేసే రీతులను రూఢి చేసుకొండి. వేడినీళ్ళతో స్నానం చేయండి. లేదా కొంచెం రొమాన్స్ చేయండి.

★ గర్భావస్థయందు ఎక్కువ దిండ్లు మీ శరీరానికి ఎక్కువ విశ్రాంతిని, క్షేమాన్నిస్తుంది. అవి మీ శరీరానికి కావాలసిన ఉత్తేజనాన్ని ఇస్తుంది. హాయిగా పడుకోవచ్చు. మీ పరుపు కూడా సరిగ్గా ఉండాలి. మీ పడక గది (బెడ్ రూం) పూర్తి చల్లగా ఉండరాదు. మరియు ఎక్కువ వేడిగానూ ఉండరాదు.

★ ఊపిరాడనట్టి వాతావరణంలోనూ సరిగ్గా నిద్ర రాదు. శయన గృహము (బెడ్ రూం) గాలి బాగా ప్రసరించేటటు ఉండాలి. ముసుగోసుకొని పడుకోవద్దండి. దీనివల్ల ఆక్సిజన్ తక్కువై కార్బన్ డై అక్సైడు ఎక్కువేతుంది. మీతు తలనొప్పి రావచ్చును.

★ నిద్ర పట్టేందు ఏ విధమైన ఔషధములను తీసుకోవలసినట్లయితే ముందు డాక్టరు సలహా తీసుకొండి. ఒక వేళ డాక్టరు మెగ్నీషియం మందు వ్రాసి యిస్తే దాని పండుకొనే ముందు

సమయాన్ని ఒడిసి పట్టుకొండి

ఒక పెట్టను తీసుకొండి. దాన్లో మీ గర్భావస్థయొక్క ఫోటో, మీ సహచరుల అథవా సకబోతు ప్రాణి ఫోటో మొదలైనవి వేసి దీనిలో బిడ్డయొక్క అల్ట్రాసొండు రిపోర్టు పెట్టండి. మీకిష్టమైన పాటలు మెను, మ్యాగ్జిన్ లేదా పేపరు వేయండి. ఇ సెట్టను అట్ల మూయండి. బిడ్డ కొంచం పెద్దది అయిన తర్వాత దానికి తాను పుట్ట ముందున్న ఈ సామాన్లను చూడండి. బహు సంతోషపడుతుంది.

తీసుకోనండి. ఎందుకంటే మెగ్నీషియం శరీరాన్ని రిలాక్స్ చేస్తుంది. పరుపుపై నిద్ర అథవా సంభోగాన్ని విడిచి (తప్ప) వేరే ఏ ఋతుకైన పనులు చేయకండి. ఈ పనులు ఇంటియొక్క వేరే చోట్ల చేయండి. ఎందుకంటే పరుపై పడుకొన్న వెంటనే నిద్ర వస్తుంది.

★ ఆయాస మైన తర్వాత పండుకోనండి. ఒకవేళ గడియారం చూసి పడుకొంటే నిద్ర రాదు. దీనికితోడు ఎక్కువగా ఆయాసం చేసుకోవద్దు. ఎందుకంటే అతి ఆయాసం కూడా నిద్రకు ఆటంకమవుతుంది.

★ మీ నిద్రను గంటలతో లెక్కించకండి. కొందరు తమకు నిద్రలో తొందర ఉందని అంటారు. అయితే చేయవలసినదానికన్న ఎక్కవగా నిద్రపోతారు. అయిన మీరు అవిరతమగు ఆయాసం లేకపోతే దీని అర్థం నీవు సంపూర్ణంగా నిద్రపోతున్నారన్న మాట.

★ ఒక వేళ నిద్ర రాక పోతే పరుపుమీద పడుకొనే బదులు వేరే ఏదైనా పని చేయండి. ఆ సమయంలో నిద్ర రాలేదని దాని గురించి చింతించకండి.

★ మీకు మీ సగం నిద్ర చింతలో మందువచ్చే నిద్రను పాడు చేయకండి.

బొడ్డు ఉబ్బుట :

నా బొడ్డు పూర్తి లోపలికి ఉండెను. ఇప్పుడది బయటికి ఉబ్బి వస్తుంది. ఏమిటది? కాన్పు అయిన తరువాత కూడా ఇలానే ఉంటుందా?'' ఏమి. ఈ దినాల్లో అది మీ బట్టను తాకుతూ ఉంటుందా?'' చింతించకండి? ఇది గర్భావస్థలో అప్పుడప్పుడు ఇలా అవుతుంది. ఎప్పుడు ఊదుకొన్న గర్భాశయము పైకి వస్తుందో అప్పుడు బొడ్డు ఊది ముందుకు వస్తుంది. ఇది ప్రసవమయిన కొంచెంచేపు తర్వాత తనకు తానే సరిపోతుంది. అంతవరకు దానిలోనున్న మలినాన్ని తీయండి. ఒక వేళ ఫ్యాషన్ కాకపోతె గుడ్డతో మూసిపెట్టండి. అయితే జ్ఞాపకముండని. ఇందులో సిగ్గుపడవలసిందేమీ లేదు. ఇది గర్భావస్థయందు గౌరవనీయమైన మాటల్లో ఒకటై ఉన్నది.

శిశువు తన్నుట

''ఒక్కొక్క సారి నా బిడ్డ దినమంతా కాలితో తన్నుతూ ఉంటుంది. ఇంకొక్క సారి దినమంతా శాంతంగా ఉంటుంది. ఇది సామాన్యమేనా?''

అవి మనుష్యులే. కొన్ని సార్లు వాటికి ఎగిరి ఆడుటకాశ ఉంటుంది. కొన్ని సార్లు వాటికి ఊరకే ఉండాలనిపిస్తుంది. వాటి ఆటలు మీ చలాకితనం మీద కూడా ఆధారపడి ఉంటుంది. మీరు అకస్మాత్ దినమంతా శాంతంగా ఉంటే, శిశువు కూడా మీ తాళానికి తగ్గట్టు కదలాడుతూ ఉంటుంది. చాలాతక్కువగా ఆడుతూ ఉంటుంది. మీరు మీ పని హడావిడిలో శిశువు యొక్క తిరుగాటను అంతగా గమనించరు. ఎప్పుడు మీరు విశ్రాంతిగా హాయిగా కూర్చున్నప్పుడు దాని తిరుగుడ ఎక్కువౌతుంది. కాబట్టి సాధారణంగా రాత్రి పడుకొనే సమయంలో లేక దినంలో విశ్రాంతి పొందునప్పుడు దాని తిరుటను ఎక్కువగా అనుభవిస్తారు. మీరు గాబరి పొందినపుడు లేక ఉత్తేజితులైనప్పుడు దాని చలాకితనం ఎక్కువౌతుంది.

సామాన్యంగా శిశువు 24 నుండి 28 వారాల్లో ఎక్కువ రీతిగా సక్రియమవౌతుంది. ఆ సమయంలో శిశువుకు ఎక్కువగా కదలుటకు గాని ఆహారం సేవించుటకు గాని సాధ్యము కాదు. ఇట్లయి ఆరోగ్యవంతమైన తల్లి కొంతమాత్రం బిడ్డయొక్క కదలికను చేరిజువేయుటకు కాదు. 28 నుండి 32 వారాల్లో శిశువుయొక్క కదలిక స్పష్టంగా వేగంగా సంఘటిస్తూ పోతుంది.

ఒక వేళ ఎంటియర్ ప్లసెంటయిన స్థితియున్ననూ శిశువు యొక్క కదలికపు అనుభవం తెలియుటకు ఇంకా ఎక్కువ సమయం కావాల్సి ఉంటుంది.

మీ శిశువుయొక్క కదలికను వేరే గర్భస్థ శిశువుతో పోల్చవద్దు. ప్రతి శిశువు కదలిక మరియు

పెరుగుదలయొక్క రూపు రేఖలు వేరు వేరుగా ఉంటుంది. కొందరు బిడ్డలు ఎప్పుడూ చురుకుగానుండుటకు ఇష్టపడితే మరికొందరు బిడ్డలు ఎప్పుడూ శాంతంగా ఉండటానికి ఇష్టం పడతారు. కొందరు బిడ్డలు ఎంత నియమంగా ఉంటారంటే ఇ తల్లులు వారి చలాకితనం మీద తమ గడియారాన్ని సెట్ చేసుకొంటారు. కొందరు తల్లులు తమ గర్భస్థ శిశువును తమదైన శైలిలోనే పెంచుటకు ఇష్టపడతారు. 28వ వారంవరకు శిశువు యొక్క చాలాకితనపు రికార్డ్ చేసే అవశ్యకత లేదు.

"కొన్నిసార్లు ఎండగా తన్నుతుందంటే నాకు నొప్పి కలిగేటంత"

గర్భాశయంలో మీ శిశువు పరిపకత్వనందు తుంది. రోజురోజుకూ మీ శిశువు బలశాలి అవుతుంది. ఒకవేళ మీకు కడుపు సర్విక్స్ మరియు ప్రక్కలందు జోరుగా తన్నడంవల్ల నొప్పి చేస్తే గాబరిపడకండి. శిశువు ఇలా చేసినపుడు మీరు మీ స్థితిని మార్చుకోనడానికి ప్రయత్నించండి. దీనివల్ల శిశువు యొక్క సమతౌల్యత మారుతుంది. మరియు బిడ్డ కొంత సేపు తన్నడం మానేస్తుంది.

''శిశువు ఎప్పుడూ తన్నుతూంటుంది ఎమి, నాకడుపులో కవల పిల్లలున్నారా?''

ప్రతియొక్క గర్భిణి స్త్రీకి ఒకటిగాక మరోరీతిగా తమ పొట్టలో కవల (జంట) పిల్లలున్నారని అనిపిస్తుంది. నిజానికి శిశువులు వేరేవేరే రీతుల్లో ఆటలాడుతుంటాయి. ఒక వేళ మీకు రెండు చేతులు విడిచి వేరేదానిలోనూ తన్నుతుందనిపిస్తే అదు శిశువుయొక్క మోకాలు. మోకాలు మరియు కాళ్ళ తనకలాట ఉండవచ్చు. ఒకవేళ నిజంగా మీ కడుపులో జంట బిడ్డలంటే ఈ వేళకే అల్ట్రాసౌండునుండి తెలుస్తుండేది.

కడుపు (పొట్ట) మీద దురద (నవ)

నా కడుపు (పొట్ట) మీద ఎప్పుడూ దురద వేస్తూ ఉంటుంది. ఇది నన్ను పిచ్చిదానిగా చేసింది.

గర్భావస్థయందు పొట్టలో దురద వేస్తుంది. కడుపుబ్బుతూ ఉన్న కొద్ది దురద ఎక్కుపోతుంది. కారణం చర్మము ఎప్పుడూ లాగుతుండడం. దీన్నుండి చర్మపు తేమ భాగము తక్కువై అక్కడ దురద, ఎక్కువౌతుంది. మీరు ఒకవెళ గోళ్ళుతో గీరితే తొందర ఎక్కుపోతుం. మాయిశ్చరైజ్‌నుండి కొంచం బాగుంటుంది. తక్కువ చేసుకోవడానికి కెలోమైన్ లోషన్ పూయండి లేదా ఓట్లలో పూసుకొని స్నానం చేయండి. ఒక వేళ మీదురద లోపలి చర్మానికి సంబంధం లేకుంటే లేక కడుపుమీద ర్యాశస్ వస్తే డాక్టర్‌కు చూఇంచటకు మవరకండి.

అజాగ్రత్త

"నేను ఏది ఎత్తినా చేయినుండి పడొపోతుంది. నేను ఉన్నదున్నట్టే ఎందుకు అజాగరూకలైనాను"

పొట్టమీద అవసరం లేని మాంసం పెరగడం విడిచి వేరేరకమైన మార్పులు వస్తాయి. జాయింట్స్ మరియు లిగ్మెంట్స్ సడిలపోవటచేతను మరియు నీరు చేరుటవల్ల పట్టు సడలిపోతుంది. మీరు గర్భావస్థయొక్క భయంతో ఆట లాడిస్తునారు. విస్మృతి చెందుతున్నారు. దానివల్ల ఏ వస్తువు, విషయాన్ని గూర్చిగాని గమనం పెట్టరు. కడుపు భారంతో మీ గురుత్వాకర్షణ కంద్రము మార్పు చెందింది. కాబట్టి మీ సమతౌల్యం కూడా ఒక్కొసారి చెడవచ్చును. మీరు మెట్లక్కితే జారేటటుల తిగుతారు. లేదా పూర్తి భారము సామాను ఎత్తినపుడు, మీ చెడిపోయిన అసమతౌల్యపు అనువవు ఎక్కువగా ఉంటుంది. పొట్టముందు వచ్చినందువల్ల మీకు మీ కాళ్ళముందుండే వస్తువులు కనబడవు, అట్లాటుతొందరుకో వలపివస్తుంది. గర్భావస్థ దశలో కనబడే ఆయాసానికిక్కూడా ఇదే కారణము.

ఈ రీతియైన మందతనము మొరటుతనము వల్ల మీకు చిన్న చిన్న అనుభవమేర్పడుతుంది. మరివమరి కారుయొక్క తాళపు చేవుల గుత్తి కూడా పడొపోతుంది. దాన్ని తీయడానికి వంగినపుడు పెద్దగాయములై మీకు ఇబ్బంది కూడా కావచ్చును.

ఇపుడు మీరు మీ నిత్యకృత్యములలో కొంత

మార్పులు చేసుకోవాలి. మీ ఇంటి రాజు వస్తులను శుభ్రం చేసే బాధ్యతను వేరేవాళ్ళకు అప్పగించండి. నెల తడిసి ఉంటే చూచుకొని పారాడండి. టచ్‌లో అవసరంలేని కుషన్‌లోనుంచండి. మెట్లపై వస్తువులనుంచకండి. మీరు తొందరుకోవచ్చు. కూర్చీమీద ఎక్కు ఏదైన పని చేయకండి. ఆయాసవువుతుంటే ఎక్కువ పని చేయకండి. మీకు తెలిసినవారికి తగినట్లు ప్రవర్తించండి. ఈ విషయాలను కొంత చులకనగా (సులువుగా) తీసుకొనేదాని నేర్చుకొండి.

కాళ్ళు లాగుట (నలుకు)

"కాళ్ళు(లు) లాగేదానివల్ల రాత్రి పూట పండుకోవడం సాధ్యం కాదు."

రెండవ వరియు చివరి మూడు నెలల్లో ఈ విషయం చూడబడుతుంది. అయితే దీనికి ఖచ్చితమైన కారణం ఎవరికీ తెలియదు. కొన్ని సిద్ధాంతాల ప్రకారం కాళ్ళ మీద రక్త ప్రసారముల ఒత్తిడి, తక ఆహారములు (ఫాస్పరస్సు ఎక్కువై, క్యాల్షియం మరియు మెగ్నిషియం కొరత) దీనికి కారణమంటారు. మీరు దీనికి హార్మోన్లు కూడా కారణమని చెప్పవచ్చు. ఎందుకంటే వాటివల్ల కుడాజఠర్భావస్థలో వివిధరీతుల తొందరలవుతాయి.

– కారణం ఏమైనా ఉండవచ్చు, మీరు దాన్నుండి తప్పించుసతో పాయములను చేయవచ్చు.

– ఎప్పుడేకాని కాలు బిగుసుకొంటే కాళ్ళను వావి మీ ఆక్లెట్స జాయింట్స్ మరియు పాదములనుపైకి లాగండి. దీన్నుండి నొప్పి తగ్గుతుంది. రాత్రి పడుకొనే ముందు ఇట్లు రెండు మూడుసార్లు చేయండి.

– స్ట్రెచింగ్ వ్యాయామం వల్ల నొప్పి రావడానికి ముందుగానే దాన్ని తగ్గించవచ్చు. పడుకొనే ముందు గోడనుండి 2 అడుగులు దూరం నిలబడి మీ ముంచేతులను (అరచేతులను) గోడకు అదిమి ఉంచండి. ముందుకు వంగండి. మీ మడిమలను నెలకు ఒత్తండి. 10 సెకెండ్ల వరకు ఇదే రీతిలో ఉంచండి. తర్వాత ఐదు సెకెండ్లు విరామం తీసుకొండి. దీన్ని మూడు సార్లు చేయండి.

★ మోకాలియొక్క వద్దనేట్లా భారాన్ని తగ్గించడానికి కాలను పైకెత్తి కొని కూర్చొండి. పగటిపూట స్పోర్ట్స్ బూట్సు వేసుకొని కాలుయొక్క వృదుత్వాన్ని కాపాడండి.

★ చల్లని ప్రదేశంలో నిలుచుండినందున దీనినుండి ఆరామం దొరకుతుంది.

★ మీరు మాలీశ్ లేక కాపాడు సహాయాన్ని కూడా తీసుకోవచ్చు. రిలాక్సింగ్ లేదా చల్లని చోట నిల్చున్నపుడు మీకు విశ్రాంతి దొరకనిచో మాలిశ్ లేక వేడిపెట్ట (కావడం) కోవద్దు.

★ పగలు తక్కువ అంటే 8 లోటాల నీళ్ళు త్రాగండి.

ఏమైనా సరిగ్గా లేదంటే ఒక్కోసారి కడుపునొప్పి యోనియొక్క స్రావమందు రంగు మార్పు. వీపు, లేక పెల్విక్‌లో నొప్పి వీనిలో ఏవేని లక్షణములు ఎక్కువగా కనబడితే డాక్టరును సెలవడానికి ఆలస్యం చేయవద్దు. వారికి మీ వెనుకటి లక్షణాలను చెప్పండి. ఎందుకంటే వారు, వానిని ఓనితోపాటు దానిని చర్చి చూడడానికి అనుకూలమవుతుంది. జ్ఞాపకముండని. మీరు మీ దేహాన్ని ఇతరులకంటే బాగుగా తెలిసుకొని ఉంటారు. అదేమి చెప్తుందని వినండి.

★ కాల్షియం మరియు మెగ్నీషియం చేరిన సంపూర్ణమైన సమతౌల్యముగల ఆహారాని తీసుకొండి.

★ ఒకోసారి ఎక్కువ బిగువు వస్తే మాంసకండరాలమందు కూడా వాపు రావచ్చు. దీనివల్ల భయం పడవద్దు.

హెమ్రాయ్డ్స్ (మూలవ్యాధి)

"నాకు పైల్స ఉంది అని చెప్పారు. ఇది గర్భావస్థలో ఇంకా ఎక్కువ అవుతుందని చెప్పారు. దీన్నుంచి నెనెట్లు దూరంకావచ్చు?"

సుమారు 50% స్త్రీలు ఈ కష్టంనుండి నలుగుతున్నారు. కాళ్ళల్లో వెరికోజ్ వేయ్న్స అయ్యే భయం ఉంటుందో అట్లే రెక్టం నాళములపై కూడా ప్రభావము పడుతుంది. సాగునట్టి గర్భాశయపు వత్తిడివల్ల పెల్విక్‌లో రక్తపు పోటు నుండి రెక్టంలోనున్న నరాలు ఊదుతాయి, మరియు అక్కడ కొంచెం దురద అవుతుంది. సంకుచితం కావచ్చును. లేక పైల్స్ కావచ్చు. దీన్ని పైల్స్ అని ఎందుకమటారంటే నరాలు ద్రాక్షగుత్తులవలే అవుతాయి.

మొదట మీరు మలబద్ధతనుండి దూరమై కీగల్ వ్యాయామం చేయండి. ఎక్కువ సేపు నిలబడి ఉంటే కూర్చొని పని చేయద్దండి. మలవిసర్జనకు పోవాలనిపిస్తే ఆలస్యం చేయకండి. స్టెప్‌స్టూల్ మీద కూర్చొంటే టాయ్‌లెట్ సులభంగా అవుతుంది.

హ్యేర్ఖుల్ ప్యాక్‌నుండి లేక ఐస్ ప్యాక్‌నుండి కొంచం విశ్రాంతి చిక్కుతుంది. వేడినీళ్ళ స్నానం కూడా నెమ్మదినిస్తుంది. నొప్పి చేస్తే క్రింద పిల్లో వేసుకొనండి. ఏదైఆ మందు తీసుకొనే ముందు డాక్టర్ సలహా పొందండి. అవ్వగారి సలహా అనుసరించకండి. ఎందుకంటే వారు మినరల్ ఆయిల్ పూయమంటారు. దాన్నుండి ఉత్తమమైన పోషకాంశం వెనుకనుండి వెళ్ళి పోతుంది. ఎప్పడికాని రెక్టంనుండి రక్త స్రావమైతే మీ డాక్టర్ సలహా అడగండి. అట్లే హెమ్రాయ్డ్స్ ప్రసవమయిన తర్వాత సరిపోవచ్చు. ఇదంత భయపడవలసినది కాదు. అట్లే ప్రసవమయిన తరువాత సరిపోవచ్చు.

వక్షస్థలంలో గడ్డ

"నా యెదలోని ఒక చన్నులో గడ్డ కట్టింది. ఇదేమై ఉంటుంది?

ఏమంటే శిశువుకు స్తన్యపానం చేయించడానికి ఇంకాచాలినంత సమయం ఉంది. అయితే మీ ఎద తన పనిని అప్పుడే మొదలిడింది. గర్భావస్థయొక్క ఈ దినములందు ఒక వేళ మీ యెదమీద ఎప్పని మెత్తని గడ్డ కనబడితే కొంచెం కాపడం మాలిశ్‌నుండి కొద్ది దినాల్లోనే కరిగిపోతుంది. విజ్ఞులు చెప్పినట్లు ఈ సమయంలో అండర్‌వేర్ (డ్రాయరు) బ్రా వేయరాదు అని. అయితే ఏమి వేసినా ఎదకు అది సంరక్షణ దొరికించాలి.

జ్ఞాపకముండని, గర్భావస్థలో నెలవారి పరీక్ష జతకు ఎద పరీక్షనూ చేయించవలెను. ఎందుకంటే ఎదలో ముందువచ్చే మార్పులవల్ల ఈ పరీక్ష కొంచెం కష్టం కావచ్చును. అయితే ఈ గడ్డను డాక్టర్‌కి చూపండి.

శిశువు పుట్టునపుడు వచ్చే నొప్పి

"నేను తల్లి కావాలని ఉత్సాహంతో ఉన్నాను. అయితే శిశువు పుట్టునప్పుడు ఏవిధమైన అనుభవం అవుతుంది. నాకు నొప్పిని గూర్చి తలచుకొంటే ఎక్కువ ఆలోచన అవుతుంది."

సామాన్యంగా ప్రతియొక్కరూ ఎక్కువ ఆశతో శిశు జన్మపు నిరీక్షణ చేస్తుంది. అయితే లేబర్, ప్రసవ మరియు నొప్పి వీటినుండియూ మిక్కిలి భయం వేస్తుంది. ఆమె ఈ నొప్పిని గూర్చి యోచన చేసి చేసి భయపడుతుంది. దీనిలో భయపడడానికి కారణం లేదు. ఎవరు కొంత నొప్పిని తాళతారో అట్టవారికి ఇది పెద్దదని అనిపిస్తుంది.

గర్భావస్థలోని నొప్పి జీవన ప్రక్రియలలో ఒక భాగం. ఇది గుర్తించుకొండి. నూర్ల సంవత్సరాలనుండి స్త్రీ ఈ నొప్పిని సహిస్తూనే ఉంది. ఈ నొప్పిలో ఒక సకారాత్మకమైన ఉద్దేశముంది. ఈ నొప్పి తర్వాతనే పసి బిడ్డ మీ చేతిలోకి వస్తుంది. ఈ నొప్పి కొంతసేపే ఉంటుంది. ఈ నొప్పి జీవన మూర్తి మీ జొతలో ఉండదు. నొప్పి తగ్గునట్టి మందును ఇష్టపడి అడిగితే ఇవ్వవచ్చును.

ఈ నొప్పివల్ల భయపడకండి. దీనికై యథార్థంగా తయారై వీపునొప్పి మరియు శరీరమును నొప్పికి తట్టుకొనేట్టు చేయండి. మీ మనస్సునను శరీరాన్ని రెండింటిని ఈ నొప్పికై తయారు చేయండి.

సామాన్యంగా మహిళలకు తమ శరీరంలో ఏమవుతుంది అనే విషయంగా తెలిసి ఉండేదితదు. అందువల్ల వారు ఎక్కువ గాభరి పడుతారు. వారికి దీనివల్ల తమకు కష్టమవుతుంది అని మాత్రమే తెలుస్తుంది. మన ఏ విషయాన్ని గూర్చి ఎక్కువ తెలివిదనము ఉండదో ఆ విషయం మనకు ఎక్కువ భయాన్ని కలిగిస్తుంది. అందువల్ల ఈ విషయాన్ని గూర్చి ఎక్కువ నిబ్బరమును పొందుటకు ప్రయత్నించండి.

వ్యాయామం చేయండి : ఈ ప్రక్రియలన్నీ శరీరమునకు సంబంధించినది. కాబట్టి డాక్టరు సలహా ప్రకారం స్ట్రచింగ్ మరియు టానిగ్‌యొక్క అన్ని వ్యాయామాలూ చేస్తారు. ఎందుకంటే శరీరపు తాకత్తు మరియు మృదుత్వము ప్రసవ వేళ పనికి వస్తుంది. మీరు కీగల్ వ్యాయామం చేయడం మరవకండి.

గర్భావస్థ మధ్యలో లేదా అనాక దినాల్లో అయ్యే రక్తస్రావం

రెండవ లేదా కడా మూడు నెలల్లో తెలుపైన గులాబి రంగు రక్తస్రావం చూసి గాబరి కావద్దండి ఇది ఇంటర్నల్ చెకప్‌నింక లేదా సంభోగంనింక ఉండచ్చును. దీని జొతకి నిండా నొప్పి లేదా ఎక్కువగా రక్తస్రావం ఉంటె డాక్టర్ దగ్గర పొయ్యేదానికి అలస్యం చేయద్దండి. వాళ్ళు అల్ట్రాసాండ్‌నింక సరియైన స్థితిని తెలుపుతారు.

ప్రీక్లెమ్సియా లక్షణాలు

ప్రీక్లెంపిసియా అంటే గర్భావస్థ సమయంలో 'ఎత్తైన ఒత్తిడి'. ఇది భహుశః 3 నింక 7% గర్భావస్థలో అవుతుంది. ఒక వేళ దీన్ని సరియైన సమయంలో గుర్తించి చికిత్స అయితే ఎన్నో ఇబ్బందులనింక రక్షించవచ్చు. దీని ప్రారంభిక లక్షణాలు అంటే అకస్మాత్తుగా తూకంలో పెరుగదల, చేతులు కాళ్ళు ఊదేది, తలనొప్పి, కడుపునొప్పి లేదా కన్ను మంజుగా అయ్యేది. ఒకవేళ ఈ లక్షణాలు కనబడితే డాక్టర్‌కి చూపించేదానికి అలస్యం చేయకండి. రెగ్యులర్ మెడికల్ ఫాలో అప్ మిమ్మల్ని ఏదైనా రోగాల ఇబ్బందులనింక కాపాడుతుంది.

టేం చేయండి : ఎవరినైన మీ హితైషిగా చేసుకొండి. ఇది మీ స్నేహితురాలు, పతి అథవా సంబంధికులు కావచ్చు. వారు మీకు ప్రసవ వేళయందు తోడుగా ఉంటారు. ఎందుకంటే మీ భయము, మరియు ఒత్తిడి తక్కువ కావాలని.

ప్రసవ సంబంధ భయము

''నాకు ప్రసవ సంబంధమైన ఏమైనా తప్పు చేసుకొంటానేమోనని భయం.''

ఎందుకంటే ఇప్పుడు మీరు ఆ పరిస్థితిలో లేరు. అందువల్ల కేకపట్టేది – అరిచేది – ఏడ్చేది లేక ఏదో రకమయిన తొందర చేసేది వాటిని గూర్చి

యోచించేందుకూ భయం అవుతుంది. అయితే ఒక్కొటి ఒక్కొసారి ప్రసవం ప్రారంభమైన తర్వాత ఈ మాటలు తమతలలోకి కూడా రావు. మీరూంలో ఏధో నర్సు లేక సహాయకులున్నావారు వీటన్నిటినీ మొదత చూచి ఉంటారు. వారికి ఆడవాళ్ళు ఈ పరిస్థితిలో ఎట్లు నడచుకోవాలో తెలిసి ఉంటుంది. ఒక వేళ మీరు మనసు విప్పి మీవునోభావనలను ప్రకటించడానికి ఇష్టపడితే అట్లే మనసు విప్పి అరవండి. అయితే మీకు ఊరకుండి కష్టమనుభవించే అభ్యాసముంటే అపుడు వేరేవాళ్ళను చూడండి అరవవలేననే నియమేమీ లేదు.

■ ■ ■

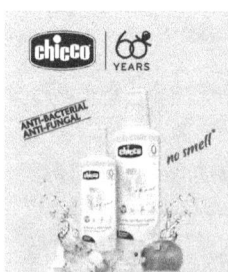

ఏడవ నెల

సుమారు 28 నుండి 31 వారము వరకు

మూడవ మరియు చివరి మూడు నెలలకు స్వాగతము. ఒప్పుగానున్ననూ సరిగా లేకున్ననూ సరే. మీరు చాలా ముందున్నారు. పసికందును చేతిలో ఎత్తుకొని ముద్దాడుటకు కొంచె సమయమే మిగిలింది. ఈ గర్భావస్థపు దినాల తొందర మరియు తొట్రుబాట్లనుండియు మీలో ఉత్తేజనము మరియు ఉద్రేకము హెచ్చుగా ఉంటుంది. ఇట్లులు మీకు భారం చాలా ఎక్కువ అనిపిస్తుంది.

గర్భావస్థలో చివరి దినములు అంటే ప్రసవ దినములు దగ్గర పడతాయని అర్థము. దాని రూపరేఖల తయారు చేసుకోవాలి. మరియు దాన్ని గూర్చి విషయం సంగ్రహించుకోవాలి.

ఈ నెలలో మీ శిశువు పెరుగుదల

28వ వారం :- ఈ నెల మీప్రియ శిశువు 2 1/2 పౌండ్లు అయింది. మరియు సుమారు 10 అంగుళాల పొడవు అయి ఉండవచ్చు. దీనికి తోడు మీ శిశువు దగ్గేది, తుమ్మేది (వాంతి చేసుకొనే) ఎక్కిళ్ళువంటవన్నీ నేర్చుకొనింది. శిశువు కలలో కలసి పోయింది. అది కూడా చిన్నకన్నులను కొట్టుతూ కలలో తల్లిని చూస్తుండవచ్చు అని అనిపిస్తుంది. ఏందుకంటే శిశువుకు సహ లయబద్ధము (చేయు పిడికెళ్ళు పట్టుకొనే కదలిక) నిద్ర రావడానికి మొదలైనది. ఎందుకంటే శిశువు ఇప్పుడు ఇంకా పుట్టడానికి తయారుగా లేదు. మరియు దాని శ్వాసకోశం పూర్తి పరిపక్వత పొందింది. ఇంకా ఎక్కువగా మెరుగుదల కావాలసి ఉంది.

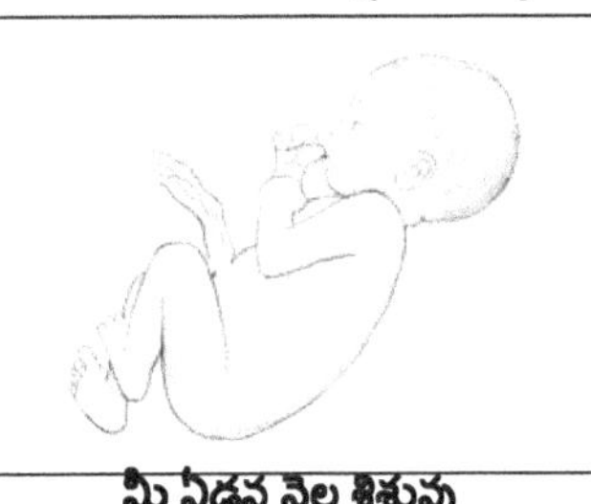

మీ ఏడవ నెల శిశువు

29వ వారం : ఈ సమయంలో మీ శిశువు పొడవు సుమారు 17'' మరియు తూకం 3 పౌండ్లు అయి వుండవచ్చును. అంటే పొడవు జన్మించుటకు చాలినంత తయారయినది. అయితే ఇప్పుడూ ఇంకా చాలినంత బాకి ఉన్నది. సామాన్యంగా ముందు 11 వారాల్లో శిశువు తూకం ఇప్పటికి రెండింత లేక మూడింతలు కావచ్చు. ఈ అంతా తూకం నింపే మేధస్సు నుండి వస్తుంది. ఇప్పుడు మీ దేహం ఎక్కువంత నిండినట్లే అనిపిస్తుంది. మరియు తన్నుకు బదులుగా దురద, లేకబ్బరవమును కుచ్చిన అనుభవమవుతుంది.

30వ వారం : 17'' పొడవు మరియు 3 పౌండ్లు తూకమున్న మీ ప్రియ శిశువు దినదినానికి పెరుగుతుంది. మీరు దీన్ని మీ పొట్ట బయటినుండి అందాజు చెప్పడానికి కాదు. దాని బుద్ధి కూడా బయటి ప్రపంచానికి రావడానికి తయారగుతూంది. దాని బుద్ధి జీవకోశము నిధానముగా మీశిస్తుంది. ఎందుకంటే శిశువు జన్మ ఎత్తి బలముతో ఈది బడికిపోయి ఒక పూర్ణ బుద్ధిశాళి మానవుడు కావాలిఈ శిశువు శరీర ఉష్ణాంశము కూడా పట్టుకు వస్తుంది. శిశువు శరీరములో వెంద్రకలు పుట్టినాయి.

31వ వారం : ఇప్పుడు శిశువు తూకం సుమారు 3 పౌండ్ల నుండి 5 పౌండ్ల మధ్య ఉన్నది. అయితే శిశువు తూకం కాన్వయ్యేవరకూ చాలినంత హెచ్చు కావలెను. ఈ వారం శిశువు తూకం 5 పౌండ్లకంటే జాస్తి కావచ్చును. శిశువు తన జనన సమయానికి చాలా వేగంగా పెరుగుతుంది. మెదడు సంపర్కము అగుచున్నది. శిశువు తన పంచేంద్రియముల సంకేతాన్ని తెలిసికొంటుంది. ఈ దినాల్లో శిశువు లయబద్ధమైన నిద్రలో నుండడానికి ప్రారంభించింది. శిశువుయొక్క బలమైన నిద్రలో నుండడానికి ప్రారంభించింది. శిశువు యొక్క బలమైన తన్నుట కులుకుటల నుండి దాని నిద్రావస్థ మరియు జాగ్రతవస్థను తెలిసికోవచ్చును.

మీరు దేనిని అనుభవిస్తూ ఉండవచ్చు

మరిమరి గుర్తుంచుకొండి. ప్రతియొక్క మహిళ తన గర్భావస్థలో తనకు తానే అపరిచత అవుతుంది. మీరు ఈ లక్షణములను ఒక వేళ అథవా అప్పుడప్పుడు అనుభవిస్తుండవచ్చు. కొన్ని లక్షణాలు వెనుకటి నెలనుండి ఉండవచ్చు. మరికొన్ని కొత్తగా ఉండవచ్చు. కొన్ని లక్షణాలు రూఢి అవుతున్నాయంటే మనకు దాన్ని గుర్తించుటకు సాధ్యము కాదు. మీ యీ లక్షణములు వీటినుండి తక్కువగాను ఉండవచ్చు. ఈ నెలలో మీరు క్రింద వ్రాసిన లక్షణములను అనుభవించవచ్చు.

శారీరక

★ శిశువు చాలాకితనం ఎక్కువగుట.

★ యోనిలో నిలువని స్రావము.

శిశువు మెదడు ఆహారం

మీరు శిశువు మెదడుకు చాలినంత పోషణనిస్తున్నారు? దాని బుద్ధినింక సించుటకు 3వ మరియు చివరి నెలయందు ఒమేగ-3 ఇవ్వవలసిన అవసరం ఉంది.

ఒక దృష్టి

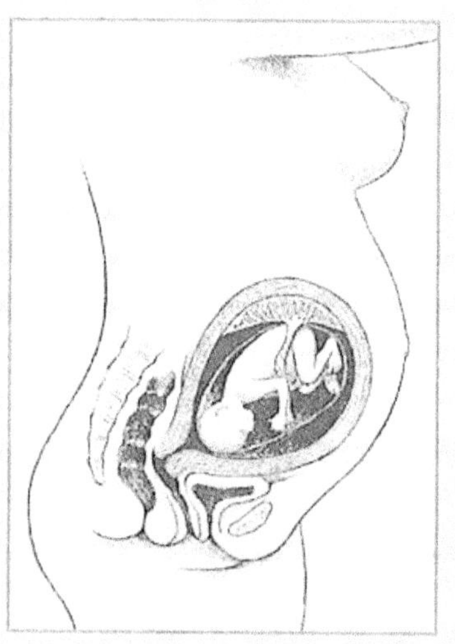

ఈ నెల మొదట్లో గర్భాశయవు ప్యుబిక్ యోని నుండి సుమారు 11'' పైన ఉంటుంది. ముందు నెలలో శిశువు తల కొంచం పెద్దదౌతుంది. మీరు దాన్ని బొడ్డు నుండి 4'' పైన ఉండదాన్ని అనుభవించవచ్చు.

అది ఇంకా 8 నుండి 10 వారాములవరకూ వెడల్పు కావాలసి ఉంది. భయ పడుతారు కదా?

★ కడుపు క్రింద లేక రెండు వైపులా నొప్పి

★ మలబద్ధకం

★ ఎదలో మంట, అజీర్ణం, కడుపు నింపుగా ఉండడం, ఒకోసారి తలనొప్పి తెలిని తప్పట, లేక తలత్రిప్పట.

★ ముక్కుదిబ్బడ, లేక ఒకోసారి ముక్కులో రక్తం కారుట, చెవిలో గుమిలి.

★ పండ్లు తోముకో వలసివస్తే చిగుళ్ళనుండి రక్తం కారుట.

★ కాళ్ళు లాగుట

★ వెన్ను నొప్పి

★ కాళ్ళలో వెరికోజ్ వేయ్న్స్

★ హెమ్రాయ్డ్స్

★ క్రింది పొట్టలో దురద

★ బొడ్డు ఊదుట

★ స్ట్రచ్ మార్క్

★ ఊపిరాడుటకు తొందరు

★ నిద్ర లేకుండుట

★ గర్భాశయము సంకోచించుట

★ అసమతౌల్యము

★ ఎద విశాలమగుట

భావనాత్మకము

★ వేర్వేరు మనోభావములు

★ అన్యమనస్కత

★ విచిత్రమైన మరియు నానా రకాల స్వప్నాలు (కలలు)

★ అన్యమనస్కత బడలిక అధికమగుట

★ శారీరకంగా ఆరోగ్యంగా ఉంటే తృప్తి భావన

ఈ నెల పరీక్ష

ఈ నెల వైద్య పరీక్షలో రెండు క్రొత్త విషయాలు చేరుతాయి. చివరి, మూడవ నెల ప్రారంభంలో క్రింద చెప్పిన ఆపరీక్ష కావచ్చును. అంటే చాలమట్టకు ఇది మీ పరిస్థితి మరియు వైద్యుడు చేయు పరీక్ష కతి నవలంబించియుండును

★ తూకము మరియు రక్త పరీక్ష

★ చక్కెర మరియు ప్రొటీస్ పరీక్షకు మూత్రము.

★ గర్భాశయపు కొలత

★ గర్భాశయముయొక్క ఆకారము మరియు శిశువు (భ్రూణం) పరిస్థితి. (కేవలం బయటినుండి)

★ చేతులు కాళ్ళ వాపు.

★ గ్లూకోస్ స్క్రీనింగ్ టెస్టు.

★ రక్తహీనతకు రక్త పరీక్ష

★ మీరు మాత్రం అనుభవించుచున్న కొన్ని కొత్త లక్షణాలు.

మీరు ఏమి ఆలోచిస్తూండవచ్చు

మరల ఏర్పడిన బడలిక

''బడచిన కొన్ని నెలల నుండి నా ఊర్జ మరలవచ్చిండెనూ ఐతే నేను రెండవ సారి ఓడిపోతున్నాను. చివరి మూడు నెలలందు ఈ ఆయాసము ఇట్లే కొనసాగుతూంది.

గర్భావస్థ హెచ్చు తగ్గులతో కూడియున్నది. వట్టి మనస్సు యొక్క స్థితి కాదు. అన్యమనస్కతకు సహా ఇదే అభిప్రాయం చెప్పవచ్చు. మొదటి మూడు నెలల ఆయాసమైన తర్వాత రెండవ మూడు నెలయందు అప్పడప్పుడు అన్యమనస్కత వస్తుంది. అందువల్ల మీరు రెండవ మూడు నెలల్లో మీరు ఏమి కావలసినా చేయగలరు. (వ్యాయామము, సంభోగము, యాత్ర) చివరి మూడు నెలలు రానురాను హెచ్చయి ఆయాసపు వశమగుటకు మొదలిడుదురు. మరియు సోఫా మీద పడుకొనేది తప్పితే ఇంకే ఉపాయమూ మిగలలేదు.

అట్లే దీనియందు భయ పడవలసిందేమీ లేదు. మరియు చివరి మూడు నెలలందు ఆయాసం కావడం తీరా స్వాభావికమైనది. ఇదే కాక వేరే కారణములనుండియూ మీరు ఆయాసపడుదురు. మీరే చూడండి మీ రెండ భారం మోస్తున్నారో! ఈ అధికమైన భారమే మీ ఆయాసపు కారణంఈ దీనికి కారణం. ఈ దినములలో హెచ్చయిన పొట్టయొక్క భారంవల్ల మీరు రాత్రి పూట మంచి నిద్ర చేయలేరు. మీ తలలో కావాలసినంత పనియొక్క పెద్ద వట్టింతు ఉంది. (సామాను శిశువు పేరు, డాక్టర్‌ని అడిగి తెలుసికొనే ప్రశ్న మొదలగువని) తిరుగుతూ ఉంటాయి. అన్యమనస్కత తగ్గుతూ వస్తుంది. ఇంటి మరియు ఆఫీసు సంబంధమైన కొన్ని బాధ్యతలు మీ బుద్ధిని చురుకుగా ఉంచుతాయి. ఈ అన్ని కారణాలవల్ల మీ ఆయాసం రెండింతలు నాల్గింతలు అవుతుంది.

అయితే చివరి మూడు నెలల్లో ఆయాసం జతగా వస్తుంది. దీని అర్థం మీరు 3 నెలలు పనినుండి సెలవు తీసికొని సోఫాపై పడుకోవడం అని కాదు. ఆయాసం మీ శరీర విశ్రాంతి కోరుతుంది అనే ఒక సంకేతం మాత్రమే. వేగంగా వెళ్ళుతున్న (పరగుతేయు చున్న) మీ జీవనానికి కొంచెం విశ్రాంతి ఇవ్వండి. వద్దనే పనులను మీ పట్టేనుండి తీసివేయండి. మీ దినచర్యలో కొంచెం శాంతిరీతిగా ఉండే శైలిని అలవరచుకొండి. మీకుపయోగపడునట్టి కొన్ని వ్యాయామములను చేయండి.

మీ 30 నిమిషముల తిరుగాడుట మీకు శక్తి కలిగిస్తుంది. అయితే మీ ఒక గంట తిరుగాడడం మిమ్మలను మరల సోఫా మీద పడుకొనేటట్టు చేస్తుంది. వ్యాయామం కూడా సరియైన సమయంలో చేయాలి. మీరు పడుకొనే ముందు వ్యాయామం చేసినట్లయితే, ఉన్న కొద్ది పాటి నిద్ర కూడా పారిపోతుంది. ఎందుకంటే శరీరం శాంతించుటకు కొంత సమయం కావాలసివస్తుంది. కడుపును ఖాళిగా ఉంచవద్దు. మీ శక్తిని నిలుపుకోనుటకు అప్పడప్పడు పౌష్టికాంశములుండే చిరుతిండ్లు తింటూ ఉండండి, చీజ్, ట్రిల్ మిక్స్, యోప్ హార్టు మరియు స్మూదిస్ లేక మీకిష్టమైన చిరుతిండి తినండి. చక్కెర మరియు కెఫేన్‌లనుండి దూరముండండి. దీనివల్ల మీకు ఇంకా ఎక్కువ శక్తి దొరకుతుంది.

అట్లే చివరి 3 నెలల ఆయాసము వల్ల ప్రకృతి భావి తల్లియు తన శక్తియొక్క ఒక్కొక్క ముక్కను సేకరించి పెట్టుకోవాలనే సూచననిస్తుంది. కాన్పు కోసం తన బలమంతా నిలుపుకోవాలి మరియు కాన్పయిన తర్వాత మీకు బలము మరియు శక్తియొక్క అవసరము ఇంకా ఎక్కువ కావాలసి వస్తుంది.

ఒక వేళ అధిక విశ్రాంతి తరువాత కూడా మీ ఆయాసము తగ్గక పోతే డాక్టర్‌ను కలవండి, ఒకోసారి చివరి మూడు నెలలందు రక్తహీనతవల్ల ఆయాసముంటుంది. ఈ కారణంవల్ల డాక్టరు 7వ నెలలో రక్తపరీక్ష చేస్తారు. ఎందుకంటే సమయం ఉంటే ఎనిమియా చికిత్స చేయవచ్చని.

ఉంగురాల్ని ఏమి చేయాలి?

మీ చేతుల వేళ్ళు నిధానంగా ఊదుతా ఉంటాయి. ఇది ఉండని వేసుకొనుండే ఉంగురాలు అనాక ఇబ్బంది చేయచ్చును. ఇప్పడే తీసేదానికి తొందర కలుగుతుంటే వేళ్ళని చల్లగా చేసుకొని తీయండి మరియు తీసే సమయంలో చేతులుకి కొంచం సోపుని పూయండి.

కడుపుబ్బరము

"సాయంకాలమయ్యే కొద్దీ నా కాలు మరియు మెడిమలందు ఊదు కనబడుతుంది. ఇదెందుకు అవుతుంది?"

ఈ దినములలో మీ కడుపు మాత్రం ఉబ్బుట లేదు. గర్భవతియైన తల్లికి ఉన్నదానికంటే హెచ్చయిన దానిని సహించవలసి ఉంటుంది. కేవలం మీకు మీ చెప్పలు మాత్రం బిగువు కాదు మీ చేతి వ్రేలి ఉంగురము సహా తీయుట చాలా కష్టము అవుతుంది. గర్భావస్థయందు చేతులు కాళ్ళు మరియు మెడిమ ఉబ్బుట ఒక సామాన్యమైన విషయము. ఎందుకంటే ఈ దినములలో శరీరంలో నీటి అంశము ఎక్కువై ఉంటుంది. గర్భావస్థ దినములందు 75% మహిళలు ఒకటి కాదు మరొక సమయమందు ఊదిన దాని విషయంగా చెప్పతారు. మరి 25% భాగం మహిళలు ఈ విధమైన యావ తొందరయొక్క దోషమూ ఉండదు. మీకు అనిపించి ఉంటుంది వేసవికాలములందు ఎక్కువ సేపు నిలబడుట చేత లేక కూర్చొని యుండుట చేత లేక రోజు చివర ఈ ఉబ్బడం ఎక్కువవుతుంది. ఒక వేళ మీరు గంటలకొద్ది విశ్రాంతి పొందితే లేక మంచి నిద్ర చేస్తే . ఉబ్బ చాల మట్టు తక్కువ కావచ్చు.

సామాన్యంగా . ఊదువల్ల కొంచెం తొందర అవుతుంది. లేదా మీరు మీ ఫైశన్ జతలో ఒప్పందం చేసుకోవాలని ఉంటుంది. ఇంతేగాక మీరు ఊదునుండి విశ్రాంతి పొందుట కిష్టపడితే కొన్ని ఉపాయములను తెలిసికోదల చిత ఈ క్రింది దానిని చదవండి.

★ ఒక వేళ చాల సేపు నిలబడి పని చేస్తే, కొంచెంసేపు

కూర్చొండి. ఒక వేళ చాల సేపటివరకు కూర్చొని పని చేస్తే కొంచెంసేపు పారాడండి. ఆఫీసులో అప్పుడప్పుడు నిలబడండి. 5 నిమిషములు పారాడుటవల్ల శరీరంలో రక్త సంచారం సరిగా జరుగుతుంది.

★ మీ కాళ్ళను పైకి పెట్టండి. కూర్చొవలసివస్తే పాదాలను పైకి పెట్టండి. కేవలం మీకు మాత్రం కూర్చొనే సమయంలో కాలు పైకి ఉంచే సంపూర్ణ స్వతంత్రం ఉండును.

★ మీరు ప్రక్కకు తిరిగి పండుకొని విశ్రాంతి తీసుకోనండి. మీరింతవరకూ ఎట్లు పడుకొనే అలవాటు లేకపోతే ఇప్పుడేరీతిగా పండుకొనే అభ్యాసం చేసుకోనండి. దీనివల్ల కిడ్ణి తన పనిని పూర్తిగా చేస్తుంటుంది. అఅనవసరమైన నీళ్ళు పోతూ ఉంటుంది, మరియు ఊదు తగ్గుతుంది.

★ ఈ సమయంలో మీరు మీ ఫ్యాషన్‌కంటే మీ శరీరానుకూలమును చూడవలెను. సరే కొంచం సమయంవరకూ మీ ఫ్యాషన్ చేయండి. అయితే ఇంటికి రాగానే విశ్రాంతి నిచ్చెట్టి స్లిప్పర్లు వేసుకొండి.

★ ఒక వేళ డాక్టరు మీకు వచ్చని నిశానం చూపి ఉంటే వ్యాయామం చేస్తుంటే ఊదు చాలమట్టుకు తక్కువ అవుతుంది. నడచుటనల్ల రక్త చలనం జరుగుతుంది. ఒకే చోట రక్తం గడ్డ పట్టేది లేదు. ఊదుట లేక నీళ్ళలో ఏరోబిక్స్ చేసేది లాభదాయకంగా ఉంటుంది. ఎందుకంటే నీళ్ళు నుండి జీవకోశములపై ఒత్తిడి వచ్చి నీళ్ళు నరముల ద్వారా ప్రవహించి కిడ్నీవరకూ పోతుంది. ఆ తర్వాత మీరు దాన్ని మీ శరీరంనుండి బయటకు పంపించవద్దు.

★ మీరెంత నీళ్ళు తాగితే అంత మంచిది. దినానికి కనిష్ఠం అంటే 8 గ్లాసుల నీళ్ళు త్రాగుటవల్ల శరీరంలోని పనికిరాని పదార్థం బయటికి పోతుంటుంది. నీళ్ళు లేక వొళ్ళు పదార్థాంశము తక్కువగుటి చేత ఊదు తగ్గదు.

★ రుచికి తగినంత మాత్రమే ఉప్పునుపయోగించండి. ఉప్పు తక్కువ తినడం వల్ల ఊద తగ్గుతుందని చెప్తారు. అయితే ఇప్పుడు తక్కువ తినడం వల్లనూ ఊద ఎక్కువ అవుతుందని తెలిసింది. అందువల్ల ఉప్పు ఎంత కావాలో అంతే తినండి.

★ స్పోర్ట్స్ హోజ్ చూడడానికి ఎక్కువ రోమాంచకంగా కనిపించక పోవచ్చు. అయితే దీనినుండి మీ కాళ్ళకు ఆధారం దొరకుతుంది. గర్భావస్థయందు ధరించుటకు అనేక విధముల హోజ్ దొరకుతుంది, మీరు మీకిష్టమైన దేది కావాలన్నా ఎంచుకోవచ్చును.

ఊదు విషయంలో ఒక మంచి సమాచారమంటే ఇది తాత్కాలికంగా ఉంటుంది. ప్రసవానంతరం మీచేతులి కాళ్ళ ఊదు దిగిపోతుంది. కొందరు మహిళల్లో ఈ ఊదు దిగిపోవుటకు ఒక వారం లేక ఒక నెల పూర్తి కావాలి. అంతవరకు దీని ఆనందాన్ని పొందండి. ఎందుకంటే పొట్ట పెద్దదయినందువల్ల మీకు కాళ్ళు ఊదినది కనబడేదే లేదు.

ఒక వేళ మీ ఊద సామాన్యంగా లేదు, అనిపిస్తే డాక్టర్‌కు చూపించండి. అవసరానికంటే ఎక్కువ ఉన్న ఊద ''ప్రీకంపిసియా'' కారణం వల్లనూ అయి ఉండవచ్చును. ప్రీతేదేనిజతలో థట్ అని తూకం ఎక్కువ య్యేది రక్తపు ఒత్తిడి ఎక్కువ కావడం లేక మూత్రంలో పోషకాంశం ఎక్కువగా ఉండే లక్షణాలు చూడవచ్చును. డాక్టర్లు ప్రతిసారి ఈ లక్షణాల పరీక్ష చేస్తారు. అందువల్ల దీని చింత చేయవద్దండి. ఒక వేళ ఊదుతో శరీరపు తూకం చాలినంత ఎక్కువౌతుంది. తలనొప్పి ఊదుతో శరీరపు తూకం చాలినంత ఎక్కువౌతుంది. తలనొప్పి వచ్చేది లేక దృష్టి సన్నగిల్లి (మంజూగా) ఉండేది. అయితే డాక్టరు దగ్గరికెళ్ళేది ఆలస్యం చేయవద్దండి.

చర్మం మీద ఊదుట ''చెప్పదంటే, ఈ స్ట్రెచ్ మార్క్స్ ఇంతవరకు అంతగా నికారంగా కనబడుటలేదు. అయితే ఇప్పుడే స్క్రెచ్ మార్క్స్‌పైన ఒకవిధమై గుబ్బ వచ్చింది. ఇదేమి?

సంతోషించండి. ప్రసవమయ్యేదానికి మూడు నెలల కంటే తక్కువ సమయం మిగిలింది. మీరు చాలా సులభంగా ఈ అవరంలేని మరియు వికారమైన లక్షణాలకు నిధానం చెప్పవచ్చు. ఇంత మాత్రం తెలిసికొండి. ఇవి మీకు

మరియు మీ శిశువుకు కాని అపాయకారి కాదు. దీనికి వైద్యకీయ (మెడికల్) భాషలో పాలిమాపిక్ ఈఫ్షన్ అఫ ప్రెగ్నెన్సి అని అంటారు. ప్రసవైన తర్వాత ఇది సరిపోతుంది. మరియు ముందు గర్భావస్థలో లేదు. అలా చెప్పాల్సి వస్తే ఇది కడుపుయట స్ట్రెచ్ మార్క్స్‌పైన ఊదుతుంది. ప్రీతే కొన్నిసార్లు తొడల సందుల్లో నితంబములపైన మరియు చేతులమీద కూడ కనిపిస్తుంటుంది. డాక్టరుకు చూపండి. వారేదైనా మందు "అంటిహిస్టమైన్" అథవా దీనిని తగ్గించే విధానాన్ని చెప్తారు.

గర్భావస్థయందు చర్మంమీద ఏదోఒకరీతియైన ప్రతిక్రియ చూడవచ్చు. ఏదో ఒక రీతియైన లక్షణాలుపైన చూడవచ్చు. ఎట్లయినను కాని మీరు తప్పక డాక్టరుగారికి చూపండి. ప్రీతే ఈ విషయాన్ని అంత పెద్దగా తీసుకోనే పని లేదు.

వెన్ను (వీపు) క్రింది భాగమందు మరియు కాళ్ళలో నొప్పి (క్రింది తొడ నొప్పి)

"నా వెన్ను క్రింది భాగమునమరియు నితంబములనుండి మొదలైకాలియందు నొప్పి అవుతుంది" ఇదేమి?"

మీ క్రింది తొడయొక్క నరములు ఒత్తుచున్నవి అని అనిపించును. ఇప్పుడు మీ శిశువు ప్రసవమునకు సరియయిన స్థితికి వస్తున్నదని అనిపిస్తుంది. ఈ ప్రక్రియలో శిశువు తల మరియు పెద్దదైయున్న గర్భాశయము క్రింది తొడయొక్క నరముల మీద భారం వేస్తూన్నది. ఇ మీ క్రింది తొడనొప్పివల్ల వెన్ను దిగువ భాగము మరియు నితంబముల నుండి మొదలై కాళ్ళవరకూ ఎక్కువ నొప్పి అగుచున్నది అథవా జోము అనుభవము అవుతుంది.

క్రింది తొడయొక్క నొప్పి చాలినంత ఎక్కువగా ఉంటుంది. ఒక వేళ శిశువు తన స్థితిని మార్చితే మీకు కొంత విశ్రాంతి దొరకును. ఇది ప్రసవం వరకూ జరుగవచ్చు లేదా ప్రసవానంతరమూ కొంచెం సేపువరకూ ఉండనూవచ్చు. మీరు క్రింది తొడనొప్పినుండి ఆరామం (విశ్రాంతి) పొందడానికి క్రింద తెల్పిన ఉపాయములను అలవరచుకొండి.

★ ఎప్పుడు వీలుదొరకిననూ స్వల్పంగా విశ్రాంతి తేసుకొండి. వండుకొనుటవల్లనూ కాళ్ళకు విశ్రాంతి దొరకుతుంది. ఎట్లాయినా సరే మీకు విశ్రాంతి దొరకని.

★ కాళ్ళకు శాకవము పెట్టండి (వేడి) కూలింగ్ ప్యాడ్‌నుండి నొప్పి వుండి కొంత సుఖము హాయిదొరకుతుంది. వేడినీళ్ళతో సహ కావడం పెట్టుకోవచ్చు.

★ పెల్విక్ లేకా స్ట్రెచ్ వ్యాయామం ద్వారా ఒత్తిడి కొంత తగ్గుతుంది.

ఇత, మరియు నీళ్ళ వ్యాయామము చేయడం క్రింది తొడ నొప్పిని తగ్గిస్తుంది. ఇది సరియైన ఉపాయము. దీనివల్ల వెన్నులోని మాంసఖండములలో మృదుత్వము శక్తి వస్తుంది, క్రింది తొడ నొప్పినుండి హాయి లభిస్తుంది. ఆరామంగా ఉంటుంది.

★ కొన్ని సై సర్గకవములైన విధానవములను అలవరచుకోనండి. ఆక్యూపంక్చర్, కరోప్రెక్టిక్ అథవా మాలీష్ చేసుకోవడంవల్ల కొంత హాయి దొరకుతుంది.

★ ఒక వేళ నొప్పి చట్టుకోలేక పోతె డాక్టరుకు చూపించి ఏదైనా మంది తీసుకోనండి.

కాళ్ళ(ల్లో) కలరపడే లక్షణము

"నాకు రాత్రి పూట ఆయాసమైననూ పడుకోనుటకు సాధ్యం కాదు. ఎందుకంటే నాకాళ్ళల్లో చాలా కలవలముంటుంది. నేను కాళ్ళు లాగునట్టి బాధను సహించు అన్ని మార్గములను అలవరచుకొన్నాను. నేను ఇంకేమి చేయదగును?"

తుది మూడు నెలల్లో అప్పుడప్పుడు రెస్ట్లస్ లేగ్ సింద్రో సహా మంచి నిద్రకు అడ్డు నిధానం అవుతుంది. కాళ్ళ కళవళ తళమళము విచిత్రమైన గాభరా అనుభవము తూ ఉంటుంది. ఇది రాత్రి పూట అవుతుంటుంది. అయితే మధ్యాహ్నం పడుకొన్నప్పుడు కూడా ఈ తొందర కావచ్చును.

గర్భవతులయందు ఈ కాళ్ళ తళమళ లక్షణమెందుకు అవుతుంది, అనేది తంత్రజ్ఞులు చెప్పడానికి సాధ్యం కాదు. బహుశః కొన్ని వంశపారంపర్యమైన కారంముండవచ్చును. వారికిసి ఈ చికిత్సను గూర్చి నిశ్చితాభిప్రాయం లేదు. కాళ్ళు తీపుల (లాగుటట) తొందరవల్ల తప్పించుకొనే ఉపాయములన్నియూ ఇక్కడ నిష్పలమగును. మందులు కూడా సురక్షితములు కావు. ఎఖుఫీదుజుకంటే కాళ్ళ తీపుల అన్ని మందులు గర్భావస్థలో పరీక్షింపబడి ఉండవు. దీని విషయమై మీరు మొదటే మీ డాక్టరు సలహా పొందండి.

ఒత్తిడి, ఆహారము లేక వాతావరణములఇ ఇతర కారణముల వల్ల ఈ సమస్య ఎక్కువై ఉండవచ్చు అని అనిపిస్తుంది. మీరు తినే, త్రాగే, మరియు జీవనపు రీతి మీది గమనముంచండి. కొంతమంది స్త్రీలకు రాత్రి వేళ కార్బోహైడ్రేట్స్ సేవించుటవల్ల కాళ్ళ తీపుల సమస్య ఎక్కువౌతుంది. ఒకోసారి ఇనుము అంశవు కొరతవల్ల అయ్యే ఎనిమియావల్లనూ ఇలా అవుతుంది. మీడాక్టరును అడిగి ఏదైన మార్గము చేయండి. యోగఇ అకుపంక్చర్ లేదా ధాన్యము కొంచెం పరిహారం కావచ్చును. ఒక వేళ మీరు నిద్ర విషయంగా దురదృష్టవంతులై ఉంటే, చాలముట్టుకు మీరు కాన్పయ్యేవరకూ కాళ్ళ లాగుటను తట్టుకోవలసి ఉంటుంది. కాన్పయిన తరువాత కూడా మీరు మందు తీసుకొనే అవసరం లేకుండా ఉండవచ్చు. ఎందుకంటే ఆ సమయంలో మీరు శిశువుకు పాలు త్రాగించు చుండవచ్చు.

శిశువు ఎక్కిళ్ళు

"ఒకోసారి నాకు చులకన్నైన తన్ను అనుభవమౌతుంది. ఇది శిశువు తన్నిందో లేక వేరేమైనా ఉండవచ్చా?

ఒప్పుకొంటే ఒప్పుకొండి లేక వదలండి. కడుపులోపల ఉండే చిన్న పసిబిడ్డ ఎక్కిళ్ళు చేస్తుంది. కొంతమంది శిశువులకు దినంలో చాలసేవు వరకూ ఎక్కిళ్ళు వస్తే, మరి కొందరికి రానేరాదు. పుట్టిన తర్వాత ఈ స్థితి అవుతుంది.

ఉన్నదున్నట్లే పడిపోయేది

"నేను ఇంటినుండి బయటికి వచ్చినపుడు అకస్మాత్తుగా పడితిని మరియు నాపొట్ట పుట్‌పాత్‌ను ఢకొనెను. దీని శిశువుకేమైనా అవుతుందా?"

చివరి మూడు నెలలందు సామాన్యంగా ఇట్లు ఇలా అవుతుంది. మీరు మీ శరీరపు సమతౌల్యమును ఉంచడానికి సాధ్యముండదు. మీ పొట్ట పెద్దదైయున్నందున మీ గురుత్వాకర్షణ కేంద్రం మారుతుంది. కీళ్ళంతగా శక్తివంతములై ఉండవు. అందువల్ల మీరు పడేటప్పుడు పొట్టమీద భారముంచి పడుటలో ఆలస్యం కాదు. మీ చేతినుండి వస్తువులు జారి పడుటకు మొదలేతాయి.

క్రిందున్న మీ కాళ్ళను చూడలేరు. అట్లయ ఎప్పుడు భయం ఉండే ఉంటుంది.

మీ శిశువు గర్భంలో పూర్తి మై సురక్షితంగా ఉంది. మీ చులకనైన తన్ను అథవా గీరుట శిశువు నేమీ చేయుటకు సాధ్యం కాదు. శిశువు షాక్ అబ్సార్బషన్ సిస్టంలో సురక్షితంగా ఉంటుంది ఎందుకంటే అమ్నియాస్టిక్ ద్రవ్యము గట్టియాద పదరవు ఎలాస్టిక్ మాంసఖండముల గర్భాశయము కడుపుయొక్క సాళ్ళు భాగములు చేరి అయింది. ఒక వేళ మీరు పెద్దగా గాయపడితే అప్పుడు శిసివుకు దెబ్బ తగులవచ్చు. మీరు అస్పత్రికి పోవాల్సి ఉండవచ్చు. ఒక వేళ మీ చింతితులైతె డాక్టరును చూచి సమాధానవడండి.

చరమ సుఖము (అర్గేజమ్) మరియు శిశువు తన్నుట

నాకు తుది సుఖానంతరం శిశువు ఒక్కోసారి అరగంటవరకు తన్నుటను నిలిపివేస్తుంది. దీనర్థము ఈ సమయంలో సంభోగం చేయడం సురక్షితం కాదా?"

మీరేమి చేసినా శిశువు మీ జతలోనే ఉంటుంది. సంభోగ విషయం వస్తే ఈ సమయంలో శిశువుకు నిద్ర వస్తుంది. సంభోగపు విషయంలో త్రాసే తీవ్రత మరియు సంతృప్తియొక్క స్థితివల్ల గర్భాశయం అయ్యే సంకోచనవల్ల శిశువు తనలో కానికి వెళ్ళిపోతుంది. కొందరు శిశువులు ఈ విషయంలో వేరే రీతిగా ఉమటాయి. అంటే ప్రక్రియ తర్వాత శిశువు ఇంకా ఎక్కువ చలాకి అవుతుంది. ఈ ప్రక్రియ యొక్క అర్థము ఈ సమయంలో సంభోగం సురక్షితం కాదనికాదు. శిశువుకు మీ ఇద్దరి మధ్య ఏమి

జరుగుతున్నదనేది తెలిసిందనే విషయమూ కాదు. ఈ సమయంలో శిశువు చికటిలో చాలా ఆనందంలో ఉంటుంది.

ఒకవేళ డాక్టరు ఆక్షేపణ లేదంటే, మీరు కాన్పు అయ్యేవరకూ సంభోగం చేయవచ్చు. ఎందుకంటే కాన్పు అయిన తర్వాత ఇటువంటి అవకాశములు మీకు తొందరగా దొరకవు.

చిన్నకల మరియు కల్పనలు

"నాకు రాత్రింబవళ్ళు శిశువును గూర్చి చిత్రవిచిత్రమైన కలలు వస్తాయి. ఏమి నా బుద్ధి ఏమైనా చెడుతుందా?"

గర్భావస్థలో అప్పడప్పుడు మంచిలేక చెడ్డ కలలు వస్తుంటాయి. కొన్ని సార్లు మీకు శిశువును బస్సులో ఒంటరిగా వదిలినట్లు, కొన్ని సార్లు ఉద్యానవనంలో తిరుగాడిస్తున్నట్లు మరొకసారి లోకగల ఏదో ఒక జంతువుకు జన్మం ఇచ్చానని అనిపిస్తుంది. ఈ కలలన్నీ ఈ సమయంలో సర్వసామాన్యము. ఔను, మీకు మీ తల చెడిపోయిందని అనిపిస్తుంది.

ఈ సమయంలో మీ అంతరంగము శిశువు కోసం చింత, ఉత్తేజనము, కుంఠితము, ఉత్సాహము, మరియు రక్షణ మొదలైన భావనలనుండి నిండింది. మీరు కోరినా ఈ మీ భావనలను పైకి చెప్పటకు కాదు. మరియు రాత్రి పూట కలల వల్ల ప్రకటమౌతుంది.

ఇందులో జీవ సత్వముల పూర్తి చేతనత్వం ఉంటుంది. ఒక వేళ మీ నిద్ర గాఢంగాలేకుంటే మీరు మేల్కొన్న తరువాత కూడ ఆ కలలు జ్ఞాపకముంటాయి. ఒక వేళ మీరు మీ అవసరానికంటే ఎక్కువ లేచేటట్టియితే, ఖండితంగా మీరు లయబద్ధమైన నిద్రనుండి మధ్యలో లేస్తారు. దీనివల్ల మీకు ఆకలలు సంపూర్ణంగా జ్ఞాపకముంటాయి.

సంపూర్ణంగా గర్భావస్థలో మహిళలు ఈ క్రింద చెప్పిన కలలు భ్రమలను చూస్తారు.

ఓహో! కల. ఏదో వస్తువును పోగొట్టుకొన్నట్టు, తప్పు ప్రదేశంలో ఉంచినట్టు కల (బండితాళం చెవులు మొదట శిశువు వరకు) శిశువుకు తన్నించేది మరిచితిరి, డాక్టరు దగ్గరకు పోవడం మరిచితిరి బజారుకెళ్ళితిరి మరియు శిశువు ఇంట్లో ఒక టీ ఉంది, శిసువును ఓదార్చుటకు పూర్తి తయారుగా లేకుండుట.

★ ఓహో! కల. దాటి చేయు గూండాలు లేక ప్రాణులనా క్రమించి గాయ పరుస్తాయి. నీవు దెబ్బతిని పడిపోయి ఉన్నారు.

★ కాపాడండి! కల! ఏదో కారు, చిన్న కోణం స్వరంగంలో అయ్యే భయ, ఏదో చెరువులో మునిగిపోతుంది. ముద్దు బిడ్డ నవ్వన తర్వాత జీవన బంధనం.

★ అరే లేదు తూకం హెచ్చుట లేదు. లేక రాత్రి రాత్రిలో తూకం ఎక్కువాయే. ఏమీ తినలేదు. లేక కావలనిన దానికంటే ఎక్కువ తింటే ఓహో! కలఇ మీ మీ స్నేహితునికి ఇష్టము కావు, వాడు ఎవరిజతలోనో మాట్లాడుతాడు. గర్భావస్థపు ఈ ఆకృతి మీ జీవన పర్యంతు ఇట్లే ఉంటుంది. మరియు మీరు మరెప్పటికి ఆకర్షయంగ కనబడుట లేదనే భయం!

కామ సంబంధ కలలు – సంభోగపు సకారాత్మక లేదా సకారాత్మక కలలూ. గర్భావస్థలో సంభోగానికి సంబంధించినది భ్రమవల్ల ఈ రీతిగా అవుతాయి.

చావు లేక పునర్జన్మపు కలలు. తల్లి తండ్రి లేదా సంబంధించినవారి చావు. బహుశః మనస్సు, ప్రాత మరియు క్రొత్త వారిచే సంబంధం చేయగోరుతుంది.

★ శిశువు జతలో కాలంగడపే కల. అంటే కాన్పుకు ముందే వారు పోషకత్వమును గూర్చిని దాన్ని తయారు చేస్తున్నారు.

★ శిశువును గురించిన అనేకమైన కలలు శిశువు చిన్నదై-పెద్దదై లేదా బొట్టిగా పుట్టవచ్చు. అందువల్ల మీ మరియు శిశువు యొక్క ఆరోగ్యమును గూర్చి చింత ఉక్కి వస్తుంది. శిశువులో పుట్టినప్పటినుండి ప్రతిభ ఉంది. లేస్తున్నట్లు మాట్లాడుతున్నట్లు లేక నడచుటకు మొదలిడు తున్నట్లు దీనినుండి మీకు శిశువుయొక్క బౌద్ధిక భవిష్యపు విషయం చింత ఉందని తెలుస్తుంది. శిశువు కళ్ళు మరియు వెంటికలు, తల్లి తండ్రి ఎవరో ఒకరి వలే ఉన్నదనే

కలలు రావచ్చు. శిశువు విషయంగా రాబోవు భయంకరమైన కలలు, మీరు ఇప్పుడు పుట్టిన శిశువును ఓదార్పుటకు భయవడతాననే మాటల సంకేతమైంది.

ప్రసవ సంబంధమైన కలలు కూడా రావచ్చును. అంటే మీరు శిశువుకు జన్మమిచ్చుటకు కావడం లేదు. అందువల్ల శిశువు కోసం మీ చింత ఎక్కువౌతుంది. కలలను తప్ప చూడడి. కాని మీ నిద్రను పాడుచేసుకోవద్దండి. ఇది హృదయతాపము అథవా స్టైచ మార్క్స్ తరహా ఇది అతి సాధారణమైన మాటయింది. గుర్తుంచుకొండి, ఇలాంటి కలలను మీరు మాత్రం చూటుచలేదు. శిశువు యొక్క కాబోవు తండ్రి కూడా ఇలాంటి కలలు కమటారు, అక్కడ మనం జీవసత్వముల దోషమని చెప్పటకు సాధ్యం కాదు. ఒక వేళ మీరిద్దరూ మీకరీదు ఒకరికొకరు చప్పకుంటే మీరు ఇంకాదగ్గరగుటకు అనుకూలమౌతుంది.

అన్నింటిని సంభాలించుకోవాలి

''నాకు ఇంటేవని, వివాహము, మరియు అన్నింటిని ఎట్లు సంబాలించుకోవాలి అనే చింతకలుగు ఉంది.''

జ్ఞాపకవముండని. అన్నింటినీ ఒక్కరే ఒకే సారి సంభాలిచుకానడం సాధ్యంకాదు. అయితేఏమి చేసినా మంచి పద్ధతిలో చేయాలనేది గుర్తుంచుకొండి, మీరు సూపర్ అమ్మ కాక పోత ఒక మంచి మనిషి అగుటకు ప్రయత్నించండి.

ప్రతి తల్లియూ, తన ఇల్లు, శుభ్రంగా ఉండాలని శిశు పోషణ మంచి పద్ధతియందు జరుగుగాక. మైలబట్టల కుప్పకాకుండని ఇదాటిలో రుచిచిజాకటరఘమైన వంట అగుచుండుగాక, మరియు ఆమె స్నేహితునికి సెక్సీ అయియుండవలేనని ఇష్టవడుతుంది. అయితే ఇవన్నీ చెప్పేంటందుకు సులభమంటే ఈ అన్ని వనులూ ఒకమారు కావడం సాధ్య వడదు.

మీరు మీ సుఖజీవనమును ఏరీతిగా తీసుకొంటారనేది మీరెంత శీఘ్రంగా ఈ సత్యాన్ని తెలిసికోగలరనేదానిపై నిర్ధారణ ఔతుంది. బెదరింపులు ఎదఛిచురు వడక ముందే ఈ సత్యాన్ని గ్రహిస్తే మంచిది.

అన్నింటికంటే ముందు ఆద్యత మెరకు మీ ప్రాథమికములను తయారు చేయవలసి ఉంటుంది. అద్యత మరియు పురుషుడైతె ఇంటి స్వచ్ఛతకు ఒకమూలకు

కొన్ని విశేష తయారీలు

చెప్పేదయితే, శిశువు కాన్పుకు తయారు కాలేదు. అయితే మీరు మీ శరీరాన్ని తయారు చేయాలి. పెల్విక్ మాంసఖండము, గర్భాశయము, మూత్రకోశము మొదలయిన అంగములకు ఆధారాన్నిస్తుంది. ఇదే మాంసఖండాలు నవ్వినపుడు, లేదా తుమ్మినపుడు మూత్రం కారేదాన్ని అడ్డుకొంటుంది. ఇదే మాంసఖండాలు సంభోగవు సంతృప్తియొక మాధ్యమగును. కీగల్ వ్యాయామంనుండి మిక్కిలి సులభంగా మాంసఖండముల వ్యాయామాన్ని చేయవచ్చును. దినంలో మూడు మార్లు కీగల్ వ్యాయామం స్వల్పకాలిక లేక దీర్ఘకాలిక ఆఆరామాన్ని ఇస్తుంది. గర్భావస్థయందు మరియు ఆ తర్వాత వచ్చే తొందరలు కూడా సులభంగా దూరమవుతాయి. ప్రసవానంతరం యోని కూడా సరియైన ఆకారం పొందడానికి ఎక్కువ సమయం తీసుకోదు. మీ యోనియు, గుదద్వారముయొక్క ఆటుఇటు ఉన్న మాంసఖండములు ఇలా లాగండి, 10 సెకెండ్లవరకు నిదానించండి. తర్వాత సడిలించండి. కీగల్ వ్యాయామాన్ని చేసే సమయంలో మీ పూర్తి ధ్యానము ఈ భాగవు మాంసఖండముల మీద ఉండాలి.

ఒక వేళ పొట్ట, తొడ మరియు నితబముల మాంసఖండములు మాంసఖండములు లాగితే, మీరు పూర్ణ ఏకాగ్రతను పొందడం తదని అర్థం అవుతుంది. మీరు అంగడిలో ఖారీదు చేస్తుండవలెనంటే, అథవా వరుసలో నిలబడి సేఖియుంటూన్నప్పుడూ కూడా ఈ వ్యాయామాన్ని చేయవచ్చును. దీనివల్ల పెల్విక్ ఫ్లొరిన్‌యొక్క మాంసఖండములు గట్టివడుతాయి. దీన్ని సంభోగ సమయమందునూ చేయండి. ఒక మాదిరే క్రొత్త ఆనందాన్ని పొందండి.

చేర్చవలసి ఉంటుంది. కొంచెం సేపటివరకు మీరు ఇతరులతో వంట చేయించవలసి రావచ్చు. లేదా గుడ్డలు తికేవాళ్ళను ఉంచవచ్చు. ఒక వేళ కొంతకాలంవరకు పనిని వదలవలసివస్తే అథవా ఇంటిలో నుండేవని చేసేటట్లయితే అదిక్కత మీద దాని ప్రాథమిక తయారిని చేయవచ్చు పాథమిక తయారిలైన తర్వాత నిజము కాని ఏ నిరీక్షణనూ చూచుకండి. ఏదో అనుభవం తల్లినడగండి. అమెకు నిధానమైనా నరే తాను పరిపూర్ణ కాదు. మరియు తానొక్కతే అన్నింటిని సంభాలించు కొనిట సాధ్యము లేదనే సత్యం తెలుస్తుంది. ఒక వేళ మీరు అదే విధంగా యోచిస్తుంటే మీకు వేరు దొరకదు. ఒకో సారి ఎలావస్తుందంటే మీకన్నీదండగే వరువు సరిదిద్దుటసాధ్యం కాదు. మైలగుడ్డల బుట్టి నిండిపోయింది సెక్సీగా కనిపించాలంటే మొదట తలనూనెడిడోవెంటికలను కడగాలి మీరింతైన వరువును చేస్తే అక్కడ వచ్చేది వట్టి కష్టం కాదు అసాధ్యమూ అవుతుంది.

ప్రతిగొప్పవాడూ తల్లివెంట ఒక రంౖడి ఉమటారు. వారు ఇంటి పనిలో సహకారం చేస్తారు. రాత్రి శిశువు జతలో లేస్తారు. ఒక వేళ వారు భయపడితే మీరు ఎవరో జనుల లేక స్నేహితురాలి సహాయాన్ని పొందవచ్చు.

గ్లూకోస్ మరియు స్క్రీనింగ్ పరీక్ష

"డాక్టరు నాకు గాస్టేషనల్ డయాబెటిక్ పరీక్ష కోసం గ్లూకోస్ స్క్రీనింగ్ పరీక్ష చేయించమని చెప్పారు. నాకు దీని అవసరం ఎందుకు అది ఏమి?"

దీనివల్లగాబరా వడకుండి ఎక్కువడాక్టర్లు 24 నుండి 28వ వారం మధ్యలో గర్భవతులలో అథవా మధుమేహ చరిత్రగల వరివారం వారికి ఈ వరీక్షను చేయించుటకు నలహా ఇస్తారు.

ఒకవేళమీరు తీపు తినేవాళ్ళయితే మీకు ఈ వరీక్ష ఇంకా సులభమౌతుంది. మీరొకతీయ్యని గ్లూకోస్ డ్రింక్స్‌ను త్రాగవలసి ఉంటుంది. దాని రుచి కిత్తలి కాయ సోడావలే ఉంటుంది. దీన్ని త్రాగడం వల్ల నష్టం ఏమీ లేదు. ఒకవేళమీరు తీపు ఇష్టపడని వారైతే సులభమైన వాంతి కావచ్చు. ఒక వేళ మీరు వరీక్షకోసం పూర్తియై ఇన్సులిన్ పూర్తిగా కాకుంటే మీకు టాలరెంట్ వరీక్ష చేయవలసి ఉంటుంది. ఇందులో గెస్టేషనల్ మధుమేహపు వరీక్ష అవుతుంది.

ఇది అప్పడప్పడు 4 నుండి 7% గర్భవతి స్త్రీలకు అవుతుంది. మరియు కావలసినన్ని విధాల సమస్యలు పుట్తాయి. అట్లే ఆహారం – వ్యాయామం మరియు జీవన శైలినుండినల్పమట్టకు లాభదాయకం చేసుకోవచ్చు. అవసర్మైపే మందు ఇవ్వవచ్చు.

తక్కువ తూకం శిశువు

"నేను తక్కువ తూకమున్న శిశువును గూర్చి కొన్ని చోట్ల దదిన దీన్నుండి దూరం అగుటకు ఏమైనా చేయవచ్చా?"

తక్కువ తూకవమున్న శిశువుల కొన్ని ప్రకరణములందు దూరం చేయవచ్చు. మీరిహైడ్ ఆ పుస్తకాన్ని చదువుచున్నారంటే మీరు మొదటినుండి యే

సమయానికి ముందే ప్రసవము సంకేతము

చెప్పాలంటే సమయం మొదటి శిశువు జననం కావడం బహు విరళము. అయితే తల్లికాబోయే ప్రతి స్త్రీకి సమయానికి ముందే ప్రసవమయ్యే సంకేతం తెలిసికోవలని ఉంది. మొదటి తెలిస్తే కొన్ని తొందరలనుండి తప్పించుకోవచ్చు. మీకు అవసరం కాకుండవచ్చు. అయితే మీకు దీన్ని గూర్చి తెలిసి ఉండాలి. ఒక వేళ 37వ వారానికంటే మొదలు క్రింద పేర్కొన్న లక్షణాల్లో ఏదైనా కనబడితే డాక్టరుకు ఫణ్ చేయండి.

1. డయారియా, వాంతి లేదా అజీర్ణంతో గొంతు ఒకే సమంగా కడుపులో త్రిప్పట.
2. ప్రతి 10 నిమిషాల తర్వాత నొప్పితోగూడిన సంకుచితం. దీన్ని బ్రెక్సన్ హిక్స్ కాంట్రాక్షన్‌తో చేర్చవద్దండి.
3. వెన్ను క్రింది భాగంలో ఒకసమంగా దాప్పియొక్క అనుభవం కావడం.
4. ఒక వేళ గులాబీ రంగు లేత బూడిద రంగుయొక్క రక్తం జతలో యోని స్రావంలో మార్పు.
5. పెల్విక్ ఏరియాలో నొప్పి, ఒత్తిడి
6. యోనినుండి ఒకే సమంగా స్రావము జరగడం.

గుర్తుంచుకొండి. వీనిలో కొన్ని లక్షణములు మాత్రమే కనబడుతుంది. ఈ రీతి లక్షణాల్లో ఏ లక్షణములు కనబడినా డాక్టర్‌కు చూపించేది నిధానం చేయవద్దండి. సురక్షతను ఎప్పడూ గమనంలో ఉంచుకోవాలి. ఇది గర్భావస్థయొక్క మొదటి నియమం.

పనిచేస్తున్నారు. సామాన్యంగా కల్లు తంబాకు లేదా డ్రగ్స్ మున్నగువానిని సేవించే మహిళల శిశువులు పుట్టినప్పటినుండి తక్కవ తూకముంటాయి. భావనాత్మక సంబంధము, సరిలేని పోషణ, ప్రసరము మునుపు చూచుకోవడం వీటియొక్క తక్కువయ్యే కారణములకు ఉపాయం చేయవచ్చు. ఇదే గాక ఒకవేళ తల్లియూ దీర్ఘావ్యాధి ఉంటే డాక్టరు సలహావల్ల సరిపోవచ్చును. కొన్ని సార్లు సమయానికి ముందే అయ్యే ప్రసవాన్ని తట్టుకోవచ్చు. కొందరు శిశువులు ఏ కారణం లేకనే పుట్టుకతోనే సన్నగా ఉంటాయి. దీనికేయుపాయంలేదు.

ఒక వేళ తల్లి తూకం జననకాలంలో తక్కువ ఉంటే నెల కొరత (ప్లెసెంటా) అథవా జెనెటిక డిసార్టర్ ఉంటే ఇది 9 నెలల కన్న తక్కువ గర్భావస్థకు ఒక కారణమౌతుంది. కొన్ని సార్లు సమయానికి ముందే అయ్యే కాన్పును నిదానించవచ్చును. అయితే ఈ ప్రకరణములలో మంచి ఆహారం తీసుకోవడం - కాన్పుకు ముందే చూచుకోవడంవల్ల శిశువుయొక్క తూకం ఎక్కువ చేయవచ్చు. ఒక వేళ బిడ్డ సన్నగా ఉన్ననూ మెడికల్ చేర్ శిశువును కాపాడడానికి మరియు ఆరోగ్యంగా పెరగడానికి సహాయ పడుతుంది.

ఒక వేళ మీరు ఈ విషయంలో చాల చింతితులై యుంటే మీ డాక్టరును కలవండి. వారు అల్ట్రాసౌండు చేసి చూసి మీ శిశువు సరియైన వేగంతో పెరుగుతూ ఉందో లేదో అనేదాన్ని చెప్పుతారు. ఒకవేళ శిశువు పెరుగుదల పూర్తిగా అవుతుండకుంటే దానికి కావలసిన క్రమములను తీసుకోవడం జరుగుతుంది.

ప్రసవ సమయంలో నొప్పి తగ్గుట.

‘‘మీరు దీన్ని సహించనేవలెను. కాన్పనేది సుమారుగా 15 గంటల కాలం అంటారు. మీరు పార్కులో తిరుగాడి నట్లు కాదు. ప్రసవమనేది తనంతకుతానే పడే కష్టకరమైన పని. శిశువు పుట్టే సమయంలో మీ గర్భాశయ మందు మరిమరి సంకుచితమవుతూ ఉంటుంది. ఎందుకంటే శిశువు గర్భాశయపు మూతినుండి (సర్విక్స్) మరియు యోనినుండి బయటిరావలని. అ! ఔను! ఇది అదే వైజ్ఞానికము, దీనిని మీరు చిన్న టాంపూన్‌కంటే చిన్నదని తెలుసుకొంటు ఉంటిరి. ఇంకొక మాట అంటే ఈ నొప్పియొక్క సకారాత్మమైన సామేత అవుతుంది. ఇది మీకు మీ శిశువును మీ భుజంవరకు చేరుతుంది. ఒక వేళ మీ ఆవరేషన్ కావడ లేదంటే, మరల మీరు ప్రసవ బాధ సహించవలెను. అయితే నొప్పిని తగ్గించుటకు కూడా కొంత తాంత్రికత ఉండవచ్చు. మీరు మెడిసినల్ లేదా నాన్ మెడిసినల్ ఏదో రీతిగా నొప్పిని తగ్గించే ఉపాయాన్ని వెదుకవచ్చును. ఆక్యువంక్చర్ లేదా సమ్మోహనం మొదలైన నైసర్గిక చికిత్సా విధానాన్ని ఎన్నుకోవచ్చు. అథవా ఏదైనా నొప్పి నివారణ ఔషధమునిండి శిశువును కనవచ్చును. ఈ రీతి మీకు ఏదో నొప్పియొక్క అనుభవం అగుటలేదు. మరియు పూర్తి ప్రక్రియలో జాగ్రత్తగా ఉంటారు.

మీరు ఏ విధానాని అలవరుచుకోనెందుకు ఇష్టపడతారు? మీకు దీని సమాచారమంతా తీసికోవలెను. దీన్ని గూర్చి మీ డాక్టరుగారి సలహా తీసికొండి. ప్రసవ ప్రక్రియానుభవము పొందిన మీ స్నేహితురాంద్రను అడగండి. అతరువాత మీకు ఏ విధానం సరిపోతుందనేదాని అలోచించండి. ఏమి మీరు ఒకే తంత్రాన్ని అలవరచుకోవడాన్నిష్టపడతారో లేదా వేర్వేరు విధానాలను పొందించి చూస్తారో? వీటి జతకు మీ శరీరాన్ని మద్రువుగా ఉంచడాన్ని మరవకండి. దీని అవసరం అక్కడ చాలా ఉంటుంది. ఒక వేళ డాక్టరు వైపునుండి మీకు సాధారణ కాన్పు అనే సంకేతంపొందితె అప్పుడు మీరు మీకిష్టమైన ఏదో ఒక విధానాన్ని ఎన్నుకోవచ్చును.

ఔషధము మరియు నొప్పి

ఒక వేళ నొప్పి నివారకపు మందు విషయం వస్తే కాన్పు సంబంధమందు ఈ విధమైన ఏదో ఔషదాన్ని తీసుకోవచ్చు. ఇందులో అనెస్తెటిక్ (నొప్పి) అర్థంకాదు మత్తు నిద్ర వస్తుంది అనలైజెసిక్ అట్రైక్విస్ టాక్వలైజర్స్, చేరుతుంది. మీరు స్వంతంగా మీకేది సుఖదాయకమో దాన్ని ఎన్నుకోవచ్చు. ఒక వేళ మీ ఏదైనా మెడికల్ షావులో లేదా ఇప్పటి పరిస్థితిలో కొంచెం వేరే ఉండే మీ ఎంపిక నియమితం కావచ్చు.

ఏమంటే ఏదేని ఔషధం మీ నొప్పిని ఎండమట్టుకు

తక్కువౌతుందని, లేదా మీ పై దాని పరిణామం ఏమౌతుంది అనేదాన్ని మీరు గమనించవలసి ఉంటుంది. ఎందుకంటే వేరేవేరే మందులు జనులపై వేరేవేరే పరిణామం పడుతుంది. ఒక వేళ ఎన్నుకొన్న మందు ఇవ్వవలసి ఉంటుంది. ఇలానూ కావచ్చు. అయితే నొప్పి నివారక మందును డాక్టర్లు ఏరీతిగా ఇష్టపడుతారో అదే రీతిగా ఇవ్వవచ్చును.

ఇక్కడ కాన్పు నొప్పికోసం విశేష మందుల గూర్చి చెప్పబడుతుంది.

ఎపిడ్యోలరల్: 2/3వవంతు గర్భవతులకు ఆస్పత్రుల్లో నొప్పి తగ్గడానికి (సహించడానికి) ఈ ఔషధం ఉపయోగింపబడుతుంది. దీనిలోక ప్రీతికిదియొక కారణం. ఏమంటే ఎక్కువ భాగం అవసరముండదు. కడుపు క్రింది భాగమందు లోకల్ పైన్ రిలీఫ్ ఇవ్వబడుతుంది. ఈ విధంగా మీరు పూర్తీ హెచ్చరికతో ఉంటారు. మరియు శిశువు పుట్టిన తర్వాత దానిని స్వాగతించుటకు సిద్ధంగా ఉంటారు. ఈ ఔషధాన్ని వేరే ఔషధానికి పోలిస్తే ఈ ఔషధమూ శిశువుకు ఇది సురక్షయని తెలియబడింది. ఎందుకంటే ఈ ఔషధాన్ని వెన్నెముకపై ఇవ్వబడుతుంది. దీనివల్ల ఆపరేషన్‌లో తొందరకాదు. మరియు ప్రసవ ప్రక్రియలోనూ నిదానం కాదు. అని అధ్యయనముల ద్వారా తెలియబడింది. ఒక వేళ ప్రసవ ప్రక్రియ నిదానమైనా, ప్రసవమూ తన వేగంలో అగునట్లు డాక్టరు మీకు పిటోసిన్ హార్మోన్ ఇవ్వవచ్చును.

ఎపిడ్యూరల్ ద్వారా మీరు ఏ పరీక్షైనా చేయవచ్చును. ఎపిడ్యూరల్ ఇవ్వడానికి ముందు ఐ.వి. మొదలౌతుంది. ఎందుకంటే మీ రక్తపు ఒత్తిడి తక్కువ కారాదని. కొన్ని అస్పత్రులలో బ్లాడర్‌కు కథెటర్ ఇస్తారు. ఎందుకంటే ఆ ప్రక్షుకియలో మూత్రం చేయుట జరుగనని. ఔషధమువలన మూత్రము నిధానం కావచ్చు. కొన్ని ఆస్పత్రులలో అవసరముంటే కెథెటన్ ఉపయోగిస్తారు.

మీ మధ్యముయొక్క క్రింది భాగాన ఆచిటెసెప్టిక్ లోషన్ పూస్తారు. మరియు వెన్ను యొక్క ఆ భాగంలో లోకల్ అనెస్టేషియా ఇవ్వగా ఆ భాగమంతా జోమువస్తుంది. గడ్డ అవుతుంది. ఆ భాగమునుండి ఒక పెద్ద సూదిని వెన్ను పూస ఎముకలో ఎపిడ్యూరల్ భాగాన వేయబడుతుంది. మీ కెప్పుడూ ఒక ప్రక పండుకోంటారో లేదా టేబుల్ మీద వేరొకరి సహాయంతో ఒంగి ఉంటారో అప్పుడు ఇది చేయబడుతుంది. కొందరికి సూది పొడిచే నొప్పి అనుభవమౌతుంది. ఒక వేళ మీరు అదృష్టవంతులైతే అనేక మంది మహిళలవలె మీకు ఏ నొప్పీ తెలియదు. ప్రసవపు నొప్పులమందు ఈ సూది క్రుచ్చె నొప్పి లేదు.

సూదిని తీసి ఆ ప్రదేశంలో ఒక తెలికపాటి కథెటర్ ట్యూబ్ వేయ బడుతుంది. ఈ ట్యూబ్‌ను వీపుణ టిప్‌తో అతికించబడుతుంది. ఎందుకంటే మీరు కదలాడవచ్చు. ఒక ఔషధపు ప్రమాణము (డోస్) ఇచ్చిన 3 నుండి 5 నిమిషముల లోపల గర్భాశయపు స్నాయువులు తెలివి తప్పటకు మొదలవుతాయి. (జోము రావటం ప్రారంభమౌతుంది) 10 నిమిషముల తర్వాత పూర్తి ఆరామం దొరకుతుంది. ఔషధం వల్ల క్రింది భాగము పూర్తి స్పర్శజ్ఞాన రహితమౌతుంది. మీరు సంకోచితత్వము అనుభవించరు.

★ మీ రక్తపు ఒత్తిడిని ఒకే సమంగా పరీక్ష చేస్తూ ఉంటుంది.

★ ఒకో సారి ఎపిడ్యూయల్ వలన శిశువు యొక్క హృదయ తాడనము నిదానమగును. దీనికోసం శిశువు మీదనూ ఒకే సమంగా గమనమిడవలసివస్తుంది. అయితే దీని నుండి మీకు అల్లాడుటకు తొందరవు తుంది. అయితే డాక్టరకు మీ ఇద్దరి సంకుచితం మీద గమనముంచుటకు సులభమగును.

సంతోషించదగిన దేమంటే ఈ ప్రక్రియలో హానికరమైన పరిణామం చాల తక్కువ ఉంటుంది. ఒక్కొక్క మారు కొంతమంది మహిళలకు శరీరంలో ఒక భాగమే స్పర్శరహిత అనుభవమవుతుంది. ఒక వేళ మీది బ్రాంతియొక్క ప్రసవపు నొప్పియొక్క ప్రకరణం అయివుంటే (బైక లేబర్) నొప్పి మీద పట్టం చేయలేరు.

స్పైనల్ ఎపిడ్యూరల్ : – ఇది కూడా పారంపరికమైన ఎపిడ్యూరల్ తరహాంతు, నొప్పి మాన్పు పని చేయును. దీనిలో ఔషధపు కొద్ది భాగాన్ని ఇవ్వబడుతుంది. అన్ని చోట్లా దీని సౌలభ్యముండదు.

మీరు మొదట దీనివిషయమై తెలిసికోవాలి. అనేస్తేషియా డాక్టరు మీకు స్పైనల్ ఔషధమందు కొంత భాగాన్నిచ్చి, నొప్పి నుండి విముక్తి నివ్వగలరు. అయితే మీకు కాళ్ళు మరియు మాంసఖండములు గడ్డకట్టవు. అందువల్ల మీరు దీని ఉపయోగాన్ని చేయవచ్చు. ఒక వేళ మీకు నొప్పివల్ల ఆరామదొరక కపోతే అప్పు కథేటర్ ఇవ్వవచ్చు. అయినా కాళ్ళు జోమెక్కవు. అయితే ఎక్కువ నిశ్శక్తిగా ఉవుటారు. అందువల్ల ఆ సవుయు వుందు మీరు నడచుటకు ఇష్టపడరు.

స్పైనల్ బ్లాక్ లేదా సైడల్ బ్లాక్ : – ఈ దినాల్లో ఈ రెండు బ్లాక్‌లేనేలేవు, అనిచెప్పవచ్చు. ఒక వేళ మీరు ఎపిడ్యూరల్ వద్దని మరియు ప్రసవం నొప్పి నివారకం కావాలంటే మీరు స్పైనల్ బ్లాక్ తీసుకోవచ్చు. దీనిలో సహా స్పైనల్ కార్డ్‌యొక్క ఔషధమందు సూది మందు ఇవ్వబడుతుంది. ఈ కారణంవల్లనూ మీ రక్తపు ఒత్తిడి తక్కువౌతుంది.

పుండెండల్ బ్లాక్ : దీన్ని వెజైనల్ కాన్పునందు ఉపయోగింపబడుతుంది. సూదిద్వారా ఔషధం ఇవ్వబడుతుంది. దీనివల్ల ఆ భాగవు స్పర్శరహితవౌతుంది. ఒక వేళ ఫార్సెప్స్ లేదా వ్యాక్యూమ్ ఎక్స్‌పెక్షన్ చేయాలంటే ఈ విధ లాభదాయకం దీని ప్రధాన ఎపిసియోటమి వరకు అవుతుంది.

జనరల్ అనెస్థిషియా : ఈ దినాల్లో సాధారణ కాన్పుల్లో దీని ఉపయోగం చాలా ఎక్కువగా ఉండును. సాధారణంగా ఆవత్కాలపు సర్జికల్ ప్రసవ ప్రకరణమందు దీన్ని ఇవ్వబడుతుంది. దీనివల్ల నిద్రవస్తుంది. మరియు మీరు ప్రసవ సమయంలో మూర్ఛ పొయి ఉంటారు. వాంతి కావడం లేదా దగ్గడం మొదలైన తొందరలు కావచ్చు.

ఇందులో తల్లి జతకు శిశువుపైనా ప్రభావం పడుతుంది. శిశువుపై పరిణామ మగుటకు మొదలే శిశువును బయటికి తీయుటకు ప్రయత్నం చేయడం జరుగుతుంది. మీకు ఆక్సిజన్ కూడా ఇవ్వవచ్చును. ఎందుకంటే శిశువుకు పూర్తి ఆక్సిజన్ దొరకని, మరియు దానిపై ఔషధవు యొక్క అధిక పరిణావుం

> **నొప్పి లేకుండట**
>
> ఏమి త్రోయుటకు అవసరవుుందేలేదా! చాలావుంది వుహిళలు ఏపివ్యూరలో అయినా తర్వాత కూడా వారికి కడుపును బయటికి త్రోయుటకు అందరకావధి తెలికొన్నారు. నర్స్‌వారికి సంకుబిడవు సమయాన్ని తెలుతారు మరియు వారు బలము వేస్తారు. ఒక వేళ నొప్పి లేకుండా కాన్పుకాదంటి ఎపిడూరల్ నిలువవలసి ఉంటుంది, ఆ తర్వాత కాన్పు తరువాత మరో సారి మందిని ఆ భాగాన్ని మత్తుగా చేయవచ్చు.

కాకుండుగాక అని.

డెమెరోల్ : ఈ బాధ నివారకవు దుండు ఉపయోగం చాల ఉపయోగమౌతుంది. దీనివల్ల నొప్పి తగ్గుతుంది. దీని 2 నుండి 4 గంటల్లో వురియు వురల ఇవ్వగలదు (ఇవ్వవచ్చు). దీని కొన్ని దుష్పరిణామాలు కావచచును. అంటేగాబరా పడేదిలేదా రక్తపు టాత్తిడిలో తక్కువ నవజాత శిశువు మీద దీని పరిణామం మీరు కాన్పుకు ఎంతముందు ఔషదాన్ని ఇచ్చారు అనే మాటపై నిర్ధారణ అవుతుంది. ఒక వేళ కాన్పు జతలో ఇచ్చివుంటే శిశువు నిద్ర పోవచ్చును. ఊపిరాడుటలో తొందర కావచ్చు. మరియు శిశువుకు ఆక్సిజన్ ఇవ్వవలసియుుండును. ఈ పరిణావుం తాత్కాలికము. దీని చికిత్స చేయవచ్చును.

దీన్నిసామాన్యంగా కాన్పుకు 2–3 గంటల ముందు ఇచ్చే ప్రయత్నం చేయవచ్చును.

ట్రైక్వలాయిజర్స్ : దీనివల్ల తల్లి పూర్తిగా శాంతించి శిశువుకు జన్మనిచ్చే ప్రక్రియలో సహకరిస్తుంది. దీనివల్ల నొప్పి నివారక శక్తిని ఎక్కువ చేస్తుంది. ఒక వేళ తల్లియొక్క ఓద్విగ్నముయొక్క కారణమువల్ల ప్రసవంలో తొందరవు ఉంటే అప్పడు దీనిని ఇవ్వబడుతుంది.

కొందరు స్త్రీలు తేలికమైన దాన్ని స్వాగతిస్తారు. వురికొందరికి జీవనంలో జ్ఞాపకవుుంచుకొదగిన ఘడియలను పోగొట్టుకోంటున్నావుని అనిపిస్తుంది. సురాక్ నుండి ఎక్కువమయిన వ్యత్యాసం అవుతుంది. ఎక్కువ సురాక్ స్వల్ప నష్టం కూడా చేయవచ్చు. అయితే

దీనివల్ల శిశువుకు అపాయమేమీ లేదు. అయితే డాక్టరుగారి అవశ్యక ఎక్కువయినపుడు మాత్రం దీని ఉపయోగాన్ని చేస్తారు. మీరు మీ ఉద్విగ్నతను తగ్గించుటఖు ఔషధాన్ని తీసికొనే బదులు రిలాక్సేషన్ తంత్రాని నేర్వాలి.

నొప్పి మరియు నైసర్గిక చికిత్స : ఏదో స్త్రీ ప్రసవ సంబంధమైన మందును సేవింపనిష్టపడదు. అయితే ఆ పరిస్థితిని ఆరామదాయకం చేయడానికి ఇష్టపడుతుంది. దీనికోసం నైసర్గిక చికిత్సా పద్ధతియొక్క సహాయాన్ని పొందవచ్చును. ఈ దినాల్లో కొన్ని పారంపరిక డాక్టర్లు కూడా ఈ తంత్రపు సహాయం తీసుకొంటున్నారు. మీరు ఎపిడ్యూరల్ తీసుకోవలసివచ్చినా సరే, ప్రసవం ముందు ఈ తంత్రముల ఉపయోగము ధ్యానం మొదలడండి. మరియు ఏమైనా లైసెన్స్ పొందిన విశేషజ్ఞుల నుండియే తర్ఫదు పొందండి : వారికి గర్భావస్థ, ప్రసవము బావానుభవము ఉంటుంది.

ఆక్యుపంక్చర్ మరియు ఆక్యుప్రెషర్ : వైజ్ఞానికఅజ్ఞానములనుండి చీనా దేశంవారు వేల సంవత్సరములనుండి ఆక్యూపంక్చర్ మరియు ఆక్యుప్రెషర్నుండి నొప్పి నివారణా తంత్రాన్ని తెలిసికొన్నారని తెలియవచ్చింది. ఆక్యుపంచర్ సహాయంనుండి శరీరముయొక్క కొన్ని నిర్దేశిత కేంద్రములందు సూదు గ్రుచ్చి ప్రసవపు నొప్పిని తగ్గించవచ్చు. ఆకుప్రెషర్లో వట్టి వ్రేళ్ళనుండి కేంద్రములందు ఒత్తిడి ఇవ్వబడుతుంది. ఒక వేళ మీరు ప్రసవ సమయంలో వీనిలో ఏదో ఒకటి విశేషతను ఉంచుకొనడానికి ఇష్టపడితే మీ డాక్టరుకు మొదలే చెప్పండి.

ఎఫ్లెక్సాలజీ : గాయముల కొన్ని కేంద్రాల్లో మాలీష్ చేయడంవల్ల ప్రసవపు నొప్పి తగ్గించవచ్చు నని తెలిసికొన్నారు. దీనివల్ల ప్రసవావధిని తగ్గించవచ్చు. కొన్ని కేంద్రాలు ఎంత శక్తివంతమైనవంటే ప్రసవానికేళ్ళముందు వాటిని ఒత్తరాదు. లేద ఉత్తేజపరచరాదు.

ఫిసికల్ థిరపి : మాలిష్ మరియు చల్లని వేడి నీళ్ళ కాపడంవల్ల ప్రసవపు నొప్పిని తగ్గించవచ్చు. ఏదైనా అనుభవమున్న చేతులనుండి మాలిష్ చేయుంచుకోవడం చేతను ప్రసవపు నొప్పిని తగ్గించవచ్చు.

హ్యడ్రోథిరపి : కాన్పు విషయంలో వెచ్చని నీటి స్నానం హాయిగా ఉంటుంది. కాన్పు నొప్పి సంబంధంలో నీటితో నిండిన టబ్లో పడుకోవడంవల్ల ప్రసవపు నొప్పిని తగ్గించవచ్చు. కొన్ని ఆస్పత్రుల్లో ఈ సౌలభ్యం ఇవ్వబడుతుంది.

హిప్నోబర్థింగ్ : చెప్పాలంటే సమ్మోహిని ప్రసవపు నొప్పిని తగ్గించదు. లేదా శరీరపు ఏదేని భాగాన్ని మత్తు పరచదు. మీరు లోతుగా రిలాక్స్ అవుతారు. అంతే. ఇదందరి మీద పరిణామం పడదు. మీకేదైనా అనుభవమున్న పరిణతులైన వారి సహాయంనుండి దీని అభ్యాసాన్ని కూడా చేయవలని రావచ్చు, మీరు ప్రసవనొప్పి యొక్క తొందరలనుండి దూరం కావచ్చు. దీని ఒక లాభమంటే మీరు మీ ప్రసవపు అన్ని ప్రక్రియలను సొంతంగా చూడవచ్చు. శిశువుయొక్క క్షేమం మీద కూడా ఏ రీతియైన ప్రభావం రాదు.

హిస్సెక్షన్ : మీరి హిస్సెక్యస్ లేదా గమనాన్ని తిరిగించే తంత్రాన్ని సహా ఉపయోగించవచ్చు. ఎట్లంటే టి.వి. చూడడం సంగీతం వినేది, ధ్యానం చేయడం మొదలైనవి. దీనినుండి మీ గమనం నొప్పినుండి వేరే చోటికి పోతుంది. మీరేదైనా మంచి చిత్రం లేదా సీనరిపై కూడా మీ గమనాన్ని కేంద్రీకరించవచ్చు. ఇదే గాక మానసిక చిత్రణపు వ్యాయామం చేయండి.

శిశువు గర్భావస్థనుండి బయటికొచ్చేటట్లు మరియు మీ భుజాలందు తీసికొంటున్నట్లు కల్పన చేసుకొండి. ఈ విధానంలో మీరు చాలినమత విశ్రాంతి పొందుతారు.

ట్రాంక్యుటైనియస ఎలిక్ట్రికల్ నర్వ్ స్టిములేషన్: ఈ విధానమందు ఎలెక్ట్రోడ్ తక్కువ ఓల్టేజ్ పల్స్వల్ల గర్భాశయం మరియు సర్విక్స్యొక్క స్నాయువులకు ఉత్తేజనం ఇస్తుంది. దీన్నుండి నొప్పి తగ్గుతుంది. అయితే దీన్ని గూర్చి ఏదే ఖచితమైన సాక్ష్యం చిక్కలేదు.

నిర్ధారణ చేయడం

తుదకు మీరు ప్రసవపు నొప్పిని తగ్గించే అన్ని తంత్రాలనూ నేర్చారు. దీన్నుండి మీరు నిర్ణయం చేయాలి. అయితే ఏ నిర్ణయం తీసుకొనే ముందు :-

★ డాక్టరు జతలో మనసిచ్చి మాట్లాడండి. వారు నిర్ణయం తీసుకొనేదాంట్లో సహాయ పడతారు. ఔషధాలమరియు పద్ధతుల లాభనష్టాలను మొదలే తెలిసుకొండి.

★ భ్రమను తెరచి ఉంచండి. ఎందుకంటే ప్రసవ సమయపు పరిస్థితిలో ఏమి మార్పు వస్తుంది అని మీకు తెలిసియుండదు. ఒక వేళ మీరు ఔషధాన్ని తీసికొకుండ దానికి యేచింభిచఋియుండవచ్చు. అయితే ఔషధం తీసికోవలని ఉంటుంది. లేక ఒక వేళ మీరు ముందు తీసుకొనెందుకు యోచించి అది లేకనే మీ కాన్పూ కావచ్చును. కాబట్టి మీరు కొన్ని తంత్రముల అభ్యాసం మరియు సమాచారాలనుంచాలి.

ప్రసవపు నొప్పి మీరీతినుండియొ లేక డాక్టరు రీతివల్లనో తగ్గినా సరే, అయితే చివర్లో మార్పు సకారాత్మకపై యుండాలి. అంటే ముద్దైన, దుండుదుండుగానున్న శిశువు భుజాలు రావాలి. ఇదే అన్నిటికంటే గొప్ప మాట.

■ ■ ■

ఎనిమిదవ నెల

సుమారు 32 నుండి 35 వారము వరకు

ఎనిమిదో నెలలో కూడా మీరు దినదినానికి మీలో మీరే ఆ తర్వాత వచ్చే సమయానికోసం తయారు అగుచుండవచ్చును. మీరు శిశువు జననమును గూర్చి మంచి ఉత్సాహాన్ని చూపించుతారు. ఆలా ఏదైనా ఒక వేళ ఇది మీ మొదటి గర్భావస్థ అయినచో మీ యిద్దరికీ ఇంతే అనిపిస్తుంది, ఏమంటే శిశువు వస్తూందని, ఒక వేళ మీకు దీనివల్ల గాబరియగుతూంటే మీరు, మీ తల్లి తండ్రి స్నేహితురాండ్రు, మిత్రులతో మాట్లాడండి, అవారు కూడ మొదటి గర్భావస్థయందు ఇదే విధమైన మానసిక ఒత్తిడిని అనుభవించి యుండవచ్చు.

ఈ నెలలో మీ శిశువు పెరుగుదల

32వ వారం :- ఈ నెల మీ బిడ్డ తూకం సుమారు 4 పౌండ్లు మరియు పొడవు 19'' అంగుళవములు ఉండవచ్చు. ఈ దినాల్లో వట్టి పెరుదల మాత్రం కావడం లేదు. ఏరీతిగా మీరు ముందు రాబోవు దినముల తయారిలో ఉన్నారో అదే విధంగా శిశువు కూడా అఘటియల తయారీ గడువుతూంది. ఈ వెనుకటి కొన్ని వారాల్లో శిశువు చీపుతుంది. ఊపిరి తీసికొంటుంది. మ్రింగడం మరియు తీసుకోవడం తన్నేది అభ్యాసం చేయవలసి ఉంది. ఎందుకంటే బయటికి వచ్చిన తర్వాత ఈ ప్రపంచంలో బ్రతకాలి, ఇప్పుడు శిశువు తన వేళ్ళను చీపుటను నేర్చుకొంది. ఇపుడు మీ శిశువు యొక్క చర్మము పారదర్శకముగా మిగల్లేదు. మీవలనే ఉంది. ఎందుకంటే శిశువు క్రింది మేధస్సు చేరుకొంది.

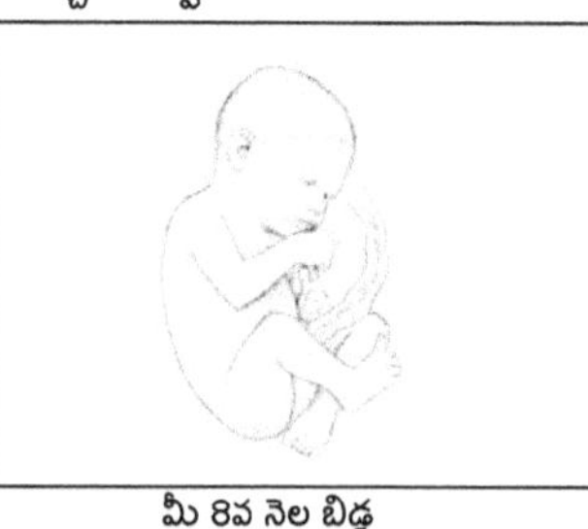

మీ 8వ నెల బిడ్డ

33వ వారం : శిశువు సహా మీవలెనే తూక హెచ్చుచున్నది. ఆ రీతియందు శిశువు తూకం సుమారు 4 1/2 పౌడ్లు అయి ఉండవచ్చును. ఈ వారంలో పొడవు 1'' అంగుళం పూర్తి ఎక్కువపై ఉండవచ్చు. దినదినానికి ఎక్కువౌతుంది. ఇప్పుడు కడువులో ఎమ్నియాస్టిక్ ద్రవ్యానికి స్థలం మిగల్లేదు. అట్లయి శిశువుకు తన్నుటకు కష్టమగును. ఇప్పుడీ ద్రవ్యము మీ ఇద్దరి మధ్య కుషన్ వలే పని చేయదు. మీనుండి శిశువుకు అంటిబ్యాండేజ్ సహా పోతుంది. ఎందుకంటే శిశువుయొక్క ఇమ్యూ సిస్టమ్ కావాలి. ఎప్పుడు శిశువు బయటికి వస్తుందో అప్పుడు అంటి బాండేజ్, శిశువుతో పాట ఉంటుంది, మరియు శిశువు సుమారు ఆ ణ ం వ ్ర ల న ం ం డి దూరమవుతుంది.

34 వ వారం : ఈ సమయంలో శిశువు పొడవు

20 అంగుళాలు మరియు తూకం 5 పౌండ్లు ఉంటుంది. ఒక వేళ అది మనుష్యుడై ఉంటే ఈ వారం దాని రహస్యాంగవములు తయారవుతుంది. ఇప్పుడందరు శిశువుల గోళ్ళు వాటి వ్రేళ్ళ గెణ్ణులవరకూ వచ్చింది. మీ వస్తువుల పట్టికలో నైల్‌కటర్‌ను చేర్చుకోనేది మరవకండి.

35వ వారం : ఒక వేళ శిశువు నిలబడేటట్టుంటే దాని పొడవు సుమారు 20 అంగుళాలు, తూకం 5 1/2 పౌండ్లు దగ్గరగా కాన్పువరకూ శిశువు తూకం మరియు బుద్ధియొక్క సెల్‌లు పెరుగుతాయి. దాని బుద్ధ పెంపు తీవ్రగతితో జరుగును. ఇప్పటికే శిశువు మీ గర్భాశయమందు తలక్రింద మరియు కాళ్ళపైన ఉండే ముద్రలోరానున్నది. మొదటి కాన్పు సంబంధంలో తల బయటికి రావడం సరిగా ఉంటుంది. శిశువు తలయు పెద్దదిగా ఉండవచ్చును. అయితే చాల మృదువుగా ఉంటుంది.

మీ ఏమి అనుభవించుచుండవచ్చు

ప్రతిసారి అలాగే గుర్తు పెట్టుకొండి. ప్రతియొక్క స్త్రీ తన గర్భావస్థలో తనకు తానే ఆహరిచితు రాలౌతుంది. మీరి లక్షణాల నొకసారి లేక అప్పడప్పుడు అనుభవించుచుండవచ్చు. కొన్ని లక్షణాలు వెనుకటి నెలనుండే ఉండవచ్చు. మరికొన్ని కొత్తగా ఉండవచ్చు. కొన్ని లక్షణాలు ఎంత రూఢి అవుతుందంటే మనకు దాని గుర్తించ సాధ్యం కాదు. మీ యీ లక్షణాలు వీటినుండి తక్కువ ఉండవచ్చును. ఈ నెల మీరు క్రిందివ్రాసిన లక్షణాలను అనుభవించవచ్చు.

శారీరిక

★ శిశువు చాలాకితనంలో తీవ్రత గడుసుతను.
★ శిశువుయొక్క దఢ్రత మరియు నియమిత చురుకుదనాలు.
★ యోని స్రావంలో వృద్ధి
★ మలబద్ధత ఎక్కువ కావచ్చు.
★ ఎదలో మంట, అజీర్ణత, మరియు గ్యాస్
★ తలలో నొప్పి మూర్ఛతల త్రిప్పట
★ మలబద్ధత

ఒక దృష్టి

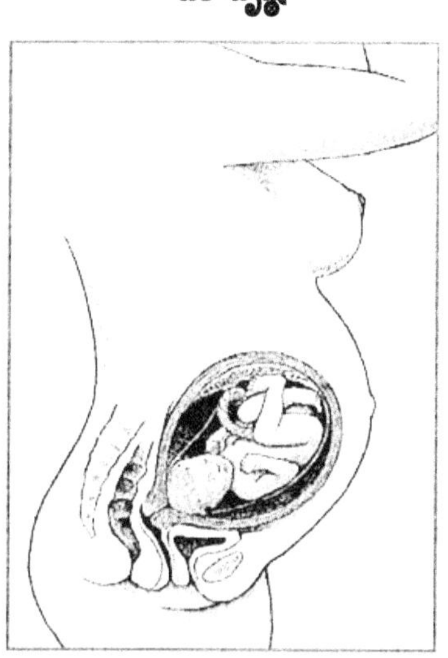

ప్యూబిక్ ఎవుకనుండి గర్భాశయపు పొడవుసె.మీ.నుండి కొలిస్తే గర్భావస్థపు వారంలో ప్యూబిక్ బోన్‌నుండి గర్భాశయం పొడవు సుమారు 34 వారంలో 34 సెం.మీ. ఉంది.

★ ఎదలో మంట, అజీర్ణం, కడుపునిండినట్లుండేది, తలనొప్పి జ్ఞానం తప్పట, తలత్రిప్పడ
★ ముక్కు దిబ్బడ లేక ఒకోసారి ముక్కులో రక్తం రావడం, చెవిలో గుమిలి.
★ వళ్ళు తోముకోవాలంటే చిగుళ్ళనుండి రక్తం రావడం
★ కాళ్ళు తీవులు
★ వెన్ను పోట
★ పాదములపై ఒతిడి లేదా నొప్పి.
★ మెడిమె మరియు కాళ్ళు లేదా చేతులు మరియు ముఖమందు పలుచని ఉబ్బు.
★ మూలవ్యాధి
★ బొడ్డు ఊద
★ స్ట్రెచ్ మార్కులు
★ ఊపిరాడుటలో తొందర కష్టము.
★ పడుకోనుటకు కష్టం
★ సంకుచితపు అభ్యాసం

★ ఎద విశాలమగుట
★ ఎద తొట్టిలో కొలెస్ట్రాల్ చేరుట

భావనాత్మకము

★ గర్భావస్థను ముగింపు చేసువాలన్న ఉత్సాహం
★ ప్రసవము మరియు కాన్పు చింత
★ మరవు
★ ఒక వేళ మొదటి సారి తల్లికాబోతుంటే, తల్లియగునట్టి ఉత్సాహము.

ఈ నెల పరీక్ష

32 వారముల తర్వాత డాక్టరు మీకు ప్రతి రెండు వారాల కొకసారి రావాలని చెప్పవచ్చు. ఎందుకంటే మీ మరియు శిశువు పెరుగుదల మీద పూర్తి గమనం పెట్టుటకు. ఈ నెల పరీక్షలో మీరు క్రింద ఇచ్చి విషయముల గూర్చి నిరీక్షణ ఉంచుకోవచ్చు. అయితే ఇది చాల మట్టువారికి డాక్టరు పరీక్షా విధానము మరియు మీ పరిస్థితి మీద ఆధారపడియుంటుంది.

★ తూకము మరియు రక్త పరీక్ష
★ చక్కెర మరియు ప్రోటీన్ పరీక్షకై మూత్రము
★ శిశువు గుండె కొట్టుకోనుట
★ గర్భాశయము కోలత
★ బయటినుండి శిశువు ఆకారము మరియు స్థితి
★ చేయికాలు ఊదడం
★ గ్రూప్ బి స్ట్రెప్ టెస్టు
★ కొన్ని కొత్త మరియు తెలియని లక్షణాలు.
★ మీకొన్ని పశ్నలు మరియు జిజ్ఞాసలు. మీరు దేనిని యోచిస్తుండవచ్చు?

బ్రెక్స్టన్ హిక్స్ కాంట్రాక్షన్

''ఒక్కోసారి నా గర్భాశయము పైకి వచ్చి గట్టిగా అవుతుంది. ఇదేమి?''

ఇదొక వ్యాయామము. కాన్పు కావడములోనేగాకుండా శరీరం తనంతకు తానే ఆ సమయానికోసం తయారు చేస్తున్నది. దీన్ని బెక్స్టన్ హిక్స్ కాంట్రాక్షన్ అని అంటారు. అలాగ ఇది 20వ వారం నుండి మొదలవుతుంది. అయితే చివరి నెలల్లో ఇదింకనూ ఎక్కువై బాగా తెలుస్తుంది. ఒక వేళ గర్భావస్థ మొదలైఉంటే ఇదింకను పెడల్పు అయి ఉంటుంది. గర్భాశయం మీదినుండి కొంచెం ముదురి ఉంటే అపుడు మరల క్రిందివరకు దీని అనుభవం అవుతుంది. ఈ స్థితియూ 15 నుండి 30 సెకెనులవరకు ఉంటుంది. ఒకోసారి 2 నిమిషములు లేదా దాని కంటే ఎక్కువ సేపుండవచ్చును. ఒక వేళ మీరు ఆ సమయంలో మీ పొట్టమీద గమనం ప్రసరించితే మీరు మీకే ఏమనుభవిస్తున్నరనేది తెలుస్తుంది. దీనిని గమనించండి. కాని దీర్ఘంగా దాని తీసుకోవద్దండి.

ఎప్పుడు గర్భావస్థ ముగిసే అవస్థలో ఉంటుందో కొన్ని సార్లు దీన్ని గుర్తించడం కూడా కష్టం కావచ్చును. నిజమైన కాన్పు నొప్పి మొదలైందని అనిపిస్తుంది. అయితే దీనివల్ల శిశువుయొక్క ప్రసవం కాదు. అయితే సర్విక్స్ యొక్క ప్రక్రియ మొదలుకావడానికి సులభమగును. ఈ పరిస్థితిలో మీరు మీ స్థితిని మార్పు చేయండి. ఒక వేళ నిలుచుని ఉంటే పండుకొనండి. కూర్చొని ఉంటే లేచి తిరుగాడండి పూర్ణ ప్రమాణంలో నీరు పదార్థములను తీసుకొండి. డీహైడ్రేషన్‌వల్ల కూడా సంకుచితము మొదలవ్వవచ్చు. మీరీ సంబంధంగార్ఘుమీ ప్రసవపు వ్యాయామము మరియు శిశువు జనన సంబంధమైన తంత్రములను అభ్యాసం చేయవచ్చు. దీనివల్ల తరువాత సులభమగును.

ఒక వేళ తట్టుకోవడం సాధ్యం కాక పోతె మరియు ముందటి కన్ను ఎక్కువైతే, డాక్టరుకు చెప్పండి. ఒక వేళ ఒక గంటలో 4 సార్లకంట ఎక్కువ మార్లు ఇలా జరిగితే డాక్టరుకు తెలుపవలెను. వారికి పూర్తి పరిస్థితినంతా తెలుపవలెను.

ప్రక్కల్లో తన్నుట

''నా కనిపిస్తుంది శిశువు తన్ను ప్రక్క ఎముకలందు చిక్కుకొంది అని, దీన్నుండి ఎక్కువ నొప్పి అవుతుంది.

తుదినెల్లలో సాధారణంగా ఇలా అవుతుంది. ఒక వేళ మీరు మీ స్థితిని మార్పు చేస్తే, శిశువు కూడా తన స్థితిని మార్చుకొంటుంది. లేనట్లయితే మీరు ఒక వ్యాయామం చేయండి. తలమీద ఒక చేతిని తీసికొనిపోతూ ఊపిరి పీల్చుకొండి. ఎప్పుడు చెయ్యిని దిగువకు వదలుతారో

అపుడు ఊపిరి వదలండి. రెండు చేతులలో ఈ విధంగా కొన్ని సార్లు చేయండి. ఒక వేళ ఏరీతులూ పనిచేయకపోతె ఇది కొన్ని సార్లు స్నాయువుల సడలింపుతో ఇలా అవుతూందని తెలిసికొండి. ఎందుకంటే గర్భావస్థ హార్మోనులుచ్చేది ''ఎనటమి నోఫెన్'' నుండి నొప్పిలో కొంత హాయినిస్తుంది. అయితే ఈ సంబంధంగా భారమైన వస్తువు ఎత్తేదాన్ని చేయవద్దండి. లేకపోతే పరిస్థితి ఇంకా చెడిపోతుంది

ఊపిరాడుటలో తొందర

ఒకో సారి నాకు ఊపిరాడడం కష్టమవుతుంది. ఆ సమయంలో నా గ్యాస్ కూడా నిండినట్లు అనిపిస్తుంది. ఇట్లెందుకగును? ఏమి శిశువుకు ఆక్సిజన్ నింపడం బిడ్డకు సరికావడం లేదా?

ఈ దినాల్లో పై ఊపిరి రావడం సామాన్యమైన మాట. మీ గర్భాశయానికి తెలియుచున్న శిశువు కోసం తన ఆకారాన్ని విశాలం చేయవలసి ఉంటుంది. దీనివల్ల అంగముల మీద ఒత్తిడవుతుందు.

> **శిశుఙ్ఞాలను ఎన్నుకోవడం**
>
> బిడ్డల విషయం తెలిసిన వారిని ఎన్నకొనేది. మీరు చాలా విచారించి చిల్డ్రన్స్ స్పెషలిస్టులను ఎన్నుకోవలసి ఉంటుంది. ఒక వేళ అర్ధరాత్రిలో అవసరమైతే వారిని నిస్సంకోచంగా కలిసే ఉండాలి. దీని విషయంగా మీరు మీ డాక్టరు మిత్రులు సహోద్యోగులు ఆస్పత్రి, మరియు కాన్పు కేంద్రంలో సలహా తీసుకొండి. ఒక వేళ మీరు మీరేమలు నాదానికి భీమా చేసియుంటే, మీకు ఆ వట్టనుండి కూడా ఈ ఎంపిక చేయవలసి ఉండు 203 ఎంపికల తర్వాత భట్ చేసే సమయాన్ని తీసుకొండి. ముఖ్యమైన విషయముల గూర్చి మాట్లాడండి. ప్రతిసారి భేటీ చేసినప్పుడు డాక్టరు దొరకుతారా ఏమి? లేదా విశేష అవకాశములందు భేటి అవుతారా? మొదట ఆ డాక్టరు ఆస్పత్రి రెండు మాన్యతను పొందనవేనా అనేదాన్ని విచారించుకొండి. పుట్టిన శిశువును చూటుదకొనడానికి ఆస్పత్రికి వస్తారా ఏమి?

మీ శ్వాసకోశానికి ఊపిరి తీసికొను సమయంలో పూర్తేవిచ్చుకొనడానికి సాధ్యమవదు. ఈ దినములలో మీకు మెట్లక్కి దగ్గరకి వచ్చినా కూడా మెరాథ్యలో గెలిచివచ్చారా అనిపిస్తుంది. అట్లే శిశువుకు ఏదోవిధమైన తొందరకాకుండా ఉండవచ్చు. దానిదగ్గర సంపూర్ణమైన ఆక్సిజన్ ఉంది.

కాన్పుకు 2-3 వారాల మొదట ఈ స్థితిలో విశ్రాంతి దొరకును. అక్కడువరకూ మీకు పంగుటకు, బదులుగా సోఫాగా పండుకొండి. అథవా 2-3 దిండుల ఆశ్రయం పొందండి.

ఒకోసారి ఇదు ఇనుము కొరతవల్ల కూడా ఇలా అవుతుంది. కాబట్టి దీన్ని గూర్చి డాక్టరుతో మాట్లాడండి. ఒక వేళ ఊపిరి తీసుకానుటలో ఒకేసమంగా కష్టమవుతుంటే మీ డాక్టరు సలహా తీసికొండి. పెదవులో, వ్రేళ్ళల్లో, నీలు రంగు అవుతుంది. ఎదలో మంట లేదా నాడీ కొట్టుకోనడం ఎక్కువ కావడం వని సంకేతాన్ని నిర్లక్ష్యం చేయకండి.

బ్లాడరు మీద మియంత్రణ పోగొట్టుకోవడం

''నేను నిన్న రాత్రి ఒక మజా చేశాను. సినిమా చూస్తుంటిని. మరి మరి నవ్వుటవల్ల నా బ్లాడర్‌నుంచి ఒకే సమంగా మూత్రం పోతూండెను ఇదేమి?''

మరీమరీ బాత్‌రూం పోవడం చాలుకాలేదు. చివరు 3 నెలల్లో మరొక తొందర ఏదురైంది. ఎప్పుడైనా సరే మీరు తుమ్మినపుడు అరచినప్పుడు లేదా బరువైె వస్తువును ఎత్తినప్పుడు మీ మూత్రాశయమునుండి మూత్రం కారుతుంది. గర్భాశయవు హెచ్చుచున్న కారణం చేత మూత్రాశయంపై ఒత్తిడి ఎక్కువౌతుంది. కొందరు స్త్రీలకు అప్పడప్పుడు మూత్రమునకెళ్ళ అవసరమవుతుంది. క్రింద సూచించిన కొన్ని మా ఉపాయములు మీకు సహాయపడవచ్చు.

★ ఎప్పుడు మీరు మూత్రవిసర్జనకు బాత్‌రూంకు వెళ్ళితే, మూత్రాశయము పూర్తీ ఖాళీ చేయండి.

★ కీగల్ వ్యాయామం చేస్తుంటే ఇప్పుడు ఆరామం ఔతుంది. మీకు ముందు వచ్చే సమయంలోనూ మీ ఆకృతిని పొందవచ్చు.

★ తగ్గే సమయంలో అరచునప్పుడు, లేదా

నవ్వునవ్వుతు కీగల్ వ్యాయామం చేసి లేదా కాళ్ళను చాచి ఉంచండి.

★ ప్యాంటీలో లాయ్నర్‌ను ఉపయోగించండి.

★ ఒక వేళ సరియైన సమయంలో టాయ్‌లెట్‌కు పోకుంట బ్లాడరుపై ఒత్తిడి ఎక్కువౌతుంది. మలబద్ధకము నుండి కూడా పెల్విక్‌యొక్క మాంసఖండములు తక్కువౌతుంది. దీనినుండి దూరం ఉండండి.

★ ఒక వేళ మరిమరి మూత్ర విసర్జనకు పోవాలనిపిస్తే బ్లాడర్‌ను నియంత్రించుటను నేర్చుకొండి. గంటల బదులు 1/2 గంటకు ఒక సారి బాత్‌రూంకు పోయిరండి. నిధానంగా ఈ సమయాన్ని ఎక్కువ చేస్తూ పోండి. మీకు దడబడ చేసుకొని బాత్‌రూంకు పోవలసి ఉండదు.

★ ఏమైనాసరే దినానికి 8లోటాలు నీరు త్రాగడం మరువకండి. ఒక వేళ నీటి అంశము తక్కువైతే యోని మార్గంలో సంక్రమణ అవుతుంది.

ఆ సమయంలో కేవలం మూత్రం మాత్రమే బయటికి పోతుంది. ఆమ్నియాటిక్ ద్రవ్యం కాదని గుర్తుకు తెచ్చుకొండి. అందువల్ల దాని వాసన చూడండి. ఒకవేళ ఇది వాసనతోగూడిన మూత్రం కాకపోతే డాక్టరును అడగండి.

మీరు గర్భాన్ని ఎలా మోస్తున్నారు?

నన్ను చూచిన ప్రతియొకరూ నా గర్భ 8వ నెలకంటే

ఎనిమిది నెలల్లో గర్భధారణ

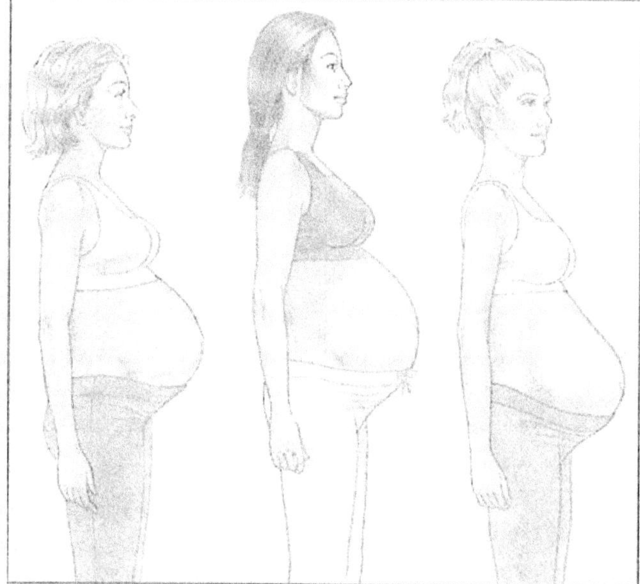

ఎనిమిదవ నెలలో మహిళలు ఈ మూడు రీతిలో గర్భధారణని పొందుతారు. ఇది అంతా మీ ఆకారవము లేదా స్థితి, బరువు, శిశువు స్థితి లేదా బరువుమీద నిర్ధారం చేయబడుతుంది. మీరు కొంచం పైగా, క్రింద చిన్నదిగా, చూసేదానికి నిండా చిన్న గర్భాశయం మాదిరి కనపడుతుంది.

తక్కువ కనబడుతూందని చెప్తారు. నా సూలగిత్తి అంతా సరిగా ఉందంట. అయితే నా శిశువుయొక్క పెరుగుదల అపూర్ణము కాదు కదా?

ఏదో తల్లి పొట్ట జూచి శిశువును గూర్చి తెలిసికోనుటకు అయ్యేది లేదు. మీరు గర్భమును ఏ రీతిగా ధారణ చేస్తారనేది ఇక్కడ ముఖ్యము.

మీదయిన మీ శరీరం : ఆకృతి మరియు ఎముకల ఆకారం మీద పొట్టయొక్క వివిధాకృత కావచ్చును. క పొట్టిగా ఉన్న స్త్రీ ఉబ్బరం. పొడవుగా ఉన్న స్త్రీ ఉబ్బరము ఎదుట చిన్నదిగా ఉండవచ్చు. అదే మరొక చోట ఎక్కువ దప్పంగా ఉండే స్త్రీలకు కడుపుబ్బరము కనబడేదే లేదు. ఎందుకంటే వారి పొట్టలో శిశువుకు మొదట చాలినంత చోటు ఉంటుంది.

మీ మాంసఖండముల టోన్ : ఒక వేళ మీ మాంస ఖండములు గట్టిగా ఉంటే సడిలవు మాంసఖండం వరకు పోలిస్తే మీ పొట్ట ఉబ్బరము కనబడదు.

జీవనస్థితి : బయటినుండి మీ పొట్ట ఉబ్బరం ఎట్లు కనబడుతుంది అనేది శిశువు లోపల యావ స్థితిలో ఉంది అనేదానిమీద నిర్ధారణ జరుగుతుంది.

మీ తూకం : తల్లి తూకం ఎక్కువయ్యే దాని అర్థం. శిశువు తూకం ఎక్కువ ఉంది అనికాదు. మీ మరదలు లేదా వదినే జతలో పని చేసేవాళ్ళకంటె డాక్టరు శిశువు పెరుగుదల ఎట్లు అవుతూంది అని సరిగ్గా చెప్తారు ఎందుకంటే వారు మీ గర్భాశయము మరియు పెరుగుదల మీద ఒకవిధమైన గమనం పెట్టి ఉంటారు. దీనికై అల్ట్రాసాండ్ మొదలయిన ఇంకనూ వేరే మెడికల్ పరీక్షల అవసరం ఉంటుంది. దీన్ల శబ్దములందు లోపల ఏమి జరుగుతూందనేదాన్ని బయటినుండి అంచనా వేయడం సాధ్యంకాదు.

ప్రతియొక్కరు చెప్తారు నాకు మగబిడ్డ అవుతుందని. ఎందుకంటే నా నితంబములు ఉబ్బలేదు. వట్టి కడుపు మాత్రం ఉబ్బిందని. ఏమి దీనిలో నిజముందా?

ఇది సూలగిత్తి అనుమానం, ఎందుకంటే వారి అనుమానం 50% నిజమవుతుంది. ఇది ఉండనూ ఉండవచ్చు, లేకనూ పోవచ్చు. మీరీతి అందాజు చేయకూడదు. అయితే దీనిపై శిశువు కోణముయొక్క వర్ణము లేదా బట్టయొక్క వర్ణము తెలియకపోకుండుటే మంచిది.

మీ ఆకృతి మరియు ప్రసవము

''నా ఎత్తు 5' అడుగుతున్నది. దీనికంటే నాకు కాన్పు సమయాన తొందర కావచ్చా?''

శిశువుకు జన్మనిచ్చే మాట వచ్చినవుడు మీ బయటి ఆకృతి కంటే లోపలి ఆకృతి ముఖ్యమై యుంటుంది. పెల్విస్ మరియు శిశువు ఆకృతి కాన్పు క్షేమంగా అగునోకాదో అనే దాన్ని నిర్ణయిస్తుంది. దీనికి మీ ఎత్తుకూ ఏ సంబంధమూ లేదు. ఎత్తు తక్కువ అన్నమాత్రానికే మీ పెల్విస్ ఏరియా కూడ చిన్నదిగా ఉందని అర్థం కాదు. అది పొడవు గల స్త్రీకంటే పెద్దదై ఉండవచ్చు.

మీరే ఆకృతిని ఎట్లు గుర్తిస్తారు, ఎందుకంటే ఇదులెవెల్ యొక్క జతలో అంతూ రాదు. చిన్నది, మధ్యరకము, కొంచెం పెద్దది డాక్టరు తమ మొదటి పరీక్షలో దీని ఆకృతి అందాజును కొంచెం చేసి ఉంటారు. ఒక వేళ వారికి శిశువు తల రావడంలో తొందర అనిపిస్తే వారు అల్ట్రాసాండ్ సహాయాన్ని తీసికొంటారు.

సాధారణంగా దేవుడు ఇలా చేయడు ఏమంటే శిశువు తల పెద్దది మరియు తల్లి దేహం దానికంటే చిన్నదిగా ఉండేది. శిశువు చాలా ఆరామంగా ఈ ప్రపంచంలో అడుగిడుతుంది, మరియు నాకు పూర్తి భరోసా ఉంది, ఎందుకంటే మీ జతలో కూడా ఇట్లే అగును.

మీ తూకము మరియు శిశువు ఆకృతి

''నా తూకం చాలా ఎక్కువయినదని అనిపిస్తుంది. నా శిశువు కూడా పెద్దదైయున్నదని మరియు కాన్పులో తొందర అగునేమోనని.''

శిశువు తూకం ఎక్కువైందనే మాట కాదు. మీ శిశువు తూకం కొన్ని వేరే కారణాలమీద ఆధారపడిఉంది. జెనెటిక్స జనన సమయంలో మీ తూకం, గర్భావస్థకు

మొదలు మీ తూకం, మీరు ఏ విధమైన ఆహారం తీసుకొంటున్నారు. . సంబంధం.ఓ 35-40 పౌండ్ల తూకం అధికకావడంవల్ల 6-7 పౌండ్ల శిశువు ఉండవచ్చును. 25 పౌండ్ల ఎక్కువైతే, 8 పౌండ్ల శిశువు ఉండవచ్చు. తూకం ఎంత నిరంతరం ఎక్కువైతుందో శిశువు కూడా అంతే పెద్దదౌతుంది.

డాక్టరు మీ పొట్ట మరియు గర్భాశయపు పొడవు కొలిచి శిశువు యొక్క ఆకృతిని అందాజు చేస్తారు. అయినా దీనిలో ఒక్క పౌండు ఎక్కువ తక్కువ కావచ్చును. అల్ట్రాసౌండ్‌నుండి కూడా చేయబడుతుంది. దీన్ని కూడా సరె అని గుర్తించకండి. ఒక వేళ శిశువు పెద్దదిగా ఉన్ననూ దానికష్టం కాన్పు సమయంలో అయినా 6-7 పౌండ్ల శిశువు 9-10 పౌండ్ల శిశువులకి పోలిస్తే తొందరగా (వెంటనే) బయటకి వస్తుంది. ఎక్కువ మంది స్త్రీలు ఎక్కువ తూకమున్న శిశువుకూ ఏ విధమైన తొందర లేకుండా సులభంగా జన్మ ఇస్తారు. ఇక్కడ చూడాల్సిన విషయం అంటే మీ పెల్విక్ కంటే శిశువు తల ఎంత పెద్దగా ఉందని.

శిశువు యొక్క స్థితి

''నేను నా శిశువు ముఖం ఏ వైపుకుందని ఎట్లు తెలికానేది? నేను, శిశువు కాన్పు మార్గంలో సరిగా ఉందా అని తెలియగోరుచున్నాను?''

అయినా, బయటినుండి శిశువు చెయ్యి, కాలు, కోపము మరియు తన్నేదానిని చరీజు చేయడం మనోహరంగా ఉంటుంది. అయితే ఇది శిశువుయొక్క సరియైన స్థితిని తెలిసికొనే రీతికాదు. డాక్టరు శిశువు యొక్క అంగముల సరియైన స్థితిని జేరీజు వేయవచ్చు.

శిశువుయొక్క తన్నునుండియు దానిస్థితిని అందాజు చేయవచచు. ఒక వేళ దానితల మొదట ఉంటే, హృదయము కొట్టుడు కడుపు క్రింది అర్ధ భాగంనుండి వినబడుతుంది. ఒక వేళ ఏమైనా అనుమానముంటే అల్ట్రా సౌంటునుండి తెలియవచ్చును.

అట్లే మీ ఆనందానికి కోసం ఈ సాధనాన్ని ఉపయోగించవచ్చును.

శిశువు వెన్ను భాగము సమతలంగా ఉంటుంది మరియు దానికి చిన్న చేతులు కాళ్ళుంటుంది.

★ 8వ నెలలో శిశువు తల మీ పెల్విక్‌కు దగ్గర అవుతుంది. అయితే నితంబం తలకంట మృదువుగా ఉంటుంది.

బ్రీజ్ బేబి

వెనుకటి కలయికలో నాకు డాక్టరు శిశువుతల నా ప్రక్క ఎముకల దగ్గర ఉందని చెప్పిరి. ఏమి దీని అర్థము, అది బ్రీజ్ అనిమా?

శిశువు కొంచెంజిమ్నాస్టిక్ చేస్తుండవచ్చు. ఎక్కువమంది శిశువులు 32 నుండి 38 వారముల మధ్యలో సరియైన చోటికి వస్తుంది. కొందరు శిశువులు జననానికి కొన్నిదినముల ముందువరకూ సరియైన ఓతిలో క్రింది రావు. దాని క్రిందిభాగము దిగువ భాగానికుంది. దీనర్థము అది జనకాలమందూ బ్రీజ్ అయి ఉండుననికాదు.

ఒకవేల శిశువు కాన్పు సమయంలోనూ బ్రీజ్ స్థితిలో ఉంటే డాక్టరు మిమ్మలనడిగి ఒకటికొకున్న ఒకటిపాయుమును చేస్తారు. అందువల్ల దీనిలో గాబరీపడే పని ఉండదు.

బ్రీజ్ శిశువును త్రిప్పటం. కొందరు డాక్టర్లు బ్రీజ్ శిశువును త్రిప్పటకు వ్యాయామం చేయుటకు సలహా ఇస్తారు. మీ తలను క్రిందుగా చేసి చేతులు మరియు మోకాళ్ళు బలంమీద ఉండి కూర్చొని మరియు ముందు వెనుక చుట్టండి. పెల్విక్ టబ్బలో అయిత ఈ వ్యాయామాలను చేయుటకు ముందు డాక్టరు సలహాను తీసుకోవడం మరవకండి.

ముఖం ఎక్కడుంది? శిశువు స్థానాన్ని గూర్చి చెప్పవలసివస్తే శిశువుయొక్క తలక్రింద ముఖం మే వెనుక

బీజ్ శిశువును తిరిగించేది

కొందరు డాక్టర్లు బ్రీజ్ శిశువును తిరిగించుటకు వ్యాయామం చేయమని సలహా ఇస్తారు. మీ తలను క్రిందికి ఉంచి చెయ్యమరియు మోకాళ్ళ బలం మీద కూర్చొని మరియు మూదు వెన్ను చుట్టండి పెల్విక్ టబ్‌లో అయితే ఈ వ్యాయామాలను చేయుటకు ముందు డాక్టరు సలహా చేసికానడం మరవకండి

ముఖం ఎక్కడుంది

శిశువు స్థానమును గూర్చి చెప్పవలసివస్తే శిశువు తల క్రిందముఖము మే వెనుక మరియు సాదములు ఎదకు ఉంటే మీరు అదష్టవంతులు. ఇది ఆకిపూట్ ఎడిరియం పొసిషన్, జననానికి సరియైన పొజిషన్ ఎప్పుడు తట్టుకోవలసి ఉంటుంది. ఎందుకంటే కాన్పు సమయంలో దాని తల సులభంగా మొదట బయటికి వస్తుంది. ఒక వేళ శిశువు ముఖము మీ పొట్ట వైపుంటే ఇది నష్టదాయకవము. దానిడల మీ వెన్ను పూస ఎముకమీద ఒత్తిడి పడవచ్చును. మరియు దానికి బయటికి రావడానికి కూడా సమయం పడుతుంది. కాన్పు దినము దగ్గరయినట్లు డాక్టరు దాని పరిస్థితిని తెలియుటకు ప్రయత్నిస్తారు. ఒక వేళ దాని పొసిషన్ పోస్టరీయర్ అయివుంటే చింతించకండి. కొందరు శిశువులు కాన్పు వేళలో సరియైన పొజిషన్‌కు వస్తుంది. కొన్ని చొల్లు డాక్టరు వ్యాయావువములనుండి మార్పుతనదానికి ప్రయత్నిస్తారు.

శిశువు ఏ రీతిగా పడుకొన్నది?

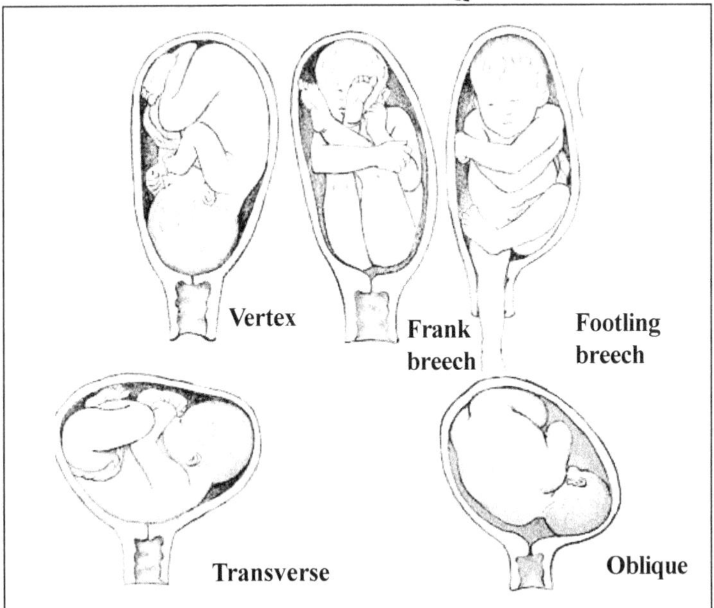

కాన్పు వేళ వస్తే శిశువు స్థానము శిశువు స్థానం ముఖ్యమౌతుంది. చాలమంది శిశువులు సర్వెక్స్ పొజిషన్ ఉంటాయి. బ్రీజ్ శిశువు కొన్ని స్థానాల్లో ఉంటుంది. ఎటటే ఫ్రేక్ బ్రీజ్‌లో దాని నితంబాలు క్రింబైపుకు ఉంటుంది. మరియు రెండకాళ్ళు పైకి వెన్ను చేతులు బిగువుగా పట్టుకొని ఉంటాయి. ఫుట్లింగ్ బ్రీజ్‌లో శిశువుయొక్క ఒకటి లేదా రెండు కాళ్ళు క్రిందివైపుకుంటాయి. ట్రాన్స్వర్స్ పొజిషన్‌లో శిశువు వెన్ను గర్భాశయువు ముఖంవైపుకుంటుంది. ఆబ్లిక్ పొజిషన్‌లో శిశువుయొక్క తల తల్లియొక్క నితంబముల వైపుకుంటుంది.

మరియు పాదాలు ఎదకు ఉంటే మీరు అదష్టవంతులు. ఇది ఆక్‌పుట్, ఎడీరియం పొజిషన్ జననానికి సరియైన పొజిషన్ అని తెలియవస్తుంది. ఏందుకంటే ముఖం మీ పొట్టవైపుంటే (ఆకిమెట్ పోస్టరియర్) ఇది నష్టదాయకము. దాని తల మీ వెనువైపు ఎముకమీద ఒత్తిడి వేయవచ్చు. మరియు దానికి బయటిరావడానికి సహా సమయం పట్టుతుంది. కాన్పు దినము దగ్గర పడితే డాక్టరు దాని స్థితిని తెలిసికోడానికి ప్రయత్నిస్తారు. ఒకవేళ దాని పొజిషన్ పోస్టీరియర్ అయియుంటే చింతించకండి. కొన్ని శిశువులు కాన్పు సమయంలో సరియైన స్థితికి వస్తాయి. కొన్ని చోట్ల డాక్టరు మీ వ్యాయామములనుండి మార్పు తేవడానికి ప్రయత్నిస్తారు.

శిశువు ఎలా పడుకోంది? కాన్పు సమయం వచ్చినపుడు శిశువు స్థానమే చాలా ముఖ్యమవుతుంది. ఎక్కువ మంది శిశువులు వర్టక్స్ పొజిషన్‌లో ఉంటాయి. బ్రీజ్ శిశువు ఒక్కొన్ని స్థానంలోనే ఉంటుంది. ఎట్లనగా ఫ్రేక్‌బ్రీజ్‌లో దాని నితంబాలు క్రింది వైపునకు ఉంటుంది. మరియు రెండుకాళ్ళు పైకి దీనిని చేతులు బిగువుగా పట్టుకొని ఉంటాయి. ఫుట్లింగ్ బ్రీజ్‌లో శిశువుయొక్క ఒకటిలేక రెండు కాళ్ళు క్రిందికి ఉంటాయి. ట్రాన్స్‌వర్స్ పొజిషన్‌లో శిశువు వీపు గర్భాశయపు ముఖంవైపు ఉంటుంది.

''బ్రీజ్ శిశువును తిరుగించుటకు ఏమి చేయాలి?''

శిశువు స్థితిని తిరుగించుటకు డాక్టరు మీకు కొన్ని సులభమైన వ్యాయామములను చెప్పవచ్చును. ఎట్లనగా పుస్తకంలో చెప్పబడింది. మరియు ఆక్యువంక్చర్ మరియు చెట్టు మూలికల సహాయాన్ని తీసికోవచ్చును.

ఒక వేళ శిశువు అప్పడూ రాకపోతే అప్పడు డాక్టరు వారి చేతిలో దాని స్థితిని సరిగా కూర్చోబెట్టిటకు నిర్ధారణ చేసుకొంటారు. దీన్ని ఎక్స్టర్‌నల్ సిఫెలిక్ వర్జిల్ అని అంటారు. ఈ .సివి సుమారు 37 లేక 38వ వారంలో చేయడమవుతుంది. ఎప్పడు శిశువు ఆరామదాయకంగా ఉంటుంది. కొందరు డాక్టర్లు ఎపిడ్యూరల్ అనంతరం దీన్ని చేయడానికి ఇష్టపడుతారు. వారు నెమ్మదిగా చేతులనుండి శిశువును క్రిందికి లేవడానికి ప్రయత్నిస్తారు. ప్రతియొక్క వస్తువు మీదా గమనమివ్వ బడుతుంది. ఈ సివి యొక్క 2/3 ప్రకరణములు తప్పక ఫలిస్తాయి. ఏస్త్రలు మొదటిసారి గర్భవతియై యుంటారో వారికి దీని సఫలతా ప్రమాణం ఇంకా ఎక్కువైనదిగా ఉంటుంది. కొందరు శిశువులు ఈ మాటకు తయారుగా ఉండరు. మరియు కొందరు తుంటరితనంలో మరుల వావస్సు బ్రీజ్ స్థితికి వస్తాయి.

''ఒక వేళ శిశువు బ్రీజ్ స్థితిలో ఉంటే ప్రసవం మీద ఏమి పరిణామం ఉంటుంది? ఏమి, నేను యోని మార్గం నుండి శిశువుకు జన్మం ఇవ్వగలనా?''

మీరు యోని మార్గంలో శిశువుకు జన్మనిస్తారో లేదో ఇది చాలినంత కారణాలపై ఆధారపడియుంటుంది. కొంతమంది డాక్టర్లు బ్రీజ్ శిశువు స్థితిలో సి-సెక్షన్ చేయడానికిష్టపడుతారు. ఎందుకంటే అధ్యయనాలనుండి తెలియవచ్చిన విషయమంటే, ఇలా చేయడం తగినంత సురక్షితంగా ఉంటుందని. ఒక ఫ్రేక్ బ్రీజ్ స్థితిలో ఉంటే పెస్లిబర్నలో దండిగా స్థలముంటుంది. మరియు సి-సెక్షన్ పని లేకనే పని జరుగుతుంది.

అన్నికంటే ముఖ్య విషయమంటే తుదిఘడియలో శిశువు ఏ స్థితిలో ఉంటుందో ఇ ఆ ప్రకారం డాక్టరు నిర్ణయం తీసుకొమటారు. మీరు డాక్టరు వద్ద అడగండి. జరుగవలసిన అన్ని విషయాల గూర్చి విచారించండి. ఎందుకంటే మీకు ఆ సమయంలో గాబరా లేదా భయానుభవం కాకూడదు.

''డాక్టర్ శిశు ఓబ్లిక్ స్థితిలో ఉందని చెప్తారు. ఇదేమి మరియు కాన్పుపై దీని ప్రభావం ఏమి?''

ఈ స్థితియొక్క అర్థము శిశువు అడ్డదిడ్డంగా ఉందని. దానితల సర్విక్స్ వైపు పోతు బదులు మీ నితంబంవైపుంది. డాక్టర్ల చేతుల సహాయంతో శిశు స్థితిలో సమతలన స్థితికి తేవలసి ఉంటుంది. లేనిచో యోని మార్గం నుండి ప్రసవించుటకు కష్టంగా ఉంటుంది. ఒక వేళ ఈ రీతి కాకపోతే, సి-సెక్షన్ ప్రసవం కావాలసి ఉంటుంది. కొన్ని సమయాల్లో శిశువు ట్రాన్స్టవర్స్' స్థితిలోకి కుడా వస్తుంది. అప్పడు ఈ వద్ధతిని అలవాటు చేయవలసి ఉంటుంది.

సిజేరియన్ కాన్పు

''డాక్టరు నాకు సిజేరియన్ కాన్పును గూర్చి చెప్పారు. దీనివల్ల నాకు చాలా నిరాశ అయింది.''

ఈ ఆపరేషన్ చాలా పెద్దది. అయితే దీన్ని చాలా సురక్షితమైందని తెలిసింది. సామాన్యంగా ఈ పద్ధతిని అనుసరించడమైంది. 30% మహిళలు ఈ విధంగా తమ శిశువులకు జన్మనిస్తున్నారు.

ఇది మీకు చాలా దుఃఖకరమైన విషయమని తెలుసు. ఎందుకంటే, మీరి పద్ధతిని ఇష్టపడరు. మీరు శిశువును ప్రాకృతికంగా ఈ భూమి మీదికి తేవడానికి ఇష్టపడుచున్నారు. అయితే ఇప్పడు ఆపరేషన్‌కు సంబంధించిన అన్ని విషయాలపై గమనముంచవలసి ఉంటుంది.

అయినా, ఇప్పుడు ఆస్పత్రుల్లో ఈ విధానలకు తగినంత సులభం చేయడం జరుగుతుంది. కొంచెం ఆలోచించి ఇది శిశువుకు కూడా ఎంత విశ్రాంతిదాయకంగా అయినది. ఒకవేళ మెటికల్ టర్మ్‌లో చెప్పాల్సి వస్తే ఈ ప్రసవం ఉత్తమమైంది. ఎందుకంటే ఇది శిశువుకు సురక్షితమైయున్నది. ఈ సమయంలో ఏది శిశువుకు సురక్షితమైనదో ఆ కాన్పుకంటే ఉత్తమమైందిలేదు.

ఎందుకంటే ఏ కాన్పుతర్వాత మీ భుజాల్లో ఆరోగ్యవంతమైన శిశువు వస్తుందో దాన్నే ఉత్తమమైనదిగా పరిగణించతగును.

''నాకు దెలిసిన ఎక్కువ మంది స్త్రీలు ఈ దినాల్లో సి-సెక్షన్ కాన్పు చేయించుకొంటున్నారని నాకెల అనిపిస్తుంది.''

గడిచినకొన్ని సంవత్సరాలనుండి సి-సెక్షన్‌కాన్పులు దండిగా అవుతున్నాయి. దీనికి క్రింద తెల్పిన కారణములుండవచ్చు.

1. సురక్షత :- ఈ దినాల్లో ఉన్నతస్థాయి తంత్రజ్ఞానాన్ని ఉపయోగించుట వల్ల ఇది తల్లి మరియు శిశువుకు సురక్షితమైంది.

2. పెద్ద బిడ్డ : ఒకోసారి శిశువుయొక్క ఆకారం పెద్దదైయుంటే దానికి యోని మార్గంద్వారా బయటికి రావడానికి కాదు. అందువల్ల ఈ ఆపరేషన్ చేయాల్సి వస్తుంది.

మాహితిని పెట్టండి

మాహితులు ఎంత ఎక్కువగా తెలిసుంటుందో కాన్పు అనుభవము అంత ఉత్తమమవుతుంది. కాన్పుకు ముందు డాక్టర్‌నింక ఈ కింది చెప్పిన మాట్లని తెలుసుకొండి.

- ★ ఒక వేళ ప్రసవం శురు కాకపోతె సి-సెక్షన్‌కింత ముందు వేరె ఏదైనా ఉపాయం చేయచ్చునా?
- ★ ఏ రీతైన సీళు ఇవ్వవచ్చును?
- ★ ఒక వేళ శిశు బ్రీజ్ అయింటె ఏమి చేయాలి?
- ★ ఏమి మీరు పడకని జొతలో పెట్టుకోవచ్చునా?
- ★ మీ భర్త శిశువు జన్మం అయిన వెంటనే శిశువును ఎత్తుకోవచ్చునా?
- ★ మీరు సరిపొయ్యేదానికి ఎంత సమయం కావాలి?
- ★ మీరు ఎంతవరకూ నొప్పిని మరియు తొందరల్ని తడుచుకొంటారు.
- ★ ఈ రీతి సి-సెక్షన్ గురించి కూడా పూర్ణమైన మాహితిని తీసుకొండి.

3. స్థూలకాయతలైన తల్లులు : స్థూలతనంవల్లా సి-సెక్షన్ చేయవలసి ఉంటుంది. తల్లి దప్పంగా ఉంటే వారి కానుకాలం చాలా ఎక్కువౌతుంది మరియు టేబల్‌మీద ఆపరేషన్ పూర్తి అవుతుంది.

4. వయస్సు మీరిన తల్లులు : 30యేళ్ళ కంటే ఎక్కువ వయస్సు తల్లులకు లేదా వారు చాలాదినాలనుండి అనారోగ్యంతో నలగుతున్నట్లయితే అటువంటి తల్లులకు సి-సెక్షన్ చేయవలసింది.

5. రెండవసారి సి-సెక్షన్ జరగడం : కొన్ని ప్రకరణములలో డాక్టరు ఒక సి-సెక్షన్ అయిన తర్వాత, రెండవ సారి యోనిమార్గం ద్వారా జన్మనివ్వడానికి చెప్తుంది. ఒక వేళ దానినుండి కాకపోతే ఆ తర్వాత వారు రెండవ ఆపరేషన్ చేయడానికి అనుమతిస్తారు.

6. అతి తక్కువ ఉపకరణాలనులోగాన్న కాన్పు :- ఈ దినాల్లో చాలా కొద్ది మంచిశిశువులుఇ ఫోర్‌సెప్స్ అథవా వేరే పరికరాల సయాహంతో కాన్పవుతుంది. దీనర్థం డాక్టర్లు ఈ రీతిగా చేయడానికంటే ఆపరేషన్ చేయడమే మేలని తెలిసికొన్నారు.

తల్లుల ఎంపిక : ఈ మధ్యకాలంలో తల్లులు సురక్షితము మరియు నొప్పి లేని ఈ రీతినే ఇష్టపడతారు.

సంతృప్తి : అస్పత్రులలో ఈ ప్రక్రియను మొదటికన్నా తృప్తిదాయకంగా చేశారు. ఈ ప్రక్రియలో కాన్పుకు పోలిస్తే దీనికి పట్టే సమయం తక్కువ.

''సిజేరియన్ అనేది మొదటే తెలుస్తుందా? లేదా చివరిక్షణాల్లో తెలియజేయ బడుతుందా? దీని కారణమేమి?

కొంతమంది స్త్రీలకు దీని విషయం తెలిపియుండరు. ఎందుకంటే మొదటినుండియే దీనికై తయారవుతారు. దీనికోసం డాక్టరులందరు వారివారి ప్రయత్నం ఉపయోగిస్తారు.

1. ఒక వేళ తల్లి ప్రసవ మయ్యే పరిస్థిలో లేకపోతే, అప్పుడు ఆపరేషన్ చేయబడుతుంది.

2. ఒక వేళ శిశువుతల తల్లియొక్క పెల్విస్ కంటే పెద్దదైయుంటే

3. కడుపులో ఇద్దరు లేక ముగ్గరు శిశువులన్నట్లయితే.

4. శిశువు బ్రీజ్ లేదా వేరేమయినా స్థితిలో ఉంటే.

5. ఏమేని వ్యాధిలో తల్లి ప్రసవాన్ని తట్టుకోలేనట్టి స్థితిలో ఉంటే

6. తల్లి స్థూలత్వము

7. ఏదైన యోనియొక్క బాధ ఉంటే

8. ఒకవేళ ప్లేజెంటా గర్భాశయపు గోడల నూడి వెంటనే వేరయితే. ఇది పెల్విస్ సర్వికల్ సందును పూర్తిగా మూసి వేస్తుంది. కొన్ని సార్లు ప్రసవం మొదలయ్యేవరకూ సి-సెక్షన్‌ను గూర్చి తెలియజాలదు.

9. ఒక వేళ కాన్పుకు చాలా ఎక్కువ సేపు తీసికొంటే మరియు శిశువు బయటికి రావడానికి సాధ్యం కాకపోతె డాక్టర్ల అన్ని ప్రయత్నాలు విఫలమైతే.

10. బొడ్డు జారేది.

11. గర్భాశయం పగిలేది.

ఒక వేళ దీని విషయంగా మీకు మొదటి తెలిసి ఉంటే లేదా డాక్టరు మీవైపునుండి దీన్ని ఖచ్చితంగా పొందివుంటె, అప్పుడు దీనికి సంబంధించిన అన్ని సమాచారాలను తెలిసికొండి.

ఈతక్విట్ సిజేరియన్

కొందరు స్త్రీలు సి-సెక్షన్ కోరుతారు. వేనెట్లు చేయాలి?

ఈ దినాల్లో ఇది చాలా జరుగుతూంది. అయితే అట్లని మీరు దీన్ని ఎన్నుకోనే అవసరం లేదు. దీనిలోతుగా పరిగణించి మరియు డాక్టరు జతలో అన్ని సాధ్యతల గూర్చి చర్చించి ఆ తర్వాత నిర్ధారణ చేసుకొండి.

మీ దగ్గర ఏ కారణమున్నా ఆపరేషన్ గూర్చి అప్పుడు మీరు నిర్ధారణ చేయండి. ఒక వేళ

యోని మార్గంనుండి శిశువు జననమయ్యేటప్పుడు అయ్యే నొప్పి: నొప్పినుండి తప్పించుకొనడానికి ఆపరేషన్న్ ఎన్నుకోనేది బుద్ధివంతురాలి లక్షణం కాదు. నొప్పినుండి దూరంకావడానికి వేరే ఉపాయాన్ని అలవరచుకోవచ్చు.

యోనిమార్గంనుండి కాన్పయిన తర్వాత అయ్యే పరిణామపు భయము : మీకు యోని మార్గపు మాంసఖండము సడలించే భయంముంటే, దాని కీగల్ వ్యాయామం ద్వారా ఈ అపాయమునుండి చాలమట్టుకు తట్టుకోవచ్చును. ఆపరేషన్ అయిన తర్వాత కూడా దాని దుష్పరిణామములు కావచ్చును.

మీ ఇష్టం ప్రకారమే శిశు జననము : మీకు ఆపరేషన్ జరిగిన తర్వాత చాలసేపటివరకు ఆస్పత్రిలో ఉండవలసి ఉంటుంది. అపరేషన్ అయినందున మీకు మరియు మీ శిశువుకు ఏమైన కీడు కావచ్చును.

రెండవ శిశు జననము : ఒక వేళ మీరు మొదటి కాన్పులో దీన్ని ఎన్నుకోవుంటి ఈ కాన్పులో మీరు

యోనిమార్గము కాన్పును ఎన్నుకొనేందుకు కాదు. అప్పడూ ఈ పద్ధతినే అనుసరించవలసియుండును.

ఎప్పుడు శిశువు రావడానికి పూర్తి అయి ఉంటుందో అదే కాన్పుకు సరియైన సమయమై ఉంటుంది, ఒక వేళ మీరు మొదలే ఆపరేషన్ చేయిస్తే ఇది శిశువు యొక్క జనన సమయం కాకపోయి యుండవచ్చు.

ఒక వేళ ఇప్పడూ మీరు అపరేషన్ చేయించు కోనుటకు ఇష్టపడితే డాక్టరును ఇది మీకు మీ శిశువుకు సరియైనదో కాదో సలహా అడగండి.

మరిమరి సిజేరియన్

''నాకు రెండు సి-సెక్షన్ అయిపోయింది. నాకు కనీసం ఇంక రెండు శిశువులు కావాలి. మేమెన్ని సార్లు సి-సెక్షన్ చేయించుకోవచ్చు?''

అలా ఈ విషయంలో ఏ కట్టడీ లేదు. ఏ స్త్రీయైనా ఎన్నిసార్లైనా సి-సెక్షన్ చేయుంచుకోవచ్చు. అయితే ఇది వెనుకటి సె-సెక్షన్‌లో చీలిక ఏరీతిగా అయింది, ఎంత పెద్ద గాయమైంది, అనేదానిపై ఆధారపడి ఉంటుంది. దీని విషయంగా మొదట డాక్టరుతో సలహా పొందండి.

చీలిక ఎక్కడ : ఎట్లయింది, ఈ మాటల ఆధారంగా సి-సెక్షన్ చేయించుకోవచ్చు. అయితే ఇది వెనుకటి సి-సెక్షన్‌లో చీలిక ఏరీతిగా అయింది, ఎంత పెద్ద గాయమైంది, అనేదానిపై ఆధార పడి ఉంటుంది. దీని విషయంగా మొదటి డాక్టరుతో సలహా పొందండి.

చీలిక ఎక్కడ : ఎట్లయింది, ఈ మాటల ఆధారంగా సి-సెక్షన్ అపాయకారియూ కావచ్చును. మీకీ గర్భావస్థయొక్క సంబంధంలో జాగ్రత్త అవసరముండును. ఏందుకంటే అన్నియూ సరియైనరీతిగా కావాలి.

సిజేరియన్ అయినతర్వాతయోని మార్గంనుండికాన్పు :

వెనుక సారి నాకు సిజేరియన్ అయి ఉండెను. నేను యోని మార్గంనుండి కాన్పుకు ప్రయత్నించవచ్చా ఏమి?''

మొట్టమొదట డాక్టరు మరియు సూలగిత్తి ఈ సలహా ఇస్తుండిరి. అయితే ఇప్పడు అధ్యయనమువల్ల తెలియ వచ్చిందేమంటే ఈ చీలిక గాయంవల్ల నష్టం జరుగవచ్చు. అందువల్ల రెండవ సారియూ సి-సెక్షన్ చేయడమ్ క్షేమం. 60% స్త్రీలు సి-సెక్షన్ అయిన తర్వాత యోనిమార్గం నుండి కాన్పు చేయవచ్చు, ఒక వేళ జాగ్రత్తగా ఉంటే రెండు సి-సెక్షన్ అయిన తరువాతనూ ఈ ప్రకరణములందు ఎదురువడే భయం కేవలం 10% అని అధ్యయనంవల్ల తెలియవచ్చింది.

ఒక వేళ మీరు దీన్ని గూర్చి నిర్ధరించుకొని ఉంటే, మీ వీపు తట్టి ప్రోత్సాహించునట్టి డాక్టరును ఎన్నుకొండి. ఒక వేళ పూర్తి ప్రయత్నించిన తర్వాత ఇది సంభవం కాకుంటి నిరాళవడకండి. దీన్ని గుర్తుపెట్టుకొండి చాలు. ఏమంటే మీ శిశువుకు ఏది మంచిదో అదే మీకూ మంచిది.

గ్రూప్ బి స్ట్రెప్

''నా డాక్టరు గ్రూప్ బి-స్ట్రెప్ పరీక్షకు చెప్పారు. ఇదేమి?

దీని అర్థము మీ డాక్టరు మీ క్షేమముయొక్క సంపూర్ణంగా సిద్ధం చేయుటకు ఇష్టపడ్డారని వారు శిశువుకు పుట్టిన వెంటనే గొంతు నొప్పి కాకూడదని కోరుతారు.

జి.వి.ఎస్. అనే ఒక రోగాణువు ఉంటుంది. ఇది స్వస్థ మహిళయొక్క యోనిలో ఉండవచ్చు. 10 నుండి 15% మహిళలు దీనివల్ల పీడితులగు చుందురు. దీనివల్ల శిశువుకు పెద్దగొంతు నొప్పి రావచ్చును.

మీకు దీని లక్షణా లేవీ తెలియకుండ ఉండవచ్చు. అయితే ఈ పకక్షవ ల్ల మీకు నొప్పి ఉందో లేదో అని తెలుస్తుంది. మీకు కొన్ని మందులిస్తారు. దీనివల్ల మీకు పూర్తి పోతుంది. శిశువు సురక్షితంగా జన్మిస్తాడు.

కడుపు నిండా తినండి

ఈ దినాల్లో మీకు మీరు ఒక పశువు వలే ఎల్లప్పడూ దినమంతా తింటున్నట్లు అనిపిస్తుంది. ఇది మీ మరియు మీ శిశువుయొక్క పోషణకు అవటుటరమైయున్నది. దినంలో తక్కువంటే కనీసం 6 సార్లు తినే అలవాటు చేసుకొండి మరియు కడుపు నిండ తినండి.

35 నుండి 37వ వారముల మధ్యలో సామాన్యంగా ఈ పరీక్ష చేయబడుతుంది. ఒక వేళ మీ డాక్టరు చేయనిచోవారికి చెప్పిచేయించుకొండి. దీన్ని పెప్స్మియర్ టెస్టు రీతిలో చేస్తారు. ఒక వేళ పరీక్షలో పాసిటీవ్ వస్తే అంటోబయెటిక్స్ క్రచ్చేమందు ఇవ్వబడుతుంది. మూత్ర పరీక్షచో సహ దీన్ని తెలిసికోవచ్చును. ఒక వేళ మీరు ఇష్టపడితే దీనికోసం ఔషధం తీసుకోవచ్చు.

ఒక వేళ కాన్పుకు కొంత సమయం ముందు పరీక్ష చేయించినపుడు పాజిటివ వస్తే చికిత్స ద్వారా ఆపాయాన్ని అడ్డుకోవచ్చు. ఒక వేళ మీ మొదటి శిశువుకు ఆకస్మాత్తుగా ఈ నొప్పి ఉందంటే డాక్టరు పరీక్ష లేకనే దీని మందును ఇస్తారు. ఎందుకంటే ఏ రీతి అపాయం రాకూడదని.

స్నానం చేయడం

''గర్భావస్థయొక్క చివరి దినాల్లో స్నానం చేయడం సబబుగా ఉండునా?''

ఔను వేసినీళ్ళతో స్నానం చేయడంవల్ల శరీరానికి హాయి లభిస్తుంది. ఒకవేళ మీ కనిపించవచ్చును స్నానం చేసిన నీరు మీయొని యొక్క లోపలికి పోతుందని, అనిపిస్తే అట్లేమి కాదు. ఒక వేళ బలవంతంగా వేసినప్పుడే ఇదిలోపలికి పోతుంది. ఒక వేళ ఏదైనా రీతిలో కొంచెం నీళ్ళులోపలికి పోతే కూడా సర్వికల్ మ్యూకస్ గర్భాశయపు కవాటాన్ని (నీరును) మూసివేస్తుంది ఏందుకంటే సంక్రమణ బయటికెళ్ళుటకు కాకుండుగాకని.

మీరెంతంటే ప్రసవ సంబంధమందు స్నానంచేయవచ్చు. హైడ్రాథెరపినుండి కాన్పునొప్పిలో చాలినంత ఆరామం దొరకుతుంది. మీరు శిశువుయొక్క జన్మను టబ్లో జన్మనిచ్చునట్టి రీతిని కావలసివస్తే అలవాటు చేసుకోవచ్చు. సరే అయితే టబ్లో మైంట్ను పరచండి, ఎందుకంటే మీ కాళ్ళు జారకుండ ఉండడానికి పిప్పటివలె బబల్ స్నానం నుండి దూరంగానే ఉండండి.

బండి నడుపుట

''నేను వీల్ వెనుక ఫిట్టు కాను. నేను ఇప్పడు బండి నడవవచ్చా?''

మీరు ఎంతవరకు సీటులో సరిపోగలరో అంతవరకు బండి నడవవచ్చును. సీటును వెనుకగాచేసి మరియు వీల్ను కొంచెం ఎత్తు చేసి వంచి, అప్పుడు మీకు కూర్చొనుటకు చాలినంత స్థలం దొరకుతుంది.

కారులో ఒక గంటకంట ఎక్కువ ఒకే సమంగా కూర్చొనకండి. మీరు వెనుక కూర్చొన్నా ఒక వేళ దూర ప్రయాణమైతే, మీరు బండిని నడిపినా సరే, లేకున్నా సరే ఇది మీకు ఆయాసాన్ని కలిగిస్తుంది. అయినా పోనేపోవాలంటే సందర్భముండే ప్రతి గంటకొకసారి దిగి తిరుగాడి మరియు కుత్తుక మరియు వెన్ను పట్టియ డాన్ని దూరం చేయడానికి కొంచెం వ్యాయామం చేయండి.

కాన్పు కోసం సొంతంగా బండిని నడపుకొంటు ఆస్పత్రికి పోకండి. ఒక వేళ వేగంలో సంకుచితమైతే దారిలో అపాయం కావచ్చును. మీరు వెనుక సీటులో కూర్చొని పోయినా సరే సీట్ బెల్ట్ కట్టుకోవడం మరవకండి.

ప్రయాణం చేయడం

''ఈ నెలలో నేను ముఖ్యమైన వ్యాపారపరంగా బయటికి పోవాల్సి ఉంది. ఏమి? ఈ దినాల్లో ప్రయాణం చేయడం క్షేమకరమా? లేదా నాయీ ప్రయాణాన్ని రద్దు చేసికొందునా?

ప్రయాణానికి మొదట మీరు మీ డాక్టరును కలవండి. డాక్టరులందరూ ఈ విషయంలో వేర్వేరు సలహాలను ఉంచుకొని ఉంటారు. అది మీ స్థితి మరియు ఇతర కారణముల మీదో మీరు వెళ్ళడానికి లేదా ఉండడానికి వారి అనుమతి అనుసరించాల్సి ఉంటుంది. ఒక వేళ మీకు వెళ్ళడానికి అనుమతి దొరకుతుంది. అథవా మీకు ఏమైనా నిర్దిష్ట అవధికి ముందే కాన్పు అయ్యే పరిస్థితి ఉంటే అప్పడు మీకు వెళ్ళడానికి అనుమతి చిక్కదు. ఈ సమయంలో మీకు ప్రయాణంనుండి మీ కుత్తుక మరియు వీపు నొప్పి ఎక్కువ కావచ్చును. శారీరకంగా మరియు మానసికంగా ఆయాస మొక్కువ కావచ్చు. అందువలన మీరు అన్నింటికన్న ముందు మీరెట్లు అనుభవిస్తున్నారని చూచుకొండి. ఈ ప్రయాణాన్ని గర్భావస్థ ముగిసేదాక ముందుపోవడానికి అవుతుందో కాదో చూచుకొండి.

దీనివల్ల మీ పై ఎండ ఒత్తిడి వడుతుంది. ఒక వేళ విమానంలో పోయేదయితే అనుసరించవలసిన అన్ని ఆదేశాలను వింటించండి. కొన్ని ఏర్‌లైను 9వ నెల గర్భవతి మహిళలను డాక్టర్ల అనుమతి లేకుండా ప్రయాణించుటకు వదలరు.

ఒక వేళ డాక్టర్లు ఒప్పికొన్నా అప్పడు కూడా మీరు చాలనవిషయాల్లో గమనవుుంచవలసి ఉంటుంది. మీ విశ్రాంతిని గూర్చి ఎక్కువ శ్రద్ధ పెట్టండి. ఒక వేళ చాలదూరం ప్రయాణమైతే మీ జతలో స్నేహితురాండ్రనూ లేదా భర్తను పిలిచుకెళ్ళండి. ఎందుకంటే మీకు వారెల్లప్పుడూ సహాయ వడవచ్చు.

గర్భావస్థయొక్క చివరి నెల మరియు సంభోగము

''నేను చివరి నెల సంభోగాన్ని గూర్చి వేరె వేరే రీతుల మాటలను విన్నాను. అందువల్ల నేను సమస్యలో ఉన్నాను. దీనివల్ల కాన్పు తొందరగా కాదు కదా?''

ఈ విచారంలో ఏ రీతియైన వెదకులాట జరగలేదు. ఇది చాలవరకూ మీ ఇద్దరి మీద ఆధారపడి ఉంటుంది. మీరు మీజతగాడు (భర్త) చేరి దీనిని పొడిగించేదాన్ని గూర్చి నిర్ణయించవలెను. సంభోగవు మరియు ఉద్రేకములకు కాన్పుకు ఏ సంబంధం లేదు. ఒక వేళ లోపలినుండి కాన్పుకు పూర్తీ తయారు అయివుంటే అప్పడు దీనినుండి కొద్ది వ్యత్యాసం జరుగవచ్చు. అయినా డాక్టరు మరియు సూలగిత్తిలకు సాధారణంగా చివరి వరకూ సంభోగానికి అనుమతిస్తారు. మరి కొందరు దంపతులు ఏ తొందర లేకుండా ఇలా చేస్తారు. మీరు పరిస్థితిని గూర్చి – తత్సంబంధంగా ఇది మీకు సురక్షతమవునా కాదా అనేదాని మీ డాక్టరును అడిగి తెలుసుకొండి. ఒక వేళ డాక్టరు మీకు పచ్చజెంతా చూపిస్తే ఖుషిగా అనుభవించండి. ఎర్రది చూపిస్తే మీరిద్దరూ దగ్గర కావడానికి వేరేదయినా ఉపాయం వెదకాలి. ఒక రోమాంచనమైన మైణపు దీప భోజనం లేదా ఒక దూరవు తిరుగాటం ఎట్లుంటుంది. ఇద్దరు కలిసి స్నాన మాడే ఆనందాన్ని పొందండి. గప్పాలు కొట్టండి. మాలీష్ చేయండి. ఏమయినా చేయండి. అయితే డాక్టరిచ్చిన హెచ్చరిక మాటను నిర్లక్ష్యం చేయకండి. ఇలాంటి అవకాశాలు మీకు తర్వాత శిశువు పూర్తి రాత్రి పండుకొన్నపుడు మాత్రమే దొరకుతుంది.

మీరిద్దరు

''శిశువు ఇంకా పుట్టలేదు అప్పడే నా మరియు నామగని సంబంధంలో కావలసినంతె మార్పు వచ్చింది. ఏదంపతులు గర్భావస్థలో వచ్చు ప్రాకృతిక మార్పు అని ఒప్పుకుంటారు. ఎందుకంటే శిశువు రవడానికి మొదలే మీ మంచికోసం మీలో మార్పు వస్తుంది. ఎదంపతులు మొదటినుండింతు ఇప్పటి జీవన నిర్వహణ చేయురీతిలో మార్పు వస్తుందనేదాన్ని తెలిసికొంటారో వారు శిశువు వచ్చిన తర్వాత రాబోవు సమస్యలను చాలా బాగా ఎదురిస్తారు. అందువల్ల మొదటినుండియే ఆలోచించి ఈ మార్పుకు తయారై ఉంటుంది. ఇప్పడు మీకు మీ భావనాత్మక శక్తిని మీ ఇంటికి చలా ఖుషిని తెచ్చే ముద్దు బిడ్డకు మిగిల్పవలసి ఉంది. ఇప్పడు కానడానికి నేర్చుకోవాల్సి ఉంది. మీ బిడ్డకోసం తయారు చేసేటప్పడు మీ జీవనవు రోమాంచనమును నిర్లక్ష్యం చేయకండి.

తక్కువలో తక్కువ వారంలో కొంతసేవయినా మీ బిడ్డను గూర్చి మాడురాకుండని. జతకు సినిమా చూడండి. మీ బిడ్డకు కొనెటప్పడు మీ జగతానికి కాని ఇచ్చేది మరవకండి. వారికై ఏదైనా ఆటయొక్క లేదా శోనవుటికెట్ కొనండి. రాత్రి భోజన సమయంలో వారి స్థితిగతులను గూర్చి అడగండి. దినంలోని ఖుషి క్షణాలను జ్ఞాపకం చేసుకొంటూ, మీరెండవ వుధుచంద్రునికి యోజన చేయండి. సంభోగం కాలేకుంటేనూ స్పర్శ సుఖాన్నివ్వవచ్చు.

ఈ రీతిగా మీరు వెంటనే ఇద్దరికి బదులు ముగ్గురుగల కుటుంబవు ఆనందాన్ని అనుభవించదగును.

స్తన్యపానము

మీరు గత 30 వారాలనుండి మీ ఎద ఆకృతి ఎట్లు పెద్దదగుచున్నదని చూసి ఉంటారు. అంటే దీని ఆకృతిలో మార్పు ఊరకనే అట్లె కాలేదు. ఇదింక పెద్ద జవాబ్దారి. నిభాయించుటకు తనకు తాను తయారగు చుండెను. ప్రకృతి దీనికి శిశువుకు పాలు త్రాగించే జవాబ్దారిని పెట్టింది. మరియు ఈ పనికి తయారుగా ఉన్నవి.

ఇదేమో నిర్ధారమైంది ఏమంటే స్తన్యపానానికి మీ

ఎద తయారైఉంది. అయితే మీకు దీన్ని గూర్చి చాలా తెలియవలసి ఏదైనా రీతిని అలవరచుకోవచ్చు అయితే స్తన్యపానంవల్ల అయ్యే లాభాలను తెలిసికోవాలి.

స్తన్యపానమే అత్యుత్తమము ఎందుకు?

ఏ విధంగా మేకపాలు దాని బిడ్డకు ఉత్తమమైనదో, ఆవు పాలు దూడకు శ్రేష్ఠమో అట్లే తల్లి ఎద పాలు శిశువుకు సర్వోత్తమమైన ఆహారము. ఇక్కడ కొన్ని దాని కారణములు ఇవ్వబడినది.

ఇది పౌష్టికమై ఉంది : ఇది అప్పుడే పుట్టిన బిడ్డకు పోషణ సంపూర్ణంగా జరుగుటకు ఎట్లు కావాలో అట్లు తయారై ఉంది. దీనిలో తక్కువ అంటే 100 పదార్థాలున్నవి. అవి ఆవుల పాలలో సహా దొరకలేవు. ఈ పాల పోషకాంశము ''లెక్టలవయామిన్''నుండి అయింది. దీనినుండి జీర్ణమయ్యే సులభం మరియు ఎక్కువ పౌష్ఠికంగా ఉంది. అయినా ఆవు పాలలో ఎంత కొవ్వుందో తల్లి పాలలో ఉండే కొవ్వు బిడ్డకు ఎక్కువ శ్రేష్ఠమైనది.

ఇది సురక్షితమై ఉంది : మీరు పూర్తి నిశ్చింతతో శిశువుకు మీ పాలు త్రాగించవచ్చు. ఎందుకంటే, ఇది పూర్తిగా తయారైనది. మరియు దీనిలో క్రిములుండవు. ఇది చేడిపోయేది కాణి, మరియు వాసన వచ్చేదిగాని కాదు.

కడుపుకు చాల మంచిది : ఎద పాలు త్రాగే శిశువులకు మలబద్ధత తొందర ఉండదు. అవి చాలా సులభంగా తల్లి పాలను జీర్ణంచుకొంటాయి. జీర్ణ సంబంధమైన తొందరంతుకొక శిశువుకు డయేరియా కూడా కాదు.

ఎంతవరకు శిశువుకు వేరే ఆహారం ఇచ్చేది లేదో అంతవరకు శిశువు మలంలో వాసన కూడా రాదు.

మేధస్సును తేలిక పరుస్తుంది : ఈ విధంగా శిశువు తూకం కూడా ఎక్కువ కాదు మరియు ఒక వేళ 6 నెలల తల్లియొక్క పాలు దొరికితే, మందు జీవనంలో వారికి స్థూలతనపు సంభవం కూడా తగ్గుతుంది. కిశోరావస్థలో కొలెస్ట్రాల్‌వల్ల తక్కువయ్యే ఎత్తుకూ దీని జోడించవచ్చును.

బ్రైన్ బూస్టర్ : స్తన్యపానము వల్ల శిశువు యొక్క బౌద్ధిక సామర్థ్యం పెరుగుతుంది. దీన్నుండి మీరు బుద్ధిని పెంచే ఫైటి ఆసిడ్ డిఎచ్‌వి కాకుండా తల్లి బిడ్డల సామీప్య సంబంధాన్ని కలువవచ్చును. స్తన్యపానంనింక తల్లి బిడ్డల నిక సంబంధమువల్ల బౌద్ధిక సామర్థ్యమూ పెరుగుతుంది.

అలర్జీనుండి రక్షణ : ఒకవేళ శిశువుకు తల్లిపాలవల్ల దొరకునట్టి ఏదేని విశేషాహార కారణంగా అలర్జీ కాలేదంటే, ఏదేని శిశువు తన తల్లి పాలకు అలర్జీ కాదు. ఆవు పాలకు కలిపే బి.టి-లైక్టో-గ్లోబ్యూలిన్'' కారణంవల్ల అధికమైన అథవా తేలికైన అలర్జీ లక్షణాలు కనిపించుకోవచ్చు. ఫార్మల పాలను త్రాగే శిశువులకు స్తన్యపానం చేయు శిశువులను పోల్చినపుడు స్తన్యపానం చేయు శిశువుల్లో శ్వాసము తొందర తక్కువ ఉంటుంది.

సంక్రమణనుండి రక్షణ : ఇలాంటి శిశువులు డయారియానుండి మరియు కొన్ని రీతుల సంక్రమణనుండి రక్షింపబడుతుంది. అంటే యుటివి మరియు చెవి సాంకులు చేరి ఉంటాయి. స్తన్యపానం చేయు శిశువులందు బైక్టేరియల్ మెనంజిటస్ ఎస్.ఇ.ఓఎస్ మధుమేహము (డయాబిటిస్) మరియు శిశువులలో కానవచ్చు కాన్సర్‌ల అపాయం చాలా తగ్గుతుందని అధ్యయనముల ద్వారా తెలియవచ్చింది.

చిగుళ్ళు మరియు దండాల గట్టితనం :-

సీసాలో త్రాగడానికి బదులు స్తన్యపానం చేయు శిశువులకు చేపుటకు ఎక్కువ శ్రమ చేయవలసి ఉంటుంది. దీనివల్ల ఇగురు వల్లు మరియు ఆంగళముల సంపూర్ణమైన పెరుగుదల అవుతుంది. క్రొత్త అధ్యనములనుండి తెలియవచ్చినదేమంటే స్తన్యపానంచెయు శిశువులకు ముందు పళ్ళ తొందరలు చాల తక్కువగా ఉంటుంది.

స్వాదేంద్రియముల పెరుగుదల

మీరేమి తింటారో పాలల్లో దాని రుచియు వస్తుంది. దీనివల్ల శిశువుయొక్క స్వాదేంద్రియపు పెంపు అవుతుంది. ఈ రీతిగా ఎదపాలు త్రాగు శిశువుకు బాటిల్ పాలు త్రాగు శిశువుకంటే మొదటే క్రొత్త రుచియును తొందరగాతెలుస్తుంది. అధ్యయనం చేసినవారిట్లు చెప్పారు. ఏమంటే ఇటువంటి శిశువులు కొంచెం పెద్దవాళ్ళయిన తరువాత రుచిని చెప్పరించుకొని

తమదనిపించుకొంటాయి, మరియు తిని త్రాగడానికి తొందర చేయరు.

స్తన్యపానం చేయుంచుటవలన తల్లులకూ చాల అనుకూలమవుతుంది

అనుకూలం : స్తన్యపానం చేయించుటకు మొదటినుండి ఏదో యోజన వేయు అగత్యం లేదు. అథవా ఏదొని వస్తువు కొనే అవసరం లేదు. మీరు ఉద్యానమందు, విమానంలో లేదా ఇంటిలో అర్థరాత్రిలోనూ స్తన్యపానం చేయించవచ్చు. ఎక్కడికి పోవాలన్నా శిశువుయొక్క బాటిల్, నిప్పల్, ఫార్ములా లేక బిచ్ ఏదాన్ని జతలో తీసుకొని పోయ్యే అవసరం లేదు. ఎందుకంటే మీరు శిశువు పాల బ్యాంకునే జతలో తీసికొని వెళ్తారు. మీకు అర్థరాత్రిలో వంటింటిలోకెళ్ళి పాలను వేడి చేసే పనిలేదు. మీరు పరుపై పడుకొనే శిశువుకు పాలు త్రావవచ్చు. సుఖనిద్ర చేయవచ్చు. ఒక వేళ మీరు మరియు శిశువు జతలో లేకపోతే, మీరు ఆఫీసులో ఉంటే, అవుడు మొదటే పాలను తీసికొని ఫ్రీజర్‌లో పెట్టవచ్చును. అన్నిటికంటే వద్దమాటంటే ఏ ఖర్చూ రాదు.

సేదదీర్చుకొనే వేగము : శిశువు ఎప్పుడు స్తన్యపానం చేస్తుందో అవుడు ఆక్సిటోసిన్ అనే పెరుగల హోర్మోను ఉత్పత్తి ఔతుంది. దీనివల్ల గర్భాతిశయానికి తన ఆకృతిని పునః పొందడానికి తక్కువ సమయం పట్టుతుంది. కాన్పయిన తర్వాత అయ్యే రక్తస్రావం కూడా తక్కువౌతుంది. శిశువుకు స్తన్యపానం చేయించుటవల్ల మీకూ కలిసి విశ్రాంతి పొందుటకు సమయం దొరకుతుంది. కాన్పు అఅయిున తర్వాత మీకు విశ్రాంతి అవసరముంది.

గర్భావస్థకు ముందటి ఆకారం

మీరు పాలు పెంచడానికి ఆహారంలో ఏక్యాలరీల అంశం ఎక్కువ చేస్తారో అది శిశువుకు ఉపయోగపడుతుంది. మీకు మీ మొదటి ఆకృతిని పొందాలంటే చాల సమయం పట్టదు. ఈ విధంగా మీరు వేగమే మీ తేలికైన నడుమును చూడవచ్చును.

ఋతు చక్రపు ఆలస్యం

మీ నెల ఋతు చక్రం నిధానంగా కావచ్చును. దీనినుండి ఎవరికేమీ తొందర అవుతుంది? ఒక వేళ మీరు శిశువుల మధ్య అంతరం ఉంచడానికిష్టపడితే మీరు కుటుంబ యోజనవు వేరే ఉపాయములను అలవరచుకొండి. కొందరు తల్లులు శిశువుకు స్తన్యపానం చేయించుట చేతనే గర్భధారణనుండి దూరంగా ఉమటారు. అయితే 4 నెలల్లోవు మీ నెల ఋతు చక్రము మొదలు కావచ్చు మరియు వారు మొదటి ఋతుచక్రానికి ముందే గర్భవతికావచ్చు.

ఎముకల గట్టితనం : స్తన్యపానం చేయడంవల్ల మీ ఎముకల ఖనిజవములందు సుధారణ అవుతుంది. మెనోపాస్ తరువాతయ్యే టిప్స్ ఫ్రాక్చర్ చాలినంత తగ్గుతుంది. ఒకవేళ మీరు పాలు హెచ్చు చేయుటకు మరియు మీ ఆవశ్యకతకు చాలినంత క్యాల్షియం తీసికొంటే సరిపోతుంది.

ఆరోగ్య లాభము : శిశువుకు స్తన్యపానం చేయడంవల్ల కొన్ని రీతుల క్యాన్సర్ యొక్క అపాయం తగ్గుతుంది ఇలాంటి మహిళల్లో ఓవరి మరియు బ్రెస్ట్ క్యాన్సర్ అయ్యే అవకాశవము తక్కువ ఉంటుంది. వారి టైప్2 మధుమేహంనుండి కూడా పీడికివబడరు.

అత్యధిక లాభము : స్తన్యపానం చేయడంవల్ల మీరు, మీ శిశువు దినంలో తక్కువంటే తక్కువ 6 నుండి 8 సార్లు ఒకరికొకరు దగ్గరకు వస్తారు. ఇలాంటి సామీప్యతవల్ల తల్లిఇ శిశువుల భావనాత్మక సంబంధం పుడుతుంది మరియు శిశువు యొక్క బౌద్ధిక సామర్థ్యం హెచ్చుతుంది.

ఒక వేళ మీరు కవలలకు జన్మనిచ్చి ఉంటే ఈ అన్ని లాభములూ రెండింతలు అవుతుంది.

బాటిల్ ఎన్నుకోవడం ఎందుకు?

బహుశః మీరు స్తన్యపానం చేయించే నిర్ధారణ చేయకుండో ఉండవచ్చు. లేదా మీకు చేయించడానికి కాకుండా ఉండవచ్చు. ఇలాంటప్పుడు బాటిలు ఎన్నిక చేయడానికి భయపడకండి. ఇందులోనూ మీ లాభముంది.

జావాబ్దారీ పంపకం : ఈ రీతిగా తండ్రికి కూడా బాటల్ తయారు చేసే జవాబ్దారీనీ ఇవ్వబడును. అయినా స్తన్యపానం చేసే శిశువులకు సహా తండ్రిస్నానం చేయించడం, వడుకోబెట్టడం చేయవచ్చు. మరియు వేరే వనుల్లో సహాయపడవచ్చు.

స్తన్యపానపు తయారు

ప్రకృతి అన్నింటిని తయారు చేసింది. అందువల్ల మీరు ఎక్కువ శ్రమపడే పని లేదు. గర్భావస్థపు చివరి దినాల్లో స్తనముల శుచిత్వానికి గమనం పెట్టండి. ఒక వేళ అవి శుష్కమై ఉంటే లినోలిన్ బ్రెస్ట్ క్రీమ్ పూయండి. ముందుగా చిన్న దాన్ని లాగడానికి లేదా ఒత్తడానికి ప్రయత్నించకండి. దీనివల్ల ఊద లేక సోంకుయొక్క అపాయం కావచ్చు. ఒక వేళ స్తన్యపుమున లోపలికి లాగిఉంటే శిశువుకు పాలు త్రాగించుటకు కష్టం కావచ్చు. ఈ విషయంలో డాక్టర్ల సలహాను ముందుగానే అడిగి తగిన ఉపాయం చేయండి.

వక్షస్థలము – సెక్సో లేదా వ్యావహారికమా

అథవా రెండూనా? మీకు దీనియందు రెండు పాత్రలు దరించవలసి వస్తుంది. (ప్రేమి మరియు తల్లి) ఈ రెండు తమతమ స్థలములలో చాల ముఖ్యమైయున్నది. కొన్ని సార్లు స్తన్యపానం మీ జతగానికి సూక్ష్మం (చిన్నది) కావచ్చు. అందువల్ల స్తన్యపానం చేయించే నిర్ధారణ చేయడానికి మొదలు దీని విషయమై కూడ గమనముంచండి.

ఎక్కువైన స్వాతంత్ర్యం : బాటిల్లో పాలు త్రాగు శిశువుల తల్లులు ఎక్కువ స్వతంత్రంగా ఉంటారు. వారు ఇంటినుండి బయటకి వెళ్ళి సులభంగా పని చేస్తారు. వారికి పాలు తీసే అథవా భద్రం చేసే చింత ఉండదు. వారు శిశువును వదలి ఎక్కడకు కావలసినా పోవచ్చు. ఎక్కడ కావాలన్నా రాత్రి ఉండవచ్చు. అయినా స్తన్యపానం చేయించె తల్లుల దగ్గర కూడా సౌలభ్యమున్నది.

రొమాన్స్ సమయం : బాటిల్ పాలను త్రాగు శిశువులు మీ రొమాన్స్‌కు తొందర కల్గించరు.

స్తన్యపానం కూడా దీనికి సరిపోదు. ల్యెక్టేషన్ హార్మోను మీయోనిని కొంచెం శుష్కింప జేసి యుండవచ్చును. స్తనములనుండి పాలు ఉత్తపత్తి యయినపుడు ఉద్రేకం కల్గుతుంది. బాటిలు పాలు త్రాగే శిశువుల తల్లులు రొమాన్స్‌కు పూర్తి సమయాన్నివ్వాలి. ఇవ్వవచ్చు.

ఆహారపు స్వాతంత్ర్యము : ఈ రీతిగా మీరు మీయిష్టమైన ఏదేని ఆహారాన్ని తినవచ్చు. స్తన్యపానం చేయించే శిశువుల తల్లలు కారం, మసాలా, మరియు వాయు పదార్థాలనుండి పథ్యముంతీడాఔల్సి వస్తుంది. మీరు సులభంగా వైను మరియు కాక్టిల్ త్రాగవచ్చు. మీ శిశువు పౌష్టికతను సంబంధించిన అవసరాలను పూరించుటకు చింతింపవలసినవారు కాకూడదు.

ఎదయొక్క శస్త్రచికిత్స అయిన తర్వాత స్తన్యపానము

కొందరు తల్లులు ఇద్దైన తరువాత శిశువుకు పాలు త్రాగిస్తారు. అయితే కొందరికి పాలు దిగేది లేదు. మీ సర్జన్‌ను అడిగి తెలుసుకొండి. ఏమంటే శస్త్రచికిత్సానంతరం మీరు స్తన్యపానం ఛిషేఢుయించగలరా? లేక దాని జతకు బాటిల్ పాలను త్రాగింవవలసియుండునా? ఒక వేళ మీరు ఈ విధంగా పాలు త్రాపించుటకు ప్రారంభిస్తే ఈ మాటలను ధ్యానంలో ఉంచుకొండి. శిశువుకు పాలు ఎంతదొరకుతుంది మరియు శిశువుకు పాలయొక్క పోషణాంశం దొరకుచున్నది. దీన్ని మీరు యొక్కతరే ద్వార అందాజు చేయవచ్చు. ఒక వేళ పాలు పూర్తి అయి దొరకక ఉంటే శిశువుకు బాటిల్ పాలను కూడ ఇవ్వాల్సి ఉంటుంది. జ్ఞాపకం పెట్టుకొండి. తల్లిపాలు తక్కువే అది శిశువుకు లాభదాయకంగా ఉంటుంది. ఇవన్నీ చాలమట్టువరకు ఎద చికిత్సయొక్క మరియు ఏ రీతియైనది అనే దానిమీద ఆధారపడి ఉంటుంది. మీ శిశువుయొక్క పెరుగుదలమీద కూడా గమనముంచవలసి ఉండును. ఎందుకంటే మీకు శిశువుకు కావలసినంత పాలు పూర్తి అవుతుందా లేదా తెలిసి ఉండాలి.

సార్వజినిక ప్రదర్శన లేదు : ఒక వేళ మీరు జనుల మధ్య స్తన్యపానం చేయించడానికి ఇష్టపడకపోతే అప్పుడు బాటిల్ పద్ధతియే సరి అనిపిస్తుంది. అట్లు శిశువుకు స్తన్యపానం చేయించే మహిళలు జనుల మధ్య మూసి మూసి పాలు త్రాగించేదాన్ని నేర్చుకొంటారు.

తక్కువ ఆయాసం : కొంతమంది మహిళలకు స్తన్యపానం పేరు వింటే చాలు గాబరి లేక ఆయాసం మొదలౌతుంది. ప్రయత్నించి చూడండి. కొద్ది రోజుల్లోనే మంచి పద్ధతిలో నేర్చుకొంటారు. దీనివల్ల బిగింపు కూడా చాల తగ్గుతుంది.

స్తన్యపానం ఎంపిక ఎందుకు : దీన్ని గూర్చి ఎక్కువ మంది స్త్రీల నిర్ధారణ చాలా స్పష్టమైంది. వారు గర్భవతులయ్యే మొదలే శిశువుకు స్తన్యపానం చేయించునట్లు నిశ్చయించి ఉంటారు. కొంతమంది స్త్రీలు స్తన్యపానపు లాభాన్ని గూర్చి తెలిసిన తరువాత దాన్ని అనుసరిస్తారు. ఇంకకొంత మంది స్త్రీలకు సులభంగా ఏది నిర్ధారణ చేయడానికి సాధ్యంకాదు. కొందరు తమకు స్తన్యపానం చేయించడం సాధ్యము కాదని తామే అనుకొంటారు. కొంత సమయమయినా సరే మీ శిశువుకు తప్పక స్తన్యపానపు లాభాన్నివ్వడం ఉత్తమము. మొదటి కొన్ని వారాల్లో ఇవన్నియు కొన్ని సమస్యలతో నిండిఉందని అనిపిస్తుంది. మొదటి నెల లేక 6 వారాల్లో తల్లికి స్తునజ్యఇపానం పాడిగించే సాధ్యత ఉన్నదో లేదో అనేది అందాజు అయిపోతుంది.

బాటిల్ మరియు స్తన్యపానం : మీ జీవన శైలి ఆధారంగా దీని నిశ్చయం తీసికోవడం ఉత్తమమనిపిస్తుంది. శిశువుకు స్తన్యపానం జతకు ఫార్ములపాల నివ్వండి. స్తన్యపానం అభ్యాస చేయాలికొని కొంతకష్టము ఎందుకంటే స్తన్యపానమందు శిశువు ఎక్కువ శ్రమపడవలసి ఉంటుంది.

మీరు స్తన పానం చేయించడానికి కాలేనప్పుడు

లేదా మీకిష్టం లేనప్పుడు : దురదృష్టవశాతు ప్రతియొక్క తల్లికీ స్తన్యపానం చేయించే అవకాశం దొరకదు. కొందరు తల్లులు ఇష్టపడినా తమ శిశువులకు స్తన్యపానం చేయించడాని అవదు. తల్లి లేక శిశువు ఆరోగ్య భావనాత్మకత లేదా శారీరక కారణాలనుండి అదే సమయానికి స్తన్యపానం ప్రారంభించనూ సాధ్యం కాదు. దీనికి క్రింద చెప్పిన కారణము ఉండవచ్చు.

★ ఏదైనా తీవ్రమైన జబ్బు, దీనివల్ల తల్లియు శిశువుకు స్తన్యపానం చేయడానికి సాధ్యంలేదు.

★ కొన్ని తీవ్రమైన నొప్పులు (దురదులు) అంటే, టిబి. ఈ రీతి గడన్నప్పు తల్లి బిడ్డకు పాలను తీని త్రాగించుటకు సాధ్యం కాదు.

★ అంటిథైరైట్స్, అంటి హై పర్టెన్సివ్ మందులు అథవా అంటి క్యాన్సర్ మూదులు సేవించుట.

★ ఒక వేళ మీరేదైనా మందును చాలా కాలమునుండి తీసికొంటుంటే స్తన్యపాన సంబంధంలో దాన్ని తీసుకోవడం మంచిదా అని డాక్టరననడగండి.

★ ఒకవేళ లేదంటే ఆ చోట ఏ ఔషధ్నా తీసుకోవచ్చు.

★ కార్యక్షేత్రంలో ఏదైనా విషపు రసాయనికపు మాధ్యపని చేయడం

★ అవసరానికంటే ఎక్కువ మత్తు పదార్థం సేవించడం

★ ఏదో రీతియై డ్రగ్స్ తీసికోవడం

★ హెచ్ఐవి లేదా ఏడ్స్‌వంటి ఏదో రీతియైన బాధ

★ కొన్ని సార్లు క్రొత్తగా పుట్టిన శిశువు తల్లి పాలను త్రాగుట చేతకాకుండా ఉంటుంది.

తండ్రి మరియు స్తన్యపానం

ఆధ్యయనం చేసినవారు చెప్తారు, ఏమంటే ఒకవేళ తండ్రి సహకరించితే, 97% స్త్రీలు స్తన్యపానం చేయించడానికి ఒప్పుకొంటారు. లేకుంటే 26%ఖు ఈ అనుమానం వస్తుంది. తండ్రియు చాల సులభంగా స్తన్యపానమిచ్చే తల్లికి సహాయం చేయవచ్చు. దీనివల్ల ఇద్దరిలో ప్రీతి ఎక్కువగును. అందువల్ల తండ్రినుండియే ఈటంలో చేరేందు తయారుగా ఉండండి.

ధూమపానము మరియు స్తన్యపానము

నికోటిన్ మీ పాలలో చేరుతుంది. అందువల్ల మీరు స్తన్యపానం చేయించు వాళ్ళుంటే ధూమపానం చేయరాదు. ఇందులో మీ మత్తు శిశువుయొక్క క్షేమమున్నది. ఒక వేళ మీకు ధూమపానం వదిలేయడం కాకపోతే శిశువుకు స్తన్యపానం చేయించుటకన్న వేరే రీతిని వెదకండి. ఎందుకంటే శిశువును సెకెండ్ హ్యండ్ స్మోకర్‌వల్ల అయ్యే అపాయంనుండి తప్పించవచ్చు, ఈ రీతిగా శిశువును ముందువచ్చే సమయంలో స్మోకర్ ప్రకృతినుండి తప్పించవచ్చు.

★ సిగరేట్ల సంఖ్యను తగ్గించండి.

★ తక్కు నికోటిన్ ఉన్న బ్రాండ్ కొనుక్కొండి.

★ ధూమపానం చేసిన 95 నిమిషముల తర్వాత శిశువుకు స్తన్యపానం చేయించండి. ఎందుకంటే మీ పాలలో నికోటిన్ భాగం లేకుండని.

★ శిశువు దగ్గర ఉన్నప్పుడు ఎప్పుడూ ధూమపానం చేయకండి. దీనివల్ల శిశువుకు ఊపిరాడుటలో ఇబ్బంది కల్గే అపాయముంది.

★ సమయానికి పుట్టిన శిశువుకు ఎద చీపుటలో తొందరవుతుంది. కొన్ని సార్లు శిశువును తీవ్రనిగా ఘటికంలో ఉంచబడుతుంది. అట్లున్నప్పుడు నర్స్‌ల సహాయంతో ఎదపాలు తీసి దాని శిశువుకు ఇవ్వవచ్చును.

★ లాక్టోజెస్ ఇన్‌స్టాలెరెన్స్ : ఎప్పుడు తల్లియొక్క మరియు ఆవు పాలు శిశువుకు జీర్ణం కానప్పుడు ఒక వేళ దీని జతలో ఏదైనా వేరే పద్ధతిని ఇవ్వవలసి ఉంటుంది. ఇలాంటి శిశువులు తల్లి పాలను తీసుకొంటాయి.

★ కొన్ని సార్లు ఎంత ప్రయత్నం చేసినా శిశువుకు చాలినంత పాలు రావు మరియు శిశువు ఆకలిగానే ఉండాల్సి ఉంటుంది.

ఒక వేళ మీరు ప్రయత్నించినా కూడా శిశువుకు స్తన్యపానం చేయించడం కాకపోతే, మీ మనస్సులో హీనమైన భావన లేక అపరాధి భావనలన్ను తెచ్చుకోవద్దు. మీరు మీ శిశువుకు ఎక్కువ సేపు లాలి పాట మరియు సేవలన్నియితే చేయవచ్చును.

■ ■ ■

తొమ్మిదవ నెల

సుమారు 36 నుండి 40 వారము వరకు

తుదకు ఆ నెల రానేవచ్చెను. మీరు దీనికోసం చాలా కాలంనుండి నిరీక్షిస్తున్నారో ఇపుడు ఈ పరిస్థితిలో కొంత చింతకలగడం స్వాభావికమైనదే. మీరు శిశువును స్వాగతించుటకు సంపూర్తిగా తయారుగానూ ఉండవచ్చు. ఇదంతా ఉండవచ్చును. చాలినంత చాలాకిదనం ఉన్ననూ (డాక్టరను కలవడం, అంగడినుండి కొనుక్కొని రావడం లేదా శిశువు మూలక వర్ణం తెలిసికోవడం) మీకీ నెల అన్నింటికన్నా పెద్దదనిపించును. ఒక వేళ మీరు సరియైన సమయానికి ప్రసవించకపోతే పదో నెల మీకు ఇంకా పొడవనిపిస్తుంది.

ఈ నెలలో మీ శిశువు పెరుగుదల

36వ వారం :– ఈ కాలంలో మీ శిశువు తూకం సుమారు 5 పౌండ్లు పొడవు 20'' అంగుళాలుంటుంది. మీ శిశువు భుజంలో జోకాలాడుటకు సుమారుగా తయారైంది. ఈ సమయంలో శిశువు తంత్రము బయటిజీవనానికి తయారయినది. అంటే పచనతంత్రవు పని ఇంకా మొదట కాలేదు. ఇపుడు శిశువుకు రక్తవాహిని మూలంగా పోషణ చేరుచున్నది. అందువల్ల పచనపు తంత్రవుయొక్క అవసరం ఇపుడు లేదు. ఇప్పుడు శిశువు స్తన్యపానము లేదా బాటిల్ నుండి పాలు త్రాగడం మొదలు చేస్తుందో అప్పుడు దాని పచనక్రియు ప్రారంభవుగును. వురియు డయాపర్ గలీజు కావడం మొదలవుతుంది.

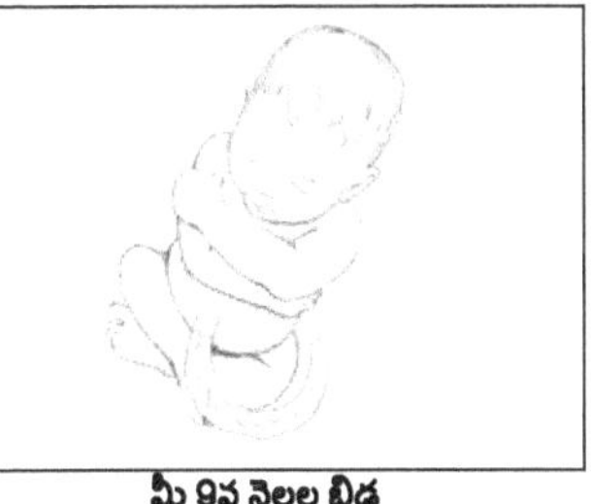

మీ 9వ నెలల బిడ్డ

37వ వారం : ఒక సంతోషమైన సమాచారం. ఒక వేళ మీ శిశువు ఈ దినం కాన్పయితే ఆ శిశువును ''ఫుల్ టర్మ్'' అని చెప్పనగును. దీని అర్థం దీని పెరుగుదల పూర్తి అయిందని కాదు. ఈ వారంలో దాని తూకం 1/2 పౌండు ఎక్కువ కావచ్చును. ఇపుడు పూర్తీ ప్రమాణవు శిశువు తూకం 6 1/2 పౌండ్లు ఉంటుంది. (చెప్పాలంటే శిశువుల తూకం వేర్వేరుగా ఉంటుంది.) మీ శిశువుయొక్క అందమైన గొంతులో, భుజాల్లో మరియు వుుంచేతులందు కొవ్వు చేరుతూ ఉంటుంది.

38వ వారం : శిశువుయొక్క తూకం 7 పౌండ్లు వురియు పొడవు 20'' అంగుళాలుండవచ్చును. శిశువు ఇప్పుడు వుుందురాబోవు సవుయానికి చాలినంత తయారై ఉంది. శిశువుకు కొంచెవు పని చేయవలసి

ఉంది. శిశువు తన ఎముకలను తయారు చేయాల్సి ఉంది తరువాత శిశువు మీ భుజాలపై ఉంటుంది.

39వ వారం : ఈ సమయంలో ప్రసవంవరకు పెరుగుదలయూ కొంచెం నిధానం అవుతుంది. పూర్తి తూకం 7 నుండి 8 పౌండ్లవరకు మరియు పొడవు 19 నుండి 21'' అంగుళాల మధ్య ఉంటుంది. అయితే శిశువు యొక్క బుద్ధివికాసం చాలా వేగంగా జరుగుతుంది. గులాబి చర్మము పలుచని తెలుపుగా ఉంటుంది. అయితే శిశువు అసలు చర్మము రంగు పిగ్మెంటేశన అయిన తర్వాత ఎదురుకు వస్తుంది. ఇపుడు శిశువు తల మీ యొనివరకు వచ్చియుండవచ్చు. దీనర్థం మీకు ఊపిరాడుటకు సులభవుతుంది. నడవడానికి కష్టమవుతుంది.

40 వ వారం : శుభాకాంక్షలు గర్భావస్థ ముగిసేకాలం వచ్చింది. ఈ సమయంలో శిశువు తూకం 6 నుండి 9 పౌండ్ల మధ్య మరియు పొడవు 19 నుండి 22'' అంగుళాలకు దగ్గర ఉండవచ్చు. అయినా తూకము మరియు పొడవులో కొంచెం ఎక్కువ తక్కువ ఉండవచ్చు. చెప్పాల్సివస్తే శిశువు మిమ్మలను మొదటిసారి చూస్తుంది. అయితే శిశువు మీ ధ్వనిని గుర్తిస్తుంది. ఇపుడు మనం చూడాల్సింది శిశువు మీ డ్యూడేట్ కన్న మొదలు పుట్టేదో లేదా ఆ తరువాతనో.

41వ వారం : శిశువు కనిపిస్తుంది. బయటికి వచ్చే సమయమవుతూందని. 5%కూ తక్కువ శిశువులు, ఇచ్చిన తేదికి మొదలే పుట్టుతాయి. 80% శిశువులు తమ గర్భాశయపు హోటలును అంత సులభంగా విడువడానికి ఇష్టపడుటలేదు. గుర్తుంచుకొండి. కొన్ని సార్లు తారీఖు ఓవర్ డ్యూ అయి యుండదు. మీరు పెట్టుకొన్న దినాల లెక్క తప్పు అయివుంటుంది. ప్రసవ దినం గడచి కొన్ని దినాలయిన తర్వాత పుట్టే శిశువు మరియు ఎండు చర్మమున్నట్లుంటుంది. ఎందుకంటే కాన్పు రోజుకు ముందే శిశువుయొక్క రక్తపుటావరణం ఖాళీ అయి ఉంటుంది. చెప్పాల్సివస్తే ఈ లక్షణాలు అపాయకరమై ఉంటాయి. అటువంటి శిశువుల గోళ్ళు చాలా పెద్దగా ఉంటాయి. భయం కల్గిస్తాయి. కన్నులు పూర్తిగా తెరచియుంటాయి. డాక్టర్లు అటువంటి శిశువుల మీద ఎప్పుడూ గమనంపెట్టి ఉంటారు.

ఒక దృష్టి

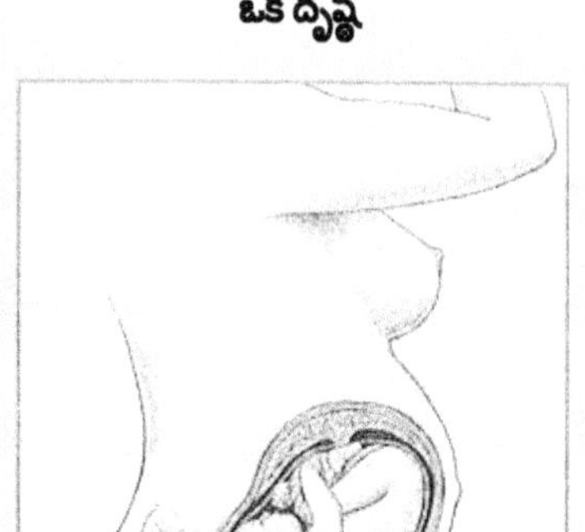

ఇపుడు మీ గర్భాశయం సరిపోయి క్రింద ఉన్నది మరియు దాని కొలతలో గమనింపదగిన మార్పు రావడం లేదు. ప్యూబిక్ బోన్‌నుండి గర్భాశయపు ఎత్తు సుమారు 30 నుండి 40 సెం.మీ. ఉన్నది. మీ తూకం చాల తక్కువ ప్రమాణంలో ఎక్కువ అయింది. మీ పొట్ట వ్యాపనము హెచ్చుతున్నది. ఎందుకంటే శిశువు ఈ భూమి మీద కాలు పెట్టుటకు తయారవుతూందని.

మీరేమి అనుభవిస్తుండవచ్చు.

బహుశః మీకు అన్ని లక్షణాలనూ ఒకే సారి అనుభవిస్తుండవచ్చు. లేదా కొన్ని లక్షణాలు మాత్రం ఎదురై ఉండవచ్చు. మరీకొన్ని క్రొత్తవైయుండవచ్చు. కొన్ని లక్షణాలు ఎంతపొడవి అంటే మీరు వాటిని గూర్చి గమనం పోగొట్టుకోతరు. అథవా మరీ కాన్పుయొక్క ముందటి సంకేతములు కొన్ని ఎదురవుతూండవచ్చు.

శారీరిక

శిశువుయొక్క చటువటికలో కొంచెం మార్పు, శిశువయొక్క తిరుగుడు తక్కువ, ఎందుకంటే శిశువుకు త్రిప్పకోవడానికి పొరేదానికి స్థలం తక్కువ ఉంటుంది.

యోనిస్రావం ముందుకన్న దట్టంగా ఉంటుంది.

మరియు ఎక్కువ మ్యూకస్ ఆవడం మొదలయింది, ఎట్లంటే సంభోగం తర్వాత లేదా యోనియొక్క పరీక్షానంతరం లేతగులాబి అథవా ఎర్రగా ఉండవచ్చు.

★ ఎదలో మంట అజీర్ణం గ్యాస్
★ ఒకోసారి తలతిరగడం స్పృహ తప్పట
★ ముక్కులు కట్టుకోవడం లేదా ముక్కునుండి రక్తం కారడం. చెవిలో గుమిలి నిండుకోవడం
★ పెదవుల్లో నొప్పి
★ రాత్రిపూట కాళ్ళు లాగుట
★ వీపులో నొప్పి లేదా భారవు అనుభవము
★ నితంబములందు మరియు పెల్విక్‌లోనూ నొప్పి
★ కడుపునొప్పి బొడ్డు ఉబ్బరం
★ స్ట్రెచ్ మార్క్
★ కాళ్ళలో వెరికోజ్ వైన్స్
★ పైల్స్
★ శిశువు క్రిందకి వచ్చినాక సులభంగా ఊపిరాడుట
★ మూత్రాశయం మీద ఒత్తిడి ఎక్కువై మరిమరి మూత్రం రావడం
★ కొంత నొప్పితో కూడియుండును.
★ శరీరవు అసమతౌల్యము
★ నిప్పల్ (ఎద తొట్టినుండి) లవలన కొలెస్ట్రాల్ కారడం
★ ఎక్కువ ఆయాసము ఎక్కువ లవలవత్వం లేదా రెండూ
★ ఎక్కువ ఆకలి కావడం లేదా ఆకలి తక్కువ

భావనాత్మకము

★ ఉత్తేజనవు ఆధిక్యత, ఎక్కువ ఆతంకము, బుద్ధి నీరసత్వము
★ ఇక్కడివరకు చేరిన సమాధానం
★ భావోద్వేగము మరియు తళమళత్వం
★ అధైర్యం- లేదా చిరాకులో బిడముడులు
★ శిశువు విషమైన ఆలోచనలు మరియు కలలు గనుట.

ఈ నెల పరీక్ష

మీరు డాక్టరు దగ్గర అవసరానికన్న ఎక్కువ టైం గడపడం చేస్తారు. మీరు మీ దగ్గర వైటింగ్ రూంలో చదువదగినవైన పుస్తకములను ఉంచుకొండి. ఈ దినాల్లో డాక్టరు శిశువుయొక్క పరీక్ష చేసి మీరు మీ ప్రసవానికి ఇంకా ఎన్ని రోజులుందని చెప్తారు. ఈ నెల పరీక్షయొక్క విషయంగా చెప్పడం జరిగింది. చెప్పేదయితే ఈ పరీక్ష చాలమట్టకు మీ ఆరోగ్యము అట్లే డాక్టరు పరీక్ష మీద నిర్ధారణ జరుగుతుంది.

★ మీ తవకం హెచ్చుకావడం, నిల్వడంతక నిధానము కావడం
★ మీ రక్తపు ఒత్తిడి కొంచెం ఎక్కువ కావడం కావచ్చు.
★ మీ మూత్రం (చెక్కెర, ప్రోటీన్ పరీక్ష కోసం)
★ చేతులు కాళ్ళ ఊదయొక్క పరీక్ష
★ మీ గర్భాశయపు పరీక్ష (లోపలి పరీక్ష మీ గర్భాశయపు నోరు తెరవడానికి మొదలైందో లేదా అని చూడ్డానికి)
★ గర్భాశయపు పొడవు
★ శిశువు యొక్క హృదయ స్పందన
★ శిశువు ఆకారము (మీకు చాల మట్టకు అందాజు దొరకవచ్చు)
★ కొన్ని ప్రశ్నలు మరియు జిజ్ఞాసలు, దీనికి మీరు సమాధానం కోరుతారు.

డాక్టర్, ప్రసవానికి సంబంధపటునట్టికొన్ని నిర్దేశనములను ఇవ్వవచ్చు. ఒక వేళ వారు ఇచ్చిన పక్షంలో వారివద్ద దీనికి సంబంధించనట్లు అడగవచ్చును.

మీరేమి యోచించుచుండవచ్చు

గడచిన కొన్ని వారాలనుండి నాకు బాత్‌రూంకు పోవలసి వస్తూంది. ఏమి ఈ రీతిగా మరిమరి బాత్‌రూంకు పోవలనిపించే సామాన్య విషయమేనా?

మొదటి మూడు నెలల సమస్య, మరల వెనుదిరిగి వచ్చింది. గర్భాశయము మరియు మూత్రకోశం మీద ఒత్తిడి ఎక్కువవుతుంది. అయితే ఈ సారి దాని భారం ఒక వేళ ఈ మూత్రవుందు ఏ రీతి సోంకు లేదంటే మేము దీన్ని సామాన్యమని లెక్కించవచ్చు. దీనివల్ల తప్పించుకోనడంకోసం నీటి అంశముండే పదార్థములు

సేవించడాన్ని తగ్గించకండి. ఎందుకంటే ఈ సమయమందు వాటి అవశ్యకత శరీరానికి ఎక్కువగా కావలసి ఉంటుంది. ఎప్పుడు మూత్రానికి వెళ్ళాలనిపించినా నిర్భయంగా వెళ్ళండి.

స్తనముల స్రావము

నా స్నేహితురాలొకతె అమె స్తనంనుండి 9వ నెలలో పాలు కారుచుండెనని చెప్పచుండెను. నా కలా కావడం లేదు. ఏమో శరీరంలో పాలు ఉత్పత్తి కావడం లేదా?

ఎంతవరకూ పాలు త్రాగు శిశువు రాదో అంతవరకు అయ్యేదిలేది. కొన్ని సార్లు ప్రసవమయిన 3-4 వారవుల. మీద పాలు ఉత్పత్తికాదు. మీ స్నేహితురాలు కొలెస్ట్రం గూర్చి చెప్పియుండవచ్చును. ఇది లేతపసుపురంగుతో కూడిన ద్రవమై యుండును. అది స్తనములలో పాలు కారే ముందు ఉత్పత్తి అవుతుంది. ఇదే కాక దీనిలో అధికమైన పోషకాంశాలు, తక్కువ కొవ్వు మరియు మిల్క్ షుగర్ కూడ ఉంటుంది. ఆ తర్వాత స్తనాల్లో పాలు వస్తుంది.

కొలెస్ట్రంయొక్క కారడం లేకపోయినా ఇది మీ శరీరంలో ఉత్పత్తి అవుతూ ఉంటుంది. మీరు ఎదయొక్క చనుమనను తేలికగా మెత్తు మీకు దీని కొన్ని బిందువులు కనబడుతాయి. ఒక వేళ జోరుగా ఒత్తితే మెనలందు గాయం కావచ్చును. ఒక వేళ బిందువులు కనబడక పోయినా గాబరాపడద్దండి. శిశువు వచ్చిన లోడనే తన ఆహారాన్ని తయారు చేస్తుంది. స్రావం లేకపోతే మీకు శిశువుకు చాలినన్ని పాలను త్రాగించడానికి కాదని అర్థం కాదు.

ఒక వేళ కొలెస్ట్రం యొక్క స్రావము ఎక్కువైతే మీరు మీ బ్రా లోపల నైసర్గిక ప్యాడ్ వేయవలసి ఉంటుంది. ఎందుకంటే బట్టలు పాడుగావు. ఇవుడు మీకు తేలికైన పలుచని గౌను, టీషర్టు బ్రా మరియు నైట్‌గౌన్ వేసుకొనే అలవాటు చేసుకోవలసి వస్తుంది.

తేలికపాటి నొప్పి కావడం

ఈ దినం ప్రొద్దున సంభోగానంతరం నాకు తెలికయిన నొప్పి కనబడింది. ప్రసవపు నొప్పి మొదలవుతుందా ఏమి?''

ఒక వేళ లోపలి పరీక్ష లేదా సంభోగానంతరవు లేత ఎరుపు లేదా గూఢమైన రంగు కనబడితే దీనర్థం ప్రసవపు నొప్పి మొదలైందని కాదు. ఒక వేళ గులాబీ లేదా మందమైన సింబళంతోపాటు సంకుచితమూ మొదలైతే అప్పుడు ప్రసవపు నొప్పి మొదలుకావచ్చు. ఒక వేళ మీరు చేసియుండినా సరే లేకునాన్నా సరే.

ఒక వేళ సంభోగం తర్వాత ఒకే సారి ఎరువు రంగు వేగంగా రక్తస్రావం మొదలైతే తప్పక డాక్టరుకు చూపండి.

నీటి సంచి పగులుట

నాకు నీటి సంచి జనుల మధ్యలో పగులుతుందేమో అనే మాటయొక్క భయం ఎక్కువ ఉన్నది.

చాలమంది గర్భావస్థ స్త్రీలు, తమ గర్భావస్థయొక్క చివరి దినాల్లో ఇదే విషయంగా భయపడుతారు. ఏమంటే ఏక్కడైనా జనుల ఎదుట అమ్నియాస్టిక్ నీటి సంచి పగిలిపోతే అని. 85% స్త్రీలకు ఇది ప్రసవపు గది చేరిన తర్వాత అవుతుంది. సుమారు 15% మహిళలకు మొదలే నీటి సంచి పగులుతుంది. అయితే ఇలా బయట అందరెదుట అవదు. మొత్తంమీద మీరు బయట రోడ్డులో పగలడం లేదుకదా! ఒక వేళ సంచి పగిలినా ఒకే సారి అంత నీరు కారదు. మీరెప్పడు నిలబడుతారో లేదా కూర్చొంటారో అప్పుడు శిశువు తల బాటిల్ మూతవలే పని చేస్తుంది. అమ్నియాటిక్ ద్రవాన్ని గర్భాశయం లోపలనే ఉండేటట్లు చేస్తుంది.

అయినా ఒక వేళ ఈ రీతిగా అయితే మీరు నిశ్చింతగా ఉండండి. ఏవరూ మిమ్ము ఓదార్పు నది లేదు. వారు మీ యీ స్థితిని చూసినా చూడనివారట్లే మీకు సహాయం చేస్తారు. ప్రతియొక్కరికీ మీరు గర్భవతి అనేది తెలుసు. ఇందులో లాభమూ ఉంది. ఏమంటే మీరు ప్రసవానికి చాల దగ్గరయినారు. 24 గంటలలోపల మీ శిశువు జననమవుతుంది. ఒక వేళ ప్రసవపు నొప్పి మొదలుకాక పోతే డాక్టర్లు దాన్ని మీకోసం మొదలు పెడుతారు.

అయినా మీరు ఒక వేళ ఇష్టపడితే చివరి దినాల్లో తేలికపాటి ప్యాడ్‌ను ధరించండి. ఎందుకంటే మీరు మిమ్మలను సురక్షితమని భావిస్తారు. మీ ఇంటియందునూ

మీ పరువు క్రింద దప్పమైన సంచులను లేదా ప్లాస్టిక్ సంచులను వరచి ఉంచండి. ఎందుకంటే అర్థరాత్రిలోనూ మీకు ఇలా కావచ్చును.

శిశువు జారుట :

38 వారాలు గడచినా శిశువు జారలేదంటే నా ప్రసవం నిదానం అవుతుందా?''

ఒక వేళ శిశువు బయటికి వచ్చేదారి వరకు చేరలేదంటే దీని అర్థం ఈ ప్రక్రియలో సమయంకావచ్చును. బిడ్డ జారుకొని తల్లియొక్క పెల్విక్ ఏరియాకు వచ్చినపుడు ఈ పని జరుగును. మొదటి గర్భావస్థలో శిశువుయొక్క జారిక కూడా ప్రసవము 26 లేక 4 వారాలకు మొదలే (ముందే) అగును. 2-3 వ గర్భావస్థ మహిళలకు ప్రసవంవరకూ కాదు. అయితే ఎక్స్‌పెన్స్ అన్నీ చోట్ల ఉంటుంది. మీయందు జారుటకు మొదలుకావలనివస్తేనూ కావచ్చు. తరువాత కూడ కావచ్చును. మీ శిశువుకు తలక్రిందకు వచ్చి మరల పైకి పోవచ్చును.

అయితే ఈతేడాను మీరు స్వయంగా అనుభవించవచ్చు. ఎప్పుడు తిరుటనుంది గర్భాశయవు ఒత్తిడి తగ్గుతుంది, అప్పుడు మీకు ఊపిరి పీల్చుట సులభమౌతుంది. మీరు మొదటికన్నా ఎక్కువ సులభంగా భోజనం చేయగలరు. ఎదలో మంట మరియు ఆజీర్తి కూడ కాదు. అయితే వేరే కొన్ని ఇబ్బందులు కలుస్తాయి.మీకు మరిమరి మూత్రవిసర్జన చేయాలనిపించేది, స్నాయువుల నొప్పి ఎక్కువౌతుంది.మీ సమతౌల్యత లేనే లేదనిపిస్తుంది.

శిశువు ఏడువు

పుట్టిన తరువాత అన్నింటికంటే ముందు శిశువు ఏడ్పు వినిపిస్తుంది. శిశువు గర్భములోనూ ఏడ్చేది అనే నమ్మకం మీకు కాదు. అధ్యయన ములద్వారా తెలియవచ్చిందేమంటే పెద్దగా శబ్దమైతే గర్భములోనూ శిశువు ముఖంలో ఏడ్చే భావం కల్గును. మిమ్మలను వేధించుటకు శిశువు మొదలునుంచే ఏడ్చే అభ్యాసం చేసుకొని వచ్చేది.

కొన్ని సార్లు ఈ రీతియయినా మీకు వ్యత్యాసం అర్థంకాదు. ఎందుకంటేకొన్ని లక్షణాలు మొదటినుండియే జతలో ఉంటాయి. మీరు వాటిని లోతుగా అనుభవించలేరు.

డాక్టర్లు శిశువుయొక్క తలస్థితిని తెలిసికోనడానికి పరీక్ష చేస్తారు. లేదా కడువును అదమి శిశువు స్థితిని పరీక్షిస్తారు.

శిశువు తన చాలాకీతనం మెరకు ఏ స్థితిని కావాలన్నా చేర్చవచ్చును. శిశువు అందతిరుగుటకు మొదలు పెట్టియుండవచ్చు శిశువు పూర్తిగా క్రిందకి వచ్చిన తరువాత ప్రసవమయ్యే అవకాశముంది. ఈ పరిస్థితిలో మీరు కొంచెం కష్టపడవలసి ఉంటుంది.

శిశువు తిరుగుడు మార్పు

''నా బిడ్డ చాలా వేగంగా తన్నుతుండెను. నేనిప్పుడు కూడా దాని తిరుగుడును అనుభవిస్తున్నాను. అయితే శిశువు మొదటంత చాలాకిగా లేదు''

5వ నెలలో శిశువుకు చేతులు కాళ్ళు ఆడించుటకు మరియు తన్నుటకు కావలసినంత స్థలముంటుంది. ఇప్పడు పరిస్థితి కొంత మారింది. శిశువు దగ్గర జాస్తి స్థలం లేదు. ఒక సారి శిశువు తల పెల్విస్ వైపుకు పోతే దాని కదలిక ఇంకా తక్కువౌతుంది. ఈ సమయములో తనకలాట ఎక్కువ, లేదా తక్కువ కావడంవల్ల గమనించే వ్యత్యాసముండదు. తనకు తానే మొదలగునా?

మీరు చాలా ఉత్సుకతలో ప్రసవానికిచ్చిన నిశ్చిత దినాన్ని నిరీక్ష చేయుచున్నారు. అది గడచిన తర్వాతనూ ప్రసవవు నొప్పి మొదలుకాలేదు. ఆశ నిరాశకు మారింది. 70% ప్రకరణాల్లో మీరు దీన్ని ఓవర్‌డ్యూ అని చెప్తారు. అది అలా అయియుండదు. కొన్ని సార్లు ప్రసవవు తేది నిర్ణయించి చెప్పటలో లెక్క తప్పయి ఉంటుంది. ఇది అధ్యయనాల ద్వారా తెలియవచ్చిన విషయము. ఒక వేళ మీది నిక్కచ్చిగా ఓవరు డ్యూ ప్రకరణమైతే డాక్టరు ఇన్ని దినాలు వేచియుండరు. 4వ వారంలో ప్రసవం ప్రారంభించ ప్రక్రియను మొదలిడనవును. ఎందుకంటే

తూకం తగ్గడం

గర్భావస్థపు చివరి దినాల్లో తల్లి తూకం హెచ్చగుట నిల్చుట. ఇట్లెందుకు అవుతుంది? వాస్తవగా ఇది సాధారణం. దీని అర్థం శరీరం ప్రసవానికై తయారయింది. మీ శరీరపు అమ్నియాటిక్ ద్రవము తగ్గుతుంది. చమట మరియు విరేచనంవల్ల తూకం తగ్గుతుంది. ఇది మీకష్టం లేకపోతే ద్రవపు దానాన్ని కాచుకొండి. ఆ దినం మీతూకం ఎంత తగ్గుతుందంటే మీ జీవితంలో అంత తూకం ఎప్పుడూ తక్కువ కాదు.

అధ్యయనాల ద్వార తెలియవచ్చిన విషయమేమంటే దీని అమ్నియాటిక్ ద్రవ్యపు మట్టం తగ్గుతుంది. మరియు గర్భాశయం బిడ్డకు ఉపయోగం లేనట్లవుతుంది.

"నేను విన్నాను. ఏమంటే ఓవర్‌డ్యూ శిశువు లోపల సరియైన రీతిలో ఉండడానికి అయ్యేదిలేదు. నేనిప్పుడంతే 40 వారాలను ముగించాను. నా శిశువు ప్రసవం ఇప్పుడు కావాల్సివుందా? ఏమి?

తయారుగా ఉండండి

కాన్పుకోసం తయారు కావడానికంటే ఎక్కువైందేది లేదు. దీన్ని గూర్చి పుస్తకము, డివిడి ఏదోరీతియైన సంపన్మూలముల నుండి సమాచారం దొరికితే చదవండి, వినండి. ఆ సమయంలో మీరు నొప్పినుండి ధ్యానాన్ని వేరువైపు త్రిప్పుటకు ఏమి చేయడానికి ఇష్టపడుతారు.

ఒక వేళ డాక్టరు అనుమతిస్తే మీరు సంగీతమునని, టివి చూచి స్నేహితురాండ్రలో పోకర్ ఆడండి. మీ ల్యాప్‌టాప్‌లో పని చేయండి. లేదా ఫోన్‌లో మాట్లాడండి. బహుశః మీకేవస్తువులను ఉపయోగించెందుకు అవకాశం దొరకకపోవచ్చు. అయినా తప్పక మీకు అవసరమైన వస్తువులను జతలో తీసుకొనడాన్ని మరవకండి.

40 వారాలు గడచినదంటే శిశువు గర్భాశయంనుండి బయటికి రావడానికి తవకపడుతూందని అర్థంకాదు. ఒక వేళ గర్భావస్థ నిజంగా 42 వారాలు ముగిసి ఉంటే అప్పుడాస్థలము అనుపయోగవము కావడానికి మొదలవుతుంది. ప్లాసెంటానుండి సరియైన పోషణ మరియు ఆక్సిజన్ దొరకదు. అమ్నియాటికి ద్రవపు అంశం కూడ తగ్గడానికి మొదలవుతుంది.

ఇలాంటి శిశువులను పోస్ట్‌మెచ్యూర్ అని చెప్పనగును. వాటి చర్మం శషించి దిగియుండడం మెత్తబడి మరియు జారిపోయినట్లుంటుంది. ఎందుకంటే చర్మపు రక్షణాత్మక కవచము చాలిపోయి ఉంటుంది. వాటి గోళ్ళు, వెంట్రుకలు, వేరే పుట్టిన శిశువులతో పోల్చినప్పుడు పెద్దదిగా ఉంటుంది. ఆ శిశువులను వేరే బిడ్డలతో పోలిస్తే ఎక్కువ భయమవుతుంది. మరియు కన్నులు పూర్తిగా తెరచికొని ఉంటాయి. ఈ శిశువులను ఆపరేషన్ చేసి బయటికి తెవలసి ఉంటుంది. ఈ శిశువులను పుట్టిన కొంత సమయం తర్వాత నర్సరీలో ఉంచవలసి వస్తుంది. ఎందుకంటే ఇవి పూర్తిగా ఆరోగ్యంగా ఉండాలని. సామాన్యంగా డాక్టర్లు 41 వారాలు గడచిన తక్షణం ప్రసవపు ప్రక్రియను ప్రారంభించుటకు ఇష్టపడుతారు. అయితే కొంతమంది డాక్టర్లు కొంత నిరీక్షించుటకు ఇష్టపడతారు. వారు శిశువుయొక్క సంపూర్ణ పరీక్ష చేస్తుంటారు. అయితే మీ శిశువు ఏ రీతి ఒడిదాడుకులు లేకుండా గర్భాశయపు హోటల్‌నుండి బయటికి రావాలని అనేదే మా కోరిక.

ఒక వేళ మాలిష్ చేసికొనడానికిష్టపడితే కొంచెం తేలికైన చేతిలో విశ్రాంతిగా చేయండి. మీరు కూడా కాన్పుకు మొదలే చర్మం మీద ఏమైనా గీరిన గాయమైతె కావచ్చు లేదా ఊదుకొనేది ఇష్టపడేది లేదు. అందువల్ల కొంచెం చూచుకొని పోవడం మంచిది అంతే.

నెస్టింగ్ ఇన్‌స్టింక్ కిట్

"నెస్టింగ్ ఇన్‌స్టింక్ కిట్" చేసుకొనియున్న మాటేనా నిజమా పక్షులట్లుగా, మనుష్యుల్లోనూ ఈ

ప్రసవం మొదలుకావడానికి స్వంతంగా ఏమి చేయాలి?

''ప్రసవ దినములు గడచిన తరువాతనూ మీరు గర్భవతిగ ఉన్నారు. ఇంకా ఎంత సమయం పడుతుందో తెలియదు. ఏను మీకి పరిస్థితిని మీ చేతికి తీసుకొని కాన్పు మొదలు పెట్టడానికి ఏదేని ఉపాయాన్ని ఆచరించాలా? ఏమి. ఇది కష్టకరమైన పనేనా? ఏమి సూలగిత్తుల సలహాలు పనికొస్తాయా? అట్లే దీన్ని గూర్చి చెప్పడం కష్టమే. ఎందుకంటే కొన్ని సార్లు ఈ పద్ధతులను అలవరచుకొనేటప్పుడు కేమని కాన్పు తనకు తానే మొదలవుతుంది. అయినా మీరు కోరితే క్రింది చెప్పే సలహాలను అలవరచుకొండి.

నడచుట : తిరుగాడుటవల్ల గురుత్వాకర్షణ కారణంగా శిశువుకు క్రిందికి రావడానికి సులభమగును. దీనివల్ల కాన్పు కాదు. అయితే కాన్పుకు శరీరం తయారు కావడానికి సమయం దొరకుతుంది.

సంభోగం : మీరిప్పడొక చిన్న నీటి గుచ్చం. తెలిస్తే సంభోగవు ఆనందం పడేదానిలో ఏమినష్టము? దీని జతలో ఇంకొక కొన్ని కావచ్చు. అధ్యయనములనుండి తెలియవచ్చిందేమంటే వీర్యం కారణంగా సంకుచిత ఉత్తేజనమవుతుంది. కొన్ని అధ్యయనాలు ఏమి చెప్తాయంటే చివరివరకు సంభోగించు మహిళల శిశువులు, సంభోగం చేయకున్న మహిళలకు పోలిస్తే నిధానంగా పుట్టుతాయని ఎవరు సంభోగం చేయరో వారికి, మీకు ఎట్లు అష్టమొ అట్లే ఉండండి అని చెప్తాము.

లేనిచో వెనుకటినుండి వచ్చియున్నట్టి కొన్ని ఇండ్లపారి సలహాలు జరుగుచున్నాయి. దీని అనుసరించేముందు తప్పక డాక్టరు సలహా తీసుకొండి. అది యేవనగా

చను మొనలను ఉత్తేజ పరచుట. జనుమొనలను ఉత్తేజపరచడంవల్ల మీ శరీరంలోని అయొమయమైన ఆక్సిటాసిన్ అవుతుంది. మరియు కాన్పు నొప్పి మొదలవుతుంది. దీన్ని రోజులో కొన్ని గంటలు చేయవలసి ఉంటుందని చెప్తారు. అయితే మేము దీనివల్ల వేగవు మరియు చాలసేపటి కాన్పు నొప్పి కావచ్చునని చేస్తాము. ఈ విధానాన్ని అనుసరించే ముందు తక్కువలో తక్కువ నాలుగు మార్లు యోజించండి.

ఆముదము : (చమురు) నూనె:- అమదము త్రాగికాన్పు మొదలిడుటకు ఇష్టపడతారూ దీనివల్ల మరిమరి బాత్‌రూంకు పోవాల్సి రావచ్చు. మరియు గర్భాశయవు సంకుచితము శుచించెను. దీన్ని తీసికోవడం వల్ల మీకు డయారియా, కడుపులోత్రి అథవా వాంతి కావచ్చును, అందువల్ల ఈ పద్ధతి పని చేయడానికి ముందు కొంత ఆలోచించండి.

ఆయుర్వేదవు నోరు మరియు ఉపచారము: మామిడి ఆకులతో చేసిన టీ, ఇకకొన్ని ఉపచారాలను అవ్వగారు చెప్తారు. అయితే వీని సురక్షితమును గూర్చి ఏ విధమైన అధ్యయనం జరుగలేదు. అందువల్ల డాక్టరును అడగనిచో ఏమీ చేయకండి.

ఈ మాటను గుర్తుంచుకొండి. ఒకవారంలోగా మీరే స్వయంగా అథవా డాక్టరుగారు సహాయంతో ఆకార్యం వద్దకు. చేరుతారు. ఏ క్షణాన్ని మీరు ఆతురతలో చూస్తుంటారో.

భావము కనబడుతుంది. ఏ విధంగా గ్రుడ్లు పెట్టేటప్పుడు మొదట గూళ్ళు తయారు చేసికొంటాయో అట్లే మనుష్యని మనస్సులో కూడా ఈ ఆశ వస్తుంది. కాన్పుకు కొంత సేపు ముందు ప్రతితల్లియు ఇంటి ప్రతిమూలనూ ఊడ్చి, అలికితుడిచి, శుభ్రంఘా ఉంచడానికి ఇష్టపడుతుంది. ప్రతియొక వస్తువునూ సరియైన చోట ఉంచుతుంది. ప్రతియొక వస్తువునూ సరియైన చోట ఉంచుతుంది. కొందరు ఇంటిలో 6 నెలలకు అయ్యేటంత పదార్థాలను తెల్చుటకు ప్రయత్నిస్తారు. కొందరు నర్సరీయొక్క మూలమూల శుభ్రంగా ఉంచుతారు. వంట ఇంటిని నూతనమైన రీతిలో అలంకరిస్తారు. గంటలకొద్ది బిడ్డయొక్క వస్తువులను సరిచేస్తారు

కొన్నిసార్లు అడ్రినల్ ప్రభావవు దిశనుండి కూడా

ఇలా అవుతుంది. గుర్తుంచుకొండి. అందరికీ ఈ రీతి అనుభవం కాదు. కొంతమంది స్త్రీలు చాలా ఆనందంతో టి.వీ.ముందే కూర్చొనియుంటూ తింటూ తమ సమయాన్నంతా గడపుతారు. వారికీరీతియైన ఆశలు కావు.

తొమ్మిది నెలలు ముగిసిన తరువాత పుట్టే శిశువు (ఓవర్ డ్యూ శిశువు)

ప్రసవ తేదియొక్క ఒకవారం మేలుగా ఉన్నది. నా ప్రసవం తనకు తానే మొదలగునా?''

మీరు చాల ఉత్సాహంతో కాన్పుకు ఇచ్చినట్టి సరియైన దినాన్ని నిరీక్షించుచున్నారు. అది దాటిన మీదనూ కాన్పు నొప్పి మొదలు కాలేదు. ఆశ నిరాశగా మారింది. 70% ప్రకరణాల్లో మీరు దీన్ని ఓవర్ డ్యూ అని చెప్తారో అది అలా ఉంటదు. కొన్ని సార్లు కాన్పు తేది నిర్ణయించేదాంట్లో లెక్కించుట తప్పయి ఉంటుంది. ఇది అధ్యయనములనుండి తెలియవచ్చిన విషయము. ఒకవేళ మీది నిక్కచ్చిగా ఓవర్ డ్యూ ప్రకరణమైతే డాక్టరు ఇది దినాలు నిరీక్షించరు. 41వ వారంలో కాన్పు మొదలయ్యే ప్రక్రియను ప్రారంభింపబడును. ఎందుకంటే అధ్యయనముల నుండి తెలియవచ్చిన విషయమేమంటే దీని అమ్నియాటిక్ ద్రవపు మట్టము తక్కువవుతుంది మరియు గర్భాశయము శిశువుకు ఉపయోగ లేనిదవుతుంది.

''నేను విన్నాను, ఏమంటే ఓవర్‌డ్యూ శిశువు లోపల సరియైన రీతిలో ఉండడానికి సాధ్యం కాదు. నేనిప్పుడంతే 40 వారాలను ముగించాను. ఏమి? నా శిశువుయొక్క కాన్పు ఇప్పుడు కావాలని ఉన్నదా?

40 వారములు గడచిందంటే శిశువు గర్భాశయమునుండి బయటికి రావడానికి తపన పడుచున్నాడని అర్థము. ఒకవేళగర్భావస్థనిజమై 42వారములు ముగిసి ఉంటే అపుడా స్థలము శిశువు ఉపయుక్తమగుటకు మొదలవుతుంది. ప్లాసెంటానుండి సరియైన పోషణ మరియు ఆక్సిజన్ దొరకదు. అమ్నియాటిక్ ద్రవపు అంశము కూడ తగ్గడం మొదలవుతుంది.

ఇటువంటి శిశువులను పోస్ట్ మెచ్యూర్ అని చెప్పనగును. వాటి చర్మము శుష్కము, జారి ఉండడము, మరుతలు వాలిపోయిన రీతిలో ఉంటుంది. ఎందుకంటే చర్మాన్ని కప్పియుంచిన కవచము ఉదిరిపోతుంది. వాటి గోళ్ళు మరియువెంటికలు వేరుగా పుట్టిన శిశువులకు పోలిస్తే పెద్దదిగా ఉంటుంది. ఆ శిశువులను వేరే పిల్లలకు పోలిస్తే ఎక్కువ గాబరాగా ఉంటాయి మరియు కన్నులు పూర్తిగా తెరచికొని ఉంటాయి. ఈ శిశువులను ఆపరేషన్ చేసి బైటికి తీయవలసి ఉంటుంది. ఈ శిశువుల తలయొక్క చుట్టు కొలత కొంచె ఎక్కువగా ఉంటుంది. ఈ శిశువులను పుట్టిన కొంత సేపటికి తరువాత నర్సరీలో ఉంచవలసి ఉంటుంది. ఎందుకంటే ఇవి పూర్తిగా ఆరోగ్యంకాని అని.

సామాన్యంగా 41 వారాలు గడచిన తక్షణం కాన్పు ప్రక్రియను శురువు చేయగోరుదురు. అయితే కొందరు

కొంచెం మాలిశ్

శిశువు వచ్చే నిరీక్ష ఉంటే ఏమీ చేయద్దండి. మీ పెరినియం మాలీశ్ చేయండి. దీనినింక మీ యోని మరియు గుద మధ్య ఉండే మార్గం శిశు వచ్చేదానికి కొంచం తయారు అవుతుంది. కొందరు తజ్ఞులు చెపుతారు దీనినింక మీరు ఏపిసియోటామినింక కూడా పారు కావచ్చని. మీ చేతులు స్వచ్ఛంగా ఉండాలి మరియు గోరులని కత్తిరించిండాలి. చే పైన తేలికగా వ్యాసలేన్ జెల్లి వేసుకొని యోనిలో వేయాలి. గుద్ద తట్టు ఒత్తిడి ఇస్తా మాలిశ్ చేయండి. గర్భావస్థ కొనా వారాల్లో ప్రతిరోజూ 5-7 నిమిషాలవరకూ ఈ మాదిరి చేయండి. ఒక వేళ మీరు ఇలా చేయడానికి ఇష్టం కాకుండా ఉంటే పరవాల్లేదు గాబరి ఏమీ వద్దు. సమయం వస్తే శరీరం తనకి తానే తయారవుతుంది. ఒక వేళ మీరు ఈ ముందు తల్లి అయింటే ఖండితంగా దీని అవశ్యకత లేదు.

డాక్టర్లు కొంత వేచి చూస్తామని ఆశిస్తారు. వారు శిశువుకు సంపూర్తియైన పరీక్ష చేస్తుంటారు. అయితే మీ శిశువు ఏ విధమైన తొందరలు లేకనే గర్భాశయపు హోటెల్‌నుండి బయటికి రావాలనేదే మీ అభిలాష.

ప్రసవ సమయంలో ఇతరులను పిలవడం

"నేను నా శిశువుయొక్కపుట్టుక విషయంగా చాలా త్సుకతలో ఉన్నాను. ఈ సంతోషాన్ని సహోదరీలు మరియు స్నేహితురాండ్రతో పంచుకోగోరుతాను. ఏమి? నేను వీరందరిని నా భర్తతో పాటు ప్రసవపు గదిలోకి పిలవడం బాగుండునా?"

మీరు మీ ఈ అనుభవాన్ని ఇతరులతో పంచుకొనడానికి ఇష్టపడుతున్నారు. మీవాళ్ళను జతలో చూడడానికి ఇష్టపడుతారు. అంటే ఇందులో తప్పేమీలేదు.

అయితే ఎసిప్యూరెల్‌యొక్క ఉపయోగంతో ప్రసవపు నొప్పి తగ్గుతుంది. అందువల్ల ఎక్కువమంది స్త్రీలకు ఇదయిన తరువాత నొప్పి అనుభవముండదు మరియు వాళ్ళు సమయాన్ని ఖుషీఖుషీగ గడపడానికి ఇష్టపడతారు. కొన్ని చోట్ల ఇలాంటి అతిథులను కూర్చొండపెట్టుటకు పూర్తి వ్యవస్థ చేయబడి ఉంటుంది. ఇదొకే చోట ఎక్కడో అక్కడ పతికి అపరేషన్ గదిలోకి పోవడానికి కూడా అవకాశముంది. కొందరు డాక్టర్లు ఏమంటారంటే, తమవారి అంట మరియు జత దొరకినందున గర్భవతి తల్లియొక్క ధైర్యం ఇనుమడిస్తుంది. అయితే మీకు కొన్ని విషయాల వరంగా గమనముంచవలసి ఉంటుంది. మీ వైద్యులు మరియు ఆస్పత్రుల వాతావరణము ఈ మాటకు అవకాశమిస్తారా?

ఏమి? మీరు మీ పరిస్థితిలో కొన్ని కన్నుల ఒక వేళ వారి అసహజత మీకు తొందరయితే? ఒక వేళ మీకు వారివదరు మాటలవల్ల గాబరాపడి శాంతిలో నుండుటకు సాధ్యం కాకుంటే? మీరు మీ గమనాన్ని మీ శిశువు జననం మీద ఉంచే బదులు వారి భోజనోపచారములందుండినట్లయితే?

ఒక వేళ మీరు ఎవరిజతను కోరితే వారికి చెప్పండి. ఒకవేళ సి-సెక్షన్ అయితే అందరినీ బయటికి పంపి వేచియుండవచ్చునని ఒక వేళ మీకు ఎవరినీ పిలిచేయిష్టం లేకపోతే మీ భర్త జతలో వెళ్ళండి. మరియు శిశువును ఇంటికి తెచ్చిన తర్వాత అందరికీ చూపించండి. అందరితో కలవనివ్వండి.

> ### భోజనం?
>
> ప్రసవ సమయంలో ఏమి తినాలి? కొన్ని నర్స్‌లు కడుపు స్వచ్ఛంగా ఉండాలి కొంచం కారం తినడానికి చెపుతారు. కొందరు టొమెటొ లేదా అనానస్ తినేదానికి సలహా ఇస్తారు.
>
> మీరేమే తిన్నా అది మీ మరియు మీ శిశువుకి పట్టాలి. బాకి మాట్లు ఎక్కడుంది?

మరొక్క ఎక్కువ సేవు ప్రసవం

మొదటి సారి ప్రసవం 30 నిమిషముల్లో దియుండెను. మరియు మూడు గంటల సేపు గడిచిన తర్వాత ఇది ముగిసి ఉంటెను. అయినా అంతా సరిగా ఉండెను. అయితే నేను మరోసారి ఈ ప్రక్రియలో భాగస్వామి యగుటకు భయపడ్డాను."

ఇంతటిపెద్ద సవాలును ఎదిరించినదైన తర్వాత ఎవరైన ధైర్యవంతులు మాత్రం దీన్ని మరోధవి ఎందురించడానికి సాధ్యమగును. అయినా రెండవ సారి ప్రసవాన్ని గూర్చి దీన్ని ఏమనే చెప్పడం సాధ్యం కాదు. ఎందుకంటె ఇవన్నీ శిశువు స్థితి మరియు చాల ఇతర మాటల మీద ఆధారపడి ఉంటుంది.

మరియు రెండవ ప్రసవం ఎప్పుడూ మొదటి ప్రసవానికి పోలిస్తే తక్కువ సేవు పడుతుందని అంటారు. లోపలి మాంసఖండములు మెత్తబడి ఉండుట వల్ల ఈ ప్రక్రియ మొదటి కంటే సులభం కావచ్చు. కొన్ని సార్లు గంటలకొద్ది గడపటానికి కంటే నిమిషాల్లోనే శిశువు బయటివచ్చేస్తుంది.

కొంత తెలివితేటలు

మీరు ప్రసవపు నొప్పి మొదలయిన ఎంత సేపటికి డాక్టరును పిలవడానికిష్టపడుదురు? లేదా కొంచెం నొప్పి మొదలౌతున్నప్పడే ఆస్పత్రికి ఫోన్ చేస్తారా? ఈ అన్ని విషయాల్లో మొదటి డాక్టరు సలహాను పొందండి. మరియు వారిచ్చే నిర్దేశనములను ఎక్కడైనా వ్రాసిపెట్టుకొండి. మీకు ఆస్పత్రి చేరడానికి ఎంత సమయం కావాలి? ఏ దారిలో పోవాల్సి ఉంటుంది? అనేది తెలిసియుండాలి. ఇంటిలో పిల్లలకు, సాకుడు జంతువులకు, మరియు పెద్దలకు ఒక వ్యవస్థ చేయండి. ఎందుకంటే ఆ సమయంలో గడబిడకారాదు. మీ సామాన్లను మధ్యలో ఒక చీటీలో అన్నీ వ్రాసిడించండి, అథవా ఈ నిర్దేశనాలను మీ ఫ్రిడ్జ్ మీద అంటించండి.

తల్లితనము

ఇపుడు ఎప్పుడు శిశువు వచ్చేదాంట్లో ఉందో నాకు దీన్ని చూడుకొని దాన్ని గూర్చి చింతకలుగుతూంది.

ప్రసవానికి మొదట, అబద్ధపు ప్రసవం నొప్పి నిజమైన ప్రసవ వేదన (నొప్పి)

టి.వి.లో చూడ్డానికి అనీ బాగుంటాయి.

ఆస్పత్రికి లేదా ప్రసవ కేంద్రానికి ఏమి తీసికెళ్ళాలి

అలా చెప్పాల్సివస్తే మీరెప్పుడూ కావాలన్నా ఆస్పత్రికి ఖాళీ చేతులతో పోవచ్చును. అయితే ఇది మంచిది కాదు. మీ వస్తువులను జతలో తీసికొని పోవడంవల్ల సులభమవుతుంది. అంటే ఒక పెట్టెనిండేంత ఎక్కువ సామానేమీ అక్కర లేదు. మీకేది అవసరముందో దాన్ని మాత్రం తీసుకెళ్ళండి.

– ప్రసవపు గదికి

★ ఒక పెన్ను మరియు ప్యాడ్ ఎందుకంటే డాక్టరు నిర్దేశనాలు, చూచే స్టాఫ్ పేరు, మొదలైనవి రాసుకోవడానికి.

★ టైం చూడ్డానికి ఒక గడియారం ఉంచుకొండి.

★ మీకిష్టమైన ఆడియో విడియో సిడిల జతలో ఎంపిత్రీ ప్లేయర్ మరియు టేప్‌రికార్డరు మొదలైనవు.

★ ఆస్పత్రివాళ్ళు అనుమతిస్తే క్యామరా విడియో క్యామరా, ఉపయోగం లేని బ్యాటరీ తీసికెళ్ళడం మరువకండి.

★ మీకిష్టమైన నూనె – ఇది మాలీశ్ చేయడానికి ఉపయోగపడేది.

★ వీపు నొప్పినుండి విశ్రాంతి పొందుటకు మసాజర్ లేదా టెన్నిస్ బాల్ కౌండర్. ప్రెజర్‌కు ఉపయోగపడేది.

★ మీకిష్టమైన దిండ్లు.

★ చక్కెర లేని లాలివప్ లేదా క్యాండి.

★ టూత్‌బ్రష్, టూత్‌పేస్ట్ మౌత్‌వాష్ ఇత్యాది.

★ తిరుగాడుటకు అనువైన చెప్పులు.

★ పొడవైన వెంట్రుకలను మడచి వేయుటకు క్లిప్, హేర బ్రష్ (కూంబ్)

★ మీ జత వారికేదైనా తినుటకు మురుకులు.

★ సెల్ ఫోన్ మరియు చార్జర్.

ప్రసవానంతరం

★ రాత్రి ధరించుటకు గౌను లేదా ఓర్వ బట్టలు, స్తన్యపానం చేయడమైతె ముందు షర్ట్ ఉండే కమీజ్, నర్సింగ్ బ్రా.

★ కొన్ని పుస్తకాలు (శిశువు పేర్లుండే పుస్తకం కూడా)

★ స్నాక్స్ (కురుకులు) ఎందుకంటే వారి భోజనం వేళయితే కకాచుకొని ఉండేట్టండ కూడదు.

★ ఇంటి మరియు కుంబకుల ఫోన్ నంబర్లు.

★ ఇంటికెళ్ళెటప్పుడు వేసుకొనడానికి బట్టలు

అర్ధరాత్రి 3 గంటల సమయం ఒక మహిళ లేచి తన పొట్టమీద చేయుపెటుతుంది. పెద్ద శబ్దంతో భర్తకు చెబుతుంది ''హానీ సమయం వచ్చేనని.

అయితే గాబరా విషయం ఏమంటే ఆమెకు సరియైన సమయం ఎట్లు తెలిసింది అని. వారు ఇంత ఖచ్చితంగా ప్రసవాన్ని గూర్చి ఎలా చెప్తారని. ఎందుకంటే ఆమె మొదటి సారి గర్భవతి అయింది. ఆమె చాలా విరామంగా ఆస్పత్రికి పోవడానికి తయారవుతుంది. మరియు ప్రసవంకోసం చేరుతుంది. నిస్సంకోచంగా ఇది చాల ముందే స్క్రిప్ట్ వ్రాసి ఉంటుంది.

ఒక వేళ మీ విషయం చెప్పాలంటే మీ దగ్గర ఏదో స్క్రిప్ట్ ఉండదు. మేము రాత్రి 3 గంటలకు లేస్తే మాకేమీ గుర్తుండదు. అంటే అది నిజంగానే ప్రసవపు నొప్పి అథవా బ్రెక్సన్ హిక్స్ అవి. ఏమి నేను ఆ సమయంలో లేచి లైట్ వేయాలా! లేదా సరియైన సమయానికోసం ఎదురుచూడాలా? నేను నా జతగాండ్లను లేపించాలా? ఏమి డాక్టరుకు అర్థరాత్రిలో లేపి నాకు చిన్న నొప్పి వచ్చిందని చెప్పాలా? నేను చిన్న నొప్పికి అరచే లేదా

అన్ని నిండినట్లు

ఈ దినాల్లో ఎక్కువ ఖరీది చేయకండి. వంట గది, బాత్ రూం, లేదా ఇంటి ఏ మూలలో సామాను తక్కువ ఉండకూడదు. ఇది ఇప్పుడే కార్ సీటు మరియు డయపర్‌లో తీసుకోవాలి. ఎందుకంటే ప్రసవం అయినంక శరీరంలో ఇంత శక్తి ఉండదు. మరియు మీ శిశువుని విడిచి మార్కెట్‌కి పోవడానికి కాదు.

ఫ్రిడ్జ్‌లో పానీయం మరియు తిండిల ఎండిన మరియు ప్యాక్ అయిన వస్తువులని తినండి. వాడి పారేసే పాత్రలు, సంచిలు మరియు కర్చీఫ్‌ని తీసుకురండి. కొన్ని దినాలవరకూ మీరు ఎంగిలి పాత్రలని కడిగే స్థితిలో ఉండరు.

మీకి కావాలనిపించినపుడు మైక్రో ఓవన్‌లో ఉడుకు చేసి తినేలాగ పదార్థాల్ని చేసి ఫ్రిడ్జ్‌లో పెట్టండి.

కార్డ్ బ్లడ్ బ్యాంక్

అయినా ఈ ప్రకియు ఇప్పు ప్రయోగ అవస్థలో ఉంది. అయితే కొన్ని తల్లీతండ్రులు వాళ్ళ శిశువు బొగ్గులు తీగ రక్తం కార్డ్ బ్లడ్ బ్యాంక్‌లో పెట్టెదానికి ప్రారంభించినారు. ఎందుకంటే ముందు వచ్చే సమయంలో ఏదైనా గంభీరమైన ఖాయిలాకి చికిత్స సులభంగా కాని అని.

కార్డ్ బ్లడ్ తీసుకొనే రీతి నొప్పి లేకుండా ఉండేది. శిశువు బొగ్గులు తీగని కత్తరించిన తరువాత ఈ రక్తాన్ని తీసుకోబడుతుంది. ఇది తల్లి మరియు శిశువుకి పూర్తి సురక్షితమైనది. అయితే దీన్ని సంగ్రహించె పెట్టే ప్రక్రియు నిండా దుబారిగా ఉండాది. తక్కువ అపాయాలుండే కుటుంబాలకి దీని లాభం పూర్తిగా స్పష్టం కాలేదు. ఒక వేళ రక్త ఉంటె ల్యూకేమియా, లిక్ఫోమా, న్యటోబ్లసాటోమా సిక్ల సైల్, అనిమియా, సబలాస్టిక్ అనిమియా మరియు థైలాసీమియా మొదలైన ఖాయిలాలికి నిధానంగా సహాయం దొరకుతుంది. ఒక వేళ మీలో కార్డ్ బ్లడ్ బ్యాంక్ అనుకూలం ఉంటే మరియు మీకి ఇష్టముంటే దీన్ని అళవడించుకొనడంలో తప్పేమీ లేదు. కొత్తగా అప్ప అమ్మ అయిన వాళ్ళ జొతలో చేరి మీరు తొందరగా అన్నిదాన్నీ నేర్చుకొంటారు.

అళాంటి నొప్పికి గమనం ఇవ్వకుండా ఉండే గర్భవతి మహిళయేనా? లేదా చైల్డ్ బర్త్ క్లాస్‌కు పోయినా ప్రసవపు నొప్పి ఏమని తెలియని మహిళణా? ఏమి నేను నిధానంగా ఆస్పత్రికి పోగలనా? మరియు నా శిశువుకు నేను దారిలో జన్మనిస్తానా? ఇలాంటి ప్రశ్నలు ''కాంట్రాక్షన్‌కన్నా'' వేగంగా తలలో మొదలాడుతాయి.

నిజ మేమంటే ప్రతియొక్క గర్భవతి స్త్రీయూ ఇలాంటి బెదరును ఎదురించసేవలెను. అయితే మీకు దీన్ని ఝూటుర్చి ఎక్కువ బాధపడే అవసరం లేదు. మేము మీకు ప్రతియొక్క విధమైన ప్రసవ లక్షణాల తెలివితేటలను ఇస్తున్నాము.

సమయానికి ముందే అయ్యే ప్రసవ లక్షణాలు

ప్రసవ సమయానికంటే ముందు ప్రసవ లక్షణాలు బయటికి పోగుతాయి. బహిర్గతమౌతాయి. దీని అర్థము ప్రముఖ సంఘటన ప్రారంభంకానున్నదని. సమయానికి ముందు ప్రసవానికి శారీరకమార్పు ప్రసవానికి ఒక నెల ముందే తెలియగలదు. లేదా ఒక గంట మొదలు ఆ సమయంలో డాక్టరు పరీక్ష చేసి గర్భాశయపు ద్వారం (నోరు) ఏడుస్తూందా లేదా చెప్పవచ్చు. ఇదిగాక ఇంకనునుకొని లక్షణాలున్నవి. వాటిని గూర్చి మీరే స్వయంగా గమనముంచవచ్చును.

డ్రాపింగ్ (జారుట) మొదటి మారు గర్భవతులయిన మహిళలకు ప్రసవం ప్రారంభానికి 2-4 వారాలకు మొదలే శిశువు పెల్విస్ వైపుకు వస్తుంది. 2వ ప్రసవంలో వని ఎప్పుడు ప్రసవ ఖచ్చితంగా మొదలవుతుందో అప్పడవుతుంది.

పెల్విస్ మరియు గుదద్వారమున ఒత్తిడి : నెల్లలో అద్యుకాల తెలిసినట్లు తేలికపాటి నొప్పి అనుభవమవుతుంది. ఇదిగాక వీపు వెనుక క్రిందిభాగములో నొప్పి అవుతుంది.

తూకం తగ్గేది లేక ఎక్కువ కాకుండా ఉండడము.

కొంతమంది స్త్రీలకు చాలా ఎక్కువ ఆయాసపు అనుభవమౌతుంది. మరికొందరు తమకింతా శక్తివచ్చిందని అంటారు. కొన్ని నెస్టింగ్ ఇంస్టింక్ట్‌లోనుండి శిశువును పిలుచుకోనివచ్చేముందు ఇంటిని శృంగారించుటకు ఇష్టపడతారు. మరియు ఇంటి ప్రతిమూలాను శుభ్రంఘా ఉంచెందుకు ఇష్టపడతారు.

మ్యూకస్ యొక్క ప్లగ్ తెరచుట : సర్విక్స్ పలుచనై తీయడానికి ప్రారంభమగుటవల్ల గర్భాశయం మీదనున్న సీలువంటి ప్లగ్ అక్కడినుండి తీసికొంటుంది. ప్రసవపు ఒకటిరెండు వారాల మొదలు మీకు యోనినుండి సింబళం ముక్కలు వచ్చేది చూడవచ్చు.

గులాబి అథవా ఎర్ర తుండుగలు : సర్విక్స్ వ్యాపించినందును లేత ఎరుపు లేదా గులాబి రంగు సింబళం రావడానికి మొదలైతుంది. ఇది ప్రసవపు 24 గంటల మొదలు మొదలవుతుంది. అయితె కొన్ని రోజులకు ముందే కావచ్చు.

బెక్స్‌టన్ హిక్స్ కంట్రాక్షన్ : ఇది మొదటికంటే ఎక్కువ శక్తిగలపై అట్లే నొప్పితో కూడుకొని యుంటుంది.

డయారియా : కొంతమంది స్త్రీలకు ప్రసవానికి కొంచెం ముందే నీళ్ళువిరేచనాలు రావడానికి మొదలవుతుంది.

నిజముకాని ప్రసవపు లక్షణాలు

నొప్పి ఉందా లేదా? ఒక వేళ క్రింద చెప్పిన లక్షణాలు లేకపోతే అది నిజమైన ప్రసవపు నొప్పి ప్రారంభం కాలేదు. ఏదంటే

★ సంకు చితము నియమితమై ఉండదు, మరియు దాని సంఖ్యయు ఎక్కువ కాదు.

★ నిజమైన సంకుచితం నిధానంగా జాస్తి అవుతుంది. ఎక్కువ సేపుంటుంది. మరియు నొప్పితో కూడి ఉంటుంది.

★ ఒక వేళ మీరు స్థితిని మార్చితే లేదా చుట్టవస్తే కాంట్రాక్షన్ నిలిచి పోతుంది. కొన్ని సార్లు నిర్ణిత సమయానికి మొదలే అయ్యే నిజమైన కాన్పులో కూడా ఇలానే అవుతుంది.

★ లోపల పరీక్ష అయిన తరువాత అథవా సంభోగించినపుడు అయ్యే మందమైన రంగు స్రావమవుతుంది.

★ సంకుచనంతో పాటు శిశువు చురుకుదనం కూడా ఎకువౌతూ పోతుంది గుర్తుంచుకొండి. అనత్యప్రసవం వల్ల కూడా మీకేమీ నష్టం కాదు. ఒక వేళ అవసరమైన వస్తులతో మీరు ఆస్పత్రికి చేరియుంటే ముందుజరుగబోవు ఘటనలకు అభ్యాసపు తయారని తెలిసికొండి. ఎందుకంటే ముందు ఇక ఇటువంటి సమయంలో మీకు తొందర కాకున్నట్లు.

నిజమైన ప్రసవ లక్షణములు

నొప్పి ఉందా లేదా? ఒక వేళ క్రింద చెప్పిన లక్షణాలు లేకపోతె అది నిజమైన ప్రసవపు నొప్పి ప్రారంభం కాలేదు. ఏదంటే

★ సంకుచితము నియమితమై ఉండదు, మరియు దాని సంఖ్యయు ఎక్కువ కాదు.

★ నిజమైన సంకుచితం నిధానంగా జాస్తి అవుతుంది. ఎక్కువ సేపుంటుంది. మరియు నొప్పితో కూడి ఉంటుంది.

★ ఒక వేళ మీరు స్థితిని మార్చితే లేదా చుట్టపిస్తే కాంట్రాక్షన్ నిలిచి పోతుంది. కొన్ని సార్లు నిర్ణిత సమయానికి మొదల అయ్యే నిజమైన కాన్పులో కూడా ఇలానే అవుతుంది.

★ లోపల పరీక్ష అయిన తరువాత అథవా సంభోగించినపుడు అయ్యే మందమైన రంగు స్రావమవుతుంది.

★ సంకుచనంతో పాటు శిశువు చురుకుదనం కూడా ఎకువౌతూ పోతుంది గుర్తుంచుకొండి. అజత్య ప్రసవం వల్ల కూడా మీకేమీ నష్టం కాదు. ఒక వేళ అవసరమైన వస్తులతో మీరు ఆస్పత్రికి చేరియుంటే ముందుజరుగబోవు ఘటనలకు అభ్యాసవు తయారని తెలిసికొండి. ఎందుకంటే ముందు ఇక ఇటువంటి సమయంలో మీకు తొందర కాకున్నట్లు.

నిజమైన ప్రసవ లక్షణములు

నిజమైన ప్రసవం ఎట్లు ముదలౌతుందని ఎవరికీ తెలీదు. అయితే దీనిలో కొన్ని రకాల కారణాలను చేర్చవచ్చును. శిశువుతల నుండి తల్లికి సూచన వస్తుంది ఏమంటే ''అమ్మా నన్ను ఇక్కడినుండి బయటికి తీ'' ఈ సందేశం దొరిన ఆ క్షణమందే తల్లి శరీరంలో హార్మోన్ల ప్రతిక్రియ మొదలవుతుంది. ఈ కారణంవల్ల సంకుచన ప్రారంభము కలిగించు ''ప్రోస్ట్ గ్లెడిన్స్'' మరియు ''ఆక్సిటోసిన్''యొక్క స్రావం మొదలవుతుంది.

ప్రసవపు ముందటి సంకుచను అసలైన కాన్పు నొప్పియై మార్చుతుంది. ఒక వేళ

★ సంకుచనం తక్కువయ్యే బదులు హెక్కువైతే మరియు స్థితి మార్పు చేసినదయినా ఏమీ వ్యత్యాసం కలుగకుంటే,

★ సంకుచనం మొదటికన్న ఒకేసమంగా ఎక్కువవుతుంది మరి నొప్పి కూడిన దేమండి మరియు నియమితమౌతూ పోతుంది. అంటే ప్రతి సంకుచనమూ హెచ్చు నొప్పినుండి (30 నుండి 70 సెకెండ్సు) కూడినది కాదు అయితే విశాలమౌతుంది.

★ మొదమొదట సంకచనం నెల సరిగా ఉండదగిన తిరుగుడు గ్యాస్ నిండినపుడు అయినట్లే అగును. లేదా పొట్ట క్రింది భాగంపైన ఒత్తిడి వస్తుంది. కడుపు లేదా వీపు క్రింద నుండి మొదలయ్యే నొప్పి తొడవరకూ వ్యాపిస్తుంది. అయితే కొన్ని సార్లు అబద్ధ ప్రసవపు నొప్పిలోనూ ఇలా అవుతుంది.

★ గులాబి లేదా లేత ఎరువు రక్తస్రావం కావచ్చును. 15% ప్రసవమందు నీటినంచి ప్రసవం నొప్పి ప్రారంభానికి మొదలేతన్నులవల్ల పగులుతుంది. కొంతమంది స్త్రీలకు ఇది ప్రసవపు జొతజొతలో పగులుతుంది. లేదా డాక్టరుగారి ద్వారా కృత్తిమంగా పగులగొట్టబడుతుంది.

డాక్టరును ఎప్పుడు పిలవాలి

మరియు మీకు డాక్టరు చెప్పియుండవచ్చు, ఏమంటే సంకుచనం 6-7 నిమిషముల మధ్యలో అగుచున్నచో వారిని పిలవాలని. అట్లని మీరు ఈ విధమైన అంతరవు సంకుచనానికి నిరీక్షించకండి. ఒక వేళ సంకుచనం మొదలైయుండి మీకు అసలైన ప్రసవం నొప్పా ఇదని తెలియక పోతే డాక్టరుకు ఫోన్ చేసి అడిగితే తొందరేమి లేదు. వారిని అర్ధరాత్రిలో లేపుటకు వెనుకంజ వేయకండి. ఒకవేళ మీ ప్రసవ సంకేతం అబద్ధమైనా సరే. ఎందుకంటే ఈ రీతిగా చేసే మొదటి అథవా చివరి గర్భవతి మీరు కాదు. కాని ఒక వేళ అది మీకు అసత్యవు కాన్పని అనిపిస్తున్నా జాగ్రత వడడంలో ఇబ్బంది లేదు.

ఒక వేళ మీకు నిర్ణయించిన తేది కొన్ని వారాలుండి మరి వెంటనే అంతటి సంకుచనం మొదలై లేదా నీటినుంచి పగిలితే డాక్టరును పిలవడానికి ఆలస్యం చేయకండి. ఒక వేళ ఎరువు రంగు స్రావము మీ సర్విక్స్‌లో ఉంటే లేదా యోనిలో అనుభవమైతే వెంటనే డాక్టరును పిలవండి.

■ ■ ■

ప్రసవ వేదన మరియు ప్రసవము

ఈ దినములను లెక్కించుటలో తారుమారుగా ఉన్నారా? లేదా మీ పాదాలను చూడను వ్యాకులంగా ఉన్నారా? పొట్టమీద విశ్రాంతిగా పడుకోనాలని ఇష్టపడుతున్నారా? చింతించకండి. గర్భావస్థ సమాప్తమగుచున్నది. మీ శిశువు కడుపుకు బదులుగా మీ భుజములపైకి వచ్చే ఆ క్షణం రానున్నది. శిశువును మీ దగ్గర మీ చేతికిచ్చే ఆ ప్రక్రియను గూర్చియు యోచన చేస్తుండవచ్చు.

ప్రసవ వేదన ఎప్పుడు ప్రారంభమయ్యేది: ఎప్పుడు ముగిసేది? నాకు నొప్పి తట్టుకోనడానికి సాధ్యమగునా? నాకు ఎపిడ్యూరల్ అవసరముందా? ఇదంతా ఆలోచించి వ్యాకులముగానున్నారా?

శిశువు పోషణ? ఎపిసి ఓటామి? నేను కుక్కరకాళ్ళందు ప్రసవము కావచ్చా? ఆస్పత్రికి పోవడానికి నిధానమైతే? ఇలాంటి ప్రశ్నలు ఉత్తరములు, నర్స్, దాది, డాక్టరు అందరూ చుట్టూ నిలబడి ఉండేదానికి తోడు మీరా ప్రక్రియను పూర్తి చేస్తారో జ్ఞాపకముండని ఏదో ప్రక్రియ ఉండని అది మీ శిశువును మీదొక చేర్చుటకు సహాయ పడేది.

మీరేమి యోచిస్తుండవచ్చు?

మ్యూకస్ ప్లగ్

"నాకనిపిస్తుంది నా మ్యూకస్ ప్లగ్ బయటికి వచ్చింది. డాక్టరుకు ఫోన్ చేయాలా?"

అనేక సార్లు సర్విక్స్ వెడల్పయ్యే సమయంలో జెలెటిక్ అనే ఊది ఉండే మ్యూకస్ ప్లగ్ బయటికి వచ్చివేస్తుంది. చాలా మంది మహిళలకు శౌచాలయమందు తెలుస్తుంది. అయితే వారు గమనించరు. ఒక వేళ ఇది బయటికొచ్చేదాని అర్థం మీ శరీరం ముందు రాబోవు సమయానికి సిద్ధమౌతుందని. అయితే ప్రసవపు దినంవచ్చిందని సంకేతం కాదు. ఈ సమయంలో ప్రసవపు దినం ఒకటి రెండు రోజులు లేదా వారాల కొద్ది దూరంలో ఉండవచ్చు. నిధానంగా సర్విక్స్ తెరవబడును. అందువలన డాక్టరు పిలవడానికి లేదా భయపడవలసిన అవసరం లేదు.

"ఒక వేళ మ్యూకస్ ప్లగ్ బయటికి రాక పోయినా చింతించకండి. దీనికి మీ ప్రసవ సమయానికి ఏ సంబంధం లేదు."

రక్తస్రావము

"నాకు లేత గులాబి మ్యూకస్ స్రావమవుతున్నది. ప్రసవ సమయం వచ్చిందా?"

దీన్ని నేను ప్రసవాని ముందటి సంసిద్ధత అని చెప్పవచ్చును. రక్తం జతకు లేత గులాబి వర్ణపు లేదా కందు వర్ణపు స్రావం అర్థం సర్విక్స్ యొక్క రక్త నాళములు పగులుతున్నవి. ఎందుకంటే అది వెడల్పు అవుతున్నది. ప్రసవ ప్రక్రియ ప్రారంభమయింది. శిశువు ఇక ఒకటి రెండు రోజుల్లో మీ దగ్గరకు రావచ్చును. అయినా ప్రసవ సమయం పూర్తి అయి అనిశ్చితంగా ఉంటుంది. ఆ కారణంగా ప్రసవ వేదన

ప్రారంభమయ్యేవరకూ ఏమీ చెప్పడం సాధ్యం కాదు.

ఒక వేళ ఈ స్రావం దట్టమైన ఎరుపురంగుది అయితే తక్షణం డాక్టరు వద్దకెళ్ళండి.

నీటినంచి పగులుట

''అర్ధరాత్రిలో తేమగా ఉండే పరుపుపైన నాకు మెలకువయ్యెను. నేను పరుపుపై మూత్రవిసర్జన చేశానా? లేక నీటి సంచి పగిలేనా?''

బట్టను వాసన చూసి తెలిసికోవచ్చును. ఆ వాసన తీక్ష్ణమైన అమినియవలె లేకపోతె అది ఆమ్నియాటిక్ ద్రవ ముండవచ్చును. మీ శిశువుకు సురక్షా కవచమయియున్న నీటిసంచి పగిలి యుండవచ్చును. మీకు ఎడతేగక ఒక లేతవచ్చవర్ణపు స్రావమవుతుండేది. ఈ స్రావం ప్రసవానంతరమే నిల్చేది.

మీరు కీగల్ వ్యాయామం చేయండి. స్రావం నిలకుండ పోతే ఆమ్నియాటిక్ ఆసిడ్

పడుకొన్నప్పుడు స్రావం ఎక్కువగును. ఎందుకంటే నిలుచున్నపుడు శిశువు తల ముందు కొచ్చే కారణంవల్ల స్రావం నిలిచేది. మీ డాక్టరు మీకు మొదలే అన్ని తెలిపియుండవచ్చు. అయినా ఏ దేని అనుమానముంటే డాక్టరుకు ఫోన్ చేయండి.

''నీటి సంచి పగిలినా ప్రసవపు పీడ ప్రారంభకాలేదు. ప్రసవం ఎప్పుడు మొదలయ్యేది, ఈ సమయంలో నేను ఏమి చేయాలి?''

ప్రసవం అయ్యేదాంట్లో ఉంది. అనేక మంది స్త్రీలకు నీటి సంచి పగిలిన తరువాత 12 గంటల లోపల ప్రసవ వేదన ప్రారంభమవుతుంది. చాల మందికి 24 గంటలు కావచ్చు.

10 మందిలో ఒక సందర్భంలో ఇంకా ఎక్కువ కావచ్చును. ఈ సమయం ఎంత ఎక్కువగునో అంత ఎక్కువ అపాయవమగును. సోంకు కాకుండుగాకని డాక్టరు 24 గంటలలోపల ప్రసవం చేయించే పని ప్రారంభిస్తారు. కొందరు డాక్టర్లు కేవలం 6 గంటలు మాత్రం వేచి చూస్తారు.

చాల మంది మహిళలూ ఈ స్థితియైన తర్వాత చాల సేపటివరకూ కాచుకోనడం ఇష్టంపడడం లేదు.

అన్నింటికంటే మొదట మీ దగ్గర ఒక టవల్ లేక ప్యాడ్ ఉంచుకొని డాక్టరుకు ఫోన్ చేయండి. సోంకు కాకుండని అని యోనిని శుభ్రంగా ఉంచుకొండి. సంభోగం చేయకండి. టాయ్‌లెట్‌కు పోతే ముందునుంచి వెనుకకు తుడుచుకోండి.

చాలసార్లు ఇలానూ అవుతుంది. శిశువుల తల పెల్విక్ ఏరియావరకూ వచ్చియుండదు. ద్రవము జతకు పాకిలితెగే యోనివరకూ వచ్చియుంటేది. ఈ తరహా అనుభవమైతే తక్షణం డాక్టరుకు ఫోన్ చేయండి.

గాఢమైయున్న ఆమ్నియోటిక్ ద్రవము

''నా హోర చినిగి పోయింది. ఐతె ద్రవము స్వచ్ఛంగా లేదు. లేత కందు రంగులో ఉంది. దీని అర్థమేమి?''

ఆమ్నియోటిక్ ద్రవము జతకు లేత పచ్చ కందు వర్ణపు మీ కోనియంవసూ ఉండవచ్చు. ఇది శిశువుయొక్క మొదలు మొదలు మలము. ఇది జననా నంతరమూ అయేది. అయితే ఒకోసారి శిశువు గర్భంలో ఒత్తిడిలో ఉంటే లేక సమయము ఎక్కువైతే శిశువు జననానికి ముందే మలం చేసేది.

దీన్ని తక్షణం డాక్టరుకు తెలుపండి. శిశువు చాల ఒత్తిడిలో ఉందని అర్థము. డాక్టరు ఎంత తొందరగా అయ్యేదో అంత తొందరగా ప్రసవం ప్రారంభిస్తారు. అలాగే నిరంతరంగా శిశువు మీద దృష్టి పెట్టి ఉంటారు.

ప్రసవ సమయంలో అమ్నియాటిక్ ద్రవంలో కొరత

''అమ్నియోటిక్ ద్రవము చాల తక్కువవున్నది. దాని పూర్తి చేయాలని నా డాక్టరు చెప్పిరి. ఇది గాబరా పడే విషయమా?''

అలాగే ప్రకృతి ఈ ద్రవాన్ని తగ్గించేందుకు వదలుట లేదు. ఒక వేళ తక్కువైతే వైద్యకీయ విజ్ఞానపు

సహాయం తెలికోవచ్చు. గర్భాశయంలో సర్విక్స్‌వల్ల ఒక క్యాథరెటక్ లోపలవేయాలి, దాన్నుండి అమ్నియాటిక్ పైకల్లో సైలెన్ సాల్యూషన్ వేస్తారు. ఈ ప్రక్రియను అమనియో ఇన్ ఫ్యూజిక్ అంటారు. ఇద్దైన తర్వాత శస్త్రచికిత్స చేయాల్సిన అవసరం చాల తక్కువ అయియుంటుంది.

సంకోచనవు (ముడుచుకోనుట) అనియమితమై యున్నది

"చైల్డ్ బర్త్ కక్షలో మాకు చెప్పారు, ప్రసవ వేదన నియమితంగా తర్వాత ప్రతి ఐదు నిమిషముల్లోనూ సంకుచితమైతే ఆస్పత్రికి పోవాలి. నాకు ఐదు నిమిషములనుండి తక్కువ సమయంలోనున్నది. అయితే నియమితంగా లేదు నేనేమి చేయను?"

ఇలా రెండు గర్భావస్థలు ఒకే రకంగా ఉండవు అదే రకమైన రెండు ప్రసవములు ఒకే రీతిగా ఉండవు. పుస్తకంలో క్లాసుల్లో లేదా డాక్టరు ఏమి చెవుతారో అలాగే కావాలనేమీ లేదు. అయితే సంకుచితం నియమితమై యుండాలి ఇది సత్యము.

ఒక వేళ మీకు 20 నుండి 60 సెకెండ్లు తీవ్రంగా సంకుచితమౌతుంటే అలాగే 5-7 నిమిషముల తర్వాత మధ్యలోనే మీరు ఏదో చదివి యుండవచము. ఏమైనా వినియుండవచ్చును, అన్నీ వదలి ఆలస్యం చేయకుండ ఆస్పత్రికి వెళ్ళండి.

ప్రసవ సమయంలో డాక్టరును పిలుచుట

"నాకు 3-4 నిమిషములైన తర్వాత సంకుచితవౌతుంది. డాక్టరుకు దీనిని చెప్పడం బుద్ధిమంతురాలని నాకనిపించడం లేదు. ఎందుకంటే నాకు నొప్పి ప్రారంభమయిన సమయాన్ని ఇంటిలో గడపవలేనని డాక్టరు చెప్పారు."

ఇందులో తప్పలేదు. మొదటి సారి తల్లి అయ్యే స్త్రీలు చాల విశ్రాంతిగా ప్రసవ వేదనవు ప్రారంభవేళను ఇంటిలోనే గడపవచ్చును. అలాగే మీ ప్రసవ వేదన ఆ రీతిదికాదని అనిపిస్తుంది. మీకు ప్రతి ఐదు నిమిషాల్లోనూ 45 సెకెండ్లవరకు తీవ్రమైన సంకుచితవౌతూ వుంటే మీ ప్రసవ వేదనవు తుది సమయం తొందరలోనే ప్రారంభం కావచ్చును. ప్రసవవు మొదటి ఘట్టం (చరణం) నొప్పి లేనట్టైయుండవచ్చును. అట్లే ఇదే సమయంలో సర్విక్స్ ముఖము తెరవవచ్చును. అపుడు మీరు ఆస్పత్రికి లేదా బర్త్ సెంటరుకు పోవవలసి యుంటుంది.

అందువల్ల డాక్టరుకు ఫోన్ చేయడం ఆలస్యం చేయవచ్చు. వారికి సంకుచిత సమయం, వ్యవధి అన్నీ సరిగా చెప్పండి. డాక్టర్ ఫోన్‌లోనూ మీ నొప్పియొక్క తీవ్రతను బేరీజు వెయవచ్చు. ఆ కారణంగా నొప్పిని మూసిపెట్టుకొను ప్రయత్నం చేయకండి. మీ బాధను తమకుతామే వారి దగ్గర చెప్పండి.

డాక్టరు ఒప్పుకోనక పోతే పరీక్షకోసం రావడానికి అనుమతిని కోరండి. వెళ్ళేటప్పుడు బ్యాగ్ తీసుకొని పోండి. ఇంకా చాల సమయమున్న దని తెలిస్తే ఇంటికి వెనుదిరుగుటకు సంకోచించకండి.

సరియైన సమయానికి సరిగ్గా ఆస్పత్రికి చేరుట

"నేను సమయానికి సరిగ్గా ఆస్పత్రి చేరలేనని నాకు భయము."

టి.వి.లో ఈ రకంగా అయ్యే ప్రసవవంతా అబద్ధం. సామాన్యంగా మొదటి సారి తల్లి అయ్యే స్త్రీల దగ్గర ప్రసవ సూచన చాల ముందుగానే చ్చేబడును. అకస్మాత్తుగా క్రింది భాగంలో ఒత్తిడి పడేది అట్లే మూత్ర విసర్జన చేయాలనిపించేది, చాల తక్కువ సందర్భాల్లో ఇట్లు కాగలదు. మీరూ మరియు మీ కోచ్ ఆపత్కాల ప్రసవాన్ని గూర్చి అన్నీ సమాచారాలు తీసికోనడమే మంచిది. ఎప్పుడైనా ఇలాంటి సందర్భం వస్తే పరిస్థితిని సరిదిద్దుకోనుటలో తొందర కాకూడదు.

ప్రసవ కాలం తక్కువ అయ్యేది

"నేను చాలమంది మహిళలకు ప్రసవకాలం

తక్కువగా ఉండెనని విన్నాను. ఇది ఎంత సాధారణము.''

మీరు వినివట్టి ప్రసవకాలం అంతేమి తక్కువ ఉండదు. నిజంలో గర్భిణి తల్లికి అనేక గంటలకాలం, దినాలు, లేదా వారాలువరకు నొప్పి లేని సంకుచనము అవుతుంటుంది. మరియు గర్భాశయ గ్రీవోమయిన ముఖము నిధానంగా తెరువబడుతుంటుంది. దీని అనుభవమయ్యేటప్పుడు ప్రసవం వైపు మార్గంలో వచ్చేయును పడకుండని అని మందిచ్చి వత్తిడి భారమును తగ్గించవచ్చు.

బ్యాక్ లేబర్

''సంకుచన ప్రభావంపై నా మీఖు క్రింది భాగాన సహించలేనంత నొప్పి అవుతూంది.''

చాలమట్టకు మీకు లేబర్ సమస్య అయియున్నది.

ఈ పరిస్థితి రాదు అయినా మీకు అన్ని తెలిసియుండాలి

- ★ శాంతంగా ఉండడానికి ప్రయత్నించండి.
- ★ స్థలీయ ఆస్పత్రికి ఫోన్ చేయండి. మాట్లాడండి.
- ★ చుట్టు ప్రక్కల ఇండ్లవారి సహాయం కోరండి.
- ★ తోసివేసే మనస్సున్నా ఒత్తిడి వేయవద్దు.
- ★ పరుపుపై శుభ్రంగా ఉండే టవల్ లేదా బెడ్‌షీట్ వేసికొని వాకిలి తెరవండి. ఎవరైనా తొందరగావచ్చి సహాయ పడవచ్చు.
- ★ శిశువు బయటికి రావడానికి సిద్ధంగా ఉంటే నొప్పి కలిగినపుడల్లా ఒత్తిడి వేయండి.
- ★ శిశువు తలకనబడితే ప్రెషర్ వేసే బదులు పైరీనియం పైన చిన్నగాఒత్తిడి ఇవ్వండి. తలను తక్షణం లాగే బదులు నిధానంగా బయటికి తీయండి.
- ★ శిశువు కుత్తుకలో బొడ్డుతీగే చిక్కుకొని ఉండేది కనబడితే నిధానంగా తీయండి.
- ★ తల తీసిన తర్వాత ఒక భుజాన్ని తీయండి. రెండవ భుజాన్ని తీయడానికి తలను కొంచెం ఎత్తండి.
- ★ ఆ తరువాత మిగిలిన శిశువు బయటికి వస్తుంది.
- ★ బొడ్డు నాళాన్ని ఏమీ చేయక శిశువును పొట్టమీద పండుకో బెట్టుకొండి. శుభ్రమైన గుడ్డలో శిశువును చుట్టి దాని ముక్కు ముఖము శుభ్రం చేయండి. అలాగే నోరు ముక్కులో రెండు మూడు సార్లు గాలి ఊదండి.
- ★ ప్లాసెంటాను మీరే తీయకండి. ఒక వేళ బయటికి వస్తే బట్టలో చుట్టి శిశువుకంటే పైన పెట్టండి. కత్తరించే అవసరం లేదు.
- ★ సహాయం దొరికేవరకూ మిమ్ము మరియు శిశువును వెడిగా ఉంచు కోనే ప్రయత్నం చేయండి.

అనేక సార్లు ఏ సర్విక్స్ తెరవడానికి గంటలు పట్టేదో అది నిమిషములో తెరవబడుతుంది. ఇలాంటి ప్రసవంలో ఎక్కువ సమయం కాదు. అలాగే శిశువుకూ ఏమీ తొందర కాదు.

ఒక వేళ మీకు ఎక్కువ తీవ్రంగా సంకుచనం ప్రారంభమైతే ఆస్పత్రి లేదా బర్త్ సెంటరుకు వెళ్ళడానికి నిదానించవద్దండి. మీ మరియు శిశువు పైన ఒత్తిడి

తాంత్రిక రూపములో చెప్పాలంటే భ్రూణ పోస్టిరియర్ పొజిషన్‌లోనున్నప్పుడిలా అవుతుంది. దాని ముఖము మీదమున్నటిది అలాగే దాని తల వెనుక భాగం పెల్విస్ వెనుక భాగంలో ఒత్తిడి పడేది. శిశువు సరియైన స్థితిలో వచ్చేదాకా నిరంతరం ఎక్కువ నొప్పి ఉంటుంది.

ఇలాటి నొప్పి కలిగితే కారణం వేదికే బదులు నొప్పిని తగ్గించే ఉపాయం చేయాలి. మీరు నిండుగ

ఉంటే ఎపీడ్యూరల్ తీసికోవడానికి ఒప్పుకొండి. మీకు సామాన్య ప్రమాణానికంటే అధిక ప్రమాణం ఇవ్వవలసి ఉంటుంది. అనేక సార్లు నారోకొటిక్స్‌వల్లనూ విశ్రాంతి దొరకవచ్చును. మీకు మందు తీసుకొనెందుకు ఇష్టం లేకపోతే కొన్ని చిన్న చిటకి ఉపాయాలని అవలు చేయండి.

ఒత్తిడి తగ్గించుట : మీ పొజిషన్‌ను మార్చుకోనుటకు ప్రయత్నించండి. నడవండి, ఒక వేళ జోరుగా సంకుచితం అయ్యేటపుడు కాళ్ళు చేసికొని వంగండి. శరీరపు ఏదైనా విశ్రాంతిగా ఉండే ముద్ర చేసికోనండి. ఒక వేళ పడుకొనే బదులు వీరేది ఉపాయం లేక పోతే వీపును సరియైన ముద్రలో ఉంచుకొని పడుకోనండి.

చల్లని లేక వేడి కావడం : చల్లని లేకవేడి శాకాన్ని హాయినిచ్చే శాఖాన్ని తీసికొండి. లేదా రెండు శాఖములు తీసికోవచ్చును.

ఉల్టా ఒత్తిడి లేదా మాలీష్:- నర్స్ లేదా మీ స్నేహితురాలి సహాయం వల్ల మీకు హాయి దొరికే భాగాలపై ఒత్తిడి ఇవ్వండి. దీనికోసం 2 చేతులు, టెన్నిస్ బాల్, లేదా బ్యాక్ మసాజర్ సహాయం తీసికోవచ్చు. మాలీశ్ చేసియు చిన్నగా ఒత్తిడి చేయవచ్చు. ఒకటి తర్వాత ఒకటి క్రీమ్, నూనె అథవా పొడరు చడ మాలీశ్ చేయవచ్చు.

రిక్లక్సాలోజీ : బ్యాక్ లేబర్‌కు ఈ థెరపీలో కాలు బొల్ మధ్య వ్రేళ్ళతో జోరుగా ఒత్తిడి చేయవలెను.

ఇతర నైకల్పిక ఉపాయములు : హైడ్రోథెరపినుండి నొప్పికొంచెం తగ్గవచ్చు. ధ్యానము మానసిక చిత్రణ ఆత్మసమ్మోహన విద్య అభ్యాసం ఉంటే దాని చేయవచ్చును. అయితే మొదట ఆక్యువంచర్ పండితుల దగ్గర సమయం తీసికోవాలి.

ప్రసవం ప్రారంభం చేయించుట

"నా ప్రసవపు స్థితి ఇంకా రాలేదు. అయినా డాక్టర్ ప్రసవం ప్రారంభం చేయాలంటున్నారు. ప్రసవ స్థితి మీరిన తర్వాతే ప్రసవం ఆరంభించించు అవసరం ఉంటుందని నాకనిపిస్తుంది."

ఒకోసారి గర్భిణి స్త్రీని తల్లిని చేయడానికి ప్రకృతియొక్క సహాయం తీసికోవలసి ఉంది. సుమారు 20% సందర్భాల్లో ఇలా కావచ్చును. ప్రసవ స్థితి మీరిన తరువాత కూడా ఇది అవసరము. క్రింద వ్రాయబడిన సందర్భములలో డాక్టరుకు ప్రకృతి సహాయం చేయాలనిపించవచ్చు.

- ★ నీరు పగిలి 24 గంటలవఖు ప్రసవ వేదన ప్రారంభము కాకపోతే అనేక డాక్టర్లు 24 గంటలవరకు కాచియుండరు.
- ★ గర్భాశయము మీ శిశువుకు సురక్షితమైయున్న ఇల్లు కాదు. అమ్నియోటిక్ మట్టం తగ్గింది లేదా ఇదే రకపు వేరేదైన కారణములు పరీక్షవల్ల తెలిసినది.
- ★ శిశువుకు సామాన్య ప్రసవమునకై శక్తి లేదని అధ్యయనములవల్ల తెలిసినపుడు
- ★ మీకు ప్రీక్లెమ్సిసియా, గ్యాస్ట్రేషనల్, మధుమేహము, లేదా వేరే ఏదైనా దీర్ఘ రోగముండే గర్భావస్థను కొనసాగించుటకు అపాయం కావచ్చును.
- ★ మీరు ప్రసవం మొదలైన తరువాత సరియైన సమయానికి ఆస్పత్రికి చేరడానికి సాధ్యం కాదు, అని భయముంటే అథవా మీకు తక్కువ సమయపు ప్రసవపు రికార్డు ఉంటే.
- ★ మీరు డాక్టరునుండి ఈ విషయంలో స్పష్టీకరణం అడుగవచ్చు. అయినా మీకు ఈ ప్రక్రియయొక్క సమాచారం ఉండాలి.

ప్రసవం ప్రారంభం (లేబర్ ఇండక్షన్) ఎట్లవుతుంది

"లేబర్ ఇండక్షన్ ఒక దీర్ఘమైన ప్రక్రియ. సామాన్యంగా ఈ ప్రక్రియలో అనేక ఘట్టాలుంటాయి. మీరన్నీ ఘట్టాలను దాటి పోవాలనే అవసరం లేదు."

- ★ మొదటి ఘట్టనుండే మీ గర్భాశయపు ముఖాన్ని

మెత్తగా చేయాలి. ఇది మొదటే తయారయి ఉండే మొదటి ఘట్టం పూర్తి అయిందని అర్థము. ఒక వేళ అది చేయించుటకు ప్రారంభంకాకుంటే డాక్టరు మీకు వెజైనల్ జెల్ రూపంలో ప్రోస్టాగలైన్‌డిస్ యొక్క ఈ జెల్ ఇవ్వవచ్చును. దీని మాత్రయు వస్తుంది. ఈ నొప్పి లేని ప్రక్రియయందు యోనిలో సిరింజ్ వేసి సర్విక్స్ దగ్గర జెల్ చేర్చుతారు. కొన్ని గంటల తర్వాత జెల్ పని మొదలు చేస్తారు. జెల్ ప్రభావమైందో లేదో అని డాక్టరు పరీక్ష చేస్తారు. కాలేక పోతే ఇంకొక ప్రమాణం ఇవ్వవలెను. గర్భాశయపు ద్వారం తయారై యుండియూ సంకుచితం ప్రారంభం కాకపోతే ఇండక్షన్ ప్రక్రియ జారీ అవుతుంది. చాలా మంది డాక్టర్లు గర్భాశయ ద్వారం సిద్ధం చేయుటకు మెకానికల్ అజెంట్ ఉపయోగిస్తారు. ఉదా : ఒక బెలూన్ జతకు క్యాథెటర్ డైలెటర్ అథవా బొటానికల్ మొదలగునవి.

★ అమ్నియొటిక్ సంచి జతకు ఉంటే కృత్రిమ రీతి నుండి దీన్ని వేరే చేయు ప్రయత్నం చేస్తారు. ఈ ప్రక్రియలో ఎప్పుడు కావాలన్నా నీళ్ళు పగలవచ్చును.

★ ఇప్పుడూ ప్రసవవేదన ప్రారంభం కాకపోతే ఇన్‌ట్రావీనస్ పాటోసిన్ ఇవ్వాల్సి ఉంటుంది. ఈ హార్మోను గర్భావస్థయందు శరీరంలోనే తయారవుతుంది. మరియు గొప్ప విశేష పాత్రను వహిస్తుంది. ఇది కాక మీ సోప్రాస్టాల్ అనే మందును ఇవ్వవచ్చు. దీన్నిస్తే ఆక్సిటోసిన్ అవసరం అలాగే ప్రసవావధి తగ్గుతుందని అధ్యయనాల్నింక తెలియవచ్చింది.

★ ప్రసవ సమయమందు మీ శిశువును నిరంతరంగా గమనిస్తారు. మందువల్ల జాస్తి జోరుగా అలాగే శక్తిశాలి సంచనమౌతుందేమోనని మిమ్మలను గమనిస్తారు. ఇలాగైతే ఔషధ ప్రమాణ తక్కువ చేస్తారు. లేదా సంపూర్ణ ప్రక్రియనే నిలిపేస్తారు. ప్రసవం ప్రారంభమైన తర్వాత ముందు ప్రక్రియ ప్రాకృతికం కావాలని మందు నిలిపివేస్తారు.

★ ఒక వేళ 8 నుండి 12 గంటలయిన తర్వాత కూడ ప్రసవం ప్రారంభం కాకపోతే డాక్టరు ప్రక్రియను నిలుపవచ్చును, లేదా ఆపరేశన్ సలహా ఇవ్వవచ్చును.

ప్రసవ సమయంలో భోజనము – తిండి

"ప్రసవ సమయంలో భోజనము చేయడం – తిండి తినడం అవసరమా సరియేనా?"

మీరీ విషయాన్ని ఎవరి దగ్గరంటారనిపిస్తుంది. అని అనిపిస్తుంది. కొందరు డాక్టర్లు దీన్ని సరి అంటారు, అయితే మరి కొందరు ఇలా చేస్తే జనరల్ అనెస్థీషియా ఇచ్చే అవసరం రావచ్చునంటారు. కొందరంటారు తక్కువ అపాయమగు గర్భావస్థలో మహిళ తేలికైన భోజనం తిండి చేయచ్చని దీనివల్ల బలం మట్టము కాయమ్ అయడంంటుంది అలాగే శరీరానికి శక్తి దొరకుతుంది. అధ్యయనములవలన తెలియవచ్చిందేమంటే ప్రసవ వేదన సమయంలో భోజనం తిండి తినే మహిళల ప్రసవ అవధి 90 నిమిషములవరకూ తగ్గుతుంది అలాగే నొప్పి తగ్గించే మందుల అధిక ప్రమాణం ఇవ్వవలసినపని లేదు. మీరి విషయంలో మీ డాక్టరును అడగండి.

★ డాక్టరు సరే అన్నా మీకు ఆకలి కాకుండవచ్చు. మీరు పాప్‌నికల్ జెల్ ఓ ఆపల్ సాస్, పండ్లు, సదాపాస్తా లేదా జ్యామ్ ఉండే టోస్ట్ తిని మీకు అలర్జీ అయితే ఆ సమయంలో మీకు వాంతి కావచ్చు. చాల మంది స్త్రీలకు ఏమీ తనక పోయినా వాంతి వస్తుంది. మీరు ఆస్పత్రికెళ్ళేటప్పుడు మీ వారు కొంత కడుపు నింపుకొన్నారా అని గమనించుకోవలెను.

ఐ.వీ.

"ప్రసవ సమయంలో ఆస్పత్రికి వెళ్ళిన తక్షణం నాకు ఐ.వీ. వేస్తారు నిజమా?"

మీరు ప్రసవం కోసం ఆస్పత్రియొక్క సీడీమీద ఆధారపడియుండును. చాలా ఆస్పత్రులలో మీరు పోయిన వెంటనే మీ చేతిలోని నరంలో ఏదో మందు ఇవ్వడానికి సులభం కాని అని ఒక తేలికైన కాథెటర్ వేస్తారు. ఇలా వేస్తే డీహైడ్రేషన్ నుండియూ రక్షణ అవుతుంది. అలాగే ఏదేనివమందివ్వడానికి సులభమవుతుంది. అనేక స్థలాల్లో అవసరముంటే మాత్రం ఐ.వీ. ఇస్తారు. మీరు మీ డాక్టరు వద్ద అడిగి మీకిది ఇష్టం లేకపోతే ముందే డాక్టరుకు చెప్పండి. ఎపిడ్యూరల్ తీసికోవలనివస్తే దీన్ని తప్పకచేయాలి. ఎపిడ్యూరల్ సమయంలో అలాగే అదయిన తరువాత ఐ.వీ నుండి ఫ్లూయిడ్ ఇవ్వబడుతుంది.

అయితే దీనిలో ఎక్కువ నొప్పి కాదు. మొదట చిన్న సూచి గ్రుచ్చినంత నొప్పి అంతే. తరువాత మీ గమనం దీనిపైన పోదు. మీరు దాని జతకు బాత్‌రూంకు పోవచ్చు. వరాండాలో తిరుగాడవచ్చు. మీకు ఇది పూర్తి తప్పక వద్దనుకొంటే డాక్టరునుండి "హీపారినెల్‌క్"న్ను గూర్చి అడగండి. ఇదేమంటే నరంలో ఒక చిన్న లేక క్యాథటర్ వేసి మందు వేస్తారు. రక్తం గడ్డకట్టదు. తర్వాత దీన్ని బంద్ చేస్తారు. అపాయకాలంలో నరం సులభంగా

ఆపత్కాలీన (ఎమర్జెన్సీ డెలివరీ) ప్రసవము బర్త లేదా కోచ్‌కోసం సూచన (టిప్స్)

ఇంటిలో లేదా కార్యాలయములో

★ శాంతంగా ఉండడానికి ప్రయత్నిచండి. మీకు ప్రసవమును గూర్చి తెలిసియుండకపోతే తల్లికి ధైర్యం చెప్పండి. శిశువు అలాగే కావలసిన పనిని చేసుకొంటారు.

★ ఆస్పత్రికి ఫోన్ చేసి డాక్టరును పిలవండి.

★ సమయముంటే మీ చేయి అలాగే తల్లియొక్క యోని ప్రదేశాన్ని మంచి అంటిబయాటిక్ సోపుతో శుభ్రపరచండి.

★ సమయుముంటే తల్లి తన నితంబములను క్రిందినుండి పట్టుకొనే విధంగా పరుపుపై పరుండ జేయండి. కాళ్ళ ఆధారంగా కుర్చి వేయండి, ఆమె ప్రసవానికి కుక్కరుగాలు ముద్రలో రాని అని కొన్ని దిండ్లను వీపు వెనుక ఉంచండి. ఒక వేళ శిశువు తల కనబడుకుంటే అలాగే మీరు సహాయానికి వేచియుండాలనుకొంటే తల్లి నేరుగా పడుకోబెట్టండి. ప్రసవ ప్రక్రియ నిదానంగా కావచ్చు.

★ మీ వద్ద పేపర్, టవల్ శుభ్రమైన బట్టలు ఉంచుకొండి. యోని క్రింద ఒక పాత్ర లేక డిశ్‌ప్యాక్ ఉంచండి. దానిలో అమ్నియాటిక్ ద్రవమును ఉంచవచ్చును.

★ పరుపు లేక మేజాపై కూర్చొనే జేసి పిలుచుకొని పోవుటకు సమయం లేక పోతే తల్లి క్రింద పేపరుపరచి ప్రసవ స్థానమును స్వచ్ఛంగా ఉంచుకొనడానికి ప్రయత్నించండి.

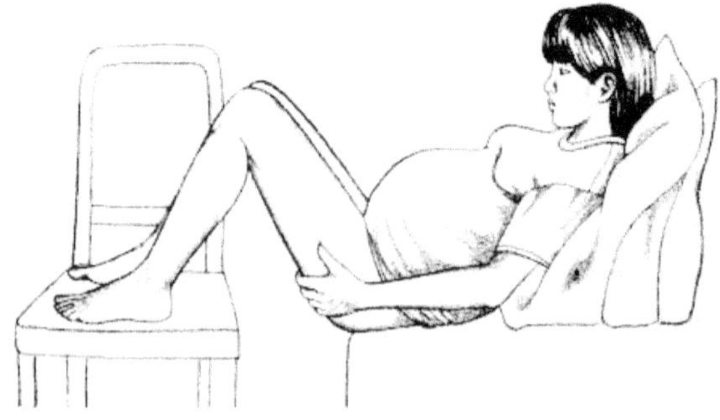

శిశువు తలకనబడితే తల్లిలో త్రోయవద్దని చెప్పండి. ఆమె పైనీరియం మీద కొంత ఒత్తిడి నివ్వండి. తల నిధానంగా బయటకు రానివ్వండి. తల నిధానంగా బయుటకు రానివ్వండి. తల నిధానంగా బయుటకు రానివ్వండి. దాన్ని వేగంగా లాగకండి. బొడ్డనాళం కనబడితే దాని శిశువు కొంతునుండి తీయండి.

★ తలను రెండు చేతులతో పట్టుకొని క్రిందికి తేండి. తల్లిని త్రోయవునండి. భుజం బయటికి వచ్చేస్తుంది. ఒక్కొక్కటిగా భుజం బయటికి వచ్చిన తర్వాత పైన మిగిలిన శరీరం వచ్చేది తెలియదు.

★ శిశువు తల్లియొక్క పొట్టమీద పరుండ జేసి ఒక శుభ్రమైన బట్టలో చుట్టండి.

★ స్వచ్ఛమైన గుడ్డనుండి ముక్కు మరియు నోరు తుడవండి. తలను కళ్ళకన్న క్రించ ఉంచండి. నోటిలో వ్రేళ్ళనుంచి శుభ్రం చేసి అలాగే శిశువు ఊపిరి అడుటకు ప్రారంభించని అని కొంచె గాలి ఊదండి.

★ ప్లాసెంటా లాగడానికంటే తనకు తానే బయటికి రానివ్వండి. మీకు బొడ్డు నాళం కత్తరించు అవసరం లేదు.

★ తల్లి శిశువును హెచ్చుగా ఉంచుకొండి.

ఆస్పత్రికి వెళ్ళేటప్పుడు

కారులో వెళ్ళేటప్పుడు ప్రసవం ప్రారంభమైతే కారు నొక సురక్షిత ప్రాంతంలో నిల్పండి. సిగ్నల్ లైట్ వేసి ఫోన్ దగ్గరలో ఉంచుకొండి. ట్యాక్సిలో ఉండే డ్రైవరును ఆస్పత్రికి ఫోన్ చెయుమని చెప్పండి. సాధ్యమైతే కారు వెనుక సీటులో కంబడి లేదా జాకెట్టు లేదా పేపరు పరచి తల్లి పడుకోబెట్టండి. సహాయం దొరకనిచో ప్రసవం చేయండి. తర్వాత ఆస్పత్రికి పిలుచుకొనివెళ్ళండి.

తీయవచ్చును. వెంటనే సూది లేక మందు ఇవ్వవచ్చును. ఈ విధంగా మీకు ఐ.వీ. తొందర ఉండదు.

శిశువు మీద గమనము

ప్రసవ సమయంలో శిశువు మీద నిరంతరంగా కన్నుంచి ఉమటారా? దీనివల్ల లాభమేమి?

తల్లి గర్భంలో తొమ్మిది నెలలు హాయిగా గడపిన తరువాత జన్మపు ప్రయాణం చేసి బయటికి రావడం శిశువుకు సులభమేమీ కాదు.

కొందరు శిశువులు చాలా విశ్రాంతిగా హాయిగా ఈ ప్రయాణం ముగించడం. కొందరు శిశువులు ధైర్యం వదిలి వేఙయుఠీడఋ. అనేక లక్షణాలతో తెలియవచ్చేది శిశువుకు ఆయాసమైందని హృదయ స్పందనం తక్కువైనదని.

శిశువు సరియైన స్థితి తెలియవలెనని డాక్టరు నిరంతరంగా శిశువు ఉల్లాసంమీద కన్నుంచుతారు. మీ సందర్భంలోనూ డాక్టరుకు అనిపిస్తే వారు శిశువుపై ఫైటల్ మానిటరింగ్ సహాయంతో చూస్తూంటారు.

ఫైటల్ వూనిటరింగ్ వుూడు రకములునుండును

బయటి పరీక్ష :–

దీనిలో కడుపు మీద రెండు రకవుుల యంత్రాలను వేస్తారు. ఒకటి అల్ట్రాసౌండు ట్రాన్స్‌డ్యూసర్ (హృదయము కొట్టుకోనుటను చూచేది) రెండవది ఒత్తడ సంవేదన శీల యంత్రవు. ఇది సంకుచితముయొక్క లోతును, అవధిని కొలిచేది. ఈ రెండు మానిటర్లనుండి చేరియుండేది అలాగే కాగితంపై రిపోర్టు వ్రాస్తుండేది. ఈ సమయంలో మీరు పరుపుపై లేదా కుర్చీమీద అల్లాడవచ్చు. అయితే ఎక్కువ స్వతంత్రత ఉండదు.

ప్రసవపు రెండవ ఘట్టంలో సంకుచితము చాల తీవ్రమై సంకుచితపు ప్రారంభము అలాగే అంత్యము తెలియక పోయినపుడు మానిటర్ యొక్క సహాయం తీసికొమటారు. మానిటర్ సహాయం తీసికొనక పోతే

డొపలర్ సహాయంతో శిశువు యొక్క హృదయ స్పందననను చూడనౌను.

లోపలి పరీక్ష

చాలా మంచి పరిణామం అవసరమైనపుడు దీన్నుపయోగిస్తారు. దీనినుండి యోనిమార్గమునుండి శిశువు గుండు మీద చిన్నదొక ఎలెక్ట్రోడ్ వేస్తారు. ఆ తరువాత గర్భాశయంలో ఒక క్యాథెటర్ వేస్తారు. లేదా కడుపు మీద యంత్రవు సహాయంతో సంకుచితవు లోతు అళాగే అవధిని కొలుస్తారు. చాలా అవసరమైతే మాత్రమే ఇలా చేసేది. ఎందుకంటే దీనిలో సోంకుయొక్క అపాయం ఉంటుంది. శిశువు తలమీద కెదరిన గీతలు రావచ్చు. అధికాన్ని దినాల్లో సరిపోవును. ఈ సమయంలో మీ గతివిధి చాలా తక్కువవుతుంది.

టెలిమేట్రీ పరీక్ష

"ఈ పరీక్ష కొన్ని విశేష అస్పత్రులందే ఉపలబ్ధమయ్యేది. దీనిలో మీ మీద ఒక ట్రాన్స్‌మీటరు వేస్తారు. దీనివల్ల శిశువు యొక్క హృదయం కొట్టుకోవడం తెలియుచుండును. మీరు పోరాడవచ్చు అయితే పరీక్ష జరుగుతూనే ఉంటుంది.

ఇలాంటి పరీక్షల సమయంలో చాలసార్లు తప్పుడు పరిణామమూ దొరకవచ్చు. శిశువు తిరిగితే ఎలెక్ట్రోడ్ అల్లాడుతుంది. మరియు మానిటర్ మీద సరియైన పరిణామం రాజాలదు. డాక్టర్ అన్ని విషయాలూ విచారం చేసే నిర్ధరిస్తారు. శిశువు అపాయంలో ఉందో లేదో అని. ఒక వేళ నిరంతరంగా శిశువుకు ఆయాసమగుతొందని సంకేతం దొరికితే ఆపరేషన్‌కు తయారు చేయబడుతుంది.

నీరు పగులుట

"నా శరీరవు సంచి తనకు తానే పలుగదని నాకు భయము. డాక్టరు దాన్ని పగులగొడ్తారు. అపుడు నాకు నొప్పి కల్గునా?"

లేదు. చాల సార్లు దాన్ని కృత్రిమంగా పగులగొట్టవలసినప్పుడు మహిళలకు తెలిసేది లేదు. వారు ప్రసవవేదనలో ఎంత మునిగు ఉంటారంటే ఇది వాళ్ళకు తెలియనే తెలియదు. మీకు నీరు పారే అనుభవం కల్గుతుంది అంతే. చాల సార్లు శిశువు లోపల పరీక్ష చేయడానికి దీని పగులకొట్టాల్సింది. దీనివల్ల ప్రసవపు అవధి తగ్గదు, అని అధ్యయవముల ద్వారా తెలియవచ్చింది.

డాక్టర్లు ఇప్పుడూ ప్రసవానికి దారివ్వడానికి ఇలా చేస్తారు. ఒక వేళ ఏదో మంచి కారణం లేకపోతే డాక్టరు ప్రకృతిని పని చేయనిస్తారు.

చాలసార్లు శిశువు ఈ సంచితో పాటు బయటికి వచ్చేది జననానంతరమే దాన్ని పగులగొట్టనగును. ఇది సరియైనదగును.

అపిసియోటమి

"ఈ మధ్య అపిసియోటమి ప్రయోగం లేదు అని నేను విన్నాను. ఇది నిజమా?"

మీరు బాగా విన్నారు. ఈ మధ్య దినాల్లో యోని మరియు గుదద్వారపు మధ్యభాగాన్ని వెడల్పు చేయడానికి కత్తరించడం కాదు. కారణం లేక కత్తరించరు. ఎల్లప్పుడూ ఇలా ఉండలేదు. కత్తరించిన తరువాత శిశువు బయటికి వస్తుంది. అయితే అధ్యయనవములనుండి తెలియవచ్చింది సరాసరి ప్రసవములలో ఇదిలేకనే పని జరుగును. తల్లి సోంకు అలాగే రక్తస్రావవు బయంనుండి దూరమౌతుంది.

పలుసార్లు ఈ చీలిక ఎంత పెద్దదయ్యేది అంటే అపాయమెక్కువ జరుగును. ఒక వేళ ఇప్పుడూ శిశువు పెద్దదయింటే ఫోర్‌సెప్స్ లేదా వాక్యూమ్ డెలివరి చేయాల్సి ఉంటే లేక ఆపత్కాలముంటే చీల్చుతారు.

చీలిచేముందు మీకు నొప్పి నివారణ ఇన్‌జెక్షన్ ఇస్తారు. క్రింది భాగము మత్తు కట్టినందును (జోము) మీకు నొప్పి తెలియదు. శిశువు, ప్లేసెంటా ప్రసవపు అనంతరం డాక్టరు ఈ చీలికను కుట్టేస్తారు.

శిశువు తల అకస్మాత్తుగా బయటికి వస్తే

అనవసరంగా చీల్చుట వద్దని.

డాక్టరు ప్రసవ సమయంలో పైరేనియం పైన చిన్న ఒత్తిడి ఇచ్చి తోడునిస్తారు. మీరు డాక్టరును దీన్ని గూర్చి అడగవచ్చు. అయితే గుర్తుండని అన్ని మొదటే నిశ్చితంగా ఉండవు. పలు నిర్ధారణలను ప్రసవపు గదికి వచ్చిన తరువాతనే దీని వేసుకోనడం అవుతుంది.

ఫోర్‌సెప్స్

"నాకు ప్రసవంలో ఫోర్‌సెప్స్ అవసరం ఉండునా?"

ఈ దినాల్లో ఫోర్‌సెప్స్ సహాయంతో శిశువు తీసే బదులు వ్యాక్యూమ్ సహాయము తీసికోవచ్చును. ఫోర్‌సెప్స్ కూడ వ్యాక్యూమ్ ఆలాగే ఆపరేషన్ వలే సురక్షితమై యుండేది. మీరు గాబరా పడకండి.

తల్లి ఒత్తిడి ఇస్తూ చాలా సుస్తయి శిశువు బయటికి రాకపోతే ఫోర్‌సెప్స్ సహాయం తీసికోవచ్చును.

మీ గర్భాశయపు ముఖము పూర్తి తెరచియుండవలెను. మూత్రపిండాలు ఖాళీగా ఉండాలి. అట్లే నీటి సంచి పగిలియుండాలి. తరువాత లోకల్ అనస్థీషియా ఇవ్వబడుతుంది. యోని మార్గాన్ని కత్తరించనూవచ్చు. చాలసార్లు ఈ కారణంవల్ల శిశువు తలమీద ఊద దెబ్బ కావచ్చు. అయితే ఇది కొద్ది రోజుల్లో సరిపోతుంది. ఒక వేళ ఫోర్‌సెప్ట్ ప్రయాసం విఫలమైతే ఆపరేషన్ చేయాల్సి ఉంటుంది.

వ్యాక్యూమ్ ఒత్తిడి

"నా స్నేహితురాలికి ప్రసవ సమయంలో వ్యాక్యూమ్ ఆక్స్‌ట్రెక్చర్ సహాయం తీసికోవాల్సి వచ్చెను. ఇది ఫోర్‌సెప్స్ మాదిరిగానే ఉండునా?"

దీనిలో శిశువు తలమీద ఒక ప్లాస్టిక్ టేప్ వేస్తారు. మరల నిధానంగా దాని దిగువకు లాగుతారు. ఈ లాగడం వల్ల శిశువుకు బయటికి రావడానికి సహాయపడుతుంది.

చాలా సార్లు ఈ విధిలో ప్రసవం చేస్తే ఫోర్‌సెప్స్ మరియు ఆపరేషన్ అవసరమే ఉండదు.

లాగవలసినప్పుడు యోనిమార్గాన్ని చీల్చే పని లేదు. ఇలాంటి జననమైయున్న శిశువు తలమీద కొంచెం ఊద వస్తుంది. అయితే ఇది కొన్ని దినాల తరువాత సరిపోతుంది.

చాల సార్లు డాక్టరు, నొప్పియగునప్పుడు ఆరామ మిచ్చే సలహా ఇచ్చేవారు. మీరు కొంత విశ్రాంతి పొందిన తర్వాత మరలశక్తి వదలి ఒత్తిడి చేయవచ్చని చెప్తారు. మీరు మీ పొసిషన్ మార్చుకొని ప్రయత్నించవచ్చు. చాలా సార్లు గురుత్వాకర్షణ శక్తినుండియూ సహాయం కావచ్చు. ప్రసవ వేదన ప్రారంభమయ్యే ముందు డాక్టరు దగ్గర ఏ స్థితిలో ఏ నిర్ధారణ తెలికోనవచ్చునని తెలిసికోనండి.

ప్రసవ ముద్రలు

"నాకు గుర్తుంది ప్రసవ సంబంధంగా వీపుమీద సీదా పడుకోవడానికి అయ్యేది లేదు. అయితే ఏ పొజిషన్ సరిపోవును?

మీకు ప్రసవానికోసం వీపు బలం మీద పడుకొనే అవసరం లేదు. ఏందుకంటే ఈ పద్ధతి ఎక్కువ ఫలప్రదమూ కాదు. ఈ విధంగా కొన్ని రక్తనాళములు ఒత్తే భయవుంటుంది. మరియు గురుత్వాకర్షణ సహాయం కూడా దొరకదు. మీరు ఏ పొజిషన్‌లో ప్రసవము చేయవచ్చు మరియు మీయిష్టం మేరకు మార్చడం చేయవచ్చు. ఈ రీతియొక్క పొజిషన్ మార్పు చేయడం వల్ల ప్రసవపు వేగం కూడా ఎక్కువౌతుంది. మరియు మంచి ఫలితము ముందు రావచ్చు.

మీరు క్రింద చెప్పిన ఏదేని ఆరామదాయకమైన పొజిషన్‌ను కోరుకోవచ్చు.

నిలబడి నడుచునప్పుడు :

లంబతనంవల్ల నొప్పి తగ్గును. గురుత్వాకర్షణయొక్క సహాయం కూడ దొరకును. శిశువుకు క్రిందికి రావడానికి తోడవుతుంది. అయినా

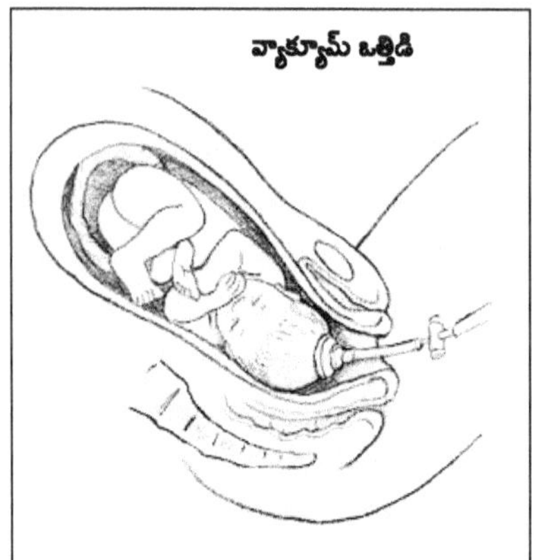

ప్రసవపువవన నొప్పి ఎక్కువైనందున నడవడం కష్టమౌతుంది. అపుడు మీరు పడుకోవచ్చును.

రాకింగ్ :

శిశువింకా భూమి మీదకి రాలేదు. అయితే దానికి తూగాడుటలో తప్పక ఆనందం కలుగుతుంది. సంకుచితం మొదలైన తర్వాత రాకింగ్ కుర్చీలో కూర్చొని వెనుకకకు ముందుకు ఊగండి దీనివల్ల ప్రసవ మార్గం తెరచుకొంటుంది మరియు శిశువు క్రిందకి వస్తుంది. ఈ ప్రక్రియవల్ల గురుత్వాకర్షణయొక్క సహాయం కూడ దొరకుతుంది.

కుక్కర గాళ్ళు ముద్ర :

ఎప్పుడు శిశువుయొక్క జనన కాలము దగ్గరికి వచ్చినపుడు కుక్కరగాలు ముద్ర లాభదాయకవౌతుంది. ఈ రీతిగా పెల్విస్ తెరచుకొంటుంది. శిశువుకు క్రిందిదాకా రావడానికి తెరచిన స్థలం చిక్కుతుంది. మీరు కుక్కర గాళ్ళమీద కూర్చొనడానికి మీ జతగాని సహాయాన్ని తీసికొండి. లేదా అక్కడున్న కర్రను పట్టుకోవచ్చును. ఇలా మీ కాళ్ళకు కూడా ఎక్కువ ఆయాసం కాదు.

బర్తింగ్ బాల్ :

ఈ రీతి బర్త్ బాల్‌మీద కూర్చొనడంవల్ల లేదా వంగడంవల్ల పెల్విస్ తెరచుకొంటుంది. మరియు మీరు చాలసేపటివరకు కుక్కరగాలు ముద్రను చేయవచ్చును.

కూర్చొనే ముద్ర :

మీరు పరుపుపైన జతగాని భుజముమీద లేదా బర్త్ ఆధారం తీసికొని కూర్చోవచ్చును. దీనివల్ల గురుత్వాకర్షణ సహాయం చిక్కును. సంకుచితవు నొప్పి తగ్గుతుంది1ఐ. ఒక వేళ బర్తింగ్ కుర్చి దొరికితే దాని ప్రయోగం చేయవచ్చు.

మోకాళ్ళ బలం :

బ్రమవు ప్రసవవు నొప్పా? మోకాళ్ళ బలం మీద కూర్చి లేదా జతగాని ఒడిలో వంగండి. శిశు తల మీ వీపు ఎముక మీద ఒత్తిడివేస్తూ ఉంటుంది. దీనివల్ల మీపై ఒత్తిడి తక్కువౌతుంది. మరియు శిశువు ముందుకు వస్తుంది. దీనిలో జననకాలమందు అయ్యే నొప్పి చాలా తగ్గుతుంది.

చయ్యే లేదా మోకాలు :

బ్రమవు నొప్పిలో నాల్గు కాళ్ళ ముద్ర కూడా ప్రభావశాలి ఔతుంది. ఇలా మీరు ఆరాంగా పెల్విక్ త్రిప్పవచ్చు. తోడుగా వీపు మాలీశ కూడా చేయవచ్చును. ప్రసవ మొట్లయినగాని ఈ ముద్రలో నొప్పి తగ్గుతుంది. మరియు గురుత్వాకర్షణ సహాయం దొరకుతుంది.

ఒక ప్రక్క వడుకొనేది :

కూర్చొని లేదా కుక్కరగాలలో కూర్చొని ఆయాసం అయిందా? అట్లయితే ఒక ప్రక్కన పడుకొండి. దీనివల్ల ముఖ్యమైన రక్తనాళాల పైన ఒత్తిడి పడదు. సంకుచితవు నొప్పి తగ్గుతుంది. మరియు ప్రసవ క్రియ వేగవంతమౌతుంది.

గుర్తించుకొండి :

ప్రసవంలో అన్నటికంట ఉత్తమమైనది పాజిషన్ అంటే మీకేది అనుకూలమో అది ఎప్పడిష్టమౌతుందో అప్పుడు మీ పాజిషన్‌లో కొంత మార్పు తెండి. ఒక వేళ

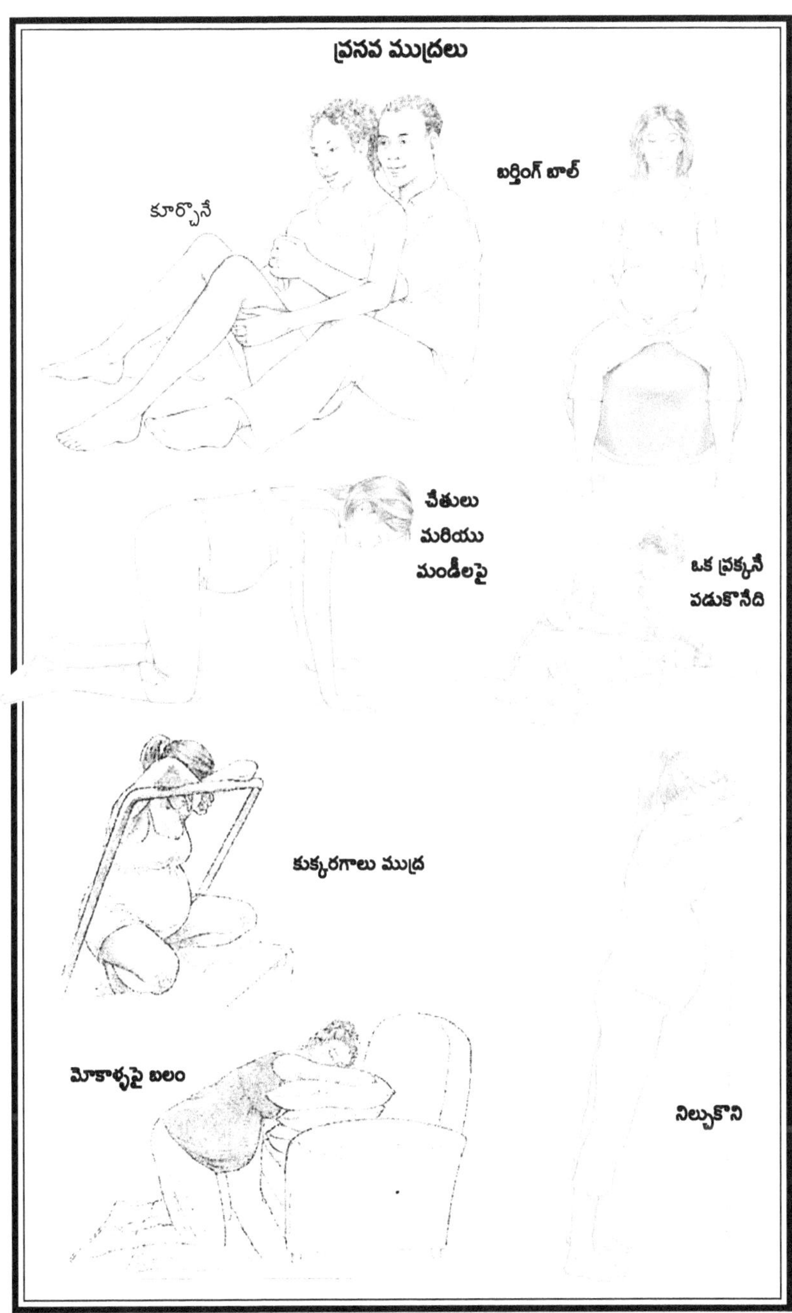
ప్రసవ ముద్రలు
కూర్చొనే
బర్తింగ్ బాల్
చేతులు
మరియు
మండీలపై
ఒక ప్రక్కనే
పడుకొనేది
కుక్కరగాలు ముద్ర
మోకాళ్ళపై బలం
నిల్చుకొని

మీకు ఒకేసమంగా పరీక్ష జరుగుతుంటే అప్పుడు నడవడానికి సాధ్యం కాదు. అయితే మీరుఒకే స్థలంలో కొన్నిరీతుల పొజిషన్ మార్చుకోవచ్చు. ఎపిప్యూరల్ ఉన్నా కూర్చొని, ప్రక్క బదలాయించి పడుకొని లేదా రాకింగ్ పొజిషన్ చేయవచ్చును.

శిశువు జననము మరియు స్టిచ్ మార్క్

"నేను ప్రసవ సంబంధమున అయ్యే స్టిచ్ మార్క్సనుండి చింతితురాలయ్యాను. ఎమి నాయోని మొదటున్నంత అగునా?"

ప్రకృతి ఎప్పుడూ తల్లిని గూర్చి యోచిస్తుంది. దాని గమనం వదలుతుంది. యోని శిశువు యొక్క జననకాలంలో చాలా ఆశ్చర్యకరమైన రీతిలో విచ్చుకొంటుంది. దేన్నుండి 7-8 పౌండ్ల శిశువు ఆరామంగా బయటికి వస్తుందో మరియు కొన్నే వారాల్లో ఇది తనయాకృతి అనేస్తుంది.

అలాగే గర్భావస్థలో పినిరియం మాజిక్ చేయడంవల్ల దాని తక్కువ కూడ కొంత ఎక్కువ కావచ్చు. కీగల్ వ్యాయామం కూడా యోనికి తన ముందటి ఆకారం తెచ్చుటకలో సహాయపడుతుంది.

కొందరు స్త్రీలు ఇలా తెలిసికొంటారు. ఏమంటే గర్భావస్థలో యోనియు కొంచం పెద్దదగుటవల్ల వారికి సంభోగము ఆనందదాయకంగా చేస్తుంది. మరియు నొప్పి కూడా చాల తగ్గుతుంది. కొందరు స్త్రీలకు సంభోగపుటానందం తగ్గుతుంది. ఒక వేళ వారు కీగల్ వ్యాయామం చేస్తే యోనిని సరియైన ఆకారానికి తెచ్చుటకు సమయం తీసికొనదు ఒక వేళ ప్రసవమయిన 6 నెలలయిన మీదనూ సరిపోలేదంటే డాక్టర్ల సలహాను అడగండి.

రక్తాన్ని చూస్తే

నాకంతూ రక్తం చూస్తున్నట్లే తల త్రిప్పడ వస్తుంది. నేను కాన్పును చూడగలనే లేనో తెలియదు.

ఈ సమయంలో ఋతుచక్రపు సమయంలో సామాన్యంగా ఎంత రక్త స్రావం అవుతుందో అంతే అవుతుంది. మరొక విషయమేమంటే మీరా సమయంలో ఒక దర్శకులైయ్యే బదులు ప్రసవ ప్రక్రియలో సక్రియులై ఉంటారు. మీ పూర్తి గమనం శిశువును బయటకు త్రోయటలో వస్తుంది. మీరే విషయంగా అప్పుడే అమ్మాలయిన మహిళలతో మాట్లాడవచ్చు.

ఒక వేళ అప్పటికీ భయమైతే మీరా సమయంలో ఎదురుగా వేసియుండే అద్దంలో చూడకండి. లేదా పొట్ట క్రింది భాగంపైన ఎక్కువ గమనం పెట్టండి.

మీకు ఎక్కడ శిశువు రాబోయేది కనబడును. మీ ప్రసవం చూచేవముందు వేరే ఎవరికైనా కాన్పు వీడియోను చూడండి. అపుడు మీకు ప్రసవం భయంకంటే ఎక్కువగా ఆశ్చర్యమౌతుంది. ఒక వేళ మీ జతగాండ్రకూ దీనిని గూర్చి చింత ఉంటే వారికి కాన్పుకు సంబంధించిన అన్నీ రహస్యాలను గూర్చిన సమాచారం ఇవ్వండి.

శిశువు యొక్క జననమ్

"శిశువుకు జన్మనిచ్చేది ఒక పెదద సవాల్ అయింది. ఇది చాల భావాత్మకమూ మరియు శారీరక ఉద్వేగమూ కావచ్చును. ఇదొక అంతటి అనుభవం. దీన్ని దాటిన తర్వాత మీ చేతుల్లో సంతోషం కల్గుతుంది అదృష్టవశాత్తు ఈ ప్రక్రియలో మీరు ఒంటరిగా ఉండరు.

ప్రసవపు మొదటి ఘట్టము :

మొదటి ఘట్టము : కాన్పు తొందరగా కావలెను

ఈ ఘట్టం చాల ప్రొద్దు పట్టుతుంది. అయితే చాలా లోతుగా ఉండదు. ఇది కొని గంటలు, దినాలు లేక వారాలు కావచ్చును. 2 నుండి 6 గంటల్లో సంకుచితం లేకనే గర్భాశయపు నోరు మెత్తగా అయి 3

సెం.మీ వరకూ తెరచుకొంటుంది.

ఈ ఘట్టపు సంకుచితవము లేదా కాన్పు నొప్పి 20 నుండి 45 సెకెండ్లవరకూ అవుతుంది. ఇదింకనూ తక్కువనూ కావచ్చు. అవి తేలికగా వెంటనే నియమితమై సంకుచితం లేకనే గర్భాశయపు నోరు మెత్తగా అయి 3 సెం.మీ. వరకు తెరచుకొంటుంది.

ఈ ఘట్టపు సంకుచితవము లేదా కాన్పు నొప్పి

శిశువుయొక్క జననపు స్థితిగతులు మరియు ఘట్టములు

దీనికి 3 స్థితిగతులుంటాయి : నొప్పి, శిశు జననము మరియు ప్లెసెంటా (నెల) కాన్పు. ఒక వేళ ఆపరేషన్ కాకపోతే మనం ఈ మూడు స్థితిగతులను దాటాల్సి ఉంటుంది. ప్రసవపు మూడు ఘట్టములుంటాయి. దాని సంబంధంగా కల్గే నొప్పి మరియు లక్షణాలు కూడా వేరెవేరే అయి యుంటాయి. లోపలి పరీక్షతో ప్రగతి అందాజు చేయవలసి ఉంటుంది.

1. మొదటి స్థితి : నొప్పి (ముందటి నొప్పి) ఇందులో గర్భాశయపు నోరు వెడల్పవు తుంది. సంకుచితం 30 నుండి 45 సెకెండ్ల మరియు 20 నిమిషముల దీనికంటే ఎక్కువ వ్యత్యాసంలో అవుతుంది.

2. నొప్పి : గర్భాశయపు నోరు పూర్తిగా తెరచుకోంటుంది. సంకుచితం 60 నుండి 90 సెకెండ్లు 2 నుండి 3 నిమిషముల మధ్యలో

రెండవ స్థితి : శిశువు జననము

3. మూడవ స్థితి : ప్లెసెంటా కాన్పు (మాసవు కాన్పు)

మీకు మా శిక్షకుడు మరియు డాక్టరు సహాయం దొరకుతుంది. అయితే మీరు సొంతంగా కూడా అన్నింటి సమాచారము తెలుస్తుకొనేది చాలా అవసరమైయుంది. పూర్తి 8 నెలల వరకు గర్భావస్థ సంబంధములో మీరు చాలా నేర్చుకొన్నారు. అయితే కాన్పు నొప్పి మరియు కాన్పు కూడ వేరే అవుతుంది. అయితే దీన్ని గూర్చి కొంచం తెలియడం కూడా మీ భయము మరియు గాబరా మీద పట్టు సాధించవచ్చు.

అయినా ఇదతా చాలా సామాన్యమవుతుంది మరియు బుల్లి శిశువు మీ భుజములపైకి వచ్చేస్తుంది.

మరియు నియమితం లేకుండ కూడా కావచ్చును.

★ వెన్ను నొప్పి (ఒకే సమంగా లేదా మరల సంకుచితపు జతలో)

ప్రసవపు మొదటి ఘట్టము

మొదటి ఘట్టము : కాన్పు తొందరగా కావలెను.

ఈ ఘట్టం చాలప్రొద్దు పట్టుతుంది. అయితే చాలా లోతుగా ఉండదు. ఇది కాని గంటలు, దినాలు, లేక వారాలు కావచ్చును. 2 నుండి 6 గంటల్లో 20 నుండి 45 సెకెండ్లవరకు అవుతుంది. ఇదింకనూ తక్కువనూ కావచ్చు. అవి తేలికగా వెంటనే నియమితమై మరియు నియమితం లేకుండ కూడ కావచ్చును.

1. వెన్ను నొప్పి ఒకే సమంగా లేదా మరల సంకుచితపు జతలో)

2. ఋతయచప్రజణఖీ వచ్చయబట్టయ త్రిప్పట తిరదు

3. పొట్ట క్రింది భాగంలో నొప్పి.

4. అజీర్తి

5. డయారియా

6. పొట్ట క్రింది భాగాలో వేడయనుభవము

7. రక్తం జతలో చీమిడాలా కారడం

8. అమ్నియాటిక్ సంచి పగులుట. అదిఎప్పుడు పగులునో అప్పుడు సక్రియమైన కాన్పు సంబంధంగా భావనాత్మక రూపంతో మీ నియమితం లేని భయము, లేదా ఉద్విగ్నతానుభవము పొందవచ్చు. అయితే కొందరు స్త్రీలు చాలా శాంతులవుతారు.

మీరు ఏమి చెయవచ్చు :

ఈ సమయంలో ఉద్రేకం కల్గడము లేదా గాబరా కావడము, వీటికి మారుగా శాంతంగా ఉండండి.

1. రాత్రి పూట ప్రసవపు నొప్పి ఎక్కువ కావడానికి ముందే కొంచెం నిద్ర పోవడానికి ప్రయత్నించండి. ఒక వేళ నిద్రరాకపోతే వేరేవైపు గమనముంచడానికి ఏదైనా పని చేయండి.

ఫ్రిజ్‌లో ఏదైనా వంట చేసి పెట్టండి.

శిశువు గుడ్డలను విదిలించి జోడించి పెట్టండి.

ఒక వేళ పగటి వేళ అయితే దినం పని చేయండి. అయితే సెల్‌ఫోన్ తనిదే ఇంటినుండి చాలదూరం పోకండి.

కొంచెం చుట్టాడండి. టివి చూడండి. స్నేహితులు మరియు పరివారం వారికి ఇ-మేల్ చేయండి. ఆస్పత్రికి తీసుకొని వెళ్ళే వస్తువులను సిద్ధం చేయండి.

ఈ ఒక వేళ జతగాని దగ్గరలో ఉండకుంటే వారికి సూచన చేయండి. ఒక వేళ మీరు ఎవరినైన చుట్టాలను పిలుచునట్లయితే వారికినే మొదటే సూచన చేయండి.

ఒక వేళ ఆకలి వేస్తుంటే తేలికైన తిండి తినండి. ఎందుకంటే మీ శక్తిని కాపాడుకొనడానికి తినండి. అట్లే భద్రమైన ఎక్కువ భోజనం చేయకండి. దాన్ని అరగించుకొనడానికి కష్టమౌతుంది. పూర్తిగా నీటి అంశాన్ని త్రాగండి. లేదా కమలాపండ్ల రసం లెమన్ గ్రాగకండి. మీకు మీరే విశ్రాంతి తీసికొనండి. వెచ్చని నీళ్ళతో స్నానం చేయండి. వీపుకు హీటింగ్ ప్యాడ్‌లో శాకమివ్వండి ఏదేని ఔషధాన్ని మీ ఇచ్ఛకొద్దీ తీసికొనకండి.

మీ సంకుచిత సమయంలో కొంత గమనం పెట్టండి. అయితే చేతిలో గడియారం తీసికొని కూర్చొను అవసరం లేదు.

★ శాంతంగా ఉండే ఉపాయం చేయండి. అయితే ఇపుడు శ్వాస సంబంధ వ్యాయామం చేయకండి. లేకపోతే మీరు ఇప్పటినుంచే మీరు ఉందిపోతారు.

★ జతగానికోసం : ఒక వేళ మీరు అక్కడికి చేరి ఉంటే భావి తల్లికి విశ్రాంతి ఇవ్వడానికి క్రింద చెప్పిన ఉపాయములను చేయండి.

★ సంకుచిత సమయపు దాఖలా ఉంచండి. ఎప్పడది పది నిమిషములకంటే తక్కువగునో అపుడు వారి మీద ఎక్కువ గమనమివ్వండి.

★ శాంతంగా ఉండండి. మీ జతగానికి విశ్రాంతినివ్వండి. తర్వాత ఇలాకారాదు. ఏమంటే మీ ఉద్రేకపు పొగ వారికి చేరవేయవచ్చు. తేలికైన మాలీశ్ చేయండి మరియు వాతావరణాన్ని సంతోషంగా ఉంచండి.

★ వారికి కొంచెం ఆధారం కొంచెం సమాధానమివ్వండి ఈ సమయంలో దీని ఆవశ్యకత చాలా ఉంది.

★ సమయం గడపడానికి తేలికైన మాటలు మాట్లాడండి.

★ గమనమును త్రిప్పడానికి ప్రయత్నించండి. విడియోగేమ్ ఆడండి. టివి చూడండి. కొంచెం తిరుగాడండి. వంటింట్లో ఏమయినా వంట చేయండి.

★ మీరు కూడా ఏమయినా తిని త్రాగండి. ఎందుకంటే మీ శక్తియొకఅంతస్తు పైనుండవచ్చు. ఈ రీతిగా మీకు ఆస్పత్రికి చేరిన తక్షణం క్యాంటీన్ వేదకే పని లేదు. అయితే మీ ఊపిరి నుండి వాసన వచ్చునట్టిదాన్ని తినవద్దండి.

డాక్టరును పిలవండి

ఒకవేళ సంచి పగిలితే మరల కాన్పు నొప్పి మొదలయితే డాక్టరుకు ఫోన్ చేయాలి. ఒక వేళ ఎర్ర లేక పసరు స్రావం అవుతూంవుంటే శిశువు తళవళం (తిరుగుడు) నిలబడి పోతుంటే డాక్టరును పిలవండి. అయితే ఇలా అయ్యేదివద్దు అయినా వారికి ఫోన్ చేసి తెలిపేదాంట్లో ఏమీ తప్పు లేదు.

ప్రసవ వేదన ఘట్టములు

ప్రసవ సమయంలో నొప్పి అగుటలో ఏమీ సందేహం లేదు. అయితే నొప్పియొక ప్రమాణాన్ని చాల కారణాలనుండి తక్కువ లేదా అధికం చేసుకోవచ్చు. ఇది మీ నియంత్రణలో ఉంది. మీకు కొంత యోజనం చేసి నడుచుకోవాలి అంటే నొప్పి అనుభవం ఎక్కువ కావచ్చు. నొప్పి అనుభవం తక్కువ కావచ్చు.

నొప్పి అనుభవం ఎక్కువ కావచ్చును	నొప్పి అనుభవం తక్కువ కావచ్చును.
ఒకరే ఉంటే	మీ ప్రయజనులు లేదా అనుభవస్థలయిన పండితుల జొతలో ఉంటే
ఆయాసం	ఆయాసం చేసుకోకండి. తొమ్మిది నెలల్లో శరీరానికి పూర్తి విశ్రాంతి నివ్వండి.
ఆకలి-దప్పిక	ప్రసవం ప్రారంభంలో కొంచంగా ఏమయినా అనుమతి దొరకితే తినండి. ఆ సమయంలోనూ తినండి
నొప్పిని గూర్చి యోచించుట	మీ గమనాన్ని వేరే చోటికి ప్రవహించ జేయండి. సంకుచితం విషయంగా యోచన చేయండి. దానివల్ల చాలా నొప్పి కావచ్చునని యోచన చేయకండి. జ్ఞాపకముండని ఈ నొప్పి చాలా తొందరగా ముగిసిపోతుంది
ఒత్తిడి మరియు ఉద్వేగం సంకుచితపు సమయంలో ఒత్తిడి కావడు మరియు ఏదో భయం వేసేది	రిలాక్స్ అయ్యే ధ్యానపు టెక్నిక్‌లను ఉపయోగించండి ఊపిరాడడం మీద గమనమివ్వకండి. దానివల్ల చాల నొప్పి కలుగుతుందని యోచించవద్దు. జ్ఞాపకముండని ఈ నొప్పి చాలా వేగంగా ముగిసిపోతుంది.
ఆత్మనింద	మీకు దేవుడు ఎంత అమూల్యమైన కానుక ఇస్తున్నాడు అని మనస్సులోనే యోచించండి.
అసహాయకంగా అలాగే అనియంత్రితంగా అనుభవించుట	శిశువుయొక్క జననపు అన్ని సిద్ధతలనూ ముందుగానే చేసుకొండి. దానివల్ల మీకు ఆత్మవిశ్వాసం మరియు ఆత్మనియంత్రణ దొరకుతుంది.

రెండవ ఘట్టం – సరియైన ప్రసవం నొప్పి లేబర్ కాన్పు

ఈ సక్రియ ఘట్టాన్నెదురించడం మొదటినుండియే చిన్నదౌతుంది. ఎందుకంటే 2 నుండి 3 1/2 గంటలు పట్టవచ్చును. కాన్పు నొప్పి మొదటికంటే చాల ఎక్కువౌతుంది. 40 నుండి 60 సెకండ్లయొక్క ఒక సంకుచనము కావచ్చు. అందువల్ల 4 నిమిషముల తర్వాత సంకుచితం కావచ్చు. అయితే పూర్తి నియమితముగా ఉండాలన్నే అవసరం లేదు.

కొన్ని సార్లు సంకుచితమువల్ల విశ్రాంతిగానడం గాని లేదా ఊపిరి పీల్చుడానికో అవకాశం కూడా దొరకదు.

ఈ వేళకు మీరు ఆస్పత్రికి లేదా బర్త్ సెంటరునందుడవచ్చు. నొప్పిని తట్టుకొంటుండవచ్చు. ఒక వేళ ఎపిడ్యూరల్ ఉపయోగామై ఉంటే నొప్పి ఉండదు.

- ★ సంకుచితం జతకి నొప్పి, తొందరలు ఎక్కుతాయి.
- ★ వెన్ను నొప్పిలో హెచ్చరిక కనబడుతుంది.
- ★ కాళ్ళల్లో తొందర మరియు వారికి బరువుకావడంకావచ్చు.
- ★ ఆయాసము.
- ★ రక్తస్రావం హెచ్చుట
- ★ ఒక వేళ సంచి పగులకుంటే పగులుతుంది. లేకుంటే కృత్రిమంగా బయల్పడుతుంది. మీరెక్కువ కలవరం పొందుతారు. మరియు ప్రసవపు నొప్పిలో మునిగి ఉంటారు. మీ ఆత్మవిశ్వాసం అల్లాడను మొదలు కావచ్చును. మీరు సక్రియరూపాన చేసే పనిలో మమ్ములను మీరు తయారు చేసుకొంటారు.
- ★ సక్రియా ప్రసవపు నొప్పినుండి నర్స్ లేదా డాక్టర్ మధ్యమధ్య వచచేదే కాక మిమ్మలను ఒంటరిగా వదిలి పెడ్తారు. మీ సంంధం వారిని ఆ సమయంలో దగ్గర ఉంచుకోవచ్చు. వారుండవచ్చు. వారు మీకు క్రింద చెప్పిన పరీక్ష చేయవచ్చును.
- ★ రక్తం తీసికొనేవారు
- ★ డాప్లర్ లేదా పైటల్ మానిటర్నుండి శిశువుయొక్క పరీక్ష
- ★ సంకుచితపు తాకత్తు (శక్తి) మరియు సమయపు పరీక్ష
- ★ రక్త స్రావపు అంశము మరియు గుణమట్టము.
- ★ ఎపిడ్యూరల్ తీసుకొనేదయితే పివి వేస్తారు.
- ★ ఒక వేళ ప్రసవపు నొప్పి తక్కువ ఉంటే మందు ఇచ్చి ఎక్కువ చేస్తారు.
- ★ గర్భాశయపు నోటి పరీక్షకోసం అప్పటికప్పడే లోపల పరీక్ష అవుతుంది.
- ★ ఒక వేళ మీరు ఇష్టపడితే ఏదేని నొప్పివారణ మందిస్తారు.
- ★ ఒక వేళ మీరు కొన్ని ప్రశ్నలు వేయడానికి ఇష్టపడితే వారు దానికి జవాబును సహా ఇస్తారు.

ఇలాంటి సమయంలో ఏమడుగాలన్నా వెనుకడుగు వేయకండి.

ఆస్పత్రి లేదా బర్త్ సెంటర్కి పోవుట

మీకేతర సంబంధంగా మీ జతగాడు లేక శిక్షకులను పిలవాలి. ఒక వేళ మీరు మొదటి అన్నీ సిద్ధం చేసి ఉంటే ఏకష్టమూ ఉండదు. టాక్సీ లేదా బండిలో కూర్చొని మీ సీట్ బెల్ట్ కట్టుకొని మరియు చలికి దూరంకావడానికి వెచ్చగా కప్పుకొండి.

ఆస్పత్రికి చేరిన వెంటనే రిజిస్ట్రేషన్ అవుతుంది. ఔపచారికపు పనిని మీ జతగాడు చేస్తాడు. అలాగే మీ రూడియ కొన్ని రీతుల ఫార్మ్ కూడా భర్తీ చేయాల్సి ఉంటుంది.

నర్స్ మిమ్ములను మీ స్థితికనుగుణంగా ప్రసవమందిరాని పిలుచుకొని వెళ్ళుతుంది. అక్కడ మీ గర్భాశయపు నోటి మరియు శిశువుయొక్క హృదయ తాడనము పరీక్షిస్తారు. కొన్ని చోట్ల జతలో వచ్చినవారిని లోపలికి వదలరు. మీరు మీ బర్తను లోపలికి విడుస్తారా లేదా అనేది తెలికోనండి. మీరు బహుశః మొదటే ఈ మాటలను అడిగి తెలిసుకొని యుంటారని నమ్మినాను. ఒకవేళ మీకు తినడానికి ఇంటినుండి తీసికొని పోకుంటే అక్కడ అడిగి తెప్పించుకొండి. బహుశః మీ గుడ్డల మీద వేసుకోనుటకు ఒక గౌను ఇవవచ్చును.

నర్స్ మీతో అవసరమైతే ప్రశ్నోత్తరములను

చేయవచ్చు. అంటే నొప్పి ఎప్పుడు మొదలయింది. సంకుచితపు సమయమేమి? మీరు ఎంత సేపటికి ముందు ఏమైనా తిన్నారా?

ఆమె మీ హృదయతాడనము, నాడీ కొట్టుకోనుట, ఉష్ణాంశము మొదలగువాని చూస్తుంది. మీనుండి మీ మూత్రపు నమూనాని తీసికోవచ్చు. అమ్నియాటిక్ ద్రవపు పరీక్ష చేసిన తరువాత శిశువుయొక్క పరీక్షయు మంచి పద్ధతిలో అవుతుంది.

ఆస్పత్రియొక్క రీతికి తగినట్లు మీకివి ఇవ్వవచ్చును. అప్పడప్పుడు మీలోపలి పరీక్షనుండి మీ ప్రగతి అందాజు చేయబడును. సంచిని కృత్తిమంగా పగులగొట్టవచ్చును. ఈ ప్రక్రియలో ఏ విధమైన నొప్పి కాదు, మీకు వేడినీటి అనుభవమవుతుంది.

ఈ సమయంలో మీరు మీ సంశయములను పోగొట్టుకోవచ్చును. మీ జతగాడు మీవైపునుండి ప్రశ్నోత్తరములాడవచ్చును. ఎందుకంటే మీకు మిక్కిలి ఎక్కువ సమాధానం కావచ్చును.

పరిస్థితి నిధానమైనప్పుడు

సమాన్యంగా మీరు అన్నీ వెనువెంటనే కావాలని యోచిస్తారో అలా అయితే కొన్ని సార్లు కాన్పు ప్రక్రియ నిధానమౌతుంది. గర్భాశయపు నోరు పూర్తిగా తెరవదు. శిశువు బయటికి రావడానికి తయారు కాదు. లేదా మీరు సరియైన రీతిలో ఒత్తిడి ఇవ్వడానికి అయ్యేదిలేదు. కొన్ని సార్లు ఎపిడ్యూరల్ ఇచ్చిన తర్వాత కూడా సంకుచితము నిధానమౌతుంది. ఇందులో చింతించవలసిన పని లేదు.

సమయానికి ముందే నొప్పి అయితే డాక్టరు మీకు తిరుగాడుమని సలహా ఇవవచ్చు. లేదా శాంతివంతమైన తంత్రాన్ని అమలు చేసుకొమ్మని చెప్పవచ్చు. వారు ఇదే సమయంలో ఇది తప్పు ప్రసవ లక్షణమౌనో కాదో అని తెలిసికొంటారు.

గర్భాశయపు నోరు తెరవక పోతే దాన్ని కొన్ని మందు సూచి మందు ఇచ్చి తెరిచునట్లు చేయవచ్చు. ప్రసవపు సక్రియ ఘట్టమందు గర్భాశయపు నోరు పూర్తిగా తెరవబడలేదంటే లేదా సంకుచితము తక్కువైనదంటే ఔషధపు ప్రమాణం హెచ్చు చేయవలసి వస్తుంది.

మీ మూత్రకోశమును ఖాళీగా ఉంచండి. ఎందుకంటే ఇది ప్రసవ వేళలో వేగమందు తొందర చేస్తుంది. మీ పొట్ట కూడా శుచిగా ఉండాలి. కాన్పుకై మీ పొజిషన్ బదలాయిస్తుండండి. త్రోసే సమయాన్ని సరియైన రీతిలో శక్తినుపయోగించండి.

ఒక వేళ సక్రియ కాన్పులో 20, 24 గంటలయినా కాన్పు కాకపోతే డాక్టరు ఆపరేషన్ చేయించుటకు సలహా ఇస్తారు. ఒక వేళ తల్లి బిడ్డల పరిస్థితి సరిగా ఉంటే కొందరు డాక్టర్లు కొంచివేచి చూచుటకు ఇష్టపడతారు.

మీరేమి చేయవచ్చును?

ఇవన్నియూ మీ విశ్రాంతికోసం ఉంది కాబట్టి మీకు మీరు ఏదిష్టమో దాన్నే చేయండి. వీపులో మాలీశ్ చేయించండి. తుడువను తడి బట్ట అడగండి. మీకు సహాయ పడేవాళ్ళు సిద్ధంగా ఉన్నారు. అయితే అది చెప్పవలసింది మీరే.

ఒక వేళ మీరు మొదటే నిర్ధారణ చేసికొని ఉంటే శ్వాసకు సంబంధించిన వ్యాయామం ప్రారంభించండి. గుర్తుంచుకొండి ఈ సమయంలో మీ శరీరానికి ఏది అత్యంత విశ్రాంతినిస్తుందో దాన్ని చేయండి.

మితిమీరిన గాలి తీసుకోనడం వద్దు

కొందరు స్త్రీలు అవసరానికంటే ఎక్కువ ఊపిరిని పీల్చుకొమటారు. దీనివల్ల రక్తంలో కార్బన్ డై ఆక్సైడ్ యొక్క అంశం తగ్గుతుంది. తల తిరుగుతుంది. చేయికాళ్ళు జోమువస్తాయి. మీ డాక్టరు లేక నర్సుకు చెప్పండి. వారు వచ్చి మీకు పేపర్ బ్యాగ్ ఇచ్చి అందుండి ఊపిరి తీసుకోమని చెప్తారు. కొంచెం ఊపిరిని దానిలోపలికి తీసికొన్న తర్వాత మీకు మంచి అనుభవమౌతుంది.

ఒక వేళ వ్యాయామంనుండి విశ్రాంతి దొరకలేదంటె దాని చేయడానికి పోవద్దండి.

★ ఒక వేళ ఏమయినా నొప్పి తగ్గించేమందు కావాలనిపిస్తే దాని గూర్చి చెప్పడానికి ఇదే సరియైన సమయమైంది. మీకవసరముందని ఎప్పుడనిపించిన ఎపిడ్యూరల్ ఇవ్వవచ్చు.

★ ఒక వేళ మీరు నొప్పి నివారక మందు లేకనే నొప్పిని సహించుకొంటానంటే ప్రతియొక్క నొప్పి తర్వాత కొంచెం విశ్రాంతి తీసికొండి. ఎందుకంటే ఎప్పుడు నొప్పి మొదటికంటే తొందరగా మరియు వేగంగా వస్తే విశ్రాంతి తీసికొనడానికి సమయముండదు. శాంతియుతమైన తంత్రమును ఊపయోగించండి. ఎందుకంటే మీ శక్తియొక్క అంతస్తును భరించాలి.

★ మీ డాక్టరును అడిగి ఏమైనా కురుకులు తింటుండండి. అయితే డాక్టరు వద్దంటే నోటిని తడి చేయడానికి ఐస్ పీసుతో పూయండి.

★ ఒక వేళ ఎపిడ్యూరల్ లేదంటే మీరు నడవగలిగితే చుట్టూ నడవండి లేక పాజిషన్ మార్చండి.

★ మూత్రం కోసం శౌచాలయానికి పోతూ వుండండి. పెల్విక్ పై పడే ఒత్తిడి కారణంగా మీకు దీన్ని గూర్చి తెలిసేదిలేదు. అయితే మూత్రాశయం నిండి ఉంటే తొందర కావచ్చును. ఒక వేళ ఎపిడ్యూరెల్ ఉంటే మరిమరి లేచే అవసరం ఉండదు. ఎందుకంటే మూత్రాశయాన్ని ఖాళీ చేయడానికి కెథిటర్ వేస్తారు.

జతగాడు లేక శిక్షకుడు ఏమి చేయ సాధ్యము?

★ మీకన్నీ ప్రాథమిక సూత్రాలు తెలిసింతు ఉంటాయి. ఒక వేళ అమ్మకు ఔషధముయొక్క అవసరముంటే ఔషధాన్నిప్పించండి. ఒక వేళ ఆమె మందు ఇష్టపడకపోతే వారికి తమపని చేసికొనడానికి వదలండి.

★ వారికేమి కావాలో అది వారికే దొరకుతుంది. వారి ఆశ నిమిషనిమిషానికి మారుచుండవచ్చు. ఒక నిమిషం టివి మరో నిమిషంలో ఆర్పుమంటారు. ఒక వేళ ఇప్పుడు మిమ్మలను గమనించక పోయినా అథవా మిమ్మలను పొగడకుంటే దాన్ని తీవ్రంగా తీసికోకండి. వారు మరుదినం సరిపోయాక మీవైపు చూడడానికి సాధ్యమవుతుంది.

★ మీ మరియు వారి మూడ్‌యొక్క గమనమునుంచండి. గదిలో తేలికైన వెలుగుండని.

★ ఒక వేళ వాళ్ళు ఇష్టపడితే ఇంపైన సంగీతం రావచ్చు. సంకుచితపు సంబంధంగా ఊపిరి అథవా శాంతపు మంత్రమునుంచండి. ఒక వేళ వారికిష్ట లేకపోతే వారిని బలవంతం చేయకండి. వారి గమనం వేరేవైపు ఉంచుటకు మాట్లాడండి. విడియో గేము అడివ్వండి. వారెంత ఇష్టపడుతారో అంతే గమనాన్ని ఇంకోవైపు ప్రసరింప జేయండి.

★ వారిని సమాధానపరచి ధైర్యమివ్వండి. ఏ రీతియైన యోచన చేయకండి. వారికి ప్రతి నొప్పి తర్వాత వారు శిశువుకు దగ్గర వస్తున్నారని జ్ఞాపకం చేయండి. ఒక వేళ వారు ఎక్కువ దుఃఖవంతులైనట్లు కనబడితే వారిని సమాధానం చేయండి.

★ సంకుచితాన్ని పూర్తి దాఖలా చేయండి. దీనికై నర్స్‌యొక్క సహాయాన్ని తీసికోవచ్చు. మానిటర్‌ను చూచి వారికి నొప్పి తేవచ్చని తెలవవచ్చును. ఒక వేళ మానిటర్ లేకపోతే

పొట్టమీద చెయ్యిపెట్టి నొప్పి రావడాన్ని ఎలా తెలిసికోవాలని నర్స్‌ను అడగండి.

★ వారి కడుపు లేదా వీపునకు మాలీశ్ చేయండి. అలావారికి కొంత విశ్రాంతి దొరకని. వారిని ఏ రీతియైన మార్గాలతో విశ్రాంతి దొరకునని అడగండి. ఒక వేళ వారికి మాలీశ్‌తో విశ్రాంతి దొరకపోతే వట్టి మాడలతోనే సమాధానపరచాలి. గుర్తుండని 1 నిమిషం మొదలూ దేన్నుండి ఆరామ దొరకునో మరో నిమిషంలో దాన్నుంచే కసివిసి కావచ్చు. లేదా వ్యతిరేకం కావచ్చు.

ప్రతియొక గంటకూ వారికి బాత్‌రూం పోవాలనే గుర్తు చేయండి. మూత్రాశయం నిండితే కాన్పులో ఇబ్బంది రావచ్చు.

ఒక వేళ అది అలా ఉంటే తిరుగాడుటకు లేదా పొజిషన్ మార్చుటకు సహాయ పడండి.

ఒక వేళ తిని త్రాగడానికి అనుమతి ఇస్తే ఏదైన కురుకులు తినిపించండి. లేదంటే పేపర్ పీస్ చిప్స్ ఇవ్వండి.

తడి బట్టతో వారి ముఖము మరియు శరీరాన్ని తుడుస్తుండండి.

ఒక వేళ కాళ్ళు చల్లగ అవుతుంటే కాలి తొడుగులు వేయండి.

వారు చాలా కష్టంలో ఉన్నారు మాట్లాడుటకు సాధ్యం కాదు వారి ప్రతి మాట వినుటకు లేదా జవాబు చెప్పుటకు ప్రయత్నించండి.

డాక్టరుతో ప్రతియొక్క షధము మరియు ప్రక్రియను గూర్చి అడండి. ఎందుకంటే మీకు వారికి జవాబు ఇవ్వడానికి తెలివితేట ఉంటాయి. ఒక వేళ దాన్ని గూర్చి ఏ మాట మాట్లాడివలసిన గదిలోనుండి బయటి పోయి మాట్లాడండి. ఎందుకంటే వారికి తొందర కలిగేది వద్దు.

మూడవ ఘట్టము – వేరే బోట ప్రసవము

ఇది అత్యంత కఠిన ప్రసవము. అయితే చాలా చిన్నదైయుంటుంది. ఉన్నట్టుంటి నొప్పి వేగం ఏక్కువౌతుంది. అవి 60 నుండి 90 సెకెండ్లవరకు కావచ్చు. మరియు 2 నుండి 3 నిమిషములలో తేవను మొదలవుతుంది. ఎవరు ఒక సారి తల్లియైయుంటారో అటువంటి స్త్రీలకు నొప్పుల కొన్ని అలలను ఎదురీదవలసి ఉంటుంది. మీకు ఈ నొప్పి అల నిలవదేమొననిపిస్తుంది. మరియు మీకు విశ్రాంతి పొందడానికికవకాశవే దొరకదు. 7 సెంఊమీ నుండి 10 సెం.మీ వెడల్పు అయ్యేంతవరకూ కనీసం 10 నిమిషములనుండి 1 గంటవరకూ సమయం పట్టుతుంది. అలాగే కొన్ని ప్రకరణాల్లో 3 గంటల కాలం అవధి పడుతుంది.

ఒక వేళ ఏదోనొప్పి నివారకం తీసుకొన్నా కాకపోతే ఈ ఘట్టంలో మీరు క్రింద కనబడిన లక్షణాలననుభవిస్తారు.

★ సంకుచితముతో పాటు చాల తీవ్రమైన నొప్పి.
★ వీపువైనుకవైపు మరియుపిరినియమ్‌లో నొప్పి అధికము
★ గుద ద్వారం వద్ద ఒత్తిడి (ఇది మలవిసర్జన నొప్పికంటే కొంచెం భిన్నము)
★ రక్తస్రవాధిక్యత
★ చాలా శఖ లేదా చలి అనుభవము
★ కాళ్ళలో తీపుట (తట్టుకోనేంతగా ఉండేది)
★ సంకుచితవు మధ్యలో లేతనిద్ర
★ ఆయాసము

భావనాత్మకంగా మీకు సంయమనము మీరింది అనిపించడం ఇప్పడింకా త్రోసే సమయం రాలేదు. కనుక మీకునస్సులో కొంచెం నిరాశ కసివిసి లేదా చిడిమడి పాటు ఉంటుంది. మీరు ఇవన్నీ ఉన్నా శిశువు యొక్క దగ్గరకు వచ్చే ఆశవల్ల ఉత్సాహం తుటనూ కావచ్చును.

మీరేమి చేయగలరు

ఈ ఘట్టం తదుపరి గర్భాశయ ద్వారము పూర్తి తెరచుకొనును మరియు మీకు శిశువును బయటికి తెచ్చుటకు శక్తిని ప్రదర్శించవలసి వస్తుంది. ముందు వచ్చే సమయము చింత చేయుటకు బదులు మీరెంత దూరవు ప్రయాణం చేసి ఇక్కడికి చేరినారా అనేదాన్ని

గూర్చి యోచించండి.

ఒక వేళ సహాయం దొరకితే ముఖ్యమైన తంత్రాన్ని ప్రయోగించండి. ఎంతవరకు ఆదేశం దొరకదో శక్తి ప్రదర్శనం వద్దు. దీనివల్ల ఆ భాగంలో ఊదు రావడం అవుతుంది. కాన్పుకు సమయం పట్టవచ్చు. ఒక వేళ జతగాని చెయ్యి పట్టుకొనుటవల్ల కసిబిసి అయితే చెప్పడానికి వెనుకంజ వేయకండి.

- ★ తేలికైన లయబద్ధమైన ఉపిరాడుటలో సంకుచితపు మధ్యలో విశ్రాంతి తీసికొనుటకు ప్రయత్నించండి.
- ★ మీగమనాన్ని బిడ్డపై ఉంచండి. అపుడు తొందరగా అది మీ భుజాలమీదికి వస్తుంది.

ఎపుడు గర్భాశయ ద్వారపు పూర్తిగా తెరచుకొంటుందో అపుడు మిమ్మలను ప్రసవ గృహానికి తీసికొని వెళ్ళుదురు. ఒక వేళ మీరు బర్తింగ్ బెడ్ పై ఉంటే దానికాళ్ళను తీసి కాన్పుకు తయారు చేయబడును.

జతగాడు లేదా శిక్షకుడు మీరు ఏమి చేయగలరు

ఒక వేళ వారు ఎపిడ్యూరల్‌లో ఉంటే ఆ మందు మరియు కావాలో వద్దో, క్రుచ్చేమందు చాల కష్టతరంగా ఉంటుంది. ఒక వేళ మందు పూర్తి భాగము దొరకకుంటే నొప్పి కావచ్చును. ఒక వేళ ఔషధం కావాలనిపిస్తే డాక్టరుకు చెప్పండి. ఒక వేళ ఔషధము లేకనే ప్రక్రియ జరుగూతుంటే ఇప్పుడు వారికి అన్నిటికంటె మీ అవసరం హెచ్చుగా ఉంది.

- ★ వారి వద్ద ఉండండి. అయితే వారి మీద ప్రభావం కారాదు. వారు ఇష్టపడకుంటే వారిని ముట్టవద్దండి. వెన్నుపై తేలికగా ఒత్తుటవల్ల విశ్రాంతి దొరకుతుంది. అయితే వారిష్ట పడకుంటే అదీ చేయకండి.
- ★ ఈ సమయంలో పెద్దపెద్దగా మాట్లాడవద్దండి. వారికి చిన్నదైన మరియు నేరుగా ఉంటే ఆదేశాలివ్వండి. ఇది జోక్స్ వేసే సమయం కాదు.
- ★ వారిష్టపడితే సమాధానమివ్వండి. ఈ సమయంలో మాటలకన్న తేలికైన స్పర్శతో కన్నుల్లో కన్నులు పెట్టి కావాల్సినంత మాట్లాడవచ్చు.
- ★ సంకుచితపు మధ్యలో ఊపిరాడు మంత్రముతో ఆరామం దొరికేటట్లయితే వారికందులో సహాయం చేయండి. అలాగే ప్రయత్నించండి.
- ★ వారి కడుపు ముట్టి సంకుచితాన్ని గూర్చి తేలికగా తేటగా చెప్పండి. వారికి సంకుచితపు మధ్యలో లయబద్ధమైన ఊపిరి పీల్చుటకు గుర్తు చేయండి.
- ★ సంకుచితం చాలా తొందరగా కావడానికి మొదలైతే వారికి త్రోసే ఇచ్ఛ ఉంటే డాక్టరుకు చెప్పండి. చాల మట్టకు గర్భాశయపు నోరు పూర్తిగా తీసియుండవచ్చు.
- ★ వారికి గుక్కెడు నీరు లేదా ఐస్ చిప్స్ ఇస్తూండండి. వారి ముఖమును తడిగుడ్డలో తుడువండి. చలివేస్తే కంబళి కప్పండి. లేదా కాళ్ళకు కాళ్ళ సంచులు వేయండి.
- ★ ఇద్దరు మీ గమనమును ముందువచ్చే సమయం మీద కేంద్రీకరించి సంతోషముతో నిండిన గంటు మీ చేతిలోకి వచ్చే ఆ క్షణము.

రెండవ స్థితి – త్రోసేది మరియు కాన్పు

ఈ ఘట్టం వరకు శిశువు జననంలో మీ సక్రియమైన పాత్ర ఉండలేదు. మీ గర్భాశయపు నోరు చాలినంతవరకు పనిని సులభం చేసింది. అయితే ఇపుడు మీరు బిడ్డను బయటికి దెచ్చుటకు సహాయం చేయాలి. ఈ ప్రక్రియలో సుమారు 1/2 నుండి 1 గంట సమయం అవుతుంది. అయితే కొన్ని సార్లు 10 నిమిషముల లేదా 2 గంటలు – 3 గంటల కాలం కావచ్చు.

- ★ సంకుచితంతో నొప్పి అయితే కొంచెం తక్కువ
- ★ త్రోయాలనే తీవ్రమైన ఆశ
- ★ శక్తి వేగము ఆవేగము లేదా ఆయాసము.
- ★ సంకుచిత వేగవు అల లాగేది మరియు తెలియుడ
- ★ రక్త స్రావంలో వృద్ధి.

★ శిశువు తల ఉబ్బుటవల్ల యోనిలో తేలికైన మంట లాగుట (దీన్ని రింగాఫైర్) లేదా కసిబిసి అని కూడా చెప్తారు.

★ తేలికైన జారుడు మరియు మృదుత్వపు అనుభవము.

భావనాత్మకముగా మీకు తృప్తి దొరకును. ఎందుకంటే మీరు త్రోయడం మొదలైందని ఒక వేళ ద్రొబ్బడం మరియు శక్తి ప్రదర్శన ప్రారంభమగుటకు 1 గంటకంటే ఎక్కువ సేపు పట్టితే మీరాయాసము మరియు నిరాశననుభవిస్తారు.

ఈ సమయంలో మీ మనస్సున ఈ ప్రక్రియ ఎప్పుడు ముగుస్తుంది అనే ఒకే మాట ఉంటుంది.

మీరేమి చేయగలరు

ఇపుడు శిశువును బయటికి తేవలని ఉంది. అందువల్ల మీరు మరియు డాక్టరు విశ్రాంతి సంబంధంలో ఎ ముద్రను ఎన్నుకొన్నారో దానిలో పూర్తి శక్తిని ప్రదర్శించండి. అర్ధం కూర్చొనేది, లేదా కుక్కకాలి ముద్ర పరిణామకారి కావచ్చు. ఎందుకంటే దీనిలో గురుత్వాకర్షణ సహాయం దొరకుతుంది. మరియు శిశువు క్రిందికి వస్తుంది. ఈ పొజులో మీపాదాని ఎదకు ఒత్తండి. ఎందుకంటే మీరు పూర్తిగా శక్తినివ్వవచ్చు ఒక వేళ ఒత్తిడి ఇవ్వలేకపోతే అపుడు పొజిషన్ మార్చుటకు ప్రయత్నించండి. కుక్కర కాలులోని పొజిషన్‌కు రండి లేదా చేతులు కాళ్ళ బలం మీద కూర్చొండి.

ఒత్తిడిచ్చే సమయం వచ్చినపుడు వేరే అన్నిమరచిపొండి. మీరు త్రోయుటలో ఎంత ఒత్తిడి వేస్తారో అంత వేగంగా శిశువు బయటికి వస్తుంది. ఒక వేళ తప్పుగా ఒత్తిడి వేస్తే త్రోస్తే వట్టి శక్తి నష్టము ఆయాసము తప్పవేరేమీ దొరకదు.

మీరు శరీరము మరియు తొడను సడిలంగా ఆ రీతిలో ఒత్తిడి ఇవ్వండి. ఎట్లంటే మీరు మలవిసర్జనకు కూర్చున్నారనుకొండి. మీ పూర్తీ గమనాన్ని శరీరం పై భాగానికి బదులు యోని మరియు గుదము వైపు గమనం ఉంచండి. ముఖముపై కూడా ఒత్తిడిని తేవద్దండి. లేతయైన వర్ణపు గురుడు చిమ్మవచ్చు. ఈ విధంగా శిశువు బయటికి వచ్చేందుకు సాధ్యం. ఈ రీతి ఒత్తిడి వేయుటవల్ల మలము కూడా బయటి రావచ్చు. దాని విషయం విచారించి సిగ్గుపడకండి. ప్రసవ సంబంధంలో మలం మూత్రములు రావచ్చును. పెద్ద సంగతి కాదు. గదిలో దీన్ని గూర్చి ఎవరూ యోచన చేయరు. మరియు మీకూ యోచన చేయవలసిన అవసరం లేదు. పాడేవల్ల అన్నీ శుచి అవుతుంది.

ఒక వేళ మీకూ అలా అనిపిస్తే మీరు శిశువు యొక్క నర్సరీని గూర్చి ఏమీ చేయుటకు వెళ్ళకండి. మీరు మెట్లనుండి పడవచ్చు. మీకు మీరు ఇంటిపనులనుండి పూర్తి ఆయాసం తెచ్చుకోవద్దండి. మీకింకనూ హెచ్చు శక్తిని నిలుపుకోవలసిఉంది. మీ కొలత మీరకండి. మీరొక సాధారణమైన మనిషి మరియు మీరొక్కరే అన్ని పనులూ చేయడం సాధ్యం కాదు.

ఒక వేళ బిడ్డ తల చూచి అదృశ్యమైతే నిరాశ చెందకండి. ఇలా ఒకోసారి అవుతుంది. మీరు సరియైన దిక్కులో పోతున్నారనేది గుర్తుండని.

సంకుచితపు మధ్యలో విశ్రాంతి తీసికొండి. మీరు త్రోయుటలో ఆయాన పడియుంటే డాక్టరుకు తెలపండి. వారు కొన్ని నొప్పుల జతలో ద్రొబ్బకుండునట్టి సలహా ఇస్తారు. దీనివల్ల మీరు పోగొట్టుకొన్న శక్తిని మళ్ళీ పొందవచ్చు.

దబ్బుటను నిలుపుటకు చెప్పినప్పుడు నిదానించండి ఇచ్ఛగలికితే నోటినుండి ముక్కండి.

ఎదురుగానున్న అద్దముపై గమనముంచండి. ఉబ్బుచున్నటి శిశువు తల మీకు ముక్కడానికి ప్రోత్సాహమిస్తుంది. దీని విడియో టేపింగ్ చేయకపోయి ఉంటే ఇది మీకు మరోమారు కనబడదు.

మీరు ముక్కే ప్రక్రియలో మగ్నలైతే డాక్టరు మీకు ఆధారమిస్తారు. శిశువుయొక్క హృదయ తాడను గమనిస్తారు. వారు తమ శస్త్రచికిత్స యొక్క వస్తువులను తయారు చేస్తారు. ఆంటిసెప్టిక్ ఔషధం పూస్తారు. అవసర్మైతే చిన్న చీలిక చేస్తారు. వ్యాక్యూమ్ లేదా ఫోర్‌సెప్స్ యొక్క

ఒక శిశువు జననము

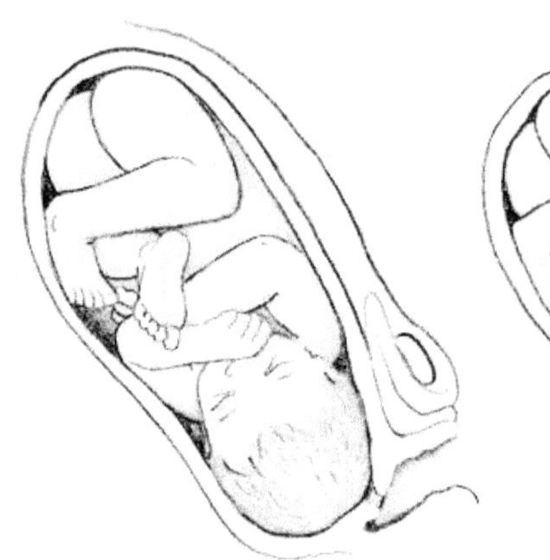

1. గర్భాశయవు నోరు కొంచెం తెరచి ఉంది పూర్తి తెరవలేదు.

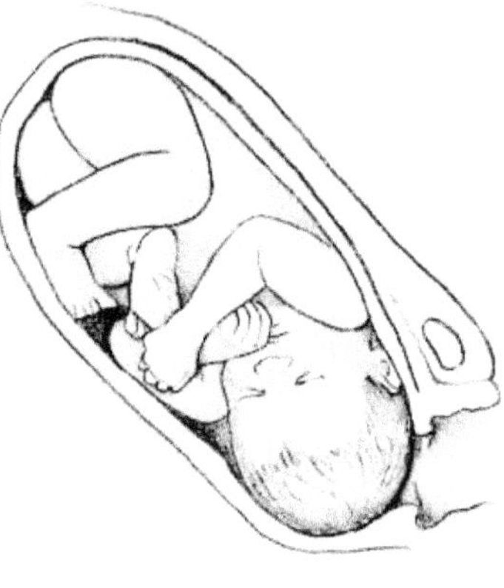

2. ప్రసవసమయంలో అనేక సార్లు శిశువు తన తలను తెరచుటకు తల్లి పెల్విస్ చోట కొంచెం తిరుగుతుంది. చిత్రంలోనున్నట్లు

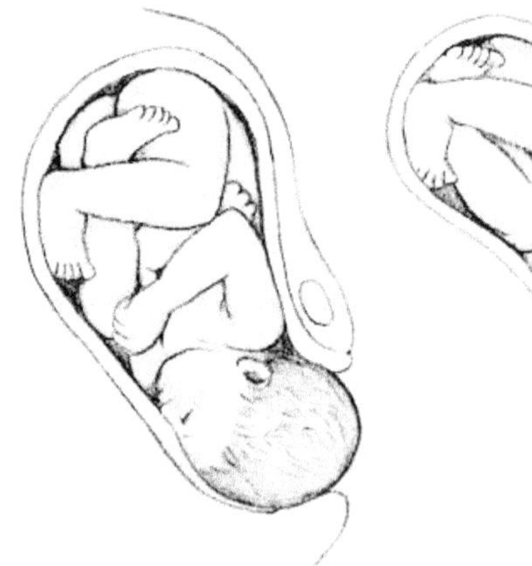

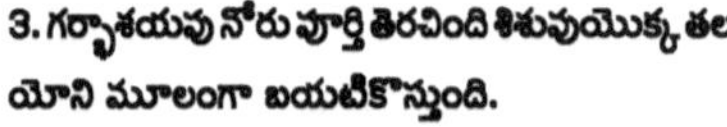

3. గర్భాశయవు నోరు పూర్తి తెరచింది శిశువుయొక్క తల యోని మూలంగా బయటికొస్తుంది.

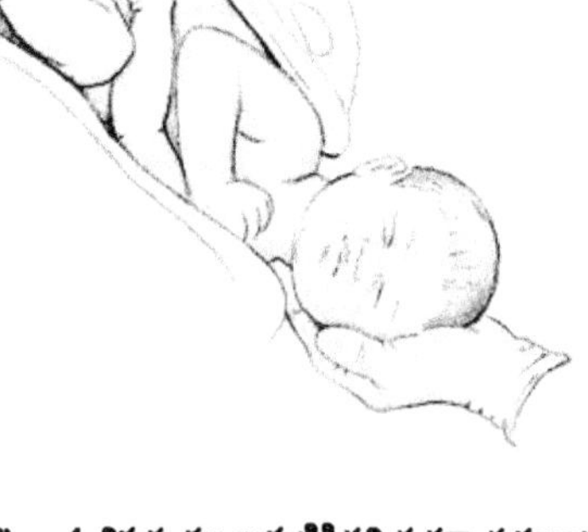

4. శిశువు తల బయటికి వచ్చిన తర్వాత ముందు ప్రసవ కార్యం శీఘ్రము మరియు సుసూత్రంగా అవుతుంది.

ఉపయోగము చేయవచ్చు. శిశువు తలకనబడితే వారు శిశువు ముక్కు మరియు నోటినుండి చీమిడిని తీస్తారు. మరియు దాన్ని బయటికి తెచ్చుటకు ప్రయత్నిస్తారు. తల బయటికి తీసే లోవల సమయం పట్టుతుంది.

ఇదయిన తరువాత తేలికగా ముక్కడమే సాగుతుంది. ఇదయిన తరువాత తీగకత్తరించి బిడ్డను ఇవ్వబడుతుంది. పొట్టమీద పడుకోబెడతారు. ఇప్పుడే బిడ్డ చేతిలో ముట్టవచ్చును. ఏ బిడ్డకు పుట్టిన తక్షణమే తల్లియొక్క చర్మ సంపర్కము దొరకంనో అటువంటి శిశువు లోతుగా నిద్ర పోతుంది. మరియు శాంతంగా ఉంటుందని అధ్యయనమునుండి తెలియవచ్చింది.

ఇదయిన తర్వాత డాక్టరు శిశువుయొక్క స్థితిని గూర్చి గమనం పెట్టుతారు. మరియు అపగార్ రంధ్రములో ఒక నిమిషం మరియు ఐదు నిమిషముల వ్యవధిలో పరీక్ష చేస్తారు. దాని వీపును తేలికగా కొడుతారు. మీ చేయి మరియు వెనుక గురుతుకోసం ఒక బ్యాండ్ ఇస్తారు. నవ జాత శిశువుకు కన్నుయొక్క కలనుండి కాపాడుటకు మందువేయబడుతుంది.

మీరిష్టపడితే మొదట శిశువును చేతిలో ఎత్తుకొనుటకు చెప్పవచ్చు. దానితరూకం పరీక్ష జరుగుతుంది. మొదలు టవల్‌లో చుట్టబడుతుంది. ఆస్పత్రిలో వేరేవేరే రీతియందు ఈ పనులు జరుగుతాయి.

ఆ తర్వాత శిశువును స్తన్యపానముకై మీరు ఒప్పగింపబడుతుంది. ఆస్పత్రిలో వేరే వేరే రీతియందు ఈ పనులు జరుగుతాయి.

ఆ తర్వాత శిశువును స్తన్యపానముకై మీరు ఒప్పగించబడుతుంది. కొన్ని సార్లు శిశువుయొక్క పరీక్షకై మరికొన్ని. పరీక్షలకోసం నర్సులకు తీసుకొని పోవాల్సి వస్తుంది. ఇదయిన తర్వాత మీ గదిలో పోషించుటకు చేర్చుతారు.

జతగానికి మీరేమి చేయవచ్చు

★ ముక్కేటప్పుడు శక్తి అంతయు ఆవైపుంటుంది.

★ నోటి మృదుత్వాని కాపాడుటకు ఐస్ చిప్స్ ఇస్తుండండి.

★ వారికి వీపుకు ఆధారమివ్వండి. ముఖాన్ని తడిబట్టతో తుడుచండి. వారు తమ పోషన్‌నుండి బయటికి పోతే వావస్ పొజిషన్‌కు రావడానికి సహాయం చేయండి.

★ వారికి తోడుతోడుగా అద్దంలో చూచుటకు గుర్తుచేయండి. ఒక వేళ అద్దం లేకుంటే నోటితో అన్నీ చెప్పతూ ఉండండి.

శిశువుపైన మొదటి చూపు

9 నెలల పొట్టలో ఉన్న తర్వాత శిచియైన దప్పమైన దుండుగనున్న శిశువు బయటకు రాదు. దానికి బయటకు రావడానికి శ్రమపడవలసి ఉంటుంది. పరిణామము దాని రంగు, రూపముల మీద దీని ప్రభావముంటుంది. చెప్పాల్సి వస్తే అన్ని లక్షణాలూ తాత్కాలికంగా ఉంటాయి. ఆస్పత్రినుండి ఇంటికి వచ్చేలోపల శిశువు తన సుందర రూపంతో వస్తుంది.

చొట్ట బొట్ట తల : కొన్ని వెళల్లో బిడ్డ చుట్టు కొలత దాని ఎదుగుదలకంటే ఎక్కువగా ఉంటుంది. కొన్ని సార్లు జనన ప్రక్రియలో తల ఆకారము సొట్టసొట్టగా ఉంటుంది. ఒక వేళ బయటికి వచ్చే సమయంలో తప్పు రీతిలో ఒత్తిడి వస్తే. దాని మీద గంటు ఉచ్చి వస్తుంది.

నవజాత శిశువుయొక్క వెంట్రుకలు : కొందరు పుట్టిన శిశువుల తల బోడిగా ఉంటే, కొందరు శిశువులకు దట్టంగా వెంట్రుకలుంటాయి. అయితే ఈ అన్నీ వెంట్రుకలు నిదానంగా ఉదిరి పోతాయి. మరియు కొత్త రంగు మరియు పెరిగిన వెంట్రుకలు బయటికి వస్తాయి.

శరీరం మీద పైపొర : పైపొర దాని శరీరపు అమ్నియాటిక్ ద్రవపు మార్పువల్ల జరుగుతుంది. కొన్ని సార్లు ప్రీమెచ్యూర్ శిశువులందు ఈ పదరము కనబడుతుంది. పోష్టు మెచ్యూర్ శిశువులలో ఇది ఉండనే ఉండదు.

జననేంద్రియపు వాపు : నవజాత శిశువు ఆడ లేదా మగ బిడ్డ యొక్క జననేంద్రియములలో వాపు కనబడుతుంది. ఎదలో కూడా వాపు ఉండవచ్చు. ఒకో సారి దీనినుండి తేటయైన ద్రవము కారుతుంది. ఆడ బిడ్డల్లో తల్లి హార్మోన్ కారణంవల్ల యోనిలో స్రావవౌతుంది. ఈ పరిణామం 7 నుండి 10 నిమిషలలో ముగుస్తుంది.

కన్నుల ఊద : కొన్ని సార్లు పుట్టిన బిడ్డ కన్నుగుడ్డల్లో ఊద కనబడవచ్చు. ఇది కూడా కొద్ది దినాల్లో సరిపోతుంది.

త్వచ: శిశువు తేడయైన తెల్లటి గులాబీ లేదా స్లేట్ రంగు చర్మంతో పుట్టుతుంది. జననమైన కొన్ని గంటలవరకు పిగ్మెంటేషన్ శురువై యుండును. ముఖంలో తాత్కాలికమైన కళలు కనబడవచ్చు. దాని చర్మము గాలి కలియకు వచ్చినందున ఎండిపోవచ్చు.

వెంట్రుకలు : కొన్ని సందర్భాలో క్రొత్తగా పుట్టిన శిశువుయొక్క భుజము వీపు మరియు నోసటిపై చాలా వెంట్రుకలు ఉంటాయి. ఇది జనన సమయంలో అథవా మొదట లేదా ఆ తరువాత జననమయ్యే శిశువుల్లో కనబడుతుంది. ఈ వెంట్రుకలు కొంత కాలంతర్వాత తానుగానే ఉదిరిపోతాయి.

పుట్టిన గుర్తు : 7 శిశువుల శరీరాల్లో పుట్టుకతోనే కొన్ని గుర్తులుంటాయి. దీన్ని పుట్ట మచ్చ అని చెప్పుతారు. చ్మెంపై తేటయైన పలుచని లేదా వెడల్పయిన మచ్చ కావచ్చును. భుజవు అథవా తొడమీద నల్లని చార ఉండవచ్చు. కొన్ని సార్లు చిన్న మచ్చలు కావాలన్నా ఉబ్బవచ్చు. కొన్ని సార్లు ఊదిపోతాయి. శరీరంలో వేరే రంగులోని మచ్చ ఆ తర్వాత తేటవుతాయి. అయితే పూర్తీ పోజాలవు.

మూడవ ఘట్టము :– ప్లెసెంటా కాన్పు

చెడ్డ వేళ చెరగిపోయెను. మంచి సమయానికి తయారయి శిశు జననపు చివరి ఘట్టములో రేహములోనుండి మాసం బయటికి వస్తుంది. తేలికైన సంకుచితము పెద్దదవుతుంది. అయితే మీరు నవజాత శిశువులో మునిగిపోయి ఉంటారు. అందువల్ల దాని అనుభవం మీకు కాదు. గర్భాశయము మూడుచుట చేతమాసు యోని వరకు వస్తుంది. ఎందుకంటే దాన్ని బయటికి తీయడానికి సులభం కావాలని.

డాక్టరు మీకు సరియైన సమయంలో ముక్కడానికి చెప్తారు. మరియు బయటికి తీవడానికి సహాయం చేస్తారు. మీరు సూదిమందు సహాయంతో ఆక్సిడేషన్ ఇవ్వబడుతుంది. ఎందుకంటే సంకుచితము వేగమై మాయబయటకు రావాలని, దీనివల్ల గర్భాశయము మెటనే తన మొదటి ఆకృతికి వస్తుంది. మరియు రక్త స్రావము తగ్గును. ఒక వేళ మాయె జతలో చేరకపోతే డాక్టరు మీ గర్భాశయములో దాని ముక్కలను చూస్తారు.

కాన్పు అయిన తరువాత మీరు చాల ఆయాసపడతారు లేదంటే శక్తితో నిండినవారవుతారు. కొంతమంది స్త్రీలకు ఈ సమయంలో చలివేస్తుంది. మరికొందరికి ఆకలి అవుతుంది.

ఈ సమయంలో ఋతుచక్రపు నియమం ప్రకారం రక్తస్రావం కూడా అవుతుంది. శిశువు జననమైన తర్వాత మీరు భావనాత్మకముగా ఏమనుభవిస్తారు? ప్రతియొక్క స్త్రీ వేరేవేరే రీతిలో ప్రతిక్రియింతురు. మీరు మీ బిడ్డకు మరియు జతగానికి ప్రేమ భావాన్ని అనుభవింపజేస్తారు. చాల సేపు తీసుకొన్న కాన్పు తర్వాత నిరాళమవుతుంది. లేదా మరల శిశువును స్పర్శించి ఆశ్చర్యాన్ననుభవిస్తారు. కదా చిన్న అతిథిని చూచి కొంత

కసివిసి అవుతారు. అయినా మిమ్మలను చేరడానికి కష్టములను దాటిందే మీ ప్రతిక్రియ ఏమున్నా మీరు శిశువును లతైన ప్రేమతో చూస్తారు. అయినా ఈ అన్ని మాటలు కొంచెం టైం తీసికొంటుంది.

మీరు ఏమి చేయగలరు

★ మీరు మీ బిడ్డను మనస్పూర్తిగా ప్రేమించండి.

★ శిశువు తన తల్లియొక్క శబ్దాన్ని గుర్తించగలదు. అందువల్ల వారితో మాట్లాడండి. దాని చెవిలో నిదానంగా ఏదైనా చెప్పండి. దీనివల్ల అది ఈ ప్రపంచంలో కొంచెం తన శిశుత్వాన్ని అనుభవించుగాక ఒక వేళ బిడ్డను నర్సరీలో ఉంచితే కొంతవేచి చూడండి.

★ మీ జతగాని జతకూ కూడా కొంత సమయాన్ని గడపండి.

★ మాయను బయటికి తేవడానికి సహాయ పడండి. కొన్ని సార్లు ముక్కవలసిన అవసరమే ఉండదు. డాక్టర్లు మీకు ఏమి చేయాలనేది చెప్పదురు.

★ చీలిక అయినందువల్ల దాని చికిత్స అయ్యేవరకూ ఊరకే పడుకొండి.

★ మీకు చిక్కినందుకు గర్వపడండి.

★ మీరు మీ పెరినియుమ్ ఊతనుదించడానికి ఐస్‌పాక్ అడగండి. నర్స్ మీకు ప్యాడ్ వెనుకోనడంలో సహాయం చేస్తుంది. ఎందుకంటే మీ సమయంలో మీకు రక్తస్రావం జరుగును. ఇదయినతర్వాత మిమ్మలను శుభ్రం చేసి మీ గదికి పంపబడును.

జతగానికి మీరు ఏమి చేయగలరు?

★ మీ దగ్గర భార్య మరియు శిశువుతో గడవుటకు చాల సమయమున్నది. నర్స్ మరియు డాక్టరు మిగిలినపనిని చూచుకొంటారు.

★ మీ పని బిడ్డకు మరియు దాని తల్లికి ప్రేమతో గూడిన రెండు మాటలు చెప్పి శుభాకాంక్షలను చెప్పండి.

★ శిశువుతో పాటు కొంత మాట కథ జరుపండి ఎలా ఉంటుందో. అది మీ శబ్దాన్ని కూడా గుర్తించగలదు. ఆ అపరిచిత వాతావరణంలో కొంత తన శిశుత్వాన్ని అనుభవించును.

★ తల్లికి కూడా కెంచెం ప్రేమను పంచడాన్ని మరవకండి.

★ వారికోసం జ్యూస్ తెప్పించండి. ఒక వేళ శాంపైన్ తెచ్చి ఉంటే సంబరం చేసికోవడంలో తప్పులేదు.

★ ఒక వేళ క్యామరా అథవా విడియో దగ్గరుంటే పసితుంటరిగాని చిత్రాలను తీయడాన్ని ప్రారంభించండి.

మీరు సిజేరియన్ కాన్పులో సామాన్యమైన కాన్పులో పాల్గొనుటకు సాధ్యం కాదు. అయితే ఇందులో నూతనదే అనుకొన్ని అనుకూలములున్నవి. త్రోయుటవుముక్కుటలకు బదులు మీరు హాయిగా పండుకొని ఉంటారు. మీకు దీన్ని గూర్చి తెలియవలసిన అవసరముంది. చురుకుదనం ఎంతెక్కువ తెలుస్తుందో అది అంతవిశ్రాంతి దాయకంగా ఉంటుంది. ఇది మీకు మొదటే తెలిసియుంటే మంచిది. ఎందుకంటే ఒకోసారి వెంటనే నిర్ధారణ తీసికోవలసి ఉంటుంది.

★ అయితే అనెస్తీషియా మరియు ఆస్పత్రులలో బదలయిన రీతులవల్ల ఎక్కువ మంది స్త్రీలు తమ సిజేరియన్ను చూడవచ్చు. ఆ సమయంలో చాలమట్టుకు శాంతంగా ఉంటారు.

★ సిజేరియన్ కాన్పులో క్రింద చెప్పిన ఘట్టములున్నవి.

★ మీకు అనెస్తీషియా ఇవ్వబడుతుంది. లేదా శరీరపు క్రింది భాగాన ఎపిడ్యూరల్ ఇవ్వవచ్చు. ఒక వేళ అపాయము సమయంలో శిశవు జననం కావాల్సి వస్తే అపుడు జనరల్ అనేస్తీషియా ఇవ్వబడును.

★ కడుపు క్రింది భాగంలో ఆంటిసెప్టిక్ సొల్యూషన్‌నుండి శుభ్రం చేస్తారు. డాక్టరు కథెటర్ సహాయంతో మీ బ్లాడర్‌ను ఖాళీ చేయవచ్చును.

★ స్టైల్ పోప్‌ను కడుపు దగ్గర వేస్తారు. మరియు ఒక స్క్రీన్ ఈ వైపుకు వేస్తారు. ఎందుకంటే మీరు

కడుపు మీద చేసే చేలికను చూడరాదని. ఆ సమయంలో మీ జతగాడు లేదా శిక్షకుడు మీకు సహాయ పడవచ్చు. లేదా వారికి శస్త్రచికిత్సను చూసే అవకాశం కలుగవచ్చు.

★ ఒక వేళ ఇది అపత్కాలపు శస్త్రచికిత్స ఐతే భయపడకండి. అంతా సరిపోతుంది. ఆస్పత్రిలో ఇది నిత్యకృత్యమై యుండును.

★ అనెస్తేషియా ప్రభావం అయిన తర్వాత ఒక జిప్ తీసినట్లు అనుభవమౌతుంది. దాని నొప్పి కాదు.

★ మరియు గర్భాశయంలో మరొక చేలిక చేయాల్సి ఉంటుంది. అమ్నియాటిక్ సంచి తీయబడుతుంది. మరియు దాని ద్రవాన్ని తీయనౌతుంది. మీకు దాని శబ్దం విను నవకాశముంటుంది.

★ తర్వాత శిశువును బయటకు తీస్తారు. మరియు సహాయకుడు జతజతలో గర్భాశయాన్ని త్రోస్తారు. ఎపిడ్యూరల్ జతలో లేకపోతే ఒత్తిడి లేదా లాగే అనుభవం అవుతుంది. మీరు శిశువు రావడం చూచుటకు ఇష్టపడితే డాక్టరుకు తేరను కొంచెం క్రిందికి దింపుటకు చెప్పండి.

ఈ విధంగా మీకు శిశువు మాత్రమే కనబడుతుంది. దాని మిగతా అంశాలు కనబడవు.

★ శిశువు ముక్కు మరియు నోటినుండి చీమిడి తీయబడుతుంది. మరియు బొడ్డుతీగ కత్తరించిన తక్షణం మీరు దాన్ని చూడవచ్చు.

★ యోని నుండి పుట్టిన శిశువు యొక్క పోషణ ఏ రీతిగ జరుగునో ఈ శిశువు యొక్క పోషణ కూడా అదే రీతిగా జరుగుతుంది. డాక్టరు మాయను తీస్తారు.

★ శిశువుయొక్క రొటేషన్ పరీక్ష మీ జననేంద్రియవముల పరీక్ష జరుగుతుంది. గర్భాశయాన్ని కరుగునట్టి దారంతో కుట్టబడును. మరియు కడుపుపై కత్తరించేలాంటి కుట్లు వేయబడతాయి.

★ గర్భాశయము మూడుచుటకు మరియు రక్తస్రావం నిల్పుటకు ఆక్సిటోసిన్ క్రుచ్చు మందు ఇస్తారు. ఎందుకంటే సోంకుయొక్క అపాయంనుండి తప్పించుటకు కొన్ని తరహాల అంటి బయాటిక్స్ ఇవ్వబడును.

కాన్పు గదిలోనే శిశువును ముద్దాడే అవకాశం చిక్కవచ్చు. అయితే కొన్ని స్థలాల్లో సిజేరియన్ అయిన తర్వాత శిశువును సీదా తీసికెళ్ళి అక్కడ పరీక్ష చేస్తారు. అందువల్ల నిరాశపడకండి. నంతరంలో మీకు శిశువును ప్రేమించడానికి చాలా అవకాశాలు దొరకుతాయి

శుభాకాంక్షలు

మీరు దీన్ని చేసి చూపితిరి

ఇపుడు మీ శిశువు జొతలో జీవనపు సంపూర్ణమైన ఆనందాన్ని రుచి చూడండి.

భాగము - 3

శిశు జంట, ముగ్గురు, అధికులు

కవలలు-ముప్పురు-అధికులు

బహుశిశువులు

(ఒకటి కంటే బహుశిశువుల తల్లి అగునప్పుడు)

ఒకటికంటే అధిక సంతానము (శిశువులు)

మీరు ఒకరికంటె ఎక్కువ మంది శిశువుల గర్భధారణ చేశారా? మీకీ విషయము వినగానే దుఃఖము, సంతోషము, లేదా ఆశ్చర్యము ఈ అనుభవం ఒకే సారి కలుగవచ్చును. ఈ భావములన్నింటి మధ్యలో కొన్ని ప్రశ్నలు కలుగవచ్చును. కలిగియుండవచ్చును.

నా బిడ్డ సౌఖ్యంగా ఉండునా? నేను సౌఖ్యంగా ఉమటానా? నేను నా వైద్యులను మార్చి విశేషశాస్త్రజ్ఞులను కలియాలా? నేనెంత ఆహారాన్ని తీసికోవాలి. లేదా తూకం హెచ్చించుకోవాలి? నా కడుపులో ఇద్దరు శిశువులకు చాలినంత స్థలమున్నదా? నా అన్ని తొమ్మిది నెలలవరకు గర్భము ధరించగలనా? నేను నా సమయమునంతర మంచములోనే గడువవలసివస్తుందా? ఇద్దరు శిశువులకు జన్మనివ్వడం కష్టముగునా?

అధిక గర్భావస్థ (మల్టిపల్ గర్భావస్థ)

టవలి దినవములలో అధిక గర్భావస్థ ఎక్కువగా కనబడుతూంది. ఎందుకంటే 35 సంవత్సరవములకంటే ఎక్కువయిన వహిళలు తల్లిలౌతున్నారు. హార్మోన్ల మార్పువల్ల కవలపిల్లలకు హెచ్చుగా జన్మనిస్తున్నారు. ఫర్టిలిటీ చికిత్స అట్లే బొజ్జగల కారణము దీనికీ అన్వయమగును.

మీరేమి ఆలోచిస్తున్నారు?

మల్టిపల్ గర్భావస్థనుగునుగోనుటయొక్క క్రమము:

''నాకిప్పడప్పడే గర్భవతి అయియుండడము తెలియవచ్చెను. నాకు కవల పిల్లల తల్లి అయెటట్లు అనిపిస్తున్నది. దీన్ని గూర్చి ఎలా తెలుసుకోవడము?''

అకస్మాత్తుగా కవలపిల్లలయి తల్లి-తండ్రి ఆశ్చర్యచకితులగునంత కాలం గడచిపోయింది. ఇప్పడే శుభ సమాచారము ముందే తెలిసి తల్లి-తండ్రి ఖుషి పడేంత అవుతుంది.

అల్ట్రా సౌండు : అల్ట్రా సౌండు యొక్క చిత్రంలో మల్టిపల్ ప్రెగ్నెన్సి విషయం ఉంటుంది. అల్ట్రా సౌండుకు తప్ప వేరే ఏవురావములూ లేవు. మొదలు 3 నెలల్లో 6

నుండి 8 వారాల మధ్య ఒక అల్ట్రా సౌండు చేయబడుతుంది. దీని మూలాన మల్టిపల్ ప్రెగ్నెన్సి బుజువౌతుంది. దీనికంటే ఎక్కువ ఆధారాలు కావాలసి వస్తే 12 వారాలవరకు కాచుకోవాల్సి ఉంటుంది. మొదటి అల్ట్రాసౌండులో రెండు శిశువులు జతకు కనబడేది లేదు.

డాప్లర్ : తొమ్మిదో నెలనుండి డాక్టర్ డాప్లర్ ద్వారా శిశువుల హృదయతాడనపు పరీక్ష చేస్తారు. ఒకే డాప్లర్ ద్వారా రెండు శిశువుల హృదయతాడనం తెలిసికోవడం కష్టము. చాలా అనుభవజ్ఞుడైన డాక్టరువల్ల ఇది సాధ్యము, ఇలా అల్ట్రాసౌండు ద్వారా ఈ మాట నిజమైంది, అని తెలుపుతారు.

హార్మోన్ల మితి : గర్భధారణయైన 10 దినముల తర్వాత మాత్రమే ప్రెగ్నెన్సీ హార్మోను హెచ్.జి.సి. వస్తుంది. మొదటి 3 నెలలవరకు ఇది తీవ్రంగా ఉంటుంది. దీని ఉన్నతియొక్క లెక్కాచారం మూలముగాను ఎక్కువ శిశువు ఉండేదాని నిర్ధారించవచ్చును. కొన్ని సార్లు కవలపిల్లలున్ననూ హార్మోన్ యొక్క స్థాయిలో ఏమార్పూ కాదు. అలాగైనందున మీకు సరియైన సమాచారం దొరకదు.

పరీక్షా పద్ధతి : రెండవ (3వ నెల) విధము ట్రివల్ లేదావైడ్ స్క్రీన్ పరీక్ష ద్వారా ఒకటి కంటే ఎక్కువ శిశువులను గూర్చి ఉన్నత రీతిలో తెలియచేతుంది.

మీ తులన ద్వారా : శిశువు ఎంత ఎక్కువ ఉంటుందో గర్భాశయము కూడా అంతే పెద్దదిగా ఉంటుంది. గర్భాశయపు పెరుగుదల యొక్క శరీరాన్ని బట్టి డాక్టర్ మల్టిపల్ ప్రెగ్నెన్సి విషయం తీర్మానిస్తారు. అయితే ఎల్లప్పుడూ ఇలా కాదు. మీకు పలులక్షణాలవల్ల అందాజు అయిన తర్వాత.

ఫెటర్నల్ లేదా ఐడెంటికల్

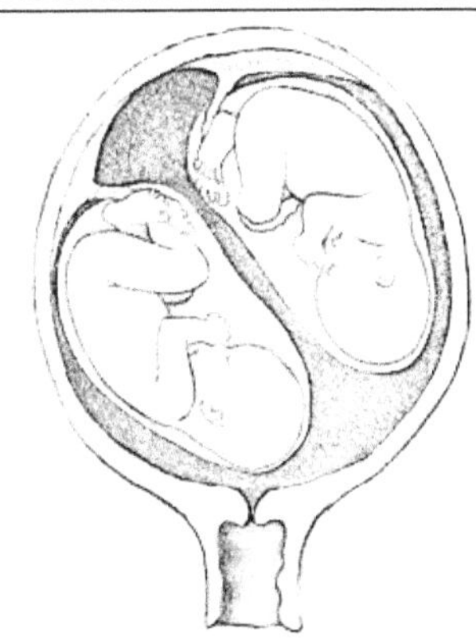

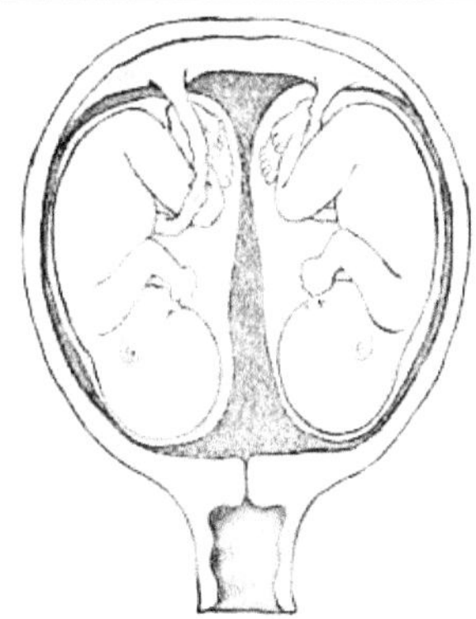

ప్రెటరనల్ జంటలో రెండు సంచుల జతకు ఫర్టిలైజ్ అగును. ఐడెంటికల్ జంటలో ఒకే శక్తి ఫర్టిలైజ్ అయి రెండు శిశువులందు మోగింపబడుతుంది. వారి ప్లెసెంటా ఒకే రకంగా ఉండవచ్చు, వేరేవేరేగానూ ఉండవచ్చు.

సామాన్యంగా ప్రెటర్నల్ జంట శిశువే అధికంగా ఉండేది. ఒక వేళ మీ ఇంటితనంలో జంట శిశువుల పరంపర ఉంటే మీరు కవలపిల్లలకు జన్మ ఇవ్వవచ్చును.

డాక్టర్ల ఎన్నిక :

నాకిప్పుడే తెలిసెను. నేను కవలలకు జన్మనిస్తానని. నేనిప్పుడు నియమితులైన డాక్టర్ల దగ్గర ప్రసవానికి పోదునా లేదా స్పెషలిష్టుల దగ్గర పోనా?

మీకు మీడాక్టర్ల మీద నమ్మకం ఉంటే కవల పిల్లల కారణంగా డాక్టరును బదలాయించే యోచన చేయకండి. నియమిత పరీక్షకు పోతూ ఉండండి. మీరు ఎక్కువ పోషణను ఇచ్చిస్తున్నారా? కొన్ని సార్లు డాక్టర్ ఇలాంటి వ్యక్తిని హెచ్చు సులహాకోసం స్పెషలిష్టుల దగ్గరకు పంపిస్తారు. జంటపిల్లల తల్లికి విశేష గమనం ప్రసరింప చేయడం మంచిదే. వారికి ప్రిన్‌టోలజిస్ట్‌ల సలహా అలాగే అవసరముంటుంది. గర్భావస్థ క్లిష్టతరమయినప్పుడు వారి అవసరం చాలా ముఖ్యంగా ఉంటుంది.

అలాంటి స్పెషలిస్టులను కోరుకొనేటప్పుడు వారి ఆస్పత్రివైపునకు గమనవుంచడము అవసరము. ఇలాంటి ఆస్పత్రిని ఎన్నుకోవాలి. ఎక్కడ ప్రిమెచ్యూర్ శిశుజననానికి కావలసిన విశేషమైన అనుకూలాలుండేది అవసరము. ఎందుకంటే జంట బిడ్డల జననమందు తొందరలయ్యేది సహజమైయున్నది. డాక్టరుతో వారి నిబంధనల గూర్చి తెలిసికోవడం మంచిది. 37-38 వారంలో కాన్పు చేయునగునా? లేదా ఇంకా కొంత వేచియుండవలెనా? యోని మార్గంలోనే ప్రసవమగునా లేదా ఆపరేషన్ మూలకంగానా? లేబర్ వార్డులోనే ప్రసవం జరుగునా? లేదా ఆపరేషన్ థియేటర్‌లో మొదలై పూర్తి చేయబడునా?

గర్భావస్థ లక్షణములు

"నేను విన్న కవలపిల్లల గర్భవతియొుక్క లక్షణములు సామాన్య గర్భపు లక్షణములకన్న రెండింత కష్టతరముగా ఉండునా? ఇది నిజమా?"

కొన్ని సార్లు జంట బిడ్డల గర్భావస్థ కూడా కష్టకరంగా ఉండును. అయితే ఎప్పుడూ ఈ రీతిగా ఉండడము లేదు. నార్మల్ ప్రెగ్నెన్సికన్న మల్టివల్ ప్రెగ్నెన్సి భిన్నంగా ఉంటుంది. సామాన్య గర్భావస్థలో ఉండే తల్లి పూర్ణ గర్భావస్థలోనూ వాంతియొుక్క విషయంలో చింతితురాలై యుండుట కనబడును. అయితే ఎక్కువ శిశువుల గర్భావస్థలో ఉండే తల్లి కొంచెవే విచలితురాలైయుంటుంది. ఇలా వేర్వేరు లక్షణాలుంటుంది. మీరు ఎరిగియుండవచ్చు కాళ్ళు లాగుట, ఊపిరాడే ఇవి రెండింతలుంటాయి. దీన్ని లెక్క చేయడము లేదు.

★ ఇలాంటి గర్భావస్థలో మార్నింగ్ సిక్‌నెస్ వాంతి తలతిరుగుడ, ఎక్కువౌతుంది. అంటే వెంటనే మొదలై చాల ప్రొద్దువరకు ఉంటుంది. ఇది హార్మోన్ల ఎక్కువ ప్రమాణం వల్ల కలుగుతుంది.

★ కడుపులో ఎందరు శిశువులుంటారో అదే ప్రమాణంలో అజీర్తి బాధ ఎక్కువవుతుంది.

★ సుస్తి విషయం చెప్పాలంటే మీరెంత భారం మోస్తారో అంత సుస్తి చేస్తుంది. మీ చలాకితనం తగ్గుటవల్ల సుస్తి ఎక్కువౌతుంది. కడుపు గాత్రము పెద్దవైయుండుట చేత నిద్ర తక్కువ కారణం చేతనూ ఆయాసమౌతుంది.

★ దీనికి తోడు శారీరకపు తొందరలు ప్రతి గర్భావస్థలోనూ దుఃఖము మరియు కష్టములను తెస్తుంది. కవలల గర్భావస్థలో ఇది చాల ఉంటుంది. ఎంత తక్కువ వంది గర్భంలో ఉంటారో అంత తొందర కడుపులో కావడం, కాళ్ళు లాగుట, ఊపిరాడే తొందరలు ఎక్కువ ఉంటాయి. అన్యథా భావించకండి. కష్టాలుకొంత ఎక్కువ ఉన్నా బహుమానందానికి రెండింతలుండును.

మల్టివల్ గర్భావస్థ మరియు భోజన పద్ధతి

"నేను నా త్రివళి బిడ్డలకై ఇప్పటినుండి ఎక్కువ

ఆహారం పానీయవముల సేవన చేసేందుకు నిర్ణయించుకొన్నాను. నేను మూడు పూట్ల ఆహారం వినికోవలసిందేనా?''

ముగ్గురు శిశువుల గర్భముంటే తల్లి ఎల్లప్పుడూ ఏమైనా తింటుండాలి. మీరు మీ ఆహారాన్ని రెండింతలుగా తీసికొంటే చాలు ముందు వచచే దినాల్లో ప్రతి శిశువుయొక్క లెక్కలో 150 నుండి 300 క్యాలరీలు తీసికోవాలి. జంటబిడ్డలైతే 300 నుండి 600 క్యాలరీలు మరియు ముగ్గురు శిశువులైనప్పుడు 450నుండి 900 క్యాలరీలంత సేవించాలి. తీసికొనే ప్రమాణం జతకు సత్వయుతమైన ఆహారాన్ని గూర్చి గమనం ప్రసరింపజేయవలెను. ఉత్తమ పోషణతో పాటు మల్టిపల్ ప్రెగ్నెన్సికి ప్రాశస్త్యమున్నది. ఈ పుస్తకంలో ప్రెగ్నెన్సి డయట్‌ను గూర్చి తెలుపబడినది.

చిన్న మోతాదులో - పొట్టలో తెంతయినా ఒక సారి ఆహారం తీసుకొనేటప్పుడు తక్కువ తీసుకోవాలి. దినంలో 5-6 మార్లు తేలికైన విధంగా తినడంవల్ల పొట్టమీద ఒత్తిడి పడదు. అలాగే మువ్వురకు కావాల్సినంత ఆహారం దొరకుతుంది.

క్యాలోరియొక్క మాపనము : ఆహారాన్ని ఎంచుకొనేటప్పుడు కాలోరియొక్క ప్రమాణం చాలినంత ఉండేదాన్ని చేయాలి. పౌష్టిక క్యాలోరీ తీసుకోవడంవల్ల సరియైన సమయంలోనే ఉత్తమ ఆరోగ్యవంతులైన శిశువులకు జన్మనివ్వవచ్చు.

ఉత్తమ పోషణ తీసికోండి : మీ ఆహారంలో చాల పౌష్టికతను అలవాటు చేసికొనండి. ప్రోటీన్, కాల్షియం అలాగే ఐరన్ ఉండేటటువంటి ఒక్కొక్క రీతి ఆహారాన్నీ తీసికోవడం ప్రారంభించండి. దీన్ని గూర్చి డాక్టర్ల సలహాను తీసికోవచ్చు.

ఇనుము అంశం :- ఐరన్ అంశంవల్ల దేహంలో ఎర్ర రక్త కణములు ఉత్పత్తి అవుతాయి. దీనివల్ల అనిమిక్ అయ్యేదాన్నుండి తప్పించుకోవచ్చు. ఎర్రని మాంసము, మోకాళ్ళు మొదలయినవి ఐరన్ మూలం. మిగిలింది ఐరన్ టాబ్లెట్స్ నుండి పూర్తి అవుతుంది. డాక్టరు సలహా మేరకు దీన్ని తీసికోవచ్చు.

ఎక్కువ నీళ్ళు త్రాగుట : మల్టిపల్ ప్రెగ్నెన్సీలో డి-హైడ్రేషన్ సమస్య అధికమయియున్నందు దినానికి 5-9 గ్లాసుల నీరు తప్పక త్రాగవలెను.

దేహపు తూకం హెచ్చుట

''జంట శిశువుల జననానికి నాదేహపు తూకం హెచ్చుకావాలి. అయితే ఎంత హెచ్చుకావలెను?''

దేహపు తూకం హెచ్చవలెననేది డాక్టర్ల అనుసారముగా కవల బిడ్డల తల్లి తూకం 35 నుండి 45 పౌండ్లు ఎక్కువ కావాలి. ముగ్గురు బిడ్డల తల్లి తూకం 50 పౌండ్స్ ఎక్కువ కావాలి. తూకం అధికం చేసుకోవడం సులభమైన మాట కాదు. గర్భావస్థలో తూకం హెచ్చించుకొనేటప్పుడు పలువిధములైన సవాళ్ళను ఎదురించవలసి ఉంటుంది.

మొదట 3 నెలల్లో మార్నింగ్ సిక్‌నెస్ మొదట అడ్డమౌతుంది. మీరు కావాలన్నా ఏమీ తినడం త్రాగడం సాధ్యం కాదు. ఈ సమయంలో వారానికి ఒక పౌండు తూకం ఎక్కించుకొనేవైపు గమనముండని. తూకం హెచ్చించు కోనుటకు సాధ్యం కాకపోతే నిరాశచెందకండి. మీరు విటమిన్ ఔషధములను తీసుకొండి అలాతే నిండుగా నీళ్ళు త్రాగండి.

రెండవ (3 నెలలో) త్రైమాసికంలో కొంత విశ్రాంతిగా అపుడు పౌష్టిక ఆహార సేవనంవల్ల తూకం ఎక్కువ చేసికొనేది మీరు కవలపిల్లలైన తర్వాత 1 1/2 పౌండు నుండి 2 పౌండ్లు మరియు ముగ్గురు బిడ్డలకు 2 నుండి 2 1/2 2 పౌండ్ల తూకం ఎక్కువ చేసికొనడానికి సలహా ఇవ్వబడును. ఆహార సేవనలో అజీర్ణము లేదా వేరే తొందరలున్నప్పుడు ఆహారాన్ని 6 భాగాలుగా చేసి సేవించడం మంచిది.

మూడవ (3 నెలల్లో) త్రైమాసికమందు 7వ నెలవరకు 1 1/2 పౌండ్లు నుండి 2 పౌండ్ల తూకం హెచ్చించుకొనే వైపు గమనముండని. 32 వారములవరకు మీ ప్రతి శిశువు 4 పౌండ్లు తూకమంత పెరుగును. కడుపులో ఎక్కువ తినేటంత స్థలముండదు. అలా ఉన్నా మీరు ఏమయినా తినవచ్చు. సమతౌల్య పౌష్టికాహారమందు క్వాంటిటీ కన్నా క్వాలిటీకి ప్రాశస్త్యమునివ్వాలి. మీరు మల్టిపల్ ప్రెగ్నెన్సిలో ప్రసవం 40 వ వారంవరకూ కాదు. దీన్ని తెలిసికొనియుండాలి.

వ్యాయామము :

''నేనొక గర్భిణిని. నేను కవల పిల్లల గర్భంలో వ్యాయామాన్ని పొడిగించవచ్చా?

గర్భావస్థలో వ్యాయామం చేయడం లాభదాయకము. అయితే కవల పిల్లల గర్భావస్థలో కొంచెం హెచ్చరిక వహించియుండడం మంచిది. డాక్టర్ల సలహా ప్రకారం వ్యాయామం చేయవచ్చు. ఏ రీతి వ్యాయామం చేయడం వల్ల గర్భాశయం మీద ఒత్తిడి

మల్టిపల్ ప్రెగ్నెన్సిలో తూకము

గర్భావస్థలో మితి	మొదటి త్రైమాసిక తూకం	ద్వితీయ త్రైమాసిక తూకం	తృతీయ త్రైమాసిక తూకం	మొత్తము
కవలలతో తక్కువ తూకం	4-6 పౌండ్లు	19-23 పౌండ్లు	17-21 పౌండ్లు	40-50 పౌండ్లు
కవల జతలో సామాన్యనుండి అధిక తూకం	3-4 పౌండ్లు	19-22 పౌండ్లు	13-19 పౌండ్లు	34-45 పౌండ్లు
ముగ్గురు శిశువులు	4-5 పౌండ్లు	30+ పౌండ్లు	11-15 పౌండ్లు	45+ పౌండ్లు

మల్టిపల్ టైం లైన్

మీకు 40 వారాల వరకు కాచుకొనే అవసరం లేదు. కవలలప్పుడు ప్రసవం 37 వారాల్లో అవుతుంది. అంటే 3 వారాల మొదలు త్రివళి ఆదిలో ప్రసవం 39 వారాల్లో అయిపోయే సాధ్యత కలదు. కొన్ని సార్లు 37 వారాల్లోనూ అంత్య సాధ్యతయు కలదు. 37 వారాలవరకు దేహస్థితి బాగుంటే 38 వ వారంనుండి డాక్టరు ప్రసవపు పని తయారు జరుపవచ్చు. డాక్టర్ల సమాచారం మొదటి తీసికొనడం మల్టిపల్ ప్రెగ్నెన్సిలో మంచిదిగా ఉన్నది.

అట్లే దేహము యొక్క ఉష్ణము అధికృత కావచ్చునో దాన్ని చేయనేరాదు. దీని వల్ల తొందర కావచ్చును. మీరు వాటర్ ఏరోబిక్స్ సైబాగ్ యోగ అలాగే సైక్లింగ్ వీటిని ఎన్నుకోవచ్చును. ఏదేని వ్యాయామంలో ఆయాసమైనప్పుడు తక్షణం నిలిపివేయాలి. కొంచెం నీళ్ళు త్రాగి విశ్రాంతి తీసికోవాలి. అయినా తొందర కనిపిస్తే డాక్టరును కలవండి.

మిశ్రమ భావనలు

అందరికీ కవలపిల్లల గూర్చి తమాషా అయితే మాయిద్దరికీ చాలా నిరాశ అలాగే భయము కల్గింది. మాకు ఇలా ఎందుకయింది?''

మీరు శారీరిక మరియు మానసికంగా ఒక శిశువును గూర్చిన జనన విషయంగా తయారవుతున్నారు. అయితే ఆకస్మికంగా తెలియవస్తుంది. జంట శిశువులున్నారని నిరాశ అవుతుంది. ఎందుకంటే మీకిప్పుడు జవాబ్దారీ రెండింతలౌతుంది.

కొందరు తల్లిదండ్రులు ఈ వార్తవిని తమను కుదుట బరచుకోని బిడ్డల స్వాగతానికి మానసికంగా తయారగుదురు. మీకు ఇది విని బేజారై ఉండవచ్చు. ఎందుకంటే మేము మా కల్పనలో ఇద్దరు పిల్లలను ఎత్తి ఆడించడం చూడము. ఆకస్మాత్తుగా ఒకదానిలో లేదా ముగ్గురు శిశువులు వస్తారని తెలిసినపుడు మీకు కొంచెం నిరాశ గాబరా అయ్యేది సహజమే. రాబోవు శిశువు యొక్క జవాబ్దారీలు ఎక్కువగుట భయమే ఎక్కువగానుండుట.

అయితే మీకిదంతా యోచించవలసిన గాబరా లేక సిగ్గువడాల్సిన అవసరం లేదు. ప్రసవానికి ముందు కొన్ని నెలల్లో మీ మనస్సు ఇద్దరు శిశువులపై కేంద్రీకరించుకొండి. మీ స్నేహితులతో కలసి మనసు విప్పి మాట్లాడండి. ఈ విషయంపై ఎవరికి సమాచారముందో అథవా ఎవరికి కవల పిల్లలున్నారో వారివద్ద మాట్లాడండి. ఈ విషయం మీకూ అర్థమౌతుంది. రెండు లేక ముగ్గురు శిశువులకు జన్మనిచ్చేవారు మీరే మొదటి తండ్రి తల్లి కాదు. ఈ రీతి మీ మనస్సులో మీ గర్భావస్థను గూర్చి ఉత్సాహం పుట్టడం అలాగే కవల పిల్లలు పుట్టితే జవాబ్దారీల జతకు సంతోషమూ రెండింత మౌతుందని మీకూ అనుభవమగును.

ఆసంవేదన శీల వాక్యములు

''నేను నా స్నేహితురాలికి కవల పిల్లల విషయం గూర్చి చెప్పకనే ఆమె చాల సంవేదన శీలయై ప్రవర్తించెను. ఆమె ఇలా ఎందుకు చేసింది?''

కవల పిల్లల గర్భావస్థలో మీ జతకు మొదటి సారి ఇలా అయియుండవచ్చు. అయితే ఇదే తుది కాదు. సహోద్యోగినులు, స్నేహితులు, పరివారజనులు అందరూ వేరెవేరే రీతిగా ప్రవర్తిస్తారు.

నిజంగా ఇలాంటి వార్త వచ్చాక ఎలా వర్తించాలని వారికి తెలియదు. శుభాశయములు అనేదే చాలు. అయితే వారికనిపిస్తుంది ఈ విశేషవ్తాకు విశేషమైన మాటలు చెప్పాలని. వారికి సరియైన ప్రతిక్రియ ఇవ్వడానికి తెలియదు అందువల్ల వారి వర్తన తప్పనిపిస్తుంది. అయితే వారి మనస్సులో ఏదో తప్పు అభిప్రాయముండదు.

ఇలాంటి ప్రక్రియ ద్వారా దూరమగుటకు ఒకే ఉపాయముంటే మీరు దీన్ని తీక్ష్ణంగా పరిగణించకండి. గుర్తుండని మూదున్నవారు మీ హితైషులేవారు ఎన్నడూ మీకు కేడుతలంపరు.

నా ఇంటితనంలో కవల పిల్లలౌతారా లేదా నేనేమైనా చికిత్స చేయించనా అని జనులెప్పుడూ నన్ను ప్రశ్నిస్తారు. నేను మందుల సహాయంతో గర్భధారణ చేశాను. దీన్ని చెప్పడానికి నాకు సంకోచమేమీ లేదు. అయినా అపరిచితులతో పంచుకోనడానికిష్టం లేదు.

గర్భిణీ స్త్రీ అందరి ఆకర్షణలకు గురియగును. మీరు కవలపిల్లలకి జన్మ ఇస్తారు. అంటే ఈ వార్త ఇంకను విశేషమౌతుంది. మీరందరి జిజ్ఞాసలకు కారణమగుదురు. అపరిచితులూ మీ జీవనమందు ఇమడాలని ప్రారంభిస్తారు. నిజానికి వారు కేవలం తమ కుతూలతను శాంతపరచుటకు మాత్రమే ఇలా ప్రశ్నిస్తారు. వారికీ విషయంలో మాట్లాడుటకు సామాన్య శిష్టాచారము తెలియదు. మీకెవరైనా ఇలాంటి జనులు దొరికితే వారికి మీరు చిన్న చిన్న మాటలు చెప్పడం మొదలు పెట్టండి. నేనిలా చేశాను, ఆ సాక్టరు దగ్గరకెళ్ళాను ఆ తర్వాత ఆ ఔషధాన్ని తీసుకొన్నాను. ఇలా చేశాను, అలా చేశాను... వారు వెంటనే వినుగుజెంది అక్కడినుండి వెళ్ళిపోతారు. మీరు క్రింద వ్రాసిన విధంగానూ జవాబు చెప్పవచ్చును.

★ ఔను ఇపుడు పరివారములో ఆమెనే ఔతావు. వారికి జవాబు దొరికేది అలాగే వారు తమ అందాజును వేస్తారు.

★ ఒకే రాత్రిలో మేము రెండు మార్లు చేసి ఉంటిమి, మీ రే రీతిగా కేవలం మధుచంద్రంలో చేసియుండవచ్చును. అలానూ వాళ్ళనోళ్ళకు

మల్టిపల్ కనెక్షన్

మీరు మల్టిపల్ కనెక్షన్‌నింక చేరచ్చును అయితే కవల శిశువులకి జన్మం ఇచ్చిన తల్లిలని కలవండి. ఈ మాదిరి మీరు మీ భయం, సందేహాల్ని మరియు జిజ్ఞాసుల్ని శాంతం చేసుకోవచ్చును. మీ మనస్సులో ఉండే అన్ని సందేహాలికి ప్రశ్నల్ని అడగండి.

మల్టిపల్ ప్రెగ్నెన్సి పై పుస్తకాలు లేదా అన్‌లైన్ మాహితులనింక మీకి సహాయం కావచ్చును.

తాళంవేసినట్లగును.

★ నేను అతి ప్రేమతో వారికి నా గర్భంలో ఉంచుకొన్నాను.

★ మీరెండు కిదంతా అడుగుతున్నారు? వారి వద్ద ప్రశ్న అడగడానికి సరియైన కారణముండవచ్చును. లేనట్లయితే మీరిక ముందేమీ జవాబివ్వకండి.

★ మీకు జవాబు చెప్పడానికిష్టం లేక పోతే ఇది మనలోని మాట. నా స్వంత విషయమని ఊరకుండండి.

సురక్షా ప్రశ్న (కుశల ప్రశ్న)

నేను కవల పిల్లలకు జన్మనిస్తానని మేము చాలా కష్టంతో ఈ సత్యాన్ని స్వీకరించాము. దీని వల్ల వారికి లేదా నాకు అపాయమెక్కువగునా?

అతిరిక్తమైన శిశువు కొంత అపాయమునుండే వస్తుంది. అయితే మీరు యోచించవలసినంతేమీ లేదు. ఇలాంటి గర్భావస్థను హైరిస్క్ ప్రెగ్నెన్సి అని అంటారు. మీకు దీనిలో అయ్యే అపాయాలు, బాధల సంగతి మొదటే తెలిసి ఉంటే మీరు మొదటే అన్నీ అపాయాలను ఎదురించడానికి సిద్ధంగా ఉండేవారు. ఆ కారణంవల్ల అంతా క్షేమంగానే ఉంది. మీకు అన్ని విషయాలు తెలియాలి అంతేఈ

శిశువుకు చేరిన అపాయాలు

సమయపూర్వ ప్రసవము : కవల పిల్లలు సమయానికి ముందే జన్మించడానికి ఇష్టపడతారు. మొత్తంపుట్టే ముగ్గురు బిడ్డలు ప్రీమేచ్యూర్ కలవారు. సాధారణ ప్రసవం 39వ వారంలో అయితే కవలల ప్రసవం 35 నుండి 36 లోనే అయ్యేది. ముగ్గురు బిడ్డలు 32వ వారంలోనే జన్మనిస్తారు.

శిశువు పెరిగినప్పుడు గర్భాశయంలో వారికి స్థలం తక్కువగును. మీకు ప్రేమెచ్యూర్ ప్రసవపు లక్షణాలు తెలిసియుండవలెను. మీకు దీని అనుభవం అయిన వెంటనే డాక్టరుకు కబురు చేయండి.

జన్మ సమయంలో తక్కువ తూకము : మల్టిపల్ ప్రెగ్నెన్సిలో జన్మనెత్తే శిశువులు 5 1/2 పౌండ్ల కన్న తక్కువ ఉమటారు. అయితే వైద్యకీయ పోషణవల్ల ఆరోగ్యం జతకు ఇంకా అనేకమైన బాధలు కలుగవచ్చు. శిశువుకు అపాయం ఎక్కువకావచ్చు. సరియైన తూకమున్న శిశువు పుట్టటకు మీరు గర్భావస్థయందు మీ ఆహారపు ప్రమాణాన్ని గమనించుకొండి.

ట్విన్ టూ ట్విన్ టాన్స్‌ఫ్యూజన్ సింద్రోమ్ : ఐడెంటికల్ ట్విన్స్ ప్రెగ్నెన్సియందు ప్లాసెంటా (కోశం) దికే దికటి ఉంటుంది. ఈ కారణమువల్ల ఒక శిశువు శరీరంలో రక్త ప్రవాహము చాల ఎక్కువ అలాగే ఇంకో శిశువులో చాల తక్కువ కావచ్చును. ఈ శిశువులకు అపాయకరమవుతుంది. మీ శిశువు జతకు ఇలాం ఉంటే డాక్టర్ ఎమనియొ సెంటిసిస్ సహాయంతో అతిరిక్తమైయున్న ద్రవము తీస్తారు. దీనివల ప్లాసెంటాయొక్క రక్త ప్రవాహమందునూ సరిపోయి ప్రీటర్మ్ లేబర్ సంభవము తగ్గుతుంది.

డాక్టరు లేజర్ సర్జరీని ఉపయోగించవచ్చు. మల్టిపల్ ప్రెగ్నెన్సి కారణంతో తల్లిపై క్రింద వ్రాసిన ప్రభావాలు కనబడవచ్చు.

ప్రీక్లాంపసియా : ఎంత శిశువు ఉంటుందో అంతే ప్లాసెంటా ఉండును. దీనివల్ల అధికరక్తపు ఒత్తిడియొక్క

తొందర కావచ్చును. ఇది ముందే తెలిస్తే వైద్యకీయ పోషణ ద్వారా దీన్ని నియంత్రించవచ్చును.

గ్యాస్ట్రేషనల్ మధుమేహము : మీకు ఇతరతల్లుల పోలికలో గ్యాస్ట్రేషనల్ మధుమేహం యొక్క అపాయము ఎక్కువగా ఉండవచ్చును. ఎందుకంటే హార్మోన్‌యొక్క ఉన్నత వట్టపు కారణంవల్ల ఇన్సులిన్ ఉత్పత్తి తక్కువౌతుంది. ఆహారంవల్ల విశ్రాంతి కలుగవచ్చును. అయినా అతిరిక్త ఇన్సులిన్ తీసికోవలసి ఉంటుంది.

ప్లాసెంటల్ తొందరలు : ఈ మహిళలకు ప్లాసెంటా ప్రీవియా అథవా ప్లాసెంటా ఎవప్షన్ కావచ్చును. జాగ్రత్తలో బాగావిచారించుకొన్నిట్లయితే ప్లాసెంటల్ ప్రీవియానుండి దూరంకావచ్చును. ఎరప్షన్ ముదటే అర్థం కాదు. అయినా ముందువచ్చే తొందరలను నియంత్రించవచ్చును.

బెడ్ రెస్ట్

కవల పిల్లల గర్భావస్థ కారణంగా నేనెప్పుడూ పరుపులోనే ఉండాలా?

పరుపుపై విశ్రాంతి తీసివలెనా వద్దా? కవల పిల్లల తల్లులు చాలమంది ఇదే ప్రశ్న అడుగుతారు. అలాగే డాక్టరు సులభంగా జవాబివ్వడము కాదు. డాక్టర్ల విచారం ప్రకారం బెడ్ రెస్ట్ వల్ల అనేకమైన చిక్కులు తగ్గవచ్చు. దానివల్ల వారికి పూర్ణ విశ్రాంతికై సలహా ఇస్తారు. శిశువు ఎంత ఎక్కువ బరువు అంత గట్టి సలహా ఉంటుంది. ఎందుకంటే అంత ఉపాయముండునని. మీ మీ డాక్టర్ల ద్వారా దీన్ని గూర్చి పూర్ణంగా విషయాన్ని పొందండి. ఎందుకంటే మల్టివల్ ప్రెగ్నెన్సియొక్క ప్రతి సందర్భము తనలోనే భిన్నంగా ఉంటుంది.

విశ్రాంతి తీసుకొమ్మనే సలహా ఇచ్చియుంటే వారి సూచనలను సరిగ్గా అనుసరించండి. బెడ్‌రెస్ట్ సలహా ఇవ్వక పోయినా సలహా అవధిని తగ్గించే కాళ్ళను ఎత్తుగా పెట్టుకొని విశ్రాంతి గోనుటకు చెప్పవచ్చును. దీనికీ సిద్ధంగా ఉండండి.

వ్యానిశింగ్ ట్విన్ సిండ్రోమ్ - అంటే ఏమి?

అల్ట్రా సౌండ్‌లో మల్టివల్ ప్రెగ్నెన్సి అని తెలిస్తే చాలా మంచిదగును. ఏందుకంటే అంతే తొందరగా మీరు డాక్టరు నడిగి శిశువుల బాగును గూర్చి విచారించవచ్చు. అయితే చాలసార్లు ప్రవమాదవము కావచ్చు. 20 నుండి 30 శాతం ప్రెగ్నెన్సిలో మొదటి మూడు నెలలు ఒక శిశువు లేకపోవచ్చు. (తల్లికి ఆమె గర్భంలో కవల పిల్లలున్నారని తెలియుటకు ముందే) వెనుకటి కొన్ని సంవత్సరాలనుండి ఎక్కువ వయస్సుగల మహిళలలోని జతకూ ఇలా కావచ్చును.

ఇందులో ఏ విశేష లక్షణములూ కనబడవు. మిస్ క్యారేజీవలె దీనిలో తల్లికి కొంచెం రక్తస్రావం కావడము లేదా పెల్విక్ క్షేత్రంలో నొప్పి కావడము. హార్మోను మితి తక్కువ అయినా ఒక శిశువు లేదని తెలియవచ్చును.

కొన్ని (మల్టివల్) లాభాలు

మల్టివల్ ప్రెగ్నెన్సిలో సురక్షితంగా ఉంచడానికి వైద్యవిజ్ఞానానికి ధన్యవాదములు. గర్భావస్థయొక్క ప్రారంభంలో మీకు దీని విచారం తెలుస్తుంది. ఆ కారణాన ప్రసవపు పూర్ణపు మంచి విచారణ చేయడానికి అవకాశవముంటుంది. రాబోవు శిశువులకు సిద్ధ పరచుటకు చాలినంత సమయం దొరకదు. మీరు డాక్టరు వద్దూ పదే పదే వెళ్ళి మీ జిజ్ఞాసలను తగ్గించుకోవచ్చు. శిశువుల పరీక్ష చేయించి నెమ్మదిగా ఉండవచ్చును. శిశువుల సరియైన స్థితియొక్క అంచనా మీకు కావాలంటే చాలసార్లు అల్ట్రాసౌండ్ చేస్తారు.

మీ శిశువులు క్షేమంగా ఉన్నారని మీ సంపూర్ణ గర్భావస్థలో సమాధానంగా ఉంటారు. మీరు మీ ఆరోగ్యాన్ని బాగుగా చూచుకొంటుండండి. దానివల్ల గర్భావస్థకు చేరుకొన్నె అనేక ఒడిదుడుకులను (తొందరలను) (1. అనిమియా, రక్తపు ఒత్తిడి, ప్లాసెంటా, ఎరప్షన్) ప్రారంభమయ్యేదని ముందే ముగించవచ్చును.

మొదటి 3 నెలల్లో ఇలా జరిగితే గర్భావస్థ సాధారణమైయుండును. అలాగే తల్లి ఒక మంచి శిశువుయొక్క పోషణకు (పెరుగుదలకు) అపాయం కావడము లేదా ప్రీటర్మ్ లేబర్ యొక్క స్థితి రావచ్చును. సోంకు లేదా రక్తస్రావం కావచ్చును. ఇదయిన తర్వాత ఏ జటిలత రాకుండుగాక అని మిగిలిన శిశువు మీద సంపూర్ణమైన వైద్యకీయ నిగా ఉంచబడుతుంది.

మల్టిపల్ శిశువుల జననము

మీరు చాలా ఆతురతలో ఆదినాని కోసం కాచుకోనియున్నారు. ఎప్పుడు మీ కవలలు లేదా ముగ్గురు బిడ్డలకు జన్మనిత్తునా అని. ప్రతియొక్క శిశు జన్మమూ తలళోనే ఒక విశేష ఘటన అయి ఉంటుంది. అయితే మీ కథ కొంత వేరుగా నుండవచ్చును. ఎందుకంటే మీరు చాలా రీతుల తొందరలూ సమస్యలూ ఎదురించవచ్చును. మీ శిశువులు ఏదో విధంగా మీ దగ్గరకు రావాల వారికి అదే అన్నింటికంటే సురక్షితము, మరియు చక్కని స్థితియని నమ్మవలెను.

కవలలు (జంట శిశువులు) లేదా అనేక శిశువుల ప్రసవం (లేబర్)

(ఇద్దరూ లేక అనేక మంది శిశువుల ప్రసవము)

''ఇది సాధారణ శిశువుయొక్క ప్రసవం కన్న భిన్న మెట్లు కావచ్చును?''

ఇది చిన్నదైనది. మీరు కవల శిశువులకోసం రెండింతలు నొప్పిని సహించవలెనా? లేదు. మల్టిపల్ ప్రెగ్నెన్సిలో ప్రసవపు మొదటి ఘట్టము చిన్నదైయుంటుంది. త్రోసే బిందువు వరకూ చేరుటకు మీకు చాల తక్కువ సమయమౌతుంది. యోని మార్గం గుండా ప్రసవమయ్యేటప్పుడు అంతిమ ఘట్టం చాల శీఘ్రంగా వస్తుంది.

ఇది పెద్దదీకావచ్చును. ఎందుకంటే మల్టిపల్ ప్రెగ్నెన్సిలో గర్భాశయము అవసరానికంటే అధిక స్ట్రెచ్ అయియున్నందున సంకుచితం తక్కువ కావచ్చును. అలాగే గర్భాశయపు ముఖం తెరవడానికి అధికసమయం ఔతుంది.

మీకు అధిక వైద్యపు మంచి విచారణ జరుగుతుంది. ఎందుకంటే అపాయం కలిగే అవకాశం ఎక్కువగా ఉంటుంది. ప్రసవ సమయంలో శిశువుల ప్రతిక్రియ సంకుచితమని తెలియడానికి రెండు మానిటర్లు వేయబడతాయి. వాటి హృదయ తాడనాన్ని అప్పటికప్పడే చూడనవుతుంది.

ప్రసవ సమయం దగ్గరకు వచ్చినపుడు బయటికివచ్చే శిశువుయొక్క లోపలి అలాగే బయటనున్న శిశువుయొక్క బయటి పరీక్ష చేయబడును. మీరు ముందుగానే ఈ ప్రతిక్రియలకు సిద్ధంగా ఉండాలి.

సిసెక్షన్ అవసరమయింటే తొందర కాకుండా ఉండవలెనని మీ ప్రసవ శస్త్రచికిత్సయొక్క గదిలో అవును. మొదట కొంతసేపు సుందరమైన గదిలో గడపవచ్చును. అయితే ఆ తర్వాత మీ రక్కడికే వెళ్ళాలి.

కవల శిశువుల ప్రసవము :

మీరు దిగువ వ్రాసియున్నట్లుగా నిరీక్షించవచ్చును.

యోనిమార్గంనుండి ప్రసవము: అర్ధానికంటే ఎక్కువమంది శిశువులు పారంపర్యం ప్రకారమే పుట్టుదురు. అయితే వారి అనుభవము ఒకే శిశువన్నిటుండదు. మొదటి శిశు జననంలో 3 నిమిషాలనుండి 3 గంటలవరకు సమయము కావచ్చును. ఇది మరొక శిశువు పొజిషన్‌మీద ఆధారపడియుంటుంది. ఆనేక మార్లు డాక్టర్ వ్యాక్యూమ్ సహాయంతో ప్రసవగతిని ఎక్కువ చేసే ప్రయత్నం చేస్తారు. అపుడు ఈ డాక్టరు తల్లులకు ఎపిడ్యూరల్‌లో ఇస్తారు. గర్భాశయపు లోపలినుండి శిశువును బయటుండాలంటే నొప్పి తట్టుకొనే ఔషధం లేకపోతే ఎలా అవుతుంది?

మిశ్రిత ప్రసవము : ఒకో సారి ఇలా ఔతుంది. ఒక శిశువు జనన యోనిమార్గంనుండి అయిన తర్వాత

మరోక శిశువుకు శస్త్రచికిత్స చేయువలసి రావచ్చు. ఇలాంటిది ఆపత్కాలములో ఔతుంది. రెండవ బిడ్డ అపాయంలో ఉన్నప్పుడు. ఉదా ప్లాసెంటల్ ఎవర్శన్ లేదా కార్డ్ప్రోలైప్స్ ఫైటర్ మానిటర్లో డాక్టరుకు ఇదంతా

అనియోజిత సి సెక్షన్ : శిశువూ ఈ రీతిగానూ ప్రపంచలో కాలు పెట్టవచ్చు. మీరు పరీక్షకు వెళ్ళినపుడు మీకు తెలుస్తుంది శిశువు ఆ దినమే ప్రసవానికి సిద్ధమై ఉందని. ఈ రకమైన అనుమానమందు తేదికి ముందే

పొజిషన్ / పొజీషన్స్

మల్టిపల్ ప్రెగ్నెన్సిలో శిశువుల పొజిషన్ చాల ముఖ్యమైనది. ఒక వేళ వారి తల, క్రింది భాగంలో ఉంటే సులభంగా పుట్టగలరు. ఒక వేళ దీనిలోనూ సి-సెక్షన్ చేయవచ్చు. శిశువు వర్టిక్స్ బ్రీజ్ పొజిషన్లో ఉండవచ్చు. ఈ పొజిషన్లో మొదటి శిశువు వర్టిక్స్ పొజిషన్లో ఉంటుంది, అయితే రెండవ శిశువు బ్రీజ్నుండి వర్టిక్స్ పొజిషన్లో ఉండవలసింది. చేతినుండి సరియైన స్థితిలో కాకపోతే బ్రీచ్ ఎక్స్ట్రాక్షన్ చేయాల్సి ఉండును.

బ్రీచ్ / వర్టిక్స్ లేదా బ్రీచ్? బ్రీచ్ : ఇద్దరు బిడ్డల బ్రీచ్ అయి యుంటే డాక్టర్ సి సెక్షన్ సలహా ఇస్తారు. ఎందుకంటే శిశువుల పొజిషన్ మార్పు చేయడం అపాయకరం కావచ్చును.

మొదటి శిశువు ఆబ్లిక్ :- మొదటి శిశువు తల క్రింద ఉండి, అయితే గర్భాశయం వైపు లేకుండా నితంబం వైపుంటే దాన్ని ఆబ్లిక్ అంటారు. ఒకే శిశువుంటే దాన్ని చేతినుండి నేరుగా ఉంచే ప్రయత్నం చేయవచ్చు. అయితే ఇద్దరున్నప్పుడు ఇలా చేయడం అపాయం కరం కావచ్చును. చాలా సార్లు ప్రసవ పీడలో శిశువు సరియైన పిజిషన్కు వచ్చేది, లేదా డాక్టరు ఏ విధమైన అపాయం రాకుండవలెనని సి సెక్షన్ సలహా ఇస్తారు.

ట్రాన్స్వర్స్/ట్రానవర్స్- ఈ స్థితిలో ఇద్దరు శిశువులు గర్భాశయంలో ట్రాన్స్వర్స్ పొజిషన్లో ఉంటారు. దీనికి సి సెక్షన్ తప్ప వేరే ఉపాయం లేదు.

కనబడేది. ఇదంతా తల్లికి మాసాకాకు యోని మార్గం ద్వారా ప్రసవమైన తరువాత శస్త్రచికిత్సయొక్క గలాట. అయితే శిశువుయొక్క క్షేమమును గూర్చిన ప్రశ్న వచ్చినపుడు వేరే ఏమీ కనబడదు. తల్లి కదా

సి-సెక్షన్ :- సి సెక్షన్ తేదిన డాక్టరును కలసిన మొదటే నిర్ధారణగా ఉండును. అనేక సమస్యల కారణాలవల్ల మల్టిపల్ ప్రెగ్నెన్సిలో సి సెక్షన్ చేయడమే క్షేమకరంగా ఉంటుంది. ఈ స్థితిలో మీ సంగతి (స్నేహితురాలు) అథవా కోచ్ శస్త్రచికిత్సాలయంలోకి రావచ్చు. ఈ స్థితిలో శిశువుల జనన సమయమందు కొన్ని సెకెండ్ల నుండి కొన్ని నిమిషములవరకు అంతముండాలి

కవలల జనన సమయం

మీ మల్టిపల్ జననంలో ఎంత అంతరముండవచ్చు? యోనిమార్గంగా జననమయ్యే సమయం వారి జనన కాలంలో 10 నుండి 30 నిమిషముల వ్యవధి (అంతరం) ఉండవచ్చు. అయితే సి సెక్షన్లో కేవలం కొన్ని సెకెండ్ల లేక నిమిషముల అంతరం ఉండును.

కావచ్చును. అందువల్ల మీ అన్నీ సామానులను సిద్ధంగా ఉంచుకోండి. శిశువుల వికసనములో బాధకల్గినచో మీరు ఉచ్ఛ రక్తంనుండి బాధపడుతుంటే, లేదా ప్రసవపీడ దీర్ఘావధివరకూ ఉన్నా ప్రయోజకలగక పోయినా

అనియోజితమై సి సెక్షన్ చేయవలసి ఉంటుంది. 10 పౌండ్ల కంటే అధికంగా తూకమున్న శిశువుకు సి సెక్షన్ తప్ప వేరే ఉపాయం లేదు.

ముగ్గు శిశువుల ప్రసవము: ఇలాంటి హైరిస్క్ ప్రసవము సి సెక్షన్ సహాయంతో సాధ్యమవుతుంది. కొందరు డాక్టర్ల చెప్పినట్లు ఈ శిశువులు సరియైన స్థితిలో ఉంటే యోని మార్గం ద్వారా ప్రసవం కలుగవచ్చు. ఇద్దరు శిశువులు యోని మార్గంనుండి వచ్చి మూడవ శిశువుకు ఆపరేషన్ చేయాల్సిన సందర్భము చాల తక్కువ రావచ్చును. ఏ రీతియైన గానీ మీరు నలుగురు క్షేమంగా బయటికి వస్తే చాలు.

ఇద్దరు శిశువులకూ స్తన్యపానము

శిశువులకు స్తన్యపానం చేయించేది ఎంత లాభకరమనేది మీకు తెలిసిన విషయమే. అయితే మీకు తెలుసా? స్తన్యపానం చేయించే తల్లులు తమ తొలగి పోయిన పొట్టను మరల వెంటనే పొందుతారు. వారికి రక్తస్రావం తక్కువౌతుంది. ఇద్దరు శిశువులకు స్తన్యపానం చేయిస్తే మీ శరీరంనుండి కొవ్వు భాగము వెంటనే కరుగుతుంది. ఒక వేళ శిశువులు ఐసియూలో ఉంటే భయపడవద్దండి. మీ అమృతమయమైన పాలను తీసి ఉంచి పాలు డ్రావించండి. దీనివల్ల స్తనములలో పాల నిర్మాణమందు బాధ కలుగదు.

మల్టిపల్ ప్రసవానంతరం విశ్రాంతి

మల్టిపల్ ప్రసవానంతరం ఒక శిశు ప్రసవపద్ధతికు విశ్రాంతి దొరకేది. అయితే ఈ ప్రసవంలో క్రింద వ్రాసిన తేడాట ఉండవచ్చు

- ★ కడుపు మొదటి ఆకారానికి రావడానికి కొంచెం ఎక్కువ సమయం కావాల్సి ఉంటుంది.
- ★ యోని మార్గం ద్వారా ఆధిక సమయంవరకూ రక్తస్రావం కావచ్చును.
- ★ శరీరపు ఆకృతి మరల పొందడానికి అధిక సమయం కావాల్సి ఉండవచ్చు. ఎందుకంటే గర్భపు చివరినెలలో మీ శరీరపు సక్రియత తక్కువ ఉంటుంది.
- ★ మీ శరీరంలో చాల రోజుల దాక నొప్పి ఉండడము, మీ తూకం చాలా ఎక్కువగా ఉండడం అలాగే తగ్గడానికి సమయం పట్టవచ్చు.

భాగము – 4

శిశు జననానంతరమ్

ప్రసవానంతరం మొదటి వారం

మీకి వే నా అభినందనలు. 40 వారములనుండి మీరు ఏ క్షణానికై నిరీక్షిస్తుంటరో ఆ క్షణం రానే వచ్చింది. గర్భావస్థయు సుదీర్ఘమైన ప్రక్రియలో ప్రసవబాధను వెనక్కు నెట్టి వచ్చినారు. ఇవుడు మీరు అధికారముగల తల్లి. మీ సంతోషపు మూట ఒకటి కడుపునుండి బయటికి వచ్చి చేరింది మీ భుజాల మీద. ఈ అవస్థ మీకు బిడ్డను మాత్రమే గాక చాలా లక్షణాలను తెచ్చి పెట్టింది. అనేకమైన సవాళ్ళు మీముందున్నవి. ఇంత చెమట పట్టించుకోవడమెందుకు? ప్రసవమైన తర్వాత కూడా సంకోచమెందుకవుతూంది? రెండవ సారి ఏమయిన కూర్చొండానా? ఇప్పుడంతూ నాకు 6 నెలల గర్భావస్థను భవము ఎందుకవుతూంది. ఈ ఎద ఎవరిది? మొదలైన ప్రశ్నలలో కొన్నింటికి మీవద్దనే అప్పుడే ఉత్తరముంది అని భావిస్తాను. ఎందుకంటే ఒక సారి తల్లి అయిన తర్వాత చదువుటకు సమయావకాశమయినా ఎక్కడుంటుంది?

మీకు ఏమనిపిస్తుంటుంది?

ప్రసవపు రీతినను సరించింతు తరువాతి మొదటి వారపు పరిస్థితి ఉంటుంది. ఇంతేగాక కొన్ని వ్యక్తిగత లక్షణాలూ కనిపించుకోవచ్చును.

దైహిక లక్షణము

యోనిలో రక్తస్రావవము (నెలవారి మాదిరినే) కడుపు క్రింది భాగములో (లాగడం) వేలియుండడం (గర్భాశయము సంకుచిత మౌచున్నందున)

★ అయాసము

★ కుట్లు వేసిన చోట లాగుట నొప్పి మరియు హతాశ.

★ సి–సెక్షన్ తర్వాత మెరెనియల్ బేజారు

★ కత్తరించిన కొనలో నొప్పి అయినట్లనిపించుట.

★ కూర్చొని లేచునప్పుడు నొప్పి జొతకు క్రుచ్చుకొన్నట్టి అనుభవము.

★ ఒకటి రెండు దినవములు మూత్ర విసర్జన చేయునప్పుడు ఇబ్బంది.

★ మలవిసర్జన చేసేటప్పుడు మొదటికొన్ని దినాలు కడుగుకొనేటప్పుడు ఇబ్బంది.

★ దేహమంతా నొప్పి

★ కన్నులు ఎర్రబారుట. కంటిచుట్లూ నలువుకావడం

★ రాత్రి చాలా చెమట పట్టుట

★ ఎదలో ఎక్కువ తొందర మరియు రక్తం గడ్డకట్టుట.

★ స్తన్యపానం చేయించేటప్పుడు చనుమొనలలో నొప్పి చేయడం లేదా రంధ్రం కనుపించుకోనేది.

భావనాత్మక లక్షణాలు

★ ఇద్దరి మధ్య భావనలు వేర్వేరు.

★ శిశువు పోషణలో మానసిక ఒత్తిడి.

★ స్తన్యపానం ఆరంభమున కష్టమగుట

★ శారీరక భావనాత్మక సవాళ్ళకు అణగుట

★ శిశువుతో క్రొత్త బ్రతుకు ప్రారంభించే ఉత్సాహము

మీరేమి యోచిస్తుండవచ్చు.

ప్రసవపు సందర్భము కొంత రక్తస్రావమగుటకును నిరీక్షించితిని. మొదటి సారి పరుపు నుండి నేను లేచి నప్పుడు కొంచెం రక్తస్రావమగుచుండెను. నేను భయపడితిని. మీ దగ్గర ప్యాడ్ పెట్టుకొండి. దానికి తోడు నిశ్చింతగా ఉండండి. గర్భాతిశయమువల్ల బయటికి స్రవించు రక్తాన్ని మ్యూకస్ లేదా లోకియా అని పిలుస్తారు. ఇది మాసపు నియమము హెచ్చరిక. సమయంలో మూత్రం బయటికి స్రవిస్తుంది. మొదమొదట పడుకొని లేచునప్పడు వేగంగా రక్తస్రావమవుతుంది. మొదటమొదట చాలా ఎర్రగా ఉంటుంది. తర్వాత క్రమంగా గులాబి కందిన అలాగే తెల్లరంగుగా మారుతుంది. రక్తస్రావాన్ని నివారించేందుకు ప్యాడ్ ఉపయోగించండి. సుమారు 6 వారాల వరకు ధరించవలసివస్తుంది. కొంతమంది స్త్రీలకు 3 నెలల వరకు రక్త స్రావమగున్న సంభవంమాఉయుంది. ప్రతి రయి కతిలోనూ స్రావంలో బేదముండే అవకాశముంది.

స్తన్యపానం చేయించుటవల్ల ఆంక్సిటొసిన్ నుండి రక్త స్రావం తక్కువౌతుంది. ప్రసవానంతరం అయ్యే సంకుచితము గర్భాశయాన్ని మదల పూర్వ స్థితికి తెచ్చుటకు సహాయం చేస్తుంది.

ఒక వేళ మీకు ఆస్పత్రిలోనే ఎక్కువ రక్త స్రావమగుచున్నదనిపిస్తే నర్స్‌కు తెలపండి. ఒక వేళ ఇంటిలో ఎక్కువ రక్తస్రావమవుతూంటే వైద్యుల దగ్గర తెలుపుటకు ఆలస్యం చేయకండి. వేవేగమ్ చికిత్స చేయించుకోండి.

నొప్పి తర్వాత

''నేను స్తన్యపానం చేయించేటప్పుడు కడుపు క్రిందిభాగంలో లాగుటతో పాటు నొప్పి కనబడుటకు కారణమేమి?''

దురదృష్టవశాత్తు ప్రసవమైన తర్వాతకూడ నొప్పితో కూడిన సంకుచితము నిల్వదు. గర్భాశయము రెండు, మూడవ, ఒకటవ పాండునుంటి సంకుచితమై కొన్ని ఔన్సులకు బగవలసి ఉంది. అన్నప్పుడు ఈ ప్రక్రియలో నొప్పి అయ్యే అవుతుంది. శిశువు పుట్టిన తర్వాత దేహం క్రమంగా వెనుకటి స్థితియందలి ఆకారానికి వస్తుంది. అంటే గర్భాశయము సంకుచితమయ్యేదాన్ని మీరే అందాజు చేసుకోనవచ్చును.

ఈ నొప్పిలో కష్టమూ ఉన్నది. అలాగే శుభమూ ఉంది. దీనివల్ల గర్భాశయం ముడుచుకోనడమే కాక, రక్తస్రావము కూడా దిగుతుంది. స్తన్యపాన సమయంలో ఈ నొప్పి ఎక్కువనూ కావచ్చు. ఎందుకంటే ఆ సమయంలో ముదురుకొనిటను ఎక్కువ చేసే ఐఅక్సిటోసిన్'ల స్రావమౌతుంది.

నాల్గునుండి ఏడు దినములలోపల ఈ నొప్పి తనకు తానే తగ్గుతుంది. ఆ వేళకు ఐటైలినోల్''ద్వారా హాయి అనిపించవచ్చు. ఒక వేళ నొప్పినుండి ముక్తి దొరకక పోతే వైద్యులను విచారించండి. ఏదైనా సోంకుండే పరిస్థితి ఉంటుంది.

పెరినియల్ నొప్పి

''నాకు ఎప్పివోట్టమ్ కాలేదు. ఏ విధమైన గాయమూ కాలేదు. అయినా క్రింది భాగంలో అంత నొప్పి ఎందుకవుతుంది?''

మీకు 7 పౌండ్ల తూకపు బిడ్డ బయటికి వచ్చియుండవచ్చు. ఈ విషయం మీకు తెలిసినట్లే లేదు.

ఏగాయవమూ, ఘాతవమూ కాకుండా ఉండవచ్చు. అయితే ఆ భాగంలో మీకు తొందర కలిగే సాధ్యత ఉండనే ఉంటుంది. దగ్గినప్పుడు, అరచుకొనేటప్పుడు, ఈ నొప్పి అధికమూ కావచ్చును. చాలా దినములవరకు కూర్చుండి-లేచేటప్పుడు నొప్పి కలుగుతుంది. ముందరి భాగంలో ఇచ్చియున్న సలహాలను ఇక్కడా పరీక్షించవచ్చును. బిడ్డను బయటికి త్రోసే ప్రతిక్రియలో ''హెమరాయ్డ్స్'' అయి అది నొప్పికి కారణమై యుండవచ్చును.

''ప్రసవ సందర్భమున నాకు గుళ్ళలు లేచినవి. దీనివల్ల సోంకు కాదా?''

యోని స్రావమువల్ల ప్రసవమయినప్పుడు లేదా ప్రసవపు దీర్ఘకాలవు నొప్పి వలన 'పెరినియల్' భాగాన నొప్పి కలుగుతుంది. దీనికి తోడు 'ఏదేని గాయమైతే పరిస్థితిని మరింత బిగునుకోంటుంది. ఏదో క్రొత్త గాయంవలే ఇది మెలుకావడానికీ 7 నుండి 10 దినములు కావలసి కావాల్సి వస్తుంది. ఈ కారణంవల్ల అయ్యేనొప్పి సోంకువల్ల అయ్యే నొప్పియై ఉండదు. సోంకు కాదు.

ఆ భాగంపై చాలా నిగా ఉంచి పోషణ చేయాల్సి ఉంటుంది. ఆ కారణంగా సోంకు కలిగే సంభవమే లేదు. నర్స్ ప్రతినిత్యమూ ఎరువు కావడం మరియు క్రుచ్చి నట్లయ్యే అంశాన్ని పరీక్షిస్తూ ఉంటుంది. సోంకు నుండి దూరంగా ఉండడానికి మీకు సూచననూ ఇస్తు ఉంటుంది. ఆ సూచనలు అందరికీ అన్వయిస్తుంది.

★ ప్రతి 4 గంటలనుండి 6 గంటల కాల లోగా క్రొత్త పాడ్ ధరించండి.

★ వైద్యుల సలహాను పొంది ఆ భాగాన్ని అంటివరోటిక్ సల్యూషన్ మిస్రిత మును వేడినిటితో తుడుచుకోండి. తుడిచేటప్పుడు ప్యాన్‌ను ముందు భాగంనుండి వెనుక భాగంవైపుకు తీసికెళ్ళండి. జోరుగా రుద్దకుండా నిధానంగా నీవండి.

★ ఆ భాగాన్ని చేతితో తాకకండి.

★ గుళ్ళలవల్ల ఎక్కువ నొప్పి చేస్తే మంజుగడ్డ ఉంచండి. కొంచెం తెరుకోవాలంటే ఐస్ గడ్డను ఆ భాగంమీద ఉంచుకోండి. దినంలో ఒకటి రెండు సార్లు నీవుకోండి (తుడవండి)

శాకమివండి : స్పాంజి స్నానం చేసుకోనండి. నడుమువరకు వేడినీటి టబ్‌లో మునిచి మిగిలిన దేహభాగం నీళ్ళనుండి బయట ఉండని. ప్రతిదినం 20 నిమిషములు ఇలా చేస్తే, వేడినీటి శాకము ఇస్తే ఆరామమనిపిస్తుంది.

చల్లగ చేయండి : స్ప్రే, క్రీం లేదా ట్యూబ్ రూపంలో ఏదైనా నొప్పి నివారణ చేసే మందును లేపనం చేయండి. ఆ భాగాన్ని చల్లగా ఉంచండి. ఈ విషయంలో వైద్యుల సలహా పొందండి.

భారం వేయకండి : క్రింది భాగం మీద దేహపు తూకాన్ని వేయడం అయినంత తగ్గించండి. కూర్చొనేటప్పుడు క్రింద దిండు పెట్టుకోనండి. పెరినియల్ మీద భారం పడనట్లు కూర్చొవచ్చయిన దిండు బజారులో దొరకుతుంది. దాన్ని కొనండి.

సడలించండి : బిగువైన లోదుస్తులు ధరించకండి. అలాంటి దుస్తులు రాచుకోవడంవల్ల కష్టము ఎక్కువ కావచ్చు. అది మేలుకావడానికే సమయం కావాలి.

వ్యాయామం చేయండి : ఈ భాగంలో శూన్యం కాబట్టి లఘువ్యాయామంతో అనుకూలం కాకుండవచ్చు. అయితే లాభం తప్పక ఉంటుంది. ఆ భాగమందలి రక్త చలనం సరిపోతుంది. మాంసఖండముల బిగింపు సరిపోతుంది.

ఒక వేళ ఈ భాగంలో నవ, నొప్పి, లేదా ఎరవు లేదా దుర్వాసన అయినట్లయితే సోంకుయొక్క సాధ్యత ఉంటుంది. అపుడు వైద్యులకు తెల్పడానికి ఆలస్యం చేయరాదు.

ప్రసవపు గాయాలు

''నేను ప్రసవపు గదిలో కాదు బాక్సింగ్ రింగ్ నుండి వాపస్ వచ్చాను, అనిపిస్తుంది ఎందుకిలా?''

మీకు బాగా తేలిక అనే అనుభవం అవుతూంటే

లేదా లా ఆనిపిస్తుంటే ఆది సహజమనది ఎందుకంటే ఒక నిర్దివన వర్తులంలో చేసిన పోరాటం ముష్టియుద్ధానికంటే ఎక్కువైంది. అట్లయ్యే బిడ్డ జన్మించింది. మీరు తీక్ష్ణమైన సంకుచితము మరియు తనకలాటను లోలోపలనే సహించారు. ఈ లోపలియుద్ధాన్ని సహించేటప్పుడు మీ కండ్లక్రింద కల అయియుండవచ్చు. అందువల్ల ఏందలోకి వెళ్ళేటప్పుడు నల్లద్దాలు ధరించండి. పగలు అనేక సార్లు కళ్ళకు నీళ్ళు వేసుకోండి. ఎదనొప్పి, ఊపిరాడుటలో తొందర కావచ్చును. వేడినీటి స్నానము లేదా హీటింగ్ ప్యాడ్‌తోనూ హాయి అనిపించవచ్చు. ఎముకల సందుల్లో నొప్పి ఉంటే మాలీష్‌వల్ల హాయి అనిపిస్తుంది.

మలమూత్ర విసర్జనలో తొందర

ప్రసవమైన తరువాత చాలా గంటల కాలమూ మూత్ర విసర్జన కాలేదుకదా?

★ ప్రసవానికి ముందు 24 గంటలు అనేక మంది మహిళలకు మూత్ర విసర్జనలో తొందర కలుగుతుంది. విసర్జన చేయాలనిపించినా అనేకురికు సాధ్యం కాదు. మూత్రంతో పాటు చాలా మంట కనిపిస్తుంటుంది. దీనికి చాల కారణములున్నవి.

★ బ్లాడర్‌కు మూత్రాన్ని పట్టుకొనియుండే శక్తి ఎక్కువయింది. ఇలాగే పదే పదే మూత్ర విసర్జన కోరికయే ఉండేది లేదు. మూత్ర కోశం ప్రసవ వేళ జటిలంగా విడిచియుంటుంది. అలా అయి మూత్రంతో నిండిపోయినా విసర్జన చేయాలనే సంకేతమే పంపబడదు.

★ ఎపిడ్యూరల్ వలన మూత్రకోశపు సంవేదనా శీలత తగ్గిపోయింది.

★ పెరినియల్ యొక్క నొప్పి కూడా మూత్ర విసర్జనకు కష్టం కల్గించవచ్చు.

★ కత్తరించిన లేదా కుట్లు వేయడం కారణంగా మూత్ర విసర్జనము ఆ సమయములో నొప్పి కనబడవచ్చును. చాల సార్లు మూత్రపు స్థితి మార్పువల్లను నొప్పి తగ్గవచ్చును. మూత్ర విసర్జన వేళలో వేడినీటి శాఖమిచ్చుట చేతను హాయి దొరకుతుంది.

★ సుదీర్ఘమైన ప్రసవావధిలో మీరే ద్రవపదార్థము సేవించక పోతే డీహైడ్రేషన్ వల్లనూ అలా కావచ్చును.

★ పలుసార్లు నొప్పి భయముఇ ఏకాంతపు కొరత, విసుగు, బెడ్‌ప్యాన్ బాత్‌రూంకు ఎవరైనా తోడుగావచ్చేది మొదలగు వైజ్ఞానిక కారణముల వల్లనూ నొప్పి కనబడవచ్చు.

★ ఒక ప్రసవమై 6 గంటలనుండి 8 గంటల కాలంలోపల మూత్ర విసర్జన చేయక పోతే మీకు సోంకు ఏర్పడవచ్చును. అందువల్ల బెడ్‌ప్యాన్ మీద లేదా వేరేదైనా పాత్రలో మూత్ర విసర్జన చేయుటకు నర్స్ మిమ్మలను ఒత్తిడి చేయవచ్చును. ఆమె మూత్రపు కొలత చేసి మీ మూత్ర కోశములోని సామర్థ్యాన్ని అందాజు చేస్తుంది. దీనికై మీరు కూడా క్రింది కొన్ని ఉపాయములను అనుసరించవచ్చును.

★ ఎక్కువగా ద్రవపదార్థాలను సేవించండి.

★ పరుపు మీద లేచి కూర్చొని పొరలాడండి. దీనివల్ల మలమూత్ర విసర్జన ప్రక్రియ నడుస్తుంది.

★ నర్స్‌తో పాటు బాత్‌రూంకెళ్ళడానికి సిగ్గనిపిస్తే బయట వాటిటవద్ద వేచియుండుమని సూచించండి. ఆనంతరం ఆమె మీ పెరినియల్‌ను శుభ్రంచేసే విధాన్ని గూర్చి సూచన ఇస్తుంది.

★ ఒక వేళ బెడ్‌ప్యాన్ కావాలసివస్తే వేడినీటి శాకం ఇవ్వండి. దీనివల్ల మూత్ర విసర్జనకు కోరిక కలుగుతుంది. బెడ్‌పాన్ మీద పడుకునే దానికంటే కూర్చొనుటకు ప్రయత్నించండి. ఇవన్నీ చేయడానికి గదిలో ఒక్కరే ఉన్నట్లయితే ఇంకా మంచిది.

★ దిగువ భాగానికి వేడి, లేదా చల్లని నీటిని స్ప్రే

ప్రసవం తర్వాత వైద్యులను ఎప్పుడు చూడాలి

కొందరు స్త్రీలకు ప్రసవానంతరం శారీరక మరియు మానసికంగా స్వయం నియంత్రణకు లోపుతారు. వెంటనే చైతన్యవంతులై వస్తారు. అయితే కొందరిలో కష్టాలకు అంతేమీ కనబడదు. అట్లయినప్పుడు వైద్యులను ఎప్పుడు పిలిపించాలి. లేదా ఫోన్‌లో కలసి మాట్లాడాలి?

కొన్ని గంటల్లో రెండు రెండు ప్యాడ్స్ ఉపయోగించవలసి వస్తే రక్త స్రావము ఎక్కువై పోతుంటే ఆస్పత్రికి రావాలా వద్దా అని నన్ను ఫోన్‌లో అడగండి. ఒక వేళ పుట్టుకు రాకపోతే ఐస్ ఉపయోగించవచ్చు.

★ ప్రసవమయిన తర్వాత వాం కడు ఎరుపు రంగుయొక్క రక్త స్రావమయితే వైద్యులకు తెలపండి. నెలవారి నియమ మట్లుగానే తేలికైన రక్తస్రావమంతూ చాలా వారాలదనుక ఉండే ఉంటుంది. స్తన్యపానపు సందర్భమున దీని స్రావపు వేగము ఎక్కువగా ఉంటుంది.

★ రక్తస్రావమందు రక్తపు అధికృత రావడము ఒకోసారి ఒకర్దము సామాన్యము

★ మొదటి కొన్ని దినాలు రక్తస్రావమే కాకుండుట

★ ఏ ముందు సూచన కూడ లేకనే నొప్పి, విసుగు కలిగేది, ప్రసవపు కొంతసేపు తర్వాత కడుపు క్రింది భాగము లాగడం జరుగుతుంది.

★ మొదలు కొన్ని దినముల తర్వాత పెరినియల్‌లో బాధ ఒకే సమంగా అయ్యేది.

★ మొదట 24 గంటలు పూర్తీ దినం 100 డిగ్రీలకన్న ఎక్కువ జ్వరం ఉండడము

★ తల తిరుగుడ

★ వాకరింపు - వాంతి

★ సంకుచితము కావడమూ నొప్పి

★ చలన ప్రక్కలందు ఎఱ్రనగుట

★ 24 గంటల తర్వాత మూత్ర విసర్జనలో కష్టము. నొప్పి, దుర్వాసనతో గూడిన మూత్రము, ఇలా అయినప్పుడు వైద్యుల వద్దకు వెళ్ళుటకు ముందు దండిగా నీళ్ళు త్రాగండి.

★ ఎదలో తీవ్రమైన నొప్పి, హృదయం కొట్టుకోనుట ఎక్కువ కావడం, కాలు చాచినపుడు నొప్పి, ఈ సందర్భాల్లో వైద్యుల దగ్గరకు వెళ్ళే ముందు కాలు పైకెత్తి పండుకోనండి.

★ విసుగు అవి తగ్గినప్పుడు బిడ్డ మీద కోపం, హింసాభావము కలుగవచ్చును. ఈ విషయంగావ్యాపకము తెలిపి ఇవ్వబడినాయి.

చేయండి.

★ మూత్ర విసర్జన వేళ నీరు తడిచేసిననూ విసర్జనకు అనుకూలము కాగలదు.

★ ఒక వేళ ఈ అన్నీ ఉపాయములూ ఫలవంతములు కాకపోతే వైద్యులకు తెలపండి. ట్యూబ్‌నుమడి మూత్రాన్ని బయటికి తీయవచ్చు. దీన్ని తప్పించడానికి ముందు మన ఉపాయములను చేయడం మంచిది.

కొన్ని దినాళ తర్వాత కూడా మూత్ర విసర్జనకు తొందరయితే మీకు సోంకు అయి ఉంటుందని అర్థము.

''నాకు మూత్రం మీద నియంత్రణ లేదు. తనకు తానే కారుతుంటుంది.

బిడ్డ పుట్టే సందర్భములో దేహముపై అయ్యే లాగుటల ద్వారా దేహపు అనేక వ్యవస్థలు అనియమితమై పోతాయి. మూత్ర విసర్జన రాదు. లేదా తనకు తానే మూత్రం కారుతుంటుంది. పైనీరియల్ యొక్క మూలాన మాంసఖండాల పట్టి వేత తగ్గడం చేత అలా అవుతుంది.

ప్రసవానంతరం వ్యాయామం వల్ల దీన్ని చాలమట్టుకు మార్పు కలిగించి నియంత్రించవచ్చును. ఒక వేళ అలానూ కాకపోతే వైద్యుల సలహాను తీసికోనండి.

శౌచమందు తొందర

ప్రసవమయిన 2 దినాల తర్వాత కూడా మలమునకై దొడ్డికి పోతదు. పాపాలని పించినా సాధ్యం కావడం లేదు. కుట్లు విప్పుకొంటాయా? లేదా అనే భయంనాకు!''

ప్రతి తల్లికి ఈ పరిస్థితిలో ప్రసవానంతరం గాబరా అవుతుంది. ఎక్కడివరకు ఈ పరిస్థితినుండి దూరం అయ్యేది లేదో అంతవరకు భయం పోదు.

చాలా సార్లు మనోవైజ్ఞానిక చికిత్స దీనికి ఫళదాయకమౌతుంది. అనేకసార్లు బిడ్డ జననమయ్యేటప్పుడు మూసకండరములపై చాలా లాగడం ఉంటుంది. అనేక సార్లు ప్రసవానికి ముందు మరియు తర్వాత శౌచం కలుగుతుంది. తర్వాత చాల ఆహారం సేవించియుండనందున కడుపు ఖాళీ అయియుంటుంది.

అన్నిటికంటే ఎక్కువగా మలవిసర్జనకు ఎక్కువ ముక్కుచుండడంవల్ల ఎక్కువ నొప్పి కల్గుతుంది. కుట్లు విప్పుకోంటాయా అనే భయం ఉంటుంది. అయితే మీకు హెమరాయ్డ్స్‌యొక్క స్థితి మరింత ఎక్కువ అవుతుందేమోననిపిస్తుంది. ఆస్పత్రులలో రహస్యపు గదియూ ఉంటుంది.

అయితే మీరు సులభంగా ఈ పరిస్థితిని ఎదురించవచ్చు. వేమిచ్చే ఈ ఉపాయములను అనుసరించి పరీక్షించి చూడండి.

చింత వద్దు :– ఈ ఘట్టములో చింతించుటవల్ల ఏమీ ప్రయోజనం లేదు. కుట్లు విప్పుకొంటాయనే భయమూ వద్దు. కొన్ని దినాలవరకు శౌచము సాధ్యంకాకపోయినా భయపడే పని లేదు.

సత్వయుత ఆహారం : ఆస్పత్రి లేక కాన్పు వార్డులోనున్నప్పుడు పండ్లు–కూరగాయలు, ధాన్యంతో తయారు చేసిన ఆహారము తీసికొండి సేబు, ఎండు ఖర్జూరము మొదలగు వాటివల్ల జీవసత్వముల పోషణ అవుతుంది. అజీర్ణమయ్యేట్లా ఆహారాన్ని సేవించకండి. చాకలేట్ డబ్బా మీనోటిలో నీరూరించవచ్చు. అయితే దానివల్ల అజీర్ణం కావచ్చు.

ద్రవాహార సేవనము : అజీర్ణం కాకుండుటకు ఎక్కువగా ద్రవాహారం సేవించండి. నీరొకటే చాలదు. అన్నట్లయితే సేబుయొక్క రసాన్ని సేవించవచ్చు. వేడినీళ్ళలో నిమ్మపండు పిండుకొని సేవించవచ్చు.

నమిలి తినండి : బాగా నమిలి తినుట చేత ఆహారం జీర్ణమౌతుంది. పచనయంత్రాలు బాగా పని చేస్తున్నాయి.

తిరుగండి : ప్రసవానంతరం పరిగెత్తే ఓర్పుండదు. అనేదిమనకు తెలుసు. అయితే నిధానంగా అడుగు పెట్టగలరు కదా? పరుపు మీద కూర్చోనే చిన్న వ్యాయామం చేయండి. దీనివల్ల గుదద్వారానికి అనుకూలమౌతుంది. ఇంటిలో శిశువుతో పాటు నడవండి.

ఒత్తిడి ఎక్కువ చేసికోకండి : మానసిక ఒత్తిడిని ఎక్కువ చేసుకోకండి. అలా చేస్తే కుట్లు విప్పుకొంటాయి. అంతేకాక హెమరాయ్డ్ పరిస్థితియూ ఎక్కువౌతుంది. నడువువరకే స్నానం చేయండి. మందు పూసి వేడి లేక చన్నీటి నీళ్ళు పోసుకోండి.

మలమును పలుచగ చేసే మందు : అస్పత్రిలో ఈ మందు దొరకుతుంది. శౌచమునకు తొందర కాకూడదని దీన్ని ఉంచియుమటారు. అయితే మొదటి సారి శౌచమందు మలము తేటనైతే మీకు నివారణ ఔతుంది. అంతా మొదటి వలే జరుగుతుంది.

అవసరం కంటే ఎక్కువ చెమట పట్టుట : – రాత్రి వేళ ఉన్నదున్నట్లే ఎక్కువ చమట కారి నేను లేచి కూర్చొంటాను. ఇది సామాన్యమా?''

ఇది కొంచెం కష్టమైనదైనా సర్వేశాధారణమైనది. కొత్తగా తల్లి కాబోతున్న వారికి అనేక కారణములవల్ల చెమట కారుతుంది. మీ హార్మోన్ల మట్టము బలహీనపడుతుంది. ఇపుడు మీరు గర్భిణిగా మిగిలియుండరు. పదే పదే శౌచానికి పాయేదాంతో పాటు అనవసరపు వస్తువులు దేహమునుండి బయటికి పోతాయి. ఎక్కువగా చెమట పట్టుట చేత మీకు కొంత అసౌకర్యమనిపించవచ్చు. మీరు పడుకొనేటప్పుడు

దిండుపై దుప్పటి వేసుకొని పండుకోండి. దీనివల్ల మీకు దిండు తేమకాకుమడా మీకు హాయిగా నిద్ర వస్తుంది.

చెమటవల్ల దుష్పరిణామాలను తప్పించుకొనడానికి మృదువైన ఆహారం పదార్థాలు సేవించండి. మీరు స్తన్యఇపానఖ చేయిస్తున్నా లేకున్నా ద్రవాహారం ఎక్కువగా తీసికోండి.

జ్వరము

''నేనిప్పడే ఆస్పత్రి నుండి వాపసు వచ్చాను. నాకు 101డిగ్రీల జ్వరం వచ్చింది. నేను వైద్యులకు ఫోన్ చేయవలెనా?''

ప్రసవమైన తర్వాత కూడా మీ ఆరోగ్యం సరిపోకుంటే వైద్యులకు తెల్పడవే మంచిది. ప్రసవానంతరం కలిగే అనేకమైన సోంకువలన ఈ జ్వరం వచ్చే సాధ్యత ఉన్నది. వేరే కారణమూ ఉండవచ్చు. అనేక మార్లు ఉద్వేగము మరియు ఆయాసములవల్ల జ్వరం వస్తుంది. స్తన్యపానవు మొదట్లోనూ శరీరవు వేడిమి కొంచెం ఎక్కువౌతుంది. అయితే ప్రసవానికి ముందు 3 వారాల్లో వ్చ్చిన జ్వరము ఒక దినం మిగిలితే వైద్యులకు తెల్పండి. తీవ్ర జ్వరము, శీతము లేదా వాంతి ఉంటే తక్షణం చికిత్స చేయవలసి ఉంటుంది.

స్తనముల వికసనము :

''నా స్తనాల్లో పాలు దిగింది. నా చన్నులు మునుదుకంటే మూడింతలు లావయినాయి. చాలా గట్టిగ ఉన్నాయి. ముట్టుకొంటే నొప్పి కలుగుతుంది. బ్రా వేసుకొవడానికి కావడం లేదు. బిడ్డ స్తన్యపానం చేస్తుండేవారికి ఇలానే ఔతుందా?''

మీరనుకొక పోయినా ఎద వికసించింది. ఊదకు తోడు చనువున లోపల ఉండిపోతే స్తన్యపానం చేయించేటప్పడు మీకు నొప్పి కలుగుతుంది. బిడ్డకు పాలు ద్రాగడానికి అడ్డమవుతుంది.

అంటే సంతసించవలసిన విషయమేమంటే ఇది చాలా కాలం ఉండదు. పాలపోషణ మరియు కోరుక మధ్య సమతౌల్యం అయ్యేకొద్దీ సమస్య నివారణ అవుతుంది.

నేను స్తన్యపానం చేయించడానికి ఇష్టపడుటలేదు. అయితే పాలు ఇంకుటవల్ల తొందరవుతుంది అని అడిగాను. ఇది నిజమా?''

ప్రసవమయిన 3-4 దినములలోపల స్తనములలో పాలు నిండుకొంటుంది. మీకు దాని అవసరము ఉన్నప్పడే పాలు పూర్తి తయారవుతుంది. ఒక వేళ నిండిన పాలు ఉపయోగించక పోతే తయారయ్యేది నిలిచిపోతుంది. అనేక దినాలు వారాలువరకు పాలు కారుచుండవచ్చు. అయితే స్తనములు మాత్రం కొద్ది దినాల్లోనే మామూలుగా ఔతుంది. ఈ సందర్భంలో మీరు ఐస్‌ప్యాక్ లేదా అనుకూలమైన బ్రా వేసుకోవచ్చు. చను మొనలను రుద్దకండి. పాలు తీయకండి. వేడి నీటిలో స్నానం చేయకండి. అపుడు పాలు ఉత్పత్తి అవుతుంది.

పాలు ఎటు పోయెను?

''ప్రసవమై రెండు దినములు గడచినా నా స్తనములలో కొలెస్ట్రమ్ చేరుకో లేదు. అపుడు నా బిడ్డ ఆకలితో ఉండాల్సివస్తుందా?

లేదు బిడ్డ ఆకలితో ఉండే పరిస్థితి రాదు. దానికింకా ఆకలే వేయడం లేదు. పుట్టిన తక్షణమే బిడ్డకు ఆకలి అనుభవముండదు. ప్రసవమైన 3-వ నాల్గవ దినములవరకు ఎప్పుడు దానికి ఆకలివేస్తుందో అంతవరకు కావలసినంత పాలను మీ స్తనాలు నింపుకొంటాయి. ఇప్పడూ మీ స్తనాలు ఖాళీ లేవు. శిశువు పోషణకు అవసరమైనంత కొలెస్ట్రమ్ మీ దేహంలో ఉంది. శిశువు కిప్పడు ఒక స్పూన్ పాలు దొరికినా చాలు. అయితే ఎంతవరకు స్తనములు పూర్తిగా నిండుకోనవో అంతవరకు చేతిలో ఒత్తి పాలు తీయడానికి కాదు. ఒకదినవు బిడ్డ స్తనమునుండి పాలను పీల్చి కడుపు నింపుకొంటుంది.

స్వయం ప్రీతి :-

''శిశువును చూచిన ఆ క్షణంలో నాలో ప్రేమ

ఇంటికి వాపసు

పసవానంతరం ఎంతవరకూ మీరు ఆస్పత్రిలో ఉండాలి అనేది మీ పరిస్థితిపై ఆధారపడియుండును. ఒక వేళ శిశువు మీరు, సుస్థితిలో ఉంటే వైద్యులను అడిగి వెంటనే డిశ్చార్జ్ కావచ్చు. ఇలాంటి సందర్భములో ముందు సారి పరీక్షకు ఎప్పుడు రావాలి అని అడగండి. ఏ రకమైన విసగు-సమస్యలు ఎదురుపడవచ్చును. అని అడగండి. ముందు చేయు పరీక్ష దినంలోగా శిశువుకు పాలున్నాయా అనేదాన్ని వైద్యులు తెలియజేయ కోరుతారు.

ఒక వేళ 48 గంటలనుండి 96 గంటలవరకూ ఆస్పత్రిలో ఉండేదయితే చాలినంత విశ్రాంతి తీసికొనుటకు ప్రయత్నించండి. ఇంటి కెళ్ళిన తర్వాత కుప్పలు కుప్పలుగా శక్తి కావాల్సి వస్తుంది.

ఉబుకుతందనే నమ్మకం నాలో ఉంది. అయితే ఇప్పుడే నాలో ఎందుకో అలాంటి భావన కల్గడం లేదు. ఇలా ఎందుకు ఆగుచున్నది?''

ప్రసవమయిన తర్వాత తక్షణమే మీ చేతికి బట్టలో చుట్టిన గంటు వస్తుంది. దానిలోని శిశువు ముఖము మివులను ఆకర్షిస్తుంది. అది మీ వైపు చూస్తుంది. అన్నప్పుడు మీరు దాని నెత్తిన ముత్యాల వర్షం కురిపిస్తారు. ఆ క్షణమే తల్లి శిశువుయొక్క ప్రీతి లోతుగా వెళ్ళూనుకొంటుంది.

ప్రతి గర్భిణియు ఇలాంటి కలను కంటూనే ఉంటారు. నిజము వేరుగా ఉంటుంది. ప్రసవపయు సుదీర్ఘమైన ఆయాసపు ఆనంతరం ఎర నిరంగుగల ముద్దు ముఖమున్న బిడ్డను మీ భుజానికి ఒప్పింపబడుతుంది. మి ముఖభావం శిశువులో కనిపించదు. దాని ముఖము గుండుగుండుగా కనబడేది లేదు. మీరెంత ప్రయత్నం చేసినా స్తనములనుండి పాలు త్రాగదు. విచిత్రమైన ధ్వనిలో ఏడుస్తుంది. అపుడు మీ ఇద్దరి మధ్య ప్రేమ వికల్పము లేకనే అనే అనిపించదక ఉంటుంది.

వాస్తవంగా తల్లి శిశువుల మధ్య సంబంధం వేరగాలంటే వేర్వేరు కాల ఘట్టమే కావాలి. కొందరు తల్లులకు ప్రసవాన్ని గూర్చి ఏ విధమైన తిరస్కారమూ కాదు. చాలినంత ఉత్సాహము - స్ఫూర్తులనుండియే వారు శిశువును స్వాగతిస్తారు. అయితే వలు సందర్భాల్లో తల్లులు ఇంత నిరుత్సాహులై ఉంటారంటే బిడ్డను తొడపై ఎత్తుకొనుటయు కాబట్టి ఉండదు.

మీకు మీరే ఈ ప్రక్రియకు కొంత సమయావకాశం ఇవ్వాలి. మీ బిడ్డయొక్క అన్ని అవసరములను పూర్తీ చేసి, బిడ్డను పైకెత్తికొని ముద్దు చేసి, దానితో మాట్లాడి, దానికోసం పాడి, క్రమంగా దాని దేహంనుండి వచ్చే దుర్వాసన కూడా మీకు ఆ్వదమనిపిస్తుంది. శీఘ్రమే మిమ్ము మీరే స్నేహప్రియమైన సంపూర్ణమైన తల్లియై మార్పు చేసికొంటారు.

నా బిడ్డ వారికి ముందే పుట్టింది. దానికోసం ఐసియులో పెట్టియుండిరి. రెండు వారాల కాలం బిడ్డను ఐసియూలో ఉంచబడుతుంది. అని వైద్యులు చెప్పారు. అన్నప్పుడు ఈ ప్రీతి బంధము చేసికోవడంలో ఆలస్యముకాదా?

బిడ్డ పుట్టిన మరుక్షణం దాన్ని అడించే సుఖమే వేరు. అయితే ఈ సందర్భంలో అలా చేయడం కుదరదు. ఆ బిడ్డ ఆరోగ్యము సరిపోయిన తర్వాత ఇది సాధ్యమగును. అయితే తల్లి-బిడ్డల సంబంధం భూమిలో విడిచేయరానిది.

మీరు బిడ్డను ఐసియులో ఉంచినప్పుడునూ ముట్టగలరు. దానితో మాట్లాడుటకూ సాధ్యమే. ఆస్పత్రిలో ఇలా చేయడానికి స్వాతంత్ర్యమివ బడుతుంది. మీ బిడ్డ జతలో ఎక్కువ కాలం గడపడం ఎట్ల? సాధ్యమని నర్స్‌ను అడగండి. ఇంటిలో ఎప్పుడు శిశువు జతలో కాలం గడుపుతారో అప్పుడు లోతైన సంబంధం పెరుగుతుంది అనేది తెలిసియుండని.

గదిలో బిడ్డ

''గర్భిణి అయినప్పుడు బిడ్డ పుట్టిన మమీదట నా గదిలోనే ఉంటుందని యోచించగా హాయి

అనిపించేది. అప్పుడు నేను నా ఆయాసము పోయి ఉంటుందని యోచిస్తుండ లేదు. అయితే ఇప్పుడు నా బిడ్డనే వేరే చోటికి తీసికెళ్ళడానికి సూచిస్తున్నాను. నేను చెడ్డ తల్లినా?''

మీ ఊహ తప్పు. నిజంగానే మీరు మంచి తల్లి. తల్లి అయ్యే సవాళ్ళను పూర్తీ చేశారు. ఇపుడు మీరు వేరొక సాహసాన్ని చేయబోతున్నారు. ఈ అవధిలో మీకు కొంత విశ్రాంతి అవసరము. ప్రసవపు ఆయాసమువల్ల బిడ్డను చూచుకోనుటకు వీలు లేదు, అని ఆ క్షణం అవమానమని అనుకోరాదు. ప్రసవమువలన మీ శరీరం అలసిపోయింది. అనేక గంటలకాలం పడుకో లేదు. తలకు మండుల మత్తెక్కిటున్నది. ఇంతటి పరిస్థితిలో కొంత నిద్ర చేయ గోరినచో అభ్యంతరమేమీ లేదు.

మీరు బిడ్డ జతలో గడిపిన సమయాన్ని లెక్క చేయక ఆరోగ్యవంతురాలగుటపై గమనముంచండి. ఇంటికెళ్ళిన తర్వాత దినమంతా బిడ్డను ముద్దాడవచ్చును. ఇప్పుడు విశ్రాంతిని పొందండి. ఇకముందు ఇలాంటి అవకాశము కూడా దుర్లభము కావచ్చును.

సిజేరియన్ కాన్పు

''సి సెక్షన్ నంతరం నాకు ఎప్పుడు విశ్రాంతి దొరకుతుంది. ఇతర సందర్భాల్లో కడుపు శస్త్రచికిత్స అయితే ఎంతకాలం కావాల్సి ఉంటుందో, అంతే ఇక్కడ కాలం కావాలి. తేడా అంటే మీ గుండుగాని బ్లాడర్ ఇంకనూ తగ్గదు. మీ ఎదుట ఒక ముద్దయిన బిడ్డ వస్తుంది. శస్త్రి చికిత్సతో పాటు మీకు శిశు జననమువల్ల కావాల్సిన అన్నీ సంకష్టాలనుండి ముక్తి లభిస్తుంది. అయాసము, హార్మోణ్లలో మార్పు చెమట ఇలా కొన్ని లక్షణాలు కనబడతాయి. ఈ క్రింద చూచిన కొన్ని లక్షణాలను చూడవచ్చును. చీలిన భాగంలో ప్రక్కప్రక్కల నొప్పి

శస్త్రచికిత్సా సందర్భంలో ఇచ్చిన పోషణ ప్రభావం తక్కువైనట్లల్లా మీ గాయము, చీలిన భాగంలో నొప్పి కనబడతొడగును. ఈ నొప్పి పలు విధాల్లో ఉండవచ్చును. ఈ వెనుక ఎప్పుడైనా ఆపరేషన్ చేయబడి యుండెనా? అనేదాన్ని అది ఆధారపడియుండును. ఈ ఘట్టంలో మీకు నొప్పి నివారణ మందు ఇవ్వబడుతుంది. అప్పుడు నిద్ర వస్తుంది. అయినా స్తన్యపానం చేయించవచ్చు. ఎందుకంటే కొలెస్ట్రంల మీద శస్త్రచికిత్స కూడా ప్రభావం చూపదు. చాలా రోజులవరకు శస్త్రచికిత్స నొప్పి ఉన్నా నొప్పి నివారణ ఔషధాలను మీరు తీసుకోవచ్చును. అయితే మొదట కొన్ని వారాలు భారమైన వస్తువులను ఎత్తకూడదు అంతే, వాకరింత వాంతి రావచ్చును, లేదా రాకనూ పోవచ్చును. ఈ లక్షణాలు లేకనూ పోవచ్చును. ఉన్నా ఔషధాలివ్వబడును.

ఆయాసము : ఎక్కువ రక్తస్రావమగుచున్నందున బలహీనతయు అనుభవానికి వస్తుంది. శస్త్రచికిత్సకన్న కొన్ని గంటలముందు మీరు ప్రసవ వేదన సహిచియుంటారు. అందువల్ల ఆయాసం ఎక్కువైయుండదు. సి-సెక్షన్ గూర్చి మొదటే నిర్ధరించక పోయి ఉంటే భావనాత్మకముగాను మీకాయాసం కనబడేది.

దేహస్థితి నియమిత పరీక్ష :-

నర్స్ ఒకరు నియమితంగా మీ దేహపు ఉష్ణత, రక్తపు వేగము, నాడీ కొట్టకోవడం మున్నగువాటని పరీక్షిస్తూనే ఉంటుంది. మూత్ర మరియు రక్తస్రావపు పరీక్ష జరుగుతుంది.

గదికి వచ్చాక వీటి విషయంగా గమనం ప్రసరింపబడుతుంది.

ఎక్కువ పరీక్ష : ఒకే ధాటిగా నర్స్ పరీక్ష జరుపుతూ ఉంటుంది.

మూత్రముకోసం ట్యూబ్ తీసేది :

మూత్ర విసర్జనకోసం వేసియున్న ట్యూబ్ తీయబడుతుంది. తర్వాత మొదటి సారి మూత్ర విసర్జన సహించదగినదైయుండును. దీనికోసం మేమిచ్చియున్న కొన్ని సలహాలను పాటించండి. అవి పనికి రాకపోతే ట్యూబ్‌ను మరోసారి అలవాటు చేయవలసి వస్తుంది.

శస్త్రచికిత్సయొక్క 8 నుండి 24 గంటల తర్వాత :-

ఈ అవధిలో మీరు నెమ్మదిగా లేచి కూర్చోవాలి. తర్వాత నెలమీద నిలబడేందుకు సూచన ఇవ్వబడుతుంది.

తలత్రిప్పడ రాకపోతే నిలవవచ్చును. ఒకటి రెండడుగులు నడమని సూచిస్తారు. వేగమే అయితే జతలో నడవడం నేర్చుకొంటారు.

సామాన్యాహారము :-

అనేక చోట్ల సి-సెక్షన్ 24 గంటల తర్వాత ద్రవపదార్థములను సేవించవచ్చును. తర్వాత క్రమంగా సామాన్యాహారం స్వీకరించవచ్చును. అన్ని ఆస్పత్రులందును ఈ ఆహార పద్ధతి వేర్వేరుగా ఉండవచ్చును. మీ దేహస్థితిపై ఇది ఆధారపడియుంటుంది. ద్రవ పదార్థం సేవించిన తర్వాత తొందరగా జీర్ణమగునట్టి విశేష సత్వయుతమైన ఆహారం ఇవ్వబడుతుంది. మామూలు ఆహారముతో పాటు ద్రవ పదార్థం తగ్గించకండి. ద్రవపదార్థం చాల ముఖ్యము.

వీపు నొప్పి: చాల మార్లు వీపులో నొప్పి కన్పించవచ్చు. ఔషధంనుండి దీనికి హాయి దొరకుతుంది.

మలబద్ధత : దేహపోషణ లేదా శస్త్రచికిత్సవల్ల మీకు శౌచకార్యమందు మందగతి కల్గియుంటుంది. ఇది సరిపోవుటకు కొన్ని దినములు కావలసియుంటుంది. మలబద్ధతవల్ల వాయునొప్పులు కలుగవచ్చు. దీనికి ఏ మందునూ మీకు ఇవ్వరు.

కడుపులో తొందర : జీర్ణాంగములు పనిచేయడం మొదలిడితే కడుపులో చేరిన గ్యాస్ తన పరిమాణాన్ని తెచ్చిపెట్టుతుంది. అపుడు నవ్వుటవల్ల, తుమ్ముటవల్లఇ అరచుటవల్ల, ఈ పరిస్థితి మరింత బిగువు అవుతుంది. నర్స్ లేదా వైద్యులు దీనికి ఉపాయం సూచిస్తారు. ఆపరేషన్ చేసిన స్థలాన్ని ఒత్తిపట్టుకొని దీర్ఘంగా ఊపిరాడుటవల్ల ఒకటిరెండడుగులు తిరుగాడుటవల్ల హాయిదొరకుతుంది.

బిడ్డతో కాలంగడపండి :- మీ పరిస్థితి కొంత చక్కబడిందంటే బిడ్డకు పాలుద్రాపించే దానితో పాటు కొంతకాల గడపండి. గదిలో సహాయానికోసం ఎవరినైన పెట్టుకోండి. అపుడు మీరు గవనాన్ని బిడ్డ మీద కేంద్రీకరింపవచ్చును.

కుట్లు విప్పుట :- శస్త్రచికిత్సానంతరం వేసిన కుట్లు తనంతతానే విచ్చుకొనేటటువంటిది లేనిచో 4-5 రోజుల తర్వాత కుట్లు తీసి వేయించుకోండి. అపుడు నొప్పి కాదు. విప్పినతర్వాతసూక్ష్మంగా గమనించి, ఎప్పుడు సరిపోతుందని వైద్యులనడగండి. కావాల్సిన మార్పులు, చేసుకోవలసిన పోషణనుగూర్చి అడిగి తెలిసికోనండి. ప్రసవం తర్వాత 4-5 దినములయిన తర్వాత మీరింటికి పోవచ్చును. ఇంటికెళ్ళిన తర్వాత కూడ బిడ్డను చూచుకోవలసి ఉంటుంది. మొదట కొన్ని వారాలు చూచుకోవడానికి ఎవరినైన పెట్టుకోనండి.

శిశువుతో పాటు ఇంటికి

''అస్పత్రిలో నర్స్ నా బిడ్డయొక్క డైపర్ మార్చుచుండెను. స్నానం చేయించుచుండెను. బిడ్డకు పాలు ద్రాపించే సమయం అని హెచ్చరించుచుండెను. ఇపుడు నాకు చాలా బేజారు.

బిడ్డలు ఏదో సూచనతో మా వద్దకు రారనేది నిజము. అయితే అస్పత్రినుండి ఇంటికి వచ్చునప్పుడు బిడ్డకు స్నానం చేయించు రీతి గూర్చి అడి చేరతినిగూర్చి సూచన ఇవ్వబడును. మొదటి సారి డైపర్ మార్చేటప్పుడు కొంచెం గడిబిడి కావచ్చును. దీని విషయమై పుస్తకాలనుండి తెలిసికోనుటను పొందవచ్చును. చిల్డ్రన్ స్పెషలిస్టులు దీన్ని గూర్చి తెలియజేస్తారు. ఏ విషయమూ మరచిపోనట్లు

■ ■ ■

అడగవలసిన ప్రశ్నలను వ్రాసుకోనండి.

ఒక తెలివిగల మీకు తల్లి కావడంలో సమయం పడుతుంది. దీనికై ధైర్యమును అలవాటు చేసుకోవాలి, డైపర్ వేయకపోతే స్నానం చేయించకపోతే బిడ్డ మిమ్మలనేమీ అడగదు. అయితే దానివల్ల జరుగు అనుభవాన్ని మీకు తెప్పించుటకు వెనుకంజ వేయటలేదు. అకలైతే గట్టిగా ఏడుస్తుంది. స్నానం నీళ్ళు కొంచెం వేడి లేక కొంచెం చల్లగా ఉన్నా కిటారున ఏడుస్తుంది. శిశువు మిమ్మలను వేరొక తల్లితో వల్చుకోనుటకు కాదు. బిడ్డకు మీరే అత్యంత ఉత్తమమైన తల్లి అయిపోతారు అలాగే ముందుకెళ్ళుతారు.

మీరు మీ ఆయాసం తీర్చుకొనడానికి విశ్రాంతి పొందండి. శక్తి ఎక్కువ చీసికొనుటకు బాగా తినండి. క్రమంగా బిడ్డను చూచుకోవడం, చేతిలో ఎత్తికొనే బటలను ఉదుకగలరు. వాక్యూం క్లీనర్ కదలించగలరు. ఇలా మీకు ఒకే సారి చాల పనులు చేసే ఓర్పు వచ్చేస్తుంది.

స్తన్యపానం ప్రారంభము

బిడ్డకు స్తన్యపానం చేయించడం సహజమైన పని, అయినా తల్లులు దీన్ని సమర్పకంగా చేయడం లేదు. స్తనములకు పాలూ కూడ స్వయంగానే వస్తాయి. అయితే మీరు స్తనముయొక్క మెనను బిడ్డ నోటికి ఎలా పెట్టాలి అనేదాన్ని ఉత్సాహభరితులై నేర్పాల్సి ఉంటుంది.''

ఈ విధానాన్ని మీరు తప్పక నేర్వాలి. చాల సార్లు దైహిక తొందరలవల్ల ఈ ప్రక్రియ పూర్తికానేరదు. తల్లిఇ బిడ్డ ఇద్దరూ విధానానికి పొందుకోవలసి ఉంటుంది. తల్లి బిడ్డకు పాలు ద్రాగించుటరాదు. బిడ్డకు పాలు త్రాగడం రాదు. ఇవి రెండునూ సరిపోవాలి.

ముందునుండే ఈ విషయంలో మీకు తెలిసి ఉంటే చాల సుధారింపు కనబడుతుంది. దీనికి కావాలంటే పాఠశాల, పుస్తకాలు, ఆన్‌లైన్ సహాయాన్ని పొందవచ్చు.

కాన్పు గదిలో నుండియే దీన్ని ప్రారంభించవచ్చును. మొదట మొదట స్తన్యపానాన్ని ప్రారంభించడం మీకి సాధ్యము, అనేది దాని అర్థం కాదు.

స్తన్యపానము మరియు ఐసియులో శిశువు

ఒకవేళ క్రొత్తగా పుట్టిన బిడ్డను ఏదో కారణంవల్ల ఐసియులో పెట్టియుంటే స్తన్యపానం చేయించడం వదలద్దండి. ప్రత్యక్షంగా స్తన్యపానం చేయించడం కాకపోతే పంపు సహాయంతో పాలు తీసి సీసాలో వేసి ఇవ్వండి. పంప్ నుండి పాలు తీస్తే పాలు వృద్ధి అవుతుంది.

మీరిద్దరూ దీన్ని చాలా నేర్చుకోవాలి. శిశువుకు ఆకలేసినప్పుడు నీవు సిద్ధం చేసికోనమడి. దానికి ఆకలయినప్పుడు మీరు నిద్రమత్తులో ఉన్నంట్లండకూడదు.

సాధ్యమైనంతవరకు ఇతరుల సహాయాన్ని తీసికొండి. లెక్టేషన్ పండితుల దీనికి సహాయ పడగలరు. దానికనుకూలం లేకపోతె అనుభవజ్ఞరాలయిన నర్స్ లేదా వైద్యులనుండి సహాయాన్నిపొందండి. వాళ్ళు మీకు అనుకూలమైన సహాయం చేయగలరు.

స్తన్యపానము మరియు ఐసియులో శిశువు

నవజాత శిశువును ఏదోకారణానికై ఎసియులో పెట్టియున్నా స్తన్యపానం మాత్రం విడువకండి. ప్రత్యక్షంగా కాకపోతే పంపుసహాయంతో పాలు తీసి శీసాలో వేసి త్రావించి పంపుతో తీసిన పాలు పరిపూర్ణంగా ఉంటుంది.

★ మిమ్మలను చూచుటకు శుభాకాంక్షలు చెప్పేవారి గుంపునుండి రక్షించుకోండి. జనుల కలయికతో మీ బిడ్డ మధ్య స్తన్యపాన ప్రక్రియకు అడ్డమౌతుంది. అట్లయి మీరు విశ్రాంతి వాతావరణం సృష్టించుకోవాలి. స్తన్యపానాన్ని పూర్తి ఏకాగ్రతతో చేయాల్సి ఉంటుంది. దీనివల్ల ఇద్దరికి సంతృప్తి కలుగుతుంది.

★ బిడ్డ పాలు త్రాగుటను ప్రారంభించడు ఆలస్యమైతే నిరాశపడకండి. దానికీ ప్రసవపు ఆయాసముంటుంది. పుట్టిన బిడ్డకు నిద్ర కూడా ఎక్కువగా ఉంటుంది. దాని దగ్గర మొదటినుండి

కొన్ని పోషక వస్తువులుంటాయి. ఇవన్నీ ముగిసి పూర్ణ ప్రమాణంలో ఆకలయినప్పుడు చాలినన్ని పాలను పీల్చే శక్తి బిడ్డకు వస్తుంది.

★ బిడ్డను బాటల్ పాలనుండి ఈ ఘట్టంలో దూరం చేయండి. స్తన్యపానానికి ముందే తనవద్ద ఉన్న పోషకాంశముల నుండియే కడుపు నింపుకొనేటట్టు కాకూడదు. బాటిల్ పాలతో శిశువు ఆకలి తట్టుకోదు. అవసరమై కొలెస్ట్రం కూడా దొరకదు. ఎక్కువ ఆహారాన్ని బిడ్డకు ఇస్తున్నా స్తన్యపాన సమయమందు ఆటుఇటు ఇవ్వద్దండి. దానికి బాటిల్ అలవాటే అయితే కష్టమౌను. బాటిల్ పాలు త్రాగునపుడు బిడ్డ ఎక్కువకష్టపడు పని లేదు. ఇలాగయినందున స్తన్యపానం మీద ఆదరము ఆసక్తి చితికిపోతుంది. దినానికి 8 నుండి 12 సార్లు పాలు త్రాగించండి. చాలా పాలు ఉత్పత్తి అవుతాయి. బిడ్డకూ సంతోషమౌతుంది. 4 గంటల తర్వాత పాలు త్రాపితే పాలు ఉత్పత్తికావు. స్తనాలలో రక్త సంగ్రహమవుట మొదలగుతుంది. బిడ్డకు చక్కగా పడుకో బెట్టుకొని పాలు త్రాపండి. అలా చేస్తే ఎంత సేపు కావాలన్నా స్తన్యపానం చేయించవచ్చు.

బిడ్డకు రెండు స్తనములనుండి పాలు త్రాపండి. ఒక స్తనములో పాలు అయిపోతే మరోదాన్నుండి త్రాగించాలి. చీనివల్ల బిడ్డ ఆకలి తీరుతుంది. చాలినంత పోషణ ఔతుంది. బలవంతంతో త్రాపించకండి. స్తన్యపానాన్ని పాలు నిండినప్పుడు చేయించాలి. ఈ విషయాన్ని మరవరాదు.

స్తన్యపానం చేయించేది ఎలా?

ఏదైనా ప్రశాంతమైన స్థలాన్ని ఎన్నుకోండి. దానివల్ల మీకూ విశ్రాంతి దొరకుతుంది. బిడ్డకూ విశ్రాంతి దొరకి కడుపు నింపుకోవడం సాధ్యమౌతుంది.

మీవద్ద ఏదైనా త్రాగే వస్తువు పెట్టుకో ఉండండి. ఇది చాలా వేడిగ ఉండరాదు. మీకేమయిన తినాలనిపిస్తే ఎక్కువ పొద్దు పోయింటి పౌష్టిక తినుడాన్ని తినండి.

మీవద్ద ఏదైనా పుస్తకం పెట్టుకొండి. స్తన్యపాన సమయంలో పుస్తకం చదివే మధ్య బిడ్డ పైనా గమనముంచండి. ఆరంభపు దినాల్లో టివి వేయడంవల్ల ఎక్కువ బాధ కావచ్చు. ఫోన్ తీసికొనేది వద్దు. వాయ్స్ మేల్‌లో వేయండి. లేదా వేరెవరికైనా తీసికొమ్మని సూచించండి.

బిడ్డను హాయిగా ఎత్తికొనుటకు ఒడిలో తలదిండు ఉంచుకోండి. ఆధారం లేకుండ ఎత్తుకోవడంవల్ల ప్రక్కల్లో నొప్పి కావచ్చును. సాధ్యమైతే కాళ్ళను పైకి పెట్టుకోండి.

శిశువు మూతిని మీచనుమైనవైపు త్రిప్పుకొని పడుకోబెట్టుకోండి. దాని పూర్తి దేహము మీ దగ్గనే తిరిగి ఉండాలి. ఇలా సరియైన రీతిలో పండుకోబెట్టకోనడంవల్ల స్తన్యపానపు సందర్భము మీ రనుభవించదగిన తొందరనుండియు కాపాడబడుతారు.

★ మొదలు కొన్ని వారాలు స్తన్యపానానికి రెండు రకముల పద్ధతులను సలహా జేయబడింది. ఒకటి చేతిలో బిడియొక్క తలకు తొడిచ్చి మరొక చేత్త దాని దేహమునంతా పట్టుకొనేది ఒక పద్ధతి.

దేహాన్ని సరిగా పడుకోబెట్టుకొన్న తర్వాత అదే చేతితో చెనుమునను బిడ్డ మూతికి పెట్టవలెను. అప్పడు స్తనాన్ని నిధానంగా ఒత్తండి. దాని భారముతో బిడ్డ ముక్కును ఒత్తకుండ ఉండని. ఇపుడు మీరు స్తన్యపానం చేయించవచ్చు.

రెండవ పద్ధతి : ఫుట్‌బాల్ హోల్డ్ అనే రీతిగా సి-సెక్షన్ తర్వాత ఈ విధానం చాల లాభదాయకమనిపించింది. దీనివల్ల కడుపు మీద పత్రూ ఒత్తిడి పడదు. ఒక వేళ మీ ఎద పెద్దదిగా ఉంటే లేదా బిడ్డ వేళకు ముందే పుట్టి ఉంటే లేక కవల పిల్లలకు పాలు త్రాపుతూ ఉంటే, బిడ్డ సగం పడుకొన్న స్థితిలో పడుకోబెట్టుకోండి. బిడ్డ కాలు చేతులు మీ నడుము క్రింద ఉండని. ఒక చేత్తోదాని తలకు ఆధారమివ్వండి. మరొక చేత్తో స్తనాన్ని పట్టుకొని ఉండండి. ఎప్పుడు మీకు బాగా స్తన్యపానం చేయించేది అలవాడు అవుతుందో బొమ్మలో చూపినట్లు క్రెడల్ హోల్డ్ విధానాన్ని అనుసరించవచ్చు.

చెనుమొననను బిడ్డ ముక్కు నుండి క్రింది మొనవరకు తేసికొని పోండి. అలా చేయడంవల్ల అది నోరు తెరుస్తుంది. దీనివల్ల స్తన్యపానపు సందర్భంనందు క్రిందిమొనమీన ఒత్తిడి పడేది లేదు. బిడ్డ అది తలత్రిప్పకొంటే ప్రేమతో మరల దగ్గరకు లాగుకోండి.

బిడ్డ నోరు తెరచిన తరువాత స్తనమును ముందుకు తీసికొని పోతు బదులు దాని ముఖాన్ని స్తనం దగ్గరకు లాక్కోండి. ఒత్తిడితో స్తనమును దాని దాగ్గరికే తీసికెళ్ళితే కొన్ని సమస్యలు రావచ్చును. మీ వీపు నిటారుగా చేసికొని బిడ్డను స్తనము దగ్గరికి తెచ్చుకోనండి.

బిడ్డ స్తనం చివరిని నోటిలో పెట్టుకొన్న తక్షణమే పాలు పచ్చేయవు. చుట్టు ప్రక్కల కొన్ని అంశాలు దాని నోటికి పోవాలి. పాలగ్రంథులను ఒత్తినపాఉడు పాలు కారుతుంది. చాల మంది బిడ్డలు ఆకలేసినపుడు స్రనపు భాగమును లాగుతాయి. పాలు రాకపోయినా అలా చేసినవుడు స్తనములకు దెబ్బ కావచ్చును.

స్తనముతో బిడ్డ ముక్కును ఒత్తితే చేతిలో మీ స్తనమును నివారించి బిడ్డను కొంచెం పైకెత్తుకోనండి. దీనివల్ల బిడ్డ ఊపిరాడుటకు అనుకూలమౌతుంది. అయితే ఈ ప్రక్రియవల్ల కుట్టు సడలిపోవచ్చు.

★ బిడ్డ ముఖం వికసించిందంటే దానినోట్లో చాలినంత పాలు చేరుతూందని మీకు అనిపిస్తుంది.

★ పాలు పూర్తీ త్రాగిన తర్వాత కూడ స్తనాన్ని బిడ్డ వదలక పోతే ఉన్నదునట్లే లాగితే మొనకు నొప్పి కావచ్చు. బిడ్డ నోరు ఒకవైపు వ్రేళ్ళు వేసి స్వల్పంగ గాలి ఆడేటట్లు చేయండి. తర్వాత మొనను నిదానంగా బయటికి తీసికొండి.

★ బిడ్డ ఆకలివల్లనే చాలా ప్రొద్దు పడుకోనూ పదలకండి. ఒక వేళ అది గడచిన 4 గంటల

దాఖలు చేయండి

ప్రతిసారీ పాలు నిండిన స్తనంతో పాలు త్రాగించాలి. దీనికై ఒక చేత్తో తిలో గాజులు పట్టుకోండి. ఒక స్తనం నుండి త్రాపండి. అయిన తర్వాత మరొక స్తనములో త్రాపే తప్పుడు గాజులను వేరొక చేతికి మార్చుకోండి అంటే ఇపుడు మొదటిమారి ఏస్తనంనుండి పాలు త్రాగించాలి అని లెక్క చేయవచ్చు.

సేపునుండి వడుకొని ఉంటే పాలివ్వడానికి లేపాలి. దానికి కప్పియున్న దప్పమైన బట్టలను తీయండి. అప్పడది లేస్తుంది.

బిడ్డను తొడపై కెత్తుకొని ముఖం మీద ఒకటి రెండు చుక్కలు నీళ్ళు వేయండి. అది లేచిన తక్షణం పాలు త్రాగే రీతిలో సిద్ధముకండి. లేక వడుకొన్న బిడ్డను మీ తెరచిన ఎదపై పడుకోబెట్టుకోండి. మీ హృదయ సుగంధపు బిడ్డను లేవుతుంది.

బిడ్డ ఏడుస్తూ ఉంటె పాలు ఇవ్వకండి. ఆకలితో ఏడ్చే శిశువును మొదట ఓదార్చాలి. నోటిలో వేలు పెట్టి పాలు త్రాపే తెలివిని చూపించాలి. స్తనాగ్రము ఎప్పుడూ నోటిదగ్గరకు పోవునో అప్పుడు చాలా సమాధానం పడుతుంది.

స్తన్యపానం చేయించునపుడు శాంతచిత్తంతో ఉండండి. చుట్టుముట్టు వాతావరణాని ప్రశాంతంగా ఉంచండి. కొంచెం దీర్ఘశ్వాసను తీసికోండి. సంగీతం వినండి. ఒత్తడికి దూరంగా ఉండండి. అలా కాకపోతే పాల ఉత్పత్తిలో ఆలోచించ కల్గుతుంది. బిడ్డ ఏదయినా లాగుటకులో పైయుంటే కడుపు నిండా పాలు త్రాగదు.

కొంత ధైర్యం ఉండని

స్తన్యపానంవల్ల అయ్యే మొదలు చేసే తొందరలు దీర్ఘకాలముండవు. తల్లి స్తన్యపానం బిడ్డయొక్క ప్రకృతి దత్త అధికారము. అది సులభంగా తన అధికార గ్రహణాన్ని ఇస్తుంది. అయితే అంతవరకు మీరు కొంత కష్టపడవలెను.

స్తన్యపానాన్ని సరియైన రీతిలో ప్రారంభించండి. బిడ్డ కెప్పుడు పాలు త్రాగించిని అని గుర్తుంచుకోండి. దానివి ఎండిన తెల్లని డైపర్స్ ఎన్ని ఉన్నవి? బిడ్డ దినంలో ఎన్న సార్లు ఎంత సేపు పాలు త్రాగెను అనేదాన్ని వ్రాసి ఉంచండి. దీని చూబియే వైద్యులు బిడ్డకు సరియైన పోషణ లభించిందా అనేదాన్ని నిర్ధారణ చేస్తారు. దాని తూకం ద్వారాను, మీకు బిడ్డ పూర్తి ప్రమాణంలో పాలు త్రాగిందా లేదా అనేది తెలుస్తుంది. పగటిపూట తక్కువంటే 6 డైపర్ మూత్రం విడిచింది మూడు సార్లు మలవిసర్జన చేసింది ఉండాలి.

స్తనముల పరిపూర్ణత

కొలెస్ట్రమ్ వరకు అన్నీ సరిగ్గా ఉంటాయి. దీని తర్వాత స్తనాల్లో పాలు దిగుటకు మొదలిడినప్పుడు అది చాలా పెద్దదిగా ఉంటుంది. దాన్ని ముట్టినపుడు నొప్పి కూడా అవుతుంది. ఈ పరిస్థితి 24 నుండి 48 గంటలలోపల మూలుగానే అవుతుంది. అయితే ఇలాంటి సందర్భంలో స్తన్యపానం చేయించేది తల్లి మరియు బిడ్డకు కొంచెం కష్టమవుతుంది. ఈ అవధిలో ఏర్పడే తొందరల నుండి దూరమగుటకు దిగువ కనబరచిన కొన్ని విధానాలను అనుసరించవచ్చును.

★ పాలు త్రాపుటకు ముందు స్తనాలకు నీరు చిముకరించండి (చల్లండి) గోరు వెచ్చని నీటిలో ముంచిన నీటితో తడపిన స్తనములపై ఉందండి. స్తనములు మెత్తబడతాయి.

★ బిడ్డ ఏస్తనంతో పాలు త్రాగుతుంటుందో ఈ స్తనమును చేతిలో నిధానంగా సవరండి.

★ స్తన్యపానానంతరం ఐస్ ప్యాక్ వేసికోండి. స్తనములపై చల్లని ఆకు గోబియొక్క ఆకు వేయడం వల్ల విశ్రాంతి దొరకుతుంది.

★ నొప్పి కారణంగా స్తన్యపానం నిలవకండి. ముందుగా తాపకండి. బిడ్డ ఎంత తక్కువ పాలు త్రాగితే మీకంత సమస్య అవుతుంది.

★ ప్రతి స్తనం నుండి చేతులతో అదిమి పాలు తీయండి. ఇలా చేస్తే మొన మెత్తబడుతుంది. బిడ్డ స్తనంపై పట్టు సాధిస్తుంది.

★ తీవ్రమైన నొప్పినుండి విముక్తి పొందుటకు టైలినోల్ లేక మరేదయినా నొప్పి నివారణ ఔషధము సేవించవచ్చు.

స్తన్యపానం జతకు ఆహారము

స్తన్యపానానికి ప్రతిదినమూ 500 క్యాలరీల ఆహారం కావాలి. దానివల్ల మీకు మీరే కావాల్సిన ఆహారపు ప్రమాణం జతకు 500 క్యాలరీలు ఎక్కువ సేవించాలి.

ఆహారంలో ప్రమాణం జతకు గుణమట్టంవైపు గమనం ఉంచాలి. మీరీవెనుక 9 నెలల్లో తిని త్రాగు అనేక ఆహారాలను తెలిసికొన్నారు. వాటిని వాటిస్తూనూ వచ్చారు. ఇపుడింకనూ ఎక్కువగమనం పెట్టాల్సిన అవసరముంది. స్తన్యపానంతో పాటు సేవించవలసిన ఆహార నియమాలు పాటించండి.

పాలు కారుట

స్తన్యపానానికి కొన్ని వారాలు ముందు ఎపుడు కావాలన్నా పాలు కారవచ్చును. పొంగే, దగ్గే సాధ్యత కూడా కలదు. మీకు ఏ మందు సూచన ఇవ్వకున్నా ఇది జరిగిపోతుంది. ఉన్నదున్నట్లే తడిసిన అనుభవమూ ఔతుంది. ప్యాడ్ లేదా స్వెటర్ తీసికొనే లోపలే మీ బట్టమీద తడి అయివుంటుంది. ఇలాంటప్పుడు సిగ్గుపడరాదు. ఇదొక సామాన్య ప్రక్రియ. దానికి కావాల్సిన వ్యవస్థ

ఏమి తినాలి?

ప్రోటీన్–3 సర్వింగ్ ప్రమాణం కాల్షియం – 5 సర్వింగ్ ఇనుముతో 1 లేదా హెచ్చు సర్విసింగ్

విటమిన్ సి – సర్వింగ్ పచ్చని ఆకు కూర కూరగాయలు పండ్లు 3 నుండి 4 సర్వింగ

ఇతరమైన పండ్లు కూరగాయలు ఒకటికంటే ఎక్కువ సర్వింగ్

అన్ని ధాన్యములు మరియు కాంప్లెక్స్ కార్బ్

3 కంటే ఎక్కువ కొవ్వుగల ఆహారము, 8 లోటాలకంటే ఎక్కువ నీళ్ళు, లేదా జూస్, శిశువు సంపూర్ణ మెుదడు పెరుగుటకు డిఎం యుక్త ఆహారము. ప్రసవపూర్వ విటమిన్ ప్రతినిత్యం శిశువు పెరుగుదల జతకు క్యాలోరీ ప్రమాణం ఎక్కువ చేయాలి. శిశువుకు ఫార్ములా పాలు ఇస్తే మీరు కాలోరీ ప్రమాణం తగ్గించాలి.

దీనిని తినరాదు:-

స్నానం చేయించేటప్పుడు మద్యపానం చేయద్దండి. శిశువుకు పాలు ద్రావిన మీద ఒక గ్లాస్ త్రాగవచ్చు. అందువల్ల కొన్ని గంటల సేపులో దాని ప్రభావం తగ్గుతుంది. కొంచెం కాఫీ పునః ప్రారంభించండి. ఇదిగాక గ్యాస్ కాని భారీ భోజనము చేయవద్దండి. అలర్జీ చేసే ఆహారాన్ని తీసికోవద్దండి. ఏదో చెట్టు మూలికముండే ఖాద్య పదార్థాన్ని తీసికొనే ముందు లెబల్ చదవండి.

మీ భోజనము మరియు శిశువు

శిశువు తల్లిపాలవల్ల పలురకములైన రుచులు దొరకుతాయి. మీరు అనేక విధాల ఆహారాన్ని సేవిస్తే, శిశువూ పెద్దదయిన తర్వాత తినడానికి త్రాగడానికి హటం చేయదు.

మీకు కష్టమయే ఆహార పదార్థాలను తినకండి. దీనివల శిశువుకు హానికలుగుతుంది.

చేసుకోండి. పడుకొనేటప్పుడు వేడినీళ్ళ స్నానం చేసేటప్పుడు పాలు కారవచ్చును. బిడ్డ నియమిత సమయంలో పాలు త్రాగుచున్నదిన్నప్పుడు ఆ సమయానికి సరిగ్గా పాలు కారుతుంది. ఒక స్తనంలో బిడ్డ పాలు త్రాగుచున్నప్పుడు, మరొక్క స్తనంలో పాలు కజూళారవచ్చును. ఎప్పుడూ ఇలా కాదు. ఎప్పుడైనా ఔతుంది. మొదటి సారి తల్లి కాబోతున్నవారికి అలా ఔతుంది. స్తన్యపానపు సమయం వ్యవస్థితమైన తర్వాత ఒసరడం తగ్గిపోతుంది. క్రింద కనబరచిన కొన్ని విధానాలను మీరు పాటించవచ్చును.

★ మీవద్ద నర్సింగ్ ప్యాడ్ ఉంచుకోండి. పాలు త్రాగిన తర్వాత దాన్ని ఉపయోగించవచ్చు. డైపర్ వలె తడిసినప్పుడు దీన్ని మార్చి తీయాలి అనేది గుర్తుండని. ప్లాస్టిక్ లేదా వాటర్ ప్రూఫ్ లైనర్ లేదా ప్యాడ్ ఉపయోగించండి. లేనట్లయితే స్తనపు కొనలో కష్టం కావచ్చును.

★ మీ పరుపు మీద నిగా ఉండని. పడుకొన్నప్పుడు ఎక్కువ పాలు కారుతాయి అనేదయితే కప్పడాన్ని రోజూ మార్చండి. కారుటను తట్టుకోనెందుకు పాలు తీయవద్దండి. ఇలా చేస్తే పాలు ఎక్కువ ఉత్పత్తి అయి కారుతుంది.

★ అవసరానికంటే ఎక్కువ కారుటను నిదానం చేయద్దు. మొదట కొన్ని వారాలు అలా చేస్తే పాలు గడ్డకట్టవచ్చు. అందువల్ల స్తన్యపానము వ్యవస్థితంగా అయిన తర్వాత పాలు కారేదాన్ని ఆడ్డుకోవడానికి ఎదవైపు బాహులను బంధించవచ్చును. లేదా ఒంటరిగా ఉన్నప్పుడు చనుమొనను మెల్లనీవవచ్చును.

చనుమునపై గాయము

చనుమొన సూక్ష్మమయిగానున్నందున స్తన్యపానం పలుమార్లు కష్టదాయకంగా ఉంటుంది. చాలా మంది స్త్రీలల్లో స్తన్యపానానికి మొన అనుకూలకరంగానే ఉంటుంది. కొందరు తల్లులు స్తన్యపానం చేయించేటప్పుడు బిడ్డ సరిగా ఎత్తుకోక ఉన్నప్పుడు లేక బిడ్డ జోరుగా పిండినప్పుడు, చనుమొనపై గాయమయ్యే సమస్యను ఎదుర్కోనవలసి ఉంటుంది. అలాంటప్పుడు క్రింద కనబరచిన ఉపాయాన్ని అనుసరించండి.

బిడ్డను సరియైన విధంగా ఎత్తుకోండి. బిడ్డ ముఖము స్తనం వైపు ఉండని. స్తన్యపానపు స్థితిని మార్చుతూండండి. మొనల చుట్టుముట్టు ఒకే రీతిగా వల్చని ఒత్తిడి పడేలా చూచుకోండి.

★ మీ స్తన అగములను గాలియాడుటకు వదలండి. ఇంటిలో ఉన్నప్పుడు బట్టను తీసి కొంచెం సేపుండండి. క్రుచ్చుకొనేలాం ఉండే బట్ట వేయకండి.

★ చనుమొనలు ఎండిపోకుండా ఉండని. నర్సింగ్ ప్యాడ్ తడియవు తుంటేట్లల్లా మార్చండి. నర్సింగ్ ప్యాడ్‌లో ప్లాస్టిక్ లైనింగ్ ఉండరాదు.

★ స్తనాగ్రములను పాలతోనే పోషణ చేయండి. గాయాన్ని ఆ పాలె మేలు చేస్తుంది. బిడ్డ పాలు ద్రావిన తర్వాత స్తనములపై వ్యాపించిన పాలను తుడవకండి. కొన్ని చుక్కల పాలను స్తనంనుండి తీసి మొనలపై రాచుకోండి. బ్రా వేసుకోవడానికి ముందు మొనలను ఎండించుకోండి.

★ స్తనముల మొనల చెమటనుండి, గ్రంథులనుండి దైవికమైన మంచి రక్షణ ఉంటుంది. అవి మొనలపై జిడ్డున్నట్లు చూచుకోంటుంది. అయితే మొనలలో చీలిక కనబడితే అంగడిలో దొరికే లేనోసిల్ సాయం పొందండి. పాలు ద్రావిన తర్వాత లేన్‌సిమోడ్ ఔషధము పూయండి. అయితే వ్యాసలిన్ పూయకుండా ఉండండి. మొనలను సోపు, సాబూను అల్కోహాలు లేదా వైన్‌తో కడుగక కేవలం నీళ్ళు వాడండి.

అపుడు బిడ్డ సూక్ష్మాంగ జీవులనుండి పూర్తి రక్షింపబడుతుంది. మీ పాలు బిడ్డకు అమృతముతో సమానము.

★ చల్లని నీటిలో ముంచిన టీ బ్యాగ్‌ను మొనపై ఉంచండి. టీలోని అంశములు గాయమునుండి విముక్తి గల్గిస్తుంది. గాయాన్ని మేలు చేస్తుంది.

★ రెండు స్తనముల వైపు అప్పుడప్పుడూ గమనముంచండి. మొనలనుపయోగించేదే దాన్ని శక్తివంతముగా చేయు విధానమై యుంటుంది. రెండూ స్తనములను ఒకే సమంగా ఉంచాలంటే రెండింటికి ఒకే రకంగా కాలావకాశమివ్వాలి. ఒక మొనలో ఎక్కువ తొందరున్న దీన్నట్లయితే దాని వాడుకను తగ్గించాలి. కొంచెందిరాతుం అనిపించినప్పుడు రెండు స్తనములనుండియూ పాలు త్రాగించాలి, ఒకే స్తనంలో పాలు ద్రావితే ఉత్పత్తిలో తక్కువ కావచ్చు.

★ పాలు ద్రాపించుటకు ముందు శాంతచిత్తులైయుండుడు. అపుడు పాలు త్రాగుటకు శిశువుకు జోరుగా మొనను పీల్చుకొని త్రాగవలసిన ప్రమేయమముండదు. మీకెక్కువ నొప్పి కూడా ఉండదు.

గాయమునుండి దూరమగుటకు స్తన్యపానానికి ముందు టలిన్‌లో తీసికొండి.

★ చనుమొనలో చీలితే నిగా ఉంచండి. దాని వల్ల సోంకు కలుగవచ్చు. చీలికనుండి పాల కణముల్లో సూక్ష్మాంగ జీవులు చేరితే వైద్యులకు తెల్పి అంటి బయాటిక్ ఔషధమును సేవించండి.

స్తన్యపానంలో కష్టమైతే

"స్తన్యపానమొకసారి వ్యవస్థయయితే ఏ అణచివేత ఉండదు. అయినా చిన్నవాటి సమస్య కావచ్చు.

పాలు గడ్డకట్టుట : అనేక సార్లు పాలు గడ్డకట్టుతుంది. దీనివల్ల పాలు చెడిపోతాయి. స్తనం మీద ఎర్రని గాయాలు కనబడతాయి. ఈ సందర్భములో సరియైన చికిత్స చేయక పోతే సోంకు కలుగుతుంది. ఇలాంటప్పుడు బిడ్డకు అదే స్తనమునుండి పాలు త్రావడం మంచిది. అపుడా పాలు సంపూర్ణంగా ఖాళీ అవుతుంది. ఒకవేళ శిశువు పూర్తిగా పాలు త్రాగకపోతే చెయినుండి లేదా ఎద పంప్‌నుండి పాలను తీయాలి.

మీ బ్రా గంట్లమీది ఒత్తిడి చాల బిగువుగా ఉండరాదు. నర్సింగ్ స్థితిని మార్చుతూ ఉండండి. వేడినీటి కావడం లేక మాలీశ్‌లనుండియు హాయి లభించవచ్చును. బిడ్డను స్తన్యపానం వేళ సరియైన స్థితిలో పడుకోబెట్టుకోంటే దాని అదుముటవల్ల స్తనమునకు మాలీశ్ ఔతుంది. బిడ్డ ఎన్ని ఎక్కువ సార్లు పాలు త్రాగుతుందో గంటు అంతే సులభంగా తగ్గిపోతుంది.

ఎద సోంకు : చాలా సమయాల్లో ఒకటి లేక రెండూ స్తనములలో సోంకు ఏర్పడవచ్చును. స్తన్యపాన సమయాన ఎప్పుడు కావలసినా ఇలా కావచ్చును. ఎన్నో సార్లు మొనలలోని చీలికలనుండి సూక్ష్మజీవులు స్తనానికి ప్రవేశిస్తాయి. ఒత్తిడిగల మహిళలు తొందరగా దీనికి బలియగుదురు.

తీవ్రమైన నొప్పి, ఎరుపైక్కుట, స్తనాలు వికసించడం చలియగుచున్నట్లనిపించుట, అగును. 101-102 డిగ్రీల జ్వరము ఇవి సోంకు లక్షణాలు. ఇలాంటి లక్షణాలు కనిపించిన తక్షణం వైద్యుల దగ్గరికి పోవడానికి నిదానించవద్దండి. ఇలాంటి సందర్భంలో మీకు విశ్రాంతి, అంటి బయాటిక్స్, నొప్పిని పోగొటే మందులు ద్రవపదార్థములు మున్నగువాటి అవసరముంటుంది.

మందు తీసుకొనిన 2-3 దినములలో మీకు విశ్రాంతి దొరకును. చికిత్స పొందుచున్నప్పుడు బిడ్డ స్తన్యపానం చేయించకండి. బిడ్డకు సూక్ష్మజీవులవల్ల సోంకు తగిలింది. అంటిబయాటిక్ మందు సురక్షితంగా ఉంటుంది. స్తనములనుండి పాలు తీస్తుంటే గంటు కట్టదు. పాలు త్రావునప్పుడు చాలా నొప్పి కలిగితే వేడినీళ తొటటిలో పండుకొని పంప్ మండిపాలు తీయండి. అప్పుడు నొప్పి తక్కువౌతుంది. అయితే ఎలెక్ట్రిక్ పంపు వాడరాదు.

చికిత్స అలన్యమైతే లేదా నిలిచి పోతే రోగలక్షణాలు తీవ్రమౌతాయి.

సిజేరియన్ తర్వాత స్తన్యపానము

సిజేరియన్ తర్వాత ఎంత సేవయినా తర్వాత మీరు బిడ్డకు స్తన్యపానం చేయించడం అనేది మీ మరియు బిడ్డ పరిస్థితిని బటటి ఉంటుంది. ఇద్దరి ఆరోగ్యమూ సరిగా ఉంటే వేళు చేసికో వేరేతిలోనే స్తన్యపానాన్ని ఆరంభించవచ్చు. ఒకవేళ మీకు పోషణ ఇచ్చి ఉంటే బిడ్డను నర్సరీలో ఉంచి ఉంటే స్తన్యపానానికి కొంచెం వేచియుండవలసి రావచ్చును. 12 గంటల కాలానంతరమూ స్తన్యపానం ప్రారంభించకుంటే పంప్ సహాయంతో మీరు కొలెస్ట్రం తీయవచ్చును. తర్వాత దానిని బిడ్డకు త్రాగించవచ్చును.

మొదమొదట పాలు త్రాపేటప్పుడు కొంచెం కష్టమౌను. అపుడు మీరు శస్త్రచికిత్స చేసిచోట ఎక్కు ఒత్తిడి పడనట్లు ప్రయత్నించండి. బిడ్డ క్రింద దిండు ఆసరాగా ఉంచండి. ప్రక్కకు పడుకోండి. చెండువలె బిడ్డను ఎత్తుకోండి. స్తన్యపానం ప్రారంభించిన కొన్ని దినాలకే ఆడ్డంకులు నివారణ అవుతాయి.

కవలలు – త్రివలలకు స్తన్యపానము

కవలలు, దానికంటే ఎక్కువ బిడ్డలకు స్తన్యపానం చేయించేది ప్రశ్నార్థకమైన విషయము. అయితే ఒక తూరి అలవాటైతె 2-3 బిడ్డలకూ సులభంగా పాలు ద్రావవచ్చును. దానికై మీరు ఈ క్రింద కనబరచిన అంశములను గమనించండి.

ఆహారం – పౌష్టికంగా ఉండని : మీరు డైరీ ఆహార పదార్థాలను ధారాలంగా సేవించండి. బిడ్డలు పెద్దవారయ్యేదానికి తోడు మీరు మీకవసరమున్న వేరే ఆహారాన్నిస్తుంటే అదేలెక్కలో క్యాలరీలలో తగ్గించవచ్చు. మీ ఆహారంలో ప్రోటీన్ క్యాల్సియంల ప్రమాణాని హెచ్చించుకోండి.

పంప్ చేయండి : బిడ్డ నర్సరీలో ఉంటే, స్తనముల్లో పాలు ఎక్కువ చేసికోవాల్సింటే ఎలెక్ట్రికల్ పంప్ ఉపయోగించండి. దీనివల్ల మీకు హాయిగా నిద్ర వస్తుంది. అపుడు వేరేవరైనా బిడ్డలకు బాటిల్ ద్వారా పాలు త్రాగిస్తారు. ఒకవేళ పంపు ద్వారానూ పూర్తిగా పని జరగక పోతే నిరాశ పొందకండి. బిడ్డ స్థానాన్ని ఏ పంపూ చేయజాలదు. అయితే అప్పడప్పుడు పంప్ వాడడం లాభకరమైంది.

ఇద్దరు బిడ్డలకు ఒకే సారి స్తన్యపానము : ఇలా చేయడానికి మీరు సిద్ధంగా ఉన్నారా? నర్సింగ్ రూం సహాయంతో ఇది సులభసాధ్యము. పగలు–రాత్రి ఒకటయిన తర్వాత మరొకటి బిడ్డకు స్తన్యపానం చేయించే గూజుకు పోవద్దండి. మీరలా చేస్తే సుస్తి పడతారు. ఇద్దరికీ స్తన్యపానము చేయించక పోతే ఒకదానికి బాటిల్ పాలు త్రాపించండి. మీ బిడ్డ చురుకుగా ఉంటే 10-15 నిమిషములలో తనకడుపు నింపుకొంటుంది. ఇది మీకు వరదానము.

ముగ్గురు బిడ్డలకు పాలు త్రాగించాలా?

అలా చేసేటప్పుడు సరతు ప్రకారం స్తనములను మార్చుటను మరవకండి.

ఇంటి పనికి సహాయం పొందండి : బిడ్డలను చూచుకొనే జతకు ఇంటి పనులను చేసికోనుటకు వేరేవరి సహాయన్నైనా పొందండి. అలా చేయుటములాన మీ శక్తి మిగిలి పాల ఉత్పత్తిలో అది ఉపయోగపడుతుంది.

రాత్రి ఆహారంలో వైవిధ్యత

మీ ఇద్దరూ బిడ్డల ఆకలి మరియు అభిరుచులందు వ్యత్యాసముంది. అందువల్ల ఇద్దరినీ మీరు పూరించాలి. అందువల్ల రాత్రీ భోజనంలో వైవిధ్యముండని. లేనిచో పాలు లెక్క గట్టి ఉండండి. దీనివల్ల బిడ్డలు కడుపు నిండ పాలు త్రాగుతున్నారో లేదో తెలుస్తుంది.

రెండు స్తనములనుండియూ పాలు ద్రాపించండి : రెండూ స్తనముల నుండి ఒకదాని తర్వాత ఒకటి ప్రకారం పాలు త్రాపించండి. అలా చేసినప్పుడు రెండు స్తనములందు పాలు ఉత్పత్తి అవుతుంది.

మల్టిపల్ నర్సింగ్

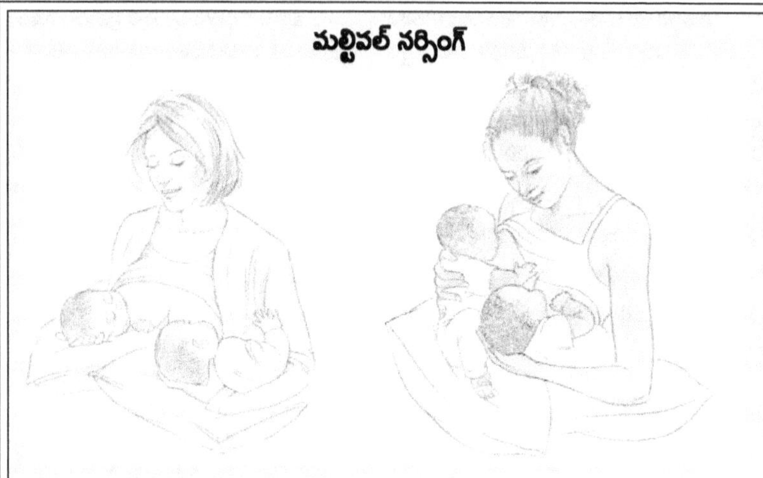

కొందరు తల్లులు కవల పిల్లల్లో ఒకరికి ఒక సారి పాలు త్రావుటకు ఇష్టపడతారు. అయితే కొందరు దినమంతా ఈ పని చేయుటకిష్టపడక ఇద్దరు బిడ్డలకూ కూడ పాలు త్రావుతారు. ఫుట్‌బాల్ రీతి భంగిమలో ఒట్టుగా పాలు త్రాపేది ఒకటైతే, మరొకటి క్రెడల్ మరియు ఫుట్‌బాల్ రీతిని అనుసరించి ఒట్టుగా పాలు త్రావవచ్చును. తోడుకోసం దిగువ దిండు వేసికొండి. ఎన్నుకోవడం మీదే.

కొంత సమయ మివ్వండి

ఇపుడు మీరు చాలా గడిబిలోనున్నారు. మనసు మరియు శరీరం చాలా సూక్ష్మంగా ఉంది. శిశువును ఊరకే ఉంచేది ఎలా? శిశువు ఏడ్పు అర్థం ఇంకా స్పష్టంగా తెలియదు. డైపర్ మార్చేటప్పుడు శిశువు కాళ్ళనుండి గలీజు వ్యాపిస్తుంది.

వాస్తవానికి మీరు తల్లి అగుటకు ఇంకా కొంచెం సమయం కావాలి. ఒక వేళ ఈ ప్రక్రియ కొంత కఠినంగా ఉంది. అయితే మీరు కొంత సమయంలోనే కలుస్తారు. మమ్మా మీకోసం కొంచెం సమయాన్ని ఇవ్వండి.

శిశు జననానంతరం

మొదటి ఆరు వారములు

ఇంతవరకు మీకు శిశువు చూచుకొనడానికి వచ్చియుండవచ్చును. ఇతకు మీరు మీ పెద్ద బిడ్డల అవసరములను, నెరవేరిస్తున్నారు. ఒకవేళ మీ పూర్తిగమనము ముద్దు శిశువు మీద ఉంటుంది. శిశువులకు తాము పోషణ చేసికొనుటకు సాధ్యం కాదు. అయితే వాళ్ళు మీ క్షేమాన్ని చూచుకోవద్దని అనలేరు. మీకు పోషకం కావాలి. ఇప్పుడు మీ అన్ని ప్రశ్నలు శిశువుకు సంబంధించినవి. అయితే మీరు మీ మేల్విచారణ చేసికోవాలి. మీకు సంబంధించిన అన్ని ప్రశ్నలకూ సమాధానము చేసుకోవాలి.

మీకు ఏమనిపిస్తుండవచ్చు?

దీన్ని రికవరీ పీరియడ్ అని అంటారు. సులభంగా ప్రసవమయిన తర్వాత కూడ శర్రవు మాంసఖండములు లేవకుంటాయి. లేవలేని మాంసఖండాలు సరిపోవడానికి కొంతసమయం కావాలి. క్రొత్త తల్లియు అయ్యే తల్లవలే తనలో తానే భిన్నంగా ఉంటుంది. ప్రతి తల్లి రికవరీలోనూ వేరేవేరే సమయం అవుతుంది. ఇది మీరు విశ్రాంతి తీసికొనే దానిపై లేదా మీకు సహాయం దొరకేదానిపైన ఆధారవౌతుంది. మీరు క్రింద వ్రాయబడిన లక్షణములను అనుభవిస్తుండవచ్చు.

దైహిక లక్షణము :

యోనిలోని తెలుపు తేట వర్ణపు స్రావము

★ ఆయాసము

★ కుట్లు వేసిన చోట లాగుడు, నొప్పి మరియు హతాశ

★ చీలిన చోట నొప్పి తగ్గడు.

★ తూకం తగ్గడం

★ ఎదలోనూ మరియు చనుమొనలందు కష్టము.

★ కడుపుయొక్క శక్తిహీనమైన మాంసఖండములు అలాగే శిశువును తొడమీద ఎత్తుకొనే కారణంగా వీపునొప్పి.

★ గండులలో నొప్పి

★ భుజములు మరియు కుత్తుక నొప్పి

భావనాత్మక లక్షణాలు :

★ భావనలలో వేరు-వేరు రీతులు

★ జవాబ్దారీ ఎక్కువగుట

★ కామముపై ఆశలేకుండుట

ప్రసవానంతరం పరీక్ష

ప్రసవమైన తరువాత 4 నుండి 6 వారాల మధ్యలో డాక్టరు పరీక్షకు పిలువవచ్చును. ఒక వేళ సి-సెక్షన్ అయియుండినచో మూడు వారాల తరువాత చీలిన స్థలాన్ని పరీక్ష చేయుటకు పిలువవచ్చును. ఈ పరీక్షలో డాక్టరు తమ పద్ధతిలో పరీక్ష చేస్తారు. మీరు మీ ప్రశ్నలకు వ్రాసికొని వెళ్ళండి. అక్కడినుండి జవాబులను వ్రాసుకొనిరండి. వారు క్రింద వ్రాయబడిన పరీక్షలు చేయవచ్చు.

- ★ రక్తపు ఒత్తిడి
- ★ తూకవు 17నుండి 20 పౌండ్లు తగ్గియుండవచ్చు.
- ★ గర్భాశయపు ముఖము.
- ★ యోని పరీక్ష
- ★ సి-సెక్షన్ చీలిన, లేక ఎపీసియోటమీ పరీక్ష
- ★ హృదయ పరీక్ష
- ★ హీమ్రాయడ్ వెరికోజ్ వేయ్న్స
- ★ మీ ప్రశ్న మరియు జిజ్ఞాసలు

ఈ కలిసినపుడు మీరు గర్భ నిరోధక ఉపాయాల విషయాలను తెలిసకోవచ్చును. ఒక వేళ మీరు డైఫ్రాప్ వేసుకొవాలని కోరుచున్నది. గర్భాశయముఖవు సరిపోలేకున్న కొంత సమయంవరకు కాండోమ్ ఉపయోగిఇంచవచ్చు. డాక్టరు దగ్గర గర్భనిరోధక మాత్రలను వ్రాసికోవవచ్చును.

మీరేమి యోచిస్తుండవచ్చును?

ఆయాసము: ప్రసవానంతరం ఆయాసమగునని నాకు తెలుసు. అయితే గడచిన నాల్గు వారాములనుండి నేను పూర్తి నిద్ర కూడ పోలేదు. ఇది తమాష కాదు.

లేదు, మీ స్తితిని చూచి ఎవరూ నవ్వడం లేదు. క్రొత్తదైనతల్లితండ్రులు చాల తొందరలను ఎదురించవలసింది అని అందరికీ తెలియును. శిశువుకు స్నానం చేయించడం, భోజనం చేయించడం నిద్ర పోగొట్టడం అన్ని మీ బాధ్యతలు. దీనికి తోడు పరివారపు సభ్యులు మీరు చేసిన వంటనే తినాలని ఇష్టపడతారు. మీరు అంగడికి వెళ్ళి సామాన్లు తేవాలి. ఈ అన్ని పనుల జతకు మీరు రాత్రి కేవలం లేగంటలు మాత్రమే నిద్ర చేస్తారు. అలాగే ఇంకా ప్రసవపు ఆయాసమూ తగ్గలేదు. చాలా ఆయాసమౌతుంది కదా?

ఈ ఆయాసానికేదయినా ఉపాయమున్నదా? లేదు. శిశువు రాత్రి పడుకొనే క్రమం ఏర్పాటు చేసుకోనేవరకూ మీరు లేచే ఉండాలి. ఒక వేళ శిశువు ఉదయం పడుకొనే క్రమం చేసుకొంటే మీరు కొంత సేపటివరకు పడుకోవచ్చును.

కొంచెం సహాయం తీసికోండి : సహాయానికై ఆయా లేదా పనిమనిషిని పెట్టుకోండి. స్నేహితురాలు, తల్లి లేదా అత్తగారిని దగ్గర ఉండమని చెప్పండి. వారు శిశువును తిరుగాడించుటకు పిలుచుకొనివెళ్ళేటప్పుడు మీరు అర నిద్ర చేయవచ్చు. వారు మీ శిశువుయొక్క సామానులను అంగడినుండి తెచ్చి ఇవ్వవచ్చు.

పని పంచుకోండి : మీ స్నేహితురాలి జతలో పనిని పంచుకోండి. బట్టలు, పాత్రలు, స్వచ్ఛత, ఈ పనులు అంతమే ఉండదు. కలసికొని పని చేయండి. మీరు ఎక్కువ ఆయాసం కలుగనట్టి పనులు చేయండి.

కొంచెం నిర్లక్ష్యం చేయండి : సరే, మీకు గలీజుగా ఉండేది ఇష్టం లేదు. పరుపు మీద బిస్కెట్ పుడి పడితే మీకు కోపం వస్తుంది. అయితే మీ శక్తి మరల మీకు వచ్చేవరకు మీరు దీన్నంతా నిర్లక్ష్యం చేయండి. శిశువు పుట్టిన శుభాశయముల జవాబు ఇవ్వలేక పోతే అందరికీ శిశువుయొక్క భావ చిత్రంతో పాటు ఇ-మేల్ చేయండి. మీ సమయము అలాగే బలాని నిలుకోండి.

ఫ్రీ హోం డెలివరి : మీ ప్రసవ మయింది. ఇపుడు మీ సామానులను ఫ్రీ హోం డెలివరి చేయునట్టు అంగళ్ళలో వెదకండి. కొంతడబ్బు ఇవ్వవలసి వచ్చినా పరవాలేదు. చిన్న-చిన్న సామానులకు పదే-పదే అంగడికి పోవలసియుండకూడదని అన్ని సామాన్లను మొత్తంగా తెప్పించుకోండి.

శిశువు జతలో వరుండండి

శిశువు పడుకొన్న తర్వాత మీరు నూటనిమిది పనులు పూర్తి చేయాలి. అయినా పడుకొనడానికి ఇంతకంటే మంచి సమయము ఏదీ లేదు. 15 నిమిషములు వరుండినా శరీరానికి చాల విశ్రాంతి దొరకును.

శిశువు జతలో తినండి : శిశువుకు పాలు త్రాగించేటప్పుడు మీరు తినేది మరిచిపోవద్దు. ప్రోటీన్ అలాగే కాంప్లెక్స్ కార్బోయుక్తమైనస్నాక్స్‌లను తీసికొని తినండి. ఒక తాజా పండు, ఒక కప్పు పెరుగు, చాక్‌లేట్, లేదా ఆరోగ్యకరమైన స్నాక్స్ బలముయొక్క మట్టాన్ని పూర్తిచేస్తుంది. కావాలన్నప్పుడంతా సులభంగా తినడానికి ఇంటిలో తినుబండారములను ఉంచుకొనండి. తక్షణం బలాన్ని ఎక్కువ చేసి కొంచెం సమయం తర్వాత మరల ఎక్కిళు వచ్చేంటి ఆహారములను తినకండి. చాలినంత ద్రవపదార్థాలను సేవించండి. గుర్తుండని, మీరు ఇద్దరికోసం తినాలి. ఒక వేళ చాల ఆయాసము అలాగే సుస్తి అయితే డాకరటరుకు చూపించేది మరవకండి. ఒత్తడ అలాగే నిరాశనుండి దూరముండండి. చాల వేగమే మీ దినచర్య సరిపోతుంది.

వెంట్రుకలు రాలేది

''నా వెంట్రుకలు అకస్మాత్తుగా రాలుటకు ప్రారంభమైంది. నేను బాల్డి అగుచున్నానా?''

మీరు బాల్డవడం లేదు. మీ సామాన్యావస్థకు మరల వస్తారు. అలాగే సరాసరి ప్రతిదినం 100 వెంట్రుకలు రాలును. చాల చినవములవరకూ రాలే అవకాశవము దొరకలేదు. అందువల్ల ఇప్పుడు మొత్తంగా రాలుతున్నాయి. గర్భావస్థయొక్క హార్మోన్లో మార్పు కారణంగా ఇలా అవుతుంది. ఆ సమయంలో మీ వెంట్రుకలు చాల దట్టంగా పొడవుగా ఉమడవచ్చు. ఇపుడు సామాన్య స్థితికి వస్తుంది.

వెంట్రుకలను ఆరోగ్యంగా ఉంచుకొనడానికి విటమిన్ల ప్రమాణం తీసికొనండి. మంచి ఆహారాన్ని సేవించండి. వెంట్రుకల పోషణను గమనించుకోండి. శ్యాంపూ ఉపయోగించుట తగ్గించండి. చిక్కుగానున్న వెంట్రుకలను సరిచేయుటకు కండీషనర్ ఉపయోగించండి. పెద్ద దువ్వెనను ఉపయోగించండి. వెంట్రుకలు రాలేది నిల్పక పోతే డాక్టరు సలహా పొందండి.

మూత్రం మీద నియంత్రణ

''నాకు శిశు జననానంతరం మూత్రం మీద నియంత్రణ చేసికోవచ్చునని అనిపించెను. అయితే ప్రసవమై రెండు నెలలైననూ నవ్వేటప్పుడు ఏడ్చేటప్పుడు మూత్రస్రావము అవుతూనే ఉంది. ఎప్పుడూ ఇలాగే ఉంటుందా?''

ఔను ప్రసవానంతరం కొన్ని నెలల వరకు ఇలా ఉంటుంది. నవ్వేటప్పుడు, మూత్రపిండాలపై ఒత్తిడి పడేది అలాగే మూత్ర స్రావమయ్యేది. ప్రసవపు సమయంలో మూత్ర పిండాల అలాగే పెల్విక్ చుట్టు ప్రక్క మాంసఖండాలు నిశ్శక్తిగా ఉమటాయి. అపుడు మీకు మూత్రం కారుటను తట్టుకోవడం సాధ్యం కాదు. గర్భాశయం సంకుచితమయ్యేటప్పుడు మూత్రపిండాలపై ఒత్తిడి పడుతుంది. హార్మోనల్ మార్పువల్లనూ ఇలా అగును. ఈ ప్రక్రియ ముగియుటకు సుమారు 3 నుండి 4 నెలల వరకు కావచ్చును. అంతవరకు మీరు ప్యాడ్ వేసుకోండి. అయితే టెంప్యూ వేసుకొంటే ఉపయోగం కాదు. అదే గాక క్రింద వ్రాయబడిన ఉపాయములను చేయవచ్చును.

కీగల్ వ్యాయామము : కీగల్ మరియు పెల్విక్ క్షేత్రానికి చేరియున్న వ్యాయామములను చేస్తూ ఉండండి. దీనివల్ల సహాయం కావచ్చును.

తూకం తగ్గించండి : గర్భావస్థలో ఎక్కువైయున్న తూకాన్ని తగ్గించుకోవాలి. ఎక్కువగానున్న తూకంవల్లనే మూత్రపిండాలపై ఒత్తిడి పడుతుంది. నియమితంగా మలవిసర్జన చేయండి.

ద్రవపదార్థాలు తీసికోనండి : దినంలో కనీసం 8 లోటాలు నీళ్ళు త్రాగండి. నీళ్ళు తక్కువ త్రాగితే మూత్రం కారుట తగ్గుతుందని అనుకోవద్దండి. డిహైడ్రేషన్ అయితే

మూత్రపు సోంకు కావచ్చును. సోంకయిన మూత్రపిండమునుండి మూత్రము కారుట ఎక్కువగును. కారే మూత్ర పిండాల్లో సులభంగా సోంకు అవుతుంది.

గ్యాస్ పాస్ అయ్యేది

''ఈ మధ్య నేను చాలా గ్యాస్ బదలుతున్నాను. అందువల్ల జనుల మధ్యలో నాకు చాల సిగ్గు అవుతుంది. ఇలా ఎందుకవుతూంది?''

క్రొత్తగా తల్లియైన తర్వాత శరీరం తమను శుద్ధి చేసికొంటూ ఉంది. ప్రసవమైన తర్వాత తల్లులు ఇలాగే గ్యాస్ బదలుతారు. ఇందులో సిగ్గుపడే మాటే లేదు. మీ పెల్విక్ క్షేత్రపు కొన్ని మాంసఖండములు లాగాయి, కొన్ని పాడయినాయి. ఈ కారణంవల్ల మీకు గ్యాస్ బదలే ప్రక్రియమీద నియంత్రణ లేదు.

కొన్ని వారాల తర్వాత మాంసఖండములు తమప్రాత్సస్థితికి వచ్చిన తర్వాత మీకూ హాయి దొరకుతుంది.

అంతవరకూ హాయిగా భోంచేయండి. ఎంత గాలి లోపలికి పోతుందో అంతే గాలి గ్యాస్ అయి బయటికి వస్తుంది. కీగల్ వ్యాయామం చేస్తుండండి. దీనివల్ల లాభం కలుగుతుంది.

ప్రసవం తర్వాత వీపు నొప్పి :

''ప్రసవానంతరం నా వెన్ను నొప్పి సరిపోతుందని అనుకొంటిని. అయితే ఇంకా కాలేదు. ఎందుకు?''

మీ స్నేహితుడు వెన్ను నొప్పి తిరిగివచ్చాడు.

> **డాక్టరు సహాయంతీసికొండి**
>
> మీరు అన్ని విధముల ప్రయాసములను చేశారు. అయినా మూత్రం కారేది నిల్వలేదు. వరానా లేదు. మీ డాక్టరుకు చెప్పండి. వారు ఏమైనా ఉపాయం చెప్పతారు. అవసరమయితే శస్త్రచికిత్స కూడా చేస్తారు, మీరు ధైర్యంగా ఉండండి. గాబరా పడకండి.

హార్మోన్ల కారణంగా సడిలియున్న లిగమెంట్లు ఇంకా సడలియేయున్నవి. వాటికి తమ శక్తిని మరల పొందుటకు అనేక రోజులు లేక వారాలు కావచ్చు. కడుపుయొక్క నిశ్శక్తమైయున్న మాంసఖండాలు మీ వీపుపై తమ ప్రభావాన్ని వేస్తాయి. బిడ్డ ఎత్తేటప్పుడు, ఆడించేటప్పుడు అథవా పడుకోబెట్టేటప్పుడు వీపు నొప్పి ఔతుంది. శిశువు ఆకారము పెరుగుతూంది. జతకు వీపుపై ఒత్తిడి మరియూ ఒత్తడము ఎక్కువౌతుంది.

కాలంగడచే కొద్దీ మీ నొప్పి తగ్గుతుంది.

★ పొట్టకు సంబంధించిన కొన్ని వ్యాయామములు, పెల్విక్ టిల్ట్ చేయండి. దీనివల్ల వెన్నుకు తోడునిచ్చే మాంసఖండములు గట్టి పడతాయి.

★ సామాన్లు ఎత్తేటప్పుడు లేదా వంగునప్పుడు వీపుపైన గమనం ఉండని.

★ దినమంతా పరుపుపై పడుకొని ఉండకండి. వీపుకు దిండు తోడుగా పెట్టి ఒదుగుకొని కూర్చొండి.

★ అవకాశం చిక్కినప్పుడల్లా కాళ్ళకు కొంచెం విశ్రాంతినివ్వండి. నిలువవలసి వచ్చునప్పుడు కాళ్ళను చిన్న స్టూలుమీద పెట్టుకోండి.

★ మీ భంగిమను గమనించండి. భుజములు నేరుగా ఉంటే వీపు నొప్పి రాదు. శిశువు పెద్దదయిన తర్వాత ఎత్తెటప్పుడు ఒకే నితంబం మీద భారం విడవకండి. దీనివల్లనూ వెన్నునొప్పి వస్తుంది.

★ సామాన్యంగా తల్లులు ఒక చేతిలో శిశువు నెత్తుకొని మరోచేతినుండి పని చేస్తారు. మధ్యమధ్యలో చేయి మార్చుకోండి.

★ సమయము అలాగే అవకాశం దొరికితే వీపు యొక్క మాంసఖండములు మాలీష్ చేయండి. మీ సంగాతి సహాయం తీసికోండి.

శిశువు కొంచెం పెద్దదయిన తరువాత మీ శరీరపు శక్తియునూ మరలి వస్తుంది. అపుడు డైపర్ బ్యాగ్ ఖాళీ చేయండి. చాలా అవసరమున్నప్పుడే దాన్ని మరల నింపండి.

శిశువు జననా నంతరము

''శిశువు జననమైన తరువాత నాకు చాలా రోమాంచము కల్గేదని అనిపించెను. అయితే ఇపుడు నాకు చాల నిరాశయనది. ఇలా ఎందుకు?''

ఈ సమయమే ఆనంద సమయము. ఈ సమయమే కష్ట సమయము. 60 నుండి 80% శాతం తల్లులు ఇలా అనుభవిస్తారు. ప్రసవపైఉఐఐఐ ఐఐఐదు దినముల తర్వాతే చాల నిరాశననుభవిస్తారు. వారిపై విచితమైన నిరాశ అలముకొంటుంది. ఏడ్వవలేననిపిస్తుంది. వ్యాకులత, బేజారనిపిస్తుంది.

నిజానికి ఇలా జరగడానికి కారణమేమంటే ఈ సమయంలో హార్మోన్ల మట్టం మార్పు చేస్తుంది. గర్భావస్థ అయిన తరువాత ప్రసవము అలాగే డెలివరి, మరియు ఇంటికి వచ్చిన తరువాత ప్రసవము అలాగే డెలివరి మరియు ఇంటికి వచ్చిన తరువాత శిశువు చింత స్తన్యపానము సమస్యలు, మీ ముఖం పాడయేది. స్తనములు విశాలమయ్యేది. ఈ అన్ని మాటలవల్ల మీకు బేజారవుతుంది. బాధ కలుగుతుంది. కొన్నే వారాల్లో మీరు ఈ క్రొత్త పరిసరానికి పొందుకొంటారు. అప్పుడు అన్నీ సరిపోతాయి. అంతవరకూ క్రింద వ్రాసిన ఉపాయములను పాటించండి.

అవసరపడకండి : ఇపుడు ఇంటిపని అలాగే ఒక సంపూర్ణమైన హోయివలె శిశువు యొక్క అన్ని పనులనూ ఒంటిగా చేయునంత మీలో శక్తి ఉండదు. ఇపుడు కొంచెం విశ్రాంతి అలాగే సహాయపు ఆవశ్యకత కలదు. మీరు తొందర పడకండి. సులభంగా చేసేట్లా పనులు మాత్రం చేయండి.

ఒకరే ఉండకండి : ఇంటిలో మలినపు బట్టలు, పాత్రలు, ఏడుస్తున్న శిశువు, నిద్ర చెడేది ఈ అన్ని స్థితులలో సహాయం లేకుండా ఎలాగ ఉండేది. మీ స్నేహితురాలు, తల్లి, అత్త లేదా చెల్లెలు సహాయం తీసికోనండి.

సుందరంగా కనబడండి : వినడానికి విచిత్రంగా ఉంటుంది. అయితే ఇది నిజం. కొంత సమయం మీకోసం ఉంచండి. దీనివల్ల మనస్సుకు ఖుషిఅవుతుంది. స్నానం చేసి శుభ్రమైన వస్త్రములను ధరించండి. కేశాలంకారణ చేసికోనండి. కన్‌సీలర్‌నుండి కలలన్నూ మరచిపోండి మేకప్ చేసుకోండి.

ఇంటినుండి బయటికి ప్రయాణించండి :-

ఇంటినుండి బయటికి ప్రయాణించండి. తిరుగాడితే మనోవస్థ మార్పువస్తుంది. మీ కన్నులకు పని తొందర కనబడదు. కనీసం వారంలో ఒక సారి ఇలా చేయండి. ఎవరైన స్నేహితుల ఇంటికి వెళ్ళి శిశువును పార్కుకు పిలుచుకొని పోండి. ఏదేని మాల్‌కు పోయి చుట్టాడండి.

మీకు మీరే ట్రీట్ చేయండి : ఏదైనా సినిమా చూడడానికెళ్ళండి. మీ సంగాతిగానితో రాత్రి భోజనం బయట చేయండి. చాల సేపు స్నానం చేయండి. ఒకో సారి మీకు మీరే ప్రాశస్త్యాని ఇవ్వండి. ఇది అవసరము.

వ్యాయామం చేయండి :

వ్యాయామంవల్ల మీ తను-మనస్సులు ఆరోగ్యంగా ఉంటుంది. ఏదేన డివిడి చూడండి, వ్యాయామం చేయండి, లేదా తరగతికి వెళ్ళండి. ఏమి చేయడం సాధ్యంకాకపోతే విహరించుటకు పానేపోవాలి.

భోజనము : తిండి - చూడుకోండి : మీ బలము మట్టాన్ని చేసి ఉంచుకోండి. శిశువుయొక్క కడుపు నిండే జతకు మీ భోజనము - తిండిని గమనించుకోండి. శారీరక మరియు భావనాత్మక మట్టంలో సంతుష్టకై మీ భోజనము - తిండిని గమనించుకొనేది చాల అవసరము. మీ చుట్టూ ప్రక్కలందు బలమునిచ్చే స్నాయ్క్‌లను ఉంచుకోండి.

ఏడ్చేది - నవ్వేది - ఏడ్వాలనిపిస్తే మనసారా ఏడ్వండి. మీవశంలో లేని మాటలమీద జోరుగా నవ్వండి. శిశువు మార్కెట్‌లో చేసెను లేదా మీ స్తనాలనుండి పాలు కారెను మొదలయినవి. నవ్వేది ఒక మంచి మందు. దానివల్ల పెద్ద పెద్ద గాయాలు మేలౌతుంది. కొద్ది దినాల్లో అంతా సరిపోతుందని మీకు మీరే సమాధాన పరచుకోండి. ఒక వేళ నిరాళ ఎక్కువైతె డాక్టరు

చూపించుటకు సంకోచపడకండి.

''నా ప్రసవమైన తర్వాత నాకన్ని చాల బాగ అనిపిస్తుంది. ఇదంతా కలవలె ముగిసి పోతుందా?''

బేబి బ్లూ అయ్యేది సాధారణం. అయితే అందరి తల్లుల జతకు ఇలా కాదు. మీరు మొదటినుంచే అన్ని పరిస్థితులను సరిచేసుకొన్నారు. ఇది చాలా మంచిది. చాలా సార్లు క్రొత్త తండ్రియూ నిరాశను ఎదురిస్తారు. అయితే తమ భావనలను మూసిపెట్టుకొంటారు. అందువల్ల మీమీ సంగాతిని గమనించుకోండి.

ప్రసవానంతరం నిరాశ (డిప్రెశన్)

''నా బిడ్డకు ఒక నెల అయింది అయితే నేనిప్పుడు నిరాశా స్థితిలోనున్నాను. నేను చైతన్యము పొందాల్సి ఉంది కదా?''

ప్రసవానంతరం నిరాశ మరియు బేబిబ్లూ రెండు స్థితులందును కొంత అంతముంటుంది. ఒక వేళ మహిళ ముందెప్పడో నిరాశతో నలగుతుంది, ఆమె జటిలమైన గర్భావస్థయొక్క సమస్యలను ఎదురిస్తే ఆమె మరల చాల సులభంగా నిరాశకు బలియౌతుంది.

నిరాశ లేదా డిప్రెషన్ లక్షణమునందు మనస్సు ఏడ్చుటకు ఇష్టపడుతుంది. నిద్ర ఆహారము – తిండికి సంబంధించిన సమస్యలు ప్రారంభమగును. నిరాశ మరియు బేజారయ్యేది. మీ మరియు శిశువు పోషణ చేయడానికి కాదు. సమాజానికి దూరమౌతారు. చింత మరియు ఒత్తడితో నలుగుతారు. శిశువుపై ప్రేమ రాదు. ఒంటరితన మనిపిస్తుంది. మరుపు ఎక్కువవుతుంది.

మీరు బేబి బ్లూ టిప్స్‌లను ఉపయోగించండి. అయినా ప్రయోజనం లేకపోతే డాక్టరు వద్దకు వెళ్ళడానికి ఆలస్య చేయకండి. వారు థైరాయ్డ్స్ పరీక్ష చేయవచ్చును. చాలసార్లు థైరాయ్డ్స్ హార్మోన్ యొక్క మట్టంలో అనియమితత్వం వచ్చినా భావనాత్మక అస్థిరత అవుతుంది. ఒక వేళ ఈ సమస్య సామాన్యమైయుంటే, డిప్రెషన్ పరీక్ష కోసం థెరపిస్ట్ దగ్గరకు పంపిస్తారు. వారు ఆంటిడిప్రెషన్ మందులు ఇస్తారు. ఇది స్తన్యపానపు సమయమందునూ సురక్షితంగా ఉంటుంది. ఒక వేళ లక్షణాలు చాలా తీవ్రంగా ఉంటే బ్రైట్‌లైట్ థెరపి ఇవ్వబడును. మిమ్మలను కన్నుతెరచి ఒక బాక్స్ ముందు కూర్చుండనిస్తారు. ఆ బాక్స్‌నుండి పగటి వెలుగువలె వెలుగు రావడ జరుగును. దానివల్ల మీ శరీరంలో ఒక సకారాత్మకమైన బయొకెమికల్ మార్పు వస్తుంది. మరియు మొదడు శాంతమౌతుంది. థెరెపిస్ట్ మీ అవస్థ రీతిగా చికిత్స చేయవచ్చును.

నిరాశ వల్ల మీకు శిశువును ప్రేమించుటకు కష్టంకావచ్చు. మీ ఇతర సంబంధాల మీదనూ ప్రభావం (పడుతుంది) పడవచ్చు. ఆరోగ్యం బాగుండదు. చాల మంది మహిళలపైన ఆక్రమణ అవుతుంది. వేడియైన చల్లనైన స్వేదం వస్తుంది. ఎదలో నొప్పి అగును.తలత్రిప్పట అలాగే గాబరా అవుతుంది. ఈ లక్షణాలకు తక్షణం తగిన చికిత్స చేయకపోతే సమస్య తీవ్రతరం కావచ్చు.

నిరాశతో నలగుతున్న 30 శాతం మహిళలకు పోస్ట్ మార్టమ్ ఆఫ్ ఒబెస్సివ్ కంపల్సివ్ డిసార్డర్ యొక్క లక్షణాలూ కనబడతాయి. ఇలాంటి మహిళలు ప్రతి అయిదు నిమిషాల్లో శిశువుకు ఊపిరాడుతూందో లేదో అని చూస్తారు. మితి మీరి ఇంటిని శుభ్రం చేయడానికి ప్రయత్నిస్తారు. లేదా శిశువుకు అపాయం చేయు విచారములు రావచ్చును. వారు తమ శిశువును నిర్లక్ష్యం చేస్తారు. ఇలాంటి విషయాలు లేదా లక్షణాలు కనిపిస్తే తక్షణం డాక్టరుకు చూపండి.

పోస్ట్ మార్టమ్ సైకోసిసెల్ భ్రమ ఎక్కువగును. ఆత్మహత్య అథవా హింస చేయు విషయాలు మనస్సుకు రావడం. విచిత్రమైన మాటలు అడిగేది చూచేది. సైకోసిస్ లక్షణం కనబడితే తక్షణం డాక్టరు దగ్గరకు వెళ్ళండి. తమ భావనలు సామాన్యమని అనుకోవద్దండి. తీవ్రంగా ఆలోచించండి. సహాయం వచ్చేవరకూ మీ అపాయకరమైన భావనలను అడ్డుకోనడానికి ప్రయత్నించండి. స్నేహితుడు, ప్రక్క ఇంటిలో అథవా సంబంధించినవారి ఇంట్లో శిశువును సురక్షితంగా ఉంచండి.

ప్రసవం తర్వాత తూకం తక్కువకావడం

''నాకు తెలిసియుండెను. నేను ప్రసవం తర్వాత తక్షణం బికినిమట్టుకు వేసుకొనుటకు కాదు. అయితే ప్రసవపు రెండు వారాల తర్వాతనూ, నేను 6 నెలల గర్భిణివలె కనబడుచున్నాను ఎందుకు?''

ఒక వేళ శిశువుయొక్క జనన సమయమందు రాత్రికి రాత్రే సువూరు 12 పౌండ్ల తూకం తగ్గియుండవచ్చును.

అయితే మహిళలకు ఇది తక్కువే అనిపిస్తుంది. . వాస్తవంగా డెలివరీ రూంనుండి బయటికి వచ్చిన తరువాతనూ మీ గర్భాశయపుటాకారం పెద్దదిగానే ఉంటుంది. ఇది ముందువచ్చే ఆరు వారాల్లో నిధానంగా తగ్గుతుంది. కడుపులో నిండిన ద్రవపదార్థాల కారణంగానూ కడుపు పెద్దదై కనబడును. మీ కడుపు అలాగే చర్మపు మాంసఖండములు లాగియుంటాయి. ఇది కూడా నిదానంగా సామాన్యస్థితికి రాగలదు.

ఈ సవుయంలో డయటింగ్‌ను గూర్చి యోచించకండి. ఈ మొదటి ఆరు వారాలలో మీరు స్తన్యపానం చేయిస్తుంటిరి. అపుడు మీ బలము మట్టం సరిగా ఉండడానికి అలాగే ఏదో రకమైన సోంకు కాకుండటకు మీకు పరిపూర్ణమైన పోషణ అవసరము. మీ తూకం నిదానముగా తగ్గాలని ఆరోగ్యమైన ఆహారాన్ని తీసికోండి. క్యాలొరీయొక్క తక్కువ ప్రమాణం తీసికొంటే పాలు తగ్గుతుంది. అలాగే వెంటనే మేధస్సు తగ్గించుకొనే చింతలో విషయుక్త పదార్థాలు మీ పాలల్లో చేరవచ్చును. ఒక వేళ మీరు స్తన్యపానం చేయించక పోతే ఆరు వారాల తరువాత సమతౌల్యపు రీతిలో తూకం తగ్గించే ఆహారం తీసికోవచ్చు.

అనేక మార్లు స్తన్యపానం చేయించినా తూకం తగ్గును. మీ జతకు ఇలా కాకపోతే నిరాశ పడకండి. గర్భావస్థలో మీరు మీ తూకం ఎక్కువ చేసికొన్నారు. ఇపుడదే ప్రమాణంలో మీ తూకం తగ్గుతుంది. ఒక వేళ మీ తూకం 25 నుండి 30 పౌండ్ల నెట్ తూకం హెచ్చు చేసికొనియుండినచో అది ప్రసవం తరువాత కొద్ది దినాల్లోనే తక్కువ అయ్యేది. 35 పౌండ్ల కంటే అధిక తూకం ఎక్కువై ఉంటే దాన్ని తగ్గించడానికి కొంచెం కష్టపడవలసి ఉంటుంది. ఇందులో 10 నెలలనుండి 20 సంవత్సరాలవరకు సమయం కావచ్చును. మీ కోసం కొంచెం సమయమివ్వండి. గుర్తుండని మీకు తూకం హెచ్చించుటకు 9 నెలలు అయినది. ఇపుడు తగ్గడానికి కొంత సమయం కానే కావాలి కదా?''

థైరాయిడిటిస్

చాలమంది క్రొత్త తల్లులకు చాల సుస్తు అయ్యేది వారి తూకం తగ్గేది. వెంట్రుకలు రాలేది. ప్రసవం తర్వాత థైరాయ్డిటిస్ అయ్యేది సాధారణం. అనేక సార్లు లక్షణాలను సరిగ్గా గుర్తించలేని కారణంగా చికిత్స చేయడం సాధ్యం కాదు.

దీని లక్షణాలు ప్రసవపు 1 నుండి 3 నెలల మధ్యలో ప్రారంభించవచ్చు. ఈ సమయంలో రక్త ప్రవాహంలో థైరాయ్డ్స్ హార్మోన్ చాలా అధికంగా చేరిపోతుంది. మహిళ ఆయాసము వ్యాకులత, మరియు గాబరాను అనుభవిస్తుంది. ఇదయిన తర్వాత హైపోథైరాయ్డ్ స్థితి వచ్చును. ఆయాసం తో పాటు నిరాశ మాంసఖండాల్లో నొప్పి వెంట్రుకలు రాలడం, చర్మం శుష్కించడం మరపు ఎక్కువగుట, ఇత్యాది లక్షణాలు కనబడతాయి. ఒక వేళ మీరు ఈ లక్షణాలు కనబడితే డాక్టరు దగ్గరికి పోవడానికి తడబాటు పడవద్దండి. కొంత మంది స్త్రీలకు ప్రసవమైన ఒకనెల తరువాత ఆరామం అవుతుంది. అయితే కొందరికి నిరంతరంగా థైరాయ్డ ఔషధము తీసికోవలసి ఉంటుంది. చాలసార్లు సరియైన మీద కూడా రెండవ గర్భావస్థలో ఇదే సవుస్య వురల కనబడేది. ఏ మహిళలకు ఈ రోగం అయియుండునో వారు ఈ విషయాన్ని డాక్టరుకు మొదలే చెప్పవలెను. ఎందుకంటే ఈ దృష్టితో గర్భధారణ అలాగే గర్భావస్థలో జటిలములు రావచ్చును.

సి–సెక్షన్ నుండి దీర్ఘకాలమువరకు విశ్రాంతి

సి–సెక్షన్ అయి ఒక వారమాయెను. నేను ఏమి ఎదురు చూడాలి.

మీకు సి–సెక్షన్ అయి ఒకవారవయింది. అయినా మీకు పూర్తి విశ్రాంతి దొరకుటకు కొంత సమయం కావాల్సి ఉంటుంది. గుర్తుండని. డాక్టరు సూచనలను పాటించి అలాగే విశ్రాంతి తీసికొంటే తొందరగా మేలుకావచ్చును. మీకు క్రింద వ్రానినట్లు అనిపించవచ్చును.

కొంత అథవా ఖండితంగా నొప్పి లేకనే ఉండడము :

మీకు నొప్పినుండి విశ్రాంతి దొరకవచ్చును. విశ్రాంతి దొరకకుంటే టైలినోల్ వందు సహాయం తీసికోనండి.

నిదానంగా సంబాళింపు

కొన్ని వారాలవరకు గాయములలో నొప్పి అలాగే సంవేదన శీలత ఉండును. దీనిలో నిదానంగా హాయి దొరకుతుంది. కొంత డ్రస్సింగ్ అలాగే సడిలంగా ఉండే (లూజ్‌గా) దుస్తులను ధరిస్తే వ్యాకులత మరియు నొప్పి తగ్గవచ్చును. ఈ ప్రక్రియలో చీలిన స్థలంలో కొంచెం లాగడం, నొప్పి కావడం సామాన్యమే. డాక్టరు నడిగి ఏదైనా క్రీమ్ పూసుకోవచ్చును. గాయవు జీవకోశాల గంటు కరగుట లేదా ఎండి లేత గులాబీ వర్ణం వంటిదగుట.

ఒక వేళ నొప్పి ఉంటే లేక ప్రక్కలో ఊదు (వాపు) లేక ఎర్రబడితే గాయంనుండి చీవువస్తే దానిలో సోంకయిందని అర్థము. అట్లే కొంచెం ద్రవపదార్థం కారినట్లే అయినా దాన్ని డాక్టరుకు చూపండి.

సంభోగమునకు 4 వారాలవరకు ఎదురు చూచుట :– ఎంతవరకూ చీలిన గాయం ఎండిపోదో అంతవరకు మీరు సంభోగానికై వేచిచూస్తుండాలి.

వ్యాయావం : నొప్పి తగ్గిన తక్షణం మీరు వ్యాయావం చేయడం ప్రారంభించవచ్చును. ఈ సమయంలో కీగల్ వ్యాయామంనుండి మీ పెల్విక్ క్షేత్రవు మాంసఖండాలకు ఆరామం చిక్కును. కడుపుయొక్క మాంసకండరములను గట్టి పరచే వ్యాయామం మీద గమనముంచండి. మీ లక్ష్యాని నిర్దేశించుకొని దానివలే ముందుకెళ్ళండి. మీరు మీ మొదలిన శరీరదార్ఢ్యము పొందటకు చాల దినములు పట్టవచ్చును.

కామము / సంభోగము

''వేవు వరల ఎప్పుడు సంభోగవు చేయవచ్చును?''

మహిళ మానసిక రూపంనుండి తయారయిన తరువాతనే సంభోగం చేయవచ్చునని, దంపతులకు సలహా ఇవ్వవలసియుండును. అయితే శారీరిక రూపముతోనూ ఆమె ఆరోగ్యంగా ఉండాలి. సుమారు నాల్గు వారాల తర్వాతనే దీనికి పచ్చ జెండా చూపవచ్చును. అనేక డాక్టర్లు ఆరు వావు నియమాన్ని పాటిస్తారు. ఎందుకంటే అనేక సార్లు ఆరావం దొరకడం సవయవౌతుంది. డాక్టరు సలహా పొంది మీరు ముందుకెళ్ళండి. శిశువుయొక్క ఉత్తమ విచారణలో కాలం ఎలా గడచిపోయేది అని మీకు అర్థమే కాదు. అంతవరకు ఒకరికొకరు పరస్పర ప్రేమ మరియు స్పర్శ సుఖాన్ని ఇవ్వండి. సంభోగం చేయకండి.

నా దాది చెప్పింది. నేను సంభోగం చేయవచ్చని, అయితే నాకనిపిస్తుంది నాకు తొందరయ్యేది అలాగే నా మనస్సు ఒప్పడం లేదు.

సంభోగమిప్పుడు టు డూ ఈ లిస్టులో రాకపోతే పరవాలేదు. ఈ సమయంలో మీరు 108 కారణాలనుండి వ్యస్తమయ్యారు. మీరు యోని మార్గంనుండి శిశువుకు జన్మనిచ్చియుంటే అది ఇప్పుడు లోపలినుండి లాగి ఉంటుంది. అక్కడ గాయం అథవా చీలిక ఉండవచ్చు. ఇప్పుడు మీకు కూర్చున్నా నొప్పి కలుగుతుంది. శరీరంలో ప్రాకృతికమైన జిడ్డు మరలి వాపసు రాలేదు. ఏస్ట్రోజన్ మట్టము తక్కువైన కారణాన యోని యొక్క జీవకోశములు సన్నగిల్లినాయి.

ఈ సమయమందు మీ సంపూర్ణ గమనము శిశువు ఆకలి అలాగే డైపర్ మీదే ఉన్నది. మీ పరుపుపై పరచిన వస్త్రంగలీజు అయింది. మీ కాళ్ళ క్రింద వాసన బట్టిన గలీజు బట్టలు పడినాయి. ఇలా ఉన్నప్పుడు మీ సంభోగించే ఉత్సాహం ఎలా వస్తుంది.

నిధానంగా జీవనము మరల సాధారణమౌతుంది. అపుడు మీరు మానసిక మరియు శారీరకంగా సంభోగానికి సిద్ధమౌతారు. అక్కడివరకు తయారు కావడానికి మా టిప్స్‌లను ఉపయోగించండి.

జిడ్డు : కెఈబై.జెల్ ఉపయోగించండి. ఏదో లుబ్రికెంటు ఉపయోగించినా నొప్పి తగ్గుతుంది.

కొంచెము వైన్: ఒక్క లోటా వైన్ మిమ్మలను తయారు చేయవచ్చును. శిశువుకు స్తన్యపానం చేయించిన తరువాతనే వైన్ తీసికోండి. లేదా మాలీశ్ చేయించుకోండి.

వార్మ్ అప్ : మీకీ సమయంలో చాలా ఫోర్‌ప్లే అవశ్యకత ఉండేది. ఈ అవసరాన్ని గూర్చి సంగాతికి చెప్పండి. మీ సంతోషానికి ముందే శిశువుయొక్క కన్ను తెరవలేదు అందువల్ల శిశువు గాఢ నిద్రలో ఉన్న సమయాన్ని ఎన్నుకోండి.

మనసు విప్పి మాట్లాడండి : మీ స్నేహితునికి(భర్త) మీ విషయాన్ని అంతా చెప్పండి. మీకు ఎక్కడ ముట్టితే నొప్పి కలిగేది. మీకు ఏమి ఇష్టం, అన్ని విశదంగా చెప్పండి. అప్పుడే మీకూ ఆనందం దొరకుతుంది. మీరూ ఆనందం ఇవ్వవచ్చును.

సరియైన భంగిమ : మీ నాజూకైన అంగముల మీద ఒత్తిడి తక్కువ పడేలాంటి భంగిమను ఎన్నుకోండి. మీద లేక ప్రక్కని భంగిను మంచిది. నెమ్మదిగా ఉండండి.,

కీగల్ : మీకు దీన్ని వినివిని వినుగువచ్చియుండవచ్చు. అయితే కీగల్ వ్యాయామం వల్లఈ ఇక్కడ కూడ చాల సహాయమగును. దీన్ని సంభోగించేటప్పుడూ చేయండి.

వైకల్పిక సాధనములు : – ఒక వేళ మీకు సంభోగించుటకు అనుమతి దొరకక పోతే, హస్త మైథునము, లేదా ముఖ మైథున సహాయాన్ని తీసికోండి. ఇది ఇష్టం కాకుంటే పడుకొనే పరస్పరం ప్రేమతో మాట్లాడండి.

సంభోగం చేస్తే ఒకటిరెండు సార్లు తొందర కలిగితే బేజారు పడకండి. ఇలా ఎప్పుడూ ఉండదు. చాల తొందరగానే మీరు మరల అదే ఆనందాన్ని పొందుదురు.

పునః గర్భిణి కావడము

''నేను స్తన్యపానాని గర్భనిరోధకమని నమ్మియుంటిని. అయితే ఈ అవధిలోనూ మాసిక ధర్మము ప్రారంభమయ్యేముందూ గర్భిణి కావచ్చునని ఇప్పుడు తెలిసెను.''

మీకింత తొందరగా మరల గర్భిణి కావడానికి ఇష్టం లేకపోతే స్తన్యపానమువండి గర్భనిరోధకాన్ని నమ్మకండి. స్తన్యపానం చేయించే మహిళలకు ఇతర మహిళలకన్న ఆలస్యంగా మాసికధర్మము ప్రారంభమౌతుందనేది సత్యము. స్తన్యపానం చేయించనున్న తల్లులకు మాసిక ధర్మము 6 నుండి 12 వారములలో అట్లే స్తన్యపానం చేయించే తల్లులకు 4 నుండి 6 నెలల్లో ప్రారంభమౌతుంది. మొదటి మాసిక ధర్మము ఎప్పుడు ప్రారంభమౌతుందనేది అందాజుగా చెప్పేది కష్టము. స్తన్యపానపు అవధి అట్లే నిరంతరత దీన్ని ప్రభావితం చేస్తుంది.

మీరీ విషయం మీద ఎక్కువ ఆలోచన చేయక సరియైన గర్భనిరోధకాన్ని ఉపయోగించాలి.

మీ షేప్ లేదా సరియైన ఆకృతిని మరల పొందుట

ప్రసవమైన తరువాత కూడ 6 నెలల గర్భిణివలె కనబేడది చాల విచిత్రంగా ఉంటుంది. ప్రసవం తర్వాత ఏ జీన్స్ వేసుకొనడానికి ఇంటినుండి తెచ్చారు దాని వాపసు తీసికెళ్ళాల్సి ఉంటుంది. ఎందుకంటే మీ నడుము

ఇప్పుడూ చాల దబ్బంగా (మందంగా) ఉంది. ఇప్పుడే తల్లి అయియుండేది. అయిన తల్లి ఎన్ని దినాలదాక అలాకనబడుతుంది?''

దీనికి జవాబులు 4 కారణముల మీద ఆధారపడి ఉంటుంది.

గర్భావస్థలో ఎంత తూకం ఎక్కువైయుంటెను, క్యాలొరీయొక్క ప్రవమాణం మీద ఎంత నియంత్రణ కలదు. ఎంత వ్యాయామం చేయగలరు. మీ మెటబాలిక్ ఎంత ఉంది.

వ్యాయమము అవసరం ఎంత ఉంది? నిజంగా శిశువుయొక్క పనిలో పారాడడం అలానే ఆయాసాన్ని వ్యాయామమనే తెలిసికొను తప్ప చేయకండి. దీనివల్ల మీ పెరినియల్ లేదా కడుపుయొక్క మాంసకండరవులు తవ సరియైన ఆకారంలో వాపసురావు. మీకు గర్భావస్థ తరువాత చేసే మంచి వ్యాయామాలను చేయాలి. దీనివల్ల ప్రసవము అలాగే డెలివరియొక్క ఆయాసము తగ్గుతుంది. అలాగే మీ ఆకారాన్ని మరల పొందవచ్చును. కీగల్ వ్యాయామం వల్ల మూత్రపిండాల మీద నియంత్రణ అధికము కావడం, కామ సంబంధమొన సమస్యలు దూరము అగును. మీ పని చేయు ఓర్పు ఎక్కువగును. మీ మనస్థితియు బాగుండును. మీరు మీ ఒత్తిడి ఎదురించుటకు సిద్ధం కాగలరు. మీ ప్రసవం యోనిమార్గంనుండి అయియుండి ఏదో విధమైన జటిలత లేక పోతె మీరు ప్రసవపు కొన్ని దినముల తర్వాత వ్యాయామం ప్రారంభించవచ్చును. అయితే ముందు డాక్టరును అడగండి.

ఒకే సారి లేదా వేగంగా వ్యాయామం చేయకండి. ఇప్పుడు శరీరం చాలా శక్తిహీనమైతుంది. అందువల్ల వ్యాయామం నిదానంగా చేయవలెను. కొంత కసరతో చేయండి. శిశువుతో పాటు తిరుగాడండి మరియు క్రింద వ్రాయబడిన విషయాలను పాటించండి.

నెమ్మదిగా ఊపిరి పీల్చుకోనుట : బెసిల్ ముద్రలో పడుకొని మీ పొట్టమీద చేయు ఉంచండి. మీరు ముక్కునుండి ఊపిరాడేటప్పుడు కడుపు లేచేదాన్ని అనుభవించవచ్చు. రెండు మూడు నెమ్మదిగా తీసికొని

మొదటిఆరువారాలకుకొన్నినియమాలు

- ★ హాయిగా ఉండే వస్త్రములు బ్రా వేసుకోండి.
- ★ వ్యాయామపు సమయాన్ని 2-3 భాగాలుగా వేర్పాటు చేసుకోండి. ఒకేసారి ఎక్కువ వ్యాయామం చేస్తే హానికలుగవచ్చు.
- ★ తేలికైన వ్యాయామంతో ప్రారంభించండి.
- ★ నెమ్మదిగా వ్యామం చేయండి. అలాగే మధ్యలో విశ్రాంతి తీసికోండి.
- ★ మొదటి ఆరు నెలల్లో ఏదోరకమైన కొట్టరు లేదా అఘాతము, లేదా వేగంగా ప్రవేశించేది వటినుండి దూరంగా ఉండండి. సీట్ అఫ్ అలాగే డబుల్ లెగ్ లిఫ్ట్ వంటి వ్యాయామం చేయకండి.
- ★ మీ హృదయం కొట్టుకొనడాన్ని తెలిసికోండి.
- ★ వ్యాయామం తర్వాత ఎక్కువ ద్రవం తీసికోండి.
- ★ అవసరానికి మించి వ్యాయామం చేయకండి. ఆయాసమైన వెంటనే నిలువండి. లేనిచో మీరు మరుసటి దినం వ్యాయామం చేసే స్థితిలో ఉండరు.
- ★ తమను సంపూర్ణంగా గమనించుకోండి. మీ శిశువుకూ ఇదే ఇష్టమౌతుంది.

మొదటి ఆరు వారాల్లో వర్క్ ఔట్

- ★ తోడుగా ఉండే బ్రా మరియు హాయిగా ఉండే వస్త్రం ధరించండి.
- ★ వ్యాయావు సవుయాన్ని దినంలో 2-3గా విభజించుకోండి.
- ★ తేలికైన వ్యాయామంతో ప్రారంభించండి.
- ★ నిధానంగా వ్యాయావుం చేయండి. మీ లిగమెంట్ సడలి ఉంది అందువల్ల జర్క్ కాకూండని. ఆలోచించి వ్యాయావుం చేయండి.
- ★ ఎక్కువ వ్యాయావుం చేయడం అవసరం లేదు. ఆయాసంకాక ముందే నిలువండి.
- ★ శిశువుతో పాటు మీ బాగు చూచుకోనడం చాలా అవసరము. ఈ తత్వాన్ని మరవకండి.

బెసిక్ పొజిషన్

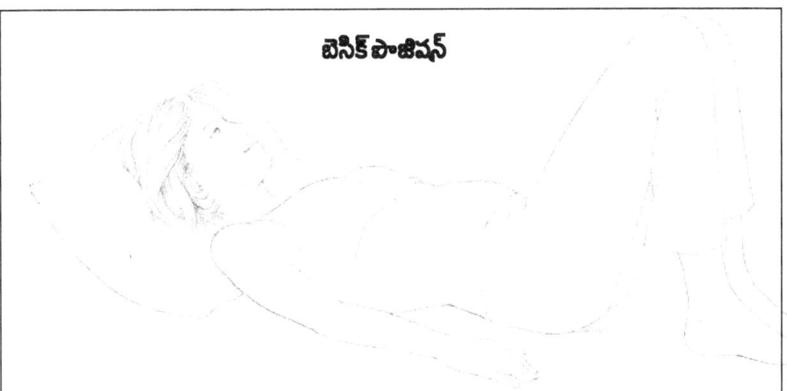

వీపు మీద పడుకొని, మోకాళ్ళు మడచండి. కాళ్ళు సుమారు 12'' దూరముండుండని. పాదాలను నేలపై పెట్టండి. తల మరియు నేలకు దిండు ఆసరాగా ఉంచండి. అట్లే రెండు చేతులు వైపుల ఉండని.

పెల్విక్ టిల్ట్

వీపుమీద బేసిక్ ముద్రలో పడుకోండి. ఊపిరి తీసుకొండి. ఊపిరి విడుస్తూ వీపును నేలవైపు త్రోసి ఆ తరువాత విశ్రాంతిగా 3-4 సార్లు పునరావృత్తి చేస్తూ 12 ఆ పైన 24 సార్లు చేయండి.

ఊపిరితో దీన్ని ప్రారంభించి నిధానంగా ఎక్కువ చేయండి మొదలే జాస్తి చేస్తే తలతిరిగేది లేదా గాబరా కావడం జరుగవచ్చు.

మొదటి ఘట్టను (చరణము) ప్రసవమైన 24 గంటల తర్వాత

కీగల్ ప్రసవానంతరం మీరు సులభంగా వ్యాయామం ప్రారంభించవచ్చును. ఒకవేళ ఔషధ ప్రభావం కారణంగ మీరు దాన్ననుభవింప సాధ్యంకాదు. అయిన దానివలన లాభం మీకు తప్పక దొరకును. శిశువును స్తన్యపానం చేయించేటప్పుడు దీన్ని అలవాటు చేయండి. దినంలో 4 నుండి 6 సార్లు చేయండి. దీనివల్ల

లెగ్ స్లైడ్

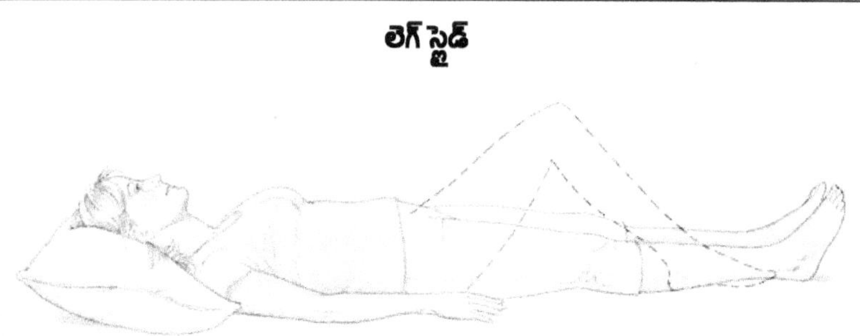

బేసిక్ ముద్రలో పడుకొని కాళ్ళను నేలమీద ఉంచండి. ఊపిరి పీలుస్తూ, కుడికాలును పైకి ఎత్తి మడచండి. నడుమును నెత్తకండి. కాలును క్రిందకు తీసికొని పోతూ ఊపిరి వదలండి. ఇదే విధంగా ఎడమవైపు కాలితో చేయండి. ఈ ముద్రను చాలా సార్లు చేయండి. కొన్ని వారాల తర్వాత ఈ వ్యాయామాన్ని కొంచెం మార్చవచ్చు.

హెడ్/షోల్డర్ లిఫ్ట్

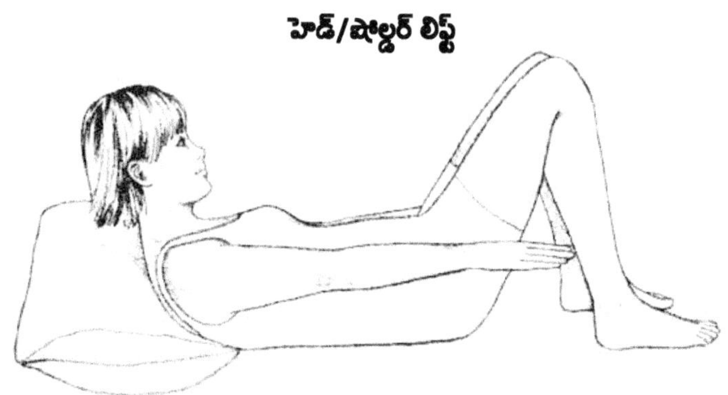

బేసిక్ ముద్రలో పడుకోండి. ధారాళంగా గాలి పీలుస్తూ తలెత్తి భుజాలను వెడల్పు చేసి, అలాగే ఊపిరి వదలండి. తల క్రిందికి చేస్తూ ఊపిరి పీల్చండి. ప్రతిదినం తలకొంచెం-కొంచెం ఎత్తే ప్రయత్నం చేయండి. మొదటి సారిలో గతి నిధానంగా ఉండని. దీన్ని చేసే ముందు పొట్ట యొక్క సపరేషన్ బిందువు మీద గమనముంచండి.

మీ పెల్విక్ ఆరోగ్యమూ సరిపోతుంది, అట్లే సంభోగమందు ఆనందమూ దొరకును.

రెండవ చరణము : ప్రసవపు 3 దినాల తర్వాత

"మీ ఆరోగ్యం మీకనుమతిస్తే మీరు సులభంగా హెడ్/శోల్డర్ లిఫ్ట్ లెగ్ స్లైడ్ వలె పెల్విక్ టిల్ట్ చేయవచ్చును. దీన్ని మొదట మరువు పైచేసి ఆ తర్వాత నేలపై దిండు చూకొని చేయండి. ఇది మీ ఆరోగ్యానికి చాలా లాభకరము. వ్యాయామం చేయడానికి వ్యాట్

తియ్యని వార్త

వ్యాయామానంతరం మీ ఎద తొట్టులలపై వచ్చే చమటనింక మీ శిశువుకి పాలలో ఒక కొత్త రుచి చిక్కచ్చును. దానికోసం డాక్టర్ సలహా తీసుకొని వ్యాయామం చేయండి. అయితే స్తనాలకి ఆధారం ఇచ్చే బ్రా వేసుకొనేదాన్ని మరవద్దండి.

తీసికొంటే ఇపుడు మీరు దాని మీద వ్యాయామం చేయండి. ఆ మీదట మీ ముద్దు బిడ్డ దానిపై పల్టీ కొడుతుంది.

మూడవ చరణము : ప్రసవపు పరీక్షానంతరం

డాక్టరు పరీక్ష అయిన తర్వాత మీరు మీవర్కౌట్ కార్యక్రమాన్ని నిర్ధారణ చేసికోవచ్చు. అందులో, పరుగెత్తుట, సైకిలింగ్ చేయడం. ఓత, నీళ్ళలో కసరత్తు, చేయడం. ఏరోబిక్స్, యోగ, బరువెత్తుట లేదా

గ్యాస్ నిండనివ్వండి

మీకు మీ పొక్కిలి దగ్గర కడుపు మీద ఒక చిన్న ఖాళీ స్థలం కనబడవచ్చు. వైద్యకీయ భాషలో దీన్ని డాసజ్సటిసిస్ అంటారు. ఇలా ఉంటే కడుపుకు సంబంధించిన ఏదో వ్యాయామం చేయకండి. ఇది నిండేందుకు 2–3 నెలలు కావచ్చును. మీరు బేసిక్ ముద్రలో పడుకొని అలాగే తల ఎత్తి అలాగే చేతిలో బొడ్డు చుట్టు ప్రక్కలను ఆదుమండి. అక్కడ మీకు ఈ గుండి కనబడుతుంది. దీన్ని నింపడానికి మీరు ఏదేని అనుభవమున్న వ్యక్తినడిగి వ్యాయామం చేయవచ్చు.

మీకిష్టమైన వ్యాయామాలను చేర్చుకోవచ్చును. అయితే అవసరం పడవద్దండి. మీ శరీరాన్ని మార్గదర్శకమని తెలిసికొని దానివలె పాటించవచ్చును. చేయవచ్చును. నడుచుకోవచ్చును.

■ ■ ■

భాగము – 5

తండ్రి కోసం

తండ్రి కూడా గర్భం ధరిస్తారు

ఒక వేళ వైద్యవిజ్ఞానము అలాగే హాలివుడ్ సినిమావలె ముందు రాబోవు కాలంలో మహిళలు మాత్రమే గాదు పురుషులూ గర్భం ధరించవచ్చును. తండ్రి స్థానములోనున్న మీరు కూడా శిశు నిర్మాణపు ఈ గుంపుయొక్క ఒక భిన్నమైన అంగము. ముందు వచ్చే నెలలో మీరు ఈ సంపూర్ణమైన పులకరింపును అనుభవించవలెను. ఎంత సమాధానము మీ సంగాతికి ఉందో అంతే మీకు కూడా సమాధానపు అవసరమున్నది.

ఈ వైద్యము విశేషంగా తండ్రులకు సమర్పింపబడినది. వారిని గర్భావస్థ ప్రక్రియలో అలక్ష్యం చేయబడును. మీరు ఈ అధ్యాయాన్ని అక్కడక్కడ కాకుండా పూర్తిగా పుస్తకమును గమనముంచి చదవండి. మీ భార్య/ప్రు/స్నేహితురాలు / ఏ మానసిక శారీరిక లేదా భావనాత్మక స్థితులను ఎదురించుచున్నారు. అని మీకునూ తెలుస్తుంది. ఈ విధంగా మీరు మీ బాధ్యతలను వహించుటకు సంసిద్ధులైయుండును.

మీరు ఏమి యోచించు చుండవచ్చు

నా భార్యకు ఈ పుస్తకములో వ్రాయబడిన అన్ని లక్షణాలూ ఉన్నది. వాంతి, ఓకరిక, ఇచ్ఛ-అనిచ్ఛ, పదేపదే మూత్ర విసర్జనము. నాకర్థం కావడం లేదు. నేను ఆమెకోసం ఏమి చేయను?

ఈ సమయంలో మీ భార్య గర్భావస్థయొక్క హార్మోల బందీలో ఉన్నారు. దాని లాగే ఆమె శరీరంలో మార్పు వస్తూ ఉంది. ఈ విషయంలో ఆమెయూ ఏమీ చేసెలా లేదు. మీరు ఏమీ చేయడానికి సాధ్యం కాదు.

అలాగే మీరు కొంచెం సహాయం చేయుటకు ప్రయత్నించవచ్చు. ఆమె మనస్సును కొంచెం కుదుట పరచుటకు సహాయం చేయవచ్చును.

కొంత తయారు

ఇంకను శిశువు తెచ్చుటకు పథకం చేయలేదు. దానికి ముందు మీరు మీ అలాగే మీ స్నేహితురాలిని పోషణ చేసుకొనండి. ఈ పుస్తకములోని మొదటి అధ్యాయంలో అన్నీ చెప్పడం జరిగింది. చదివి తెలిసికోండి. అలాగే నియమాల మెరకు నడచుకోనండి.

మార్నింగ్ సిక్‌నెస్ : మార్నింగ్ సిక్నెస్ పెరులాగుండదు. కేవలం ఉదయమయ్యేదనేది కాదు. మీ భార్యకు దినమందు ఎప్పుడయినా బాత్‌రూంవైపు పరుగెత్తవలసి వస్తుంది. ఆమెను కొంచెం సంబాళించుటకు ప్రయత్నిచండి. ఆమెకు ఓకరింత వచ్చేంటి ఆఫ్టర్ శేవ్ లోషన్ పూసుకోవద్దండి. ఆమెను గ్యాస్ నింపుటకు సంహవద్దండి. ఆమెనడిగి ఆమెకు వాంతి వానటువంటి తిండి పదార్థాల తెచ్చియివ్వండి. వీపు నిమిరి, నీరు త్రాగించి దినంలో కొంతకొంత అనేక మార్లు తినమని చెప్పండి. ఈ విషయంలో తమాషా చేయవద్దండి.

ఇష్టానిష్టములు : ఆమెకు ఈ సమయంలో ఎప్పుడూ ఇష్టం లేనట్టి పదార్థము ఇష్టము కావచ్చును. ఎప్పుడూ ఇష్టపడే పదార్థ చూస్తే కాకపోవచ్చు. మీ ఇష్టా ఇష్టములను మరచి ఆమె ఇష్టాయిష్టప్రకారం నడుచుకోవడానికి ప్రయత్నించండి. రాత్రి ఒక ప్రొద్దులో ఆమెకోసం నడుచుకొని వెళ్ళి ఐస్ క్రీమ్ తేవలసివచ్చినా బేజారు చేసుకోకండి.

ఆయాసము : దినము ముగిసే సమయానికి మీకు చాలా ఆయాసమైతే మీ స్నేహితురాలిని గూర్చి యోచన చేయండి. ఆమె ఈ దినాల్లో శిశు నిర్మాణపు ప్రక్రియలోనున్నది. ఆమె కొంత ఆయాస అయియుండవచ్చు. ఇంటిలో కష్టమైన పనివల్ల ఆమెను దూరముంచండి. శౌచాలయనాన్ని శుభ్రపరచే ఔషధపు వాసనవల్ల ఆమెకు తలత్రిప్పడం ఉండవచ్చు. ఆ పని మీరే చేయండి. ఆ సమయంలో ఆమె సోఫా మీద కూర్చొని మివ్మలను చూడవచ్చు. మీరు ఎళ్ళనుండి అదే పని చేస్తున్నారు. అయితే ఇప్పడామెయే చేయని తప్పేమీలేదు.

నిద్ర రాదు : ఈ సమయంలో ఆమె ఒక శిశువును తయారు చేస్తూ ఉంది. అయితే ఆమెకు శిశువుకు వలె గాఢ నిద్ర రాదు. రాత్రి ఆమెకు నిద్రరాకపోతే ప్రక్కలో పడుకొని గొరక పెట్టే బదులు ఆమె జతలో కూర్చోండి. వీపు నిమిరి, వేడి పాలివ్వండి. ప్రేమ చూపించండి. ఇలా చేస్తే ఆమెకు కామపు మనస్సు వస్తుందని భావించకండి. ఆమెకిప్పడేమీ వద్దు.

మూత్రము : మొదటి త్రైమాసికమందు పదేపదే మూత్ర సమస్య ఎక్కువకావచ్చు. ఆమెకోసం బాత్ ఎప్పుడూ ఖాళీగా ఉంచండి. దారిలో సామాను చెల్లాచెదరుగా వేయకండి. ఎప్పుడూ లైట్ వేసి ఉంచండి. ఆమె సినిమా చూచే వేళ మూడు సార్లు లేదా మీ తండ్రి తల్లిని చూడ్డానికి పొయేటప్పుడు, ఆరు సార్లు దారిలో మూత్ర విసర్జన చేయుటకు నిలబడితే బేజారు పడకండి. ఆమెను అర్థం చేసుకొనడానికి ప్రయత్నించండి.

సాంత్వనపు లక్షణాలు

"నా భార్య గర్భిణియైతే నాకెందుకు మార్నింగ్ సిక్నెస్?"

మీరు గర్భాన్ని అనుభవిస్తున్నారా? ఇలా అయ్యేది. భర్తకూ భార్యవలే అనిపిస్తుంది. దీన్ని సింపథెటిక్ ప్రెగ్నెన్సి అంటారు. వారికీ వాంతి వస్తుంది. వాకరిక వస్తుంది, ఆయాసం అవుతుంది మనస్థితిలో ఏరేది తగ్గేది అవుతుంది.

ఈ దినాల్లో మీరు దాని నొప్పిని చూసి కౌతుకులైయుమండారు. మీకి దాని తొందరల్ని తక్కువ చేయాలి అనిపిస్తుంది. వాస్తవంలో మీ భార్య గర్భావస్థలో హోర్మోన్లు కాకుండా మీలోనూ ఇదే రీతియైన హోర్మోన్లు తల ఎత్తతున్నవి. మీ కడుపు పెద్దదైతుంది. మీ ఎద విశాలమౌతుంది. మీరు రాత్రి పొద్దులో ప్రిడ్జ్‌లో తినేదానికి ఏదైనా ఉందా అని వెతకడం... ఇదంతా కాదు అయినా మీరు మాతత్ర్వం అనుభవాన్ని అనుభవించవచ్చు. ఈ సాంత్వానం బదలుగా మీరు మీ భార్యకోసం ఇల్లు క్లీన్ చేయండి, వంట చేయండి, దాని జొతకి మాట్లాడండి దీనినింక మీ ఇద్దర సమయం సులభంగా పోతుంది.

ప్రసవనంతరం ఈ అన్ని లక్షణాలూ మాయమౌతుంది. అయితే ప్రసవనంతరం అయ్యే కొన్ని వేరే లక్షణాలు కనిపిస్తాయి. మీకి ఆ లక్షణాలు అనుభవం కాకపోతే బేజారు చేసుకోవద్దండి. మీరు వేరే రీతిలో మీ భావనలి ప్రకటిస్తుండవచ్చు. ప్రతి తల్లి

తల్లికి అయ్యే మాదిరి ప్రతి తండ్రి కూడా భిన్నంగా ఉంటారు.

ఒంటి తనాని అనుభవం

"ఈ గర్భావస్థకూ నాకూ ఏ సంబంధం లేదు అని అనిపిస్తుంది. నేను నిండా ఒంటరినా?'

సామాన్యంగా తండ్రిలకి ఈ మాదిరి అనుభవం అవుతుంది. ఎందుకంటే మీ భార్య అందరి ధ్యానాన్ని లాగుతుంది. శిశువు జతకు ఆమె శారీరక సంబంధముంది. అయితే మీరు తండ్రికాబోతున్నారని చూపించుటకు సాధ్యము కాదు.

చింతించకండి. ఇదంతా మీ శరీరంలో కావడం లేదంటే దీన్ని మీరు పంచుకొనుటకు సాధ్యం లేదు అని కాదు. మీరు మీ భార్య జతలో మీ భావనలు పంచుకోండి. మీరీ విధంగా వేరేవేరే అయి ఒంటివారయియుంటే తప్పగానూ అర్థం చేసుకోవచ్చు. మీ భార్యకు మీ గర్భావస్థలో అథవా బిడ్డయందు ఏ ఇష్టమూ లేదని అనిపించవచ్చు.

దీనికోసం మీరేమి చేయాలి

- ★ డాక్టరు వద్దకు పోవలసినప్పుడు ఆమె జతలో వెళ్ళండి. డాక్టరు మాటలను గమనముంచివినండి. ఎందుకంటే పూర్తి 9 నెలలూ మీ భార్య అలలాజాగే మీ బిడ్డయొక్క పోషణ మీరే చేయాలి.
- ★ ఈ రీతిగా మీకు మీ భార్యయొక్క శరీరంలో జరిగే మార్పుల విషయపు సమాచారమూ తెలుస్తుంది.
- ★ మీరు అల్ట్రాసౌండులో మీ బిడడ హృదయపు స్పందన వినవచ్చును.
- ★ మీ గర్భావస్థకు సంబంధించిన నియమాలను పాలించండి.
- ★ గడుపు మీ దిండు కట్టుకొని లేదా నేను గర్భిణి అని వ్రాసిన టీషర్ట్ వేసుకోవలసిన అవసరం లేదు.

ఈ దినాల్లో మధ్యము అలాగే సిగరేట్ త్రాగేది వదలివేయండి. మీ భార్య జతలో పౌష్టిక ఆహారాన్ని తీసికోండి.

- ★ గర్భావస్థ, శిశు జన్మము అలాగే మంచిని విచారించడాన్ని సంబంధంగా సమాచారాన్ని తీసికొండి. ఇక్కడ మీ పెద్ద పెద్ద డిగ్రీలు ఏమీ పనికి రావు. స్నేహితులు, సహోద్యోగులతో మాట్లాడి మీ కోరికలను నెరవేర్చుకోండి.
- ★ శిశువుతో కూడిఇ మీరు మీ భార్య కడుపులో పెరుగుతున్న శిశువుతో స్నేహం చేసికోవచ్చు. దానితో మాట్లాడండి. పాట చెప్పండి. ప్రసవం తర్వాత శిశువు తమతండ్రిని సులభంగా గుర్తిస్తుంది.
- ★ మీ స్నేహితురాలి తో గూడి చిన్న ఉయ్యాల లేదా తొట్టిలు లేదా మంచం సిద్ధం చేయండి. పేరు నిర్ణయించడానికి పుస్తకాలు తీసుకొనిరండి. దాన్ని స్వాగతించుటకు సంసిద్ధులు కండి.

కామము – సెక్స్

"నా భార్య గర్భిణియయిన తర్వాత సంభోగమందు చాలా ఆసక్తిని చూపే ఇది సాధారణమా? నేను బాడీ చెప్పడం లేదు అయితే ఇలా చేయడం సురక్షితమై యుండునా?"

నిజానికి హార్మోన్ల కారణంవల్ల అమెకు శరీరాంగములు ఊదినవి. రక్త ప్రవాహమూ ఎక్కువైంది. అఅయినందువల్ల ఆమెకు కామేచ్ఛ అనుభవమౌతుంది. ఆమెకు సంభోగమందు ఖమడితంగా ఆసక్తి లేకుండానే ఉండవచ్చేయుండేది. డాక్టరు సమ్మతిస్తే దీనిలో ఏ ఇబ్బంది లేదు.

వారికి మూడ్ ఉన్నప్పడల్లా మీరు సిద్ధంగా ఉమడండి. ప్రాతరీ తిని వదలి వారి ఇష్టాయిష్టములను గమనముందుకొని ఈ నెలలందు వారి కామవాంఛను చాలా మారవచ్చును. మీరు వారి ప్రకారమే

సంభోగపు విషయమందు

మీకిదంతా క్రొత్తది కాదు. అయితే ఇపుడు మీ భార్య గర్భిణి. ఇలాగున్నప్పుడు ఆమెలో చాలా మార్పు అయింది. అందువల్ల మీరూ మీ స్టైలును మార్చాలి.

★ ఎదుటినుండి మనస్సు సిద్ధమయ్యేదాక కాచుకోండి. గర్భిణుల మనస్తితి మార్పు చేయడానికి అర్థం కాదు.

★ వార్మ్‌ప్ చేసేది చాల ముఖ్యము మీరు ప్రణయక్రీడనుండి మీ సంగాతిని సిద్ధం చేయాలి.

★ వారి మాటవినండి. వారి శరీరంలో ఎక్కడైనా నొప్పి ఉండవచ్చును. వారు చెప్పినట్లు ముందుకెళ్ళండి.

★ వారి పొట్ట మీద భారం పడనట్టి భంగిమను ఎన్నుకోనండి. కడుపు ఉబ్బు మధ్యలో రాకుండా ఉండాలని మీరిద్దరూ స్పూన్ ముద్రలో పడుకోవచ్చు.

★ మీకు సంభోగపు ఆనందం దొరకుండా ఉండవచ్చు. వేరే వైకల్పిక పైన ఉపాయం వెదకండి. హస్త మైథునము, ముఖమైథునము, లేక ఇద్దరూ మాలీష్ చేయడము చేయవచ్చు.

నడచుకోవాలి.

నా భార్యకు సంభోగవందు చాలా ఆసక్తి ఉండెను. అయితే ఇపుడు గర్భిణియయిన తర్వాత ఆమెకు ఆసక్తి లేనే లేదు.

ఈ దినాల్లో సాధారణముగా లైంగిక సంబంధమున్న భార్యా-భర్తల మధ్య చాలా మార్పు వస్తుంది. ఎందుకంటే అనేక శారీరక మానసిక కారణములు సంభోగవాంఛ, ఆనందము, అలాగే ప్రదర్శనను ప్రభావితము చేస్తుంది. మీ భార్యయొక్క శరీరము నిండియుండుటకు చూచి మీకు మూడ్ రావచ్చు లేదా మీకు మీ శిశువు కయ్యే తల్లి మీద చాలా ప్రేమ పుట్టుచుండవచ్చు. మీ మనస్సు సిద్ధము కావచ్చు. ఇది సహజమే.

అదే విధంగా మీ సంగాతికి సంభోగవందు ఆసక్తి తగ్గిపోవడమూ సహజమే. వారి కాళ్ళు మరియు వీపులో నొప్పి ఉండవచ్చు. వారి బలము మట్టము తగ్గియుండవచ్చు. లేదా కడుపు ఉబ్బరమును చూచి కొంత బాధననుభవిస్తుండవచ్చు. లేదా ఆమెకు ప్రేయసి/తల్లి రెండు పాత్రలందు తమను సంయోజించు కొనడానికి కష్టమగుచుండవచ్చు.

ఆమెకు మూడ్ లేక పోయినా మీరు విసగు చెందకుండ నెమ్మదిగ ఉండండి. ఆమె వద్దు అన్నా కోపం చేసికోకుండా మీరు ఇప్పుడూ ఆమెను అంతగానే ప్రేమిస్తారు. అని ఆమెకు అనుభవం కల్గించండి. గుర్తుండని ఈ సమయంలో ఆమె మనస్సు చాలా బాధగా ఉంది. ఆమే మీ సంభోగపు భావనకు ప్రాధాన్యం ఇవ్వడము లేదు.

రెండవ త్రైమాసికమందు ఈ కోరిక స్వాభావికంగానే మరల జాగృతం కావచ్చు. అయితే ముందు రాబోవు నెలల్లో ఏమైనా మార్పు రావచ్చు. శారీరక సంబంధం చేయకనే మీయిద్దరిలో ప్రేమ బంధాన్ని కొనసాగించాలి. మీ ఇద్దరి మనస్సు చేరింది. కేవలం దేహ సంబంధం లేదని వారికి అనుభవం కల్గించాలి.

రొమాన్స్ అలాగే ఒకరి నొకరు మాట్లాడుకోవడం ఆలింగన చేసుకోవడం ఇవనీ మరువవద్దండి. ఈ దినాల్లో ఆమెకు ఇలాంగ దగ్గరగా ఉండే అవసరముంది. మీరు గర్భిణియయినా ఎంత బాగా కనిపిస్తావనేది మరవకండి. ఆమెకు ఇది విని చాలా సంతోషమవుతుంది.

"ఇప్పుడు నాకు సంభోగము ఆసక్తి లేదు. ఇది సాధారణమా?"

తల్లి అయ్యే రీతియే తండ్రి అయ్యే వాళ్ళ మనస్థితిలో ఎక్కుట దిగుట ఉండుంది. మీకు

సంభోగమందు ఆసక్తి ఎందుకు లేదు. దీనికి అనేక కారణములు ఉండవచ్చు. గర్భధారణను మీరిద్దరూ చాలా తీవ్రంగా పరిగణించి యుండాలి. మీ మనస్సంతా రాబోయే శిశువు పై కేంద్రీకరింప బడియుంటుంది. లేదా మీకు మీ సంగాతియొక్క మార్పు చెందుచున్న రూపంవల్ల సమతౌల్యం చేయుటకు కష్టంగా ఉండవచ్చు. లేదా సంభో సమయమందు మీరు మీ శిశువు అలాగే భార్యకు దెబ్బ తగులవచ్చునని భయముండవచ్చు. తల్లి అయ్యే మహిళతో సంబంధమెలా చేసేది అని మీకనిపించవచ్చు. తండ్రి అయ్యే వాళ్ళలో హార్మోన్ మార్పయ్యేది దీనికి కారణం కావచ్చు.

చాల సార్లు పరస్పరం మాట్లాడక పోతేనూ, తప్ప అభిప్రాయాలు పుడుతాయి. మీకనిపిస్తుంది ఆమె సంభోగమందు ఆసక్తి చూపడం లేదని. అందువల్ల మీరు మీ ఆచేతనమనస్సునందు సంభోగపు ఆశను అణచి వేసుకొంటారా? ఆమె మీకు సంభోగమందు ఆసక్తి లేదని వెనుకంజవేస్తుంది.

సంబంధములందు ప్రమాణము బదులు గుణముమీద గమనముంచండి. కొంచెమున్నా సంపూర్ణంగా నైనా ఉన్నా మీరు అకస్మాత్తుగా ముద్దిడి కౌగలించినపుడు మూడ్ రావచ్చును. లేదా తన భావనలను క్రొత్త రీతిలో ప్రకటించి కామక్రీడ ప్రారంభించవచ్చు. గర్భావస్థయొక్క, శారీరక అలాగే భావనాత్మక మార్పు జతకు మీ ఇద్దరి మనస్సు సిద్ధమైతే ఆశ్చర్యమేమీ ఉండదు.

ఇలానూ కావచ్చును. పూర్తి 9 నెలలు లేదా అదయిన తరువాతనూ మీకు సంభోగమందు ఆసక్తి రాకుండా ఉండవచ్చును. శిశువు వచ్చిన తర్వాత అలానే దంపతులు ఈ వైపు ఉదాసీనత జూపుతారు. ఇదంతా సహజమైన ఆప్యాయత. అయితే శిశువుయొక్క పోషణ మీ సంబంధపు మధ్యలో రారాదు. రొమాన్స్‌ను తాజాగా ఉంచుకోండి. మీరు క్యాండల్ లైట్ డిన్నర్ ప్లాన్ చేయవచ్చును. మంచి సెక్సీ నైట్ గౌన్ అథవా పువ్వుల బహుమతి ఇవ్వవచ్చును. వెన్నల విహారం వెళ్ళవచ్చు. లేదా పరుపు మీదనే కూర్చొని వేడి కాఫీ, పాలు త్రాగవచ్చును. మీ భయమ అలాగే భావనలను ఆమె జతలో పంచుకోండి. ఆమెను ఇలా చేయమని ప్రేరేపించండి.ఆలింగనము అలాగే ముత్యాల వానజల్లునివకుండని. మీ ఇద్దరి మధ్య ప్రేమ సంబంధము ఎడతెగక స్థిరమైయుండుగాక!

మీ భార్యకు అనుభవం చేయించండి. ఆమె శారీరక లేదా భావనాత్మక అవస్థ అలాగే బదలాయింపుకు కారణము మీకు సంభోగమందు ఆసక్తి తగ్గలేదు. ఆమెకు తన గర్భావస్థయొక్క రూపంవలన మొదలే విసుగుగా ఉంటుంది. మీరు మీ స్పర్శ అలాగే మాటల ద్వారా మీ ప్రేమ తగ్గలేదని చూపించండి. అలాగే నీవు మొదటికంటే సుందరంగా ఆకర్షణీయంగా కనబడుతున్నావని నమ్మించండి. ఇది నిజము కదా?

ఎలాగైనా డాక్టరు చెప్పినా గర్భావస్థలో సంభోగించేది సురక్షితంగా ఉందని, అయినా భార్యకు బిడ్డకు దెబ్బకలుగుతుందని నాకు భయము.

చాల మంది తండ్రులకు ఈ భయముంటుంది. ఇందులో ఆశ్చర్యమేమీ లేదు. భార్య బిడ్డ క్షేమానికి ప్రాధాన్యమిచ్చేది సహజమే.

అయితే ఇక్కడ భయపడే బదులు డాక్టరు మాటలను గమనించండి వారు మీకు అంగీకారం తెల్పిన తర్వాత భయమెందుకు? శిశువు దాని గర్భాశయ గృహంలో సంపూర్ణంగా సురక్షితంగా ఉంది. అలాగే మీ మితినుండి చాలా దూరముంది. అది మీ ప్రక్రియవల్ల పూర్తిగా అపరిచితమైనది. అలాగే దానికెలాంటి దెబ్బ ఉండదు. మీ భార్యకు చరమసుఖముతర్వాత కల్గే సంకుచనము, ఒక సామాన్య గర్భావస్థలో సమయానికి ముందు ప్రసవ మయ్యేటంత తీవ్రంగా ఉండదు. ఏ మహిళలు గర్భావస్థయందు కామక్రీడలో సక్రియులైయుంటారో వారి ప్రసవ సమయం ముందుకాదు. ఈ విధంగా మీ భార్యకు ఏ విధమైన తొందర కాదు. అయితే

ఆమెయొక్క శారీరక మరియు భావనాత్మక అవసరం పూర్తీ అవుతుంది. ఆమెకు ఆత్మీయతయొక్క అనుభవమౌతుంది. ఈ సమయం దీని ఆవశ్యకతయే ఎకువగ ఉన్నది. ఒక వేళ మీకు కొంచెం జాగ్రత్తగలవారైయుండవలసి ఉంటుంది.

అయినా మీరు చింతాయుక్తులైయుంటే మీ భార్యకు విషయమంతా స్పష్టంగా చెప్పండి.

గర్భావస్థకు సంబంధించిన కలలు

"నాకొక్కొక్క సారి విచిత్రమైన కలలు వస్తాయి. నేనేమి చేయాలి? అని నాకేమీ అర్థం కావడం లేదు?

ఈ మధ్య దినాల్లో యదార్థ ప్రపంచానికంటే స్వప్న లోకమే సుందరంగా ఉంది. తల్లి అయ్యేవాళ్ళలాగే తండ్రి అయ్యే వాళ్ళకూ గర్భావస్థ విశాల భావనల సమయము. దానిలో మంచిదీ చెడ్డదీ అనే అన్ని విధములయిన భావనలు రోలర్ వలే మెదడులో తిరుగుతూంటాయి. దీనిలో అనేక భావనలు చేతనమునందు అణగియుంటాయి. అవకాశం దొరికిన వెంటనే కలలో కనబడతాయి. మీకు కామపు కలరావచ్చు. శిశువు వచ్చిన తర్వాత ఎలాంటి ప్రభావం పడుతుందని చింత ఉండవచ్చు. ఇదంతా మామూలే. వదలివేయాల్సినదే.

మీకు ముందు వచ్చే కలలో మీ సంపుర్ణ కుటుంబం కనబడవచ్చు. మీరు తండ్రి-తల్లి-తాతా-అవ్వలకు సంబంధించిన కలలను చూడవచ్చును. మీ అచేతనమనస్సుకు మీ భూతకాలమును, భవిష్యత్కాలముతో జోడించి చాడాలన్న ఆశ ఉండవచ్చును. మీరు మిమ్మలను కలలో చిన్న బిడ్డలాగ చూడవచ్చును. అంటే మీరు చింతలేనట్టి భూతకాలాన్ని గుర్తు చేసుకొంటున్నారు. అయితే రాబోవు జవాబ్దారీలనుండి విరక్తులగుచున్నారు. మీరే గర్భము ధరించినట్లు చూడవచ్చును. ఇలా సంగాతియొక్క సానుభూతి, లేదా ఇచ్ఛయొక్క కారణము వల్ల కావచ్చును.

> **ఇది మీ హార్మోన్**
>
> అధ్యయనాలవల్ల తెలియవచ్చిందంటే తండ్రికాబోయేవారి శరీరంలోనూ స్త్రీ లైంగిక హార్మోన్ తయారగును. వాళ్ళలోనూ మహిళల్లో కనబడే గర్భావస్థ లక్షణాలు కనబడతాయి. వారిలో ఒకరకపు కోమలత వస్తుంది.
>
> ప్రసవం తర్వాత 3 నుండి 6 నెలలయిన తర్వాత హార్మోన్లు సామాన్య స్థితికి వస్తాయి. ఆ తర్వాత సెక్స్‌లైఫ్ అదే రీతిగా మొదలవుతుంది. అలాగే సంభోగంలో ఆసక్తి ఎక్కువౌతుంది.

ఎందుకంటే ఆమెయే ఇపుడు అందరి ఆకర్షణాల కేంద్రము. లేదా మీరు మీ పుట్టిన బిడ్డ జతకు సంబంధము ఏర్పలయ కొంటున్నారు. మీరు మీ కారులో శిశువుకు సీటు బెల్ట్ కట్టడము మరచిపోయారనే కల కలగనవచ్చు. దీనివల్ల మీ మనస్సులో అణగియున్న అభద్రతా భావము అర్థమవుతుంది. కలలో శిశు పోషణ చేయదాన్ని చూచి మీరు తమను కొత్త పాత్రకు సిద్ధం చేస్తున్నారనేది చెప్పవచ్చును. ఒంటరితనము అలానే ఉదాసీనతా స్వప్నములు రావడం సాధారణము.

ఇది గాక మీరు శిశువుతో కూడ ఆట-పాట పార్కులో తిరుగడం ఈ కలనూ కనవచ్చును. దీనివల్ల మీ మనస్సులోనున్న ఉత్తేజనం తెలియవస్తుంది. ఏమేని గాని ఒకటంతకు నిజము, మీరొక్క ఈ రకమైన కలలను చూడడంలేదు.

మనస్థితియందు ఎక్కుట దిగుట

నేను గర్భావస్థయందు మనస్థితిలో ఎక్కుట దిగుటలను గూర్చి చదివి యుంటిని. అయితే నేను దానికై తయారు కావడం లేదు. ఒకరోజు ఆమె మనస్సు బాగుంటుంది. ఇంకో దినం చెడిపోయి ఉంటుంది. నేను ఏమి చేయాలని నాకర్థం కావడం లేదు.

గర్భావస్థయొక్క హార్మోన్లయొక్క విచిత్రమైయున్న ప్రపంచానికి మీకు స్వాగతం. అవి మీ సంగాతియొక్క గర్భంలో చిన్న శిశువును చేయుటకు చాలా శ్రమపడుతూంది. మీ సంగాతియొక్క తను-మనముల నియంత్రణ అయితే ఆమె ఎప్పుడైనా ఏడవచ్చును. ఉత్తేజితం కావచ్చును, సంతోషం కావచ్చును. లేదా నిరాశతో ఊరకుండవచ్చును. రెండవ త్రైమాసికంలో ఈ హార్మోన్లు స్థాపితమయ్యేదగును. అయినా మీరు భావనాత్మకపు హెచ్చుదల తగ్గుదలలను ఎదురించవలసియుండును. అప్పడప్పా ఏమి చేయాలి.

ధైర్యంగా ఉండండి : గర్భావస్థ తొమ్మిదవ నెలలో ముగిసి పోతుంది. ముగిసిన వెంటనే సంతోషపు మూట చేతికి వస్తుంది. అంతవరకూ సకారాత్మకంగా యోచన చేసి ధైర్యంగా ఉండండి.

పూర్తి మనస్సుకు పెట్టుకోవద్దండి : కోపము తాపములను తీరా మనస్సుకు పట్టించుకోవద్దండి. ఇదంతా ఆమె చేతిలో లేదు. ఇదంతా హార్మోన్ల ఆట. ఆమెకూ తెలిసినా ఆమెయూ ఏమీ చేయజాలదు. ఆమెకు బాధే. అయితే ఆమె నిర్లిప్తంగా ఉంది.

సహాయం చేయండి : ఔను ఆమెకు మీ సహాయపు అవసరము ఉంది. మూడ్ చెడిపోయినపుడల్లా ఏమయినా తినడానికివ్వండి. వ్యాయామం వల్లనూ లాభముండవచ్చును. భయము, అలానే భద్రతలేని విషయమందు మాట్లాడండి. రాత్రీ భోజనమైన తర్వాత వాకింగ్‌కు వెళ్ళండి.

ఇంటి పని : బట్టలుతుకుట, పాత్రలు తోముట అని ఎన్నో పనులుంటాయి ఇంట్లో. మీరు చేయగలట్టి పనిని చేయండి. ఆమెకు సంతోషం కలగడం, ఆమె సంతోషాన్ని చూచి మీకు ఖుషీ కావడం జరుగుతుంది.

గర్భావస్థలో మీ మనస్థితి :

గర్భావస్థయొక్క వార్త తెలిసిన తక్షణం నా మనస్సు విచితమయింది. తండ్రి కూడా డిప్రెషన్‌లోకి వస్తారా అని నాకు తెలిసియుండలేదు.

తండ్రియు ప్రెగ్నెన్సి డిప్రెషన్ ఎదురించవలసియుండును. ఒక వేళ మీరు దీని కంతటికి మీ హార్మోన్ల పూర్తిగా దోషులను చెప్ప సాధ్యము కాదు. అయితే మూడ్ మార్పు చెందేది భయము, గాబరా, వ్యాకులత వెంటనంటి వస్తాయి.

మీ భావనలను తెలుపండి, ప్రదిదినం పరస్పరం మాట్లాడుకొనుటకు సమయమివ్వండి. క్రొత్తగా తండ్రికాబోతువారి జతలో మాట్లాడండి లేదా అంతర్జాలంలో వార్తల ద్వారా సహాయం పడండి.

- ★ కొంచెం వర్కౌట్ చేస్తే చాలా లాభదాయకము. శరీరంలో తయారయ్యే అండర్‌ఫీస్‌నుండి మన స్థితిలో మార్పు కావడం అవుతుంది.
- ★ శిశువు వచ్చేది. వచ్చే సంసిద్ధతలను చేయండి.
- ★ మద్యపానం నుండి దూరముండండి. మద్యంవల మీ ఉదయం ఫ్రెష్‌గా ఉండదు. మద్యకాక ఇతర మాదక ద్రవ్యముల నుండియూ దూరముండండి.
- ★ ఈ ఉపాయాల నమలు చేసియూ డిప్రెషన్ తక్కువగాక మీ సంబంధముపై ప్రభావం పడుటకు ప్రారంభిస్తే డాక్టర్ సలహా పొందండి.

ప్రసవము అలాగే కాన్పు చింత

"నేను శిశు జనన విషయంగా చాలా ఉత్సాహము కలదియున్నాను. అయితే చాలా ఒత్తిడి కూడా ఉన్నది."

చాలా తక్కువ మంది తండ్రులకు జననపు ఒత్తిడి ఉండదు. నూర్ల కొద్ది కాన్పులు చేసిన డాక్టరుకూ తమ శిశు జననమప్పుడు గాబరా అవుతుంది. అయితే వారందరూ తమ గాబరాను నియంత్రించుకొని తమ స్నేహితురాలిని పూర్తిగా సముదాయం చుటకు

సిద్ధమౌతారు. మీరు చైల్డ్ బర్త్ తరగతికి వెళ్ళితే మీరు మీ గాబరా మరియు భయాన్ని నియంత్రించుకోవచ్చు.

మీరీ విషయంలో తెలిసిన వారు కావాలి. సమాచారం వల సగం భయం పరిగెత్తి పోతుంది. అంతర్జాలము మరియు పుస్తకములనుండి సమాచార సేకరించండి. లేబర్ అలాగే డెలివరి డివిడి చూడండి. ఆస్పత్రి లేదా బర్త్ సెంటరుకు సమాయనికి ముందే వెళ్ళి దాన్నుండి మీకు అక్కడి పరిసరముల విషయం బాగా దొరకుతుంది. మీ మీద అంతా ఒత్తిడి ఉన్నదని భావించకండి. అక్కడ డాక్టరు, నర్స్, అందరూ ఉంటారు.

మీరేమైనా మరచిపోయియున్ననూ వారన్నీ సమకూర్చుకొంటారు. మీ భార్య కూడా మీ అజాగ్రత్త మీద కోపము చేసుకొనే స్థితిలో ఉండదు. మీరక్కడుండేది అలాగే మీ స్పర్శంతు ఆమెకు చాలును.

''ఇంకనూ చింత తగ్గలేదా? మీ జతకు పరిచయస్థులను పిలుచుకొని వెళ్ళండి.''

రక్తం చూస్తే నాకు చాలా ఆతంకమౌతుంది. ప్రసవ సమయంలో ఏమగును?''

సాధారణంగా తండ్రులు ప్రసవ సమయమందు రక్తం చూడాలనే ఆలోచన చేసి గాబరా పొందుతారు. అయితే మీకు ఆ వైపు గమనమే పోవడముండదు. శిశువును చూడాలనే ఉత్సాహము ఎండగా ఉంటుందంటే ఇంకేమీ కనబడదు. ఒక వేళ రక్తం చూచి గాబరా అయితే మీ భార్యముఖమును చూడండి. అన్నీ సరిపోతాయి.

''నా భార్య ప్రసవము సి-సెక్షన్ ద్వారా అవునది. ఇలా ఉన్నప్పుడు నేనేమి చేయాలి?''

సి-సెక్షన్ గూర్చి ఎంత తెలిసికొంటారో అంతే మంచిది. మీ ప్రతిక్రియ మీ భార్యపై చాలా ప్రభావం చూపుతుంది. మీకే భయమైతె ఎవరు ఓదారుస్తారు. కుదుట పరుస్తారు. ఈ విషయంలో సమాచారం పొందడమే భయం తగ్గించే ఉపాయము. ఇద్దరూ చేరి చైల్డ్ బర్త్ తరగతికి వెళ్ళి డాక్టరును కలవండి.

సి-సెక్షన్ సంపూర్ణంగా సురక్షితమైంది. మీరంతా శస్త్రచికిత్స పేరు విని గడగడ వణక వద్దండి. ఎక్కడయినా ఆస్పత్రులందు దీన్నింకనూ సహజం చేయడానికి ప్రయత్నిస్తున్నారు.

జీవనపు మార్పుకోసం ఉత్సాహము

అల్ట్రాసౌండ్ చూచిన తర్వాత నేనూనా బిడ్డయొక్క జననపు యోచన చేసి చాలా ఉత్సాహంగా ఉన్నాను. అయితే అది వచ్చిన తర్వాత మా జీవితంలో ఎంత మార్పు వస్తుందనే ఇంతయూ ఉన్నది.

చిన్న ఛిశువు తమ జతకు పెద్ద-పెద్ద మార్పు తెస్తారు. దీనిలో ఏ సందేహమూ లేదు. అందరూ ఈ విషయంలో చింత చేస్తారు. అయితే భావనాత్మక రూపమునుండి గర్భావస్థనుండి చేరుకొంటే ఈ భయముండదు. అప్పుడు వారూ మార్పులను స్వీకరిస్తారు. మీ జీవనపు ఈ సత్యాన్ని నిదానంగా ఒప్పుకొంటారా! మీరు దిగువ వ్రాసిన విషయములకు చింతితులైయుండాలి, అని మాకనిపించును.

నేను ఉత్తమమైన తండ్రి అగుదునా?

మీరీ భయంనుండి బయటికొచ్చి విశ్వాసముంచుకోవలెను.

శిశువు ఇంటికి వచ్చిన తక్షణం రొమాన్స్ ఒక ప్రక్కను జరిగిపోతుంది. మీరు శిశువుకు కావాల్సిన సామానులను తెప్పించుటకు మొదలిడుతారు. శిశువుయొక్క భోజనము-తిండి నిద్ర, మలమూత్ర విసర్జన, ఇదేగాక వేరేమీ ఆలోచనకు రాదు. అయితే మీరిద్దరూ ఈ దిన చర్యయందు సమాలోచన జరిపిన తర్వాత మీరు మీకై సమయం తీసుకొంటుండండి.

తోడుగా ఉండండి

తండ్రియై కొత్త జీవితాన్ని ప్రారంభిచుటకు సిద్ధంగా ఉన్నారు. అలాగయితే శిశువు జతకు హెచ్చుగా ఉండండి. సాధ్యమైతే ఆఫీసుకు సెలవు పెట్టిఇ సాధ్యంకాకుంటే పనిని ఇంటికి తేవద్దండి. ఓవర్ టైం చేయకండి. ఇంటిలో ఉన్నప్పుడు శిశువు అలాగే భార్య జతలో ఉండండి. మీ స్వంతం పని ఎంతే కష్టంగా ఉన్నా, అయితే శిశువుయొక్క బాగు విచారించుకొనడం దీనికంటె కష్టమైన పని. ఇంటిపనియందు సహాయ పడండి.

శిశువు జతకు భార్యను కూడా గమనించుకోండి. మీరామెను గమనిస్తూ ఉండండి. గుర్తుంచుకోంటుండండి అని పిలిచి చెప్పండి. ముందు తేకొనని అని గుర్తు చేయండి. పూలు ఇవ్వండి. మంచి రెస్టారెంటుకు పిలుచుకెళ్ళండి. సర్ప్రైజ్ చేయండి. అయినంత తోడుగానే ఉండండి.

ఇతరులు శిశువును ఆడించునప్పుడు లేదా పడుకొన్నప్పుడు మీకై సమయాన్ని చేసికొండి. ఈ విధంగా మీ సంబంధములు ముందకంటే సుందరంగా, మధురముగా అలాగే దృఢంగా అవుతుంది.

శిశువుయొక్క ఉత్తమ విచారణా బాధ్యత :-

శిశువుయొక్క గొప్ప బాగును గుర్తించి తండ్రి తల్లి ఇద్దరూ రావలసి ఉంది. శిశువు యొక్క మొదటి డైపర్ మార్చాల్సి వచ్చినపుడు వివాదం చేసే బదులు ఇప్పటినుండియే ఈ బాధ్యతను పంచుకోవడం ప్రారంభించండి. ఈ మాటా-కతనుండి మీకూ అర్థమౌతుంది. శిశువుకోసం ఏపని చేయాల్సిందని.

పని ఎలా ప్రభావితమై యుండును : ఇది మీ పనియొక్క పరిధిపై ఆధారపడియుంటుంది. ఒక వేళ మీరు చాలాకాలంవరకు పని చేసేదయితే శిశువుయొక్క పోషణకు ప్రాముఖ్యత నివ్వాలి. ఇంటపనిలో సహాయ పడడం నేర్చుకోండి. కార్యాలయపు పనిని ఇంటకి తేవద్దండి. శిశువు జననానికి ముందు లేదా శిశు జననానంతరం యాత్ర చేయడానికి పోవద్దండి. సాధ్యమైతె సెలవు పెట్టండి.

జీవన శైలిని మార్చుకోవలెను :

మీ సామాజిక చురుకుదన ములను సంపూర్ణముగవిడుక పోయినా, కొంత సమాలోచన చేసుకోవలని ఉంది. ఒక చిన్న బిడ్డ అందరి ఆకర్షించే కేంద్ర బిందువైయుండును. మీ కలవాటున్న జీవన శైలిని మార్పు చేసుకోవలసి ఉంటుంది. కాండల్ లైట్ డిన్నర్ లేదా ఇష్టమైన ఆట ఆడే బదులు మీరు శిశువు యొక్క చిన్న-చిన్న అవసరాలను పూర్తి చేయుటకు సిద్ధమైయుండవలెను. స్నేహితుల సహవాసం మార్చుకోవచ్చు. ఎందుకంటే మీరు కూడా చిన్న బిడ్డయొక్క తండ్రి-తల్లిగార్ల జతలో స్నేహం పెంచుకొనడానికి ఇష్టపడతారు. ఒక సారి ప్రాముఖ్యతలను నిర్ధరించిన తర్వాత మీరు మీ ప్రాత జీవనశైలికి వాపస్ రావచ్చును.

పెద్ద పరివారాన్ని సంబాళించుటకు నాకగునా?''

శిశువుకు అయ్యే ఖర్చులను, పథకము వేసుకొని తండ్రికి నిద్ర రావడంలేదు. అయితే మీరు అనేక పద్ధతుల్లో ఈ ఖర్చులను తగ్గించుకోవచ్చును. తల్లి స్తన్యపానం చేయిస్తే పాలు సీసా, పాలడబ్బీ ఖర్చు మిగులుతుంది. మీ స్నేహితులకు అలాగే సంబంధీకులకు శిశువుకు కావాలసిన వస్తువులనే బహుమతిగా ఇవ్మని అడగండి. అన్నగారి బట్టలు వేయవచ్చును. అధిక సమయం పని చేసి సంపాదించే యోచన చేయకండి. శిశువు జతలో సమయం గడపండి ఏమీ పెద్ద హానికలుగదు.

కక్కువ విషయమేమంటే మీరు దాని విషయమందు యోచించుటకు ప్రారంభించండి. మీ జీవనమును మంచివిధంగా మార్చగలదు.

తండ్రి మనస్సులోని భయము

నేనుత్తముడైన తండ్రి కావాలని నామనస్సు. అయితే యోచించనచో భయమవౌతుంది. నేను ఏ నవజాత శిశువును పోషించలేదు?

ఎవరూ పుట్టుకతోనే తల్లి-తండ్రి కారు, శిశువు వచ్చిన తర్వాత మీ మనస్సులో ప్రకటమై పితృత్వపు భావన జాగ్రతమౌతుంది. భయమెందుకు? ఔను మొదటి సారి శిశువుయొక్క జతకు రాత్రిపూట మేల్కొనియుండడము. స్నానము చేయించేది. డైపర్ మార్చేది ఇదంతా ఒక పెద్ద పని యని అనిపించవచ్చు. అయితే నిధానముగా ఈ పనిలో దక్షులౌతారు. కొంచెం శ్రమ పడితే మీరు గొప్ప తండ్రి అవుతారు. ఈ పనికి ఎక్కువ ట్రైనింగ్ తీసుకోవలసిన పని లేదు. కొంచెం సమాచారము కొంచెం సంసిద్ధతనుండి ఎన్నీ సులభమౌతాయి.

మీ పరిచితపు తండ్రిజతలో మాట్లాడి వారి శిశువును ఆటలాడించండి. మీ భయము దూరమౌతుంది.

స్తన్యపాన

నా భార్య శిశువుకు స్తన్యపానం చేయించుటకు యోచిస్తూంది. ఇది చాల మంచిది అయితే నాకు కొంచెం చింతకలుగుతూంది.''

సరే ఇన్ని దినాలవరకు పెండ్లాము బిడ్డలు మీకు కామొత్తేజకమని కనబడుచుండెను. అయితే ఇప్పుడు ఒక ప్రాకృతిక ప్రక్రియ ప్రారంభమగుచున్నది. స్తనములు కేవలము సౌందర్యముయొక్క, అలాగే కామముయొక్క ప్రతీకము కాదు. అది జీవనమునిచ్చే మాధ్యమము సహా. తల్లి పాలు శిశువుకు అమృతమువంటిది. దీనివల్ల శిశువుయొక్క ఆరోగ్యము కుడా బాగుండును. దాని మొదడు పెరుగుదల తీవ్రమవుతుంది. తల్లికీ తన దేహస్థితిని పొందడానికి ఎక్కువ సమయమక్కరలేదు. బ్రెస్ట్ క్యాన్సర్ అపాయమూ చాలా తగ్గుతుంది.

స్తన్యపానంవల మీ శిశువు అలాగే మీ భార్యయొక్క జీవనమందు పరివర్తన కలుగుతుంది. ఇక్కడ మీ అంగీకారము ఆమెకు చాలా మహత్వమైనది. ఏ తల్లులూ తమ భర్త అంగీకారంనుండి స్తన్యపానం చేయిస్తుందో ఆమెకు ఈ ప్రక్రియ చాలా సహజము అట్లే సులభమవుతుందని అధ్యయనములవల్ల తెలియవచ్చింది. ఒక వేళ ఇది ఒక ప్రాకృతికముగానున్నా సహజ ప్రక్రియయే అయినా దీన్ని నేర్చుకొనడానికి సమయం పట్టుతుంది. ఇదినేర్వడానికి తల్లికి అలాగే శిశువుకు సహాయం చేయండి. కొన్ని దినములు కొంచెము సంకోచము కావచ్చును. ఆ తర్వాత ఇదే సహజ సాధారణము. అయితే చాలా విశేషమనిపిస్తుంది.

నా భార్య బిడ్డకు స్తన్యపానం చేయిస్తుండేది. ఆమె మరియు శిశువుల మధ్య ఉండే సాన్నిహిత్యంవల్ల నాకు ఒంటరితనమనిపిస్తుంది.

మీరు గర్భము ధరింపసాధ్యం కాదు. శిశువు జన్మనివ్వ సాధ్యముండదు. స్తన్యపాన చేయించలేదు. అయినా మీరు శిశువుయొక్క తండ్రి. అన్ని చిన్న చిన్న ఖుషి అలాగే దుఃఖములందు మీ పాత్ర వెంటూంది. మీరు మీ గర్భావస్థయొక్క ప్రసవము, తోడై వాళ్ళనొప్పిని పంచుకోవచ్చును. మీరు సక్రియ పాత్ర ధరిస్తే చాలు.

శిశువు స్తన్యపానం చేయనపుడు : శిశువు స్తన్యపానం చేయనప్పుడు మీరేమీ సహాయం చేయలేరు. అయితే బాటిల్ పాలు చేయల్సి వస్తే

సహాయ పడండి. అప్పుడు తల్లికి కొంచం విశ్రాంతి అలాగే మీకు శిశువుయొక్క సామీప్యత దొరకగలదు. బాటిల్ నుండి పాలు త్రాగించునప్పుడు మీ షర్టు గుండీలు తీసి దీనవల శిశువుకు మీ శరీరపువాసన, స్పర్శ దొరకుతుంది. శిశువు మిమ్మలను గుర్తిస్తుంది. బాటిల్‌ను భద్రంగా పట్టుకోండి. మీ గమనం దానిపైనే ఉండని.

శిశువుకు ముందే పడుకోకండి

మీరు స్తన్యపానం చేయించడం సాధ్యం కాదు. అయితే బిడ్డ పాలు త్రాగేవేళ దాని జతకు లేచియుండవచ్చు కదా! రాత్రి పూట డైపర్ మార్చండి. పాలు త్రాగుటఖు తల్లి తొడమీద పడుకో బెట్టండి. శిశువు పరుండిన తర్వాత తొట్టలలో పడుకోబెట్టండి చిన్న చిన్న పనుల ద్వారా మీరు శిశువు దగ్గరకు హెచ్చు హెచ్చు చేరవచ్చును. సామీప్యతను పొందవచ్చును.

సంబంధం

నేను నా బిడ్డను గూర్చి చాలా ఉత్సాహితులై యున్నాను, అని నాకనిపిస్తుంది. నేను అవసరానికంటే అధికంగా గమనం పెడుతున్నాను.

దేహంలో ప్రేమ అట్లే స్నేహములో అతి

> **భావనాత్మక మార్పు**
>
> ఔను జీవనమందు చాలా పెద్ద మార్పు వచ్చింది. ఒక చిన్న శిశువు వల్ల మీ ఇద్దరి జీవనపు దినచర్య మారింది. మీరు భావనాత్మక రూపంతో చాలా ఆయాసంగా ఉన్నారు. ఈ మార్పు ఒక దినం కాకుంటే ఒక నాడు రానే రావచ్చుగా ఉండెను. ఉదీసీనతను వదలండి. శిశువుతో పాటు తిరుగండి. అన్ని కష్ట పరిస్థితులు పోయినట్లు ఈ సమయమూ గడచిపోతుంది. మీరు ప్రతియొక్క స్థితిని ఎదురించడం నేర్వండి.

అనేదేమీ లేదు. మీరు శిశువు జతలో ఎంత సమయం గడుపుదురు. అంతగా మీ సంబంధం దృఢమగును. తండ్రిస్నేహం బిడ్డపైన సహజంగానే ఎక్కదగా ఉంటుందని అధ్యయనముల ద్వారా తెలియవచ్చింది.

తండ్రులు మాతృత్వ భావాన్ని ఉంచుకొనియుంటారు. ఈ సంబంధాన్ని పోషించునట్టి దానికి తోడు భార్యపై గమనముంచడం మరవకండి. ఆమెను సరిగ్గా చూచుకొని, ఆమెకు మీ ప్రేమను అనుభవింప జేయండి.

శిశువు జన్మము యొక్క 4 దినముల తర్వాత నాకు కొంత ప్రేమ పుట్టియుండెను. అయితే ఇంకా ఆత్మీయత పెరుగలేదు. ఒకవేళ మొదటి ఆలింగనము తానే మీ సంబంధం ప్రారంభమైంది. సమయం గడచేకొద్ది మీ సంబంధమూ ఇంకా దృఢమౌతుంది. మీరు డైపర్ బదలాయించనపుడు, స్నానం చేయించినప్పుడు భుజంపై ఎత్తుకొన్నప్పుడు, ఏదేని తినిపించనప్పుడు, సామీప్యం ఎక్కువౌతూ పోతుంది. మీరు తొడపై కెత్తుకొన్నప్పుడు మీ సరపర్శపు కలయిక కలుగని. ప్రారంభంలో ఈ కలయిక ఒకే ప్రక్కనుండి ఉంటుంది. మీరే మాట్లాడుతారు. మీకే నవ్వుదురు. అయితే నిదానముగా శిశువు ప్రతిక్రియనిస్తుంది. మీ భార్య ఇంటి పని చేయునప్పుడు మీరు సహాయం చేయండి. భార్యకు ఇంటినుండి బయటికెళ్ళాల్సి వస్తే మీరు శిశువుతో పాటు కాలం వెళ్ళవచ్చండి. మీరు బయటికి పోవాల్సి వస్తే శిశువును స్ట్రాలర్ లేదా కారు సీటులో కూర్చొబెట్టుకొని వెళ్ళండి. డైపర్, బ్యాగ్ జతకు తీసికొని వెళ్ళండి.

''నా శిశువుయొక్క కాన్పు చాలా కష్టతరంగా ఉండెను. అందువల్లనే నాకు సంభోగమందు ఆసక్తి లేనే లేదు.''

ప్రసవానంతర సంభోగము

సంభోగించుటకు డాక్టరు మీకు అనుమతినిచ్చారు. అయినా ఆమె శరీరమింకా పూర్తి సరిపోలేదు. ఆమె ఇష్ట పడేవరకూ ఏమి చేయాలి. ఆమె ఇష్టపడినా చాలా జాగ్రత్త కలవారైయుమడాలి. ఆమె భానలను తెలికోవాలి. 9 నెలలందు ఆమె శరీరంలో చాలా మార్పు వచ్చింది. అందువల్ల ఆమెకు కొంచెం కష్టం కావచ్చును. మీరు ఆమె ఇబ్బందులను అర్థం చేసికొని ముందుకెళ్ళితే మీరు పొగడుటకు హక్కుదారులు కాగలరు.

మనుష్యునికి కామ మందాసక్తి అనే దాక సున్నితమైన విషయము శిశువుయొక్క ప్రసవం చూచిన తర్వాత మీ మనస్సు కామంనుండి విముఖమై యుబుండవచ్చు. మీకాయాసమైయుబుండవచ్చు. శిశువుయొక్క నిద్ర పాడయ్యే భయముండవచ్చు. మీ భార్య శరీరానికి నొప్పికలుగుననే భయమువుండవచ్చు. లేదా జీవనము యొక్క ఈ మార్పు కలుగుతున్న సమయంలో ఆసక్తిని శిశువుయొక్క పనికి మిగిలించాలనిపించి యుండవచ్చు. మీరు మీ ప్రాముఖ్యతలను గమనించుకోండి అని మీ మనస్సులో కామపు ఆసక్తి తగ్గియుండును. ఇది సాధారణము.

చెప్పాలమటే మీ భార్య కూడా మానసిక అలాగే శారీరక రూపంనుండి ఇప్పడేమీ ఇష్టడడం లేదు. ఆ కారణం చేతనూ మీకు ఆసక్తి తగ్గింది. మీరిద్దరూ దీనికెప్పుడు తయారవుతారు అని అందాజు చేయడానికి కాదు. పరిస్థితులపై చాలా ఆధారపడియుంటుంది. సంభోగానికి సంసిద్ధులయ్యేదే యోనియొక్క పనికాదు. వేరే విశేషమైన పనిని చేయాలి. ఆ పని అయిన తర్వాత సంభోగానికి సిద్ధమగుటకు సమయం వస్తుంది.

ఈ సమయమందు మీరు మీ భార్య జతలో భావనాత్మక సంబంధాన్ని పెట్టుకోండి. ఆమెకు సెక్స్‌లో ఆసక్తి లేకపోయినా మీరు ఆమెకు సుందరంగా ఉన్నారని చెప్పండి. శిశువు నిద్రించినతర్వాత సువాసనగ ఊదబత్తి వెలిగించి మధురమైన సంగీతాన్ని వేయండి. రొమాన్స్ చేయుటలో అడ్డమేమీ లేదు.

నా భార్య ఇప్పుడు స్తన్యపానం చేయిస్తూంది. నాకేమి వక్షోజిములు కామేంద్రేక మనిపించదు.

ఈ దినములందు వక్షములు తమ నిజమైన పని చేస్తూన్నాయి. చాలమంది దంపతులు దీన్ని స్వీకరించడానికి కష్టమౌతుంది. అందుకై శిశువుయొక్క ఆహారము జతకు అటలాడరాదనిపిస్తుంది.

ఇందంతా ఒకవేళ సామాన్యమే. మీకది కామోద్రేకమనిపించక పోతే మీ భార్య జతలో మాట్లాడండి. శరీరపు వేరే అంగములపై గమనమివ్వండి. అయితే ఈ కారణంవల్ల శిశువు మీద కోపం చేసికోకండి. మీరు కొంత సమయం లేచియుండవలసి ఉంటుంది. అయితే దుండు దుండుగా ఉండే శిశువూ మీదే కదా.

మనస్థితిపై గమనముండని

కొత్త తల్లి బిడ్డ పనిలో చాలా సుస్తిపడి భోజనము-తిండి-నిద్ర అన్నీ మరచియుంటే ఆమెకు సహాయం చేయండి. ఆమె మూడ్ చెడజొగ్గొటజ్జవద్దండి. డిప్రెషన్‌లో ఉంటే సముదాయించి, వద్దన్నా డాక్టరు వద్దకు పిలుచుకెళ్ళండి. చికిత్సవల్ల ఆమెకు ఆరామం చిక్కును. ఆమె మనస్సుకూ హితమౌతుంది.

తాత-అవ్వల విషయము

శిశు జననం తర్వాత ఆమె తల్లిదండ్రులను మేలువిచారణకోసం ఇంటి పిలవాలని నేను మరియు నా భార్య మాట్లాడుదుము.

ఆ దినములందు మీకు పెద్దవారి సహాయం దొరికితే మీరు బహు తడబాటులనుండి దూరవంగుదురు. వారు ఇంటి పనిలో సహాయం చేస్తారు. అలాగే మీకు తెలియని అనేక విషయములను మీకు చెప్పించుతారు. కొంచెం తొందర ఉండవచ్చును. మీరు మీ పద్ధతి ప్రకారం శిశు పోషణ చేయడం సాధ్యం కాదు. వారు చెప్పినట్లే చేయవలసి ఉంటుంది. మీరు తప్ప చేయుటకు సాధ్యం కాదు. తప్పు చేసిన తర్వాత సరిచేసుకొనే అవకాశమూ దొరకదు. ఇంటిలో ఎక్కువ జనం ఉంటే ఎక్కువ పనివల్ల ఆయాసమూ ఎక్కువ కావచ్చు. మీగోప్యము తగ్గుతుంది.

వారు దూరవముండేదయితే వారిని శిశువు పుట్టిన తర్వాత కొంత సేవయిన పిమ్మట పిలవండి. అపుడు శిశువు తల్లి ఇద్దరూ కొంత సేద తీర్చుకొంటారు. మీరు వారికి సమయం ఇవ్వవచ్చు. ఒకే ఊళ్ళో ఉంటే దినంలో కొంత సేపటివరకు వచ్చి పొమ్మని చెప్పవచ్చు. ఆ సమయంలో వారు శిశువును చూచుకొవుటారు. అపుడు మీ ఇద్దరికీ తోడుగ ఉండుటకు సమయం దొరకుతుంది. మీరు బయటికి వెళ్ళవచ్చు. సినిమాకూ పోవచ్చును.

తాత-అవ్వలను జతకు ఉంచుకొనే నిర్ణయాన్ని మీరిద్దరూ చేయాలి, ఎందుకంటే ఇది మీ పరివారపు అవసరవు. ప్రాథమికత అలాగే పరిస్థితులపై ఆధారపడియుండును.

మీ తండ్రి తల్లిగార్ల జతకు మీ మధురమైన సంబంధవులు చాలా గొప్పది అవుతుంది. మహత్వమైయుండును.

■ ■ ■

భాగము – 6

గర్భావస్థ మరియు మీ ఆరోగ్యము

మీకేమయినా అనారోగ్యమేర్పడితే

గర్భావస్థలో కనబడే అజీర్ణము, వాంతి, కాళ్ళలో నిశ్శక్తి మేర్పడేది. నుస్తి చేసేది, మున్నగు దైహిక బాధలను ఎదురించవలసి వచ్చును. ఆ దినాల్లో సోంకు తగులుట అలాగే తడి అగుట సర్వసామాన్యము. మీలో కొంతమట్టు రోగనిరోధక శక్తియు తగ్గియుంటుంది. ఇంకా ఒక మాటేమంటే ఇద్దరు శిశువుల జతలో అనారోగ్యమునకు లోనైతే ఎక్కువ కష్టమనుభవించవలసి వస్తుంది. మీరు ఇదివరలో ఇలాంటి జబ్బులకు ఏ చికిత్సయైన చేసికోంటుంటే దాన్ని విడిచి వేయవలసి ఉంటుంది. మందులను జీరువాలోనేమని పెట్టవలసి ఉండుంది.

చిన్న చిన్న అనారోగ్యాలు మీ గర్భావస్థ మీద ఏదేని దుష్పరిణామం కల్గించదు. ఆ కారణంగా ఔషధములనుండి కొంత మాత్రము దూరముండండి. దీనివల్ల అనుకూలమ కాకపోయినప్పుడు అంటే తడి లేదా ఇతర సోంకు కల్గినప్పుడు ఔషధోపచారం చేసికోనడం మంచిది. దీనికిని ఇలాంటప్పుడు వైద్యుల నుండి చికిత్స పొందడం మంచిది.

మీరు ఏమి యోచించు చుండవచ్చు

చలి–దగ్గు

"నాకు పడిశెము మరియు అధికమైన దగ్గు వస్తోంది. ఈ చెడ్డ చలినుండి కడుపులోని నా బిడ్డకు తొందర అవుతుందా?"

గర్భావస్థలో రోగనిరోధక శక్తి క్రుంగిపోతుంది. అందువల్ల సామాన్యంగా గర్భవతులకు చలి, దగ్గు కాడిస్తాయి. అయితే దీనిపరిణామం కేవలం మీ మీద మాత్రమే అవుతుంది. బిడ్డపైన కాదనేది సమాధానకరమైన సంగతి. ఏమైనా మీరు దీనికి ఉన్న ఔషధముల గూర్చి గమనముంచుకోనడం మంచిది. ఏందుకంటే అనారోగ్యపు పరిణామము బిడ్డపై కలుగకున్ననూ మీరు తీసికొనే ఔషధముల మార్పు గర్భస్థ శిశువుపై అవుతుంది. ఏదేని ఔషధము సేవించుటకు ముందు మీరు వైద్యులకు ఫోన్ చేసి ఏ ఔషధము తీసికోవాలో గర్భావస్థలో మంచిదనే విషయం తెలిసికోనడం మంచిది. వారు మీకు తగిన ఔషదాన్ని సూచించవచ్చును. అకస్మాత్ మీరు వైద్యుల సలహా పొందకనే ఒకటిరెండు మాత్రలను తీసుకొన్నారనుకోండి అప్పడు గాబరా అయ్యే అవసరం లేదు. అయితే దీనిని వైద్యులకు తెలిపి పరిహారం పొందండి. దీన్ని ఎక్కువ చలిలేదంటే పరిస్థితి హద్దు మీరకముందే హెచ్చరిక తీసికోండి. లేదంటే చాల కష్టపడవలసి ఉంటుంది. ముక్కు దిబ్బడ లేదా

ముక్కులోనుండి కారడం అయ్యే అవకాశముంది.

★ అవసరమనిపిస్తే విశ్రమించండి. మీరు విశ్రాంతి పొందితే చలి తొందరగా వదలదు. అయితే శరీరానికి విశ్రాంతి దొరకుతుంది. అపుడు జ్వరము లేదా దగ్గు రాదు. దీని జతకు కొంచెం వ్యాయామం చేస్తే దాని వల్లనూ అనుకూలము కలుగుతుంది.

★ తేమవల్ల మీరు ఉపవాసముండవద్దండి. దీనివల్ల కడుపులోని శిశువుకూ ఉపవాసవౌతుంది. ఆకలి కాకున్నా పౌష్టికాహారం తీసికోవడంవల్ల ఎక్కువ అనుకూలం విటమిన్ సి గల పండ్లు లేదా జ్యూస్ సేవించండి. సి విటమిన్ లేని ఆహారం తినకండి. జంక్ లేదా ఎక్సినియా విషయంలోనూ ఇదే పరిస్థితి హెచ్చరిక తీసికోండి. ద్రవపదార్థములలో తక్కువకాకుండా చూచుకోండి. ద్రవ పదార్థాల సేవనతో విశ్రాంతి దొరకుతుంది. వేడి సూప్ తాగండి. చల్లని జూస్ లేదా నీళ్ళు త్రాగడం వల్లనూ హితమనిపిస్తుంది. మీరు రుచి అనిపించే ద్రవపదార్థమును సేవించండి.

పడుకొనేటప్పుడు దిండు ఉపయోగించండి. తలను ఎత్తు ప్రదేశంలో పెట్టుకోండి. ఇలా చేయడంవల్ల ముక్కుకట్టుకొనియున్ననూ సులభముగా నిద్ర వస్తుంది. నోసల్ స్ట్రిప్ ఉపయోగించుట వల్లనూ ముక్కు కట్టేది పొయ్యే అవకాశమున్నది. ఇది అంగడిలో దొరకుతుంది. మరియు దీనిలో ఔషధములుండవు.

★ ముక్కుకు సలాయిన్ సిరింజ్ డ్రాప్స్ వేసికోనవచ్చును. ఇది కూడా మంచిదే.

★ గొంతులో నొప్పి, గొంతు కట్టుకోవడం, లేదా దగ్గుంటే హెచ్చని నీటిలో గార్గలింగ్ చేయడం మంచిది.

★ జ్వరముంటే అయినంత తొందరగా తగ్గేటట్లు చేయడం మంచిది.

★ వైద్యులు చెప్పి మందులను మొత్తంగా తీసికోవడం సరికాదు అని భావించకండి ఎందుకంటే అనారోగ్యాన్ని సరిదిద్దుకోవడం అగత్యము.

★ చలి వల్ల భోజనోపచారములకు అడ్డమవుతుంటే లేదా నిద్ర రాకపోతే, దగ్గినప్పుడు పసుపరంగు కఫం వస్తే ఎదలో నొప్పి కనబడితే లేదా ఒక వారందాక ఇదే పరిస్థితి ఉంటే వైద్యుల దగ్గరకు వెళ్ళి సలహా తీసికోండి. చలి ఎక్కువై దేహపు స్థితి ఉచ్చే సాధ్యత ఉంది. ఇలాంటప్పుడు మీ మరియు మీ కడుపులోనున్న శిశువుయొక్క సంరక్షణకు ఔషధ సేవనవు తప్పని సరి అవసరమైయుండును.

సైనసైటిస్

"నాకు ఒక వారవునుండి జలుబున్నది. నానుదురు మరియు గొంతు చాలా నొప్పి చేస్తూంది. నేనేమి చేయవలెను?"

బహుశః మీ జలుబు సైనసైటిస్ అయి లావుగా అయియుండవచ్చును. ఇలామటి దాని లక్షణమంటే నుదురు, గొంతు, దవడ నొప్పిగా ఉండవచ్చు. ముక్కునుండి దుష్టమైన పసుపురంగు చీమిడి రావడం మొదలవుతుంది. గర్భం ధరించినప్పుడు కొన్ని సార్లు

చలి లేక ఫ్లూ జ్వరము

మీకి రెండు స్థితుల వ్యత్యాసం తెలినియుండవలెను. చలివల్ల గొంతులో నొప్పి లేదా కర్కశత్వము కలుగవచ్చును. ముక్కు మండుతుంది. మరియు చీమిడి వస్తుంది. దేహమందంతా చిన్నగా నొప్పి కనబడుతుంది. జ్వరవు తరహా దేహవు బాధిస్తుంది.

ఫ్లూలో 104 డిగ్రీ సె. వరకు జ్వరం వచ్చే అవకాశవుంది. మాంసకండరవులందు బడలిక కనబడుతుంది. సుస్తి అవుతుంది. దేహంలో సొంకు ఉంటుంది. కొన్ని సార్లు వాంతి అవుతుంది. చీమిడి, తుమ్ము దగ్గు వచ్చే అవకాశముంది. దీనికి ఔషధము తీసికొని హాయి పొందవచ్చును.

ఇలా అవుతుంది. ఎందుకంటే మీ మ్యూకస్ మెంబ్రేన్ లోనూ వాపు వచ్చే పరిస్థితి ఉంటుంది. ముక్కు దిబ్బడవేసి సూక్ష్మజీవులు అనేకంగా చేఉకొనడానికి అవకాశవౌతుంది ఈ సూక్ష్మజీవులవల్ల ఇమ్యూన్ కోశములు పోవడం సాధ్యంకాదు ఇలా అయి సైనస్ రోగము ఎక్కువవుతుంది. తప్పని సరిగ ఆంటి బయాటిక్ మందుల సేవనవల్ల మాత్రమే ఈ స్థితిని అడుకొవచ్చుగాఉంటుంది.

ఫ్లూ జ్వరము యొక్క కాలము

"అకస్మాత్తుగ నాకు ఫ్లూజ్వరం వస్తే ఏమి చేయాలి? గర్భిణి అయినపుడు ఫ్లూ కలిగితే అపాయం లేదా?"

ఫ్లూ కాలంలో మీరు ఫ్లూ నిరోధకమైన సూదిమందు తీసికోవడం చాల అవసరము. గర్భావస్థలో నైతే దీని అవసరం మరింత హెచ్చు. ఈ హెచ్చును గూర్చి మీరు వైద్యుల నుండి ఎక్కువ విషయాన్ని పొందడం మంచిది. ఎందుకంటే మీకు ఫ్లూ సోంఖు మొదలే దాని అడ్డగించడానికి ఔషదం తీసికోవడం అవసరము. మొదటే ఔషధం తీసుకోవడంవల్ల ఎక్కువ అనుకూలం కాకుండా ఉండవచ్చు. అయితే పూర్వ చికిత్సవల్ల వైరస్‌నుండి మిమ్మలను దూరం చేస్తుంది. పూర్వ చికిత్సవల్ల ఫ్లూ అపాయంనుండి దూరముండే అవకాశముంది. ఫ్లూ లక్షణాలు కనబడిన వెంటనే ఔషధాలు తీసికొన్నందువల్ల ముందే అది వాచుకోకుండా చూచుకొంటుంది.

ఒక హెచ్చరిక, అంటే నాసిల్ స్ప్రే వ్యాక్సిన్ పొందే బదులు ఇంజక్షన్ ద్వారా మందు తీసికోవడం మంచిది. మీకు ఫ్లూ లక్షణాలని ఆస్పత్రిలో చికిత్స పొందడం నిదానం చేయకండి. ఎందుకంటే ఫ్లూ క్రమంగా న్యుమోనియాకు తిరుగుకొనే అవకాశం ఎక్కువ. ఈ సమయంలో బాగా నీరు త్రాగడం మరియు విశ్రాంతి తీసికోవడం అవసరము. ఇదేగాక డీహైడ్రేషన్ అయి కష్టానికి చిక్కుకొంటారు.

జ్వరము :

"నాకు కొంచెం జ్వరం వచ్చింది. ఏమి చేయాలి?"

గర్భావస్థలో కొంచెం ఒళ్ళు వెచ్చగా ఉంటే భయపడే పని లేదు. అలాగని నిర్లక్ష్యము చేయడమూ సరికాదు. గాబరా పడకుండా జ్వరం తగ్గడానికి ఉపాయం చేయాలి. జ్వరం ఎక్కువ కాకుండ జాగ్రత్తగ ఉండండి. గమనముంచండి.

స్ట్రెప్ థ్రోట్ :

"నాముాడేళ్ళ బిడ్డకు స్ట్రెప్ థ్రోట్ అయింది. దీని వల్ల నా పొట్టలోనున్న శిశువుకు లేదా నాకు సోంకుతగిలే అవకాశమున్నదా?"

బిడ్డల అనారోగ్యంవల్ల సూక్ష్మజీవులు వ్యాపించడానికి ఎక్కువ సమయం అవసరంలేదు. గర్భావస్థలో మీకు తొందరగా వైరస్ సోకుతుంది. అందువల్ల అనారోగ్యపీడితమైన బిడ్డయొక్క ఎంగిలి నీళ్ళను త్రాగకండి. అది తిని వదలిన పదార్థములను తినకండి. బిడ్డను ముట్టిన తర్వాత అప్పడప్పుడే కడగుకోనండి. మంచి పౌష్టికాహార సేవనము అపార విశ్రాంతి పొందడం ద్వారా మీ రోగనిరోధక శక్తిని పెంచుకొండి. సోంకు తగిలిందని మీకనిపిస్తే వెంటనే వైద్యుల దగ్గరకెళ్ళి థ్రోట్ కల్చర్ చేయించుకోండి. మంచి రీతిలో అలాగే సరియైన ప్రమాణంలో మీరు ఆంటిబయాటిక్ ఔషధములను సేవిస్తే కడుపులోని బిడ్డకు ఏ తొందరా రాదు. ఇంటిలో బిడ్డ లేదా వేరె ఏవరికైనా ఇచ్చిన ఔషధములను సేవించకండి.

మూత్ర మార్గంలో సోంకు. యు.టి(వ)

"నా మూత్రకోశం మార్గంలో సోంకు తగిలింది' అనే అడ్డంకి ఏర్పడింది. ఏమి చేయాలి?"

మీ మూత్రకోశానికి లాగుచున్న గర్భాశయపు భారముయొక్క ఒత్తిడిని సహించుకొనవలసి వచ్చింది. ఇ దినాలో సూక్ష్మజీవుల సోంకు అయ్యే అవకాశం ఎక్కువగా ఉంటుంది. ఇలా అయినందున యుటిఐ (మూత్రాశయ మార్గపు సోంకు) అయ్యేది సాధ్యమే. గర్భావస్థలో హార్మోన్ కూడా ఈ పరిస్థితికి కొంతమట్టకు కారణమవుతుంది. కొందరి స్త్రీలలోనైతే ఇలాంటి లక్షణాలు

తీవ్రంగా కనబడతాయి. ఉదాహరణకు పదే పదే మూత్ర విసర్జన కావడం. మూత్ర విసర్జన వేళ మంట, నొప్పి క్రింది పొట్టలో అపారమైన నొప్పి, మూత్రం నుండి దుర్వాసన రావడం ఇలా అనేక రీతుల లక్షణములు కనబడతాయి.

మూత్ర పరీక్ష ద్వారా సోంకు విషయం కూలంకషంగా సమాచారం దొరకును. ఎర్రరక్తకోశమునుండి స్రావంజరుగుట చేత రక్త స్రావపు సమాచారం తెలిస్తే తెల్ల రక్త కోశముల స్రావంవల్ల సోంకు తెలుస్తుంది. ఆంటి బయాటిక్ ఔద్యమును వైద్యులు చెప్పిన ప్రామాణం మరియు అవధికి సంపూర్ణంగా సేవిస్తే ఇలాంటి అనారోగ్యంనుండి ముక్తి పొందవచ్చును. ఏదైనా మొదలు మీరు పరిస్థితినుండి దూరమగుటకు వైద్య చికిత్స పొందడము చాలా అవసరమైయున్నది. దీనికోసం గర్భావస్థలో కొన్ని క్రమములను తీసికోవలెను.

యోనిమార్గాన్ని పూర్తి శుభ్రంగా ఉంచాలి. సంభోగమున మొదలు, తరువాత మీ యోనిలో ఏమీ మిగలనట్లు శుచిగా చేయండి. మూత్ర విసర్జనకు వెళ్ళినప్పుడు బ్లాడరులో మూత్రం మిగలకుండ పూర్తిగా ఖాళీచేయండి. ఒకసారి మూత్రం చేసిన తర్వాత కొంచెం నిదానించి మరొకసారి ప్రయత్నించండి. మూత్రకోశాన్ని ఖాళీగా ఉంచండి. మూత్ర విసర్జనకు ఒత్తిడివస్తే నిదానించకండి. వెంటనే మూత్రం విసర్జించండి. లేదంటే మూత్రకోశపు సోంకుకు కారణమయ్యని.

★ మీ పెరినియల్ ఏరియా గాలి ఆడునట్లు ఉండని. సాధ్యమైతే లోపల బట్టలు ధరించండి. రాత్రి పడుకొనే వేళలో పైజామా మాత్రం ధరించండి.

★ యోని మార్గమును దాని చుట్టు భాగాన్ని శుభ్రంగా ఉంచండి. సదా ఎండియుండేటట్లుంచండి. శౌచము తరువాత ముందునుండి వెనుకకు చేయి చేసి శుభ్రం చేసుకోండి. ఎందుకంటే యోనిమార్గం సోంకు తగులనట్లు శుచిగా ఉండాలి.

★ బబల్ బాత్, పర్ఫ్యూమ్ చేరిన పొడరు, షవర్ జెల్, సోఫ్, స్ప్రే డెటర్ జంటే లేదా డాయలెట్ పేపర్ ఉపయోగించవద్దండి.

★ మంచి పౌష్టికాహారం సేవించండి. ఎక్కువ విశ్రాంతి పొందండి. వ్యాయామం చేయండి. శాంతంగా ఉండండి. టెన్షన్ పెట్టుకోకండి.

★ ఈ సమయంలో పెరుగు హెచ్చుగా సేవించమంటారు. ఎందుకంటే అంటి బయాటిక్ ఔషధము పొందడంవల్ల పాసిటీవ్ బ్యాక్టీరియాల సమతులనం అవశ్యకముగా ఉంటుంది. దీనికి తోడు మీరు వైద్యుల సలహా పొంది ప్రోటోబయాటిక్స్‌లను తీసికొనవలని ఉంది.

మూత్ర కోశపు క్రింది భాగమందలి సోంకు చాల అపాఉకరంగా ఉంటుంది. మీరు మంచి ఔషధ సేవన చేసియున్నట్లైతె ప్రీమెచ్యూర్ డెలివరీ, తక్కువ తూకపు బిడ్డ జననము, మరియు ఇతర సమస్యలు తలెత్తుతాయి. ఈ స్థితియొక్క లక్షణమేమంటే 103°వరకు జ్వరం రావచ్చును. చాలా చలి కావచ్చును. వాంతి కావచ్చును. తల త్రిప్పట కల్గడం, కావచ్చును. ఆధార వైద్యుల దగ్గర పరీక్ష చేయించుకొనడానికి ఆలస్యం చేయకండి.

ఈస్ట్ ఇన్‌ఫెక్షన్

"నాకు ఈస్ట్ ఇన్‌ఫెక్షన్ అయిందనిపిస్తుంది. దీనికి నేనేమయినా ఔషధం తీసికోవచ్చా? లేదా వైద్యుల దగ్గరికి వెళ్ళకతప్పదా?"

గర్భావస్థలో మీరే ఔషధము తీసికొనే లేదా చికిత్స చేసే ప్రయత్నం చేయకండి. అది ఈస్ట్ ఇన్‌ఫెక్షన్ అయినా సహా స్వంత చికిత్స వద్దు. వెనుక అనేక మార్లు అయింది అనే కారణాన మీరే చికిత్స చేసికొనడానికి వెళ్ళకండి. ఈ సందర్భంలో ఖండితముగా వైద్యులకు చూపించియే ఔషధోపచారములు చేసికోండి. మీకేరీతి చికిత్స ఇవ్వాలనే విషయం వైద్యులే నిర్ణయంచని. ఇది సాధారణమైన ఈస్ట్ ఇన్‌ఫెక్షన్ అయితే యోనిలో పూయుటకు మందును వ్రాసి ఇవ్వవచ్చు. గర్భావస్థయొక్క అంటి ఈస్ట్ ఇన్‌ఫెక్షన్ స్పెంట్ "ఫ్లోకానాజోల్" ఔషధాన్ని వ్రాసియివ్వవచ్చు. ఈ తొందర రెండు దినాలకంటే ఎక్కువ ఉండదు. అయితే ఈ సమస్యకు తాత్కాలిక పరిహారం మాత్రం

ఉంటుంది. కొన్ని దినాల్లోనే ఇది మరల కనిపించవచ్చు. లేదా డెలివరి వరకు పదే పదే సతాయించవచ్చు.

మీ గుప్తాంగపు స్వచ్ఛతను గూర్చి పూర్ణ గమనముంచాలి. కిరికిరి అయ్యేట్లా లోదుస్తులు వేసుకోకండి. ఈ భాగానికి గాలి అడేట్లా చూచుకోండి. దీనికి తోడు ఎక్కువగా పెరుగు సేవించడం అలవాటు చేసుకోండి. కాకపోతే వైద్యుల ద్వారా ఏదేని మంచి ప్రోబయాటిక్స్ పూరకమైన ఔషధము వ్రాయించుకొని సేవించండి. చక్కర మరియు మైదా పదార్థాలను సేవించకుండా ఉండేది మంచిది. ఇది అనేక మంది పెద్దల అనుభవము.

కడుపులో బాధ

"నాకి కడుపులో చాలా కష్టంగా ఉంది. దానివల్ల కడుపులోని బిడ్డకు హాని కల్గుతుందా?"

కడుపులో బాధకు మార్నింగ్ సిక్నెస్‌కు చాలా పోలిక ఉంటుంది. అందువల్ల రెంటివమధ్య తేడా తొందరగా తెలిసేది లేదు. దీనివల్ల కడుపులోని బిడ్డకు ఏ విధమైన హాని లేకపోయినా హెచ్చరిక అవసరం. ఔషదోపచారం చేసికోవడం అవసరము. మీ పొట్టలో హార్మోన్ వైరస్ ఉండవచ్చు. లేదా ఆహారంవల్ల బాధ కలుగుతుండవచ్చు. చికిత్స ఒకటే అయియుండవచ్చు. విశ్రాంతి పొందండి. ద్రవరూపమైన ఆహారాన్ని ఎక్కువగా సేవించండి. వాంతి అయ్యేటట్లయితే ఎక్కువ గమనం పెట్టండి చికిత్స పొందండి.

మూత్ర విసర్జనకు కష్టమైయుంటే లేదా మూత్రం గట్టిగా రంగుతో కూడి ఉంటే మీకు డీహైడ్రేషన్ అయిందనే అర్థము. నిధానంగా సక్కెడు గుక్కెడు నీళ్ళు త్రాగండి. జ్యూస్ త్రాగేటప్పుడు కొంచెం నీళ్ళు ఎక్కువగా చేర్చుకొని త్రాగండి. వేడి నీళ్ళలో నిమ్మవండు పిండుకొని త్రాగండి. నీళ్ళు త్రాగడం కష్టమైతే ఐస్క్యాండీ చివుకుటను అభ్యాసం చేసికోండి. భోజనం చేసేటప్పుడు ఎంత చాలనిపిస్తుందో అంత కెనిల్పండి. అల్లం కషాయం మంచిది. లేదా ఏదైనా రూపంగా శొంఠిని వాడకం చేయండి. దీనివల్ల కొంత మేలు కలుగుతుంది. వాంతి అయ్యేది లేకపోతే విటమిన్ గల ఆహారం తీసికోండి. కొన్ని రోజుల విటమిన్ తీసికోకున్నా పరవాలేదు.

మీకు విశ్రాంతి పొందుటకు కష్టవౌతూంటే వైద్యులకు చూపండి. దేహంలో నీటిశాతం తక్కువైనా కిరికిరి అవుతుంది. అంటి అసిడ్ ఔషధములు ఉపయోగమగును. అయితే దీనికీ మీ వైద్యుల సలహా తీసికోవడం మంచిది. ఎక్కువ దినముల కడుపు నొప్పి ఉండరాదు. ఇది మంచిది కాదు. మంచి మందుతో మేలగును.

లిస్టియోసిస్ :

"గర్భావస్థలో కొన్ని టేకరి తిండి పదార్థాలను తినకూడదని నా స్నేహితురాలికి వైద్యులు సలహా ఇచ్చారు. ఈ ఆహారమువలన ఆరోగ్యము చెడునని వైద్యుల అభిప్రాయము. ఇది నిజమా?"

పాశ్చరైజేషన్ చేయకున్నట్టి పాలు లేక పాలతో చేసిన పదార్థలనుండి ఆరోగ్యం చెడేది నిజము. అయితే కాల్చిన మాంసము, ఆహారము లేదా హాట్ డాగ్ వంటి తిండివల్ల లిస్టీరియా రోగం వచ్చే అవకాశముంది. రోగ నిరోధక శక్తి తక్కువ ఉన్న బిడ్డలు మరియు గర్భవతులైన మహిళలు లిస్టియోసిస్ అనే రోగానికి గురియౌతారు. దీని సూక్ష్మ జీవులు రక్తలో చేరుకొని గర్భస్థ శిశువును చేరుటకు ఎక్కవసేపు అవసరము లేదు. అదే గాక దీన్ని గుర్తించడమూ కష్టమే. మీరు సోంకు తగిలిన ఆహారము సేవించిన 12 నుండి 30 గంటలలోపల ఎప్పుడు కావలసినా అనారోగ్య లక్షణాలు కనబడవచ్చు. (కడుపు నొప్పి, జ్వరము, వావు, మాంసకండరములు లాగుట, వాకరింపు లేద భేది ఇటువంటివి) కొన్ని వార్లు ఈ లక్షణాలను సరిగ అర్థము చేసుకొనడానికి సాధ్యము కాదు. అంటి బయాటిక్ ఔషధములనుండి ఈ సమస్యకు పరిహారం కనుగోనవచ్చు. హెచ్చరిక మార్గమంటే ఇలాంటి ఆహారం తీసికోకుండా ఉండడమే మంచిది. అపుడు సోంకువల్ల నలిగే ప్రశ్నయే రాదు. చికిత్స పొందడానికంటే ముందు జాగ్రత్తయే మంచిది. ఏమయినా ఇప్పుడప్పుడే ఇలాంటి ఆహారం సేవించి ఉంటే దాన్ని ఆలోచిస్తూ కూర్చోవడం వల్ల ప్రయోజనం లేదు.

టాక్సోప్లాస్మోసిస్

పిల్లి కూనలను చూచుకొనే పనియంతయు నామీదే వేస్తారు. అయితే పిల్లి జతలో నేను కూడ నలగుతాను. అందువల్ల టాక్స్ ప్లాస్మోసిస్‌ను గూర్చిన యోచన వచ్చినంతనే నాకు భయవవౌతుంది. నాకీ రోగమేమయినా తగిలితే ఏమి చేయాలి? ఇది సోకిందని నాకు తెలియడమైనా ఎలా?''

మీకు రోగము రాదనే ఆశీర్వదిస్తాము. మీరు చాల దినములనుండి పిల్లి జతలో స్నేహం పెట్టుకొనియుంటే ఇప్పటికే మీకు సోంకు తలియుండే సంభవము కూడా తోసివేయనట్టిదిగా లేదు. దీనివల్ల ఈ వేళకెప్పడో మీ శరీరంలో దాని అంటి బాడీస్ చేరికొనియుండే అవకాశమూ ఉంది. ఈ పరిస్థితి అలాగే లక్షణాలు మీకు గుర్తుకు ఇప్పటికే వచ్చియుంటే పరీక్ష చేయించుకొనడం వంచిది. అయితే పరీక్షను ఇంటిలోనే చేయించుకోవద్దండి. ఎందుకంటే అది లెక్కకు రాదు. కాబట్టి వైద్యుల దగ్గరికే వెళ్ళండి. అకస్మాత్ రోగముందనే లెక్క, అయితే గాబరా పడే పని లేదు. దీనికి అంటి బయాటిక్ ఇవ్వబడుతుంది. ఇది రోగము శిశువుకు వ్యాపించకుండా అడ్డుకోంటుంది. ఇన్ఫెక్షన్ ఉన్నా గర్భావస్థయొక్క ఆరంభములోనే దీన్ని నివారించుకోవచ్చు. ఇలాంటి ప్రకరణాలు చాల తక్కువ. సోంకు తగిలేది తక్కువ. ఇప్పడేమో అల్ట్రా సౌండ్ పరీక్ష ద్వారా శిశువుకు సోంకు తగిలిందా అనేది నిర్ధారించుటకు అవకాశమున్నది. ఏమన్నా దీనికి మంచి ఉపాయవు అంటే సోంకు తగులకువుడా జాగ్రత వహించడమే అయింది.

సైటో మిగెలో వైరస్ (సి.ఎం.టి)

నా బిడ్డ పాఠశాల నుండి ఒక చేటీని తెచ్చినాడు. చీటీలో పాఠశాల పిల్లలకు సైటో మిగెలో వైరస్ తగిలిందని తెలియజేయబడింది. ఈ సోంకు నా గర్భవులోని శిశువుకూ వ్యాపించే అవకాశమున్నదా?

మీ పెద్ద బిడ్డనుండి గర్భములోని శిశువుకు ఈ సోంకు తగులదు. మీకంతూ చిన్నతనంలోనే వచ్చి పోయిన అవకాశమేక్కువ. అయితే ఈ సోంకు మరియు సక్రియ రూపమైన సాధ్యతను తోసివేయునట్లు లేదు. గర్భావస్థలో మీకు సిఎంటి సోంకు కలిగినా గర్భస్థ శిశువు ఏ అపాయమూ ఉండదు. మీకు రెండవ మారు సోంకు తగులుతూ ఉంటేమట్టకు శిశువుకు అపాయం లేదనే చెప్పవచ్చు. ఏమయినా సరే జాగ్రత్తగా ఉండండి. పెద్ద బిడ్డ తినివదలినదాన్ని దేనినే మీరు తినకండి. ఆ బిడ్డ వులవుూత్రవమును శుభ్రవు చేసిన తరువాత మీ చేతులను బాగ కడుగుకోనండి. ఇంటిని మలినము, చెత్త లేకుండా ఉంచుకోనండి. ఈ రోగ లక్షణాలలో, జ్వరము, బడలిక, గొంతులో నొప్పి గ్రంథులలో వాపు ముఖ్యమైనవి. ఇలాంటి లక్షణములు కనబడునప్పుడు డాక్టరు దగ్గర చికిత్స పొందండి.

ఫిఫ్త్ డిజీజ్

'డిఫ్త్ డిసీజ్ వల్లనూ గర్భావస్థలో తొందర అవుతుందని విన్నాను. దీనికి పరిహారమేమి?'

మొత్తం ఆరు రోగాల పైకి ఇది ఐదో రోగవు. ఇది బిడ్డల్లో జ్వరమును కలుగ జేస్తుంది. చికెన పాక్స్ – లేదా మీసల్స్ దీనికి సంబందించిన ఖాయలానే అయియుంటుంది. ఈ రోగలక్షనాలు పైకి కనుపించేది తక్కువ. 15–20 శాతం ప్రకరణవులలో వూత్రం లక్షణాలు అనుభవానికి వస్తాయి.

సామాన్యంగా అందరికీ చిన్నతనంలో ఈ రోగం వచ్చిపోయి యుండును. కిశోరావస్థలో ఈ రోగవు సోంకు తగులుట లేనే లేన్నట్లు తక్కువ. మీకేమయినా ఈ సోంకు తగిలి గర్భస్థ శిశువుకూ వ్యాపిస్తే దానికి రక్తహీనత కలుగుతుంది. వైద్యులు అల్ట్రాసౌండ్ ద్వారా అప్పుడప్పుడు శిశువును గూర్చి సవూచారవు పొందుతునేయుందురు.

గర్భము ధరించిన మొదటి దినములందు ఈ సోంకు కలిగితే గర్భపాతవయ్యే పరిస్థితియూ ఉంటుంది. ఎక్కువ గర్భవతులకు ఈ సోంకు తగులుట లేకపోయినా ఈ స్థితిలో అన్నింటిలోనూ హెచ్చరిక కలిగి ఉండడం అవసరము.

మీసెల్స్

"చిన్నప్పుడు నేను మీసల్ సూదిమందు వేసుకొని ఉంటినో లేదో గుర్తు లేదు. ఇప్పుడిలాంటి సూదిమందు వేయించుకోవలెనా?"

అవసరం లేదు. సామాన్యంగా గర్భిణులకు ఇలాంచి క్రుచ్చువమందు ఇవ్వరు. చాలవట్టకు చిన్నతనవందు మీసెల్స్ సోంకు తగిలి వేలయియయుండును. అథవా క్రుచ్చు వందు వేయించుకొనియుమటారు. మీకు లేదా మీ తల్లి-తండ్రులకు దీని గూర్చిన గుర్తు లేకపోతే అథవా మీ వైద్యకీయ సమాచారమందు ఇది తెలియడానికి సాధ్యమైయుంటే, మీరు ఈ రోగనిరోదుకులైయున్నారా, లేదా అనేదాన్ని వైద్యులు గుర్తించవచ్చును.

అకస్మాత్తు మీకీ వ్యాధి కలిగితే వైద్యులు దీన్ని నిర్ధారణ చేస్తారు. ఈ సోంకువల్ల ప్రీమెచ్యూర్ డెలివరీ అథవా గర్భ ప్రసవమగునవకాశవము హెచ్చును. ఇది నిజమయినా శిశువుకు అంగవైకల్యము కలిగే అవకాశం లేదు. డెలివరీ దినములు దగ్గర ఉంటే శిశువుకూ సోంకు తగిలే సాధ్యత కలదు. గామాగ్లోబూలిన్ ద్వారా సోంకును చాలా అడ్డుకోవచ్చును.

మమ్స్

నా సహోద్యోగిని యుకరికి మమ్స్ అయింది. నేనూ ఈ సోంకు నిరోధక క్రుచ్చు మందు వేయించుకోవాలా?"

ఇలా జరిగే అవకాశం లేదు. ఎందుకంటే మీకు ఎమ్ఎమ్ఆర్ క్రుచ్చుమందు వేసియే యుండవచ్చును. ఈ విషయంగా మీ తండ్రి-తల్లి లేదా కుటుంబంలోని ఇతర పెద్దలనడగండి. తెలికొని నిశ్చింతగా ఉండండి. అకస్మాత్ మీకిప్పటికే క్రుచ్చు వందు వేయకుంటే ఇప్పుడు వేయించుకోవచ్చును. దీనివల్ల మీ గర్భములో బిడ్డకు ఏ అపాయమూ లేదు. అయితే వారికి మొదలే డెలివరీ లేక గర్భస్రావవు అపాయముంటుంది. అందువల్ల సోంకుకు ముందే లక్షణం కనబడినంతనే జాగ్రత్తపడండి. జ్వరము, కడుపు ఆకలి లేకుండా ఉండడము, చెవి నొప్పి, ఆహారవు నవులునప్పుడు నొప్పి, దీని లక్షణములు. ఇలాంటి లక్షణములుకని పించిన వెంటనే వైద్యుల సలహా పొంది చికిత్సకు లోనుకండి.

హెచ్చరిక యొుక్క క్రమవముల్ల గర్భధరించే

ఆరోగ్యంగా ఉండండి

గర్భావస్థలో ముందు హెచ్చరికయే సరియైన పద్ధతి. మొట్టమొదటిదిగా మంచి పౌష్టికాహారం తినండి. దీనివల్ల గర్భనిరోధక శక్తి ఎక్కువగును. బాగా నిద్రించండి. వ్యాయామం చేయండి టెన్షన్ పెట్టుకోకుండ సదా శాంతంగా ఉండండి. చాలా తొందరగా సోంకు తగిలే అవకాశమున్నందున రోగులకు దూరంగా ఉండండి. ఇంటినుండి బయట ఉన్నప్పుడు ముఖము లేదా ముక్కును మూసికోండి. ముక్కులో నీరు కారుతున్న వ్యక్తుల చేయి ముట్టకండి. సామాన్యంగా చేతుల ద్వారా సోంకు వ్యాపిస్తుంది. అందువల్ల వెచ్చని నీటిలో అప్పుడప్పుడే చేయి కడుక్కోండి. ఇంటిలోని ఇతరులు తిని వదలిన దాన్నే మీయూ తినకండి. బిడ్డలను ముద్దు పెట్టకండి. బిడ్డల మలిన వస్త్రములు ఉతికిన తర్వాత బాగా చేయి కడుక్కోండి. బిడ్డలు తుమ్మేటప్పుడు, చీదెటప్పుడు, అడ్డం పెట్టుకొనే బదులు బట్ట ఉంచుకోండి మంచిది. ఎందుకంటే మొదలే చెప్పినట్లు చేతులనుండి తొందరగా సోంకు వ్యాపిస్తుంది.

బిడ్డలు వాడే ఫోన్, బార్డ్, రిమోట్ లాంటివాటిపై స్ప్రే చేయండి. మీ పెద్ద బిడ్డకు ఏదేని సోంకు తగిలినా వెంటనే వైద్యులకు చూపించుటకు తడవు చేయకండి. మీరు పెంచే ప్రాణులను స్వచ్ఛంగా ఉంచండి. సమయానికి సరిగ్గా క్రుచ్చేమందు వేయించండి. ఇంటిలో పిల్లి ఉంటే టాక్సోప్లాజమోసిస్ నుండి దూరమయ్యే ఉపాయమాలోచించండి. లామెడిజెజ్ అపాయమున్నచో వెంటనే పరిహారమార్గములను చెపట్టండి. ఒకరి టూత్ బ్రష్ మరొకరు వాడకండి. గార్గలింగ్ చెయను డిస్పోసలకి కప్పులను వాడండి. బజారులో దొరకే తిండి పదార్థాలను తినకండి.

ముందే ఎమ్ఎమ్ఆర్ క్రుచ్చు మందు వేయించుకోండి.

రూబెలా

'విదేశ ప్రవాస సమయములో రూబెలాకు గురియయ్యే ప్రమాద ముంటుంది. నేను దీన్ని గూర్చి హెచ్చరిక వహించవలెనా?

మీరు దీన్ని గూర్చి భయపడునట్టి అవసరము లేదనిపిస్తుంది. దీనికి మీరు పొందిన క్రుచ్చుమందును గూర్చి సమానము లేకపోతే ఒకసారి వైద్యుల దగ్గరికెళ్ళండి. పరీక్ష చేయించుకోండి. రూబెలా అంటిబాడి హీటర్‌వల్ల దేహంలో ఆంటి బాడి వింతుంది అనేది తెలియనగును. వైద్యులదగ్గరిని పోయినప్పుడే ఈ విషయంగా పరీక్ష చేయించుకోండి. ఈ వేళకు అంటి బాడి స్తర, పరీక్ష చేయించుకోకుమటే మీరిప్పుడు దాన్ని తప్పక చేయించుకోండి. గర్భావస్థలో మీకు రూబెలా సోంకు తగిలియుండినా ఏ సమయంలో సోంకు తగిలింది అనేదానిపై సోంకుయొక్క పరిణామమును తెలిసికోవచ్చును. ఉదాహరణకు గర్భముధరించిన మొదటివారంలోనే సోంకు సోకింటే గర్భస్థ శిశువుపైన అధిక పరిణామం వస్తుంది. వికృతికలిగే అవకాశమున్నది. 3వ నెల తరువాత సోంకు తగిలియుంటే ఈ అపాయం ఎక్కువ ఉండదు.

మీరు గర్భము ధరించుటకు ముందే క్రుచ్చుమందు వేయించుకొని ఉండియున్నచో కనీసం ఒక నెల వరకూ గర్భధారణను ఆపుకోవాలని వైద్యులు సలహా ఇస్తారు.

చికెన్‌పాక్స్

"నా మొదటి బిడ్డకు పిల్లవాండ్లనుండి చికెన్ పాక్స్ సోంకు తగిలింది. దీనివల్ల నా గర్భములోనున్న శిశువుకు అపాయమున్నదా?"

గర్భస్థ శిశువుకు కేవలం తల్లినుండి మాత్రమే సోంకుతగిలే అపాయమున్నది. మీకు చిన్నతనములోనే చికెన్ పాక్స్ అయియుండవచ్చును, అని అనుకొన్నాము. అప్పుడు మీరు టీకాలు వేయించుకొనియుండిన అపాయం లేదు. మీ ఇంటి వైద్యులు లేదా తల్లి-తండ్రినుండి ఈ విషమై నిర్ధారణ చేసికోండి. ఒకవేళ మీరు ఎవరినుండియైన సోంకు తగిలియుండినా 26 గంటల కాలములోపల టీకాలు వేయించుకోండి. దీనివల్ల అనేక సదస్యలనుండి మీరు దూరం కావచ్చును. ఏమయినా మీ సోంకు స్థితి తీవ్రంగా ఉంటే ఆంటివైరస్ మందులనుండి పరిస్థితిని నివారించుకోవచ్చు. డెలివరీ సమయంలో ఏమయినా చికెన్ పాక్స్ సోంకు తగిలే సాధ్యత కలదు. దీనికోసం వైద్యులు మొదటి అంటీబాడీస్ ఇస్తారు. ఒక వేళ హార్స్ జాస్టర్ అయినా మీకు మొదటే ఆంటీ బాడీస్ ఇచ్చినందున బాధపడే పనిలేదు. మీకీ క్రుచ్చుమందు ఇచ్చే ఉండినట్లయితే డెలివరీ అయిన తరువాత టీకామందు వేయించుకోండి. ఇది మరోసారి గర్భధారణ సమయపు ముందే హెచ్చరికగా ఉంటుంది.

లాయ్మ్‌డిసీస్

"మేమున్న చోట లాయ్మెస్ డిసీస్ చాల వ్యాపించింది. దీనివల్ల గర్భావస్థలో అపాయం కావచ్చునా?

సామాన్యంగా అడవి ప్రాంతమందు నివసిమచే జనులలో జింక, ఎలుక మరియు ఇంకనూ కొన్ని ప్రాణులతో పాటు జీవించే కారణాన ఈ ఖాయిలా కనబడుతుంది. మీరు పట్టణములలో వాసమున్న రైతులనుండి వచ్చే కూరగాయలనే వాడటం వల్ల ఈ సోంకు తగిలే ఆపాయం ఉండేడింది. దీనికై కొన్ని హెచ్చరికల ఖ్రండఊలను అనుసరించండి. దగ్గరనే మైదానముండుటవల్ల పారాడేటప్పుడు మూసియుంటే ప్యాంట్ ధరించండి. కాళ్ళకు చెప్పులు వేసికోనండి. పారాడేటప్పుడు కాళ్ళకు ఏమీ మెత్తుకొనట్లు జాగ్రత్త వహించండి. పురుగు పుట్ర కాళ్ళకంటుకొని కరచినచో దీన్నుండి బడలిక తలనొప్పి, గొంతునొప్పి వస్తుంది. జ్వరము రావచ్చును. ఇలా ఏమయిన అయితే వెంటనే డాక్టరుకు చూపండి. లేనిచో పరిస్థితి చెడుతుంది. మీరు సరియైన సమయంలో లాయ్మ్ డిసీజ్‌కు మందు తీసికొని ఉంటే ఏ అపాయమూరాదు.

హెపటైటిస్–ఎ

"నేను శిశువిహారమందు పని చేస్తున్నాను. ఆకడొక శిశువుకు హెపటైటిస్ అయియుండెను. అందువల్ల నా కడుపులోని శిశువుకు అపాయముందా?

ఈ సోంకు లక్షణాలు వెంటనే కనబడవు. అయితే సోంకు శిశువు వారికి చేరే అవకాశం తక్కువ. ఒక వేళ ఇలాంటి సోంకు తగిలినా గర్భావస్థలో ఏ అపాయమూ లేదు. ఏమయినా హెచ్చరికగ ఉండడం మంచిది. మీరు హెపటైటిస్ తగిలిన బిడ్డల సేవ చేయునపుడు మరిమరి చేయి కడుక్కోండి. మరి అపుడపుడు చేయికడుగుకోవడాన్ని అభ్యాసం చేసుకోండి. ఏదైనా తినేముందు చేయికడుక్కోండి. ఈ సోంకు యొక్క టీకామందును గూర్చి వైద్యుల సలహా పొందవచ్చు.

హెపటైటిస్ – బి

"నేను గర్భిణిని. నాకు హెపటైటిస్ బి అయింది. దీనివల్ల శిశువుకు అపాయముందా?"

డెలివరీ సమయంలో ఈ సోంకు శిశువుకు వ్యాపిస్తుంది. వైద్యులు దీన్ని తప్పించుటకు ముందుహెచ్చరిక క్రమములను తీసికొంటారు. వైద్యుల సలహా పొందండి. శిశువు జన్మించిన 12 గంటల లోపల ఔషధము ఇవ్వబడుతుంది. దీనివల్ల సోంకు తగిలేదాన్ని అడ్డుకోవచ్చు. శిశువుకు అన్ని రకాల క్రుచ్చు మందు వేసిన తర్వాత 12 నుండి 15 నెలల తరువాత వైద్యులు ఈ విషయాన మరొకసారి పరీక్ష చేస్తారు. ఎందుకంటే సోంకు మిగిలిందా అనేదాన్ని ఖచ్చితం చేసికోనడం అవసరము.

హెపటైటిస్ – సి

"గర్భావస్థలో నేను హెపటైటిస్ సి సోంకును గూర్చి హెచ్చరిక వహించి ఉండవలెనా?"

ఈ సోంకు డెలివరి సమయంలో తల్లినుండి శిశువుకు తగిలే అవకాశమున్నది. అయితే సోంకు తగిలిన పక్షంలోదానికి డెలివరియొక్క తరువాతనే ఔషధోపచారము చేయబడుతుంది.

బైల్స్‌పాల్సీ

"ప్రొద్దుట లేచినపుడు చెవివెనుక నొప్పి ఉండెను. దానికి తోడు ఏదో కసివిసి అయ్యేది. అద్దములో ముఖం చూచుకొంటిని. ముఖపు ఒక భాగం జారి పడినట్లు అనిపిస్తూ ఉండెను. ఇదేమి?"

ఈ స్థితిలో ముఖపు ఒకవైపున మాంసఖండమునకు దెబ్బపడినట్లు అయియుంటుంది. ఆ కారణాన ఆ భాగానికి లక్వా కొట్టినట్లు అయియుంటుంది. గర్భావస్థయొక్క 3వ త్రైమాసమందు అథవా ప్రసవపుఘు సమయమందు ఇలా అయ్యే అవకాశం ఎక్కువ. ఇది ఉన్నదున్నట్లే అవుతుంది. రాత్రి పడుకొని ఉదయం లేచే సమయానికే ఇది కనబడుతుంది. ఇది చాల తాత్కాలిక స్థితి. అయితే ఇలాకావడానికి ఏమి కారణమో ఇంతవరకు తెలియలేదు. ఇది బ్యాక్టీరియా సోంకువల్ల అయ్యే స్థితియనవచ్చును. దీనిలో లక్వా జత చెవి వెనుక నొప్పి, తలనొప్పి, ముఖవైఖరి మారుట, మాట్లాడుటకు కష్టము కావడం మొదలయిన లక్షణాలు కనిపించుకొంటాయి. ఇది అంత తీవ్రమైన సోంకు కాదు. ఆరు నెలల కాల చికిత్స తీసికొంటే అంతా సరిపోతుంది. దీనివల్ల కడుపులోని శిశువుకు ఏ అపాయం లేదు. అయితే ఈ విషయంగా మీరు వైద్యులకు తప్పక తెలుపవలెను.

గర్భావస్థ అలాగే ఔషధములు

ఏ ఔషధమైనా తీసికొండి అయితే దాని మీద గర్భిణి స్త్రీలు డాక్టరు సలహా లేనిదే ఔషధము తీసికోనకండి. అని హెచ్చరికపు మాట వ్రాసి ఉంటుంది. మీరు కెమిస్టనుండి ఔషధం తెచ్చి ఉంటే మీకు ఎలా తెలిసేది: ఆ ఔషధం సురక్షిమయినదిగా ఉందా? లేదా అని?"

ఏ ఔషధమైనా నూటికి నూరు పాళ్ళు సురక్షితంగా ఉండదు. అయినా కొన్ని మందులే గర్భావస్థలో హానికరము అవుతాయి. అనేక ఔషధాలవల్ల మీకు అలాగే

మీ శిశువుకు ఏ విధమైన అపాయమురాదు. చాల సార్లు సందర్భం ఎలా ఉంటుందంటే ఔషధము తీసికొనవలసియే అయియుండు.

ఏ ఔషధము తీసికొనడానికైనా ముందు దానివలన లాభము హాని వీటి అందాజు చేసికోండి, మీ అన్ని నిర్ధారణలలో డాక్టరును తోడుంచుకోనడం మంచిది. చాల సారు ఔషధములను సురక్షితమైన దృష్టితో ఎ.బి.సి.డి వరుసలలో విభజించి యుంటారు. మీరిదంతా యోచన చేయకండి. మీరు మీ డాక్టరు లేదా నర్స్‌ను అడుగకుండ ఏ ఔషధమూ అలోపథీ, హోమియోపథి అయుర్వేదిక్ తీసికోవడం వద్దు అంతే.

ఏ ఔషధమైన పూర్తీ బాగుంటే దాన్ని తీసికోవడం వెనుదీయకండి. శిశువుకు ఏ హానియు కలుగదు. అలాగే మీ ఆరోగ్యమూ సరిపోతుంది.

సామాన్య ఔషధములు

అనేక ఔషధములు గర్భావస్థలో పూర్ణంగా సురక్షితంగా ఉన్నాయి. నిమిషములోనే ముక్కులో కారడం, తలనొప్పి అన్నింటిని మేలు చేస్తాయి. అయితే కొన్ని మందులు మొదటి 3 నెలల్లో హానికారులు కావచ్చు. అలాగే కొన్ని ఔషధములు సంపూర్ణమైన గర్భావస్థలో నిషేధమై యుండవచ్చు.

టైలినోల్

''అసిటైమినోఫెన్'' దీన్ని గర్భావస్థలో కొంచెం సురక్షిమై యుందని నమ్మవచ్చును. అయితే మొదటి సారి దీన్ని తీసికోవలసి వస్తే డాక్టరును అడగండి.

అస్ప్రిన్

మీరు మూడో త్రైమాసికమందు ఈ మందును తీసికోవద్దండి అని చెప్పవచ్చు. ఎందుకంటే దీనివల్ల శిశువుకు కష్టం కావచ్చును. ప్రసవ సమయమందు రక్తస్రావం ఎక్కువ కావచ్చు. అస్ప్రిన్‌యొక్క కొంచెం ప్రమాణంవల్ల ''ప్రీంక్లైంపసియా'' లో లాభము కలుగవచచువని అధ్యయముల ద్వారా తెలియవచ్చింది.

> హెర్బల్ పోషణ
>
> ఔను గర్భావస్థలో విశ్రాంతి దొరకునని నమ్మకమిచ్చే అన్ని వస్తువులూ ఇష్టమౌను అయితే అన్ని ప్రాకృతిక ఔషధాలను అన్నీ సురక్షితమైనవని నమ్మలేము. హెర్బల్ ఔషధం తీసికోవలసి వచ్చినచో ఎక్కువ జాగ్రత్త వహించండి. డాక్టరు తీసికొమ్మని చెప్పినప్పుడే తీసికోండి. మీకు ప్రాకృతిక చికిత్స చాలా ఇష్టముంటే వైకల్పిక చికిత్స పద్ధతులను గమనించండి. దానివల్ల ఏదైనా కలిగే భయముండదు.

అయితే దీన్ని తీసికోవాలో లేదా వద్దో అని డాక్టరు చెప్పదురు. ఇది రక్తం పలుచపరచే ఔషధముతో ఇస్తే గర్భపాతపు అపాయము చాలా తక్కువౌతుంది. మి అవస్థవలే అలాగే డాక్టరు సలహా ప్రకారం పాటించండి అంతే.

అడ్విల్ లేదా మొట్రిన్

మొదటి అలాగే చివరి త్రైమాసికంలో బ్రూపిన్ చాలా యోచన చేసి ఉపయోగించండి. అస్ప్రిన్ వలె దీనినుండియూ (నకారాత్మక ప్రభావం జరుగవచ్చు. డాక్టరుకు చెప్పక దీన్ని తీసికోవద్దండి.

అలీవ్ : దీన్ని గర్భావస్థయందు ఉపయోగించడం పూర్తీ నిషేధము.

నేజల్ స్ప్రే :- కట్టుకొన్న ముక్కునుండి విముక్తి పొందుటకు నేజల్ స్ప్రే ఉపయోగించవచ్చు. డాక్టరు నడిగి సరియైన బ్రాండ్ తెలిసికోనండి. నేజిల్ స్ట్రిప్ కూడా ఉపయోగించవచ్చు.

అంటి ఆసిడ్ : ఎదలో మండ యేర్పడినపుడు అన్ని అసిడ్ తీసికోవచ్చును. అయితే దాని ప్రమాణం డాక్టరు నడిగి తెలిసికోండి.

గ్యాస్ ఎడ్స్ :- ఒకోసారి గ్యాస్ పోగొట్టుటకు తీసికోవచ్చును.

అంటి హిష్టమున్ : కొన్ని అణ్టీ హిస్టమైన్‌ను గర్భావస్థలో సురక్షితముగానున్నదని చెప్పవచ్చును. బెనెడ్రిల్ సురక్షితమైయున్నదని నమ్మవచ్చును. చాలా మంది డాక్టర్లు క్లోర్ ట్రిమెసెన్ తీసుకొమ్మని సలహా ఇస్తారు.

నిద్రౌషధము : గర్భావస్థలో యోని సోప్, టైలనోల్, సామినెక్స్ ఇదంతా సురక్షితమైనవని చెప్పబడును. ఒకోసారి దీన్ని తీసికొనే సలహా డాక్టర్ ఇవ్వవచ్చును.

డీకంజెస్టెంట్ : ఉపయోగించనే వలసినప్పుడు సీమిత ప్రమాణంలో నూడాఫెడ్ ఉపయోగించండి. మొదట డాక్టరును అడగండి.

ఆంటిబయాటిక్స్ : ఒక వేళ డాక్టరు బ్యాక్టీరియల్ ఇన్‌ఫెక్షన్ కారణంవల్ల యాంటిబయాటిక్స్ ఇస్తే అది పెన్సిలిన్ అథవా అంటిథ్రోమైసిన్ గుంపుకు చెందిన ఔషధం ఇవ్వవచ్చును. మీ గర్భావస్థయొక్క సమాచారముగల డాక్టరు దగ్గరనే అన్టిబయాటిక్స్ తీసికోనండి.

అన్టి డిప్రెసెంట్ : డిప్రెషన్ చికిత్స సరిగా జరిగక పోతే శిశువుపై దుష్ప్రభావము పడుతుంది. ఈ ఔషధములను శిశువుయొక్క పెరుగుదలవలే అప్పటికప్పుడు బదలాయించవలసియుండును.

అంటి నాజియా : కొన్ని ఔషధాలవల్ల మార్నింగ్ సిక్‌నెస్ తగ్గేదే అయితే దానివల్ల దినమంతా తూగురావడం కావచ్చు యోచించి తీసికోనండి.

టిపికల్ అంటి బయాటిక్స్ : మైక్టిరెసిన్ లేదా నియోస్పరిన్ అనే టిపికల్ అంటి బయాటిక్స్ నియమిత ప్రమాణములో తీసికోవచ్చును.

టిపికల్ స్టెరాయ్డ్స్ : టిపికల్ హైడ్రికర్టిజోన్‌యొక్క నిర్దిష్ట ప్రమాణంలో తీసికొనవచ్చును.

గర్భావస్థ సమయంలో ఔషధముల ఉపయోగము :

ఒక వేళ డాక్టరు గర్భావస్థలో ఏదేని ఔషధము తీసికొనుటకు చెప్పిన లాభమెక్కువ చేయడం - తగ్గించడం చేయడానికి క్రింద వ్రాయబడిన మాటలను గమనించండి

★ కొద్ది పాట సమయానికి కొద్ది ప్రమాణంలో పని ఔనా? అన్ని డాక్టరును అడగండి.

★ అధిక ప్రభావం పడే సమయానికి ఔషధం తీసికోండి. దా : శీత సంబంధపు ఔషధము రాత్రి పడుకొనేటప్పుడు తీసికొంటే మంచిది.

★ సూచనలను పాటించండి. పాల జతకు లేదా నీళ్ళ జతకు ఎలా తీసికోవాలని చదవండి. సైడ్ ఎఫెక్ట్ల గూర్చి తెలిసికోండి. గర్భావస్థయందు తీసికోకండి అని వ్రాసియుండినచో గాబరా పడకండి. మీ డాక్టరుకు తెలియనిదే ఔషధము ఇచ్చేదిలేదు కదా?

★ మీరు అలర్జీ ఉండే పదార్థములను తీసికొంటే తర్వాత అలర్జీ ఔషధములను తీసికొండి. అప్పుడు దాని ప్రభావం ఎక్కువగును. హర్బల్ ఔషధములు సురక్షితంగా ఉంటాయి, అయినా డాక్టరును అడగనే తీసికోవద్దండి.

★ షధము మ్రింగే ముందు ఒక గుక్కెడు నీళ్ళు త్రాగండి. దానివల్ల అది గొంతులో క్రిందికి పోతుంది. తర్వాత ఒక లోటా నీళ్ళు త్రాగండి. దీనివల్ల ఔషధమూ కడుపులో చక్కగా కరుగుతుంది.

★ ఔషధములు ఒకే అంగడినుండి తెచ్చుకోనండి. ఔషదం పేరు, ప్రమాణము పరీక్షించి ఔషధం తీసుకోండి. ఎక్స్‌పైరీ లేదని గమనించండి. ఔషధం తీసికొన్న తరువాత మీరు పేరు చదవండి. అంగడివాళ్ళు పొరబాటున వేరే మందు ఇచ్చియుండవచ్చును.

■ ■ ■

మీరు ఏదైనా ప్రాతరోగంతో బాధపడుతుంటే

దీర్ఘకాల రోగముతో పీడింపబడుచున్నావారి బ్రతుకు చాలా క్లిష్టతరమైంది. అలాంటివారు శ్రేష్ఠమైన ఆహారము, ఔషధము, వేళకు వేళకు పరీక్ష చేయించడంవల్ల రోగాన్ని నిర్వహించవలసి యుంటుంది. దీనికి తోడు గర్భావస్థ కూడ వచ్చిందంటే ఆహారము, పరీక్ష, ఔషధము ఈ మూడు విధానాలను మార్పు చేయవలసి ఉంటుంది. కొంత జాగ్రత్త పోషకముల ద్వారా ఇలాంటి గర్భావస్థను సురక్షితంగా నిభాయించవచ్చును అనేది సమాధానకరమైన సంగతి. గర్భావస్థ నుండి రోగము మీద అథవా రోగమునుండి గర్భావస్థమీద ఏమీ మార్పు కలుగుతుందనేదానికి అనేక కారణములుంటాయి. ఈ అధ్యాయంలో అలాంటి కొన్ని కారణములను గూర్చి చర్చించడమైనది. ఈ మార్గదర్శనమువల్ల లాభము పొందండి. అయితే ఏ నిర్ధారణ తీసికొనడానికి ముందు మీ వైద్యుల సలహాను తీసికొండి. వారు మీ వ్యక్తిగత స్వభావము మరియు అవసర ములు లెక్కగట్టి దాని ప్రకారం సలహాలనుగాను, ఔషధాన్ని కాని ఇస్తారు.

మీరు ఏమి ఆలోచిస్తుండవచ్చు?

దమ్ము లేదా ఉబ్బసము

మీకు చిన్నతనంనుండి దమ్ము ఉంది. దానికి తీసుకొంటున్నటువంటి మందు గర్భావస్థమీద చెడు పరిణామం పడేదే కాకుండా, ఆ ఔషధము ఇప్పటికీ సురక్షితమేనా?"

ఇలాంటి పరిస్థితిలో మీకు కొంత ఎక్కువ చికిత్స-శుశ్రూషయొక్క ఆవశ్యకత ఉన్నది, అనేది మీకు తెలిసినది. దమ్ము-ఉబ్బసమువల్ల గర్భావస్థకు అపాయమని చెప్పబడుతుంది. అయితే ఈ అపాయపు భయాన్ని సంపూర్ణంగా పోగొట్టవచ్చును. ఒకవేళ మీరు బాగా తెలిసిన, స్త్రీరోగ నిపుణులైన, వైద్యుల సమూహముయొక్క చికిత్స పొందునట్లయితే గర్భావస్థయూ సాధారణంగానే ఉంటుంది. మీరొక ఆరోగ్యవంతమైన బిడ్డకు జన్మనివ్వగల సామార్థ్యాన్ని మోయగలరు.

ఉబ్బసము-దమ్ము సంపూర్ణంగా నియంత్రణలోనున్నదన్నట్లయితే గర్భావస్థ మీద సాధారణమైన మార్పు కలుగుతుంది. ఈ మార్పు ప్రతియొక్క కాబోవు తల్లిపై విభిన్నంగా ఉంటుంది. 30% సందర్భాల్లో దమ్ము కూడా నియంత్రణకు వస్తుంది. అయితే కొన్ని విషయాలు ముందెలా ఉండెనో అలాగే ఉంటాయి. ఇంకను కొన్ని సమయాల్లో

తీవ్రమైపోతాయి. దమ్ము గలవారి గర్భావస్థయూ అలాగే అవుతుంది.

గర్భావస్థకు ముందే మీ దమ్ము రోగాన్ని నియంత్రణలో పెట్టుకోవడం మంచిది. మీకోసం మీ పుట్టబోయే బిడ్డకోసం ఇది మంచిది. ఒక వేళ క్రింద సూచించిన క్రమములను మీరు పాటించడం లేదనేటట్లయితే మొదటి వీనిని పాటించడం మొదలు పెట్టండి.

★ వాతావరణంలో దమ్ము లేదా అలర్జీని వ్యాపింపజేసే అంశము లేవయినా ఉంటే గుర్తించి, ఏ వస్తువువల్ల మీ కలర్జీ అవుతున్నదో మీమొదటే గుర్తుండవలెను కదా! అలాంటి వస్తువులనుండి దూరంగా ఉండండి. ఫరాగకణాలు, ప్రాణుల వెంట్రుకలు దుమ్ము ధూళి, ఇవి రోగకారవములై యుమటాయి. పొగాకు పొగ, అత్తరు అలాగే ఇంటిని శుభ్రపరచే డిటర్జెంట్, మొదలైన వాటినుండి పరిస్థితి క్లిష్టతరం చేయవచ్చు. అలాగయితే మాత్రం మీరు మీ స్నేహితుడు ఇద్దరూ ధూమపానము మానుకోవలసి ఉంటుంది. ఇలా చేస్తే మీ గర్భావస్థను కొనసాగించుకోంటూ పోవచ్చును.

★ వ్యాయామం చేసేటప్పుడు జాగ్రతవహించి, బయట పారాడుటకు వెళ్ళినప్పుడు మందు తీసుకోండి. అపుడు మీకు దమ్ము రాదు. ఈ విషయంగా వైద్యుల సలహాను పొందండి.

★ పడిశము (జలుబు) దగ్గు అలాగే ఊపిరాడుటకు సంబంధించిన తొందరలవల్ల ఆరోగ్యాన్ని కాపాడుకోండి. ఒక వేళ సయానసైటిస్ అథవా రిఫ్లక్స్ అయియుంటే వైద్యుల సలహాను తీసికొని ఆ ప్రకారం ఫ్లూకు మందు తీసికొండి. లేకపోతే దమ్ము నివారణలో తొందర కలుగుతుంది.

★ వైద్యుల సలహాలను కట్టునిట్టుగ పాటించండి. మీకూ మీ బిడ్డకూ పూర్తి ప్రమాణంలో ఆమ్లజనకం పూర్తియగు చుండునట్లు చూచుకోండి.

క్యాన్సర్

గర్భావస్థయందు క్యాన్సర్ రావడం సామాన్యంగా సాధ్యం కాదు. అయితే అయ్యే సందర్భము లేకపోలేదు. అలాంటప్పుడు చికిత్సయు సరియైన సమతౌల్యతను కాపాడుకోనడం చాల ముఖ్యము. గర్భం ధరించిన వేళ కాన్సర్ ప్రకారం దానినుండి దాని పరిస్థితి మీరోగనిరోధక శక్తి ఈ అన్నీ అంశముల మీద మీ చికిత్స ఆధారపడియుంటుంది. మొదటి త్రైమాసికంలో క్యాన్సర్ రోగపు చికిత్సనుండి శిశువుకు కష్టం కావచ్చును. రెండవ త్రైమాసికంవరకు వైద్యులు వేచియుంటారు. తర్వాత పత్తా అయితే వైద్యులు ప్రసవపు అనంతరమే చికిత్స చేస్తారు.

★ మీరు తీసుకొనుచున్న మందులవైపు మరొక సారి నిగా ఉంచండి. వైద్యులు సలహా ఇచ్చిన మందులనే గర్భావస్థలో తీసికొవలసినది. సామాన్య లక్షణాలంటే మందు అవసరమే ఉండకపోవచ్చు. ఒక వేళ తీవ్రంగా ఉంటే గర్భావస్థలో క్షేమకరమనదగిన ఔషధములను సేవించాలి. ముక్కు ద్వారా పీల్చుకొనే ఔషధము ఈ సమయంలో సరిపోతుంది. ఔషధం తీసికొనేటప్పుడు మొతాదు తగ్గించకండి. ఎందుకమటే మీరు ఇద్దరికోసం ఊపిరి తీసికోవాలి.

దమ్ము వచ్చినప్పుడు చికిత్సకు ఆలస్యం చేయకండి, లేనట్లయితే బిడ్డకు ఆమ్లజనకపు కొరత కలుగవచ్చు. అయితే దమ్ము నిల్చినప్పుడు అది నిలుస్తుంది.

గర్భావస్థయొక్క చివరి దినాల్లో ఇది కొంత సమస్య కావచ్చును. అయితే అంత అపాయకారి కాదు. గర్భావస్థయొక్క అవధిలో దమ్ము వస్తే చాలా కాలం పీల్చడం విడువకండి. అంతమాత్రాన్ని మాత్రం తప్పక చూచుకొనండి.

దమ్ము రోగంవల్ల ప్రసవం మీద ఏమీ మార్పు

వస్తుందని అడుగుతారా, అలాయితే వినండి, మీరు ఔషధము లేకుండానే తట్టుకోవచ్చు. ఎపిక్యూరల్‌లోనూ ఏ విధమైన అభ్యంతరమూ కలుగదు. అయితే డైమీరట్‌వంటి నొప్పి నివారకమైన మందు సేవనవల్ల దమ్ము-ఉబ్బసము ఎక్కువౌతుంది. అలాంటప్పుడు ఔషధంవల్ల ఏ పరిహారమూ కాకపోతే వైద్యులు మీకు ఐసి స్పెరాయట్ ఇస్తారు. అప్పుడు ఆక్సిఉజన్‌షన్ పరీక్ష చేయబడుతుంది. ఇలాంటి తల్లుల బిడ్డలకు జన్మ తర్వాత ఊపిరాడు వేగం ఎక్కువగా ఉంటుంది. అయితే చింత స్థిరమేమై ఉండడం లేదు.

సిస్టిక్ ఫైబ్రోసిస్

''నాకు సిస్టిక్ ఫైబ్రోసిస్ ఉంది. దీనివల్ల గర్భావస్థ ఎంత జటిలంగా ఉండవచ్చు? గర్భావస్థ మరియు సిస్టిక్ రెండింటిలో ఒకటిని ఎదురించడమే ఎంత సాహసపు పని అనేది మొదటి నుండియూ మీకు తెలుసు. గర్భావస్థలో ఈ సవాలు ఇంకనూ భయదాయకమవుతుంది. అయితే మీరు మీ వైద్యులు కలసి ప్రసవాన్ని సురక్షితము మరియు సుఖదాయముగా చేయగలరు?''

అన్నింటికంటే మొదలు మీరు తూకం హెచ్చించుకోవలెను దీనికై ఆహారము తెలిసిన వాళ్ళ సలహాను పొందండి. మీరు మీ బిడ్డయొక్క పెరుగుదల పరీక్ష చేయించుకోనడానికి చాల మార్లు వైద్యుల దగ్గరకు పోవలసి ఉంటుంది. మీ చురుకుదనములు హద్దులో ఉండాలి. ఎందుకంటే అవధికి ముందే ప్రసవమయ్యే అపాయముంది. ఈ అపాయాన్ని నివారించుటకు ఎక్కువ జాగ్రత్త వహించవలని ఉంటుంది. అప్పుడు సకాలానికి బిడ్డ పుట్టుతుంది. ప్రసవ వేళకు చాలా ముందు ఆస్పత్రికి పిలుచుకొని పోయే అవసరముంటుంది.

మీ వంశావలిని కౌన్సిలింగ్ చేయుటవల్ల మీ బిడ్డకు ఎఫ్ అయిందా లేదా అనేది తెలుస్తుంది. మీ సంగాతికి ఈ ఖాయిలా లేక పోతే బిడ్డకూ లేకుండే అవకాశముంది. ఒక వేళ వారికి ఉంది అనేదే అయితే కొంచెం అపాయంకల్గే అవకాశముంది.

వైద్యుల తీవ్ర నిగాలో మీ గర్భావస్థ ఉండినదే అయితే బిడ్డ మీ ఒడికి చేరుతుంది. ఏ సమస్యయూ రాదు.

హతాశ (విషాదము) డిప్రెషన్

''నాకు కొన్ని సంవత్సరాల క్రితంనుండి ఎక్కువ నిరాశ విషాదము (క్రానిక్ డిప్రెషన్) అవుతూ ఉంది. అప్పటినుండి నాకు అంటి డిప్రెషన్ వందులను ఇవ్వబుడుతూంది. గర్భిణియయినప్పుడు ఆ మందులు తీసికోవచ్చా?''

చాలమంది మహిళలు గర్భావస్థయందు విషాదానిను ఎదురిస్తారు. సరియైన చికిత్స చేస్తే గర్భావస్థ మామూలుగనే ఉంటుంది. అయితే ఔషదోపచారములో సరియైన పొందిక ఏర్పరచుకోవలెను. మీరు మీ వైద్యులు లేదా మనస్తత్వ శాస్త్రజ్ఞులను కలసి ఏ మందులివ్వాలి అని నిర్ధరించుకోవలసి ఉంటుంది.

బిడ్డయొక్క దైహికపు అలాగే మీ భావనాత్మక పరిస్థితి రెండింటిని గుర్తుంచుకోవలసి ఉంటుంది. గర్భావస్థపు హోర్మోన్ల ఆరంభంలో మీ భావనాత్మక పరిస్థితి మీది మార్పు కలిగే అవకాశముంటుంది. ఏ మహిళల్లో భావనాత్మకపు హెచ్చుతగ్గుటం డపో అలాంటి మహిళలు కూడా హోర్మోన్ల వైపరీత్యమువల్ల డిప్రెషన్‌కు బలియగుచున్నారు. ఎవరు మొదలే డిప్రెషన్ అయియుండులో వారి స్థితి ఇంకా సూక్ష్మంగా ఉంటుంది. అటువంటి వారిలో మందులు తీసికోవడం నిలిపివస్తే అలాంటివారి స్థితి ఎలా ఉంటుందనేదాన్ని మీరే ఊహించుకోవచ్చు.

ఈ డిప్రెషన్ బిడ్డ ఆరోగ్యం మీద చెడ్డ పరిణామం పడే అవకాశముంటుంది. డిప్రెషన్‌లోనైన మహిళలు తమ భోజన ఉపచారములవైపు గాని బిడ్డ ఆరోగ్యం విషయం వైపుగాని గమనం ప్రసరింపజేయడానికి కాదు. వారు మద్యపానవు వ్యసనాన్ని కలిగియుండవచ్చును. ఇలాంటి వారు ఎక్కువ ఒత్తిడికిలోనవుటవల్ల సమయానికి ముందే బిడ్డ పుట్టవచ్చును. బిడ్డ పుట్టినప్పటినుండీ తక్కువ తూకం వేరే ఉంటుంది.

అదిగాక అనేక సమస్యలను పుట్టించే స్తుంది. ఒక వేళ డిప్రెషన్‌కు సరియైన చికిత్స చేస్తే తల్లి తనయొక్క మరియు బిడ్డ ఆరోగ్యము వైపూ గమనము నుంచవలసినదిగా ఔతుంది. డిప్రెషన్ పొందినవారు ఏ ఔషధముగాని నిల్పివేయుటకు ముందు ఆలోచించాలి. ఏ రీతైన అంటి డిప్రెషన్ మందులు సూక్తమో వైద్యులనడిగి నిర్దరించండి. వైద్యులు మీకు నిజమైనదాన్ని తెలియజేస్తారు. ముందు పరిమాణము ఏమైన అయి యుంటే దాన్ని అందాజు చేసే అవసరమూ ఉంటుంది. డిప్రెషన్‌కు చికిత్స చేయకుంటే దీర్ఘకాలిక సమస్య కలుగుతుంది.

అనేక మార్లు ఔషధము జతకు మనోవైజ్ఞానిక చికిత్సనూ ఇవ్వవలసి ఉంటుంది. మనోవైజ్ఞానిక చికిత్సా పద్ధతియూ ప్రభావంతమై యున్నది. వ్యాయామము, ధ్యానము మరియు పౌష్టికాహార సేవనము వీటిని నిర్లక్ష్యం చేయకూడదు.

మధుమేహము

''నాకు మధుమేహపు జబ్బున్నది. బిడ్డ మీద దీని పరిణామ కలిగే సాధ్యతకలదా?''

ఈ మధ్య గర్భవతులైన మధుమేహపు రోగులకు శుభ సమాచారములున్నవి. వైద్యకీయ మరియు ఉన్నత చికిత్స శుశ్రూషలతో ఆరోగ్యవంతమైన శిశువుకు జన్మనివ్వవచ్చుగా ఉంది.

మధుమేహం ఒకటవ విధము లేదా 2వ విధము అయియుంటే గర్భధారణకు ముందు సామాన్య రక్తపు వర్గానికి చేరుతుంది మరియు ఈ నెల పూర్తీ సమర్పకమై యుంటుంది.

ఒక వేళ మొదటి నుండీ మీకు మధుమేహము ఉంటే గర్భావస్థలో గెస్టేరనల్ డయాబెటిక్స్‌కు లోనయియుంటే క్రింద కనబరచిన విధానాలనుండి సుఖ ప్రసవము మరియు ఆరోగ్యవంతమైన బిడ్డను పొందవచ్చును.

మంచి వైద్యుల ఎంపిక : మీ ప్రసూతిజ్ఞులైన వైద్యులకు మధుమేహమును గూర్చిన తెలివి తేటలుండవలెను. మీరు మధుమేహానికి చికిత్సనిస్తున్న వైద్యులతో నిరంతర కలయికలో ఉండాలి. మీరు ఇతర తల్లులకు మిమ్మలను పోల్చుకోనడానికి బదులుగా వైద్యులతో ఎక్కువ వినిమయం చేసికోవలసి ఉంటుంది.

ఉత్తమ ఆహార యోజన : మీరెవరైనా వైద్యులు లేక పోషణను గూర్చి తెలిసిన పండితుల సహాయంతో ఆహారపు యోజనను సిద్ధం చేసికోవాలి. మీకు మరియు బిడ్డకు పౌష్టికాంశము కొరత పడనట్టి ఆహార యోజనను తయారు చేసికోనండి. ఆహారంలో కాంప్లెక్స్ కార్బోహైడ్రేటు ఎక్కువగా ఉండని. ప్రోటీన్ భాగము నియమితంగా ఉండని. కొలెస్ట్రాల్ కూడా తక్కువగా ఉండని. కార్బోహైడ్రేట్ అనియమితంగా ఉంటే ఇన్‌సులిన్ సహాయంతో దాన్ని పూర్తి చేయవలసి ఉంటుంది. అయితే కొన్ని కార్బోహైడ్రేట్ పదార్థాలకు మీదేహమెలా స్పందిస్తుంది అనేదాన్ని చూడాల్సి ఉంటుంది అనేదాన్ని చూడాల్సి ఉంటుంది. బహువిధములయిన ఆహారాలు, పండ్లకు బదులుగా కూరగాయలు, పండ్లవంటి పదార్థాలు ధాన్యములను ఎక్కువ ప్రమాణంలో తీసుకొనేస్తారు. రక్తపు పోటును సాధారణ మట్టంలో కాపాడుకొనుటకు ఉదయం కార్బోహైడ్రేట్స్‌ను ఎక్కువగా తీసికొండి. తిండి పదార్థాలు తినేటప్పుడు కాంప్లక్స్ కార్బన్ మరియు ప్రోటీన్ ఉండే తిండి తినండి. ఎక్కువ తింటే లేదా తినకనే పోతే రక్తములో చక్కెర తగ్గిపోతుంది. పగలు కొన్నిగంటల కొకసారి ఏమయినా తినండి. తినుటవలన అనేక సమస్యలను దూరంచేయవచ్చు.

తూకం ఎక్కువ చేసికోనుట : గర్భధారణకు ముందు మీ సరాసరి తూకం తెలిసియుంచండి. ఒకవేళ మీతూకం ఎక్కువైంది అన్నట్లయితే తగ్గించే ప్రథకాన్ని సిద్ధంచేయండి. వైద్యులు చెప్పినట్లు నిదానంగా తూకం హెచ్చించుకోండి. వైద్యులు అల్ట్రాసౌండ్‌నుండి బిడ్డ పెరుగుదలను పరీక్షిస్తారు.

వ్యాయామము : మీరు 2వ విధమైన మధుమేహంలో బాధపడుచున్నచో వ్యాయామాన్ని హద్దుగా చేయండి. దీనివల్ల మీకు ఎక్కువ శక్తి

దొరకుతుంది. రక్తపు చెక్కర భాగం ఏకరూపంగా ఉంటుంది. ప్రసవానంతరం మీ ఆకారాన్ని కాపాడుకొనేదానిలో ఎక్కువ దినములు కావాల్సి ఉండదు. దీన్ని మీ వైద్యకీయ యోజన తోపోల్చి చూచుకొని ముందుకు సాగండి. ఒక వేళ మీ గర్భావస్థలో ఏ జటిలతా లేనట్లయితేఇ తేలికగా తిరగడం, ఈదడం, ద్వారా అలవరచుకోవచ్చు. బిడ్డ ఎదుగుదలకు పొందుకొని ఉన్నట్టిదేదయినా సమస్య కనబడ్డప్పుడు మీకు వ్యాయామం చేయుమని వైద్యులు అనుమతించరు.

ఇలా వ్యాయామాన్ని పొందించుకొనేటప్పుడు కొంచెం జాగ్రత్త వహించడాన్ని మరవకండి. ఆయాసమయ్యేలా వ్యాయామం చేయకండి. ఎండ ప్రొద్దులో ఎండలో వ్యాయామం వద్దు. ఇన్సులిన్ తీసుకొనేదయితే వర్కౌట్ అయ్యే అంగాలకు తీసికోండి. కాళ్ళకు, తొడలకు, తీసికోవడం ఉత్తమము. వ్యాయామానికి ముందు ఇన్సులిన్ మట్టము తక్కువ కాకుండా ఉండని.

విశ్రాంతి : మూడవ త్రైమాసికంలో విశ్రాంతి చాల అవసరమైంది. ఎక్కువ ఆయాసం చేసికోవద్దండి. మధ్యాహ్నం కాళ్ళు పైకి పెట్టిపడుకోండి. ఉద్యోగస్థలంలో ఎక్కువ పని భారముంటే సెలవు తీసికోండని సూచన ఇవ్వబడుతుంది.

ఔషధము : వ్యాయామం ఆహారాలనుండి పరిస్థితి సుధారించకపోతే మీరు ఇన్సులిన్ తీసికొనవలని ఉంటుంది. క్రుచ్చు మందు మూలకంగా దీన్నివ్వవచ్చును. ఇన్సులిన్ భోజనము కాలకాలానికి బదలాయించవలసి ఉంటుంది. మీ బిడ్డ తూకం ఎక్కువ గుటలో భోజనం కొత్తరూపంలో తయారవుతుంది. ''గ్లాయ్‌చురాయిడ్'' ఔషధమునుండియు కొన్ని తీవ్ర విషయాలలో ఇన్సులిన్ ఖర్చయ్యేదాన్ని తగ్గించవచ్చనేదాన్ని అధ్యయనము ద్వారా దృఢపడింది. ఇన్సులిన్ తీసికొనేటప్పుడూ మరి ఇతర ఔషధముల వైపు గమనముంచండి. ఎందుకంటే అవియూ ఇన్సులిన్ మట్టాన్ని ప్రభావితం చేయవచ్చును. వైద్యుల సలహా పొంది సురక్షితమైన మందులనే సేవించండి.

బ్లడ్ షుగర్ : దినమొక్కటికి 4 నుండి 10 సార్లు బ్లడ్ షుగర్ మట్టాన్ని పరీక్షించుకోవలసి వస్తుంది. ఒక వేళ ఒకటవ విధమైన మధుమేహముండేదయితే సైకోసెలాటడ్ హిమొగ్లోబిన్ కోసమూ మీ రక్తపు పరీక్ష చేయబడుతుంది. ఇది ఎక్కువైయుంటే చెక్కెరమట్టము సంపూర్ణ నియంత్రణమంది అర్థము. రక్తపు ఒత్తిడిని నియమిత రూపములో ఉంచాలంటే నియమితంగాతిని త్రాగవలసి ఉంటుంది. ఆహార వ్యాయామములపై గమన ముంచాల్సి వస్తుంది. అవసరం పడినప్పుడు ఔషధాన్ని తీసికొనుటవలసి వస్తుంది. గర్భావస్థకు ముందునుండియూ మీరు ఇన్సులిన్ తీసికొంటుంటే హైపొగ్లానియాకు మీరులో బడినారని అర్థమౌతుంది. అందువల్ల మొదటి త్రైమాసమందుఎజాక్కువ గమనం పెట్టండి. ఇంటినుండి బయటికి వెళ్ళునప్పుడు తినుటకు, త్రాగుటకు ఏమైనా పెట్టుకొని వెళ్ళండి.

మూత్ర పరీక్ష : మీదేహమందు సూక్ష్మ జీవులు చేరవచ్చు. అట్లయి ఈ అవధిలో మూత్ర పరీక్ష చేయిస్తుండాలి.

హెచ్చరికకు సంబంధించిన పరీక్షలు :

ఎన్ని పరీక్షలు అని చింతించవద్దు. మీరు గర్భావస్థకు అనేక వారాలకు ముందే ఆస్పత్రిలో నమోదు చేయించాల్సి ఉంటుంది. ఇలాగని ఆ క్షణం ఏమో తొందరని భావించేపని లేదు. వైద్యులు మీ పూర్తీ బాగును కోరుతారు. పరీక్షల ద్వారా మీ బిడ్డను గూర్చిన తాజా వార్తలు వస్తుంటాయి. వైద్యులు అవసరమైతే వేరేదేని విధానాన్ని తీసికోవడానికి దీనివల్ల సాధ్యమౌతుంది.

మీరు నియమం ప్రకారం కంటి పరీక్షను చేయించవలసి ఉంటుంది. గర్భావస్థలో సామాన్యంగా రెటినా మరియు కిడ్నీ (మూత్రకోశం) సమస్యలు చాలినంత ఎక్కువైతాయి. ఒక వేళ గర్భాశయములో బిడ్డ గాత్రము ఎక్కువైతే యోనిమార్గంలో ప్రసవం చేయించే బదులు వేరే మార్గం బెదుకవలసి ఉంటుంది. 10 అథవా 22వ వారాన అల్ట్రాసౌండ్ నీడలో శిశువును సమగ్రంగా పరీక్షింపబడుతుంది. అపుడన్ని విషయాలు తెలుస్తాయి.

21వ వారం తరువాత దినానికి 3 సార్లు బిడ్డ కులుకేదాన్ని పరీక్షించమని సూచించవచ్చు. మధుమేహంతో బాధపడుతున్న మహిళలకు ''ప్రీక్లిప్సియా''యొక్క భయమూ ఉంటుంది. అందువల్ల ఈ విషయంలో వైద్యులు ఎక్కువ నిశ్చిత జ్ఞానాన్ని పొందు ఉండుటకు కోరుతారు.

ఎలిక్టివ్ ఆర్లి డెలివరి

గ్యాస్టేషణలో మధుమేహము లేదా తక్కువ తీవ్ర లక్షణాల గర్భావస్థవు మహిళలు సకాలానికి ప్రసవిస్తారు. అయితేప్ల సెంటు ఎప్పుడు బిరీన క్షీణింప మొదలిడునో లేదా తల్లియొక్క రక్తము నందలి చక్కెర మట్టము సామాన్యముగా ఉండదో, బిడ్డ సమయానికంటే ముందే ఒకటి రెండు వారాలముందు పుట్టుతుంది. సెక్షన్-సినుండి బిడ్డను బయటిలేపాలో అది సాధారణ రీతిలో కాన్పు కావడానికి వేచియుండాలో అనేదాన్ని వైద్యులు పరీక్షించి తెలుపుదురు.

ఒక వేళ బిడ్డను పుట్టిన తక్షణం ఐసియులో ఉంచితే భయపడకండి. ఇలాంటి బిడ్డలనందరిని ఇదే తీరుగా ఉంచబడుతుంది. అక్కడ మీ శ్వాసకోశము అలాగే మధుమేహంతో పాటు సంబంధమున్న లక్షణముల పరీక్ష చేయబడుతుంది. ఒక వేళ మీరు బిడ్డకు స్తన్యపానం చేయింపను ఇష్టపడితే దానికిని వ్యవస్థ చేయబడుతుంది.

ఎపిలెప్సి / మూర్ఛరోగము

''నాకు ఎపిలెప్సి ఉన్నది. అయితే నాకు తల్లి కాబోయే ఆశ. నా గర్భావస్థ సురక్షితంగా ఉంటుందా?''

మంచి పోషణ - దానికితోడు మీరు కూడా ఒక ఆరోగ్యవంతమైన శిశువుకు జన్మ నివ్వవచ్చు. గర్భధారణకు ముందు మీవైద్యులు అలాగే నరముల రోగ పండుతులను కలసి వారి పర్యవేక్షణలో ఉండండి. వారు మీకు తీసికోవలసిన మందు మరియు వహించవలసిన హెచ్చరికల గూర్చి తెలుపుతారు. బహిష్ఠ స్త్రీళయందు గర్భావస్థలో ఎపిలెప్సి ఎక్కువ కాదు. రోగములోనూ అలాంటి విశేషమైన మార్పు కలుగదు. ఇలాంటి మహిళలలో తలత్రిప్పట, వాంతికావడం ఎక్కువగా ఉంటుంది అంతే. వీటి ఏదేని విశేషమైన తీవ్ర పరిణామం కనబడదు.

ఇలాంటి తల్లుల బిడ్డయందు తేలికైన జన్మపు వికృతి ఉంటుంది. అయితే దీన్ని మీరు ఎపిలిప్సి నుండికాదు, గర్భావస్థయూ ఎటిక్ ఎల్సెంట్ ఔషధముల పరిణామమని తెలిసికోవలసి ఉంటుంది.

గర్భావస్థకు ముందే ఇతరౌషధముల గూర్చి చర్చించండి. మీ రోగాన్ని హద్దులో ఉంచుకొన్న తరువాతనే ముందడుగు వేయండి. వైద్యులు మీకు మరొక లేదా అనేకమైన ఔషధములను చేర్చి ఇవ్వవచ్చు. గర్భావస్థయొక్క రోగమూ నియంత్రణలో ఉండాలని అలా చేస్తారు. బిడ్డకు హాని కలుగుతుందేమోననే భయమువల్ల ఔషధం సేవించడాన్ని నిలుపకండి. దీనివల్ల నష్టం కలుగవచ్చు.

ఈ ఘట్టంలో అల్ట్రాసౌండునుండి సూక్ష్మ పరీక్ష మరియు గర్భావస్థకు ముందటి స్క్రీనింగ్ చేసినందన వచ్చిన ఫలితాలవల్ల సూచనలను పొందవలసి ఉంది. వైద్యులు న్యూరల్ ట్యూబ్ డిఫెక్టర్ పరీక్షనూ చేస్తారు, మీరు కావాల్సినంత నిద్ర, పౌష్టికాహారపు బలంమీద ఆధారం కావాల్సి ఉంటుంది. ద్రవపదార్థములను భారీ

క్రానిక్ ఫటింగ్ సిండ్రోమ్

దీనికి గర్భావస్థకూ బిడ్డకూ ఏ విధమైన సంబంధమూ ఉండదు. ఈ సిండ్రోమ్‌వల్ల గర్భావస్థలోని ఎలాంటి పరిణామం పడును అనేది తెలియదు. అనేకమంది మహిళల లక్షణాలు ఎప్పటిలాగే ఉంటాయి. ఇంకా కొందరిలో చాలా బిగిస్తుంది. మీరు ఈ సిండ్రోమ్‌నుండి బడలుతుంటే మీ వైద్యులకు గర్భావస్థయొక్క సూచననివవండి. వారు మొదటినుండి మీరు తీసుకొంటున్నట్టి ఔషధాన్ని విడిపించవచ్చు. వారు ఈ ఘట్టంలో కొన్ని సలహాలివ్వవచ్చు. దానివల్ల మీకు బిడ్డను చూచుకొనుటలో ఏ విధమైన ఆటంకము అడ్డము కలుగబోదు.

ముందువలన లాభాలు

ఒక వేళ దీర్ఘకాల రోగవమునుండి నలగుచున్ననను, అడ్డుకొనడానికి మందు తీసికొంటుంటే కొంతగమనము వినిదాన్ని రాత్రి పడుకొనే సమయంలో తీసికోవద్దండి. మీ వ్యవస్థకు సంపూర్ణ విశ్రాంతి దొరకుటకు వదలండి. ఉదయం వాంతి అగుటచేత సేవించిన ఔషధమంతా బయటి రావచ్చును. అనేక సందర్భాల్లో మందు తీసికోనడం మార్చుకోవాలసి వస్తుంది. ఈ విషయంతో వేళవేళకు వైద్యుల సలహా తీసికోండి. ఏ అనుమానం వచ్చినా వైద్యులవద్దకు వెళ్ళండి.

ప్రవమాణంలో ''డి'' జీవత్వవముగల భోజనమివ్వ బడుతుంది సేవించండి. గర్భావస్థవు చివరి 4 వారాల్లో జీవసత్వమున్న భోజనము ఇవ్వబడుతుంది. ప్రసవానికి దీనివల్ల ఎక్కువ ధైర్యమేమీ రాదు. అదిగాక మీ బిడ్డకు మీరు స్తన్యపానవము చేయించగలరు. ఔషధవముల పరిణామము పాలలో తక్కువేమో అవుతుంది.

ఫైబర్ మాల్గియా

''నాకు కొన్ని యేళ్ళముందు ఫైబర్ ఇల్‌గియా రోగము తగిలియుండెను. దీని ప్రభావము గర్భావస్థ మీద ఎలా ఉంటుంది?''

మీకు మీ పరిస్థితి ఏదైనా ఉంటే మొదటే తెలిసియుంటే ముందుగానే చెప్పండి. దీని వల్ల చాలా లాభాలుంటాయి. నొప్పి, మంట, ఊద మరియు మాంసకండరాల్లో నొప్పి ఇవి ప్రముఖ లక్షణాలు. గర్భావస్థ యందలి ఆయాసం వలన ఇవి అనుభవానికి రావు. దీనివల్ల గలిగే ఒత్తిడిని గర్భావస్థయందలి ఒకలక్షణమని చెప్పబడుతుంది. మీ బిడ్డపై దీనియొక్క ఏ ప్రభావము మార్పు కానివ్వదు. మీ దేహంలో చాలా ఆయాసం లేదా నొప్పి కలిగితే వాటినుండి దూరవమగుటకు ఒత్తిడినుండి దూరవముండండి. యోగఇ ధ్యాన, వ్యాయామములనుండి దేహానికి విరామం ఇవ్వండి. వైద్యులవద్ద అడిగి గర్భావస్థయందు సంపూర్ణ రక్షణ అనబడే ఔషధమునివ్వండి.

హైపర్ టెన్షన్

''నాకు చాల సంవత్సరాలనుండి హైపర్ టెన్షన్ ఉంది. నా మించిన రక్తపు ఒత్తిడి గర్భావ్యవస్థపై ఏ విధమైన పరిణామం పడుతుంది.?

మహిళలు ఎంత గొప్ప మనస్సుతో గర్భధారణ చేస్తారో వాళ్ళలో రక్తపు ఒత్తిడి అధికపు సమస్య కనబడుతుంది. ఇది ఉగ్ర రూవంలో ఉంటుందో, అదిగాక హెచ్చుతూ పోతుంది.

మీ గర్భావస్థను మిక్కిలి జటిలమైందని భావింపబడుతుంది. అంటే మీకు పదే పదే డాక్టరు దగ్గరకు పోవలసి వస్తుంది. రక్తపు ఒత్తిడియొక్క నియంత్రణ పెద్ద వైద్యకీయ శుశ్రాక్షము. అలాగే మిమ్మలను మీరు చూచుకోవడం వల్ల గర్భావస్థను సంపూర్ణ సురక్షితంగా ఉంచవచ్చును. మీకు ఆరోగ్యవంతమైన బిడ్డ పుట్టుటకు సాధ్యమౌతుంది. మీరు క్రింద సూచించిన సూచనలను పాటించవలసి ఉంటుంది.

సరియైన వైద్య తండము : మీ వైద్యులకు హైపర్ టెన్షన్‌యొక్క సంపూర్ణ జ్ఞానముండాలి. మీరు మీ కాన్పు చేయు జ్ఞానవంతులను ఈ వైద్యులతో పాటు కలవండి.

వైద్యకీయ శుశ్రాక్షము : ఈ మీరు అప్పటికప్పుడు వైద్యుని దగ్గరకు పోవాల్సి వస్తుంది. అదే గాక అనేక విధములైన పరీక్షలను చేయాల్సి వస్తుంది. గర్భావస్థలో పలు జటిలతలేగాక ప్రీతి కుడా ఉండవచ్చు. అందువల్ల 40 వారాల వరకు వైద్యులు మీరాగ్యం వైపు గమనముంచియుండని.

రిలాక్సేషన్: హైపర్‌టెన్షన్‌నెలల కొద్దీ రిలాక్షేషన్‌విధానం చాల మహత్వాన్నిస్తుంది. ఈ విధానాల మూలంగా రక్తపు ఒత్తిడిని తగ్గించాలి అనేది అధ్యయనం వల్ల తెలియబడింది.

మరొకవైకల్పిక చికిత్స:

బయోఫీడ్ బ్యాక్ అక్యుపంచర్ లేదా మాలీష్ మొదలయిన వైకల్పిక చికిత్సా సహాయం తీసుకొనిడానికి మీ వైద్యులకు తెల్పండి.

విశ్రాంతి : రక్తపు ఒత్తిడి ఎక్కువైతే మానసిక, శారీరిక ఒత్తిడియును హెచ్చుతుంది. అందువల్ల ఏ పనినీ అతిగా చేయకండి. పగడి పూట కాలు మీద పెట్టుకొని పడుకోనండి.

ఒక వేళ ఉద్యోగ స్థలంలో ఎక్కువ పని చేయాల్సి వస్తే కొన్ని దినముల సెలవు తీసికోండి. ఇది మీ కత్యవసరము. ఇంటిలో మరోబిడ్డ ఉంటే పనిపాట్లలో సహాయమైనా పొందండి.

రక్తపు ఒత్తిడిపై దృష్టి : మీరింటిలో మీ రక్తపు ఒత్తిడి గుర్తుంచుకోవలసి ఉంటుంది. పూర్తి విశ్రాంతి తీసికొన్న తరువాతనే రక్తపు ఒత్తిడిని పరీక్ష చేయించండి.

మంచి ఆహారము : గర్భావస్థయందు మంచి ఆహారాన్ని తీసికోనండి. అలాగే వైద్యుల సలహా పొంది అందులో మార్పును చేసుకోండి. పండ్లు-కూరగాయల ప్రమాణాన్ని మాత్రం ఎక్కించండి. తక్కువ జిడ్డున్న ఆహారం తీసుకోండి. ద్విదల ధాన్యము తింటే రక్తపు ఒత్తిడి తగ్గే అవకాశముంటుంది.

మెత్తని ఆహారము : దినంలో తక్కువంటే 8లోటాలు నీరు త్రాగంటి. మీ కాళ్ళ సందుల్లోని మమట తగ్గుతుంది.

సరియైన మందు : గర్భావస్థయందు మీ మందును మార్చవలసి ఉంటుందా లేదా అనే విషయం వైద్యుల లెక్కనే అవళంబించి ఉంటుంది. ఎందుకంటే కొన్ని మందులు గర్భావస్థలో సురక్షితంగా ఉమడవు.

''ఇంటబుల్ బౌల్ సిండ్రోమ్''

''నాకు ఇంటబుల్ బౌల్ సింద్రోం ఉంది. గర్భావస్థలో దీని లక్షణాలు మరింత బిక్కట్టుగా ఉండదా?''

ఇది వేర్వేరు మహిళలలో వేర్వేరు విధంగా తన ప్రభావాన్ని చూపిస్తుంది. మీ పై ఎంతటి మార్పు వస్తుంది నేది చెప్పడం సాధ్యం కాదు. కొంతమంది స్త్రీలలో ఏ లక్షణమూ ఉబికిరాదు. కొందరిలో మరింత బిగువుతను అయియుంటుంది.

వాస్తవంగా గర్భావస్థయందు కొన్ని లక్షణాలు కలుగుతాయి. మలబద్ధత ఏర్పడవచ్చు లేదా నీళ్ళువిరేచనములు కావచ్చు. గ్యాస్‌వల్ల పరిస్థితి మరింత కావచ్చు. గర్భావస్థలోని హార్మోన్ ఇంకా పరిణామకారి అయియుండునంటే ఇంటబల్ బౌల్ సిండ్రోమ్‌యొక్క గుర్తించేకే కాదు. డయొరియా వల్ల బాధపడుచున్న స్త్రీలకు ఉన్నదున్నట్లే మలబద్ధత ఏర్పడుతుంది. అలాంటివారికి మలవిసర్జన సులభంగా కాదు.

ఈ దినాల్లో కావలసినదంతా ఒకేసారి తినుటకు బదులు కొంచెం కొంచెంగా తినండి. చాలినంత ప్రమాణంలో ద్రవాహారం తీసికోండి. మసాలా వస్తువులు తినకండి. ఒత్తిడి ఎక్కువ చేసికోవద్దండి. మీ ఆహారంలో ప్రొబెలేటిక్స్ చేర్చుకోనండి.

ఈ సింద్రోమ్ వల్ల అవధికి ముందే ప్రసవమయ్యే అవకాశం కలదు. ఈ పరిస్థితిలో సి-సెక్షన్ సందర్భమూ రావచ్చును.

లూప్స్

చాలమంది మహిళల్లో దీని లక్షణాలు చాలా చెడుగా ఉంటాయి. చాలమందికిది తెలిసేదే లేదు. అపుడాక్షణం గర్భావస్థలో దీని ప్రభావం ఉండదని ఎపుడూ చెప్పలేము. రోగము శమించిన తర్వాతే మీరు గర్భధారణ చేసికోవడం మంచిది. దికవేళ మీరప్పుడే గర్భంధరించి ఉంటే వైద్యులను చూచి పరీక్ష టెస్ట్ మందులద్వారా పరిస్థితి తీవ్రమగుటను తట్టుకోవలసి ఉంటుంది. మీ లూప్స్‌కు చికిత్స చేసే వైద్యులను ప్రసవ విషయజ్ఞులతో భేటి చేయించండి. వారిద్దరూ చేరి చర్చించి మీ విషయంలో మంచి నిర్ణయం తీసికొంటారు.

మల్టిపల్‌స్కలిరోసిస్

''నాకు చాల యేండ్ల క్రితమే మల్టిపల్ స్కలిరోసిస్ అయియుండెను. నాకు రెండు సార్లు లపు ఎం.ఎస్. ఇవ్వబడెను. ఆ కారణంవల్ల నా గర్భావస్థ మీద మార్పు కలుగుతుందా?''

ఈ విచారమందు మీ ఇద్దరికీ తీయ్యని వార్త. ఈ వార్తనుండియే మీ గర్భావస్థకు ఏ నష్టమూ కలుగదనేది. ప్రసవానికి ముందు మంచి పోషణ నరముల తోగ పండితుల ద్వారా చికిత్స చేయించిన మంచి ఫలితం ఉంటుంది. ప్రసవం మీదనూ ఇది ఏ మార్పును పడునట్లు చేయను. ఈ అవధిలో మీరు విపిక్యూరల్ లేదా నొప్పి నివారకపు మందు తీసికోవచ్చును.

చాలమట్టకు మహిళలు లక్షణమందు ముట్టలేని విధంగా ఉంటారు. కొందరి స్త్రీల తూకం హెచ్చవచ్చును. దీనివల్ల

నడవలేని పరిస్థితియూ ఉంటుంది. అందువల్ల లక్షణము ఎక్కువకాని వదలని చికిత్స కంటే సంయమనం ఎక్కువ పరిణామకారి కావచ్చు.

ఒత్తిడినుండి దూరముండండి. ఎక్కువ విశ్రాంతి తీసుకోండి. శరీరోష్ణము ఎక్కువ కానివ్వకండి. వైద్యులను కలిసి సురక్షితమని చెప్పదగిన మందులను వాడవలని ఉంటుంది.

ఒక వేళ ప్రసవానంతరం స్తన్యపానానికి అనుమతి లేకుంటే నిరాశవడకండి. 'ఫార్ములా ద్వారం' తయారు చేసిన పాలు సహా బిడ్డకు చెడ్డదేమీ కాదు. ఉన్నదున్నట్లే వని భారం మీద వేసుకోవద్దండి. లేకపోతే ఒత్తిడి ఎక్కువౌతుంది. ఈ రోగంవల్ల తల్లినుండి బిడ్డ మీద పడే పరిణామం లెక్క లేనంత ఉంటుంది. అందువల్ల ఈ విషయంలో ఒత్తిడికి లోనుగాకండి.

ఫినాయిల్ కిటో(న)యూరియా

''నేను జన్మమునుండి పి.కెఈయు రోగముండెను. చిన్నతనంలో నాకు వైద్యులు ఫినాయిల్ కాయట్నిల్ పెట్టి ఉండిరి. తరువాత అది మెలయ్యెను. నేను గర్భవతియైన తరువాత అదే ఆహారాన్ని తీసికొనడానికి చెప్పతున్నారు. ఇది అవసరమా?''

ఇక్కడ మందులతో పాటు పండ్లు, కూరగాయలు, బ్రెడ్ మొదలయిన ఆహారములు నియమిత ప్రమాణంలో ఉంటాయి. అంతేగాక ఎక్కువ ప్రోటీన్సుగల ఆహారం తీసికొనేట్లు లేదు. దీన్ని తినడం నిజంగానూ సులభముకాదు. అయితే గర్భావస్థలో ఇది మీకత్యవసరము. ఒక వేళ ఈ ఆహార నియమం పాటించక పోతే బిడ్డకు అనేక రకముల వైద్యపు తొందరలు కలుగవచ్చు. మీకు గర్భధారణమును 3 నెలల ముందు ఈ ఆహారం తీసికోవడం ప్రారంభించాలి. అప్పుడు రోగము నియంత్రింపబడుతుంది. అయితే చాలా సంవత్సరాల తర్వాత అదే ఆహార వద్ధతికి మారేది కొంచెం కష్టం కావచ్చు. ఐతే బిడ్డ రక్షణకు అలా చేయడమే తగును. ఈ విషయంలో 'ఫుడ్ స్పెషలిస్ట్స్' నుండి సలహా పొందితే మంచిది.

దైహిక అంగవైకల్యము

''నా వెన్నెముకకు దెబ్బ తగిలింది. వీల్ చేర్‌లో కూర్చొనెఉన్నాను. నేను, నా బర్త చాలాకాలంనుండి బిడ్డకోసం ఎదురు చూచస్తుంటిమి, నేనిప్పుడు గర్భిణి, ముందేమౌతుంది?''

అన్నిటికంటే ముందు మీరు మీ గర్భావస్థయొక్క లెక్కాచారమందు ఎవరినైన తగిన వైద్యులను వెదుకుకోండి. వారికి మీ వంటి రోగుల చికిత్సయందు విశేషజ్ఞానముండవచ్చు. ఈ మధ్య ఆస్పత్రులందు అక్కడ గమనముంచబడుతుంది.

మీ దైహిక అంగవైకల్యపు లెక్కాచారము చేసియే మీ గర్భావస్థను ఆరోగ్యదాయకంగా ఉండునట్లు ఎట్లు చూచుకోవాలి అనేది నిర్ధరింపబడుతుంది. మీ దేహపు తూకాన్ని నియంత్రణలో పెట్టుకోండి. గర్భావస్థయొక్క జటిల సమస్యలు తగ్గించేలాంటి ఆహారమును తీసికోండి. వ్యాయామం వల్ల దైహిక శక్తి హెచ్చుతుంది. సాధ్యమైనంత ప్రయత్నించండి. మీకు వాటర్ థెరపి అనుకూలము సురక్షితము.

ఇతర మహిళలతో పోల్చితే మీ గర్భావస్థ కొంతకష్టదాయకమే అవుతుంది. అయితే బిడ్డకు అలాకాదు. వెన్ను ఎముక మూలంగా అంగవైకల్యమున్న తల్లులకు వికలాంగపు బిడ్డలు పుట్టిన ఏ ఉదాహరణా లేదు. అయితే మీరు కిడ్నీ సోంకు, మూత్రకోశము పొందుకొన్నట్టి లోను గావచ్చును. మీరు ఇతర లక్షణములను చూచుకొని గుర్తించవలసి ఉంటుంది. మీకు మీ గర్భాశయమును అనుభవించుమని సూచింవబడుతుంది. దీనివల్ల మీకు ప్రసవపు నొప్పి తెలుస్తుంది.

ఆస్పత్రిలోనూ మీ ఈ స్థితియొక్క గుర్తు దొరకవలెను. మీ అవసరములను గమనంలో పెట్టుకొని మీ కాన్పు చేయింవబడుతుంది.

బిడ్డ పుట్టికొని వారాల దాక కఠినంగా ఉంటుంది. మీ ఇద్దరికీ కష్టము కావచ్చును. అ లెక్క పెట్టుకొనే ఇంటిలో తయారు చేయండి. ఏవరినైనా సహాయానికి పిలిపించుకోండి. ఇంటిలో మీ బిడ్డను చూచుకొనడానికి ఏ అడ్డంకి జగురనట్లు ఇంటిని చక్కగా ఉంచుకోండి.

రయూ మెడాయ్డ్ ఆర్థరైటిస్

''నాకు రయూమెటాయ్డ్ అర్థరెటిస్ ఉంది. దీనివల్ల

నా గర్భావస్థమీద ఏ రకమైన పరిణామం కావచ్చును.

మీ ఈ అవస్థవల్ల గర్భావస్థ మీద ఏ పరిణామమూ అయ్యేది లేదు. గర్భావస్థ మీ స్థితిపై ప్రభావం పడేదానిలో యావ అనుమానమూ లేదు. ఈ దినాల్లో మీ సందులో వావు నొప్పి తక్కువౌతుంది. అయితే ప్రసవానంతరం సమస్య కొంచెం హెచ్చుతుంది.

మీ గర్భావస్థ దినాల్లో చాలినంత మార్పు కలుగుతుంది. మీ గర్భావస్థపు దినాల్లో మీ ఔషధాలను వదలి వేరే సురక్షితమైన ఔషధము సేవించవలసి ఉంటుంది. కాన్పు సమయంలో సందులపైన ఎక్కువ ఒత్తిడి పడని రీతిని ఎన్నుకోండి. మీ వైద్యులు ఈ విషయంలో మంచి సలహా ఇవ్వగలరు.

స్కాలియోసిస్

''నాకు బాల్యంలో స్కాలియోసిస్ అయియుండెను. నా వెన్ను ఎముక విన్యాసము గర్భావస్థ మీద ఏ పరిణామం పడగలదు?''

మొత్తంపై మహిళలు ఆరోగ్యవంతులైన శిశువులకు జన్మనిస్తారు. స్కాల్నియోడిస్ నుండి ఎవరి సమస్యయూ లేదనేది అధ్యయనం వల్ల దృఢపడింది.

ఏ మహిలల స్కాలియోసిస్‌లో నితంబము, పెల్విస్ మరియు చేరుతుందో వారికి ఊపిరాడడంలో కష్టము లేదా గర్భావస్థలో భారం మోసేటప్పుడు కష్టపడవలసి ఉంటుంది. ఒక వేళ అలాంటి సమయంలో వెన్నునొప్పి ఎక్కువైతే కాలు పైకేసేసి పడుకోండి. గోరువెచ్చని నీటితో స్నానం చేయండి. వీపుకు నిధానంగా మాలీష్ చేయించుకోండి. ఇలాంటప్పుడు ఏదేని ఫిజీయో థెరపిస్ట్ సహాయం తీసికోవచ్చు. అయితే వారికి మీ గర్భాశయావస్థయొక్క పూర్తి సమాచారం ఇవ్వాలి. ఒక వేళ మీరు ప్రసవ వేళ ఎపిడ్యూరల్ తీసికొనదాలానిన ఈ విషయమందు తెలిసివారల సహాయం తీసికోమడి. అనుభవజ్ఞులైన బుద్ధిమంతులు ఈ పనిని ఉత్తమ రీతిలో చేయగలిగినవారైయుంటారు.

సికల్ సైల్ అనీమియా

''నాకు సికల్ సైల్ అనిమియా ఉంది. కాదంటే ఇప్పుడు నాకు నా గర్భావస్థయొక్క అర్థం తెలిసింది. నా బిడ్డ సరిగా ఉంటుందా?''

ఇపుడీ విషయంలో భయపడవలసిందేమీ లేదు. జటిలమైన రోగమున్ననూ మీరు ఆరోగ్యవంతుడైన బిడ్డకు జన్మనివ్వగలరు. మీ గర్భావస్థ భయదాయకమైనదని తెలియనౌతుంది. ఎందుకంటే గర్భపాత, ప్రసవానికి ముందు నొప్పి, ప్రికెప్సియా లేదా బిడ్డయొక్క పెరుగుదల నిలిచిపోయే ప్రమాదములూ ఉంటాయి.

మీరు పరీక్షకై చాలా సార్లు వైద్యులవద్దకు పోవలసి వస్తుంది. మీ వైద్యులకు సికల్‌సైల్ గూర్చి తెలిసియుండవచ్చు. అలాగైతే మాత్రం సరియైన లెక్కలో మీకు చికిత్స ఇవ్వగలవారౌతారు. మీరూ కుడా ఇతర తల్లులవలె మామూలుగా యోని మార్గం గుమడానే బిడ్డకు జన్మనిస్తారు. ప్రసవానంతరం సంక్రమణంనుండి మిగులుటకు మీకు ఆంటి బయాటిక్స్ ఇవ్వబడుతుంది. ఒక వేళ మీరు మరియు మీ పతి ఇద్దరూ ఓరోగంతో నలుగుతుంటే బిడ్డకిప్పడు రోగం తగిలే సాధ్యత ఉంటుంది. అపుడు మీరెవరైనా జ్ఞానవంతుల (జెనెటిక్ సలహాదారు)తో గూడి అమ్నియాసెంటిస్ చేయించుకోవలను ఉంటుంది.

థైరాయిడ్

''బాల్యంలో నాకు హైపో థైరాయడ్ ఉన్నందువల్ల అప్పటినుండి ఇప్పటి వరకూ థైరాయిడ్ మందు తీసికొంటున్నాను. గర్భావస్థలో దీన్ని తీసికొనేది మంచిదా?''

ఇది మంచిదే కాదు. మీ మరియు బిడ్డయొక్క పోషణకు మంచిది. ఒక వేళ హైపోథైరాయిడ్‌కు చికిత్స కాకుంటే గర్భపాతం జరిగే అవకాశం ఎక్కువగా ఉంటుంది. బిడ్డమానసిక వికాసానికి థైరాయిడ్ హార్మోను యొక్క అవసరమూ ఉంది. మొదటి 3 నెలల్లో బిడ్డకు ఈ హార్మోన్ దొరకక పోతే బిడ్డకు పుట్టుకనుండియే నరముల సంబంధమైన రోగము ఉండే అవకాశమూ కలదు. మొదటి త్రైమాసికం తర్వాత స్వతః హార్మోన్లను సిద్ధం చేసికొంటుంది. థైరాయిడ్ మట్టము తక్కువయినందువల్ల డిప్రెషన్ ఎక్కువకావడం ఉంటుంది. అందువల్ల మీ చికిత్సను సతతంగా చేసుకొంటూ ఉండాలి.

దేహానికవసరముండే థైరాయిడ్ హార్మోన్ యొక్క లెక్కలో భోజనమును అధికం చేయవలసి ఉంటుంది. వైద్యులు వేళవేళకు పరీక్ష చేసిన తర్వాతే ఆహారాన్ని నిర్ణయిస్తారు. మీరు మీ థైరాయిడ్ ఎక్కువ తక్కువయ్యేదాన్ని గుర్తించుకొండి. అలాగే వైద్యులకు తెలియజేయండి. ఈ లక్షణాలనుండి, గర్భావస్థయొక్క లక్షణాలనుండి వేరు చేసి చూసేది కొంత కష్టమూ అవుతుంది.

మీకవసరమనిపిస్తే అయోడిన్ పూరించుటకు అయోడిన్ యుక్తమైన ఉప్పు మరియు సి– ఆహారవు సేవన చేయవలెను.

''నాకు గ్రీన్స్ రోగమున్నది. దీనివల్ల గర్భావస్థ మీద మార్పు ఔతుందా?''

ఈ రోగమున్న వాళ్ళలో థైరాయిడ్స్ గ్రంథి నుండి హెచ్చు ప్రమాణంలో థైరాయిడ్స్ హార్మోన్ ఉత్పత్తి అవుతుంది. కొన్ని భాగాలు గర్భావస్థయొక్క అవధిలో తట్టుకొని పోతుంది. అయితే సరియైన రీతిలో చికిత్స జరుగక పోతే గర్భపాతము లేదా సమయానికి ముందే ప్రసవమయ్యే సంభవముంది. అందువల్ల సరియైన చికిత్స తవజ్ఞక చేయించుకోండి.

సరియైన చికిత్స దొరికితే మీరు ఒక అరోగ్యవంతమైన బిడ్డకు జన్మనివ్వగలరు. ఈ సమయంలో మీకు అంటి థైరాయిడ్ మందు ఇవ్వబడుతుంది. ఒక వేళ మందువల్ల మార్పు రాక పోతే గ్రంథిని లేసివేయడానికి శస్త్రచికిత్స చేయాల్సి ఉంటుంది.

మొదటి త్రైమాసికంలో గర్భపాత భీతీ ఉన్న కారణంగా రెండవ త్రైమాసికములో వైద్యులు శస్త్రచికిత్స చేస్తారు. గర్భావస్థలో రేడియో అక్టీవ్ వాడడం మీ మేలు వరంగా మంచిది కాదు. ఒక వేళ మీరు గర్భధారకు రీప్లేస్ మెంటు చికిత్సను జారీ చేయబడుతుంది, సమర్పకమౌతుంది. ఇది మీకు సురక్షితమే కాక బిడ్డయొక్క పెరుగుదలకూ అవసరమైయున్నది.

ఆశ్రయం పొందండి

ప్రతి గర్భవతి స్త్రీకి ఒకరికి మరొకర ఆసరా అవసరముంటుంది. ప్రాత మరియు సుదీర్ఘ రోగమునుండి నలగుతున్న గర్భవతులకు తోడు అత్యావశ్యకముగా ఉంటుంది. మీకు మీరోగాన్ని గూర్చి పూర్తీ తెలిసియున్న గర్భావస్థయందు దాని సంపూర్ణ నియమము మరియు మందులు మారుతుంటాయి. మీ కీ క్రింది ఆసరాలు అగత్యము.

వైద్యకీయ సమాచారము : మీరు గర్భధారణకు ముందు వైద్యుల వద్దకెళ్ళి అభిప్రాయం తెలిసికోవాలి. అపుడు రోగాన్ని హద్దులో ఉంచడం మీకు సాధ్యమౌతుంది. ఇంతేగాక మీ ప్రసూతిజ్ఞులను మరి ఇతరరోగముల వైద్యుల జతలో చేర్చవలసి ఉంటుంది. వారందరూ చేరి, మీ బిడ్డ మీద గమనం పెట్టిస్తారు. వైద్యులకు ఒకరు చేసిన పరీక్షలను మరొకరు చేసిన పరీక్షల గూర్చి తెలిసియుండని. ఒక వైద్యుడు ఒక వేళ క్రొతమందు ఇస్తే ఆ మందులను సేవించుటకు ముందు వేరే వైద్యులకు తెలిపి వారి సలహాను తీసికోండి.

ఎమోషనల్ సపోర్ట్ : మీకీ సమయంలో చాలా ఎమోషనల్ రిపోర్ట్ కావాల్సి ఉంటుంది. చాలా మందులు, పరీక్షలు మరియు యోజనములవల్ల భయపడిఉంటే మీరు ఏడ్చుటకు ఆసరాకావాల్సి ఉంటుంది. మీ భర్త లేదా స్నేహితురాలు సహాయాన్ని ఈ సందర్భంలో పొందవచ్చు. ఇలాంటి రోగంతో నలగుచున్న వేరే తల్లియొక్క ఆసరా దొరికితే మీ అనేక కోరికలు శాంతిస్తాయి. వారు వారు మీకు నిజముగానూ ఉపయోగకరమైన సలహాలను ఇస్తారు.

ఫిజికల్ సపోర్ట్ : మీద్దైహిక సమాచారము కావాల్సి ఉంటుంది. ఎవరైనా మీపరంగా సామాన్లు ఒకటి చేని తీసికొని వచ్చి ఇచ్చేది. వంట చేసి ఇచ్చేది. మైల బట్టలు ఉతికించి ఇచ్చేది. మున్నగు సహాయ ములను చేస్తే సంకోచంపడకండి. ఎవరైనా నౌకర్లు లేదా ఆయాలను నియమించుకోంటే మరీమంచిది.

■ ■ ■

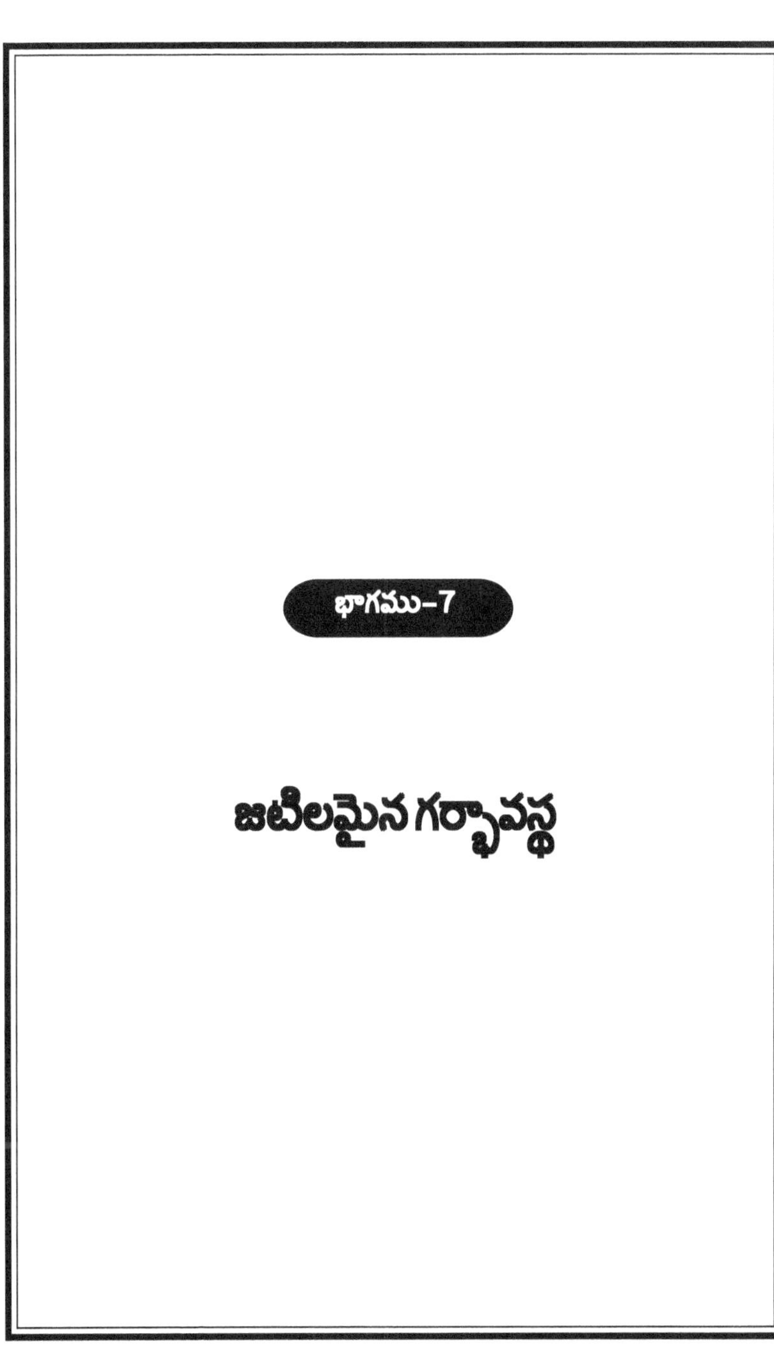

భాగము–7

జటిలమైన గర్భావస్థ

జటిలమైన గర్భావస్థ నిర్వహణ

ఒక వేళ మీ గర్భావస్థ క్లిష్ట తరము లేదా జటిలమనుకొంటే దాని లక్షణమూ మీకు ఈ అధ్యాయమందు తెలియును. ఒక వేళ మీ గర్భావస్థ సాధారమైనదనే పక్షలో మీరీ అధ్యాయమును చదువవలసిన అవసరము లేదు. ఈ అధ్యాయమువల్ల మీకైదయినా లాభం కాని అథవా కాకుండనీ, ఒత్తిడి మాత్రం తప్పక కలుగును. అగత్యము లేనప్పుడు ఈ అధ్యాయాన్ని చదివితే అనవసరపు చింతనుండి దూరముండండి.

గర్భావస్థయొక్క జటిలతలు

సాధారణంగా సామాన్య గర్భావస్థయందు ఇలాంటి జటిల సమస్యలు ఎదురుకాదు. వైద్యులు జటిల గర్భావస్థయొక్క ఏదేని ఇంగితజ్ఞానాన్నిస్తే మాత్రమే మీరు దీని చదవాలి. ఈ అధ్యాయంచదివిన తర్వాత తగిన తెలివినేమో పొందగలరు. అయితే తగిన సలహాకోసం ఏవరినైనా తెలసినవాళ్ళను కలవండి.

అర్లి మిస్ క్యారియేజ – ముందుగానే గర్భపాతము

ఇలా ఎందుకయ్యేను? యోజితము కాని గర్భపాతమునకు మిస్ క్యారియేజ్ అని అంటారు. మొదటి త్రైమాసికమందయితే ఈ పేరు. 80% గర్భపాతము ఈ అవధిలోనే ఔతుంది. త్రైమాసికపు చివర 20వ వారంలో అయ్యే గర్భపాతాన్ని లేట్ మిస్ క్యారియేజ్ అని పిలుతురు. అర్లి మిస్ క్యారేజ్ క్రోమోసోల్ లేదా జెనెటిక్ వికృతివల్ల కల్గును. హార్మోన్ మరియు వేరే కారణములవల్లనూ కావచ్చును. ఎక్కువగా దీనికారణాలు అర్థము కావు. తెలియవు.

ఇదెంత సాధారణము? తీవ్రమైన గర్భధారణయే ఒకదాని కంటే ఒకటిగా 40% శాతమంత ఇలాంటి గర్భానన్న అర్లి మిస్ క్యారియేజ్ అవుతుందని అధ్యయనం చేసినవారు చెప్పదురు. వానీలోనూ అర్ధమంత గర్భధారణ శంకయే, మూడంతలు శీఘ్రమూనే జరుగుతాయి. ఇది ఎటువంటి మహిళలందునూ కావచ్చును. అయితే కొన్ని కారణములవల్ల మిస్ క్యారియేజ్ అపాయకారీ అగుటను కలదు. మొదటి కారణం వయస్సు ఎక్కువ కావడం. విటమిన్ లోపము, తూకం తక్కువ లేదా ఎక్కువగా ఉండడం, ధూమపానము, హార్మోన్ల హెచ్చు తగ్గులు. మరియు తీవ్రవస్థలనుండియూ అవుతాయి. లక్షణాలేమిటి? ఈ క్రింద చూపబడిన లక్షణములను మిస్ క్యారియేజ్ అనవచ్చును.

★ లాగడం మరియు నొప్పి కడుపు క్రింది భాగంలో లేదా వీపులో నొప్పి కలిగె అవకాశం.

★ ముట్టు రీతిలో యోనినుండి ఎక్కువ రక్తస్రావము.

★ మూడు దినములనుండి తేలిక అనిపించడం

★ గర్భావస్థ లక్షణములు చివరికి చేరుట.

మీరుగాని వైద్యులుగాని ఏమి చేయడం సాధ్యమగును?

ప్రతిరక్త స్రావపు అర్థము మీకు మిస్‌క్యారియేజ్ అయినదని అర్థం కాదు. ఇతర సందర్భములలోనూ ఇలా కావచ్చును. రక్తస్రావమవుతుండగానే వైద్యులను సంప్రదించండి. వారు అల్ట్రాసౌండ్‌నుండి దీన్ని కనుగొంటారు. ఒక వేళ గర్భావస్థ అయియుంటే బెడ్ రెస్ట్‌కు సలహా ఇస్తారు. గర్భావస్థయొక్క ప్రారంభంలో హార్మోన్ల మట్టము వైపు గమనముంచియే ఉంచుతారు. అపుడు తనంతటతానే రక్తస్రావం నిలుస్తుంది.

ఒక వేళ వైద్యులకు గర్భాశయ ముఖము తెరచుకొన్నదనివిస్తే శిశువు హృదయగతాడనము వినబడడం లేదనిచెప్పేదయితే దీన్ని మిస్ క్యారియేజ్ అని తెలియబడుతుంది. దీని నిలువునట్టి విధానమూ ఉండదు.

మిస్ క్యారేజ్ విధములు

వాస్తవంగా ఈ ఘట్టములో మీరు బిడ్డను పోగొట్టుకొంటారు. దీన్ని గూర్చి వైద్యులు తెలివినువయోగించవలసి ఉంటుంది.

కెమికల్ ప్రెగ్నెన్సి: అండము ఫర్టిలైట్ అయిన తరువాతనూ గర్భాశయములో తళము ఊరకుంటే మిస్ క్యారియేజ్ అని తెలిసికొంటారు. తెలుస్తుంది. మహిళల మానసిక ధర్మం లేకుంటే పరీక్షించినపుడు ''పాసిటీవ్'' అని చూపిస్తుంది. అల్ట్రాసౌండ్ పరీక్షలో ప్లేసెంటా లేకుండా ఉండడము స్పష్టమవుతుంది.

బ్లాయ్‌టెడ్ ఓవయ్ :- ఈ అవస్థలో ఫర్టిలైండ్ ఎగ గర్భకోశపు జతలో చేరుకొని ఉంటుంది. అయితే భ్రూణం సిద్ధమగుటకు విడువదు.

మిస్ క్యారియేజ్ : శిశువు సత్తా అయినా గర్భాశయంలో ఉంటుంది. అప్పుడు మలిన స్రావమవుతుంది. అపుడు అల్ట్రాసౌండ్ ద్వారానే పరిస్థితియొక్క అర్థమవుతుంది.

ఇన్ కంప్లీట్ మిస్ క్యారియేజ్ : ప్లెసెంటాయొక్క కొన్ని మిగులువి గర్భాశయంలో నిల్చి ఉంటాయి. కొంతభాగం రక్తస్రావం మూలంగా బయటివచ్చి వేస్తుంది.

ఫెట్ నడ్ మిస్ క్యారియేజ్ : యోనినుండి రక్తస్రావం తరువాతనూ సర్విక్ మూయబడి ఉంటుంది. శిశువుయొక్క హృదయపు తాడనము తెలుస్తుంది. ఇలాంటి సందర్భములందు గర్భావస్థ తరువాత ఇది సాధారణమై పోతుంది.

మీరు తెలిసికొన గోరుచున్నారు

బట్టపైన గర్భావస్థలో వ్యాయామము సెక్స్, భారమెతుట, భారనాత్మకమైన భయము, కడుపుపై ఒత్తిడి పడుటవల్ల గర్భపాతముకాదు. ఒక వేళ ఒక సారి మిస్ క్యారియేజ్ అయినా ముందుకాబోయే గర్భావస్థ ముందువలె సాధారణంగా ఉంటుంది.

మీరు నేర్చుకోనుటకిష్టపడుతారు

చాలావార్లు ఆరోగ్యవంతమైన గర్భావస్థ ఉన్నప్పుడునూ, అల్ట్రాసౌండ్ పరీక్ష ద్వారా బిడ్డయొక్క హృదయ గడి తెలిసికొనడానికి సమయంకావాలసి ఉంటుంది. ఒక వేళ సర్విక్స్ మూసిఉంటే, మొనోగ్రాం నుండి స్పష్టంగా చిత్రం తెలుస్తుంది. మీ ఏజ్‌జిసియొక్క మట్టమునూ గమనంలో ఉంచుకొనబడుతుంది.

ఒక వేళ ముందే మిస్ క్యారియేజ్ అయిపోయి ఉంటే

అర్లి మిస్ క్యారియేజ్‌లో శిశువు సామాన్య జీవనంగడిపేది సాధ్యం కాదు. అయితే తండ్రి-తల్లులకు దీనికంటే అఘాతము వేరేది ఉండదు. ఇది దైవదత్తమైన ప్రతిక్రియ. జీవరహితమైన శిశువు ఈ ఘట్టములో తానేయై కరగిపోతుంది.

అనేక మంది స్త్రీలు అయినంత తొందరగా మరల గర్భవడియగుటయే సరియని తెలియవచ్చింది. అయితే దానికి ముందు మీరు పచ్చ జెండా ఊపు నందుకోవలెను. ఇలాంటి పరిస్థితి ఒకసారి మాత్రమే వచ్చేది ఉంటుంది. మిస్ క్యారియేజ్‌కు ఏ కారణమున్నా గర్భధారణకు 2-3 నెలలు కాచుకొమ్మని వైద్యులు సలహా ఇస్తారు. ఒక వేళ వారు కాచుకొమ్మని తెలిపితే నమ్మకమైన గలిగినట్టి గర్భనిరోధకములను పయోగించుకోనండి. మీకు మీ శరీరపు శక్తి మరల వస్తుంది.

మిస్ కారియేజ్ అయినా దానివల్ల మీరు గర్భధారణ శక్తి పొందినారనేది అర్థమవుతుంది.

మిస్ కారియేజ్ తర్వాత మహిళలు సాధారణ గర్భావస్థనే పొందుతారు. మంచి శిశువుకు జన్మనిస్తారు.

ఒకవేళ పేలిపోవుటవల్ల ఎక్కువ నొప్పి కలుగితుంటే వైద్యుల సలహా పొంది నొప్పి నివారక మందులు ఉపయోగించవచ్చు వైదులకు మీ స్థితిని గూర్చి తెలుపుటకు సంకోచించకండి.

దీనినుండి రక్షింపబడవచ్చా? ఇది శిశువుయొక్క వికృతివల్ల అవుతుంది. దీని బ్రతుకు అసాధ్యము. అపాయం తగ్గించుకొనడానికి క్రింది క్రమములను అనుసరించండి.

★ గర్భధారణకు ముందు తీవ్రావస్థమీద నియంత్రణను సాధించుకోండి.

★ ఫాలిక్ అసిడ్ లేదా బి విటమిన్ మందు సేవించండి. చాల మంది మహిళలలో ఇదే కారణంవల్ల గర్భావస్థకు తొందర అవుతుందినేది అధ్యయనం ద్వారా తెలియ వచ్చింది. మంచి ఔషధము సేవిస్తే వారి గర్భావస్థ సాధారణ రూపాన్ని పొందుతుంది.

★ గర్భావస్థకు ముందే మీ తూకమును కరారువాక్ అగునట్లు ప్రయత్నించండి. కావలసినదానికంటే ఎక్కువ తక్కువ తూకంవల్ల గర్భావస్థకు అపాయంకలిగే అవకాశముండును.

★ మధ్యము-ధూమపానము వదలిపెట్టండి.

★ ఔషధం తీసికొనేటప్పుడు గర్భావస్థకు సురక్షితమని తెలిసిన ముందునే వాడండి.

★ సంక్రమణ వ్యాధి లేకుండా మిగిలిపోయే ఉపాయం చేయండి.

ఒక వేళ 2 నుండి 3 సార్లు మిస్ క్యారియేజ్ అయితే కారణం తెలిసికోవడానికి మొదలు ప్రయత్నించండి. ఇక ముందు జాగ్రత్తపడుటకు దీనివల్ల సహాయము కలుగుతుంది.

మిస్ క్యారియేజ్ వ్యవస్థ

మొదటి సారి మొదటి త్రైమాసికమందు సంపూర్ణంగా మిస్ క్యారియేజ్ కాకపోయి ఉంటే గర్భావస్థయొక్క అంశములు మధ్యలోనే నిలిచియుండి పోతుంది. శిశువు హృదయ తాడనము తెలియరాదు. రక్త స్రావమూ కాదు. ఇలాంటి సందర్భంలో మీరు మీ గర్భాశయాన్ని ఖాళీ చేయవలసి ఉంటుంది. దీనికి పలువిధానములున్నవి.

ఎక్స్‌పెకిటెంట్ మ్యానేజ్‌మెంటు:- మీరు ప్రకృతి సహజముగా గర్భావస్థ ముగియుటను నిరీక్షించవచ్చు. దీనికి కొన్ని దినములనుండి పట్టి 3-4 వారాల కాల పరిమితి పడుతుంది.

ఔషధములు : ఔషధముల ద్వారా భ్రూణమును నివారించే ప్రెసెంటాను తీసివేసే పని చేయవచ్చు. అపుడు రక్తస్రావము మరల ఆరంభమయ్యేందుకు కొంతకాలం పట్టుతుంది. ఈ ఔషధాలవల్ల వాటి వాకరింత, పేలడం లేదా డయేరియా వచ్చే అవకాశముంది.

శస్త్రచికిత్స : డిఎన్‌డి ప్రక్రియ ద్వారా వైద్యులు సునాయాసంగా గర్భాశయపు ముఖము తెరుస్తారు. గర్భముయొక్క అంశములను బయటకు తీస్తారు. దీని తర్వాత ఒక వారం రక్తస్రావమగును. సంక్రమణపు కొంత భయమూ ఉంటుంది. ఏమి చేయించాలి అనేదాన్ని మీరు నిర్ణయించాలంటే క్రింద సూచించిన అంశములను గమనించండి.

- ★ మిస్ క్యారియేజ్ ఎంతసమయం తర్వాత అయింది అని తెలుసుకోండి. ఇప్పుడూ మీకు రక్తస్రావం పేలడం ఉంటే ఇంకా అది జరుగుతూవుందని అర్థము. అపుడు మీరు డి.ఎన్.సి చేయించవచ్చును. మందు తీసికొనవచ్చును.
- ★ గర్భావస్థవలన ఎంతకాలగడచింది. ఒకవేళ భ్రూణాపు చలనము ఎక్కువగా ఉంటే డి.ఎన్.సి. తప్పని సరి అవుతుంది.
- ★ మీదైహిక మరియు భావనాత్మక పరిస్థితిని గమనించ నిర్ణయములను గైకొనవలసి ఉంటుంది.
- ★ అపాయము లేదా లాభము :
డిఎన్.సి నుండి సంక్రమణం కలుగవచ్చు. ప్రాకృతిక గర్భపాతం కోసం కాచుకోనరు. అనేక సందర్భాల్లో గర్భాశయము పూర్తిగా ఖాళీ కాదు. అయినా డి.ఎన్.సి.నే చేయాల్సి ఉంటుంది.
- ★ డి.ఎన్.సి వల్ల మిస్ క్యారియేజ్‌కు కారణమేమని తెలుస్తుంది.
- ★ విధానమధైయున్నా భ్రూణం నష్టమైతే దుఃఖమేర్పడుతుంది.

లేస్ మిస్ క్యారియేజ్

ఇదేమి? మొదటి త్రైమాసికమందు 20వ వారపుటనంతరం అయ్యే గర్భపాతమే ఇది. దీనిని స్టిల్ బర్త్ అని పలుస్తారు. దీని సంబంధం తల్లియొక్క ఆరోగ్యము, గర్భాశయము యొక్క స్థితి, కొన్ని విశేష ఔషధములు విషకారి తత్త్వము ప్లెసెంటో సమస్యతో ఉంటుంది.

ఇదెంత సామాన్యము? నూటికొకటి ఇలా అవుతుంది. లక్షణములేమి? మొదటి త్రైమాసికం అనంతరం అనేక దినములవరకు కలుగు గులాబి బర్ణపు అథవా చెడు రక్త స్రావము దీని ఇంగితమును ఇస్తుంది. ఎక్కువ రక్త స్రావం జతకు ప్రేలుట ఉంటే లక్షణాలు స్పష్టమని అర్థము. ఈ ఘట్టంలో ప్రీవియా ప్లెసెంటో, అబార్షన్, సమయానికి ముందుగా కాన్పు నొప్పి యుటిరాయిన్ లైనింగ్‌లో రక్తస్రావముండవచ్చు గానుండును. మీరు లేక వైద్యులు ఏమి చేయవచ్చు? ఇలాంటి స్రావము జరుగుతూ ఉంటే వైద్యులను కలవండి. వారు రక్తస్రావాన్ని గుర్తించుటకు అల్ట్రాసాండ్ చేస్తారు. గర్భాశయము యొక్క ముఖమును పరీక్షిస్తారు. సంపూర్ణ విశ్రాంతి అవసరమని సలహా ఇస్తారు. స్రావము నిలిచిపోతే మిస్ క్యారియేజ్ కాలేదు అని అర్థము. అనేక సార్లు పరీక్ష చేసింది, సంభోగమువల్ల ఇలా అవుతుందని. దీని అర్థమేమంటే మీరెప్పటికి చకచక్యత చూపిందవచ్చు అని. ఏదో నొప్పి లేదా

స్రావము లేకుండానే గర్భాశయపు ముఖము తెరచుకొంటూంటే ''ఇన్‌కాంపిటెంట్ సర్విసస్' అని అంటారు. ఇలాంటి సందర్భంలో కుట్లు వేసి ''లేట్ మిస్ క్యారియేజ్'' తట్టుకోవచ్చు. ఒక వేళ అధిక రక్తస్రావం జతలో తీవ్రమైన పేలడ కలిగితే లేట్ మిస్ క్యారియేజ్ లక్షణములు. వైద్యులు దానికేమీ చేయలేరు. మీ డి.ఎన్.సి చేయవలసి వస్తుంది. గర్భిణులలో శేషమూ మిగులకుండా తీయబడుతుంది.

★ దీన్ని తట్టుకోవచ్చా? అడ్డుకోవచ్చా?

ఒక వేళ ఇది ఆరంభమయి పోయివుంటే తట్టుకొనడానికి సాధ్యం కాదు. ఒక వేళ ముందు కూడా ఇలానే అయి యుండెనంటే, కోలుకొని ఉపాయం కడుపులోనూ ఎదగవచ్చును. ఇది సామాన్య స్థితిని పొందేటట్లు చేసే విధానమూ లేదు. మొదటి ఐదు వారాల్లో అల్ట్రాసౌండ్ ద్వారా దీన్ని గుర్తించవచ్చును. ఆచూకి కాని అవధిలో ఫర్టిల్యాండ్, ఎగ్ ఫెలోఫిస్ ట్యూబ్‌లోనే ఎదుగుతుంది. అట్లే గర్భాశయాన్ని పాడు చేస్తుంది. ఒక వేళ దీనికి చికిత్సనివ్వక పోతే ఆంతరిక రక్తస్రావము మరియు దెబ్బవల్ల ప్రాణాపాయము కలిగించును. సర్జరీ మరియు ఔషధమువల్ల తాత్కాలిక ఉపశమనం కలిగించవచ్చు. అయితే మహిళ మరొకసారి తల్లి అయ్యే అవకాశాన్ని పొందియుంటుంది.

ఇదెంత మామూలు? 2 శాతము గర్భావస్థ ఇలానే ఉంటుంది. ఎవరికి ఎండ్రోమెట్రోసిస్ పెల్విక్ -

మిస్ క్యారియేజ్ పునరావర్తనము

ఒక్క సారి మిస్ క్యారియేజ్ అయితే రెండవ సారియూ అయ్యే అవుతుందని చెప్పలేము. అనేక సారి అయియుంటే దాని కారణం వేదకాలి. వైద్య పరీక్ష మామూలు పరీక్ష అవసరముంటుంది. మిస్ క్యారియేజ్‌కు కారణం వెదకాల్సిన పరీక్షలు ఉన్నాయి. పతి పత్నుల పరీక్షయు చేయాల్సి రావచ్చు. అల్ట్రాసౌండ్ యం.అర్.ఐ, సి.టి. స్క్యాన్‌నుండి బహువిధములైన వైరుధ్యములను కనుగొకవచ్చును. కారణం తెలిసిన తర్వాత వైద్యుల చికిత్సా విధానమును అడగండి. 4 సార్లు సర్జరి థైరాయిడ్ మందులు, లేదా విటమిన్ ఔషధములనుండి కొరతపడవచ్చును. హోర్మోన్ చికిత్సయూ, సహాయపడుతుంది, అనేక సార్లు మిస్ క్యారియేజ్ అయియుండినా ఒక ఆరోగ్యవంతమైన బిడ్డకు మీరు జన్మ నివ్వచ్చును. భయం వదలి మీ మిస్ క్యారియేజ్‌కు కారణాలను మీరు తెలిసికోవచ్చును. మీ ఇంటివారిని సలహా అడిగి తెలిసికోనండి. స్నేహితురాలి జతలో భావనాత్మకమైన అంశాన్ని పంచుకోండి. ఎందుకంటే ఈ ప్రక్రియలోనూ మీ సమభాగస్థులు కండి.

కనిపెట్టబడుతుంది. హైపర్ టెన్షన్, మధుమేహము, అథవా థైరాయిడ్‌వంటి పాతరోగాలవల్ల అయియుంటే గర్భధారణకు ముందే వాటిని తట్టుకొనే ప్రయత్నం చేయబడును. తీవ్రతరమైన సాంక్రామికానికీ చికిత్స ఇవ్వబడును. శస్త్రచికిత్సవల్ల గొంతుకట్టింటే సుధారించుకోవచ్చు. అంటి బ్యాండీజ్ తర్వాత అస్పన్ లేదా హిస్టరిన్‌యొక్క తేలిక ఆహారము ఇవ్వబడును.

ఇక్టోపిక్ ప్రెగ్నెన్సి

ఇదేమి? ట్యూబల్ ప్రెగ్నెన్సీ అని దీన్ని పిలుస్తారు. దీనిలో శిశువు గర్భాశయంలో పెరుగుటకు బదులు ఫిలోఫియన్ ట్యూబులో ఎదుగుతుంది. సర్విక్స్, ఓవరీ, ఇంక్లామెట్రో లేదా ట్యూబల్ సర్జరీ అపాయముంటుందో అలాంటి మహిళలు అడుగుకు వస్తారు. ఏ మహిళలు ఐయుడి వేయించుకొన్న తరువాతనూ గర్భధారణ చేస్తారో ఎూస్.టిడ. రోగము నుండి నలిగిపోతూ ఉమటారో లేదా ఊమపానపు ఆశకు పడియుందురో అలాంటి వారికిది కల్గుతుంది. అయితే ఇప్పుడువచ్చే ఐ.డియూలో ఇలాంటి అపాయముండదు.

లక్షణాలేవి? క్రింద ఇవ్వబడినవి.

★ కడుపుయొక్క క్రింద భాగమందు తీవ్రమైన నొప్పి అట్లే దగ్గునపుడు లాగడము, అరచేటప్పుడు నొప్పి హెచ్చును.

★ ఎగ్గులేని రక్తస్రావము

★ ఒక వేళ వత్తా అయితే ఫిలిఫిన్ ట్యూబ్ పగిలి పోదు కదా

★ వాంతి – ఓకరింత

ఇక్టోపిక్ ప్రెగ్నెన్సి

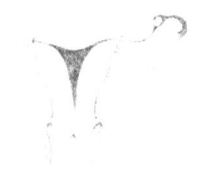

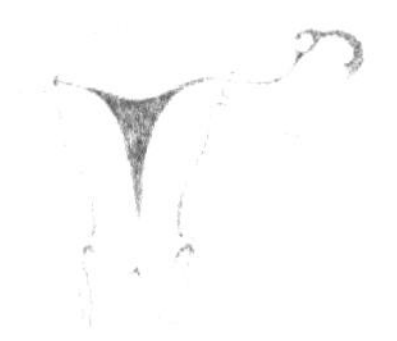

ఈ ప్రెగ్నెన్సీలో ఫర్టిల్యాండ్ ఎగ్ గర్భాశయానికి బదులుగా వేరెక్కడో వెళ్ళునుతుంది. చిత్రంలో ఫిలిఫీడ్ టబ్యూబులో వెళ్ళూనినట్టిది చూడవచ్చును.

★ బలహీనత

★ బలహీనత

★ నిద్ర–మూర్ఛ రావడము

★ కడుపు క్రింద ఎక్కువ నొప్పి

★ నితంబములపై ఒత్తిడి

★ మెడలోనొప్పి

★ యోనిలో ఎక్కువ రక్తస్రావము

మీరు మరియు వైద్యులు మి చేయవచ్చు

గర్భావస్థయొక్క ఆరంభములో కొంచం లాగుట స్రావవముంటే ఏ అపాయవమూ ఉండదు. అయితే వైద్యులకు తప్పక తెలువండి. ఇక్టోపిన్‌యొక్క ప్రెగ్నెసి ఏదైనా లక్షణము కనబడితే వైద్యులకు తప్పక తెలువండి. ఇక్టోపిస్ ప్రెగ్నెన్సీయొక్క ఏదేని లక్షవు కనబడితే వైద్యులకు తెలుపుటకు ఆలస్యం చేయకండి. ఒక వేళ మొదలై పోయి ఉంటే నిదానించే ఏ ఉపాయమూ లేదు. సర్జరీ చేయవలసిన సందర్భమూ ఉండవచ్చు.

సబ్‌కొరిఫానిక్ బ్లీడ్

ఇదేమి? సబ్ కొరిఫానిక్ టీమొటామా అనియు దీన్ని పిలుస్తారు. దీనివల్ల యూటవారిన్ లైనింగ్‌లో కొరియన్ వుధ్య లేదా ప్లెసెంటా క్రింద రక్తం చేరుకొంటుంది.

మీకు తెలిసి ఉండని

కడుపు క్రింద ప్రేలుట లాగుట ఇంప్లాంటేషన్ వల్ల అవుతుంది. లిగ్‌మెంట్ సించన్ యొక్క అర్థము మీకు ఇక్టోపిక్ ప్రెగ్నెన్సి అని అర్థం కాదు.

ఇలాంటి సందర్భవులందునూ వుహిళలు ఆరోగ్యవంతమైన బిడ్డకు జన్మనిస్తారు. ప్లెసెంటా క్రింది భాగవు రక్తవు చేరుటవల్ల అనేక రకవులైన ఎదురించవలసి వస్తుంది.

ఇది ఎంత సాధారణమైనది? నూటికి 1% శాతం మహిళలలో ఇలా అవుతుంది. మొదట త్రైమాసికమందు అయ్యే రక్తస్రావమునందు నూటికి 20% అంత దీని భాగమైయుంటుంది.

దీని లక్షణములేమి? మొదటి త్రైమాసికమందు రక్తస్రావం దీని లక్షణం కావచ్చు. అయితే అనేక సార్లు ఎ లక్షణము కనిపించకనే నియమితంగా అల్ట్రాసౌండ్ పరీక్ష చేయడంవల్ల కనిపిస్తుంది.

మీరు, మీ వైద్యులు ఏమి చేయవచ్చు?

ఒక వేళ ఇలాంటి రక్తస్రావం జరిగితే వైద్యులను పిలుచుకోండి. వారు ఏ కారణంవల్ల ఏ జాగాలో రక్తస్రావమవుతూందని పరీక్షిస్తారు.

మీకు తెలిసి ఉండని

సబ్‌కోరిస్టెనిక్ రక్త స్రావంవల్ల బిడ్డకు హాని రాదు. టమజోమ సుధారణ తోనే అవుతుంది.

హైపర్ మెసిస్ గ్రేవిడర్మ్

ఇదేమి? మార్నింగ్ సిక్‌నెస్‌కు సమానమైన రోగము. దీనివల్ల పరిస్థితి తీవ్రతరమౌతుంది. 12 నుండి 16 వారముల మధ్య కలుగుతుంది. పూర్తీ గర్భావస్థవరకు కొనసాగుతుంది.

దీనివల్ల తూకం తగ్గుతుంది. చెడు పోషణ ఔతుంది. డీహైడ్రేషన్ కలుగుతుంది. అపుడు మిమ్మలను ఆస్పత్రికి పిలుచుకొని పోయి ఐవిడబ్ల్యూ అంటినాజియా మందు ఇవ్వాల్సి ఉంటుంది. ఎందుకంటే వాంతి వోకరిక తీవ్రంగా ఉంటుంది. దీనికి చికిత్స ఇచ్చిన తర్వాతనే మీ బిడ్డ సురక్షితమని చెప్ప సాధ్యమగును.

ఇదెంత సామాన్యమైంది? 200 మందిలో ఒకరికి ఇలా జరుగుతుంది. మొదటి సారి తల్లి అయ్యేవాళ్ళలో ఇదెక్కువేకాక చిన్న వయస్సులో లావుగా ఉండే వాళ్ళకు అవుతుండును. భావనాత్మక ఒత్తిడివల్ల ఇదింకా ఎక్కువగును. ఇండోక్రాన్ అసమతౌల్యత మరియు విటమిన్ కొరత దీనికి కారణము.

దీని సంకేతము లేదా లక్షణములు

★ అతిగా ఒకరింత-వాంతి

★ విశేషమైన ఆహారపదార్థాలు జీర్ణముకాకపోవడము

★ డీహైడ్రేషన్ లక్షణాలు

★ 100కి 5% శాతమంత తూకములో తగ్గుదల.

★ వాంతిలో రక్తము రావడము.

మీరు, వైద్యులు ఏమి చేయవచ్చు?

ఒక వేళ లక్షణములు ఎక్కువకాకుంటే మార్నింగ్ సిక్‌నెస్‌కు ఇంటి మందునే చేసుకోవచ్చును. పచ్చి అల్లము, ఆకుపంక్చర్, ఆక్యుప్రెషర్‌వల్ల గుణం కాకపోతే వైద్యులను కలవండి. అలా అయినా మీకు విశ్రాంతి దొరకక తూకం తగ్గుతూనే ఉంటే ఆస్పత్రికి వెళ్ళాల్సి ఉంటుంది. అక్కడ మీకు అంటినోటిమా మందు ఇస్తారు. తరువాత మీ భోజనోపచారముల వైపు గమనం పెట్టాల్సి ఉంటుంది.

మిరపకాయలు మసాల నింపిన భోజనం నుండి దూరం ఉండండి. ఎక్కువ ద్రవాహారం సేవించి భోజనాన్ని అనేక భాగాలుగా చేసుకోండి. కొద్ది కొద్దిగా తినండి.

మీకు తెలిసి ఉండని

హైపర్మాసిస్ నుండి బిడ్డపైన ఏ పరిణామమూ జరుగదు. అయితే ఆరోగ్యం మీద దుష్పరిణామము జరుగదు.

గెస్టేషినల్ డయాబిటీస్

ఇదేమి? దేహములో చాలినంత ఇన్సులిన్ లేక పోయినపుడు మధుమేహము గర్భావస్థలో ఇలా అవుతుంది. గర్భావస్థయూ 24 నుండి 28 వారాల మధ్య ఇది ఆరంభమౌతుంది. అపుడు గ్లూకోస్ స్క్రీనింగ్ టెస్టు చేయబడుతుంది. ఇది ప్రసవం తరువాతనూ కొనసాగుతుంది.

ఒక వేళ మధుమేహముయొక్క ఏదో విధమైన గర్భధారణముందునుండీ ఉంటే దాన్ని నియంత్రించేటప్పుడు తల్లికి అథవా బిడ్డకు ఏ హానియూ కలుగదు. అయితే తల్లి రక్తంలో కావలసినంతకంటే ఎక్కువ చెక్కర నలుపులున్నా అది ప్లెసెంటా వరకూ చేరి తల్లికి బిడ్డకు దెబ్బతగిలించవచ్చును. అలాంటి బిడ్డలు చాలా ళావు అవుతారు. దానివల్ల గర్భధారణ జటిలవౌతుంది. ప్రీలైక్లేసియా అ్య భయముంటుంది. మధుమేహానికి చికిత్స చేయకుంటే బిడ్డ పుట్టినప్పుడు పసుపురంగులో ఉంటుంది. ఊపిరాడుటలో తొందర బ్లడ్ ప్రెషర్ తక్కువైన సమస్యలు కలుగును. ముందుకది మెటాపెప్-2యొక్క మధుమేహానికి లోనవుతుంది.

ఇది ఎంత మట్టకు సామాన్యమైనది?

నూటికి 4 నుండి 7 శాతమంత మహిళలలో గర్భావస్థ సమయంలో ఇది కలుగుతుంది. మటాఫి నుండి ఈ రోగం ఎక్కువవుతూ పోతుంది.

ఒక వేళ కుటుంబంలో మొదటినుండి ఎవరికైనా ఉండిన చరిత్ర ఉంటే, తల్లి వయస్సు ఎక్కువ ఉంటే, దీని అపాయం ఎక్కువౌతుంది.

దీని లక్షణాలేమి? నిజం చెప్పాలంటే దీని లక్షణాలు అస్పష్టము. అయినా

★ ఉన్నదున్నట్లే దాహము

★ ఆయాసము (గర్భావస్థ ఆయాసం వేరే)

★ మాటిమాటికీ మూత్ర విసర్జన

★ మూత్రంలో చెక్కెరఈ

మీరు మీ వైద్యులు ఏమి చేయవచ్చును?

28వ వారంలో మీ గ్లూకోస్ స్క్రీనింగ్ టెస్ట్ చేయబడుతుంది. ఇంకనూ అవసరం వస్తే 3 గంటలలు గ్లూకోస్ టాలరెంట్ పరీక్ష జరుపబడును. ఈ పరీక్షలో జి.సిఈ దొరికితే వైద్యులు మీకి ఆహారము మరియు వ్యాయామానికి సలహా ఇస్తారు. మీరు ఇంటిలోనూ గ్లూకోస్ మీసరు నుండి మీ గ్లూకోస్ మట్టాన్ని పరీక్షించుకోవలసి ఉంటుంది.

ఒక వేళ ఆహారం వ్యాయామం వల్ల బ్లడ్ శుగర్ నియంత్రణానికి రాకపోతే మీకు ఇన్సులిన్ ఇవ్వాల్సి ఉంటుంది. ఇది ఇంజెక్షన్ కాకనే గ్లైబ్యురాండా ఔషధం రూపంలో ఇంటిలోనే చికిత్స చేయాల్సి ఉంటుంది.

ఈ విధానం వల్ల బ్లడ్ షుగర్ నియంత్రణకు రాకపోతే గర్భావస్థలోని కష్టాలు దూమౌతాయి. మీకు మంచి చికిత్స శుశ్రూష అవసరముంటుంది.

దీనివల్ల రక్షించుకోవచ్చా?

> **మీకు తెలిసి ఉండని**
>
> ఒక వేళ సెనినల్ మధుమేహము నియంత్రణలో ఉంటే ఏచింతా లేదు. గర్భావస్థ సామాన్యంగా ఉంటుంది. బిడ్డకూ ఏ రీతియైన హాని కలుగదు.

గర్భావస్థకు ముందు అలాగే ఆ అవధిలో మీ తూకము మీద గమనముంచండి. పౌష్టికాహార - పానీయములు తీసికోండి. ఆహారముతో పాటు వ్యాయామమునూ మరవకండి. ఫాలిక్ మరియు సూఊసా చాలినంత తీసికొండి. దీనివల్ల పుట్టే బిడ్డకు మధుమేహమయ్యే అపాయం తప్పుతుంది.

గర్భావస్థలో జి.డి. అగుట చెడ గర్భావస్థానంతరం టైప్-2 విధమైన మధుమేహమయ్యే భయముంది. మీ ఆహార పద్ధతి బాగుండని. తూకంపై గమనముండని. బిడ్డ పుట్టిన తరువాతనూ వ్యాయామం కొనసాగించండి.

ప్రీక్లెప్సియా

ఇదేమి? సమాన్యంగా ఇది గర్భావస్థయొక్క 20 వారము తరువాత వస్తుంది. దీనిలో రక్తపు ఒత్తిడి

> **మీకు తెలిసి ఉండని**
>
> మంచి పోషణవల్ల ప్రీక్లెప్సియా రోగానికి చికిత్స ఇవ్వవచ్చు. దీనివల్ల గర్భిణి కూడా రక్తపు ఒత్తిడి సామాన్య మట్టానికి వస్తుంది.

ఎక్కువైపోతుంది. అవసరానికంటే మించిన ఊద కనబడుతుంది. మూత్రంలో ప్రోటీన్ బయటికి వచ్చేస్తుంది.

ఒక వేళ చికిత్స ఇవ్వకపోతే పరిస్థితి తీవ్రంగా ఉండవచ్చు. దీనివల్ల గర్భావస్థయూ మరికొన్ని సమస్యలూ ఎదురవుతాయి.

ఇదెంత సామాన్యము? సుమారు నూటికి 8% మహిళలు ఈ రోగకునకు పాలొడ్డాయు గురియైనారు. ఒకటికంటే ఎక్కువమంది బిడ్డల తల్లులు మధుమేహము లేదా రక్తపు ఒత్తిడిగల మహిళలకు ప్రీక్లిప్పయా యొక్క అపాయం ఎక్కువగా ఉంటుంది. దీనికి ముందటి గర్భావస్థలో మీ కిలా అయి ఉంటే . గర్భావస్థలోనూ అది ఎక్కువయ్యే అవకాశము ఉంటుంది.

ఇతర లక్షణములెన్ని? క్రింది లక్షణాలను చూడవచ్చును.

★ చేతులు కాళ్ళలలో నిండా వాపు

★ సందుల్లో ఊదుకొని 12 గంటలు విశ్రాంతి తీసుకొన్నా తక్కువ కాకుండా ఉండేది.

★ ఉన్నదున్నట్లే తూకం ఎక్కువ.

★ నిండా తలనొప్పి, మందులు తీసుకొన్నా పోకుండేది.

★ నెత్తివప్పైన నొప్పి.

★ దృష్టి మంజుగా అయ్యేది.

★ రక్తపోటులో ఎక్కువ

★ మూత్రంలో ప్రోటీన్

★ గుండె కొట్టడిలో ఎక్కువ

★ మూత్రంలో చెడ్డ వాసన

★ కిడ్నీ పనిలో హెచ్చు తక్కువ

★ రిలాక్స్ రియాక్షన్‌లో ఎక్కువ

మీరు మీ వైద్యులు ఏమి చేయవచ్చును :

ప్రారంభంలో నిండా వైద్యకీయ చికిత్స కావాల్సి వస్తుంది. ముందే ఈ రోగం చరిత్ర తెలిసింటే ఇంకా హెచ్చరిక వహించాలి.

మీరు బెడ్ రెస్ట్ తీసుకోవలసి వస్తుంది. ఇంటిలోనే రక్త ఒత్తిడి పరీక్ష చేయించుకోవాల్సి వస్తుంది. ఒక వేళ పరిస్థితి నిండా చెడింటే గమనానికి వచ్చిన మూడు దినాలలోగ ప్రసవం చేయించాల్సి వస్తుంది. అయినా కొద్ది సమయానికి మందుల్నేమీ ఇవ్వచ్చును. చికిత్సపు చివరి అస్త్రమేమిటంటే కాన్పు చేయించేది.

బిడ్డ దైహికంగా పెరిగింటే కాన్పు చేయించికొనేదానికి సలహా ఇవ్వబడుతుంది. ప్రసవం అయినంక 87% శాతం మహిళలకి రక్తం ఒత్తిడి మామూలు స్థితి వస్తుంది.

రక్తం పరీక్షనుండి రోగం అందాజు తెలిసెలా చేయడానికి విజ్ఞానిలు మరియు తజ్ఞులు అధ్యయనాన్ని నడుపుతున్నారు. . అప్పుడు ప్రీక్లెప్సియా చికిత్స మరించ సులువైయే సంభవమున్నది.

దీనినింక బచావ్ కావచ్చునా? ఈ విచారంలో అంటిబయాటిక్ మందులనింక నిండా పరిణామముంది అనేదాన్ని అధ్యయనాలు ధృడపరిచింది. దీని జొతకి మంచి పోషణ చేయించుకోండి. ఆహారంలో అంటి అక్సిడెంట్ మెగ్నిషయం, ఇనుపు మరియు విటమిన్‌లు నిండిగా ఉండని.

ప్రీక్లెంప్సియాకి కారణములు

★ ఏదైనా జెనెటిక్ సంబంధాలు, అనువంశిక కారణాలనింక ప్రీక్లెంప్సియా కావచ్చును.

★ రక్తవాహినులలో వికృతి. ఈ కారణాలనింక కొన్ని మహిళలకి ప్రీక్లెంప్సియా కావచ్చును.

★ ఒక వేళ గర్భిణి మహిలకు చిగుళ్ళ రోగముంటే దాని సంక్రమణనింక ప్రీక్లెంప్సియా కావచ్చును. అయితే దీన్నే ఖచితమైన కారణమని చెప్పడానికి కాదు.

★ ఎన్నో సలాలు తల్లి శరీరం శిశు మరియు ప్లాసెంటాక్కోస్కరం ఎలర్జిక్ అవుతుంది. ఈ కారణంనింక తల్లి శరీరంలో ప్రక్రియ అవుతుంది. దీనినింక రక్తవాహినుల్లో హాని కలుగుతుంది.

హెల్ప్ సింద్రోమ్

ఇదేమి? వ్యక్తిగత రూపంనింక లేదా ప్రీక్లిప్సియా జొతకి చేరి కొనా త్రైమాసికంలో ఈ పరిస్థితి అవుతుంది. దీనిలో ఎర్ర రక్త కణాల ప్రమాణం తక్కువ అవుతుంది. మరియు లివర్ ఎంజైమ్ ఎక్కువవుతుంది. దాని కార్యక్షమత తక్కువైతుంది.

ఈ సింద్రోమ్‌లో తల్లి-బిడ్డ ఇద్దర జీవానికి అపాయం కలుగచ్చు. ఒక వేళ సరియైన కాలంలో చికిత్స ఇవ్వకపోతే గంభీరమైన సమస్యలు కనబడవచ్చు. శ్వాసకోశం కలుషితమయ్యే సాధ్యత ఉంటుంది.

ఇదెంత సామాన్యము? ఇది ప్రీక్లెప్సియా జొత

10లో ఒక్కరికి మరియు ఒట్టు గర్భవతిల్లో 500లో ఒకరికి ఈ రోగం వస్తుంది.

లక్షణాలేమి? మూడవ త్రైమాసికంలో ఇవి ఈ క్రింద చూపిన లక్షణాల్ని చూపిస్తుంది.

★ వారకిక, వాంతి, తలనొప్పి

★ కడుపు పైభాగం కుడితట్టు నొప్పి, వైరల్‌లాంటి సంక్రమణ, రక్త పరీక్షనుండి రక్త కణాల కొరత పత్తా అయ్యేది, ఈ పరిస్థితిలో శ్వాసకోశానికి తీవ్రమైన గతిలో హాని కలుగుతుంది. దానినింక చికిత్సకి విళంబం చేయరాదు.

మీరు, వైద్యులు ఏమి చేయవచ్చును? అన్నిదానికింత మేలైన చికిత్స అంటే ప్రసవం చేయించేది. రోగ లక్షణాలు కనిపిస్తునవుడే వైద్యుల దగ్గర పోండి, మీ చికిత్సలో థైరాయిడ్ మరియు మెగ్నీషియం సల్ఫేట్ ఇస్తారు.

దీనినింక బచా కావచ్చునా? ముందు ఇలా అయింటే వైద్యకీయ చికిత్స కావాల్సి వస్తుంది. ఈ రోగానికి వేరేమి ఉపాయము లేదు.

ఇంట్రా యోట్రాయ్న్ గ్రోథ్ రిస్ట్రిక్షన్

ఇదేమి? సామాన్యమైన శిశువుకి పోలిస్తే చిన్నదిగా కనబడే బిడ్డలకి ఐయుజిఆర్ చేయబడుతుంది. బిడ్డ తూకం గర్భాశయంకింత 10% శాతం తక్కువ ఉంటే అది ఐయుజిఆర్ అని తెలుస్తుంది. ఒక వేళ బిడ్డకి పూర్తీ పోషణ చిక్కకుండా ఉంటే ఇలాంటి పరిస్థితి అవుతుంది.

ఇది ఎంత సాధారణమైనది : 60 శాతం మహిళలో ఈ స్థితి కనబడుతుంది. ఇది మొదటి, ఐదవ మరియు నంతరం గర్భావస్థలో 17 సంవత్సరాలకింత తక్కువ మరియు 25 సంవత్సరాలకింత ఎక్కువ వయస్సుగలవాళ్ళకి ముందే తక్కువ తూకం బిడ్డలకి జన్మనిచ్చిన మహిళలలో ప్లేసెంటో మరియు యుట్రాయిన్ అసమానత ఉండే మహిళలలో ఇది ఉంటుంది. ఒక వేళ మహిళల తూకం జన్మం సందర్భంలో తక్కువ ఉంటే తక్కువ తూకంగల బిడ్డ పుట్టే అపాయం ఉంటుంది. బిడ్డ తండ్రి పుట్టేతప్పుడు తక్కువ తూకం ఉంటే ఆ అపాయం ఇంకా జాస్తి కావచ్చును.

మీకు తెలిసిందని

ఒక సారి తక్కువ తూకం బిడ్డకి జన్మం ఇచ్చిన తల్లికి ముందు సల అపాయం జాస్తి అవ్వుతుంది. అయితే ముందుకింత తూకంలో కొంచం వ్యత్యాసం ఉంటుంది. అయితే మీరు దీని గురించి ఎక్కువ నిగా పెట్టాల్సి వస్తుంది.

దీని లక్షణాలేమి? శిశువుయొక్క లావు ఎత్తు కొలిచేటప్పుడు బిడ్డ గర్భస్థమయ్యే సమయానికి లెక్కపట్టితే చిన్నదని వైద్యులకు తెలుస్తుంది. అల్ట్రాసౌండునుండియూ బిడ్డ పెరుగుదల తక్కువగా ఉండడం తెలుస్తుంది.

మీరు వైద్యులు ఏమి చేయవచ్చు?

పుట్టినపుడు బిడ్డ తూకము ఎంత కలదు అనేదాన్నుండి దాని ఆరోగ్యం తెలియవస్తుంది. ఒక వేళ తూకం తక్కువగా ఉంటే అనేకరకాల సంక్రమణం అయి ఉంటుంది. అప్పుడే సమస్య ఏమంటే తెలియడం తప్పదు. దీన్నుండి బిడ్డ ఆరోగ్యముయొక్క అభివృద్ధికి గమనమిడుటకు సాధ్యమౌతుంది. అన్ని ప్రయత్నాలు చేసినా బిడ్డ పెరుగుదల కాలేదంటే, కొంచెం పరిపక్వమవుతూ ఉండెదానే ప్రసవం చేయించాలి. తరువాత దాన్ని తగిన రీతిలో పెంచాలి.

దీని నుండి రక్షణ పొందవచ్చా? తగిన రీతిలో పోషణ చేయండి. దురలవాట్లను వదలండి. ధూమపానము మద్యపానము, మాదక ద్రవ్యములు సేవించడం, రక్తపు ఒత్తిడి ఇలాంటివాటికి సరియైన చికిత్స ఇచ్చినా తక్కువ తూకం బిడ్డ పుట్టితే నియోనెటల్ పోషణ స్థితిని సరిదిద్దవచ్చు.

ప్లాసెంట ప్రీవియా :

ఇదేమి? ఈ స్థితిలో ప్లాసెంటా సర్విక్స్‌ను కొంచెం లేదా ఎక్కువ త్రోసివేస్తుంది. అర్లి ప్రెగ్నెన్సీలో ప్లాసెంట

మీరు తెలిసికొనగోరుదురు

పుట్టునపుడు తక్కు తూకముంటే నూటికి 90% శాతము బిడ్డలు ఒకటి రెండు సంవత్సరాల్లో సామాన్య బిడ్డలవలె తూకము పొందుతారు.

క్రిందికి చేరి ఉంటుంది. గర్భావస్థయొక్క జతజతకు గర్భాశయపు దేహము సాగుతుందా ప్లెసెంటో సర్విక్స్‌యొక్క ముందు భాగమునుండి తొలగిపోతుంది. ఒక వేళ పోకపోతే సర్విక్స్‌ను కొంచెం తోస్తే దాన్ని పీర్షియల్ ప్రీవియా అని పిలుస్తారు. ఒక వేళ ప్లెసెంటా సర్విక్స్‌ను పూర్తిగా త్రోస్తే దాన్ని టిదిటల్ ప్రీవియా అని పిలుస్తారు. ఈ కారణం వల్లనే బిడ్డ జననము యోనిమార్గమునుండి కాకుండా పోతుంది. దీనివల్ల గర్భావస్థ అంత్యము చూడడము లేదా ప్రసవ ముందు రక్త స్రావ్యమయ్యేది అవుతుంది. ప్లాసెంట్ సర్విక్స్‌కు ఎంత దగ్గరగా ఉంటుందో రక్తస్రావపు సాధ్యత అంత ఎక్కువ ఉంటుంది.

ఇదెంత సాధారణమైంది? ప్రతి 200 మంది మహిళల్లో ఒకరికి ఇలా అవుతుంది. 20 కంటె తక్కువ అలాగే 30 కంటే హెచ్చు వయస్సుగల మహిళలకు ఇది కలుగుతుంది. డిఎన్‌సి అథవా సెక్షన్ సి అయిన మహిళలకూ ఇలాగైయ్యేది కద్దు. ధూమపాన చేసే వాళ్ళలో కవలలను కనే వాళ్ళలో ఈ అపాయం ఇంకా హెచ్చు.

వీటి లక్షణమేమి? సామాన్య లక్షణాల వల్ల దీన్ని గుర్తించలేవు. రెండవ త్రైమాసికంలో అల్ట్రాసొండునుండి ఇది తెలుస్తుంది. అనేక సందర్భాల్లో రెండవ త్రైమాసికంలో రక్తస్రావం మూలంగా పరిస్థితి తెలుస్తుంది. రక్తస్రావమెుక్కటే దీని లక్షణము. ఇంకేనొప్పికనబడదు.

ఇక్కడ ప్లెసెంటా గర్భాశయపు ముఖాన్ని సంపూర్ణంగా త్రోసిపట్టుకొంటుంది. అందువల్ల యోనిమార్గం ద్వారా ప్రసవమయ్యేది అసాధ్యము.

మీరు వైద్యులు ఏమి చేయవచ్చు? మీరేమీ చేయు

ఫ్లాసెంటా ప్రీవియా

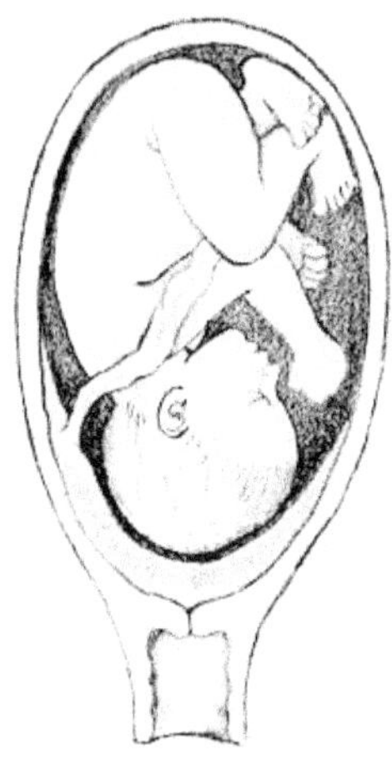

ఈ ప్లాసెంటా ప్రీవియాలో గర్భాశయం ముఖాన్ని మూసేస్తుంది. దీన్నింక యోని మార్గంనుండి కాన్పు అయ్యే సంభవం ఉండదు.

పని లేదు. 3వ త్రైమాసికపు చివర ప్లాసెంటో ప్రీవియా అనేక అంశాల ద్వారా తానే వేరౌతుంది. ప్రీవియా జతకు రక్తస్రావం లేకపోతే ఏ చికిత్స అవసరమూ లేదు. రక్తస్రావమవుతూం ఉంటె బెడ్‌రెస్ట్‌కు సలహా చేయనౌతుంది. సెక్స్ నిషేదించడమే కాకుండ మిమ్మలను ఎక్కువ జాగ్రత్తలో చూచుకోనువట్లు చెప్పబడుతుంది. ఒక వేళ అవధికి ముందే ప్రసవం ఉంటె మీ బిడ్డ పనులు పరిపక్వం చేయడానికి స్టిరాయిడ్ ఇంజక్షన్ ఇవ్వవలసి ఉంటుంది. ఈ ఘట్టమందు మీకేతొందరలూ లేకున్నా బిడ్డ ప్రసవాన్ని సి-సెక్షన్ ద్వారానే చేయబడుతుంది.

ప్లాసెంటలో ఎవరెషన్ (సెపరేషన్)

ఇదేమి? ఎప్పుడు ప్లాసెంటా గర్భావస్థయొక్క

అవధిలో ప్రసవానికి ముందే గర్భాశయపు ముఖమునుండి వేరేగా అవుతుందో దాన్ని ప్లాసెంటల్ ఎవరేషన్ అని అంటారు. ఇదెక్కువగా లేకపోతే కొంచెం చికిత్స చేసి జాగ్రత్తలో తల్లి మరియు శిశువుకు ఎక్కువ బాధ కలుగకుండా చేయనౌతుంది. ఒక వేళ తీవ్ర స్థితి ఉన్నట్లయితే బిడ్డకు కొంచెం అపాయం ఎదురవుతుంది. ప్లాసెంటా వేరయిన తర్వాత బిడ్డకు అవ్లజనకపు సంపూర్ణత కాదు అనేది దీనర్థము.

ఇదెంత సామాన్యమయింది? నూటికి 1 శాతం తక్కువ గర్భావస్థ ప్రకరణంలో ఇలా అవుతంది. సామాన్యంగా ముడవ త్రైమాసపు అటుఇటు ఇది సంభవిస్తుంది. ఎవరికైనా ఇదికలుగవచ్చును. ఇవుడు పుట్టే వాళ్ళకు ధూమపానము, మాదక ద్రవ్యము సేవించువారికి, గ్యాస్ట్రేషనల్ మధుమేహపు రోగులకు ఇది అవుతుంటుంది. దీని జతకు అల్పేడియా రక్త స్రావపు కారణంవల్లనూ ఇలా జరుగుతుంది.

దీని లక్షణములేవి? లక్షణములు క్రింద చూచినట్లున్నవి.

- ★ ఎక్కువ లేదా తక్కువ రక్త స్రావము
- ★ కడుపు క్రిందలాగుట నొప్పి
- ★ కడుపు లేదా వీపులో నొప్పి

మీ వైద్యులు ఏమి చేయవచ్చు?

గర్భావస్థ మధ్య - మధ్య భాగంలో ఇలాంటి రక్త స్రావం కడుపులో బిగింపు కనబడితే వైద్యులకు తెల్పండి. రోగియొక్క, వైద్యకీయమైన ఇతిహాసము, వారి పరిస్థితి, సంకుత మగుట, బిడ్డయొక్క ప్రతిక్రియను చూచిన తరువాతనే ఏదైనా నిర్ధారణకు రావడానికి సాధ్యమౌతుంది. అల్ట్రాసౌండునుండి సహాయం కలుగవచ్చు. కేవళం 25 శాతం ఏరేష్షన్‌లు ఈ తరహాగానే ఉంటాయి. ఒక వేళ రక్తస్రావం కొనసాగితే ఐవి వల్యూడ్ ఇవ్వాల్సి ఉంటుంది. ఒక వేళ ప్రసవాన్ని తొందరగా చేయించాల్సి వస్తే స్టెరాయిడ్ ఇంజెక్షన్ ఇవ్వబడుతుంది. దీనివల్ల బిడ్డయొక్క పుప్పములు శక్తివంతములగును. నిదర్శనము ఇంకా కొనసాగితే సి-సెక్షన్ ఒకటే మిగిలిన ఉపాయమౌతుంది.

కొరియొ ఎమ్నిఓనిటిస్

ఇదేమి? ఇది ఎమ్నిఓటిక్ మెంబ్రేన్ లేదా ద్రావణపు మిశ్రణము. ఇది బిడ్డను సురక్షితంగా ఉంచుతుంది. ఇది బ్యాక్టీరియాలనుండి కలుగుతుంది. దీన్నే ప్రేమెచ్యూర్ ప్రసవము లేదా మెంబ్రేన్ కారణాలవల్ల అని భావించవలసియుండును.

ఇది ఎంత సాధారణమైనది :

1 నుండి 2 గర్భావస్థలలో ఇది కలుగుతుంది. మెంబ్రేన్ స్థలము పగిలి పోయిన తర్వాత ఈ సంక్రమముయొక్క అపాయం హెచ్చును. ఎందుకంటే యోనినుండి బ్యాక్టీరియాలు అక్కడికి ప్రవేశించవచ్చు. ఏ మహిళలకు మొదటి గర్భావస్థలో ఇలా అయియుండునో అలాంటివారికి రెండవ గర్భావస్థలో అలా అయ్యే అవకాశముంది.

దీని లక్షణమేమి? సోంకు పరీక్షకు ఎక్కువ పరీక్ష నేమి చేయాల్సిన పని లేదు.

దీని లక్షణాలు క్రింది మాదిరీ ఉంటాయి.

- ★ జ్వరము గర్భములో నొప్పి - బిడ్డ మరియు మీ హృదయ తాడనము ఎక్కువగుట.
- ★ మంబ్రేన్ పగిలి పోతే సమ్నియాటిక్ ద్రవము కారును.

> **మీరు తెలిసికొనడానికి కోరుతారు**
>
> ఒక వేళ సరియైన సమయంలో కోటియొ వినియేటిటస్‌ను పత్తాచేసి సరియైన చికిత్స చేయునట్లయిన తల్లి మరియు బిడ్డకు అపాయము తప్పవచ్చును.

- ★ మెంబ్రేన్ పగలకుంటే చెడువాసనగల ద్రవము యోనినుండి కారుతుంది
- ★ తెల్ల రక్త కణములు ఎక్కువగును.

మీరు, వైద్యులు ఏమి చేయవచ్చు?

ఏదో రకమైన దుర్గంధముతో కూడిన స్రావము కలుగుతుండి గుర్తింవబడితే వైద్యులను పిలిపించండి. వారు సోంకును నిలుపుటకు అంటి బయాటిక్ ఇస్తారు. ఒక వేళ వేగంగా ప్రసవం చేయించినా, బిడ్డకు, మీకు అంటి బయాటిక్స్ ఇవ్వాల్సి వస్తుంది. దీనివల మరల సోంకు తగలదు.

ఓలిగా హైడ్రామ్నియోసిస్

ఇదేమి? . పరిస్థితిలో బిడ్డయొక్క చుట్టుపట్ల ఏమ్నియోటిక్ ద్రావణము తక్కువౌతుంది. ఇది మూడో త్రృమాసికపు చివరకు కలుగుతుంది. ముందే అయినా కావచ్చును. ఇలాంటి మహిళల గర్భావస్థ సాధారణంగానే ఉంటుంది. గర్భనాలవమువలన స్వల్పంగా సమస్య ఎదురవుతుంది. దీనివలన బిడ్డ ఎదుగుదల కుంఠితమయిందా అనేది తెలియదు.

ఇదెంతా సాధారణమైనది : సామాన్యంగా 4 నుండి 6 అంత శాతం మహిళల్లో ఇది కనిపిస్తుంది. ఒక వేళ ప్రసవపు అందాజు మొదలవి గమనిస్తే ఇలాంటి మహిళల సంఖ్య 12 శాతం అవుతుంది.

దీని లక్షణములేమి? తల్లిలో ఏ లక్షణమూ కనబడదు. అయితే గర్భావస్థయొక్క గాత్రము మామూలుకంటే తక్కువ ఉంటుంది. ఏమ్నియాటిక్ ద్రావణపు కొరతయూ ఉంటుంది. కొన్ని ప్రకరణల్లో బిడ్డ చలనములు తగ్గుతాయి.

మీరుఇ వైద్యులు ఏమి చేయవచ్చు : ఎక్కువ విశ్రాంతి తీసికోండి. ఎక్కువెక్కువగా నీరు త్రాగండి. ఎమ్నియాటిక్ ద్రావణం వైపు సంపూర్ణంగా గమనవముంచవలసి ఉంటుంది. అయినా విషయు ప్రసరణకాకపోతే వైద్యులు తక్షణకు ప్రసవానికి సలహా చేయవచ్చు.

హై డ్రామనిఓస్ :

ఇదేమి? బిడ్డయొక్క చుట్టుపట్ల ఎమ్నియాస్టిక్ ద్రావణపు ప్రమాణం కావలసినంతకంటే ఎక్కువగుట. దీన్ని చికిత్స లేకున్ననూ దీని సంతౌల్యతకు కాచుకొనియుండాలి.

ద్రావణ ఎక్కువై సంగ్రహమైతే బిడ్డయొక్క స్నాయు వ్యవస్థ, గ్యాస్ట్రేషియల్ వికృతి లేదా బయటి నూసువులో సామర్థ్యము కొరత కనబడుతుంది. దీనివల్ల మెంబ్రేన్ తొందరగా పగిలే, ప్రీటర్మ్ లేబర్ కలిగే, ప్లాసెంటలో ఎవరప్షన్ అయ్యే అపాయముంటుంది.

ఇదెంత సాధారణమైనది? 4 శాతమంత గర్భావస్థలో ఇది కల్గుతుంది. కవల పిల్లలైయుంటే, తల్లి మధుమేహపు పరీక్ష చేయించకుండా ఉమటే ఇలా జరుగవచ్చును.

దీని లక్షణాలేమి? కొన్ని లక్షణాలిలా ఉన్నాయి.

- ★ బిడ్డయొక్క చలనవలనములు ఎక్కువగా తెలియబడవు.
- ★ గర్భాశయపు గాత్రము చాలా హెచ్చుతుంది.
- ★ కడుపు క్రింది భాగములో బాధ.
- ★ అజీర్ణము
- ★ కాళ్ళు ఊదుకొనేది.
- ★ ఊపిరాడుటలో తొందర
- ★ గర్భాశయము సంకోచం చెందడం

వైద్యులద్వారా అంతరిక పరీక్ష చేయించి లేదా అల్ట్రా సౌండ్ మలాన దీన్ని గుర్తించవచ్చును.

మీరు వైద్యులు ఏమి చేయవచ్చు?

ఎంతవరకూ ద్రావణపు సంగ్రహము ఎక్కువై ఉంటుందో అంతవరకు వైద్యులదగ్గరకు చికిత్సకోసం పోవాల్సి ఉంటుంది. ఒక వేళ తీవ్రరూపంలో సంగ్రహింపబడితే ''ఎమ్నియోటోసిస్'' చేయించవలసి ఉంటుంది. ప్రసవానికి ముందే నీటిసంచి పగిలితే వైద్యులను పిలవడానికి ఆలస్యం చేయకండి.

ప్రీటర్మ్ ప్రెమెచ్యూర్

రప్చర్ ఆఫ్ మెంబ్రేన్

ఒక వేళ 37వ వారానికి లోపల నీటిసంచి పగిలితే దీన్ని ''పివిఆర్ఓఎం'' అని పిలుస్తారు. దీనివల్ల బిడ్డ అవధికి ముందే పుట్టవచ్చు. లేదా దానికి ఏదేని సంక్రమణం తగులవచ్చు.

ఇదెంత సాధారణమైంది?

3% కంటే తక్కువ మహిళలకు ఇలా ఉంటుంది. ధూమపానం చేసేవారు ఎస్.టి.డి. రోగంనుండి నలుగుతుండవచ్చు. యోనినుండి రక్తస్రావమయ్యే రోగం కలవారు, ప్లాసెంటలో ఎవరప్షన్ అయినవారు దీని అపాయానికి ఎక్కువగా లోనవుతారు. ఒక వేళ కవల పిల్లలు లేదా బ్యాక్టీరియల్ వైజైనిపోసిస్ ఉంటే అపాయం ఎక్కువౌతుంది.

మీరు తెలిసికొనగోరుతారు

ఒక వేళ ప్రిమెచ్యూర్ బిడ్డను పుట్టిన ఆ క్షణమందే ''ఐసియు''లో ఉంచితే కొద్ది దినాల్లోనే ఆరోగ్యవంతమైన బిడ్డ జతలో ఇంటికి వెళ్ళవచ్చును. వైద్యకీయ తంత్రజ్ఞానము అంతగా కొనసాగినందుకు ధన్యవాదములు

మీరు తెలియగోరుతారు

''పివిఆర్ఓఎం''ను సరియైన సమయంలో గుర్తించుటవల్లఇ చికిత్స చేసినందువల్ల తల్లి-బిడ్డ ఆరోగ్యంగా ఉండడం సాధ్యము బిడ్డ అవధికి ముందే పుట్టినా దాన్ని ''ఐసియూ''లో పెట్టి రక్షించవచ్చు.

దీని లక్షణాలు : యోనిలో ద్రావణపు స్రావమవుతుంది. మూత్రము లేదా ఎమ్నియోటిక్, దాన్ని మూసి చూడవలెను. మూత్రపు వాసన ఆమెనియావలె ఉంటుంది. ఒక వేళ ద్రావణము సమ్మిశ్రితమై ఉంటే దాని వాసన చెడ్డగా ఉండదు. దీన్ని గూర్చి ఏమైన సందేహం కలిగితే వైద్యులకు తెల్పటకు ఆలస్యం చేయకండి.

మీరు వైద్యులు ఏమి చేయగలరు?

ఒక వేళ 34వ వారం తరువాత మెంబ్రేన్ పతిలియుంటే శిశువుయొక్క ప్రసవ చేయబడుతుంది. ఒక వేళ ప్రసవం అయ్యేది సాధ్యం కాకపోతే మిమ్మలను ఆస్పత్రికి ఉంచుకోవలసి ఉంటుంది. సోంకు నుండి మిగుల్బటకు ఆంటిబయాటిక్ ఇవ్వబడును. శిశువుయొక్క పుప్పసమును శక్తివంతం చేయడానికి స్టెరాయిడ్ ఇవ్వబడుతుంది. ప్రసవానికి బిడ్డ ఇంకనూ చిన్నదైయుంటే ఈ ప్రక్రియను అడ్డుకోనడానికి మందు ఇవ్వబడుతుంది.

మెంబ్రేన్ తానే సరిపోవడం అపురూపమ్. ఒక వేళ అయితె ఇంటికి వెళ్ళుటకు అనుమతి యివ్వబడును. ఏమంటే కొంత జాగ్రత్తగా ఉండినట్లు సూచనలుచేస్తారు.

దీన్నుండి రక్షింపబడవచ్చా?

ఒకవేళ ''పివిఆర్ఓఎం''నుండి రక్షించుకొనడానికి కోరితే యోనియొక్క సోంకు నుండి రక్షించుకోనండి. ఎందుకంటే ఆ కారణంవల్లనే ఇది అవుతుంది.

ప్రీటర్మ్ లేదా ప్రీమెచ్యూర్ లేబర్ :-

20 వ వారం తరువాత 37వ వారానికి మొదలు ఆరంభమయ్యే ప్రసవం అవధికి ముందు లేదా ప్రీమెచ్యూర్ ప్రసవమని పిలుచబడుతున్నది.

ఇదెంత సాధారణమైంది :-

ఇదొక సామాన్యమైన సమస్య, ధూమపానము, మధుపానము మాదక ద్రవ్య సేవనము, తక్కువ లేదా ఎక్కువ తూకము, అవధిపూర్ణ పోషణము, ఎస్.టి.డి. లెక్టీరియల్, మూత్రాశయ మార్గము, ఎమ్నియాస్టిక్ ద్రావనపు సోంకు, సర్విక్స్ఇ యుటిరైనస్ తొందర, తల్లియొక్క సుదీర్ఘమైన రోగము, ప్లాసెంటల్ ఎవరెప్షన్, ప్లాసెంటా కత్రీవియాల సమస్యనుండి దీని అపాయం ఎక్కువవుతుంది. 17 నుండి తక్కువ అలాగే 35 కంటే ఎక్కువ ఏండ్ల మహిళలకు, కవల పిల్లలయ్యే వారికి ప్రీమెచ్యూర్ ప్రసవము ఈ వెనుక కానివారికి దీని అపాయం ఎక్కువౌతుంది.

దీని లక్షణము ఏమి? క్రింద చూపిన లక్షణాలు చూడవచ్చును.

★ మాస ధర్మమువలె ళాగుట

★ నియమిత సంకోచనము, పరిస్థితి మారినప్పుడు బదులుకానపుడు అది తీవ్రతరమౌతుంది.

★ వీపుమీద ఒత్తిడి

★ పెల్విక్ మీద ఒత్తిడి

★ యోనిలో రక్తస్రావము.

★ మెంబ్రేమ్ పగులుట

★ సర్విక్స్ తెరచుకోనడం (అల్ట్రా సౌండ్ ద్వారా తెలియబడేది)

మీరు, వైద్యులు ఏమి చేయవచ్చును?

బిడ్డ ఎన్ని దినములు గర్భకోశములో ఉంటుందో అంతవరకు దాని రక్షణ మరియు ఆరోగ్య దృషటిలో మంచిది. అందువల్ల ప్రసవము అడ్డుకొనేది ప్రక్రియాముల ఉద్దేశం అయి ఉమడాలి. సంకోచమూ అవుతూ ఉంటే వైద్యులు మీ పరిస్థితిని లెక్క వేసి మిమ్మలను ఇంటికి పంపల్సా లేదా ఆస్పత్రిలో ఉంచుకొని ఔషధోపచారములు చేయాల్నా అని నిర్ధారణ చేస్తారు. ప్రసవమును నిదానం చేయడంవల్ల మీకు మీ బిడ్డకూ అపాయమని వైద్యులకనిపిస్తే దాన్ని అడ్డుకొనడానికి ఏదైనా ఉపాయాన్ని చేయడానికి చెప్పరు.

ప్రీటర్మ్ లేబర్‌ని పత్తా చేసేది

ఈ దినాల్లో ఏన్నో రీతుల పరీక్షలనింక, నొప్పినింక అవధి పూర్వ ప్రసవం అదాజు చేయువచ్చును. గర్భాశయం లేదా యోనిస్రావాన్ని ఎఫ్ఎఫ్ఎన్ సహాయంతో పత్తా చేయవచ్చును. ఒక వేళ పాసిటీవ్ ఫలితాంశం వస్తే ప్రీటర్మ్ లేబర్ తీసుకోవడానికి వెంటనే కార్యప్రవృత్తులు కావాలి. ఏ మహిళలకి దీని అపాయం జాస్తి ఉంటుందో అలాంటి మహిళల పరీక్ష చేస్తారు. దీని జొతకి సర్విక్స్ పొడువు కొలత చేసే స్క్రీనింగ్ టెస్ట్ కూడా ఉంది. అల్ట్రాసౌండ్ సహాయంతో కూడా సర్విక్స్ పొడువు కొలతపెట్టవచ్చును. ఇది సన్నగా ఉంటే, తీస్తూ ఉంటే దాన్ని అరికట్టే ఉపాయం చేస్తారు.

దీన్నుండి రక్షింపబడడం సాధ్యమా?

అన్ని అవధి పూర్వ ప్రసవములను నిదానించడము సాధ్యం కాదు. ఎందుకోసం అలా అయినా అనే కారణాలను మనం బమనించవలసి ఉంటుంది. అయితే ప్రసవానికి ముందు మంచి పోషణ మంచి ఆహార-పానీయములు తీసికోవడం, పండ్ల వల్ల పోషణ చేసుకోవడం, మాదక ద్రవ్యాలు సేవించకుమడడము పరీక్ష మరియు సోంకునుండి నిలిచే ఉపాయములు వైద్యుల అన్ని సంచనల పాటింపు ద్వారా అవధికి ముందే అయ్యే ప్రసవమును నిదానింపజేయవచ్చును. ఏ మహిళలకు మొదటినుండియూ ఇ సమస్య ఉంటుందో అలాంటి వాళ్ళకూ ఏదేని ఒక ఉపాయం చేయవచ్చు.

సింఫిసిస్ ప్యూబిస్ డిస్ఫంక్షన్

ఇదేమి? ఎస్.పి.డి. అంటే మీ పెల్విక్‌యొక్క లిగమెంటులో చాలా ళాగునట్టి భాధ వచ్చేది. దీనివల్ల అందులో నొప్పి కలుగుతుంది.

ఇదెంత సామాన్యమైంది? సుమారు 300 ప్రకరణములలో ఒకటి ఇలా అవుతుంది. అయితే 2 శాతంకంటే ఎక్కువ గర్భవతి మహిళల్లో ఇలాగవుతుందని విశిష్టమైన పండితులు భావిస్తారు. అయితే వారికి దీన్ని గుర్తించేది సాధ్యం కాదు.

దీని లక్షణాలేమి? పెల్విక్ క్షేత్రమందు తీక్ష్ణమైన నొప్పి కలుగడాన్ని అడ్డుకోవడం సమస్య అవుతుంది. అనేక సార్లు ఈ నొప్పి తొడపై భాగం లేదా పెరినియం వరకూ అవుతుంది. ఒక వేళ కాలినడకతో నడిస్తే, భారమెత్తితే లేదా వేరేదైనా పని చేయునపుడు ఒక కాలు ఎత్తితే ఈ నొప్పి మరింత ఎక్కువౌతుంది. అనేక సందర్భాల్లో పెల్విస్ శ్రేణియొక్క ప్రదేశమూ అలాగే

నితంబవములందు భారీ నొప్పి కలంజుట్టుకం ప్రారంభిస్తుంది.

మీరు, వైద్యులు ఏమి చేయగలరు?

ఏదేని భారం ఎత్తకండి. ఎక్కువ తిరుగాడి పరిస్థితి కష్టమయ్యేలాగ చేసుకోకండి. పెల్విక్‌కు ఆధారమిచ్చేందుకు బెల్టు ధరించండి. విశ్రాంతి తీసుకోండి. పెల్విక్ త్రిప్పితే మాంసఖండాలకు బలం దొరకును. నొప్పి తీవ్రతరంగా ఉంటే వైద్యులను అడిగి నొప్పినివారకమైన మందు తీసుకోండి పెల్విక్ శుశూషాపద్ధతిని అనుసరించండి.

కార్డ్‌నాట్స్ మరియు టైంగల్స్

ఇదేమి? అనేక సమయాల్లో గర్భనాలములో గంటు కట్టుతుంది. లేదా ఇది బిడ్డయొక్క చుట్టుప్రక్కల్లో అంటుకోంటుంది. కొన్ని గంటలు ప్రసవకాలమందు బిడ్డ తిరుగుటవల్ల ఏర్పడుతుంది. ఒక వేళ ఈ గంటు సడలికగా ఉంటే ఏ తొందరా కలుగదు. బిగువైతే బిడ్డయొక్క రక్త చలనము మరియు అమ్లజనక పూరింపులో అడ్డమవుతుంది. ఇలా కావడం అపురూపము. అయితే బిడ్డ ప్రసవ మార్గంనుండి క్రిందికి వచ్చేటప్పడే ఇది యేర్పడుతుంది.

ఇది ఎంత సాధారణము : ప్రతి 100లో ఒక భాగము ఈ రీతి ఉంటుంది. అయితే గంట సడలిగా ఉంటుంది. గంటు బిగువైయున్న ప్రకరణము 2000లో ఒకటి ఉంటుంది. దీనివల్ల బిడ్డకు ఏ అపాయముండదు. ఏ గర్భమందు నాళము పెద్దదిగా ఉంటుందో అలాంటి సందర్భముల్లో దీని అపాయం ఎక్కువ. పోషకాంశాల కొరత, మాదక ద్రవ్య వ్యసముగలవారు, కవలలు కలవారు, ఇట్లాంటివాళ్ళలో అపాయం ఎక్కువవుతూ పోతుంది.

దీని లక్షణాలేమి? 37వ వారమందు బిడ్డయొక్క చలనములు తగ్గేదే దీని లక్షణము. ఒకే సమయంలో ప్రసవ సందర్భంలో ఇలాగైతె బిడ్డయొక్క మానిటర్ మీద నియంత్రణ కురాని హృదయ చలనము గోచరిస్తోంది (కనబడుతుంది)

మీరు, వైద్యులు ఏమి చేయగలరు? ఒక వేళ మీరు బిడ్డయొక్క చలనవలయముల మీద నిగా పెట్టితే మంచిది. ఒక సమయంలో ప్రసవ సందర్భము గంటు అయితే బిడ్డయొక్క సురక్షిత ప్రసవానికై ఒకటిలో మరొకదారిని వెదకుతారు. పలు సందర్భాల్లో సి-సెక్షన్ దీనికి సులభోపాయమౌతుంది.

టూవైసల్ కార్డ్

ఇదేమి? ఒక సామాన్యమైన గర్భనాలమందు మూడు నాళాలుమంటాయి. మొదటిది బిడ్డకు అమ్లజనకము మరియు ప్లాసెంటావరకు తేసికెళ్తుంది. కొన్ని ప్రకరణములందు ఒకనాళము మరియు అభిధమని ఉంటుంది.

ఇదెంత సామాన్యము : ఒక గర్భావస్థయందు 100కి ఒకటి, బహు గర్భావస్థయందు నూటికి 5 ప్రకరణములలో ఇలా అవుతుంది. తల్లి వయస్సు 40 కంటే ఎక్కువ ఉంటే లేక ఆమెకు మధుమేహపు జబ్బుంటే ఇంకా ఎక్కువ అపాయకలుగుతుంది.

దీని లక్షణాలేమి? దీని ఏ లక్షణాలూ ఉండవు. అల్ట్రాస్కాన్‌నుండి మాత్రమే గుర్తు పట్టవచ్చును.

మీరు వైద్యులు ఏమి చేయగలరు? ఇంతయినా గర్భావస్థ సామాన్యం గానే ఉంటుంది. బిడ్డకేమీ కాదు. కేవలం మీ గర్భావస్థ మరియు బిడ్డయొక్క పెరుగుదల మీద కొంచెమెక్కువ గమనముంచవలసి వస్తుంది అంతే.

అసామాన్య ప్రెగ్నెన్సి సమస్యలు

ఇటువంటి అసామాన్య సమస్యలు ఉండడం అపరూపము. సమస్యల్లేవనే చెప్పవచ్చును. క్లిష్టముకాని గర్భావస్థగల మహిళలకు దీన్ని ఎదురించవలసిన పని రాదు. ఒక వేళ ఏదేని పరిస్థితి లేదా రోగాన్నెదురించవలసి వస్తే మాత్రం దీన్ని చదువుకోవచ్చు. అపుడు వైద్యులు తమ లెక్కాచారంలో రోగానికి చికిత్స చేస్తారు. దానికి మనం చేయవలసిన దేమీ ఉండదు.

మోలార్ గర్భావస్థ అంటే ఏమి?

ఈ పరిస్థితిలో ప్లాసెంటా ఒక గుళ్ళ రీతిగా సామాన్యం కాని రూపమందు పెరుగుతుంది. అనేక సందర్భాల్లో పెరుగుతుంది. అనేక సందర్భాల్లో శిశువు ఊదుకొని ఉంటుంది. ఇంకకొన్ని సందర్భాల్లో ఊతముండదు.

ఎప్పుడు తండ్రియొక్క ఇద్దరు జంటలు క్రోమోసోం తల్లియొక్క ఒక సెట్ క్రోమోసంతో కలిసినప్పుడు ఇలా ఔతుంది.

గర్భధారణమయిన కొన్ని వారాల తరువాత ఇది కనుగొనబడుతుంది. అప్పటికప్పడే మోలార్ గర్భావస్థయొక్క చివర్లో గర్భపాతపు రూపంలో ఔతుంది.

ఇదెంత సామాన్యము? వెయ్యిల్ ఒకటి ఇలా ఔతుంది. అందువల్ల ఇది అపురూపం. 15 కంటే తక్కువ 45 కంటే హెచ్చు వయస్సుగల మహిళలలో ఎవరికి ముందే మిస్‌క్యారియేజ్ అయి యుంటారో వారికి మోలార్ ప్రెగ్నెన్సి భయం ఉంటుంది.

మీరు తెలిసినకొన గోరుతున్నారు

ఒకసారి మోలర్ ప్రెగ్నెన్సి వచ్చిందంటే రెండవ సారి కూడా అలాగే ఔతుందని అర్థం కాదు. కేవలం నూటికి 1 శాతంనుండి 2 వరకు మహిళలకు ఇలాగవుతుంది.

దీని లక్షణాలేమి? : క్రింద చూపబడిన లక్షణములను చూడవచ్చును.

★ ఒకే సమంగా చెడు స్రావము

★ వాంతి మరియు తీవ్రమైన ఒకరింత

★ లాగుటవల్ల సమస్య

★ రక్తపుటొత్తిడి అధికము

★ గర్భాశయం చాలా పెద్దది కావడం

★ గర్భాశయము సళ్ళుగా ఉండుట.

★ శిశువు ఊదలో కొరత

★ తల్లి దేహంలో థైరాయిడ్ హార్మోన్ ఎక్కువగా ఉండడం.

మీరు, వైద్యులు ఏమి చేయవచ్చును?

ఇలాంటిదేదైనా లక్షణం కనబడితే వైద్యులకు తెల్పండి. అనేక సార్లు ఈ లక్షణములను సామాన్య గర్భావస్థయొక్క లక్షణములతో పోల్చి పరీక్షించుకోవడం కష్టమవుతుంది. ఇటువంటి సందర్భమందు మీ సహజమైన బుద్ధి ఏమి చెప్పనోదాన్ని నమ్మండి. ఒక వేళ తప్పని అనిపిస్తే తృప్తిగా వైద్యుల సలహాను పొందండి.

ఒక వేళ అల్ట్రాసాండునుండి మోలార్ ప్రెగ్నెన్సి కనుగొనబడితే డిఎన్‌సి సహాయంతో నివారించుకోనండి. తరువాత ఒక సంవత్సరం గర్భధారణ చేసికొనకుండునట్లు మీకు సూచన లివ్వబడును.

కొరియా కార్సినోమా

ఇదేమి? ఇది గర్భావస్థపు క్యాన్సర్. ప్లాసెంటాయొక్క కోశములలో ఇది కలుగుతుంది. మోలార్ ప్రెగ్నెన్సి, మిస్ క్యారియేజ్ లేదా అబార్షన్ తర్వాత ఇలా ఔతుంది. భ్రూణం లేకనే ప్లాసెంటాయొక్క కొన్ని ఊదలు పెరుగతొడగుతాయి. కేవలం నూటికి 15 శాతం ప్రకరణములలో సామాన్య గర్భావస్థానంతరం ఇళాగవుతుంది.

మీరు తెలిసినకొన గోరుతున్నారా?

కోరికో కార్సినోమాను సరియైన సహాయమందు గుర్తించి చికిత్స పొందితే తీవ్రతరమైన పరిణామం కాదు. మొత్తం మీద ఈ చికిత్స తరువాత ఒక సంవత్సరం తర్వాత గర్భధారణకు సలహా ఇవ్వబడును.

ఇదెంత సాధారణము

ఇది లేనే లేదనేంత అపురూపము. సుమారు 4000 ప్రెగ్నెన్సిలలో ఏదో ఒకటి ఇలాగవుతుంది.

దీని లక్షణములేవి? ఈ క్రింద చూపబడిన

లక్షణములను చూడండి.

★ మిస్ క్యారియేజ్ అథవా మోలార్ ప్రెగ్నెన్సి తర్వాత ఆంతరిక రక్తస్రావము.

★ గర్భావస్థ ముగుసిన తరువాతనూ ఎస్.జి.సి. మట్టముదిగకుండుట.

★ యోని, గర్భాశయము, మరియు పుప్పసములందు ట్యూమర్.

ఇంక్లెవసియా

ఇదేమి? ప్రీక్లెపసియంలో ఇది మార్పు చెందుతుంది. తల్లికి ఏ స్థితిలో ఈ జబ్బు వచ్చిందో అదే దాన్ని నిర్ధరింపబడుతుంది. దీనివల్ల తల్లి ప్రాణానికి అపాయం కావచ్చును. సరియైన వైద్యకీయ చికిత్స దొరికినచో ఈ పరిస్థితిలోనూ ఆరోగ్యకరమైన ప్రసవం కావచ్చును.

ఇది ఎంత సాధారణము? 2 వేలనుండి 3 వేలకు ఒక ప్రకరణంలో ఇలా జరుగుతుంది. ప్రసవానికి ముందు మంచి వైద్యకీయ శుశ్రూష దొరకని మహిళలకు విశేష సందర్భాల్లో ఇలా జరుగుతుంది.

దీని లక్షణములేమి? ప్రసవానికి కొంత వెనుకముందు లేదా ప్రసవమై 24 గంటల తర్వాత భ్రమణం ఏర్పడేది దీని లక్షణము.

మీరు, వైద్యులు ఏమి చేయవచ్చును?

ఒక వేళ మీకు మొదటినుండియే ప్రీక్లెప్సియా ఉంటే దాన్ని నివారించుటకు వైద్యులు మందు అలాగే ఆమ్లజనకమిస్తారు. ప్రసవం చేయించడానికి అథవా సి-సెక్షన్‌కు సిద్ధ చేస్తారు. ఒక వేళ పరిస్థితి నియంత్రణకు వస్తే సాధారణ ప్రసవాన్ని చేయించవచ్చును.

దీనినుండి బచావ్ కావచ్చునా? తగిన పోషణ మరియు నియమితమైన పరీక్ష చేయించుకోంటే ప్రీక్లెప్సియా తొందరనుండి రక్షించుకోవచ్చు. ఒక వేళ రోగం తెలిస్తే రక్షించుకొనే అన్ని ఉపాయములను పాటించండి. అపుడు ఇక్లెప్సియా భయముండదు.

కొలిస్ టిసిస్

ఇదేమి? ఇటువంటి గర్భావస్థనుండి శ్వాసకోశంలో పైత్యరసం ఉత్పత్తి ఔతుంది. అలాగే రక్త చలనమందు చేరుకొంటుంది. ఎప్పుడిది చివరి త్రైమాసికంలో అవుతుందో అపుడు హార్మోన్లు ఉన్నతమట్టంలో ఉంటాయి. ఇది ప్రసవం తరువాత సరిపోతుంది. దీనివల్ల భ్రూణముయొక్క ఆయాసము ప్రీటర్మ్, లేదా స్టిల్ బర్త్ అయ్యే అపాయం ఎక్కువౌతుంది. అందువల్ల సకాలంలో చికిత్స అవసరం.

ఇదెంత సాధారణము? : ఒక వెయ్యిలో ఒకటి రెండు ఇలా ఔతాయి బహుప్రసవము మరియు లివర్ జబ్బుకలవారూ పరివారంలో ఎవరికైనా ఇలా అయి ఉంటే అపాయం ఎక్కువ కావచ్చు.

దీని లక్షణాలేవి? గర్భావస్థయొక్క చివరి దినాలో చేయికాళ్ళలో క్రుచ్చినట్టి అనుభవము అవుతుంది.

మీరు వైద్యులు ఏమి చేయవచ్చు?

కొన్ని మందులు లేదా లోషన్‌ల సహాయంతో ఇలాంటి లక్షణాలు పరిమాణములను తగ్గించుకోవచ్చును. చాలా సమయాల్లో పైత్తరసానికి మందు తీసికోవాల్సి ఉంటుంది. దీనివల్ల తల్లి లేదా శిశువుకు అపాయముంటే వెంటనే ప్రసవం చేయించాల్సి ఉంటుంది.

డిప్ వీనస్ తంబోసిస్

ఇదేమి? డి.వి.టిలో లోతైన నాళమందు రక్తపు చుక్కలు చేరుకొంటాయి. తొటల చుట్టుప్రకలందు ఇలా ఔతుంది. ప్రసవం తర్వాత కలుగుతాయి. బిడ్డయొక్క జనన సమయంలో చాలా రక్తస్రావమౌతుందనే భయం అదేవునికి. అందువల్ల ఈ అంశాల్లో చాలినంత రక్తాన్ని సేకరించి ఉంచుతాడు. ఈ తీరుగా దేహావు క్రింది భాగపు రక్తం హృదయంఐవరకు చేరజాలదు. గర్భాశయం పెద్దదయినందువలననూ ఇలా అయ్యే సాధ్యత ఉండదు. డివిఎస్ చికిత్స ఇవ్వకపోతే పుప్పసములలో శేకరింపబడి ప్రాణాపాయం కలుగవచ్చును.

ఇదెంత సామాన్యము?

1000నుండి 2000 ప్రకరణములలో ఒకటి ఇలా కావచ్చును. ప్రసవానంతరం ఔతుంది. వయస్సు ఎక్కువ ఉంటే, ధూమపానం చేస్తుంటే, కుటుంబంలో ఎవరికైనా జబ్బుంటే హైపర్ టెన్షన్ అలర్జీ మధుమేహములలో దీని అపాయం ఇంకా ఎక్కువ.

దీని లక్షణాలేవి?

క్రింది లక్షణాలను చూడవచ్చును.

- ★ కాళ్ళల్లో భారమున్నట్టి భావన అలాగే నొప్పియొక్క అనుభవము.
- ★ నితంబములు భారమనిపించడం.
- ★ కొంచెం తీవ్రమైన ఊద
- ★ కాళ్ళలో లాగడు
- ★ రక్తపు చుక్కలు శుద్ధ నరమువరకు వస్తే
- ★ ఎదనొప్పి
- ★ ఊపిరాడడంలో కష్టము
- ★ కఫం జతకు దగ్గు. కఫంలో రక్తము
- ★ హృదయ తాడనము, ఊపిరాడడం ఎక్కువగుట
- ★ పెదవులు మరియు వ్రేళ్ళు గోళ్ళు నీలమగుట
- ★ జ్వరము

మీరు, వైద్యులు ఏమి చేయగలరు?

ఒకవేళ ముందే మీకు రోగముంటే వైద్యులకు సమాచారమివ్వండి. ఒక కాలిలో వాపు అథవా నొప్పి కన్పించితే వైద్యులైలునలు కలవడానికి ఆలస్యం చేయకండి. అల్ట్రాసౌండు అథవా యం.ఆర్.ఐ.నుండి రక్తపు కణాలను కనుగోనవచ్చును. ఒక వేళ ఇది ఉమటే రక్తమును తెలిసికోవరచే ముందు ఇవ్వబడుతుంది. ఒకసారి నిగాపెట్టడంవల్ల నిరంతరంగా దీనికి చికిత్స చేయబడుతుంది.

ఒక వేళ ''ఈ లెక్క ప్రశనవములవరకూ చేరితే తొందరగా చికిత్స చేయించుకోవలసి ఉంటుంది.

చాలినంత వ్యాయామం చేసి, దేహాన్ని చురుకుగా ఉంచుకోన్నట్లయితే రక్తపుగడ్డలు అయ్యేది లేదు. ఒక వేళ అపాయం ఎక్కువైతె కాళ్ళకు ఆటల సాక్స్ వేసుకోండి.

ప్లాసెంటా ఎక్రిటా

ఇదేమి? ఎపుడు ప్లాసెంటా విశేష రీతిలో యూటరైన్ వాల్వ్‌తో చేరుకొంటే దాని ప్లాసెంటలో ఎక్రిటూ అని పిలుస్తారు. దీనివల్లనే ప్లాసెంటాలో ప్రసవ సందర్భమున ఎక్కువ రక్తస్రావం కలుగవచ్చును.

ఇదెంత సాధారణము : 2500 మంది మహిళల్లో ఒక్కరికి ఇలా అవుతుంది. ప్లసెంటా ఎక్రిడా యూటెరైన్ గోడలలో చాలా లోతున దిగుతుంది. అయితే దాని మాంసఖండములను భేదించదు. ప్లాసెంటా యూట్రెస్ యొక్క గోడను భేదించేదే కాకుండ వేరే వైపులకు భేదిస్తాయి. వేరే అంగములతో చేరివస్తుంది.

ఒక వేళ మొదలే మీకు సెక్షన్ సి అయియుంటే అథవా ప్లాసెంటా ప్రీవియా అయియుంటే అపాయం ఎక్కువ కావచ్చును.

దీని లక్షణాలేవి? దీని ఏ లక్షణాలూ లేవు. లౌవర్ అల్ట్రాసాండ్ అథవా ప్రసవం ద్వారా ఈ పరిస్థితి గుర్తింపబడుతుంది.

మీరు, వైద్యులు ఏమి చేయవచ్చును?

మీరు ఈ విషయంలో ఏమీ చేయజాలరు. ప్రసవం తర్వాత ప్లాసెంటాను శస్త్రచికిత్స చేసి తీయబడుతుంది దీనివల్ల రక్తస్రావం నిల్వక పోయినప్పుడు, పూర్తీ గర్భాశయాన్ని తెరవనౌతుంది.

వాసాప్రీవియా

ఇదేమి? పరిస్థితిలో బిడ్డను తల్లియొక్క జతలో జోడించే రక్తనాళాలు గర్భ నాళంనుంచి బయటికి చాచికొని సర్విక్స్‌లో కూడుకొంటాయి. ఎప్పుడు ప్రసవ సమయంలో సంకోచనంనుండి ముఖము

తెరచుకొంటుందో అపుడు నాళములు పగిలి పోతాయి. దీనివల్ల బిడ్డకు హాని అయ్యేది. ప్రసవానికి ముందు దీని పరిస్థితి కనుగొనబడితే 100 శాతమంత బిడ్డ ప్రసవం సి సెక్షన్ నుండియే అవుతుంది.

ఉండేది ఎంత సామాన్యము?

5200 ప్రకరణములందు ఒకటి ఇలా అయ్యేది కలదు. ప్లాసెంటల్ ప్రీవియా ఉండేవారికి యూటెరైన్ సర్జరీ అయియుంటే, బహు ప్రసవమైయుంటే అలాంటివారికి దీని అపాయం హెచ్చు.

దీని లక్షణాలేమి?

దీని ఏ లక్షణాలూ లేవు. రెండవ -మూడవ త్రైమాసికమందు రక్తస్రావం జరుగుతుంది.

మీరు, వైద్యులు ఏమి చేయవచ్చును?

కలర్ లౌంపర్ అల్ట్రాసౌండ్ సహాయంతో ఈ రోగమును పత్తా చేయవచ్చు. ఇలాంటి మహిళలకు 37వ వారానికి ముందే సి-సెక్షన్ చేయబడుతుంది. ప్రసవపు నొప్పి అప్పుడి విడువదు. ఏదేని ప్రీవియాకు లేసర్ చికిత్స ద్వారా వేలు చేయడానికి అధ్యయనవులు జరుగుతాయి.

శిశు జననము మరియు తరువాతి సమస్యలు

వీనిలో అనేకమయినవి ప్రసవానికి ముందు తెలియజాలవు. అందువల్ల మొదలే వీటిని చదివి చింతలకు లోనుగావద్దండి. బిడ్డ పుట్టిన తర్వాత ఈ సమస్యలు ఎదురవుతాయి. మీకీ విషయాన్ని తెలియపరచుటకు వివరింపబడినది.

ఫైటల్ డిస్ట్రస్

ఇదేమి? ఎప్పుడు గర్భిణులలో శిశువు దగ్గర అమ్లజనకము నిండియుండదో దాన్ని ఫైటల్ డిస్ట్రెస్ అని పిలుస్తారు. ప్రసవసందర్భమున అథవా ముందు ఇలా అవుతుంది.

పట్టుకు దొరకనట్టి మధుమేహము, ప్రీక్లెడ్‌సియా, ఎమ్నియాటిక్ ద్రావణం తగ్గిపాయేది, లేదా ఎక్కువయ్యేది, గర్భనాలము హెచ్చేది లేదా తగ్గేలాంటి స్థితిలో తల్లి మూలంగా రక్తనాళాల మిద ఒత్తిడి పడితే ఇలా ఔతుంది. దీనివల్ల బిడ్డకు అమ్లజనకము తక్కువగ దొరకుతుంది.

అమ్లజనకం తగ్గియున్నప్పుడు లేదా బిడ్డయొక్క హృదయ తాడనము తక్కువైనపుడు సి-సెక్షన్ చేయవలసి ఉంటుంది. లేనట్లయితే బిడ్డకు అపాయం జరుగవచ్చు.

ఇదెంత సామాన్యము?- ఇనూటికి ఒక్క శాతం ఇలా జరుగవచ్చు.

దీని లక్షణాలేవి? ఒక వేళ బిడ్డకు పూర్తి ప్రమాణంలో అమ్లజనకం దొరకక పోతే దాని హృదయ తాడనము తక్కువౌతుంది. దాని కులుకు తగ్గుతుంది. అది ప్రసవపు సందర్భంలో గర్భాశయంలోనే మలవిసర్జన చేస్తుంది.

ఇదెంత సామాన్యము? :- ఎక్కువ భారముండే బిడ్డ విషయమందు ఇలా జరుగుతుంది. అనియంత్రితమైన లేదా గ్యాస్టేషనల్ మధుమేహమనుండి నలగుతున్న తల్లులు ఇలాంటి పరిస్థితిని ఎదురించవలసి ఉంటుంది. మీకిచ్చిన సమయం ముగిసినా ప్రసవం కాకపోతే మరి అయ్యే సాధ్యత ఎక్కువ. అయితే ఈ కారణాలు లేకపోయినా ప్రసవపు వేళలో శోల్డర్ డిస్టోకియా కలుగవచ్చు.

దీని లక్షణాలేమి? ఇలాంటి పరిస్థి ప్రసవ సమయంలో ఉన్నదున్నట్లే ఏర్పడుతుంది.

మీరు, వైద్యులు ఏమి చేయవచ్చు?

తల్లి కడుపు మీద ఒత్తిడి హెచ్చి లేక ఆమె స్థితిని మార్చి అనేక విధానాలను అనుసరించవలసి వస్తుంది. బిడ్డయొక్క సురక్షిత ప్రసవానికై ఈ క్రమాన్ని అనుసరించవలసి ఉంటుంది.

దీన్నుండి రక్షింపబడవచ్చా? మీ తూకంపైపు

గమనముండని. బిడ్డ తూకము అవసరముకంటే ఎక్కువ ఉండడం వద్దు. మధుమేహాన్ని హద్దులో ఉంచుకోండి. ప్రసవం తర్వాత ఇలాంటి భంగిమలో ఉండాలంటే దానివల్ల శోల్డర్ డిస్టోకియా రాకుండునట్లుండవలెను.

సీరియస్ పెరినియల్ టియర్స్

ఇదేమి? ప్రసవపు సమయాన బిడ్డయొక్క పెద్ద తల ఎపుడు బయటికి వస్తుందో యోని నాళవు గుదద్వారవుల మధ్యభాగవందు ఒత్తిడి ఎక్కువగుటవలన నల్లగా కావచ్చును. మొదటి తరగతి యూట్రిస్ కేవలం చర్మాన్ని కొట్టుతుంది. 2వ డిగ్రీ యూట్రిస్నుండి చర్మముతో పాటు యోనియొక్క మాంసకండరవులు కొట్టుతాయి. తీవ్రమైన యూట్రిస్నుండి యోని చర్మము అలాగే పెరినియల్ మాంసకండరవులు కొట్టవచ్చును. జతకు పెల్విస్ క్షేత్రమందలి సమస్యలూ ఏర్పడుతాయి. గర్భాశయపు ముఖమందునూ నలువు ఏర్పడును.

ఇదెంత సామాన్యము : యోని మార్గమునుండి అయ్యే ప్రకరణవందు దీనివల్ల కొంచెమెక్కువ అపాయము కలుగవచ్చును. తీవ్ర స్వరూపమైన నలువు చాలమంది మహిళలకు అయ్యేది లేదు.

మీరు, వైద్యులు ఏమి చేయగలరు?

ఒక వేళ బిడ్డ చలనచాలనవులందు తక్కువ అనిపిస్తే వైద్యులకు తెల్పడం అస్పత్రిలో ఫైటల్ మానిటర్ సహాయంద్వారా పరీక్ష చేయబడుతుంది. ఒక వేళ దీని లక్షణాలు కనబడితే మీకూ ఆమ్లజనకం ఇవ్వబడుతుంది. బిడ్డ హృదయముయొక్క కొట్టుకోనడం సామాన్య స్థితికి వచ్చునట్లు ఐ.బి. వేయబడుతుంది. ఎడమ ప్రక్క పడుకొన్నా రక్తములందు పైనొత్తిడి తక్కువౌతుంది. ఈ అన్ని విధానాలూ పనికిరాకపోతే ప్రసవం చేయించవలసి వస్తుంది.

కార్డ్ప్రోల్యాప్స్

ఇదేమి? గర్భనాళపు సర్విక్స్నుండి జారి జననాళమందు పడితే దానికి కార్డ్ ప్రోల్యాప్స్ అని పిలుస్తారు. ఇలాంటి పరిస్థితిలో ప్రసవపు సందర్భమున బిడ్డకు ఆమ్లజనకపు కొరత కల్గుతుంది.

ఇదెంత సామాన్యమైంది : 300 జనులలో ఒకరికిలా జరుగును. కొన్ని గర్భావస్థలందు జటిలత ఉన్నప్పుడు ప్రోల్యాప్స్ యొక్క అపాయం ఎక్కువౌతుంది. ఈ సందర్భములందు హైడ్రమొజిమొస్ బ్రీచ్ మరియు అవధిపూర్వ ప్రసవమూ చేయబడుతుంది. ఒక వేళ బిడ్డయొక్క తల జనన నాళంలో సెట్ కావడానికి ముందు నీళ్ళసంచి పోతే అపాయం ఎక్కువకావచ్చు.

దీని లక్షణవులేవి? – ఒక వేళ ఈ నాళవు యోనినాలమువరకు వచ్చేస్తే దాన్ని మీరు చూడవచ్చును. కాకవచ్చును. ఒకవేళ ఇది బిడ్డయొక్క తలక్రింద ఒత్తితే ఫైటల్ మానిటర్మీద ఫైటల్ డిస్ట్రస్ లక్షణవులు కనబడును.

మీరు, వైద్యులు ఏమి చేయవచ్చు? – ఈ విషయంలో మొదటినుండి తెలిసికొనడానికి ఏ ఉపాయం లేదు. ఫైటల్ మానిటర్ లేనిదే దీన్ని పత్తా చేయలేము. ఒక వేళ ఇంటిలో ఇలాంటి అనుభవమైతే మీ చేతి ఆధారమున లేదా మోకాళ్ళమీద కూర్చొండి. దీనివల్ల పెల్విక్ క్షేత్రంమీద ఒత్తిడి తగ్గుతుంది. ఒక వేళ అది యోనిమార్గంనుండి కనబడితే స్వచ్ఛమైన వస్త్రముతో నిభాయించండి. మీ దేహంయొక్క క్రిందిభాగాన్ని పైనుంచి పడుకోండి. వైద్యులు మీ పరిస్థితిని చూచి వేరే భంగిమలో పడుకోవడానికి చెప్పవచ్చు. దీని తర్వాత వెంటనే సి–సెక్షన్ చేయవలసి ఉంటుంది.

శోల్డర్ డిస్టోకియా

ఇదేమి? ఈ యవస్థలో ప్రసవవయు సందర్భము బిడ్డయొక్క రెండు భుజాలు తల్లియొక్క పెల్విక్ ఎముకలలో చిక్కుకొంటాయి. బిడ్డ జనన నాళమందు క్రింది వైపుకు వెళ్ళనారంభిస్తుంది.

దీని లక్షణాలేమి? రక్త స్రావవవుతుంది. గాయంవల్ల కొంత నొప్పి అవుతుంది.

మీరు, వైద్యులు ఏమి చేయవచ్చును?

ఇలాంటి భేదము కలిగినప్పుడు కుట్లు వేయాల్సి ఉంటుంది. దీనికి ముందు అనెస్తేషియా ఇస్తారు. ఒక వేళ భేదనంకాకుంటే నడుముకు స్నానము, ఐస్ప్యాక్ అంటి సెప్టిక్ స్ప్రే, మందు అలాగే గాయాన్ని గాలికి వదలడం వల్ల తొందరగా విశ్రాంతి దొరకును.

దీనివల్ల బచావ్ కావచ్చా?

ప్రసవానికి ముందు లఘువ్యాయామము పెరినియల్ మాలిష్నుండి ఆ భాగమును ఇంకా ఎక్కువ రీతిగా స్ట్రెచ్ చేయవచ్చు.

యూట్రస్ రప్చర్

యూటరాయిస్యొక్క గోడలందు మొదలే ఏదైనా శస్త్రచికిత్స సి-సెక్షన్, ఫైబ్రాయిడ్ రిమూల్ ద్వారా బలహీన స్థలం ఉంటే ప్రసవ సమయంలో ఆ భాగంలో చీలికయేర్పడవచ్చు. దీనివల్ల కడుపునుండి నిలువని రక్తస్రావం కావచ్చును. లేదా రక్తం ప్లాసెంటా ప్రవేశించు చోట ప్రవేశించవచ్చు.

ఇదెంత సాధారణమైంది?

మహిళఖు మొదలే సి-సెక్షన్ లేదా యూట్రస్ రప్టర్ కాకుంటే వాళ్ళ అంత తొందర రాదు. ఏ స్త్రీ సి-సెక్షన్ తర్వాత యోనిమార్గం ద్వారా ప్రసవం చేయించుకొంటుందో, ఎవరిలో భ్రూణముయొక్క స్థితి అథవా ప్లేసెంటాయొక్క జటిలత ఉంటుందో అలాంటి మహిళలకు అపాయం హెచ్చును. ఎవరికి 6 కంటే ఎక్కువ బిడ్డలు ఉమటారో అలాంటివారికి అపాయం కల్గును.

దీని లక్షణాలేమి?

కడుపులో తీవ్రమైన నొప్పి ఉంటుంది. ఫైటల్ మానిటర్లో బిడ్డయొక్క ఎద కొట్టుకోవడం తక్కువయ్యేది కనబడుతుంది. తల్లియొక్క రక్తపు ఒత్తిడి అలాగే హృదయం కొట్టుకోవడం దిగుతుంది. ఊపిరి పీఊల్చడం కష్టంగా ఉంటుంది. ప్రజ్ఞతప్పవచ్చుగా ఉంటుంది.

మీరు వైద్యులు ఏమి చేయగలరు?

ఒక వేళ ఈ మొదలే సి-సెక్షన్ సర్జరి చేయించుకొని ఉంటే ఈ సమయంలో యూటరైన్ వాల్వ్ పూర్తిగా కత్తరించుకు పోయి ఉంటే ప్రసవానికి తగిన విధానాన్ని వెదకుకోవలసి ఉంటుంది. సి-సెక్షన్ చేసినా తరువాత గర్భాశయపు దురవస్థ కావలసి వస్తుంది. సోంకు అడ్డుకోవడానికి మీకు అంటి బయాటిక్స్ ఇవ్వబడును.

దీనివల్ల బచావ్ కావచ్చా?

ఏ మహిళలకు దీని అపాయముంటుందో వారికి ఫెటల్ మానిటరింగ్ చేయించడం అవసరమవుతుంది. దీనివల్ల ఏమైన సమస్య ఉంటే తెలుస్తుంది. మొదటి సి-సెక్షన్ తర్వాత 2వ ప్రసవమందు యోనిమార్గం మూలంగా ప్రసవం చేయించుకోవడాని వెళ్ళితే ప్రసవాన్ని మందులనుండి ఆరంభించకూడదు.

యూటెరైన్ ఇన్వర్షన్

ఇదేమి? యూటరైన్ వాల్వ్ ఎప్పుడు పగిలి పోతుందో, లోపలి భాగం బయటికి వస్తుందో అప్పుడు ఈ సమస్య కలుగుతుంది. అయితే దీనికి కారణ ఏమిటో తెలియడంలేదు. అయితే చికిత్స చేయించుకొనకపోతే తీవ్రమైన లేదా ఆఘాతం కలుగవచ్చు. దీన్ని చూచి చూడనట్లు ఎవరూ ఉండుటకు సాధ్యంకాదు. చికిత్స చేయకుండ ఉండుటకూ సాధ్యంకాదు.

ఇదెంత సామాన్యము?

ప్రతి రెండు వేల జనాల్లో ఒకరు ఇలాంటి రోగానికి గురియౌతారు. ఒక వేళ వెనుయకటి ప్రసవంలో ఇలా జరిగి ఉమటే లేదా ఈ నాటి ప్రసవంలో చాలా నలగుతూ ఉంటే ప్రీటర్మ్ ప్రసవం పొందుటకు మందు ఇస్తే అథవా యోని మార్గంలో ప్రసవం అయియుంటే దీని అపాయం హెచ్చుతుంది. ఒక వేళ గర్భాశయం అవసరానికంటే ఎక్కువ సడిలి ఉంటే ఇది కూడా బయటికి వచ్చేయవచ్చు. అప్పుడు బిడ్డను మూడవ భాగంలో కార్డు ఎక్కువ జోరుగా లాగవలెను.

దీని లక్షణాలేమి? కడుపులో నొప్పి. తీవ్ర

రక్తస్రావం. తల్లికి అపఘాతముయొక్క సంకేతం. అనేక సమయాల్లో గర్భాశయం యోనినుండి కనుపించేది.

మీరు, వైద్యులు ఏమి చేయవచ్చు?

అపాయానికి కారణం తెలుస్తున్నట్లు గుర్తించి వైద్యులకు తెల్పండి. మీకు అలా అయియుంటే వైద్యులు చేయినుండి ఆ భాగాన్ని సరిగ్గా కూర్చోబెట్టుటకు ప్రయత్నిస్తారు. అలాగే మాంసకండరాలు కుదించడంకోసం మందులిస్తారు. ఒక వేళ ఈ విధానంవల్ల ఫలితము దొరకక పోతే శస్త్రచికిత్స చేయవలసి ఉంటుంది. రక్తపు కొరతవలన మీకు రక్తం ఇవ్వవలసి ఉంటుంది. సోంకును తట్టుకొనడానికి ఆంటి బయాటిక్ ఔషధము ఇవ్వబడుతుంది.

దీనినుండి బచావ్ కావచ్చా?

ఒక వేళ మీకు ముందే ఇలా అయియుంటే వైద్యులకు నిశ్చయంగా తెలపండి. ఏమంటే మీకిది ఎక్కువ అపాయం కలిగించే అవకాశముంటుంది.

మరల తక్కువ తూకం బిడ్డ పుట్టుక

ఒక తల్లి ముందే తక్కువ తూకపు బిడ్డకు జన్మనిచ్చియున్నట్లయితే మరలా తక్కువ తూకపు బిడ్డ పుట్టాలనే నియమేమీ లేదు. మొదటి బిడ్డకంటే రెండవ సారి పుట్టిన బిడ్డ ఎక్కువ తూకం ఉండేది అధ్యయనముల ద్వారా తెలియవచ్చింది. మొదటి బిడ్డ ఎందుకు బలహీనమైయుండెను అనేదాన్ని గూర్చియు, ఇప్పటి బిడ్డ తూకము ఆధారపడియుండును. ఒక వేళ కారణం కనుగొనబడితే శీఘ్రంగానే సమస్యను తీర్చవచ్చును. ఇలాంటి తల్లులు రెండవ బిడ్డకు జన్మనిచ్చేందుకు ముందుదానికి సంబంధించిన అన్ని కారణాల గూర్చి యోచించవచ్చును.

ప్రసవం తర్వాత అధిక రక్త స్రావం

ఇదేమి? ప్రసవం తర్వాత రక్త స్రావం కావడం సాధారణము. అయితే అనేక సార్లు, గర్భాశయము ఎంత సంకోచం పొందాలో అంత సంకుచితం పొందదు. అందువల్ల ప్లాసెంటాలో జోడింపబడి ఉంటుంది. ఆ స్థలం నుండి భారీ రక్తస్రావమవుతుంది.

ఒక వేళ గర్భాశయంలో ప్లాసెంటా భాగం మిగిలియున్నా ఇలా అయ్యేది. ఈ కారణంవల్ల ప్రసవమైన తక్షణం సంక్రమణ సోంకు కావచ్చును.

ఇదెంత సాధారణమ్?

ఇది నూటికి 2 నుండి 4 శాతం గర్భావస్థలో అవుతుంది. ఒక వేళ దీర్ఘ ప్రసవ కాలానంతరం గర్భాశయము సరియైన చోటికి రాకపోతే, మల్టిపల్ ప్రెగ్నెన్సీ కారణంవల్ల సడిలించి ఉంటే శిశువు పెద్దదిగా ఉంటే లేదా అమ్నియాటిక్ ద్రవము ఎక్కువైయుంటే, ప్లాసెంటాయొక్క ఆకారము సాధారణంగా ఉంటే, ఏదేని ప్రీబ్రాయ్డ్ ఉంటే లేదా ప్రసవ సమయమందు తల్లి చాలా శక్తి హీనురాలైయుంటే, పోస్ట్ మార్టమ్ హెమరేజ్ అపాయం కావచ్చు.

దీని లక్షణాలేమి :- క్రింది వ్రాయబడిన లక్షణములు కావచ్చును.

నిరంతరంగా భారీ రక్తస్రావము.

పెద్ద పెద్ద హెస్ట్ కట్టిన రక్తపు తుండ్లు రావడం.

క్రింది కడుపులో ఉబ్బు లేదా నొప్పి.

రక్త హీనతవల్ల మూర్ఛ రావడం. తలతిరుగుట, లేదా ఊపిరాడుటలో ఇబ్బంది కలగడము కావచ్చు.

మీరు,వైద్యులు ఏమి చేయవచ్చు?

ప్లాసెంటా ప్రసవమయిన తర్వాత డాక్టరు పరీక్షించి ఏదేని ప్లాసెంటా భాగము లోపల నిలిచిందా అని తెలిసికొమటారు. వారు మీకు పిటోసిన్ ఇస్తారు. లేదా గర్భాశయం కుంచించుకోవాలని అలాగే రక్తస్రావం ఎక్కువ కాకుండా ఉండాలని గర్భాశయపు మాలీష్ చేస్తారు. స్తన్యపానం చేయించినా గర్భాశయ సంకుచనములో సహాయమవుతుంది.

ఒకవేళ ప్రసవానంతరం మొదటి వారంలో ఎక్కువ రక్తస్రావం నిలువక పోతే డాక్టరుతో చెప్పండి. ఇలా ఉన్నప్పడు మీకు రక్తం ఇవ్వవలసి ఉంటుంది.

దీనినుండి బచావ్ కావచ్చా? చివరి త్రైమాసికంలో లేదా ప్రసవం తర్వాత రక్తం హెప్పుకట్టడానికి బాధకల్గునట్టి ఏ మందునూ సేవించకండి. ఈ విధానంవల్ల అశామాన్యమైన రక్తస్రావపు సాధ్యత తక్కువౌతుంది.

బిడ్డ పుట్టిన తరువాత సోంకు

ఇదేమి? కొన్ని సార్లు మహిళలకు బిడ్డ పుట్టిన తరువాత సోంకు కలుగవచ్చును. ఎందుకంటే అలాంటి వారి దేహపు లోపలి భాగాలు పూర్ణ రూపంలో బంద్ అయియుండదు. కైఫిటర్‌వల్ల బ్లాడర్, లేదా కిడ్నీలో సోంకు కలుగవచ్చు. గర్భాశయమందు ప్లాసెంటా భాగము మిగిలియుండుటవల్లనూ సోంకు కలుగవచ్చును. వీటియందు ''హైడ్రోమట్రిసిస్' సోంకు అన్నింటికంటే ఎక్కువ సాధారణమైంది.

ఒక వేళ ఈ సోంకుకు చికిత్స చేయించుకొనక పోతే పెద్ద అపాయకారి కావచ్చును. ఇది పని చేసే టప్పటి శక్తినంతా పూర్ణరూపంలో బంద్ అయియుండదు. కైఫీటర్‌వల్ల బ్లాడర్, లేదా కిడ్నీలో సోంకు కలుగవచ్చు. గర్భాశయమందు ప్లాసెంటా భాగము మిగిలియుండుటవల్లనూ సోంకు కలుగవచ్చును. వీటియందు ''హైడ్రోమట్రిసిస్'' సోంకు అన్నింటికంటే ఎక్కువ సాధారణమైంది.

ఒక వేళ ఈ సోంకుకు చికిత్స చేయించుకొనక పోతే పెద్ద అపాయకారి కావచ్చును. ఇది పని చేసేటప్పటి శక్తినంతా పీల్చివేస్తుంది. మీకు బలహీనత కనబడుతుంది. ప్రసవం తరువాత సులభముగా మీరు నిభాయించుకోగల్గరు.

బిడ్డవైపు సంపూర్ణం గమనం ప్రసరింపజేయడమూ సాధ్యము కాదు.

ఇదెంత సామాన్యము? 8 శాతం మహిళల్లో ఈ సోంకు సామాన్యముగా ఉన్నది. సి-సెక్షన్ లేదా మెంబ్రేన్ రప్టర్ అయియుండిన సోంకుయొక్క అపాయం ఎక్కువౌతుంది.

దీని లక్షణములేమి?

★ జ్వరము రావడము.

★ సోంకు భాగాన నొప్పి

★ దుర్వాసనతోగూడిన రక్తస్రావము

★ జలుబు చేయుడము

మీరు వైద్యులు ఏమి చేయవచ్చు?

100° డిగ్రీలకంటే ఎక్కువ జ్వరం ఉంటే వైద్యులను పిలిపించుటకు ఆలస్యం చేయకండి. అంటి బయాటిక్ ఔషధము సేవించుదాని జతకు పూర్తి విశ్రాంతిని పొందండి. స్తన్యపానం చేయిస్తూంటే వైద్యులకు తెలియజేయండి. దీనివల్ల వారికి మందుల ఎన్నికకు అనుకూలమౌతుంది.

దీనినుండి బచావ్ కావచ్చా?

ఒక వేళ శుద్ధతకు హెచ్చు గమనం ప్రసరింపజేస్తే బచావ్ కావచ్చు. గాయములపై మందురాసి రక్తస్రావానికి టైఫూన్‌కు బదులు ప్యాడ్ వేసుకొండి. దీనివల్ల ఖండితంగా సోంకునుండి బచావ్ కావచ్చు.

ఒక వేళ మీకు బెడ్ రెస్టుకు సలహా ఇచ్చి ఉంటే

పరుపు మీద నియతకాలముల రాశి, చేతిలో టివి రిమోట్, పంచుకొని పడుకొనే ఏర్పాటు ఎంత సుందరముగా కన్పడుతుందో అది బెడ్ రెస్ట్ అనిపించుకోదు. పరుపులో హోర్చుకొనుచున్నట్లు ఇది సులభమైన పనికాదు అని అనిపిస్తుంది. ఇపుడు మీరు తలమీద చెయ్యి పెట్టుకొని ఏపని చేయడం సాధ్యము కాదు. దినమంతా మీ మనస్సును సంతోషపఉరచుటకు ఎవరూ ఉండరు. అపుడు మీరు ఆరోగ్యవంతమైన గర్భావస్థకోసం అలాగే బిడ్డయొక్క మంచికోసం వైద్యులు బెడ్‌రెస్ట్ సలహా ఇచ్చారనేదాన్ని మరచిపోతారు. మీకి క్రింది సలహాలు ఇవ్వబడియున్నవి.

బెడ్ రెస్ట్ తీసికోవడంవల్ల గర్భావస్థయొక్క జటిలతలను అనేక తొందరలను దూరం చేయవచ్చును, అని వైద్యులు నమ్ముతారు. దీనివల్ల సర్విక్స్ మీద ఎక్కువ ఒత్తిడి పడడం లేదు. హృదయం మీద ఒత్తిడి పడుటవల్ల కిడ్నీపై రక్తము ఒత్తిడి హెచ్చును. దీనివల్ల వ్యర్థమైన ద్రవము బయటికి కారిపోవుటకు అనుకూలమేర్పడుతుంది.

ఏ తల్లి 35 ఏండ్ల వయస్సుకంటే ఎక్కువై ఉంటుందో, మిస్ క్యారియేజ్ చరిత్ర ఉండదో, మల్టిపల్ ప్రెగ్నెన్సీ అలాగే ప్రసవంలో జటిలత ఉంటుందో, ఏదేని ప్రాతరోగము ఉండదో వారికందరికి బెడ్ రెస్ట్ తీసికొనడానికి సలహాయివ్వబడుతుంది.

దీనివల్ల సమయానికి ముందే ప్రసవమయ్యే అవకాశము తగ్గును. దీనికి తోడు మరికొన్ని తొందరలూ తగ్గుతాయి. దీనివల్ల కొన్ని అనానుకూలాలూ ఉంటాయి. చాల సేపు బెడ్‌రెస్ట్ తీసికొనే మహిళలకు, నితంబము మరియు మాంసకండరము నొప్పిని తట్టుకోవలసి ఉంటుంది. చర్మంలో మంట, తలనొప్పి, విషాదం కూడా అవుతుంది. హెచ్చుగా అలుగాలుముందుటవల్ల ఎదలో మంట, మలబద్ధకము, కాలూదుకానడము వెన్నునొప్పి రావచ్చు. ఆకలి కూడా బాగా కాదు. దీనివల్ల శిశువుయొక్క పెరుగుదలకు అనానుకూలం ఔతుంది.

ఈ క్రింద చూడబోవు ఉపాయములద్వారా మీ సమస్యలను తక్కువ చేసికోనవచ్చును.

★ పరుపు మీద కొంచెం సేపు పొర్లాడి, ప్రక్కలు మార్చుకొని పడుకోండి. దేహపు సమతౌల్యం కాపాడు కొనడానికి తలదిండు ఉంచుకోండి. కొంచెం ప్రొద్దయిన తర్వాత ప్రక్కను మార్చుకొండి.

★ వైద్యులనడిగి బాహువులను కదలించే వ్యాయామమును చేసి కూర్చొనచోటినుండియే దేహపు ఏఏ భాగాలను అల్లాడించవచ్చునో ఆవాటిని కదలాడించండి.

★ స్ట్రెచింగ్ వ్యాయామం చేయవచ్చునా, అని వైద్యులను అడగండి. పరుపుపై కూర్చుండియే నిదానంగా చేతులను కాళ్ళ చాపి, కాళ్ళను కదలాడించండి. దీనివల్ల కాళ్ళల్లో రక్తం పొక్కు కట్టేది లేదు. మాంసకిండరములు బలమౌతాయి.

★ మీరు దేన్ని ఎంత ప్రమాణంలో తీసికొంటున్నారనేది గుర్తుండని. ఒక వేళ పౌష్టికాహారం తీసికోకుమడా,-స్నాక్స్ తోనే కాలంగడుపుతుంటే బిడ్డ తూకం మీద దాని పరిణామము కలుగుతుంది. ఇంతేగాక, అవసరానికంటే తూకం ఎక్కువైనా సమస్యయే ఔతుంది. అందువల్ల ఎప్పుడు ఏదేని లేనే అలవాటు పెట్టుకోండి.

★ మీరు ద్రవ పదార్థములను ఎక్కువగా సేవించవలెను. ఇలా చేసినపుడు ఆజీర్ణము, మలబద్ధకము, ఎదలో మంట మొదలయిన సమస్యలూ రావు. మీ పరుపుదగ్గర నీళ్ళు మరియు ఇతర పానీయములు సమృద్ధిగా ఉండని.

★ ఎక్కువ సేపు పడుకొంటే ఎదలో మంట కనబడవచ్చు. సాధ్యమైతే తినేటప్పుడు కూర్చొని తినండి.

★ ప్రసవం అయిన తరువాత చేతరించుకొనడానికి కొంత కాలవ్యవధి కావాల్సి ఉంటుంది. అందువల్ల చాల నమ్మకముంచుకొని వదలివేయకండి. పోయిన మాంసఖండములందలి శక్తి నిధానంగా మరలివస్తుంది. దానికి కాల వ్యవధినివ్వండి. తిరుగాడటం, ప్రసవానంతరం యోగ లేద ఈత వలన పరిస్థితిని చక్కదిద్దుకోవచ్చు.

★ మీ వద్ద ఫోన్ పెట్టుకోండి. స్నేహితులతో, బంధువులతో మాట్లాడండి. మనస్సు వేరేవైపు ప్రసరింపచేయండి. ఒక వేళ ల్యాప్ ట్యాప్ ఉంటే ఈ-మేల్ ఉపయోగించవచ్చు. దీనివల్ల పరుపుమీద కూర్చొండియే అందరితో మీరు సంబంధం పెంచుకోవచ్చు.

★ మీ భర్త ఇల్లువదలి బయటికి వెళ్ళడానికి ముందు అవసరమున్న వస్తువులను తీసిపెట్టిపొమ్మని చెప్పండి. ఫ్రిడ్జిలో నీళ్ళు, పండ్లు, పెరుగు, చీస్ అలాగే స్యాండ్‌విచ్, మ్యాగజీన్‌లు దగ్గరుండని.

★ పూర్తి దినచర్యను తయారు చేసుకోండి. బోర్‌కాకుండ చూచుకోండి.

★ ఇంట్లో ఉండే చిన్న చిన్న పనులు చేసికొనడానికి అనుమతి ఉంటే, మీ యజమానికి ఇతిగతి తెల్పండి. మీకు కావాలసినంతకంటే ఎక్కువ పని భారం కాకుండని.

బెస్ రెస్ట్ విధములు

ఒక వేళ వైద్యులు మీ తిరుగాటమును, హద్దుగా పెట్టుకొనుటకు కొంతదాని బెడ్‌రెస్ట్‌ను సూచిస్తారు. మీరేమి చేయవచ్చు. అనేది చెప్తారు. ఏమీ చేయరాదీకూడా హెచ్చరిస్తారు. రండి దీని విధములెన్నో చూద్దాం

షెడ్యూల్ రెస్టింగ్ : కొందరు తల్లులకు, ప్రతి దినము విభిన్నమైన సమయాల్లో విశ్రాంతికి సలహా ఇస్తారు. దీనివల్ల ముందు కాబోయే కొన్ని అడ్డంకులను నివారించుకోవచ్చును. కొందరు వైద్యులు పని పొట్లు తగ్గించుకొనడానికి, మెట్లు ఎక్కకుండ ఉండటకు, దిగకుండుటకు చాలా సేపు నిలబడవద్దనియు సూచిస్తారు.

మొడిఫైడ్ బెడ్‌రెస్ట్ :- ఇంటిపని చేయడం, బండి నడపడం, ఆఫీసుకెళ్ళేదాన్ని, నిషేధింపబడును. మీరు తేలికైన ఒకటి రెండు పనులు చేయవచ్చు. పరుపు దగ్గరనుండి సోఫావరకు కదలవచ్చు. నడవవచ్చు. మీక్కావాలంటే స్యాండ్‌విచ్ చేసుకోవచ్చు. అయితే మెట్లెక్కి దిగేందుకు అనుమతి లేదు.

స్ట్రిక్ట్ బెడ్ రెస్ట్ :- పరుపు మీదనే విశ్రాంతి తీసికోవాలి. అయితే స్నానపానాలు విడిస్తే, పరుపు మీదే ఉండాలి. మీకు కావాల్సిన అన్ని వస్తువులను పరుపు దగ్గర మీ చేతికి అందేలాగ ఉంచబడవలసి ఉంటుంది. ఎవరి సహాయం దొరకకపోతే మాటిమాటి పరుపునుండి లేచేది దీనివల్ల తప్పను.

ఆస్పత్రిలో బెడ్‌రెస్ట్ : ఒక వేళ మీకు కావాల్సిన వస్తువుల జతకు ఐవి అవసరం పడితే, మీరు ఆస్పత్రిలో విశ్రాంతి తీసికోవలసి ఉంటుంది. బిడ్డ కొంత సేపు కోశములో ఉంటుంది. దీనివల్ల సాధ్యమౌతుంది. పూర్తీ వికాసానికిది అనుకూలమైనది. ఆన్‌లైన్‌లో డిన్నర్‌కు ఆర్డర్ చేయండి. సాయంకాలం భర్త ఇంటికి వచ్చిన తర్వాత ఆశ్చర్యపడాలి.

- ★ మీరు బిడ్డకు కావలసిన వస్తువులను ఆన్‌లైన్‌లో ఖుషీగా కొనవచ్చును. బిడ్డకు బట్టలు, పరుపు దానికి బేబీ సీటర్ వ్యవస్థమున్నగువాటిని మీరే చేయవచ్చు.
- ★ మేల్ సర్వీస్ నుండి డివిడిని సర్దుకోండి. సమయాభావంవలల ఏ చిత్రాలను చూచుటకు మీకు అయియుండలేదో ఆ అన్ని చిత్రాలను ఇప్పుడు చూడండి. ఈ తరువాతనైతే ఇలాంటి అవకాశం మీకు దొరకదు.
- ★ మస్త్ మజా ఎందుకు కాకూడదు. స్నేహితులను పిలిచి పిజ్జా పార్టీ చేయండి. అయితే స్వచ్ఛత కార్యమును మాత్రం వారే చేయాలి.
- ★ మీ ముద్దు బిడ్డకోసం స్వెట్టర్ అల్లండి. దీనికి అవకాశం ఉంటుంది కదా! మీకు సంతోషమూ అవుతుంది.
- ★ అన్ని భావచిత్రములనూ ఆల్బంలో సరిగ్గా జోడించండి ఫోన్ బుక్‌ను కంప్యూటర్‌కు వేసి ఉంచండి.
- ★ మీవారందరికి సంతోషమునివ్వండి. వెంట్రుకలు దువ్వి మేకప్ చేయండి. పార్లర్‌నుండి ఏవరినైనా పిలిపించి కేశవిన్యాసం చేయించుకోండి. అయ్యే! నన్నెవరూ చూస్తారని అనుకోకండి. మీరు బాగా కనబడితే మీ మనస్సుకు సంతోషము.
- ★ మీ పరుపు మీద పరచే దుప్పటిని, మార్చండి. చుట్టూపట్ల ప్రతి వస్తువులను శుద్ధంగా మరియు చక్కగా ఉంచడానికి సూచనలివ్వండి.
- ★ మీ చింతనలు ఆలోచనలను డైరీలో వ్రాసి ఉంచండి. ఈ దినచర్య మనస్సుకు శాంతినిస్తుంది.
- ★ మనస్సుకు విసుగు అయినప్పుడెల్లా బిడ్డయొక్క అల్ట్రాసౌండ్ చిత్రములను చూడండి. ఆ బిడ్డను ఈ ప్రపంచంమీదకు తేవాలనే మీరు విశ్రాంతిని తీసికొంటున్నారనేదాన్ని మీ మనస్సుకు మీరే చెప్పుకోనండి.

గర్భావస్థయందగు హానిని ఎదురించుట

గర్భావస్థనొక ఖుషియై యుండునట్టి ప్రమాణమని నమ్మదగినదైంది. ఇందులో రహస్యము, రోమాంచము, ఉత్తేజనము, ఉత్సాహము, శిశువుకు సంబంధించిన కలలు, భయము, గాభరా, అన్నీ చేరినవి. అయినా ఇలా కావడం ఎప్పుడూ సాధ్యం కాదు. ఒక వేళ మీకు గర్భావస్థలో యేదైనా దెబ్బ తగిలిఉంటే లేదా మీరు మా నవజాత శిశువును పోగొట్టుకొని యుంటే మీకు తెలియును. ఈ దుఃఖమును శబదములందు వివరించుటకు సాధ్యము కాదు. మీరు ఈ సహింపరాని దుఃఖమునుండి తేరుకోవలెననియే ఈ అధ్యాయము మీకు సమర్పింపబడినది.

మిస్ క్యారేజ్

ఇది గర్భావస్థ ప్రారంభవందే అయ్యేది. అయితే దీని దుఃఖవము కాదని అర్థం కాదు. మీరెంతేని వయందు శిశువును పోగొట్టుకొనియున్నను దుఃఖమేర్పడడం నిజవము. మీరు అల్ట్రాసౌండ్ లో శిశువును చూడకుండ ఉండవచ్చు. అయిన ఒక సంబంధం ప్రారంభమేమో అయి ఉంటుంది కదా! గర్భావస్థ యొక్కసుద్ది వినిన తక్షణవే మీరుకలగనుటకు ప్రారంభిస్తారు. మిమ్మలను తల్లి రూపంలో చూస్తారు. ఆ తర్వాత అకస్మాత్తుగా అంతటా ఉత్తేజనవు, ఉత్సాహవు, క్షణములో ముగిసి పోతుంది. మీరు దుఃఖంలో మునిగి పోతారు. మీకు కోపం రావడం మీకు ఇలా జరిగిందే అనే బాధపడుతారు. ఎవరింట శిశువు జన్మించినదో, ఆ స్నేహితుల, పరివారవము యొక్క జనుల మధ్యలో మీరు సమాలోచన చేసికోడానికి చాల కష్టవనిపిస్తుంది. ప్రారంభంలో భోజనవు-తిండి, పడుకోవడం, కూర్చొనడం, అన్నింటిలో విరక్తి అనిపిస్తుంది. మీకు చాల ఏడ్పు రావడం లేదా రాకుండడం. ఇదంత ప్రాకృతిక ప్రక్రియలు మరియు చాల సాధారణవు.

వాస్తవంగా కొందరు దంపతులకు ప్రారంభంలోనే అయియున్న ఈ హానిని తట్టుకొనేది చాల కష్టము. ఎందుకు? చాలమంది 3వ నెలవరకు ఈ మాటను ఎవరికి చెప్పియుండరు. ఈ స్థితిలో వారి సాంత్వనం చేసేవారు ఎవరూ ఉండరు. కొన్నిసార్లు జనులకు చెప్పినా గర్భావస్థ దాటిన తర్వాత చిక్కేటటువంటి 2 మాటలైనా దొరకవు. సాధారణంగా వారు చెప్తారు. ''పరవాలేదు ఇంకోసారి ప్రయత్నించండి. ఇప్పుడు ప్రారంభంఏ కదా... మీ దగ్గర శిశువు యొక్క ఏదైనా చిత్రం లేదా వస్తువు ఉండదు. తల్లి-దండ్రుల దుఃఖం కొంత తగ్గునని దాని అంతిమ సంస్కార క్రియ సహా

ఒక వ్యక్తిగత ప్రక్రియ

ఈ స్థితిలో ఏదో ఒక భావనాత్మక ఫార్ములా పనికిరాదు. అందరూ తమదే ఐన రీతిలో దీన్ని ఎదురించటకు ఇష్టపడుదురు. మీరు ఈ దుఃఖంనుండి దూరమగుటకు ఎక్కువ సమయం కావాల్సి వస్తుంది. లేదా మీరు తొందరగా ఈ దుఃఖంనుండి దూరంకావచ్చు. మీరు తొందరలో మరల ప్రయత్నింపసిద్ధపడవచ్చు. జ్ఞాపకముండుగాక! మీకు సామాన్యం అనిపించే ప్రక్రియకు సామాన్యంగా ఉండేది. మీరు మిమ్మలను సంబాళించుకొనుటకు ఏమిచేయడానికి ఇష్టపడుదురో అదే చేయండి.

కాదు.

మిస్ క్యారేజ్ కారణంవల్ల అయిన దుఃఖాన్ని మీరు మీ ఇష్ట ప్రకారం ప్రకటించవచ్చు. ఏదో రీతిగానైనా మీనోభారాన్ని చులకన చేసికోవచ్చును. మీరు ఇద్దరూ మీ బంధువుల సహాయం పొందుటకు ఇష్టపడవచ్చు. మీరు మీ భావాలను పంచుకొంటే మీకు తెలుస్తుంది. అనేక మంది స్త్రీలు ఇలాంటి సమస్యల నెదుర్కొన్నారు. అయితే మీకు దాన్ని గూర్చి ఏమీ తెలిసియుండదు. ఒక వేళ మీ రెవరికీ మీదుఃఖాన్ని చెప్పడానికి ఇష్టపడక పోతే మీలోనే ఉంచుకొని ఉండండి.

గుర్తుంచుకోండి మీ రా దినపు దుఃఖాన్ని ఎప్పుడూ జ్ఞాపకానికే తెచ్చుకోవచ్చు. లేదా ప్రతి ఏడూ గుర్తుకు తెచ్చుకోవచ్చు. అదినం మొక్కనాటి శాంతంగా పిక్నిక్ చేయండి. లేదా మీ స్నేహితురాలుతో కలసి భోజనానికి బయటికెళ్ళండి.

మీకు మీ దుఃఖాన్ని పొందే అధికారం పూర్తిగా ఉంది. అప్పుడే మీరు ఈ దుఃఖంనుండి బయటికి వస్తారు.

ఒక వేళ మీరు దుఃఖవల్ల బయటికి రాకపోతే మీకు సరియైన భోజనము తిండి చేయడానికి కాదు. రాత్రి నిద్రరాదు. మీరు మీ పరివారమువల్లనే దూరము కాగలఛీదయా. స్థితి చెడిపోతే వైద్యుల సలహా తీసుకోవలని ఉంటుంది.

దుఃఖపడి మిస్ క్యారేజ్‌ని ఎదిరించేది

దీన్నుండి దుఃఖం అదికమౌతుంది. మీరు నిరాశపడతారు. నిరుత్సాహి అగుదురు. కోసంగీవం ఎక్కువౌతుంది. మీ శరీరము అలాగే మనస్సుకు దుఃఖమునుండి దూరమగా నికి చాలా కాలం కావచ్చు. మీ దుఃఖాన్ని ఇతరులతో పంచుకొండి. మీనుండి ఏ తప్పు జరుగలేదని మీమనస్సును సమాధాన పరచుకోండి. డాక్టరు సలహాను పొందండి. మీ సంగాతియొక్క సహాయంతో మనోదుఃఖాన్ని తగ్గించుకోండి. ఈ భావన లన్నింటిని మనస్సునుండి దూరం చేసి ఆలోచించండి. మీ రొక శిశువుకు తల్లికానే కావలెను.

గర్భంలోనే చావు

మీకు గండలకొద్ది మీ శుశువుయొక్క చలనవలనములు వినబడవో అప్పుడు మీ మనస్సుకు భయమవుతుంది. అయితే మీకు మీ పుట్టిన శిశువు ఇక లేదని తెలిసినపుడు ఇంకా భయమూ బేజారూ అవుతుంది.

శిశువు హృదయపు దెబ్బ వినబడడం లేదు. అది గర్భంలోనే చనిపోయింది, అనివిని చాలా బాధ అవుతుంది. మీకు ఈ మాట మీద నమ్మకం రాదు. మీ అవస్థలాగే ముందు ఏమీ చేయాలని డాక్టరు నిర్ధరిస్తారు. మీ దుఃఖమూ ఆ తండ్రి తల్లికంటే తక్కువేమీ లేదు. ఎవరి బిడ్డ జనన సమయంలో లేదా జన్మించిన తక్షణం ఉండేది లేదు.

జనన సమయంలో లేదా ఆ తర్వాత శిశువు మృతి

చాలా సార్లు ప్రసవానంతరమే శిశువు

ఉండదు. తొమ్మిది నెలల వరకు శిశువును కాపాడిన మీద మీరు వట్టి చేతులతో ఇంటికి వెనుదిరుగుతారు. ఈ దుఃఖానికి ఏ విధమైన నొప్పి సమానం కాదు. ఇక్కడ సమాధానం లేదు. మీకు మీరే సమాధానం చేసుకోవాలి. శిశువును ఎత్తుకొండి. పేరుపెట్టండి. మీ దుఃఖాన్ని స్వీకరించండి. మీరు ఏదో పేరులేని జీవానికి దుఃఖమెట్లు అనుభవించవచ్చు? అందువల్ల అవకాశం దొరికేది. మీరు దాన్నెక్కడయినా పూడ్చితే మీరక్కడ పూలు అర్పించవచ్చు.

దానికాలుయొక్క అచ్చుని దాని జ్ఞాపకాన్ని మీ దగ్గర ఉంచుకోవచ్చు. దాని అందాన్ని మనస్సులో ఉంచుకోండి. ఉదా దాని వెంట్రుకలు దాని వ్రేళ్ళు దాని లేత గులాబి బుగ్గలు.

మీకు సత్యము స్వీకరించే

ప్రసవమైన తర్వాత ఉదాసీనత మరియు మరణము యొక్క

ఉత్తేజనమువల్ల దుఃఖము ఇంకను అధికమౌతుంది. ఒక వేళ ఇది శిశువుయొక్క కారణంవల్ల అయ్యే ఉదాసీనతవల్ల వేరే ఎక్కడా గుర్తించడానికి కొంచెం కష్టం అయినా చికిత్స రెండింటిలోనూ కావలెను. అవసరమైతే వైద్య సహాయం తీసికొనడానికి సంకోచించవద్దండి. మీ డాక్టరు సలహాతో మనోవైజ్ఞానికులను చేర్చండి. చికిత్స ఔషధ సహాయంవల్ల విశ్రాంతి దొరకుతుంది.

శిశువుయొక్క చావు తర్వాత పాలు ఇంకిపోవుట

శిశువు లేక పోతే మీ దగ్గర ఒక జ్ఞాపకం మిగిలింది. మీ స్తనాల్లో దానికోసం పాలు నిండింది. శిశువు లేని తర్వాత స్తనాల్లో నిండిన పాలను మానసిక అలాగే శారీరక రీతిలో సంబాళించుకొనేది కష్టమౌతుంది. ఒక వేళ మీకు స్తన్యపానం చేయించే అవకాశమే దొరకక పోతే స్తనాల్లోని పాలు కట్టుకొని పోవచ్చు. ఇలా ఉన్నపుడు వేడినీళ్ళతో స్నానం చేయకండి. పెదవులను (నిప్పల్) చీపవద్దు, అట్లే స్తనాలనుండి పాలు తీయకండి. లేక పోతే పాలు ఇంకా నిర్మాణమౌతుంది.

స్తన్యపానం చేయించి కొన్ని దినాల తర్వాత శిశువు మృత్యువు జరిగింటే మీ నర్స్ లేదా డాక్టరు సలహా పొందండి. స్తనముల్లో పాలు ఎంత ప్రమాణంలో నిర్మింపబడునో అంతే ప్రమాణంలో మరల నిర్మాణమౌతుంది. అందువల్ల మీకు చేయినుండి లేదా పంపి సహాయంతో పాలు తీసే సలహా ఇవ్వబడుతుంది. శిశువు త్రాగే పాల ప్రమాణం మీద మీ స్తనాల్లో పాల నిర్మాణం ఆధార పడి ఉంటుంది. స్తన్యపానం విడిపించిన తరువాత లేదా పంపు ఉపయోగించుట విడిచిన తరువాత అనేక వారాలవరకు కొంచెం కొంచెం పాలు రావచ్చు. ఒక వేళ మీ వద్ద యదేపాలుండే మీరు దాన్ని మిల్క్ బ్యాంకుకు దానం చేయవచ్చు. ఇలా చేస్తే మీ మనస్సుకు శాంతి కలుగును.

శిశవుకు అక్కడే పేరుపెట్టండి. శిశువు చూచేది సరికాదని డాక్టరు చెప్పవచ్చు ఎందుకంటే అది మీ కల్పనానంతరం ఉండకనే ఉండచ్చు. అయినా దాన్ని చూస్తే దాని చావును స్వీకరించడం సులభమవుతుంది. మీకు దాని అంత్యక్రియ సల్పు ధైర్యముండవలెనని, డాక్టరునుంచి శిశువుయొక్క రిపోర్టు అడిగి తీసుకొండి. మీరు ప్రసూతి గృహమునందు చాలా చెప్పియుండవచ్చు. అయినా ఔషధము హార్మోన్ అలాగే అవస్థ అలాగే శాక్ కారణం

చేత మీకన్నీ సులభంగా అర్థమైయుండవచ్చు.

స్నేహితులకు అలాగే పరిచయస్థులకు శిశువును స్వాగతించుటకు ఇంటిలో చేసియున్న తయారులన్నింటినీ అలాగే ఉండవని చెప్పండి. ఎందుకంటే మీరు ఇంటికి వెనుదిరిగినపుడు ఈ కటువైన సత్యాన్ని స్వీకరింపను ఇంకా కష్టమయ్యేది.

పలుసార్లు ఈ స్థితిలో స్నేహితులకు అథవా సంబంధికులకు జవాబు చెప్పడానికిరాదు. వారికేమీ చెప్పాలని అర్థం కాదు. అపుడు మనస్సుకు చాలా నొప్పి కలుగుతుంది. మీకు బాధకావాలని వారికి అభిప్రాయమయుండదు. అయినా మీకు నొప్పి ఔతుంది.

మీ తల్లిదండ్రుల దగ్గరుండండి. వారు మీ దుఃఖాన్ని అర్థం చేసికొని మీకు తోడునిస్తారు.

మిమ్మలను గమనించుకొండి. భావావస్థ మీకు శారీరక అవస్థకు హాని కలిగించవచ్చు. సరియైయన వేళకు భోజనము తిండి తిని నిద్రించండి. వ్యాయామం చేసినా లాభదాయకమే. భోజనం చేయడానికిష్టం లేకపోతే తట్ట పెట్టుకొని కూర్చొండి. గోరు వెచ్చని నీటితో స్నానం చేయండి. రాత్రి భోజనం తర్వాత విశ్రమించండి. దుఃఖాన్ని మరచి సినిమా చూడండి. స్నేహితుల ఇంటికి వెళ్ళిరండి. జీవితంలో విరామం లేదు. అయినా నడిపేది జీవనం (జీవితం)

మీమనస్సు మేరకే మీరు మీ దుఃఖాన్ని చేయండి. అలు-మగలు ఇద్దరే ఉండండి. లేదా మిత్రులతో ఉండండి. మీ ఇష్టం.

మీ శిశువు జ్ఞాపకంలో ఏదైనా మంచి పని చేయండి. చైల్డ్‌కేర్ సెంటరుకు పుస్తకలు ఇవ్వండి. అనాథాలయానికి చందా ఇవ్వండి. ఇంటి లేక పార్కులో మొక్కలు నాటుడు మంచి విషయము.

ధర్మము మరియు ఆధ్యాత్మిక చింతనతోనూ శాంతి దొరకుతుంది.

దుఃఖంనుండి బయడికొచ్చిన తర్వాత మరల గర్భవతి కావడానికి ఆలోచించండి. రాబోవు శిశువుయొక్క పుల్లైన ఆలోచనలో ఏలోటూ రాకూడదని యత్నించండి.

ఈ దుఃఖం మరవడం కష్టం. అయితే జరిగినుండి 9 నెలల వరకు మీ దుఃఖం తగ్గకపోతే మనస్సును కేంద్రీకరించడు కష్టమైతే డాక్టరు సలహాతో మనోవైజ్ఞానికులను కలవండి.

తప్పచేసినంత భావన ఉండనివ్వకండి. దీనివల్ల మీకు దుఃఖమునుండి బయట పడడం కష్టము. ఒక వేళ మీ మంచి ఆలోచన కొరతవల్ల మీ బిడ్డ లేదని మీకు అనిపిస్తే డాక్టరు దగ్గరికి వెళ్ళండి. దీనిలో మీ తప్పేమీ లేదని విశ్వాసముంచండి. మీరు మీ మనస్సును సమాధానపరచుకొండి. ఆ శిశువు పేరున పత్రంకాయవచ్చును. దానిలో మీ దుఃఖమంతా మరియు ఆత్మసందేహము మరియు అపరాధ భావనను వ్యక్తం చేయవచ్చు.

కవల శిశువుల్లో ఒక శిశువు మృతి

ఏ ఇంటిలో జుకరివఔలలు లేక ముప్పురు శిశువులున్నప్పుడు ఒక శిశువు మరణిస్తే వారికి సంతోషము. అలాగే సంతాపము రెండూ ఒక మారే అవుతుంది.

★ ఒక బిడ్డ ఉండి ఇంకొకటి లేకపోతే దుఃఖం తక్కువేమీ కాదు. మీ మనస్సుకు బాధకలగడం అవుతుంది. మీరా శిశువు మరణాన్ని స్వీకరించకతప్పదు. అపుడు మీరు మీ దుఃఖాన్ని తట్టుకోగలరు.

★ మీ జీవించియున్న శిశువుకు సంపూర్ణమైన ప్రేమనివ్వండి. దానితమ్ముడో లేక చల్లెలలో లేకపోతే అది మీ ప్రేమనుండి వంచితం కారాదు. దాని ఆరోగ్యానికై దాన్ని చక్కగా చూచుకొండి.

★ సంతోషము సంతాపముతో పాటు వచ్చింది. అంటే సంబరం వద్దా? అలాగేమీ కాదు. మొదలు సంతాపము ఆ తరువాత

సంతోషాన్ని ఆచరించండి.

★ మీకు ఎక్కువ మంచి శిశువులను సంబాళించు ఆలోచన ఉండవచ్చు. లేదా మీకు ఆడ బిడ్డ వద్దని ఉమండవచ్చు. ఆకారణంతో మీరు మిమ్మల్నే దోషి అనుకోనుటుండవచ్చు. అయితే జ్ఞాపకముండని, మీ కల్పన అథవా ఇచ్ఛకూ ఆ మరణానికి యే సంబంధమూ ఉండదు.

★ మీ కవలలు వచ్చే తయారు చేస్తుంటిరి. అయితే ఒకటే కల్గింది. మీకు బేజారయ్యేది సహజమే. అయినా మీరు నిర్లక్ష్యపు వశము కారాదు.

★ ఒక శిశువుయొక్క మరణము వార్త మీకు ఇవ్వకపోతే మీ స్నేహితురాలని జతకు పెట్టుకోండి. ఆమె జనుల ప్రశ్నలకు జవాబు, మీకు సమాధానాన్ని ఇస్తుంది.

★ జనులు మీ జీవిత శిశువుకు సంతోషం వ్యక్తం చేస్తారు. అయితే మృత శిశువుకు సంతాపం వ్యక్తం చేసెటప్పుడు మీకు బాధకలిగించే మాట చెప్పవచ్చు. మీరు మీ పరివారులతో పాటుండి మీ భావనాలను వారితో పంచుకొండి. మీరు సంతోషంగా ఉన్నారుఈ అయితే మీకు దుఃఖమూలంతో ఉందని చెప్పండి.

ఉదాసీనత మిమ్మలును వశం చేసుకోరాదు. ఇట్టయితే మీ శిశువుయొక్క మంచి చెడ్డళ విచారణలో కొరత రావచ్చును. మీ శిశువుయొక్క మానసిక-శారీరిక అవసరాళను పూర్తి చేయుటకు ధైర్యం తెచ్చుకొండి.

మరల ప్రయత్నించండి

ఈలాంటి దుర్ఘటన తరువాత మరల గర్భిణి కావడానికి నిశ్చయించుకోవడం సులభం కాదు.

ఈ స్వంత నిర్ణయం చాల కష్టతరమైయుండవచ్చు.

★ ఈ ప్రక్రియకు సిద్ధమైతే మీకు శబాస అనుకోండి ఎందుకంటే ఈ నిర్ధారణను తీసికోవడానికి చాలధైర్యం కావాలి.

★ మీకు సరి అని అనుకొనుటకు ఇది మరొని సమయం. మీకు భావనాత్మక రూపంతో తయారగుటకు కొంత లేదా ఎక్కువ సమయం కావచ్చును. ఎవరి మాట వినకండి. మీ మనస్సులో ని మాట విని సంపూర్ణంగా తయారయిన తరువాత గర్భధారణ చేయండి.

★ మీరు తల్లి కావడానికి శారీరకంగా ఆరోగ్యంగా ఉన్నారా? అని మీ డాక్టరను అడగండి. మీరు తయారుగా లేకపోతే శారీరకంగా తయారవ్వండి.

★ ఈ గర్భావస్థ మొదటికన్న అధికవత్తిడి అలాగే

దుఃఖపు వ్యవస్థ

చాలాసార్లు డాక్టర్లు చెప్పదురు మల్టిపల్ ప్రెగ్నెన్సిలో ఒక శిశువును ముగించతే మంచిదని. ఎందుకంటే అది పుట్టిన తరువాతనూ బ్రతికేది కష్టము. లేదా దానివల్ల మరియెుక శిశువు చావవచ్చు. ఈ స్థితిలో మీరు మనస్సులో అపరాధీ అనే భావనను సాకవద్దండి. డాక్టరు సలహా ప్రకారం చేయడమే మంచిది. వారు చెప్పినట్లే చేయండి. శాంతమైన మనస్సుతో ఆలోచించి నిర్ధారణ చేయండి. మిత్రుల మరియు సుస్నేహితుల సహాయాన్ని తీసికొనండి. ఏడువదలిస్తే ఏడ్చండి. అయితే ఒకటి పొందడానికి ఇంకొకటిని బలి చేసి అని భావించకండి. ధర్మ, ఆధ్యాత్మిక చింతనల సహాయాన్ని తీసికొండి. మనసుంటే ఇతరులకు చెప్పండి, లేదంటే మీలోనే ఉంచుకొని ఉండండి.

ఎందుకు

ఎప్పుడూ ఈ ప్రశ్నకు ఏదో జవాబు ఉండవచ్చు అనికాదు. అయితే మీకు క్రొత్తగా పుట్టిన శిశువు మరణకారణాన్ని తెలిసికోవనేవలెను. ఇట్లాయెనని శిశువుయొక్క సంపూర్ణ పరీక్ష అలాగే గర్భావస్థయొక్క చరిత్రనుండియే దీన్ని తెలిసికోవచ్చును. ఒక వేళ శిశువు గర్భములోనే చనిపోతే లేదా స్టిల్ బర్తయితే ముందుగర్భావస్థలో ఏ తొందరాకూడఛీద్దుని ఉత్తమ పైథలాజిష్ట్ దగ్గర ప్లాసెంటా పరీక్ష చేయించవలెను. ఇలా చేయిస్తే మీ మీ ముందు గర్భావస్థను సురక్షితం చేసుకోవచ్చు.

చింత తేవచ్చును ఎందుకంటే మీకిపుడు తెలియును గర్భావస్థయొక్క అంత్య సుఖంగానే ఉంటుందనికాదు. మీ మనస్సులో భయం ఉండే ఉంటుంది. మీరు క్రొత్త శిశువును మనసారా కోరుకొనుటకు భయపడతారు. మీకు శరీరంలో అయ్యే చిన్న చిన్న మార్పువల్ల చింతకలుగుతుంది. ఇదంతా సహజమే. అయితే గుర్తుండని ఈ భావనలనుండి శిశువుయొక్క పోషణలో కొరత రారాదుఈ వెనుకకు తిరిగి చూచే బదులు ముందు వచ్చే సమయం మీది మనస్సును కేంద్రీకరించుకోండి. గర్భావస్థయందు ఒక శిశువు చావయినా ఎక్కువగల స్త్రీలు స్వస్థమైన శిశువుకు జన్మనిస్తారు. అలాగే అట్టవారి గర్భావస్థ సంపూర్ణంగా సామాన్యంగానే ఉంటుందని జ్ఞాపకముండుగాక!

■ ■ ■

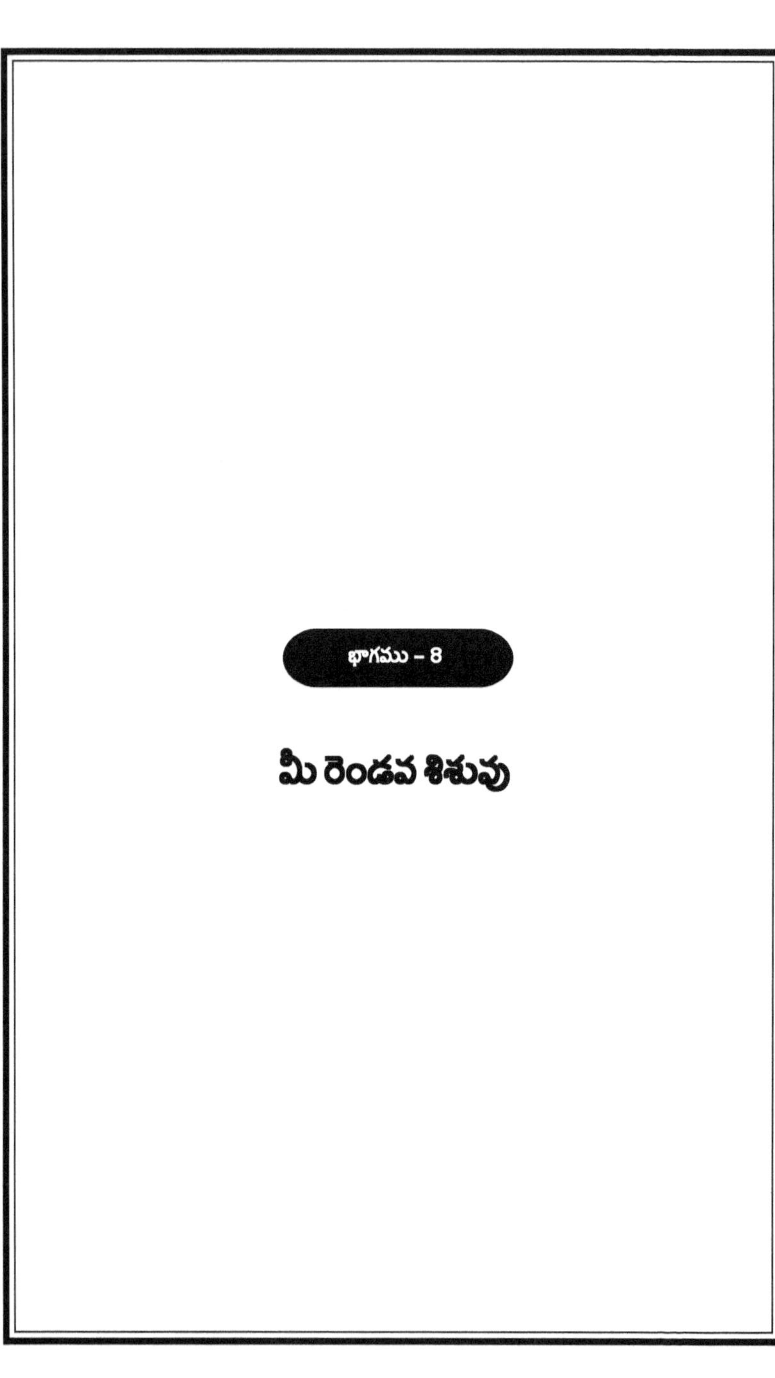

భాగము – 8

మీ రెండవ శిశువు

రెండవ శిశువుయొక్క తయారు

మేము మా బ్రతుకును మా ఇష్టప్రకారం గడపుటకు సాధ్యమౌతుంటే ఎంత బాగుండేది. సామాన్యంగా మేము చేసిన యోజనముల సేతువు క్షణములో ముక్కలయ్యేది. మేము ఏమి చేయడానికి లేదు.

మేము పూర్తి యోజనం చేసి గర్భధారణ చేసి శిశువుకు జన్మ ఇచ్చి ఉంటే ఎంతబాగుండేది కదా! ఈ రీతిగా మాకు మా జీవనశైలిలో తప్పని ఓదార్పు పొందడానికి అవకాశం దొరకి ఉండేది. అయితే ఎంతమంది మహిళలకు ఈ విధమైన సాకర్యం చిక్కేది. అయితే ఎంతమంది స్త్రీలకు ఈ విధమైన అవకాశం దొరకుతుంది. మాస ధర్మంలో హెచ్చుతక్కువ అలాగే గర్భనిరోధక ఉపాయాలవల్ల ఇలా జరిగేది సాధ్యం కాదు. ఈ పుస్తకంలోనూ గర్భధారణయొక్క పూర్తి తయారు చేయు విషయంలో చర్చ జరిగింది. అయినా మహిళలందరూ చాలా మంచి ఆలోచన చేయనిదెలో స్వస్థమైన శిశువుకు జన్మనిస్తారు.

ఈ మధ్య పరివార నియోజన తంత్రాలు చాల బాగున్నాయి. అందువల్ల మీరు సులభంగా ప్రెగ్నెన్సియొక్క పూర్ణ యోజనము చేసుకోవచ్చు. ఈ విషయంలో మీరు జాగ్రత్తతో తక్షణం మీ శరీరాన్ని గమనించడం మొదట చేయండి. ఎందుకంటే ఈ సమయంలో చేసుకొన్న మంచి ఆలోచనతో మీ శిశువుకే కాక దాని శిశువుకూ లాభకారికాగలదు. రాబోవు శిశువు ఆరోగ్యంగా ఉండాలని.

కాబోవు తల్లిదండ్రులు పలువిధాలుగా ప్రసవార్హతను అధికం చేసుకోవచ్చును. మీరు గర్భిణి అయి ఉంటే యోచించకండి. ఈ పుస్తకంలో ఈ అధ్యాయాన్ని వదలి మొదటి అధ్యాయము చదువుటను ప్రారంభించండి.

గర్భధారణకు మొదలు తల్లి ఏమి చేయాలి

సంపూర్ణ శారీరిక పరీక్ష :- మీ ఫ్యామిలి డాక్టరును కలవండి. ఏ విధమైన చికిత్స అవసరముంటే పూర్తీ పరీక్షవల్ల తెలుస్తుంది.

దంత వైద్యులతో కలవడం : దంత వైద్యులను కలసి పూర్తిగా పంటిపరీక్ష చేయించుకోండి. ఎక్స్‌రే, ఫిల్లింగ్, శల్య చికిత్స ఏమేమి చేయించుకోవలెనో చేయించుకోండి. ఎందుకంటే గర్భావస్థ సమయంలో ఇవన్నీ చేయించడం సాధ్యంకాదు. చిగుళ్ళ బాధనుండి ప్రీటర్మ్ ప్రసవపు అపాయం హెచ్చవుతుందని అధ్యయనములవల్ల తెలియవచ్చింది. ఇంటిలో పళ్ళు మరియు చిగుళ్ళ ఆరోగ్యాన్ని గూర్చి ఆలోచించడం మొదలిడండి.

డాక్టరును కలిసి గర్భధారణయొక్క ముందు పరీక్ష చేయించండి : ఈ సమయంలో ఏ విధమైన గడిబిడి లేనికారణంజాగ్రూవిధానంగా డాక్టరును ఎన్నుకొండి. తరువాత వారికి కలవడానికి సమయం తీసుకోండి. మీరు ఏ దాదితో ప్రసవం చేయించుకొన్నా ఈ సమయంలో డాక్టరును కలిసి పరీక్ష చేయించడం అవసరము. పరీక్షా నంతరం మీరు హెరిస్క్ గ్రూప్‌లో లేనట్లుయితే మీకిష్టము వచ్చినట్లు ప్రసవపు పద్ధతిని (డాక్టర్, దాది) ఎన్నుకోవచ్చును. ఒక వేళ మీరు హైరిస్క్ గ్రూపులో ఉంటే తల్లిఇ బిడ్డయొక్క ఆరోగ్యాన్ని

గుర్తుంచుకొని స్పెషలిస్ట్ల సేవను తీసికోవడం మంచిది.

మీ ప్రెగ్నెన్సి హిస్టరీ మీద కన్ను పెట్టండి : మీకు మొదలే గర్భస్రావం జరిగి ఉంటే, అథవా ప్రసవంలో ఏమైనా తొందర అయియుంటే లేదా ఏ విధమైన తొందరలు వచ్చియుండినా డాక్టరును అడిగి ఈ విషయంలో వహించవలసిన జాగ్రత్తలను వహించండి.

మీ తల్లియొక్క ప్రెగ్నెన్సి హిష్టరీ మీద కన్నుంచండి. మీరు డెత్ బేబీ అయియుంటిరా? అని తెలిసికోండి. ఎందుకంటే 1971వరకు గర్భపాతాన్ని నిరోదించుటకు ఇవ్వబడే థైథైజిటల్ సెజిసట్రిల్ అనే మందువల్ల ప్రసవాంగములకు హానికలుగుచుండెను. ఒక వేళ మీ తల్లి ఆ మందును సేవించి ఉంటే మీకు యోని మరియు గర్భాశయపు ముందు భాగము యొక్క కెలోస్కోప్ చేయించుకోవడమే మంచిది.

పరీక్ష చేయించండి : గర్భధారణకు ముందు క్రింద వ్రాయబడిన పరీక్ష చేయించే సలహా ఇవ్వబడును.

★ హిమోగ్లోబిన్ లేదా హిమెటోక్రీట్ (అనీమియా పరీక్ష)

★ ఆర్.హెచ్. ఫ్యాక్టర్ మీరు నెగెటివ్ అయియుంటే స్నేహితునియొక్క పరీక్ష చేయబడును. వారూ నెగెటివ్ అయియుంటే ఏమీ ఆలోచన లేదు.

★ రూబెల్లా టీటర్

★ బైరీమేలా టిటర్

★ చక్కెరోగపు పరీక్ష మూత్రం

★ హెపటైసిస్ చో మీరు హైరిస్క్ సమూహంలోవస్తే)

★ సైటోమిగెల్ వైరస్ - అణ్టిబాజ్ (చికిత్సయొక్క 6 నెలల తరువాత గర్భధారణ చేయండి)

★ టాక్సొప్లాజ్ మొసిస టిటన్ : మీరు పిల్లియొక్క పచ్చి మాంసము తింటే లేదా చేతి సంచిలేకుండా తోటలో పని చేస్తే లేదా ఫ్యాశ్చరైజ్, ఫ్రీ పాలు త్రాగేదయితే ఈ పుస్తకంలో చెప్పిన సలహాలను గమనించండి.

★ థైరైట్ (దీనివల్ల గర్భావస్థ మరియు సంతానపు మానసిక క్షమత ప్రభావితం కావచ్చు, గర్భధారణకు ముందు దీనిపరీక్ష తప్పక చేయించండి. ఒక వేళ పరివారంలో ఎవరికైనా ఈ రోగముంటే (లైంగిక రోగము) గర్భిణి స్త్రీలందరికీ ఈ పరీక్ష చేయడం అవసరము. దీనిలో సిఫలిస్, గోనాస్య, క్లామీడియా, హర్మిజ్, ధ్యమనపైప్ లో మా, వైరస్, బ్యాక్టీరియల్, బైంజినోసిస్, గారడనరెలా, వైజినీటిస్ మరియు హెచ్.ఐ.వ. వస్తుంది. మీరు మీ కోసం ఈ విధమైన యోచన చేయక ఉండవచ్చును. అయినా పరీక్ష చేయించడమే మంచిది.

చికిత్స చేయించుకోండి :- ఒక వేళ పరీక్షలో ఏదైనా రోగపు సమాచారం దొరకినచో చికిత్స చేయించుటకు ఆలస్యం చేయకండి. ఏ విధమైన శల్య చికిత్స లేదా వైద్యకీయ చికిత్స చేయించుటకు వెనుకంజ వేయకండి. ఇప్పుడు మీకు జననాంగములకు సంబంధించిన చిన్న చిన్న తొందరల చికిత్సయూ చేయించుకోనవలెను.

ఉదా :1ఈ యూరెటైన పాలిప్స ఫైబ్రెస్, సిస్ట, ట్యూమర్

★ ఆండోమెట్రి ఓసిస్

★ పెల్విక్ సంబంధమైన రోగం

★ మూత్ర పిండముల సంక్రమణ

★ లైంగిక రోగము

ఏ దేని సందర్భమున శల్య చికిత్స చేయించే అవసరముంటే ఆరు నెలల తర్వాతనే గర్భధారణ చేయండి.

కుచ్చే మందు వేయించుకోండి : ఒక వేళ మీరు పోయిన 10 సంవత్సరాలనుండి టిటానెస్, డిఫథీరియా బూస్టర్ తీసికొనక పోయిఉంటే ఇపుడు తీసికొనేది అవసరము. ఎమ్.ఎమ్.ఆర్ వ్యాక్సీన్ తీసికొంటే గర్భధారణకు ముందు మూడు నెలల వరకు

కాచుకొనండి. హెపటైటిస్ బి, విషయమందు కూడా జాగరూకులై ఉండండి. సూక్త సమయంలో చికిత్స చేయించుకొండి.

క్రానిక్ రోగాలను నియంత్రించుకోనండి

ఒక వేళ మీరు ఆస్తమాఇ మధుమేహము, హృదయ రోగము, వంటి దీర్ఘరోగాలతో పీడితులైయుంటే డ్యాక్టరును అడగండి. ఈ రోగాలను నియంత్రించుకోండి. అలర్జీ మందులను తీసుకొనే అవసరముంటే దాన్ని ప్పడే తీసికోండి. డిప్రెషన్ కూడా ఒక పెద్దబాధ. అయినందున మీ పెద్ద యోజన ప్రారంబించే ముందు డిప్రెషన్ నియంత్రించుకొండి.

జెనెటిక్ స్క్రీనింగ్ : ఒక వేళ మీకు లేదా మీ సంగాతికి ఏ విధమైన జెనెటిక్ డిజార్డర్ ఉంటే సికల్ థైలము, పైలా సీమియం హిమోఫిలియా సిష్టిమ్ ఫైబ్రాసిన్, మస్కచులర్ డిస్ట్రోప్, లేదా ఎక్స్‌సిండ్రోమ్ వంటివరేదేని జన్మత : వికృతి ఉంటే మీ ఇద్దరివంశంలో మొదలే ఈ విధమైన రోగముంటే జెనెటిక్ స్పెషలిస్టలను కలవండి.

మీరు కాకెసియన్ అయి ఉంటే సిస్టిక్ ఫైబ్రోసిస్, యహోది : యూరోపియన్ అయి యుంటే టి-శేక్, ఆప్రికన్ అయి ఉంటే సికల్ సైల్ ట్రైట్, లేదా గ్రీక్ ఇటాలియన్, దక్షిణ పూర్వ ఆసియా అథవా పిలిపినో మూలమువాళ్ళయితే మీరు థైలాసీమియా రోగమునుండి నలగుతు ఉండవచ్చు. మొదటి గర్భావస్థలో ఈ రకపు ఏదేనీ తొందర అయి ఉంటే డాక్టరు సలహాను తప్పక తీసికోనండి.

బర్త్‌కంట్రోల్‌నిలుపండి : మీ కాండోమ్ మరియు డయాఫ్రాగంను నిల్పండి. బర్త్ కంట్రోల్ చేసే మాత్రలు, వైజ్ఞానిక రింగ్ లేదా పాచ్‌ను ఉపయోతించుమండిన ఈ విషయంలో వైద్యుల సలహా పొందండి. మీ ప్రసవ క్రియ సరిగా పని చేయని మరియు మీకు 2 నెలల చక్రం సరియైన సమయంలో రావాలని, మీరు దీన్ని అనేక మాసములు ముందుగానే నిలిపివేయవలసి వస్తుంది. మీ మాస చక్రము నియమితం కావడానికి సమయమైతే ధైర్యంగా ఉండండి. మీ ఐ.యు.డి వేయించుకొని ఉంటే దాన్ని తీసి వేయించుకండి. ఏ విధమైన గర్భనిరోధక మందుల ఉపయోగింపును నిలిపివేయండి. కావాలంటే రచిర్మిసైడ్ రహితమైన కాండోమ ఉపయోగించవచ్చు.

ఆహారంలో నియంత్రణ : మీరు మీ ఫోలిక్ ఆసిడ్‌యొక్క కోసేజ్ తీసికొవడాన్ని మరచిపోండి. దీనివల్ల గర్భధారణయొక్క ఆర్హ్రత ఎక్కువౌతుంది. అధ్యయనముల ద్వారా తెలియవచ్చిందేమంటే గర్భధారణకన్న మొదలే ఆహారంలో ఈ విటమిన్ ఎక్కువ ప్రమాణంలో తీసికొనే స్త్రీలలో న్యూరల్ ట్యూబ్ డిఫెక్ట్‌యొక్క అపాయం చాలా తక్కువ ఉంటుంది. ఇది సంపూర్ణ ధాన్యము పచ్చని కూరగాయల్లో అలాగే రిఫైండ్ ధాన్యంలో దొరకుతుంది. అయితే మీకు దీన్ని ఒక ప్రమాణంవలె కూడా తీసికోవలసి ఉంటుంది. దీనికోసం మీ వైద్యుల సలహా పొందండి.

జింక్ మరియు ఐరన్ అంశముండే ఆహారానికి బై-బై చెప్పండి. ఆహారంలో పండ్లు-కూరగాయలు, తక్కువ కోవ్వు కలిగిన డైరీ పదార్థాలను హెచ్చించండి. న్యాచురేటడ్ కొవ్వు అంశాన్ని తగ్గించండి. దీని కారణాన గర్భావస్థలో వాంతి, ఒకరిక సమస్య అధికం కావచ్చును. గర్భధారణకు ముందు ప్రతిదినం రెండు సర్వింగ్ ప్రీటీన్, మూడు సర్వింగ్ క్యాల్షియం తీసికోవలసి ఉంటుంది.

మీ భోజన పద్ధతి సరిగా లేకపోతే లేదా వేరేదైనా ఈటింగ్ డిసార్డర్ వల్ల కూడినట్లయితే డాక్టరును కలవండి.

తూకం పరీక్ష : హెచ్చు లేదా తక్కువ తూకం ఈ రెండింటివల్ల గర్భధారణార్హ్రత ప్రభావితమయ్యేది. మీరు గర్భిణి అయినా గర్భావస్థలో అనేక చిక్కులు రావచ్చు. అందువల్ల మీరు అవసరానికనుగుణంగా క్యాలోరీ ప్రమాణాన్ని ఎక్కువ తక్కువ చేయండి. తూకం తక్కువ చేయాల్సి వస్తే నిధానంగా చేయండి, అలాగే గర్భధారణ యొక్క యోజనమును 2 నెలలదాకా ముందుకు వేయండి. పోషణ యొక్క కొరతవల్ల గర్భధారణ చేయడం కష్టవౌతుంది. మీరు క్రైశ డయట్‌లో ఉంటే సాధారణంగా తింటూ శరీరం సరియైన ఆకారానికి వచ్చిన మీద గర్భధారణ చేయండి.

శేప్ అప్ అయితే శాంతంగా ఉండండి : మీకు ప్రతిదినం వ్యాయామవుటలవాటుంటే మంచిది. దీనివల్ల శరీరం అరోగ్యంగా ఉంటుంది. కాబట్టిని తూకం తగ్గుతుంది. రాబోవు సమయానికోసం శరీరపు స్థితిని సిద్ధం చేసేది. అయితే ఎక్కువ కష్టమైన వ్యాయామం చేయకండి. శరీరపు ఉష్ణాంశవము ఎక్కువయినా గర్భధారణలో ఇబ్బంది కావచ్చును. అతి సర్వత్ర వర్జయేత్ వ్యాయావుం చేయండి ఐతే ప్రశాంతంగా చేయండి.

నకలీ మందులనుండి దూరంగా ఉండండి

మరిజు ఆనా, కొకైన్, హెరాయిన్, లేక వేరే డ్రగ్స్ గర్భావస్థలో చాలా అపాయకారులు, మీరు వీటిని ప్రతినిత్యం తీసుకొంటున్నారో లేదా ఒకోసారి ఇది మీకు గర్భిణి అయ్యేందుకు వదలదు. మీరు గర్భిణి అయినా శిశువుకు చాలా హానికలుగుతుంది. అందువల్ల గర్భపాతం లేక 7వ నెలలో బిడ్డ పుట్టే అవకాశం ఎక్కువౌతుంది. ఈ డ్రగ్‌లను తీసికోవడం పూర్తిగా నిలిపివేయండి. కష్టమైతే డాక్టర్ సలహా పొందండి.

మిగత ఔషధములకూ దూరముండండి :

గర్భధారణయొక్క యోజన చేయినప్పుడు ఏదో ఔషధాన్ని డాక్టరు సలహా పొందకనే తీసికోవద్దండి. యోనిలో పెట్టుకొనే ఏ విధమైన ఔషధాన్నియినా డాక్టరును అడిగి ఉపయోగించండి.

ఔషధములను పరీక్షించండి : మీరు మీ ఏదో ఒక రోగానికి ఏళ్ళనుండి సేవించుచున్న ఔషధము గర్భావస్థలో సురక్షితంగా ఉమదా లేదా అనేది తెలిసికోండి. కనిష్ఠ పక్షం ఆరు నెలలు ముందుగానే ఆ రకమైన ఔషధాలను తీసికొనేది నిలిపివేయండి. శిశువైన తర్వాతనూ గుర్తుంచుకోనండి. ఎందుకంటే స్తన్యపానం (పాలు త్రాగించే) చేయించేటప్పుడు ఔషధం ప్రభావం శిశువుకూ కావచ్చును. చాలా సార్లు ప్రమాణం తక్కువ చేసినా మంచిది కావచ్చును.

కాని ఔషధములు అపాయకారియై ఉంటాయి. అందువల్ల అప్పుడప్పుడు డాక్టరును అడుగుచుండండి.

హెర్బల్ లేక వైకల్పిక ఔషధాలను : వీనిని ప్రాకృతికమైనవని అంటారు. అయితే దీని అర్థం అవి ఎల్లప్పుడు సురక్షితవైనవని చెప్పలేవు. అనేకమైన హెర్బల్ ఔషధములు (గింక గోబీలోబా) గర్భధారణలో అడ్డము కావచ్చును. హెర్బల్ డాక్టరు అనుమడి లేనిదే ఇటువంటి ఔషధములను తిసికోవద్దండి. వారికి మీరు మీ గర్భావస్థపు సంకేతాన్నివ్వండి.

కెఫిన్‌యొక్క పరిమాణం : మీరు కెఫెన్ యుక్త పదార్థములను తీసికోనడం సంపూర్ణంగా నిలిపివేయండి యని ఏమి చెప్పడం లేదు. ఎందుకంటే మీరు గర్భధారణయొక్క యోజనం చేస్తున్నారాఅథవా గర్భవతియై ఉన్నారా. అది కారణంగా మీరు దినంలో 2 కప్పులు కెఫీన్‌యుక్త కాఫీ లేదా వేరే ఏదైనా పేయపదార్థం తీసికోవచ్చును. అయితే మీకు అవసరానికంటే ఎక్కువ అలవాటుంటే కొంత జాగ్రత్తగా ఉండండి. అధ్యయనముల వల్ల తెలియ వచ్చిందేమంటే దీని అధిక ప్రమాణం ప్రసవార్హతను తగ్గిస్తుంది. అలాగే దీని అధిక ప్రమాణం ఇతర విధములుగా శరీరానికి హాని చేస్తుంది.

మద్యపానం నిల్పండి : త్రాగడానికి ముందు కొంచెం ఆలోచించండి. గర్భధారణ యోజనం చేసిన తర్వాత మద్యం సేవించడం హానిరము. గర్భధారణలో ఎక్కువ సమయం కావచ్చును. అథవా తొందరకావచ్చును. మాస ధర్మ చక్రంలో తేడా రావచ్చును. అందువల్ల మద్యం సేవించడం పూర్తి నిషేధించండి.

ధూమపానం నిషేధించండి : తంబాకువల్ల శిశువుకు క్యాన్సర్‌యొక్క అపాయము కావచ్చును. గర్భధారణలో తొందర అగును. అలాగే గర్భస్రావపు అపాయమూ ఎక్కువౌతుంది. ధూమపానపు టలవాటును వదలండి. మీ శిశువుకు రోగరహిత వాతావరణాన్నివ్వండి.

రేడియేషన్ నుండి రక్షణ : ఎంతవరకు సాధ్యమో అంతవరకూ ఎక్స్‌రే తీయనవుడు మీ ప్రసవాంగములను గమనించుకోండి. మీరు గర్భధారణ చేశారా అన్నప్పుడు

ఎక్స్‌రే తీసేవారికి మీరు గర్భవతి అని తెల్పండి. వారు జాగ్రత్త పడతారు.

అపాయకరమైన రసాయనములనుండి దూరముండండి :- కొన్ని రసాయన పదార్థాలు హెచ్చు ప్రమాణంలో ఉపయోగిస్తా లేదా మీరు దానితో చేరి ఉంటే గర్భధారణకు మొదలు లేదా తర్వాత శిశువుకు అపాయం కావచ్చును. పని సమయాల్లో ఈ రసాయనాలను చాలా జాగ్రత్తగా ఉపయోగించండి. ఔషధములు, దంత చికిత్సాలయములు, కళఇ ఫోటోగ్రఫీ, కృషి లాండ్‌స్కేపింగ్, నిర్మాణ కార్యము హేర్ డ్రెస్సింగ్, కాస్మెటాలజీ, డ్రాక్సినింగ్, అలాగే పైక్టియవు పనులనందు అధిక జాగరూకలై ఉండండి. సాధ్యమైతే అపాయ స్థలంనుండి కొంత సమయానికై మార్చుకోండి.

కార్యక్షేత్రము లేక ఇంటిలో లెడ్ పరిమాణపు స్తరం ఎక్కువుంటే మీరు, మీ శిశువు ఇద్దరి మీద ప్రభావం పడుతుంది. ఇంటిలో విషయుక్త పదార్థముల ప్రభావం నుండి దూరముండండి. మీ రక్తంలో సీసపు మట్టము ఎక్కువ ఉంటే స్పెషలిస్టుల సలహాతీసుకోండి. చికిత్స చేయించుకోండి.

విత్తీయ ఆర్థిఉక రూపమునుండి ఫిట్ : ఇది చాలా ఖర్చుతో గూడిన ప్రక్రియ. అందుచేత మీరు మీ స్నేహితురాంఢ్ర జతలో చేరి మొదలే బజెట్ వేసుకొండి. ప్రసవం మొదట ప్రసవానంతరం మీరు ఖర్చు చేసిన డబ్బు దొరకునా లేదా అని మీ హెల్త్ ఇన్సరెన్సనుండి తెలికొండి. ఆల్లాంటి పాలసీ చేయించి ఉంటె కొంచెం నిదానించండి. ఇలాంటి పాలసీ చేయకుమడా ఉంటే దాన్ని చేయించడానికిదే సమయం. మీ కార్యాలయంలో మీకు మెటర్‌నిటీ లీవ్ ఇస్తారో లేదో అని తెలిసి కోనండి.

శ్రమించండి : ఇది అన్నిటికంటే ఆవశ్యకతమైన పని. ఒక వేళ మీరు మీ రాబోవు కాలాన్ని యోచించి చాల ఉత్తేజకరమై మరియు ఒత్తిడియందున్నారు. అయితే ఇదే ఒత్తిడి గర్భధారణయందు అడ్డము కావచ్చును. కొంచెం ధ్యానము మరియు విశ్రాంతి నిచ్చేటువంటి వ్యాయామం చేయండి. జీవనమునుండి ఒత్తడిని బై-బై చెప్పి పంపించండి.

కొంత సమయమివ్వండి : - జ్ఞాపకముండని సాధారణంగా 25 ఏళ్ళ వయస్సుగల యువతికి గర్భధారణ చేయుటకు 6 నెలలు మరియు ఎక్కువ వయస్సు స్త్రీకి ఎక్కువ సమయం కావాల్సి ఉండవచ్చు. మీ భాగస్వమి వయస్సు ఎక్కువ ఉంటే ఇంకా అధిక సమయం కావాల్సి ఉంటుంది. ఏదో ఒక డాక్టరు సలహా తీసికొనేముందు 6 నెలల వరకు కాఖియుండండి. మీ వయస్సు 25 కంటే ఎక్కువగా ఉంటే మీకు 7 నెలల తరువాతనే డాక్టరు సలహా తీసికోవాలి.

గర్భధారణ చేయించుటకు ముందు తండ్రి ఏమి చేయాలి

డాక్టరును చూడండి : ఒక వేళ మీకు గర్భధారణ చేయాల్సిన పని లేదు అయినా మీరు కూడ ఒక సారి డాక్టరు వద్ద చెకప్ చేయించుకోండి. ఒక ఆరోగ్యంగా ఉండే శిశువు జన్మ రెండు అరోగ్యంగా ఉమడే శరీరముల సమ్మేళనము నుండియే సంభవం. మీరు టస్టిక్యులర్ సిస్ట్ అథవా ట్యూమర్‌వండి రోగములనుండి పీడితులైయున్నారా? లేదా మానసిక ఒత్తిడినుండి మీరు తండ్రి అయ్యేదారికి అడ్డం కలుగుతూందో అని మీ సంపూర్ణ వైద్యపరీక్షనుండి తెలుస్తుంది. డాక్టరునుండి సెక్స్యూయల్ ఎఫెక్ట్, హర్బల్ ఔషధములు అలాగే స్పర్మ్ కౌంటింగ్ విషయంలో సమాచారం తెలిసికోండి. ఈ సమాచారమంతా తీసికొన్న తర్వాత మీరొక ఆరోగ్యమైన శిశువుకు తండ్రియగుటకు తయారుగానున్నారు. జెనెటిక్ స్క్రీనింగ్, అవసరమైతే మీ ఇంటిలో ఏదైనా జెనెటిక్ రోగముంటే మరియు మీ భాగస్వామికి స్క్రీనింగ్ చేయించుకోటుంటే మీరి ఈ పరీక్ష తప్పక చేయించుకోండి.

ఆహారమున నియతి : పోషణ బాగుంటే స్మర్మ్ సహా ఆరోగ్యంగా ఉంటాయి. మీరు తాజా పండ్లు, కూరగాయులు, సంపూర్ణ ధాన్యాలు అలాగే ప్రొటీన్‌యుక్తమైన ఆహారాన్ని తీసికోవాలి. ఈ దినాల్లో మీరు విటమిన్ మినరల్‌ల ప్రమాణం తీసికోవాలి. తీసికోవచ్చు ఎందుకంటే ఆహారంవల్ల అన్ని పోషకాంశాలు దొరకలేవు. ఇందులో పాల్వ ఎసిడ్ చేర్చుకొండి. ఎన్నోసార్లు ఇదే రీతియైన కొరతవల్ల గర్భధారణలో

నిధానవవౌతుంది. అలాగే శిశువుయొక్క జన్మలో వికారాలు కానవస్తాయి.

జీవనశైలిపై ఒక దృష్టి: ఒక వేళ ఇంకనూ వరిశోధన జరుగుచునే ఉన్నది. అయినా ఇది స్పష్టంగా ఉందంటే మీరు డ్రగ్స్ సేవించే వాళ్ళయితే అలాగే చాలా హెచ్చు ప్రమాణంలో మద్యపానం చేయువారైయుంటే మీరు సూళభంగా తండ్రికాలేరు. దీనివల్ల స్మర్మ్ మాత్రం తక్కువ కాదు. దాని సంఖ్య కూడ తక్కువౌతుంది. ఇది సరి కాదు. చాలా ఎక్కువ ప్రమాణంలో మద్యపానం చేస్తే శిశువు తూకం మరియు టస్టోస్టెరోన్‌యొక్క స్తర కూడా తగ్గను. తక్కవ కావచ్చు. మీరు ఆల్కోహాల్ ప్రమాణం తక్కువ చేస్తే ప్రియురాలికీ అట్లే చేయుట సులభం. మీరు మద్యపానం, డ్రగ్స్ విడువలేకపోతే డాక్టరు సలహా తీసుకొండి.

తూకపు పరీక్ష

ఏ పురుషల దేహంలో మాస్ ఇండెక్స్ హెచ్చుగా ఉంటుందో వారు సామాన్య పురుషుల పోలికలో నపుంసకులైయుండువారు. మీ తూకంలో 20 పౌండ్ల వృద్ధి కూడా ప్రభావమవుతుంది. అందువల్ల గర్భధారణ ప్రక్రియకు మొదలే మీ తూకం పరీక్ష చేయించుకోండి.

ధూమపానం నిషేధించండి : ఇక్కడ ఏనేవమూ జరుగదు. ధూమపానంవల్ల స్మర్మ్ సాఖ్యం తగ్గుతుంది. దీన్ని విడిస్తే మీ అందరి పరివారం వాళ్ళ ఆరోగ్యానికి మంచిదౌతుంది. వారికి మీ సిగరేట్ పొగవల్ల అపాయం తక్కువేమీ కాదు. ఇందువల్ల మీ శిశువుయొక్క ఎస్.ఐ.డి.ఎస్ (సోంకుల రోగాలనుండి) రక్షణ అవుతుంది.

రాసాయనాలనుండి దూరముండండి :

పేయింట్, వార్నిష్ ఇత్యాది తీక్ష్ణమైన రసాయనాలనుండి దూరముండండి. వీటివల్ల కూడ తొందర కావచ్చును.

దానిని కూల్‌గా ఉంచుకోండి : టస్టికల్ (వృషణం) అవశ్యకతకంటే ఎక్కువ వేడిగా ఉంటే స్పర్మ్ ఉత్పత్తి మీద ప్రభావం పడుతుంది. టస్టికల్ శరీరముయొక్క వేడికంటే కొంచెం చల్లగ ఉంటాయి. ఆ కారణ చేతనే అవి శరీరంనుండి వేరుగా వ్రేలాడుతుంటాయి. మీరు టాప్ టబ్ బాత్ సానా, ఏలెక్ట్రిక్ కేబుల్ అలాగే టైట్ జీన్స్‌నుండి దూరవముండాలి. సింథెటిక్ ప్యాంట్, అండర్‌వేర్ ధరించకండి. తొడమీద ల్యాప్‌టాప్ పెట్టుకోనకండి. ఈ ఉపకరణంవల్ల శరీరపు దిగువ భాగవముయొక్క వేడి ఎక్కువగును. ల్యాప్‌ట్యాఫ్ యుపయోగించనే వలసివస్తే డెస్క్ ట్యాప్ వలె ఉపయోగించండి.

దాన్ని సురక్షితంగా ఉంచుకోండి

నీవేదయినా మొరటు ఆట (ఫుట్ బాల్ స్నూకర్, బ్యాస్కెట్ బాల్, బేస్ బాల్, గుర్రపు సవారి) ఆడుచుండనచో రక్షక గార్డ్ వేసుకొని మీ జననాంగాన్ని సురక్షితంగా ఉంచుకోండి. ఎక్కువ సేపు సైకల్ త్రొక్కినా తొందర కావచ్చు. కొందరు విశేష శాస్త్రజ్ఞుల సమాచారం ప్రకారం సైకిల్ సీటుయొక్క ఒత్తిడివల్ల చాలా రక్తవాహినులకు హాని కలుగవచ్చును. జననాంగములలో జోము నిలువక పోతే డాక్టరుకు చూపించండి.

విశ్రామం : ఔను మీరన్నియూ నేర్చుకొంటిరి. ఇపుడు విశ్రాంతితో ఈ సూచనలపై అమలు చేయాలి. ఈ వ్యస్తతల మధ్య విశ్రమించేది మరవవద్దు. ఒత్తిడివల్ల మీ ప్రదర్శనపు స్తరం తగ్గవచ్చు. మరియు స్పర్మ్ అయ్యేదాంట్లో అడ్డురావచ్చు. తక్కువ చింతచేసి వేగంగా మార్పు పొందండి. శాంతభావంతో ప్రయత్నిస్తుండండి.

ఇదయిన తర్వాత...

ఒక క్రొత్త ప్రారంభ సమయము. గర్భధారణకు పూర్వం తయారయిన తర్వాత గర్భధారణాధ్యాయం నుండి చదువుటకు ప్రారంభించి అలాగే ఆనందించండి.

పరిశిష్టము

గర్భావస్థయందు చేయించే సామాన్య పరీక్షలు

డాక్టరు మీ అవస్థవలే కొన్ని పరీక్షలను అధికము మరియు తక్కువ చేయవచ్చును. ఇది చాలా మట్టుకు మీ మెడికల్ హిస్ట్రీ అట్లే డాక్టర్ల వ్యవహారిక మట్టం మీద ఆధారపడుతుంది. ఎక్కువ సమాచారం కోసం ఈ పట్టిని చూడండి.

పరీక్ష మరియు ఎప్పుడు చేయబడునది	ప్రక్రియ	కారణము
రక్తం ప్రకారము మొదటి సారి	భుజంనుండి రక్త తీసి పరీక్ష చేయడం	ఆర్.హెచ్.ఈప్రకారం లేదా కైల్ ఫ్రాక్చర్ పరీక్ష చేయడం
హొమొటిక్ లేదా హిమోగ్లోబిన్ మొదటి సారి అలాగే తర్వాత 20 వారాల తరువాత	భుజంనుండి రక్త తీసి పరీక్ష	ఐరన్ కొరత, రక్తం అల్పత లేదా ఐరన్ సప్లిమెంట్‌యొక్క
రూబెలా టిటర్ మొదటి సారి	భుజంనుండి రక్తం తీసి పరీక్ష	రూబెలా (జర్మన్ మీఝల్)కు రోగ ప్రతిరోధక క్షమతా పరీక్ష
నిఫలిస్ పరీక్ష మొదటి సారి	భుజంనుండి రక్తం తీసి పరీక్ష	విఫలస్ సోంకైఉంటే తక్షణం చికిత్స చేయండి. భ్రూణ రక్షణ
హెచ్.ఐ.వి పరీక్ష మొదటి సారి	భుజంనుండి రక్తం తీసి పరీక్ష	తెలిస్తే తల్లియొక్క చికిత్స. సులభమగునది. అట్లే మరియు
హెపటైటిస్ స్క్రీన్ మొదటి సారి	భుజంనుండి రక్తం తీసి పరీక్ష	హెపటైటిస్ బి సోకియున్నట్లయితే తల్లి పరీక్షనుండి శిశువు చికిత్స చేయవచ్చును.
ప్యాప్ స్మియర్ మొదటి సారి	సర్వైకల్‌నుండి స్రావం తీసికొని జీవకోశాల పరీక్ష	సర్వైకల్ క్యాన్సర్ లేదా వేరే అనియమితయొక్క పరీక్ష

పరీక్ష మరియు ఎప్పుడు చేయబడునది	ప్రక్రియ	కారణము
గొనొరిన్ కల్చర్ అలాగే జెనిటల్ హర్పీజ్ మొదటి సారి	యోని స్రావవు ల్యాబ్‌లో కల్చర్ చేయబడును	సోంకైయుంటే చికిత్స చేయబడును.
క్లిమీడియా పరీక్ష	సర్విక్స యుండి లేదా రెక్టమ్ చుట్టు ప్రక్కల భాగాల పరీక్ష	సోంకైయుంటే చికిత్స చేయబడును.
మూత్రంలో బ్యాక్టీరియా మొదటి సారి	మూత్ర పరీక్ష	ఇది సోంకు లక్షణవు. చికిత్స చేయబడును.
డ్రగ్ స్క్రీన్ మొదటి పరీక్ష	మూత్ర పరీక్ష	గర్భావస్థలో డ్రగ్స్ సేవించడము అపాయకరం తెలిస్తే చికిత్స చేయబడం తప్పదు
బ్లడ్ ప్రెషర్ ప్రతి సారి	బ్లడ్ ప్రెషర్ చూపన యంత్రంనుండి కొలవబడును.	హెచ్చు రక్తవు ఒత్తిడి అట్లె ప్రిక్లిమ్ససియా తెలుస్తుంది.
మూత్రంలో గ్లూకోస్ ప్రతి కలియికలో	మూత్రపరీక్ష ఒక డిస్‌స్టిక్‌తో చేయబడేది అయ్యేది	అధిక ప్రమాణం గాస్ట్రెషనల్ డయాబెటిస్ సంకేతాన్ని చ్చేది.
మూత్రంలో ప్రోటీన్	మూత్ర పరీక్ష ఒక డిప్‌స్టిక్‌నుండి అయ్యేది	అధిక ప్రవమాణం వమూత్ర పిండాల్లో సోంకు ప్రీక్లింపసియర్ సంకేతాన్నిచ్చేది.
త్రిపల్ స్క్రీన్ 15 నుండి 18 వారంలో గ్లూకోస్ టాలరెన్స్ టెస్ట్ 28 వ వారమున	భుజాన్నుండి రక్తం తీసి పరీక్ష అయ్యేది. ఒక గ్లూకోస్ గ్రాతించిన తరువాత భుజంనుండి రక్తంతీసి పరీక్ష	శిశువుయొక్క స్క్రీనింగ్ ద్వార దోషాలు తెలియడం గాస్ట్రేషనల్ మధుమేహ పరీక్ష
గ్రూప్ యొక్క స్టెప్ టెస్ట్ 37వ వారం దగ్గర	యోని చుట్టూప్రక్కల మరియు మూత్ర పరీక్ష	ప్రసవవు సమయాన చికిత్స చేయవచ్చు కొత్తగా పుట్టిన శిశువుయొక్క సురక్షణ కోసం

గర్భావస్థ సమయమందు వైకల్పిక ఉపాయములు

లక్షణములు	ప్రక్రియ	కారణము
వీపు నొప్పి	కాపడం చేయండి ద వా ర వ ం యో ్య ఉపాయము	గోరు వెచ్చని నీటిలో స్నానం చేయ చేసి ఒక టవల్‌లో హీటింగ్ ప్యాడ్ చుట్టి 15 నిమిషములదాక పెట్టుకోండి. దినంలో 3-4 సార్లు ఇలా చేయండి. వ్యాయావం మరియు సూక్త శారీరిక భంగి.
దెబ్బ తగిలినవుడు లేచేది	ఐస్ ప్యాక్ శీతం చూడండి	బజార్‌లో దొరికే ఐస్ ప్యాక్ తీసికోండి. లేదా కూరగాయలు నీల్దయి ఉంటే ప్యాకేట్టును పూర్తీ చల్లగా చేసికొని 1/2 గంట పెట్టుకోండి, హాయి దొరకకుంటే మరి 1/2 గంట పెట్టుకోండి. నీళ్ళల్లో మృదువుగా ఉండే బట్టను తడిపి దెబ్బ మీద ఉంచండి. చలువ తక్కువైతే మరల తడిపి ఉంచుకోండి.
భుజము - మణికట్టు అథవా కాలిపైన ఊదు	చల్లనీళ్ళల్లో నాన్పండి	నీళ్ళలో ఐస్ కలిపి చల్లగా చేసుకోండి. అందులో కాలు చేయి నాన్పుకొండి కావాలంటే 1/2 గంట ఉంచుకోండి.
మంట	శీతం (చూడండి)	చన్నీళ్ళ శాకం
చలి అయ్యేది	సలైన్ నోస్ డ్రాప్స్ విక్సవెపొరబ్ అతిరిక్త ద్రవాల ప్రమాణం ఇన్హెలేషన్	మార్కెట్టులోనుండి ఈ మందు తెచ్చుకోండి. తీరా చిన్న 1/2 చెంబా ఉప్పులో 1 ఔన్సు నీళ్ళు కలిపి రెండు ముక్కు రంధ్రవములలో కొన్ని చుక్కలు వేసి 5-10 నిమిషవములు కాచి ముక్కు చీదండి. ఇచ్చిన నిర్ధశం ప్రకారం ఉపయోగించండి. ప్రతి 8 గంటలకు ద్రవాపదార్థాల ప్రమాణం తీసికోండి. ఉదా: జూస్, నీళ్ళు, సూప్ కొన్నెళ్ళకు పాల ప్రమాణం తగ్గించండి. ఆవిరి తీసికోండి. స్టీం వేపొరైజర్ తీసికోండి. తలపై బట్ట కప్పుకోనండి. ఆవిరి పీల్చుకోండి. దినానికి 3-4 సార్లు తీసికోండి జాస్తి శఖ అయితే తీసికొనకండి.

లక్షణములు	ప్రక్రియ	కారణము
	నేసల్ స్ట్రిప్	ఇచ్చిన సూచనల మేరకు
దగ్గు (శీతంవల్ల లేదా ఫ్లూ)	ఇన్హెలేషన్ ద్రవపు అతిరిక్త ప్రమాణము	శీతం (చూడండి)
డయేరియా	అతిరిక్త ప్రమాణం	ప్రతిగంటకు 8 ఔన్సుల నీళ్ళు త్రాగండి. జూస్ లేదా క్లియర్ సూప్ తీసికోవచ్చు.
(జ్వరము) 100 డిగ్రీల కంటే అధికంగా ఉంటే డాక్టరును పిలవండి. 102 డిగ్రీలకంటే ఎక్కువ ఉంటే తక్షణం డాక్టరును పిలవండి. ఏదైనా మందుతీసికోని జ్వరం తగ్గించుకోండి.	చన్నీటితో స్నానం చేయండి స్టీల్ బాథ్	వణుకువస్తే స్నానం చేయకండి. గిన్నెలో నీరు ఐస్ అట్లే థమూన రపింగ అల్కోహాల్ చేర్చి టవల్‌తడిపి శరీరాని తుడవండి.
హీమరాథడ్స్	స్టీల్ బాథ్	గోరువెచ్చని నీళ్ళు నింపిన టబ్‌లో దినంలో 3-4 సార్లు కూర్చొనండి.
కడుపు లేక చర్మంపై దురద	ద ూర వ ంగ ుటక ు ఉపాయములు	శుష్కమైన సబ్బు ఉపయోగించకండి. వేడినీళ్ళలో చాల సేపటివరకు స్నానం చేయకండి.
కంటిలో గంటు నీళ్ళు కారడం	వేడి శాఖవు (కావడు)	గోరువెచ్చని నీటిలో టవల్ అద్దుకొని శాకం తీసికొనేది తీసికోండి
మాంసఖండాల్లో వాపు దెబ్బ	ఐస్ ప్యాక్ చల్లని కాపడం, చన్నీళ్ళలో నానప్పట. 24 గ ంటలన ుండి 48గంవరకు	గుబుటు చూడండి
మాంసఖండాల్లో ఊద దెబ్బ	48 గంటలకాలం వేడి నీళ్ళలో నాప్పి వేడినీటి హీటింగ్ ప్యాడ్	వేడినీటిలో టవల్ తడిపి చుట్టూకొండి. దానిని ప్లాస్టిక్ బ్యాగ్‌తో మూసి పైనుండి హీటింగ్ ప్యాడ్ పెట్టుకోండి. దినములో 2 సార్లు 1-1- గంట పెట్టుకోండి.

లక్షణములు	ప్రక్రియ	కారణము
ముక్కు దిబ్బట	–	శీతము (చూడండి)
సైనసిటీస్	పదేపదే వేడి మరియు చల్లగుంటే కాపడం	వేడి నీటిలో గుడ్డ తడిపి పిండుకొని ఉంచుకోండి. నొప్పి తగ్గే వరకు పెట్టుకోండి. ఆ తర్వాత చన్నీటి కాపడం తీసికోండి. ఒకటి తర్వాత ఒకటి చేయండి.
కొంతునొప్పి	గార్గల్	గోరు వెచ్చని నీటిలో ఉప్పు కలిపి 5 నిమిషములవరకు గార్గల్ చేయండి. అవసరమైతే ప్రతి రెండు గంటలకు చేయండి.

గర్భావస్థలో క్యాలోరీస్ మరియు జిడ్డు యొక్క అవసరము

వ్యక్తి తూకము కార్యస్థితి మరియు మెటబాలిజకు నలె వారికి క్యాలోరీ మరియు జిడ్డు నిశ్చితమయ్యేది (క్రింద వ్రాయబడిన పట్టికనుండి మీకు కొంచెం అందాజు కావచ్చును.)

మీతూకం పౌండ్లు	పని మట్టము	ప్రతి దినం క్యాలోరీల అవసరము	కనీసం జిడ్డుయొక్క అవసరము	కనీసం పూర్వపు జిడ్డుయొక్క అవసరము
100	1	1500	50	2 1/2
100	2	1800	60	3 1/2
100	3	2500	83	5
125	1	1800	60	3 1/2
125	2	2175	72	4
125	3	3050	101	6
150	1	2100	70	4
150	2	2550	85	5
150	3	3600	120	7 1/2

మీ కార్యపు మట్టమును ఈ విధంగా చూడండి.

1) విశ్రాంతిదాయకము 2) మధ్యమ సక్రియం 3) పూర్ణ సక్రియం

(చాల తక్కువ మంది మహిళలు 3వ వరుసలోకి వస్తారు.)

తల్లి అయ్యేతప్పుడు ఏమి చేస్తారు?

గర్భావస్థలో దృష్టి

నా ప్రశ్న

నా అనుభవం

నా తీయని జ్ఞాపకాలు

ప్రతి వారం మీ తూకం

వారం 1 : ______

వారం 2 : ______

వారం 3 : ______

వారం 4: ______

వారం 5 : ______

వారం 6 : ______

వారం 6 : ______

వారం 7 : ______

వారం 8 : ______

వారం 9 : ______

వారం 10 : ______

వారం 11 : ______

వారం 12 : ______

వారం 13 : ______

వారం 14 : ______

వారం 15 : ______

వారం 16 : ______

వారం 17 : ______

వారం 18 : ______

వారం 19 : ______

వారం 20 : ______

వారం 21 : ______

వారం 22 : ______

వారం 23 : ______

వారం 24 : ______

వారం 25 : ______

వారం 26 : ______

వారం 27: ______

వారం 28 : ______

వారం 29 : ______

వారం 30 : ______

వారం 31 : ______

వారం 32 : ______

వారం 33 : ______

వారం 34 : ______

వారం 35 : ______

వారం 36 : ______

వారం 37 : ______

వారం 38 : ______

వారం 39 : ______

వారం 40 : ______

వారం 41 : ______

వారం 42 : ______

వారం 43 : ______

వారం 44 : ______

వారం 45 : ______

వారం 46 : ______

మొదటి నెల

మొదటి నెల

రెండవ నెల

రెండవ నెల

మూడవ నెల

మూడవ నెల

నాల్గవ నెల

నాల్గవ నెల

ఐదవ నెల

ఐదవ నెల

ఆరవ నెల

ఆరవ నెల

ఏడవ నెల

ఏడవ నెల

ఎనిమిదవ నెల

ఎనిమిదవ నెల

తొమ్మిదవ నెల

తొమ్మిదవ నెల

ప్రసవ పీడ మరియూ జన్మం

ప్రసవానంతరం

www.ingramcontent.com/pod-product-compliance
Lightning Source LLC
Chambersburg PA
CBHW070543030726
47505CB00001B/141

9788128839894